இரா. முருகன் கதைகள்

இரா. முருகன்

கதைகள்

கிழக்கு

இரா. முருகன் கதைகள்
Era. Murugan Kadhaigal
Era. Murugan ©

First Edition: December 2006
848 Pages

ISBN 978-81-8368-253-4
Title No. Kizhakku 194

Kizhakku Pathippagam
177/103, First Floor,
Ambal's Building, Lloyds Road,
Royapettah, Chennai 600 014.
Ph: +91-44-4200-9603

Email : support@nhm.in
Website : www.nhm.in

Author's Email : eramurukan@yahoo.com

Kizhakku Pathippagam is an imprint of New Horizon Media Private Limited

முருகனின் சிறுகதைகள் வடிவம் மற்றும் நடை ஆகிய அம்சங்களில் வெகு இயல்பான பரிசோதனைகளைக் கொண்டிருக்கின்றன.

காலம், களம் இரண்டும் அவருடைய படைப்பில் மனித மனம் போல எப்போதும் சலசலத்துக் கொண்டிருப்பவை.

அவரது உரைநடையில் 'ஜம்ப் கட்' உத்தி வெற்றிகரமாகக் கையாளப்பட்டிருக்கிறது. இது நனவோடை அல்ல. ஆனால், திட்டமிட்ட, எத்தகவலும், அநாவசிய மாகப் பயன்படுத்தாத சேர்க்கை கொண்ட நடை.

இத்தொகுப்பிலுள்ள ஒரு கதையும் தவறிப் போவதில்லை. மிகவும் தேர்ச்சி பெற்ற படைப்பாளனுக்கே இது சாத்தியம்.

- அசோகமித்திரன்

உள்ளே...

முன்னுரை

குளிக்கக் காசு கேட்கிற ஸ்காட்லாந்தில், என் பக்கத்து வீட்டுக்காரர் வித்தியாசமான பேர்வழி. விடிகாலையில் குளித்து முடித்து, சுத்தமான, கனவான்ரக உடுப்புகள் அணிந்து சுறுசுறுப்பாக எனக்கு முன்னால் ஓட்டமும் துள்ளலுமாக மாடிப்படி இறங்கிக் கொண்டிருப்பார். ராத்திரி, பகல், சாயங்காலம் என்று எந்த நேரத்தில் கண்ணில் பட்டாலும் த்ரீ பீஸ் சூட், தொப்பி, பளபளக்கும் ஷூவோடுதான் காட்சி தருவது வழக்கம். புத்துணர்ச்சியூட்டும் சோப்பு விற்பதற்காக வருஷக் கணக்காக எடுக்கப்பட்டுக் கொண்டிருக்கும் விளம்பரப் படத்தில் நடிக்கிறவராக அவர் இருக்கலாம் என்று கற்பனை செய்திருந்தேன். அது ஓர் உன்னதமான சோப்பாக இருக்கக்கூடும். குளித்து முடித்தவுடன், இன்று புதிதாகப் பிறந்த உணர்ச்சியைத் தரும் அந்த அற்புதப் பொருளை அனுபவித்த ஆனந்தத்தை அவர் உடலாலும் மனத்தாலும் முழுவதும் பிரதிபலிக்கும்வரை பொறுமையாகத் தினமும் கேமராவை ஓடவிட்டுக்கொண்டு யாரெல்லாமோ காத்திருக்கிறார்கள். குளிக்கவும் உடுக்கவும் நடக்கவுமாகப் பரிசுத்தமாக நகரும் நாள்கள் எல்லாம் அவருக்கு உடைமையானவை.

இந்தக் கற்பனை கலைந்தது அண்மையில் ஒரு ஞாயிற்றுக்கிழமை காலைப்பொழுதில். அழைப்பு மணியை ஒலித்து, என் வீட்டு வரவேற்பறையில் அவர் நுழைந்தபோது நான் கம்ப்யூட்டரில்

கதை எழுதிக்கொண்டிருந்தேன். மாசு மருவற்ற அவருடைய சுத்தத்தின் முன் நான் தூசியாகக் கரையும் முன்னால், வந்த விஷயத்தைக் கூறினார். எங்கள் இரண்டு வீட்டுக்கும் நடுவே ஓடும் கழிவுநீர்க் குழாயில் அடைப்பு. அதைச் சரிசெய்ய ஏற்பாடு செய்திருக்கிறார். செலவை நான் பங்கு போட்டுக்கொள்ள முடியுமா? முப்பது பவுண்ட் ஆகக்கூடும்.

கழிவும் காசும் இதர அசுத்தங்களும் இல்லாத உலகில் அவர் இல்லை என்பதை நம்பக் கஷ்டமாக இருந்தது. ஃப்யூனரல் டைரக்டராக இருக்கிறாராம். சாவுச்சடங்கு நிர்வாகி. கருப்பு நிற சூட்டும் தூய வெள்ளைச் சட்டையும் மிடுக்கான டையும் எல்லாம் சவ அடக்கங்களை நிர்வகித்து நடத்திக்கொடுப்பதற்கான உத்தி யோக உடுப்பு. கண்ணியத்தோடும் மிடுக்கோடும் தினசரி சாவைச் சந்திக்கிற அந்த மனிதரிடம் நான் கதை எழுதுவதாகச் சொன்ன போது, இதுவரை எத்தனை கதை எழுதியிருக்கிறீர்கள் என்று விசாரித்தார்.

ஒரு ஞாயிற்றுக்கிழமை காலை நேரத்தில் நான் சுவர்க்கம் அல்லது நரகம் புகுந்தவர்கள் அல்லது அவற்றில் நம்பிக்கை வைக்காத காரணத்தால் வெற்றுவெளியில் மறைந்தவர்களின் பிரதிநிதியால் விசாரிக்கப்படுவேன் என்று முன்பே எனக்குத் தெரிந்திருந்த காரணத்தால் கணக்கு ஒப்பிக்கலானேன்.

நூற்று எட்டு சிறுகதைகள். பதினான்கு குறுநாவல். இரண்டு நாவல், முன்னூற்று இருபத்தெட்டு கட்டுரை. நாற்பத்தேழு கவிதை. அடுத்த நாவலை எழுதிக் கொண்டிருக்கிறேன். குளிக்கப் போவதற்கு முன் இன்னும் மூன்று பத்தி எழுத உத்தேசம்.

நூற்றியெட்டுச் சிறுகதை. அதில் சில காற்றில் கரைந்து போயின. அதாவது அகில இந்திய வானொலியில் ஒலிபரப்புவதற்காக எழுதி, கண்ணாடி அறைக்குள்ளிலிருந்து யாரோ கையை அசைக்க, ஒவ்வொரு தாளாக மரமேசையில் நகர்த்தி, பிரும்மாண் டமாக வைத்திருந்த ஒலிவாங்கியில் குரல் இடறாது ஜாக்கிரதை யாகப் படித்து ஒலிப்பதிவு செய்யப்பட்டவை. ரேடியோக்காரர் கள் அந்தத் தாளையெல்லாம் வாங்கிக்கொண்டு ரெவின்யூ ஸ்டாம்ப் ஒட்டிக் கையெழுத்துப் போடச் சொல்லி சன்மானம் கொடுத்தார்கள். நகல் எடுத்து வைக்காத காரணத்தால் அவற்றை இனிக் காணமுடியாது.

ஆனாலும் நூற்றியெட்டும் நினைவில் இருக்கிறது. வார்த்தை ரூபமாக இல்லாவிட்டாலும், ஒவ்வொன்றும் மனத்தில் தோன்றிய அந்த வினாடி ஞாபகம் இருக்கிறது. எழுதி முடித்ததும் எழுந்த க்ஷணநேர ஆசுவாசத்தை, நிம்மதியைத் திரும்ப உணர்கிறேன். முதல் கதையைப் பொருத்தவரை அது வெளியாகிப் படித்த முதல் நொடியும் நினைவில் பதிந்திருக்கிறது. எழுதுவதென்பதே சாஸ்வதமான இந்த அபூர்வ க்ஷணங்களுக்காகத்தான்.

இந்த நொடிகள் எல்லாம் காலம் உறைந்த மனவெளியில் நிகழ்கிறவை. எட்டு வயதில் விளக்கணைந்துபோன ஒரு நடுராத்திரி நேரத்தில் வாசலுக்கு வந்தபோது கையில் கொளுத்திப் பிடித்த லாந்தரோடு வார்ச் செருப்பு ஒலிக்க ஒருத்தன் தெருவில் நடந்துபோய்க் கொண்டிருந்தான். எத்தனையோ வருஷம் கழித்து மும்பை நாரிமன் பாயிண்ட் அலுவலகத்தில் ஒரு பிரும்மாண்டமான லிஃப்ட்டில் தனியாக ஏழாம் மாடிக்குப் போய்க் கொண்டிருந்தபோது அந்த லாந்தர்க்காரன் வெகு சுவாதீனமாக உள்ளே கடந்துவந்து ஞாபகம் இருக்கா என்று சிரித்தான். லாந்தர்க்காரன் கூடவே காந்தி வாத்தியாரும், கருத்த, பௌருஷம் பொங்கிப் பிரவகிக்கும் ஒரு ரயில் இன்ஜினும், நகர மறுக்கிற ஒரு கோயில் தேரும் என் டூ பெட்ரூம் டெல்லி ஃப்ளாட்டில் நுழைய, 'தேர்' எழுதி முடித்தபோது அன்றைக்கு நடுராத்திரி கடந்துவிட்டிருந்தது.

லாந்தர்க்காரனை மட்டுமில்லை, பள்ளிக்கூடத்தில் படித்தபோது, நாராயணியம்மா வீட்டுத் திண்ணையில் குடிபுகுந்த சன்னியாசியை நானும் எட்ட நின்று பார்த்திருக்கிறேன். வீட்டு வாசலில் ஒரு தேரை, சன்னியாசியை வைத்துக்கொண்டு சகஜமாக எப்படி வாழ்க்கை நடத்த முடியும்? இதைப் பற்றி யோசிக்க ஒரு முப்பது வருஷம் காத்திருக்க வேண்டி வந்தது. ஆனாலும் அதெல்லாம் ஒன்றைத் தொடர்ந்து ஒன்றாக சங்கிலித் தொடராக நிகழ்ந்தவை. அப்படித்தான் தோன்றுகிறது.

எமர்ஜென்சி காலத்து மாம்பலம் தெருவில் இன்னொரு இரவு. நான் சென்னை வந்து பேங்க் ஊழியனாக உத்தியோக வாழ்க்கையைத் தொடங்கியிருந்த நேரம். ஊர் ஒய்ந்து தூங்கப் போய்க்கொண்டிருக்கிறது. கடைசிப் பலகையைப் பொருத்தி மூடிக்கொண்டிருந்த மாவுமில் வாசலில் நின்று வயதான ஒருத்தர் 'ரகுராமா' என்று மேலே இருண்டு கிடந்த லாட்ஜிங்கைப்

பார்த்துச் சத்தமாகக் கூப்பிட்டுக்கொண்டிருந்தார். எத்தனையோ வருஷத்துக்கு அப்புறம் நான் மாம்பலம்வாசியாகி வண்டிக்கு பெட்ரோல் போடுவதற்காக நடுப்பகலில் காத்திருந்தபோது அந்த ஸ்தூல சரீர வைஷ்ணவர் 'ஆழ்வார்' ஆக மனத்தின் உள் ளறையில் திரும்பவும் உரக்கச் சத்தம் கொடுக்க ஆரம்பித் திருந்தார்.

மலையாளத்தில் மொழிபெயர்த்த கார்சியா மார்க்வெஸ்ஸின் 'நூறாண்டுத் தனிமை'யைப் படித்துக்கொண்டு மாம்பலம் அடுக்குமாடிக் குடியிருப்பில் அடிபம்பு முன்னால் கார்ப்பரேஷன் தண்ணீருக்காக நடுராத்திரியில் காத்திருந்திருக்கிறேன். மேஜிக் ஷோ நடத்த வாய்ப்புத் தரச்சொல்லி, வருஷக் கணக்காகச் சளைக்காமல் மந்திரவாதி ஒருவர் எனக்கு போஸ்ட் கார்ட் போட்டுக்கொண்டிருக்கிறார். ஏலக்கடை லாலா 'மேரா ஜூத்தா ஹை ஜப்பானி' என்று பாடிக்கொண்டு விநியோகித்த நோட்டீசுக்காகப் பின்னால் ஓடியிருக்கிறேன். திரவுபதை அம்மன் கோயில் பொட்டலில் தொடர்ந்து பத்து நாள் சைக்கிள் சவாரி செய்தவனை ஒரு ராத்திரி முழுக்கக் குழிவெட்டிப் புதைத்து அடுத்தநாள் வெளியே எடுக்க, எல்லோருக்கும் அவன் வணக்கம் சொன்னபோது பதில் வணக்கமாக இந்தச் சின்னப் பையனின் கைகளும் உயர்ந்திருக்கின்றன. இவன் தீர்த்தம் தீர்த்தமாக நீராடிக் கொண்டு, ராமேஸ்வரத்தில் வாளியோடு நடக்கிற வழி காட்டியைப் பின் தொடர்ந்தபோது, மின்சாரம் போன இன்னொரு ராத்திரி. கோயில் யானை பிளிறி இரும்புச்சங்கலியை அசைத்த சத்தமும், சண்டீசுவரர் சந்நிதி தீபத்தில் இலுப்பெண் ணெய் வாடையும், ஈரக்காலில் நறநறவென்று சமுத்திர மணலும் இன்னும் இழைகிறது. அதையெல்லாம் கதையில் கடத்தி, உருமாற்றிக் கலந்து வார்த்து வைத்து முடிந்தாலும்.

இருபத்தைந்து வருஷ தாம்பத்தியத்துக்குப் பிறகு விவாகரத்து பெற்று, மகளைப் பிரிந்த சோகத்தை லண்டன் போகும்போதெல் லாம் பகிர்ந்துகொண்ட நண்பர் ஜெஃப் போனமாதம் இன்னொரு கல்யாணம் செய்துகொண்டதாக ஈமெயில் அனுப்பியிருந்தார். அவர் லண்டன் கோபுர வளாகத்தில் காவலராக இல்லை. ஆனால், அந்த 1945-ம் வருஷ தீபாவளி மலரை நான் படித்திருக் கிறேன். அரண்மனைக்காரர் ஒருத்தர் நூறுரூபாய் கடன் கேட்டு என் அப்பாவுக்கு விண்ணப்பம் அனுப்பியதை நான்தான் கொண்டுவந்து கொடுத்தவரிடமிருந்து வாங்கினேன். அப்பா

இருபது ரூபாய் எடுத்து மடித்து அதே கவரில் வைத்துக் கொடுத்தனுப்பினார். அந்த அரண்மனைக்காரரின் தம்பி ஒரு மார்கழி விடிகாலையில் சிவன கோயில் வாசலில் சுருட்டுப் பிடித்தபடி நின்று ஏதோ இரைந்து கொண்டிருந்தார். ஆனால் டிராயிங் மாஸ்டரிடம் கடியாரத்தைப் பழுது பார்க்கக் கொடுத்தது அவர் இல்லை. சொல்லப்போனால், டிராயிங் மாஸ்டருக்குக் கடியாரம் பழுதுபார்க்கத் தெரியாது. அது சயின்ஸ் வாத்தியார்.

'அம்பி' என் அப்பாதான். அவர் வாழ்க்கையில் ஒரு முக்கியமான நிமிஷத்தை என்னிடம் ஒரே ஒரு முறை சுருக்கமாகப் பகிர்ந்து கொண்டது அவரைப் பிரிந்து இருந்தபோது நினைவு வரக் கூடுவிட்டுக் கூடு பாய்ந்தேன். 'நானே எழுதின மாதிரி இருக்குடா. இதெல்லாம் உனக்குச் சொன்னேனா?' இல்லேப்பா. ஆனா, இது வேறே மாதிரி இருக்க முடியாதுன்னு எனக்குத் தெரியும்.

முதல் கதை 'வண்டி' கணையாழியில் பிரசுரமானபோது புது டெல்லியில் இருந்தேன். கரோல்பாக் தமிழ்க்கடை. முன்னிரவு. ஸ்டாண்ட் போட்ட ஸ்கூட்டர். கையில் புகையும் ஃபோர் ஸ்கொயர் சிகரெட். ஸ்கூட்டரில் உட்கார்ந்தபடி பத்திரிகை படித்தபோது, கூட நடந்து வந்த வயதான ஸ்திரீயுடன் ஏதோ வேடிக்கையாகப் பேசிச் சிரித்துக்கொண்டு கடந்துபோன இளம் பஞ்சாபிப் பெண்ணின் முகமும், கனமான செண்ட் வாடையும் இப்போது தூக்கலாக எழுந்து வருகிறது. இந்த இருபத்திரண்டு வருஷத்தில் அவளுடைய முகம் வயதாகி வீர்த்திருக்கலாம். என்னுடையதைப் போல. செண்ட் வாடை அவளை அலுப்பபடைய வைத்திருக்கலாம். சிகரெட்டை நான் விட்டொழித்தது போல. அவள் இன்னும் அலுப்படையாமல் பேசிக்கொண்டிருக்கலாம், நடந்து கொண்டிருக்கலாம் அல்லது கதை எழுதிக்கொண்டிருக்கலாம். கற்பனை செய்யச் சுகமாக இருக்கிறது.

எழுதுவது எப்போதுமே அலுப்புத் தட்டாத விஷயம்தான். இந்த சுவாரசியம் எழுதிக் கொண்டிருக்கும் காலம் முழுக்க, கட்டு விரியன் பாம்பாகச் சட்டை உரித்துக்கொண்டு நகர்வதில்தான் இருக்கிறது. கதைக் கருவில், சொல்கிற விதத்தில், தொனியில், மொழியில் எந்த முடுக்குச் சந்திலும் சிக்கிவிடாமல் முன்னே போகிற சுதந்தரம் எனக்கு முக்கியமானது. 'அவருடைய முத்திரை இந்தக் கதையில் அழுத்தமாக விழுந்திருக்கிறது' என்று

யாராவது எதையாவது பற்றிச் சிலாகிக்கும் விமரிசனத்தைப் படித்தால், பிராவிடண்ட் ஃபண்ட் லோன் கிட்டாத சிப்பந்தி அழுத்திக் குத்திய தபால் முத்திரையோடு வந்து விழுகிற சிமெண்ட் கம்பெனி ஆண்டறிக்கைதான் நினைவுக்கு வருகிறது. இந்த ஆண்டறிக்கைகளுக்கு இலக்கிய அந்தஸ்து கிடைத்து விடுகிறது என்ற காரணத்துக்காக நானும் சிமெண்ட் கம்பெனி நடத்த முடியாது.

எழுத்தை நான் ஒரு சடங்காகவோ சம்பிரதாயமாகவோ அணுகு வதில்லை. எழுத மனத்தில் உந்தல் தோன்றும் ஒவ்வொரு முறை யும், ஒரு சாவுச்சடங்கு நிர்வாகியாக நான் சீரான உடையணிந்து கண்ணியமான தோரணைகளோடு அதை எதிர்கொள்வதில்லை. அவ்வாறு எதிர்கொள்கிறவர்களை நான் மதிக்கிறேன். கழிவுநீர் அடைப்பு நீக்குதல் போன்ற பொது சுகாதாரத்தை உத்தேசித்த காரியங்களுக்காக அவர்கள் செலவு செய்யவேண்டி வந்தால் நானும் பங்கேற்கிறேன்.

என் பக்கத்து வீட்டுக்காரர் இன்று காலையில் மூன்று பவுண்ட் முப்பது பென்ஸ் திருப்பிக் கொடுத்துவிட்டார். பழுதுபார்க்கச் செலவு கம்மியாகத்தான் ஆனதாம்.

இரா. முருகன்

நவம்பர் 2006 எடின்பரோ.

1. சுற்றம்

வானொலியில் கனவான்கள் சங்கராச்சார்யா என்று தொடங்கிப் பேச முற்பட்டார்கள். உலகம் இன்னும் மோசமாகப் போய்க் கொண்டிருக்கிறது. போர் அபாயங்கள் மன நிம்மதி இழக்கவைக்கின்றன. மேலும் கவலைகள். ஐயா, உம் மலச்சிக்கலுக்கு ஒரு நல்ல மருந்தை சிபாரிசு செய்யலாமா? நன்றி. எனவே இன்னும் நம்பிக்கை பாக்கி இருக்கிறது.

நடராஜன் வெளியே இறங்கி நடக்கும்போது, தெருவில் வெள்ளுடை அணிந்த, சாயந்தரம் குளித்ததாகத் தோன்றிய பெண்மணிகள் கடந்து போனார்கள். நகராட்சி நீரை குடிப்பதற்கு மட்டும் பயன்படுத்துங்கள். தண்ணீர்ப் பஞ்சம் பற்றி இந்த இதழுடன் படங்கள் கொண்ட ஆறு பக்க அனுபந்தம் இணைக்கப் பட்டுள்ளது.

மீதிச் சில்லறை இல்லாமல் பத்திரிகைக் கடைக்காரன் மிட்டாய் எடுத்துக் கொடுத்தான். நாற்பது வயதுக்காரன் மிட்டாய் சாப்பிடுவதைக் கடைப்பையன் கவனிக்க, அங்கிருந்து நகர்ந்தான்.

இன்றைக்குத் தண்ணீர் வராததால் குளிக்கவில்லை. சோம்பல் காரணமாக பனியனையும் மாற்றவில்லை. மெஸ்ஸில் இரண்டு பக்கமும் ஆளில்லாத நாற்காலியாகப் பார்த்து உட்கார். பிராமணோத்தமா, சோறு வடிக்கிறாயா? சித்தே இருங்கோ சார். திரும்பவும் சாதம் ஆயிண்டிருக்கு.

இப்பவும் சாரதாவுக்கும் முரளிக்கும் ஸ்கூல் திறந்ததால், புத்தகம் யூனிஃபாரம் வாங்கியதில் ரூ.முந்நூறு சிலவாகிவிட்டது. வழக்க மாக நீங்கள் அனுப்பும் எழுநூத்தம்பது ரூபாயில் எல்லாச் சிலவும் போக பாக்கி நூத்தம்பதுதான் உள்ளது. அரிசிக்காரிக்கு இனிமேல்தான் தர வேண்டும். உங்கம்மா திவசம் அடுத்த மாதம் ஆறாம் தேதி என்று வாத்தியார் வந்து சொன்னார். உடம்பை ஜாக்கிரதையாகப் பார்த்துக் கொள்ளவும். சிரார்த்தப் புகை கலைய பிதுர்க்கள் சாப்பிடுகிறார்கள். சமையல் மாமி பிள்ளை மகாவிஷ்ணு; பள்ளிக்கூடம் விட்டு வந்துதான் சாப்பிட வேண்டும். உச்சி வெயிலில் ஒரு சின்னப் பையன் பலாச்சுளை விற்றுக்கொண்டு போகிறான். எனக்கு வாங்கித்தா அம்மா. வயத்தைக் கெல்லிடும்டா நடராஜா. வேண்டாம் உனக்கு.

காகித டோக்கனை சோற்றுப் பருக்கையில் அழுத்தி மேஜையில் ஒட்டினாற்போல் வைத்துவிட்டு யாரோ காத்திருக்க, நடராஜன் வேஷ்டியில் இறைத்துக்கொண்டு சாப்பிட்டான்.

ஏண்டி என்ன அரிசின்னு போட்டிருக்கே. மனுஷர் எப்பவாவது வர்றபோதுகூட சாதம் வாயிலே வைக்க வழங்காம குழஞ்சு போறது. எல்லாம் நல்ல அரிசிதாம்மா. பாக்கியக் குடு.

ரவிக்கை போடாத அரிசிக்காரி வாசலில் வந்து கூப்பாடு போடு வாள். பணம் அனுப்ப வேண்டும்.

லாட்ஜ் வாசலில் லுங்கி கட்டிய இளைஞர்கள் - லாட்ஜுகளும் ரூம்களும் இந்த வயதுக்காரர்களுக்கே ஏற்றதாக உள்ளன. கல்யாணத்துக்கப்புறம் மனைவியோடு சினிமாவுக்குப் போகும் ஒரு சாயந்தர நேரம், வெளியே நின்றபடிக்கு நான் இங்கேதான் இருந்தேன் என்று காட்டிவிட்டுப் போவார்கள். நடராஜனைப் போல ஊர் போகிற இன்னும் இரண்டு பேரே நிரந்தரவாசிகள்.

யோசிக்கும்போது ஆச்சரியமாகத்தான் இருந்தது. பத்து வருஷ மாகச் சுற்றி வரும் உத்யோகம். குழந்தைகளுக்குப் படிப்பு கெடக்

கூடாதென்று குடும்பம் ஊரில். எதிர்த்தாத்தில் கொஞ்சம் பால் வாங்கிண்டு வாடி. எங்கப்பா ஊர்லேருந்து வந்திருக்கார்னு சொல்லு. சாயந்தரம் திருப்பித் தரலாம்.

மேனேஜர் பதவி இந்தோ அந்தோ என்று தள்ளிக்கொண்டுபோய் இல்லாமலே போய்விட்டது. இருக்கிற இருப்பில் இது நிலைத்ததே ஆச்சரியம்.

கைப்பம்பை கொடகொட என்று அடிக்கும் சத்தம். வியர்த்தமான வேலையென்று சீக்கிரமே நின்று போனது. ஜன்னல் திறந்திருந்த தால் பாத்ரூமில் யாரும் தண்ணீர் கொட்டாதது தெரிந்தது. ஆயிற்று. இன்னும் இரண்டுநாள்தான். அப்புறம் பெட்டியைத் தூக்கிக் கொண்டு கிளம்ப வேண்டும்.

பச்சைப் பெட்டியைத் தூக்கிக் கொண்டு நாவிதர் கொல்லைப் புற மாக வந்து காத்திருக்கிறார். தலை காடு மாதிரி இருக்கு. பொடுகு வராம என்ன பண்ணும்? நல்லாப் பாந்தமா வெட்டுப்பா. நடராஜா, தலையை எலி கடிச்சுடுத்தா. முழிக்காமே பித்தகோரஸ் தியரம் சொல்லு? தெரியலையா. சரி பெஞ்சு மேலே ஏறு.

இந்த மாதம் உம்ம சேல்ஸ் பெர்பார்மன்ஸ் சரியில்லையே? வழக்கமான ஆர்டர் கூட வரலை. என்ன காரணம்? இந்த மாசம் பூரா பித்தகோரஸ் தியரத்தை நினைவுபடுத்திப் பார்த்திண் டிருந்தேன்.

மதுரைக்கு டூர் போகும்போது, அத்தம்பியைக் கொஞ்சம் பாத் துண்டு வாங்களேன். என் தங்கை ஜாதகம் கொடுத்து வச்சிருக் கேன். சோம்பல் படாதீங்கோ. இன்னும் ஏழெட்டு வருஷத்துலே நம்ம சாரதாவுக்கும் ஜாதகக் கட்டைத் தூக்க வேண்டியதுதான்.

அத்தம்பி சின்னதாக ஒரு ஹோட்டல் வைத்திருக்கிறார். ராத்திரிக்கு ரூம் பார்க்க வேண்டாம். காய்கறிக் குவியலுக்குப் பக்கத்தில் படுத்துக் கொள்ளலாம். தண்ணீர்த் தொட்டியில், சீப்பு சீப்பாய் வாழைக்காய். பரவாயில்லே. சொம்பாலே எடுத்து விட்டுண்டு குளியுங்கோ. பேஷான ஜாதகம். தோப்பு துரவு, டவுனிலே மண்டி. வாழைக்காய் மண்டியா?

திரும்பவும் கைப்பம்பை அடிக்கிறார்கள் பக்கத்து வீட்டில். தண்ணீர் வர ஆரம்பித்ததால் எல்லோரும் குழாயடியில் இப்படி

ராக்கூத்து அடிச்சா, ஆபீஸ்லே தூக்கம்தான் வரும். மாமி, தண்ணி அடிச்சு அடிச்சு உடம்பே மெலிஞ்சுபோறது. வாஸ்தவம். வயறு கூட யாருக்கும் தள்ளவில்லை.

வாட்ச்மேன் கதவைத் தட்டித் தண்ணீர் கொண்டுவந்து வைக்கிறான். சாப்பிட்டாச்சா சார்? தான் சாப்பிடவில்லை என்றும் அர்த்தம். ஒரு மணியார்டர் பாரம் எழுதித் தர்றீங்களா? காலையிலே பார்க்கலாம்ப்பா, தூக்கம் வருது.

அவனுக்கும் குடும்பம் வெளியூரில். கிராமத்தில் வயல்வேலை பார்க்கிற கை, பெருவிரல் ரேகை பதித்து அனுப்புகிற மணியார்டர் ரசீதுகள். நடராஜன் மனைவி பவுண்டன் பேனாவால் கையெழுத்து என்று உழுது அனுப்புவாள்.

குடும்பத்தை இங்கே கொண்டு வைத்துக்கொண்டால் என்ன? ஏன்னா! பாத்ரூமிலே சிகரெட் புகை குமட்டறதே. உள் பாவாடையை எங்கே உலத்தறது?

சின்னதாக ஒரு வீடு பார்த்து... மாமி, தண்ணி அடிச்சு அடிச்சு உடம்பே மெலிஞ்சு போறது. இருந்தாலும் நீ பிள்ளைத்தாச்சி. ஜாக்கிரதையா இருடியம்மா.

மின்விசிறி நிற்கச் சடாரென்று விழித்துக் கொண்டான். இன்னொரு தடவை பிரசவ ஆஸ்பத்திரிக்கு பிளாஸ்க்கில் காபி எடுத்துக்கொண்டு போக முடியாது. வயசாகிக் கொண்டிருக்கிறது. அம்பி, உங்க தாத்தா கூபபிடறார் பார். தாத்தா இல்லை. அது எங்கப்பா.

தெரு விளக்குக்கூட அணைந்து போனது. தண்ணீர் பம்பு அடிபட்டுக் கொண்டிருந்தது. இருட்டில் படியேறிக் கடைசி ரூமைத் திறந்தவன் சீழ்க்கை அடித்தான். கொரகொர என்று ரேடியோ முனகுகிறது.

தொப்பலாக நனைக்கிற வியர்வை. ஈரம். தெரு இருண்டு கிடக்கிறது. போத்தி, தொந்தி குலுங்க மழையில் ஓடுகிறான். பின்னால் நடராஜனும் இன்னொருத்தனும். சினிமா விட்டு வரும் பொழுது மழை பிடித்துக் கொண்டது. பாதை மாறிப்போய், சேறும் சகதியுமாக ஒரு வீட்டுவாசல். அதற்கப்புறம், முடிந்து போன தெருவும் குரைக்கும் நாய்களும். ஆராணு அது? மென்மையான பெண்குரல்.

ரூமில் சாவதானமாக சிகரெட் பற்றவைத்துக் கொண்டான் போத்தி. இது கோளமாக்கும், பாண்டியல்லா! அடுத்த நாள் போத்திக்கு மட்டும் காய்ச்சல் கண்டது. நடராஜன் சலவை வேஷ்டி கட்டிக்கொண்டு ஒருநாள் அந்த ஒற்றை வீட்டுக்குப் போய்விட்டு வந்தான்.

அப்பா, நீங்க கேரளாவிலே வாங்கிண்டு வந்த கதகளி பொம்மை யெல்லாம் வரிசையா கொலுவிலே வச்சிருந்தோம். ஜரிகை வேஷ்டியைத் தேடாதீங்கோ. அதை எடுத்துத்தான் கொலுப் படிக்கு விரிச்சிருந்தது. வெளுக்கப் போட்டிருக்கு. உள்ளூருக்கு அழுக்கு வேஷ்டி போறுமே.

விளக்கு எரிய ஆரம்பித்தது. நடராஜன் எழுந்து போய்ப் பெட்டியைத் திறந்தான். டூருக்காகச் சலவை செய்து வைத்த பேண்ட், ஷர்ட். நியூஸ் பேப்பர் மடிப்பில் ஜரிகை வேஷ்டி, எடுத்துப் பார்த்து கிழிசல் இல்லையென்று நிச்சயப்படுத்திக் கொண்டபின், திருப்பி வைத்துவிட்டுப் படுத்துக்கொண்டான்.

என் தாயாரின் திதிக்காகச் சொந்த ஊர் செல்ல வேண்டியிருப்ப தால் மூன்று நாள் விடுமுறை தரக் கோருகிறேன். என்ன ஓய் குடும்பத்தைக் கூட்டி வந்து இங்கேயே வைத்துக் கொள்ளுங் களேன். வைக்கலாம் சார், ஆனால் இப்போது பிதுர்க்கள் காத்துக் கொண்டிருக்கிறார்கள்.

2. வண்டி

துடைத்து வைத்தது போல் நீள நெடுக விரிந்து, பகலில் உறங்கிக் கிடந்த தெருவிலிருந்து பாலத்துக்கு ஏறும் வழியில் குதிரை நின்று கொண்டிருந்தது. முட வைத்திய சாலை வாசல் அருகே, பிணம் சுமக்கும் வண்டியை நிறுத்திவிட்டு, வண்டிக்காரன் உள்ளே போனான்.

குதிரை இந்த வண்டியுடையது அல்ல. பிண வண்டிக்குக் குதிரை பூட்டி இழுக்க வைக்கலாம் என்று இதுவரை யாரும் யோசித்திருக்கவில்லை. என்றாலும், வண்டியைக் கைப்பிடித்துத் தள்ளிப் போகிறவர்கள் குறைந்து கொண்டே போகிறார்கள்.

இந்த ஊரில் எதுவும் விருத்தியாவதில்லை என்கிறார்கள். மதியத்தில் திண்ணையில் கட்டிலில் உறங்கியும் சாயங்காலத்தில் அதிலேயே உட்கார்ந்தும் காலம் கழிக்கும் தாத்தா, இதைச் சொன்னால் உரக்கக் கோபிக்கிறார்.

அவர் நடத்திய மாவுமெஷினில் அரைத்துக் கொடுக்கிறவனாக வேலை செய்து, இப்போது ரோகியாகக் கைகால்களில் கந்தல் சுற்றிவரும்

ஐயணை கூட மாவு மெஷின் காலத்தைப்பற்றி இடைக்கிடை அபான வாயு விட்டுக்கொண்டும் இருமிக் கொண்டும் ஒரு பொற்காலமாக வர்ணிக்கிறான்.

அவர் கொடுக்கிற சில்லறைகளுக்காகவும் அவன் இன்னும் முதலாளி என்று அழைப்பதில் அடைகிற சுகானுபாவத்துக்காக வும், ஒருவரை மற்றவர் பொறுத்துக் கொள்கிறார்கள். மாவு மெஷினில் தொடர்ந்து சோளம் திரித்துக் கையளைந்து கொட்டி யதாலேயே தனக்குக் கையில் புண் ஏற்பட்டுப் பரவியதாக ஐயணை நினைப்பது தாத்தாவுக்குத் தெரியும். அவன் குடித்து விட்டுச் சாக்கடை ஓரம் இவ்வாறு புலம்பிக்கொண்டு படுத்துக் கிடந்ததை நானும் பார்த்ததுண்டு.

அந்த மெஷின் இப்போது இல்லை. அதை மூடியபோது வீட்டில் கொண்டு வந்து போட்டது என்று அம்மா அடையாளம் காட்டிய பெஞ்சில், அவனை முன்னால் கிடத்தி இருந்தோம். அப்போது வண்டியைக் கொண்டுவர நானும் தாத்தாவும்தான் போனோம். எல்லாம் முடிந்த பிறகு பெஞ்சியையும் அகற்றி விட்டார்கள். வெற்றிலைக்கு எடுத்து மீந்த சுண்ணாம்பு ஓரங்களில் தடவிய அந்த எங்கள் வீட்டு பெஞ்சை, வலையர் தெருவில் ஒரு குடிசை முன்னே இரண்டு நிர்வாணக் குழந்தைகளும், ஒரு காது வளர்த்த கிழவியும் அமர்ந்தபடிக்கு ஒருமுறை தற்செயலாக அடையாளங் கண்டு ஏக்கப்பட்டேன்.

நஷ்டத்தில் நடந்ததால் மாவுமெஷினை மூடவில்லை என்றும், தனக்குப் பிறகு நடத்த என் அப்பா சரியான முயற்சி எடுக்காத தினாலேயே, வியாபாரம் விருத்தியடைந்து கொண்டிருந்த போதிலும் மூட நேர்ந்தது என்று தாத்தா சொல்கிறபோதும் அது மாதிரி ஏக்கம் உண்டாகிறது.

மெஷின்காரர்பிள்ளை என்று நான் அறியப்பட்டிருந்தால் நன்றாக இருந்திருக்கும். தியாகியின் மகன் என்பதில், சிறு வயதில், சுதந்தர தினங்களில், அப்பா கிழிந்த ஜிப்பாவைக் கதர்த் துண்டால் போர்த்தி, பள்ளிக்கூடத்தில் கொடி ஏற்றிவைக்க வந்த கணங்களில் பெருமைப்பட்டிருக்கிறேன். மாதாமாதம் தியாகி பென்ஷனுக்காக மணியார்டர் கூப்பனில் கையெழுத்திடும் போது அவரும் பெருமைப்படலாம்.

அவருக்கு எதுவும் வேலை கிடைக்கவில்லையா, கிடைத்தும் போகவில்லையா என்று தெரியாது. உருப்படாத ஊரில் எது

செய்தாலும் விளங்காது என்று அடிக்கடி திட்டவட்டமாக அவர் அறிவித்துக் கொண்டிருப்பது, தான் வேலையற்று இருப்பது குறித்த தாழ்வு உணர்ச்சியை மறைக்கத்தான் என்று தோன்றுகிறது.

என்றாலும் அவர் சொல்வதுபோல், இந்த ஊரில் எந்தத் தொழிலும் நிலைத்து இருந்ததில்லை. மலையாளத்திலிருந்து வேறு தொழில் நிமித்தம் வந்த பாருகூட, ஊரை விட்டுப் போன தற்கு முன் இப்படிச் சொல்லியிருப்பாளோ? அவள் போன பிற்பாடு வந்த சர்மரோக வைத்தியர் கூட சிலநாள் கழித்து காணாது போய்விட்டார்.

ஆனாலும் டாக்டர் ஸ்தானிஸ்லாஸுக்குத் தொழில் சிறப்பாகவே நடந்து வருகிறது. அவருடைய பழைய கம்பவுண்டர் மாரி கூட டாக்டர் என்று போர்டு மாட்டிக் கொண்டு ஒரு குறுக்குச் சந்தில் கர்ப்பச் சிதைவு ஆபரேஷன் செய்கிறான். மற்ற நேரத்தில் சுற்றுப் புற கிராமங்களில் கல்யாணங்களுக்கு, பாத்திரங்கள் வாடகைக்குத் தருகிறான். இரண்டுமே நன்றாகத்தான் நடக்கின்றன.

என் அப்பா கல்யாணத்துக்கு, தெருவை அடைத்துக் கொட்டகை போட்டதாகத் தாத்தா சொல்கிறார். அம்மா நிறையச் சீரோடு வந்ததில் ஒரு கிராமஃபோன் பெட்டியும் இருந்தது. அது போன இடம் தெரியவில்லை. தேசபக்திப் பாடல்கள் கொண்ட தோசைக்கல் போன்ற பெரிய ரிக்கார்டுகளை காந்தி வாசக சாலைக்கு அப்பா கொடுத்துவிட்டார். உடைந்துபோன கிட்டப்பா இசைத்தட்டுகளை, அண்டை அயலில் சிரங்குக்கு அரைத்து பற்றுப் போட வாங்கிக்கொண்டு போனார்கள்.

யாராவது நோயில் விழுவது, அவர்களுக்குப் பணிவிடை, வைத்தியம் பார்த்தல் இத்யாதி விஷயங்களே இங்கே நிறைய நேரத்தையும் சிந்தனையையும் ஆக்கிரமித்துக் கொண்டுள்ளன. பாஸ்பர உதவிகள் கூட இப்படியான அடிப்படையிலேயே கேட்டும் பெறப்பட்டும் வருகின்றன. பேச்சுகள் எல்லாம் எங்கே தொடங்கினாலும், ஏகப்பட்ட சலிப்புகளுடன் ஆரோக்கியக் குறைவைப் பற்றியே திசை திரும்புகின்றன. இந்த ஊரின் தட்ப வெட்பமும், போட்டது முளைக்காத செம்மண் பூமியும் எல்லோராலும் ஏசப்பட்டும், செயலின்மைக்கான ஏகோபித்த காரணமாகச் சுட்டிக் காட்டப்பட்டும் வருகின்றன. தாத்தா போன்ற மிக வயதானவர்கள் மட்டும் பழைய காலம் சிறப்பாக இருந்ததாகச் சொல்கிறார்கள். என்றாலும் சுதந்தரம் கிடைத்த

தற்கும், இங்கே சுபிட்சம் காணாமல் போனதற்கும் அவர்கள் தொடர்பு படுத்திப் பார்ப்பது சரியாகத் தெரியவில்லை.

இந்த ஊரைப் பிற்பட்ட பகுதி என்று அறிவித்தார்கள். நிறையச் சலுகை வழங்கித் தொழில் தொடங்கத் தூண்டினார்கள். ரணம் சுற்றிக்கட்டும் துணிச் சுருள் தயாரிக்கும் சிறிய தொழிற்சாலை ஒன்று மட்டும் வெளியூர்க்காரரால் தொடங்கப்பட்டது. அது இருந்த இடத்தில், கொஞ்சமாக அடைத்துக்கொண்டு இப்போது ஒரு வாள்பட்டறை இருக்கிறது. புதிய வீடுகள் கட்டப்படா மலும், பழையவை பழுது பார்க்கப்படாமலும் இருப்பதால், மரமறுக்க வருவோரின்றி அதுவும் மூடப்படலாம். என்றாலும் ஏதோ நம்பிக்கையோடு, கட்டைக்காலை நாற்காலி அருகே கழற்றி வைத்துவிட்டு, அதை நடத்துகிறவன் தினமும் திறந்து வைத்துக்கொண்டு உட்கார்ந்திருக்கிறான். குதிரை, வண்டியின் பக்கம் நடந்து கம்பிகளூடே முகர்ந்து பார்த்துக் கொண்டு நிற்கிறது. முந்தா நாள் இந்த வண்டியில், மார்க்கண்ட முதலித் தெரு கிழவர் ஒருத்தரைக் கொண்டு போனபோது கட்டியிருந்த மல்லிகைச் சரங்களின் வாடிய மணம் தவிர வேறு எதுவும் அங்கு இருக்கப் போவதில்லை.

அம்மாவைக் கொண்டு போவதற்கு, ஒரு மட்டமான சந்தன வாசனையுடன் இந்த வண்டி வந்தது. அம்மாவுக்கும் எங்களுக்கும் அது பிடிக்காது என்பதால், நிறையத் தண்ணீர் இறைத்துக் கழுவித் துடைத்தோம், அவளை எடுப்பதற்கு முன்.

அப்போதுதான் காரைக்கால் மாமா, நான் வேலையற்று இருப்பது குறித்துப் பிரஸ்தாபித்தார். அவர் காரைக்காலில் வைத்திருக்கிற கள்ளுக்கடையை கூட சேர்ந்து கவனித்துக் கொள்ள என்னைக் கூப்பிட்டார். அப்புறம் மாமா வரவேயில்லை. அவர் சம்பிரதாய மாகத்தான் கூப்பிட்டிருப்பார் என்று அப்பா சொன்னார். மற்றபடி, கள்ளுக்கடைக்கு அழைத்தது பற்றிக் கோபித்துக் கொள்ளாதது வெகுநாள் ஆச்சரியமாகவே இருந்தது.

எது எப்படியோ, இந்த ஊரில் வேலை ஏதும் கிடைப்பதில்லை. ஒலிபெருக்கி அலற, 'நாவிற்கினிய புரட்டா, குருமா, தோசை வகைகள் எந்த நேரமும் சுவையாகக் கிடைக்கும்' என்ற கட்டைக் குரல் விளம்பரங்களோடு ஆரம்பிக்கப்பட்ட டீ ஸ்டால்கள் கூட விரைவில் மூடப்படுகின்றன. வாசலில் ஒரு வெற்றிலை பாக்குக் கடை வைக்கலாம் என்று சொன்ன அப்பாகூட, கௌரவச்

சிதைவை விட இதையே முதன்மையாகக் கருதித் தள்ளிப் போட்டுக்கொண்டேபோய், அதைக் கைவிட்டு விட்டார். அப்படியே பெட்டிக்கடை வைத்தாலும், லுங்கியைத் தொடை வரை வழித்துக் கட்டிக் கொண்டு, தண்ணீர் எடுத்துவரப் போகும் பெண்களைப் பார்த்துக்கொண்டு எந்நேரமும் கடை வாசலில் அரட்டையடித்துக் கொண்டு நிற்கும் கூட்டத்தில் எங்களுக்கு வேண்டியவர்களும் இருப்பார்கள். அவர்களும் என்னைப்போல் பாராமெடிக்கல் வேலைக்கு மனுபோட்டு விட்டு காத்துக் கொண்டிருப்பார்கள். என் நண்பன் ஒருத்தன் இப்படி வேலை கிடைத்து சுசீந்திரம் பக்கம் வீடுவீடாக ஏறி, ஆறாத படை இருக்கிறதா என்று கேட்டு தொழுநோயாளிகளைத் தேடிக் கொண்டிருப்பதற்கு முன்னால் இந்த வேலையைப் பற்றி எங்களுக்கு ஒன்றும் தெரியாது.

தொழுநோய், ஐயணைக்கு மட்டுமில்லை. வேறு சிலருக்கும் இருக்கிறது. அதை மறைத்து வெளியூரில் கல்யாணம் செய்து வந்த அடுப்புக் கரிக் கடைக்காரருக்குக் கர்ப்பப்பை இல்லாத மனைவி வாய்த்தாள் என்று கம்பவுண்டர் மாரி சொல்லியிருக் கிறான். அவன், ஆபரேஷனுக்குப் பெண்களைக் கூட்டி வருபவ னும், அபின் கொண்டு தருபவனுமான ஒரு தொழு நோயாளியிட மிருந்து இதைத் தெரிந்து கொண்டதாகச் சொல்கிறான். போன மாதம் ஒருநாள் முடவைத்தியசாலை வாசலில் இவர்கள் இருவரையும் சேர்த்துப் பார்த்திருக்கிறேன்.

வண்டிக்காரன் முடவைத்திய சாலையிலிருந்து இறங்கி வந்தான். வரும்போதே இரண்டு கைகளையும் உயர்த்திச் சுழற்றி தோளிலிருந்த துணியைத் தலையில் கட்டிக் கொண்டான். அவன் கையெலும்பு பிசகி இருந்து நேரானதோ, இல்லை... உள்ளே அவன் பார்க்கப்போனவர் குணமடைந்து வருகிறாரோ, அவன் செய்கை மகிழ்ச்சியைக் காட்டியது.

இந்த வைத்தியசாலை மட்டும் எப்படியோ இந்த மண்ணில் ஒட்டிவிட்டது. உள்ளூரில் யாரும் கைகால் ஒடித்துக் கொள்ள வில்லை என்றாலும் வெளியிலிருந்து தினமும் நிறையப் பேர் வருகிறார்கள். மாமாவுக்கும், அவர் மனைவி வழி உறவினன் ஒருவனுக்கும் கள்ளுக்கடை விஷயமாகத் தகராறு ஏற்பட்டு, கைமுறிந்த அந்த உறவுக்காரரை மாமி இங்கேதான் கூட்டி வந்தாள். மதியம் வீட்டுக்கு வந்து அம்மாவிடம் அழுதுகொண் டும் திட்டிக்கொண்டும் மாமாவைப் பற்றிச் சொன்னாள். கள்ளுக்

கடையை, தானே முன்நின்று நடத்தாவிட்டால், எப்போதோ கடை கையைவிட்டுப் போயிருக்கும் என்று பிரகடனம் செய்து விட்டுப் போனாள்.

தாத்தாவின் மாவுமெஷின் தொடர்ந்து நடந்திருந்தால், அம்மா வும் இதேபோல் அப்பாவைப் பற்றி மாமியிடம் பதிலுக்கு வருத்தமும் பெருமையும் பட்டிருக்கலாம். அவளால் அப்போது வெறுமனே கேட்டுக்கொண்டு உட்கார்ந்திருக்க மட்டுமே முடிந்தது. எப்படி இருந்தாலும், நிறைய மஞ்சள் பூசி, வகிட்டில் நெடுகக் குங்குமத்தோடு மாமிகள் வியாபாரம் செய்வதாகக் கற்பனை செய்வது சுவாரசியமானதாக இருந்தது.

குதிரை, வண்டியை விட்டு ஒதுங்கி தெருவோரம் உலர்ந்து போன வேப்பமர இலைகளை முகர்ந்து கொண்டு அதிகச் சலனமற்று நின்று கொண்டிருந்தது. இன்னும் அதைத் தேடி யாரும் வரவில்லை.

அம்மா இறந்தபோது மாமி வரவில்லை. கிட்டனுடன் பஸ்ஸில் போய் இறங்கிய போது மாமா வீட்டு வாசலில் வேப்பிலைக் கொத்து செருகி இருந்தது. உள்ளே உடல் முழுக்கக் கொப்புளங் களாகப் படுத்திருந்த மாமிக்குச் சொல்லாமல் மெல்ல மாமா வெளியே எங்களுடன் வந்தார். பஸ்ஸில் ஏறும்வரை, மெதுவாக அவளுக்கு வருடிக் கொடுக்கவேண்டி கையில் வைத்திருந்த வேப்பிலைக் கொத்தைப் பிடித்தபடியே இருந்தார். மாமியைக் கவனிப்பதற்காக கூட இருந்த கடைப் பையன், பொறுப்பு ஒப்படைக்கப்பட்டுப் பெற்றுக் கொள்கிறவன்போல், இலைகளை அவர் கையிலிருந்து வாங்கிக் கொண்டது அந்த மன நிலையிலும் சிரிப்பை உண்டாக்கியது.

அம்மா போனதில் தாத்தாவுமே மிகவும் சோர்ந்து போனார். தன் நாள்கள் எண்ணப்பட்டு வருவதாக அவருக்குத் தோன்றுகிறது. ஒவ்வொரு சாவு அறிவிக்கப்படும் போதும், தூக்கிப் போகும் வண்டி தன்னை இன்னும் நெருங்கி வருவதாக உணர்கிறார். ஒருநாள் இதைக் கனாக் கண்டு என்னிடம் சொன்னார். நான் அதை வெறுமனே கேட்டுக் கொண்டிருந்ததற்குப் பதில் ஆறுதலாக ஏதாவது சொல்லியிருக்கலாமே என்று இப்போது நினைக் கிறேன்.

இந்த வீட்டை விற்கப்போவதாகவும், கடன் அடைத்ததுபோக மிகுந்ததை அப்பா ஏதாவது நல்ல தொழிலில் கூட்டுச் சேர்ந்து

முதல் போடலாம் என்றும் அவர் சொன்னபோது, அப்பாகூட இப்படித்தான் மௌனமாக இருந்தார். அப்புறம், 'நல்லது. இவனும் வேலையின்றி அலைய வேண்டாம்' என்று என்னைப் பார்த்துக்கொண்டு சொன்னார். கூடவே 'இந்த ஊரில் எதுவும் உருப்படாது' என்றும் முனகிக் கொண்டார். அவருக்கும் மாமா மாதிரி வெளியூரில் கடை நடத்த ஆசையுள்ளதா என்று கேட்க வாயெடுத்து மனத்திலேயே வைத்துக் கொண்டேன்.

பிணம் தூக்கும் வண்டி எங்கள் தெருவில் நுழைந்தது. வாசல் கட்டிலில் பகலானாலும் தாத்தா ஆழ்ந்த உறக்கத்திலிருந்தார். வண்டிச் சக்கரங்கள் கடகடக்க அருகில் வந்ததும் விழித்துக் கொண்டார். சத்தத்தை முழுக்க உள்ளே வாங்கிக்கொண்டு அசையாது தெருமுனை திரும்பும்வரை பார்த்துக் கொண்டிருந் தார். அவர் கட்டிலின் கீழே செருப்புகளைத் தேடத் தொடங்கும் போது, பாலத்தின் இறக்கத்திலிருந்து சாவுச் செய்தியைப் பறையடித்துக் கொண்டு ஒருவன் வந்தான். பின்னால் சாட்டையோடு வந்தவன் குதிரைக்காரனாக இருக்கவேண்டும்.

3. எழுத்ததிகாரம்

'இப்பவும் வெங்கடேசப் பெருமாள் கிருபையால் ராமலிங்க ராஜுவுக்கு ராஜ பாளையத்திலிருந்து ஒரு சம்பந்தம் வந்து இருக்கிறது. உன் அத்தை மங்கம்மாள் புறப் பட்டுப் போய், பெண்ணைப் பார்த்துவிட்டு வர ஆசைப்படுகிறாள். அவள் பெயருக்கு ரூ.50/- அனுப்பி வைத்தால் செலவுக்காகும். அவளுக்கும் நம்மை விட்டால் வேறு யாரு மில்லை. உன் அம்மா நீ பிறந்த உடனே போய்ச் சேர்ந்தபடியால் உன்னையும், இந்தத் தள்ளாத வயதில் என்னையும் போஷிக்க அவள் ரொம்பப் பிரயத்தனம் எடுத்திருக்கி றாள், எடுத்து வருகிறாள். ராமலிங்கம் இன் னும் சரியான வேலையில்லாமல் இருந்தா லும்...'

கொண்டல் ராஜு சொல்லிக்கொண்டே வர நான் எழுதிக் கொண்டு போனேன். மங்கத் தாயாரம்மா வழக்கம்போல புடைவைத் தலைப்பால் கண்ணைத் துடைத்துக் கொண் டாள். கடிதம், கொண்டல் ராஜுவின் பிள்ளைக்குத்தான். இதுவும் வழக்கம் போலத்தான். வேறு யாருக்கும் அவர்

கடிதம் எழுதுவதில்லை. ஒவ்வொரு முறை எழுதவும், கடிதம் நிறைய விஷயம் இருக்கிறது முன் ஜாக்கிரதையாகவும், சிக்கனம் கருதியும் மடிப்பைக்கூட விடாமல் பிரித்து எழுதச் சொல்லி இருக்கிறார் கிழவர். 'சின்ன எழுத்தா, பொடி எழுத்தா எழுது தம்பி. எங்கே இப்படிக் கொண்டா - இன்னும் நெருக்கமா எழுதணும். மல்லியப் பூ கட்டின மாதிரி...'

அநேகமாக எல்லா ஞாயிற்றுக்கிழமையும் இது எனக்கு நேர்ந்து விடுகிறது. கிரிக்கெட் விளையாட முடியாத ஞாயிற்றுக்கிழமை எதிலே சேர்த்தி? ராஜுவுக்கு கிரிக்கெட்டும் தெரியாது, ஒரு எழவும் தெரியாது. சரியாகப் பதினொரு மணிக்கு, பெரிய சரீரத்தைத் தூக்க முடியாமல் தூக்கிக் கொண்டு மங்கத் தாயாரம்மாள் ஆஜராகி விடுவாள், என்னை அழைத்துப் போக. வழக்கமான குசல விசாரிப்புகள். எல்லாம் முடிந்த பிறகு தாத்தா என்னை அழைப்பார். 'கொண்டல் ராஜுவுக்குக் கடிதாசு எழுதணுமாம். பாவம், கைகால் விளங்காமல் கிடக்கான். போய் எழுதிக் கொடுத்திட்டு வா' - படிக்க இருக்கிறது என்று நழுவப் பார்த்தால், மங்கம்மா லேசில் விட மாட்டாள். 'ரெண்டே வரிதான். எழுதிட்டு ஓடி வந்துடலாம். பாரு, காலையிலே பனைநுங்கு வாங்கி வச்சிருக்கேன். நீ சாப்டாத்தான் உண்டு. எங்களுக்குப் பல்லு இல்லே, என் ராஜால்லே, வாப்பா!'

என் தாத்தாவும் மங்கத் தாயாரம்மாவின் சொர்க்கவாசியான கணவனும் சேர்ந்து ஒரு பிரஸ் வைத்திருந்தார்கள். போன தலைமுறையில் எங்கள் ஊர்க்காரர்களின் கல்யாண, சீமந்த, நீத்தார் அறிவிப்புக் கடுதாசி எல்லாம் அங்கேதான் அச்சடிக்கப்பட்டிருக்குமென்று தோன்றுகிறது. ஒரு கோடை விடுமுறையின் போது தாத்தாவின் பெட்டியைக் குடைந்து, ஒரு கத்தை பழைய கல்யாணக் காகிதங்களை வெளியே கொண்டு வந்தோம். அது அப்பாவின் கல்யாணத்துக்காக அச்சடித்தது. அது எப்படி நூறு இருநூறென மிஞ்சிப் போனதென்று தெரியவில்லை. நல்ல மஞ்சள் நிறம். வித்யாவதி பிரஸ் என்று கீழே பெரிய எழுத்தில் போட்டு, ஒரு பெரிய சதுரம். வெளியே காவலாக இறக்கை முளைத்த மனிதர்கள் நாலு பக்கமும் பறந்தபடி அச்சாகி இருந்தார்கள்.

வித்யாவதி பிரஸ்ஸை இழுத்துமூடி ஏகப்பட்ட வருஷம் ஆனாலும் மங்கத் தாயாரம்மா, பங்குதாரனின் மனைவி என்ற உரிமையோடு தாத்தாவிடம் வந்து பேசி அப்போதைக்கப்போது ஒன்றும் இரண்டும் வாங்கிக்கொண்டு போவதுண்டு. அதைப் பற்றி எனக்கு ஒன்றும் இல்லை. ஆனால், என்னுடைய ஞாயிற்றுக்

கிழமை சந்தோஷங்களைக் குரூரமாகச் சிதைக்கிற மாதிரி இப்படி இழுத்துக்கொண்டு போகிறதுதான் பொறுக்க முடியா மல் போனது.

ஒரு சின்னப் பையனின் கோபத்தைப் பெரியவர்கள் மேல் காட்டுவது முடியாத காரியம். 'பாட்டி நீ போய்ண்டே இரு. நான் பின்னாலேயே வர்றேன்.'

'ஏம்ப்பா... ஏதாவது வேலையிருக்கா?'

வேறே வேலை என்ன இருக்கப் போகிறது? ஒற்றை விரலை உயர்த்திக் காட்டுகிறேன்.

'அந்த ஓரமாப் போயிட்டு வா. முன்னாலே இருந்திடாதே. குதிரை வண்டிக்காரங்க பாத்தாங்கன்னா, பொலு பொலுன்னு பிடிச்சுப் பாங்க.'

வாஸ்தவத்தில் அங்கே கோயில் எதுவும் இல்லை. சந்து முனையில் உடைந்துபோன ஒரு குழவிக் கல்லுக்கு, அமர்க்களமாகச் சந்தனம், குங்குமம் எல்லாம் பூசி வைத்திருந்தார்கள். எப்போது என்று தெரிய வில்லை. பெரிய மழை பெய்தபோது அடித்து வரப்பட்டதாம். எடுத்து நிறுத்திய புண்ணியம் கட்டிக்கொண்ட குதிரை வண்டிக் காரர்கள் வருஷா வருஷம் நோட் புக்கில் நிதி வசூல் செய்து திருவிழா நடத்துவார்கள். அதெல்லாம் கிடக்கட்டும், இந்தக் கிழவிக்குச் சொல்லிவிட்டுத்தான் நான் குத்த வைக்க வேண்டு மென்று எங்கே இருக்கிறது? 'ஏம்ப்பா போகலியா?' - இதுக்கும் பதில் சொல்லியாக வேண்டும்.

'எழுதின வரைக்கும் படிப்பா தம்பி.' - கொண்டால் ராஜு கட்டளையிட்டார். பக்கத்துப் பொட்டலில் பையன்கள் கிரிக்கெட் விளையாடிக் கொண்டிருந்தார்கள். நமக்கு மட்டும் ஞாயிற்றுக் கிழமைகூட பேனாவைப் பிடிக்க வேண்டிய தலையெழுத்து, சனியன் போல. 'ஃபண்டாபீஸில் உன் பெயருக்கு நான் ரொம்ப வருஷம் முன்னால் ரூ.2,000/- போட்டு வைத்திருந்தது ஞாபகமிருக் கலாம். ஃபண்டாபீஸ் முழுகிப் போய் இப்போது கோர்ட்டில் கேஸ் நடந்து தீர்ப்பாகி இருக்கிறது. போட்ட பணத்தில் அரைப் பங்கு திருப்பிக் கிடைக்கக் கூடுமென்று புருஷோத்தம நாயுடு சொன்னார். அதற்கு ஏதோ ஃபாரமெல்லாம் நிரப்பித்தர வேண்டு மாம். இது ராமலிங்கத்தால் செய்யக்கூடிய காரியமில்லை. நீ வந்தால் ஒருநாள் தங்கி முடித்துக் கொள்ளலாம்.'

வாசலில் சைக்கிள் சத்தம் கேட்டது. கொண்டல் ராஜு கண்ணுக்கு மேல் கையால் ஷேடு கட்டிக்கொண்டு பார்த்தார். ராமலிங்கம் அழுக்கு வேஷ்டியும் சட்டைப் பையில் துருத்திக் கொண்டிருக்கும் ஸ்குரூ டிரைவரும், கையில் எலெக்ட்ரிக் வயர் சுருளுமாக உள்ளே நுழைந்தான். மங்கத் தாயாரம்மாவுக்கு ஒரே மகன். 'செல்லம் குடுத்துக் குடுத்துக் குட்டிச்சுவரான பிள்ளை' என்று தாத்தா சொல்வார். அது என்ன செல்லமோ. குறைந்தபட்சம் அவனை ஒழுங்காக நாலு கிளாஸ் படிக்க வைத்திருந்தால்கூட, இப்போது கொண்டல் ராஜுவுக்காக நித்தியப்படிக்குக் கடிதாசு எழுதிக் கொடுத்துக் கொண்டிருப்பான். நல்ல மாமா, மருமகன்.

ராஜு தெலுங்கில் ஏதோ கேட்க, ராமலிங்கம் லேது லேது என்று முனகிக் கொண்டே உள்ளே போய்விட்டான். உள்ளே என்றால் ஒன்றும் பெரிய வீடு இல்லை. ராஜுவும் நானும் உட்கார்ந்திருந் தது கோமணம் மாதிரி ஒரு வாசல். அதுக்கு அப்புறம் இருட்டாய் ஒரு சின்ன அறை. இந்த வாசலில் நானும் ராஜுவும் தவிர, ஒரு மூத்திரச் சட்டியும் ஓரத்தில் உண்டு. ராஜு நடமாட்டத்தை நிறுத்தி ரொம்ப நாளானதால், அந்தச் சட்டியைத்தான் உபயோகிப்பார்.

கிழவி உள்ளே இருந்து ஒரு பெரிய பேப்பரில் சொதசொத வென்று நாலைந்து பனைநுங்கை வைத்து எடுத்து வந்தாள். 'சாப்ட்டுக்கிட்டே எழுதுப்பா.'

மூலையிலிருந்து வந்த வாடையில் சாப்பிட முடியும் என்று தோன்றவில்லை. விடவும் மனசில்லை. சட்டைப்பாக்கெட்டில் நுங்கை எடுத்துத் திணித்துக் கொண்டேன். 'அப்புறமா சாப்பிட றேன்.' இன்னும் இரண்டு மீதி இருந்தது. டிரவுசர் பாக்கெட்டில் அதை நுழைத்துக் கொள்ளலாம் என்று எழுந்தபோது கிழவர் சிரித்தார். 'அட கோட்டிப்புள்ளே! டிரவுசர் எல்லாம் நனைஞ்சி டும். இங்கேயே சாப்பிடு.'

அதுவும் சரிதான். அப்படி ஆகப்போய்ப் பொட்டலுக்குப் போனால் வேறு வினையே வேண்டாம். கிண்டல் பண்ணித் தீர்த்து விடுவார்கள். அதிலும் நாகராஜன் விஷயமே வேற. கரிக் கட்டியால் சுவர் முழுக்க எழுதித் தீர்த்து விடுவான். வாத்தியார் வெங்கடசுப்பையர் அவனை நோட்டுக் கொண்டு வராததற்காக அடித்த மறுநாள், பெருமாள் கோயில் சுவரெங்கும் 'தேளுக்குக் கொடுக்கில் விஷம். வெங்கடசுப்பையருக்கு - விஷம்' என்று எழுதியிருந்தது. பட்டாச்சாரியார் பார்த்துவிட்டு அந்தண்டை

இந்தண்டை யாருமில்லை என்று நிச்சயம் பண்ணிக் கொண்டு இடியிடியென்று சிரித்தபோது நான் போய்ச் சேர்ந்தேன். 'படவா! உன் வேலையா இது? வா, தாத்தாட்டே சொல்றேன்.' இதேதடா சனியன் என்று நினைத்துக் கொண்டேன். ஆனால், அவர் தாத்தா விடம் வரவில்லை. வெங்கடசுப்பையருக்கும் அவருக்கும் கொல்லைப்புறச் சுவர் விஷயமாகத் தகராறில் கோர்ட் வரை போனதாகத் தாத்தா சொல்லியிருக்கிறார்.

நாகராஜனிடம் இந்த ஞாயிற்றுக்கிழமை சிறைச்சாலையைப் பற்றிச் சொல்லி கிழவரை உண்டு இல்லை என்று ஆக்கினால் என்ன என்று யோசித்துக் கொண்டிருந்தபோது, மங்கத் தாயாரம்மா மீண்டும் இருட்டறையிலிருந்து வெளியே வந்து கிழவரிடம், 'போன் சேஸ்தாவா' என்று கேட்டாள். போச்சுடா... இது இன்னொரு சித்ரவதை. அலுமினியத்தட்டில் கொட்டை கொட்டையாக முழிக்கும் புழுங்கலரிசிச் சோறும் எண்ணெய் மிதக்கும் குழம்புமாகக் கொண்டுவந்து வைத்து விட்டுப் போய்விடுவாள். கிழவர் மொச்சு மொச்சு என்று மென்றுகொண்டும் உறிஞ்சிக் கொண்டும், இன்னும் சகலவிதமான சப்த ஜாலங்களை எழுப்பிக் கொண்டும் போஜனத்தை உண்டு இல்லை என்று ஆக்கியபடிக்கு, எனக்கு டிக்டேஷனைத் தொடர்வார். 'இப்பவும் உன் மனைவி சௌபாக்கியவதி ரங்கம்மாள், திருப்பதிக்கு சிரஞ்சீவி கிருஷ்ணய்யாவுக்கு முடியிறக்க நேர்ந்து கொண்டது ஞாபகமிருக்கலாம். அதைக் கூடிய சீக்கிரம் நிறைவேற்ற வேண்டும். மறக்க வேண்டாம். தம்பி, எங்கே கொஞ்சம் படி - மங்கா நீலு தீஸ்கோன்ரா.

நான் படிக்கும்போது சௌபாக்கியவதியையும் சிரஞ்சீவியையும் முழுங்கிவிட்டுப் படிக்க, 'சௌபாக்கியவதி ரங்கம்மாள்னு சொன்னதா ஞாபகம் இருக்கு தம்பி' என்று ஒரு மாதிரி கபடமாகச் சிரித்தார். பெயருக்கு முன்னால் அம்புக் குறி போட்டு அவர்களை அங்ஙனம் ஆக்க முற்பட்டேன். 'பூரா எழுத வேண்டாம். 'சௌ'வும் 'சி'யும் போட்டாப் போதும்.' நான் மனத்துக்குள் முனகியதில் சௌ. ரங்கம்மா, நாக்கைக் கடித்துக் கொண்டிருப்பாள். சி.கிருஷ்ணய்யாவை, கிரிக்கெட் ஆட்டத்தில் சேர்த்துக் கொள்ளாது அவன் நண்பர்கள் அடித்து விரட்டி இருப்பார்கள்.

ராமலிங்கம் சுவரில் மாட்டியிருந்த வெங்கடாஜலபதி படத்தை எடுத்துக்கொண்டு பக்கத்தில் வந்து உட்கார்ந்தான். பெரிய சரீரம். நசநசவென்று வடிந்த வியர்வையை சட்டைக் கையால் ஒத்திக் கொண்டே, 'என்ன, வரிஞ்சு வரிஞ்சு எழுதிக்கிட்டிருக்கீங்க

தம்பி? பந்து விளையாடப் போகலியா?' என்றான். 'எல்லாம் உன் கல்யாண விஷயம்தாண்டா, சும்மாகிட' என்றார் பெரியவர். வெங்கடாஜலபதி அழுக்குப்போக மின்னினார். 'தம்பி... இவன் கல்யாணத்துக்கு கிருஷ்ணய்யாவோட சேர்த்து உனக்கும் டிரவுசர் சட்டை தெச்சிடச் சொல்றேன். நீயும் நம்ப வீட்டுப் பிள்ளைதான்.' தண்ணீரோடு வந்த மங்கத் தாயாரம்மா வெங்கடா ஜலபதிக்கு சடாரென்று ஒரு கும்பிடு போட்டாள்.

அந்தப் படம் எனக்கு மிகவும் பரிச்சயமானது. புரட்டாசி மாத சனிக்கிழமைகளில் இந்தத் தெரு மனிதர்கள் எல்லோரும் பிரியமாகிப் போவார்கள். ராமலிங்கம், கச்சம் போட்டுக் கட்டிய வேட்டியும், தலையிலிருந்து வழியும் பட்டு உத்தரீயத் தலைப்பாகையுமாக ஆஜராகி விடுவான். வெங்கடாஜலபதி படத்துக்குப் பெரிய மாலை சார்த்தி எடுத்துக்கொண்டு வருவான். சாமியும் அவன் பெரிய வயிற்றுக்கு மேலே ஜம்மென்று சாய்ந்திருப்பார். ஒருத்தர் குடை பிடிப்பார். இன்னொருத்தர் விசிறுவார். மிருதங்கமும் ஜால்ராவும் கைத்தாளமுமாக தெலுங்கில் பஜனை பண்ணிக் கொண்டு எல்லோரும் கிளம்பிவிடுவார்கள். அவர்கள் குதித்துக் குதித்து ஆடுவார்கள். சிப்ளாக் கட்டைகளைத் தலைக்கு மேல் உயர்த்தி ஹரே ஹரே என்று கோஷிப் பார்கள். நாங்கள் புரட்டாசி சனிக்கிழமைகளில் விடுமுறை என்றாலும், காலையில் கிரிக்கெட் விளையாடப் போவ தில்லை. பஜனை கோஷ்டியில் சேர்ந்து, புரிந்த வரைக்கும் கூடப் பாடிக்கொண்டு போவோம். அந்த சந்தோஷமான நிமிஷங்கள் ராமலிங்க ராஜு மேல் ஒரு பிரியத்தையே உண் டாக்கி வைத்திருந்தன. அவனுக்குக் கல்யாணம் என்றால் நல்லதுதான் - எனக்கு, டிரவுசர் சட்டை வந்தாலும் வரா விட்டாலும்!

'கிருஷ்ணய்யாவும் யசோதாவும் நன்றாகப் படித்து வருகிறார் களா? அவர்கள் ஆரோக்கியத்தில் கவனமாக இருக்கவும். முக்கியமாக கிருஷ்ணய்யா வெயிலில் விளையாடப் போக வேண்டாம்.'

தாத்தாக்கள் எல்லாம் ஒரே மாதிரித்தான். வெயிலில் விளையாடா மல் என்ன பண்ணுவது? சிரஞ்சீவிகளையும் சௌபாக்கியவதி களையும் க்ஷேமம் விசாரித்துக் கொண்டிருக்கலாமா?

கடிதம் நீண்டுகொண்டே போனது. வீட்டு நபர்களின் குசல விசாரிப்புகள், பிரார்த்தனைகள், சகலமானவர்களுக்கும் புத்திமதி கள் என்று ஒவ்வொன்றாக வந்து விழுந்து கொண்டிருந்தன. நுணுக்கி நுணுக்கி எழுதியும், இன்னும் கொஞ்சம் இடம் இருந்தது.

வெயில் ஏறியது. ராமலிங்கம் கையைத் தலையணையாக வைத்துக்கொண்டு தூங்கிப் போனான். இப்போது அவன் வியர்வை, ஆறுபோலச் சுற்றிலும் பரவி இருந்தது. எனக்கும் பசிக்க ஆரம்பித்தது. வெளியே பொட்டலில், கிரிக்கெட் விளையாடும் பையன்களின் கூச்சல் கூடக் குறைந்து போனது. உண்ட மயக்கத்தில், கிழவரின் தலை லேசாக ஆட்டம் கொடுக்கத் தொடங்கியதைப் பார்த்தேன்.

ஒரு ஐந்து நிமிஷம்போல ஒரே நிசப்தம். கிழவர் உட்கார்ந்த படிக்கே தூங்க ஆரம்பித்திருந்தார். மங்கத் தாயாரம்மாவும் தலைக்குயரக் கட்டையை வைத்துக்கொண்டு தூங்கி விட்டாள். பையன்கள் சாப்பிடுவதற்குப் போவார்கள். அப்புறம் மூன்று மணிக்குத்தான் ஆட்டம். அதில் சேர முடியாது. காலையில் விளையாடினவர்கள்தான் தொடர்ந்து விளையாட முடியும். வேண்டுமானால், பந்து பொறுக்கிப் போட்டுக் கொண்டு நிற்கலாம். சே, என்ன வாழ்க்கை...

திடீரென்று எல்லோர் மேலும் கோபம் உண்டானது. தாத்தா, கொண்டல் ராஜு, மங்கத் தாயாரம்மா, இன்லெண்ட் லெட்டர் விற்கிற கண்ணாடி போட்ட போஸ்ட் ஆபீஸ் கிளார்க் - எல்லோரும் சதி செய்கிறார்கள். நிச்சயமாக. சர்வ நிச்சயமாக. கடிதத்தில் பேனா ஊர்ந்தது -‘நான் இனி மேற்கொண்டு எழுத வரமாட்டேன். இங்கே பதில் எழுதும்போது, இந்த வேலைக்கு வேறு ஆளைப் பார்க்கச் சொல்லவும். எனக்கு கிரிக்கெட் விளையாடப் போக வேண்டும்.’

எங்கேயிருந்து அத்தனை தைரியம் வந்ததென்று தெரியவில்லை. முன்பின் பார்த்திராத ஒருவருக்கு எழுதும் கடிதத்தில் சொந்தச் சரக்கையும் சேர்த்தாகி விட்டது. அப்புறம் என்ன எழுதுவது? பெரிய மனுஷத்தனமாக, ‘கிருஷ்ணய்யாவை விசாரித்ததாகச் சொல்லவும் - ராமு.’

இப்பவும் சிரஞ்சீவி விட்டுப் போய்விட்டது.

கிழவர் திடீரென்று விழித்துக் கொண்டார். 'ஆங்... படி தம்பி.' என்னத்தப் படிக்க? சும்மா இருந்தேன். 'சரி கண்ணை அசத்தறது. முடிச்சுக்கலாம். வேணும் பெருமாள் கடாட்சம். உன் தகப்பனார் கொண்டல் ராஜு.'

'முழுக்க ஒரு தடவை படிச்சுடு தம்பி. பாவம், ரொம்பத் தொந்தரவு தர்றேன். பச்சப் புள்ளை விளையாடப் போறதை விட்டுட்டு வந்து உட்கார்ந்திருக்கே. வெயில்லே விளையாடற தும் நல்லதில்லேதான், நானும் படிக்க வேண்டியதை மட்டும் படித்தேன்.

மங்கத் தாயாரம்மாவை எழுப்பி, சோற்றுப் பருக்கை கொண்டு வரச் சொன்னார். நான் ஒட்டி முடித்ததும் கை நனைத்துக் கொள்ள, தரையில் கொஞ்சம் தண்ணீர்விடச் சொன்னார். எழுத்து எழுத்தாக நிறுத்திச் சொல்லி அட்ரஸ் எழுதியானது. அதை ஒரு முறைக்கு நாலு முறையாகப் படித்துக் காட்ட வேண்டி வந்தது. தப்பாகிவிடக் கூடாது.

'தம்பி கொஞ்சம் மோர் சாப்பிடேம்ப்பா' என மங்கத் தாயாரம்மா சொன்னதற்கு வேண்டாமென்று விட்டு கையில் கடிதாசோடு கிளம்பினேன். தபால் பெட்டியில் போட்டுவிட்டு வந்தும், நாள் முழுவதும் குறுகுறுவென்று இருந்தது.

இது நடந்து இரண்டு வாரமாகி விட்டது. அந்த ஞாயிற்றுக் கிழமை படுக்கையிலிருந்து எழுந்ததுமே மங்கத் தாயாரம்மாவின் குரலைக் கேட்டேன். பொழுது ஒருபக்கம் விடியும் போதே வந்தாகி விட்டதா? இல்லை. எழுந்திருக்கப் போவதில்லை. வயிற்று வலியாக்கும்.

திடீரென்று மங்கத் தாயாரம்மா ஓவென்று பெருங்குரலெடுத்து அழுதாள். அம்மா கை வேலையைப் போட்டுவிட்டு வாசல் திண்ணைக்கு ஓடினாள். நானும் போர்வையை உதறிவிட்டு வெளியே ஓடினேன்.

கொண்டல் ராஜு விடியற்காலையில் போய்ச் சேர்ந்து விட்டா ராம். ராமலிங்கம் காரைக்குடிக்குப் போனவன் இன்னும் திரும்பி வரவில்லை. கிழவர் பிள்ளைக்குத் தந்தி கொடுக்க வேண்டும். சொந்தக்காரர்களுக்குச் சொல்லியனுப்ப வேண்டும். அதிர்ச்சி யில் மங்கத் தாயாரம்மாவால் ஒழுங்காக அழக்கூட முடிய வில்லை.

அப்பா சட்டையை மாட்டிக்கொண்டு தந்தி கொடுக்கப் போனார். தாத்தாவும் அம்மாவும் கிழவியை ஆதரவாகப் பிடித்துக்கொண்டு அவளோடு கிளம்பிப் போனார்கள். அந்த ஞாயிற்றுக்கிழமை நேரம் முழுவதும் கிடைத்தும், நான் கிரிக்கெட் விளையாடப் போகவில்லை.

இரண்டு நாள் கழித்துப் பஞ்சாங்கம் வேண்டுமென்று ராஜு வீட்டிலிருந்து ஒரு பையன் வந்தான்.

என் வயதுதான் இருக்கும். சோனியாக இருந்தான். 'நம்ப கொண்டல்ராஜு பேரன்!' தாத்தா சொன்னார். பஞ்சாங்கத்தை எடுத்துக் கொடுத்து என்னையும் கூட அனுப்பி வைத்தார். நிறைய பேர் புழங்குகிற வீடாம். கை மறதியாக எங்கேயாவது வைத்து விடுவார்களாம். கையோடு வாங்கிக் கொண்டு வரவேண்டுமாம்.

எனக்குப் பழக்கமான அந்த இரண்டு அறை வீடு சுத்தமாக இருந்தது. ஓரத்தில் மூத்திரச் சட்டி இல்லை. உள்ளே ஒரு திரை போட்டிருந்தார்கள். நல்ல சாம்பிராணி வாசம். கிழவர் வழக்கமாக உட்காருமிடத்தில் ஈஸிசேர் போட்டு ஒரு ஆஜானுபாகுவான மனிதர் உட்கார்ந்திருந்தார். மீசையும் கிராப்பும் போலீஸாக இருக்கலாம் என்று நினைக்க வைத்தது. அவர் கால்மாட்டில் ராமலிங்கம் உட்கார்ந்து கொண்டிருந்தான்.

நான் போய் நின்றதும், 'இதான் பிரஸ்காரர் பேரன். உங்க நாய்னா தோஸ்த்து. லெட்டர் எல்லாம் இவனைக் கொண்டுதான் எழுத வைப்பார்' என்றான். எனக்குத் திடீரென்று வயிற்றில் புளியைக் கரைத்தது. கடைசியாக எழுதிய கடிதத்தில் நான் சேர்த்துக் கொண்ட விஷயங்கள். இப்படி எழுதலாமோ கூடாதோ. அதுவும் ஒரு போலீஸ்காரருக்கு.

அவர் மீசை துடித்த மாதிரி இருந்தது. கண்கள் சிவந்து போனது போலவும் தெரிந்தது. இடி மாதிரி பிடரியில் ஒரு அடியை எதிர்பார்த்தேன். ஓடத் தயாராக வெளியில் ஒரு காலை எடுத்து வைத்தேன்.

அவர் கடகடவென்று சிரித்தார். 'அட! நீதான் ராமுவா? வா, வா. இப்படி வந்து உட்கார் தம்பி.' - பக்கத்திலிருந்த ஸ்டூலைக் காண்பித்தார். பயம் இன்னும் தணியாமல் போய் உட்கார்ந்தேன்.

'கிரிக்கெட் எல்லாம் நல்லா விளையாடுவியா?'

‘ஊம்.’

‘ஸ்கூல் டீமிலே இருக்கியா?’

‘இல்லை.’

‘ஏன்?’

‘பெரிய பையன்களைத்தான் சேர்த்துப்பாங்க.’

அந்தப் பையன் பஞ்சாங்கத்தைத் திருப்பிக் கொடுக்க வந்தான்.

‘கிருஷ்ணய்யாவும் கிரிக்கெட் நல்லா விளையாடுவான். நீ உன் பிரண்ட்ஸ் கிட்டச் சொல்லி, அவனையும் இன்னிக்கு ஆட்டத்திலே சேர்த்துக்கச் சொல்லு. என்ன?’

கிருஷ்ணய்யா ஒரு பதினைந்து நாள்போல கிரிக்கெட் விளையாட வந்தான். சுமாராக விளையாடினான்.

ஒரு நாள் சாயங்காலம் பள்ளிக்கூடம் விட்டு வந்தபோது, வீட்டுத் திண்ணையில் பெருங்கூட்டம். தாத்தாவிடம் மங்கத் தாயாரம்மா புலம்பிக்கொண்டு இருந்தாள். ‘வீட்டை வித்துட்டா நான் எங்கே போவேன்? இவனை வளர்க்க நான் எத்தனை பாடுபட்டேன்னு உங்களுக்குத் தெரியாதா என்ன? என் பிள்ளையைக்கூடப் படிக்க வைக்காமல் இவன் படிக்க தாலியைக்கூட வித்துப் பணம் அனுப்பிச்சதை எல்லாம் மறந்து இப்படிப் பண்ணலாமா?’ கிருஷ்ணய்யாவின் அப்பா தாத்தாவிடம் என்னமோ மெல்லச் சொன்னார். கூட வந்தவர்கள் உரத்த குரலில் தெலுங்கில் பேசிக் கொண்டும், அடிக்கடி பொடி போட்டுக் கொண்டும் இருந்தார்கள். ராமலிங்கமும் ஒரு மூலையில் நின்றிருந்தான்.

கிருஷ்ணய்யா குடும்பம் ஊருக்குப் போனபோது அவன்தான் வண்டி கொண்டுவரப் போனான் (சைக்கிள் கேரியரில் நான்). ஒரு வாரம் கழித்து கோணிச் சாக்குகளும் தகர டப்பாக்களுமாக அவனும் அவன் அம்மாவும் வீட்டைக் காலி செய்துகொண்டு போனார்கள். ரயில்வே ஸ்டேஷன் பக்கம் ஒரு சந்தில் ஒண்டுக் குடித்தனம் போனதாக வீட்டில் பேசிக்கொண்டார்கள்.

எல்லாம் முடிந்துவிட்டது, ராமலிங்கத்தின் கல்யாணத்தைத் தவிர. பக்கத்துக் கிராமத்தில் பம்ப் செட்டில் வயரிங் செய்யப்

போனவன் ஷாக் அடித்துக் கிணற்றில் விழுந்து செத்துப் போனான் பாவம். அது நடந்தபோது, நான் டிரவுசர் சட்டையி லிருந்து வேஷ்டி, ஃபுல் ஷர்ட்டுக்கு மாறி காலேஜில் படித்துக் கொண்டிருந்தேன். அவன் சாவுக்கு எல்லோரும் வந்திருந்தார்கள். கிருஷ்ணய்யாவைத்தான் காணோம்.

ஆனாலும் என் கல்யாணத்துக்குக் கிருஷ்ணய்யா மனைவியுடன் வந்து பரிசு கொடுத்துவிட்டுப் போனான். பெரியதாக வெள்ளி யில் வெங்கடாஜலபதி படம்.

4. அழைப்பு

பல் வைத்தியர்கள், விடுமுறை நாள்களில் என்ன செய்வார்கள்? அவர்கள் எதுவும் செய்யலாம். அன்புள்ளம் கொண்ட உறவினர்கள் புடைசூழ, கூட்டுக்குடும்பங்களின் பிரச்னைகள் பற்றியதும் படிப்பினைகள் நிரம்பியதுமான பழைய திரைப்படம் ஒன்றைக் கண்டு களிக்கலாம். தனிமையில் அமர்ந்து, சகி என்று விளிக்கும் கவிதைகளை எழுதலாம். கண்ணியமான நண்பர்களுடன், பகவத்கீதை பற்றியோ, மார்பகங்கள் பற்றியோ சர்ச்சைகளில் ஈடுபடலாம். சாயங்காலம், தாம்பரம் போகின்ற சபர்பன் ரயிலில் புறப்பட்டு, அதிகம் அலையாத, தினசரி கோயிலுக்குப் போகிற முதியவர்களைத் தேடி தோல் பையில் ஆரஞ்சுப் பழங்களுடன் போகலாம்.

ஆரஞ்சுப் பழங்கள் இங்கே விலை சற்று அதிகம்தான். பம்பாயில் கிராஃபோர்ட் மார்க்கெட்டில் அவை மலிவாகக் கிடைக்கின்றன. நன்றாகவும் உள்ளன. எனினும், பெரியவர்களை வெறுங்கையோடு பார்க்கப்போவது மரியாதையாகாது என்றும், தான் சம்பந்தப்பட்ட சுபகாரியங்களை நேரில் போய்

அறிவிப்பதே முறையாகும் என்றும், சாஸ்திரங்கள் சொல்வதாக, பல்காரை படிந்த, தினசரி இருமுறை குளித்து, பூஜை, புனஸ் காரங்களில் ஈடுபடும் சான்றோர் கூறி மார்க்கெட்டுக்கு வழி காட்டினார்கள்.

விசாலம்... ராமு வந்திருக்கான் பார். கண்கள் அலைபாய பிளாஸ்டிக் பையை நீட்டினேன்.

எதுக்குடா இதெல்லாம்?

கிராபோர்ட் மார்க்கெட் பக்கம் போயிருந்தேனா. புதுசாக் கொண்டுவந்து இறக்கினார்கள். பார்த்தேன். உங்களுக்கு ரொம்பப் பிடிக்குமேன்னு ஞாபகம் வந்தது.

பார்த்திருக்காட்டா வந்தேயிருக்க மாட்டேன்னு சொல்லு.

நிச்சயமா அப்படி இல்லை. உங்க பக்கத்திலே இருந்து திருப் பாவையும் சிவவாக்கியரும் கேட்கணும்னு எப்பவும் தோணறது. சேட்ஜிகளுக்கும், அவர் வீட்டுப் பொம்மனாட்டி களுக்கும் பல்லைப் பிடிச்சுப் பார்க்கவே நேரம் சரியா இருக்கு.

பணம் வருதோ இல்லையோ?

வருது. சீனியர் இஷ்டப்படி, எனக்கு அப்பப்போ தருவார்.

வேலைக்குப் போற பொண்ணாப் பார்த்துக் கல்யாணம் பண்ணிண்டு தனியா பிராக்டிஸ் ஆரம்பிச்சுடு.

(உம்ம பொண்ணைத் தருவீரா? செருப்பாலடிப்பேன்.)

எல்லாத்துக்கும் வேளை வரணுமே?

வரட்டும். விசாலம்மா... சித்த இங்கே வாயேன் (சீக்கிரம் வாயேன். உன்னைப் பார்க்கறதுக்காக ஏதோ சாக்குச் சொல்லி, ரயில்வே ஸ்டேஷன்லே ஆரஞ்சுப்பழம் வாங்கிண்டு வந்திருக்கேன்). இந்தப் பொண்ணு இப்படி வீட்டிலும் உழைச்சு, ஆபீஸ்லும் கஷ்டப்பட்டு தேஞ்சு போறதை நான் உட்கார்ந்து பார்த்துண்டிருக்க வேண்டியிருக்கே. இவ அம்மாவும் செத்தொழிஞ்சுட்டாள்.

அந்த முகந்தெரியாத பெண்மணிமேல் எனக்கும் கோபம் ஏற்பட் டது. விசாலம் இன்னும் வராததற்கு, இறந்துபோன அம்மாவும் ஏதோ ஒரு விதத்தில் காரணமாக இருக்கக்கூடும்.

உள்ளே தயிர் கடையும் சத்தம் வந்தது.

வாசற்றுங்குழல் ஆய்ச்சியர்க்கு நீங்க சொன்ன இன்டர்பிர டேஷன் ரொம்ப அருமை!

நீங்க ஏதாவது பத்திரிகையிலே எழுதலாமே!

போடா... தமிழ்ப் பத்திரிகையிலே எல்லாம் சினிமாவைப் பத்தித்தான் விழுந்து விழுந்து எழுதிண்டிருக்கான்.

ஷாம்பு பாத் எடுத்த முடியோடு, ஒருவழியாக, விசாலம் என்ற தேவதை கையில் இரண்டு காபித் தம்ளர்களோடு மெல்ல நடந்து வந்தாள். என்னைவிட மிகச் சற்றே உயரமோ? பரவாயில்லை. ஹீல்ஸ் ஷூ போட்டுக் கொள்ளலாம். சுத்தமாக உடையணிந்த, சுகாதாரமான பல்வைத்தியர் மற்றும் அவர் அடக்கமான அன்பான மனைவி.

விசாலம் என்னிடம் ஒரு காபித் தம்ளரை நீட்டிவிட்டு, முன்னால் கால்மேல் கால்போட்டு உட்கார்ந்து சீப்பிக்குடிக்க ஆரம்பித் தாள்.

நான் எழுந்து டாய்லெட் போய்விட்டு பாத்ரூமில் கைகழுவ வாஷ்பேஸின் குழாயைத் திறக்க காற்று வந்தது.

இன்னிக்குத் தண்ணி எட்டு மணிக்கே நின்னுபோச்சு. எல்லாம் துணி தோய்ச்சு செலவு பண்ணிட்டு, குடிக்க மட்டும் எடுத்து வச்சிருக்கேன்.

இவள் கவனித்திருக்க வேண்டாம். திரும்பி வந்து உட்கார்ந்த போது மிகுந்த அசுத்தமுடையவனாக உணர்ந்தேன்.

துணி தோய்க்காதே, லாண்டரியிலே போடுன்னா கேட்கவே மாட்டேங்கிறா. பாரு, காலையிலே தண்ணி வந்த உடனே ஆபீஸ் போறதுக்குள்ளே அவசரமாய் பிடிச்சு வச்சுட்டு, சரியாக் கூட சாப்பிடாமே ரயிலுக்கு ஓடுவா. உடம்பு துரும்பா இளைக்காம என்ன பண்ணும்?

விசாலத்தின் அப்பா மேலும் உருக, அஸ்க் என்று தும்மினாள். நான்தான் நினைத்துக்கொண்டே இருக்கிறேன்.

குழந்தைக்கு ராப்பூரா ஒரே ஜலதோஷம், ராத்திரி மூச்சுவிடத் திணறினா. லீவு போடுன்னா கேட்கலே. மாட்டேங்கிறா.

குழந்தை காலித் தம்ளர்களோடு உள்ளே போனது.

எங்க பெரியவா மட்டும் ஞானத்தைச் சேர்த்து வைச்ச மாதிரி ஐஸ்வரியத்தையும் சேர்த்து வைச்சுட்டுப் போயிருந்தா, இந்தத் தாயில்லாப் பொண்ணை இப்படி வேலைக்கு அலையவிட்டு இருக்க மாட்டேன்.

அதுசரி. விசாலத்துக்கும் வீட்டிலேயே அடைஞ்சு கிடக்கப் போரடிக்குமே?

என் கரிசனத்தை அவர் கண்டுக்கவே இல்லை.

என்னமோப்பா... பொறுப்பா ஒருத்தன் கையிலே பிடிச்சுக் கொடுத்துட்டா, நான் நிம்மதியா மெட்ராஸில் போய் செட்டில் ஆயிடுவேன். ஈசி சேர்லே சாஞ்சுண்டு, ஹிண்டு படிச்சுண்டு, தினசரி கோயிலுக்குப் போயிண்டு காலத்தை ஓட்டிடுவேன்.

கோயிலைக் கண்டுபிடிக்க சிரமமாக இல்லை. வெளியில், வாடிப் போய்க்கொண்டிருக்கிற காய்கறிகளையும், பரிசுச் சீட்டு களையும் பரப்பி வைத்து அசுவாரசியமாக உட்கார்ந்திருந் தார்கள். 'கம்ப்யூட்டர் பயிற்சி பெற வாருங்கள்' என்று ஏதோ நாலாம் குறுக்குத் தெருவுக்கு அழைக்கும் நோட்டீசுகள் நிறையச் சிதறிக் கிடந்தன. ஆறாவது விரலைப் போல, கோயிலை ஒட்டிக்கொண்டு கல்யாண மண்டபம் புதிதாக எழும்பி இருந்தது. எட்டுமணி லோக்கலில், லெதர் பேகுக்குள் டிபன் பாக்ஸ், வாரப் பத்திரிகை, மச்சினி ஜாதகம் போன்றவற்றோடு நன்கொடை ரசீதுப் புத்தகங்களையும் தூக்கிக்கொண்டு புறப்பட்டுப்போய் சமீபத்தில் பலர் புண்ணியம் கட்டிக்கொண்டிருப்பார்கள் என்று நினைக்க இடமிருந்தது.

மண்டபத்துக்கு வெளியே கருப்புப் பலகை 'தினசரி மாலை திருப்பாவை உபன்யாசம்' என்று அறிவிக்க, கீழே சின்னதாக செருப்புக் குவியல். நான் கழற்றிவிட்டு உள்ளே நுழைய, ஆயர்பாடி பெண்களும் கோஷ்டியாக நந்தகோபன் பள்ளியறை யில் நுழைந்தார்கள். நாற்பது, ஐம்பது பேர் புதுப்பெயிண்ட் நெடியை அவ்வளவாகப் பொருட்படுத்தாமல், மேலே என்ன ஆகிறது என்று கவனித்துக் கொண்டிருக்க, மைக் செட்காரர் முரசொலியிலிருந்து தலையைத் தூக்கிக் கொட்டாவி விட்டார்.

'சித்தம் சிறுகாலை வந்துன்னைச் சேவித்தே உன் பொற்றாமரைப் பாதமே போத்தும் பொருள் கேளாய்' - கூடியமட்டிலும் ரகரம்

உறுத்தாமல் பகவானைப் பள்ளி எழுப்ப, தூரத்தில் ரயில் மெல்லிதாக இரைந்தது.

ராமு, நான் கல்யாணம் செஞ்சுக்கப் போறேன்.

மாதுங்கா ஸ்டேஷனில் புரோகிதர்களும், சமையல் மாமிகளும் கவனித்துக் கேட்க, விசாலம் கொஞ்சம் உரக்கத் தன் தீர்மானத்தை வெளியிட்டாள்.

நான் புளகாங்கிதமடைந்து அவளையே பார்த்துக்கொண்டு நின் றேன். இடப்பக்கம் மூக்குக் குத்திக்கொண்ட, எடுப்பாகச் சிரிக்கிற, சவர பிளேடு கம்பெனியில் வேலை பார்க்கிற லட்சணமான மனைவி. தண்ணீர் பிடித்து வைத்துவிட்டு ஆபீஸ் போவாள்.

மாப்பிள்ளை யார்னே கேட்கலியே?

(எதுக்கு)

எங்கள் ஆபீஸ் கேண்டின் குக்.

என்னது? சமையல்காரனா?

சமையல்காரர்.

மிகுந்த துக்கமடைந்தேன். மாமிகள் ஆர்வமாகப் பார்த்துக் கொண்டிருந்தார்கள்.

உன் அப்பாவின் சம்மதத்தோடா?

இனிமேல்தான் சொல்லணும்.

(அவர் சம்மதிக்காவிட்டால்?

இப்படி ஓடுவேன்.)

ரயிலில் ஓடி ஏறினாள். எல்லோரும் கடமைகளின் நிமித்தம் புறப்பட்டுப்போக, நான் ரயிலைத் தவறவிட்டு, இதைப்பற்றி யோசித்தபடியே மஜ்ஜித்பந்தரில் அலைந்துகொண்டிருந்தேன். அழகான சமையற்காரர்கள். நன்றாகத் தித்திப்புப் பதார்த்தங்கள் செய்யக்கூடியவர்கள். சமைக்கும்போது, இடையே சிறுநீர் கழித்துவர நேருமானால், மறக்காமல் கை கால் கழுவி வந்து தொடர்கிற கண்ணியமானவர்கள். விசாலம் போன்ற, சொந்தக் காலில் நிற்கிற, உலகம் தெரிந்த பெண்கள்.

ஒரு சோனியான, ரயிலைத் தவறவிடுவதைப் பழக்கமாகக் கொண்ட இளம் பல் வைத்தியன், தன் திருமண வாழ்த்துகளுடன் இங்ஙனம் கூறுவான்:

ஸ்வீட் சாப்பிட்டால் மறக்காமல் பல் தேய்க்க வேண்டும். இல்லையென்றால், பற்கள் சொத்தையாகி நாளடைவில் விழுந்துவிட ஏதுவாகும்.

நன்றி. நான் பல் வைத்தியர்களிடம் மிகுந்த மரியாதை கொண்டவன். எனினும், இன்று எனக்கு கைனகாலஜிஸ்டிடம் செல்ல வேண்டியுள்ளது. கூட்டம் நிறைய வருகிற அந்தப் பெண் மருத்துவரைத் தேடி முன்னால் போய் காத்திருக்க வேண்டும்.

முன்வரிசையில் அவர். யார் காலையோ மிதித்தபடி பக்கத்தில் போய்க் கூப்பிட்டேன்.

வாடா... எப்போ வந்தே? எல்லோரும் சௌக்கியந்தானே?

நான் காதருகில் குனிந்தேன்.

நல்ல சௌக்கியம். கொஞ்சம் வெளியே வரேளா?

பேஷாக.

வெளியே வந்ததும், நீ இப்போ எங்கே இருக்கே?

சொன்னேன். வாசலிலும் ஒலிபெருக்கி கட்டியிருந்ததால், மறுமுறை சொல்லவேண்டி வந்தது.

இப்படியாக நோன்பிருந்த ஆண்டாளை ஸ்ரீகண்ணனாகப்பட்டவர் என்ன செய்தார்?

சைக்கிளில் மூன்று பேராக வந்த பையன்கள், இஷ்டத்துக்குப் பூர்த்தி செய்து சிரித்துக்கொண்டு போனார்கள்.

கலிமுத்தியாச்சு. வாயிலே என்ன வார்த்தை வர்றது.

ஓடுகாலிக் கழுதை.

நான் கல்யாணம் விசாரிக்கப் போனபோது, எனக்கு மட்டும் கேட்கிறபடியாக உறுமினார். அப்புறம் யாரோ வர, உலகையே சகல பாபங்களுக்காகவும் மன்னித்துவிட்ட, அல்லது இம்மாதிரியான சந்தர்ப்பங்களில் செயல்பட வேண்டிய வழிமுறை, விளக்கும் வழிகாட்டியாக சுபாவமான குரலில் சொன்னார்.

அம்மா இல்லாத பொண்ணுன்னு செல்லமா வளர்த்துட்டேன். அவள் சந்தோஷம்தான் முக்கியம். அவள் பணம் கால் காசு வேண்டியதில்லை.

இரண்டு மாதம் கழித்து, முதல் தேதிக்கு அவள் கொடுத்தனுப்பிய ரூபாயைக் கொண்டுபோய் கொடுத்து (ஆஸ்பத்திரிக்கே வந்து கொடுத்தாள்) அவர் வீசி எறிய திரும்பவும் எடுத்துக் கொடுத்து தபாலில் வந்த இலைவிபூதிப் பிரசாதத்தைத் தரித்துக்கொண்டு வந்தேன்.

●

வா, பனி விழறது. வீட்டிலே போய்ப் பேசலாம்.

எனக்கும் கல்யாணப் பத்திரிகையை வழியில் வைத்துக் கொடுப்பது சிலாக்கியமாகப் படவில்லை. அப்புறம் ஆரஞ்சுப் பழங்கள் பையில்.

தெருவில் எல்லோர் வீட்டு வாசலிலும் தமிழ்ச் சினிமாவின் ஆண்பிள்ளை உரக்க அழுதான். வீட்டுக் கதவைத் திறந்து, உள்ளே வரச் சொன்னார்.

நான் உள்ளே வர, கொடியில் ஒரு புடைவை தாறுமாறாக வழிந்து, தரையைத் தொட்டுக் கொண்டிருந்தது.

அவர் கட்டியிருந்த சுமார் அழுக்கு வேஷ்டியைக் களைந்து விட்டு, நீர்க்காவி ஏறிய வேஷ்டிக்கு மாறி (லாண்டரியில் போட்டுக் கட்டுப்படியாகலை) சாய்வு நாற்காலியில் உட்கார்ந்து பக்கத்து ஸ்டூலில் என்னை உட்காரச் சொன்னார். அங்கே மூட்டைப் பூச்சி இருக்கலாம் என்று தோன்றியது. பக்கத்தில், தண்ணீர்ச் சருவம் வைத்து மீதி இடம் காலியாக இருந்த பெஞ்சில் அமர்ந்தேன். ஆரஞ்சுப் பழங்களை எடுத்து, முன்னால் வைத்தேன்.

இதெல்லாம் எதுக்குடா?

எனக்குக் கல்யாணம்.

பேஷ், பேஷ் ரொம்ப சந்தோஷம். என்னோட மாப்பிள்ளையாத் தான் ஆக்கிக்க முடியலை. கல்யாணம் என்னிக்கு?

நான் பையிலிருந்து பத்திரிகையை எடுக்கப் பழங்கள் கீழே உருண்டன. அவர் குனிந்து எடுக்க ஆரம்பித்தார்.

விசாலம், போன வாரம் அப்பாவைப் பார்த்தேன்.

என்னைப் புதுசா ஏதாவது சொல்லித் திட்டினாரா?

ராம்தாஸ்நாயக் கடையிலே கணக்கெழுதப் போறாராம்.

நான்தான் மாசாமாசம் பணம் அனுப்பறேனே.

கூடிய சீக்கிரம் மெட்ராஸிலேயே போய் நிரந்தரமா இருக் கிறதைப் பத்தி யோசிக்கிறார்.

யார்தான் நிரந்தரம்? எத்தனை நாள் இருக்க முடியும்? வயசா கலையா என்ன?

அதுபோகட்டும். உங்க வீட்டுக்காரர் என்ன பண்றார்?

துபாய் போறதுக்காக விசாவுக்கு அலைஞ்சுண்டிருக்கார். சீக்கிரம் வந்துடுமாம். உன் பிராக்டிஸ் எப்படி இருக்கு?

நான் அடுத்த மாதத்திலிருந்து மெட்ராஸில் க்ளினிக் திறக்கறேன். பம்பாய் வாசம் முடிஞ்ச மாதிரிதான்.

எல்லோரும் போய்டுங்கோ. நான் மட்டும் தனியா இருக்கேன்.

எனக்கு யாருமே இல்லை.

●

நான் கவரை எடுத்துப் பெயர் எழுதி, கொஞ்சம் எழுந்து அவரி டம் கொடுத்தேன். கண்ணாடியை மாட்டிக்கொண்டு விளக்கு வெளிச்சத்தில் பிரித்துப் படித்தார்.

வீட்டை நோட்டமிட்டேன். புடைவை இப்போது லாலி என்று தரையில் விழுந்து கிடந்தது. ஒரு பழைய கடியாரம் மூன்றே முக்கால் என்று தீர்மானமாக மணி காட்டியது. பழைய புகைப் படங்களில் வைதீகமான பெரியவர்கள் தடுக்குகளில் ஏறி நின்றிருந்தார்கள்.

●

ரொம்ப ஆச்சாரமான குடும்பம்டா இது. நாள் முழுக்க சம்ஸ்கிருதப் பண்டிதர்கள் என்ன, வேதம் படிச்சுக் கரை கண்டவா என்ன, வீட்டுத் திண்ணையே ஜேஜேன்னு இருக்கும்.

ஸ்ரீமடத்திலே வெகுவா மரியாதை செய்யற பெரிய ஞானஸ்தர் எங்கப்பா. என் தலையெழுத்து பம்பாயிலே ரயில்வே குமாஸ்தா வேலைக்குப் போனது. வேதம் படிச்ச பரம்பரையிலே வந்த பொண்ணு பண்ணின காரியத்தைப் பாரு.

'நீங்க நாயக் கடையிலே கணக்கெழுதப் போறதாச் சொன்னேன். விசாலம் மனசு ரொம்பக் கஷ்டப்படறா.'

'அந்த ஓடுகாலி இப்படி ஒரு காரியம் பண்ணியிருக்காட்டா. நான் எந்த மயிராண்டிகிட்டேயும் போய் பொய்க் கணக்கு எழுத வேண்டியிருந்திருக்காது.'

'அவள் வேணுமானா அதிகப் பணம் அனுப்பறாளாம்.'

'அவ பணத்தைத் தூக்கி உடைப்பிலே போடு.'

'விசாலம் இப்போ முழுகாம இருக்காளாம்!'

'மாதுங்கா மார்க்கெட்டிலே மாங்காய் கிடைக்கும். வாங்கிண்டு போய்க்கொடு.'

'சரி, நான் கிளம்பறேன். கல்யாணத்துக்கு அவசியம் வரணும்.'

'கொஞ்சம் இரேன். காபி கலந்து கொடுக்கச் சொல்றேன்.'

சேஷு, துபாய்க்குப் போய்ட்டான். விசாலம் இப்போ தனியா தான் இருக்காள், மெடர்னிட்டி லீவிலே.

சுவாரசியமில்லாமல் கேட்டுக்கொண்டார். முன்னாலேயே தெரிந்திருக்கலாம்.

நான் வெளியே வந்தபோது, கருப்பாக ஓர் இளம்பெண் படியேறி உள்ளே போனாள்.

இருட்டில் ஜாக்கிரதையாக நடந்தேன். விசாலம் அன்பாகச் சிரித்தாள். அந்தப் பெண் புடைவையை மடித்து வைத்தாள். ஆரஞ்சுப் பழங்களை உரித்து அவருக்குக் கொடுத்தாள். அப்புறம் வெந்நீர் கொண்டுவந்து கொடுத்துவிட்டு, விளக்கை அணைத் தாள். 'இந்த மாதம் ஏன் இன்னும் மணியார்டர் வரலை?' என்று கேட்டாள்.

வேண்டாம். அந்தப் பெண் 'போயிட்டு வரேன் மாமா' என்று சொல்லிவிட்டு வெளியே போனது. கொடியில் புடைவையை நானாகக் கற்பனை செய்து கொண்டேன். உன்னதமான சிந்தனைகளே உன்னிடம் பிறந்து வெளிப்படட்டும் என்று சான்றோர் ஆசியருளிவிட்டு, குடை பிடித்துக்கொண்டு பென்ஷன் வாங்கி வரப் புறப்பட்டுப் போனார்கள்.

நான் ஸ்டேஷன் போய்ச் சேர்ந்தபோது, ரயில் கிளம்பிப் போய்க் கொண்டிருந்தது.

5. வீடு

பூர்ணசந்திரன் உறைந்துபோய் உட்கார்ந் திருந்தான். முகத்தில் மோதுகிற காற்றோ, பிசாசுக் கூட்டங்களாய் ஓடி மறைகிற மரங் களின் வரிசையோ, ரயிலின் ஓலமோ, எதிரில் வாய் ஓயாமல் பேசிக்கொண்டிருந்த மண் ணெண்ணெய் வியாபாரிகளின் இரைச்சலோ, எதுவும் கலைக்க முடியாத மோனம். எல்லாம் காதில் விழுகிறது. கண்ணில் படுகிறது. யார் கையிலோ பத்திரிகை; பாதி பிரித்த பக்கத்தில் சானிடரி நாப்கின் விளம்பரம்; எழுத்து பாதி தெரிகிறது. ஒரு வளைவில் பூரா ரயிலுமே தெரிகிறது. குலவையிட்டு ஓடிவரும் கிரா மத்துப் பெண்கள். வாயிலும் வயிற்றிலும் அடித்துக்கொண்டு ஓடிவரும் பெண்கள் நினை வுக்கு வருகிறார்கள். நகரத்துப் பெண்கள் குலவையிடுவதுமில்லை அழுவதுமில்லை. மன்னி அழவைப்பாள்.

'மச்சினருக்கு வீடு கட்டணும்னு ஆசை இருக்கு; சரிதான். பணத்தைப் பத்தி யோசிச் சாரா கேளுங்கோ.'

'ராகவா... நீ சம்பாதிச்சுச் சேர்த்து வைச்ச பணத்தைத்தானேடா கேக்கறேன். ரெண்டு

மாசத்திலே திருப்பிக் கொடுத்துடறேன்டா. நான் வேணுமானா மன்னிகிட்ட கேக்கறேன்.'

இல்லை, கேட்டிருக்கக் கூடாது. ஆனாலும் டவுன் பிளானிங் சூபர்வைசர் கேட்கிறான். குட்டையாக உருண்டுகொண்டு வந்து வாசலில் நின்று சிகரெட் குடிக்கிறான். 'பிளான் அப்ரூவல் தானே? நான் பார்த்துக்கறேன் சார்.'

'பார்த்துக் கொள்ள ஒன்றுமே இல்லை' என்கிற மாதிரி மாமனார் வேஷ்டியைத் திருத்திக் கட்டிக்கொண்டு கையை விரிக்கிறார். 'என் பென்ஷன் தவிர, வேறு என்ன மாசாந்திர வருமானம் வருது சொல்லுங்கோ?' பாவம், இருந்தால் நிச்சயம் கொடுத்திருப்பார். பூர்ணசந்திரன் கசக்கிப் பிழிகிற சாதாரண மாப்பிள்ளை இல்லை என்று தெரிந்தவர். அவன் இலக்கியம் படிக்கிறவன். தட்டுச் சுற்று வேட்டி கட்டிக் கொண்டுதான் தாலிகட்ட மனையில் உட்காருவேன் என்று பிடிவாதம் பிடித்தவன். தலை தீபா வளிக்கு, பொங்கலுக்கு மாமனார் வீட்டுக்குப் போகாதவன். 'நல்ல மாப்பிள்ளைடியம்மா. நாளும் கிழமையுமா எல்லாராத் திலேயும் மாப்பிள்ளைகள் வண்டிலே வந்து இறங்கிற ஜோர் என்ன, தடபுடல் என்ன? நம்மாத்திலேயும் தலை தீபாவளின்னு தான் பேரு. நானும் கிழவரும்தான் தலைக்கு எண்ணெய் வச்சுக் கறோம்.'

'அவருக்கு இதிலே எல்லாம் நம்பிக்கை இல்லேம்மா.'

'எண்ணெய் தேச்சுக்க என்னடி நம்பிக்கை வேண்டி இருக்கு? சீயக்காய்ப் பொடியும் மனசும்தான்டி வேணும்.'

'மனசறிஞ்சு சொல்லுங்க சார். இந்த நாட்டிலே படித்த படிப்புக்கு ஏத்த வேலை கெடைக்குதா?' மண்ணெண்ணெய் வியாபாரிகள் எல்லாம் இளைஞர்கள். சத்தம் கூட்டிப் பேசிக்கொண்டு இருக் கிறார்கள்.

'மண்ணெண்ணெய் வியாபாரத்தில் ஏது சார் லாபம்? நாங்கள் லாம் படிச்சுட்டு வேலையில்லாமல் இதப் பண்ணிக்கிட்டு இருக் கோம். கலெக்‌ஷன் பேசிஸ்லே கமிஷன் வருது. முன்னாலே மிடில் கிளாஸ் பேமிலி எல்லாம் ஸ்டவ் வைச்சு சமைச்சாங்க. இப்ப கேஸ் வந்துடுச்சு. அபூர்வமாத்தான் மண்ணெண்ணெய் பக்கம் வர்றாங்க. வியாபாரம் விருத்தியாக இடமே இல்லை.'

'நல்ல இடம் சார்!' - ரியல் எஸ்டேட்காரர் கைநிறைய மோதிரத் தோடு லே அவுட்டை விவரித்துச் சொல்லி விட்டுப் போனார். 'இன்னும் மூணு பிளாட்தான் காலி இருக்கு. வேணும்னா சொல்லுங்க. உடனடியா முழுத் தொகை கொடுத்து வாங்க, எத்தனையோ பேர் தயாரா இருக்காங்க. நீங்க வேண்டப்பட்ட வராச்சேன்னு சொல்றேன். ரெண்டுநாள் டயம் தர்றேன். யோசிச்சுச் சொல்லுங்க. எதுக்கும் வேணுமா வேண்டாமான்னு ஒரு ஃபோன் மட்டும் பண்ணிடுங்க. உங்க பெரியப்பா சித்தப்பா கூட ஏதோ கேஸ் நடந்துண்டிருந்ததே... எல்லாம் இப்ப சரியாப் போச்சோ? அதை வித்தா உங்க பங்குக்கு என்ன வரும்?'

'அரை மூட்டை நெல்லிக்காய் வரும். வாசலில் மரம் வச்சிருக்கு.'

ஏதோ ஸ்டேஷனுக்கு வெளியே ரயில் நின்றுகொண்டு அச்சுப் பிச்சு மாதிரி திரும்பத் திரும்பக் கூவுகிறது. டிராக்குக்குப் பக்கத் தில் ரயிலுக்குப் புட்டத்தைக் காட்டிக்கொண்டு நாலைந்து பேர் வெளிக்குப் போய்க்கொண்டிருக்கிறார்கள். 'பகல் பதினொரு மணிக்கு மலங்கழிப்பது ஆச்சரியமான செயல் என்றுதான் என்னைப் பொருத்தவரை சொல்லவேண்டும்!' - யாரோ ஆங்கிலத்தில் வியக்கிறார்கள். ஒரு தாடி வைத்த இளைஞன். சரிவர கழிப்பறை கூட இல்லாமல் ஜன சமூகம் படும் அவ லத்தைக் கூறி கவலைப்படுகிறான். அதுவும் ஆங்கிலத்தில்தான்!

மன்னிக்கு இங்கிலீஷ் நன்றாகவே பேசத்தெரியும். உணர்ச்சி வசப்படும்போது, பிடித்தவர்களிடம் அந்நியோன்யமாக பேசும் போது, சண்டை போடும் போது - சரளமாக வரும். இவன் வேலை தேடும்போது இவனையும் பிடித்திருந்தது. அப்போது இவனுக்கும் கல்யாணம் ஆகவில்லை.

'பவுடர் போட்டுண்டா என்ன? இப்படி வேர்த்துக் கொட்டறதே. பட் யூ ஸ்மெல் மேன்லி.'

இந்த வீரியத்தால் என்ன பிரயோஜனம்? இதை எந்த ரூபத்தி லாவது மாற்றி ஒரு வாசல் நிலையாகவோ, முன்னூற்று இருபது செங்கல்லாகவோ ஆக்க முடியுமா?

'மன்னி எனக்கு வேர்க்கறது. பவுடரும் பணமும் வேணும்.' இவள் சொன்னாள் - 'சோமசுந்தரம் கிட்டே கேட்டுப் பாருங்க ளேன். ஒரு ஞாயித்துக்கிழமை விடாம எழைவீங்களே.'

வாஸ்தவம்தான். ஞாயிற்றுக்கிழமை அவன் வந்தால் வெங்காய சாம்பாரும் கவிதையும் ஜவ்வரசி வடாமுமாகத்தான் போகும். அவன் பிராண்ட் கவிதைகள் 'பெண்ணே' என்றோ 'பிரிய சகி' என்றோ ஆரம்பமாகும். சோமசுந்தரத்தைப் பார்க்கப் போன போது ஆச்சிதான் வீட்டில் இருந்தாள். 'செட்டியார் சந்தைக்குப் போயிருக்காரு. வர்ற நேரந்தான். இருங்க' என்று தடுக்கை எடுத்துப் போட்டாள். அத்தனை பெரிய வீட்டில் சாஸ்திரத்துக்கு இரண்டே இரண்டு நாற்காலிகள் மட்டும் வாசலில் இருந்தன. மற்றபடி கூடத்தில் தடுக்குதான் மரியாதைக்காக விரிக்கப்படுகிற வழக்கம். தலையை நிமிர்த்தினால் கழுத்தை வலிக்கிற உயரத்தில் உத்திரம். நாயக்கர் மஹால் போன்ற தூண்களில், பாயைச் சுற்றிக் கட்டியிருந்தார்கள். அழுக்காகிவிடக் கூடாது என்ற கரிசனம். பாய் இடுக்கு வழியாக வழவழ என்று வெள்ளையாகத் தூண் தெரிய மன்னி ஞாபகம் வந்தாள். அண்ணா கார் வாங்கலாம். இன்னும் ரெண்டு பேரோடு சேர்ந்து ஏற்காட்டில் எஸ்டேட் வாங்கலாம். மன்னி கொண்டு வந்தது இன்னும் இருக்கிறது. வளர்ந்துகொண்டே போகிறது. ஆனால் அவள் முழுசாகக் கிடைத்தாளோ!

கருப்பட்டிக் காபியை அனுபவித்துக் குடித்துக் கொண்டிருந்த போது ஆச்சி சொன்னாள்:

'நீங்களாவது செட்டியார்கிட்டே சொல்லக் கூடாதா?'

'எதை?'

'சரியாப் போச்சு. உங்களுக்குத் தெரிஞ்சுதான் செய்யறார்னு நினைச்சேன். பாட்டுப் புத்தகம் போடப் போறாராமில்லே.'

சினிமாக் கொட்டகையில், முறுக்கும் பாட்டுப் புத்தகமும் விற்கிற சின்னப் பையன்கள் நினைவுக்கு வரவே, பூர்ணசந்திரனுக்கு சிரிப்பு வந்தது.

'அவுக அப்பச்சி, வருஷத்துக்கு உப்பு புளியிலே இருந்து அரிசி வரைக்கும் பெரிய வீட்டிலே இருந்து இத்தனை இத்தனை இங்கே தரணும்னு எழுதி வச்சுட்டுப் போய்ட்டார். வீட்டுப் பொறுப்பு தெரியாம சுத்த ஆரம்பித்தது இன்னும் நின்னபாடில்லை. எங்க அப்பா, கிராமத்திலே, பூர்வீகச் சொத்து வித்த பணத்திலே, எனக்குன்னு ஏதோ அனுப்பியிருக்கிறார். அது உடனே

வேணுமாம் புத்தகம் போட. ஒரு தோடு, சங்கிலி வாங்கினாலும் நாளைக்குப் புள்ளைக்கு ஆகும். புத்தகத்தைக் கயத்திலே கோத்துக் கழுத்திலே தொங்க விட்டுக்கவா?'

சோமசுந்தரம் வந்தபோது பணத்தைப் பற்றிப் பிரஸ்தாபிக்க வில்லை. அவன் கவிதைப் புத்தகம் வந்ததும் ஒரு பிரதியைத் தரவேண்டும் என்று மட்டும் சொல்லிவிட்டு வந்தான்.

எத்தனை பேருக்கு மேல் எத்தனை இடத்தில் நாய் மாதிரி நிற்க வேண்டிப் போனது. 'வாட்டர் கனெக்ஷன் தரமுடியாது சார். இப்பத்தான் அப்ளை பண்ணிட்டு உடனே கொடுங்கன்னா முடியுமா? உங்க டேர்ன் வர்றபோதுதான் வரும்.' பணமே நாக்காக அவன் கையை நக்கினால், கனெக்ஷன் ரெடி.

'செவன்டீன் பர்சண்ட் இண்ட்ரஸ்ட் உங்களுக்கு மட்டுந்தான் கன்செஷன். மற்றபடி இருபத்து நாலு பர்செண்ட்தான். ரெண்டு வட்டி. வட்டிப்பணம் ஒழுங்கா மாசாமாசம் வந்துடணும். பிரண்ட்ஷிப் நல்லா நிற்கணும்னு நானும் ஆசைப்படறேன்.'

உடம்பே வாலாகக் குழைந்தால் பதினாலு பர்சண்ட்தான் வட்டி. வட்டியில்லாமலே கிடைக்க என்ன செய்யவேண்டும்? 'என் நரகலைத் தின்ன வேண்டும்.'

அண்ணா இல்லாதபோது இன்னொரு முறை கூடி மன்னியைக் கேட்டாகி விட்டது. அந்தப் பழைய சிநேக பாவம் இல்லை. வலியப்போய் ஒரு விழுங்குகிற பார்வையோடு பல் இளித்துப் புனைந்த வேடம் நிலைக்கவில்லை. 'ஐ ஆம் ஏஜ்ட் பார் திஸ் நௌ, மை பாய்!' - மன்னி வயதானதை, பார்வையிலேயே ஒப்புக் கொண்டாலும் பணம் கொடுக்க ஒப்புக் கொள்ளவில்லை.

பூர்ணசந்திரன் சடாரென்று விழித்துக்கொண்டபோது, ரயில் ஜங்ஷனை அடைந்து குறைந்தது பத்து நிமிஷமாவது ஆகியிருக்கு மென்று தெரிந்தது. அநேகமாக எல்லோர் கையிலும் காபி கிளாசு கள் தெரிந்தன. சீப்பிக் குடித்து முடிக்கும் தறுவாயில் இருந்தார் கள். ஆஸ்பெஸ்டாஸ் கூரை உஷ்ணம் எல்லாம் ஜன்னல் வழியே உள்ளே இறங்கிக் கொண்டிருந்தது. சமுதாயப் பிரக்ஞை எழ வேண்டிய அவசியத்தை, குறிப்பாகக் கழிவறைகள் அமைக்கும், உபயோகிக்கும் முறைகளில் ஒழுங்குமுறைகளுக்கான திட்டங் கள் அமுல்படுத்தப்பட வேண்டியது குறித்து ஆங்கிலத்தில் உரையாடிக் கொண்டிருந்த குரல்கள் சலிப்படையக் காணோம்.

இன்னும் மூன்று மணி நேரந்தான். சாயந்தரம் ஊருக்குப் போய்ச் சேர்ந்து விடலாம். எல்லோரையும் அழைத்தாகிவிட்டது. அண்ணாவுக்கு வழக்கம்போல லீவு இல்லை. 'மன்னியை அனுப்பிச்சு வைக்கறேன்.'

மன்னி கேட்டாள்: 'பாத்ரூம் எல்லாம் மொஸைக் போட்டுத் தனி தண்ணி கனெக்ஷன் கொடுத்திருக்கியோ? என்னால் வாளியைத் தூக்கிட்டு அலைய முடியாது.'

அலைச்சலெல்லாம் முடிந்துவிட்டது. நினைத்ததற்கு மேல் நல்ல படியாகவே வீடு கட்டியாகிவிட்டது. யார் யாருக்கு எவ்வளவு தரவேண்டும் என்று இன்னும் கணக்குப் பார்க்கவில்லை. சின்ன மாமனார் ஒரு பெரிய தொகையைப் பெரியதாகக் கொடுத்து உதவி இருக்காவிட்டால், இது ஒன்றும் நடந்தேறி இருக்காது.

சாயந்தர சூரியனின் நீளமான நிழல்கள் தரையில் நெளிந்து தெளித்து வேகம் கொண்டது ரயில். எதிர்ப்பட்ட ரயிலின் அடைத்த கண்ணாடி ஜன்னல்களில், தன் முகம் பிரதிபலிப்பதைக் குறிப்பாக உற்றுநோக்க முயன்று தோற்றபோது ஊர் வந்து விட்டது.

புது பெயிண்ட் மணக்க வீடு நின்றுகொண்டிருந்தது. சுற்றுப்புறங் களில் எல்லாம் புதிதாகக் குடிவந்தவர்களுடைய குழந்தைகள் புதிய தோழமையோடு சேர்ந்து விளையாடிக் கொண்டிருந்தார் கள். பெண்கள், அவரவர் வீட்டு வாசலில் நின்றபடிக்கே அக்கம் பக்கத்தில் சுமுகமான பரிச்சயங்களைத் தோற்றுவிக்க முயன்று கொண்டிருந்தார்கள். ஒரு புடைவை வியாபாரியோ, எவர் சில்வர் பாத்திர வியாபாரியோ கிரியா ஊக்கியாகப் பங்கேற்றால் இது சுலபமாக முடிந்துவிடும் என்றே தோன்றியது. இவளும் இன்னும் ஓரிரு தினங்களில் இம்முயற்சிகளில் ஈடுபடலாம். இனி காலையில் காபி சாப்பிட்ட பின் பேப்பர்காரனை எதிர்பார்த்து நிற்கும்போது, காலை வணக்கம் பரிமாறிக் கொள்ள வேண்டிய முகங்கள் எப்படி இருக்கும் என்று அந்தந்த வீடுகளின் முகங் களை வைத்துக் கற்பனை செய்ய சுவாரசியமாக இருந்தது.

பூர்ணசந்திரனைப் பார்த்தது வேலைக்காரிதான். கிணற்றில் தண்ணீர் சேந்தி அடித்து ஊற்றி ஊற்றி வீடு முழுவதையும் கழுவிக் கொண்டிருந்தார்கள். மகள் காய்ந்துபோன இடத்தில் அரிசி மாவால் கோலம் போட்டுக் கொண்டிருந்தாள்.

'அப்பா... செருப்பை வெளியிலே விட்டுட்டு வாங்கோ. கோலத்தை மிதிக்கக் கூடாது.'

இவள் வரும் போதே ஏகக் கோபத்தோடு முறையிட்டாள். 'என்ன ஜன்னல் வச்சிருக்கான் பாருங்கோ. திறந்தா சாத்த முடியலை. சாத்தினா தெறக்க முடியலை, கதவுக்குக் காத்துக் கட்டை அடிக்க வாங்கி வச்சது அப்படியே ஓரமாத் தூங்கறது. இந்தத் திருவாழத் தான் வேலை இப்படின்னா, கிச்சன்லே தண்ணியே போகலை. வந்ததும் வராததுமா கையில் குச்சியோட சாக்கடை தள்ளற உத்யோகம்தான் எனக்கு.'

இவளுக்கு என்று மட்டும் ஏன் இந்த மாதிரியே அமைந்து போகிறது? வாடகை வீட்டில் புதிது புதிதாகக் கண்டுபிடித்து குற்றம் குறையெல்லாம் இன்னும் தீர்ந்தபாடில்லை. அது தீர்ந்திருந்தாலும்கூட இவள் திருப்தி அடைந்திருக்க மாட்டாள். எதைக் குறித்தாவது ஒரு உடன்பாடின்மையையோ, சலிப்பையோ குறைந்த பட்சம் முணுமுணுப்பையோ வெளிப்படுத்துவது அவள் அன்றாடத் தேவையில் ஒன்றுதான். இந்தச் சலிப்பும் முனகலும் வேறு ஏதேனும் விஷயமாகக் கூடவோ இல்லை பழகினதாலோ இருக்குமோ என்று சந்தேகம் வந்தது.

'உங்க அண்ணாவும் மன்னியும் எப்ப வரப்போறா? அந்த ராங்கிக்காரி இங்கே வந்து, அது சரியில்லே இது சரியில்லேன்னு நொட்டச்சொல் சொல்லிண்டிருந்தா எனக்குக் கோபம் வரும். இவா வீட்டை வச்சுக்கற லட்சணம் தெரியாதோ? பங்களா எல்லாம் மேலுக்குத்தான் மினுக்கு. அட்டணக்கால் போட்டுண்டு இங்கிலீஷ் புத்தகம் வாசிச்சாப் போறுமா? பாத்ரூம்லே பாசி வழுக்கறதைத் தேய்க்க சர்வண்ட் மெய்ட் வரணுமாம், சர்வண்ட் மெய்ட்.' - இது ஓயப் போவதில்லை.

வாசலில் நின்று வீட்டைப் பார்க்கும்போது பெருமிதமாகத்தான் இருந்தது. எல்லோரும் கை விட்டாலும் தான் மட்டும் நின்று எதையும் செய்து முடிக்க முடியும் என்று சுகமான ஒரு நினைப்பு வந்தது. யார் பணமும் வேண்டாம். அது ஆபீஸ் போகக் காரோ, ஆண்மைக் குறைவை நிவர்த்தி செய்யும் மாத்திரை வாங்கவோ, பக்கத்துக்கு நாலுவரி மட்டும் அச்சடித்த கவிதைப் புத்தகம் போடவோ உபயோகப்படட்டும்.

‘வீட்டுக்குப் போய்ச் சாப்பிட்டு வந்திடலாம், வாங்கோ.’ - மனைவி கூப்பிட்டாள்.

‘இதானே வீடு?’

‘அழகுதான்... இன்னும் கிரகப்பிரவேசம் ஆகலே. அதுக்குள்ளே இங்கே அடுப்பு மூட்டறதா?’

போய்ச் சாப்பிட்டு வரச் சோம்பலாக இருந்தது. இந்தத் தரையில் சட்டையின்றி மல்லாந்து படுத்து பழைய நினைவை எல்லாம் அசைபோட வேண்டும் போலிருந்தது. கதவு, சுவர் எல்லா வற்றையும் தனிமையில் தடவித் தடவிப் பார்த்து ஆனந்தம் கொள்ள வேண்டும் போலிருந்தது. வாசலில் மடித்துக் கட்டிய வேட்டியோடு உலாத்த வேண்டும். கால்மேல் கால் போட்டு உட்கார்ந்து, எதையாவது - முந்தா நாள் பத்திரிகையாக இருந் தால் கூடப் பரவாயில்லை - படிக்க வேண்டும்.

‘நீங்க சாப்பிட்டப்புறம் வரும்போது கொண்டு வாங்கோ. கொஞ்சம் போல மோருஞ்சாதம் போறும்.’

வாசல் கதவுகளைத் தாழிட்டான். இன்னும் தண்ணீர் காய வில்லை. மாடிப்படியில் தேங்கி இருந்தது. மாடியிலும் தான். இவள் கோபப்பட்டது நியாயம். இந்தத் தண்ணீர் வடிய, தரைமட் டத்தில் சிறியதாக துவாரம் இருக்கிறதா என்று தேடி அகப் படாமல் போனது. ஒரு துணி கொண்டு, இதைப் பிழிந்தெடுக்க வேண்டியதுதான். இனிமேல் இப்படி அலம்பிவிடக் கூடாது. மெழுகச் சொல்ல வேண்டும்.

‘பினாயில் கலந்து மெழுகணும். கிளீன்லினெஸ் மெயின்டெய்ன் பண்ணணும்’ - மன்னி வேலைக்காரிக்குச் சொல்லுவாள். கிளீன்லினெஸ் படுக்கையறையில் கூட.

‘படிக்கிறாயா? விளக்கை அணைச்சிட்டுப் படு, இங்கேயே.’

இங்கே வெளிச்சம் வேண்டும். பினாயில் அதிகமாகக் கலக்காமல் மெழுக வேண்டும். எனக்கு அவ்வளவு எடுத்துக்கொண்டு வரப் போகிறார்கள்.

‘விளக்கை அணைச்சுடுன்னேன். ஏன் பயந்து சாகறே?’ பினாயி லும் பவுடருமா கலந்தா என்ன வாசனை? கிளீன்லினெஸ் அண்ட் மேன்லினெஸ். இருட்டுக்கு வாசனை உண்டா?

இல்லை, நிச்சயம் இங்கே விளக்கு வேண்டும். **தமசோமா ஜோதிர் கமய. ம்ருத்யோமா அம்ருதம் கமய.**

பல்ப் ஹோல்டர் நிர்வாணமாக இருந்தது. ஒரு அட்டைப் பெட்டியில் பிரிக்கப்படாமல் பல்புகள். பெரிய குரலில் பேசிக் கொண்டு யாரோ தெருவில் போனார்கள். தூரத்தில் ரயில் இரைந்தது.

ஈரத் தரையில் நின்று பல்பை ஹோல்டரில் பொருத்த முயலும் போது, மின்சார அதிர்ச்சியில் அவன் அபத்தமாக இறந்து போனான்.

6. தேர்

தேர் வந்து கொண்டிருந்தது. கொஞ்சம் உளுத்துப்போய், பக்கமெல்லாம் மைதுனச் சிற்பங்கள் செதுக்கிய பெரிய தேர். நான் புத்த கத்தைப் பிரித்த நிலையிலேயே மேஜையில் வைத்துவிட்டு தேர் கடந்துபோவதற்காகக் காத்துக்கொண்டிருந்தேன். நானும் வெளியே வரவேண்டும் என்று வற்புறுத்தி அலுத்துப் போய், எல்லோரும் வாசலுக்குப் போய்விட் டிருந்தார்கள்.

வருஷத்துக்கு ஒருமுறைதான் தேர் ஓடுகிறது. வடம் பிடித்து இழுக்க ஆள்கள் குறைவதால் சில ஆண்டுகள் வராமல் போனதும் உண்டு. இந்த ஆண்டு எல்லாம் சரியாக நடந்திருக் கிறது. என்றாலும் நிலைக்குத் திரும்பும்வரை நிச்சயமில்லை. எதுவும் நிகழலாம்.

முக்கியமாகத் தெருவில் வரும்போது அச்சு முறிந்து நின்று விடலாம். இது மிகுந்த பயத்தை அளிக்கக்கூடியது.

வீட்டு வாசலில் ஒரு தேரை வைத்துக் கொண்டு ராத்திரி உறங்குவது சாத்திய மில்லை.

பாட்டி இறந்த அன்று கண் விழித்த புழுக்கமான ராத்திரிகூட அப்படித்தான் இருந்தது. தேர், வாசலில் வந்து நின்றுவிடக் கூடும் என்ற பயங்கலந்த எதிர்பார்ப்புகள், அவளிடமிருந்தே எனக்கு வந்திருக்கலாம்.

தேரடியைப் போய்ப் பார்த்துவிட்டு வரவேண்டும் என்று தோன்றியது. தேர் அகன்ற பின், அங்கே பார்ப்பதற்கு ஒன்றும் இல்லைதான், தேரடிக் கருப்பனைத் தவிர, அவன் கோபம் மிகுந்தவன். நிலையில் நிற்கும் தேருக்கு, கருப்பசாமிதான் காவல் தெய்வம்.

சிறுவயதில் ஒருநாள் கருப்பசாமியை பக்கத்தில் பார்க்கப் போன போதுதான், தேரும் நிலையும் ஒட்டிய இடைவெளியில் மைதுனச் சிற்பங்களைப் பார்த்தோம். எல்லாம் நிர்வாண ஸ்திரி, புருஷர்கள். இப்படிக் கூடவா இருக்கும் வெட்கமில்லாமல்? சிரிப்புதான் வந்தது. திடீரென்று காவல்காரன் குரல்.

ஓடிவரும்பொழுது, ராஜேந்திரன் மட்டும் ‘அம்மணக்குண்டி சாமிடோய்’ என்று கத்தினான். சாமியை எல்லாம் கேலி செய்யக் கூடாது என்று தெரியாதோ?

வெகுநாள் கழித்து வேலைக்குச் சேர்ந்ததற்கு அப்புறம் ஒரு சாயங்காலம், நானும் வாத்தியார் காந்திதாசும் அந்தப் பக்கமாகப் போய்க்கொண்டிருந்தோம். மழை பெய்து விட்டிருந்தது. மழையில் நனைந்து கருப்பாக நின்றுகொண்டிருந்த தேரைப் பார்க்க சந்தோஷமாக இருந்தது. யாரோ எதிரில் வர, தாசு சைக்கிளை நிறுத்திப் பேசிக்கொண்டிருந்தார். நான் தேரடிக்குப் பக்கத்தில் போய் நின்றேன். அந்தச் சிற்பங்கள் - விதவிதமான சிருங்கார பாவங்களில் இருந்த ஆண்களையும் பெண்களையும் பார்க்கப் பார்க்க, சுற்றுப்புறம்கூட மறந்து போனது.

‘என்ன, கொக்கோக விளக்கமா?’ பக்கத்தில் குரல் கேட்டுத் திரும்பினேன். விறகுக் கடை நாயக்கர். ஏனென்று தெரியாமல், கூச்சமாகப் போனது.

‘பார்த்துக்கோ, பின்னால பிரயோஜனப்படும்.’

அப்புறம் அவ்வளவு பக்கத்தில் பார்க்க சந்தர்ப்பம் கிடைக்கவில்லை.

வானத்தை நோக்கி உயர்த்திய கொம்புகளும் தாரை தப்பட்டைகளுமாக வாத்தியக்காரர்கள் கடந்து போனார்கள். எந்த நிமிஷமும் யானைகள் பிளிறுவது போன்ற வாத்திய ஒலிகளை எதிர்பார்த்தேன். அவரகள் களைப்படைந்திருக்கக் கூடும். வெறுமனே நடந்து போனார்கள்.

தேர் நிலையில் நின்றது. உச்சி வெயில். சிவந்த மரச்சட்டங்கள் கண்ணை எரித்தன. தேரடிக் கருப்பனின் உருட்டிய விழிகளில் உக்கிரம் தெறித்தது. தெரு வெறிச்சோடிக் கிடந்தது. வடக்கிலிருந்து யாரோ தடதடவென்று ஓடி வந்தார்கள். அது பாப்புவும், பூக்கடை ராகவன் பிள்ளையும். பாப்பு சைக்கிள் மெக்கானிக் என்று சொல்லிக்கொள்வான். கடை எதுவும் கிடையாது. ராகவன் பிள்ளை, கடை பெஞ்சில் பாதிநாள் ஆணி அடித்த மாதிரி உட்கார்ந்திருப்பான்.

பாப்பு ஒரு விநாடி தேரடியில் தயங்கி நிற்கிறான். என்ன நினைத்தானோ தெரியவில்லை. தடதடவென்று படிகளில் ஏறி தேர்த் தட்டில் குதிக்கிறான்.

அயோக்கியா... என் மகளையா? டேய்... வார்த்தை குழற, வேட்டி அவிழ்ந்து புரள, ராகவன் பிள்ளை பின்னாலேயே ஓடி வருகிறான்.

தேர்த் தட்டில் வைத்து அந்தக் கொலை நடந்தது.

போலீஸ்காரர்கள் வந்தார்கள். செருப்பைக் கழற்றி ஓரமாக வைத்துவிட்டு, கூட்டத்தை விலக்கிக்கொண்டு நிலைப்படிகளில் ஏறினார்கள். பிள்ளையைக் கூட்டிக்கொண்டு போனார்கள். கோயில் கதவுகளைச் சாத்திவிட்டு, பாப்புவை அப்புறப்படுத்தினார்கள்.

ராகவன் பிள்ளை மகள் ரஞ்சிதம் தலையிலடித்துக்கொண்டு அழுதாள். அழகான சிவந்த பெண். அவள் சிரித்துப் பேசித்தான் பார்த்திருக்கிறோம். பாப்புவிடம் சற்று அதிகமாகச் சிரிப்பாள் போலிருக்கிறது. பக்கத்து வீடு என்பதால் தாசு வாத்தியாரோடும் சகஜமாகப் பேசுவாள். தாயில்லாப் பெண். அழுவதைப் பார்க்கப் பரிதாபமாக இருந்தது.

பாப்புவை அடக்கம் செய்யப் போனவர்களோடு சைக்கிளைத் தள்ளிக்கொண்டு வாத்தியாரும் போனார்.

இதெல்லாம் முடிந்து ஒரு ஞாயிற்றுக்கிழமை, தாசு வாத்தியாருடன் முத்தூருக்குப் போகவேண்டி வந்தது. எனக்கு அங்கே ஒரு காரியமுமில்லை. என்றாலும் கூடப் போனேன். போகும் போது தான் தெரிந்தது. அவருக்கும் அங்கேபோய் ஆக வேண்டியது எதுவும் இல்லை.

இரண்டு நாளைக்கு முன்னால்தான் காய்ச்சலில் விழுந்து எழுந்ததால், வேண்டாமென்று வீட்டில் சொன்னார்கள். இருந்தாலும் கிளம்பினேன்.

தாசுதான் சைக்கிளை மிதித்துக்கொண்டு போனார். பின்னால் கேரியரில் நான். மெயின் ரோடிலிருந்து விலகி, ஒற்றையடிப் பாதையில் திரும்புகிறபோது, ஏதோ சொல்ல ஆரம்பித்தார். எதிர்காற்றில், அது ஒன்றும் சரியாகக் காதில் விழவில்லை. நான், காலுக்குக் கீழே வேகமாக நழுவுகிற செம்மண் தரையையே பார்த்துக்கொண்டிருந்தேன். வாயில் இன்னும் கசப்புப் போகவில்லை.

வாத்தியார் சைக்கிளைத் திடீரென்று நிறுத்தினார். லெவல் கிராசிங்கில் நிறைய இரைச்சலோடு ஒரு நீராவி இன்ஜின் மட்டும் கடந்து போனது. இன்ஜின் சத்தம் மனத்துக்கு இதமாக இருந்தது. கருத்த, ஆக்ரோஷமான ரயில் இன்ஜின்.

'நான் ரஞ்சிதத்தை அடுத்த வாரம் மதுரையில் வைத்துக் கல்யாணம் செஞ்சுக்கப் போறேன். ரிஜிஸ்தர் ஆபீஸில் நீதான் சாட்சிக் கையெழுத்து போடணும்.'

வாத்தியார் கொஞ்சம் உரத்த குரலில் சொன்னார்:

'என்ன அவசரம் தாசு?'

'அவ முழுகாம இருக்கா!'

நான் பாப்புவை நினைத்துக் கொண்டேன்.

அந்த ஞாயிற்றுக்கிழமை அப்புறம் என்ன செய்தேன் என்று நினைவில்லை. ஆனால் அடுத்த வாரம், மதுரைக்குப் போக முடியவில்லை. பழையபடி காய்ச்சல் வந்துவிட்டது.

தேர் வந்துகொண்டிருக்கிறது. குரல்கள் சாதாரணமாக எழுந்து, இடம் பெயர்ந்த கடல் போன்று நகர்ந்து வரும் இரைச்சலில்

கலந்து, உயர்ந்து, உச்சத்தை அடைகின்றன. ஓசைக் கடலின் நடுவே, தெப்பமாகத் தேர் வருகிறது.

முதன் முதலாக, ரஞ்சிதத்தை நான் பக்கத்தில் வைத்துப் பார்த்தது ஒரு தேரோட்டத்தின் போதுதான். தேர் நிலைக்கு வந்ததும், படியிலேறி, அர்ச்சனைத் தட்டை நீட்டும் நேரம் விளக்கணைந்து போனது. பெட்ரோமாக்ஸ் கொண்டுவந்து வைக்கும்வரை காத்து இருக்கவேண்டிய அவசியம். எனக்குப் பக்கத்தில் தூக்கலாக மல்லிகைப் பூ வாசனை. விளக்கு கொண்டுவந்து வைத்த பொழுது பக்கத்தில் ரஞ்சிதம். உதட்டுக்கு மேல் பூனை மயிரும், கன்னத்தில் பருத் தழும்பும், வியர்வையும், பவுடருமாக பெட்ரோமாக்ஸ் வெளிச்சத்தில் ரஞ்சிதம் அழகாகத்தான் இருந்தாள்.

‘தெருவிலே தேரு வருது. ஜனக் கூட்டம்னா கூட்டம். அப்படி அலை மோதறது. குழந்தையை வச்சுக்கிட்டு ஒரு அம்மா மாடியில் நின்னு தேர் பார்த்துக்கிட்டு இருந்தாங்க.’

‘நாங்ககூட மாடியிலே நின்னுதான் தேர் பார்ப்போம் அக்கா.’

‘மாடியிலும் ஒரே கூட்டம் நெருக்கித் தள்ளுது. தேரு, வீட்டு வாசலுக்கு வந்துடுத்து. குழந்தையை இடுப்பிலே வச்சுக்கிட்டு அந்தம்மா விளிம்பிலே நின்னு பார்த்துக்கிட்டு இருந்தாங்களா? திடீர்னு குழந்தை கை தவறி கீழே விழுந்துடுச்சு. தேருக்கு முன்னாடி குழந்தை கிடக்கு.’

‘தாசு இருக்காரா?’

‘வாங்க. முத்தூருக்குப் போயிருக்கார்.’

‘என்ன விசயமா?’

‘ஆபரேஷனுக்கு ஆள் பிடிக்கணுமாம். முப்பத்தொண்ணாம் தேதிக்குள்ளே ரெண்டுபேரைக் கூட்டிவரச் சொல்லியிருக்காங்க. தலையாரி மூலமா யாரையாவது பார்க்கலாம்னு போயிருக்கார்.’

‘நேத்து சொல்லிக் கொடுத்த பாடத்துக்கெல்லாம் ரெஸ்பான்ஸ் ஷீட் எழுதிட்டீங்களா?’

‘இவன் எங்கங்க எழுதவிடறான்? ராத்திரியாச்சுன்னா நைநைன்னு அழ ஆரம்பிச்சுடறான். ஏதோ கொஞ்சம் எழுதியிருக்கேன்.

எடுத்துட்டு வரேன். தங்கம், நீ போய்ட்டு சாயந்தரம் வர்றியா? மீதிக் கதையைச் சொல்றேன்.'

'இப்பவே சொல்லுங்க அக்கா.'

'நான் டியூஷன் படிக்கணுமே.'

'ஐயய்யே... நீங்க பள்ளிக்கூடத்துக்கே போகலியே.'

'வீட்டிலேயே இருந்துக்கிட்டு படிச்சுப் பரீட்சை எழுதப் போறேன்.'

'எந்தக் கிளாசு?'

'பி.ஏ.'

'அப்படின்னா எத்தனாங் கிளாசு?'

'பதினாலாங் கிளாசு. நீ சாயந்தரம் வர்றியா? அட.... பிள்ளை அழறான் பாரு. கண்ணுல்லே, கொஞ்சம் வெளியே தூக்கிட்டுப் போய் வேடிக்கை காட்டுறியா? நான் படிச்சுட்டு வந்துடறேன்.'

'இதான் உங்க சாரா?'

'ஆமா.'

ரெஸ்பான்ஸ் ஷீட்டைப் புரட்டினேன்.

'ஏங்க சிரிக்கிறீங்க?'

'ஆர்கனிசம்'னு எழுதறதுக்கு வேறென்னவோ எழுதியிருக் கீங்களே?'

'இப்படி எழுதினா வேறே அர்த்தமா?'

வாத்தியார் சைக்கிளை மேலே ஏற்றி திண்ணையில் வைத்து விட்டு வந்தார்.

'ரஞ்சிதம் எப்படிப் படிக்கிறா?'

'நல்லாவே!'

'ஒரேயடியா பிகு பண்ணிக்கிட்டியே... சொல்லிக் கொடுக்க முடியாதுன்னு.'

‘பழக்கமில்லைன்னுதானே மாட்டேன்னேன்.’

‘ஆரம்பிச்சாதானே பழக்கம் வரும். என்ன ரஞ்சி, சரிதானே?’

‘நீங்க போன விசயம் என்ன ஆச்சு?’

‘முடிஞ்சுது ஒரு வழியா. இந்தா, ராமுக்குக் கொடு. நீயும் எடுத்துக்க.’

‘உங்களுக்கு?’

‘நமக்கு இனிப்பெல்லாம் ஒத்துக்காதுப்பா.’

திருநெல்வேலி அல்வா நாக்கில் ஒட்டினாலும் நன்றாகத்தான் இருந்தது.

தேர் தெருவை அடைத்துக்கொண்டு அசைந்து வருகிறது. அசைத்து அசைத்து, அடிப்படைகளைக் கெல்லிக் கிளப்பியாகி விட்டது. மறுபடியும் நிலைதான் இலக்கு. இயக்கமெல்லாம் நிலைப்படுத்துவதற்கே. நிலைப்பட்டது எல்லாம் இயக்கத்தை எதிர்நோக்கியே. இது சீராக நடைபெறவேண்டி இருக்கிறது. நடுவில் நிகழ்கிற எந்த அசம்பாவிதமோ, தவறோ தாங்கிக் கொள்ளக் கூடியதல்ல. முக்கியமாக தேர் வழியில் நின்றுவிடக் கூடாது. அதிலும் வீட்டு வாசலில்.

‘என்ன டியூஷனா?’

விறகுக் கடைக்காரர்தான் கேட்டார்.

இவருக்கென்ன வந்தது.

‘கைக் குழந்தையை வச்சுக்கிட்டு என்னத்தைப் படிச்சு பரீட்சை எழுதப் போறா?’

‘எழுதிடுவாங்க.’

‘ராகவன் பிள்ளையைப் போய்ப் பார்த்தாளாமா? வேலூர்லே தானே வச்சிருக்காங்க?’

‘எனக்குத் தெரியாது.’

‘கொளந்தை யாரைக் கொண்டிருக்கு? அப்பாவையா, அம்மாவையா?

‘அப்பாவை.’

‘அப்போ வாத்தியார் ஜாடை இல்லேன்னு சொல்லு. சரி அது எப்படியோ போகட்டும். உன் தோஸ்த்தை உள்ளே போய் படுத்துக்கச் சொல்லுப்பா. கயத்துக் கட்டிலைப் போட்டுக்கிட்டு ராப்பூரா வாசல்லேயே கிடக்கிறானே.’

தேர்ச் சகடைகள் கடகடத்துத் தெரு முனையில் திரும்புகிற சத்தம். திருப்பத்தில்தான் போஸ்ட்மாஸ்டர் வீடு. வராந்தாவைக் கடந்து, கூடம் வரை வடங்களோடு நுழைந்து, இழுத்து வலிக்க, தேர் திசை திரும்பும். அத்தனை பெரிய ஜனக் கூட்டம் சுவாதீனமாக வீட்டில் நுழைவதோ, பத்து நிமிஷத்தில் அந்த இடம் ஒன்றுமே நடக்காதது போல, திரும்ப வெறுமையாகப் போய்விடுவதோ வருஷத்துக்கு ஒருமுறை மட்டுமே நடக்கக் கூடியது. போஸ்ட் மாஸ்டர் எப்போதோ ரிடையராகி விட்டார். பக்கவாதத்தோடு மனைவி படுக்கையறையில். அவர் வெளியே போவதே அபூர்வம். அந்த வீட்டுக் கதவுகளும் அபூர்வ மாகத்தான் திறக்கும். தேர் வரும்முன் வாசற்கதவை விரியத் திறந்து வைத்துவிட்டு கண் மறைவாகப் போய் விடுவார். முன் பெல்லாம் கூடத்தில் ஜெர்மனி சுவர்க் கடியாரமும், மர ஷெல்பில் பூஜாடிகளும் வைத்திருப்பார்கள். சென்ற வருஷம் தேரோட்டத் தில் வெளியூர் ஆள்களும் நிறையக் கலந்து கொண்டார்களாம். அது என்னமோ தெரியவில்லை; வடங்கள் நுழைந்து திரும்பிய போது, வீட்டிலும் சில பொருட்கள் காணாமல் போயிருந்தன. எல்லாம் வெளியூராட்கள் வேலை என்று தீர்மானமாகச் சொல்லப்பட்டது. போஸ்ட் மாஸ்டரும் போகிறது என்று விட்டுவிட்டார். அந்த மாதிரியான பூஜாடி, துண்டு துண்டாகச் சிதறிக் கொஞ்ச நாள் கழித்துக் கோயில் வாசலில் கிடந்தது.

‘தாசு இருக்காரா?’

‘இல்லையே... காலையிலேயே எழுந்திரிச்சி, கிராமத்துக்குப் போயிருக்கார்.’

‘என்ன விசேஷம்! தேரும் அதுவுமா?’

‘நிலத் தகராறுன்னு தலையாரி வந்து கூட்டிக்கிட்டுப் போனார். சாயந்தரம் வரேன்னு சொன்னார்.’

‘பிள்ளை எங்கே?’

‘அழுதான்னு கூடவே கூட்டிக்கிட்டுப் போயிருக்கார்.’

‘சரி, நான் அப்புறம் வரேன். நீங்க படிங்க.

‘உள்ளே வந்துட்டுப் போங்களேன். ஏன் இப்படி ஓடிக்கிட்டே இருக்கீங்க?’

‘பாடத்திலே இன்னும் சந்தேகம் இருக்கா?’

‘நிறையப் புரியலை. ஓ.ஆர்.ஜி.எ.எஸ்.எம். அப்படின்னா என்னங்க?’

‘அது வேணாங்க, அசிங்கம், நான் அப்புறம் வர்றேன்.’

‘அட... உள்ளதான் வந்து காபி சாப்பிட்டுப் போங்களேன். அர்த்தம் கேட்கலை.’

‘விளக்கு இல்லை போலிருக்கே.’

‘நான் அணைக்கலை. தானாப் போயிடுத்து. கயத்துக் கட்டில் வழியிலே கிடக்கு. பாத்து வாங்க. இது என்ன செண்ட் போட்டிருக்கீங்க?’

ஜனசமுத்திரம் கூச்சலிடுகிறது. தேர் வடங்களை வலிமையான கரங்கள் பற்றி இழுத்து வருகின்றன. நிலைக்குப் போகிற சந்தோஷமும், எல்லாம் முடியப் போகிற வருத்தமும் எல்லோருக்கும். வாசலில் தேர் வந்துவிட்டது. வடங்கள் திரும்புகின்றன. வாத்தியக்காரர்கள் ஜன்னலில் வந்து ஊதுகிறார்கள். மைதுனச் சிற்பங்கள் பெரிதாகின்றன. தேர் போன பிறபாடுதான் விளக்கு வரும் போலிருக்கிறது.

குரல்கள், ஒரு சேர கைகளை வலிமையுடையவையாக்கின. பொங்கிப் பிரவகித்த சக்தியை முழுமையாக உள்வாங்கிச் சகடைகள் அசுர வேகத்தில் தரை நழுவ நகர்ந்தன. எதிர்ப்பட்டதை எல்லாம் தூளாக்கி எறியும் வேகத்தின் முன் எதுதான் நிற்க முடியும்? நிலையையும் முட்டித் தகர்த்துவிடும் வேகம். தகர்த்த பின்னே? தேர்நிலை ஒரு பின்னணிதான். உறைந்த இயக்கத்தின் பின்புலம். நாடகம் போடும் படுதாக்களைப் போல. திரைகளும், படுதாக்களும் இல்லாமலும் நாடகம் நிகழக்கூடும். பரந்த வானின் கீழ், கண்ணுக்கெட்டிய தூரம் கள்ளிச்செடிப் புதர்கள் அடர்ந்த தரிசு நடுவே நிற்கும் தேர். தேர்த்தட்டு முழுவதும்

உள்ளான் குருவிகள் கிறீச்சிடுகின்றன. வெட்டவெளியில் பௌருஷத்துக்கு இலக்கணமான ஆண் நிர்வாணமாக நின்று வெறிப்பது போல் தேர் நிற்கிறது. நிலை பின்னணி இல்லை. அது ஒரு ஆடை. கம்பீரமான நக்னத்தைக் காயப்படுத்தும் மறைப்பு.

சகடைகள் ஆக்ரோஷமாக முனகுகின்றன. முட்டுக்கட்டை போடப்பட்ட சத்தம். நயினார் சக்கரத்தின் அடியிலிருந்து கண நேரத்தில் தலையையும் முட்டுக் கட்டையையும் நகர்த்த, அவர் தலையைக் குறி வைத்து விரைந்த சக்கரங்கள், தரையைத் தேய்த்து, உராய்ந்து, அழுத்தி ஏமாற்றங் கொள்கின்றன. நயினார் கூட்டத் தோடு கலந்து, சம்பந்தமே இல்லாதது போல் தேரைப் பார்க்கிறார்.

வாத்தியார் வந்தபோது விளக்கு வரவில்லை. நான் சைக்கிளைத் தள்ளிக்கொண்டு மெல்லப் படியிறங்கிப் போனேன்.

தாரை தப்பட்டைகளின் ஒலி அதிகமானது. புத்தகத்துக்கு நடுவே மரவட்டை ஊர்ந்தது. எழுத்துகள் ஒவ்வொன்றாக இணைய, இந்த விநோதமான பூச்சி கீழே இறங்கிப் போனது. கொம்பு வாத்தியங்கள் ஒருசேர முழங்கின. சுற்றுப்புறம் அதிர்ந்து அசைந்தது.

ஒரு புள்ளி மட்டும் எங்கிருந்தோ ஆரம்பிக்கிறது. சுற்றிலும் சாம்பல் வர்ணத்தில் மசமசவென்று பின்புலம். முகங்கள் எதுவும் தெளிவில்லாமல் குரல்கள் கேட்டுக் கொண்டிருந்தன. எல்லோரும் ஓடிக் கொண்டிருக்கிறார்கள். புள்ளியாகத் தெரிந்தது ஒரு அரிக்கேன் விளக்கு. அதைக் கையில் தாழப் பிடித்துக்கொண்டு விறகுக் கடை நாயக்கர் லங்கோட்டோடு நடந்து போகிறார். வாசலில் கட்டில் போட்டுப் படுக்காதே. முனியோட்டம் இருக்கு. உள்ளே போ என்கிறார். காட்சி குழம்பிப் போய், ஒரு ஊர்வலம். புது வேட்டியை நனைத்து, உயர்த்திப் பிடித்துக் கொண்டு வருகிறார்கள். வாத்தியார் இறந்து போய்விட்டார். பெண்கள் எல்லாம் தண்ணீர் குடத்தோடு வருகிறார்கள். ரஞ்சிதம், கையில் அர்ச்சனைத் தட்டோடு பின்னாலேயே வருகிறாள்.

'ரஞ்சி, நீ என்னைக் கல்யாணம் செஞ்சுக்கறியா?'

'என் வீட்டுக்காரரைக் கேட்கணும்.'

'வாத்தியார்தான் போய்ட்டாரே? கயத்துக் கட்டிலை உள்ளே கொண்டுவந்து போடட்டா?'

'பரீட்சை முடியட்டும்.' பின்னாலிருந்து தள்ளுகிறார். வீட்டு மாடியிலிருந்து பேரைச் சொல்லிக் கூப்பிடுகிற சத்தம். 'ராமு, ராமு' தாசு வாத்தியார்தான். சைக்கிளோடு எப்படி மாடிக்கு ஏறினார்? பக்கத்தில் குழந்தையோடு ரஞ்சிதம். பக்கத்தில் யாரிடமோ நான், 'வாத்தியார் தேருக்கு முன்னே விழப் போறார்' என்கிறேன். அது விறகுக் கடைக்காரர். 'தாசுப்பிள்ளை உம்ம சாயல்' என்கிறார் அவர். ரஞ்சிதம் விளிம்பில் நின்று இடுப்பில் குழந்தையுடன் எட்டிப் பார்க்கிறாள். 'ராமு, ராமு' வாத்தியார் சத்தம் போடுகிறார். சீக்கிரம் வா... இங்கே இருந்து எல்லாம் நல்லாத் தெரியுது.' - தேர் நெருங்கி வருகிறது.

புரண்டு புரண்டு படுத்தேன். புழுக்கமான ராத்திரி. வாசலில் தேர் வந்துவிட்டது. 'ராமு, ராமு' வாசலில் நிற்காதே. போ... நல்ல சகுனமில்லை.'

'ராமு, ராமு...'

விழித்துக் கொண்டேன். வாத்தியார் கீழேயிருந்து கூப்பிடுகிறார். மாடியிலிருந்து எட்டிப் பார்த்தேன். சைக்கிளை வைத்துக் கொண்டு வாசலுக்கு நடுவே கருப்பண்ணசாமி மாதிரி நிற்கிறார்.

'ராமு, கொஞ்சம் கீழே வா.'

தெருவிளக்கின் நீளமான நிழல், தரையில் குறுக்காக விழுந்து கிடந்தது.

'ராமு ஒரு நிமிஷம் கீழே வாயேன். உன்கிட்ட கொஞ்சம் பேசணும்.'

'ரஞ்சிதத்தைப் பார்த்தியா?'

தாரை தப்பட்டைகள் படபடத்தன. பூஜாடிகள் நொறுங்கின. தேர்ப்படிகளில் தாவியேறி, பின்னால் வேட்டி அவிழ்ந்து புரள, வாத்தியார் வரப்போகிறார்.

'காலையிலிருந்து காணலை. உனக்குத் தெரியுமோன்னு நினைச்சேன்.'

'சத்தியமாத் தெரியாது.'

திடீரென்று அழ ஆரம்பித்தார். ராத்திரியின் நிசப்தத்தைக் கிழித்துக் கொண்டு, விம்மல்கள் வெடிக்க, சன்னமான குரலில்

உடைந்து போனார். தெரு நிசப்தமாக இருந்தது. கீழே லாந்தர் அசைய, விறகு வண்டி ஒன்று கடகடத்துக்கொண்டு போனது. நான் சாவதாகக் கற்பனை செய்தேன்.

'உன்மேல் எனக்குக் கோபம் ஒன்றும் இல்லை.'

நான் செத்துப் போனேன்.

இரைச்சல் மிகுந்தது. கதவுகளும் தூம்தூமென்று அதிர்ந்தன. சுடரில் பெட்ரோமாக்ஸின் நிழல்கள் வரிசையாக நகர்ந்தன. குரல்கள் வெளியிலிருந்து நீண்டு வருடின, உலுக்கி எழுப்பின, மிரட்டின, வசியம் செய்ய முனைந்தன. நான் ஒரு துரும்பாக வாசலுக்கு இழுக்கப்பட்டேன். அறையெங்கும் குரல்வெள்ளம் பிரவாகித்தது. மேலே மேலே எழும்பி, மூச்சுத் திணற வைத்தது. கொம்பு வாத்திய ஒலிகள் சூழ்நிலையின் இறுக்கத்தை மிகைப் படுத்தி பயங்கொள்ள வைத்தன. வந்துவிடு, வெளியே வந்து விடு... எதிர்ப்பட்டதை நசுக்கி எறியும் விபரீத வேகத்தோடு ராட்சதத் தேர் நெருங்கி வருகிறது. தலைவணங்கு. உன் வாசலை நீங்கும்வரை பதைபதைத்துப் பார்த்துக் கொண்டிரு. நின்றுவிடக் கூடாது. ராத்திரியில் கண் விழிக்க வேண்டும். வாசலை அடைத்துக்கொண்டு, என்னை சுவாசிக்க வொட்டாமல், வெளியே நட்சத்திரங்களைப் பார்க்கவொட்டாமல், நல்ல காற்றை அனுமதிக்காமல், வரப்போகும் துக்கத்தின் அறிகுறி யாக தேர் நிற்க வேண்டாம். அது நிலைக்குப் போகட்டும். சுபாவமாக நிற்கட்டும். திருப்பங்களில் சரியாகத் திரும்பி, அச்சு களும் சக்கரங்களும் பழுதுபடாது, ஆடி அசைந்து, நிலையை அடையட்டும். நிலைக்கு அப்புறம் துக்கமில்லை. பயமு மில்லை. மைதுனச் சிற்பங்கள் அங்கே தெளிவாகக் கண்ணில் படும். நான் கூச்சப்படாமல் முழுவதும் பார்ப்பேன். தேர்த்தட் டில் நானும் ஏறுவேன். பார்த்து, பார்த்து ஏறு.

தேர் வாசலுக்கு வந்தே விட்டது.

7. பலகை

கேசவப் பணிக்கர். அவரைப் பார்க்க வேண்டும். தோளில் மாட்டியிருக்கிற பிளாஸ்க்கின் வார் நழுவி முழங்கைக்கு வராமல் அவ்வப்போது அதை மேல் நோக்கி நகர்த்திக் கொண்டிருக்க வேண்டும். மேலும் நடந்துபோக வேண்டும். மாதவனுக்கு இதுதவிர உலகில் வேலையேதும் இல்லை. என்றாலும் உலகம் சுற்றிக்கொண்டிருக்கிறது. தூசி தட்டிய பூகோள உருண்டையை அவ்வப்போது கையால் சுழற்றிக் கொண்டு, மேலே எச்சில் தெறிக்க அய்யங்கார் பாடம் நடத்தியபோது சொன்னபடிக்கு இடவலமோ வலஇடமோ, இந்த இயக்கம் சற்று நேரத்தில் நின்று விடலாம். அதற்குள் செய்ய வேண்டியதெல்லாம் பணிக்கரையும் பிளாஸ்க்கையும் குறித்துத்தான்.

சாயங்காலம் மெல்ல இருட்டிக் கொண்டிருந்தது. பிளாஸ்க் உள்ளே ஒன்றும் இல்லாமல் லொட லொட என்று ஆடியது. கிளம்பி வெகுதூரம் நடந்து வந்த பிறகுதான் பிளாஸ்க்கைத் தோளில் மாட்டி இருந்ததை உணர முடிந்தது. ஒரு கணம் அதிர்ந்து நின்றுபோய்

அப்புறம் தொடர்ந்தபோது கண் நிறைந்து போனது. மடித்துக் கட்டிய வேட்டியும், கன்னத்தில் வழியும் கண்ணீருமாக அந்தப் புறநகர்த் தெருவில் நடந்தபோது, பொது இடங்களில் நடமாட்டம் குறித்த எந்த நாகரீக விதிமுறைகளுக்கும் நினைவில் இடம் இல்லை. எல்லோருக்கும் எல்லாம் தெரியும். இந்தச் சோகமும் துக்கமும் பற்றி அவர்களாகவே அறிந்திருப்பார்கள். கல்யாணியை ஆஸ்பத்திரியில் வந்து பார்த்துவிட்டுப் போனவர்கள் எத்தனை பேர்? கையில் இரண்டு ஆரஞ்சு பழங்களோடு வந்து, குரலில் கரிசனம் காட்டி, விண்ணென்று சுற்றிச்சுற்றி வரும் மலையாளி நர்சுகளை மிக அருகாக உன்னிப்பாகப் பார்த்து, டாக்டர் சொன்னபடி நடந்தால் எல்லாம் சரியாகி விடும் என்று சமாதானமும், 'என்ன உதவி வேணுமானாலும் கேளுங்கள்' என்று உபசாரமும் சொல்லிவிட்டு, உடனடியாக வறுத்து அரைத்த காபிக் கொட்டையோ, முட்டைக்கோசோ வாங்கிக்கொண்டு வந்த பையோடு, பஜார்ப் பக்கம் நடந்து போனவர்கள் ஏராளம். கல்யாணியை ஒரு உடலாக மாத்திரம் கொண்டு வந்தபோது, வாசலில் கூடிக் கலைந்து போனவர்கள் நிறைய. ஹிண்டு ஸ்போர்ட்ஸ் பேஜில் 'கல்யாணி, ஒய்ப் ஆஃப் மாதவன் எக்ஸ்பயர்டு ஆன்' விளம்பரம் பார்த்து வந்துவிட்டுப் போனவர்களாகவும் இருக்கலாம். எல்லோருக்கும் தெரியும். தெருவில் தினசரி போத்தி ஹோட்டல் காபியும் பூவரச இலையில் பொதிந்த இட்லியுமாக ஆஸ்பத்திரியை நோக்கி நடந்தபோது சுட்டிக்காட்டி, தெரிந்தவர்கள் தெரியாதவர்களிடம் கிசுகிசுத்திருக்கலாம்.

மூன்று மாதமாக பிளாஸ்க் ஓர் அத்தியாவசியப் பொருளாக மாறி இருந்தது. வெந்நீர், காபி, பால் இதில் ஏதாவது கொண்டு போக வேண்டிய அவசியம், ஒவ்வொரு முறை வீட்டைவிட்டு இறங்கும்போதும் நேரிட்டது. பழக்க வசத்தில் செருப்புகள் நுழைகிற கால்களோடு, கூடத்துச் சுவரில் மாட்டி இருந்த பிளாஸ்குக்காகக் கைகள் நீளுவதும் அனிச்சையாகிப் போனது. நேற்றைக்குச் செருப்பில்லை. வெறுங்கால்கள் தகித்தாலும் உணர்ச்சி மரத்துப் போக, கையில் தீச்சட்டியுடன் மாதவன் முன்னே நடந்துபோக, அந்தச் சிறிய ஊர்வலம் கடைவீதி நெரிசல்களையும், பஸ்ஸுக்காகக் காத்திருப்பவர்களையும், நிறுத்தாமல் ஒலி எழுப்பிக் கொண்டு விரைந்து போன கார்களையும் கடந்து போனது. கடைசியில் கல்யாணி,

நாலுபேர் தோளில் சிவப்புப் புடைவையும் அவசரமாக முகத்தில் அப்பிய குங்குமமும் ரோஜாப்பூ மாலையுமாக ஆடிஆடி வந்து கொண்டிருந்தாள்.

‘மாப்பிள்ளை ஜானவாசத்துக்கு ரெடியா?’

‘நான் வேண்டாம்னு முன்னாலேயே சொல்லியிருந்தேனே!’

‘ஒரே ஒரு நாள்தான். எங்க மனுஷா எல்லாம் ஆசையா இருக்கா...’

‘அவங்களை வேணா இந்தக் காரிலே போகச் சொல்றது தானே.’

பஸ்ஸில், காரில் போகிறவர்கள் எல்லாம் கேலியாக பார்த்துக் கொண்டுபோக, பக்கத்தில் மூக்கை உறிஞ்சிக்கொண்டு குழந்தை கள் ரகளை செய்ய, நடுத் தெருவில் காரில் ஊர்ந்து கொண்டு அந்த ஊர்வலம் நடக்கவில்லை.

கூடச் சேர்ந்து புத்தகம் போட்ட போஸ்ட் ஆபீஸ் நண்பர்கள் இது புரட்சிதான் என்று திட்டவட்டமாக அறிவித்து, பாராட்டி விட்டுப் போனார்கள். நேற்றைக்கு வந்து மௌனமாகக் கையை அழுத்திப் போனார்கள். ‘நண்பனின் மனைவி இறந்தபோது’ என்ற புதுக்கவிதை அடுத்த மாதம் எந்தப் பத்திரிகையிலாவது வரலாம்.

‘வடக்குப் பார்த்து நமஸ்காரம் பண்ணிட்டு இதைக் கையில் பிடிச்சு, திரும்பிப் பார்க்காம நடங்கோ.’

தீச்சட்டி கனன்று எரிய யாரோ விசிறியபடி வந்தார்கள். கை நாளங்கள் முறுக்கேற, சட்டி நழுவி விடாமல் கவனமாக நடந்த போது, கல்யாணி சொல்கிற மாதிரி இருந்தது - ‘சித்த மெதுவாத் தான் போங்களேன். உங்க ஓட்டத்துக்குச் சரியா என்னாலே வர முடியலை.’

‘ரொம்ப வீக்காக இருக்காங்க. இப்ப கர்ப்பம் தாங்கறதே கஷ்டந்தான். ஜாக்கிரதையா இருக்கணும். நெறைய ரெஸ்ட் வேணும். டானிக் எல்லாம் எழுதித் தரேன்.’

‘டெலிவரி சமயத்துலே கஷ்டம் எதுவும் இருக்குமா?’

‘இருக்கக் கூடாதுங்கறதுக்காகத்தான் இந்த முன் ஜாக்கிரதை எல்லாம். நீங்க எங்க வேலையா இருக்கீங்க?’

‘பேங்க்கிலே.’

‘எனக்கு லேபரடரி வைக்க லோன் அப்ளை பண்ணினால் சாங்ஷன் ஆகுமா?’

‘தெரியலை. முன்னே மாதிரி இல்லே இப்போ எல்லாம். அடுத்தாப்பலே எப்ப வரணும்?’

அடுத்தாற்போல் வரவேண்டியதில்லை என்கிறதுபோல எல்லாம் முடிந்துவிட்டது.

‘நேரமாயிடுத்து, இன்னிக்கு பாடியை வாங்கிண்டு போய் வீட்டுலேதான் வச்சாகணும். சம்ஸ்காரம் காலம்பறந்தான் முடியும். இதிலே ஒரு கையெழுத்துப் போடுங்க.’ - இயந்திர மாகக் கையெழுத்து போட்டான்.

கல்யாணி சுத்தமாக உடை உடுத்தி இருந்தாள். அழக்கூட சக்தி யில்லாது மாமியார் விம்மினாள். ‘மாப்பிள்ளை, என் பொண்ணை இதுக்கா உங்ககிட்டே ஒப்படைச்சேன்?’ மாமனார் அவன் வாயைப் பொத்திவிட்டுத் தானும் அழுதார். மாதவனின் மனம் முழுவதும் வெறிச்சோடிப் போக, தன்னையே ஒரு பார்வையாள னாக உணர்ந்து கல்யாணியையே பார்த்துக்கொண்டு நின்ற போது, ஆஸ்பத்திரிச் சிப்பந்திகள் அழுதவர்களை மெதுவாகப் பிடித்து அழைத்துப் போனார்கள். மார்ச்சுவரி வண்டிக்கு உடலை எடுத்துப்போக ஸ்ட்ரெட்சரைத் தள்ளிக்கொண்டு வந்தவர்கள் அவன் காலை மிதித்துக் கொண்டுபோய், கல்யாணியைத் தூக்கிக் கொண்டார்கள்.

வியர்வை நாற்றம். ஊதுபத்தி நாற்றம். ஆஸ்பத்திரியிலிருந்து அள்ளி அடைத்துக்கொண்டு வந்ததில், டெட்டால் பாட்டில் கொட்டிய மேல்துண்டு குறுக்கே கிடந்த வெற்று மேலுடம்பி லிருந்து ஆஸ்பத்திரி நாற்றம். கைப்பையில் நாநூற்றுச் சில்லறை யும், மெடிக்கல் ஷாப் பில்களும், சின்னச் சின்ன பொட்டலங் களாய் ஏதேதோ கோயில் விபூதிகளும். டிபன் கேரியர் பிசுக்குப் பிடித்து.

- நாக்கு உலர்ந்து, தலைமயிர் வறண்டு தலையணை முழுக்கப் பரந்து கிடக்க கல்யாணி ஈனஸ்வரத்தில் கேட்பாள் ‘சாப்பிட் டேளா?’

அவளுக்கு நேரமும் நாளும் கூடத் தெரியாத அந்தக் கடைசி நிமிஷங்கள். எல்லாக் கோயில் விபூதிகளும் அந்த நெற்றியில் இட்டு அப்பி, திரும்பத் திரும்பத் துடைத்து நெற்றியே வெளிர் சாம்பல் நிறமாக.

'பக்கத்து வீட்டு மாமி பால் வாங்கப் போகும்போது கேக்கிறா - அது எப்படி உனக்கு மட்டும் குங்குமப் பொட்டு விடிகாலை யிலே கூட தீத்தாமக் கச்சிதமா நிக்கறது? சேர்ந்துதானே படுத்துக் கறேள்?' முந்தா நாள் ராத்திரி கல்யாணி மட்டும் வீட்டுக் கூடத்தில் விளக்கெல்லாம் எரியப் படுத்திருந்தாள்.

கொடுத்த பணத்தை பட்டை பெல்டில் முடிந்துக்கொண்டு, நேற்று காலையில் மூங்கில், தென்னை ஓலையோடும், அதைப் பின்ன ஆள்களோடும் புரோக்கர் வந்தபோது - கல்யாண புரோக்கர் போல இவன் சாவு புரோக்கர் - கல்யாணியைக் குளிப்பாட்டி நெற்றியில் குங்குமத்தை அப்பினார்கள். 'சார் எங்கே இந்தப் பக்கம்?' - குரல் கேட்டுத் திரும்ப, சாவு புரோக்கர்தான். இவனுக்கு நூறு வயசு.

'நாளைக்கு இளநீருக்கும், தென்னங் குருத்துக்கும் ஏற்பாடு பண்ணிட்டேன். சாஸ்திரிகளைக் கூட்டிண்டு காலம்பற வந்துடறேன். ஆறு மணிக்குக் குளிச்சுட்டு ரெடியாயிடுங்கோ. வரட்டுமா?'

இவனுக்கு சாவு என்பது தொழில்ரீதியான பத்துநாள் அல்லது மூன்று நாள் காரியம். காலையில் அஸ்தி கரைக்கப் போன சாஸ்திரிகள் வந்து சேரவில்லை. வியர்த்து விறுவிறுத்து, சைக்கிள் கேரியரில் ஒரு கால் ஊனமான சாஸ்திரிப் பையனுடன் வந்து இறங்கிய புரோக்கர் அவனை 'அங்கே உட்காருடா' என்றான். 'பிரம்மஹத்தி, மந்திரம் சொல்லித் தொலையேண்டா. கிருஷ்ணா, நீ பொம்மை பண்ணு.' - புரோக்கர் பரபரவென்று அலைய, மணலில் ஒரு பொம்மை உருவானது. அதுதான் கல்யாணியாம். 'வாயிலே சாதம் போடுங்கோ.'

- 'பீச்சிலே பேல்பூரி சாப்பிட்டாகணும்னு எங்கேயாவது எழுதி வச்சிருக்கா என்ன? தட்டிலே எல்லாம் மண்ணு வந்து விழறது. காசும் கொடுத்து மண்ணும் திங்கணுமா?'

கல்யாணி, கல்யாணி... இந்தப் புழுதியில், ஓட்டைச் சிரட்டையில், வேக விடுகிறேன் என்று பெயர் பண்ணி இவன்

எடுத்துக் கொடுத்த மண்ணும் தண்ணீரும் அரிசியும்தான் உனக்கு விதிக்கப்பட்டதா? இந்த அஸ்திக்கு மேல் யாரோ ஒருத்தன் சிரங்குக் கையோடு மண்ணைக் கட்டி நிறுத்திய பொம்மைதான் நீயா? சின்னதும் பெரிசுமாய் பளீரென்று வெள்ளையாக, அஸ்திச்சூடு அடங்காது கையில் சுடுகிற எலும்புதானா நீ? குடமும் குடத்துக்குள் பாலும், பாலில் கரைகிற சாம்பலுமாக சமுத்திரக் கரையில், உள்ளே உள்ளே உள்ளே இறங்கி நடந்து மேல் துண்டால் அணைத்த குடத்தை வந்த அலையில் மூழ்கவிட, கல்யாணி ஒரு கணத்தில் கரைந்து, காலில் ஒரு சின்ன எலும்பாக மட்டும் முட்டி, அடுத்த கணம் சிதறிப் போனாள்.

'சார் இங்கே கல்யாணின்னு ஒரு இண்டர்கார்டன் ஸ்கூல் டீச்சர் வீடு தெரியுமா?' - ஒரு ஸ்கூட்டர்காரன் நிறுத்தி விசாரித்தான். மாதவன் ஒரு விநாடி ஸ்தம்பித்துப்போய் அவனைப் பார்த்துக் கொண்டிருந்தான்.

கல்யாணி. இந்தப் பெயரில் இந்த க்ஷணத்தில் லட்சம் பேர் சுவாசித்துக் கொண்டிருக்கிறார்கள். சமைத்துக் கொண்டோ, டெலிவிஷன் பார்த்துக் கொண்டோ, ஆபீஸிலிருந்து வந்த களைப்புத் தீர குளித்துக் கொண்டோ, குழந்தைக்கு எட்டாம் வாய்ப்பாடு சொல்லிக் கொடுத்துக் கொண்டோ - இருக்கட்டும். எல்லோரும் நலமாக இருக்கட்டும்.

இதோ, இந்த வீடுதான். ராஜரத்தினத்தோடு இரண்டு வருஷத்துக்கு முன்னே ஒரு தடவை வந்திருக்கிறான். அவன்தான் கேசவப் பணிக்கரைப் பற்றிச் சொன்னான். இதே மாதிரி முன் ராத்திரி நேரந்தான். தெருவிளக்குக் கம்பத்துக்குப் பக்கத்தில் ஈசிசேர் போட்டு ஒரு கிழவர் தலையைத் திருப்பாமலேயே பின்னால் சுட்டி வழிகாட்டினார். பணிக்கர் எர்ணாகுளம் போயிருந்ததாக அப்போது வீட்டில் சொன்னார்கள்.

தெருவிளக்குக் கம்பத்தின் கீழே குழந்தைகள் ஏக இரைச்சலோடு விளையாடிக் கொண்டிருந்தார்கள். ஈசிசேர் கிழவர் இன்னமும் இருக்கிறார். வயதானவர்கள் ஆசீர்வதிக்கப்பட்டவர்கள். அவர்கள் ஈசிசேரும்.

வாசல் நடையில் ஒரு பெண், தூளியை ஆட்டியபடி ஒரு முக்கல் முனகல் சினிமாப் பாட்டை முணுமுணுத்து குழந்தையைத் தூங்க வைக்க முயற்சி பண்ணிக்கொண்டிருந்தாள். மாதவனைப் பார்த்ததும் பாட்டு நின்றது. 'இந்தப் பாட்டை இவன் கேட்டிருப்

பான்' என்று பட்டதாலோ என்னமோ கொஞ்சம் சிடுசிடுத்த குரலில் 'யார் வேணும்?' என்றாள்.

'கேசவப் பணிக்கர்.'

'உள்ளே இரண்டாங் கட்டில் முதல் வாசல்படி.' - அவள் துணியை ஒதுக்கி இவன் போக வழி ஒழித்துக் கொடுத்தாள். துணிக்குக் கீழே இருந்த மாதாந்திர நாவலை மிதித்துக்கொண்டு உள்ளே போகும்போது தூளிக் குழந்தை வீரிட்டது.

'செருப்பை, கதவோரம் விட்டுடுங்க' - அந்தப் பெண்தான்.

கதவுப் பக்கத்தில் பெரிய செருப்புக் குவியல். முற்றத்தில் அம்பாரமாகக் குவிக்கப்பட்டிருந்த பாத்திரங்களைத் தாண்டி இரண்டாங் கட்டில் கால் வைத்தபோது, சடாரென்று மின்சாரம் நின்று போனது.

'ஊறுகாய் ஜாடியை மூடுடி. மோர்க் கச்சட்டியை ஓரமா நகர்த்தி வை. சே... தினம் இதே தொந்தரவாப் போச்சு. சாப்பிடற நேரம் பாத்து அணைச்சுடறான். லைட்டு வந்தப்புறம்தான் தோசக் கல்லை அடுப்பிலே போடுவேன். அழாம இருடி சனியனே.'

எல்லார் வீட்டிலும் சாப்பிட்டுக் கொண்டிருக்கிறார்கள். பரிச்சய மில்லாத, பசியோடு இருக்கிற ஜனக்கூட்டத்துக்கு நடுவே இருட்டில் சாப்பாட்டு வாடையை நுகர்ந்துகொண்டு அந்நியனாக நிற்கிற அபத்தம்.

மெதுவாக நகர்ந்து, முதல் கதவு இருக்கும் இடம் என்று வரும்போது பார்வையில் பட்டிருந்த இடத்தில் நின்று 'சார், சார்' என்றபோது, மாதவனுக்குத் தன் குரலே வித்தியாசமாகப்பட்டது.

'ஆராணு அது? ராதே டோர்ச் கொண்டுவா மோளே.'

'நான்.. நான் மாதவன். கேசவப் பணிக்கரைப் பார்க்கணும்.'

பளிச்சென்று விளக்குகள் மீண்டும் எரிய, கேசவப் பணிக்கர் எப்போதோ பார்த்த சப் கோர்ட் சிரஸ்த்தார் போல கெச்சலாக, பாதி நரைத்த கிராப்பும் மூக்குக் கண்ணாடியுமாக நின்றார்.

'எனக்குப் பேசணும்.' - இது போதாது என்று பட, 'உங்கள் மூலமாக' என்றான் ஆங்கிலத்தில்.

‘சியான்ஸ் இன்னிக்கு முடியாது.’ - எடுத்த எடுப்பிலேயே பட்டவர்த்தனமாகச் சொல்லிவிட்டார்.

‘ராஜரத்னம் அனுப்பினார். ரொம்ப அவசரம் சார்.’

‘எதானாலும் நாளைக்கு வாங்கோ.’ அவர் திரும்பவும் உள்ளே போக எத்தனிக்க, இதுவரை உள்ளே அடைந்து கிடந்த துக்கமெல்லாம் பீறிட்டு வெடித்துக்கொண்டு வர, மாதவன் விக்கி அழ ஆரம்பித்தான்.

ஒரு பெரிய சுவரும், மதிலுமான கட்டடத்துக்கு வெளியே அவன். உள்ளே கம்பியில் தலைபதித்துக் கல்யாணி, ‘உங்களைத்தானே.. உங்களைத்தானே. என்னோடு பேசுங்கள்’ என்கிறாள். ஒரு யாசகனாக தான் மன்றாட வேண்டிய நிலையில், வெட்கத்தை விடுத்து அவர் காலில் விழுந்தாவது மனத்தை மாற்ற வேண்டும் என்பதுபோல ஒரு அநாதைத் தனம் மனத்தில் அழுத்த, அவன் அழுகை ஒரு விசும்பலாக ஆரம்பித்து மெல்ல உயர்ந்தது. பணிக்கர் இதைச் சற்றும் எதிர்பார்க்காதவராய் வேகமாய்த் திரும்பிவந்து அவன் தோளைத் தொட்டார்.

‘சார்... என் ஒய்ப் முந்தா நாள் வென்ஸ்டேயன்னிக்கு இறந்து போய்ட்டா சார். ஹிண்டுவிலே பார்த்திருப்பீங்களே... ஸ்போர்ட்ஸ் பேஜ் கீழே ரெண்டாவதா, நான் அவளோடு பேசணும் சார். ப்ளீஸ் சார், ப்ளீஸ்...’

‘சார்... சார், மிஸ்டர் நாராயணன்...’

பணிக்கர் பேரை அவசரத்தில் சரியாகக் காதில் வாங்கவில்லை. மங்கின பல்பும் லாம்ப்ஷேடும் ஒட்டடையுமாக இருந்த அந்த இரண்டாங்கட்டில் நின்று முன்பின் பரிச்சயமில்லாத ஓராள் அழுவதை அவர் வித்தியாசமாக உணர்ந்திருக்க வேண்டும்.

‘கால் கழுவி உள்ளே வாங்கோ. என்னால் முடிஞ்சதைச் செய்யறேன். உங்க ஃபீலிங்க்ஸ் எனக்குப் புரியறது. கரைய வேண்டாம். மோளே, முரியில் வெளக்குப் போடு. பிளாஸ்டிக் மக் வெளிப்பக்கமா இருக்கு. கால் அலம்பிட்டு வாங்க.’

இயந்திரம் போல் மாதவன் அவர் காட்டிய இடத்தில் போய் நின்றான். ஒரு வாளியில் கொஞ்சம் போல தண்ணீரில் மிதந்து கொண்டிருந்த குவளையில் நீர் சேந்தி, புறங்கால் நனைய ஊற்றிக் கொண்டான். யாரோ சொல்வதைச் செய்ய வேண்டும். எதையும்

பற்றிச் சிந்திக்க வேண்டிய கட்டாயம் இல்லை. இத்தனை நாள் பழக்கத்தில் இது சுலபமாகப்பட்டது. மனத்தை வெறுமையாக, ஒரு ஆழ்ந்த தூக்கத்துக்கு முந்திய, நினைவு தப்புவதற்கு முன் அனுபவப்படும் கணங்களில் சித்தியாகும் அபூர்வ நிலையில், யாரோ சொல்லச் சொல்ல...

'பிளட் டெஸ்ட்டும் சீரம் டெஸ்ட்டும் பக்கத்து லாபிலே கொடுத்திட்டு வாங்க.'

'இந்த பெட்ஷீட்டை உதறி விரிங்க.'

'மெதுவாப் பிடிச்சுக் குப்புறப் படுக்க வைச்சு, பெட்பானை நகர்த்திட்டு வெளியே போய் நில்லுங்க.'

'ஆபரேஷனுக்கு ஹஸ்பண்ட் பெர்மிஷன் வேணும். இங்கே கையெழுத்துப் போடுங்க.'

'இங்கே யாரும் அழக்கூடாது. ப்ளீஸ் எல்லாரையும் வெளியிலே கூட்டிட்டுப் போங்க.'

'தொடையிலே தட்டிண்டு அப்ரதக்ஷணமா சுத்தி வாங்கோ. அக்னியைக் கையில் எடுத்துக்குங்கோ.'

மாதவன் கை நடுங்க, நெஞ்சுக்கு உள்ளே இருந்து அடக்கி வைத்த சோகமெல்லாம் மேலெழும்பி வெடித்துச் சிதறிக் கேவலாக உருவெடுக்க அக்னியை வாங்கி 'கல்யாணி, கல்யாணி...'

கையில் பிடித்திருந்த பிளாஸ்டிக் மக் நழுவிக் கீழே விழுந்து தண்ணீர் சுற்றிலும் தெறித்துச் சிதறியது. பணிக்கர் உள்ளே இருந்து எட்டிப் பார்த்து, 'பரவாயில்லே, அங்கேயே வச்சிட்டு வாங்க, மெதுவா வாங்க' என்றார்.

நடையிலே ஈரக்கால்கள் மண்ணில் நறநறவென்று ஒற்ற, மாதவன் அந்த அறைக்குள் நுழைந்தான்.

ஒரு பழைய மேஜை. மேலே மெழுகுவர்த்தி ஏற்றியிருந்தது. பணிக்கர் எழுந்துபோய் ஜன்னலை அடைத்துவிட்டு அப்புறம் கதவையும் சாத்தினார். கசகசவென்று புழுக்கமாக இருந்தது. ஓரத்தில் ஊதுபத்தி ஏற்றி வைத்துவிட்டு, அலமாரியிலிருந்து ஒரு பலகையை எடுத்துக்கொண்டு வந்து மேஜையில் வைத்தார்.

ஆங்கில எழுத்துகள் பலகையில் நான்கு ஓரத்தையும் ஒட்டி வரிசையாக எழுதி இருந்தது. மாதவன் கையில் ஒரு பென்சிலையும் பேப்பரையும் திணித்தார். அவர் வலதுகை ஒரு குமிழை உருட்டியவாறு இருந்தது. குரல் கிசுகிசுவென்று அவர் பேச ஆரம்பிக்க, அறையில் அவர்ளைத் தவிர வேறு யாரேனும் இருக்கிறார்களா என்று மாதவன் திரும்பிப் பார்த்தான்.

'இந்தக் குமிழி நகர ஆரம்பித்ததும் ஒவ்வொரு எழுத்தா கவனிச்சு எழுதிக்குங்க. அப்புறம் படிச்சுப் பார்க்கலாம்.'

'இது நகருமா?'

'ஆமா.'

'நகராட்டா?'

'மடக்கி வச்சுடுவோம்.'

'நான் பேசணுமே?'

'அப்ப நகரும்னு நம்பணும்.'

பணிக்கர் மொணமொணவென்று ஏதோ மந்திரம் முனகினார். ஒரு நிமிஷம் பலகையை உற்றுப் பார்த்துக் கொண்டிருந்தார். வலதுகை ஆள்காட்டி விரல் பலகையின் நடுவில் குமிழை அழுத்தியபடி இருந்தது.

'அசையுமா? கல்யாணியைக் கூப்பிடணும். மாதவன் சம்சாரம் அசையுமா?'

பணிக்கர் இன்னும் துரித கதியில் மந்திரம் சொன்னார். உதடுகள் வேகமாக அசைய, ஒரு பெரிய முனகலாக, வார்த்தை புரியாத தாலாட்டுப் போல, அவர் குரல் அறையெங்கும் வியாபித்துப் பரந்தது. சுவரில் தெறித்த நிழல் பிம்பங்கள் மெழுகுவர்த்தி அசைவில் அதிர்ந்து அசைந்தன. மாதவனின் நீட்டிய விரலில் ஒரு துளி மெழுகு உருகி விழுந்து, ஒரு கணம் மின்னி உறைந்தது. நகருமா? பணிக்கரின் கண்கள் இன்னும் அதிகத் தீவிரத்தோடு பலகையை வெறித்தன. அதன் பரப்பிலிருந்து பார்வையாலே ஏதோ ஒரு பௌதீகம் கடந்த பொருளை எழுப்பும் முயற்சியில் அவர் ஈடுபட்டிருப்பதாகத் தோன்றியது. கணங்கள் நீண்டு நழுவ, பணிக்கரின் குரல் அலைகள் அறையின் மூலை முடுக்குகளை

வருடித் தொட்டு, இனம் தெரியாத ஏதோ சக்திக்கு விடுக்கிற அழைப்பாக சுற்றிச் சுழன்று மேலே எழும்பி, மெழுகுத் திரியை அசைத்துத் தோல்வியுற்று, பலகை நடுவில் ஊன்றிய விரலின் அழுத்தத்தில் குடி கொண்டது. பின்னால் வளைந்த அந்த விரல் ஒடியும் போல, ரத்தம் ஏறிச் சிவக்க, கண்கள் இன்னும், இன்னும் பலகையை வெறித்தன. அசையுமா?

மந்திர உச்சாடனம் திடீரென்று நின்றது. வெளியே திரும்பவும் கரண்ட் போயிருக்க வேண்டும். யாரோ லாந்தர் விளக்கோடு நீள நடந்து போக, சாத்திய ஜன்னல் இடைவெளிகள் வழியாகத் தத்தித் தத்தி வெளிச்சம் சதுரமிட்டுப் போனது. குரல்கள் சோர்வாகவும் சலிப்போடும் ஒலித்தன. பணிக்கர் மேல்துண் டால் நெற்றி வியர்வையைத் துடைத்துக்கொண்டு விசிற, மெழுகுவர்த்தி அணைந்து போனது. விளக்கு வந்தபோது பணிக்கர் எழுந்துபோய் மின்விசிறியைச் சுற்றவிட்டு அங்கேயே நின்றபடிக்கு, 'இன்னிக்குக் கூடி வரலை. அப்புறம் ஒரு நாள் சாவகாசமா வாங்கோ' என்றார்.

அவர் அறைக் கதவைத் திறந்ததும் நாலுவயதில் ஒரு பெண் குழந்தை ஓடிவந்து, 'அச்சா செருப்பைக் காணலை' என்று அறி வித்துவிட்டு அறையின் உள்ளே தேட ஆரம்பித்தது. 'மோளே இவிடெ அதொண்ணும் இல்ல' என்றபடிக்கு பணிக்கரும் மேஜைக்குக் கீழே குனிந்து தேடினார். இனி நின்று பயனில்லை.

'அப்ப நான் போய்ட்டு வரேன்.'

'செய்யுங்கோ' என்றார் தலையை நிமிர்த்தாமல். 'வெற்றிலை யில் ரெண்டு ரூபா வச்சு, கொஞ்சம் அட்சதையும் எள்ளுமா இவா தலையிலே எறச்சிட்டு, கையை மறுக்கறமாதிரி வச்சிண்டு குடுங்கோ. பூணூலை மாத்திப் போட்டுண்டு வடக்கே பாருங்கோ.'

பணிக்கர் வெற்றிலை வைத்திருப்பாரோ?

'சார், நான் உங்களுக்கு எவ்வளவு தரணும்?'

'நான் நாளைக்கு வரலாமா?' - பதில் கிடைக்கவில்லை.

நடையில் செருப்பைத் தேடியணிந்து கொண்டு மாதவன் நடக்க, பின்னாலே ஒரு குரல் - 'மாமா பிளாஸ்க்.'

ஒற்றைக்கால் செருப்போடு பணிக்கரின் பெண்குழந்தை பிளாஸ்க்கைத் தூக்கிக்கொண்டு ஓடி வந்து கொடுத்தது.

'நாளைக்கு வரும்போது, இதற்கு ஏதாவது வாங்கி வரணும்.'

இலக்கு இல்லாமல், நேரந் தெரியாமல், கால்போக அலைந்து விட்டு மெயின் பஜாருக்கு வந்தபோது, மூடிய கடைகளுக்கு முன்னால் வண்டிகளில் இட்லி விற்றுக் கொண்டிருந்தார்கள். நின்றபடிக்குச் சாப்பிட்டுக் கொண்டிருந்தவர்களைப் பார்க்கும் போது, காலையிலும் சாப்பிடவில்லை என்று நினைவுக்கு வந்தது.

பணிக்கரிடம் இருக்கிறதுபோல் ஒரு பலகை செய்து முயற்சி பண்ணினால் என்ன? இருபத்தாறு எழுத்து. எழுத்துக்கு ஒன்று என்று ஒரு சதுரம். ஒரு குமிழ். இல்லை சோடாபாட்டில் மூடி. நம்பிக்கை. இன்னும் நிறைய நம்பிக்கை - குழாயைத் திறந்தால் தண்ணீர் வரும்; சுவிட்ச் போட்டால் லைட் எரியும் என்பது போல.

எழுத்து எழுத்தாக நகர்த்தி கல்யாணி பேசுகிறாள் - 'வித் ரெஃபரன்ஸ் டு யுவர் லீவ் அப்ளிகேஷன் டேட்டட்...'

தங்கராஜ் தியேட்டரில் ராத்திரி இரண்டாம் ஆட்டத்துக்கு டிக்கெட் விற்றுக் கொண்டிருந்தார்கள். பணிக்கர் போல, முகத்தில் இரண்டு நாள் தாடியும், அதே உயரமுமாக ஒருவர் கவுண்ட்டரில் நுழைய, பின்னாலேயே மாதவனும் விடுவிடு என்று நுழைந்தான். அவர் எங்கே உட்கார்ந்திருக்கிறார் என்று தேடினான். அவர் பக்கத்தில் - அவர் பணிக்கராக இல்லா விட்டாலும் பரவாயில்லை - உட்கார்ந்தால் கொஞ்சம் ஆறுதலாக இருக்கும் எனத் தோன்றியது. அதற்குள் விளக்கை அணைத்து, நியூஸ் ரீலில் பிகாரில் வெள்ளம். 'படத்தைப் போடு' ஏழெட்டுப் பேர் சுற்றி விசிலடிக்க, இவன் 'இஸட்' டிலிருந்து 'ஏ' வரை தலைகீழாக ஆங்கில எழுத்துகளை நினைவுக்குக் கொண்டுவர முயற்சி செய்து கொண்டிருந்தான்.

பாட்டு ஆரம்பமானபோது திமுதிமுவென்று ஒரு கூட்டம் சிறு நீர் கழிக்க எழுந்துபோனது. மாதவனும் கூடவே வெளியே வந்தான்.

'வெளியே போகணுமா?'

‘ஆமா.’

‘அப்புறம் உள்ளே வர முடியாது.’

‘சரி வரலை.’

தேரடி மடத்து வாசலில் பரதேசிகளும், பிச்சைக்காரர்களுமாக தூங்கிக் கொண்டிருந்தார்கள். அநேகமாக எல்லோரும் காலில் கந்தல் சுருணை சுற்றி இருந்தார்கள்.

மாதவன் படிக்கட்டில் உட்கார்ந்தான். பிளாஸ்க்கை எடுத்துப் பக்கத்தில் வைத்தான்.

காலையில் வாழை மட்டையும், செம்பில் சுற்றிய நூலுமாக, யாரோ சொல்லச் சொல்ல, நாலு திசையும் பார்த்து, தேவதை களை அழைத்து கல்யாணியைக் கடைத்தேற்றச் சொல்லி காரி யங்கள் நடத்த வேண்டும். அப்புறம், சாயந்தரம் பணிக்கரைப் பார்க்கப் போக வேண்டும்.

இப்போது? இப்போது காரியம் ஒன்றுமில்லை. நட்சத்திரங் களைப் பார்த்தவாறு அவன் கண்ணயர்ந்த போது, கல்யாணி சிரித்துக்கொண்டே வந்து எழுப்பிவிட்டுப் போனாள்.

விடிய இன்னும் நேரம் இருந்தது. வீட்டு வாசல் வரைக்கும் அந்தச் சிரிப்பு கூட வந்தது.

உள்ளே கூடம் முழுக்க வந்திருந்த உறவுக்காரர்கள் கால்மாடு தலைமாடாகத் தூங்கிக் கொண்டிருந்தார்கள்.

வாசலில் வண்டி வந்து நிற்க புதிதாக அழுகைச் சத்தம்.

8. இன்று

கடையைத் திறந்தபோது மணி எட்டு. ஒவ்வொன்றாக விளம்பரப் பலகைகளைக் கொண்டுவந்து வெளியே நிறுத்தி வைத்தேன். மொத்தம் அப்படி நாலு உண்டு. இரண்டு இரண்டாக நடைபாதை ஓரத்தில் கூடாரம் போல் வைக்க வேண்டும். எல்லாம் ஒரேமாதிரி நிறத்தில் செருப்பின் படம் எழுதி இருக்கும். கீழே ஒரு அம்புக்குறி கடையைக் காட்டும். ஒவ்வொன்றாகத் தூக்கி நிறுத்த மூச்சு வாங்கியது. நடைபாதைக்கும் கடைக்கும் நடுவில் படிகள் வேறு. இதெல்லாம் சுந்தரம்தான் செய்வான். நேற்றிலிருந்து அவன் வரவில்லை. எப்போது வருவானென்றும் தெரியவில்லை.

இங்கே அவன் எனக்கு சீனியர். சேர்ந்தபொழுது வேலைக்கிரமத்தைச் சொன்னவன் அவன்தான். காலை எட்டு மணிக்குக் கடை திறந்து, பெருக்கிவிட்டு, ஷெல்ஃபுகளில் இருக்கிற செருப்பையெல்லாம் மடமடவென்று தூசி தட்ட வேண்டும். சாமி படத்துக்கு ஊதுபத்தி ஏற்றிவைக்க வேண்டும். ராமர் பட்டாபிஷேகப் படம். அது பாதுகா

பட்டாபிஷேமாக இருந்தால், இந்த இடத்துக்குப் பொருத்தமாக இருக்கக் கூடும்.

ஈரத்துணியால் கண்ணாடி ஷெல்ஃபுகளைத் துடைப்பது அடுத்த வேலை. இதை ஒருநாள் விட்டு ஒருநாள் செய்தால் போதும்.

இந்த ஆயத்தமெல்லாம் ஆனதற்கு அப்புறம் கால்களைச் சந்திக்க வேண்டி காத்திருக்கிற வேலை.

அழகான முகங்களுக்குப் பொருத்தமில்லாத, நகம் உடைந்த, சொரசொரப்பான கால்கள். போன வாரம் ஒரு கனவான் வந்தார். 'ஒரு ஜோடிக் காலணிகள் வேண்டும்.' 'நல்லது, தாங்கள் ஷூக்களைக் கழற்ற இயலுமா? நன்றி, அந்த சாக்ஸ் களையும் கூட.' ஒரு சங்கடமான பார்வையோடு கழற்றினார். 'வேறு ஏதும் டிசைன் பார்க்கிறீர்களா?' 'வேண்டாம் வேண் டாம்.' - அவசரமாக மறுத்தார். 'இந்தச் செருப்புகளே சரியாக உள்ளன. இவற்றைப் பெட்டியில் அடைத்துக் கொடுங்கள்.' அம்மணமான பாதங்களோடு என்முன் அமரக் கூசியவராக, வேகவேகமாக ஷூக்களை அணிந்துகொண்டு கிளம்பிப் போனார். இத்தனைக்கும் அவர் பாதங்கள் குறையேது மின்றியே இருந்தன.

காலையில் எட்டு மணிக்குக் கடையைத் திறப்பது எந்தக் காரணத்தை கொண்டும் தாமதப்படக் கூடாதென்பதைப் புரிந்து கொள்ள முடியவில்லை. பற்பசையோ, சவர பிளேடோ முதல் நாளே வாங்கி வைத்துக்கொள்ள மறந்தவர்கள், காலையில் கலைந்த தலையோடு ஓடிவந்து அதையெல்லாம் வாங்க வசதி யாக, அவற்றை விற்கிற கடைகள் பொழுது ஒருபக்கம் விடியும் போதே திறக்கப்பட வேண்டியதுதான். ஆனால் செருப்புகள்? படுக்கையிலிருந்து எழுந்ததுமே ஒரு ஜோடி செருப்பு வாங்கித்தான் இன்றைய தினத்தை ஆரம்பிக்க வேண்டுமென்ற தீர்மானத்தோடு யாரும் புறப்பட்டு வருவார்களா? வருவார்கள் போலிருக்கிறது.

வாசலில் நிழலாடியது. கையால் இயக்கப்படுகிற சைக்கிள். சிவகுரு லாகவமாக சைக்கிளிலிருந்து படிக்கட்டுக்குத் தாவி கைகளில் ரப்பர் செருப்புகளை மாட்டிக்கொண்டு உள்ளே ஊர்ந்து வந்தான்.

'என்ன ராமு, நான் போணி பண்ணலாமா?'

நான் வெறுமனே சிரித்தேன்.

‘இந்த டிசைன் கையை உறுத்துதுப்பா; வேறே குடு.’

நான் நாலைந்து டிசைனைக் காட்டினேன்.

வாங்கிக்கொண்டு புறப்படும் போது சொன்னான்: ‘செருப்புக் கடையிலே வேலை பார்த்துக்கிட்டு நீ வாரறுந்த செருப்பைப் போட்டுக் கொண்டிருக்கலாமா?’

அவன் தரையில் உட்கார்ந்திருந்ததால், என் செருப்பில் பின்குத்தி யிருப்பதைப் பார்த்திருக்கலாம்.

நாதசுர சத்தம். ஒரு சப்பரத்தில் சாமியை வைத்துத் தள்ளிக் கொண்டு வந்தார்கள். பொதுவாக சாமி ஊர்வலம் இந்தப் பக்கம் போவதில்லை. வழக்கமான பாதையிலே ஏதோ சாவு விழுந் திருக்க வேண்டும்.

கடையிலிருந்தபடிக்கே கும்பிட்டேன். என்ன வேண்டிக் கொள்வது? கூடுதல் சம்பளம்; புதிய ஜோடி; சொந்தமாகச் செருப்புகள். குறைந்த பட்சம் புதியதாக ஒரு பின்.

கட்டை குட்டையாக ஒரு குருக்கள் சப்பரத்தில் நின்றுகொண்டு போனார். வலது கால் வீங்கியிருந்தது. யானைக்கால். இவர் செருப்புப் போட்டுக் கொள்வாரா?

இப்போதைக்கு யாரும் வருவார்கள் என்று தோன்றவில்லை. வெயில் வேறு ஏறிக்கொண்டிருந்தது. பத்திரிகையைப் பிரித் தேன். சிரத்தையில்லாமல் படித்துக் கொண்டிருந்தபோது, வாசலில் சத்தம். ஏழெட்டு பேர் உள்ளே வந்து கொண்டிருந் தார்கள். கொஞ்சம் சிரமத்தோடு ஒரு பெரியவர் பார்த்துப் பார்த்துப் படியேறி வர, பின்னால் ஓர் இளைஞனும் சில பெண் களும். எல்லார் கையிலும் ஒரே மாதிரித் துணிப்பை இருந்தது. சட்டை மட்டும் போட்டிருந்த ஒரு சின்னப் பையன் முன்னால் ஓடிவந்து நாற்காலியில் உட்கார்ந்து கொண்டான்.

‘அப்போ, பாண்டி நீ மருந்தை வாங்கிட்டுப் போய் நர்சம்மா கிட்டே கொடுத்திடு. காக்கி சட்டைக்காரன் கிட்டே தகராறு வச்சுக்காதே என்ன.’

இளைஞன் மருந்துச் சீட்டையும் பணத்தையும் பெரியவரிட மிருந்து வாங்கிக்கொண்டு நடந்தான்.

‘இவன் சரியா விசாரிச்சு வாங்கிட்டுப் போவானா தெரியலையே. நானும் ஆஸ்பத்திரிப் பக்கம் ஒரு மருந்துக்கடை விடாமக் கேட்டுப் பாத்துட்டேன். கிடைக்கலை. டாக்டரானா இப்பவே கொண்டாங்கிறாரு.’

‘எல்லாம் வாங்கிட்டுப் போயிடுவான். பாண்டிப் பயலை என்னமோன்னு நினைக்காதீங்க. அவன் தானே ஒத்தைக்கு எங்களை இங்கே கொண்டுவந்து சேர்த்தான்.’

‘அதுக்கு நானில்லே பணங்கொடுத்தேன்.’

‘சரி சரி, சட்டுப் புட்டுன்னு வாங்கறதை வாங்கிட்டுக் கிளம்புங்க. ஆஸ்பத்திரிக்குப் போகணும்.’

பெரியவர் நாற்காலியில் உட்கார்ந்தார்.

‘அந்த விசிறியைக் கொஞ்சம் தட்டிவிடுங்க தம்பி. வெயில் என்னமாக் கொளுத்துது, சித்திரை கூடப் போயாச்சு.’

பெண்கள் பராக்குப் பார்த்துக் கொண்டிருந்தார்கள்.

‘பொன்னாத்தா மவ இந்த மாதிரித்தானே கிலுட் செருப்பைப் போட்டுக்கிட்டு மினுக்கிக்கிட்டு வருவா?’

‘ஆமாமா, ஒரு வாட்டி கிணத்து மேடைப் பக்கம் செருப்பைக் கழட்டி வச்சுட்டுத் தண்ணி எறைச்சுக்கிட்டிருந்தாளா, மாரிப்பய ஒரு நாய் வளத்தான் பாரு, அது எங்கிட்டிருந்தோ ஓடியாந்து செருப்பைக் கவ்விக்கிட்டுப் போயிடுச்சு. லபோதிபோன்னு அடிச்சுக்கிட்டுப் பின்னாலயே ஓடினாளே, பாக்கணும்.’

எல்லோரும் அனுபவித்துச் சிரித்தார்கள். செருப்பைப் பறி கொடுத்த பெண் சினிமாவில் வருகிற மாதிரியான ஒரு முரட்டுப் பண்ணையாரின் அகம்பாவம் பிடித்த மகளாக இருக்கலாம்.

‘இந்த பூட்ஸைப் பாரு. டாக்டருங்க போட்டுக்கிட்டு வர்றாங் களே, அது மாதிரி இல்லே.’

‘அது எல்லாம் டாக்டர் இல்லையாம். டாக்டருக்குப் படிக்கிற பசங்க.’

‘இந்த வெரட்டு வெரட்டறாங்க. ஆத்தா கண்ணத் தொறந்த மாதிரி இருந்துச்சேன்னு கிட்டக்கக் குனிஞ்சு பாத்தேன். எல்லாம்

உசிரோடதான் இருக்கிறாங்க. போ போன்னு கழுத்தைப் புடிச்சுத் தள்ளாத குறையா அனுப்பிச்சுட்டாங்க.'

'அவங்களாச்சும் பரவாயில்லையே. அந்தக் காக்கிச் சட்டைக் காரன் அப்பாரையே அன்னிக்குக் கையைப் பிடிச்சு வெளியே கொண்டாந்து விட்டுட்டானாம். நேரம் ஆயிடுச்சாம்.'

'நம்ப சனத்திலேயே என்னை ஒரு பய மதிக்கறது இல்லே. இங்கே யாரு மதிக்கப் போறாங்க?' பெரியவர் சொன்னார்.

நான் மெதுவாக இருமினேன். என்னைச் செருப்புகளிலிருந்து வேறுபடுத்திப் பார்த்தார்கள்.

'தம்பி, ரெண்டு ஜதை செருப்பு வேணும். நம்மாலே தாங்கற விலையா எடுங்க.' - பெரியவர் கேட்டார்.

'அதெல்லாம் வெலை எப்படிங்க?' நான் நினைத்தது போலவே ஹவாய் செப்பல் அடுக்கியிருந்த ஷெல்ஃபைக் காண்பித்தார்.

'மலிவு தாங்க...' நான் அளவு ஸ்டூலை நகர்த்தி வைத்தேன். அந்தப் பையனை முன்னால் தள்ளி விட்டார்கள்.

'காக்கிச் சட்டைக்காரன் ரொம்பத் திமிரு பிடிச்சவன். சொல்றான், இந்த மாதிரி இழுத்துக்கிட்டுக் கிடக்கிற கிழத்தை எல்லாம் இங்கே தூக்கிட்டு வந்து கழுத்தை அறுக்கறாங்க. ஒரு ஆளு படுத்துக்கிட்டு வந்தா, பாக்கறேன் பேர்வழின்னு பத்துப் பேரு கூடவே வந்திடறாங்க.'

பையன் அலுமினிய ஸ்டூலில் தயங்கித் தயங்கிக் கால் வைத்தான்.

'எனக்கு கிலுட் செருப்புதான் வேணும். அப்பத்தா வாங்கித் தர்றேன்னு சொன்னாங்க.' - முறையிடுவது போலக் கேட்டான்.

'அப்பத்தா பொழச்சு வந்தா வாங்கித் தருவாடா. இப்ப இதைப் போட்டுக்க.' - பெரியவர் சொன்னார். நான் எடுத்துக் கொடுத்த செருப்பில் அவசரமாகக் காலை நுழைத்துக் கொண்டான். 'நடந்து பார்டா.' - பெரியவர் சொன்னதை லட்சியம் செய்யவில்லை. இந்த நிமிஷத்திலிருந்து உடம்பின் மற்ற எல்லா அவயவத்தையும் விடப் பாதங்களுக்கு முக்கியத்துவம் கொடுக்க உறுதி செய்து கொண்டது போல ஜாக்கிரதையாகக் கால் மேல் கால் போட்டுக் கொண்டான்.

'கடிச்சா மாத்தித் தருவீங்களா?' - இது பெரியவர்.

‘கடிக்காதுங்க.’

‘ராக்கம்மா, இங்கிட்டு வந்து உட்காரு. இந்தப் பெஞ்சிலே காலை வை பிள்ளே. நல்லா, நேரா வை.’ என் வேலையைப் பெரியவர் தானே செய்தார். நான் செருப்புகளைத் தேட ஆரம்பித்தேன்.

‘வேறே யாருக்கெல்லாம் வேணும்? வெரசா வாங்கி முடியுங்க. ஆஸ்பத்திரி கேட்டுத் துறந்துடுவாங்க. உங்களுக்கும் ஆறு மணிக்கு ரயிலேறினாத்தான் ஊருக்குப் போய்ச் சேர முடியும்.’

‘அவதி அவதியா ஓடவேண்டியிருக்கு. ஒரு வாரத்துலே வந்திடு, நடப்பு வேலை கிடக்குன்னு எங்க ஊட்டுக்காரர் சொல்லியனுப்பிச்சாரு. தங்கச்சி வரதுக்குக் காத்துக்கிட்டிருந்தே ரெண்டு நாள் போயிடுச்சு.’

‘எங்க வீட்டுலே மட்டும் என்னவாம்? தொழுவத்திலே கொலுத்து வேலை முடிஞ்சப்புறம் போகலாம் போகலாம்னே நிறுத்தி வச்சுட்டாங்க. அவர் கூடச் சரின்னாரு. மாமியாதான் குறுக்காலே விழுந்தா, புண்ணியவதி. பெத்த ஆத்தா உசிருக்கு இழுத்துக்கிட்டுக் கிடக்கறபோது கூடப் பக்கத்துலே இருக்கக் கொடுத்து வைக்கலை பாரு.’

‘நம்ப தலைவிதி, யாரு வீட்டுக்கோ வந்துட்டுப் போற மாதிரி ஓட வேண்டியிருக்கு. அப்பாருக்கென்ன, ஹோட்டல்லே ரூமு போட்டுட்டாங்க.’

‘பெரிய ரூமு போ. நெல்லு வித்த பணமெல்லாம் ஹோட்டல்காரனுக்கும் மருந்து மாத்திரைக்குமே சரியாப் போயிட்டிருக்கு. ராக்கம்மா வீட்டுக்காரனை சாடமாடையாக் கேட்டா, இல்லையே மாமான்னு கையை விரிக்கிறான்.’

‘நெசமாவே இப்பக் கொஞ்சம் மொடையாத்தான் இருக்கு. தங்கச்சி புருசனைக் கேக்கறது தானே...’

‘அவர்கிட்டே மட்டும் எங்கக்கா இருக்கு. மோட்டார் பம்பு செட் வாங்க, பணத்துக்கு அலைஞ்சுக்கிட்டிருக்கார்.’

‘எனக்கு ஒரு பிள்ளையிருந்தா யாரிட்டப் போய்க் கேக்கணும்? ரெண்டும் பொண்ணா இல்லே பொறந்து வச்சீங்க.’ - பெரியவர் சொன்னார்.

‘இந்தச் செருப்பை பேக் பண்ணிடட்டா?’ - நான் கேட்டேன். ராக்கம்மா என்ற அந்தப் பெண்ணுக்கு நான் எடுத்த டிசைன் பிடிக்கவில்லை. ஷெல்ஃபின் பக்கத்தில் போய் உன்னிப்பாகப் பார்க்க ஆரம்பித்தாள்.

கடை வாசலில் ஆட்டோ ரிக்ஷாவிலிருந்து இறங்கி யாரோ எதிர் சாரிக்குக் கடந்து போனார்கள்.

‘இங்கிட்டெல்லாம் குதிரை வண்டி கிடையாதோ?’ - பெரியவர் என்னைக் கேட்டார்.

‘இங்கே குதிரை வண்டியை விரல் விட்டு எண்ணிடலாம். பெரியாஸ்பத்திரியிலே யாராச்சும் செத்துப் போனா, உடம்பைத் தூக்கிட்டு வர்றதுக்கு வைப்பாங்க. மத்தபடி ரிக்ஷாதான்.’

‘ஒரு நாப்பது வருஷம் முந்தி, இங்கே ஒரே சாரட் மயம்தான். வடக்கு வாடியிலே சுந்தரம் பிள்ளை ஒரு வாட்டி புரட்டாசி உற்சவத்துக்கு எங்க புரவியாட்ட செட்டையும், கீழானூர் சங்கர லிங்கம் நையாண்டி மேளத்தையும் கூப்பிட்டு ஒண்ணா வச்சாரு. விடிய விடிய ஆடிட்டு ஆனக்கடையிலே பஞ்சாமிருதமய்ய ருன்னு ஒருத்தரு, அவர் அசல் பெயர் தெரியாது. ஹோட்டல் வச்சிருந்தார். அங்கே சாப்பிட்டுட்டுக் குதிரை வண்டியிலேதான் சுத்திப் பாக்கப் போவோம்.’

எனக்குத் திடீரென்று நாடகத்தனமாக, அந்தப் பஞ்சாமிருத அய்யரின் பேரன்தான் நான் என்று சொல்லவேண்டும் போலிருந் தது. பெரியவரின் வாத்சல்யத்தைப் பெறவேண்டுமென்று என்னமோ தோன்றியது.

‘உங்ககூட யாரு வந்தாங்க அய்யா, குதிரை வண்டியிலே?’ ஒரு சின்னப் பெண் கேட்டாள்.

‘வேறே யாரு உங்க அப்பத்தாதான். இப்ப இப்படி இழுத்துக் கிட்டுப் படுத்துக் கிடக்காளே? அப்ப ராக்கம்மா வயசுதான் இருக்கும். என்னமா ஆடுவா தெரியுமா? ஊசியைத் தரையிலே போட்டு கண்ணாலே எடுப்பா.’

‘அப்பத்தா இப்படி ஆடுவாக’ - சின்னப் பையன் நாற்காலியில் ஏறி ஆடினான். எல்லோரும் சிரித்தார்கள்.

‘ஆட்டக்காரக் குடும்பத்திலே பொண்ணு எடுத்ததுக்கு கழுதை மேய்க்கிற வீட்டிலே எடுத்திருக்கலாம்னு எங்க மாமியா சொல்லிச் சொல்லி மாயும். இவன் இப்படி ஆடறதைப் பார்த்தா இன்னும் இளக்காரமா போகும். டேய் எறங்குடா…’

‘உங்க மாமியா இப்போ சந்தோசப்படுவாக. இவ இப்படி விழுந்து கிடக்கறா இல்லே. ஆடறவங்கன்னா அத்தனை இளப்பமா?’

‘நீங்க புரவியாட்டம் பார்த்திருக்கிறீங்களா தம்பி?’ பெரியவர் என்னைத் திடீரென்று கேட்டார்.

‘பார்த்ததில்லே. கேள்விப்பட்டிருக்கேன்.’

‘ஆமாமா… இப்பெல்லாம் டவுன்லே ஏது புரவியாட்டம்? கிராமத்திலே கூட அபூர்வமாய்ட்டு வர்றது. கரகம் மட்டும் நிறைய வர்றது. போன மாசம் பாருங்க நம்ப ஊர்கிட்டே ஒரு பூச்சொரிதலுக்குப் போயிருந்தேன். உய்உய்னு விசில் அடிச்சுக் கிட்டு பெரிய கூட்டம். ஒரு ஓரமா நின்னுட்டுப் பார்த்தேன். மருதமலை மாமணியே முருகையான்னு மேளம் வாசிக்கறான். ரெண்டு பொண்ணுங்க, துணி வெலகினது கூடத் தெரியாம லச்சை கெட்ட மாதிரி ஆடிட்டுக் கிடக்கு. கேக்கறதுக்கு ஆளில்ல. எல்லாம் கிரகக் கோளாறு.’

அந்தப் பெண் ஒரு வழியாக பிடித்த செருப்பை எடுத்துக் கொண்டாள்.

நான் அட்டைப் பெட்டிகளில் பேக் செய்துவிட்டு, பில் போட உட்கார்ந்தேன். பெரியவர் மேசைப் பக்கம் சாய்ந்து ‘கொறச்சுப் போடுங்க தம்பி. நான் எப்பவும் நம்ப சனங்களை இங்கதான் கூட்டிட்டு வர்றது’ என்று நைச்சியமாகச் சொன்னார்.

தெருவில் நிறைய கொட்டு முழக்கோடு ஒரு சவ ஊர்வலம் போனது. எல்லோரும் வாசலை அடைத்துக்கொண்டு நின்று சுவாரசியமாகப் பார்த்தார்கள். பெரியவர், கையில் செருப்புப் பொட்டலத்தை இடுக்கி இருந்தார்.

நான் பார்த்துக் கொண்டிருந்தபோதே சிலம்பாட்டம் ஆடிக் கொண்டு வந்த ஒரு இளைஞன் தாவிக்குதித்து, பிளாட்ஃபாரத்தில் வைத்திருந்த விளம்பரப் பலகைகளில் மோதிக் கொண்டான்.

'த்தா, யார்றா இதையெல்லாம் வழியிலே போட்டு வச்சது?' - பலகையைத் தள்ளிவிட்டு யாரையென்று இல்லாமல் முறைத்தான்.

'நீயில்லே பாத்து சிலம்பு சுத்தணும்?. ஏம்பா, பலகை காலை அறுத்தா என்ன ஆகும்?' பெரியவர் கேட்டார்.

'உன்னை யாருய்யா கேட்டது? வேலையைப் பாத்துட்டுப் போ. நொண்டிக் கால வச்சுக்கிட்டு செருப்புக் கடையிலே என்னய்யா சோலி?' அவன் குடித்திருப்பான் என்று தோன்றியது.

ஊர்வலத்தில் வந்தவர்கள் அவசரமாகச் சிலம்பாட்டக்காரனைத் தள்ளிக்கொண்டு போனார்கள். இது சரியில்லை என்று பல்லக்கில் போனவன் தலை ஆடியது.

நான் பலகைகளை நிமிர்த்தி வைத்தேன்.

'இங்கே சாத்துக்குடி எங்கயாச்சும் கிடைக்குமான்னு பார்க்கணும். கிளவிக்கு நெனவு தெரிஞ்சா உரிச்சுத் தரலாம்.'

பெரியவர் கட்டைக்கால் ஒலிக்க நடந்தார். குதிரையின் குளம்பொலி மாதிரி ஒரு சத்தம். கூட வந்தவர்கள் மெதுவாகப் பின் தொடர்ந்தார்கள்.

ஊர்வலம் போன திசைக்கு எதிர்ப்பக்கமாக அவர்கள் நடக்க ஆரம்பித்தார்கள்.

9. படைப்பு

மார்கழிப் பனி. எஸ்கிமோக்கள் போல் தாசில்தாரும் அவர் சகாக்களும் பஜனை செய்துகொண்டு போகிறார்கள். என்னை எழுப்பிய சக்தி திடமாகக் கூறியபடிக்கு, வர்ணங்கள் கலக்காது, கருப்பு வெளுப்பில் எல்லாம் சொல்லியாக வேண்டும். எழுது. மனத்தை நிலை நிறுத்தி நினை. நினைக் கிறேன் - நேற்று அரங்கில், கையிடுக்கில் வியர்வை வட்டங்களோடு சுழன்றாடிய நாட்டியக்காரிகளை. நீ நரகத்துக்குப் போவாய். அந்தப் பெண்களும் அப்புறம் போவார்கள்.

நேற்று. நேற்று புனிதமான பாவனைகளைப் பூசிக்கொண்டு அருளை வழியெல்லாம் ஒழுகிக் கொண்டு யாரும் வரவில்லை. ராஜு மட்டும் சாயந்தரம் குடித்துவிட்டு வந்தான். மட்டமான சாராயம் அவனை மேன்மையுறச் செய்கிறது. இரவில் வெகு நேரம் கண் விழித்து எழுதின பிறகு தூங்கியிருக்கிறான். மேஜைமேல் ஸ்கிரிப்ட். எத்தனையாவது முறையாகவோ முடித்து வைக்கப்பட்டிருக் கிறது.

இந்தக் காலையை இப்படி வர்ணிக்க வேண்டும் - என் தேனீர்க் கெட்டில் புகைவிடத் தொடங்கும்போது, வண்ண மலர்களைக் கனவித்துக் கொண்டு நான் கவிதை பண்ணிக் கொண்டிருக் கிறேன். இவர்களோ, நாங்களோ, அதனால் தானோ, பிரியமான வளே, விகசித்த நேசிப்புகள், ஓ... - இத்யாதி. காஞ்சிரம் பழங் களைக் கையில் தூக்கிக்கொண்டு நாட்டு வைத்தியர் போகிறார். பேப்பர் போட்ட பையன் சிநேகத்தோடு கேட்டபடி நான் ஒரு சிகரெட் எடுத்துக் கொடுக்கிறேன். பின்னால் ரயில்வே யார்டில், கிழட்டு ஷண்டிங் இன்ஜின் மூச்சிறைக்கப் பெட்டிகளைச் சேர்த்து வைக்கிறது. மகான்கள் இன்று மறுபடியும் விடுமுறை எடுத்துக் கொண்டார்கள்.

ராஜு எழுந்தவுடன் கெட்டவார்த்தை சொன்னான்; சோம்பல் முறித்தான். நான் போய் அதட்டினேன். 'நீ ஒரு டைரக்டர். நினை வில் வை. சர்க்கார் உன்னை நம்பிப் பணம் கொடுத்திருக்கிறது. நம்பிக்கைக்குப் பாத்திரமான நீ, உன் கலைப் படைப்பை விரைவில் முடித்து வெளியிடுவாய் என்று அது எதிர்பார்க்கிறது. மேலும், உன் அம்மா அழுதுகொண்டு உன் பெயருக்கு செக் வெட்டுகிறாள். எழுந்து மூக்குக் கண்ணாடி அணிந்து தீவிரமாகச் செயல்படத் தொடங்காது இது என்ன சிறுபிள்ளைத்தனம்?'

'ராமு, நீயும் மற்ற எல்லோரும், என் அம்மா உள்பட நாசமாகப் போவீர்கள். நான் இப்போது சவரம் செய்துகொள்ள வேண்டும்.'

2

ராஜுவும் நானும் டாக்ஸி பிடித்து தெக்கேபரம்பில் ராகவன் பிள்ளை தங்கியிருந்த மூட்டைப்பூச்சி லாட்ஜுக்குப் போய்ச் சேர்ந்தோம். பிள்ளையோடு கூட இரண்டு மலையாள அசிஸ் டெண்ட் டைரக்டர்கள் அந்த அறையில் உண்டு. படியேறும்போது அவர்களில் ஒருவன் கருப்புச் சட்டையோடு, அப்புறம் சந்திப்ப தாகச் சொல்லிக் கிளம்பிப் போனான். 'இன்று ஜான் ஆப்ரகாம் திவச தினம். துக்கம் அனுஷ்டிக்கிறான்' என்றான் பிள்ளை.

'ரகுபட் இன்று நிச்சயமாக வந்து விடுவானல்லவா?'

'வந்து விடுவான். அவனை நேரே கேமரா மற்ற உபகரணங்கள் சகிதம் மவுண்ட் ரோட்டுக்குப் பின்புறம் உள்ள சந்துக்கு வரச் சொல்லியிருக்கிறேன்.'

‘பிள்ளை பேச டயலாக் ஷீட்?’ - பிள்ளைதான் கேட்டான்.

‘எல்லாம் ரெடி. மொத்தமும் நிறைய மாற்றி எழுதி வைத்திருக்கிறேன்.’

‘சர்க்காருக்குச் சொன்ன கதையை மாற்றவில்லையே?’ - இது நான்.

‘இல்லை’ - ராஜு சுவாரசியமில்லாமல் சொன்னான்.

தொடர்ந்து பேச எதுவும் இல்லாதது போல் பிள்ளை செருப்பை மாட்டிக் கொண்டு, பொது பாத்ரூம் கியூவில் பிளாஸ்டிக் வாளியை வைத்துவிட்டு கீழே இறங்கிப் போனான். நாங்கள் ஜன்னல் பக்கம் நின்று சிகரெட் புகைத்தோம். தெருவில் நடந்து போன ஒரு பெண்ணை, ராஜு விரல்களால் சதுரம் அமைத்துப் பார்த்துச் சிலாகித்தான். ‘விரை வீக்கமா?’ என்று சுவரில் விளம்பரம் எழுதிக் கொண்டிருந்தார்கள்.

‘பட் நேற்று வராத காரணம் தெரியுமா?’ - ராஜு கேட்டான்.

‘அவன் முந்தா நாள் ராத்திரி ஒரு போலீஸ் ரெய்டில் சில பெண்களோடு கொண்டு போகப்பட்டு, லாரி போகிற நெடுஞ்சாலையில் இறக்கிவிடப்பட்டான். அப்போது அண்டர்வேர் மட்டும் அணிந்திருந்தான்.’

‘யார் சொன்னது?’

‘பிள்ளைதான்!’

‘பிள்ளை வேறு எதுவும் சொன்னானா?’

‘அவனுடைய ஒரே ஜீன்ஸையும் கதர் ஷர்ட்டையும் கொடுத்துப் போட்டுக் கொள்ளச் சொன்னதாக.’

சும்மா இருக்கிறேன். ராஜு கள்ளக் குரலில் பச்சாதாபம் இழையோடத் தொடர்ந்தான் - ‘உன்னதமான கலைப் படைப்புகளைத் தர நாங்கள் என்னவெல்லாம் சிரமப்படுகிறோம் என்று உனக்குத் தெரியாததல்ல. நாங்கள் புழுத்து நெளியக்கடவது. நெளிந்து அடங்கி எரிந்த பிறகு கார்லவி வாரியிலும் கேனிலும் என் சாம்பலைத் தூவுவாயா என் பிரிய நண்பனே?’

இதில் கொஞ்சம் உண்மையும் உண்டு. ராஜு உயிரையும் கொடுப்பான் - ஒரு படைப்பில் தன்னை முழுமையாக வெளிப்படுத்திக்

கொள்ள. அதில் அவன் ஆசுவாசம் அடைகிறான். அதைப் பற்றிய சிந்தனைகள் அவனை வலிமையுடையவனாக்குகின்றன. சாராயம் அவனை வழக்கமாக மேன்மையுறச் செய்கிறது.

'நாங்கள் ஒரு கலைக் குடும்பம். கலை என் ரத்தத்தில் ஊறியிருக் கிறது.'

– ராஜு இதைத் தன் அம்மா போலக் குரல் மாற்றிக்கொண்டு சொல்வான். இருபது வருஷத்துக்கு முன்னே, நிறையப் பாட்டு களும் ஆட்டமும் நிறைந்த ஒரு திரைப்படத்தில் அவள் கதா நாயகியாக கேமரா முன் இவ்வாறு முகத்தை நிமிர்த்திப் பேசி இருக்கிறாள். அப்புறம் சலங்கைகளைத் தகரப் பெட்டியில் அடைத்துக் கொண்டு கணவனை விட்டு வெளியேறுவாள்.

ராஜுவின் அப்பாவை, கழுத்தைப் பிடித்துத் தள்ளாத குறையாக வெளியேற்றியதும் அவள்தான். முன் நாள்களில் கேமரா நிபுணர் எனப் பெயர் பெற்ற அவர், அவள் வாழ்க்கையில் குறுக்கிட்ட தும் விலகியதும் தற்செயலானதாம். அவர் அருகில் இருப் பதையே நியூசென்ஸாக அம்மா உணர்ந்தாள் என்று ராஜு சொன்னாலும், அது நிச்சயம் அவன் பிறந்ததற்குப் பிறகே ஆகியிருக்க வேண்டும்.

அம்மாவை ஒரு கலைடாஸ்கோப் தோற்றங்களாக ராஜு உணர்ந்தான்.

- ராஜு, அந்த ரூமில் உனக்கு என்ன வேலை? போய்ப் படி.

- உங்களுக்கு மூளைக் கோளாறாகி விட்டது. சுவரெல்லாம் எச்சில் துப்பி வைக்கிறீர்கள். பாவ்னிபூருக்கோ கல்கத்தாவுக்கோ போய்த் தொலையுங்கள். வேண்டிய பணம் அழுகிறேன்.

- ரயிலில் விழுந்து செத்த யாராவது, சட்டைப் பையில் என் விலாசம் வைத்திருந்தால் எனக்கு உறவு என்று அர்த்தமா என்ன? எனக்கு ஒன்றும் தெரியாது. கொண்டுபோய் எரிக்கச் சொல்லுங் கள் இன்ஸ்பெக்டர். நன்றி, தொந்தரவு ஒண்ணும் இல்லை.

- நான் நடிகையாகிச் சீரழிந்தது போதும். படி. பிலிம் இன்ஸ்டி டியூட்டில் சேரக் கட்டாயம் அனுமதிக்க மாட்டேன்.

- உன் அப்பன் மாதிரியே குடித்துச் சீரழியப் போகிறாய். உனக்குப் பணம் தரமாட்டேன்.

- நாட்டியம் கற்றுக்கொள். தெலுங்குப் படத்தில் சான்ஸ் வாங்கித் தருகிறேன்.

- நீ படம் எடுக்கக் கூடாது. நான் நிச்சயம் இந்த மாதிரி தண்டச் செலவுகளை இனியும் ஏற்க முடியாது. எனக்கும் நடிக்க வாய்ப்பு கள் குறைந்து வருகின்றன.

- ஒரு மருந்துக் கடை வைத்துத் தருகிறேன். கல்யாணம் செய்து வைக்கிறேன். ஆஸ்தியையும் வம்சத்தையும் தழைக்கப் பண்ணு.

- வாங்கிக் கொண்டு போய்த் தொலை. இதுதான் கடைசி முறை. எங்கேயாவது ஒழி. என்னை நிம்மதியாக இருக்க விடு.

- உங்களை எல்லாம் நிர்க்கதியாக விட்டுவிட்டுப் போறேனே, அதுதான் எனக்கு வருத்தம். உங்கப்பாவைக் கொன்று நம் குடும்பத்தையே நாசமாக்கின அந்த அயோக்கியனை நீதான் தேடிப் பிடித்துப் பழி வாங்கணும். செய்வியா? (செய்ய றேம்மா). நான் இப்போ சந்தோஷமா போறேன் - பின்னணி யில் சோகம்; பெண்கள் மூக்கை உறிஞ்சுகிறார்கள் - இந்த அம்மா பாத்திரத்தை இன்னும் எத்தனை தடவைதான் இவர் செய்து நம்மை போரடிக்கப் போகிறார். (நமது சினிமா விமரி சகர்.)

இப்படி ஒரு அம்மா இருந்திருந்தால், நான் நிச்சயம் நாட்டியம் கற்றுக் கொண்டிருப்பேன். இல்லை மருந்துக் கடை வைத்திருப் பேன்.

3

ரேணுவின் வீட்டில், இந்த மூன்று தடியன்களும் ஒருநாள் இவளைக் கற்பழிக்கப் போகிறார்கள் என்ற வழக்கமான பாவனையில் வழியனுப்பினார்கள்.

பட் வந்திருந்தான். எதையும் லட்சியம் செய்யாது மூட்டை களைப் பிரித்துக் கொண்டிருந்தான். ஒரு லோக்கல் வஸ்தாத் சுற்றிலும் யாரும் கூட்டம் போடாதவாறு கலைந்து போக உத்தர விட்டு, அதிகப் பரபரப்போடு அலைந்தான். ‘இன்றைக்கு அதிக மான செலவு இவன் வகையில்தான்’ என்று ராஜு என் காதில் சொன்னான்.

கலைப் படங்கள் தயாரிக்க, வித்தியாசமாக உணர்கிற இயக்குநர்களோடு வஸ்தாதுகளும் மிகத் தேவைப்படுகிறார்கள்.

பட் கேமரா கோணம் பார்த்து தலையசைத்துச் செயல்பட, பிள்ளை கேமராவுக்கு முதுகைக் காட்டிக்கொண்டு ஒரு மூலைக்குச் சென்று அற்ப சங்கைக்கு ஒதுங்குகிற பாவனையில் நின்றான். கட். ரேணு மூக்குத்தியைக் கழற்றிவிட்டு கையில் புத்தகங்களுடனும், லேபரட்டரி அப்ரனுமாக நடந்து போக, சுமுகமான பாவனையோடு நானும் வஸ்தாதும் இன்னும் ஒருத்தரும் எதிர்ப்பட்டு கடந்து போனோம். கட். பிள்ளை, வானத்தை வெறித்தான். கட். சென்ஸாரில் பாஸ் செய்வார்களா என்று கேட்டுவிட்டு சில வசனங்களுக்கு உயிர் கொடுத்தான். இது சிலமுறை திரும்ப எடுக்கப்பட வேண்டியிருந்தது. வஸ்தாத் மெல்லப் புன்னகைத்து, ரேணு பார்த்ததால், சங்கடத்தோடு முகத்தைத் திருப்பிக் கொண்டான். ராஜுவும் நானும் ரேணுவும் பட்டும் ஓடியாடிச் செயல்பட்டோம். பேக் அப்.

4

பிள்ளை தூங்கிக் கொண்டிருக்கிறான். பின் சீட்டில் ரேணு ஏதோ சொல்ல பட் சிரிக்கிறான். டாக்சி. மார்க்கெட் பக்கம் போக நான் மனத்தில் கவிதை செய்கிறேன்.

உருண்டையாகத் தேடித்
தமிழாசிரியர் வாங்கினார்.
இட்லி, பிரட்டோடு சாண்ட்விச் செய்ய
இங்கிலீஷ் புரபஸர் வாங்கிப் போனார்.
கேரட் சிவப்போடு ஊறுகாய் போடத்
தோழரும் வாங்கினார்.
யுவதிகளைக் கனவில் கண்ட இளைஞர்களும்
ராஜகுமாரனுக்குக் காத்திருக்கும்
கன்னிப் பெண்களும் வாங்கிப் போனார்கள்.
ஞாயிற்றுக்கிழமை என்பது கருதி
சர்க்கார் உத்யோகஸ்தரும் சாம்பாருக்கு வாங்கினார்.
தமிழ்த் தெருவில்
விற்றுத் தீர்ந்தது புது வெங்காயம்.

திடீரென்று ரேணு கேட்டாள் - 'பட்... நேற்று நீ எங்கே காணாமல் போனாய்?'

அவன் ஏதும் சொல்வதற்குள் ராஜு குறுக்கிட்டான் - 'முந்தா நாள் யோகாசனம் செய்து இசகு பிசகாகச் சுளுக்கிக் கொண்டதால் விடுமுறை வாங்கிக் கொண்டான்.'

பிள்ளை தூங்கவில்லை. வெடிச் சிரிப்புச் சிரிக்கிறான் கள்ளன்.

'ரேணு, உன் வீட்டில் மாப்பிள்ளை பார்த்துக் கொண்டிருக்கிறார் களா?' - நான் கேட்டேன்.

'நீ இப்படி சோம்பேறியாக இல்லாத பட்சத்தில் உன்னையே மணக்கச் சம்மதம்.'

இதற்கு என்ன பதில் சொல்லலாம் என்று நான் யோசித்துக் கொண்டிருந்தபோது, அவள் வீடு வந்துவிட்டது.

ரேணு போனபின் ராஜு சொன்னான் - 'நான் இன்று சாயந்தரம் அம்மாவைப் பார்க்க வேண்டும்.'

பணம் போதவில்லை. நிறைய வேண்டியிருக்கிறது. சாராயத்துக் கும், சிகரெட்டுக்குமே அதிகம் செலவாகிக் கொண்டிருக்கிறது. ராஜு கலைடாஸ்கோப்பைச் சுழற்றுகிறான்.

5

சக்தி செயல்பட வைக்கிறது. அவ்வப்போது ஜுரம், தலைவலி என்று இழுத்துப் போர்த்திப் படுக்க வைக்கிறது. திரும்பவும் எழுந்து ஓடவும் சாடவும் வலிமை தருகிறது. நாங்கள் பரபரப் பாகச் செயல்படுகிறோம். படம் ஏகமாக வளர்ந்து விட்டது.

ராஜு ஒரு சார்ட்டர்ட் அக்கவுண்டண்டைக் கூட்டிக்கொண்டு வர, நான் எழுதிய கணக்குகளைப் பார்த்துத் தலையில் அடித்துக் கொண்டு, காஸ்ட் ஓவர் ரன் என்று சொல்லி, ஏதோ ஒரு ஸ்டேட் மெண்டைப் போட்டுத்தர, சர்க்காருக்கு ஒரு காப்பியும் அம்மா வுக்கு ஒன்றுமாக ராஜு கொண்டு போய்க் கொடுத்தான். அம்மா மட்டும் கடைசி கடைசி என்று சொல்லி பணம் அழுதாள். 'ரேணு வோடோ வேறு யாரோடோ சில்மிஷங்கள் செய்து வியாதியை வாங்கி வந்தால் இந்த வீட்டுப்படி ஏற விடமாட்டேன்.'

பட் சீக்கிரத்தில் படத்தை முடிக்க அவசரப்பட்டான். பற்பசை, மார்க்கச்சு, உர விளம்பரப் படங்கள் தயாரிக்கும் ஒரு நிறுவனம் அவனை நிரந்தரமாகப் பணியமர்த்த ஆர்வம் காட்டியது.

ராகவன் பிள்ளைக்கு, அவன் ரூம் மேட்கள் தயவால், சில மலையாளப் படங்களில், சில பாத்திரங்கள் கிடைத்தன. நம் படத்திலும் ஒரு கானம் இருந்தால் நன்றாக இருக்கும் என்று அவன் அபிப்பிராயப்பட்டான்.

பிராஸசிங், எடிட்டிங் - ராஜுவின் இன்ஸ்டிடியூட் நண்பர்கள் உதவினார்கள். ஆச்சரியமாக, அம்மா முகம் சுளிக்காமல் பணம் கொடுத்தாள். டப்பிங் தியேட்டர் வந்து ஒரே ஒரு சீனில் மட்டும் வரும் இட்லிக்காரியின் வசனங்களை டப் செய்தாள்.

புல்லாங்குழல் வித்வான்கள் சிலபேர் இசையமைத்தார்கள்.

ரேணுவின் மாமா பிள்ளை, அவளை மணந்துகொள்ள ஆர்வம் காட்டினான். இவள் எப்படி இருந்தாலும் இவளை நான் கல்யாணம் செய்து கொள்ளத் தயார் என்று, குற்றங்களை மன்னித்து ஏற்கும் கம்பீரமான, பெருந்தன்மை பொருந்திய தோரணைகளோடு, அவன் ரேணுவின் பெற்றோரை நெகிழ்ச்சியடையச் செய்தானாம். கடைசி ஷெட்யூல் படப்பிடிப்புக்காக அவர்களிடம் காலில் விழாத குறையாக மன்றாடிக் கூட்டிவந்த போது - 'உங்கள் கூடப் பிறந்த தங்கையை யாராவது இப்படிச் செய்தால் சும்மா இருப்பீர்களா? மேலும் நீங்கள் பணமும் சரியாகத் தரவில்லை' - ரேணு இதைச் சொன்னாள்.

'ராமு, நீ என்னைத் திருமணம் செய்து கொள்கிறாயா? நீ சோம்பேறி என்றாலும், அதனால் உனக்கு நிரந்தரமாக வேலை இல்லை என்றாலும் எனக்குப் பொருட்டில்லை.'

நான் பதில் சொல்ல ஆரம்பிக்கும்போது வழக்கம்போல இறங்கிப் போய்விட்டிருந்தாள்.

6

ராஜு. மாலை மாலையாகக் கண்ணீர் வடித்தான். என்னைக் கட்டிக்கொண்டு மிக துக்கித்தான்.

படம் பிய்த்துக்கொண்டு போகிறது. 'செல்லுலாய்ட் கனவு' என்று வர்ணித்த பத்திரிகைகள் மறக்காமல் ரேணுவின் படத்தைப் பெரிதாகப் போட்டன.

அவளை மூன்று பேர் கற்பழிக்க முற்படுவதாக நிறுத்தி வைக்கப்பட்ட படத்தின் பேனரை. பெண்ணுரிமை இயக்கங்கள் கண்டித்ததால் அகற்றினார்கள்.

'இதைப் பார்த்தாயா?' - ராஜு ஒரு பத்திரிகையைக் காண்பிக்க, அதில் இந்தப் படத்தை நாற்பத்தாறு முறை பார்த்த ஒரு மளிகைக் கடைச் சிப்பந்தி சங்கோஜமாகச் சிரித்தார்.

'உனக்கு அங்கீகாரம் கிடைத்துவிட்டது. உன் படைப்பை விலாவாரியாக ரசிக்கிறார்கள்.'

'My Foot! அவர்கள் ரசிப்பது ரேணுவை. அதுவும் மூன்று பேர் அவளை... இந்த ரசனைக்கு முன்னே என்னையே நான் நிர்வாண மாக உணர்கிறேன். கடவுளே என் படத்தை எப்படி நான் சரியான பரிமாணத்தில் புரியவைக்கப் போகிறேன்?'

'ஃபிலிமோத்ஸவம், கேன், கார்லவி வாரி... நீ ஏன் நம்பிக்கை இழக்கிறாய்?'

'ஜிப்பாவும், ஜோல்னாப் பையுமாக வந்து என் படத்தைப் புகழ்ந்துபோன அறிவு ஜீவிகள் இப்போது சங்கடப்பட ஆரம்பித்திருக்கிறார்கள். என் மேல் ஏகப்பட்ட காம்ப்லெக்ஸ் களை ஒட்டி இந்த 'பிரைவேட் சர்க்குலேஷன் ஒன்லி' இலக்கிய இதழில் கடுமையாகச் சாடி இருக்கிறார்கள்.'

'என்றாலும் நீ இழப்பதற்கு என்ன இருக்கிறது? அது உன் படைப்பு. எதையும் படைக்க இயலாத குற்ற உணர்ச்சி அவர் களை அரிக்கிறது. விமரிசனங்கள் மூலம் தங்களை உன்னிலும் உன்னதமானவனாக உணர அவர்கள் எத்தனிக்கிறார்கள்.'

'என்றாலும் ரேணு... மூன்று பேர் அவளை...'

'ரேணுவை மற. கைவசம் பத்துபடம் இருப்பதாக அவள் காரியதரிசி - அவளுடைய மாமா பிள்ளைதான் - சொன்னான். இன்னும் ஒரு வருஷம் எல்லா பத்திரிகைப் பேட்டியிலும் உன் பெயர் சொல்வாள். அப்புறம் அவளும் உன்னை மறந்து போவாள்.'

7

ராஜு பெட்டிகளை எடுத்துக்கொண்டு புறப்பட்டான். தன் அம்மா தயாரிக்கும் படத்தை இயக்க ஒப்புக் கொண்டிருப்பதாக வும், இப்போதைக்கு வீடு திரும்புவதாகவும் சொல்லிவிட்டுப் போனான்.

வீட்டில் அவன் அறையை, எப்போதும் அவன் வருகையை எதிர் பார்த்துத் தூய்மையாக வைத்திருக்கிறாளாம். அவன் வளர்த்த ரோஜாச் செடிகளைக்கூட தினசரி கவனித்து வெட்டிவிட்டு தண்ணீர் மிகச் சரியாக விடுகிறார்களாம். பூக்கள், புலர் காலைப் பொழுதில் புனிதமாக உணர வைக்கும் பூக்கள். கவனமான தோட்டக்காரர்கள். மற்றும் தாயன்பு.

கலைப்படங்கள் தயாரிக்க எல்லாமே தேவைப்படுகின்றன.

10. செரங்கூன் மனிதர்கள்

ஈஸ்வரி. இந்தப் பெயர் உணர்த்தக் கூடிய, புலர் காலையில் துயிலெழுந்து, குளித்து, கூந்தலில் நுனி முடிச்சும், கையில் அர்ச்சனைத் தட்டுமாக, ஒலிபெருக்கியில் அம்பாள் பாடல் காதில் அறையும் கோயிலை நோக்கி மெல்ல நடக்கிற, அல்லது 'மாமா, அத்தை சேர்ந்து நில்லுங்கள். நமஸ்காரம் பண்ணிக் கொள்கிறோம்' என்று காலில் மெட்டி ஒலிக்க, மாக்கோல ஈரம் உலராத தரையில், வயிறு பெருத்த கணவனின் மனம் பொருந்தாத, தாமதமான இயக்கத்தோடு கடைக்கண்ணால் பார்த்து இணை சேர்ந்து வணங்கி எழுகிற, பிம்பங்களிலிருந்து விலகியவளாக, செரங்கூன் வீதியைத் துயில் உணர்த்தப் போகிற பெண். இருபத்தெட்டு வயது. நெற்றியில் விபூதிக்கீற்று. நீல ஸ்கர்ட். ஒரு கையில் நெகிழப் பிடித்த பிளாஸ்டிக் பையில் இடியாப்பம். மறுகையில் தெருவோரம், தானியங்கி இயந்திரத்தில் ஐம்பது செண்ட் நாணயம் போட்டு பேப்பர் குவளையில் வாங்கிய காபி. தெருவோடு காபி குடித்துக் கொண்டு நடக்கிற ஈஸ்வரி.

இன்றைக்குக் கிளம்பியபோது கொஞ்சம் தாமதமாகி விட்டது. ராத்திரி வீடியோவில் ஜெமினி கணேசன் படம். புவனா வேலை முடிந்து கிளம்பும்போது கொடுத்தாள் - 'நாளைக்கே நிச்சயமாத் திருப்பித் தரணும்.' - பழனியப்பன் எத்தனையாவது முறை யாகவோ யூகோ மரடோனாவின் சர்ச்சைக்குரிய உலகக் கோப்பை கால்பந்தாட்ட கோலைப் பார்த்துக் கொண்டிருந்தான். 'ஏங்க, கணவனே கண்கண்ட தெய்வம் கொண்டு வந்திருக்கேன்.' 'நீயே பார்த்து அழுதுக்கிட்டு இரு.' - புட்பாலிலிருந்து கண் எடுக்காமல் பதில் சொன்னான். மரடோனாவை நிற்கவைத்துக் குட்டவேண்டும் போல இருந்தது ஈஸ்வரிக்கு.

பத்து மணிக்கப்புறம் தமிழ்ப்படம் பார்க்க ஆரம்பித்தால், அப்புறம் அடுத்த நாள் வேலைக்கு நேரத்தோடு போய்ச் சேர வேண்டியதைப் பற்றி மறந்துவிட வேண்டியதுதான். அங்கங்கே வேகமாக ஓட்டிவிட்டுப் படம் பார்த்தாலும், பார்த்து முடிக்கப் பன்னிரண்டு மணியாகி விட்டிருந்தது. பழனியப்பன் முழுக் கட்டிலையும் ஆக்கிரமித்துக் கொண்டு தாறுமாறாகக் கைகால் பரப்பிப் படுத்துக் கொண்டிருந்தான்.

காலையில் கண் விழித்தபோது ஏழு மணி. பழனியப்பன் டி.வி.யில் மலேசிய சேனலில் மலேயத் தமிழ்ப் பெண்களும், மலாய்ப் பெண்களும் ராஜ வாழ்த்துப் பாடுவதில் லயித்திருந் தான். இவனுக்கு டெலிவிஷன் ஒரு வசதியான சாக்காகி விட் டிருந்தது. எதையும் இவள் கண்ணைப் பார்த்துப் பேச வேண்டி தில்லை.

சிங்கப்பூர் வானொலி, காலை எட்டு மணிக்கப்புறம் பதினைந்து நிமிஷம் ஆனதாக மென்மையாகக் கூறி, இவள் கடை விளம்ப ரத்தை ஒலிபரப்பியபோது, அவசர அவசரமாகக் கிளம்பினாள். 'என்னங்க, மேசை மேல இடியாப்பம் வச்சுருக்கேன். பசியா றிட்டுப் போங்க.'

'நான் இன்னிக்குப் போகலை. கடைக்கு ஃபோன் பண்ணி மூணுநாள் லீவு சொல்லிடு.'

'என்னங்க, மேலுக்கு முடியலியா?'

'முடியலைன்னு நான் சொன்னா, கூட உக்காந்து கால்பிடிச்சு விடப் போறியா என்ன?'

இல்லை, கேட்டிருக்கக் கூடாது. ஆனாலும் எல்லாப் பேச்சும் இப்படித்தான் முடிகிறது.

'நாளைக்குத் தீ மிதி இருக்கு' - டி.வி.யைப் பார்த்துக்கொண்டே சொன்னான்.

ஈஸ்வரி நாக்கைக் கடித்துக் கொண்டாள். இது எப்படி மறந்து போனது? கல்யாணம் ஆன வருஷம் அவன் தீ மிதிக்கப் போவ தாக முதன்முதலாகச் சொன்ன பொழுது எழுந்த சிலிர்ப்பும் நடுக்கமும் இப்போதும் வந்தது.

'வேணாங்க எனக்குப் பயமா இருக்கு.'

'ஏய்... இதுக்கென்ன பயம்? நான் தனியாவா போறேன். ஊரோட தானே தீ மிதிக்கிறேன்.'

'விரதம் எல்லாம் இருக்கணுமே.'

'ஆமா, ஒரு மாசத்துக்கு விரதம். நாளையிலிருந்து சவரம் கிடை யாது. கவிச்சி கிடையாது. நீயும் கிடையாது.'

இதை மென்மையாகச் சொல்லி இருக்கலாம். வழித்து எறிகிற ரோமமும், கடித்துத் துப்புகிற எலும்பும், நீயும் எல்லாம் எனக்கு ஒன்றுதான். தேவையானால் வேண்டும். இப்போது தேவை இல்லை. மூன்றுநாள் தாடியுடனும் இடுப்பில் வாக்மேனுடனும் வேலைக்குப் போகிற கணவன். கொஞ்சம் ஆச்சரியமாகவும் கொஞ்சம் அந்நியமாகவும் பட்ட அந்த தினங்கள்.

செரங்கூன் வீதி இவள் வருகைக்குக் காத்திராமல் எழுந்து இயங்க ஆரம்பித்திருந்தது. கடைகளில் வேஷ்டி கட்டிக்கொண்டு முதிய வர்கள் வாக்குவம் கிளீனர்களைச் செல்லமாக நடத்திக் கொண் டிருந்தார்கள். கோமள விலாஸில் குளோஸ்ட் சர்க்யூட் டி.வி.யில் கடைக்குள்ளே நடமாட்டத்தைக் கண்காணித்துக் கொண்டு, குஜராத்தி டூரிஸ்டுகளுக்கு இட்லிமேல் சாம்பார் விளம்பிக் கொண்டிருந்தார்கள். 'வடை வேணுமானால் வாங்கிட்டுப் போகலாமா?' இல்லை, ஏற்கெனவே நேரமாகி விட்டது. முதலாளி வந்திருக்கக் கூடாது.

வந்திருந்தார். அந்தப் பெரிய டிபார்ட்மெண்டல் ஸ்டோரின் வாச லில் வருகிறவர்களை எல்லாம் வரவேற்க நிற்கிற பரிவும் வாத்சல்

யமும், ஈஸ்வரியைப் பார்த்ததும் கடுகடுக்க யத்தனித்து, கூட்டமாக நுழைந்த டூரிஸ்டுகளைக் கண்டதும் மறுபடி மலர்ந்தது அப்பாடி, தப்பியாகிவிட்டது. 'என்ன சார், வாங்கோ சார்!' சர்தார்ஜிகள் தங்களுக்குத் தெரிந்த தமிழை எல்லாம் பிரயோகித்தபடி வாஷிங் மெஷின் விலை விசாரிக்க விரைந்து கொண்டிருந்தார்கள்.

செக்ஷனில் நுழைந்தபொழுது ஆறுமுகம் சொன்னார் - 'ஈஸ்வரி... இன்னிக்கு உனக்கு டெக்ஸ்டைல் கவுண்ட்டர். கல்யாணி லீவு.'

புடைவை விற்பனை கவுண்ட்டரோ, எலக்ட்ரானிக் பொருள்கள் விற்பனை கவுண்ட்டரோ எங்கிருந்தாலும் ஒன்றுதான். எங்கேயும் அலைமோதுகிற கூட்டம். காணாததைக் கண்டது போல, எல்லாவற்றையும் பார்க்க வேண்டும், தொட வேண்டும், வாங்க வேண்டும். பொம்மைக் கடையில் குழந்தைகள் போல, கண்ணை அகல விரித்துக்கொண்டு, 'இதோ வந்துட்டேன், வந்துட்டேன்' என்று சாரிசாரியாக வருகிறவர்கள்.

'நேஷனல் ஜெ 30 வி.சி.ஆர். என்ன விலை?' - 800 வெள்ளியை ரூபாயாக்கிக் கணக்குப் போட்டு, வாங்கலாமா வேண்டாமா என்று கடைசியாக ஒரு தடவை யோசித்து, முன்னால் போகிற ஒவ்வொருத்தரும் எனக்கு ஒன்று, எனக்கு ஒன்று என்று வாங்குவதைப் பார்த்து எல்லா சஞ்சலமும் விலக, 'மாமா... எனக்கும் பஞ்சு முட்டாய்...'

கடையில் சேர்ந்த புதிதில் இந்தியாவிலிருந்து வருகிறவர்களைப் பார்க்கவே வாஞ்சையாக இருந்தது. அதிலும் தமிழ் பேசுகிறவர்கள். 'நம்ம ஆளுங்க.'

'ஏம்மா, நாம எல்லாம் எப்படிம்மா சிங்கப்பூருக்கு வந்தோம்?'

'நாங்கதாண்டி வந்தவங்க. நீ இங்கேயே பிறந்தவடி.'

'சரி... நீ வந்த கதையைச் சொல்லு.'

ஈஸ்வரியின் அம்மா அவளுக்குத் தலை பின்னியபடியே, நாற்பது வருஷத்துக்கு முன் அவள் அப்பா மருதமுத்து இங்கே துறைமுகத்தில் கலாசியாக வந்ததையும், அப்புறம் கொஞ்சம் நாள் கழித்து அல்லிவிளாகத்திலிருந்து தன்னைக் கல்யாணம் செய்து கூட்டி வந்ததையும் எத்தனை தடவை சொன்னாலும் ஆறாத சுவாரசியத்தோடு சொல்வாள். அவள் சுவாரசியம் இன்னும் கலையாமல்

இருக்கிறது. இங்கே வந்ததற்கு அப்புறம் ஒரு தடவைகூட சொந்த மண்ணுக்குப் போக அவளுக்குச் சந்தர்ப்பம் கிடைக்க வில்லை. மருதமுத்துப் பிள்ளை இறந்து போனதோடு, திரும்பக் கூடிய சாத்தியமும் அஸ்தமித்துப் போய்விட்டது என்று அவளுக்குத் தெரியும். முப்பது வருஷத்துக்கு முந்திய அல்லி விளாகத்தைப் பற்றிய இனிமையான நினைவுகள் மட்டுமே அவளுக்கு! 'நம்ம ஊரு' ஈஸ்வரிக்கும், இந்த 'நம்ம ஊரு' கொடுக்கும் சுகமான, ஆசுவாசமானத் தோன்றல்கள் நிலையாக இருந்திருக்கும் - இங்கே இந்த டிபார்ட்மெண்டல் ஸ்டோரில் வேலைக்கு வந்திரா விட்டால்.

மூங்கில் உருளைகளில் சுற்றி அடுக்கியிருந்த துணிச் சுருள்களைத் தாண்டி, பலகை அடைப்பை உயர்த்தித் திறந்து கவுண்ட்டரில் போய் நின்றபோது, சுபா இவளைப் பார்த்துத் திரும்பி மெல்லச் சிரித்துவிட்டு வேலையில் கண்ணானாள்.

'உங்க மாதிரிதாங்க என் ஒய்ப் கலரும் ஸ்ட்ரக்சரும். நீங்களே நல்லதாப் பாத்து செலக்ட் பண்ணிக் கொடுங்க.' - சுபாவுக்கு முன்னால் நின்ற இளைஞன் ஒரு உதிரிச் சிரிப்போடு சொன்னான். சுபா எந்தச் சலனமுமின்றி இயந்திரமாக நடுவிலிருந்து ஒரு சுருளை உருவி ஆறு மீட்டர் வெட்ட ஆரம்பித்தாள். அவனுக்கு ஊரில் ஒரு மனைவி இருக்கலாம். இல்லாமலும் இருக்கலாம். எப்படி ஆனாலும் ஸ்டோர் கம்ப்யூட்டரில் இவள் கவுண்ட்டரில் விற்ற ஆறு மீட்டர் கணக்காகும். தீபாவளி நேரத்தில் கிடைக்கும் இன்சென்டிவ்வில் இன்னொரு ஐம்பது செண்ட் கூடும்.

அந்த இளைஞன் சுபாவை முடிந்த அளவு வெறித்துவிட்டு, இப்போது ஈஸ்வரி பக்கம் கண்ணைத் திருப்பினான். இவளை முன்னாலேயே பார்க்காமல் இருந்ததற்காகத் தன்னையே நொந்துகொண்ட மாதிரியான அவசரத்துடன் இவள் இருக்கு மிடம் வந்து 'இதெல்லாம் சைனீஸ் சில்க்ங்களா?' என்றான்.

'இல்லை. ஜப்பானீஸ் பிரிண்டட் சில்க்.'

'ஜானியிலே, ஸ்ரீதேவி கட்டிக்கிட்டு வர்றது இதானே?'

'அப்படீங்களா, தெரியலீங்களே!'

'என்னங்க, தமிழ்ப் படமே பாக்கறது இல்லியா?'

'இல்லை.'

அவனுக்கு இவளில் சுவாரசியம் குறைந்து, திரும்ப சுபாவிடம் தாவினான்.

அவள் வேலைக்குச் சேர்ந்த புதிதில் இப்படி யாராவது பேசியிருந் தால், அதுவும் நம்ம ஊர் ஆளு பேசியிருந்தால், ஜானியில் ஸ்ரீதேவி அந்த மாதிரிப் புடைவை கட்டிக்கொண்டு வருவது எந்தக் காட்சியில் என்றுகூடச் சொல்லியிருப்பாள்.

'அடேயப்பா! உனக்குத் தமிழ்ப் படம்னா அத்தனை பிரியமா?' - பழனியப்பன் கல்யாணமான புதிதில் கேட்டான்.

'ஆமாங்க. அந்த அண்ணா சாலையும் ஊட்டியும் மதுரையும் - எல்லாம் கனவிலே கூட வருதுங்க. அங்கேயே பிறந்து வளர்ந்து இங்கே எப்படியோ வந்து சேர்ந்த மாதிரி இருக்குங்க. தமிழ் நாட்டிலிருந்து யாரையாவது பார்த்தா, நிறுத்தி நாலு வார்த்தை பேசணும்னு ஆசையா இருக்குங்க. உங்களுக்கு இப்படி எல்லாம் தோணாதா?'

'நமக்கு எல்லா ஊரும் ஒண்ணுதான். நீ வேணாப் பாரு இந்த ஆட்டோ மெக்கானிசம் கோர்ஸ் முடிச்சா ஆஸ்திரேலியா போயி டலாம். அப்புறம் சிங்கப்பூரும் உனக்கு ரெண்டாம் பட்சமாத்தான் தோணும்.'

அவன் ஆஸ்திரேலியா போகக்கூடும். அவன் மட்டும் இல்லை; அந்த நாயர்ப் பெண்ணையும் கூட்டிக்கொண்டு.

'என்ன எல்லோரும் சௌக்கியமா?' - பொதுவாக விசாரித்துக் கொண்டு படியேறி வந்தவரை சிங்காரம் அண்ணாச்சி என்று எல்லோருக்கும் தெரியும். இப்போதைக்கு தமிழ் நாட்டோடு இருக்கிற ஒரு உறவுப்பாலம் சிங்காரம் அண்ணாச்சி மட்டும்தான்.

'நமக்குத் தஞ்சாவூர்ப் பக்கமுங்க' - எல்லோரிடமும் அண்ணாச்சி இதைத்தான் சொல்லுவார். சொந்த ஊர் என்று குறிப்பாக ஒன்றும் சொல்ல மாட்டார். இரண்டு மாதத்துக்கு ஒருமுறை இந்தியாவி லிருந்து வருவார். வண்டி வண்டியாக எல்லாம் வாங்குவார். 'ஹி இஸ் எ கூரியர்' - சுபா முதல் தடவை அறிமுகம் செய்து வைத்த பிறகு, காதோரம் கிசுகிசுத்தாள்.

'இந்தாம்மா, சமயபுரம் மாரியம்மன் குங்குமம் இட்டுக்க. அந்தப் பொண்ணு எங்கே கல்யாணி? வைத்தீஸ்வரன் கோயிலிலே

பிள்ளை பேர்லே அர்ச்சனை செய்யச் சொல்லி பணம் கொடுத் திருந்தது.'

சுபா, சிங்காரம் பிள்ளையிடம் பேசிக்கொண்டிருந்தபோது, இண்டர்காமில், எலக்ட்ரானிக் பொருள் பிரிவில் புதிதாகச் சேர்ந்த லியாகத் கூப்பிட்டான்.

'நேஷனல் ரைஸ் குக்கரில் பொங்கின சோறைத் திரும்ப எப்படி சூடு பண்றது?'

லியாகத்துக்கு முன்னால் இருக்கும் கஸ்டமரைக் கற்பனை செய்ய முயன்றபடியே பதில் சொன்னாள்.

'யாரு கஸ்டமர்?'

'காவி வேட்டியில் ஒரு சாமியார்.'

'இந்த ஷிபான்லே ஒண்ணு, அந்த ரெட் அண்ட் ஒய்ட் பூப்போட்ட பிரிண்டில் ரெண்டு - உங்க தங்கச்சிக்குத் தனியா வாங்கிக்கலாம். இது நம்ம ஷோபாவுக்கும் ராதிகாவுக்கும். என்னங்க, இந்த மஜந் தாவைக் கொஞ்சம் உடுத்தின மாதிரி காட்டுங்க... ஏன் இப்படி, புடைவையை எல்லாம் சுருள் சுருளா வச்சிருக்கீங்க? எங்க ஊர் நல்லியிலே வந்து பாருங்க!'

குரல்கள். கைகள். எல்லாவற்றையும் உடமையாக்கிக் கொண்டு, இன்னும் இன்னும் என்று தேடித் திருப்திப்படாது, எதையாவது விட்டுவிட்டோமா என்ற சந்தேகத்தோடு, இதையெல்லாம் நான்தானே வாங்குகிறேன் என்ற சந்தோஷத்தோடு, ஈஸ்வரி பன்னிரண்டு கைகளும், எட்டு கண்களுமாகப் பல சேனல்களில் கேட்டும் பேசியும் செயல்படுகிறாள்.

திடீரென்று, பழனியப்பன் வேலை பார்க்கும் இடத்தில் அவனுக்கு லீவு சொல்லவில்லையே என்று நினைவுக்கு வந்தது. சுபாவிடம் சொல்லிவிட்டு வேகமாகப் பொது டெலிஃபோன் நோக்கி ஓடினாள். கடை ஃபோன்களை இப்போது உபயோகிக்க முடியாது.

ஃபோன் மறுமுனையில் எடுக்கப்பட - அதுவும் ஒரு டிபார்ட் மெண்டல் ஸ்டோர்தான் - யாரைக் கூப்பிட? சட்டென்று வேறு ஒரு பெயரும் நினைவில் வராது மறந்து போக, 'உஷா... உஷா... நாயர்...'

'நான்... நான்... ஈஸ்வரி... ஈஸ்வரி பழனியப்பன்.'

'அவர் மூணு நாள் லீவுன்னு நேற்றைக்கே சொன்னாரே.'

'இல்லை, அதைச் சொல்லத்தான் கூப்பிட்டேன். காலையில் வந்ததும் வேலைத் தொந்தரவில நினைவு வரலை.'

'நான் காலையிலேயே மேனேஜருக்கு இன்ஃபார்ம் செய்துட் டேனே' - உஷா அவசரமாகச் சொன்னாள்.

ஈஸ்வரி ஃபோனை வைக்கும் முன், அவள் வைத்து விட்டிருந் தாள். அவளுக்கும் வேலைத் தொந்தரவாக இருக்கலாம். ஆனா லும் அவளுக்கு நேரம் கிடைக்கிறது. பழனியப்பனுடன் மெக் டோனால்டில் ஃப்ரெஞ்ச் ப்ரை கொறித்துக் கொண்டு ஆரஞ்ச் ஜுஸ் சாப்பிடவும், அவனோடு ரிவர்சைடில் டிஸ்கொத்தே போகவும், யோஹான் சூப்பர் மார்க்கெட்டில் அவன் தேர்ந் தெடுக்க லிப்ஸ்டிக்கும், மார்க்கச்சும் வாங்கவும் - சுபா பார்த்திருக் கிறாள். குருநாதனைப் பார்த்துவிட்டுப் பார்க்காதது போல முகத்தைத் திருப்பிக் கொண்டு போக அவர்களுக்குத் தெரிந்திருக் கிறது.

- 'கிளாஸ் போயிட்டு வந்தா நேரந்தான் ஆகும். எல்லாம் சாப்பிட் டாச்சு. உன்னை யாரு காத்திருக்கச் சொன்னது? சாப்பிட்டுவிட்டு நீ பாட்டுக்கு வீடியோலே பக்திப்படம் பார்த்துக்கிட்டிருக்க வேண்டியதுதானே?'

- 'நான் யாரோடு சுத்தினா உனக்கு என்ன? இங்கு என்ன பிள்ளையா குட்டியா வாசல்லேயே காத்துக்கிட்டிருந்துட்டு, அப்பா, அப்பான்னு ஓடிவந்து காலைக் கட்டிக்க?'

- 'அடுத்த வாரம் ராணுவச் சேவைக்கு ஓலை வரும். பதினஞ்சு நாள் பியர் கூடக் குடிக்க முடியாது. அழுது தொலைக்காதே. இந்த வீட்லே பிள்ளை அழுகைதான் கேக்கலை. உன் புலம்ப லாவது நிக்கக் கூடாதா? குடிக்காதே, குடிக்காதே... சே... வேற பேச்சே கிடையாதா?'

- 'பேங்கில் சேர்த்து வச்சு யாருக்குக் கொடுக்கப் போறே? பிள்ளையைப் படிக்க வைக்கணுமா? பொண்ணுக்குப் பாவாடை சட்டையும் நகையும் வாங்கணுமா? ஆயிரம் வெள்ளி கொடு. பாங்காக்லே வேலை இருக்கு. யாரும் கூட வரல்லை, சந்தோஷம் தானே!'

இல்லை, உஷா பாங்காக் போகவில்லை. அவள் இல்லாத நேரத்தில் அவள் வீட்டுக்குத்தான் ஒரு தடவை வந்து போன தாகப் பக்கத்து அப்பார்ட்மெண்ட் சீனக்கிழவி மோ சொன்னாள். 'அந்தக் கரிய விழிகளும், வற்றிய இடுப்பும் கொண்ட இந்தியப் பெண் உன் கணவனோடு ரொம்ப நேரம் இருந்தாள். அவசர மாகக் கிளம்பிப் போனாள். உன் கண்கூட அழகாகத்தான் இருக் கிறது. ஏமாந்து விடாதே பெண்ணே.'

ஒரு வயதான வெள்ளைக்காரர் கையை நீட்டினார். 'கேன் யூ ப்ளீஸ் கய்ட் மீ டு ரபேல் ஸ்கொயர்?'

'கேன் கேன். டேக் எனி பஸ் கோயிங் இன் திஸ் டிரக்‌ஷன். கெட் டவுன் அட்.'

- 'ஈஸ்வரி, உன் வீட்டுக்கு வழி சொல்வாயா?' உஷா கேட்கிறாள்.

- 'கேன் கேன்.'

- 'ஈஸ்வரி, இது உன் கட்டிலா?'

- 'எஸ் லா.'

- 'ஈஸ்வரி, இது உன் கணவனா?'

- 'எஸ் லா.'

- 'ஈஸ்வரி, நீ போய்விட்டு அப்புறம் வருகிறாயா? நான் இங்கே ஓய்வெடுத்துக் கொள்ளட்டுமா?'

'கேன் கேன்' பழனியப்பன் சொல்கிறான்.

டாக்சியில் சடாரென்று பிரேக் அடித்த, திட்டத் தெரியாத சீன டிரைவர், இயல்பாகவே சோகமாகத் தோன்றும் கண்களில் இன் னும் கொஞ்சம் சோகம் தெரியப் பார்த்துவிட்டுப் போகிறான்.

'இன்னும் நாள் இருக்கிறது ஈஸ்வரி. இப்போது உல்லி உல்லியில் ஆறு மீட்டரும் ஜப்பானீஸ் சில்க்கில் ஆறு மீட்டரும் கிழி. ஜானியில் ஸ்ரீதேவி கட்டிய மாதிரி, எல்லாத் துணியிலும் ஆறு மீட்டர் கிழி.'

கடையில் இப்போது கொஞ்சம் கூட்டம் குறைவாக இருந்தது. இவளைப் பார்த்ததும் சுபா சொன்னாள் - 'முதலாளிக்கு வெட்டிங் டேயாம். எல்லோருக்கும் கறிக்குழம்பும் பிரியாணியும் செய்து

வீட்டிலிருந்து கொடுத்தனுப்பி இருக்கிறார். நீ முதல்லே போய்ச் சாப்பிட்டு வா, அப்புறம் நான் போறேன்.'

'இல்லை சுபா, நான் இன்னிக்கு சைவம்.'

'என்ன விசேஷம்?'

'அவர் நாளைக்குத் தீ மிதிக்கிறார்.'

'தீ மிதிச்சாப் போதுமா? உன் எடத்திலே நான் மட்டும் இருந்தா... சரி. சாமி காரியம், நான் ஏன் குத்தம் சொல்லணும்?' - சுபா முனகிக்கொண்டே போய்விட்டாள்.

'கம்ப்யூட்டர் டிசைன் புடைவைங்களா இது? கிழிங்க ஒரு சேலைக்கு வராப்பிலே, களியக்காவிளையிலேயே நம்ம வீட்டுலேதான் மொதல்லே இதைக் கட்டினதா இருக்கணும்.'

சுபா சீக்கிரமே திரும்பிவிட்டாள்.

'ஏன் சரியா சாப்பிடலியா?'

'கூட்டம் நிறைய இருக்கு. சீக்கிரம் முடிச்சுட்டுப் போங்கன்னாரு மேனேஜரு. என்ன வேலை இது, ஆற அமரச் சாப்பிடக்கூட விடாம? மென்னு தின்னாத்தான் கறி. முழுங்கினா மாத்திரை தான். சரி, நீ போய்ச் சாப்பிட்டு வா ஈஸ்வரி.'

எலக்ட்ரானிக் பகுதியைக் கடந்து இன்னும் ஒரு மாடி ஏறி ரெஸ்ட் ரூமுக்குப் போக வேண்டும். வழியில் பெரிய பெரிய சூட்கேஸ் களை அநாயாசமாகத் தூக்கித் திறந்து காட்டிக் கொண்டிருந்தார் சுந்தரமூர்த்தி. காசி யாரோ சோனியாக ஒருத்தரை, 'பில்லைக் காமிச்சுட்டுப் போங்க மிஸ்டர்' என்று விரட்ட அவர், 'ஹூம் டூ யூ திங் ஐ ஆம்?' என்று பாய, காசி பெட்டிப் பாம்பாக அடங்கி, 'சாரி சார். தெரியாமக் கேட்டுட்டேன்' என்றார். வாடிக்கையாளர் கள் எப்போதும் மதிக்கப்பட வேண்டியவர்கள். கூட்டமாக வந்தாலும், கும்பலாகச் சூழ்ந்தாலும்.

வேலாயுதம் சாப்பிட்டு முடித்துப் பாத்திரத்தைக் கழுவிக் கொண்டிருந்தார். வீடியோ, ஆடியோ கேஸட் பிரிவிலிருந்து புவனாவும் கலைச்செல்வியும் காபிக் குவளையோடு நுழைந்தார் கள். குவளைகளில் ரஜினிகாந்தும் கமலஹாசனும் சிரித்தார்கள். 'நேத்திக்கு அந்தப் புதுப்பையன், அதான் எலக்ட்ரானிக்ஸுக்கு வந்திருக்கானே, அவன் ரொம்ப சுவாதீனமா என் குவளையை

எடுத்துட்டுப் போய்க் காபி சாப்பிட்டுக்கிட்டிருக்கான். சே! நாலு தடவை கழுவி, உள்ளே வச்சுப் பூட்டினேன். ஈஸ்வரி, என்ன நேரம் கழிச்சு சாப்பிடறே? காலையிலே நேரம் கழிச்சுப் பசியாறினியோ?'

'ஈஸ்வரி! பழனியப்பன் நாளைக்குத் தீ மிதிக்கப் போறானா?' - வேலாயுதம் கேட்டார்.

அவளை அம்மி மிதிக்க வைத்துக் கல்யாணம் செய்து கொடுத்தவர் அவர்தான். பழனியப்பனின் தாய் வழியில் ஏதோ உறவு.

'ஆமா மாமா.'

'நம்ப வீட்டுலேகூட குருவும் தட்சிணாமூர்த்தியும் போறாங்க. ரகுதான் இந்த வருஷம் சபரிமலைக்கு மாலை போட்டுக்கிட்டு இந்தியா போறதா இருக்கான்.'

'நீங்ககூட வருஷா வருஷம் தீ மிதிப்பீங்களே மாமா?'

'அதை ஏன் கேக்கறே போ... வயசாக வயசாகத் தேகம் தளர்ந்துதான் போறது, ஒண்ணும் செய்ய முடியறதில்லே.'

புவனாவும் செல்வியும் சொல்லிவைத்தாற்போல களுக் என்று சிரித்துவிட்டு வெளியே ஓட, இவளுக்கும் சிரிப்பு வர அடக்கிக் கொண்டாள். 'கோட்டிக்காரக் கழுதைகளா, வரேன் இருங்க' என்று செல்லமாகக் கோபித்துவிட்டு, வேலாயுதமும் சேர்ந்து சிரித்தார். ஈஸ்வரிக்கு இப்போதுதான் பொழுது புலர்ந்ததாகத் தோன்ற, வாய்விட்டுச் சிரிக்க ஆரம்பித்தாள்.

'போன வருஷம் தாம்மா இந்த மாதிரி ஆச்சு. எப்பவும் தீ மிதிக்க ஆரம்பிக்கிற முதல் ஆளும் நானாகத்தான் இருக்கும். அந்தப் பக்கம் நடந்து போய்ச் சேர்ற முதல் ஆளும் நான்தான். ஆனா என்னமோ தெரியலை. காலையிலேர்ந்தே ஒரு மாதிரி அசதி. என்னமோ ஒரு பயம். எல்லோரும் ஒவ்வொருத்தராய் பூசாரி கிட்ட விபூதி பூசிக்கிட்டு, சாட்டையாலே ஆளுக்கு ஒரு அடி வாங்கிக்கிட்டு, உடம்பு முறுக்கேற நடக்கத் தயாரா இருக்காங்க. இந்த வைத்தியலிங்கப் பூசாரி - வெறும் நாள்ளே கோமள விலாஸ்லே காபி சாப்பிட்டுவிட்டு, வெத்திலை போட்டுக்கிட்டு ஊர்க்கதை பேசறபோதெல்லாம் சாதாரணமாத் தெரியற மனுஷன், தீ மிதியன்னிக்கு மட்டும் புதுசா

யானைபலம் வந்த மாதிரி மாறிடுறார். அவர் விபூதி பூசும்போது நம்மாலே தீயிலே நடக்க முடியும்னு நிச்சயமாப் படறது. அந்த மேளக் கொட்டும், மணிச் சத்தமும், ஒரே குரலா அரோகரான்னு கத்தறதும், இந்தத் தீயிலே நடக்கற மாதிரி எளுப்பமான வேலை வேறு எதுவும் இல்லைன்னு மனசைத் திடமாக்கறது. அப்புறம் அவர் கையில் சாட்டையோடு வந்து, ஒவ்வொருத்தருக்கும் ஒரு அடி கொடுக்கும் போது, கிளம்புன்னு சொல்லி அந்த ஈசுவரனே உத்தரவு கொடுத்து விரலைச் சொடுக்கினமாதிரி இருக்கு. அந்த அடியும் வலியும்கூட ஒரு சுகம்தான். என் தம்பி மகன் இந்தியாவிலே மனசாஸ்த்ர டாக்டரா இருக்கான். அவன் இந்தத் தீ மிதி விவகாரமெல்லாம் ஒரு மாதிரி குற்ற உணர்ச்சியோட வடிகால், தான் செய்யற தப்புக்கெல்லாம் தண்டனை கொடுத்துக் கிற நினைப்புக்குத் தீனி போடற சடங்கு, அது இதுன்னு என்னமோ சொல்றான். அது என்னவாவும் இருந்துட்டுப் போகட் டும். அந்த நிமிஷத்திலே அந்தச் சாட்டையடி, அந்தத் தீ பரத்தின குழி, அதுலே நடந்து கடக்கறது - இது மட்டுந்தான் நிஜமாத் தெரியுது. எங்கியோ போய்ட்டேனே! போன வருசம் எல்லோ ரும் தீ மிதிச்சுக் கடந்து போய்ட்டாங்களா, எனக்குப் போகத் தைரியம் குறையுது. ஏதாவது சாமி குத்தமோ என்னமோன்னு மனசு குழம்புது. ‘பூசாரி ஐயா! இன்னொரு அடி கொடுங்க’ - அவரும் தரார். ஆனாக் கிட்டப் போனப்புறம் மறுபடியும் பலஹீனம். திரும்பப் போயிடலாமா? மனசு கேட்கலை. எத்தனை பேர் பார்த்துக்கிட்டிருக்காங்க. நான் கையைப் பிடிச்சு பதினஞ்சு வருஷம் முன்னே கூட்டி வந்த பையன்கள் எல்லாம், அவங்க அவங்க பிள்ளைகளைப் பார்க்கக் கூட்டி வந்துட்டு, தீ மிதிச்சு முன்னாலே முன்னாலே போய்க்கிட்டு இருக்காங்க. நான் மட்டும் பின்னாலேயே. பூசாரி ஐயா, இன்னும் ஒண்ணு, இன்னும் ஒண்ணுன்னு நச்சரிக்க, அவர் சாட்டையை உயர்த்திப் பிடிச்சு, சரமாக நாலைந்து கொடுக்கிறார். அங்கே ஆரம்பிச்ச ஓட்டம், குழியைக் கடந்துதான் நிறுத்தறேன்.’

ஈஸ்வரிக்குத் தீ மிதித்துக் கடந்து வந்ததுபோல இருந்தது. கையைக்கூட அலம்ப மறந்து உட்கார்ந்திருந்தாள்.

கவுண்ட்டருக்குத் திரும்பியபோது, திரும்பவும் எலக்ட்ரானிக் பகுதிக்குப் போகச் சொன்னார்கள். இது கொஞ்சம் நிம்மதியான வேலை. கத்திரிக்கோலும் கையுமாக நிற்க வேண்டியதில்லை. சிதம்பரம் யாருக்கோ வி.சி.ஆர். இயக்கிக் காட்டிக் கொண்டிருந்

தார். டீகோ மரடோனா, அந்தச் சர்ச்சைக்குரிய கோலை இங்கேயும் போட்டுக் கொண்டிருந்ததைப் பார்க்க ஈஸ்வரிக்குப் பற்றிக் கொண்டு வந்தது. ஒருவேளை பழனியப்பனுக்கு ஃபுட் பால் பிடிக்காமலிருந்தால் இதை லட்சியம் செய்திருக்க மாட்டோமோ என்று தோன்றியது.

இரண்டு மணி நேரத்தில் இருபது வி.சி.ஆர். விற்றுத் தீர்த்தாகி விட்டது. மதியத்தில் பிரேக்கில் போனவர்கள் வர ஆரம்பித்தார்கள்.

சுபா மேலே வந்தாள். 'கொஞ்சம் ஷாப்பிங் போகணும் வர்றியா?'

'ஐயோ, பர்மிஷனா? நாளைக்கு வேறே லீவு எடுக்கணும்.'

'அது நாளைக்கு லீவு. இது இன்னிக்கு பர்மிஷன். ஏன் ரெண்டையும் சேர்த்துக் குழப்பிக்கறே?'

மேனேஜரிடம் இரண்டுக்கும் சொல்லிவிட்டு - 'என்னம்மா வரும்போதே லேட். சரி சரி, சாமி காரியம்... கூட இருந்து நல்லா நடத்திக் கொடுத்துட்டு வா. இனிமேலாவது அவன் வீடு தங்கினா சரிதான்.' - சுபாவுடன் படி இறங்கினாள். இது ஒரு தனி உலகம். இந்தப் பரபரப்புக்கும் சந்தடிக்கும் இடையிலும்கூட அன்பும் நேசமும் இருக்கிறது. எந்தச் சூழ்நிலையிலும் அது இயல்பாக ஒரு நிமிஷம் மேலே எழும்பி மறைகிறது. 'நம்ம ஆளுங்க.'

கடை கடையாக ஏறி இறங்கி, வாங்க வேண்டியதெல்லாம் வாங்கியானது.

'ஹை ஸ்ட்ரீட் போய்ச் சாப்பிடலாமா?' சுபா கேட்டாள்.

'இல்லை சுபா, செசில் ஸ்ட்ரீட்லே ருக்மணியைப் பார்த்து நாளைக்கு வரச்சொல்லிட்டுப் போகலாம்.'

'யாரு, உன் ஓரகத்தியா? அவ வீட்டுக்காரர்கூட ஆஸ்திரேலியா போறதாச் சொன்னாளே?'

'அடுத்த மாசம் போறார்.'

'நல்ல கருக்கடையான பெண். புருஷனைப் பிடிக்குள்ளேயே வச்சிருக்கா. நீயும் இருக்கியே...'

சுபா என்ன சொன்னாலும் கோபம் வராது. இதமான சிரிப்பும், மனப்பூர்வமான அக்கறையும், அவள் பேச்சுக்குக் கெளரவமான

அர்த்தங்களைக் கொடுக்கும். இது கொட்டாது. சாட்டையாகச் சொடுக்கி மேலே இறங்காது.

ருக்மணி இன்று ஆபீஸ் வரவில்லை என்று அங்கு போனபிறகு தான் தெரிந்தது. 'ஃபோன் செய்து சொல்லியிருக்கலாமே, வீண் அலைச்சல்.'

'சரி சுபா, வந்தது வந்தாகிவிட்டது. வா, துர்கா பவனில் சாப்பிட்டுப் போகலாம்.'

'ஹய்! இன்னிக்குத் தோசை சாப்பிடலாம் வா.'

'என்ன விசேஷம் அதுலே?'

'ஸ்பெஷல் வெங்காய ரவா நெய் மசாலா தோசை.'

'பேர் சொல்றதுக்குள்ளே சாப்பிட்டே முடிச்சுடலாம் போல இருக்கே!'

சரசரவென்று இருட்டிக்கொண்டு வந்தது. பேப்பர் லாந்தரைக் கையில் பிடித்துக்கொண்டு ஒரு சீனக் குழந்தை நடந்து போனது. அதன் தோளைப் பிடித்துக்கொண்டு வந்த கிழவர் இவர்களைப் பார்த்து சிநேகமாகச் சிரித்தார். 'நல்லா இருக்கு இல்லே?' - சுபா கேட்டாள். புரிந்த மாதிரி குழந்தை கன்னம் குழியச் சிரித்தது. கிழவர் கையை உயர்த்திப் பொதுவாக எல்லோரையும் ஆசீர்வாதம் செய்துவிட்டு, மெல்லக் கடந்து போனார். ஒரு மெல்லிய காற்று காதில் பேசியது. ஒன்றன்பின் ஒன்றாக ஊர்வலம் போல வந்த சைக்கிள் ரிக்‌ஷாக்களில் ஜப்பானிய வயோதிக டூரிஸ்டுகள் சலனமில்லாமல் அமர்ந்து போனார்கள். எல்லா இயக்கமும் ஏதோ ஒரு விதிக்குக் கட்டுப்பட்டு அமைதியாக இழைந்தோடிக் கொண்டிருந்ததாகத் தோன்றியது. இந்த நிமிஷத்தில் உறைந்து போகத் தயாரா என்று எந்த தேவதையாவது கேட்டால், ஈஸ்வரி சரி என்று சொல்லியிருப்பாள்.

'சுபா, என் பஸ் வந்தாச்சு. போறேம்மா. நாளைக்கு நீ தீ மிதிக்கு வர்றியா?'

'பார்க்கலாம். முடிஞ்சா வரேன்.'

மழைத்துளிகள் தெறித்து விழுந்தன. குடையைப் பிரித்தபடி சுபா கையசைத்து நடந்து போனாள்.

பஸ்ஸில் கூட்டம் இல்லை. நான்கு மலேய இளைஞர்கள் முன்னால் உட்கார்ந்து, ரப்பர் பேண்ட் கட்டிய நீளமான தலை முடி ஆட ஆட, தூங்கி விழுந்து கொண்டிருந்தார்கள். கருப்பு ஸ்கர்ட்டில் ஒரு பெண் இவளைத் தீவிரமாகப் பார்த்துவிட்டு, வெளியே பார்வையை ஓடவிட்டாள். பெண்ணே... உனக்குக் கல்யாணம் ஆகிவிட்டதா? இந்தக் கண்கள் மட்டும் போதுமா, உன் கணவனைக் கட்டிப் போட? ஆறு மீட்டர் அளந்து துணி வெட்டுவாயா? டீகோ மாரடோனா தீ மிதித்தால் பார்க்கப் போவாயா?

கணகணவென்று பற்றிப் பரவிய தீக்கு முன்னே எல்லோரும் சாடிப் பாய, தயாராக நின்று கொண்டிருக்கிறார்கள். பழனியப்பன் காதில் வாக்மெனும், காற்றில் பறக்கும் தலைமுடியுமாக வைத்தியலிங்கப் பூசாரியிடம் மன்றாடுகிறான் - 'இன்னும் ஒண்ணே ஒண்ணு கொடுங்க.' 'சீக்கிரம் நடங்க' - அவன் காதில் உஷா நாயர் சொல்கிறாள். 'இன்னம் ஒண்ணே ஒண்ணு.' சாட்டையைப் பிடுங்கி அவனே உடம்பெல்லாம் ரத்த விளாறாக அடித்துக் கொள்கிறான். ஒரு பெரிய கூட்டம் ஒவ்வொருத்தராகப் போய் வி.சி.ஆர். விலை விசாரித்துக் கொண்டிருக்கிறது. சுருள் சுருளாகப் பட்டுத் துணிக்கு நடுவில் இருந்து ஈஸ்வரி எட்டிப் பார்க்கிறாள். 'ஏமாந்துவிடாதே பெண்ணே!' - மோ கிழவி சொல்கிறாள். 'உனக்குக் குழந்தை பிறக்க நேர்ந்துகிட்டேம்மா, இந்தா குங்குமம்.' - சிங்காரம் அண்ணாச்சி பிரசாதத்தை நீட்டுகிறார். 'சீக்கிரம், சீக்கிரம்...' பழனியப்பன் தட்டுத் தடுமாறி தீக்குழியை நோக்கி முன்னேறிக் கொண்டிருக்கிறான். மேளக்காரர்கள் ஆவேசமாகக் கொட்டி முழக்குகிறார்கள். 'சீக்கிரம், சீக்கிரம்...' பழனியப்பன் ஒரு காலை எடுத்து வைத்துத் தீயில் இறங்க முற்பட, கால் தடுமாறி...

'வேணாங்க, ஐயையோ வேணாங்க...' - ஈஸ்வரி என்ற அந்த இருபத்தெட்டு வயது சிங்கைத் தமிழ்பெண், சுற்றி இருந்தவர்கள் ஆச்சரியமாகப் பார்க்க அழ ஆரம்பித்தபோது, வெளியே மழை வலுத்துக் கொண்டிருந்தது.

11. இடப்பெயர்ச்சி

சாயங்காலம் மழையோடு வந்தது. தெருவோடு போகிறவனை, உடுப்பைப் பிடித்து இழுத்துவிட்டுச் சிரித்துக்கொண்டே ஓடி மறைகிற குட்டிப் பையனைப் போல, வந்ததும் தெரியாமல் போனதும் தெரியாமல் மனத்தில் குளிரை விதைத்துப் போன மழை. மழை மணக்கிற சிங்கப்பூர்த் தெரு. நடக்கச் சொல்கிற தெரு. அமுதன் நடந்து கொண்டிருக்கிறான்.

மெல்ல ஊர்கிற கார்களும், தெளிந்த வானத்தில் தாழப் பறந்து போகிற சின்ன விமானமும் தவிர வேறு சத்தம் இல்லை.

'அண்ணா! இதைப் பாரேன், இறக்கை முளைத்த அப்பளக் குழவி மாதிரி!'

மனத்தில் கல்யாணியின் சின்ன வயசுக் குரல்.

இது சிங்கப்பூரா, மேற்கு மாம்பலமா?

வீட்டுத் திண்ணை. அழுக்கான கவுனில் கல்யாணி. இன்னொரு தங்கை காவேரி,

கைக்குழந்தை. அவளை இடுப்பில் கட்டித் தூக்கிக் கொண்டு திண்ணை விளிம்பில் இருந்து எக்கிப் பார்க்கிற அமுதன். உள்ளே இருந்து அம்மாவின் குரல்.

'டே ஆராமுது! குழந்தையைக் கீழே போட்டுடாதேடா. ஏற்கெனவே பொறந்ததும் அப்பாவை முழுங்கியாச்சுன்னு பேரு வாங்கியிருக்கா, கை கால் சரியில்லாட்டா, நாளைக்கு அவளுக்கு ஒரு கல்யாணம் ஆக வேண்டாமா? குழந்தையை அப்படித் தூக்காதேடா! எறக்கி விடு காவேரியை!'

காவேரிக்கு அடுத்த மாதம் வளைகாப்பு. அம்மாவின் கடிதம் காலையில்தான் வந்தது.

'நீ சிங்கப்பூரிலேருந்து திரும்பி வந்ததும், காவேரி வளை காப்பை நடத்தச் சரியாக இருக்கும். நீ வரும்போது பம்பாய் வழியாக வர முடியுமென்றால், கல்யாணியையும் மாப்பிள்ளையையும் நேரில் கூப்பிட்டுவிட்டு வரலாம். அவர்களுக்கும், காவேரி, மாப்பிள்ளைக்கும் கொடுக்க சிங்கப்பூரில் ஏதாவது வாங்கிவர முடிந்தால் நன்றாக இருக்கும். எனக்கு எதுவும் வாங்க வேண்டாம். நீ நல்லபடியாகத் திரும்பி வந்தால் அதுவே போதும். ராமநாதன் தெரு பிள்ளை யாருக்குப் பத்து தேங்காய் உடைக்க வேண்டிக்கொண்டிருக்கிறேன். அது இது என்று வாங்கிக் காசைச் செலவாக்காமல், வந்ததற்கு ஏதோ ஒன்று இரண்டு பொருள் மலிவாகக் கிடைத்தால் வாங்கி வா. இங்கே வந்த பிறகு வளைகாப்பு, சீமந்தம் என்று ஏகப்பட்ட செலவு இருக்கிறது. இங்கே நாம் குடியிருக்கும் வீட்டை இடித்துவிட்டு ப்ளாட்களாக மாற்றிக் கட்ட யாரிடமோ விற்றுவிட்டார்கள். பத்து குடித்தனத்தையும் காலி செய்யச் சொல்கிறார்கள். நீ வந்த பிறகுதான் அதெல்லாம் பற்றி யோசிக்க வேண்டும். ராசியான வீடு. விட்டுப் போகச் சொன்னால், மனத்துக்குக் கஷ்டமாக இருக்கிறது. நீ உத்யோகம் கிடைத்து ப்ரமோஷன் வாங்கி, இப்போது வெளிநாடு போய், தங்கைகள் கல்யாணம் நன்றாக நடந்து - எல்லாம் இருக்கிற வீட்டு ராசி. திடீரென்று போகச் சொல்கிறார்கள். காவேரி வளைகாப்பு வேறு வருகிறது. நடத்த ராசியாக வேறு இடம் அமையுமா என்று சதா கவலைதான். உடம்பைப் பத்திரமாகப் பார்த்துக்...'

செசில் தெருவும், பூண்டாட் தெருவும் சந்திக்கிற இடத்தில் வரிசையாக வந்த கார்கள், இவன் மட்டும் வெள்ளைக் கோடுகள் நடுவே கடந்து போக வழிவிட்டுக் காத்து நின்றன.

'அவை நிற்கும். நீ நடக்கலாம்!'

இங்கே வங்கியில் கூட வேலை பார்க்கிற லூசி யூ, சின்னக் கண்களில் சிநேகம் மின்ன இவனைக் கையைப் பிடித்துக் குழந்தையாக அழைத்துப் போனபோது, அவன் சிங்கப்பூருக்கு வந்து நான்கு மணிநேரம்தான் ஆகி இருந்தது.

தெருவோடு, பேப்பர் கோப்பையில் காபி குடித்துக்கொண்டு அவளோடு நடந்த அந்த முதல் நாள் சாயங்காலத்துக்கு அப்புறம் மூன்று மாதம் கழித்து, சிங்கப்பூரின் மாலை நேரம் இப்போதுதான் மீண்டும் ஆற அமரப் பார்க்கக் கிடைத்திருக் கிறது. இன்றைக்கு கம்ப்யூட்டர்கள் சீக்கிரம் பிடியைத் தளர்த்தி யிருக்கின்றன. வங்கியில், கணக்குகளை வரவு வைத்து, கூட்டிக் கழித்து, வட்டி கணக்கிட்டுக் கொடுத்து, எடுத்து, டாலரை யென்னாக, யென்னை ஸ்டெர்லிங் பவுண்டாக, ஃபிரெஞ்சு ஃப்ராங்காகக் கோரியபடி மாற்றிவைத்து, செய் ததற்கெல்லாம் பக்கம் பக்கமாக அறிக்கை அடித்துத் துப்பி அமைதியடைந்தன அவை.

அந்த அசுர இயந்திரங்கள் மட்டும் இல்லையென்றால் அமுதனை சிங்கப்பூருக்கே அனுப்பியிருக்க மாட்டார்கள்.

●

'சிங்கப்பூர் கிளையில் கம்ப்யூட்டர் போட வேண்டும். நீ உடனே கிளம்பு! இந்தா விசா, பிடி!' என்றவர்கள் மறக்காமல் சொல்லி அனுப்பியது இது.

'நாலு மாசத்துக்குள்ளே இன்ஸ்டலேஷன், இம்ப்ளிமெண்டே ஷன், பேரலல் ரன் எல்லாம் முடிச்சு ஆன் லைன் போய் ஸ்டடியாகி, அங்கே இருக்கிறவங்க கையிலே சுக்கானைப் பிடிச்சுக் கொடுத்திட்டுத் திரும்பணும். உன் காலண்டர்லே ஞாயிற்றுக் கிழமைன்னு நாள் இருந்தா, தப்பாப் போட்டிருப்பான்னு பென்சிலாலே அடிச்சுடு. எங்கேயும் ஊர் சுத்தப் போகாம, நீ அதெல்லாம் போக மாட்டே! ஒரு தகரடப்பா பி.சி.யைக் கொடுத்

தாலே நாள் பூராக் கட்டிக்கிட்டு மாரடிக்கிற ஆசாமின்னு தெரிஞ்சுதானே அனுப்பறோம்! பெரிய சிஸ்டம், இண்டர் நேஷனல் சாஃப்ட்வேர். துண்டு துண்டுகளா சேத்து இழைச்சு கஸ்டமைஸ் பண்றது உன் பொறுப்பு. ஞாபகம் வச்சுக்க. நாலு மாசம். யாராவது கூப்பிட்டாங்கன்னு டூ இன்ஒன் சல்லிசா வாங்க கித்தான் பையைத் தூக்கிக்கிட்டு செரங்கூன் ரோட்டுக்குக் கிளம்பிடாதே!'

இந்தச் சாயங்கால சுதந்தரத்தை அவர்கள் அனுமதித்திருக்க மாட்டார்கள்.

●

'டே எண்ட், இன்னிக்கு சீக்கிரம் முடிஞ்சுடுத்து. போய், வாழ்க்கையை அனுபவிக்க வேண்டியதுதான்!'

கம்ப்யூட்டர் பிரிவில் வேலை பார்க்கிற கண்ணன் சொன்னான். இந்த ஊர்த் தமிழன் கண்ணனுக்கு, அனுபவிக்கிறது என்றால் கால்பந்து விளையாடுவதுதான்.

'போய் நடந்துட்டு வாங்க அமுதன், சும்மா உட்கார்ந்து உட்கார்ந்து தொப்பை போட ஆரம்பிச்சிருக்கு. இன்னும் கல்யாணம் கூட ஆகலை. டிரிம்மா இருக்க வேண்டாமா? துர்கா ஹோட்டல்லே சாப்பிட வேண்டியது. ராப்பகலா கம்ப்யூட்டர் திரையைப் பார்த்துக்கிட்டே அசையாம உட்கார வேண்டியது. கம்ப்யூட்டர் ரூமுக்கு வெளியிலேயும் சிங்கப்பூர் இருக்கு. நடந்து பாருங்க!'

நடக்கிறேன் கண்ணன். சுத்தமான காற்றைச் சுவாசிக்க, நேரம் ஒழித்துக் கொடுத்த கம்ப்யூட்டர்களுக்கு நன்றி.

செசில் தெருவுக்குப் பின்னால் தெலோக் ஆயர் வீதி. நடுவே ஒரு சின்னத் தெரு. இன்றைக்காவது, இதன் உள்ளே நுழைந்து பார்க்க வேண்டும்.

'அது இறந்து போன தெரு.'

நேற்று புதிதாகக் கணக்குத் தொடங்கியவர்களின் கையெழுத் துகளின் மேல், ஸ்கேனரை மேயவிட்டபடி கண்ணன் சொன்னான்.

‘இந்த இடத்தை எல்லாம் வளைத்து, ஒரு பெரிய ஷாப்பிங் காம்ப்ளெக்ஸ் வரப்போகிறது. பேஸ்மெண்டில் ஏகப்பட்ட சாப்பாட்டுக் கடைகள் இருக்கும்.’

●

இறந்துபோன தெருதான். பழைய கட்டடங்கள். இடித்துக் கொண்டிருக்கிறார்கள். இரண்டாம் உலக மகாயுத்தத்துக்குச் சாட்சி சொல்கிற ஒவ்வொரு கட்டடமும் ஒரு சத்தம்கூட இல்லாமல், தூசு தும்பு சிதறாமல் காலத்தின் வாயில் போய் மறைய, தாற்காலிகமாக வெட்டவெளியை நிரப்பிக் கொண்டிருக்கிறது.

‘இங்கே இருந்தவர்களை எல்லாம் வேறு இடத்தில் குடியமர்த்தின பிறகுதான் இடிக்கவே ஆரம்பித்தார்கள். இது மக்கள் மேல் கரிசனம் நிறைய உள்ள நாடு!’

இதுதான் தெருவின் கடைசிக் கட்டடம். மழை ஈரத்துடன் தூக்கு தண்டனையை எதிர்பார்க்கிற கைதியாக, இறங்கு வெயிலில் நிற்கிறது. அங்கங்கே குற்றிச் செடிகள் இண்டு இடுக்குகளில் தலை நீட்டி, ‘நாளைக்கு நாம் இருப்போமா?’ என்று விரிசல் கண்ட சுவர்களை விசாரிக்கின்றன. இருந்தவர்கள் காலிசெய்து விட்டுப் போனதன் எச்சமாக, நடுவே வெறுமையோடு ஒரு படச் சட்டம் குறுக்காகக் கிடக்கிறது.

●

எதிர்ச் சரகிலிருந்து யாரோ ‘உஸ், உஸ்!’ என்றார்கள்.

சிங்கப்பூர் அரசாங்கம் கையகப்படுத்திய கட்டட வாசலில் சும்மா திரிந்து கொண்டிருந்தால், சிறிய தோதில் ஏதும் அபராதம் செலுத்த வேண்டியிருக்கும்.

‘சாரி! நான் இந்தியாவிலிருந்து புதிதாக...’

ஒரு சீனப் பெண். முன்னால் வைத்த மர ஸ்டாண்டில், சித்திரம் வரையப் பலகை. ஆள் ஒழிந்த நடைபாதையில், மடக்கு நாற்காலி போட்டு அமர்ந்து மெல்லச் சிரித்துக் கையைக் காட்டு கிறாள்.

'நான் இந்தக் கட்டடத்தை வரைந்து கொண்டிருக்கிறேன். பார்வையை மறைக்காதே!'

சைகை புரிகிறது.

தன்னிச்சையாக அமுதன் அவள் பக்கம் நகர்ந்து, நிறுத்தி வைத்திருந்த பலகையைப் பார்த்தான். விழப் போகிற அந்தக் கட்டடம் சாம்பல் வர்ணத்திலும் அழுக்குச் சிவப்பிலும் செதில் செதிலாக அங்கே உருப்பெற்றுக் கொண்டிருந்தது. அந்தச் சிறு செடிகளும்.

'எஸ் ப்ளீஸ்!'

அவள் நிமிர்ந்து பார்த்தாள்.

'மன்னிக்க வேண்டும். எனக்கு ஓவியத்தில் ஈடுபாடு உண்டு. நீங்கள் வரைவதைப் பார்க்க வேண்டுமென்று தோன்றியது!'

'இல்லை. நான் ஏதோ கிறுக்கிக் கொண்டிருந்தேன், பழைய நினைவுகளுடன். போக வேண்டியதுதான்!'

'நான் மறுபடி உங்கள் கவனத்தைக் கலைத்து விட்டேனா?'

'இல்லை இல்லை. வெளிச்சம் மங்கிக்கொண்டு வருகிறதே. சந்தர்ப்பம் வாய்க்கும்போது திரும்பி வந்து முடித்துக்கொள்ள வேண்டும்.'

சிரித்தபடி சொன்னாள். சின்னக் கண்களை நேர் கோடுகளாகத் தீற்றிக் காட்டும் சிரிப்பு. வண்ணங்களைப் பெட்டியில் வைக்கத் தொடங்கினாள்.

'இந்தியாவிலிருந்து வருகிறீர்களா?'

பலகையை மடக்கிக் கையில் இடுக்கிக்கொண்டே கேட்டாள்.

'ஆமாம். சென்னை.'

'கேள்விப்பட்டிருக்கிறேன். என் தமிழ் சிநேகிதிகள் சொல்வார்கள். வேடிக்கை என்னவென்றால் அவர்கள் யாரும் அந்த ஊரையே பார்த்ததில்லை. இங்கேயே என்னைப் போலவே பிறந்து வளர்ந்தவர்கள். இதோ, இந்த இடத்தில்கூட ஒரு தமிழ்க் குடும்பம் இருந்தது.'

கூட நடந்து கொண்டே, அவள் காட்டிய வெளியில் இருட்டு பம்மிப் பம்மி நுழைந்து கொண்டிருந்தது. அடுத்த குறும்புக்காகக் கவிந்துகொண்டிருந்தன மேகங்கள்.

'நீங்கள் இதே இடத்தில்தான் இருந்தீர்களா?'

அமுதன் அவள் நடைக்கு ஈடு கொடுத்து வேகமாக நடக்க வேண்டியிருந்தது.

'ஆமாம். வரைந்து கொண்டிருந்தேனே, அந்த வீடுதான். எட்டு குடித்தனங்கள் இருந்தன. நாங்கள் இந்த இடத்தை விட்டுப் போய் ஒன்றரை வருஷம் ஆகிறது. மறக்க முடியத இடம், மறக்க முடியாத மனிதர்கள்!'

வெகுநாள் சிநேகிதனுடன் பேசுகிற மாதிரி அவள் குரல் இதமாக ஒலித்தது.

'வாத் இஸ் தி தைம் ப்ளீஸ்?'

எல்லாச் சீனப் பெண்களுமே 'ட' வராத பெரிய குழந்தைகள்.

'ஆறு மணியாகிறது.'

மேலே 'எங்கேஜ்ட்' நீல விளக்கு எரியாமல் வந்த டாக்சியைக் கை காட்டி நிறுத்தினாள்.

'உங்களைச் சந்தித்ததில் மகிழ்ச்சி. உங்கள் பெயரைத் தெரிந்து கொள்ளவில்லையே!'

'அமுதன், ஆராவமுதன்!'

'சாரா லீ!'

அவள் போயிருந்தாள்.

ராசியான வீடு. காவேரி வளைகாப்பையாவது இங்கேயே...

சாரா லீ! உனக்கு அம்மா இருக்கிறாளா? உனக்குக் கல்யாணம் ஆகிவிட்டதா? இந்த வீட்டு ராசியைப் பத்தி உன் அம்மா சொல்லிச் சொல்லி மாய்கிறாளா?

துர்கா ஹோட்டலில் தோசைக் கடை மும்முரமாக இருந்தது. பட்டர் பேப்பரில் போடுகிற தோசை சாப்பிட, சீனர்கள் நீளமான

பெஞ்சுகளில் கோக்கோ கோலா பாட்டில்களோடு காத்துக் கொண்டிருந்தார்கள்.

‘சாருக்கும் கோலா தரட்டுமா?’

மூன்று மாதப் பழக்கத்தில் சர்வர்கள் எல்லாம் நெருக்கமாகி இருந்தார்கள்.

‘வேண்டாம்பா! ஒரு கடி, ஒரு குடின்னு தோசை தின்னுக்கிட்டே கோலா குடிக்க நமக்குச் சரிப்படாது. அது சரி, ஆர்ச்சர்ட் ரோடுக்கு எந்த பஸ் போகும்?’

‘பொருள் ஏதாவது வாங்கணுமா சார்? அங்கே கொஞ்சம் விலை ஜாஸ்தியா இருக்கும்னு சொல்றாங்க. நீங்க பெனின்சுலர் பிளாசா, இல்லே நேரே செரங்கூன் தெருவிலே போனா...’

‘இல்லேப்பா, ஒண்ணும் வாங்க வேணாம். சும்மா சுத்திப் பார்க்கலாமேன்னுதான்...’

‘பஸ் எதுக்கு சார்? டாக்சியே சுலபமாக் கிடைக்குமே. மிஞ்சிப் போனா நாலு வெள்ளி.’

நாலு வெள்ளியை ரூபாயாக்கி மலைத்தது மனம்.

‘காசைக் கரியாக்காதேடா ஆராமுது. வளைகாப்புச் செலவு தலைக்கு மேல் நிக்கிறதுடா. கொழந்தைக்கு அரைப் பவுன்லே ஒரு அரைஞாண் வாங்கிண்டு வாயேன். சிங்கப்பூர்லே அதெல்லாம் கிடைக்காதா?’

எங்கே போனாலும் அம்மா குரல். மெதுவாகவே பேசத் தெரியாத அம்மா. இவனுக்குப் பொறுப்பை உணர்த்துகிற, பதைபதைப் போடு சத்தம் போடுகிற அம்மா.

•

சென்டர் பாயிண்ட் ஷாப்பிங் சென்டரிலிருந்து வெளிப்பட்ட டூரிஸ்டுகள், புதிதாக வாங்கிய கேமராக்களில் ஆர்ச்சர்ட் ரோடின் நியான் வெளிச்சக் குழப்பங்களை நிரப்பிக் கொண்டிருந்தார்கள்.

கல்யாணி வீட்டுக்காரர் ஒரு கேமரா கேட்டிருந்தார்.

‘யாஷிகா கிடைச்சா பாருங்க, நல்லா இருக்கும்!’

பர்ஸுக்கும் நல்லா இருக்கணுமே.

ராபின்ஸனில் ஆயிரம் டாலர் விலை சொல்லி, வகை வகையாக கேமரா காண்பித்தார்கள்.

‘இதை வைத்து நல்ல இருட்டில்கூடப் படம் எடுக்க முடியும்.’

இருட்டும் புகையுமாக சமையல் கட்டு. இருளோ என்று கூடம்.

‘வெளிச்சம் போறாட்டா என்ன? ராசியான வீடுடா. கல்யாணி, வாசிக்கறதுக்குக் கூடத்துத் தூண் ஓரமா ஒரு லைட் இழுத்துக் கொடேன்!’

‘கூடத்துலே அந்த மூலையிலே உக்கார்ந்து படிச்சாத்தான் மார்க் வருமா? மூட நம்பிக்கை. நீ நல்லா எழுதினா, தானே வருது!’

‘நீ மட்டும் என்ன, வாசல் திண்ணையிலே உக்கார்ந்து கமெண்டரி கேட்டா இந்தியா தோத்துப் போயிடறதுன்னு, முந்தா நாள் முழுக்க கொல்லைக் கதவு கிட்டே நின்னுண்டே டிரான்சிஸ்டர் கேட்டுண்டு கிடந்தியே! அப்படியும் இந்தியா இன்னிங்ஸ் டிஃபீட். சரி சரி, இண்டர்வியூவிலே அதை நினைச்சுண்டு மூஞ்சியைத் தொங்கப் போட்டுண்டு போகாதே!’

‘ஆல் தி பெஸ்ட் அண்ணா! கொளுத்திடு!’

‘கூடத்துலே அப்பா படத்துக்கு நமஸ்காரம் பண்ணிட்டு, அப்படியே மாடத்துலே இருந்து சாமி விபூதியை இட்டுண்டு போடா!’

‘முதல் சம்பளத்தை அப்பா படத்துக்கு முன்னாலே வச்சு எடுத்துக்கோ. இனிமேதான் உனக்கு நிஜமான பொறுப்பு. தங்கைகள் ரெண்டு பேரையும் கரையேத்தணும்.’

•

‘அண்ணா! உன்னை, அம்மாவை, இந்த வீட்டை விட்டுப் போகவே என்னமோ மாதிரி இருக்கு! இன்னும் கொஞ்ச நாள்லே காவேரியும் இப்படிக் கிளம்பிடுவா. நாம ரேழியிலே உட்கார்ந்து கூட்டமா பல்லாங்குழி வெளையாடினபோது அவ குழந்தையா இருந்தாளே! சோழியை முழுங்கி? கூடத்துலே நோம்புக்கு

அம்மன் முகம் வரைஞ்சு வரைஞ்சு அந்த இடமே மஞ்சளும் சிவப்புமா இருக்கு பாரு. இந்த வருஷம் நான் வரைய முடியாது!'

'வீட்டு ராசி! ரெண்டு பேரும் பகவான் கிருபையிலே பெத்துப் பெருகி இருக்கட்டும். இன்னமே உன் கல்யாணம்தான் பாக்கி. நீ சும்மா இருடா. ஜாதகம் வந்து குமியறது. எட்டாயிரம் ரூபாய் சம்பளம்னா சும்மாவா?'

எட்டாயிரம் ரூபாய்க்கு, டாலர் கணக்கில் காலே அரைக்கால் கேமரா தான் வரும்.

'செரங்கூன் ரோட்டிலே மலிவாக் கிடைக்கும் சார்.'

குளிர்ந்த காற்று வீசியது. 'வாட்லா - நாசி கொரிங்கும், பிசாவும் வாங்கிட்டுப் போயிடலாம் மக்டொனால்ட்லே. ஃப்ரிஜ்லே புளிக்குழம்பு இருக்கு. இனிமே போய் சமைக்க வேணாம்!' தமிழ் ஜோடி ஒன்று காற்று வாங்கிக்கொண்டு மெல்ல நடக்கிறது. ஜாக்கி சான் படம் போட்ட சீனப் பத்திரிகைகளை ஆர்வமாகப் பிரித்துப் பார்த்துக் கொண்டிருக்கிற இளைஞர்கள் தேய்ந்த பற்கள் தெரிய திருப்தியாகச் சிரிக்கிறார்கள். பிராஸ்பாசா தெரு திருப்பத்தில் நின்று போயிருந்த டிரக்கை, ஒரு சத்தமுமில்லாமல் கிரேனை வைத்து அப்புறப்படுத்திக் கொண்டிருக்கிறார்கள்.

நாலு எட்டு நடந்தால், வாட்டர்லூ தெருதான். கால் வலிக்கிறது. அறையில் போய்ப் படுத்து, இத்தனை நாள் விட்ட தூக்கத்தைக் கொஞ்சம் போலவாவது திரும்பப் பிடிக்க வேண்டும்.

அவனுக்குத் தூக்கம் வந்தபோது, வீட்டுக் கூடத்தில் தங்கை, அம்மன் முகம் எழுதுகிற இடத்தில், கோடு கோடாக இழுத்து அந்த வீட்டை வரைந்து கொண்டிருந்தாள்.

●

கம்ப்யூட்டர் சிஸ்டம் ஆன் லைன் ஆகி, சீராகப் போக ஆரம்பித் திருக்கிறது. இப்போது கண்ணனும், லூசி யூவுமே முழுக்க முழுக்க அன்றாடக் காரியங்களைக் கவனித்துக் கொள்கிறார்கள்.

'அமுதன்! செண்டோசா ஐலண்ட் போய்ட்டு வாங்க. பாவம், வந்ததிலிருந்து இங்கேயே பழியா விழுந்து கிடக்கீங்களே! கண்ணன் எல்லாம் பாத்துப்பார். போய்ச் சுத்திப் பாத்துட்டு வாங்க!'

சீனியர் மேனேஜர் சொன்னார். அவருக்கு இவன்மேல் புதிய மதிப்பு வந்திருந்த நாள்கள் இவை.

'இந்த டிஸ்க் பேக் லோடிங் மட்டும் சரியான்னு பாத்துடுங்க அமுதன். மீதியை நான் பாத்துக்கறேன்.'

கண்ணன் நம்பிக்கையோடு சொன்னான். சுக்கான், கை மாறிக்கொண்டிருக்கிறது.

அலுவலகத்திலிருந்து வெளியே வந்து செவண்-லெவனில் நுழைந்தான். மைக்ரோஅவனில், தானே தயாரித்த காபியும் சாண்ட்விச்சுமாகத் தெருமுனையில் நின்று நிதானமாகச் சாப்பிட்டுக் கொண்டிருந்தபோது, வெகு சுபாவமாக, பிறந்தது முதல் இங்கேயே இருக்கிற மாதிரித் தோன்றியது.

'இன்றைக்கு நீ சந்தோஷமாக இருக்கிறாய். ஏற்ற வேலை கிரமமாக முடிந்த சந்தோஷம். நாலு பேர் பார்த்துப் பாராட்டின சந்தோஷம். ஆலோசனை கேட்டு நடக்க இன்னும் நாலு பேர் நிற்கிற சந்தோஷம்!' - மனம் சொன்னது.

கொல்லியர்கே வரை நடந்து படகுத் துறையில் நின்றுவிட்டு வந்தால் என்ன? தினம் டாக்ஸியில் வருகிறபோது, பார்த்துப் பார்த்து மனத்தில் பதிந்துவிட்ட பாதை.

சர்ச் தெருவில் நுழைந்தபோது, பெரிய பேனர் கண்ணில் பட்டது. ஓவியக் கண்காட்சி. பக்கத்து ஹால் வாசலில் விலை உயர்ந்த கார்கள்.

வாங்கத்தான் முடியாது. பார்க்கவாவது செய்யலாம்.

சூப்பர் மார்க்கெட்டுகளிலும் சாப்பாட்டுக் கடைகளிலும் வழிகிற கூட்டத்தில், பத்தில் ஒரு பங்குகூட உள்ளே இல்லை. இந்த விஷயத்தில் சென்னையும் சிங்கப்பூரும் ஒன்றுதான் போலிருக்கிறது.

சர்ரியலிஸமும், புராதன சீன பாணியுமான விநோதமான கலவையில் ஓவியங்கள். சிரிக்கும் புத்தருக்கு வழிவிட்டு, வரிசையாக நிற்கிற டிரக்குகள். சாப்பாட்டு மேஜைமேல் பீங்கான் கிண்ணங்கள். ஜாடிகள். சாப்ஸ்டிக்குகள். பி.சி.யில் பிடுங்கிப் போட்ட மதர் போர்ட். சவ அடக்கம் முடிந்து திரும்புகிறவர்கள் கையில், கோகோ கோலா பிளாஸ்டிக் பாட்டில்கள்.

‘ஹலோ! வெல்கம் து தி பெயிண்திங் ஷோ.’

சிநேகமாகச் சிரிக்கிற சீனப் பெண்.

‘என்னை நினைவு இல்லையா?’

எல்லாச் சீனப் பெண்களுமே ஒரே மாதிரிதான் தெரிகிறார்கள்.

‘செசில் தெருவுக்குப் பின்னால், அன்றைக்கு வரைந்து கொண் டிருந்தபோது...’

நினைவு வந்துவிட்டது. குடியிருந்த வீட்டை விட்டு, நினைவு களை மட்டும் எடுத்துக்கொண்டு போன பெண். பாதி வரைந்த ஓவியத்தோடு கூட நடந்து வந்தவள்.

‘அந்தப் படத்தை வரைந்து முடித்து விட்டீர்களா?’

‘அதை ஏன் கேட்கிறீர்கள் போங்கள்!’ - அவள் மறுபடியும் சிரித்தாள். ‘பாதி வரைந்தபடிக்கே வைத்திருந்தேன். நான் வேலை பார்க்கும் டூரிஸ்ட் பீரோவில் விழாக்கால நெரிசல் என்பதால், அப்புறம் அங்கே போக அவகாசமே கிடைக்கவில்லை. போன வாரம் போய்ப் பார்த்தேன். வீடு இருந்த இடத்தில் வெட்ட வெளிதான் இருந்தது.’

‘ஐ யாம் சாரி! உங்கள் மனத்துக்குக் கஷ்டமான விஷயத்தை ஞாபகப் படுத்தி இருக்கக் கூடாது. பழைய நினைவுகள் இருந்த வீடு.’

‘நோ! நோ! நான் அந்த செண்டிமெண்ட் எல்லாம் பார்ப்பதில்லை. அங்கே இருந்தவரை சந்தோஷமாக இருந்தோம். இப்போது இருக்கிற இடத்திலும் சந்தோஷத்துக்குக் குறைச்சல் இல்லை. அங்கங்கே காரை பெயர்ந்து மழையில் நனைந்து நிற்கிற அந்தக் கட்டடத்தை வரைய முடிந்தால் நன்றாக இருக்கும் என்றுதான் வரைய ஆரம்பித்தேன். முடிக்காவிட்டால் என்ன? இதோ பாருங்கள்!’

அவள் காட்டிய அந்தத் திசையில், ‘பாதி வரைந்த வீடு’ என்ற தலைப்போடு அந்தப் படம். வரைந்தது போக, மீதி இடத்தில் வெறுமையான படச் சட்டங்கள் மாட்டியிருப்பதாகப் பூர்த்தி செய்திருந்தாள். தரையிலும் ஒரு மரச் சட்டம். ‘விற்பனையாகி விட்டது!’ என்று கீழே பொருத்தியிருந்த பிளாஸ்டிக் சில்லு சொன்னது.

‘ஐநூறு டாலருக்குப் போயிற்று. ஸ்டெரெயிட் டைம்ஸில் முந்தா நாள் இந்தப் படத்தைப் பற்றி எழுதியிருந்தார்கள். நேற்று சாயந்தரமே விலை போய்விட்டது. முழுவதுமாக வரைந்திருந் தால், இதில் கால்வாசி விலைகூடப் போயிருக்காது!’

‘நான், நீங்கள் ஞாபகார்த்தமாக வைத்துக்கொள்வதற்காக வரைவதாக நினைத்தேன்.’

‘நினைவுச் சின்னங்கள் சாப்பாடு போடாதே! போஸ்டல் சேவிங்க்ஸில் எட்டரை சதவிகித வட்டியோடு அடுத்த மாதம் திருமண உடுப்பு எடுக்கத் தோதாகக் காத்திருக்காதே!’

நாணத்தில் புன்னகைக்கிறபோது எல்லாப் பெண்களுமே ஒரே மாதிரிதான்.

‘அம்மா. நான் வந்த பிறகு வேறு வீடு பார்க்கலாம். சீக்கிரம் சொந்த வீடு என்று ஒரு கனவும் இருக்கிறது. காவேரி வளை காப்பை எங்கே நடத்தினாலும் ஜாம்ஜாமென்று நடத்தலாம். சின்ன வயதில் அப்பா இறந்து போக, எங்களை எல்லாம் தன்னந்தனியாக நின்று வளர்த்து ஆளாக்கிய நீ, நடத்தி வைக்கிற எல்லாமே ராசியானதுதான். செங்கல்லிலும் சுண்ணாம்பிலும் எறும்பு ஊர்கிற சுவரிலும் இல்லை ராசி. இருப்பவர்களே இடத்தைத் துலங்க வைக்கிறார்கள், உன்னைப் போல!’

கலுபிலு என்று சுற்றும் ஒலிக்கிற சீனக் குரல்களுக்கும் மலாய் ஒலிகளுக்கும் நடுவே, அவன் மேற்கு மாம்பலத்தில் சஞ்சரித்துக் கொண்டிருந்தான்.

12. ஆதம்பூர்க்காரர்கள்

'மாதங்களில் நான் மார்கழியாக இருக்கிறேன்!' என்று கண்ணபிரான் சொன்ன பொழுது, நானுந்தான் என்று அரையாண்டுத் தேர்வும் சேர்ந்து கொண்டது.

தமிழ் ஐயா நீலமேகம், அட்டவணையைப் படித்ததற்கு அடுத்த பத்து நாளும் முதலாம் பானிப்பட் யுத்தமாகவும், பத்து வரியில் கண்ணகி மதுரையை எரித்ததாகவும், ஆப்பிரிக்காவில் பச்சையிலைக் காடுகளின் தட்பவெட்பமாகவும், மை உலர்ந்த விரல் இடுக்காகவும் நகர்ந்து போக மனசில்லாமல் விடுமுறை விட்டார்கள்.

எல்லா மார்கழியிலும் பரீட்சை வருகிறது. வயதானவர்கள் இறந்து போகிறார்கள். 'ராதே ராதே ராதே ராதே ராதே கோவிந்தா!' என்று ஓலைக்கொட்டானில் பிடியரிசி விழப் பாடிக்கொண்டு பஜனை ஊர்வலம் ஊர்ந்து போகிறது. ஐயப்ப சாமிகள் சரணம் விளித்துக் கொண்டு தெப்பக்குளத்தில் குளித்துக் கரை யேறுகிறார்கள். டெல்லி பகதூர் ஏலக்கடையும் மார்கழி தவறாமல் ஊருக்கு வருகிறது.

எப்போதுமே பூட்டிக்கிடக்கிற ஃபண்ட் ஆபீஸுக்குப் பக்கத்து வீட்டில், ராத்திரியோடு ராத்திரியாகப் பைஜாமா அணிந்தவர்கள் மூட்டை முடிச்சுகளோடு குடியேறுகிறார்கள். விடிந்ததும் மாயாஜாலமாகப் பளிச்சென்று சிரிக்கிற திண்ணையும், அதில் சாத்தி வைத்த 'பிரதி தினம் ராத்திரி ஏழு மணிக்கு ஏலம் ஆரம்பம்' என்கிற போர்டும், வாசலில் பந்தல்கால் ஊன்றிக் கட்டியிருக்கிற கூம்பு கூம்பான ஒலிபெருக்கியும், திருப்பள்ளி எழுச்சி தரிசனத்துக்குக் கோவிலுக்குப் போகிறவர்கள் கண்ணில் படும்போது லாலாவும் வாசலில் தென்படுவார்.

ஆறடி உயரம். தலை பாதி வழுக்கை. லாலா இல்லாத ஏலக் கடை, உப்பு இல்லாத பெருமாள் கோயில் பொங்கல் மாதிரி.

ஏலக்கடை வந்து இரண்டு நாளாகிறது. நேற்றும் இன்றும் காலையில் டமாரத்தைக் கழுத்தில் மாட்டிக் கொண்டு, 'மேரா ஜூத்தா ஹை ஜப்பானி' என்று கட்டைக் குரலில் பாடிக்கொண்டு விளம்பர நோட்டீஸ் கொடுத்தபடி, லாலா தெருவோடு நடந்து போனார்.

கூட நடந்து போன பையனை இப்பொழுதுதான் முதல் தடவையாகப் பார்த்தோம். எங்களைவிடப் பெரிய பையன்.

ஏலக்கடையில், வருஷா வருஷம் புதியவர்கள் தட்டுப்படுகிறார்கள். லாலாவும், நீல பைஜாமாவும் தலைப்பாகையுமாக இருக்கிற நானா என்ற கிழவரும் மட்டும் எப்போதும் இருக்கிறார்கள்.

உள்ளே எட்டிப் பார்த்தால், கிழவர் பிரிமணை மாதிரி தலைப்பாகையை மடியில் வைத்துக்கொண்டு எதற்காகவோ அதில் குண்டூசி குத்திக் கொண்டிருந்தார். புதிய ஐம்பது பைசாவில் நேரு மாதிரி, தலைப்பாகை இல்லாத அவர் தலையைப் பார்க்க என்னவோ போல் இருந்தது.

'தம்பிகளா, ஏழு மணிக்கு வாங்கடா!'

அம்மாக்களுக்கு ஏலக்கடையை ஏனோ பிடிப்பதில்லை.

'லீவு விட்டா, புத்தகத்தைத் திறக்கறதே கிடையாது. சும்மா ஏலக் கடையிலே போய் பெரியவங்களும் வேட்டியைச் சுத்திட்டு கனகாரியமா ஏலம் எடுக்கப் போய் நின்னாறது!'

சாதாரணமாகவே விடுமுறை நாள்கள் வித்தியாசமானவை. சிவன் கோயில் நந்தவனத்தில், காவல்காரன் பார்க்காதபோது

துளசி பறித்துப் பெருமாள் கோயிலில் பட்டாச்சாரியாரிடம் சேர்த்துவிட்டு, ‘உங்க வீட்டுலே கொல்லைப் பக்கம் சிமிண்ட் தரைன்னாடா!’ ‘தொட்டியிலே வளர்க்கறோம்!’ பிரசாதம் வாங்கிக்கொண்டு மட்டையும் பந்துமாகக் கிளம்பினால், விளை யாடி முடிக்கிறதுக்குள் பள்ளிக்கூடம் திறந்து விடுகிறார்கள்.

ஏலக்கடை வருகிற பொழுது விளையாட்டு இரண்டாம் பட்சம் தான். பகலில் லாலாவைச் சுற்றி ஒரு கூட்டம். தூசு பறக்கிற தெருவில் கேஸ் கட்டுகளோடு வக்கீல் குமாஸ்தாக்களும், கொண்டு வந்த கீரை முழுவதும் விற்காமல் சுற்றி வருகிற கீரைக்காரியும், பூஜை முடிந்து கோயில் குருக்களும் வியர்வை வழிய நடந்து போக, நாங்கள் பனி மூடிய மலைப் பிரதேசங் களில், குளிருக்கு இதமாகக் கம்பளி உடைகளுடன் ஆதம்பூர் சமஸ்தானப் புதையலைத் தேடி லாலாவோடு நடந்து போகிறோம்.

‘லாலா! பெட்டி கிடைச்சுதா?’

ஒவ்வொரு வருஷமும் லாலாவை நாங்கள் சந்திக்கிற முதல் நாள் கேட்கிறது இதுவாகத்தான் இருக்கும்.

‘எங்கே போ! போன வருஷம் பூரா புறப்படவே முடியலே! நானா, கையைப் பிடிச்சுக்கிட்டுப் போகாதே போகாதேன்னு அழுவறாரு!’

நானா உள்ளே இருமுகிற சத்தம். கோடி கோடியாகக் கிடைக்கப் போகிற ஒருத்தரை, இப்படிப் பிடித்து வைத்துக்கொண்டு இந்தக் கிழவர் ஏன் அழிச்சாட்டியம் செய்ய வேண்டும்?

•

ஆதம்பூர் பெட்டி. இரண்டு பூட்டு போட்டு, உருக்கில் வார்த்து, மேலே சூரியன், சந்திரன் எல்லாம் முத்திரை குத்தி, நான்கு ஆள் கனத்துக்கு ஒரு பெட்டி. இமயமலையில் எங்கேயோ பனிப் பாறைகளுக்கு நடுவே கிடக்கிறது. கொண்டுபோய் வைத்தவர் கள் திரும்பியே வரவில்லை. இருநூறு வருஷம் ஆகிறது. பெட்டிக்குள்ளே...

‘நகை, தங்கம், வைரம், தங்கத்தாலே அடிச்ச காசு, ஜெய் மாதாஜின்னு எழுதி தேவி படம் போட்ட தங்கப் பாளங்கள்,

கோஹினூர் வைரத்தோட தோண்டி எடுத்த ஒரு வைரக்கல். எங்க தாத்தாவுக்குத் தாத்தா ஆதம்பூர் திவானா இருந்தாரே, அவருக்கு ரத்தன் சிங் மகாராஜா கொடுத்தது. சும்மா இல்லே, வாரிசு இல்லாத சொத்து! வெள்ளைக்காரனுக்குப் போகக் கூடாது. நீ சத்தியவான். பெரிய புத்திசாலி. நீயே இதையெல்லாம் ஆண்டு அனுபவிச்சு தானதருமம் செஞ்சு நல்லா இருன்னு கொடுத்துட்டுச் செத்துப் போனார் அந்தப் புண்ணியாத்மா!'

லாலா இரண்டு கையையும் வானத்தை நோக்கி உயர்த்தி ஒரு நிமிஷம் மௌனமாக இருக்கிறார்.

வீரபாண்டிய கட்டபொம்மனில் பார்த்த மாதிரி, கேவா கலர் வெள்ளைக்காரர்கள் சொத்தை எப்படியும் அடைய வேண்டும் என்று திட்டம் போடுகிறார்கள். வெள்ளைக் கால் சராயும், வாரன் ஹேஸ்டிங்ஸ் தலையுமாக சாரிசாரியாக அவர்கள் குதிரைகளில் திவானைத் துரத்துகிறார்கள்.

லாலா ஒரு கணம் குதிரையாகிறார். வெள்ளைக்காரக் கவர்னராகி, சுடச்சொல்லி யாரிடமோ உத்தரவு தருகிறார்.

'ஃபயர்!'

●

வாசலில் தயிர்க்காரி திடீர்ச் சத்தத்தால் திடுக்கிட்டு ஒரு நிமிஷம் நின்று கவனித்துவிட்டு, 'என்ன கோராமையோ?' என்று அங்கலாய்த்துக்கொண்டு போகிறாள்.

திவானின் ஆஸ்தி எல்லாம் ஒரு பெரிய இரும்புப் பெட்டியில் வைத்துப் பூட்டப்படுகிறது. நான்கைந்து விசுவாசமான ஊழியர்கள் பின்தொடர, வாயு வேகத்தில் போகிற வண்டி. உள்ளே உயிரைக் கையில் பிடித்துக்கொண்டு திவான். பைஜாமா போட்டவர்கள் பெட்டியைத் தூக்கிக்கொண்டு இமயமலை அடிவாரத்தில் ஓடுகிற காட்சி.

உள்ளே இருந்து நானா கூப்பிடுகிற சத்தம்.

'சனியன் பிடிச்ச மாதிரி அங்கேயும் வெள்ளைக்காரங்க. நாலு பக்கமும் சுத்தி வளைச்சுக்கிட்டு...'

லாலா, பக்கத்தில் ஒரு துணிப்பையிலிருந்து ஒரு கட்டு நோட்டீசை எடுத்துத் தனியாக வைக்கிறார்.

‘ஒரே வழி, பெட்டியைத் தூக்கிக்கிட்டு மலைமேலே ஏற வேண்டியதுதான். ஏறினாங்க. மேலே - மேலே - மேலே - குளிரில் விறைச்சு திவான் செத்துட்டார். எல்லோருமே போய்ட்டாங்க. எப்படியோ, எங்கேயோ மனுஷன் தொடாத உயரத்துலே! கோடி கோடியா ஆதம்பூர் சொத்து இன்னும் காத்துக்கிட்டிருக்கு. எங்க பரம்பரைச் சொத்து. மூணு தலைமுறையாத் தேடிக்கிட்டு இருக்கோம்!’

உள்ளே இருந்து நானா கிழவரின் சத்தம் இன்னும் பலமாக ஒலித்தது.

‘ஹாங்ஜீ!’

‘பெட்டி கிடைக்கட்டும். இது மாதிரி பத்து கடை நடத்துவேன்!’

லாலா, ரகசியம் போல் எங்களிடம் விரலை ஆட்டிக்கொண்டு சொல்கிறார்.

நடத்தக்கூடியவர்தான். குலகுரு சொல்லியிருக்கிறார். சீக்கிரம் இமயமலை ஏறுகிற வாய்ப்புக் கிடைக்குமாம். ஒரே ஒரு தடவைதான். அப்போது ஆதம்பூர் பெட்டி கைக்கு வரலாம். இல்லையோ, அடுத்த தலைமுறையில்தான் அந்த மாதிரி ஒரு சந்தர்ப்பம் வாய்க்குமாம்.

‘தாத்தா முயற்சி செஞ்சாரு, கிடைக்கலே. அப்பா நாப்பது வருஷம் முன்னே ஒரு குளிர்காலத்துலே மலை ஏறினார். நான் உங்க மாதிரிப் பையனா இருந்தேன். ஒரு மாசம் அலையோ அலைன்னு அலைஞ்சு... பனிக்கரடி எல்லாம் பார்த்தோம்!’

கிழவர் வெளியே வந்து இரைய, லாலா டிபன் கேரியரை எடுத்துக்கொண்டு கிளம்பினார்.

‘லாலா! மலைப் பிரதேசத்தில் உங்களுக்கு வழி தெரியுமா?’

சாப்பிட்டுவிட்டு வந்து திரும்பவும் புதையல் வேட்டை.

‘ஏன் தெரியாது? எங்க அப்பாகூடப் போனபோது எல்லாம் பாத்து வச்சிருக்கேன். கூட வரத்தான், தோதா ஆள் தேடிக்கிட்டிருக்கேன்.’

‘முழுப்பரீட்சை லீவுக்குப் போகலாமா? நாங்களும் வரோம்!’

'வீட்டிலே தேட மாட்டாங்களா?'

தேடுவார்கள். கடலை எண்ணெய் வாங்கிக்கொண்டு வர, சர்க்கரைக்கு ரேஷனில் நிற்க, வாரச்சந்தைக்கு அப்பாவோடு பையைத் தூக்கிக்கொண்டு போக, அம்மா ரேழியில் ஒதுங்குகிற நாள்களில், பாட்டு மாமி மெஸ்ஸில் வேகாத இட்டிலியும் வெந்நீர் கொட்டிய சாம்பாரும் தூக்குப் பாத்திரத்தில் வாங்கி வர...

'கிரிதர்! ஹேய் கிரிதர்!'

'பாபா!'

அந்தப் பையன் உள்ளே இருந்து வந்தான். அவன் எங்களைக் காட்டி ஏதோ கேட்டான். லாலா அவனுக்குச் சுருக்கமாக ஏதோ சொல்ல, இரண்டு பேரும் சிரித்தார்கள். எதற்கு என்று தெரியாமல் நாங்களும் சிரித்து வைத்தோம்.

'என் மகன்.'

லாலா தோளில் கிடந்த துண்டால் கிரிதரின் முகத்தைத் துடைத்து விட்டார்.

'ஆதம்பூர்லே இருந்து வந்திருக்கான். ஸ்கூல் லீவு விட்டிருக் காங்க.'

'விச் கிளாஸ் ஆர் யூ ஸ்டடியிங்?'

சீதரன் கேட்டான். இன்னார் பிள்ளை என்று அறிமுகப்படுத்தி வைக்கும்போது, மூக்குக் கண்ணாடி அணிந்த பெரியவர்கள் தவறாமல் கேட்கிறது இது.

இதற்கும் சிரித்தான். அவனுக்குச் சிரிக்க மட்டும் தெரிந்திருந்தது. அடுத்த வருஷம் பெட்டியைத் தேடி லாலா பனிப் பிரதேசங்களில் அலையும்போது, இவனும் கூடப் போவான்.

இப்போதைக்கு அவன் டமடமா என்று தட்டிக்கொண்டு நடக்கிற லாலா கூடப் போனான்.

●

ஏழு மணிக்கு ஏலம் தொடங்கி ஐந்து நிமிஷம் முன்னால், லாலா ஒரு மடக்கு நாற்காலியைத் திண்ணையில் ஓரமாகப் போட்டு

விட்டுக் காணாமல் போய்விடுவார். கிழவர் அதில் இருந்து கொண்டு தினசரி நடவடிக்கைகளைக் கவனிக்க, சீப்பும் கண்ணா டியும்தான் முதல் ஏலம்.

'நல்ல அருமையான வேலைப்பாடு உள்ள, ராஜாக்களும் ஜமீன்தார்களும் உபயோகிக்கிற அஜ்மீர் கண்ணாடியும், ஜெஸ்ஸூர் சீப்பும் ஒரு ரூபா, ஒரு ரூபா...'

ஆதம்பூர் பெட்டியிலிருந்து கிளப்பிக்கொண்டு வந்திருப்பார் களோ?

புடைவையும், சட்டைத் துணியும், அடுக்குப் பாத்திரமும், குடையும், இங்க் பாட்டிலும், கொண்டை ஊசியும், கடிகாரமும், ரூல்தடியும், பேனாக்கத்தியும், சாமி படமும், குண்டூசி டப்பா வும் என்று உலகில் படைக்கப்பட்ட சகலவிதமான பொருள் களையும் மணியை அடித்து அடித்துக் கொடுக்க, கண்ணாடிக் காரரும், நீலச்சட்டைக்காரரும், கழுத்தில் மப்ளர் சுற்றி இருக்கிற வரும், வலது கோடியில் உசரமாக நிற்கிற அண்ணாச்சியும் வாங்கிக்கொண்டு கூட்டத்தில் கலக்க, ராத்திரி பத்து மணி யாவதே தெரியாது.

டம்டம் என்று, லாலா மரபெஞ்சுகளை ஒன்றன் மீது ஒன்றாக அடுக்குகிற சத்தம் எழுகிற போது ஊர் அடங்கி இருக்கும். தூக்கத்தில் நாங்கள் புரியாத மொழியில் பேசிக்கொண்டு, பைஜாமா போட்டுக் கொண்டு, பனிக்கரடிகள் எதிர்ப்படும் மலை முகடுகளில் திரியும் பொழுது பள்ளிக்கூட வாத்தியார்கள் வழியை அடைத்துக்கொண்டு உருட்டி விழிப்பார்கள்.

•

குளிர்காலம் முடிந்து பள்ளிக்கூடம் திறந்தபொழுது, கோலத்தில் நடுவில் வைத்த பரங்கிப் பூக்களோடு, ஏலக்கடையும் காணாமல் போயிருந்தது. லாலாவும், ஆதம்பூர் பெட்டியும் எங்கள் பேச்சி லிருந்து கொஞ்சம் கொஞ்சமாக மறைய, கவனத்தை ஈர்க்கப் புதியதாக வேறு விஷயங்கள்.

ஜான் ஆசீர்வாதம் சாரை எட்டாவதிலேயே விட்டுவிட்டு ஒன்ப தாம் வகுப்பில் அப்புறம் நுழைய, சத்தியகிரிராஜன் சார் 'பட்டன் அப், பட்டன் அப்!' என்று பேயறை அறைந்து சாத்வீகமாவ தற்குள் இன்னொரு மார்கழி. இன்னொரு அரை வருஷப் பரீட்சை. டெல்லிபகதூர் ஏலக்கடை விஜயம்.

சாய்வு நாற்காலி இருந்தது. நானா கிழவரும். பைஜாமா ஆசாமிகளும், காண்டாமணியும், கண்ணாடி சீப்பும் எல்லாம் உண்டு. லாலாவைத்தான் காணோம்.

ஆதம்பூர் பெட்டியைத் தேடி மலை ஏறிக் கொண்டிருக்கிற ஒரு ஆறடி உருவம் மனத்தில் வந்தது.

'டமடமா, டமடமா!'

லாலா பையன்தான். கழுத்தில் டமாரமும், கையில் மெகாஃபோனுமாக வந்தான்.

லாலா எங்கே?

'செத்துப் போயிட்டார்!'

'இமயமலையிலேயா?'

'திண்டுக்கல்லிலே. தருமாஸ்பத்திரியிலே வச்சு.'

'நீ, நீங்க.. அந்தப் பெட்டி...'

அவன் வழக்கம்போலச் சிரித்தான். பச்சையும் சிவப்பும் மஞ்சளுமாக ஆளுக்கொரு நோட்டீஸ் எடுத்துக் கொடுத்தான். 'மேரா ஜூத்தா ஹை ஜப்பானி' கொஞ்சம் குரல் நடுங்கப் பாடிக்கொண்டு டமாரம் முழங்க நடக்க ஆரம்பித்தான்.

13. அம்பி

அம்பியைக் கடைசியாகத்தான் சேர்த்துக் கொண்டார்கள். மூன்று பேராகப் போக வேண்டாம் என்று சேஷப்பா சொன்ன தாலேயே அவனுக்கு வரமுடிந்தது.

'இதுக்கென்ன மூணும் நாலும்! ஆயுசு பூரா நாள் நட்சத்திரம் பாத்து என்ன வாழ்ந் தது?'

அப்பா முணுமுணுத்தது சேஷப்பாவுக்குச் சரியாகக் கேட்கவில்லை.

'என்னடா நாகா? செத்தெ எரெஞ்சு சொல் லேன். சொல்ல மாட்டான். ஒக மாட ஒக பாணம்தான் இவனுக்கு. பாணம் ஏது? கட்டைப் பேனாதான். என்னடா அம்பி சிரிக்கிறே? உங்கப்பனைப் பத்திப் பேசினா உனக்குச் சிரிப்பு வருதா?'

அம்பி, அப்பாவைப் பார்த்தான். கோபித்துக் கொள்வாரோ? நேற்றிலிருந்து சுமுகமாக இல்லை அப்பா. வழக்கமாகக் கைக்குடி போகிறபோது முந்தினநாள் ராத்திரியே

சொல்லி வைத்துத் தயார்ப்படுத்தி, விடியற்காலையில் தூக்கம் கலைவதற்கு முன்னாலேயே எழுப்பிக் குளிக்கவைத்துக் கூட்டிப் போகிறவர் அவர்.

‘அக்காவைப் பார்த்துட்டு வரலாம் வாடா!’

நேற்று பூரா அப்பாவின் அழைப்புக்காகக் காத்திருந்தான் அம்பி. நேற்று காலையில் ஐயணையிடம் வண்டியைச் சரிப்படுத்தி வைக்கச் சொன்னபோதே தெரிந்துவிட்டது, இன்று பயணம் நிச்சயம் என்று. ஆனாலும் அப்பா கூப்பிடவில்லை. வழக்கத் துக்கு விரோதமாகப் பெரியப்பாவைக் கூட்டிக்கொண்டு போகப் போகிறார் என்றும் தெரியவந்தது. சாயந்தரம் அழுது அடம் பிடித்துப் பார்த்தும் பிரயோஜனமில்லை. அப்பா அதட்டினது தான் மிச்சம்.

காலையில் எல்லோருக்கும் முன்னால் எழுந்து ஐயணையிடமும் சொல்லிப் பார்த்தான். இவன் சம்மதித்தாலாவது ஏதாவது நடக் காதா என்று நப்பாசை. பெரியப்பா சேஷய்யர் வக்கீலாகவும் அப்பா வக்கீல் குமாஸ்தாவாகவுமாகப் பெரிய உத்யோகம் பார்க்கிறார்கள். என்ன பிரயோஜனம்? இரட்டை மாட்டு வண்டி ஓட்டத் தெரியுமோ? அதற்கு ஐயணை வேண்டும். அவனைக் கூட்டிக்கொண்டு வரக் கொட்டடக்குடித் தெருவுக்கு அம்பிதான் போகவேண்டும்.

‘என்ன அம்பி ஐயரே, பள்ளிக்கூடம் கிடையாதா இன்னைக்கு?’

‘ஞாயித்துக்கிழமை எல்லாம் பள்ளிக்கூடம் வைப்பாங்களா என்ன?’

‘உங்களை வக்கீலய்யா, திண்ணைப் பள்ளிக்கூடத்திலே போட்டி ருந்தாத் தெரியும். ஒரு நாளாவது ரஜா உண்டா? என் பொழப்பு மாதிரித்தான்.’

‘நானும் கைக்குடிக்கு வர்றேன் ஐயணை!’

‘வக்கீலய்யா வரச்சொன்னா ராஜா மாதிரி வண்டியிலே வாங்க!’

‘நீ சொன்னா சரிம்பார் பெரியப்பா.’

ஐயணை அசையவில்லை.

‘சொல்றியா, இல்ல வந்தேமாதரம்னு கத்தட்டா? போலீஸ்கார நாயுடு வீட்டிலே கேக்கிற மாதிரிக் கத்துவேன். அவர் வந்து நின்னா, நீதான் கத்தச் சொன்னதாச் சொல்வேன்.’

‘ஐயரே! ஏன் பாடாப் படுத்தறீங்க? நீங்க என்ன வேணும்னாலும் கத்துங்க. நாயுடு காதுலே தொளசி அடச்சுக்கிட்டுப் பெருமா கோயிலுக்குப் போறதைப் பார்த்தேனே!’

‘அவர் திரும்பி வரும்போது கத்துவேன். வந்தே மாதரம், வந்தே மாதரம்!’

சேஷப்பா வெளியே வந்தபோது அவர் காதில் வழக்கம்போல் அரைகுறையாகத்தான் விழுந்தது.

‘என்னடா அம்பி, காலம்பற பிடிச்சுக் கத்திண்டு இருக்கே?’

‘வந்தே மாதரம்! வந்தே மாதரம்!’

‘இரையாதேடா! காதுலேதான் விழறதே. அரண்மனை வாசல் பக்கம் ஏதாவது கூட்டம்னு தமுக்கு அடிச்சுண்டு போறானா? பல்லுக் கூடத் தேய்க்காம என்னடா வந்தேமாதரம்?’

‘கைக்குடிக்கு நானும் வருவேன். வந்தே மாதரம்! வருவேன், வந்தே மாதரம்!’

‘சரி சரி, வா. நாகா, இவனையும் கூட்டிண்டு போகலாம். மூணு பேரா இருக்கோம் பாரு!’

●

அம்பிக்கு வண்டியில் ஏறினபோது சந்தோஷமாக இருந்தது. இன்னும் இரண்டு மூன்று மணி நேரம் வழி வேடிக்கை எல்லாம் பார்த்துக்கொண்டு போகலாம். ஊருக்கு வெளியே பச்சை வயலும், பனந்தோப்பும் தரிசும் குளத்தில் மிதக்கும் தாமரைப் பூவும்...

‘எங்க அக்கா ஊருக்குப் போறேன்!’ வழியில் யாராவது கூடப்படிக்கிற பையன்கள் நடந்து போனால், கூப்பிட்டுக் கத்திப் பொறாமைப்பட வைக்கலாம். இதுவே பஸ்ஸாக இருந்தால், இன்னும் நன்றாக இருக்கும். சொல்லி வைத்துவிட்டால், காலையில் வீட்டு வாசலில் நிறுத்தி ‘பாம் பாம்’ என்று முழக்கி, காத்திருந்து கூட்டிப் போவார்கள். கட்டைப் பலகை ஆசனமும்,

இன்னும் வரவேண்டியவர்கள் வீட்டில் எல்லாம் நின்று நிதானித்துப் போகிறதும்தான் கொஞ்சம் கஷ்டம். ஆனால் கைக்குடிக்கெல்லாம் பஸ் போகாது.

கைக்குடி குக்கிராமம். அக்கா வீடு கூட, மண் சுவரும் மண் தரையுமாகத்தான் இருக்கும். வீட்டுக்குப் பக்கத்தில் போகும்போதே, சாணிவாடை மூக்கைத் துளைக்கும்.

'எல்லாராத்திலேயும் வீட்டுக்குப் பின்னாலே தொழுவம் இருக்கும். இவாத்திலே தொழுவத்திலே மிஞ்சினது போக ஓரமா வீடு பண்ணி இருக்கா!' - சேஷப்பா அடிக்கடி சொல்வார்.

'ஏண்டி தங்கம், உங்காத்துலே காலம்பற ஆகாரம் எதுவும் பண்ணுவியோ?'

அக்கா இங்கே வந்திருக்கும்போது கொஞ்சம் கிண்டலாகக் கேட்பார்.

'பண்ணுவேன் பெரியப்பா. பழையதுதான். தொழுவம் அலம்பி, பாத்திரம் தேய்ச்சதுக்கு அப்புறம் சாப்பிடுவேன்.'

'சாப்பிட்டுட்டு?'

'வறட்டி தட்டணும். தண்ணி எறச்சு வைக்கணும். குளிக்கணும்.'

'அப்புறம் மாட்டுக்கு வைக்கோல் போடணும். மாடு கறக்கணும். சாணி அள்ளணும். கையைக் கொண்டாடி குழந்தே. பூ மாதிரி இருந்த கை, சாணி நாத்தம் அடிக்கறது பாரு. நகத்துலே எல்லாம் அழுக்கு ஏறி.'

'எங்கே அடிக்கறது? கட்சிக்காரன் கொண்டுவந்து தந்தான்னு குடுத்தேளே சீமைச் சோப்பு! அதைத் தேச்சுன்னா குளிச்சேன்.'

'கூட ஏதாவது தேச்சுண்டியோ?'

'சீயக்காய்ப்பொடி! எண்ணெய் போக வேண்டாமா?'

'கெட்டது குடி போ! சோப்புப் போட்டுண்டு, சீயக்காயையும் அரப்பையும் மேலே அப்பிண்டு குளிச்சா வாசனை இப்படித்தான் போகும். உன் தம்பி உன்கிட்டே சொல்லலியா?'

'அவனா? மொதல்லே அந்த விதேசி சோப்பைத் தலையைச் சுத்தித் தூக்கி எறி! அப்பத்தான் பேசுவேங்கிறான். அதெல்லாம் பழகிண்டா, சுதந்தரம் வந்த அப்புறம் கஷ்டமாப் போகுமாம்!'

'தம்பி வேணுமா, வாசனைச் சோப்பு வேணுமான்னு தீர்மானிச்சுக்கோ!'

அக்கா, சோப்பைப் பெட்டியோடு கொண்டுவந்து பெரியப்பா மேஜையில் கேஸ் கட்டுகள் மேல் வைத்துவிட்டுப் போய்விட்டாள். 'எங்க அம்பி சொன்னா சரியாத்தான் இருக்கும்!'

●

ஊர் எல்லை நெருங்கிக் கொண்டிருந்தது. பிள்ளைவயல் காளி கோயில் பக்கம் வந்தபோது பெரியப்பா வண்டியை நிறுத்தச் சொன்னார்.

'அம்பி! வாடா, நாகா! நீ இங்கே இருந்தே கும்பிடு. உன் வாதக் காலை வச்சுண்டு ஏறி இறங்கிக் கஷ்டப்பட வேண்டாம்!'

வேலிக்காத்தான் செடிகளில் துணி சிக்காமலும், தரையெல்லாம் படர்ந்து கிடந்த சப்பாத்திக் கள்ளியையும் நெருஞ்சி முள்ளையும் மிதிக்காமலும் கவனமாக நடந்து போனார்கள்.

'வேண்டிக்கோடா அம்பி! இனிமேலாவது நம்மாத்திலே எல்லாம் நல்லதாவே நடக்கணும்னு!'

பெரியப்பா குரல் தழதழத்தது.

நல்ல காரியம் எல்லாம் நடக்கட்டும். நடக்க வேண்டியதுதான். பட்சணம் கிடைக்கும். உடுக்கப் புதிய சட்டையும், வேட்டியும். வேட்டி வேண்டாம். கிழித்துக் கட்டிக்கொண்டாலும் தரையில் புரளும். அவிழ்ந்துபோய் மானத்தை வாங்கும். மதுரையில், தையல்காரர்கள் கால்சராய் தைத்துத் தருகிறார்களாம். வாங்கித் தரச்சொல்லலாம்.

'சீக்கிரம் வாடா அம்பி. வெயில் ஏற ஆரம்பிச்சாச்சு!'

குங்குமப் பரணியிலிருந்து குங்குமத்தை அள்ளிக் கையில் இடுக்கிக்கொண்டு பெரியப்பாவை அவசரமாகப் பின் தொடர்ந்தான்.

‘அப்பா, சாமி குங்குமம்.’

‘நான் இன்னும் குளிக்கலேடா.’

அப்பா எங்கேயோ வெறித்துக்கொண்டு சொன்னார்.

•

அம்பிக்கு ஆச்சரியமாக இருந்தது. விடியற்காலையில் முதல் ஆளாக உடைய சேர்வார் ஊருணியில் குளித்துவிட்டு வீபுதி மணக்க வருகிற அப்பாவா இது? என்ன ஆயிற்று இவருக்கு?

வண்டி ஆடி ஆடிப் போய்க் கொண்டிருந்தது. ஐயணை, புகையிலைக் கட்டையை மென்றுகொண்டு அரைக்கண் மூடி நிஷ்டையில் இருக்கிற முனிவர்போல் வண்டிக்கயிற்றைப் பிடித்துக் கொண்டு உட்கார்ந்திருந்தான். ‘ஹேய்! ஹேய்!’ என்று அவ்வப்போது மாடுகளை விரட்டுவதிலிருந்து அவன் தூங்கவில்லை என்று தெரிந்தது.

யாரும் எதுவும் பேசவில்லை. பசித்தது. வழியில் எதுவும் சாப்பிடக் கிடைக்காது. எப்பொழுது கைக்குடிக்குக் கிளம்பினாலும், ஓமப்பொடி, காராபூந்தி, பூவன்பழம் என்று ஏதாவது கொண்டு வருவார்கள். இப்பொழுது அப்பாவும் பெரியப்பாவும் கையை வீசிக்கொண்டு வந்திருக்கிறார்கள். அவர்களுக்குத்தான் பசிக்கவில்லை. அம்பியை நினைக்க வேண்டாமா?

கைக்குடி போனதும் சாப்பாடு தயாராக இருக்கும் என்று தோன்றியது. ஒவ்வொரு தடவையும் போவதற்கு முன்னால் யாரிடமாவது இரண்டு நாள் முன்னதாகவே சேதி சொல்லி அனுப்பிவிடுவார்கள். கட்சிக்காரர்கள் யாராவது அந்தப் பக்கம் போய் வந்து கொண்டிருப்பார்கள்.

•

பெரியப்பா சன்னத்து வாங்கி வக்கீல் தொழில் செய்ய ஆரம்பித்ததிலிருந்து, இந்தச் சுற்று வட்டாரத்தில் ஐம்பது மைல் தூரம் என்ன வழக்கு வியாஜ்ஜியமாக இருந்தாலும், முதலில் சேஷய்யரைப் போய்ப் பார்க்கத்தான் தீர்மானிப்பார்கள் என்று அப்பா பெருமையோடு சொல்லிக் கொள்வார்.

ஆனால், அப்பா என்னமோ லக்ஷ்மண ராயரிடம்தான் குமாஸ்தாவாக இருக்கிறார். தினம் பொழுது விடிந்து அம்பி பள்ளிக்கூடம்

கிளம்புவதற்கு முன்னே, அப்பா தகரப் பெட்டியில் பழுப்பு ஏறிக்கொண்டிருக்கும் கேஸ் கட்டுகளைத் தூக்கி வைத்துக் கொண்டு கிளம்பி விடுவார்.

அவர் கால் எப்போதும் வீங்கியே இருக்கும். 'கௌட்' என்றோ என்னமோ பெரியப்பா இங்கிலீஷில் சொல்வார். அவர் நிறையப் படித்திருக்கிறார். அப்பாதான் தேர்ட் ஃபார்ம் தாண்டவில்லை. ஆனாலும் பெரியப்பாவைப் பார்க்க வருகிறதுக்குக் குறை யாமல், கட்சிக்காரர்கள் கூட்டம் அப்பாவையும் தேடிவரும் என்பதில் அம்பிக்குக் கொஞ்சம் பெருமைதான்.

'ராயருக்கு, லா பாயிண்ட் எடுத்துக் கொடுக்கறதே குமாஸ்தா அய்யர்தான்!' என்று வயதான கட்சிக்காரர்கள் சிலாகித்துப் பேசிக் கேட்டிருக்கிறான்.

'அம்பி! நீயாவது படிச்சுப் பெரிய பார் அட் லா ஆகணும்பா. மெட்ராஸிலோ கல்கத்தாவிலேயோ எங்கே வேணுமானாலும் படிக்க வைக்கிறேன். படிச்சுப் பெரியவனா வர்றியா?'

அப்பா வாஞ்சையோடு அவன் தலையைத் தடவியபடி கேட்பார்.

'அதுக்குள்ளே சுதந்தரம் வந்திடுமாப்பா?'

'இவனுக்குக் காந்தி பைத்தியம் பலமாவே பிடிச்சிருக்கு. படிச்சு முன்னுக்கு வரணும்னு நான் சொல்லிண்டிருக்கேன். நீ கொடி பிடிச்சுண்டு தெருத்தெருவா அலைய வழி பாக்கறியேடா!'

'பார் அட் லா ஆயிட்டு, கொடி புடிச்சுண்டு போக முடியுமா அப்பா?'

'கதர்ச்சட்டையே போட்டுண்டு கோர்ட்டுக்குப் போகலாம். அதுக்குள்ளே உலகமே மாறினாலும் ஆச்சரியமில்லைடா!'

அப்பாவுக்கும் காந்தி மீது அபிமானம்தான். யாருக்குத்தான் இல்லை? அம்பி அக்காவிடம் சொல்லி, 'மஹாத்மாவுக்கு ஜே!' என்றும், 'வந்தேமாதரம்!' என்று காங்கிரஸ் கொடி போட்டு வெள்ளைத் துணியில் ஊசிவேலை செய்துதரச் சொன்னான். அக்காவுக்கு இதெல்லாம் புரியாது. இருந்தாலும், அம்பி காகிதத் தில் படம் வரைந்து காட்டியபடிக்கு, இரண்டே நாளில் பின்னிக் கொடுத்துவிட்டாள். 'குழந்தை கை பேசறதடா!' பெரியப்பா துணியைத் திருப்பித் திருப்பிப் பார்த்துக்கொண்டு சொல்லி மாய்ந்து போனார்.

கல்யாணம் முடிந்து அக்கா ஊருக்குக் கிளம்பியபோது அத்தை கேட்டாள்: 'ஏண்டா அம்பி! உங்க அக்காவுக்கு நீ ஒண்ணும் தரலியாடா?'

நிறைய நேரம் யோசித்து அந்த ஊசிவேலை செய்த துணியையே, அக்காவும் அத்திம்பேரும் கிளம்புகிற நேரத்திலே ஓடிப்போய்க் கொடுத்தான். அத்திம்பேர் குடுமியை முடிந்து கொண்டே வாங்கிக்கொள்ளக் கை நீட்டினார். இவர் இதிலே மூக்குச் சிந்தி வச்சாலும் வைப்பார் என்று தோன்ற, அம்பி அக்காவிடம் கையைப்பிடித்து அதைக் கொடுத்தான்.

'என்னடா இது, கொடியெல்லாம் போட்டு? காரைக்குடியிலே வாங்கினதா?'

அத்திம்பேர் கேட்டார். அவருக்குப் பழக்கமில்லாததாக எதைப் பார்த்தாலும் அது காரைக்குடியில் வாங்கினதாகத்தான் இருக்கும் என்று ஒரு தீர்மானமான நினைப்பு.

'அக்கா போட்டது. குரோஷா வேலை!'

'ஊசி வச்சு, இழுத்து இழுத்துத் தையல் இலை தைக்கிற மாதிரித் தைப்பாளே அதுதானே! எனக்கும் தெரியும்டா பயலே.'

அவருக்குத் தெரிந்த உலகம் மாடு கன்றுகளும், தையல் இலை தைக்கிறதும், துண்டை, புடைவை முந்தானை போலத் தோளுக்குக் குறுக்காகப் போட்டுக்கொண்டு, சாணி மணக்கிற வாசல் திண்ணையில், வாயில் புகையிலை அடக்கிக் கொண்டு ஊர்க்கதை பேசுகிறதும்தான்.

●

'மாப்பிள்ளை என்னவா இருக்கார் வக்கீலய்யா?'

கட்சிக்காரர் யாரோ பெரியப்பாவைக் கேட்டார்.

'சுகஜீவனம்தான். நிலம், நீச்சு, மாடு, கன்னுன்னு நல்ல வசதியான குடும்பம்.'

'குழந்தே நாலு எழுத்து படிச்சுருக்கே, அங்கே சரிப்பட்டு வருமா?'

'என்ன பண்றது கருப்பையா? வேறே ஜாதகம் ஒண்ணும் பாந்தமா அமையலே. இவ போற முகூர்த்தம் அவன் இன்னும்

நன்னா வந்துட மாட்டானா? நம்ம குழந்தை தொட்டது பொன்னாத் துலங்காதோ? ராசியான கைன்னா அவ கை!'

பெரியப்பாதான் எத்தனை பெருமையாகச் சொல்லிக் கொள்வார். அவருக்குக் குழந்தை கிடையாது. இல்லாவிட்டால் என்ன? அம்பியும் அக்காவும்தான் அவருக்கு உயிர். அதிலும் அக்கா! அவர் அகராதியில், குழந்தை என்றால் அக்கா மட்டும்தான்.

●

வண்டி ஊர்ந்து கொண்டிருந்தது. கப்பி ரோடிலிருந்து விலகி குண்டும் குழியுமாக இருந்த பாதையில் வண்டி திரும்பியபோது, அம்பி சின்னத் தூக்கம் கலைந்து விழித்துக் கொண்டான். வெயில் ஏறி விட்டிருந்தது. கழுத்துப் பக்கம் வியர்வையைத் துடைத்துக் கொண்டான். பசி. தாகம் வேறு.

ஆயிற்று, இந்தக் கோயில் பக்கம் திரும்பினால் அக்கா வீடுதான். கழுத்தை எக்கிப் பார்த்தான்.

திண்ணையில் நான்கைந்து பேராகக் கூடிப் பேசிக்கொண்டிருந் தார்கள். அத்திம்பேர் வாயில் புகையிலையை அடக்கிக் கொண்டு 'ஒட்டகம்' என்று சொல்ல ஆரம்பிப்பது போல் வாயைக் குவித்துக்கொண்டு உட்கார்ந்திருந்தார். இவர்களைப் பார்த்ததும் பேச்சு நின்றது.

'வெயிலுக்கு முன்னாலேயே கிளம்பியும் வந்து சேர்றதுக்கு நாழியாயிடுத்து!'

பெரியப்பா, யாரோ கோபித்துக் கொண்டதற்கு நைச்சியமாகச் சமாதானம் சொல்கிறவராக மெல்லிய குரலில் சொன்னார்.

அத்திம்பேர் எல்லோரையும் தீர்க்கமாக ஒரு பார்வை பார்த்தார். அவர் பார்வை அம்பியின் மேல் விழுந்தபோது, வழக்கம்போல் 'என்னடா பயலே, சுதந்தரம் எந்த ஊர்ப்பக்கம் வந்துண்டு இருக்கு?' என்று கேட்கவில்லை.

'வாங்கோ!'

அத்திம்பேரின் அப்பா, மேல்துண்டால் வியர்வையைத் துடைத்துக்கொண்டு நடந்தார். அம்பியும் அப்பாவும் அவர் பின்னால் போனார்கள். விபூதியும் வியர்வையுமாகக் குழப்ப மான வாசனை அவரிடம்.

தணிந்த ரேழி நிலைப்படி. அப்பா தலையைக் குனிந்து வந்தார். பெரியப்பா பட்டென்று இடித்துக்கொண்டு, தலையைத் தடவியபடி உள்ளே வந்தார்.

'அந்தப் பெட்டிதான். எல்லாத்தையும் அப்படியே எடுத்து வச்சிருக்கு. திறந்து பாக்கறேளா? எங்களுக்குத்தான் கொடுத்து வைக்கலே. புடைவை, பாத்திரம் எல்லாம் சரியா இருக்கான்னு பாருங்கோ! இதோ ராக்கொடி, மூக்குத்தி. அந்தக் குத்து விளக்கை எடுத்து வச்சுட்டியாடி? சாமி மேடை மேலே இருந்ததே! வெள்ளித் தட்டு... கும்பா...'

அப்பா, திடீரென்று அழ ஆரம்பித்தார்.

'அம்மா! என் அம்மா!'

'அழாதேடா நாகா! நடந்தது நடந்தாச்சு. பூவும் பொட்டுமாப் போய்ச் சேர்ந்திருக்காடா நம்ம குழந்தை. குழந்தை இல்லேடா, அம்பாள்டா! நமக்கெல்லாம் குலதெய்வம்டா! அழாதேடா, அழாதே...'

அடக்க முடியாமல் பெரியப்பாவும் அழ ஆரம்பித்தார்.

ஐயணை, கொஞ்சம் தயங்கி நின்றுவிட்டு உள்ளே நுழைந்து, பெட்டியைக் கையில் எடுத்துக் கொண்டான். உரிமையோடு அப்பாவின் கையைப் பற்றிக்கொண்டு தடதடவென்று வெளியே நடந்தான். துண்டால் வாயைப் பொத்திக்கொண்டு பெரியப்பா கூடப் போனார்.

'கொஞ்சம் தண்ணி வேணும்.'

அம்பி கேட்டான்.

யாரோ கொண்டுவந்து கொடுத்தார்கள். அம்பி இயந்திரமாகக் குடித்தான்.

லேசாக உப்புக் கரிக்கிற மாதிரி இருந்தது. கிணற்றுத் தண்ணீர். வீட்டுக்குப் பின்னால் தொழுவத்தை ஒட்டிய கிணறு. பெரிய தாக, கைப்பிடிச் சுவர் இல்லாமல் ஆவென்று வாயைப் பிளந்து கொண்டு. சாதம் சமைக்க, அடுப்பு மெழுக, கூளம் கலக்க, சந்தியாவந்தனம் செய்ய பஞ்சபாத்திரத்தில் நிரப்பி வைக்க, தொழுவம் அலம்பிவிட, மாடுகளும் மனுஷர்களும் குளிக்க,

விடியற்காலை இருட்டில் அக்கா கால் தடுமாறி விழுந்து உயிரை விட - எல்லாவற்றுக்கும் ஒரே கிணறுதான் இருக்கிறது.

'இன்னும் தண்ணி வேணுமா?'

'வேண்டாம்.'

•

வண்டி திரும்பிக் கொண்டிருந்தது. காற்று ஓய்ந்துபோன பகற்பொழுதில், அப்பாவும் பெரியப்பாவும் குரலெடுத்து அழுது கொண்டிருந்தார்கள். அப்பா, பெட்டியைச் செல்லமாக அணைத்துக் கொண்டிருந்தார். பச்சை பெயிண்ட் அடித்துப் பூப் போட்ட அழகான டிரங்க் பெட்டி.

ஒரு பள்ளத்தில் வண்டி திரும்ப, பெட்டி ஒரு பக்கமாக நழுவித் திறந்து கொண்டது. உள்ளே இருந்து ஏதோ வெளியே சரிந்தது. வெள்ளைத் துணி. வந்தேமாதரமும், கொடியும் போட்ட துணி. கீழே ஏதோ அப்பி இருந்தது. சாணிக்கையால் தொட்ட மாதிரித் தடம்.

'அக்கா!'

அம்பியின் குரல் திடீரென்று உயர்ந்து வெட்டவெளியில் சுற்றிச் சிதறி ஒன்றுமில்லாமல் போக, பாதை வெறிச்சோடி நீண்டது.

14. ஆழ்வார்

அந்த முன்னிரவுச் சூழ்நிலை கொஞ்சம் அபத்தமாக இருந்தது. குண்டும் குழியுமாகக் கிடந்த தெருவில் பள்ளத்தில் இறங்கிய சைக்கிள் செயின் கழன்றுபோய் மாட்டிக் கொண்டிருந்தவன், யாரையென்று இல்லாமல் திட்டிக் கொண்டு நடுத்தெருவில் குனிந்து உட்கார்ந்திருந்தான். எதிரே பழைய கட்டடம். கீழ்ப் பகுதியில் எல்லாம் கடைகள். ஒரு மாவு மெஷினும் உண்டு. கடைகளை அடைத்துவிட்டுக் கிளம்பிப் போயிருக்க, மாவு மெஷினிலிருந்து, ஏதோ கரகரவென்று பொடியாக பிளாஸ்டிக் வாளியில் சுமந்து கொண்டுவந்து தெருவில் கொட்டி, நான்கைந்து பேர் கர்மசிரத்தையாகக் கையளைந்து தேடிக் கொண்டிருந்தார்கள். மேல் மாடியில், பிரம்மச்சாரிக் குடியிருப்புகளின் மங்கிய பல்ப் வெளிச்சத்தில், களைத்துப் போன மின்விசிறிகள் சுற்றுவது ஜன்னல் வழியே தெரிந்தது. கீழே சிதறியிருந்த மாவிலிருந்து பரபரப்பாக ஓடிய கரப்பான் பூச்சிகள் ஏறாமல் கால் மாற்றிக்கொண்டு ஒரு ஸ்தூல சரீர வைஷ்ணவர் மேலே பார்த்து, ‘சடகோபா, சடகோபா...’ என்று தொடர்ந்து பெருஞ்சத்தத்துடன் கூப்பிட்டுக் கொண்டிருந்தார்.

ராஜுவும் மேலே பார்த்தான். அவன் தேடி வந்தவர் அங்கே இருக்கக்கூடும். அவசியம், அவரைப் பார்த்துவிட்டு வரும்படி கடையில் சொல்லியிருந்தார்கள்.

கெச்சலாக, கண்ணாடி போட்டுக்கொண்டு, கருப்பையா என்று பெயர். மதுரை பக்கத்திலிருந்து பிரசவலேகியமும் மூங்கில் குருத்து ஊறுகாயும் பாட்டிலில் அடைத்து எடுத்து வந்து, இங்கே இருக்கிற பெரிய மளிகைக் கடைக்கெல்லாம் சப்ளை செய்கிறவர். ஐம்பது வயது இருக்கும். இங்கே வரும்போது ஏதோ பிரம்மச்சாரி குடியிருப்பில், சொந்தக்காரப் பிள்ளையாண்டன் அறையில் தங்குகிற வழக்கம். கொஞ்சம் காது மந்தம்.'

இந்தத் தகவல் எந்த அளவு போதுமென்று தெரியவில்லை. எதற்கும் மேலே போய் கேட்டுப் பார்க்கலாமென்றால், இருட்டில் மாடிப்படியைக் கண்டுபிடிப்பது சிரமமாக இருந்தது.

ஒரு கதவு திறந்தது. திறந்த போது, வெளிச்சத்தில் ஓரமாக சுவரை ஒட்டி மாடிப்படிகள் தெரிந்தன. லுங்கி கட்டிக்கொண்டு ஒருவன் வாயில் புகையும் சிகரெட்டோடு கீழே பார்த்தான்.

ராஜு, மேலே போய்ச் சேர்ந்த பொழுது லுங்கிக்காரன் அறைக்கு உள்ளே போய் கதவை முக்காலுக்குச் சாத்திவிட்டு, தரையில் உட்கார்ந்திருந்தான். சீட்டுகளை விரித்துக்கொண்டு இன்னும் மூன்று பேரும் உண்டு. அறை முழுவதும் புகை மண்டலம்.

மதுரைக்காரர் இவர்களோடு தங்கியிருக்கக் கூடும். பிரசவ லேகியத்தையும் ஊறுகாய் பாட்டில்களையும் ஒரு ஓரமாக வைத்துவிட்டு, மின்சார பல்ப் வெளிச்சமும் சிகரெட் புகையும் முகத்தில் படாமல், கைப்பையையோ மேல் துண்டையோ அணையாக வைத்தபடிக்குத் தூங்க முயற்சி செய்து கொண்டு...

இங்கே அவரைக் காணோம். அடுத்த ரூம்? அதற்கும் அடுத்தது?

'எஸ் பிளீஸ்!'

சிவப்பு லுங்கிக்காரன் திரும்பவும் கொஞ்சம் சலிப்போடு எழுந்து வந்தான். இவன் சொன்னதைக் கடமை கருதிக் கேட்டான்.

'நீங்க சொல்றபடி இங்கே யாரும் வர்றதே இல்லையே! எங்க மாமா ஒருத்தர், சிவகாசிப் பக்கம் இருந்து எப்பவாவது வருவார். நீங்க சொல்ற அடையாளம் அவருக்குக் கொஞ்சம் பொருந்தும்.

ஆனா அவர், லேகியம் சப்ளை பண்றவர் இல்லே; காலண்டர் ஆர்டர் புக் பண்றவர்.'

அவர் இல்லை என்று ராஜு தலையசைத்தான்.

'இந்தப் பக்கம் இதுபோல் பேச்சலர் அப்பார்ட்மெண்ட் வேறே இருக்கா?'

'இங்கே இது ஒண்ணுதான். பக்கத்துத் தெருவிலே ஒண்ணு இருக்கு. ஆந்திரா மெஸ், மாடியிலே.'

ராஜு, நன்றி தெரிவித்துவிட்டுக் கீழே இறங்கும்போது, மேலே யிருந்து சிரிப்புச் சத்தம்.

'லேகியம் சப்ளையா? உள்ளே கூப்புட வேண்டியதுதானே!'

'இவர் இல்லேடா. தேடிவந்தவர். அதுவும் பிரசவ லேகியம். வேணும்னா சொல்லு, வாங்கித் தரேன்!'

திரும்பவும் சிரிப்பு.

வாசலில் ஒரே அமைதியாக இருந்தது. மாவுமெஷினில் விளக்கு அணைத்துப் பையன்கள் காணாமல் போயிருந்தார்கள்.

'சடகோபன் உள்ளே தூங்கிண்டு இருக்கானா? இத்தனை கூப்பிட்டும் எழுந்திருக்கக் காணோமே?'

ராஜு சற்று நின்றான். விளக்குக் கம்பத்துக்குக் கீழே இருந்து வந்த குரல், அவனைத்தான் விசாரிக்கிறது. அந்த நாமக்காரப் பெரிய வர் அப்போதிலிருந்து அங்கேயேதான் பழியாக நின்று கொண் டிருக்கிறார்.

இவருக்கு என்ன பதில் சொல்வது?

'வந்து, நான்...'

'நீ சடகோபன் ஆபீஸ்தானே?'

'நான் இங்கே...' வேண்டாம். இவருக்கு அந்தத் தகவல்களால் ஒன்றும் ஆகப் போவதில்லை.

'நான் இங்கே இருக்கறவன் இல்லை சார். ஒரு ஜோலியா வந்தேன். பார்க்க வந்தவர் இல்லை.'

‘சடகோபன் இப்படித்தான் வரச் சொல்லிட்டு, எங்கேயாவது போயிடுவான். எத்தனை தடவைதான் நடையா நடக்கிறது? போன முறை பௌர்ணமி பூஜைக்குத் தரேன்னான். அப்புறம் ஆளையே காணோம். ரங்கநாதன்கிட்டே, அதான்ப்பா! முன்சீப் கோர்ட் நாசரா இருந்தானே, உதடு வெளுத்து… அவன் கிட்டே வாங்கிப் போட்டு, என்னத்தைச் கொடுத்தான் போ! மூணு ரூபாயும் சில்லறையும் சட்டைப்பையிலே இருந்ததுன்னு, பொடிமட்டை வாசனையோட… அவனும் பாவம்தான்… கோர்ட் உத்யோகத்திலே ரிடையரானதுக்கு அப்புறம் சட்டைப் பையிலே சில்லறை இருந்தாலே ஜாஸ்தி. சட்டையே ஜாஸ்திங்கறியோ? அது சரி. ஏதோ போட்டு ஒப்பேத்தினேன். நாம பொறுத்துக்கலாம், அனுமார் பொறுத்துப்பாரோ?’

தலைகால் புரியவில்லை. வழியில் அடைத்தமாதிரி நின்று கொண்டு, அவர் பாட்டுக்குப் பேசிக்கொண்டே போகிறார். கையில் இருக்கிற குடையால், ராஜுவுக்கு முன்னால் மாவு கொட்டிய மண்ணில் கோடு இழுத்துக்கொண்டே பேசுகிறார். லட்சுமணரேகையைத் தாண்டுவது மரியாதையாகப் பட வில்லை. அவன் கேட்டுக் கொண்டிருந்தான்.

‘ஆழ்வார் திருநகரிக்குப் போயிருப்பான். சொந்த ஊரு அதுதான். பூர்வீகம் திருப்புல்லாணியாக்கும். வைஷ்ணவன். திருமண் இட்டுண்டு ஆபீஸ் போனா என்னன்னா, வந்து இட்டுண்டாப் போச்சுங்கறான். பேண்ட் சட்டையும், நெத்தியிலே திருமண்ணும் சரியா வராதோ? சப்கோர்ட் சிரஸ்தார் கிருஷ்ணசாமி ஐயங்கார், கோட்டும் சூட்டுமா வர்றபோதே நெத்தியிலே நாமம் டாலடிக்கும். வடகலையார். அது அந்தக் காலம். வா, நடந் துண்டே பேசலாம். நான் நீலகண்டன் தெருவரைக்கும் போக வேண்டியிருக்கு. நீயும் அந்தப் பக்கம் தானே? அங்கே பேச்சலர்ஸ் குவர்ட்டர்ஸ்லதானே ஜாகை? கிருஷ்ணா கபேயிலே சாப்பிட்டு போன வாரம் ஒருநாள் இந்த நேரம் நடந்து வந்துண்டு இருந்தியே! பக்கத்திலே யாரோ சிகரெட்டைக் கொளுத்தி, குச்சியை அணைக்காமல் போட்டு என் காலடியிலே விழுந்தது. நீ இல்லே, தெரியும். சடகோபனும் அப்படித்தான்! பீடி, சிகரெட் தொடமாட்டான்.’

‘சார்! நான் இந்தப் பக்கமேயில்லே. திருவல்லிக்கேணியி லேருந்து வர்றேன்!’

சடாரென்று நின்றார். இப்போது அடையாளம் கண்டுகொண்டது சரியாக இருக்கும் என்பது போலக் குடையால் உள்ளங்கையில் மெதுவாகத் தட்டிக் கொண்டார்

'அதானே பார்த்தேன்! ரங்காச்சாரி தம்பி பிள்ளை ஆராவமுதன் இருக்கானே சிங்காரவேலன் தெருவிலே, அந்த வீட்டு மாடியில் தானே ரூம்? கூட ரெண்டு திருக்கோஷ்டியூர் பிள்ளைகள் உண்டோ இல்லையோ? லெதர் ஃபேக்டரியிலே வேலையா இருக்கிற பிள்ளைகள். நான் அங்கே வந்திருக்கேன். தொடர்ந்து நாலுவாரம் அனுமார் ஆராதனையை ரெண்டு புள்ளாண்டானும் சேர்ந்து நடத்தி வச்சது. நீ கூட எங்கியோ, மதுரைக்கோ என்னமோ கேம்ப் போகப் போறதாச் சொல்லிக் கிளம்பிப் போனே! பிரசாதம் கொண்டு போனபோதுகூடத் திரும்பி வந்திருக்கலை!'

●

மெல்ல ஒரு பிம்பம் உருவாகிக் கொண்டிருந்தது. அனுமார் பூஜை. லாட்ஜுகளில் இருக்கிறவர்களிடம் அதற்கான வசூல். தெரிந்த முகங்களை மனத்தில் கூருட்டி எடுத்து வந்து இந்த ஜன சமுத்திரத்தில் எதிர்ப்படுகிறவர்கள் மேல் ஒட்டவைத்துப் பார்க்கிறபோது, அது உதிர உதிரப் பொருட்படுத்தாது வேறு வேறு அடையாளங்களைத் தேடி...

'எனக்கு ஒட்டவில்லை' என்று சொல்லலாமா? வேண்டாம். அடுத்த முகம் கைவசம் இருக்கக் கூடும்.

'உங்க அப்பாகூட தென்காசிப் டக்கம் வக்கீல் இல்லையோ?'

இன்னும் தெளிவடைகிற பிம்பம். கோர்ட் சூழ்நிலை வேறு, இவர் இருப்பிலும் நினைப்பிலும் ஆழமாகப் பதிந்திருக்கிறது. முன்சீப், நாசர், சிரஸ்தார் என்று விநோதமான பதவிப் பெயர்களுடன், சகலவிதமான கோர்ட் உத்யோகஸ்தர்களும் பேச்சில் வந்து போகிறார்கள்.

'சார் கோர்ட் வேலையோ?'

என்னமோ அவரிடம் ஒரு பரிவு தோன்றக் கேட்டான். இன்னும் கொஞ்சதூரம் நடந்தால் மெயின் ரோட்டில் பஸ் நிறுத்தம் வந்து விடும். அதுவரைக்குமாவது இவருக்கு ஏதாவது வகையில் ஆசுவாசத்தைத் தர வேண்டும் என்று தோன்றியது.

‘டக்குனு கண்டுபிடிச்சுட்டியேப்பா! உன் அடையாளம்தான் சட்டுனு புரிபடாம மனசுலேயே நின்னது. தொண்டையிலே எலுமிச்சம்பழ மிட்டாய் மாதிரி மாட்டிண்டு...’

‘எந்தக் கோயில்லே பூஜை செய்யறீங்க சார்?’

‘கோயில் இல்லேப்பா! எல்லாம் நம்மாத்துலேதான். பூர்வீகத்திலே திருக்கோளூர்லேருந்து ஒரு மகான் கொடுத்துட்டுப் போனது. திருக்கோளூர் கேட்டிருப்பியே! உண்ணும் சோறும், பருகும் நீரும், தின்னும் வெற்றிலையும்னு பாசுரம். சடகோபனுக்கு எப்பவும் முதலடிதான் ஞாபகம் வரும். நான்தான் பூர்த்தி பண்ணுவேன். திருக்கோளூர்லேருந்து வந்த ரூபம். சரபோஜி காலத்துது மெழுகு சீலை மாதிரிப் பட்டுத்துணி. இன்னிக்குப் பூரா பாத்துண்டே இருக்கலாம். சதுர்புஜ அனுமார். அனுமார்னா, பட்டாபிஷேகத்துலே பவ்யமா, ஒரு ஓரமாச் சேவிச்சுண்டு நிக்கறவர் இல்லே! கம்பீரமான ரூபம். காலை இப்படிப் பரப்பி, இந்த உலகமே தூசுங்கற பார்வையோட கையக் கட்டிண்டு இப்படி...’

திடீரென்று நடுத்தெருவில் குடையை ஊன்றிக் கால்பரப்பி நிற்க எத்தனித்து, இடுப்பிலிருந்து நழுவுகிற வேஷ்டியைச் சரிசெய்ய வேண்டி சமநிலைக்கு வந்தார்.

‘ரொம்ப நாள் பூஜை ஒண்ணும் பண்ணலை. கோர்ட் அமீனாவுக்கு, ஜப்திக்குப் போய் நிக்கவே நேரம் சரியா இருக்கும்போது, பூஜை புனஸ்காரத்துக்கு ஏது நேரம்? நாராயணசாமி முதலியார்னு சப் ஜட்ஜ் இருந்தார் தெரியுமா? புலியூர்க் குறிச்சிக்காரர், உங்க ஊர்ப்பக்கம்தான்!’

ஊரும் பெயரும் அடையாளமும் திடமாகக் கொடுத்து, அவனை இன்னொருத்தனாக ஸ்தாபிக்க எடுத்துக்கொண்ட முயற்சிகள் வலுவடைந்து கொண்டிருப்பதாகப்பட்டது.

‘கோர்ட் வெகேஷன்லே இருக்கிறபோது, சாயந்தரம் தவறாமே கிளப்பிலே பேட்மிண்டன் விளையாடப் போவார். மனுஷர் உல்லாசப் பிரியர். சங்கீதம்னா உசிரு! விஷய ஞானம் அபாரம். கமகப் பிரியாவை சமகத்துக்கு அரை இடம் தள்ளி எடுத்தார்னு வித்வானோட சண்டைக்கே போய்ட்டார்னாப் பாத்துக்கோயேன்! வக்கீல் ராகவாச்சாரி தமையனார்தான் வித்வான். ராகவாச்சாரி இவருக்கு ஆப்தர்தான். ஆனா என்ன? கால் எடம் முந்தி எடுக்கறதை அரை எடம் தள்ளி எடுத்தா தப்பு தப்புதானே?’

யாரோ எதையோ முன்னே பின்னே எடுத்துவிட்டுப் போகட்டும். பஸ் ஸ்டாப் எப்போது வரும்?

'நானே தானே பேசிண்டு வரேன். கேக்கறியோ? சடகோபன் இப்படித்தான் பேசாம வருவான். கடைசியிலே விஷயம் என்னன்னு என்னையே திரும்பக் கேட்பான். அவனுக்கு, என்னோட கூட வீட்டுக்கு வரணும். அனுமாருக்கு ஒரு நமஸ்காரத்தைப் பண்ணிட்டு, வைதேகி கூடப் பேசணும், அவ்வளவுதான்! எனக்கு மட்டும் இஷ்டம் இல்லையா என்ன? பகவான் அவனை மாப்பிள்ளை ஆக்கிக்கறதுக்குக் கண் காட்டலியே!'

சடகோபன் கொஞ்சம் நெருங்கி வந்துகொண்டிருந்தான்.

'நான் வந்து... அவசரமாப் போகணும்!'

'நான் மட்டும் என்ன இங்கே உலாத்திண்டா இருக்கப் போறேன்? பனி விழறதே!'

விடுகிற மாதிரி இல்லை.

'பாதியிலே விட்டேனே! சாயந்தரம் கிளப்புக்குப் போறபோது வீட்டு வாசல்லே வச்சு கார் நின்னு போச்சு... யாருக்கு?'

'கிருஷ்ணசாமி முதலியார்.'

'கிருஷ்ணசாமி இல்லேப்பா, நாராயணசாமி முதலியார்! கே.என். அப்படீன்னு இனிஷியல்லேதான் பிரபலம். நான் வாசல்லே வேஷ்டியைத் திரிச்சு மூக்கிலே விட்டுத் தும்மிண்டிருந்தேன். தலையிலே ஒரே கொடச்சல். வந்த மனுஷர் அரைக் கட்டுலே நிஜாரும், கையிலே பந்து மட்டையுமா முன்னாலே நிற்கறார். எனக்குக் கையும் ஓடலை, காலும் ஓடலை. வாங்கோன்னு சொல்றதுக்கு முன்னாடி தடதடன்னு உள்ளே நுழைஞ்சவர் கண்லே, கூடத்துலே மாட்டியிருந்த அனுமார்தான் பட்டார். எப்பேர்க்கொத்த ரூபம் ஓய்! இப்படிப் புழுதி அடைய விட்டிருக்கீரே! பூஜை ஏதாவது பண்ணறீரான்னார். என்.ஜி.ஓ. வருமானத்துலே வயத்தக் கழுவறதே உம்பாடு எம்பாடு! பூஜைக்கு எங்கே ஸ்வாமி போவேன்னேன்? நான் தர்றேன்யா! வாரா வாரம் சனிக்கிழமை பண்ணு. தேங்காய், பழம், அன்னம் நேவித்தியம் போறும்ன்னார். சரின்னு அப்ப ஆரம்பிச்சதுதான். விட முடியலே. நடுவிலே ஒய்ப் உடம்பு முடியாமப் போனபோது, ரெண்டு மாசம் நிறுத்தி வச்சிருந்தேன். இருமி இருமிப் பாவம் உசிர விட்டா! இந்த

ஆராதனையிலே இத்தணுண்டு எனக்குப் புண்ணியம்னு விதிச்சிருந்தாலும், அதெல்லாம் அவளைப் பகவான்கிட்டே நல்ல படியாச் சேர்த்துடும். இன்னமும் நான் பூஜை பண்ணிண்டு இருக்கேன். வைதேகியும் காத்திண்டு இருக்கா. சினிமாகூட, பேர்வச்சு எடுத்துட்டான் பாத்தியோ! சடகோபன்தான் சொல்வான். பகவான் இனிமேல்தான் மனசு வைக்கப் போறான்.'

அவர் குரல் உடைந்து கொண்டிருந்தது. கொஞ்ச நேரம் மௌனமாக வந்தார். தான் சம்பந்தப்படாத சோகம்கூடத் தன்னைப் பாதிப்பதாகப் பட அவனும் மௌனமாக வந்தான்.

'இப்ப எனக்கு எல்லாம் இந்த அனுமார் ஆராதனைதான். தினம் ஒருத்தராவது உபயதாரர் வேணும்னு அலைஞ்சு திரிஞ்சு எங்கேயெல்லாமோ ஏறி இறங்கி, யார் யாரையோ பார்த்து... பகவானைப் பட்டினி போட முடியுமா?'

'முடியாதுதான்!' அவன் குரல் அவனுக்கே ஆச்சரியமாக ஒலித்தது. இன்னும் பத்து அடி நடந்தால் பஸ் நிறுத்தம்தான்.

திடீரென்று, அவன் கையை இறுகப் பற்றிக் கொண்டார். கையை விடுவித்துக்கொள்ள அவன் செய்த பலகீனமான முயற்சிகளை லட்சியம் செய்யவில்லை.

'இவ்வளவு தூரம் வந்துட்டு வீட்டுக்கு வராட்டா எப்படி?'

'இல்லே சார்! அப்புறமா ஒரு நாள் வரேன். இப்ப பஸ் போயிடும்.'

'அஞ்சே நிமிஷம்தான். வந்தா, மனசு சந்தோஷப்படும் எனக்கு.'

கையைப் பிடித்துத் தரதரவென்று இழுத்துக்கொண்டு, பக்கத்தில் ஒரு இருட்டுச் சந்தில் நுழைந்தார்.

'இங்கேதான், வலப்பக்கம் மூணாவது வீடு!'

வாசலில் பாதி இடத்தை அடைத்துக்கொண்டு கடைபோட்டு, ஒரு தையல்காரர் அரிக்கேன் விளக்கு வெளிச்சத்தில் தைத்துக் கொண்டிருந்தார்.

'இந்த ஓரமா இருக்கு வாசக் கதவு. பாத்து வாப்பா. கரண்ட் ஃப்யூஸைப் பிடுங்கிண்டு போய் நாலு மாசமாறது.'

யாரோ அவசரமாக எழுந்திருக்கிற சத்தம். உள்ளே அரிக்கேன் வெளிச்சம் பெரிதாக, சுவரில் புகை படிந்து கோடு கிளப்புகிறது.

அந்தப் பெண்ணுக்கு முப்பது வயது இருக்கும். இந்த நிமிஷத்தில் எப்படிச் செயல்படுவது என்று நிச்சயம் இல்லாதவளாக நின்றாள்.

'வைதேகி! சார் ஆழ்வார் திருநகரிக்காரர். சடகோபனுக்கு ஆப்தர். ரொம்ப நாள் கழிச்சுக் கண்ணுலே பட்டார். ஒரு நடை வந்துட்டுப் போகலாமேன்னு கூட்டிண்டு வந்தேன். சொம்பிலே தண்ணி எடுத்துண்டு வாம்மா. கொஞ்சம் போதும். ரெண்டு பேரும் அட்ஜஸ்ட் பண்ணிக் கால் அலம்பிக்கறோம். சுவாமிக்கு வெத்தலை மாலை போட்டியோ? பாட்டு வாத்தியார் பொண்ணு, கொண்டுவந்து தந்தாளோ மத்யானம்?'

அந்தப் பெண் தண்ணீர் கொண்டு வந்தாள்.

'சாமிகளே!'

வாசலிலிருந்து சத்தம்.

'டெய்லர் கூப்பிடறான். நீ அலம்பிக்கோ, இதோ வர்றேன்!'

வாசலுக்குப் போனார்.

'சடகோபனுக்கு நீங்க வேண்டியவரா?'

அந்தப் பெண் இவனை நிமிர்ந்து பார்த்துக் கேட்டாள். அரிக்கேன் விளக்கை ஜன்னல் பக்கம் மாட்டும்போது, அங்கங்கே வெள்ளி மின்னிய முடிக்கற்றைகள்.

'வந்து... நான் இங்கே ஒருத்தரைப் பார்க்க வந்தேன். இவர் சொல்லச் சொல்லக் கேட்காம...'

'நெனச்சேன்! ரெண்டு வருஷமா இப்படித்தான் ஆறது. திடீர்னு யாரையாவது கூட்டிண்டு வந்து நிறுத்திடறார். எல்லோரும் சடகோபனுக்கு வேண்டியவான்னு திடமான நம்பிக்கை. பாவம் உங்களுக்கும் கஷ்டம். பெரியவர் கூப்பிடறாரேன்னு தட்ட முடியாமே உங்க மாதிரி வர்றாவா நிறைய பேர். சிலர் திட்டிட்டுப் போறதும் உண்டு. இவருக்கு எதுவுமே மனசுலே நிக்கறதே இல்லை. அனுமார் ஆராதனை, அதான் முக்கியம். யாராவது

எப்பவாவது ஏதாவது கொடுப்பா! நீங்க ஏதாவது கொடுத்தேளா? ஏமாத்து வேலைன்னோ கௌரவப் பிச்சைன்னோ நினைக்க வேண்டாம். பூஜை பண்ணி, அந்தப் பிரசாதம் மட்டும் சிலநாள் ஆகாரமாறது உண்டு.'

அவள் குரலில், ஒரு சோகத்தை உணர்ந்து தாங்கிக் கொண்ட, அதை அந்நியர் முன் வெளிப்படுத்தத் தயங்காத தொனி.

'நான் போறேம்மா! அவர் வர்றதுக்குள்ளே கிளம்பறேன்!'

'வரவர ஞாபகம் அதிகமாத் தவறிப் போறது. பென்ஷன் வாங்கிண்டு வரேன்னு கிளம்பி, மணிக்கணக்கா அந்த மாவுமில் வாசல்லேயே நின்னுண்டு இருந்தாராம். சடகோபன் போய் பத்து வருஷம் ஆறது. இன்னும் அங்கேயே இருக்கறதா நினைப்பு. டெய்லர்தான் பார்த்துக் கூட்டிண்டு வந்தார்.'

'இப்பக்கூட அங்கேதான் என்னைப் பார்த்தார்!'

'நீங்க அந்த லாட்ஜிலே இருக்கப்பட்டவரா?'

'இல்லே, வேறே எடம். இங்கே இல்லை.'

அறையை நோட்டம் இட்டான். வடகம் பிழிந்து உலர்த்திய பிளாஸ்டிக் ஷீட்டுகள் ஒரு மூலையில் அடுக்கியிருந்தது கண்ணில் பட்டது.

'இதெல்லாம் வீட்டு உபயோகத்துக்காகவா?'

'விலைக்குக் கொடுக்கறதுக்குத்தான். ஒருத்தர் மூலமா பேங்கிலே லோன் கெடச்சது. என்னமோ நம்பிக்கையிலே ஆரம்பிச்சேன். போன மாசம்தான். இன்னும் பைசா அடைக்கலே. கரண்ட்காரன் ஃப்யூஸைப் பிடுங்கிண்டு போனமாதிரி, பேங்கிலே வடாத்தை எடுத்துண்டு போவாளோ என்னமோ?'

'எங்க கடையிலே தொடர்ந்து சப்ளை செய்ய முடியுமா?'

அவள் இதை எதிர்பார்த்திருக்கவில்லை என்பது முகத்தில் சின்ன சந்தோஷமாகப் பிரதிபலித்தது.

'கடை அட்ரஸைக் கொடுங்கோ! எப்போ வரணும்?'

விலாசம் சொன்னான். 'நாளைக்குக் காலையிலே வாங்க.'

'வைதேகி!'

அவர்தான்.

'சடகோபன் ஃப்ரெண்ட் முலமா பகவான் நாளைக்கு ஆராதனைக்கு வழி பண்ணுங்கிறார். நோட்புக்கிலே பேர் வாங்கிக்கோம்மா. சங்கோஜப்படாம உள்ளே வாப்பா. வந்து தரிசனம் பண்ணிக்கோ!'

அவரே ஜன்னலுக்கு மேலே இருந்து ஒரு நோட்டுப் புத்தகத்தை எடுத்து வந்தார். விளக்குப் பக்கமாக நின்று, பக்கத்தைப் புரட்டிக் கையில் கொடுத்தார்.

நாலு மாதத்துக்கு முந்திய தேதியில் யாரோ எழுதி இருந்தார்கள்.

'ரொம்ப பேர் கொடுத்துட்டு எழுதறதே இல்லை. ஆனாலும், நான் தேடிண்டு போய் பிரசாதம் கொடுத்துடுவேன்!'

'சாமிகளே!'

திரும்பவும் வாசலில் சத்தம்.

'டெய்லர்தான். விளக்கு வச்சதுக்கு அப்புறம் வாடகைப் பணத்தைத் தரலாமான்னான். ஆபத்துக்குத் தோஷம் இல்லை. எனக்கு எப்பவும் ஆபத்துதான்! கொடுன்னேன். வீட்டிலே போய் எடுத்துண்டு வர்றேன்னான். வீடு பின் தெருவிலேதான். இவனாவது, போய்த் திரும்பி வர்றதாவதுன்னு நினைச்சேன். கொண்டே வந்துட்டான். பாரு! மனுஷாளுக்கு எவ்வளவு சீக்கிரம் நினைக்கிறது பிசகாயிடறது, நீ எழுதுப்பா! நான் இதோ வர்றேன்!'

இருட்டில் மெல்ல வாசலுக்குப் போனார்.

அந்தப் பெண் அவனையே பார்த்துக் கொண்டிருந்தாள்.

அவர் போகும்வரை பார்த்துக் கொண்டிருந்துவிட்டு, ஒரு ஐந்து ரூபாய் நோட்டை எடுத்து அந்தப் புத்தகத்தில் வைத்து மூடி அவளிடம் கொடுத்துவிட்டுக் கிளம்பினான். பஸ் இருக்கும் என்று தோன்றவில்லை. நிறைய நடக்க வேண்டி இருக்கலாம்.

இந்தப் பெண், நாளை கடைக்கு வர வேண்டும். லேகியக்காரரும் தான். இந்த அலைச்சலுக்கு ஓர் அர்த்தம் ஏற்பட வேண்டும்.

‘பேர் எழுதலியே!’

‘எழுதிக்குங்க.’

‘என்னன்னு?’

‘சடகோபன்னே எழுதிக்குங்களேன்!’ என்றான் ராஜு என்ற டேவிட் ஆனந்தராஜ்.

15. அலுவலகம் போகும் கடவுள்

தத்தாத்ரேயன். அப்படி ஒரு பெயரை வைத்திருக்க வேண்டியதில்லை. வைத்துத் தொலைத்துவிட்டார்கள். சாதாரணமாகச் சொல்வதற்கே கொஞ்சம் கஷ்டமாக இருக்கும். சொல்ல ஆரம்பித்த உடனேயே கேட்பவர் அலுப்படைந்து விட்டதாகத் தோன்றும். கல்யாணப் பத்திரிகையில் கூட இவன் இப்படித் தத்தகாரம் டாடிக்கொண்டு நிற்க, நறுக்குத் தெறித்தாற்போல் இரண்டே எழுத்தில் பெண் பெயர். 'கீதா'.

'எனக்கு ஒரு அலையஸ் போடுங்கோ.'

'என்ன போட?'

'கிச்சா.'

கல்யாணம் முடிந்து எட்டு வருஷம் ஆகிவிட்டது. அந்த நினைவுகூட இந்த நேரத்தில் அநாவசியம். இப்போது செய்ய வேண்டியதெல்லாம் சத்தம் போட வேண்டியதுதான்.

'நான் கிச்சா. லிஃப்ட்டில் மாட்டிக் கொண்டிருக்கிறேன்!' என்று அலறினால் யாரும் புரிந்து கொள்வார்களா? முழுப் பெயரைச் சொல்லி

நாலுமுறை கூவினால், மூச்சு வாங்க ஆரம்பித்து விடும். அடையாளமாக இல்லாமல் இப்படி உபத்திரவமாகப் போகிற பெயரை வைத்தவர்களை... சரி சரி. வருஷா வருஷம் இறைக்கப்படுகிற எள்ளும் நீரும் வாங்கிக்கொண்டு அவர்கள் இருக்கும் இடத்திலேயே இருக்கட்டும்.

திறக்க முடியாமல் லிஃப்டில் மாட்டிக் கொண்டவன் வேறு என்ன சொல்லிக் கதவை இடிப்பது? 'கிளெய்ம்ஸ் செக்ஷன் கிளார்க் லிஃப்டில் மாட்டிக் கொண்டிருக்கிறேன்.' கிளெய்ம்ஸ் செக்ஷனில் முப்பத்தெட்டு கிளார்க். 'கிளெய்ம்ஸ் செக்ஷனில், தஞ்சாவூர் ரீஜன் கிளெய்ம்ஸ் பார்க்கிற...' இதற்கு 'தத்தாத்ரேயன்' தேவலை.

இந்த லிஃப்டின் சங்கதி தெரிந்தும் இதில் வந்து மாட்டிக் கொண்டோமே என்று தன் மேலேயே கோபம் ஏற்பட்டது. அதுவும் எல்லோரும் வேலை முடிந்து வீட்டுக்குப் புறப்பட்டுப் போய், ஆபீஸ் அங்கங்கே இருட்டுத் தீவாக விளக்குகள் அணைக்கப்பட்டதற்கு அப்புறம்.

'தஞ்சாவூர்லே பெரிய பார்ட்டி. இன்னிக்குள்ளே நோட் தயார் செஞ்சுடுங்க. நான் நாளை மறுநாள், கிளெய்ம் ரிலீஸ் செய்யறதா வாக்குக் கொடுத்திட்டேன்!'

மேனேஜர் நாலு மணிக்குச் சொல்லிவிட்டு, பல்பொடி விற்கிறவன் போல் பெட்டியைத் தூக்கிக் கொண்டு கிளம்பிப் போய்விட்டார். ஃபைல் ஃபைலாகத் தேடி, கூட்டிக் கழித்து எழுதுவதற்குள் ஏழு மணியாகிவிட்டது. முடியாது என்று சொல்லிவிடலாம் என்றால் ப்ரமோஷன் வருகிறது என்று ஆசை காட்டுகிறார்கள் பாவிகள்.

எல்லாம் முடிந்து, நாலாவது மாடியிலிருந்து கீழே வந்து செக்யூரிட்டியில் சொல்லிப் பூட்டவைத்து, வீட்டுக்குக் கிளம்ப வேண்டும். ரங்கநாதன் தெருவில் யானையைத் தவிர, மீதி எல்லாம் வாங்கிவர கீதா போட்டுக் கொடுத்த லிஸ்ட் பையில் இருக்கிறது. வாங்கிக்கொண்டு மின்சார ரயில் ஏறவேண்டும். அப்புறம் குரோம்பேட்டையில், ஸ்டேஷனிலிருந்து நேரு நகருக்கு லொங்கு லொங்கென்று நடை. வீட்டிலிருந்து ஸ்டேஷனுக்கு வரவும், திரும்பவும் சாயந்தரம் வீடு போகவும் வசதியாக எல்லோரும் ஸ்டேஷனில் சைக்கிளை நிறுத்தி

வைக்கிறார்கள். சைக்கிள் விடத் தெரியாததால், அதற்கும் வழி யில்லை. பையைத் தூக்கிக்கொண்டு நடந்தால், பத்து நிமிஷத் துக்கு மேல் ஆகும். ரிக்ஷா கிடைத்தால் சீக்கிரம் போகலாம்.

எல்லாம் யோசித்துக்கொண்டு லிஃப்டில் ஏறிக் கீழே வரப் பொத்தானை அழுத்திப் புறப்பட்டு, இதோ அந்தரத்தில் அந்தகாரத்தில் லிஃப்ட் நிற்கிறது.

மின்சாரம் இல்லையா, இல்லை வழக்கமான இயந்திரக் கோளாறா என்று தெரியவில்லை. தனியாக மாட்டிக் கொண்டாகி விட்டது. உலகத்துக்கு அறிவிக்க வேண்டும். வற்றல் குழம்பும் துவையலும் செய்து வைத்துவிட்டு, கீதா காத்துக் கொண்டிருப் பாள். மாத ஆரம்பத்து சாக்லெட் கட்டிகளுக்காகக் குழந்தைகள் காத்திருப்பார்கள். கால் ஆணிக்குத் தடவ, களிம்புக்காக அம்மா காத்துக்கொண்டிருப்பாள். யாருக்கும் தெரியாது, இவன் ஒரு இரும்புக் கூண்டில் அடைபட்டுக் கிடக்கிற விஷயம்.

டப்டப் என்று லிஃப்டின் கதவில் பலம் கொண்ட மட்டும் மோதினான்.

'ஹலோ, ஹலோ!'

இது என்ன ஃபோனா? சத்தம் வெளியே எப்படிக் கேட்கும்? கீழே தெருவில் பஸ்ஸும் காரும் பாய்ந்து கொண்டிருக்கிற இரைச்சலில், யார் காதில் விழும்?

●

போன மாதம் ஆபீஸ் நேரத்தில், டைப்பிஸ்ட் சுமதியும் இன்னொரு பெண் கிளார்க்கும் இப்படித்தான் மாட்டிக் கொண் டார்கள். வேலையைப் போட்டுவிட்டு, செய்தி தெரிந்த எல்லோ ரும் ஓடி வெளியே நின்றார்கள்.

'மேடம்! தைரியமா இருங்க. பயப்படாதீங்க! இதோ வெளியே எடுத்துட்றோம்!'

யாரோ லிஃப்ட் பாதையில் தெரிந்த இடுக்கு வழியே பார்த்துக் கத்தினார்கள். எல்லோரும் கதவில் காதை வைத்துப் பார்த்தார் கள்.

'அழறாங்கப்பா!'

இவனும் காதை வைத்துப் பார்த்தான். ஒன்றும் கேட்கவில்லை. ஒரு மணி நேரம் போராடி வெளியே கொண்டுவந்து சேர்க்க, அந்தப் பெண்கள் வியர்த்து விறுவிறுத்து முகம் சிவந்து, சுற்றி நின்றவர்கள் கைத்தட்டி ஆர்ப்பரிக்க, வீட்டுக்கு உடனே புறப்பட்டுப் போனார்கள்.

முந்தாநாள் ராத்திரி துக்கம் கலைந்தபோது இது நினைவுக்கு வந்தது. சுமதியோடு தான் லிஃப்ட்டில் மாட்டிக்கொண்டதாகவும், கருப்பிலும் களையாகச் சிரிக்கிற அவளோடு அந்த இருட்டில் தப்புக் காரியம் பண்ணி சந்தோஷமாக இருந்ததாகவும் மனம் கற்பனை செய்ததில் தூக்கம் கெட்டது.

இப்படிக் கற்பனை செய்ததற்குத் தண்டனையாகத்தானோ, நாம் இன்று தனியாக மாட்டிக் கொண்டோம்?

'தப்புப் பண்ணினா சாமிகிட்டே மன்னிப்புக் கேட்கணும். சொல்லு சுக்லாம் பரதரம்...'

சாமி. கைவிரல்கள் இருட்டில் கைப்பையை விரைந்து திறந்தன. உள்ளே ஏகப்பட்ட விஷயம். துண்டு துண்டுகளாகப் பேப்பர். வாசனையடிக்கிற இலைவிபூதி. இரண்டாக மடித்த ரூபாய் நோட்டுகள். பூக்காரனுக்குக் கொடுக்க, பஸ்ஸுக்குக் கொடுக்க என்று சேர்த்துவைத்த சில்லறை. ஃப்யூஸ் போட வந்த எலக்ட் ரீஷியன், ஐந்து ரூபாய் அன்பளிப்பு வாங்கிக்கொண்டு, போகும் போது அட்டையில் சுற்றிக் கொடுத்த ஃப்யூஸ் ஒயர் மிச்சம். பிளாஸ்டிக் அட்டையில் ரயில் சீசன் டிக்கெட். எல்லாவற்றுக்கும் அடியில் கடவுள்.

வெங்கடாசலபதி பிரதிமை. மரத்தில் தோராயமாகக் கூம்பு பிடித்த கிரீடமும், இரண்டு புறமும் வழிகிற மாலையுமாகச் செய்தது. யார் கொடுத்தது என்று நினைவு இல்லை. ரொம்ப நாளாகக் கூடவே இருக்கிறது, எல்லாவற்றுக்கும் தேவைப்படு கிற கடவுள் - காலையில் கிளம்பும்போது நிலைப்படி தரையில் இடித்து சகுனத் தடை ஏற்பட்டால் பிரார்த்திக்க, அலுவலகத்தில் தேடிய ஃபைல் சீக்கிரம் கிடைக்காமல் போய் அதிகாரியின் கோபத்தை வாங்கிக் கொள்ளாமல் செய்ய, யாரும் விரோதம் பாராட்டி முகம் கடுத்தால் விபரீதமாக விளைவு ஏற்பட்டுவிடா மல் இருக்க, எல்லாவற்றுக்கும் பிரார்த்தித்து மனத்தால் வருட கடவுள் வேண்டியிருக்கிறது. கைப்பையில் ஒரு கடவுள். கூட

அலுவலகம் வந்து போகிறவர். பிரார்த்திக்க வேண்டும். 'பக வானே! லிஃப்ட் கீழே இறங்க வேண்டும்.' - பிரார்த்தனை பலிக்கக் கொஞ்சம் நேரமாகலாம். பாதகமில்லை. பலித்தால் போதும்.

•

நினைக்கும்போது ஆச்சரியமாகத்தான் இருந்தது. சின்ன வயசி லிருந்தே, ஒரு கடவுள் எப்பொழுதும் கூட வருகிறார். படிக்கும் பொழுது, அது உடுப்பி கிருஷ்ணனின் சுண்டு விரல் அளவு பிரதிமை. யாத்திரா ஸ்பெஷலில் போய்விட்டு வந்து பெரியப்பா கொடுத்துவிட்டுப் போனது. காய்ந்து போன துளசி இலைகளும் நிறம் வெளுத்த சந்தனத் துகள்களும், கிருஷ்ணனோடுகூட பிரசாதப் பொட்டலத்தில் வந்தன.

சந்தனம் மணக்கிற கிருஷ்ணனை, பூஜையறையிலிருந்து இரண்டே நாளில் கிளப்பி வருவது கஷ்டமாக இல்லை. எல்லோரையும் முகர்ந்து பார்க்க வைக்கத்தான், டிரவுசர் பையில் போட்டு எடுத்துப் போனது. அன்றைக்கு என்னவோ எப்போதும் கடுகடுவென்று இருக்கிற கணக்கு வாத்தியார் ராஜமன்னார், இவனைப் பார்த்துப் பிரியமாகச் சிரித்தார். அன்றைக்குப் பாட மெல்லாம் சுலபமாகப் புரிந்த மாதிரி இருந்தது. கிச்சா தீர்மா னித்துக் கொண்டான். இனி உடுப்பி கிருஷ்ணன் நம்மோடு இருக்க வேண்டியவர். டிரவுசர் பாக்கெட்டில் கோலிக்குண்டு பம்பரத்தோடு, கிருஷ்ணனுக்கும் இடம் ஒதுக்கப்பட்டது. குளிக்கப் போகும்போது மேசையில் எடுத்து வைத்துக் குளித்து விட்டு, வந்ததும் மறுபடி பையில் திணித்துக்கொள்ளவும் பழகி விட்டது. சிலநாள், அவிழ்த்துப் போட்ட துணியோடு கிருஷ்ணரும் வெளுக்கப்பட்டார்.

பையில் அவர் இல்லாமல் போய், எந்த வாத்தியார் எப்போது திட்டுவாரோ எதற்காக அடிப்பாரோ என்று பயந்து பயந்து இருக்கவேண்டி வந்தது. கல்லூரிக்குப் போகும்போது, அந்தக் கிருஷ்ணன் விடை பெற்றுக்கொண்டு போய்விட்டார். படித்து வேலைக்குச் சேர்ந்து கல்யாணம் ஆகிறவரை, எந்தக் கடவுளை யும் கூட்டிக்கொண்டு போகவேண்டிய அவசியம் நேரவில்லை. வேலைக்கு இண்டர்வியூ வந்தபோது, உடுப்பி கிருஷ்ணனைத் தேடிய நேரத்தில் கிடைக்கவில்லை. மேஜையில் தட்டுப்பட்ட பூச்சருகு ஒன்று இரண்டைப் பையில் திணித்துக்கொண்டு போனபோது, சிரிப்பு வந்தாலும் ஆசுவாசமாகவும் இருந்தது.

கல்யாணத்துக்கு அப்புறம் எல்லாமே மாறிப்போனது. வீட்டில் பிக்கல் பிடுங்கல், அம்மாவுக்கும் மனைவிக்கும் ஆகிறதில்லை. பிள்ளைக்குத் திடீர்க் காய்ச்சல். பெண் விளையாடுகிற பொழுது, கீழே விழுந்து காலை உடைத்துக் கொண்டாள். ஆபீஸில், புதிதாக வந்த அதிகாரிகள் கஷ்டப்படுத்தினார்கள். நாளைத் தொடங்கும் போதே நல்லபடியாகப் போக வேண்டுமே என்ற கவலை. எல்லாக் கடவுளையும் தினசரி விடிந்ததுமே துணைக்குக் கூப்பிட வேண்டி வந்தது. ஒவ்வொன்றுக்கும் ஒரு வேண்டுதல். மாவிளக்கு, வடை மாலை, மொட்டை, அங்கப் பிரதட்சணம் - தேதிவாரியாகப் பட்டியல் போட்டு, எழுதி வைத்து நிறைவேற்றி...

'வீடெல்லாம் பிள்ளையார் எறும்பு. விநாயகருக்குப் பிடி கொழக்கட்டை நேர்ந்துண்டோமே! நம்ம சாந்தாவுக்குத் தலையில் கரப்பான் வந்தபோது, இன்னும் அதைப் பண்ண லியே! அதுதானோ என்னவோ?'

ஒவ்வொன்றாக முடிவதற்குள், புதிதாக ஒரு பிரார்த்தனை சேர்ந்து விடும். வீட்டு விஷயம் இப்படித் தீர்க்கப்பட்டுக் கொண் டிருக்க, ஆபீஸ் போகவும் துணை தேவைப்பட்ட போது, யாரோ கொடுத்தார்கள் வெங்கடாசலபதி பிரதிமையை.

'மரப்பாச்சிதானே, குழந்தைக்குக் கொடுங்கோ!'

கீதா சொன்னாள்.

கிச்சாவுக்கு மனமில்லை. சனிக்கிழமையும் அதுவுமாக வந்து சேர்ந்த கடவுளை, அப்படிச் சாதாரணமாகத் தூக்கிக் கொடுக்க மனம் வரவிலை.

'இருக்கட்டுமே... நானே வச்சுக்கறேன் என் ஆபீஸ் பேக்கில்!'

'அழகுதான்! பச்சைக் குழந்தையாட்டம் மரப்பாச்சியைக் கட்டித் தூக்கிண்டு...'

'குழந்தைன்னே வச்சுக்கோயேன்!'

'குழந்தை' இருட்டில் கைப்பையை இன்னொரு முறை தடவிப் பார்த்தது.

இருக்கிறார். கடவுள் பத்திரமாகவே இருக்கிறார். இருட்டில் துணையாக. வழக்கம் போல் கை கொடுக்க.

‘ஆண்டவனே! எப்படியாவது என்னைக் கீழே கொண்டுபோய்ச் சேர்த்துடு. எனக்கு, வேண்டாம். பிள்ளைக்கு மொட்டை அடிக்க றேன்!’

திடீரென்று தோன்றியது கைப்பையில் இருக்கிற கடவுள் பேசப்போகிறார் என்று.

இன்னும் அதிகமாக வியர்த்தது. அப்படி ஏதும் நடந்து வைத் தால்?

‘கிச்சாவா? சாமி அருள் வந்த ஆள்ப்பா! கிச்சா இல்லே, தத்தாத்ரேய தாசர்!’

‘சாமி என் பொண்ணு கல்யாணம் தள்ளிக்கிட்டே போறது. எப்ப வாய்க்கும்னு ஒரு வார்த்தை சொல்லணும்.’

‘சாமி, ஆபீஸ் விட்டு வந்து குளிச்சு காபி குடிச்சுட்டுத்தான் அருள் வாக்கு சொல்றது. போய் ஏழு மணிக்கு வாங்கோ!’

‘ஞாயிற்றுக்கிழமை மத்யானம் ரெண்டு மணிக்கு அழைச்சுண்டு வரட்டா? ரொம்ப வேண்டப்பட்டவர். நிலம் சம்பந்தமா ஆறு வருஷமா கோர்ட்டிலே கேஸ் நடந்துண்டிருக்கு. எப்போ முடியும்னு கேட்கணும்னார்!’

‘அடடா! லீவு நாள்லே, மத்தியானத் தூக்கத்தைக் கெடுத்துட் டோமா? சாமிக்கு ரொம்பக் கஷ்டம் பாவம்!’

‘ஜி.எம். உங்ககிட்டே கன்ஸல்ட் பண்ணணுமாம்! பெர்சனல் பிராப்ளம்.’

‘உங்ககிட்டே என்ன பாஷையிலே பேசுவார் கடவுள்?’

‘சார் பெங்களூர் யூனிவர்சிட்டியிலே ப்ரொஃபசர். சைகிக் பினாமினா பற்றி ஆராய்ச்சி பண்றார். சாமி நேரம் கொடுத்தா சோதிச்சு, இல்லே சந்தேகம் தீர்த்துக்கணும்னு...’

வேண்டாம். பேசுகிற கடவுள் பொருந்தமாட்டார், புழங்குகிற வட்டம் எதிலும். பேண்ட், ஷர்ட், ஹவாய் செருப்போடு தலைக்குப் பின்புறத்து ஒளிவட்டம் ஒத்துப்போகமுடியாது. அருள் பெற்றவன் ஹோட்டலுக்குப் போய், ‘சக்கரை ஜாஸ்தியா ஒரு காபி’ என்று கேட்டுக் காத்திருக்கவோ, சவர பிளேடு வாங்க

கடையேறவோ, லோக்கல் டிரெயினுக்கு இரண்டாம் வகுப்பு சீசன் டிக்கெட் எடுக்கவோ முடியாது. ராத்திரியில் மனைவியைச் சீண்ட முடியாது. ஆபீஸில் அரட்டை அடிக்க முடியாது.

உள்ளபடிக்கே பயந்து போனான். எங்கேயாவது பேசி வைக்கப் போகிறார். கைப்பையில் கடவுள் வெறுமனே இருந்தால் போதும். அவ்வப்போது தொட்டுக் கொள்ள. இப்படி இக்கட்டு வரும்போது மனதாலும் கையாலும் வருட. தீர்ந்த பிறகு காணிக்கை செலுத்தி நன்றி சொல்ல.

•

பளீரென்று லிஃப்ட்டில் விளக்கு எரிய, தடதடவென்று கீழே இறங்க ஆரம்பித்தது.

கீழே யாரும் செக்யூரிட்டியில் இல்லை. பக்கத்துக் கடைகளில் மெழுகுவர்த்தியை அணைத்துக் கொண்டிருந்தார்கள். மின்சாரம்தான் போய் திரும்ப வந்திருக்கிறது.

பெட்ரோல் வாடையும் தூசியும் நனைந்த காற்றைச் சுவாசித்தபடி, ஜனசமுத்திரத்தில் ஒரு புள்ளியாகக் கரைந்து ரயில்வே ஸ்டேஷனை அடைந்தபொழுது மணி எட்டரை. களைத்துப் போய் வீட்டுப்படி ஏற, ஹாலில் கடியாரம் வழக்கம்போல நாலேகால் என்றது. 'ஞாயிற்றுக்கிழமை ரிப்பேருக்குக் கொடுக்கணும்.'

'ஓவர் டைமா?'

கீதா கண்ணில், கொஞ்சம் போல் சந்தோஷம். பணம் சேராவிட்டாலும் செலவழிக்கவாவது அதிகமாகக் கிடைக்கக் கூடும்.

'டயர்டா இருக்கு! அப்புறம் எழுப்பு.'

சோபாவிலேயே சரிந்து தூங்கிப் போனான். குழந்தைகள் சுற்றிலும் ஓடிப்பிடித்து விளையாடிய சத்தம்கூடக் கலைக்க முடியாத தூக்கம்.

எழுந்தபோது விடிந்திருந்தது. பசி வயிற்றைக் கிள்ளியது.

'ஏன்னா இப்படிப் படுத்தறேள்? டாக்டர் கிட்ட போகச் சொன்னாலும் போறதில்லை. உங்க அம்மாவானா நான் உங்களைக்

கவனிக்கறதே இல்லேன்னு வரவா போறாவாகிட்டே எல்லாம் புகார் பண்ணிண்டு இருக்கா. ராத்திரி நீங்க பாட்டுக்குச் சாப் பிடாமப் படுத்துண்டுட்டேள். விடிஞ்சதிலேருந்து எனக்கு சஹஸ்ரநாமம் ஆயிண்டு இருக்கு. நான் ராத்திரி உங்களை எத்தனை தடவை எழுப்பினேன் தெரியுமா? அது என்ன, பேண்டைக் கூடக் கழட்டாம வந்தபடிக்கு சோபாவிலே படுத்து அப்படி ஒரு தூக்கம்? உடம்புக்கு என்னதான் பண்றதுன்னு வயைத் திறந்து சொல்லவே மாட்டேளா?'

'ஒண்ணும் இல்லை. நான் நன்னாதான் இருக்கேன். சரி, ஏதாவது சாப்பிடக் கொடு. அப்புறம் காபி சாப்பிடறேன்.'

தூங்கி எழுந்து பல்தேய்த்துவிட்டுப் பால் குடிக்க சமையல் கட்டுக்குள் நுழைந்த குழந்தைகள், அவன் தயிர் சாதத்தை அவசரமாக விழுங்கிக் கொண்டிருந்ததை ஆச்சரியமாகப் பார்த்தார்கள்.

•

அலுவலகம் கிளம்ப செருப்பு மாட்டிக் கொண்டிருந்தபோது கவனித்தான். சோபாவில் கைப்பை திறந்தபடிக்குக் கிடந்தது. எடுத்துப் பார்க்க உள்ளே கடவுளைக் காணோம்.

'ராத்திரி பத்து மணி வரை விளையாடிண்டிருந்தது ரெண்டும். சத்தம் போட்டுத் தூங்க வச்சேன். சாந்தா உங்க பையைத் திறந்து ஒண்ணொண்ணா எடுத்து வெளியே போட்டுண்டிருந்தா. பிடுங்கி வைக்கறதுக்குள்ளே போறும் போறும்னு ஆயிடுத்து. ரொம்பவும்தான் செல்லம் கொடுத்து வச்சிருக்கேள்!'

கடவுள் எங்கே? சுற்றிலும் பார்த்தான். சுவர் ஓரமாக ஏழெட்டு பிளாஸ்டிக் பொம்மைகள். நடுவே கைப்பைக் கடவுளும். பழைய தினசரியைக் கிழித்துச் சடம்பால் கட்டிய வஸ்திரத் தோடு இருக்கிற கடவுள்.

'அப்பா, என் பொம்மையை எடுக்காதே!'

குழந்தை வேகமாக ஓடிவந்து கையைப் பிடித்து இழுத்தது.

'இல்லேடா கண்ணு, அது எனக்கு வேணும்!'

'தரமாட்டேன் போ!' - அழ ஆரம்பித்தது.

கிச்சா பின்வாங்கினான். குழந்தையை அழவைத்துப் பிடுங்கிக் கொண்டுபோக மனம் வரவில்லை.

'*அப்பா!*'

அவன் படியிறங்கிக் கொண்டிருந்தபொழுது, குழந்தை பின்னால் வந்து அவசரமாகக் கூப்பிட்டது.

'*நீ வேணுமானா இதை வச்சுக்கோ!*'

மூக்குச் சப்பையாய் ஒரு செலுலாய்ட் பொம்மையைப் பையில் போட்டது.

கிச்சா அலுவலகம் போகிறபோது, கைப்பையில் கடவுள் இருந்தார்.

16. வினைத்தொகை

கிடக்க வேண்டியிருக்கிறது. பகலும் இரவும் படுக்கையில்தான் வாசம். வந்தபடிக்கே நோயில் விழுந்தாகி விட்டது. அம்மை. கொப்பளிப்பான் என்று பெயர் சொன்னார்கள். மாதுளம்பழத்தை உரித்து உடலெங்கும் ஒட்ட வைத்தது போல் சின்னச் சின்னக் கொப்பளங்கள். நாலுநாள், கண்ணைக்கூடத் திறக்க முடியாமல் இமை மேலும் முத்துகள். உலகம், படுக்கையறையோடு சுருங்கி இன்றைக்குப் பத்து நாள். ரயில் பயணத்தையும் சேர்த்து, பம்பாயிலிருந்து கிளம்பி பன்னிரண்டு நாள்.

'ஊருக்குப் போகணும்.'

'போய்க்கோ!'

'இல்லே, எப்பத் திரும்ப வரணும்னு?'

'வர வேண்டாம்!'

நிஷ்டூரமான பதில். 'போடா பயலே, நீ என் தலைமுடிக்குச் சமானம். நீ இருந்தாலும் போனாலும் எனக்கு என்ன போச்சு?' என்ற பாவம்.

முதலாளி நம்மளவர். ஆனாலும் முதலாளி.

எங்கெங்கோ சுற்றியலைந்து, படிதோறும் ஏறி இறங்கி வந்து, மொழியும் மனிதர்களும் புரியாமல் விழித்துக் கொண்டு, மழைக்காலத்தில், விடிந்ததிலிருந்தே கொட்டிக்கொண்டிருக்கும் ஒரு பகல் பொழுதில், பசியும் சோர்வுமாக, நனைந்த பட்சியாக வராந்தாவில் ஒதுங்கியவனுக்கு, பாட்டிலில் ஊறுகாய் அடைக்கிற வேலை போட்டுக் கொடுத்த பரமாத்மா.

'எஸ்.எஸ்.எல்.சி. தானே படிச்சிருக்கே? இந்த வேலையே ஜாஸ்தி.'

மனப்பூர்வமாக ஏற்றுக்கொண்ட வேலை. முக்கியமாக, நாள் கணக்கில் காணாமலிருந்து கண்ட சாப்பாடு.

'வயிறு நிறையச் சாப்பிடு. ரங்கா! இவனுக்கு நம்ம ஆவக்கா ஊறுகாய் ஒரு க்ஷணம் போடுடா!'

'பையன் அழறான் அண்ணா. காரம் போல இருக்கு.'

காரம் இல்லை. நன்றி என்று மனம் கரைந்து கரைந்து கண்ணில் வழிந்தது.

சாப்பாட்டுக்கு நன்றி. மாதாமாதம் கொடுப்பதாகச் சொன்ன முந்நூறு ரூபாய்க்கு நன்றி. மூத்திரப்புரைப் பக்கம் ஏழோடு எட்டாக ஒதுங்க இடம் கொடுத்ததற்கு நன்றி.

'நாளைக்கு ஒரு பாயும், தலைகாணியும் வாங்கிடு. கல்யாண்லே கிடைக்கும். எத்தனை சட்டை வச்சிருக்கே? ரெண்டு தானா? போதும். அடுத்த மாசம் என் பிள்ளை ஆமதாபாத்திலேருந்து வரான். கொடுக்கச் சொல்றேன்.பேங்கிலே ஆபீசரா இருக்கான்.'

பழைய சட்டைக்கும், இடுப்பில் இழுத்து இழுத்துச் செருகி கால்பக்கம் நீளத்தைக் குறைக்கப் பிரிமணையாகச் சுருட்டி விட்டு, உட்கார்கிற இடத்தில் கிழிந்திருந்ததை ஒட்டுப்போட்டுத் தைத்துக்கொண்ட பேண்டுகளுக்கு நன்றி. இரண்டு வருஷத்தில் எதற்கெல்லாமோ நன்றி நினைத்து நன்றி சொல்லியாகி விட்டது. அவ்வப்போது ஊருக்கு எழுத என்று வாங்கிக்கொண்ட போஸ்ட் கார்டுகளுக்கும் சேர்த்து.

ஊறுகாய் பேக்கர் கம் பில்லிங்க் கிளார்க் கம் (ஆள் வராத பட்சத்தில்) டெலிவரிபாய். கையிடுக்கு வியர்வையிலும் ஊறுகாய் வாடை. ஊறுகாய் பாட்டில்களுக்கு நடுவே படுத்துப் படுத்து, கனவுகூட அந்த மணத்தோடுதான்.

'என்ன இன்னும் நின்னுண்டே இருக்காய்? டோம்பிவிலிக்கு டெலிவரி கொடுத்தனுப்பச் சொன்னேனே, என்ன ஆச்சு? அம்பது பாட்டில் இன்னிக்கு சாயரட்சைக்குள்ளே வேணும்னு நாயக் சொல்லி அனுப்பிச்சான். சேஷன் எங்கே போய்த் தொலைஞ்சான்? தேடற நேரத்துலே எல்லாரும் அந்தர்தியான மாயிடறா!'

'வந்து, ஊர்லேருந்து, அம்மாவுக்கு...'

'பிரம்மஹத்தி! உனக்கு வேறே நேரமே கிடைக்கலியா என் இழவெடுக்கறதுக்கு?'

குறுகிப் போனான். நன்றிக்கு ஒரு நேரம் என்றால், அவமானப் படவும் ஒரு நேரம் இருக்கிறது.

சாயந்தரம் நாயக் வந்து இன்னும் நூறு பாட்டில் ஆர்டர் கொடுத்து விட்டுப் போக, முதலாளிக்கு நல்ல மூட். 'ஓமனாளக் கண்டு ஞான் பூங்கினாவில்...' மேஜையில் தட்டித் தாளம் வேறு.

'என்ன கிரிதர கோபாலா, என்னவாக்கும் உன் பிரச்னைகள்?'

'ஊருக்குப் போய்ட்டு வரணும். வந்து ரெண்டு வருஷமாச்சு.'

'போய்க்கோ! போய்ட்டுப் பதினஞ்சே நாள்ளே வந்துடணும். இல்லையோ, படியிறங்கி இப்படியே போயிட வேண்டியது தான். இந்த ராமபத்ரனுக்கு மனுஷா எவ்வளவு முக்கியமோ, கிரமமாத் தொழில் நடத்தறதும் அதைவிட முக்கியம். மனசிலாச்சோ?'

●

அனுமதி கிடைத்துவிட்டது. போகும்போது நிறைய வாங்கிக் கொண்டு போகவேண்டுமென்று தாதரில் கடையெல்லாம் திறந்திருக்கிற நாளாகப் பார்த்துப் போனான். என்னத்தை வாங்குவது? அம்மா கட்டுகிற மாதிரிப் புடைவை இங்கெல்லாம் கிடைக்கிறதில்லை. ரானடே ரோடில் இரண்டு சுற்று சுற்றி

வந்தான். ஜாடிக்குள் ஜாடியாக எட்டு ஜாடி அடுக்கிய பீங்கான் வாங்கினான். அப்புறம் டிட்வாலா பிள்ளையார் ஸ்டிக்கர். கோல ஸ்டிக்கர். லக்ஷ்மியும் சரஸ்வதியுமாக சுபம் லாபம் என்று போட்ட ஜிகினாத் தோரணம். அம்மாவுக்கு வாங்குகிற மாதிரி வேறு எதுவும் கிடைக்கவில்லை.

ஸ்டிக்கர் பொட்டு, வளையல், மார்க்கச்சை, கைப்பை என்று தெருவோடு பெண்கள் கூட்டம் கூட்டமாக வாங்கிக்கொண்டு போக, இவன் ஜாடியையும் பந்திப் பாயையும் தூக்கிக்கொண்டு வந்தான். அடுத்த ராத்திரிக்குப் பயணம்.

ரயில் சென்னை போய்ச் சேருவதற்குள் உடம்பெல்லாம் தகிக்க ஆரம்பித்தது. அனல்காற்று வீசுகிற தெலுங்குப் பிரதேசங்களை பேயோட்டம் ஓடி வண்டி கடந்து கொண்டிருக்க, சாப்பிடக் கூடப் பிடிக்காமல், காபியும் டீயுமாகக் குடித்தபடி படுத்தே வந்தான். காய்ச்சலோடு மெட்ராசில் பஸ் ஏறிப் புதுக்கோட்டை யில் இறங்குகிறபோது, பெட்டியைக்கூடத் தூக்க முடியாமல் தளர்ச்சி. கிராமத்துக்குப் போவதற்காகக் கீரனூர் பஸ்ஸுக்கு பஸ் ஸ்டாண்டில் காத்துக்கொண்டிருந்தபோது, நிமிஷத்துக்கு நிமிஷம் உடல் தகிப்பு உக்கிரமாகிக் கொண்டிருந்தது. போய்ச் சேரவேண்டும் என்ற நினைப்புதான் முன்னால் செலுத்தி எப்படியோ வீட்டில் விழ வைத்தது.

நிலைப்படியில் கால் வைத்ததுமே சரிந்து உட்கார்ந்தவனை, ஓடி வந்து அம்மா கைத்தாங்கலாக உள்ளே கூட்டி வந்தபோது, 'என்னடா இது! உடம்பெல்லாம் சிவப்பு சிவப்பா தடிச்சு இருக்கு?' என்றாள். அப்போதுதான் அவனும் கவனித்தான்.

பம்பாய்க்காரனைப் பார்க்க, அக்கம் பக்கத்திலிருந்து வந்தவர்கள் நிச்சயப்படுத்திச் சொல்லிவிட்டு அவசரமாக வெளியே போக, வாசல் முகப்பில் வேப்பிலை செருகப்பட்டது.

'அம்மை வார்த்திருக்கு. கொப்புளிப்பான். ஒருவாரம் ஏறி ஆடிட்டுத்தான் அடங்கும். நெத்தியிலே முத்து வர ஆரம்பிச் சிருக்கு. வந்து படுத்துக்கோப்பா!'

படுத்துக் கிடந்த இடத்திலிருந்து வாசல் நடை தெரிகிறது. பத்து நாளாகப் பார்க்கக் கிடைத்தது எல்லாம் ஜன்னலுக்கு அப்புறம் கையும் அரிவாளும் மட்டும் தெரிய, செவ்விளநீரைச் சீவி, பாத்திரத்தில் கவிழ்த்து, அரிவாளை அலம்பி ஆளோடியில்

வைத்துவிட்டுப் போகிற வைத்தியலிங்கத்தை. வாசலில் இரும்பு வாளியில் வைத்த தண்ணீரைச் செம்பில் எடுத்து, அது ஒழுகி முடிகிறதுக்குள் கால் அலம்பிப் படுக்கையைச் சுற்றி நடந்து போகிற அம்மாவின் ஈரக்கால்களை. அவ்வப்போது பக்கத்தில் வந்து பார்த்து, வேப்பிலைக் கொப்பால் வருடிக் கொடுக்கிற அம்மாவின் லேசாக நடுங்கும் கைகளை. காலங்காலமாக அழுதழுது கண்ணீர் வற்றிப்போன, பார்வை மங்கிக்கொண்டு வரும் அவள் கண்களை.

'அம்மா! அந்தப் பெட்டியிலே!'

'எல்லாம் நீ எழுந்திருந்ததும் பாத்துக்கலாம்டா. பட்சணம் மாதிரிக் கெட்டுப்போற சாமான் ஒண்ணும் வாங்கிண்டு வரல்லியோன்னோ?'

●

பம்பாயில் பிரிஜ்வாசி மிட்டாய்க்கடையில், ஐஸ் அல்வாவும் மாவா பாதுஷாவுமாக அட்டைப் பெட்டிகளில் வாங்கிக் கொண்டு போகிறவர்களை நினைத்துக்கொண்டான். பணம் இருக்கிறது. உட்கார்ந்து சாப்பிட வீடு. பகிர்ந்து கொள்ள அன்பான மனைவி. குழந்தைகள். கல்யாணிலோ, டோம்பிவிலியிலோ ஒரு புறாக்கூண்டு ஃப்ளாட். இல்லை, பாண்டுப்பில் இருபது குடித்தனத்தோடு, 'சாலில்' வாசம். கூடி இருக்கிறார்கள். நாளைக்கு என்ன சமைப்பது என்பதிலிருந்து அடுத்த மாதம் ஆரம்பிக்கும் மழை சீசனுக்காகப் புதிதாகக் குடை வாங்க வேண்டுமா என்பதுவரை, பேசவும் முடிவெடுக்கவும் என்று சுவாசிப்பதைத் தவிரவும் வாழ்க்கை பாக்கி இருக்கிறது. தனக்கு?

'முப்பத்தஞ்சு பாட்டில் ஊறுகாய் எடுத்துண்டுபோய் நாயக் கிட்டே கொடுத்துடு. மடுங்கா ரயில்வே குவார்ட்டர்ஸ்லே காசி விசுவநாதன். அதாம்பா, மெட்ராஸ் போய்ட்டுத் திரும்பறச்சே பெட்டியைத் தவற விட்டுட்டு வந்ததா அன்னிக்கு வந்து சொல்லிண்டிருந்தாரே, அவர்தான். மெட்ராஸ்லே லேபல் பிரிண்டு பண்றவா அட்ரஸ் ஒண்ணு தரேன்னார். வாங்கிண்டு, அப்படியே சூனாப்பட்லே மோரேயைப் பார்த்து எண்ணெய்க்குச் சொல்லிட்டு வந்துடறியா? சீக்கிரம் வந்துடு. நாயக் பணம் கொடுக்கறானான்னு இன்னொரு தடவை மெல்லக் கேட்டுப்

பாத்துடு. ஆவக்காய்க்கு விழுது அரைச்சாச்சான்னு பாரு. கிரைண்டரை ஆஃப் பண்ணாம, பிரம்மஹத்தி பராக்குப் பாத்துண்டிருப்பான். விழுதை வழிக்கச் சொல்லு.'

விடிகிறபோதே, ஊறுகாய் விழுதைப் பூசிக் கொண்டுதான் பொழுது விடிகிறது.

•

'அண்ணா! டைப் கிளாஸ் போகலாம்னு பார்க்கிறேன்!'

'பேஷாப் போய்ட்டு வா. வெறும் எஸ்.எஸ்.எல்.சிக்கு மதிப்பு உண்டோ? என்னை மாதிரி இளிச்சவாயன்தான் கூப்பிட்டு வெத்தலை பாக்கு வச்சு வேலை போட்டுத் தருவான். டைப், ஷார்ட் ஹாண்ட் அவசியம்தான். முடிஞ்சா, கம்ப்யூட்டர்கூடக் கத்துக்கலாம்தான். அதான் தெருவுக்கு ஒண்ணாத் திறந்து வச்சுண்டு குட்டிகள் கூட்டம் அலைமோதிண்டிருக்கே! கத்துக்கோ. வேலை நேரத்துக்கு அப்புறம் எல்லாம் வச்சுக்கோ!'

காலையில் ஆறு மணிக்கு முன்னாலும், ராத்திரி, கிரமமாகப் பத்து பதினொரு மணி தாண்டியும் எந்த இன்ஸ்டிடியூட்டும் திறந்து இருக்கவில்லை.

கத்துக்கலாம்தான். வாய்த்தால் கம்ப்யூட்டர்கூடக் கத்துக்கலாம் தான். வாய்க்கவில்லை. ராம்தாஸ் நாயக்கிடம் மடியைப் பிடித்து இழுக்காத குறையாகப் பணம் வாங்கிக்கொண்டுவரக் கத்துக்க லாம்தான். அவன் அற்பப் புழுவாகப் பாவித்து மராட்டியில் ஏதோ திட்ட, பக்கத்திலிருந்தவர்கள் சிரிக்க, முகத்தில் சலனமில் லாமல் எல்லாவற்றையும் விழுங்கிக் கொண்டு, மழையிலும் வெயிலிலும் தெருவில் ஊர்ந்து திரியக் கத்துக்கலாம்தான். எல்லோரும் சேர்ந்து சமையல் செய்ய, வெங்காயம் அரிந்து தரக் கத்துக்கலாம்தான். கேட்டபடி எண்ணெயும் மிளகாயும் அளந்து கொடுத்து நோட்புக்கில் குறித்துக்கொள்ளக் கத்துக்கலாம்தான். தினசரி குழம்புச் சாதமும், ஊறுகாயுமாக உள்ளே தள்ளக் கத்துக்கலாம்தான். கற்றுக்கொண்டாகிவிட்டது.

அம்மா கையால் சாப்பிட வேண்டும். ரொம்பப் பெரியதாக இல்லாவிட்டாலும், துவையலும் கீரை மசியலும் மோர்க் குழம்பும்.

‘சாப்பிடுப்பா! குளிர்ச்சியாத்தான் சாப்பிடணும். பொரிச்சுக் கொட்டினது எதுவும் கூடாது. தயிர்சாதம் வெண்ணெயாப் பிசைஞ்சு இருக்கேன்.’

இரண்டு வேளை தயிர்சாதம். ஆனால், அம்மா மெல்ல ஊட்டி விடுகிறபோது அலுக்கவில்லை. வருஷம் பூராவும் இப்படிப் படுத்துக் கொண்டிருந்தாலும் இது அலுக்காது என்று தோன்றியது.

●

ஆனாலும் மனம் ஏங்குகிறது. என்னவெல்லாம் செய்ய வேண்டும் என்று நினைத்துக்கொண்டு வந்தான். வாய்க்கால் மதகில் உட்கார்ந்து வார்த்தை சொல்லிக் கொண்டிருந்து, மனுஷவாடை பட்டதும் விருட்டென்று பறந்துபோகிற குருவியைப் பார்த்துக்கொண்டு நிற்க வேண்டும். கண்ணப்பப் பூசாரி வயலுக்குக் கிளம்புவதற்கு முன்னால், கூட்டிக்கொண்டு வந்து ஐயனாருக்கு எண்ணெய்க் காப்பு இடச்சொல்லிக் கும்பிட வேண்டும். ஐயனார் சிலைக்குப் பின்னால் இருந்து பறந்து வந்து காதுப் பக்கம் குறுகுறுக்கிற சின்னக் குளவி கொட்டுமோ என்று லேசான கவலையோடு நிமிஷ நேர வெளிச்சத்தில் கருப்பு மின்னித் தெரிகிற ஐயனாரைக் கும்பிடுவதும், வரப்பிலே நடக்கிறபோது யாரையாவது உரக்க அழைத்து எதையாவது கேட்க, காற்றில் கலந்து போகிற தன் குரலைத் தானே அனுபவித்துக் கொண்டு அதே சத்தத்தில் பதில் சொல்கிறதும், கந்தன் டூரிங் டாக்கீஸில் மழை பெய்கிற பழைய பிரிண்டில் ‘நாடோடி மன்னன்’ பார்த்து, ஒற்றைப் ப்ரொஜக்டரில் பிலிம் சுருள் மாற்ற விளக்கு போடும்போது, பெண்கள் பகுதியில் யாரெல்லாம் வந்திருக்கிறது என்று நோட்டமிடுவதும், ரயில் பாலத்தில் நான்கைந்து பேராக உட்கார்ந்து சினிமா, சினிமா என்று உலகத்தில் சினிமாவைத் தவிர வேறு எல்லாம் அஸ்தமித்துப் போனது போல சினிமாக் கதை பேசுவதும் - இந்தத் தடவை வாய்க்கவில்லை. அடுத்த தடவை வருகிறபோது எல்லாம் நிச்சயமாகச் செய்ய வேண்டும். அடுத்த தடவை எப்போது?

கடைசி முத்தும் உதிர்ந்து இரண்டு நாளாகியது. வேப்பிலைச் சருகுகள் உதிர்ந்து படுக்கையெல்லாம் அப்பிக் கிடந்தது. அம்மா முற்றத்தில் மணை போட்டுக் கிழக்குப் பார்த்து உட்கார வைத்தாள்.

‘தண்ணி விடணும்!’

விரல் சூப்பிக்கொண்டு பக்கத்து வீட்டுக் குழந்தையொன்று சுவாரசியமாக வேடிக்கை பார்க்க, அம்மா வெந்நீரும் வேப்பிலையுமாக மொண்டு மொண்டு ஊற்றினாள். உள்ளே வந்தபோது உடுத்திக்கொள்ளத் தயாராக, புதிதாக எட்டு முழ வேஷ்டியும் துண்டும்.

‘ஜட்ஜாத்திலே, தீபாவளிக்கு வேலைக்காராளுக்குக் கொடுக்கற துக்கு வச்சிருந்ததிலே மீந்ததுன்னு கொடுத்தார். ரிடயராகி இங்கேயே வந்துட்டாலும், ஆள் அம்புக்கு ஏது குறைச்சல்?’ - அம்மா தனக்கே வந்த பெருமை மாதிரிச் சொன்னாள்.

‘சமையல் மாமி, மாமின்னு ஜட்ஜிலேருந்து அவாத்து மாமி, லீவிலே வந்து போற பசங்க வரை நன்னாப் பிரியமா மரியா தையாப் பழகறா.’

ரிடையர்ட் ஜட்ஜ் வீடுதான் சோறு போடுகிறது. இவன் இரண்டு மாதத்துக்கு ஒரு முறை அனுப்புகிற நூறும் ஐம்பதும் எந்த மூலைக்குப் போதும்?

‘உங்கப்பா, பணத்தைச் சேர்த்து வச்சுட்டுப் போகலை. ஊருக் கெல்லாம் சமைச்சுட்டு ஓஞ்சுபோய், கரண்டியைத்தான் கையில் ஒப்படைச்சுட்டுப் போயிருக்கார். நீயாவது நன்னா வரணும்! வா, வந்து சாப்பிட உட்கார்!’

பரங்கிக்காய்ப் பால்கூட்டு, எலுமிச்சை ரசம், வாழை இலையில் ஆவி பறக்கக் கவிந்த சாதம். கண் நிறைந்து போனது. இந்த ஒருநாள் போதும். ஊருக்குத் திரும்பும்போது மனம் அசை போட இது போதும். அம்மா பக்கத்தில் உட்கார்ந்து பனை ஓலை விசிறியால் விசிறினாள்.

‘இலையப் பார்த்துச் சாப்பிடுப்பா!’

‘சொக்கு இப்ப என்ன பண்றான்மா?’

‘அதை ஏன் கேக்கறே போ! அவன் துபாய்க்குப் போய் இந்த வைகாசி வந்தா ஒரு வருஷம் ஆறது. போன விசாகத்துலே பால்குடம் எடுத்துட்டுக் கிளம்பினவன்தான். அவன் அம்மா, நகையெல்லாம் சுப்பையா செட்டியார்கிட்டே அடகு வச்சுப் பணம் புரட்டி அனுப்பி வச்சா. இந்தப் பிள்ளை அங்கே போய்,

சரிவரக் கடிதாசும் போடறதில்லையாம். பணமும் அனுப்பற தில்லையாம். யாரோ சிநேகிதன்கிட்டே, வேலை இன்னும் சரியா அமையலேன்னு சொல்லி அனுப்பிச்சானாம். சொக்கு அம்மாதானே ஜட்ஜ் ஆத்துக்குப் பால் ஊத்தறா! அன்னிக்கு மாமிகிட்டேயும் என்கிட்டேயும் சொல்லிக் கண்ணீர் விட்டா! பாவம். மாமி கூட என்னைக் கேட்டா! உங்க பிள்ளை கூட இவ பிள்ளையாண்டானுக்குச் சிநேகிதனாமே, அவன் என்ன பண்ணிண்டிருக்கான்னா? அவன் நல்ல வேலையிலே பம்பாயிலே சேர்ந்திருக்கான். உத்யோகம் ஸ்திரமானதும் என்னை வந்து அழச்சுண்டு போயிடுவான்னு சொன்னேன். சரிதானேடா?'

'சரிதான்மா!'

அம்மா இன்று ஜட்ஜ் வீட்டுக்குச் சமைக்கப் போகவில்லை. 'பிள்ளையோட இருக்கணும், லீவு தாங்கோன்னு கேட்டுண்டு வந்துட்டேன். பாவம், மாமி என்ன பண்றாளோ? தோசைக்கு மாவு அரச்சு வச்சிருந்தேன். உப்புப் போட்டுக் கரைச்சுக்கச் சொல்ல மறந்தே போயிடுத்து!'

இருட்டுகிற வரையில் அம்மாவோடு பேசிக் கொண்டிருந்தான். 'எங்க ஃபேக்டரியிலே எல்லாத்துக்கும் என்னைத்தான் நம்பி இருக்கா. பதினஞ்சு நாளைக்கு மேலே ஒரு நாள்கூட லீவு தரமுடியாது. உடனே வந்துடுன்னு திரும்பத் திரும்பச் சொல்லி யனுப்பிச்சார் எங்க மேனேஜர். வேலை ஸ்திரமாயிடும், கொஞ்ச நாள்லே!'

●

ஆயிற்று. இன்று திரும்ப வேண்டும். வைத்தியலிங்கம் குதிரை வண்டி கொண்டு வந்தான். அம்மா இவனுக்காகப் பெட்டியை அடுக்கிக் கொடுத்தாள். ஏதோ மருந்துப் பொடியைத் தேனில் குழைந்துக் கொடுத்தாள்.

'சீக்காக் கிடந்த உடம்பு சீக்கிரம் தேறணும். நன்னாப் பசியெடுத்துச் சாப்பிட வைக்குமாம் இது. ஜட்ஜாத்து மாமி கொடுத்தா! லேசாக் கசக்குமாம்! பரவாயில்லை, முழுங்கிடு!'

வழிக்குக் குடிக்க, வெந்நீரைப் பாட்டிலில் எடுத்துவைத்துக் கண்கலங்கினாள்.

'சீக்கிரம் வந்து கூட்டிண்டு போறேம்மா!'

‘கண்டதையும் சாப்பிட்டு உடம்பைக் கெடுத்துக்க வேண்டாம். முடிஞ்சா சாதம் வடிச்சு, தயிரோ மோரோ கலந்து, கொஞ்சநாள் சாப்பிடு. உடம்புக்குக் கெடுதல் பண்ணாது. பருப்புப் பொடி, சுக்குப்பொடி எல்லாம் உன் பெட்டியில் எடுத்து வச்சிருக்கேன். ஜட்ஜாத்து மாமி பெரிய பொட்டலமாக் கொடுத்தா. அவாத்து பொண்ணு போன மாசம் லீவுக்கு வந்துட்டுப் போனபோது, இங்கே இதெல்லாம் கிடைக்காத மாதிரி அள்ளிண்டு வந்தாளாம். டின்னிலே அடச்சா எல்லாம் ஒசந்த சரக்காயிடறது பார். மாமி, உங்க கைமணம் வேறே எதிலேயும் இல்லே. இது சுத்தமா இருந்தாலும் வேண்டாம்னு, பொண்ணு ஊருக்குப் போன அப்புறம் தூக்கி வச்சுட்டா. நான் கேட்டு வாங்கிண்டு வந்தேன். பெட்டியிலே மேலேயே வச்சிருக்கேன். வீணாக்காம உபயோகிச்சுக்கோ!’

●

ரயில்வே ஸ்டேஷன். தூங்கி விழித்த வண்டிக் குதிரைகள் மெல்லக் கனைக்கும் சத்தம். முன்னிரவு. ஒற்றை விளக்குத் தூணோரம் சிமிட்டி பெஞ்சில் தலைசாய்த்து, ஊர் திரும்பக் காத்திருக்கிறான்.

‘எஸ்.எஸ்.எல்.சி. புத்தகத்தை எடுத்து வைக்கச் சொன்னேனே! அம்மா எடுத்து வச்சாளோ! பாவம், இன்னும் எத்தனை நாள் கஷ்டப்படுவா? நமக்கு விடியாதா சீக்கிரமா? வந்து கூட்டிண்டு போயிடணும்!’

பெட்டியைத் திறந்து எஸ்.எஸ்.எல்.சி. புத்தகம் இருக்கிறதா என்று பார்த்தான். மஞ்சள் துணிப்பையில் பத்திரமாக இருந்தது. பெட்டியில் மேலோடு ஒரு பொட்டலம். லேசாக எண்ணெய் கசிந்து கொண்டிருந்தது. சணல் கயிற்றை நீக்கி திறந்து பார்க்க, உள்ளே பருப்புப் பொடி. மிளகாய்ப்பொடி. திடீர் ரசப்பொடி. அப்புறம் அவனுக்கு மிகவும் பரிச்சயமான ஒன்று அவன் கம்பெனி எலுமிச்சை ஊறுகாய் பாட்டில்.

17. சிலிக்கன் – வாசல்

துரைகள். முன்னால் அவர்கள் கப்பலில் வந்தார்கள். உச்சிவெயில்... இரையும் கடல்... சுடுமணல்... கோவணம் மட்டும் தரித்த கருப்பர்கள்... சோலையப்பனின் முப்பாட்டன்... அவனுக்கு அப்பன்... அப்ப னுக்கு அப்பன்...

சோலையப்பன் டை கட்டியிருக்கிறான். துரைகள் மத்தியான ஃபிளைட்டில் வந்து இறங்கியிருக்கிறார்கள். சிலிக்கன் பள்ளத் தாக்கிலிருந்து வருகிறவர்கள். விளக்கெண் ணெய் இங்கிலீஷில் சலித்துக் கொள்கிறார் கள். நாயே என்று சகலரையும் பார்க்கிறார் கள். மினரல் வாட்டர் போத்தல்களிலிருந்து சந்தேகத்தோடு தண்ணீர் குடிக்கிறார்கள்.

'மிஸ்டர் சொலய்...'

அவனைத்தான். மரியாதையோடு எழுந்து நிற்கிற பல்லக்குத்தூக்கி.

'இந்த நிறுவனத்தில் நீங்கள் சேர்ந்து எத்தனை நாளாகிறது?'

நாக்கு எழும்ப மாட்டேன் என்கிறது.

'கிட்டதட்ட மூன்று வருஷம்...'

வட்டமேஜை. துரைக்குப் பக்கத்தில் நாற்காலி முனையில் முதன்மை நிர்வாகி ஐயங்கார். துரையிடம் பவ்யமாகச் சமர்ப்பிக்கிறார்.

'மிஸ்டர் ஐயங்கார்... நான் உம்மைக் கேட்கவில்லை.'

'புத்தி எஜமானே!' ஐயங்காரின் ஒரு கோட்டு நாமம் வியர்வையில் கலைகிறது.

'மூன்று வருஷமாக இங்கே இருக்கிறீர்களாக்கும். அதற்கு முன்னால்?'

இன்னொரு கம்பெனி பெயரைச் சொல்கிறான் சோலை. 'சுதேசி.' கக்கூஸ் அலம்புகிற பிரஷ், கம்ப்யூட்டர் சாஃப்ட்வேர், உருளைக்கிழங்கு வறுவல் எல்லாம் தயாரிக்கிற கம்பெனி.

'அங்கே என்னவாக இருந்தீர்கள்?'

'சிஸ்டம்ஸ் அனலிஸ்ட்.'

'மாதம் என்ன கிடைத்தது?'

சொல்கிறான்.

'அதாவது?'

பெரிய துடையில் கம்ப்யூட்டர் வைத்துக்கொண்டு, பின்னால் உட்கார்ந்திருந்த காரியதரிசிப் பெண் மாலதியைத் திரும்பிப் பார்த்து, சிநேகமாக விசாரிக்கிற துரை... துரைசானிக்கு வாய்க்காத கருப்பியின் வளைவுகள்...

'நூற்றுச் சில்லரை டாலர் சார்...'

'தேங்க்யூ மால்தீ... மிஸ்டர் சொலய்... இங்கே நீங்கள் சம்பளமாக வாங்குவது என்ன என்று நான் சொல்ல வேண்டியதில்லை.'

சோலை மௌனமாக நிற்கிறான். அவன் கோவணத்தை யாரோ உருவிக் கொண்டிருக்கிறார்கள்.

‘உங்கள் பணி திருப்திகரமாக இல்லை என்பதை மிகுந்த வருத்தத்துடன் தெரிவித்துக் கொள்கிறேன். மே மாதம் தயாராகி இருக்க வேண்டிய சாஃப்ட்வேர், ஜூலையாகியும் இன்னும் முடிந்த பாடில்லை. காரணம்?’

கூட நடந்துவந்த நாலு பல்லக்குத்தூக்கிகள் அரபு நாட்டுக்குப் போய்விட்டார்கள்.

‘டெவலப்மெண்ட்’ டீமில் ஆள் இல்லை என்பதெல்லாம் எனக்குத் தேவையில்லாத விஷயம்... நீங்கள் ஏற்றுக்கொண்ட ஷெட்யூல்படி, நாளை சோதனை ஓட்டம்...’

‘அது பழைய ஷெட்யூல்’ சோலை குழைகிறான்.

‘ஒரே ஷெட்யூல்தான்... வேலையை முடிக்க வேண்டியது உன் பொறுப்பு. உன் காண்ட்ராக்ட் இன்னும் ஒன்பது மாதம்தான் என்பதை நினைவில் கொண்டு செயல்படு... நீ இன்னும் வேலையில் தொடர வேண்டும் என்று எதிர்பார்க்கிறோம். இல்லை என்றால்... உனக்கு நான் சொல்ல வேண்டியதில்லை. வாசல் அந்தப் பக்கம் மால்தீ... மடியை இப்படித் திருப்பு... அடுத்த நபர்... மிஸ்டர் ராவோ அட்மூரி...’

‘அத்முரி சத்யநாராயண ராவ்.’

சோலை வெளியில் வந்தான்.

‘என்ன கேட்டான்கள்?’

கன்சோலை வெறித்தபடி இருந்த சூசைராஜ் கேட்டான். சோலை நாற்காலியில் சரிந்தான்.

‘மெடல் குத்திவிட்டான்.’

‘சரித்திரத்திலேயே கிடையாதே... இந்தப் பன்றிகள் வருஷா வருஷம் இங்கே வந்து இறங்குவது கொத்தடிமைகளை லாடம் கட்டி வைக்கத்தான்.’

‘பெர்ஃபார்மன்ஸ் போதாதாம்.’

சூசைராஜ் நிமிர்ந்து பார்த்துச் சிரித்தான். அவனுக்கு அக்கினிப் பரீட்சை நாலு மணிக்கு. என்றாலும் சிரிக்க முடியும். குடும்பத் தொழில் இறால் ஏற்றுமதி இருக்கிறது.

‘ஒரு நாளைக்குப் பன்னிரண்டு மணி நேரம்... அவன் ஊர்த் தடியன்களிடம் இப்படி வேலை வாங்க முடியுமா?’

‘முடியாமல்தானே இங்கே வருகிறான். நுணுக்கமான ஃசாப்ட் வேர் எல்லாம் இங்கே சல்லிசாக உருவாக்க வைத்து, உலகச் சந்தையில் மில்லியன் டாலர் கணக்கில் லாபம் சம்பாதிக்கிறான். நாம் வெறும் புத்திசாலிகள். உழைக்கத் தெரிந்தவர்கள். மலிவான உழைப்பு.’

வட்ட மேஜையில் இதைச் சொல்ல முடியாது. கோஷம் போட முடியாது. கொடி பிடிக்க முடியாது.

‘நாலு மணிக்கு பெர்ஃபார்மன்ஸ் ரிவ்யூ உள்ளவர்கள் கவனிக்க வும்.’

அசரீரி வாக்கு. சதா ஒலிக்கும் சிதார் இசைக்கு இடைவெளி கொடுத்து, ஆபீஸ் முழுக்க ஒலிபரப்பப்படுகிறது.

‘நீங்கள் நாளை காலை ஒன்பது மணிக்கு இங்கே ஆஜராகலாம்.’

தெய்வங்கள் இப்போது ஓய்வெடுக்க வேண்டும்.

சோலையின் ‘சி’ மொழிப் புரோக்ராம் தகவல் பரப்பில் இணங்கி, வேண்டியதை விசாரித்து அறிவிக்க ஆயத்தமாகிக் கொண்டிருக் கிறது. எல்லாம் இப்படியே ஒழுங்காகப் போனால் ராத்திரி பதினொரு மணியைப்போல, ஒரு மாதிரி முடித்து விட்டுக் கிளம்பலாம். துரையிடம் நாளைக்குச் சோதனை ஓட்டமாகக் காண்பிக்கக் கொஞ்சம் போல் சரக்கு தேறும்.

‘வாசல் இந்தப் பக்கம்...’ போடா வேசி மகனே... இன்னும் பத்து வருஷத்தில் நானே கம்ப்யூட்டர் சாஃப்ட்வேர் ஏற்றுமதி ஆரம்பித்து... சொலேசாஃப்ட்... நூறு பேருக்கு வாசலைக் காட்டுவேன்.

சோலை கடியாரத்தைப் பார்க்கிறான்.

ஐந்து மணி. நிஷா சமையல் முடித்திருப்பாள். குழந்தைகள் வந்திருக்கும். லேசாக அசதி. பத்து மணிக்குக் கிளம்பிவிட வேண்டியதுதான்.

சிக்கலான அடுத்த புரோக்ராம். கிடப்பில் போட்டு வைத்திருந் தது. எத்தனை சிக்கல் - எடுத்து முடித்தால் நேராகுமோ...

ஆறு மணி. குழந்தைகள் விளையாடிவிட்டு வந்திருக்கும். பாட்டு வாத்தியாரம்மா காத்திருப்பாள். 'வாயை விட்டுப் பாடணும். பத்மநாபா... பரமபுருஸா... புருஸா இல்லே... புருஷா...' காபியை ஆற்றிக் கொண்டே சொல்வாள்.

காபி... கிடைத்தால் நன்றாக இருக்கும். தலையில் பாரத்தை வைத்தமாதிரி வலிக்கிறது. கேண்டீன் மூடியிருக்கும்.

புரோக்ராம் வழிக்கு வந்துவிட்டது. ஓட்டினால் டெர்மினல் ஸ்தம்பித்து நிற்கிறது.

'சூசை... ஜாப் கில் பண்ணு.'

சூசை இல்லை. ஏ.சி. குளிரில் சோலை மட்டும்.

ஏழுமணி. குழந்தைகள் சாப்பிட உட்கார்ந்திருக்கும். போய்விடலாமா?

'உங்கள் பணி திருப்திகரமாக இல்லை.'

எட்டுமணி. ஃபோன் ஒலிக்கிறது. கம்ப்யூட்டரின் கன்சோல் ஏதோ புலம்புகிறது.

கொஞ்சம் பொறுத்துக்கய்யா... ஃபோன் யார்னு பார்க்கறேன். என் பெண்டாட்டியா இருக்கும்.

நிஷாதான்.

'உங்களுக்கெல்லாம் எதுக்குக் குடும்பம்... குழந்தை குட்டி?'

சோலை, நாக்கைக் கடித்துக் கொண்டான். நிஷா உறவில் யாருக்கோ கல்யாண வரவேற்பு. காலையில் சொன்னாள்.

'நாலுமணியிலேருந்து சீவிச் சிங்காரிச்சுக்கிட்டு உக்காந் திருக்கேன். உங்க பேச்சை நம்பினேன் பாருங்க. பேசாம நானே போயிருக்கணும். பசங்களா... எங்கே படிக்குது... வீடியோ போட்டா கூடவே உக்காந்து பாக்கறேன்னு ஒரே அடம்...'

'வீடியோவை அப்புறம் போடவேண்டியதுதானே...'

'எப்ப... நடுராத்திரியிலேயா... நீங்களும் எங்கேயும் கூட்டிப் போறதில்லை. வீட்டுல நாள்பூரா உழைச்சு இதுங்களைக் கட்டி மேச்சுட்டு... எப்பத்தான் வர்றதா உத்தேசம்?'

‘பன்னிரண்டு மணிக்கு மேலே ஆகலாம்...’

‘அதுக்கு வருவானேன். ஆபீஸிலேயே தங்கிட்டு வாரக் கடைசியிலே வீட்டுக்கு வந்தாப் போதாதா... நாலு ஜட்டி மட்டும் வாங்கி வச்சுக்குங்க...’

டக்கென்று போனை வைக்கிற சத்தம். பின்னணியில் சினிமாப் பாட்டு முடிந்து அப்போது வசனம் கேட்க ஆரம்பித்திருந்தது.

அவள்தான் என்ன செய்வாள். பெரிய வீடு... தனியாக உட்கார்ந்து கொண்டு... காலையிலிருந்து ராத்திரி வரைக்கும்...

இரண்டு வருஷம் முன்னால் இங்கே இல்லை. மேற்கு மாம்பலத்தில் ஒரு தண்ணீர் வராத ஃபிளாட்டில் வாசம். குழந்தைகள் மண்ணில் புரண்டு விளையாடிவிட்டு வந்து உடம்பு துடைத்துக் கொள்வார்கள். நிஷா தீபாவளிக்கு இருநூற்றுச் சில்லறைக்குப் புடைவை வாங்கிக் கொண்டு, ஜன்னல் வழியே பக்கத்து வீட்டில் தெரியும் கலர் டி.வி.யை எட்டிப் பார்த்துப் பெருமூச்சு விடுவாள். கைப்பையில் காலி டிபன்பாக்ஸோடு சோலை, பஸ்ஸில் தொங்கிக் கொண்டு வருவான். லுங்கி கட்டிக் கொண்டு ஜுபிலி ரோடில் போளி வாங்கி வருவான். சுவரில் சாய்ந்து உட்கார்ந்து, தரையெல்லாம் பிரிண்ட் அவுட்களைப் பரத்தி, எழுதிய புரோக்ராம்களில் பூச்சி பிடிப்பான். ஞாயிற்றுக்கிழமை வயர் கூடையை எடுத்துக்கொண்டு மேம்பாலத்துப் பக்கம் கவிச்சி வாங்கப் போவான்.

‘வெள்ளைக்கார கம்பெனி... போயேம்பா... யூனிக்ஸ்... சி... ரிலேஷனல் டேடா பேஸ்... உனக்குத்தான் கரதலப் பாட மாச்சே... ஃபாரின் கூட போகலாம்...’

யார் யாரோ உசுப்பிவிட்டார்கள்.

தண்ணீர் இல்லாத வீடு. மாசக் கடைசியில் மோர் சாதம். வாழ்க்கையில் முன்னேற வேண்டாமா... பஸ்ஸுக்குக் காத்திருக்கக் கூடாது. ரேஷனில் பாமாயிலுக்கு நிற்கக் கூடாது. இன்னும் இரண்டு நல்ல பேண்ட் சட்டை, கலர் டி.வி., குழாயைத் திறந்ததும் தண்ணீர் அருவியாகக் கொட்டுகிற மொஸைக் தரை வீடு. நாலு பூச்செடியோடு சின்னத்தோட்டம்!

பரங்கிகள் சாஃப்ட்வேர் கம்பெனி திறக்கிறார்கள். உள்ளூரில் உத்தியோகம். நல்ல சம்பளம். ஆள் எடுக்கிறார்கள். தொழில்

அனுபவம் வேண்டும். திறமை வேண்டும். டை கட்டத் தெரிய வேண்டும்.

சோலை, டை கட்டக் கற்றுக்கொண்டு வேலையில் சேர்ந்தான்.

டை முடிச்சைத் தளர்த்திக் கொண்டான். புழுங்குகிறது. ஏ.சி. என்ன ஆனது?

கன்சோலைப் பார்த்தான். 'எட்டில் ஒரு ஃபைல் சிஸ்டத்தில் குழப்பம்... கவனித்துக் கொண்டிருக்கிறேன். எதுக்கும் ஜாக்கி ரதை தேவை...' என்கிறதுபோல அறிவித்துவிட்டு, அமைதியாக இருந்தது அது.

'புண்ணியமாப் போறதுய்யா... இன்னிக்கு பன்னிரண்டு மணி நேரமா செய்த வேலையெல்லாம் உன்கிட்டத்தான்... சீக்கிரம் டேப்பிலே காப்பி பண்ணிடறேன்... கொஞ்சம் அட்ஜஸ்ட் பண்ணிக்க...'

சோலை வெளியே வந்தான்.

பக்கத்து கேபின்களில் வெளிச்சம். நாயரும் ராவும் ஏதோ டிசைன் சிக்கலில் மூழ்கி விவாதித்துக் கொண்டிருக்கிறார்கள். அதற்கு அடுத்த கேபின் இருண்டிருந்தது. சீனிவாசன் எப்போது போனானென்று தெரியவில்லை. தேசிகாச்சாரியும் அமானுல்லா வும் புதிதாக வந்து இறங்கிய கம்ப்யூட்டரைப் பலப்பரீட்சை செய்து கொண்டிருக்கிறார்கள். காலையில் ஆரம்பித்த பெஞ்ச் - மார்க்கிங் இன்னும் முடிந்தபாடாக இல்லை.

வரவேற்பு ஹாலில் எண்ணி இரண்டே விளக்குகள் மட்டும் எரிய பிரும்மாண்டமான நிசப்தம். கடைசி நாற்காலி தவிர்த்துக் காலியான விசிட்டர்ஸ் மூலை. கடைசி நாற்காலியில் மிஸ்டர் கஸ்டமர் உட்கார்ந்திருக்கிறார். கோட்டும், டையும், மூக்குக் கண்ணாடியுமாக எப்போதும் அதே இடத்தில் நீட்டி நிமிர்ந்து உட்கார்ந்திருக்கிற கஸ்டமர். பிளாஸ்டர் ஆஃப் பாரீஸில் செய்து வைத்த உருவம். தரையில் மிஸ்டர் கஸ்டமரின் அழகான பிரீஃப்கேஸ். அது அசல்.

'எப்போதும் காத்திருக்கிற கஸ்டமரின் பொம்மையை இங்கே ஒரு நாற்காலியில் உட்கார்த்தி இருப்பதன் காரணம், நாம் எப்போதும் யாருடைய திருப்திக்காக உழைக்க வேண்டியிருக்கிறது

என்று மனத்தில் இருத்திக் கொள்ளத்தான்... வாடிக்கையாளரே நம் பாஸ்...'

சேர்ந்த முதல் நாள், விடிகாலையில் புளித்த தயிர் சாதம் சாப்பிட்டு வந்த ஏப்பத்தோடு ஐயங்கார் சொன்னது நினைவில் குடைகிறது.

ரிசப்ஷனில் மேஜை கிடையாது. இரண்டு பெரிய கல்தூண் களுக்கு மேலே கிடத்திய பளபளப்பான கருங்கல் பாளம் அதுக்குப் பதிலாக, ஓரத்தில் ஐந்து டெலிபோன்கள், தூங்குகிற முயல்கள் போல. ரிசப்ஷனிஸ்ட் இருக்கைக்கு மேலே பெரிய ஃபுளோ-அப்பாக கம்பெனியின் சின்னம். அந்தப் பெரிய அறையில் வேறு படம் இல்லை.

திருவாளர் கஸ்டமரின் பார்வை, ரிசப்ஷனிஸ்ட்டின் இருக்கை யில் நிலைகுத்தி இருக்கிறது. சலனமில்லாத அந்தக் கண்களின் ஊடுருவலில் சதா இருந்துகொண்டு, ரிசப்ஷனிஸ்ட் மிஸ் பொன்சேகா சரம்சரமாகத் தொலைபேசி அழைப்புக்களைச் செவி மடுக்கிறாள். வருகிறவர்களின் விசிட்டிங் கார்டுகளைப் பெற்று, அவர்களை அமரச் செய்து, சிரித்து, வழுக்கி விழுகிற புடைவைத் தலைப்பை அலட்சியமாகச் சரி செய்கிறாள். மிஸ்டர் கஸ்டமரின் இருக்கையிலிருந்து அவளது பெரிய மார்பகங்கள் துல்லியமாகத் தெரிகின்றன.

'எங்கய்யா போறே?' கஸ்டமர் விசாரிக்கிறார்.

'சும்மா... வாசல் வரைக்கும்... இந்தப் பக்கம் வாசல் இருக் குன்னு துரை சொன்னான். சும்மாப் பாத்துட்டு வரலா மேன்னு...'

'என்னய்யா... துரை காஞ்சுட்டானா?'

பின்னால் திரும்பிப் பார்த்தான். பக்கத்து கேபின்களிலிருந்து கூட்டமாக வந்து கொண்டிருக்கிறார்கள்.

'மே மாதத்தில் முடியவேண்டிய சாஃப்ட்வேர் டெவலப் மெண்ட், ஜூலை வரைக்கும் இழுத்தால் கேட்கமாட்டானா?' - அமானுல்லா வேண்டுமென்றே கடுப்படித்தான்.

'இவன் என்னய்யா பண்ணுவான். ஆனந்தும் ராம்நாராயணும் விட்டுவிட்டு ஒட்டகப் பால் குடிக்க அரேபியாவுக்கு

ஓடிட்டாங்க. சூசைராஜ் பேருக்கு வேலை பாக்கறான். மாட்டிக்கிட்டது இந்தப் படுபாவிதான்...' ராவ் சொன்னான்.

'இன்னும் ரெண்டு பேரைப் புதுசாப் போட வேண்டியது தானே... அழகழகான குட்டிகள் எல்லாம் எம்.சி.ஏ. முடிச்சிட்டு சுரிதார், கம்மீஸ்லே சுத்தி வந்துட்டு இருக்கு...'

'ஆமா, அதுங்களுக்கு பிரீஃப் பண்ணி எழுத வைச்சு முடிக்கிற துக்குள்ளே மஞ்சக் கடுதாசை நீட்டும்... ஸ்டேட்ஸிலே இருக்கிற மாப்பிள்ளை... ஞாயிற்றுக்கிழமை கல்யாணம்... சாயந்தரம் ரிசப்ஷனுக்கு உன்னிகிருஷ்ணன் கச்சேரி... பிஸிபேளாபாத்...' தேசிகாச்சாரி சட்டைப் பையிலிருந்து இன்ஹேலரை எடுத்து ஆழமாக உறிஞ்சினான்.

'நாம பாட்டுக்குப் பேசிட்டே போறோம். இவனைப் பாரு. மிஸ்டர் கஸ்டமர் போல முழிச்சுப் பாத்துக்கிட்டு இருக்கான்...'

'இன்னும் ஒரு வாரம் இப்படி வேலை பாத்தா, இவனையும் மிஸ்டர் கஸ்டமர் பக்கத்துல அனங்காம உக்கார வச்சுடலாம்...'

'அப்புறம் பொன்சேகா புல்லட் புரூஃப் ஜாக்கெட் போட்டுட்டுத்தான் வரணும். சிரியேண்டா...'

சோலை செயற்கையாகச் சிரிக்கிறான்.

'குட் நைட்...'

மழை ஓய்ந்து போனது போல புறப்பட்டுப் போனார்கள்.

சோலை ஜன்னல் பக்கம் நகர்ந்தான்.

தெருவில் புள்ளிகளாக வெளிச்சத்தோடு ஊர்ந்து கொண்டிருக் கிற வாகனங்கள் - வீடு திரும்பிக் கொண்டிருக்கிறார்கள் எல்லோ ரும்.

'எட்டிப் பார்க்காதே... இத்தனை உசரத்திலே இருந்து விழுந்தா உடம்புல உசிரு தங்காது... உடம்பே முழுசாக் கிடைக்காது. கீழே போய்க் காலாகாலத்துலே சாப்பிட்டு வந்து பொழைக்கிற வழியைப் பாரு. செஞ்ச வேலையை டேப்பிலே காப்பி எடுத்தியா?'

‘நன்றி கஸ்டமர்... வந்ததும் எடுத்துடறேன்.’

சோலை ஒவ்வொரு படியாக எட்டு மாடியும் இறங்கிக் கீழ்த்தளத்தில் செக்யூரிட்டிக்கு வந்தான்.

செக்யூரிட்டியில், காலையில் வந்த ஹிண்டு பேப்பரை சிரத்தையாக எழுத்துக்கூட்டி வாசித்துக் கொண்டிருந்தார் சாமிநாதன். நெற்றியில் பட்டையாக விபூதி, குங்குமம், ராத்திரி டியூட்டிக்கு இப்படிக் குளித்துவிட்டு வந்தால் தூக்கம் வராதோ?

‘சார், அப்ப பிடிச்சு உங்க சாப்பாடு ஆறிட்டுக் கிடக்கு...’ கழற்றி வைத்த தொப்பியின் எண்ணெய்ப் பிசுக்கு, பக்கத்தில் மூடிவைத்த பீங்கான் பாத்திரத்தைத் தொட்டு விசாரித்துக் கொண்டிருந்தது.

சோலை பாத்திரத்தைத் திறந்து பார்த்தான். நாக்குப் பூச்சிக் குவியலாக நூடுல்ஸ், பிளாஸ்டிக் டப்பாவில் சூப், ஒரு துண்டு கறி, ராத்திரி வேலை பாக்கிறவர்களுக்கு கம்பெனி செலவில் சீன உணவு தரப்படுகிறது. தூங்காமல் வேலை செய்ய வைக்க அதுதான் உசிதம்.

‘இதை அப்படியே அனுப்பிச்சுட்டு, பிளாஸ்க்கிலே நாலு டீ விட்டு எடுத்து வரச் சொல்றீங்களா சாமிநாதன்... ஒரு பாக்கெட் மேரி பிஸ்கட்.’

‘ராப்பூரா இருப்பீங்களா சார்?’

சோலை, தோளைக் குலுக்கினான். துரையின் பழக்கம் அடிமைக்கும் தொற்றும் போல!

‘சிகரெட் வேணுமா சார்?’

‘ஆஹா... அது இல்லாமலா!’ - ஒரு பத்து ரூபாய் நோட்டைக் கொடுத்தான்.

‘சார், நான் ரெண்டு சிகரெட் எடுத்துக்கட்டா?’

‘ஏய்யா... நீ சம்பளம் எல்லாம் வாங்கறதில்லையா?’

லிஃப்டில் மேலே வர, திரும்பவும் மிஸ்டர் கஸ்டமரின் விறைப்பு.

‘என்னப்பா சாப்பிட்டாச்சா?’

'நீ வேறேய்யா வயித்தெரிச்சலக் கொட்டிக்கிட்டு... பொட்டி யிலே ஏதாச்சும் வச்சிருக்கியா சொல்லு. கடலை உருண்டை... கருவாடு... ராட்டு வருவல்... உப்புச் சீடை...'

'ஒரு மசுரும் இல்லே... போய் வேலையைப் பாரு...'

கேபினில் போன் அடித்துக் கொண்டிருந்தது. நிஷா? தூங்கியிருப் பாள். வேறே?

'ஹலோ, சோலையா?'

கரகரப்பான ஆண் குரல். ஐயங்கார்.

'உன்னைத்தாம்ப்பா அப்ப பிடிச்சு ட்ரை பண்றேன். எங்கே போயிருந்தே?'

'என்ன விஷயம் சார்?'

'சில ஸ்கிரீன்லே அவுட்லே மாடிஃபிகேஷன் வேணும்னு கேட்டு சிங்கப்பூர்லே இருந்து ஃபேக்ஸ் வந்தது. உங்கிட்ட சொல்ல மறந்துட்டேன். அடிஷனலா இன்னொரு லேயர் செக்யூ ரிட்டி தேவைப்படறதாம். என் டேபிள்ல வச்சிருக்கேன். நல்ல வேளை... டேபிள் பூட்டலை... எடுத்து முடிச்சுடு. என்ன?'

'இல்லே சார்... கடைசி கட்ட இன்டகிரேஷன் முடிச்சு கன்ஸிஸ் டன்ஸி செக் பண்ணிட்டிருக்கேன். இப்ப வந்து...'

'என்ன பண்றது. முடிச்சே ஆகணும். இந்த மாடிஃபிகேஷன் முடியாம டிரையல் ரன் வைக்க முடியாது. துரை வேறே தாவளம் அடிச்சுத் தங்கியிருக்கான். நினைச்சா தூக்கமே வர மாட்டேங் கிறது. அதான் படுக்கையிலே உக்காந்துண்டு உனக்கு போன் பண்றேன்.'

சண்டாளன். மகாபாவி. ராத்திரி சாப்பிட்டு விட்டு, வெற்றிலை போட்டுக் கொண்டு, துப்பிவிட்டு, வாய் கொப்பளித்து, பால் குடித்து, ஒரு தடவை பெண்டாட்டியைப் பக்கத்தில் கூப்பிட்டு, அனுப்பி விட்டு, சாவகாசமாக அரையில் சொறிந்தபடி போன் செய்கிறான்.

நீ உபயோகித்த உறை இசகுபிசகாகி, நாற்பது வயதில் உன் மனைவி சூல் கொள்ளட்டும்.

ஐயங்காரின் டேபிளைக் குடைந்தபொழுது திருபுல்லாணி பெருமாள் படம், சுண்டுவிரல் அளவில் பிள்ளையார், பல சைசில் பேனாக்கள், பல் குத்துகிற குச்சி, பாக்குப் பொட்டலம், ஆபீஸில் சர்க்குலேஷன் கிளப்பில் காணாமல் போனதென்று பாத்ரூமில் எல்லாம் தேடிய டெபனேர் வருஷாந்திரப் பதிப்பு என்று சகலமானதும்... 'ரகசியம்' என்று எழுதிய ஃபைல் அடியில். குறுகுறுப்போடு சோலை அதைத் திறந்து பார்க்க... அவனைப் பற்றித்தான்.

சோலையை வேறு ஏதோ உப்புச்சப்பில்லாத ஜோலிக்கு மாற்றி விட்டு, சூசையை பிராஜெக்ட் லீடராகப் போட சிபாரிசு செய்து ஐயங்கார், துரைக்கு எழுதிய கடிதம்.

சோலைக்கு குப்பென்று வியர்த்தது. ஓரம் கட்டப் போகிறார்கள். அப்புறம் வெளியே போகச் சொல்வார்கள். முப்பத்தேழு வயதில், குழந்தை குட்டியோடு... வேலையில்லாமல்... இன்னொரு வேலை கட்டாயம் கிடைக்கும். அதுவரைக்கும்...

வேண்டாம். எப்பாடுபட்டாவது இங்கே ஒட்டிக்கொள்ள வேண்டும். திறமை வேறு, வாழ்க்கை வேறு. ஃபேக்ஸ் எங்கே... எடுத்துச் சொன்னது சொன்னபடி முடிக்க வேண்டும். வேறு வழியில்லை. குழந்தைகள் அழகழகாக சீருடை உடுத்திக் கொண்டு பள்ளிக்கூடம் போக வேண்டும். மனைவி நல்ல புடைவையாக உடுத்திக் கொள்ள வேண்டும். புறநகரில் கட்ட ஆரம்பித்த வீடு முடிய வேண்டும். தொடர்ந்து சம்பளம் வரவேண்டும்.

செயல்படுங்கள் மிஸ்டர் சோலை... வேலை பாருப்பா சோலை... சோலி மயித்தப் பாருடா நாயே...

கையும் மனமும் இயந்திரமாகச் செயல்பட, தூக்கமும் விலகிப் போனது. ஒவ்வொரு ஸ்கிரீனாக டெர்மினலில் கூப்பிட்டு மாற்றிக் கொண்டு வர, நேரம் போனதே தெரியவில்லை. இது கடைசி ஸ்கிரீன். இதையும் முடித்ததும், கடகடவென்று புரோக்ராம் களை மாற்றியமைத்து டிஜிடல் ஆடியோ கேஸட்டில் எல்லா வற்றையும் பத்திரமாக காப்பி செய்து வைக்க வேண்டும். நேரம் என்ன? இரண்டு மணி... எட்டு நிமிஷம்.

கண்ணை இருட்டிக்கொண்டு வருகிறது. ஒரு நிமிஷம் படுக்கச் சொல்கிறது உடம்பு.

வேண்டாம். வேலையை முடிக்க வேண்டும். சோலையால் முடியும் என்று ஐயங்காருக்கும் இதர கழிசடைகளுக்கும் காட்ட வேண்டும். ஐந்து மணிக்குக் கிளம்பி வீட்டில் போய்க் குடம் குடமாகத் தண்ணீரைத் தலையில் சரித்துக் கொண்டு, நிஷாவின் திட்டு வாங்கிக்கொண்டு, திரும்ப வந்து, நாளைப் பொழுதை எப்படியாவது பல்லைக் கடித்தபடி நல்லபடியாகக் கடத்திவிட்டு, சாயந்தரம் ஆறு மணிக்கே திரும்பவும் போய்த் தூங்க வேண்டும்.

தூங்க வேண்டும். ஈரம் படர்ந்த தரை, தலையணையை மிதித்துக் கொண்டு ஓடுகிற குழந்தைகளின் சத்தம், டி.வி. சத்தம், நிஷா இரைகிற சத்தம், சமையல் கட்டில் பாத்திரம் உடைபடுகிற சத்தம், ஹோவென்று ஏ.சி. பிளாண்டின் சத்தம், சூசைராஜின் சிகரெட் இருமல் சத்தம், துரையின் வெந்த சேப்பங்கிழங்கு குரல், மாலதியின் வளைச்சத்தம், பொன்சேகாவின் 'ஹோல்டன் ப்ளீஸ்' குற்றாலத்தில் விழுகிற அருவிபோல, கம்ப்யூட்டர் பின்னறையில் லைன்பிரிண்டரின் சத்தம், அருவி, ஐந்தருவி, குளிக்கப் போகிறவர்களின் சத்தம், குழந்தை அழுகிற சத்தம், 'சார்... மசாஜ் நாலு ரூபாய்' 'மங்குஸ்தான் பழம்வேணுமா சார்?!' தோசைக் கடையில் சட்டுவம் தோசைக்கல் மேல் உராய்கிற சத்தம், 'சார்வாளுக்கு இன்னம் ரெண்டு தோசை வைக்கட்டா... சாப்பிட்டு அருவியிலே குளியுங்க. குளிச்சுட்டு வந்து சாப்பிடுங்க. அருவி அலுக்காது... நம்ம கடை தோசையும்.'

அவன் தூங்கியிருந்தான்.

ஒரே நிசப்தம். இருட்டு. இருக்குமிடம் நினைவில் படியாத நிலை. படுக்கையா இது? நிஷா எங்கே? கண்ணே திறக்க முடியாமல் இமைகள் மேல் பிடிவாதமாகக் கவிகிற இருள். அப்புறம் சின்னதாக ஒரு வெளிச்சம்.

வீடா இது? வீடு இல்லை. ஆபீஸ். வீட்டுக்குப் போய் முழுசாக ஒரு நாளாகிறது. கம்ப்யூட்டர் திரையிலிருந்து வரும் வெளிச்சம் இது.

மின்சாரம் நின்று போய், கம்ப்யூட்டரும் அதன் கன்சோலும் மட்டும். தடங்கலில்லாத சக்தி சாதனத்தின் பேட்டரிகள் மூலம் மூச்சு விடும் அடையாளம்.

கன்சோலைப் பார்த்தான். ஏதோ சரம்சரமாக வந்த வண்ணமாக இருக்கிற திரை.

‘என்ன சொல்றே சனியனே?’

வழியில் கிடந்த நாற்காலியில் முட்டிக்கொண்டு முழுங்கால் விண் விண் என்று வலிக்க ஓடினான்.

டிஸ்க் கிராஷ், நாசம், சர்வநாசம், ‘நீ இன்று செய்த எல்லா வேலையும் அம்பேல்’ என்று கண்சிமிட்டிய திரை, ‘டேப்பில் எடுத்துவைக்கச் சொன்னேனே கேட்டியா?’ என்கிறது.

அடுத்த விநாடி கம்ப்யூட்டர் தாற்காலிகமாகச் செத்துப்போக, திரையில் இருட்டு அப்பிக் கொண்டது. பேட்டரி சக்தியும் கை விரித்துவிட்டது. எல்லாம் இயக்கமும் அஸ்தமித்துப்போன புழுக்கமான ராத்திரி.

‘இன்றைக்கு டிரையல் ரன்’ - துரை சொல்கிறான்.

‘உன் பணி திருப்திகரமாக இல்லை.’ மாலதியின் மடியிலிருக்கும் கம்ப்யூட்டர் சொல்கிறது.

‘காலை வாரிட்டியே சோலை... துரை உனக்கு மட்டுமில்ல, எனக்கும் சேத்து சீட்டு கிழிக்கப் போறான். நான் அந்தக் கால ஆட்டோ கோடர் புரோக்ராமர். இந்த ஆபீஸ்ல கக்கூஸ் கழுவக் கூட பிரயோஜனப்படாத தகுதி’ - ஐயங்கார் புலம்புகிறான்.

‘மிஸ்டர் சொலய்! வாசல் இந்தப் பக்கம்... ஒரு மாத சம்பளம் இந்த கவரில்.’

ஒரு பெரிய பொம்மலாட்டம் நடந்து கொண்டிருக்கிறது. பெரிய ஆட்டம். லட்சக்கணக்கில், கோடிக்கணக்கில் பொம்மைகள். சோலை என்ற பெயருள்ள, முப்பத்தெட்டு வயது, தலை நரைத்துக் கொண்டிருக்கிற, கசங்கிய பேண்ட்டும், பாதி வெளியில் வந்த நீலச் சட்டையும், புறங்கழுத்தில் வியர்வையுமாக இருட்டில் வாசலைப் பார்த்து நடந்து கொண்டிருக்கிற பொம்மை.

மிஸ்டர் கஸ்டமர், ரிசப்ஷனில் பழக்கமான இருட்டில் உட்கார்ந்திருக்கிறார். உள்ளேயிருந்து வருகிற சோலையின் காலடிச் சத்தம் கேட்டு, அவர் தலை மெல்லத் திரும்புகிறது. அவனுடைய ஒவ்வொரு அசைவையும் உன்னிப்பாகப் பார்க்கிற கண்கள்...

‘என்ன சோலை... எங்கே கிளம்பிட்டே?’

‘குற்றாலம்... குற்றாலம் போறேன் சார். குளிக்கணும்... ஐந்தருவியிலே குளிச்சிட்டு, தோசைக் கடையிலே மர பெஞ்சுலே உக்காரணும். தோசை சாப்பிடணும், பசிக்குது... ரொம்பப் பசிக்குது. சாப்பிட்டுத் தூங்கணும். அப்புறம் குளிக்கணும்... குளிச்சிட்டு சாப்பிடணும். ஒரு தோசை ஒரு ரூபா... கவர்ல ஒரு மாசச் சம்பளம் தருவான். ஒரு ரூபா காசா மாத்தி எடுத்துட்டுப் போகணும்.’

‘நானும் வரட்டுமா சோலை?’

‘சரி.’

‘என் பெட்டியை எடு.’

‘தரையிலே பதிச்சிருக்கு சார்... எடுக்க முடியலே!’

‘சனியனை விடு. குளிக்கப் போகறதுக்குப் பெட்டி எதுக்கு? போகலாமா?’

‘ஒரே இருட்டு... வாசல் எந்தப் பக்கம்னு தெரியலியே.’

‘வாசல் இந்தப் பக்கம் இருக்கு சோலை.’

அவர்கள் ஜன்னலை நோக்கி நடக்க ஆரம்பித்தார்கள்.

ஐயங்காரின் சிபாரிசை மறுதலித்து, சோலையின் திறமையில் நம்பிக்கை தெரிவித்து, புராஜெக்ட்டை இன்னும் ஒரு வருஷம் நீட்டிக்கவும், சாஃப்ட்வேர் உருவாகும் களத்தை சிங்கப்பூருக்கே மாற்றவும், சோலையை அங்கே தக்க வசதிகளோடு அனுப்பவும் சிலிக்கன் பள்ளத்தாக்கில் உள்ள மூலவர் துரைகளுக்கு, இங்கே வந்த உற்சவமூர்த்திகள் ஹோட்டல் அறையிலிருந்து அனுப்பிய ஃபேக்ஸ் செய்தி, கடலையும் கண்டங்களையும் கடந்துபோய்க் கொண்டிருந்தது.

18. சரசு

துரை, சரசு மடியில் இறந்து போனார்.

ஒரு பெரிய பழுப்புப் பூச்சியைப்போல மடியை அடைத்துக்கொண்டு. உள்ளே பார்த்து கவிந்த தலையும், தணுத்த தரையில் பரத்திய குச்சிக் கால்களுமாக...

இடுப்பில் பதிந்து இறுகியிருந்த கையை சரசு மெல்ல விலக்கித் தலையைக் கௌரவமாகத் திருப்பி வைக்க, ராத்திரி ஒன்பது அடித்து ஓய்ந்தது. வெளியே சாயங்காலத்திலிருந்து கொட்டிக் கொண்டிருக்கிற மழை.

காலடிச் சத்தம். சரசு நிமிர்ந்து பார்த்தாள்.

வடிவேலு. பின்னால், நனைந்த சட்டையோடு வந்த கருப்புராஜா சின்னதாக ஏப்பம் விட்டுச் சங்கடத்தோடு நின்றான்.

'அடங்கியாச்சா?' வடிவேலு நிச்சயம் செய்து கொள்வது போலக் கேட்டான்.

சரசு மெல்லத் தலையசைத்தாள்.

'இத்தினி விரசா ஆகும்னு தெரியாமப் போச்சே... நாம் பாட்டுக்கு உக்காந்து சோறு

தின்னுக்கிட்டு...' கருப்புராஜாவின் கைகள் மார்பின் குறுக்கே மூடியிருந்தன. ஏதோ தண்டனையை எதிர்பார்க்கிற மாதிரி நின்றான் அவன்.

'பகலுக்கு மருந்து எடுத்துக்கிட்டு வந்தபோது கூட' வடிவேலு குரல் பாதியில் நின்றது. அவன் கண்கள் சரசுவைப் பார்க்க... அவள் முகத்தில் கூச்சமும் அருவருப்பும் ஒரு விநாடி படிந்து, விலகிப்போனது. பகலில் நடந்தது... நிழலிடும் மனம்...

உச்சி வெயில் நேரத்தில் நடு வீட்டிலிருந்து குத்திருமல் சத்தம் விட்டு விட்டுக் கேட்க, வெந்நீரோடு ஓடிய சரசு...

'வடிவேலு... மருந்து எடுத்துட்டுவா. சீக்கிரம்... திட்டு விழப் போறது.'

வடிவேலு உள்ளே நுழையும்போது, துரை சரசுவைக் கட்டிலில் தலைமாட்டில் உட்காரச் சொல்லியிருந்தார். 'இது விபரீதம்' என்று புரிந்துபோன சரசு, மருந்து பாட்டிலை ஓரமாக வைத்து விட்டுப் போகும்படி அவசரமாகக் கண்காட்டுவதற்குள்...

நாள் கணக்காகப் படுக்கையில் சோர்ந்த கண்களில் இரை கண்ட பரபரப்போடு துரை அவள் மடியில் தலை வைத்து ஊர்ந்து, ஓரக் கண்ணால் வடிவேலுவைப் பார்த்தபடி, சரசு வயிற்றில் முகம் பதித்து, மெல்ல மேலே உயர்த்தி... அப்புறம் வாசல் கதவை ஒருக்களித்துச் சாத்திவிட்டு, வடிவேலு போய் நிறைய நேரம் கழித்து, சரசுவின் வலுவிழந்த கைகள் துரையைத் திரும்பவும் படுக்கையில் கிடத்திய பொழுது, பல்லும் நகமுமாக நோய் வாடை கவிய... இருட்டுப்பூச்சி ஆக்கிரமித்த இடங்களில் ஈரத் தடமும் எரிச்சலும்...

முப்பத்தைந்து வயதில், இன்னும் கட்டுவிடாத அவள் உடம்பில் எத்தனை தடவையோ, யார்யாரோ பார்க்க ஏறி ஊர்ந்த பூச்சி...

'கதவை எதுக்கு சாத்தறது? இருட்டுலேயா சுகம் இருக்கு... பாரு... ஒருநாள் இல்லாட்டா ஒரு நாள் தோட்டத்துல வச்சு... மாமரத் துக்கீழே பொடி மண்ணு கொட்டச் சொன்னது காரியமாத்தான். ஒரு மழை வரணும். மழை விட்டுக் குளிரக் குளிர மண்ணுலே...'

சரசு அழுந்த உதட்டைக் கடித்துக் கொண்டாள். நாய் போல... தெரு நாயா நான்? கண்ணில் நீர் கோத்தது. இல்லை... அது அழ வேண்டிய நேரம் இல்லை.

‘படுக்க வச்சுடறீங்களா?’

சரசு, வடிவேலுவையும் கருப்புராஜாவையும் யாசிக்கிற குரலில் கேட்டாள்.

வடிவேலு வேட்டியை வாகாக மடித்துக்கட்டிக்கொண்டான். முகத்தில் பயம் தெரிய... சரசு மடியையே பார்த்தபடி கருப்பு ராஜா...

‘கண்ணு மூடாதா அண்ணே...’

‘அவர் உறங்கற நேரத்திலேயே பாதிக்கண்ணு தொறந்துதான் இருக்கும். ரப்பையிலே ஏதோ கோளாறு... இல்லியா சரசு?’

சரசு மௌனமாக இருந்தாள். இந்த உடம்பைப் பற்றி அவளிடம் யாரும் ஏதும் கேட்கலாம்.

‘வாடா... வந்து பிடி... தரையிலே படுத்தாப்பல கிடத்திடலாம்.’ வடிவேலுதான்.

கருப்புராஜா குனிந்து இரண்டு கைகளாலும் துரையின் தலையைத் தாங்கி, வடிவேலுவுக்கு அனுசரணையாக நகர்ந்து நிலத்தில் தாழ்த்திக் கொண்டிருக்கும்போதே ஓவென்ற ஓக்கரிப்பு.

மரத்துப்போன காலோடு கட்டிலிலிருந்து இறங்கிய சரசுவைத் தள்ளியபடி வெளியே ஓடினான்.

‘தலைமாட்டுலே வெளக்கு வைக்கணும்’ வடிவேலு மெல்லச் சொன்னான்.

‘விளக்கா... எங்கே தேட? அங்கணத்துலே ஏதாவது கிடந்தாத் தான்.’

சரசு வெளியே வந்தபொழுது, வேட்டியைத் தழைத்தபடி வடிவேலுவும் பின்னாலேயே வந்தான். திண்ணையில், தூணைப் பிடித்துக்கொண்டு, குடல் புரண்டதுபோல் கருப்புராஜா புரட்டிப் புரட்டி எழுப்புகிற சத்தம், மழை இரைச்சலோடு கேட்டது.

‘சின்னப்பய... பயந்துட்டான். லைட் இல்லியா சரசு?’

எரியாத விளக்கு சுவிட்ச்சை, திரும்பத் திரும்ப இயந்திரம் போல சரசுவின் விரல்கள் போட, இடித்துக் கொண்டு நிற்கிற வடிவேலு.

சரசு ஜன்னலைத் திறக்க... நடுவீட்டு வெளிச்சம் மெல்லக் கசிந்தது. தூசி படிந்த அங்கொன்றும் இங்கொன்றுமாகத் தாமிரப் பாத்திரங்கள். பழைய வாள், கேடயம், எலியோ எதுவோ குதித்து ஓடியது. சரசு ஒரு நிமிஷம் அதிர... வடிவேலு ஆதரவாக அவள் தோளைத் தொட்டான்.

கரணை கரணையாகக் கையும் காலும், வியர்வை வாடையுமாக நிற்கிறவனை சரசு ஒரு விநாடி உற்றுப் பார்த்தாள்.

ஐந்து வருஷம் முன்னால் இவன் இங்கே வேலைக்குச் சேர்ந்த பொழுது, இந்த ஆகிருதி இல்லை. ஆனாலும் கண்ணில் குறும்பு இருந்தது. துரையிடம் நாய் போல அடிபட வைத்த குறும்பு... இதே அங்கணம் தான்.

'யோவ்! நீதான் புதுசா வேலைக்கு வந்திருக்கியா..? வத்தக்காச்சி மாதிரி இருக்கியே... சரி, சரி... இந்த முக்காலியை ஆடாமப்பிடி. மேலேயிருந்த சருவப் பானையை எறக்கணும்... இந்த எள வெடுத்த வூட்டுக்குக்கூட விருந்தாட யாரோ சிங்கப்பூர்லேருந்து வந்திருக்காகளாம்.'

நழுவின முக்காலியிலிருந்து சரிந்தவளைக் கையில் அள்ளிக் கொண்ட வடிவேலு... அடுத்த விநாடி பாத்திரத்தில் சத்தமெழ... தலைமோதி குப்புற அவன் விழுந்தான்.

'நாயே! பொட்டப்புள்ளை போச்சுனா மோப்பம் புடுச்சுட்டுப் பின்னாலேயே ஓடறியே... இன்னொருவாட்டி... உன் தலை இந்த ரூமிலே தட்டுபட்டது, வக்காளி காயடிச்சுடுவேன்... வெளியே ஓடுடா...'

துரையின் கால்கள் வலுவாக இருந்த காலம். பூட்ஸ் அணிந்த கால்கள் வடிவேலுவின் முகத்தைப் பதம் பார்த்ததோடு நிற்க வில்லை.

'சிறுக்கி மவளே... மாராக்கை ஒளுங்கா மூடுடி...'

வயிற்றுக்குக் கீழே புயல்போல. அவை உதைத்துப் போன பகல் நழுவிய ராத்திரியில்தான் சிங்கப்பூர்க்காரர்களுக்கு விருந்து.

'சரசு, பாட்டிலைத் துறந்து எல்லாருக்கும் ஊத்து. அப்புறம் இப்படிப் பக்கத்துல வந்து உக்காரு... இவங்க பாக்கறாங்களா... பாக்கட்டும் போ. இவங்களுக்கெல்லாம் வேற உருப்படி

ஏற்பாடு பண்ணி மாடியிலே இருக்கு. நீ எப்பவும் நமக்குத்தான், வாடி நாயே.'

துரையின் குரல் இன்னும் காதில் ஒலிக்க, குனிந்து ஒவ்வொரு பாத்திரமாக, சரசு தேட... பின்னால் கருப்பு ராஜா குரல்.

'என்னக்கா தேடற?'

வடிவேலு நகர்ந்து நின்றான்.

'விளக்குடா... இங்கேதான் இருந்துச்சு. அதுவும் காஜா ஒயின் கடைக்குப் போய்ச் சேர்ந்தாச்சா?'

விற்றுச்சாப்பிட இனிமேல் சரசு மட்டும்தான் பாக்கி என்று வந்தபோதுதான், துரை இறந்து விட்டிருக்கிறார்.

'போனமாசம் சம்பளத்துக்குப் பதிலா இங்கேயிருந்துதான் பானை எடுத்துக் கொடுத்தது.' - வடிவேலு நினைவுபடுத்திக்கொண்டு சொன்னான். 'பானையோடு விளக்கும் நழுவியிருக்கும்!'

'மாடப்புறையிலே கல்லு வெளக்கு இருக்கே... அதை எடுத்துக்கலாம்.'

கருப்புராஜா அங்கே இருந்து சீக்கிரம் போக அவசரப்பட்டான்.

'பாத்து எடுத்துவாடா கருப்பு. கொஞ்சம்போல எண்ணை இருக்கும்... சிந்திப்புடாதே.' - சரசு கதவை அறைந்து சாத்தினாள்.

சாரல் வலுத்து, நடையெல்லாம் சிதறிய தண்ணீர். சின்ன உறுமல்களோடு ஆரம்பித்து, ஒரு கீற்று மின்னலில் இருட்டைக் கோடி காட்டி, இடிக்கத் தயாராகிற ஆகாசம்.

'வடிவேலு அண்ணே... தந்தி கொடுக்க வேண்டாம்?'

வடிவேலுவின் பதில் இடிச்சத்தத்தில் கலைய, ஈரக்கால்களை மிதியடியில் ஒற்றிவிட்டு, சரசு ஆளோடியில் திரும்பினாள்.

வரிசையாக மாட்டியிருந்த புகைப்படங்களில், ஒரு ஜமீன் பரம்பரையே தோரணையோடு பார்த்தது. டாப் ஹாட் தரித்த வெள்ளைக்காரர்களோடு சிநேகமும், மரியாதையுமாகப் பேசிய படிக்கு... குதிரையில் உட்கார்ந்து, தலையில் உருமாலும், கையில் எலுமிச்சம்பழம் குத்திய வாளுமாகப் பலி பூஜைக்குப்

போகிற கோலத்தில் முண்டாசும் தலைப்பாகையுமாக, யார் யாரோ சுற்றி இருக்க, மீசையை நீவியபடி, காலடியில் கிடந்த குண்டுபட்டுச் செத்த காட்டுப்பன்றியை மிதித்தபடி...

படத்தின் ஓரத்தில் தொங்கு மீசையோடு சரசுவின் அப்பா வீரையன்.

'துரை வளவுலேருந்து வரேன். கிச்சிலிச் சம்பா நாலு மூட்டை வேணும். சின்ன துரையவங்க கல்யாணம் வருது... தெரிஞ்சிருக் குமே!'

தானே துரைபோல நரைமீசையை முறுக்கிவிட்டுப் பழனிகவுண் டர் கடையில் நிற்கிற வீரையா... அவனோடு பராக்குப் பார்த்த படி நின்ற சரசுவுக்கு பன்னிரண்டோ என்னமோ அப்போது வயது.

துரை கல்யாணத்துக்கு ஊரையே கூப்பிட்டு சாப்பாடு போட்டார் கள். பாட்டும் நாட்டியமுமாக அமர்க்களப்பட்ட நாள்கள். பள்ளிக்கூடத்துக்கு மூன்று நாள் விடுமுறைவிட, ஏதோ பெயர் தெரியாத இனிப்பை எல்லாம் மென்றபடி, பெரிய வீட்டுத் திண்ணையில் குதித்து விளையாடிய சரசு...

அப்போது பொன்னாத்தா உயிரோடு இருந்தாள். பெரிய துரை காலத்திலிருந்து வளவில் இருந்தவள் அவள். அப்புறம்தான் சரசு வந்தது.

'ஏட்டி சமயப்போற புள்ளே... இந்தக் குதி குதிச்சா சீக்கிரம் தெரண்டு குளிச்சிடுவே... உன் ஆத்தா உசிரோடு இருந்தா எல்லாம் சொல்லியிருப்பா... பொறந்ததுமே முழுங்கிட்டு நிக்கறே. சொல்லிட்டே இருக்கேன்... நீ பாட்டுக்கு ஆடிக்கிட்டு, உள்ளே ஏதாச்சும் போட்டிருக்கியாடி... யாருடா அது மாடியி லேருந்து நோட்டம் பாக்கறது. தேங்கா எண்ணிட்டிருக்கியா? பாத்துலே... எண்ணிக்கை எகிறிடப்போறது...'

பொன்னாத்தா எட்டு ஊருக்குக் கேட்கச் சத்தம் போடுவாள்.

சரசுவின் பார்வை கல்யாண போட்டோவில் நிலைத்தது.

'இதுதான் புள்ளே, தொரையவங்க சம்சாரம்... கும்புட்டுக்கோ. சின்னம்மாவுக்குத் தமிழ் வராது. தெலுங்குதான். மதனபள்ளி யிலே மகராசா கணக்கா...'

சரசுவைப் பொன்னாத்தா முன்னால் கொண்டு நிறுத்தியபோது, அவள் முதல் தடவையாகத் தாவணி போட்டிருந்தாள். சீமாட்டி யின் வைரவளையணிந்த எலும்பான கரங்கள். சொர சொரவென சரசுவின் கன்னத்தை வருடிய ஞாபகம்...

'யாருக்கெல்லாம் தந்தி கொடுக்கணும் அக்கா?'

கருப்புராஜா குரல், சரசுவை இந்த உலகத்துக்கு இழுத்து வந்தது. யாருக்கெல்லாம் தகவல் சொல்ல வேண்டும்? எங்கே இருக்கப் பட்டவர்கள்?

துரையின் பெரிய கருப்புடைரி. உள்ளறையில் ஏதோ அலமாரி யில்- சரசு அங்கே போனாள்.

பழைய புத்தக வாடையும், அத்தர் குப்பி கவிழ்த்த வாசனையு மாக, மனத்துக்கு இதமாக இருக்கிற அறை. மேஜை டிராயரைத் திறக்க, கிராம்பு மணத்தது. இந்த அறையே வாசனைதான். பூவாடை, வாசனைத் தைல வாடை, சாம்பிராணிப்புகை...

சரசு, ஆளுயர நிலைக்கண்ணாடியையும் பக்கத்தில் வெல்வெட் தைத்த நாற்காலியையும் பார்த்தாள். இந்த நாற்காலியில் உட்கார்ந் துதான் சீமாட்டி எண்ணெய்க் குளியல் முடித்து தலையாற்றிக் கொள்வாள். வாசனைத் தைலம் இழைந்து பரவி, கருகருவென்று தரையைத் தொடுகிற தலைமுடி. உடம்புதான் பூஞ்சை.

சின்னப்பாத்திரத்தில் தணல் பரப்பி சாம்பிராணித் தூளைத் தூவி சரசு, சீமாட்டியின் தலைமுடியை உலரவிடுவாள்.

பதினெட்டு வயதில் இன்னும் இன்னும் என்று கவிகிற அழகை யெல்லாம் உள்வாங்கி இருத்தி, புகைக்கு நடுவே நின்ற சரசுவை துரை முதலில் பார்த்தது இந்த அறையில்தான்...

'ஓ! வீரையா மகளா நீ... பாவம், விசுவாசமானவன். திடீர்னு போய்ச் சேர்ந்து... சீமாட்டிக்கு ஒத்தாசையா வீரையா பொண்ணை இங்கேயே வச்சுக்கலாம்னு பொன்னாத்தா சொன்ன போது, உன்னைப் பாக்கமலேயே சரின்னுட்டேன். சின்னப் புள்ளைன்னாளே கிழவி... உன்னையா? சரியான இடத்துக்கு வந்து சேர்ந்துட்டே போ...'

சரசுவை விழுங்குவது போல பார்த்த துரையின் கண்கள்...

இங்கிலீஷில் சீமாட்டியிடம் கரிசனத்தோடு துரை என்ன சொல்லியிருப்பார்.

'இப்பத்தானே உடம்பு சரியில்லாமப் படுத்து எழுந்திருக்கே. இப்ப எதுக்கு எண்ணைக் குளி? அதுவும் சாயந்தரத்துலே, உடம்பைப் பாத்துக்கோ... இவளை நான் பாத்துக்கறேன்!'

மதனப்பள்ளியின் சோகைச் சிவப்பையும், சரசுவின் கறுத்த மதர்ப்பையும் ஒப்பு வைத்துப் பார்த்தபடி துரை நடந்தது, நேற்றுப் போல சரசுவுக்குத் தோன்றியது.

மேஜையின் மூன்றாவது டிராயரில், ஓரம் மடங்கிய கருப்பு டைரி.

நடுவீட்டில். கருப்புராஜா தலையைக் கையால் பிடித்தபடி, ஈரம் பூரித்த சுவரில் சாய்ந்து உட்கார்ந்திருக்க, வடிவேலு வாசலில்.

'கொஞ்சம் பின்னாலே போய் படுத்து எந்திருக்கிறியா கருப்பு?' சரசு கேட்டாள்.

'வேணாக்கா... அட்ரஸை எல்லாம் கொடு. தந்தி கொடுக்கப் போறேன்.'

சரசு டைரியைப் பிரித்து கருப்பு ராஜாவிடம் கொடுத்தாள்.

'பணம் வச்சிருக்கியாடா?'

'அவன்கிட்ட எங்கே இருக்கப்போறது. நீ வச்சிருந்தாக் கொடேன்.' வடிவேலு உள்ளே வந்து கொண்டே சொன்னான்.

'எங்கிட்ட மட்டும் ஏதாம்?'

வடிவேலு, வெறுமனே சிரித்தான்.

சரசுவுக்குப் பழக்கமான சிரிப்பு. எந்தச் சந்தர்ப்பத்தில் எல்லாமோ... யார் யாரோ இப்படிச் சிரித்து...

'துரை கூப்பிடறாக சரசு... கால் பிடிச்சுவிடணுமாம். பளிச்சுனு முகத்தைக் கழுவிக்கிட்டுப் போ புள்ளே...'

'தைலம்... தொரை கொடுத்து அனுப்பினாங்க... முடிவளர இல்லே... போறதுக்கு.'

‘துரை மருத்துவச்சிக்கிட்டே கூட்டிப் போகச் சொன்னாங்க. இப்பவே கிளம்பினா முடிச்சுட்டுப் போனோம் வந்தோம்னு திரும்பிடலாம்.’

சிரிப்பாய்ச் சிரித்தவர்கள். யார் யாரோ...

சரசு முறைத்துப் பார்க்க... வடிவேலுவின் சிரிப்பு உறைந்தது.

‘பணத்துக்கு என்னக்கா பண்றது?’ கருப்புராஜாவின் கைகள் திரும்பவும் தோளுக்குக் குறுக்கே.

சரசு வளையலைக் கழற்றினாள்.

‘மதனலால் சேட்டுக்கிட்டே வச்சு வாங்கிட்டுப் போடா.’

‘கடையை எடுத்து வச்சிருப்பாரே.’

‘வீட்டுலே போய் வாங்கிக்கடா.’

கருப்புராஜா வளையலைச் சட்டைப்பையில் போட்டுக் கொண்டான்.

‘மதனபள்ளிக்கு போன் போட்டு விஷயத்தைச் சொல்லிடுடா. மத்தவங்களுக்கு வேணா தந்தி கொடுத்துடலாம்.’-வடிவேலு சொன்னான்.

‘நீயே போன் போட்டுடேன் அண்ணே...’

‘அட போடா நான் உன்னிய மாதிரி படிச்சிருக்கேனா என்ன... பதமா பக்குவமா சேதி சொல்லணும். அதுவும் சாவுச் சேதி.’

சரசு காலண்டரில் தேதி கிழித்து, பின்னால் போன் நம்பர் எழுதினாள். சுவரில் எந்தக் காலத்திலேயோ குறித்து வைத்தது. மாறாமல் இருக்குமோ என்னவோ.

‘முடிஞ்ச வரைக்கும் சீமாட்டியம்மாக்கிட்டேயே பேசப்பாரு கருப்பு.’

கருப்புராஜா வெளியே போக அடி எடுத்து வைத்துத் திரும்பி, ‘குடை இருந்தாக் கொடு அக்கா. சனியன் மழை நிக்கவே மாட்டேங்குது.’ என்றான்.

‘குடையை எங்கடா தேட... வடிவேலு, கொஞ்சம் உள்ளே போய்... பீரோவிலே...’

‘ஐயோ... நான் மாட்டேன். நீயும் வா... சேந்தே ஒண்ணொண்ணாத் தொறக்கலாம்.’

‘அதுக்கு நீ எதுக்கு... நானே பாக்க மாட்டேனா.’

அவன் சிரிப்பு இப்போது என்னமோ சரசுவுக்குப் பிடித்துப் போனது. உள்ளேயிருந்த பர்மா குடையோடு வந்தாள்.

‘ஓரமாக கம்பி போயிருக்கு... கொஞ்சம் வளச்சாப்பிலே பிடிச்சுக் கணும்.’

கருப்புராஜா மழையில் இறங்கி, உள்புறமாக மடித்த குடை யோடு போராடிக் கொண்டே போனது மங்கலாகத் தெரிந்தது.

‘வடிவேலு... நீ ஐஸ் கட்டிக்குச் சொல்லிட்டு வந்துடேன்.’

வடிவேலு, சரசுவின் மார்பில் குத்திய பார்வையை அவசரமாக விலக்கினான்.

‘காலையிலே பாத்துக்கலாமே சரசு...’

‘வேணாம்யா... எப்பாடு பட்டாவது ஏற்பாடு செஞ்சுடணும். சீக்காக் கெடந்த உடம்பு. தண்ணி வேற... வேண்டப்பட்டவங்க வர நாளைக்குப் பொழுது சாஞ்சுடும். தாக்குப் பிடிக்குமான்னு தெரியலை. ஐஸ் இருந்தா சமாளிக்கலாம்.’

வடிவேலு மனதே இல்லாமல் வாசற் படிகளில் டம் டம் என்று சத்தம் எழ... சைக்கிளைத் தள்ளிக் கொண்டு போனான். வெயிலானாலும், மழையானாலும் அவனுக்கு சைக்கிள் வேண்டும்.

சரசு, வாசல் நிலையில் கால் நீட்டி உட்கார்ந்து கொண்டாள். துரை உள்ளேயிருந்து பார்க்கிறதாகத் தோன்ற, சட்டென்று தன்பாட்டில் கால் மடங்கியது. பயம்... இனி மேல் பயப்பட என்ன இருக்கிறது?

காற்றில் உள்கதவு படாரென்று சாத்திக் கொள்கிற சத்தம். இந்தக் கதவு... இதேபோல, ஒரு மழை ராத்திரியில்... சத்தமில்லாமல் விரியத்திறந்து... சரசுவின் நினைவுகள் பின்னே பின்னே வளைந்து அந்தக் கணத்தில் நிலைத்தன.

'சரசு... பக்கத்துலே உக்காருடி கண்ணு... மழைன்னா குளிராதா என்ன? இப்படியா இழுத்து இழுத்துப் போத்திக்கிட்டு... கையை எடுடி... சீமாட்டியோட ரவிக்கையா இது. ஊருலேருந்து வந்த உடனே உனக்கு எடுத்துக் கொடுத்துட்டாளா! ஆமா, உடம்பு சரியில்லாம மதனப்பள்ளியிலே மாசக்கணக்கா கிடக்க வேண்டி யது. இங்கே வந்து சூடு ஒத்துக்கலைன்னு எண்ணெயைத் தேச்சு முழுகி, திரும்ப சீக்காகி ஊருக்கு ஓட வேண்டியது. பாரு... ஒரு வாரம் தாங்கமாட்டா. அவகிடக்கா. இந்த ரவிக்கை உனக்கு தான் எடுப்பா இருக்கு. அளவு தான் சின்னதுபோல... இப்படி இருந்தா கிழியாம என்ன செய்யும்? தைலமெல்லாம் ஒழுங்கா தேச்சுக்கறியாடி கழுதே... அதான் வழுவழுன்னு...'

'சீமாட்டி தேடுவா துரை... போகணும்.'

'இருடி... நான் தேடி முடிச்சுடறேன்.'

பழுப்புப்பூச்சி ஊற... ஊற... உடல் நடுங்கிக் கண்ணை மூடிக் கொண்ட சரசு. பூச்சிக்கு அடிமையாக... ஒரு சாணிப்புழு... வழவழக்கிற கருப்பு... சரசு...

ஜல் ஜல் என்று நெருங்குகிற கொலுசு சத்தம்.

'சீமாட்டி வராங்க துரை... ஐயோ... இப்ப விடுங்க... அப்புறம் நானே வரேன்... சத்தியமா... பாத்துடுவாங்க துரை... ஐயோ வேணாம் துரை...'

'பாக்கட்டும்டி. அவபாக்கப் பாக்க... அதுவும், சொகம்தான்...'

முதுகில் துளைத்த கண்களை உணர்ந்து சரசு, தலை திருப்பிப் பார்க்க, குளித்துத் தலையாற்றிக் கொண்டு நிற்கிற சீமாட்டி கதவோரம். அடுத்த விநாடி பார்வை நழுவிப் போக இழுத்து அணைத்து கம்பளிப் போர்வையும் பிராந்தியும் மணக்கிற கட்டிலில் சரசுவைச் சாய்த்த துரை...

சீமாட்டி கதவை மெல்லச் சாத்திவிட்டுப் போனபொழுது, சரசு மனத்தில் எத்தனையாவது தடவையாகவோ செத்துப் போயிருந்தாள்.

அன்றைக்கும் இதே போலத்தான் ஆகாசமே பொத்துக்கொண்டு கொட்டிய மழை...

எங்கேயோ பக்கத்தில் விழுந்த இடி, சரசு தன் நினைவுக்கு வந்தாள். கண்ணீர் வழிந்து கன்னத்தை நிறைந்திருந்தது.

‘எனக்கு மட்டும் யார் இப்படி விதித்தது. நாய் போல... தெரு நாய் போல...’

உள்ளே கிடத்தியிருந்த துரையின் எலும்பு துருத்திய கைகளில், அவள் பார்வை நிலைத்தது. பார்க்கப் பார்க்க அடித்து முறிக்க வேண்டும் என்று உக்கிரமான நினைப்பு. கூடாகிப் போன நெஞ்சில் ஏறி உமிழ வேண்டும். கெட்ட பயடா நீ...

தொரதொரவென்று குடை ஈரம் தலையில் வழிய... கருப்புராஜா வந்தான்.

‘ஃபோன் பண்ணிட்டேன்க்கா... கிளம்பி வாராங்களாம். நல்லாத் தமிழ் பேசறாங்க.’

‘ஏதாவது சொன்னாங்களாடா?’

‘வந்து அக்கா...’ அவன் தயங்கினான்.

‘சரசுன்னு ஒரு தேவடியா... நாய் மாதிரி பொணத்தோட ஒட்டிக் கிடப்பா; பிச்சு எறி நான் வரதுக்குள்ளேன்னாங்களாடா...’

‘ஐயே... என்னக்கா நீ...’

‘தெரியும்டா போடா கருப்பு... தந்தி என்ன ஆச்சு. கொடுத் துட்டியா?’

‘டைரியை இங்கியே விட்டுட்டுப் போயிட்டேன் அக்கா.’

‘விவரம் கெட்டப் பயலா இருக்கியேடா... இதுக்காக இன்னொரு நடையா? அசதியா இல்லே?’

‘ஆமாக்கா... தந்தி கொடுத்துட்டு ஒரு சிநேகிதன் வீட்டுலே... போஸ்ட் ஆபீஸ் பக்கம்தான்... அங்கே தங்கிட்டு விடிகாலை யிலே வரட்டா? உனக்கு ஒண்ணும் கஷ்டமில்லியே... ஆமான்னு சொல்... இங்கேயே வந்துடறேன்.’

‘வேணாம் கருப்பு... நான் பாத்துக்கறேன். வடிவேலு ஐஸுக்குச் சொல்லப் போயிருக்காப்பல... வந்துடும்.

ஐஸ் ஒண்ணுதான் குறைச்சல்.

‘எறும்பு வர்ற மாதிரி தெரியுதே அக்கா?’

கருப்புராஜா காட்டிய இடத்தில் ஒன்று இரண்டாகச் சுவரில் இருந்து ஊர்ந்து இறங்குகிற எறும்புகள்.

‘ஈரத்துணியாலே தொடச்சாப் போயிடும். நான் பாத்துக்கறேன் போ.’

கருப்புராஜா நடந்து, வெளிக்கதவின் சங்கிலியை விலக்கினான்.

‘சாத்திட்டுப் போடா. இந்த வாடைக்கு நாய்கீய் உள்ள வந்து...’

அவள் குரல் எழும்பாமல் நிற்க, மெல்ல வாசலுக்கு வந்தாள்.

மழை நின்றிருந்தது. விளக்குக் கம்பங்களிலிருந்தும், திண்ணைச் சார்ப்புக்களிலிருந்தும் தொடர்ந்து தண்ணீர் வடிந்து கொண்டிருந் தது. தூரத்தில் வெள்ளக்காடாகத் தெரிந்தது. பூனை ஒன்று உடம்பு ரோமம் ஈரத்தில் ஒட்டக் குறுக்கே ஓடியது. துரத்தி வந்த கடுவன், சரசுவை முறைத்து விட்டு அசிங்கமாகச் சத்தம் போட்டு பின்னாலேயே தொடர்ந்தது. மதில் சுவர்ப்பக்கம் யாரோ நின்றபடி சிறுநீர் கழித்துக் கொண்டிருந்தார்கள்.

சரசு, கதவை விரியத் திறந்து வைத்தாள். ஆளோடியிலும் ஊற ஆரம்பித்த எறும்புகளை மிதிக்காமல் ஒதுங்கி நடந்து சமையல் கட்டைத் திறந்தாள்.

இருந்த சோற்றை எல்லாம் கொட்டிக் குழம்பைக் கலக்க... வட்டில் நிறைந்து வழிந்தது. பசி...

கவளம் கவளமாக எடுத்து விழுங்கினாள். இன்னும் இன்னும் என்று கேட்டு வயிறு மெல்ல நிறைந்தது.

கையை அலம்பி, மாடத்தில் சோப்புத் துண்டைத் தேடி எடுத்து முகம் கழுவினாள். அளவாகச் சுண்ணாம்பு தீற்றி, வெற்றிலை மென்றபடி நடுவீட்டுக்கு நடந்தாள்.

துரையின் விழித்த கண்களில் தெறிக்கும் கோபம்.

‘கொட்டிக்கிட்டு வந்துட்டியாடி முண்டை?’

‘நீ பாத்துக்கிட்டு இருடா கௌவா...’

சுவரில் வாகாகச் சாய்ந்து காலை வசதியாக நீட்டிக் கொண்டாள். கண் கிறங்கியது.

வடிவேலு சைக்கிளைத் தள்ளிக்கொண்டு படி ஏறி வரும் சத்தம்.

'ஆனந்தா ஐஸ் கம்பெனியிலே சொல்லியிருக்கேன்... காலையில் மெஷின் போட்டதும்தான் கிடைக்குமாம். ரிக்‌ஷாவோட போகணும். சரசு... தூங்கிட்டியா?'

சரசு... பக்கத்தில் சிகரெட் வாடையை உணர்ந்தாள்.

'வடிவேலு...'

அவள் கைகள் முன்னால் நீண்டு அவன் புஜத்தைப் பற்றின.

வடிவேலு தயங்கிப் பின்னால் திரும்பிப் பார்க்க, துரையின் திறந்த கண்கள் அவனை ஊடுருவின.

'இங்கியேவா... உள்ள போயிடலாமே சரசு...' அவன் குரல் நடுங்கியது.

'இங்கேதான்... கிளவன் பாக்கணும்.'

சரசு, வடிவேலுவை மடியில் சரித்தாள்.

19. மருள்

பகலில் தூங்கி இருக்கக் கூடாது. குறைந்த பட்சம் தூங்குகிற இடத்தில் நிலைக்கண்ணாடி இல்லாமல் பார்த்துக் கொள்ள வேண்டும்.

கண்ணாடிக்குள்ளிருந்து வீங்கி வீர்த்த முகமும், நரை பாய ஆரம்பிக்கும் கோரைப் புல் மீசையுமாக, சந்திரனைப் பார்க்கிறவன். போன டிசம்பரில் நாற்பதைக் கடந்தவன். லேசான புளிப்பு வாடையோடு உள்ளே தோசை வார்த்துக் கொண்டிருக்கிற மனைவி உண்டு அவனுக்கு. ராத்திரி விட மாட்டேன் என்று கட்டிக்கொண்டு படுத்து, தூக்கத்தில் உதைக்கிற ஐந்து வயது மகளும்.

போன விடுமுறையில் வந்தபொழுது வாங்கிய கண்ணாடி இது. தங்கராசுவும் கூட வந்தான். அப்போது பூவும் புத்தகமும் மிட்டாய்க் கடையில் சிலேபியும் ஜவ்வாதும் சீர்காழி கேஸட்டுமாகப் பை நிறைந்து கொண்டே வர, மாசி வீதியில் மூலைக்கடை முகப்பில் தங்கராசுதான் காட்டினான்.

'வீட்டுல கண்ணாடியே வைக்கலியே... வாங்கி மாட்டு, அம்சமா இருக்கும்.'

தோசைத் தட்டோடு கல்யாணி வருவது தெரிகிறது. அவள் இன்னும் நெருங்கி வர, மஞ்சள் புடைவையின் கீழ்ப்பாகம் படுதாவாகப் பின்னணி விரிக்க... வியர்த்து வடிந்து தரையில் சட்டையில்லாமல் உட்கார்ந்து தோசை தின்று கொண்டிருப் பவன், சவூதியில் நகைக்கடைப் பொறுப்பாளனாகத் தினம் ஆறு தடவை அடைத்துத் திறந்து கூட்டிக் கழித்துக் கணக்கு ஒப்பிக்கிற உத்தியோகத்தில் இருப்பவன். இரண்டு வருஷத்துக்கு ஒருமுறை விடுமுறையில் இங்கே வருகிறவன்.

'சந்திரா... உன் படிப்புக்கு இந்த ஹைஸ்கூல் வாத்தியார் உத்தி யோகம், படு சாதாரணம். என்னை மாதிரி ஆசாமிக்குத்தான் இது சரிப்படும். டிகிரி ஃபர்ஸ்ட் கிளாஸ், ஷார்ட் ஹேண்ட், கல்ஃப்ல வெத்தலை பாக்கும் மேலே பேரீச்சம்பழமும் வச்சுக்கூப்பிட றாங்க. போ...'

தங்கராசு இல்லாவிட்டால் சந்திரனும் இந்நேரம் கான்கிரீட் கூரைக்குக் கீழே உச்சிவெயில் நேரத்தில் துருவப் பிரதேசங் களைப் பற்றிப் பாடம் நடத்திக் கொண்டிருப்பான்.

'டி.வி.யும் டெக்கும் கொண்டு வந்தீங்களே... கரண்ட்டையும் சேர்த்து எடுத்து வந்திருக்கக் கூடாது! வருஷம் முச்சூடும் இதே கதைதான்.'

இன்னும் இரண்டு தோசையை வைத்துவிட்டு பின்னால் நின்று பத்திரிகை எடுத்து விசிற ஆரம்பித்த கல்யாணி குஜராத்திக்காரி போல வலதுதோளில் முந்தானையோடு தெரிந்தாள்.

'ராஜேஸ்வரி வரல்லியா?'

தாழ்ப்பாளைப் பார்த்தபடி பக்கத்தில் உட்கார... வியர்வையில் நனைந்த முதுகுப் புறத்தில் தொட்டு விலகுகிற பத்திரிகைப் பக்கங்கள்.

ஆயிற்று... இன்னும் மூன்று நாள் இப்படிப் பகலில் தூங்கி விழித்துப் பலகாரம் சாப்பிட்டுக் கொண்டு பள்ளிக்கூடம் போன குழந்தையைப் பற்றி விசாரித்துக் கொண்டு இருக்கலாம். வியாழக்கிழமை பம்பாய். அங்கேயிருந்து மூன்று மணி நேரத்தில் பாலையாக விரியும் அரபு மண்.

'ராஜேஸ்வரி வந்து சாப்பிட்டு பக்கத்து வீட்டுக்கு விளையாடப் போய் ஒரு மணி நேரமாவுது. சாவகாசமா கேக்கறீங்க...'

அவன் கையோடு பிணைத்துக்கொண்ட விரல்களின் நேர்த்தியான செழுமை. பூசினாற்போல சதை போட்டிருக்கிறாள். நிகுநிகுவென்று மணிக்கட்டில் அடுக்கடுக்காகத் தங்க வளையல்கள்.

இந்தத் தடவை கொண்டு வந்தது, அம்மாவுக்கும் மகளுக்கும் ரெட்டை வடச் செயின் செய்யக் கொடுத்திருக்கிறது.

அவள் வியர்வை வாடை மனத்துக்கு இதமாக இருந்தது. இனிமேல் இப்படித்தான் நினைவில் வருவாள்.

போன தடவை கருப்பு கிறிஸ்டல் கிளாஸ் குப்பிகளில், நூறு ரியால் ஒவ்வொன்றுக்கும் கொடுத்து வாங்கிய பெர்ஃப்யூம், இந்தத் தடவை வாங்க விட்டுப் போனது.

பார்த்ததுமே பிடித்துப் போய் அவள் பெட்டியில் பாதுகாப்பாகப் பூட்டிக் கொள்ள... அதன் மென்மையும் கம்பீரமான மணமும் தான் காரணமாக இருக்கும்.

அந்த வாசனையோடுதான், அவள் எழுதிய கடிதத்தைப் படிக்கும்போது இழைந்து வருவாள் இதுவரையிலும்.

'அநியாயத்துக்குத் தொப்பை போட்டுட்டீங்க!'

அவளும் கண்ணாடியில் பார்த்தபடிதான் பேசினாள். அடிவயிற்றில் இழைந்து படரும் விரலின் மோதிரம், சுகமாக உறுத்துகிறது.

இறைச்சியும் வெண்ணையுமாகச் சாப்பிட்டு, உடம்பு வருத்தாமல் குளிர்சாதன அறையில் நாள் முழுக்க இருந்து இடுப்பில் ஏறிய சதை.

உதட்டில் அழுந்த முத்தமிட்டதைக் கண்ணாடியில் பார்க்க முடியாத வருத்தம். 'மிளகாய்ப் பொடிக்கு எண்ணை சேர்த்துக்க மாட்டேன்னு ஒரு அடம். என்ன காரம்...'

நாக்கால் உதடுகளை ஈரப்படுத்திக் கொண்டாள்.

சட்டென்று மின்விசிறி சுழல, அணைக்காமலிருந்த கலர் டி.வி.யில் கடல் அலை அடித்து ஆர்ப்பரித்ததைக் கண்ணாடியில் பார்த்தான்.

எக்கி, டீப்பாயிலிருந்து ரிமோட்டை எடுத்து அழுத்த, புடலங் கொடிக்குக் கல் கட்டிக் கொண்டு அப்பாவியாக வருகிற தமிழ்ப் பட நாயகன் டி.வி.யில்.

'நானும் உங்களோட வந்துடட்டா?' தோளைப் பற்றியபடி கல்யாணி கேட்டாள்.

'அப்ப ராசு?'

'என்னது?'

'நம்ம ராசுக்குட்டி. ராஜேஸ்வரி...'

'அவளை விட்டுட்டா வரமுடியும். அவளும்தான்...'

'ஏன்? தனியா இருக்க பயமா இருக்கா?'

அவள் ஒன்றும் சொல்லாமல் எழுந்து சமையலறையில் நுழைகிற வரை கண்ணாடியில் பார்த்துக்கொண்டே இருந் தான்.

ஒன்றுக்கு இரண்டாக வாங்கிய கண்ணாடி. தங்கராசு தடுக்கத் தடுக்க, விறகுக் கடை நாடாரின் கைவண்டியில் ஏற்றி ஆற்றைக் கடந்து அவன் வீட்டுக்கு எடுத்துப் போன பொழுது தங்கராசுவின் அம்மா வாசலிலேயே நின்றிருந்தாள்.

'இத்தனை பெரிய கண்ணாடிக்குப் பாந்தமா வீடு இருக்கணும். உங்க வீடுபோல. இவன் பிள்ளை தவழவே இடம் காணாது இங்கே.'

தங்கராசு மனைவி, பிள்ளைப் பேறுக்காகப் போயிருந்த நேரம் அது.

போன விடுமுறை புதுவீட்டுக்குக் குடி வருவதிலேயே போய்விட்டது.

பிள்ளைமார் தெருவில் வீடு விலைக்கு வருகிறது என்று தங்கராசு தான் கடிதம் எழுதியது. கல்யாணி எழுதுவாளோ இல்லையோ, வாரம் தவறாமல் அவன் எழுதி விடுவான். முன் பணமாகக் கொடுக்க, டிராஃப்ட் அவன் பெயருக்குத்தான்

அனுப்பியது. முந்திய இரண்டு வருஷ சேமிப்பு, கல்யாணி பெயரில் வீடானதுக்குச் சாட்சிக் கையெழுத்தும் அவன் போட்டதுதான்.

'முன்கட்டைப் பாந்தமா இடிச்சுக் கட்டு...'

தங்கராசு சொன்னதோடு நிற்காமல், ஆசாரியாருக்கும் கொத்தனாருக்கும் சொல்லவும், நிலைக்கு மரம் வாங்கவும் இவனையும் சைக்கிள் பின் கேரியரில் ஏற்றிக்கொண்டு கிளம்பி விடுவான்.

'இக்கரையிலே பள்ளிக்கூடம்... அக்கரையிலே வீடு. கடலைத் தோட்டம். எப்பப் படியேறி வந்தாலும் ரசம் சாதம் வச்சுத்தர வீட்டுக்காரி. மடியிலே விளையாடப் போற பிள்ளை. நல்லது கெட்டது சொல்ல அம்மா. இது போதும் ஆயுசுக்கும்...'

- அவனையும் திரைகடல் ஓடக் கூப்பிட்டபோது, மேல் காற்றுக்கு எதிரே சைக்கிள் மிதித்தபடி சொல்வான்.

'என்னங்க, இன்னும் ரெண்டு தோசை சுடட்டா?' - கல்யாணி உள்ளே இருந்தே கேட்டாள்.

'வேணாம். காபியக் கொண்டா...'

எழுந்துபோய் கையும் முகமும் கழுவிக் கொண்டான். வாஷ் பேசினைக் கூடத்தில் வைக்க யோசனை சொன்னது தங்கராசு.

'ஐயோ! நடுவீட்டுலே பல்லுத் தேச்சுத் துப்புவாகளா என்ன?'

கல்யாணி அப்போது சிரித்தபடி இடக்குப் பண்ணினாள்.

'சும்மா இருக்கணும். வெள்ளைக்காரன் வளவுலே எல்லாம் இப்படித்தான்.'

'ஆமா, இவரு சீமையிலே பொறந்து புஞ்சக் காட்டுலே வந்து விழுந்தவர் போல.'

வேடிக்கையாகச் சண்டை போட்டாலும், தங்கராசு சொன்னபடி தான் வீடு எடுத்து வைத்தது.

தங்கராசு மனைவிக்குப் பிள்ளை தங்கவில்லை என்று, சவூதி திரும்பியதும்தான் தெரிந்தது. அது கூடக் கல்யாணி தான் எழுதி இருந்தாள். சாவகாசமாக தங்கராசு ஊர்க்கதையையும், உப்பாற்றில் அணை கட்டுவது பற்றியும் கடிதம் எழுதினான்.

அதுதான் அவன் போட்ட கடைசிக் கடிதம்.

இந்தத் தடவை வருகிறதை அவனுக்கும்தான் சந்திரன் எழுதினான்.

தனியாக ஏகப்பட்ட மூட்டை முடிச்சோடு வந்து சேர்ந்ததைவிட, தங்கராசு ஆளே வராமல் போனதுதான் பாரமாக அழுத்தியது. 'என்ன ஆனான்?'

'என்னைக் கேட்டா?'

கல்யாணி வேடிக்கையாகவும் சலிப்போடும் கோபத்தோடும் ஒரே பதிலைத்தான் சொல்கிறாள்.

பள்ளிக்கூடத்தில் போய்ப் பார்த்தாகிவிட்டது. ராத்மன் சிகரெட்டும், கில்லட் பிளேடும் வாங்கிக் கொண்டு பழைய சிநேகிதர்கள், தங்கராசு இரண்டு மாதமாகச் சம்பளம் இல்லாத விடுப்பில் இருப்பதாகச் சொன்னார்கள்.

'வருஷ ஆரம்பத்திலேருந்தே சரியா இல்லை... வீட்டிலேயும் தங்கறது கிடையாதாம்.'

திறந்ததும் மணிச்சத்தம் கேட்கிற புத்தாண்டு வாழ்த்து சந்திரன் அவனுக்கு அனுப்பியிருந்தான். பிரித்துப் பார்த்தானோ என்னவோ.

சட்டையை மாட்டிக் கொண்டு கண்ணாடி முன்னால் நின்று தலை வாரிக் கொண்டிருக்கும்போது, டீப்பாயில் காபியை வைத்துவிட்டு டெக்கை அணைக்கிற கல்யாணி, பளிச்சென்று கேட்டாள்.

'அக்கரைக்கா?'

தலையை அசைத்தான்.

‘சீக்கிரம் திரும்பிடுங்க. திடீர் திடீர்னு ஆத்துலே தண்ணி திறந்து விட்டுடறாங்க. முழங்கால் நனைக்கறது, திரும்பறதுக்குள்ளே கழுத்துவரை ஏறிடும்...’

பள்ளிக்கூடத்தில் போயிருந்த பொழுதுகூடச் சொன்னார்கள்.

‘நாலரை மணிக்கே முடிச்சுடறோம். அக்கரையிலிருந்து வர்ற பசங்க, பொழுது சாயறதுக்குள்ளே வீடு போயிடணும். பாலம் எப்பக்கட்டி எப்ப முடிப்பாங்களோ... யாரும் ஆத்தோட போகலை. அதுவரைக்கும் சேமம்தான்.’

வெளியே கிளம்பும்போது, ராஜேஸ்வரி பக்கத்து வீட்டுத் திண்ணையில் இருந்தே சாக்லெட் வாங்கி வரச் சொன்னாள்.

பிற்பகல் நிழல்கள் நீண்டு விழுந்துவரத் தெருவில் கூட்டமாக ஒலிக்கும் சைக்கிள் மணி. பள்ளிக்கூடம் விட்டிருக்கிறது.

பாஞ்சாலி கோயில் வலது வசத்தில் அம்பலத்தடியார் தெரு. அது நீண்டு ஆற்றங்கரையில் முடியும்.

உப்பாற்றங்கரையில் ஊற்றுத் தோண்டி, சிரட்டையால் தண்ணீர் முகர்ந்து, பித்தளைக் குடங்களில் நிரப்பிக்கொண்டு பேசியபடியே திரும்புகிற பெண்கள் கண்ணில் படவில்லை.

தெரு நிசப்தமாக இருந்தது. வீடுகளில் தண்ணீர்க் குழாய்கள் வந்து விட்டன.

சிலீரென்ற ஆற்றுநீர் பாதத்தில் இதமாக இழைந்தது. கணுக்கால் அளவு வேட்டியைத் தழைய விட்டு நடக்க சுகமாக இருந்தது.

அக்கரையில், எல்லா வண்ணமும் தீற்றிய கோபுரத்தோடு நிற்கிற கோயில், நடு ஆற்றிலிருந்து சுற்றி விரிந்த பசுமைக்கு இடையே தெரிந்தது.

ஆட்டுப் புழுக்கை விரவிக் கிடக்கிற மண்தரை, வலப்புறம் நேர்கோடாகத் திரும்பிப் போகிற பாதையைத் தாண்டி விரியும் வயல்வெளி.

வரிசையாக நிற்கிற புளிய மரங்களின் பின்னால் தங்கராசு வீடு கருத்துச் சிறுத்து நின்று கொண்டிருந்தது. பாதி அடைத்த வாசல் கதவு.

புழுதி அப்பிக் கொண்டு திண்ணையில் தங்கராசுவின் சைக்கிள்.

'தங்கராசு...' சத்தத்தை உயர்த்தாமல் கூப்பிட்டான்.

'யாரு?'

'நான்தாம்மா... சந்திரன்.' - கொஞ்ச நேரம் நிசப்தம்.

'உள்ளே வாப்பா... நான் எந்திரிச்சு வர ஏலாதவளா கிடக்கேன்.'

உள்ளே குப்பென்று மருந்துநெடி. அந்த இருள் பழகிக்கொள்ள சில விநாடிகள் பிடித்தன.

கூடத்தின் மூலையில் தங்கராசுவின் அம்மா. அலமாரியை ஒட்டிப் படுத்திருந்தவள், மெல்ல எழுந்து உட்கார முயற்சி செய்தாள்.

'ராசு இல்லியாம்மா?' கொஞ்சம் தயங்கிக் கேட்டான்.

'எங்கே வரான்... அவளும் இந்தப் படியேற மாட்டேன்னு ஊரோட போயிட்டா! புள்ளை பொறந்தா சரியாயிம்னா, என்னத்தைச் சொல்ல... கொடுத்து வச்சது அவ்வளவுதான்... அது கிடக்கு... நீ எப்ப வந்தே?'

'ஒரு மாசமாச்சு அம்மா... நாளை மறுநாள் கிளம்பணும்.'

'பாரு... நீயும் விட்டேத்தியாயிட்டே... போற போக்கிலே தலை காட்டிட்டு...' இருமியபடியே பக்கத்தில் இருந்த ஃபிளாஸ்க்கைக் காட்டினாள்.

'நீ கொடுத்தது தான்...'

அவன் ஆற்றித் தந்த வெந்நீரைக் குடித்தபடி, கையைப் பற்றிக் கொண்டாள். வெறுங்கையோடு வந்ததற்காகத் தன்னையே நொந்துகொண்டான்.

'நெனச்சுக்கிட்டாப்பலே கிளம்பிடறான். பத்து நாள் இருபது நாள் கழிச்சு வரான். ஏதாவது பணம் தர்றான். கிளம்பிடறான். கடலைக் காட்டை வித்தாச்சு... திரும்பத் திரும்ப அவங்க ஊர்லே போய்க் கூப்பிட்டு, அவ வரமாட்டேன்னு தகராறு... புருசன்

பொண்சாதின்னா மனஸ்தாபம் வரும்... போகும். இது மாதிரியா... நாள் கணக்கா! மாசக் கணக்கா! என் தலையெழுத்து இப்படிக் கிடந்து...'

புழுக்கமாக இருந்தது. வியர்வையில் தலைவலி எட்டிப் பார்த்தது. 'ஏம்ப்பா! நீ இருக்கற எடத்துலேயே குடும்பத்தை வச்சுக்கத் தோதுப்படாதா?'

திடீரென்று கேட்கிறதுபோல் இல்லாமல் சுபாவமாக வரும் கேள்வி.

'இல்லேம்மா! தொலைவிலே தங்கிட்டுப் போய் வரணும். ஒண்ணு ரெண்டு பேர் கூட்டியாந்திருக்காங்க... பொம்பளைங்க வெளியே போகவரக் கொஞ்சம் கட்டுப்பாடு இருக்கு...'

'கஷ்டமோ... நஷ்டமோ... கூட்டிப் போய் வச்சுக்கப்பா! அவளும்தான்... நீயுந்தான்... தனியா இருக்கவேண்டாம்!' அவள் கையை நீட்டினாள்.

'தங்கம்... கையைப் பிடிச்சுப் பின்கட்டுக்குக் கூட்டிப் போறியாப்பா!'

கழிப்பறையில் விடுவதற்காக அவளைக் கைத்தாங்கலாக் கூட்டிப்போகும் பொழுது, பின்கட்டில் பழைய வேட்டி போர்த்தி வைத்த நிலைக்கண்ணாடி. பக்கத்து மர அலமாரியில் பழைய புத்தகங்களும், கிறிஸ்டல் கிளாஸ் கருப்புக் குப்பியும், துணிச் சுருணையுமாக அடைசல், மெல்லிய வாசனை மனத்தில்.

ஒரு சின்ன வயசுப் பெண் கையில் தூக்குப் பாத்திரத்தோடு படி ஏறி வந்துகொண்டிருந்தாள்.

'வள்ளி... கொஞ்சம் தேத்தண்ணி போடுடி குட்டி... வராத மனுசன் வந்திருக்கான்' கழிப்பறை வாசலில் கதவைப் பிடித்த படி அவள் நகர்ந்து வந்தாள்.

'வேணாம்மா! காபி சாப்பிட்டுத்தான் கிளம்பினேன்.'

'கொஞ்ச நேரம் வேணா இருந்து பாக்கறியா... இன்னிக்கு வந்தாலும் வந்துடுவான்.'

அவள் கண்களில் சின்ன நம்பிக்கை தெரிந்தது.

‘இல்லேம்மா... அப்புறம் திரும்ப கஷ்டமாயிடும்.’

கண்ணில் தெரியாத ஏதோ கொடூரமான மிருகம் துரத்துவது போல நெஞ்சு அடித்துக்கொள்ள... ஆற்றைக் கடந்தபொழுது எல்லாத் திசையிலும் இருந்து பொங்கிப் பிரவகிக்கிற வெள்ளம் சூழ்ந்து உயர்ந்து, மூச்சு முட்ட முட்ட முழுகிக் கொண்டிருப்பதாகத் தொடர்ந்து தோன்றியபடி இருந்தது.

கரையேறி படித்துறைத் தெருமுனை போகிற வரை நிற்காத வேகம். திரும்பிப் பார்த்தான். ஆறு அமைதியாக நகர்ந்து போனது.

20. கொடி

ஒரு ஜோடுதவலை வேண்டுமென்று கேட்டார்கள். மகளுக்குப் பேறுகாலம். ஆஸ்பத்திரியில் சேர்த்திருக்கிறது. அம்மா இறந்துபோய் ஏழாவது நாள். வீடு முழுக்க உறவுக்காரர்கள். அழுகிறார்கள். ஆஸ்பத்திரிக்கு காபி எடுத்துப் போகிறார்கள். நாள் முழுக்க சமையல்கட்டில் காபி கலக்கப்படுகிறது. அவ்வப்போது நினைத்துக்கொண்ட யாராவது அனந்தசுப்பிரமணியனுக்கும் டம்ளரில் கொண்டு வந்து தருகிறார்கள். வெவ்வேறு பேர் கலந்து கொடுப்பதால், ஒவ்வொரு சந்தர்ப்பத்திலும் ஒவ்வொரு மாதிரியாக அது வருகிறது. யார்யாரோ அவசரப்படுத்துகிறார்கள். ஆஸ்பத்திரிக்கு உள்பாவாடை எடுத்துப் போகணும். சோப்பு வேணும். குளிக்க வெந்நீரும் குளித்துவிட்டுத் துண்டும் கேட்கிறார்கள். தன்வீடே தனக்கு அந்நியப்படுகிற மாயாலோகமாக மாறியிருக்கிற இந்தத் தருணத்தில்தான், ஜோடு தவலைக்கான வேண்டுகோள் விடப்பட்டிருக்கிறது.

பழைய பாத்திரம் எல்லாம் ரேழியிலிருந்து மாடிப்படிக்கட்டு மேலே ஏறுகிற இடத்தில் சின்ன அறையில் அடைத்து வைக்கப் பட்டிருக்கிறது. 'சேந்தி' என்று அம்மா பெயர் சொல்லுவாள். அங்கே இருக்கிறதெல்லாம் அவள் கல்யாணச் சீராக எடுத்துவந்த பாத்திரம். பெரிய பெரிய தவலைப் பானைகள், கிழங்காக உருளிகள், அடுக்குகள் எடுத்து ஆண்டு, ஒரு ஐம்பது வருஷமா வது ஆகியிருக்கும். 'எல்லாத்தையும் மொத்தமாகப் போட்டுட்டு எவர்சில்வர் பாத்திரம் வாங்கினால் பெண்ணுக்கு சீருக்கு ஆகும்' என்றாள் என் மனைவி அம்மா கேட்கவில்லை.

நாற்பது பேருக்குச் சாதம் வடிக்க வாகாகப் பாத்திரம் இல்லை. 'தவலையை எறக்கிக் கொடுங்கோ.'

வளைவில் இருட்டு. அங்கே ஒரு சின்ன ஜன்னல் உண்டு. கஷ்டப் பட்டுத்தான் திறக்க வேண்டும். திறந்தார். பலகை அடைப்பில் பழந்துணி, ரயில் டிக்கெட், எலிப்புழுக்கை, யாரோ உப யோகித்துப் போட்ட நிரோத், அங்கே ஏன்?

கீழே பார்த்தார். தலைகுளித்த பெண்கள். காபி எடுத்துக்கொண்டு போகிறார்கள். 'ஆத்திக்குங்கோ... சர்க்கரை கலக்கல.'

இந்த மாதம் பசும்பால் ரெண்டாயிரம் லிட்டர். எருமைப்பால் மூவாயிரம் லிட்டர். எட்டு கிலோ காபிப் பொடி. இனாமாக எட்டு எவர்சில்வர் கிண்ணி.

சேந்திக்கதவு திறப்பேனா என்றது. மேலே சின்ன வயதில் ஒட்டிய தீப்பெட்டிப் படம். 'கடங்காரா, சோத்துப் பருக்கை யோட எங்கே ஓடறே? கையை அலம்பிண்டு வாடா... பத்து.'

'நாளைக்கு மறுநாள் பத்து. உனக்குத்தான். அதுக்குப் பாத்திரம் எடுக்கணும்.'

முதுமக்கள்தாழி மாதிரிக் கருப்புக் கருப்பாக அண்டாவும் குண்டாவும். திறந்தபடிக்கு ஒரு பெட்டி. கொலு பொம்மைகள். முலையைக் காட்டிக் கொண்டு பளிங்கில் வெள்ளைக்காரி. ஜோடுதவலை. மக்கிப்போன பேப்பர் உள்ளே. காரியமாக எடுத்துப் படிக்க... மெட்ராஸில ஜலக்கஷ்டம். சத்தியமூர்த்தி பிரசங்கம். சாசுவதநிதி கம்பெனி முழுகிப்போனது.

அது கல்யாணமான வருஷம். 'சும்மா என்னையே சுத்தி வரா தீங்கோ. அம்மா சமையல்கட்டுலே இருக்கா. கிணத்துலே தண்ணி சேந்தி அண்டாவுலே விடுங்கோ!'

அந்த அண்டாகூட இங்கேதானா? இல்லை. அது மனைவி கொண்டுவந்தது. போட்டுவிட்டு காபிப்பொடி திரிக்கிற மெஷினும், பெரிய காபி ஃபில்டரும் வாங்கினார்கள்.

தவலைக்குள்ளே பேப்பர் தவிரவும் நிறைய அடைசல். ராஜா தலை போட்ட போஸ்ட் கார்டுகள். 'சௌக்கியமில்லை. ஆனால் உங்கள் சௌக்கியத்தைத் தெரிந்து கொள்ளப் பிரியம்.' 'பணம் அனுப்பவும்.' 'தந்தி மணியாடர் அனுப்பவும்.' அப்பா பெயருக்கு வந்தது கல்கத்தாவிலிருந்து. காசியிலிருந்து. காசியில் காலரா என்று பேப்பர் கட்டிங். வீட்டை விட்டுக் கோபித்துக் கொண்டு போன சித்தப்பா காசியில் காலமானபோது, இருபத்து நாலு வயசு. அவருக்கு யார் காரியம் பண்ணியது?

தவலையைக் கரகரவென்று நகர்த்தி, முகப்புக்குக் கொண்டு வந்தார். வாசலை அடைத்துக் கொண்டு பூதாகரமாக நிற்கிறது. நகர்த்தின பிறகு, கீழே சின்னதாகச் சம்புடம். உள்ளே என்ன இருக்கும்? திறக்கவே முடியவில்லை. விபூதியா?

என்னதான் இருக்கும் உள்ளே? மஞ்சளில் முடிந்து வைத்த காசு? மூக்குத்திப்பொட்டு? ஏலக்காய்? கொட்டைப் பாக்கு? சந்தன வில்லை? யார் வைத்தது? எந்தக் காலத்தில்? சாப்பிடக் கொடுத்த பட்சணத்தை, விளையாட்டு மும்முரத்தில் மறந்த குழந்தை எந்தக் கிழம்? திறக்கத் திறக்கப் பிடிவாதமாக இறுகியது மூடி.

உள்ளே அம்மாவின் உயிர் இருக்கலாம். கடைத் தேற்று வதற்குத்தான் இன்னும் இரண்டுநாள் உண்டே.

'நான் ஆஸ்பத்திரிக்குப் போறேன்' நடையில் செருப்புச் சத்தம். யார்? பின்பக்கம்தான் தெரிகிறது. மாப்பிள்ளைகளில் யாரோதான். தீபாவளிக்கு எடுத்துக்கொடுத்த பேண்ட் இது.

'டெட்டால் பாட்டில் எடுத்துப் போகலியா?'

'கடையே திறக்கலியே. அப்பாவை அப்புறமா வாங்கி வைக்கச் சொல்லு.'

‘அப்பா, சேந்தியிலே ஏதோ ஆராய்ச்சி பண்ணிண்டு இருக்கார். சாஸ்திரிகள் வர்ற நேரம்.’

தலை உருட்டப்படுகிறது. தவலையை சீக்கிரம் உருட்ட வேண்டும்.

டெட்டால் வாங்கி வரவேண்டும். எத்தனை நேரமானாலும் போயாக வேண்டும். ‘உங்க பொண்ணுதானே பிரசவிக்கப் போறா.’

‘உங்க அம்மாதானே முடியாமப் படுத்திண்டிருக்கா. பேப்பர் ஒண்ணும் ஓடிப்போகாது. போய் மருந்து வாங்கிண்டு வாங்கோ.’ - அவர்தான் அனுப்பப்பட்டார் போனவாரம் வரைக்கும்.

ஹோமியோபதி ஆஸ்பத்திரி. பழைய கட்டடம். வாசலில் பெரிய மாடிப்படி. ஜில்லென்று கிளம்பி மேலே போய் திடீரென்று அந்தரத்தில் நிற்கிறது. இடித்துவிட்டார்கள். ஜன்னல் இரும்புக் கம்பியில் கழுவேறின பேப்பர். பெஞ்ச் அடியில் சொறிநாய். ‘பேப்பரில் பேர் எழுதி வச்சவங்களைத்தான் டாக்டர் பாப்பார்.’ அனந்தசுப்பிரமணியன் என்று எழுதவா? ரங்கநாயகி அம்மாள் பெயரா? ‘சார் சீக்கிரம் எழுதுங்க. ஏற்கெனவே நிறையப் பேர் எழுதியிருக்கு, வேறே பேப்பர் கிடையாது.’

ராஜலக்ஷ்மி என்று எழுதினார். மகள் பெயர். பிரசவ ஆஸ்பத்திரியில் செக்கப் போனபோது எழுதியது. அடிக்க வேண்டாம். பின்னால் நெருக்குகிறார்கள். பேப்பர் முடியப் போகிறது.

எட்டு பிளாஸ்டிக் டப்பாவில் மருந்து. வெளியே வந்தபோது மாடிப்படியின் கடைசியில் அம்மா நின்ற மாதிரி.

வீட்டுக்குப் போனபோது அவள் இறந்து போயிருந்தாள். பேரக் குழந்தைகள் மருந்தைக் கொட்டிவிட்டுப் பிளாஸ்டிக் டப்பாக் களை விளையாட எடுத்துக்கொண்டார்கள்.

கையில் சம்புடத்தைப் பார்த்தார். இதையும் விளையாடக் கொடுத்துவிடலாமா? உள்ளே என்னதான் இருக்கும்? பார்த்து விட்டுக் கொடுத்து விடலாம். இடுப்பில் பத்திரமாக முடிந்து கொண்டார்.

'மகாதேவா, மாதவா, மணி... ஒரு கை கொடுங்கோ. பாத்தி ரத்தைக் கீழே இறக்கணும்.'

'அப்பா குரல் அசரீரி மாதிரி வர்றதுடா...'

'சரீரம் இன்னும் இருக்குடா. அது போகும்போது நீங்க இங்கே வந்து பாத்திரத்தை எடுத்துவச்சுட்டு உங்க பிள்ளைகளைக் கூப்பிடலாம்.'

தடதடவென்று படி ஏறிவந்தார்கள். காபி சாப்பிட்ட வாசனை.

'அப்பா எங்கேடா? சருவத்துக்குப் பின்னாலே இருக்கார். சிப்பாய்க் கலகம் நடந்தபோது இந்தப் பாத்திரத்தைச் செஞ்சு இருக்கணும். என்ன கனம் பாரு. சாஸ்திரிகள் வந்தாச்சு.'

வாபிக்குப் போனார்கள். குடும்பம் குடும்பமாக வந்து பித்ரு காரியங்களில் ஈடுபட்டிருந்தார்கள். வரிசையாக அறைகள். தரையில் உட்கார்ந்து பேசிக் கொண்டிருக்கிறார்கள். பத்து நாளுக்குள் இத்தனை பேர் வீட்டில் இழவு விழுந்திருக்கிறது. ஆபீஸுக்கு லீவு. பி.எஃப். லோன் சாங்ஷன். எல்.ஐ.சி. கிளெய்ம். கோரக்பூர் தங்கை வந்திருக்கா. போற வயசா இது? கல்யாணச் சாவுதான். மாமியைப் பாக்கக் கஷ்டமாக இருக்கு. அப்பம் வடை போடப் போக ஆளே கிடைக்கலே. காபி சாப்பிடுங்கோ. எல்லோர் உயிரும் காபியில் இருக்கிறது.

மந்திரம் சொன்னார்கள். அம்மாவை, பாட்டியை, அவள் மாமியாரை அழைத்தார்கள். மூன்று பேரும் புகை ரூபமாக வந்து ஆண் பிள்ளைகள் இருப்பதால், சங்கோஜத்தோடு மூலையில் உட்கார்ந்தார்கள். சீக்கிரம் திரும்பப் போக அவசரப் பட்டார்கள்.

'அம்மா, அந்த சம்புடத்திலே என்னம்மா இருக்கு? திறக்கவே முடியலியே.'

'எனக்குத் தெரியாதேடா. உன் பாட்டிதான் அதை ரொம்ப நாளாப் பல்பொடியோடயும், காசிச் சொம்போடயும் பெட்டியில் வச்சிருந்தாள்.'

'கொடிடீ அது. தொப்புள் கொடி. உன் பிள்ளையோடது...' அனந்தசுப்பிரமணியன் சட்டையில்லாத தன் வயிற்றைப்

பார்த்தார். 'இடம் போட்டுக்கச் சொன்னேன். வலம் இல்லே' சாஸ்திரிகளுக்குப் பொறுமை போகிறது.

'கொடி சுத்திப் பிறந்தியோல்லியோ, அதான் மருத்துவச்சிக் கிட்டே கேட்டு வாங்கி வச்சுண்டேன். ரட்சையிலே வச்சுக் கழுத்திலே போடணும்னு இருந்தேன். இவ லட்சியமே பண்ணலே.'

'எனக்கு என்ன தெரியும்? நீங்க சொல்லவே இல்லியே, தொட்ட துக்கெல்லாம் என்னையே குத்தம் சொல்லுங்கோ.'

'இங்கே காரியம் முடிஞ்சாச்சு, வீட்டுலே போய் ஹோமம் பண்ணிட்டுச் சாப்பிட வேண்டியதுதான்' சாஸ்திரிகள் எழுந்தார்.

அந்தச் சம்புடம் எங்கே? வீட்டை விட்டுக் கிளம்பும்போது எங்கே வைத்தது? தேட வேண்டும், எப்படியாவது திறக்க வேண்டும். உள்ளே அம்மா இருக்கிறாள். அனந்தசுப்பிர மணியன் இருக்கிறான். 'ஆஸ்பத்திரிப் பீத்துணியை ஊருணி யிலே அலசாதே' என்று சத்தம் போட்ட மருத்துவச்சியோ அவள் அம்மாவோ துண்டித்து எடுத்திருக்கிறாள். துண்டித்தபோது, அனந்தசுப்பிரமணியன் அழுதிருப்பான். அம்மா துடித்திருப் பாள். அப்புறம் எல்லோரும் சிரித்திருப்பார்கள்.

சிரித்துக் கொண்டு எல்லோரும் வாசலில் நின்றிருந்தார்கள். 'சர்க்கரை எடுத்துக்குங்கோ... சர்க்கரை எடுத்துக்குங்கோ...' ஆளுக்கு ஆள் உபசரித்தார்கள். 'பேரன் பிறந்திருக்கான்.'

'சதயம், அமோகமாக வருவான். மாப்பிள்ளைகிட்டே ட்ரீட் கேளுங்கோ. சாஸ்திரிகளே சர்க்கரை எடுத்துக்குங்கோ.'

குரல்கள், சந்தோஷமாக ஒலிக்கிற குரல்கள். 'இன்னும் ரெண்டு எள்ளுருண்டை போடும்மா. இஞ்சித் துவையல் பண்ணலியா? சாப்பிட்டுட்டு ஆஸ்பத்திரிக்கு ஓடணும்.' ஓடினார்கள்.

சாயந்தரம். வீடு அமைதியாகக் கிடந்தது. சினிமாவுக்குப் போயிருக்கிறார்கள். ஆஸ்பத்திரியில் தலையைக் காட்டிவிட்டு, அப்படியே பக்கத்து தியேட்டரில் படம். 'நாம பக்கத்திலேயே இருக்க வேண்டாம். நர்ஸ் அழகா கவனிச்சுக்கறா. ராத்திரி மட்டும் அம்மா போய்ப் படுத்துண்டாப்போதும்', 'பேரன் உங்களைப் பாக்கணும்னு அழறான். ரெண்டு நாள் கழிச்சுத்தானே

போக முடியும் உங்களுக்கு? சினிமாப் போறோம். வயநாடன் தம்பன், கமல் படம்.'

சமையல்கட்டு. வாழைக்காயும் இலைக்கட்டும் சேனைக் கிழங்கும் சேப்பங்கிழங்குமாகக் குவிந்திருக்கிறது. போர்சிலின் கிண்ணத்தை மூடி இலைத்தொன்னை. உளுந்துவடை விள்ளல். தூரம் தள்ளிப் போகவைக்கிற மாத்திரையின் காகிதம். சுட்டெண் ணெய் வாடை. எறும்பு மொய்க்கிற வெல்லம். காபிப்பொடிச் சக்கை, புளிச்சக்கை. ஊதி வெடிக்கவைத்துப் போட்ட காபிப்பொடி கவர். இறக்கி வைத்த ஜோடுதவலை.

'வாசல்லே போய் உட்காருங்களேன். இங்கே என்ன ஜோலி? எல்லாத்தையும் ஒழிச்சு வச்சு அலம்பி விடணும். ராத்திரிக்குச் சமைக்கணும். அரரூட் கஞ்சி போட்டு எடுத்துண்டு ஆஸ்பத்தி ரிக்குப் போகணும். அதுக்குள்ளே... நாளைக்கு உளுந்து வடைக்கு ஊறப்போடணும். இந்தப் பக்கம் பொண்ணு பிரசவம் பாக்கணும். அந்தப் பக்கம் மாமியார் காரியத்துக்கு வடை தட்டணும். அதிரசத்தை எடுத்துத் தட்டிலே வைங்கோ. ராத்திரி, குழந்தைகள் சாப்பிடும்.'

சம்புடத்தை எங்கே வைத்தோம்? வீடுபூராத் தேடியாகி விட்டது. மாடப் பிறை எல்லாம் குனிந்து குனிந்து துழாவி ஐந்து பைசாக் காசும் தீக்குச்சியும் சிகரெட் துண்டும்தான்.

'அம்மா என் தொப்புள்கொடி எங்கேம்மா?'

'அறுபது வயசாறது, எடுத்ததைப் பத்திரமா வச்சுக்கத் துப்பு இல்லியேடா உனக்கு.'

'அறுபது வயசில் ரட்சை பண்ணிப் போட்டுக்கலாமா அம்மா?'

'போட்டுண்டா தீர்க்காயுசா இருப்பேடா.'

'பேரன் பிறந்திருக்கானே. நான் போக வேண்டாமா?'

'நீயும் இருக்கலாம்.'

'இருந்து என்ன பண்ணனும்?'

'எனக்குத் திவசம் கொடு.'

‘கொழந்தையைத் திட்டாதேடீ. நீ இத்தனைநாள் கிடந்தபோது எத்தனை நறுவிசாக் கவனிச்சுண்டான் தெரியுமா? சரி சரி வா, குழந்தைகள் நடமாடற எடம். நாம இங்கேயே சுத்தி வரக்கூடாது’ பாட்டி இழுத்த இழுப்பில் அம்மா போனாள்.

ராத்திரி உறுத்துகிற ஈசிசேர். மத்தியானம் நிறைய வடை சாப் பிட்டதால் அசௌகரியம். எல்லோரும் திரும்பி வந்திருந்தார் கள். சாப்பிட்டாயிற்று. திண்ணையில் சாவகாசமாக உட்கார்ந் திருந்தார்கள்.

‘சித்தப்பாவுக்கு டுவல்வ் மன்த்ஸ் சொல்லுடா கண்ணா.’

‘யப்பா... ஜனவரீ...’ முகவாய்க் கட்டையைப் பிடித்துக் கவனத்தை ஈர்த்துக் கொண்டு குழந்தை சொல்கிறது.

‘கரைச்சாப்பிலே மோருஞ்சாதம் சாப்பிடறேளா?’

‘வேண்டாம், பசிக்கலே?’

‘யப்பா பிப்ரவரீ. யப்பா ஏப்ரல்.’

‘மார்ச் எங்கேடா போச்சு?’

‘சம்புடம் எங்கே போச்சு?’

‘சின்னதா ஒரு சம்புடம் மேலே இருந்து எடுத்து வச்சிருந்தேன்.’

இவள் கேட்பதற்குமுன் நகர்ந்து விடுவாள்.

‘சம்புடம்தானே? பச்சையா, களிம்பு பிடிச்ச மாதிரி...’

‘அதேதான். எங்கே இருக்கு?’ அவசரமாகக் கேட்டார்.

‘உங்களுக்கு எதுக்கு அது?’

‘உனக்கு எதுக்கு அது?’

‘ராஜி, குழந்தை கொடி சுத்திப் பிறந்திருக்கு. நர்ஸ்கிட்டே சொல்லி எடுத்து வைக்கச் சொல்லியிருக்கு. அப்புறமா ரட்சை செஞ்சு போடணும்.’

‘அதுக்கு சம்புடம் எதுக்கு?’

‘அதுலே வச்சு பத்திரமா பெட்டியிலே வைக்கத்தான்.’

‘அதுலே வேற ஏதோ இருக்குபோல இருக்கே?’

‘திறந்து பார்த்தேன். ஒண்ணுமே காணோம்.’

‘பொடி மாதிரி. இழை இழையா...’

‘எழையும் இல்லே. மண்ணும் இல்லே பிராணனை வாங்கா தீங்கோ... மோர் கொண்டு வரட்டா? ஆஸ்பத்திரிக்குப் போக ணும். நேரமாச்சு.’

‘யப்பா ஜனவரீ... யப்பா பிப்ரவரீ... யப்பா ஏப்ரல்...’

‘ஒரு டம்பளர் காபி கொடேன்’ அனந்தசுப்பிரமணியன் கேட் டார்.

21. கோயில் துரை

உதடு வெளுத்த மனிதர். காக்கி நிக்கரும், காதில் பூவுமாக நிற்கிறார். கோயில் வாசல். அதிகாலை. தோளில் குடை கூடச் சேர்ந்து குதிக்க, உள்ளே பார்த்துப் பார்த்துச் சத்தம் போடுகிறார்.

'ஒரு மட்டு மரியாதை வேணாம். துரை உறங்கறாரு. இடைஞ்சல் படுத்தக்கூடா துன்னு. எந்த சாமிடா கேட்டது மேளத்தைக் கொட்டு... விடிஞ்சும் விடியாமப் பொங் கலைக் கிண்டி எடுத்துக்கிட்டு வந்து படைன்னு... தலை மாட்டுலே செருப்பை விட்டுட்டு அவனவன் போறான்.'

ரமணியைத் தவிர, யாரும் அந்தப் பக்கம் திரும்பிக்கூடப் பார்க்கவில்லை. தலையில் பரிவட்டம் எல்லாம் வைத்துக்கொண்டு, ரிடையர்ட் தாசில்தார் ஒவ்வொரு திருவெம் பாவையாகப் பாடி நிறுத்த... அடுத்த அடுக்கு தீபாராதனைக்காகக் காத்து நிற்கிற கூட்டம்.

எல்லோருக்கும் கோயில் துரையைத் தெரி யும். கோயிலுக்குத் தெற்கு வசத்தில் பெரிய வீடு. பழையதும்கூட. செங்கல் விழுகிற

சுவர்களுக்கு முதுகைக் காட்டிக் கொண்டு, கோபுர நிழல் படியும் வாசலில் சதா கயிற்றுக் கட்டிலில் உட்கார்ந்திருக்கிற மனிதர். துணைக்கு வெயிலானாலும் மழையானாலும் குடையும் உண்டு.

வீட்டு முற்றத்தில் மேய்கிற சோனியான கோழிகள், சில நேரம் கோயிலுக்குள் நுழையும். விரட்டப்பட்டு, இறகு உதிர்த்து நெட்டோட்டம் ஓடும்.

'குருக்கள் ஐயரே... உள்ளே முட்டை ஏதும் போட்டுதா?'

ரத்னசபாபதிக் குருக்கள் வாதக்காலை இழுத்துக் கொண்டு, பிளாஸ்டிக் வயர் பையில் தேங்காய் மூடியோடு அவசரமாக நடக்கிறபோது, பின்னாலிருந்து கோயில் துரை குரல் விரட்டும்.

பைக்கட்டோடு பள்ளிக்கூடம் போகிற பிள்ளைகளையும் விட்டு வைக்கமாட்டார்.

'உங்க பாடத்துல அரண்மனைத் துரைகளைப் பற்றிச் சொல்லித் தராங்களாடா? எங்க முப்பாட்டனார் கட்டின பள்ளிக்கூடம்டா... துரைகள் குதிரைமேலே போன வீதிடா இது.'

'கோழி மேய்க்கித் துரை...' ஓடுகிற பையன்கள் தவறாமல் சொல்கிறது.

ரமணி தினம் பார்க்கிறதுதான் எல்லாம்.

யாரோ தீர்மானம் செய்து, இந்த ஊரில் ஏரியா ஆபீஸ் திறந்து ரமணியை ஏரியா மேனேஜராக அனுப்பிவிட்டார்கள். பற்பசையும் சோப்பும் பவுடரும், நாடு பூராவும் விற்கிற பெரிய கம்பெனி. கோயிலுக்குப் பக்கத்துல ஆபீஸ் மாடியில் வீடு. எழுந்ததும் கண்ணில் தெரிகிறது கோபுரம் என்றால், முதலில் கேட்கிற குரல், 'துரைகளும் துரைசானிகளும் நடந்த வீதிடா...'

ஊருக்கு வந்ததும் ரமணிக்கு முதலில் பரிச்சயமானது கோயில் துரையைத்தான்.

கம்பெனி பெயர்ப் பலகையை முகப்பில் தூக்கி நிறுத்துவதையும், மேஜையும், இரும்பு நாற்காலியுமாக நிறைக்கிறதையும், சோப்புப் பெட்டியும் மற்றதும் அடைத்த கள்ளிப் பெட்டிகள் லாரியிலிருந்து ஒவ்வொன்றாக உள்ளே போவதையும், அதை இறக்குகிறவர்கள் ஏக இரைச்சல் போடுவதையும், வழியெல்லாம்

துப்புகிறதையும், கயிற்றுக் கட்டிலில் உட்கார்ந்து கோழி இறகால் காதைக் குடைந்தபடி பார்த்துக்கொண்டிருந்தவர் திடீரென்று எழுந்தார்.

'ஏண்டா... துரைகளும் துரைசானிகளும்...' சண்டைக்குத் தயாராகிற குரல்.

'நடமாடின வீதிடா...' மதிய இடைவேளைக்குப் பள்ளிக்கூடம் விட்டுப் போய்க்கொண்டிருந்த பையன்கள் கோஷ்டியாகப் பூர்த்தி செய்து கொண்டு ஓடினார்கள்.

'திமிராடா டேய்...' சத்தத்தை ஏற்றிக்கொண்டே உள்ளே நுழைந்தவரைப் பார்த்ததுமே ரமணிக்கு சப்த நாடியும் அடங்கிப் போனது. எம்.பி.ஏ. படிப்படம், பீட்டர் டிரக்கரும், லீ அயகோகாவும், அதிரடியாக ஆபீஸில் புகுந்து இரைகிற காக்கி நிக்கர் ஆசாமிகளைச் சமாளிக்க ஒரு வழியும் காண்பித்திருப்பதாக நினைவில்லை.

'ப்ளீஸ் கம் இன். வணக்கம். வந்து... நாங்க... புது தாலுகா... வந்து... வட்டார அலுவலகம் திறந்திருக்கோம்.'

அடுக்கியிருந்த நாற்காலியில் ஒன்றைப் பிரித்துப் போட்டு உட்காரச் சொன்னான். மேஜையிலிருந்து கம்பெனி காலண்டரை எடுத்துக் கொடுத்தான்.

'லச்சுமி படமா இது?'

சுவாதீனமாகக் காதில் இருந்து கோழி இறகை எடுத்து மேஜைமேல் வைத்தார்.

'இது வைஷ்ணவி தேவி.'

'வடக்கத்தியான் சாமியா? ஏதோ போ... கடை போடறீங்கன்னு கோயில் துரைகிட்டே ஒரு வார்த்தை முன்னாடியே சொல்லியிருக்கலாமில்லே... போவட்டும்... புட்டாமாவு என்ன விலைக்குக் கொடுக்கறாப்பலே...'

'என்னது?'

'அதாம்பா முகத்துல பூசறது...'

'முதல் மாதம் சேல்ஸ் டார்கெட் எட்டு லட்ச ரூபாய். இதுவரை நுழையாத பூமி. பெர்ஃபார்மன்ஸ் காட்டு. கடகடன்னு மேலே

வந்துடலாம். மோட்டார் பைக், டெம்போ, டெலிபோன், மினிவேன் எல்லாம் கொடுத்திருக்கு...'

புட்டாமாவு விக்க இத்தனை ஆர்ப்பாட்டமா!

கண்கள் எங்கோ வெறிக்க, வெளுத்த உதடும், மேலே அதே நிறத்தில் பெரிய மீசையும், வெள்ளி மினுக்கிய தலையும், புருவ வெள்ளையுமாக, புகைப்பட நெகட்டிவ் போல காலண்டரை இடுக்கிக் கொண்டு அவர் நடந்து போனார்.

கோயில் துரையைப் பற்றி அப்புறம் மெல்ல மெல்லத் தெரியவந்தது. எப்போதோ இந்த ஊரை ஆண்ட ஜமீன்தார் வம்சத்தின் ஏதோ ஒரு கிளையின் வாரிசு. அரண்மனையில் உர மூட்டை அடுக்கிக் கொண்டிருக்கிறார்கள். ஜமீன் வாரிசுகள் திசைக்கு ஒன்றாகச் சிதறி, தாலுகா ஆபீஸ் குமாஸ்தாக்களாகவும், மண்ணெண்ணெய் ரேஷன் கடைக்காரர்களாகவும், சானிடரி இன்ஸ்பெக்டர்களாகவும் ஜீவித்துக் கொண்டிருக்கிறார்கள். உள்ளூரில் மிஞ்சிய ஒரே வாரிசு இந்தக் கோயில் துரை.

துரைக்குத் துரைசானி இருக்கிறாள், சதா இருமிக் கொண்டு. நைந்த திரை மறைவில் அடிக்கடி வெந்நீருக்காகக் குரல் கொடுத்துக் கொண்டு, ராஜகுமாரிகள் டீக்கடையில் முட்டை கொண்டு போய்க் கொடுத்துவிட்டு, சீட்டிப் பாவாடையை அள்ளிச் செருகிக் கொண்டு, கோயில் வாசலில் கோடு கிழித்துப் பாண்டி விளையாடுகிறார்கள். ராஜகுமாரர்கள் இல்லாத குடும்பம்.

அந்த முதல் நாளைக்கு அப்புறம் காக்கி நிக்கர் கோலத்தில் கோயில் துரை திடீர் திடீரென்று உள்ளே நுழைந்து பழைய பிரதாபங்களைப் பறைசாற்றிவிட்டு, சாம்பிள் சோப்பும், ஷாம்பு பாக்கெட்டுமாகத் திரும்புவது வழக்கமாகப் போனது.

'என்ன ரமணிசந்திரா. உன் துவாரபாலகன் பொழுதன்னிக்கும் முக்காலியிலே உக்காந்துக்கிட்டு காவல் காக்கட்டும்... வேணாங் கலை... அதுக்காக நான் வாசல்லே இருக்கிறபோது அட்டணக் கால் போட்டுக்கிட்டு, காலை ஆட்டிக்கிட்டு... ஒரு மட்டு மரியாதை வேணாம். துரைகளும் துரைசானிகளும்...'

சாம்பிள் சோப்புக்குப் பதிலாக முழு சோப்பையே கொடுத்து அனுப்பி வைத்தது போன வாரம்தான்.

ரமணி கோயிலுக்கு வெளியே வந்தபோது, பொழுது புலர்ந்திருந் தது. லாரி இரைந்து கொண்டிருந்தது. திருப்பனாம்பூர் கன்சைன் மெண்ட் தயார் செய்ய வேண்டும். மாதாந்திர விற்பனை ரிப்போர்ட் அனுப்பியாக வேண்டும். டிடர்ஜெண்ட் வந்து சேராத காரணம் விசாரிக்க வேண்டும்.

மேலே இருந்து பார்த்தபொழுது, கயிற்றுக் கட்டிலில், தலை மாட்டில் குடையோடு கோயில் துரை திரும்பவும் நித்திரை போயிருந்தார்.

'கொடுத்துவச்ச மனுஷரய்யா நீர் ..'

வாட்ச்மேன் கருப்பையா, மெஸ்ஸில் இட்லி வாங்கி வர நின்று கொண்டிருந்தான்.

கோயில் துரை சொல்வார் - 'கல்யாணம் செய்துக்குமய்யா... எத்தனை நாள் வெந்தும் வேகாதுமாகத் தின்னுக்கிட்டு... தோதுப்படலே. துரைசானி மேலுக்கு முடியாமக் கிடக்கா. இல்லே மூணு வேளையும் நம்ப வீட்டுலே இருந்தே ராஜ போஜனமா அனுப்பியிருப்பேன்.'

ராஜபோஜனம் என்றைக்கு வாய்க்கும் என்று தெரியவில்லை.

வரிசையாகப் பெண்கள் வந்தார்கள். எல்லோருக்கும் நாள் கூலி. மரப் பெட்டிகளில் சோப்பும் பற்பசையும் அடுக்க, விலை லேபிள் ஒட்ட, கடை மேல்விலாசம் எழுத என்று தினம் பத்துப் பேருக்குக் குறையாமல் வேலை இருக்கிறது. பெண்கள் தாம் சூட்டிகையாக, அமரிக்கையாக இதெல்லாம் செய்கிறார்கள். ஆபீஸ்லும் பெண்கள்தான். மாய்ந்து மாய்ந்து டைப் அடிக்கிறார் கள்.

போன மாதத்தைவிட, எட்டு சதவிகிதம் அதிக விற்பனை என்று டைப்பாகி வந்த ரிப்போர்ட்டில் கையெழுத்துப் போட சுகமாக இருந்தது.

தொலைபேசி, எடுக்கச் சொல்லிச் சிணுங்கியது. மதுரையி லிருந்து கூப்பிட்டார்கள். பம்பாயிலிருந்து யாரோ ஒரு சக்சேனா புதிதாகத் தயாரிக்கப்படும் மலிவு விலை சவுக்காரத்தை டெஸ்ட் மார்க்கெட் செய்ய இந்த ஏரியா தோதுப்படுமா என்று பார்க்க வந்திருக்கிறாராம். உடனே மதுரைக்கு வர வேண்டும்.

ரமணிசந்திரன் மோட்டார் பைக்கில் கிளம்பினான். வண்டியை பஸ் ஸ்டாண்டில் விட்டுவிட்டு பஸ் ஏற வேண்டும். திரும்ப வர எத்தனை நேரம் ஆகுமோ?

கடைவீதி. மோட்டார் பைக் வேகத்தைக் குறைத்தான். கொஞ்ச நாள் பழக்கத்திலேயே எல்லோரும் பழக்கமாகி இருக்கிற சின்ன ஊர் இது. ஊருக்கு வெளியில் நீள விரிகிற பச்சை வயல்களின் செழிப்பு, மூலை முடுக்கெல்லாம் தெரிகிற வீதி. பணப் புழக்கத்தைத் தெரியாமலா ஏரியா ஆபீஸ் திறந்தார்கள். அக்கம் பக்கம் முப்பத்தாறு கிராமங்கள். கடைகளில் போடுகிற சரக்கெல்லாம் நொடியில் விற்பனையாகிவிடுகிறது.

சுப்பையா ஸ்டோர், முக்கியமான டீலர். டிடர்ஜெண்ட் எங்கே என்று கேட்கப் போகிறார்.

ஏதோ வித்தியாசமாகப் பட்டது. வண்டியை நிறுத்திவிட்டு இறங்கினான்.

போனவாரம் ரமணிசந்திரன் கொடுத்த சோப்பை எல்லாம் பின் வரிசையில் வைத்துவிட்டு, மஞ்சள் மசேலென்று ஏதோ லோக்கல் சரக்கை மைசூர்பாகு மாதிரி அடுக்கியிருந்தது. எவர் சில்வர் ஸ்பூன் இலவசமென்று அல்பமாகத் துணிப்படுதா வேறு.

'என்ன சுப்பையா அண்ணாச்சி... எத்தனை ஸ்பூன் போச்சு?'

'வாங்க சார்... சும்மா நம்ப சகல பாடிக்கு வேண்டப்பட்டவர். தட்ட முடியலை. ரெண்டே நாள்தான்னு கண்டீஷனாச் சொல்லிட்டேன். நம்ப கம்பெனி சரக்கை ஒளிச்சு வச்சாக் கூடக் கேட்டு வாங்கிண்டு போவாங்களே!'

'அதுக்காக ஓரம்கட்டிடாதீங்க. ஆமா இதென்ன... நான் போன மாசம் ஒரு கடைக்கும் சாம்பிள் சோப்பே தரலியே... இங்கே அடுக்கி வச்சிருக்கீங்க.'

கேட்டுக்கொண்டிருந்தபோதே உள்ளே இருந்து துணிப்பை யோடு ஒரு பழக்கமான உருவம். மடித்துக் கட்டிய வேட்டிக்குக் கீழே காக்கி டிராயர் தெரிகிறது.

'சுப்பையா... இருபது கட்டி இருக்கு. எண்ணிக்கோ... உங்கிட்டே பணம் வாங்க மனசு கேக்கலை, ஒரு பத்து ரூபா இருந்தாக் குடு. இல்லாட்டப் பரவாயில்லே... அப்புறம் தா.'

கோயில்துரை, இவனையும் சுப்பையாவையும் மாறி மாறிப் பார்த்தார். தேர்வடம்போல சுருண்டு கிடந்த மீசைக்கு வெளியே காவிப்பற்கள் தெரியச் சிரித்தார்.

குடிபடைகளை, உப்பரிகையிலிருந்து பார்க்கிற ஜமீன்தாரின் கனிவான சிரிப்பு. சாம்பிள் சோப்பு விற்கிற ஜமீன்தார்.

ரமணிசந்திரன் ஒன்றும் பேசாமல் இறங்கி நடந்தான்.

பம்பாய்க்காரர்களும் மதுரைக்காரர்களும், 'டெஸ்ட் மார்க் கெட்டிங்குக்கு நீதான் சரியான ஆள்' என்று முண்டாசு சுற்றி அனுப்பி வைத்தார்கள். ராத்திரி ஏழு மணிக்குத் திரும்பிய பொழுது ஆள் இல்லாத ஆபீஸில் டைப்மெஷின்கள். பக்கத்தில் எறும்பு மொய்த்த காபிக் குவளைகள். நடையில் பாக்கிங் பேப்பர். சடம்புக் குவியல். சோப்பும், பீடியும், பூவும், கார்பன் பேப்பருமாகக் கதம்ப வாசனை.

எதிர்ச்சரகில் கயிற்றுக்கட்டில் வெறுமையாக இருந்தது. கோயில் துரை இனிமேல் இந்தப் பக்கம் படையெடுப்பார் என்று தோன்ற வில்லை.

வாட்ச்மேன் இட்லி வாங்கி வைத்திருந்தான். ஆறி அவலாகிப் போன இட்லி.

சாப்பிட ஆரம்பித்த பொழுது தடதடவென்று மாடிப்படி அதிர மாடி ஏறுகிற சத்தம்.

'ஐயா சாப்பிடுறாக தொரை...' வாட்ச்மேன் குரல்.

'போய்யா சரிதான்.'

'ரமணிசந்திரன் சார்.'

சமாதான உடன்படிக்கைக்காக வருகிறாரா?

'ஏம்பா சாப்பிடறியா... திடீர்னு நெனைப்பு வந்தது. சரி கேட்டு டலாமேன்னு... ஆமா... இங்கே பொம்பளைப் புள்ளைங்க பெட்டிலே சோப் அடுக்க, அது இதுன்னு வருதே... தினக்கூலி என்ன கொடுக்கறே?'

'பத்து பதினைஞ்சு ரூபா வரும். அட்டைப் பெட்டி கணக்கு...'

‘நீ என்ன செய்யறே... நாளைக்கு ரெண்டு பொட்டி கருப்பையா கிட்டே கொடுத்து நம்ப வீட்டிலே வைக்கச் சொல்லு... துரைசானி பொழுது போலேங்கறா...’

சுப்பையா கடை சம்பவத்துக்கு, அவர் நினைவில் இடம் பெற அருகதை இல்லை போலிருக்கிறது.

‘நெய் விட்டுச் சாப்பிட்டு உடம்பைத் தேத்துப்பா... கல்யாணம் கூட ஆகலை. கன்னம் டொக்கு விழுந்து கிடக்கு. இதென்ன அப்படியே வச்சுட்டு எழுந்துட்டே...’

இலையில் இரண்டு இட்லி மிச்சம் இருந்தது. மோதிர விரலால் அமுக்கிப் பார்த்தார்.

‘கல்லுக் கல்லா இருக்கே கிரகசாரம்... எப்படித்தான் திங்கறியோ... சரி வீணாக்க வேணாம். கோழிக்காவது போடலாம்...’

இரண்டு இட்லியையும், இடது கையில் கரப்பான் பூச்சி அடித்த மாதிரி தூக்கிக் கொண்டு போனார்.

ரமணிசந்திரன் கை கழுவிவிட்டு, துண்டுக்காக ஜன்னல் கொடிப் பக்கம் போனபோது, மாடிப்படி வளைவில் நின்றபடிக்கு, இடது கையிலிருந்து எதையோ வாயில் திணித்துக்கொண்டு சுவரில் கையைத் தேய்த்துவிட்டுப் படியிறங்கிப் போனவரை பார்க்க வில்லை என்று திடமாக நினைத்துக் கொண்டான்.

22. நாள்

எருமைக் கரைச்சலில் மாநகரம் விழித்து ஒரு மணி நேரத்துக்கும் அப்புறம்தான் பானு சந்திரன் எழுந்தான். பக்கத்து ஃபிளாட்களி லிருந்து ஒன்றன் பின் ஒன்றாக குக்கர்கள் புகை தள்ளுகிற சத்தம். ஒரு கூட்டமே ஆணும் பெண்ணுமாக பிளாஸ்டிக் வாளி களில் தண்ணீர் எடுத்து வந்து குளித்து, உடுத்து, பவுடர் பூசி, ஆடியோ கேஸட்டில் பக்திப் பாடல் ஒலிக்க, இஷ்ட தெய்வங் களின் அலமாரிப் படங்களை அவசரமாகக் கும்பிட்டு, அவசரமாகச் சாப்பிட்டு, அவசர மாக ரயிலோ, பஸ்ஸோ பிடிக்கத் தயாராகிக் கொண்டிருக்கிறது. உலகம் விதிப்படி இயங்குகிற, தலைவர் யாரும் இறந்து விடுமுறை அறிவிக்கப்படாத, வாரத்தின் கடைசி வேலைநாள்.

பானுசந்திரன் ஜன்னல் பக்கம் போனான். இரு வசமும் தீப்பெட்டி அடுக்கு போல ஒன்றன்மேல் ஒன்றாக நிறுத்திவைத்த நான்கு தளக் குடியிருப்புகள். மாடி ஃபிளாட்டில் கர கரவென்று மேஜையையோ கட்டிலையோ நகர்த்திக் கொண்டிருக்கிறார்கள்.

‘வாட்ச்மேன், ஸ்கூட்டர் சாவி வண்டியிலே இருக்கா?’

‘அஸ்வின் - சீக்கிரம் வாடா. ஸ்கூல்வேன் போயிடும்...’ குரல் களும் மனிதர்களும் அவசரத்தில். நேரமாகி விட்டது.

பானுசந்திரன் போல நேரம் கழித்து எழுந்த யாரோ, டொண்டாங் டொண்டாங் என்று பிளஷ் அவுட்டில் தண்ணீர் பாய்ச்ச எடுத்துக் கொண்ட வியர்த்தமான முயற்சிகள் தொடர்கிற சத்தம். தண்ணீர் நின்று போயிருக்கும்.

பாத்ரூம் கதவில் புடைவையும் உள் பாவாடையும் வழிந்து தொங்கிக் கொண்டிருக்கின்றன. ரேணுகா குளித்து விட்டுக் கிளம்பியிருக்கிறாள். முதலில் ஆஸ்பத்திரி. அப்புறம் ஆபீஸ்... ஒரு வருஷமாகக் குடும்ப வாழ்க்கை அலைக்கழிக்கப்பட்டுத் திணறுகிறது. வீடு - ஆஸ்பத்திரி - ஆபீஸ் - ஆஸ்பத்திரி - வீடு.

வீடெல்லாம் குப்பையும் தூசியும். மேஜையில் படிக்காத முந்தா நாள் பேப்பர். தரையில் பிசுபிசுவென்று ஆரஞ்சோ, சாத்துக் குடியோ பிழிந்தபோது தெறித்தது ஒட்டுகிறது.

பானுசந்திரனுக்கு இந்தக் கிரமம் பழகிவிட்டது. பிறந்தது முதல் இப்படியே இருப்பதாக ஒரு பிரமை. அப்படியானால் ரேணுகா? ஆரஞ்சு பிழிந்து ஆஸ்பத்திரிக்கு எடுத்துப் போகவும், சம்பளம் வாங்கி, பஸ்ஸுக்கும் கைச் செலவுக்கும் எடுத்து வைத்துக் கொண்டு மீதியை அப்படியே கையில் கொடுக்கவும், ரசம் சாதம் செய்யவும் விதிக்கப்பட்டவள் மனைவி.

‘என்னப்பா - அப்பாவுக்கு உடம்பு முடியாம ஆஸ்பத்திரியிலே சேர்த்திருக்கியாமே? நம்ம ராமசுப்பன்தான் நேத்திக்கு அகஸ் தியர் கோயில்லே பார்த்தபோது சொன்னான். பிரக்ஞையே இல்லேன்னா நினைவு போயிட்டுப் போயிட்டு வர்றதுன்னோ சொன்னான். என்ன கஷ்டம் பாரு. நன்னாக் கவனிச்சுக்கோப்பா. ஒரே புள்ளை... இது யாரு? ஒய்ப்பா... நன்னா இரும்மா... வேலை பாக்கறியா. எங்கே? என் ஷட்டகர் பொண்ணு கூட, சாவித்திரின்னு பேரு. சிவப்பா... கொஞ்சம் மாறுகண்ணா... தெரியுமா... ரிசப்ஷனிஸ்டா அங்கே இருக்கா. என்னமோம்மா... மாமனாரைத் தகப்பனார் மாதிரி கவனிக்கணும். இவ வந்து அவர் படுத்துட்டார்ன்னு வரக்கூடாது.’ சொல்லிவிட்டு மார்க்கெட் பக்கம் நடையைக் கட்டியவர்களை பானுசந்திரன் நினைத்துப் பார்த்தான். ‘நன்னா இருங்கோ.’

சாப்பாட்டு மேஜை மேல், தினசரி காலண்டரிலிருந்து கிழித்த தாள் காற்றில் படபடக்கிறது. மேலே பேப்பர் வெயிட்டாக வடிகட்டி.

'பருப்புப்பொடி பிசைந்து சாப்பிடவும்... தயிர் உறை குத்தி வைத்தது தோயவில்லை.' - போகிற அவசரத்தில் ரேணுகா எழுதி வைத்துவிட்டுப் போயிருக்கிறாள்.

சுவை தெரிந்து சாப்பிட்டு, ஆசை கலந்து அனுபவித்து, மனம் முழுக்க மகிழ்ச்சி இண்டு இடுக்கு விடாமல் நிரம்பி வழியப் படுத்து உறங்கி... எல்லோருக்கும் இதெல்லாம் எப்படி தினசரி வாய்க்கிறது?

'என்ன சார் இப்படி லேட்டாத் தண்ணியெடுக்க வர்றீங்க? நான் நாஷ்டா பண்ணக் கிளம்பிக்கினு இருக்கேன்.' வாட்ச்மேன் - கொஞ்சம் சலிப்போடு தண்ணீர் சம்ப் மூடியை உயரத் தூக்கித் திறந்தான். 'நாளைக்கு லாரித் தணணி வாங்கணும் சார்...'

அப்பாவுக்கு நினைவு திரும்பி இருக்கலாம். ரேணுகா போயிருப் பாளா? நேற்றுக் காலையில் பானுசந்திரன் போனபோது கண் திறந்தாற்போல் இருந்தது. ஒரு புன்சிரிப்பு மாதிரி உதட்டோரம்.

சில நாள் இதற்கும் மேலே... மெல்லத் தூக்கி தலையணையில் சாய்த்தபடி உட்கார வைத்து, கொஞ்சம் கொஞ்சமாக டம்ளரி லிருந்து ஸ்பூனால் வாயில் ஊட்டும்போது, இனிமேல் முன்னேற் றம் இருக்கும் என்று பைத்தியக்காரத்தனமாகத் தோன்றுகிறது. 'திரும்ப அவர் நினைவு இழந்து விட்டார்...' அலுவலகத்துக்கு ஃபோன் வருகிறது மதியத்தில்...

சில நாள் ஆஸ்பத்திரியில் ராத்தங்குகிற சூழ்நிலை... எதிர்த்த கட்டடத்தில் ராகவன் ஆடிட்டர் ஆபீஸில் பானுசந்திரனுக்கு ஃபோன் வரும். ஆஸ்பத்திரி வார்ட் பாய்க்கும், ஆடிட்டர் ஆபீஸ் சிப்பந்திக்கும் இதற்காக மாதாமாதம் காபிச் செலவுக்குக் காசு...

வார்ட் பாய், ராத்திரியில் காலிங்பெல் அடிக்கிற ஆடிட்டர் ஆபீஸ்காரர், நர்ஸ்கள், அலமாரி அலமாரியாகப் பார்த்து மருந்து எடுத்துக் கொடுக்கிற மருந்துக்கடைப் பையன், போய் நின்ற உடனேயே 'சோவியத் நாடு' பேப்பர் கவரில், மக்கிய பேப்பர் வாசனையோடு ஆரஞ்சுப் பழம் நிறைத்துத்தருகிற பழக்கடைக் காரன். சிறுத்துப்போன உலகம்.

குளித்தாயிற்று. அரையில் ஈரத் துண்டோடு பூஜை அலமாரிக்கு முன் சுலோகம் சொல்ல நின்றபோது, தெற்றுப்பல் தெரியச் சிரிக்கிற நர்ஸை அப்படியே இழுத்து அணைத்துக்கொள் என்றது மனம்.

'செருப்பாலடி' தானே விதித்துக்கொண்ட தண்டனையாக, சுலோகத்தை இன்னும் இரண்டு தடவை சொல்லி நிமிர... விபூதி டப்பா அடியில் துண்டுச் சீட்டு.

'இனியவரே... இன்றைக்கு நாள்? இருக்கா நினைவு... வாழ்த்து கள்...'

ரேணுகாவின் சீட்டுக்கவிதை.

நினைவு இருக்கிறது. நேரம் கழித்து எழுந்த அவசரத்தில், ஆஸ்பத்திரி, ஆபீஸ் என்று மனம் பின்புறத்தில் அரித்துக் கொண்டிருக்க, மரத்துப்போன புத்தியில் தெளிவு மின்னுகிறது.

'வெட்டிங் டே...'

கல்யாணம் ஆகி இரண்டு வருஷம் விளையாட்டுப்போல் ஓடி விட்டது. போன வருஷம் முதல் ஆண்டு பூர்த்தியான நாள். அப்பா வீட்டில்தான் இருந்தார். பானுசந்திரனுக்கு உறவு அவர் மட்டும்தான். ரேணுகாவுக்கு அதுகூட கிடையாது. வடக்கத்திய சாயலில், லட்சுமி படம் போட்டு அவள் அத்தை அகமதாபாத்தி லிருந்து அனுப்பிய வாழ்த்துக் கடிதமும், நூற்று ஒரு ரூபாய்க்கு கிஃப்ட் செக்கும் தபாலில் வந்தன.

அம்மா, அப்பா இல்லாத பெண்ணை வளர்த்துக் கல்யாணம் செய்து வைத்ததே பெரிது. 'எங்கப்பா மட்டும் ரயில் விபத்துலே போகாம இருந்தா, எங்கம்மா இன்னும் கொஞ்சநாள் உயிரோட இருந்திருப்பா...' ரேணு அடிக்கடி சொல்வாள்.

ஒன்றும் குறைந்துவிடவில்லை. ரயில்வேயில் கொடுத்த நஷ்ட ஈடு, பேங்க் வட்டி சேர்த்து மூன்று பவுனில் சங்கிலியும், சின்னப் பெட்டியில் குத்துவிளக்கும், கொஞ்சம்போல், எவர்சில்வர் பாத்திரங்களாகவும் உருமாறி இருக்கிறது. அது கல்யாணச் சத்திரத்தில், கிணற்றில் தவறி விழுந்த டம்பளருக்கும் சேர்த்துக் கணக்குத் தீர்த்தது. செண்டும் பூமாலையும் கட்டிலும் இரண்டு தலையணையும் வாங்கிக் கொடுத்தது.

போன வெட்டிங் டே அன்று என்ன செய்தோம்? பருப்புப் பொடி பிசைந்துகொண்டு மனம் அசைபோட்டது.

அன்றைக்குக் கோயிலுக்குப் போகிற வழியில் பேங்கில் கிஃப்ட் செக்கைப் போட்டுவிட்டுப் போனார்கள். கல்யாண ஆண்டு விழா விருந்து, ராம்ஸ் உடுப்பி லஞ்ச்ஹோமில். ஏ.சி. ரூமில் சாப்பிடும்போது மின்சாரம் நின்றுபோக, வேர்க்க விறுவிறுக்கச் சாப்பிட்டு, பிசிபேளா, தயிர்சாதம் பார்சல்' - கையில் பொட்டலத்தோடு வீட்டுக்குப் போக... அப்பா சொன்னார்: 'எனக்கு ஒண்ணும் வேண்டியிருக்கலை... சுக்குத் தட்டிப் போட்டு வெந்நீர் மாத்திரம் கொடு.' சாயந்தரம் சினிமாவுக்குக் கிளம்பினால், காற்றும் மழையும் வந்து அதுவும் கெட்டது.

அந்த நாள் முதலிலிருந்தே சபிக்கப்பட்டது. ராத்திரி மூடிய கதவுகளுக்குப் பின்னே, வெட்டிங் டேக்கு கொஞ்சம் போலவாவது அர்த்தம் சேர்க்க அவர்கள் முனைந்தபோது, அடுத்த அறையில் அப்பா தீனமாக அலறுகிற சத்தம்.

அவிழ்ந்த லுங்கியைக் கையில் அள்ளிக் கொண்டு ரேணு புடைவை உடுத்திக் கொள்ளக்கூடக் காத்திராமல் வெளியே ஓடியபோது, அப்பா தரையில் பேச்சு மூச்சில்லாமல்.

டாக்ஸியில் அள்ளி அடைத்துக்கொண்டு ஆஸ்பத்திரிக்கு ஓடியபோது நடுராத்திரி.

பொழுது விடியும்போது பிளாஸ்க்கில் காபியோடு, ரேணுகா ஆஸ்பத்திரி வாசலில் ஆட்டோவில் வந்து இறங்கினாள். 'நீங்க போய்க் குளிச்சிட்டு வாங்கோ...'

அப்பா அப்புறம் ஆஸ்பத்திரியை விட்டு இறங்கவில்லை. பினாயில் வாடை அடிக்கிற ஆஸ்பத்திரித் தரையில் வெறுங்காலோடு நடக்கிறதும், சாத்துக்குடி பிழிந்து அலம்ப மறந்து போன விரல்களின் பிசுபிசுப்பும் சட்டைப் பையில் நாலாக மடித்த மருந்துச் சீட்டும் யாரோ கொடுத்த கோயில் குங்குமமும்...

ஒரு வெட்டிங் டே போய் அடுத்தது வந்துவிட்டது. சாயந்தரம் ஆபீஸிலிருந்து சீக்கிரம் கிளம்பி, பூவும் பழமும் பாதாம் அல்வாவுமாக ரேணுகாவை எதிர்கொள்ள வேண்டும். ஒரு பிரிண்டட் சில்க் புடைவை. ட்யூட்டி முடிந்து போகிற நர்ஸ் உடுத்தியிருந்த புடைவையைப் பார்த்து நேற்று ரேணு

சொன்னாளே... 'கிளி கொஞ்சற பச்சை. நானூறு ரூபாய் இருக்குமா?' அடுத்த வாரம் ரேணுகா கேதார கௌரி விரதமோ, சத்தியநாராயண பூஜையோ கொண்டாட என்று ஃபெஸ்டிவல் லோன் போடுவதாகச் சொன்னாள். சே... அவள் பணத்தை எதிர் பார்த்து அவளுக்கே ஒரு பரிசு... வெட்கமில்லையா?

ஆஸ்பத்திரி வழியாக பஸ் போகிறது. குனிந்து, கண்களைச் சலித்து, ஆஸ்பத்திரி வாசலில் ரேணுகா தட்டுப்படுகிறாளா என்று தேடினான்.

'முன்னாலே போப்பா... அடிமைப் பெண் எம்.ஜி.ஆர். போஸ் கொடுத்துக்கிட்டு வழியை மறிச்சுக்கிட்டு...'

செக்ஷனில் நுழைந்தபோது ரேணுகா ஃபோன்.

'சாப்பாடு?'

'ஆச்சு.'

'அப்பா காலம்பற கொஞ்சம் ரத்த வாந்தி பண்ணினாராம். நான் போனபோது டிரிப்ஸ் ஏத்தி வச்சிருந்தா.'

'முழிச்சிண்டிருந்தாரா?'

'இல்லே.'

'டாக்டரைப் பாத்தியா?'

'வந்திருக்கலை. நர்ஸ்தான் இருந்தா... உங்க ஃபிரெண்ட்...'

'யாரு மாலினியா... குளோரியா வா... சந்தானலட்சுமியா...'

'உங்களை சாயந்தரம் வந்து கவனிச்சிக்கறேன்.'

'கொஞ்சம் அதிகப்படியாகவே வேணும் கவனம். ஸ்பெஷல் டே...'

'ஞாபகம் இருக்கா?'

'எப்படி மறக்கும். நீ வேணாப்பாரு. அடுத்த வருஷம் பெங்களூர்.'

'இப்பவே என்ன அதுக்கு. அப்புறம்... சரி வேணாம்...'

‘சொல்லு… நாழியாறது… சீஃப் முறைக்கிறார்.’

‘உங்களுக்கு ஒரு கிஃப்ட் தரலாமான்னு மத்தியானம் தீர்மானிக்கணும். சரி வச்சுடட்டா.’

பானுசந்திரன் மேஜைக்கு வந்தபோது, ஃபைல்கள் நிரம்பி வழிந்து கொண்டிருந்தன. முக்காலி மீதும், பீரோ மேலும், சுவரை ஒட்டி எழுந்த காகிதச் சுவராகவும் தூசு மணக்கக் காத்திருக்கும் ஃபைல்கள். ‘ஃபைல்களைத் தின்று ஃபைல்களைக் கழித்து, ஃபைல்களை வளர்க்கும் இயந்திரங்களுக்குச் சேவை செய்து தேயும் என் பகல்கள்…’ யார் எழுதினது? எப்போது படித்தது?

‘சார்… டி.எம்., ஏ.கே.டி. ஒன் டீ ஃபைவ் பார் சி ஃபைலில் சாங்ஷன் அப்ரூவல் என்க்லோஷர் கேக்கறார்.’

இனிஷியல்கள், காகிதக் குவியல்கள். ஊர்கூடி இழுக்கிற தேராக நிர்வாக இயந்திரம்… பானுசந்திரனும் வடம் பிடித்துக் கொண்டு…

சாயந்தரம் கிளம்பும்போது மறுபடி ரேணுகாவின் ஃபோன்.

‘குழப்பமா இருக்கு…’

‘விளங்கற மாதிரி சொல்லு.’

‘யூரின் டெஸ்ட் ரிசல்ட், லஞ்ச் டயத்துலே போய் வாங்கிண்டு வந்தேன்.’

‘எப்ப எடுத்தது?’ - சுவாரசியமில்லாமல் கேட்டான்.

‘அப்பாவுது இல்லே… என்னுது…’

‘உனக்கு என்ன?’

‘பாத்தீங்களா… நேத்தே சொல்ல முடியலே… கைனோ கிட்டே போனேன்…’

‘…?’

‘தள்ளிப் போயிடுத்து… நினைவுவராதா… சரி… கொஞ்சம் லேட்டா வருவேன். முடிஞ்சா குக்கர் வச்சுட முடியுமா… முடியாட்டா வேண்டாம்.’

‘வேண்டாம் வேண்டாம்னு முட்டிக்கிறபோது கேக்கலே’ வீட்டுக்குப் போனபோது சொன்னாள்.

‘ஏன் உனக்கு ஆசை இல்லையா?’

‘ஆசை மட்டும் போதுமா? வாசல்லே விரிக்க கால்மிதி வாங்கறதுன்னாக்கூட பத்து தடவை யோசிச்சுப் பணம் எடுக்கறோம். எல்லாத்தையும் தள்ளிப்போட வேண்டியிருக்கு. கேவலம் உள்பாடி எல்லாம் கிழிஞ்சி போயிருக்கு. தெரிஞ்சுடக் கூடாதுன்னு அழுத்தமான ஜாக்கெட்டா பாத்துப் போட்டுண்டு, கழுத்தைப் புடைவைத் தலைப்பாலே மூடிண்டு, ஆபீஸ்லே ஃபேன் நின்னாக்கூட வேர்த்து வடிஞ்சு உக்காந்துண்டிருக்கேன். இந்த மாசம் ஓடிடும். அடுத்த மாசத்துக்கு இதுன்னு ஆயிரம் செலவு. எந்த டாக்டர் எவ்வளவு பணத்தை இப்பவே எண்ணிக் கீழே வைம்பாரோ? புதுசா என்ன மருந்தை வாங்கிண்டு வரச் சொல்லி நீட்டுவாரோன்னு மனசு அடிச்சுக்கறது. பணத்தை விடுங்கோ... நமக்கு ஒரு தலைவலி. காய்ச்சல்னு வந்தாக்கூடச் செய்ய யாரும் இல்லே... இதிலே இன்னொரு உசிரைப் புதுசாக் கொண்டுவந்து இருக்கறவாளுக்குச் சிஷ்ருஷை பண்ணவே நேரம் போதலை...’

‘உனக்கு எங்கப்பா பேர்ல கோபம்தானே?’

‘கோபப்படுறதினாலே என்ன ஆகப் போறது? நமக்கு ஆயுசு பரியந்தம் ஆஸ்பத்திரி சேவைதான்...’

‘கோபம்தான். எனக்குத் தெரியும். நான் தினம் வேண்டியிருக் கிறேன். நீயும் வேண்டிக்கோ... சீக்கிரம் அவரைக் கொண்டு போய் விடுடா சாமி அப்படீன்னு...’

‘தத்துப் பித்துன்னு பேசாதீங்கோ. என்னை என்ன அவ்வளவு கல் மனசுக்காரின்னு நினைச்சேளா? ஏன் இப்படி வக்ரமா, நிஷ்சூரமாய் புத்தி போறது. நான் என்ன ராட்சசியா? எனக்கு இதயமே இல்லையா?’

படுக்கையில் குப்புறப்படுத்து அழுதாள் ரேணு. விளக்கைப் போடாது நாற்காலியில் உட்கார்ந்தபடி பானுசந்திரன். எங்கோ ஆரம்பித்து எங்கோ முடிந்த அந்தச் சாயங்காலமே அபத்தமாகப் பட்டது.

'குளிச்சிட்டு ஆஸ்பத்திரி போங்கோ... ஆரஞ்சு ஜூஸ் பண்ணி வச்சிருக்கேன். கல்கண்டு மாதிரித் தித்திப்பான பழம்... அப்பாவுக்கு ரொம்பப் பிடிக்கும் ..'

கடைவீதியில் நடக்கும்போது மனத்தில் படம் விரிந்து கொண்டிருந்தது. தெருவில் கூட்டமாக அலைமோதியும் கடை கடையாக ஏறி இறங்கி வாங்கிக் கொண்டும், பிளாட்ஃபாரத்தை அடைத்துக் கொண்டு வர பெஞ்சுகளில் உட்கார்ந்து கரும்பு ஜூஸ் பிழிந்து தரக் காத்துக் கொண்டும், வயசு வித்தியாச மில்லாமல் ஐஸ்கிரீம் கோனை நக்கிக் கையில் வடிய விட்டுக் கொண்டு ஒரு ஜன சமுத்திரம். ஒகயில் குழந்தையைத் தோளில் சார்த்தி இன்னொன்றை நடத்திக் கூட்டிக் கொண்டும் ஒரு ஜோடி சாலையைக் கடந்து ஆட்டோ பிடிக்கிறது. 'தள்ளிப் போய் விட்டது.' இந்தப் பெண்ணும் சொல்லியிருப்பாள். எல்லாக் கல்யாணமான பெண்களும் ஏதோ ஒருநாள் நாணத்தோடும் பரபரப்போடும் எதிர்பார்ப்புகளோடும் கணவனிடம் சொல்கிற விஷயம் இது. இதற்கு சந்தோஷப்பட வேண்டாமா? ஓவென்று குரலெடுத்து உற்சாகம் புரளக் கூவி மனைவியைக் கண்டி யணைத்துக் கொள்ள வேண்டாமா? வெட்டிங் டே கூட.

'குழந்தையை எல்லாம் ஆஸ்பத்திரிக்குத் தூக்கிட்டு வரக்கூடாது. இன்ஃபெக்ஷன் ஆயிடும்.'

'பால் பவுடர் மாசம் பொறந்து வாங்கிக்கலாம். கொஞ்சம் தண்ணியாக் கரைச்சிக் கொடு. இது மருந்து வாங்க வச்சிருக் கேன்.

பானுசந்திரனின் மனம் குறக்களி காட்டிக்கொண்டிருக்க... வீடு வந்து விட்டது.

ரேணுகா, வாசலிலேயே உட்கார்ந்திருந்தாள். உள்ளே போனதும் கதவை மூடிவிட்டுப் பக்கத்தில் வந்து உட்கார்ந்தாள்.

'கோபிச்சுக்க மாட்டீங்களே...'

'விஷயத்தைச் சொல்லு...'

'யோசித்துப் பார்த்துதான் இந்த முடிவுக்கு வந்தேன். நீங்களும் யோசியுங்கோ. இன்னிக்கு ராத்திரி பூரா நேரம் இருக்கு.'

'நாளைக்கு என்ன?'

'நாளைக்கு காலம்பற ஏழு மணிக்கு என்னோட பார்க் ஸ்டீரிட் வரணும்.'

'எதுக்கு?'

கட்டிலில் படிந்த தூசியில் பெயர் எழுதினாள். மெல்ல அழித்தாள்.

'இன்னம் கொஞ்சநாள் பொறுத்துக்கலாம்னு தோணறது. இப்ப வேண்டாம். எல்லா விதத்திலும் கஷ்டம் நமக்கு. அதுனாலே... அதுனாலே... இப்ப... அபார்ட் பண்ணிக்கலாம்னு...'

'நீயே நாள் குறிச்சு வந்திட்டியா?'

'ஏன் கத்தறேள்? பக்கத்து ஃபிளாட்லே கேக்கப் போறது. நான்தான் சொன்னேனே தீர யோசியுங்கோன்னு... எனக்கு மட்டும் பிடிச்சிருக்கா... மனத்தைக் கல்லாக்கிண்டுதான் இந்த முடிவுக்கு வந்திருக்கேன். உங்களுக்கு இஷ்டம் இல்லேன்னா வேண்டாம்.'

வெட்டிங் டே என்று கொண்டாட வாங்கிவந்த இனிப்பு, மேஜையில் கட்டெறும்பு மொய்க்கத் திறந்து கிடந்தது. பூப் பொட்டலம் பிரிக்கப்படாமல். கோபம். சுயவெறுப்பு தோன்ற வைக்கிற கோபம். டிபன்பாக்ஸில், தயிர் சாதத்தோடு, ஒன்பது மணி பஸ் பிடித்து ஆபீஸ் அட்டெண்டென்ஸில் புள்ளிவைப்ப தற்கு முன் ஓட வைக்கிறது கையாலாகாத்தனம். சாயந்தரம் வியர்த்து விறுவிறுத்து வருகிறவளிடம் அன்பாக நாலு வார்த்தைப் பேச முடியாமல், பிளாஸ்க்கில் காபியும், வெந்நீரு மாக ஓட வைப்பதும் அவள் ஓய்ந்து கிடக்கும்போது எதற்காகச் சேர்ந்து வாழ்கிறோமோ அதற்கான குறைந்தபட்ச எதிர்பார்ப் பான சரீர நெருக்கத்தைக் கூடத் தரமுடியாது நித்திரைபோவதும், எப்போதாவது மனத்தில் பசு தர்மம் தூக்க... அவள் சௌகரியம் பாராமல் இணை விழைவதும் எல்லாம் பேடிமைதான். இதென்ன ஆண்மை? உன்னில் உயிர் வித்தை விதைத்தேன். அது தற்செயலானது. அது தழைக்கவா, உதிரவா என்று தீர்மானிக்க உனக்கு உரிமையில்லை. உன் உரிமை எல்லாம் என்னோடு ஆஸ்பத்திரி பில்லைப் பங்கு போட்டுக் கொள்வது, பிளாஸ்க்கில்

மீதி வைத்த அரரூட் கஞ்சியை வீணாக்காமல் சாப்பிடுவது, ஆபீஸ் போவது...

பானுசந்திரன் மெல்லப் போய் ரேணுகாவின் தோளைத் தொட்டான். இருட்டில் அவள் விழிகளை வருடியபோது விரல்களில் ஈரம்.

'சாரிம்மா...'

'எதுக்கு?'

'வெட்டிங் டேயும் அதுவுமா உன் மனத்தை நோகடிச்சுட்டேன்.'

வாசலில் காலிங் பெல் சத்தம். ஆஸ்பத்திரிக்குப் போக வேண்டும்.

பதினொரு மணிக்குத் திரும்பி வந்தபொழுது இன்னமும் ரேணுகா அழுது கொண்டிருந்தாள். 'படுத்துக்கோ... காலம்பற போக வேண்டாமா... அழாதே... கண்ணு இல்லே...' அவன் குரல் இருளில் உடைய அப்புறம் மௌனம்.

இன்னொரு இரவு விடிந்தது. தீக்குச்சி அடுக்குகள் ஒரு சலனமும் இன்றி இருந்தன. உறங்கிக் கொண்டிருக்கிறார்கள். இஸ்திரி செய்த உடுப்பு, டிபன்பாக்ஸில் சேமியா உப்புமா, கைப்பையில் சானிடரி நாப்கின் எதுவுமே தேவைப்படாத நாள். விடுமுறை தினம்.

கடிகாரத்துக்குப் பயப்பட வேண்டியதில்லை. வெங்காயமும் மீனும் பூவும் பெட்ரோலுமாகக் குழம்பி மணக்க இன்னும் நேரம் இருக்கிறது.

'சாப்பிடறியா... ஹோட்டல்லே இட்லி வாங்கி வரேன்...'

'ஏழு மணிக்கு வெறும் வயத்தோட அங்கே இருக்கணும்...' எட்டு மணிக்கு வெறும் வயறா வந்துடலாம்...

சங்கடமாகச் சிரித்தாள். பானுசந்திரன் தலை குனிந்தான்.

'ஆட்டோ கொண்டு வரேன்...'

‘வேணாம்... நடந்துபோயிடலாம். வரும்போது பாத்துக்கலாம்’ நினைவு வந்தவனாக வாசலில் நின்றான்.

‘கொஞ்சம் பேப்பர் கொடு.’

ரேணுகா கைப்பையில் தேடி, டால்கம் பவுடர் மணக்கிற காகிதத் துண்டையும் பேனாவையும் எடுத்தாள்.

‘நாம போற ஆஸ்பிட்டல் ஃபோன் நம்பர் சொல்லு’ சொன்னாள்.

வாசலில் அறைப் பக்கத்தில் இருந்த வாட்ச்மேனை எழுப்பினான். ‘ஆடிட்டர் ஆபீஸில் ரெங்கசாமி எழுந்திருக்கும்போது இந்தச் சீட்டைக்கொடு. ஆஸ்பத்திரியிலேருந்து ஏதாவது கூப்பிட்டா, இங்கே பேசச் சொல்லு...’ ஏழரை மணிக்கு அந்தப் பிரசவ ஆஸ்பத்திரி வாசலில் பானுசந்திரன் குறுக்கும் நெடுக்குமாக அலைந்து கொண்டிருக்க, மனத்தில் தேவதைகள் எல்லாம் வந்து பாவி, பாவி என்று பழித்தார்கள். முகம் தெரியாத ஒரு சிசு தீனமாக அலறி ரேணுகாவின் வயிற்றைப் பிடித்துக் கொண்டு, ‘என்னை விட்டுவிடாதே... விட்டுவிடாதே...’ என்று கெஞ்சுவதாக மனம் பேதலித்துக் கண்கள் நிறைந்து நிற்க, உள்ளே எல்லாம் முடிந்து ரேணுகாவை வார்டுக்கும் கொண்டு வந்தார்கள். மணி எட்டு ஐந்து.

‘ஒரு மணி நேரம் போனபிறகு கூட்டிப் போகலாம்’ கூட வந்த நர்ஸ் சொன்னாள்: ‘ஷி இஸ் நார்மல்... லேசா செடேடிவ் எஃபெக்ட் இருக்கும். எழுந்திருந்ததும் கூப்பிடுங்க, நீங்க உள்ளே போய் இருங்க...’

அப்பா நினைவு வந்து, கண் விழித்திருப்பாரோ? நேற்றுப் பூரா பிரக்ஞையே திரும்பவில்லையே? ராத்திரி சிக்கல் இல்லாமல் போயிருக்குமா?

நர்ஸ் உள்ளே நுழைந்தாள்.

‘பானுசந்திரன் நீங்கதானா? ஃபோன் வந்திருக்கு...’

அவன் திரும்பி வந்தபொழுது ரேணுகா கண் விழித்திருந்தாள். அவன் பார்வையில் அந்நியோன்யத்தைத் தேடி மெதுவாகப் புன்னகைத்தாள். போர்த்தி இருந்த துணியை விலக்கி,

ஆதரவாகப் பற்றிக் கொள்ளக் கையை நீட்டினாள். பானுசந்திரன் கண்கள் கலங்கி இருந்தன.

‘அழாதீங்கோ… பெட்டர் லக் நெக்ஸ்ட் டைம்… என்னைக் கொண்டு விட்டுவிட்டு அப்பாவைப் பார்க்கப் போங்க… பாவம் நேத்துப் பூராக் கண்ணே திறக்கலே…’

‘இனிமே திறக்கப் போறதில்லே…’

‘…’

‘அப்பா போயிட்டாராம். எட்டு மணிக்கு…’

அவர்கள் குழந்தைகளைப்போல அழ ஆரம்பித்தார்கள்.

23. சிதைவு

ராத்திரிக்கு ஒரு வாசனையுண்டு. தாழம்பூ. அணைத்த காடா விளக்கு. 'சரட் சரட்' என்று வார்ச் செருப்பு ஒலிக்க, அரவம் ஒழிந்த தெருவில் யாரோ குடித்துக்கொண்டு போகிற சுருட்டு...

தெரு விளக்கு மட்டும் எரிகிறது. வீட்டில் விளக்குப்போய் ஒரு மணி நேரமாகிறது. எல்லாச் சத்தத்தையும் பெருக்கி எடுத்துப் பூதம் காட்டுகிற ராத்திரி... சைக்கிள் ரிக்ஷா வந்து நிற்கிற சத்தம். தடதடவென்று யாரோ இறங்குகிற சத்தம்.

பக்கத்து பிரஸ்காரர் வீட்டுக்கு யாராவது வருவார்கள். அர்த்த ராத்திரியில் வந்து சேரு கிற ரயிலும் பஸ்ஸும் கூட, யாரையாவது அங்கே கொண்டு சேர்த்துவிட்டு போகின் றன. கண்ணன் பதிப்பகத்துக்கு இந்தப்பக்க வீடு, எதிர்வீடு என்றுதான் தெருக்காரர்கள் வீட்டு அடையாளம் சொல்கிறார்கள்.

'எவனும்... கேட்டுக்கடா... எவனும் என்னை ஏமாத்த முடியாது. முழிச்சிட்டு

இருக்கும்போதே தொடையிலே கயிறு திரிக்க வரான் அவனவன்... என்ன ஊருடா இது?'

'பாத்துப் பேசுங்க சாமி... நான் எதுக்கு உங்களை ஏமாத்தணும். இனாமாவா தரச் சொல்றேன். ரயில்வே ஸ்டேஷன்லேருந்து ரிக்ஷா மிதிச்சுட்டு வந்துதானே கேக்கறேன்...'

'வழக்கமா நாலு ரூபா தானேடா... என் மூஞ்சியைப் பார்த்ததும் எட்டாயிடுத்தா...'

'திரும்பத் திரும்ப டா போட்டுப் பேசாதீங்க. இஷ்டமில்லாட்டா ஒரு நயா பைசா கூடத் தரவேண்டாம். தருமத்துக்கு சவாரி அடிச்சதா நினைச்சுக்கறேன்...'

'நீ என்னடா தருமம் பண்றது. அவனவன் என்னை ஏமாத்தி வீடும் காருமா அமக்களமா இருக்கான். உனக்கு எட்டு ரூபா தானே... எட்டு என்னடா கணக்கு... பத்தாவே வச்சுக்க... இந்தா... போய் நல்லா இரு...'

'பத்து ரூபான்னு சொல்லி நூறு ரூபா நோட்டைத் தர்றீங்களே... நான் உழைச்சுப் பிழைக்கறவன். கிடைச்சதைச் சுருட்டிக்கிட்டு ஓடறவன் இல்லே...'

சத்தம் ஏறிக்கொண்டே போகிறது. வாசலுக்கு வந்தேன். இந்த இரைச்சல் தணியாமல் இனிமேல் தூக்கம் கிடையாது.

விளக்குக் கம்பத்துக்குக் கீழே சாய்ந்து நின்றிருக்கிற மனிதனைப் பார்க்கவே கொஞ்சம் விநோதமாக இருந்தது. நல்ல ஆறடி உயரம். பெரிய போலீஸ் மீசை... நரை பாய்ந்தது. புழுக்கமான ராத்திரியில் ஸ்வெட்டர். மோட்டார் சைக்கிள் ரேஸுக்கு இறங்கிய மாதிரி ஸ்வெட்டருக்கு மேல் ஒரு பிளேசர். கசங்கிய ஆலிவ் பச்சை பேண்ட்டும் கான்வாஸ் ஷூவுமாக, ஒரு லாட்டின் அமெரிக்கன் பர்சனாலிட்டி.

ரிக்ஷாக்காரன் என்னைப் பார்த்து சலாம் செய்தான். வங்கிக் கடனில் வாங்கிய ரிக்ஷா. என் முன்னோர் காலத்தில் கொடுத்து, இன்னும் கடன் அடைக்கப்படாதது.

'என்னப்பா ராத்திரி தூங்க விடமாட்டியா?'

நான் அவனைப் பார்த்துக் கேட்டாலும் அந்த ஓங்கி உலகளந்த வரையும் கேள்வியின் வரம்பில் அடக்குவதற்காக, அவரையும் பார்த்தேன்.

அவர் தலைமுடியை ஆழமாகக் கோதிக்கொண்டே என்னை முறைத்தார். தாடி இருந்தால் காஸ்ட்ரோ மாதிரி இருப்பார்.

'என்கிட்டே நூறு ரூபாய்க்குச் சில்லறை இல்லை' பனிப்புயலில் அகப்பட்டுக் கொண்டதுபோல, பிளேசரின் ஸிப்பை நெஞ்சு வரை இழுத்து மூடிக்கொண்டார்.

'சார்கிட்டே கேளுங்க சாமி...பேங்குக்கார ஐயா...'

மௌனமாக என்னண்டை வந்து, நூறு ரூபாய்த்தாளை நீட்டினார். பேங்க் மேனேஜர் என்றால் நடுராத்திரியில் சட்டை கூட போடாது முண்டா பனியனுடன் இருந்தாலும், சில்லறை எடுத்துத்தர வேண்டும்.

உள்ளே போய் முதலில் நோட்டைத் திருப்பிப் பார்த்தேன். கட் நோட் இல்லை. பத்து ரூபாய்த் தாள்களாக எடுத்துக்கொண்டு வெளியே வந்தபோது, ரிக்ஷாக்காரன் பீடிபற்ற வைத்துக் கொண்டு அதே குச்சியில் அவர் சிகரெட்டையும் ஏற்றிக் கொண் டிருந்தது, ஏதோ இரண்டு ஆத்ம சிநேகிதர்களை பார்க்கிறது போல இருந்தது.

'தேங்க்ஸ் மை சன்...' அவர் இப்போது பாதிரியார்போல் தெரிந்தார்.

பத்து ரூபாய்த்தாளை ரிக்ஷாக்காரன் கையில் வைத்து மூடினார்.

'வேணாம் சாமி.'

'இப்ப எடுத்துட்டுப் போறே... ஆமா...'

அவன் கிளம்பிப்போகிறதைப் பார்த்தபடி நின்றார். அமைதியை நிலைநாட்டிய திருப்தியோடு நான் உள்ளே போகும்பொழுது பின்னாலிருந்து திரும்பவும் சத்தமாக ஒலிக்கிற குரல்.

'கண்ணப்பன் வெளியூர் போயிருக்கானா!' - 'பதில் சொல்லா விட்டால் முட்டியைப் பெயர்த்துடுவேன் படுவா' என்ற பாவம் தெறிக்கிறது.

கண்ணப்பன், கண்ணன் பதிபபக உரிமையாளர். பக்கத்து வீட்டுக்காரர் என்றாலும், வெளியே இறங்கும் போதெல்லாம் என்னிடம் சொல்லிக்கொண்டு போகவேண்டிய நிர்ப்பந்தம் இல்லாதவர்.

'தெரியலியே சார்...'

அவர் இன்னொரு சிகரெட் பற்ற வைத்துக் கொண்டார்.

'டு யூ நோ மீ?' திடீரென்று மிடுக்கான ஆங்கிலத்தில் கேட்டார். ரேடியோவில் ஒன்பது மணிக்கு இங்கிலீஷ் நியூஸ் வாசித்து விட்டுப்போன மெல்வில்டி மெல்லோவின் குரலில் மிச்ச சொச்சங்களாக உதிர்கிற வார்த்தைகள்...

அவர் யாராகவும் இருக்கலாம். பட்டாளக்காரர், ரிடையர் ஆன போலீஸ்காரர்.

'நான்தான் ராஜராஜன்... ஏ.எச். ராஜராஜன்...'

இன்ஷியல்களோடு சொன்னாலும் அடையாளம் தெரிய வில்லை.

'ஐ யாம் எ ரைட்டர்' என் கையைப் பற்றிக் குலுக்கினார். 'தமிழில் முதல் சோதனை நாவல் என்னுடையது... இந்த விநாடி இல்லை. அடுத்த விநாடி.'

எந்தப் பத்திரிகையில் வந்தது என்று கேட்க நினைத்து, அடக்கிக் கொண்டேன். இவரே சோதனை நாவல் என்கிறார். சோதனை நாவல்களைத் தொடர்கதைகளாகப் பத்திரிகைகளில் போடுவ தில்லை. அதாவது, எங்கள் ஆபீஸ் மனமகிழ் மன்றத்தில் வாங்கு கிற பத்திரிகைகளில். அதைப் புரட்டவே நேரம் இல்லாமல் ஆயிரத்தெட்டு பிக்கல் பிடுங்கல்.

ஏ. எச். ராஜராஜன் இடம் போனாலென்ன வலம் போனாலென்ன, இங்கே இருந்து கிளம்பினால் போதும்...

'மை சன்...' இல்லை, கிளம்புகிறதாக இல்லை.

'மிஸ்டர் பேங்க் ஏஜெண்ட் சார்...' இதுவும் என்னைத்தான். புராண காலத்து மனிதர். பேங்குகளில் ஏஜெண்டுகள் போய் மேனேஜர்கள் வந்து இரண்டு மாமாங்கமாகிறது.

'நான் நேரடியாகப் பேசிப் பழகினவன். இந்தக் கண்ணப்பனோட சண்டை போட வந்தேன். ஆளு இல்லை. அவனைத் தவிர இங்கே யாரையும் தெரியாது எனக்கு... நான் என்ன பண்றேன். உங்க வீட்டு வாசல் திண்ணையிலே ராத்திரி படுத்திருந்துட்டு விடிஞ்சதும் போயிடறேன், சரியா?'

என் தோளில் பலமாக ஒரு தட்டு. நான் பார்த்துக் கொண்டி ருக்கும்போதே சிகரெட்டை அணைத்துவிட்டுத் தடதடவென்று திண்ணையில் படி ஏறி கேன்வாஸ் பேக்கை தொப்பென்று போட்டார். உள்ளே இருந்து ஒரு டர்க்கி டவலை எடுத்து டொக் டொக்கென்று தும்மலுக்கு இடையே தூசி தட்டினார். அப்புறம் ஒரு ப்ரவுன் பேப்பர் கவரை எடுத்து வெளியே வைத்தார். மங்கலான தெரு விளக்கு வெளிச்சத்தில், உள்ளே வக்கீல் குமாஸ் தாக்கள் மடித்து எடுத்துப் போகிற காகிதக் கட்டுகள் போல ஏதோ திணித்திருந்தது தெரிந்தது. டர்க்கி டவலை சுருக்கம் போக உதறி விரித்துக் கொண்டு, முகப்பில் பேக்கை நிறுத்தினார். படுக்கை யும் தலையணையும் ரெடி என்பதுபோல, என்னை ஒரு பார்வை. ஷூவைக் கழற்றிக்கொண்டு, 'உள்ளே போய் சமாதானமா உறங்குங்க. குட் நைட் மை சன்...'

என் அப்பா ஷூ போடுவதில்லை. ஆங்கிலம் பேசுவதில்லை. வெளியூர் போவது இல்லை. இப்போது ஒரு விநாடி அவரை இங்கே பார்த்தேன். 'பனி விழறது. உள்ளே போய் படுத்துக் கப்பா.'

'போர்வை தரட்டா சார்?'

'வேணாம்... குளிர்னா இதை எடுத்துப் போத்திக்குவேன்... ஆல் பர்ப்பஸ் டவல்...'

துண்டு அவர் இடுப்பு வரை கூடவராது.

'ஜில்லுனு பானைத் தண்ணி இருந்தா கொடு மை சன்... கத்திக் கத்தி தொண்டை வறண்டு போச்சு...'

மீசையை நீவிக்கொண்டே கடகடவென்று இடிச்சிரிப்பு.

'சரிதான் போய்யா...' என்று ஏனோ சொல்ல முடியவில்லை. உள்ளே போய்க் கொண்டுவந்து பக்கத்தில் வைத்துவிட்டு,

எதிர்த்திண்ணையில் உட்கார்ந்தேன். ஒரு ஐந்து நிமிஷம் மரியாதைக்கு வார்த்தை சொல்லிக்கொண்டிருந்துவிட்டு, உள்ளே போய்விட வேண்டியதுதான்.

'மானாமதுரை மண்பாண்டம் இல்லே இது... என்ன அழகான வேலைப்பாடு பாருங்க, அன்னப்பறவை மாதிரி... பழைய கிரேக்க ரோமனியர்களோடு போட்டி போடற அழகுணர்ச்சி. அசாத்திய திறமை.'

கூஜாவை அப்படியும் இப்படியும் திருப்பி ரசித்துக் கொண்டே இருந்தார்.

'திறமான புலமையெனில்...'

திடீரென்று சத்தம் உயர்த்திக் கவிதை சொல்ல ஆரம்பிக்கறவர்.

'தூக்கிப் போட்டு மிதிக்கணும்...' முடித்துவிட்டு ஓவென்று சிரித்தார். இரைச்சல் கேட்டு பக்கத்தில் யாரும் சண்டைக்கு வரக்கூடிய சூழ்நிலை.

'மானாமதுரைப் பக்கமா நீங்க?'

இந்தக் கேள்வியைத் தண்ணீர்க் கொண்டுவரும்பொழுதே எதிர் பார்த்தேன். ஏன் என்று தெரியவில்லை.

அமர்த்தலாகத் தலையாட்டினேன். ஆமாம் இல்லை என்று அரை வார்த்தை பேசினாலும், அதைப் பிடித்துக் கொண்டு இவர் வேறு ஏதாவது ஆரம்பித்து விடலாம்.

கவிழ்ந்து படுத்துக்கொண்டார். வாட்ச் உறுத்தியதோ என்னவோ, கழற்றி பேண்ட் பையில் போட்டுக் கொண்டார்.

'நான் கூட தெக்கத்தியான் தான். மதுரைப் பக்கம்...'

ஏதோ கிராமப் பெயரைச் சொன்னார். அவர் இனிஷியலில் இருக்கிற 'ஏ' அதிலிருந்து வந்ததாக இருக்கும்.

'பதினைந்து வருஷம் காலேஜ்ல மேத்தமெடிக்ஸ் லெக்சரரா குப்பை கொட்டினேன்.'

அவரை ஒரு புது மரியாதையோடு பார்த்தேன். பொய் சொல்லக் கூடியவராகத் தெரியவில்லை.

என் மனத்தில் இருக்கிற கணிதப் பேராசிரியர் பிம்பத்தோடு ஒத்துப்போகிற ஒரே விஷயம் இவர் உயரம்தான்.

'புரஃபஸர் போஸ்ட் தரமாட்டேன்னான். பிரைவேட் காலேஜ். கண்டவனும் அதிகாரம் பண்ற எடம்... போடா நாயேன்னு வந்துட்டேன். நம்ம டைப்புக்கு அத்தனை வருஷம் ஓடினதே ஜாஸ்தி. பொல்லாத மொரட்டுப் பயபுள்ளே...

செல்லமாகத் தோளில் தட்டிக்கொள்ள வாகாக, சுவரில் சாய்ந்து உட்கார்ந்தார். இவரை எப்படி வகைப்படுத்த? இலக்கியவாதி, கணிதப் பேராசிரியர், தெருவில் வம்பிழுக்கும் முரடர், முன்பின் தெரியாதவர்களின் ராத்தூக்கத்தைக் கெடுத்து மகிழ்கிறவர்...

'பத்து வருஷம் வேலை பார்த்த இடத்துலே புத்தகம் விக்கப் போனபொழுது உள்ளேவிட மாட்டேனுட்டான்...'

வேலையை விட்டுவிட்டு கணக்குப் புத்தகமோ வாய்ப்பாடோ விற்க பள்ளிக்கூடங்களிலும் கல்லூரிகளிலும் அலைந்து திரிகிறவராக இருக்கும். வயிறு இருக்கிறதே...

'கண்ணப்பன்தான் பப்ளிஷ் பண்ணினான். என் முதல் நாவல். சொன்னேனே... சோதனை நாவல்... மலையாளத்திலே கூட டிரான்ஸ்லேட் ஆகியிருக்கு. தமிழ்லேதான் விலை போகலே.'

நான் வேண்டுமானால் ஒரு காப்பி வாங்கிக்கொள்வதாகச் சொன்னால் சமாதானமாகத் தூங்குவாரா? திறமான புலமையைச் சிலாகிக்க முடியாமல், எனக்கும் கண்ணைச் சுழற்றுகிறது.

'புத்தகம் விக்காட்டாக் கவலைப்படாதே கண்ணப்பா... என்கிட்டே கொடு... ஒவ்வொரு காலேஜா ஏறி வித்துத்தரேன். தெருத்தெருவாப் போய் பிளாட்ஃபாரத்துல உக்காந்து கடை பரத்தக்கூடத் தயார். மூட்டையைக் கட்டிக்கொண்டான்னு கிளம்பிட்டேன். என்னோட புத்தகம் மட்டும் இல்லே. கண்ணப்பன் போட்ட எல்லாப் புத்தகத்திலும் பத்து பத்து காப்பி... பத்து பெர்சண்ட் டிஸ்கவுண்ட்.'

'வா சார் வா... எந்தப் புத்தகம் எடுத்தாலும் பத்து ரூபா...' அடுத்து கவிகிற பிம்பம்.

‘எத்தனை வித்துக்கொடுத்து என்ன பிரயோஜனம். ஒரு ஆயிரம் ரூபா கொடுன்னு நாலு லெட்டர் போட்டுட்டேன். இவன் பதிலே போடலை. சும்மாவா கேக்கறேன். ராயல்டி தரணும் இல்லியா?’

எனக்கு இதெல்லாம் எந்த விதத்திலும் தேவையில்லாத சமாசாரம். என் கழுத்தை அறுக்க இப்படி ராத்திரியில் ஒரு பிரகிருதியா...

தெருவில் பெருத்த இரைச்சலுடன் லாரி போனது. யார் வீட்டிலோ குழந்தை அழுகிற சத்தம்.

‘வீட்டிலே தனியாத்தான் இருக்காப்பலியா?’ அதிகாரமாக வருகிற குரல்.

தலையை ஆட்டினேன்.

‘ஸ்டில் அன்மேரிட்?’ ஸ்டில்லில் ஒரு அழுத்தம்.

‘ஊருக்குப் போயிருக்காங்க.’

‘நான் கல்யாணமே செஞ்சுக்கலை. என்னைப் பாத்து பயந்தே ஒரு பொண்ணும் கழுத்தை நீட்ட மாட்டேனுட்டா... போறது போ... இப்படி இங்கே சுதந்தரமா படுத்துக்கிடக்க முடியறது. டீயும் பன்னுமா சமாளிச்சுட்டு சுத்த முடியுது. ஏவாளுக்கு நன்றி...’ புரண்டு படுத்தார். நான் இதுதான் சமயமென்று உள்ளே போகத் தயாரானேன்.

‘கண்ணப்பன் நாளைக்கு வந்துடுவானில்லியா... அவனுக் காச்சு... எனக்காச்சு. பணம் வாங்கிட்டுத்தான் புறப்படணும்.’

தெருப் புழுதியில் கட்டிப் புரண்டு இவரும் கண்ணப்பனும் சண்டை போடுகிற காட்சி. விடிந்ததும் கண்ணப்பன் வரா விட்டால் இவரை எப்படி வாசல் திண்ணையிலிருந்து இறக்குவது?

இவரை வாசலில் விட்டுவிட்டுப்போகத் தயக்கமாக இருந்தது. உள்ளே படி ஏற்றவும் பயம்.

உள்ளேதான் மின்சாரம் இல்லையே... நானும் எதிர்த் திண்ணை யிலேயேப் படுத்தால்... கொஞ்சம் கொசுக்கடி... தூங்கினால் தெரியவா போகிறது?

தூங்கினது எப்போது என்று தெரியாது. லொட் லொட் என்று யாரோ சிமெண்ட் தரையில் பிரம்பால் அடிக்கிற சத்தம் கேட்டு விழித்தேன். சத்தமான பேச்சு. இருப்பும் சூழ்நிலையும் புலப்பட வில்லை. ஆபீஸில் கேஷ் கௌண்டர் பின்புறம் தரையில் படுத்துக்கொண்டிருக்கிற மாதிரி ஒரு தோணல்.

'நீ யாராயிருந்தாலும் சரி... நட ஸ்டேஷனுக்கு...'

யாரோ யாரையோ மிரட்டுகிறார்கள்.

எழுந்து உட்கார்ந்தேன். எதிர்த் திண்ணை காலியாக இருந்தது. வாசலில் இரண்டு போலீஸ்காரர்கள். முன்னால் கூனிக்குறுகி நிற்கிற உருவம். என் நடுராத்திரி விருந்தாளிதான்.

நான் தூங்கிக் கொண்டிருக்கும்பொழுது இவர் என்ன செய்து போலீஸ் வந்திருக்கும்? இவரைப் படியேற்றினதே தப்பு தானோ... வாசலுக்குப் போனேன்.

'உங்க கெஸ்ட்டா சார்...' ஒரு போலீஸ்காரர் என்னைப்பார்த்து சிநேகமாக விசாரித்தார். போன வாரம் நகைக்கடன் வாங்க வந்ததாக ஞாபகம்.

'விருந்தாளிதான்...' யாருக்கென்று சொல்லவில்லை. இவரைப் பார்த்தேன். கைகள் லொடலொடவென்று ஆடிக்கொண்டிருப் பதைக் கவனித்தேன். கண்ணில் அப்படி ஒரு பயம்.

'நடுராத்திரியில் விளக்குக்கம்பத்துக்குக் கீழே குத்தவச்சு ஒண்ணுக்குப் போயிட்டிருந்தார்.'

'நின்னுட்டுப் போனார்யா... பேண்ட் போட்டுக்கிட்டு எப்படிக் குத்த வைக்கிறது?' இன்னொரு போலீஸ்காரர் பெரிய ஜோக் அடித்த திருப்தியில் சிரித்தது ரசிக்கவில்லை.

'தெருவிலே எல்லாம் அசுத்தம் பண்ணாதீங்க... மனுஷன் நடமாடுற ரோடில்லையா... வெளியூர்க்காரர்... சாரோட கெஸ்ட்னு விடறேன். கவனிச்சு நடந்துக்கணும்... தெரியுதா?' - இது இவருக்கு.

நீதி போதனை கேட்கிற பள்ளிக் கூடப்பையன் போல, இந்த நெடியவர் பலமாகத் தலையசைத்த பொழுதுதான் சிரிப்பு வந்தது.

‘சார்! புது சைக்கிள் வாங்கணும். பேங்க்லே, லோன் தருவீங் களா?’

சைக்கிளில் ஏறும்போது போலீஸ்காரர் கேட்டார்.

பேங்க் மேனேஜர் இருபத்து நாலுமணி நேரமும் பேங்க் மேனேஜர்தான்.

‘வாங்க... பாக்கலாம்.’

விரைப்பாக சல்யூட் அடித்துவிட்டுப் போகிறவரை ஆச்சரிய மாகப் பார்த்தபடி நின்றார் உலக மகாமுரடர். கண்ணில் பயம் தெளியவில்லை.

‘சாரி... என்னாலே உங்களுக்குக் கஷ்டம்’ தர்மசங்கடமான ஒரு சிரிப்போடு சொன்னார். கண்கள் தரையைப் பெருக்கின.

‘அதெல்லாம் ஒண்ணும் இல்லே...’

இவரை உள்ளே விடாமல் திண்ணையில் கிடத்தியது நான். என்மேலேயே கோபமாக வந்தது.

‘கண்ணப்பன் கிட்டே இதெல்லாம் சொல்லவேண்டாம்...’ யாசிக்கிற குரலில் தழுதழுப்பு கவிந்து கம்மியது.

காலையில் விழிப்புத்தட்டியபொழுது எதிர்த் திண்ணை காலியாக இருந்தது. ஏ.எச். ராஜராஜன் என்ன ஆனார்? அவசரமாகத் தலை மாட்டில் வாசல் சாவியைத் தேடினேன். பத்திரமாக இருந்தது. சே... என்ன மனிதன் நான்.

ராஜராஜன் அந்த ப்ரவுன் பேப்பர் கவரைத் தூணோரம் விட்டு விட்டுப் போயிருந்தார். இருட்டில் பார்க்கவில்லையா?

எடுத்துப்பார்த்தேன். கையெழுத்துப்பிரதி. ‘நமனை அஞ்சோம்’ நாவல் போல இருந்தது. கண்ணப்பனுக்குக் கொடுக்க எடுத்து வந்ததா?

கவரோடு உள்ளே போகும்பொழுது கண்ணப்பன் வீட்டைப் பார்த்தேன். பூட்டித்தான் இருந்தது.

24. உத்தராயணம்

குளத்து ஐயர் அங்கியை மாட்டிக் கொண்டார்.

பாதிரியார் அங்கி. புதுசு என்று சொன்னார் கள். கழுத்துப் பக்கம் சின்னக் கோடாகத் தீற்றியிருந்தது அழுக்கா என்று தெரிய வில்லை.

'என்ன மாமா... ஷேவ் பண்ணிண்டு வரலியா?'

ராஜா, சதுரம் சதுரமாகக் கண்ணாடியை யாரோ தூக்க உதவி செய்துகொண்டே கேட் டான். 'ஆரிபிளக்ஸ்' என்று போட்டிருந்த கேமரா வழியாக ஒரு குறுந்தாடிக்காரன் எங்கேயோ பார்த்தபடி நின்றான். வருஷக் கணக்காகப் பூட்டியிருந்த வீடு ஆள் நடமாட்டத்தில் திணறி திறக்க முரண்டு பிடிக்கிற கதவாகவும், தூசி வாடையாகவும், அடைத்து வழிகிற கழிப்பறையாகவும் முணு முணுத்துக் கொண்டிருந்தது.

'இன்னிக்கி ரதசப்தமி ஆச்சே... அதான் மழிச்சுக்கலே.'

குளத்து ஐயர் சொல்லிவிட்டுச் சின்னதாகச் சிரிக்க முயற்சி செய்தார்.

என்ன இருந்தாலும் ராஜா பம்பாயில் பெரிய புள்ளி. இந்தி சினிமா எடுத்து வெளிநாட்டில் எல்லாம் ஏதோ பரிசு வாங்கி, இப்போது தமிழில் படம் பிடிக்க வந்திருக்கிறான். குளத்து ஐயர் பார்க்க வளர்ந்த பிள்ளைதான். ஆனாலும் எங்கேயோ மேலே மேலே போய்விட்டான். ஐயர் அப்படியேதான் இருக்கிறார். அவரிடம் எப்போதாவது ரிப்பேருக்கு வருகிற வால்வ் ரேடியோ மாதிரி...

'மாமா... என்னோட முதல் தமிழ்ப் படத்தை நம்ப ஊர்லேதான் எடுக்கணும்னு வந்திருக்கேன். எங்க தோட்டத்திலே ஷூட்டிங்.'

நேற்று மத்தியானம் அவன் படியேறி வந்த பொழுது, குளத்து ஐயர் நினைத்தது ஏதோ கேமராவோ மற்றதோ ரிப்பேராகி சரிசெய்யக் கூப்பிடுகிறான் என்று. ரேடியோவைத் தவிர, தனக்கு வேறு எதுவும் தெரியாது என்று சொல்லத் தயாரானபொழுது ராஜா சொன்னான்:

'ரெண்டு சீன்லே நீங்க நடிக்கணும். பாதிரியாரா... உங்க மாதிரி உசரமா வேறே யாரும் சட்டுனு கிடைக்கலே...'

ஐம்பது வயதில், இந்த ஆறடி உசரத்தால் ஒரு உபயோகம்.

யாரோ வந்து கரகரவென்று சவரம் செய்துவிட்டார்கள். ஆயுசில் முதல் தடவையாகக் குளித்த அப்புறம் சவரம். தாடையைத் தடவின கை, வழுவழுவென்று சுகமாகச் சறுக்கியது.

அங்கி பரவாயில்லை. பேண்ட் தான் கணுக்காலில் நின்றது. 'ஷூ போட்டா சரியாயிடும்.'

ராஜாவின் உதவிக்காரன் கேமராவை விட்டு நகர்ந்து வந்து சமாதானமாகச் சொன்னான்.

'லைட்டா முகத்தை டச்சப் பண்ணிடுப்பா. சார் நீங்க இப்படி உக்காருங்க.'

குளத்து ஐயர் உட்கார்ந்த வெராந்தாவிலிருந்து உள்ளே ஆளுயர நிலைக்கண்ணாடி தெரிந்தது. அதில் ஓரமாகத் தன் கால் மட்டும்

தெரிவதையும் பார்க்க முடிந்தது. கண்ணாடிக்குப் பின்னால்தான் வேட்டியை மடித்து வைத்து விட்டு பேண்ட் போட்டுக் கொண்டது.

எப்போது இப்படி சலவையில் எடுத்த பேண்ட்டும் சட்டையுமாகப் போனது என்று யோசித்தார். அது முப்பது வருஷம் முன்னால்... நார்த்தாமலையில் ரேடியோக்கடை போட்ட பொழுது... கல்யாணமான புதுசு. ஜரிகை வேஷ்டியும் பேண்ட்டும் அந்துருண்டை போட்டு பெட்டியில் இருந்தது அப்போது.

வால்வ் ரேடியோக்கள் கம்பீரமாகப் பாடின காலம் அது. 'மேஜிக்ஐ'யும், மர கேபினட்டும் வயிற்றில் விபூதிப்பட்டை போட்டதுபோல ஒளிவிடுகிற பேண்ட் வேவ் லெங்த் கண்ணாடிச் சில்லுமாக...

வீட்டில் சதாநேரமும் கரபுர சத்தத்துக்கு நடுவே யார் ரேடியோவிலாவது திருச்சியைத் தேடிக் கொண்டிருக்க... மாட்டு வண்டியிலும், சைக்கிள் காரியரிலுமாக வேறு செட்கள் வந்து சேரும்.

மண்டை மண்டையாக உள்ளே தெரிகிற வால்வுகளையும், சுவரில் பெரிதாக்கி மாட்டியிருந்த நேஷனல் எக்கோ ரேடியோவின் சர்க்யூட் டயகிராமையும் பிரமிப்போடு பார்த்துக் கொண்டிருந்தவர்கள், அதிர்ந்து கூடப் பேசுவதில்லை. பயம் கலந்த மரியாதையை உண்டுபண்ணும் சூழ்நிலை அது.

'ரெண்டு நாளா பொட்டி பாடலியா... சமஞ்ச பொண்ணு பொழுது போகாம கஷ்டப்படறா... கொஞ்சம் விரசாப் பாத்துக் கொடுத்தா நல்லாயிருக்கும்...'

'என்ன செய்யச் சொல்றே கருப்பையா... இத்தனை செட் முன்னாலே வந்து உக்காந்திருக்கே... எப்படியும் திங்கள்கிழமை சாயந்தரமாயிடும்.'

'ஞாயித்துக்கிழமை ஏதோ சினிமா ஒலிச்சித்திரம்னு...'

'நம்ப வீட்லே வந்து கேக்கச் சொல்லேன். தங்கத்துக்கும் பேச்சுத் துணை...'

அப்போதெல்லாம் குளத்து ஐயர் சம்சாரம், தங்கம்மா வீட்டில்தான் இருந்தாள். தொழுவத்தில் இரண்டு பசு. பக்கத்து வீடுகளுக்குப் பாலும் மோரும் விற்றுச் சிறுவாடு சேர்த்தாள். நாலு

வயது வரை இடுப்பேறியாக இருந்த பிள்ளை சேகரைத் தூக்கி வைத்துக் கொண்டே எல்லாக் காரியமும் பார்த்தாள்.

தங்கம்மாள் இப்பொழுது அலைந்து கொண்டிருக்கிறாள். வக்கீல் வீட்டில் தோசைக்கு அரைக்கவும், டாக்டர் வீட்டு மாமி தூரமாகும் பொழுது மூன்று நாள் சமைக்கவும், திவச காரியமும் கிரேக்கியமும் என்று கூப்பிட்ட இடத்தில் வடை தட்டவும் என்று... தொழுவத்தில் எருக்கஞ்செடி அடைந்து கிடப்பதால், ரதசப்தமிக்குத் தலையில் வைத்துக் குளிக்க இலைபறிக்க மட்டும் சௌகரியமாக இருக்கிறது. சேகர் எஸ்.எஸ்.எல்.சி. தவறி, சொல்லிக் கொள்ளாமல் ஓடியவன்தான். போன வருஷம், பஞ்சாயத்து பிரசிடெண்ட் வீட்டிலிருந்து பழைய ரேடியோ ரிப்பேருக்கு வந்தபோது, சேகரிடமிருந்து நூறுரூபாய் மணி யார்டர் வந்தது. கல்கத்தாவிலிருந்து அனுப்பியிருந்தான். மணி யார்டர் கூப்பனில் ஏதோ புத்தகக்கடையில் வேலை பார்ப்பதாக எழுதியிருந்தான். மாற்று வால்வ் கிடைக்காமல் அந்த ரேடியோவைத் திருப்பிக் கொடுக்க வேண்டி வந்தது. சேகர் அப்புறம் கடிதம் போடவில்லை.

கிளிப்பில் சொருகிய பேப்பரும் கையுமாக, குறுந்தாடிக்காரன் பக்கத்தில் வந்தான். ராஜா எங்கே?

லேசாகப் பசித்தது. காலையில் வாசலில் வேனை நிறுத்தி ராஜா ஹாரன் அடித்துக் கூப்பிட, அரக்கப் பரக்க ஓடி வந்ததால் நொய்க்கஞ்சி குடிக்க நேரம் கிடைக்கவில்லை. இங்கே சாப்பிட ஒன்றும் தர மாட்டார்களா?

'அந்த ஓரமா தோட்டத்திலே சாக்பீஸாலே மார்க் பண்ணுப்பா...' யாரிடமோ குறுந்தாடி சொன்னான். 'ரிஃப்ளெக்டரை ரைட்லே நகத்தச் சொன்னேனே... கேமராவிலே ஃபில்டர் போட்டாச்சா?'

குளத்து ஐயர் குழப்பமாக அவனைப் பார்த்தார். அக்குளில் அரித்ததைச் சொறிந்து கொள்ள முடியாமல் அங்கி மூடியிருந்தது.

'இதாரு... புதுமுகமா..?' திட்டாக அப்பிய கண்மையோடு கடந்து போனவள் கேட்டாள். தங்கம்மாவின் ஒன்றுவிட்ட தங்கை அம்முலு ஜாடையாக இருந்தாள் அவள்.

அம்முலுவுக்குச் சரியாகப் புருஷன் அமையவில்லை. குழந்தை குட்டியும் இல்லை. அடிக்கடி அக்கா வீட்டுக்கு வந்து பத்துநாள்,

இருபதுநாள் டேரா போடுவாள். குளத்து ஐயர் நாள் முழுக்கக் காபி குடித்த நாள்கள் அவை. தங்கம்மா கோயிலுக்குப் போகும் போதும், தொழுவத்தில் இருக்கும்போதும், சூட்டுக்கோலில் ஈயத்தை உருக விட்டுவிட்டு காபி குடிக்க உள்ளே போவார். அம்முலுவுக்கும் இதே மாதிரி உருண்ட தோள்கள்தான்...

'சார், நீங்க என்கூட வாங்க...' குறுந்தாடிக்காரன் சார் என்று கூப்பிடுகிறது சின்ன நிம்மதியாக இருந்தது. ராஜா இல்லா விட்டாலும் பரவாயில்லை.

தோட்டத்துப் பக்கம் போனார்கள். அரச மரத்தடியில் எறும்பு மொய்க்க என்னவோ பூ சிதறிக் கிடந்தது. மூங்கில் பிளாச்சில் வர்ணம் அடித்து அங்கேயே நிறையச் சிலுவை குத்தியிருந்தது.

'ஒரு தடவை பாத்துடலாமா... எல்லாம் ஓ.கே.யா?'

பலபேர் அவசரமாக ரெடி என்றார்கள்.

'சார்... நீங்க மெல்ல நடந்து கருப்புப் பெட்டிப் பக்கம் போய்... பாலு... பாதிரியாருக்கு பைபிள் வந்து சேரலியே...'

யாரோ கருப்பு அட்டை போட்ட புத்தகத்தோடு ஓடி வந்தார்கள்.

'இது பாக்கெட்லே போகாதே. லா ஜர்னல் மாதிரி இருக்கு...' குறுந்தாடி மெல்ல முனகிக்கொண்டே பிரித்துப் பார்த்தான்.

'பரவாயில்லை. பிரிச்ச மாதிரி வச்சுக்கட்டும்...' புத்தகம் கொண்டு வந்தவன் சொன்னான்.

'ஸ்டார்ட்...'

குறுந்தாடி 'போ' என்று சமிக்ஞை காட்டினான். குளத்து ஐயர் கையில் பிரித்து வைத்த புத்தகத்தோடு நடந்து, கருப்புப்பெட்டிப் பக்கம் போக... உள்ளே கிடத்தியிருந்த 'பிணம்' ஹோவென்று சிரிக்கிற சத்தம்.

அது குளத்து ஐயரின் கழுத்துப் பக்கம் கையைக் காட்டியது.

'என்னை எரிக்கணுமா பொதைக்கணுமான்னு முடிவுக்கு வாங்க மொதல்லே. அப்புறம் இவரை முழுசா ஐயராவோ பாதிரி யாவோ அனுப்பலாம்.'

குளத்து ஐயர் குனிந்து பார்க்க, அங்கியின் பொத்தான் உதிர்ந்து போய்ப் பூணூல் வெளியே தெரிந்தது.

முகத்துக்குப் பவுடர் ஒத்தடம் கொடுத்தவன் ஓடி வந்து ஊசியும் நூலுமாகப் பித்தான் தைக்க முற்பட, ஊசியில் நூல் போகவே இல்லை.

'நீ விலகுய்யா...'

'அம்முலு' பக்கத்தில் வந்தாள். கண்ணை ஒரு விநாடி சிறுத்துக் கொண்டு ஊசியில் நூலை நுழைத்து, நிமிர்ந்து பார்த்தாள்.

'கண்ணம்மா உசரத்துக்கு, அவர் பேண்ட்லே வேணும்னா பட்டன் தைக்கலாம்.'

பெட்டிக்குள் பிணம் எழுந்து உட்கார்ந்து சொல்ல, குறுந்தாடி உள்பட எல்லோரும் சிரிக்கிற சத்தம். குளத்து ஐயருக்கு வெட்கம் கலந்த சந்தோஷம்.

அம்முலு கூடக் குட்டைதான்...

'நீங்க எத்தனை உசரமா... செவப்பா இருக்கேள் அத்திம்பேர்... அக்கா கொடுத்து வச்சவ...'

அம்முலு முப்பத்தைந்து வயதில் மலேரியாவில் போன பொழுது இந்த உயரம் இடைஞ்சலாகிப் போனது. தூக்கிப் போக ஆளுக்குப் பஞ்சம்.

'நீங்க வேண்டாம். ஏத்தமும் தாழ்ச்சியுமாப் போகும். சுமார் உசரமா வேறே யாராவது...' அவள் வீட்டுக்காரன் அப்போதுகூட அழவில்லை.

'இப்படி உக்காருங்க சாரே...'

மர ஸ்டூலில் அவர் பூத்தாற்போல உட்காரப் பித்தான் தைத்து முடிந்தது. எழுந்தபோது திரும்பவும் பூணூல் தோள் பக்கம் வழிந்தது. ஒரு ஓரமாகப் போய் அதைக் கழற்றி பேண்ட் பாக்கெட்டில் போட்டுக்கொண்டார்.

திரும்ப சுண்ணாம்புக் கோட்டிலிருந்து ஆரம்பிக்கச் சொன்னார்கள்.

'குடுகுடுன்னு ஓடக்கூடாது. கிரேஸ்புல்லா இருக்கணும். ஒரு பாதிரியார் மாதிரி மெதுவா...'

குறுந்தாடி நடந்து காட்டினான்.

குளத்து ஐயர் நடந்து பெட்டி பக்கம் போகும்போது எல்லோரும் அவரையே பார்ப்பதாகத் தோன்றக் கால் பின்னியது.

'ஓரமாச் சாஞ்சு வராரு...'

பிணம், சிரத்தையாகக் கவனித்துக் கொண்டிருந்தது. 'ஷாட் போதும் மட்டும் நீ உள்ளே படுத்தாப் போதாதா... இப்பவே பிடிச்சு ஏன்யா அங்கியே கிடக்கே...' அம்முலு அதைப் பார்த்துச் சொன்னாள். அவள் கருப்புச் சால்வையைப் போர்த்திக் கொண்டு நின்றாள்.

'ராத்திரி முச்சூடும் கொசுக்கடி. தூங்கவே முடியலை. இந்த இடம் சொகமா இருக்கு போ...'

நூற்றுச் சில்லறை தடவை மெல்ல நடந்து குளத்து ஐயருக்கு உடம்பில் கால் மட்டும் ஏகப்பெரியதாகி மரத்துப் போய்க்கொண் டிருப்பதாகத் தோன்ற, அந்த ஷாட்டை எடுத்து முடித்தார்கள்.

ராஜா வேனில் வந்து இறங்கி, ஒரு விநாடி குளத்து ஐயரைப் பார்த்துச் சிரித்து விட்டுக் குறுந்தாடிப் பக்கம் போனான்.

'பாதிரியார் ஷாட் ஒண்ணு ஓவர். பைபிள் ரீடிங். அதுக்கு முன்னால 'கூட்ட ஷாட்' ரெண்டையும் முடிச்சுடலாம்...' குறுந் தாடி சிகரெட்டைப் பற்ற வைத்துக் கொண்டு ராஜாவுக்கும் அதே காரியத்துக்கு உதவினான்.

'இத்தினி பேரைக் கூட்டி வந்தியே சார். பாதிரியா நடிக்க வேறே ஆளே கிடைக்கலியா... பாவம் அலைபாயறாரு இந்தாளு.'

பிணம்தான் குறுந்தாடியிடமிருந்து ஒரு சிகரெட் வாங்கித் தானும் பற்ற வைத்துக் கொண்டு புகைவிட்டது. ஏனோ தன்னைப் பார்க்க அதுக்கு இளப்பமாக இருப்பதாகக் குளத்து ஐயர் நினைத் தார்.

'சரி நான் டவுனுக்குப் போய்ட்டு வந்துடறேன். வேன் டிரைவர் எங்கய்யா?'

ராஜா திரும்ப வெளியே கிளம்பினான். 'இன்றைக்கு எடுப்பது எல்லாம் முக்கியமில்லாத காட்சிகளோ என்னவோ... அதுதான்

அவன் தன் பாட்டுக்கு சுற்றிக் கொண்டிருக்கிறான்' என்று அடுத்தாற்போல குளத்து ஐயருக்குத் தோன்றியது.

'விடோவோட குளோசப் முடிச்சிடு...' - ராஜா வாசலில் இருந்து சத்தம் போட்டான்.

'கண்ணம்மா... வா... உன் ஷாட்தான். என்ன குஷியா வரா பாரு... வீட்டுக்காரனைப் பொதைக்கற சந்தோஷமா...' பிணம் சீண்டியது.

'உன்னை உசிரோடு புதச்சாக்கூட சந்தோஷம்தான்...'

அம்முலு மாமர நிழலில் குளத்து ஐயருக்குப் பக்கமாக வந்து நின்றாள். அவள் தலையில் தேங்காய் எண்ணெய் வாடையும் வெட்டிவேர் வாசனையும் வெயில் நேரத்துக்குப் பொருந்தாமல் அடித்தது. ஒன்றிரண்டு வெள்ளை முடி உச்சந்தலையில் தெரிந்தது. இவளைத் தலையிலும் தோளிலும் கை வைத்து பாதிரியார் ஆசீர்வாதம் செய்கிற மாதிரியோ ஆறுதல் சொல்கிற மாதிரியோ ஒரு காட்சி இருந்தால் நன்றாக இருக்கும் என்று குளத்து ஐயர் நினைத்தார்.

கேமராவை இடம் மாற்றிக் கொண்டிருந்தார்கள். பிணம் ஒரு சிகரெட்டைப் பற்ற வைத்துக்கொண்டு, ஐயர் பக்கத்தில் வந்தபோது, அம்முலு உருக்கமாக அழ ஆரம்பித்திருந்தாள்.

'ஒரே ஷாட்லே ஓ.கே. தேங்க்ஸ் கண்ணம்மா...' குறுந்தாடி தலையைக் குலுக்கிக் கொண்டு சிரித்தான். 'கூட்ட ஷாட் ரெடி பண்ணுங்கப்பா...'

'சாரு டைரக்டருக்கு உறவா? சிகரெட் துண்டை செருப்பால் மிதித்து அணைத்தபடி பிணம் கேட்டது.

'வேண்டப்பட்டவன்... அவனைப் பிறந்ததுலேருந்து...'

'வந்து படுய்யா... உன் ஷாட் வரப்போது எழுந்து போயிடறே... கூட்டம் யார்லாம்யா?

பிணம் செருப்பை ஓரமாக விட்டுவிட்டு ஓடியது.

சவ அடக்கத்துக்கு வருகிறவர்களையும், நேர்கோணமாகத் தெரிகிற சவப்பெட்டியையும் எடுத்து முடிக்க, பகல் இரண்டு

மணி. பஞ்சாயத்து போர்ட் சங்கு ஊத ஆரம்பித்தது. ஐயருக்குப் பசி உச்சத்தில்.

வாசலில் திரும்பவும் வேன்.

'பேக்கப்... லஞ்ச் டைம்...' யாரோ குரல் உச்சத்தில் சொன்னார்கள்.

அப்பாடா சாப்பாடு வருகிறது.

பொட்டலம் பொட்டலமாக வேனிலிருந்து எடுத்துக் கொடுத்தார் கள். அவரவர்கள் இருந்த இடத்திலேயே சௌகரியமாக உட் கார்ந்து சாப்பிட ஆரம்பித்தார்கள்.

குளத்து ஐயரும் இரண்டு பொட்டலங்களை வாங்கிக் கொண்டார். 'மாத்யானம் செய்யாமல் சாப்பிடலாமா... இந்த அங்கியைப் போட்டுண்டு எங்கே உக்காந்து காயத்ரி சொல்றது?'

'ஐயரே... அது பிரியாணி... வாடை தூக்குதே தெர்லியா... இல்ல தெரிஞ்சுத்தான் எடுத்தியா?'

பிணம் தான்.

குளத்து ஐயர் கையில் எடுத்த பொட்டலத்தை அவசரமாகத் தூர வைத்தார்.

'இதை எடு... வடை... தயிர்சாதம்...'

இரண்டையும் கையில் திணித்துவிட்டுப் பிணம், பக்கத்தில் உட்கார்ந்து கொண்டது. 'சின்னப் பொட்டலம்தான் வடையா?' ஐயர் பொட்டலத்தில் சுற்றிய நூலைப் பிரித்தார்.

குளத்து ஐயருக்கு உளுந்துவடை என்றால் இஷ்டம். தங்கம்மா எங்கே திவசக்காரியம் பார்க்கப்போனாலும் மறக்காமல் நாலு வடையும், எள்ளுருண்டையும் இலையில் சுற்றி இவருக்காக எடுத்து வருவாள். காலையில் கூட டவுன்பஸ் பிடித்து புதுக் கோட்டைக்கு யார் வீட்டிலோ பத்தாம் நாள் காரியத்துக்குக் கிளம்ப வேண்டும் என்று சொன்னாள்... போயிருப்பாள்.

செத்தவர்கள் தயவால் வருஷம் பூரா உளுந்து வடை கிடைக்க வழி ஏற்பட்டிருக்கிறது. இங்கே அது, யாரும் போய்ச் சேராமல் தானே கிடைத்தது. இல்லை, பிணம் எடுத்துக் கொடுத்தது.

‘ஐயரே… எந்தக் கோயில்லே பூசை பண்றாப்பல?’ பிணம் ஒரு வடையைக் கடித்துக் கொண்டு கேட்டது.

‘கோயிலா… ஒரு கோயிலும் இல்லே… ரேடியோ ரிப்பேர் செய்யறேன்…’

‘அதானே உச்சிக்குடும்பி இல்லியேன்னு பாத்தேன். ஆமா… இந்த ஊர்லே எத்தினி ரேடியோ இன்னிக்குப் பூரா தேடினாக் கிடைக்கும். முப்பது… நாப்பது…’

‘என்ன பண்றது. கஷ்ட ஜீவனம்தான்.’

‘மெய்யாலுமே உன் கேசு பரிதாபம்தான் போ…’ பொட்டலத்தைப் பிரித்து விரைவிரையாக இருந்த சோற்றை அள்ளி வாயில் போட்டுக் கொண்டது.

‘தூ… இதெல்லாம் பிரியாணியா… மெட்ராஸிலே இப்படி கொடுத்தா கஸ்டமர் டின் கட்டிடுவான்… ஆமா…’

‘இருப்பெல்லாம் மெட்ராஸ்தானா?’

இலை வாடையும் புளிப்புமாக இருந்த தயிர்சாதத்தைச் சாப்பிட்டபடி குளத்து ஐயர் கேட்டார்.

‘நல்லா கேட்டே போ ஐயரே… தலைமுறை தலைமுறையா யானக்கவுனிதான்.’

‘ரொம்ப நாளாவே சினிமாவிலே எல்லாம் வர்றாப்பிலியா?’

‘ஆச்சு ஐயரே… பிட் ரோலா ஆயிரத்துச் சில்லறை படம் பண்ணியாச்சு… இருபத்து அஞ்சு வருஷம்… ஏதாவது ஃபேக்டரினா இன்னேரம் ஃபோர்மென், சூபர்வைசர்னு பிரமோஷன் ஆயிருக்கும். இங்கே… தோ… அதான் பிரமோஷன்…’

எச்சிற்கை கருப்புப் பெட்டியைக் காட்டியது.

‘ஏய்யா, உனக்கென்ன குறைச்சல்?’

அம்முலு அசைவ சமாசாரம் சாப்பிட்ட வாடையோடு பக்கத்தில் வந்து உட்கார்ந்தாள். அவள் அம்முலுவாக இருப்பதால் பொறுத்துக் கொள்ளலாம் என்று குளத்து ஐயருக்குத் தோன்றியது.

'ஐயரே... இந்தாள் வீட்டுக்காரி, கவர்மெண்ட் ஆஸ்பத்திரியிலே ஆயாவா கைநிறைய சம்பாதிக்கிறா... இதுவும் உண்டு...'

சில்லறை எண்ணுவது போல் விரல்களை மடக்கிக் காட்டினாள். அவள் விரலில் மோதிரத்தை ஒட்டி சோற்றுப் பருக்கை.

'என்ன இருந்தாலும் உன்ன மாதிரி... சரி விடு... அசிஸ்டெண்ட் டைரக்டர் கூப்பிடறாரு... குழிக்குள்ளே போறேன்.'

குளத்து ஐயருக்குக் கசகசவென்று வியர்த்திருந்தது. நாள் பூரா இந்த அங்கியைப் போட்டுக் கொண்டு பாதிரிமார்கள் எப்படி ஓடியாடுகிறார்கள் என்று ஆச்சரியமாக இருந்தது. கைப்பக்கம் எலுமிச்சங்காய் ஊறுகாய்க் கறையார் கண்ணிலும் படக்கூடாது என்று நினைத்தார்.

கேமரா இடம் பார்த்து நிறுத்தப்பட்டது. அம்முலுவுக்கு பவுடர் தடவிவிட்டு, அதே பவுடர் ஒற்றியால் குளத்து ஐயர் முகத்தையும் சீராக்கினார்கள்.

தோட்டத்து முகப்பில் நிழல். போஸ்ட்மேன் ஆரோக்கியம்.

சேகர் மணியார்டர் அனுப்பியிருக்கிறானா? வீடு பூட்டியிருக் கிறது என்று இங்கேயே தேடி வந்து...

குளத்து ஐயர் அவசரமாக வாசல் பக்கம் போனார்.

'ரேடியோ சாமியா... அடையாளமே தெரியலியே... அச்சா அசலா பாவாடைசாமி போல...'

ஐயர் மணியார்டர் என்று ஆரம்பிப்பதற்குள், 'இங்கே ராஜகோபால்ங்கறது யாரு சாமிகளே?' என்றான்.

'ராஜ... ராஜாவா... அதோ கண்ணாடியோட நிக்கறானே அவன் தான்... பெரிய சினிமாக்காரன்ப்பா...'

ராஜாவை அவன் என்று சொன்னதை ஆரோக்கியம் கவனித்து ஆச்சரியப்படட்டும்.

'அவருக்கு பம்பாயிலிருந்து பி.பி. கால்... உடனே பேச போஸ்ட் ஆபீஸ் வரணுமாம்.'

ராஜாவிடம் விஷயத்தைச் சொல்ல நடந்தபொழுது பாதிரியார் நடை அமர்க்களமாக வந்திருந்தது. இனிமேல் வந்து என்ன செய்ய? நடக்கிற ஷாட் எடுத்து முடித்தாகி விட்டது.

'ஜெயன்... நீ மத்த ஷாட்டைக் கவனி... நான் போயிட்டு இதோ வந்துடறேன். இன்னிக்குப் பூரா கேமரா பக்கமே போகலே...'

ராஜா அவசரமாகப் புறப்பட்டான்.

'பைபிள் ரீடிங்... வாங்க சார்... புத்தகம் எங்கே... மரத்தடியிலே விட்டுட்டீங்களா? போய் எடுத்துட்டு வாங்க...'

குளத்து ஐயர் மரத்தடியில் மண்ணில் கிடந்த லா ஜர்னலை எடுத்துக்கொண்டு அசட்டுச் சிரிப்போடு வந்தார்.

'படியுங்க...'

குளத்து ஐயர் விசனத்தோடு குறுந்தாடியைப் பார்த்தார்.

'என் குரல் சரியா இருக்காதே' லேசாக ஏப்பத்தோடு கேட்டார். புளித்த தயிர்சாதம் இன்னும் என்ன எல்லாம் செய்யுமோ?

'உங்க குரலை நீங்களே வச்சுக்குங்க... லிப் மூவ்மெண்ட்தான் முக்கியம். வாய்ஸ் டப் பண்ணிப்போம். படியுங்க...'

எப்போதோ பள்ளிக்கூடத்தில் பார்த்து இரைந்து படித்த ஞாபகம்.

'ரென் அண்ட் மார்ட்டினைத் திறந்து அட்ஜெக்டிவ் பத்தி எழுதியிருக்கிறதைப் படி... அண்ணா சரி சரியா... படவா... அது அன்னெசசரி... உன் நாக்குலே தர்ப்பையைப் போட்டுப் பொசுக்க...'

பிருஷ்டத்தைப் பதம் பார்க்க இறங்கிய சேஷாத்திரி ஐயங்காரின் பிரம்பு.

ஒரு நடுக்கத்தோடு படிக்க ஆரம்பித்தார்.

'ஏஐஆர் பேஜ் செவண்டி ஒன்... ஒரிஜினல் சூட் நம்பர் எய்ட்டிஎய்ட் ஒப்ளிக் செவண்டி ஒன்... ஜலகம் ராமாமிர்தத்தம்மா அண்ட் செவன் அதர்ஸ் வெர்சஸ் முள்ளப்பூடி சத்யநாராயணா எச் யு எப்...'

'மெதுவா... மெதுவா... செத்தவனோட ஆத்மசாந்திக்காகப் பிரார்த்தனை செய்யற உருக்கமும் கம்பீரமும் கண்ணிலே தெரிய ணும். கண்ணாடியைக் கொஞ்சம் மூக்குப் பக்கமா இறக்கி விடுங்க. போதும்...'

தெலுங்கு ராஜ்ஜியத்தில் யாருக்கோ ஸ்தாவர ஜங்கம சொத்து களைப் பிரிப்பதில் விழுந்த சிக்கலைப் பற்றி இதற்கு மேல் எப்படி உருக்கமாகப் படிக்க முடியும் என்று குளத்து ஐயருக்குத் தெரியவில்லை. வயிறு வேறு இரைந்து கொண்டிருந்தது.

'ஜலகம் ராமாமிர்த்தம்மா...' திரும்பவும் ஆரம்பித்தார். அம்முலு கொட்டாவி விட்டபோது வாயில் தங்கப்பல் தெரிந்தது. பிணம் தூங்கிக் கொண்டிருந்தது.

'ஆஸ் கர்த்தா அண்ட் கோ பார்சனர்ஸ் ஆப் இந்து அவி பக்த பாமிலி...' என்று தடங்கல் இல்லாமல் சொல்ல வந்தபொழுது ஷாட் எடுத்து முடித்தார்கள்.

வேன் வந்து நிற்கிற சத்தம். ராஜா தளர்ந்து போய் உள்ளே வந்தான்.

'என்ன சார்... என்னாச்சு...' ஆளாளுக்குச் சுற்றி நின்று கேட்டார் கள்.

'மாமனார் திடீர்னு காலமாயிட்டாராம்... ஒய்ப் பம்பாயிலிருந்து ஃபோன் பண்ணினா. எங்க கூடத்தான் தங்கியிருந்தார். அம்பத் தஞ்சு வயது...'

முகம் தெரியாத அந்த மாமனார்மேல் என்னமோ குளத்து ஐயருக்குப் பொறாமையாக இருந்தது. 'என்னை விட ஐந்து வயது அதிகம். பம்பாயில் சௌகரியமாக மாப்பிள்ளையும் பெண்ணும் சவரட்சணை செய்ய நிம்மதியாக இருந்துவிட்டு, நிம்மதியாகப் போய்ச் சேர்ந்து...'

மாமனார் போனதெற்கெல்லாம் ஆறுதல் சொல்லலாமா என்று தெரியவில்லை. இருந்தாலும் ராஜாவின் முதுகை ஆதரவாகத் தட்டி ஏதாவது இரண்டு வார்த்தை அம்முலு பார்க்கச் சொல்ல வேண்டும் போல் இருந்தது. முடிந்தால் இங்கிலீஷில்.

'முள்ளப்பூடி சத்யநாராயணா... தி கர்த்தா...' ஆயுசுக்கும் மறக்காது போல இருக்கிறது.

'சார்... நீங்க இப்பவே கிளம்பி திருச்சி போய் ஃபிளைட் புடிச்சு போயிடுங்க. நான் இங்கே எல்லாம் டிஸ்போஸ் பண்ணிட்டு எல்லாரையும் வேன்லே தூக்கிப் போட்டுக்கிட்டு மெட்ராஸ் போயிடறேன். நாளை ஒரு நாள் ஷூட்டிங்தான் கேன்சல் பண்ண வேண்டி வரும். பரவாயில்லே... அப்புறம் பாத்துக் கலாம். முனியப்பா... சாரை திருச்சி ஏர் போர்ட்லே விட்டுட்டு நீயும் கேமராமேனும் கார்லே மெட்ராஸ் போயிடுங்க. நீங்க கிளம்புங்க சார்... கவலைப்படாம போங்க... நான் பாத்துக்கறேன்...'

குறுந்தாடி சுறுசுறுப்பாகக் கட்டளை பிறப்பித்துக் கொண்டிருந் தான். அவன் சந்தோஷமாக இருந்ததாகக் குளத்து ஐயருக்குத் தோன்றியது.

ராஜா படியிறங்கும்முன் அவன் பார்வையில் பட நினைத்தார். இன்றைக்குப் பூரா இப்படி அங்கியை மாட்டிக்கொண்டு நின்றதற்கு ஏதாவது கிடைத்தால் நன்றாக இருக்கும்.

சனியன் போல் பிணம் குறுக்கே விழுந்து ராஜாவிடம் ஏதோ பேசியது. 'எல்லாம் நான் பாத்துக்கறேன்யா... சாரைப் போக விடு...' குறுந்தாடி அவசரமாகச் சொன்னான்.

'உடுப்பைக் கழட்டிடுங்க சார்...'

குளத்து ஐயர் பேண்ட்டை அவிழ்க்க உள்ளே போக அறைக்கோடி யில் அம்முலு உள்பாடி தெரிய உடை மாற்றிக் கொண்டிருந்தாள்.

'பாதிரியாரே... அப்படியே சுவத்தைப் பாக்கத் திரும்பிக்கிட்டு வந்த காரியத்தைப் பாருங்க...'

ஒரு பதற்றமும் இல்லாமல் சொன்னாள். தான் பார்த்ததை அவள் தப்பாக நினைக்கவில்லை என்று பெருமையாக இருந்தது. ஒருநாள் பழக்கத்தில் வந்த சகஜம்..

ஒரு இருபது வருஷம் முன்னால் பாதிரியாக நடிக்க யாராவது கூப்பிட்டிருந்தால்... இன்னேரம் மெட்ராஸில் நடிகனாக... படத்துக்குப் படம் அங்கியை மாட்டிக் கொண்டு... கருப்புப் பெட்டியில் படுத்துக்கொண்டு. . அம்முலு சுவரைப் பார்க்கத் திரும்பச் சொல்லமாட்டாள். தினசரி பொட்டல வாடையோடு

தயிர்சாதம் சாப்பிட்டுப் புளியேப்பம் விட்டுக் கொண்டு... தங்கம்மா திவசகாரியத்துக்கு எல்லாம் போகவேண்டி இருந்திருக் காது. போகாம உளுந்துவடையும் எள்ளுருண்டையும் எங்கே யிருந்து வரும்?

குறுந்தாடி ஒவ்வொருத்தராகக் கூப்பிட்டுப் பணம் பட்டுவாடா செய்து கொண்டிருந்தான். பிணம் ஓரமாக உட்கார்ந்து விரலில் எச்சில் புரட்டி எண்ணிவிட்டு, நிதானமாகச் சட்டைப்பையில் வைத்துக்கொண்டது. அம்முலு குறுந்தாடியை உரசிக்கொண்டு நிற்க அவன் சட்டென்று விலகி 'முன்னால வாம்மா' என்றான். அம்முலுவைவிட அவன் ரொம்ப சின்னவனாக இருக்கலாம்.

குறுந்தாடி குளத்து ஐயரைப் பார்த்து சங்கடமாகச் சிரித்தான்.

'சார்... ரொம்ப தேங்க்ஸ்... டைரக்டர் எவ்வளவு தரணும்னு சொல்லல்லே... நீங்க அவருக்கு வேண்டப்பட்டவர் வேறே... எதுக்கும் அவர் திரும்பி வந்ததும் கேட்டு...'

குளத்து ஐயருக்கு ஏமாற்றமாகப் போனது. இந்த நாளை எதில் சேர்க்க? லா ஜெர்னல்... தயிர் சாதம்... அம்முலுவின் மார்பு... அங்கியில் ஊறுகாய் வாடை... மாமனார் சாவு... பிணம்...

'அது எப்படி சாரு... பாவம் அவரும்தானே நாள் பூரா பைபிள் படிச்சாரு... என்னை மாதிரி ஏழைப்பட்டவரு... ஒரு இருநூறு முன்னூறைக் கொடுத்துப் போயிட்டு வரச் சொல்லுவியா... அப்பாலே டைரக்டர் வந்து செட்டில் பண்ணிக்கட்டும்...'

குளத்து ஐயர் பிணத்தை நன்றியோடு பார்த்தார். 'தீர்க்காயுசா இரு...'

குறுந்தாடி மனசேயில்லாமல் நூற்று முப்பத்தைந்து ரூபாய் எடுத்துக்கொடுத்து விட்டுக் கையெழுத்து வாங்கிக் கொண்டான்.

குளத்து ஐயர் வெளியே வந்தபோது, இருட்ட ஆரம்பித்திருந்தது. சட்டைப்பை கனமாக இருக்கிற சந்தோஷம். ஏரிக்கரைப் பக்கம் மெதுவாக நடந்தார். பாதிரியார்போல நடக்க வேட்டி இடைஞ்சல் செய்ததால், மடித்துக் கட்டிக் கொண்டார். சிலுசிலு வென்று காற்று கண்ணைக்கிறக்கியது. அம்முலுவைப் பிடிவாத மாக மறக்கப் பார்க்க அவள் தங்கப் பல்லும், லேஸ் வைத்த பாவாடையுமாகச் சிரித்தாள்.

படம் வந்தால் அவளைக் கருப்புச் சால்வையோடு திரும்பவும் பார்க்கலாம். படத்தில் அவள் யார்? பிணம் யார்? கதைதான் என்னவாக இருக்கும்? ராஜா மாமனாருக்கு திவசகாரியம் பார்க்க பம்பாயில் ஆள் கிடைப்பார்களா? பாதிரியார்கள் எள்ளுருண்டை சாப்பிடுவார்களா?

சடாரென்று பேண்ட் பாக்கெட்டில் கழற்றிவைத்த பூணூல் நினைவுக்கு வந்தது.

தங்கம்மா கேட்டால் எங்கேயிருந்து ஆரம்பிப்பது?

தூரத்தில் டவுன் பஸ் நிற்க, இறங்கி வருவது அவள்தானா?

25. வீதி

சிறிய தெரு.

கேமரா தெருமுனையிலிருந்து உள்ளே பார்க்கிறது. ஒன்றிரண்டாகப் போகிற சைக்கிள்காரர்களின் முதுகுப்புறத் தோற்றம். பாரவண்டி ஒன்று கேமராவை நோக்கி வருகிறது. படச்சட்டத்துக்குள் வராத யாரோ உரக்க விவாதிக்கிற குரல்கள். கூட்டமான சிரிப்புச் சத்தம். சைக்கிள் மணி. நடந்து போகிறவர்களை மேலே இருந்து பார்க்கிற கேமரா. தலையில் கூடையோடு போகிற பெண். 'நெத்திலி... கெண்ட.... ஏரி மீனு...' உயர்ந்து தேய்ந்து திரும்ப உயரும் குரல், கேமரா, இடது ஓரமாக நின்று நின்று ஒவ்வொரு கட்டடமாகப் பார்த்தபடி நகர்கிறவனின் பின்னால் தொடர்கிறது. நிக்கரும் பனியனும் அணிந்து பெரிய நாப்சாக்கைச் சுமந்து நடக்கிறவன். கேமரா அவன் தோளுக்குப் பின்னால் இருந்து பார்க்க, ஒடிந்த பிரம்பு நாற்காலிகளும், நுரை ரப்பர் தெரிகிற சோபாவுமாக வாசல். உள்ளே நுழைகிறவனோடு போகிற கேமரா.

1

உச்சி வெயில் நேரத்தில் ஒரு வெள்ளைக்காரன் வந்தான்.

இந்தச் சந்தில் எல்லாம் உண்டு. பலாச்சுளை, வியாபாரம், வல்கனைசிங், கடைசி நம்பர் லாட்டரி சீட்டு, சிறு பத்திரிகை, காயலான்கடை....

பெண்கள் சத்தம் கூட்டிப் பேசி மீன் வாங்கிக் கொண்டிருக்கிறார்கள்.

'நாய்களா...' பத்திரிகை ஆபீஸ் வாசலில் தாடிக்கார இளைஞன்.

வெள்ளைக்காரன் என் காயலான் கடை வாசலில் நின்றதை உள்ளே இருந்து கவனித்தேன். சட்டைப் பையிலிருந்து டைரியோ எதுவோ எடுத்துப் பார்த்தான். 'இந்த இடம் தான்...'

குழப்பம் தீராமலேயே உள்ளே வந்தான்.

'நான் ராஜுவைப் பார்க்க வேண்டும். இந்த விலாசம்தான் கொடுத்தார்கள்.'

குறை கூறுகிற குரல்.

'யாரோ என்னை ஏமாற்றி இருக்கிறார்கள். இந்த ஒண்டுச் சந்தில்... அதுவும் காயலான் கடைக்குள்... தூசி படிந்த ராஜ சிம்மாசனம்... முக்காலி... ரசம் போன கண்ணாடி... பழைய தையல் மெஷின்... இரண்டு ரோஞ்சான் பேர்வழிகள்...

'நீங்கள் சரியான விலாசத்துக்குத்தான் வந்திருக்கிறீர்கள். நான் தான் ராஜு.'

'வெங்கடபதி ராஜு என்பது...'

ராஜு, பொறுமையாகத் தலையாட்டினான்.

நான்கு 'நாய்களா!' அனுமதியில்லாமல் உள்ளே நுழைய நான் எழுந்து போய்க் கதவை ஒருக்களித்துச் சாத்தினேன்.

பாதி இருட்டு. ஜன்னலைத் திறக்க, பக்கத்து மாவு மெஷினில் மிளகாய்த் திரிக்கிற நெடி.

ராஜு காட்டிய சிம்மாசனத்தைப் புன்னகையோடு புறக்கணித்து, கால் ஆடுகிற முக்காலி மேல், அதை ஆக்கிரமிப்பது போலக் கால் பரப்பி உட்கார்ந்தான்.

விரைவீக்கம், இல்லையென்றால் அதிவீர்யம்.

அக்கரைச் சீமையில் இவனால் டாக்டர்களுக்கோ, வெள்ளைக் காரிகளுக்கோ சீரான சந்தோஷம் என்று தீர்க்கமாக விதிக்கப் பட்டிருக்கிறது.

அறையை நோட்டமிட்டான்.

என்ன வாங்க வந்திருக்கிறான்?

அவன் கண்கள் என்மேல் ஒரு விநாடி சங்கடமாக நிலைத்தன.

'வியாபாரம் எதுவென்றாலும் இவ்விடம் சுளுவாகப் பேசி முடிக்கப்படும்' என்று அறிவிக்கிற சகஜமான பார்வையாடு எதிர் கொள்ள நான் தயாரானபோது, அவன் திரும்ப ராஜுவை, ஒரு தீர்மானத்துக்கும் வராமல் பார்த்தான்.

'நான் திரைப்பட இயக்குநர் ராஜுவோடு தானே பேசிக்கொண் டிருக்கிறேன்?'

பஞ்சுபோல நரைத்த தலையும் லேசாகக் கூன் விழுந்த முதுகும், ஒரு கை மடித்துவிடப்பட்ட பழுப்புச் சட்டையுமாக நிற்கிற இவன், நிச்சயமாக ஒரு திரைப்படத்தை இயக்கி இருக்க முடியாது.

'நீங்கள் ராஜுவோடு பேச ஆரம்பித்திருக்கிறீர்கள்...'

ராஜு மரியாதை விலகாத குரலில் சொன்னான்.

புளியடி தம்மம் ஜமீன் தாயாதிகள், மூன்று மணிக்கு வரச் சொல்லியிருக்கிறார்கள். விக்டோரியா மகாராணி காலத்து காபிக் கொட்டை மெஷினோ, கடியாரமோ விற்க வேண்டுமாம். அதற்குள் இந்த மனுஷ்யனின் விவகாரத்தை ஃபைசல் செய்து விட்டால், ராஜுவையும் கூட்டிக் கொண்டு கிளம்பிவிடலாம். பஸ்ஸில் பேச்சுத் துணையாக இருக்கும். அவனது ஆங்கிலம் கௌரவமானது. போகிற இடத்தில் உபயோகமாகும்.

'நான் மாண்டாஷிலிருந்து வருகிறேன்.'

சும்மா பார்த்தேன்.

ராஜு கைகட்டி, வாய்பொத்தாத குறைதான்.

'பிரான்சில் மரியாதைக்குரிய சினிமாப் பத்திரிகை...' என் தகவலுக்காகக் கிசுகிசுத்தான். இரண்டு 'நாய்களா...' அப்புறம் ஒரு 'பன்றிகளா...' திரும்ப உக்கிரமாக நுழைய... நான் 'பதினெட்டு நாயும் மூணு பன்றியும்' என்று ஸ்கோர் சொன்னேன்.

'உங்கள் படமான வீதியைப் பற்றிப் பேச வேண்டும்...' வெள்ளைக்காரன் கொஞ்சம் பரவசத்தோடு சொன்னான்.

'வீதி' ராஜு இயக்கிய ஒரே படம். அறுபதுகளில் வெளியாகி, தங்கப் பதக்கம் பெறுவதில் ஒரு ஓட்டில் வங்காளத்திடம் தோற்றுப்போனது. ஃபிலிம் சொசைட்டிகளில் மட்டும் திரையிடப்பட்டது. மற்றபடி ஸ்ரீகிருஷ்ணா தியேட்டரில் நான்கு நாள் காலைக்காட்சியாக ஓடி எடுக்கப்பட்டது.

பகல் காட்சிகளில் 'ஜில் ஜில் மோகினி' பார்க்க டிக்கெட் எடுத்துக் கொஞ்சம் முன்னதாகவே உள்ளே நுழைந்தவர்கள், முக்கால் இருட்டாக இருக்கிற திரையில் ஒரு கிழவர் திணறித் திணறிப் பேசிக் கொண்டிருந்ததையும், அதை ஆழ்ந்து பார்த்துக்கொண்டிருந்த எழுபது சில்லரைப் பேரையும் - என்னையும் சேர்த்து - அல்பமாகப் பார்த்து, 'எந்திருச்சி வூட்டுக்குப் போங்கப்பா... கிளவன் மண்டையைப் போட்டுடுவான்...' என்று அருள் வாக்கு உதிர்த்த ஜனக்கூட்டத்தை, வெயில் நேரத்தில் நினைவு கூர்ந்தேன்.

'வீதியின் ஒரே பிரதி, இப்போது புனேவில் ஃபிலிம் ஆர்க்கைவில் இருக்கிறது என்று நினைக்கிறேன். மற்ற எல்லாவற்றையும் பை செய்து, சைனா பஜாரில் சல்லிசாக விற்றுவிட்டார்கள்.'

ராஜு கசப்பாகச் சிரித்தான்.

'என்னிடம் வீதியின் வீடியோ கேஸட் உண்டு' வந்தவன் முதுகுப் பையைத் தொட்டுக் காண்பித்து, மஞ்சள் பல் தெரிய சிரித்தான்.

எனக்கு அவன் மேல் ஒரு புது மரியாதை வந்திருந்தது.

வீதியில் நானும் தலையைக் காட்டியிருக்கிறேன். படத்தின் கடைசியில் வரிசையாக நகர்ந்து போகிற தகவல்களில் இரண்டு இடத்தில் என் பெயர் வரும்.

பிரெஞ்சுக்காரர்கள் கொடுத்து வைத்தவர்கள். பார்த்து அனுபவிக் கட்டும். 'உங்கள் படம் வந்து இருபத்தைந்து வருஷமாகப் போகிறது.'

அவன் நிச்சயமாகச் சொன்னான்.

இருக்கட்டும். அதுக்கென்ன இப்போது?

இருபத்தைந்து வருஷம் முன் ரத்தம் சூடாக இருந்தபொழுது, நாங்கள் முரட்டுக் கதர் ஜிப்பாவும் பைஜாமாவுமாகத் திரிந்த பொழுது, ராஜு மொழி பெயர்த்த 'வீதி'. முதலில் நாடகமாக வந்தது. இலக்கிய வேகம் மிகுந்த சின்னப் பத்திரிகைகளில் எழுத்துப் பிழைகளோடு நாடகத்தைத் தூக்கியும் தாக்கியும் எழுதுவதை வியாக்கியானமாக வைத்து, ஷ, ஸ, ஹ எழுத்து கள் நிறைய வருகிற புனைப் பெயர்களோடு அம்புவிட்டுக் கொண்டார்கள். சுவாதீனமாக பிரஷ்ட், அயனஸ்கோ என்றெல் லாம் அடுக்கி, இபிட் என்று மேற்கோள் காட்டி அடித்துக் கொண்டார்கள். அவர்கள் எல்லாம் இப்போது சமாதானமாகி, ஆபீஸர் பிரமோஷன் பெற்று, ஞாயிற்றுக்கிழமை காலை நேரத்தில், பாகவதர்களுடன் பஜனை செய்துகொண்டு, அடுக்குமாடிக் குடியிருப்புகளில் உஞ்சவிருத்திக்காகப் போகி றார்கள்.

எல்லோரும் நன்றாக இருக்கிறார்கள். நாங்கள் உருப்படாத இளைஞர்களாக இருந்து, உருப்படாமல் போன மத்திய வயதுக்காரர்கள் ஆகி இருக்கிறோம்.

'மாண்டாஷில் வீதி படம் பற்றி ஒரு சிறப்பிதழ் கொண்டு வர உத்தேசம். காலமும் மற்றதும் ஒத்துழைக்கும் பட்சத்தில், அந்தப் படத்தை ஒரு சிறப்புத் திரையீட்டுக்கும் ஏற்பாடு செய்ய நினைத்திருக்கிறோம்.'

ராஜு நிமிர்ந்து நின்றான். அவன் முகத்தில் அறிவு ஜீவிதக்களை ரொம்ப நாளைக்கு அப்புறம் தட்டுப்பட்டது.

'எனக்கு ஒரு உதவி வேண்டும்...' வெள்ளைக்காரன் தொடர்ந் தான்.

'என்ன மாதிரியாக?'

'வீதி படத்தில் பங்கு கொண்டவர்களை எங்கள் பத்திரிகை சார்பில் நீங்கள் சந்தித்து, அவர்களின் தற்போதைய இருப்பைப் பற்றி ஒரு கட்டுரை தயாரிக்க வேண்டும்.'

ராஜு என்னைப் பார்த்தான். வேலையின் சிரமம் எனக்கும் உறைத்தது. யாரைப் பார்க்க? எங்கே போய்? எல்லோரும் குறைந்த பட்சம் ஜீவித்துக் கொண்டாவது இருக்கிறார்களா?

'நானே உங்களுடன் வர விருப்பம்தான். என்னை பாகிஸ்தானுக்கும், வங்காள தேசத்துக்கும் வேறு போகச் சொல்லி இருக்கிறார்கள். ஒரு மாதத்தில் எல்லாம் முடிக்க வேண்டும். நீங்கள் ஒத்தாசை செய்ய முடியுமானால்...'

'நான் முயற்சி செய்கிறேன். நானும் என் நண்பனும்... மிஸ்ஸே...'

'ருழே' - அவன் பெயரைச் சுருக்கமாகச் சொன்னான். அப்புறம் முதுகு சஞ்சியைக் கீழே இறக்கி, ஒரு கட்டு ஐம்பது ரூபாய் நோட்டுகளை ராஜு முன்னால் வைத்தான்.

'இந்தப் பயணம் தொடர்பான செலவுகளுக்காக, மாண்டாஷ் சார்பில் ஒரு சிறுதொகை இது.'

ராஜு வேண்டாம் என்று சொல்வான் என எதிர்பார்த்தேன்.

அவன் பணத்தை வாங்கிக் கொண்டு 'மெர்சி' என்றான்.

'அந்த கேஸட்டை ஒருநாள் இரவல் தாருங்கள். போட்டுப் பார்த்து விட்டு, நாளை மறுநாள் உங்கள் இருப்பிடத்தில் கொண்டு வந்து தருகிறேன்.'

வெள்ளைக்காரன் புருவம் உயர்ந்தது. இந்தியர்கள் விசித்திரமானவர்கள். கலைப்படம் தயாரிப்பார்கள். அப்புறம் அதைப் பற்றி மறந்துவிட்டுக் காயலான்கடை நடத்துவார்கள்.

●

நாலு அடுக்குமாடிக் கட்டடங்கள் அடங்கிய பரப்பு. கேமரா தரையிலிருந்து பார்வையை மேலே உயர்த்துகிறது. துவைத்த துணிகள் காற்றில் படபடக்கிற குடியிருப்புகள். சுண்ணாம்பு கண்டு வருஷக் கணக்கான சுவர்கள். தெரு ஒலிகள் மெல்லத்

தேய்ந்து கேட்கின்றன. காட்சி கரைய, மாடிப்படிகள் தெரி கின்றன. படி ஏறுகிற இரண்டு பேரோடு கேமராவும் தொடர் கிறது. பேசியபடி போகிறார்கள்.

'உனக்கு பேங்கில் கணக்கு இருக்கிறதா?'

'இருக்கிறது. எட்டு ரூபாயும் சில்லறையும் தேறும்...'

'இந்தப் பணத்தை அதில் போட்டுவை. அடுத்த வாரம் கிளம்ப லாம்.'

'எங்கே ஆரம்பிப்பது? நம்மால் முடியுமா?'

'வெள்ளைக்காரன் பணத்தை ஏப்பம் விட முடியுமா என்ன... உதவிக்கு யாரையாவது கூட்டிப் போனால்... துடிப்புள்ள இளைஞர்களாக...'

நிற்கிறார்கள். தோள் வழியாக கேமரா பார்க்க, ஒரு ஃபிளாட்டின் முகப்பு தெரிகிறது.

'யாரக் கூட்டிப் போக?'

'நாய்களா... பன்றிகளா...' முந்தைய காட்சியின் ஒலித்துணுக்கு.

2

ராஜுவின் ஐந்தாவது மாடி ஃபிளாட்.

உள்ளே நுழையும் போது மூக்கில் அசைவ வாடை தாக்கியது.

'மாமனார் வந்திருக்கார்...' என்றான் ராஜு.

விஜயவாடாவிலிருந்து இரண்டு மாதத்துக்கு ஒருமுறை வருகிறவர். ஏக்கர் ஏக்கராகப் பச்சை விரிக்கிற நிலப்பரப்பு தேக்கிக் கொடுத்த செழிப்பு.

'பாக உன்னாரா?' ராஜு மரியாதைக்காக விசாரித்தான்.

'லேதய்யா...'

மூல நோக்காடு போன்ற உடல் உபாதைகள், மூத்த பெண் - அதாவது ராஜுவின் மனைவிக்கு முப்பத்தைந்து வயதிலும்

விடிவுகாலம் பிறக்காதது குறித்த மன உளைச்சல், சின்னப் பிள்ளையை கம்ப்யூட்டர் படிக்க அமெரிக்கா அனுப்பினால், பாதியில் திரும்பிவந்து தெலுங்குப் படத்தில் ரோலுக்காக அலைந்து கொண்டிருக்கிற கஷ்டம், பார்த்துப் பார்த்துப் போட்ட பயிரில் இலை சுருட்டுப் புழு வந்து மருந்தடித்து பிரயோஜனப் படாமல் போனது, ரயில் மூன்று மணி நேரம் தாமதமாக வந்தது. மூட்டு வலியோடு ஐந்து மாடி வியர்த்து விறுவிறுத்து ஏறி வந்தது.

நான் அரவாடு என்பதால், சில முக்கியக் குறைபாடுகள் உடனுக்குடன் சுமாரான தமிழில் மொழிபெயர்க்கப்பட்டு என் முன் வீசப்பட்டன.

குறைந்தபட்சத் தகுதியாக, காபலான் கடையாவது எனக்குத் தேறியதால் முகம் கொடுத்தாவது பேசுகிறார். அவர் இடத்தில் நான் இருந்தால் முகத்தைத் திருப்பிக் கொண்டு சுருட்டு பற்ற வைத்திருப்பேன்.

அவர் ஒரு சுருட்டு பற்ற வைத்துக் கொண்டார். ஆந்திராவில் ஏதோ கிராமத்தில் பாதி ஜனத்தொகை வருஷத்தில் ஆறு மாதம் இவருக்காக உருட்டி உருட்டித் தயாரிப்பது. ராஜு கல்யாணத் தின் போது எனக்குக் கூடக் கொடுத்துப் பிடித்துப் பார்க்கச் சொன்னார். பற்ற வைத்தவுடன் தன்னாலேயே 'ஏமண்டோய்' என்று பேச வந்தது.

ராஜு கல்யாணம் விஜயவாடா பக்கம் ஒரு கிராமத்தில் நடந்தது. மூலக் கச்சமும் சுருட்டுமாக உருண்டு வருகிற பிரபுத்துவக் குடும்பம். ராஜுவின் அம்மா, தமிழ் மற்றும் நாலு தென்னிந்திய மொழிகளில் பிரபலமான அம்மா கேரக்டராக, கதாநாயகர்களை யும், முழுக்கப் போர்த்திக் கொண்ட கதாநாயகிகளையும் இன்டர்வெலுக்கு இருபது நிமிஷம் முன்போ பின்போ பொறி கலங்க அறைந்து, தமிழில் தாலியின் பெருமை பற்றியும், மலையாளத்தில் 'புதுயுகம் பிறக்க புரட்சியின் வித்தை வயிற்றில் சுமந்த தீக்கனலான தாய்' பற்றியும், தெலுங்கில் ஸ்ரீராம நாம மகிமை பற்றியும், கன்னடத்தில் 'அரளிதஹுவு' போன்ற தூய்மையான உள்ளத்தின் அவசியம் பற்றியும் சொந்தக் குரலில் கண்ணீர் மல்கப் பாடியவள்.

இது நாங்கள் டிரவுசர் போட்டுக் கொண்டு கோலி விளையாடிய காலத்தில். அவள் நிறையப் படங்களில் வில்லியாக வந்திருக்கிற தாகத் தெரிகிறது.

‘குந்தளாவின் கணவன்’ படத்தில், ‘உருட்டு மாம்பழம் வேணுமா?’ன்னு நீங்க பாடிக்கிட்டே ஆடறதைப் பார்க்கவே பதினேழு தடவை போனேன்.’

ராஜுவின் அம்மாவிடம், கல்யாணத்தின்போது ராஜுவின் மாமனார் ரசனையோடு சொல்ல, அவள் சங்கடத்தோடு மெல்ல நழுவி விட்டிருந்தாள். அவள் நடிப்பை நிறுத்தி ஏழெட்டு வருஷம் ஆகி இருந்தது அப்போது. சினிமா பற்றி, அதுவும் ‘குந்தளாவின் கணவன்’ பற்றி அவளுக்கு நினைத்துப் பார்க்கக் கஷ்டமாக இருந்திருக்கலாம். ‘உருட்டு மாம்பழம்’ ஆபாசமான பாடல் என்று சனாதனமான பத்திரிகைகள் கண்டித்ததாகக் கேள்வி. இப்போது என்றால் ‘மாரு வேணுமா’ என்றுகூடப் பாடி, சங்கீதத்தில் மறைத்து விடலாம்.

கல்யாணமான அடுத்த வருஷம் ராஜு படம் ஆரம்பித்தான். படம் வந்ததும், வந்த சுவடு தெரியாமல் பெட்டிக்குள் போனதும், அவனுக்குப் பிள்ளை பிறந்ததும், அவன் அம்மா போய்ச் சேர்ந்ததும் அடுத்த இரண்டு வருஷத்துக்குள் ஒவ்வொன்றாக நடந்தது.

அப்புறம் ராஜுவுக்குக் காலம் உறைந்து போனது..

இரண்டாவது படம் பாதி வளர்வதற்குள் குடும்பக் கடன்கள் - அதில் நிறைய முதல் படத்தால் வந்தது - காரணமாக காரும் பங்களாவும் விற்றுத் தீர்ந்த சொச்சம், இந்த ஐந்தாவது மாடி ஃபிளாட்டானது.

ராஜுவின் மாமனார் ஒரு பெருமூச்சோடு எழுந்தார். எதிர்பார்த்த படி ஜிப்பா பையில் கைவிட்டார். செக் புத்தகம். இந்த மாதம் முடிகிறவரை ராஜுவின் மனைவி முணுமுணுக்க மாட்டாள்.

‘நீயாவது சொல்லக் கூடாதா? இவர் விஜயவாடாவோடு வந்து நிலத்தையும், புகையிலை ஏஜென்ஸியையும் கவனித்துக் கொண்டோ, குறைந்த பட்சம் வேறு யாராவது கவனிப்பதை மேற்பார்வை செய்து கொண்டோ இருக்கலாம். நேரமும் காலமும் கூடி வந்தால் தெலுங்குப் படம் கூடப் பண்ணலாம். நடிக்க ஆளுக்குத் தேட வேண்டாம்.’

‘சாப்பிட வாங்க...’ ராஜுவின் மனைவி என்னையும் பார்த்துச் சொன்னாள். ‘கோழி குருமா... உங்களுக்காக ரசம் வைக்கட்டா. ஒரு நிமிஷம்தான் எடுக்கும்... அப்பா திடீர் ரசப்பொடி, சாம்பார்

பொடி செய்யற கம்பெனியிலே பாகஸ்தரா சேர்ந்து இருக்காரு. நல்ல ஆந்திரா காரம். உங்க ஊரு சவசவ இல்லே.'

நான் கூட ஏஜென்ஸி எடுக்கலாம். எங்கள் சந்தில், பிய்த்துக் கொண்டு விற்றுப்போகும்.

'இல்லை. நான் அவசரமாக ஒரு மாஜி மன்னரைப் பார்க்க வேண்டும். ராஜு... உன்னை வெயில் தாழ்ந்து, நம் இடத்தில் எதிர்பார்க்கலாமா?'

என் முதுகுக்குப் பின்னால் இரண்டு ஜோடி கண்கள் 'உருப்படா தவன்' என்று சுட்டதில், சட்டையைத் தாண்டி சதை பொசுங்கிய வாடை...

•

மங்கலான, ஒற்றை பல்ப் எரிகிற அறையில், முகம் முகமாகப் பார்த்தபடி நகர்கிற கேமரா. பீடி பற்ற வைத்துக் கொள்கிற தாடிக்கார இளைஞன். அவன் பார்வையின் கோணத்தில் கதவு தெரிகிறது. கையில் புராதனமான ஹுக்காவையும், சுவர்க் கடிகாரத்தையும் சுமந்தபடி வருகிற நோஞ்சான் ஆசாமியில் நிலைக்கிற கேமரா. பின்னணியில் விட்டுவிட்டு வீணையும், புல்லாங்குழலுமாக இசை கேட்டுக்கொண்டிருக்கிறது.

3

நான் உள்ளே நுழைந்தபோது, எல்லோரும் 'வீதி'யில் லயித்திருந்தார்கள். கொண்டு வந்ததை ஓரமாகப் போட்டுவிட்டு, பானைத் தண்ணீர் குடித்துவிட்டு நானும் ஓரமாகத் தரையில் அமர்ந்தேன். வீடியோ குதிக்காமல் சீராக ஓடிக் கொண்டிருந்தது.

வெள்ளையும், கருப்புமாக மட்டும் விரிகிற உலகம்.

ஆயிரத்துத் தொள்ளாயிரத்து அறுபதுகளின் சென்னைத் தெரு. ஜெய்யு என்ற ஜெயலட்சுமி நடந்துகொண்டிருக்கிறாள். கையில் பெரிய பைகள். அழுக்குச் சிவப்பு பஸ்கள் ஊர்ந்து கொண் டிருக்கிற வீதியில், லாம்பிரட்டா ஸ்கூட்டர்களை சம்மர் கிராப் நபர்கள் ஜாக்கிரதையாக ஓட்டிப் போகிறார்கள்.

'எலெக்டிரிக் மெஷினில் சாத்துக்குடி ஜூஸ் உடனுக்குடன் பிழிந்து தரப்படும்' என்று அறிவிக்கிற கடை முன், மிக்ஸியை

ஆவலோடு பார்த்தபடி நிற்கிற கூட்டம். குளோசப் ஆக இரண்டு பேர்.

'இதுக்குக் கூட மெஷின் கண்டுபிடிச்சுட்டான்யா...'

ஒலி சிதைக்கப்பட, வாய் மட்டும் அசைந்த கணத்தில், அங்கே இருந்து கெல்லி எறியப்பட்ட நல்ல வார்த்தையும், அது படத்தில் இடம் பெற்றால் நாட்டில் பெரிய அளவில் ஒழுக்கச் சீர்குலைவு ஏற்படலாம் என்று திடமாக நம்பி வெட்டி வீழ்த்திய சென்சார் அதிகாரியான ராயரும் நினைவு வந்தது. ராஜூ நிறுத்தச் சொல்லிக் கை காட்டினான்.

தாடிக்கார பூமிபுத்ரன் ரிமோட்டை அழுத்த, நடக்கிற நிலையில் ஜெய்யு உறைந்தாள். 'ஜெய்யுவைத் தவிர, மற்றவர்களின் இருப்பு பற்றி ஓரளவு தெரியும் நமக்கு.'

நான் ராஜூவை ஆச்சரியத்துடன் பார்த்தேன். ஒரு வாரத்தில் அவனிடம் புதிய உத்வேகம் கூடி இருந்தது. 'ரௌத்ரம்' பத்திரிகை ஆபீஸில் நின்று நித்தியப்படி கோபப்பட்டுக் கொண்டிருந்த மூன்று இளைஞர்களை, தினம் காலை ஒன்பது மணிக்குக் காயலான் கடையில் அட்டெண்டன்ஸ் கொடுக்கவும், 'வீதி'யைப் போட்டுப் பார்த்து விவாதித்து, சந்திக்க வேண்டிய வர்களின் பட்டியலைத் தயாரிக்கவும், அங்கங்கே யார்யார் மூலமோ துண்டும் துணுக்குமாக அவர்களைப் பற்றித் தகவல் சேகரிக்கவும், ஒழுங்குபடுத்தவும், பிரயாணத்துக்காகத் திட்டம் தீட்டவும் என்று சுறுசுறுப்பாகச் செயல்பட வைத்ததில் அவன் மகிழ்ச்சியடைந்திருந்தான்.

என்னால் ஆன அதிகபட்ச உதவியாக, நான் படத்தில் நடித்த ஒரு குழந்தை நட்சத்திரம் பற்றி ஒரு சக காயலர் மூலமாகத் தகவல் வாங்கியிருந்தேன். ஓசூர் தொழிற் பேட்டையில், ஒரு சின்ன கம்பெனியில் வேலைபார்க்கிறானாம்.

'திங்கள் கிழமை நாம் திருவனந்தபுரம் கிளம்பலாம். அதற்கு முன் ஓசூரில்...' ராஜூ எல்லாரையும் பொதுவாகப் பார்த்தபடி ஆரம்பித்தான்.

'ரௌத்ரம் இந்த இஷ்யூ நாடகச் சிறப்பிதழ், வெளவால்கள் பற்றி காரசாரமான இரண்டு கட்டுரைகள். பேட்டி எல்லாம் ப்ரூஃப் பார்க்க வேண்டும். முக்கியமாக ஸ்வரூப் ராமகிருஷ்ணன்,

சுவரூபன் ராமகிருஷ்ணன் என்று ஒவ்வொரு கட்டுரைக்கும் கொஞ்சம் பெயரை மாற்றுகிறவர்... எழுதியபடி பெயரைப் போடாவிட்டால் கோபப்படுவார்.'

நான் கோணிப்பையோடு ஓசூர் கிளம்பத் தயாரானேன்.

•

மழைநாள். அறையின் உள்ளே இருந்து குடைபிடித்துக் கொண்டு தெருவில் போகிறவர்களாயும், ரெக்சின் போர்த்திய மெல்ல ஊரும் லாரியையும், மாட்டை ஓட்டியபடி தலைக்கு மேல் முறத்தைப் பிடித்து வருகிறவளையும் காண்பிக்கிற கேமரா, உள்ளே திரும்பி ஒரு வயதானவரின் முகத்தில் நிலைப்பதற்கு முன்பே அவர் குரல் கேட்க ஆரம்பித்து இருக்கிறது.

'ஜெயலட்சுமியை நான் ரெண்டு வருஷம் முன்னால் புன்னையூர்க்காவு ரயில்வே ஸ்டேஷன்லே...'

காட்சி கரைய ஒரு சிறிய ரயில்வே ஸ்டேஷனில் தூரப் பார்வையாகத் தொடங்கி உள்ளே நகர்கிற கேமரா, ரயில் வந்து நிற்கிற ஒலி. ஏறுகிறவர்கள், இறங்குகிறவர்களின் சத்தம். ஒரு பருமனான பேரிளம் பெண், ஒரு கையில் பெரிய பெட்டியோடும் இன்னொரு கையில் ஒரு குழந்தையைப் பிடித்தும் நடக்கிறாள். முன்னால் வழுக்கைத் தலையும், பெரிய கிருதா மீசையுமாக ஒருவன் கோட், டை சகிதம், மிடுக்காக நடந்து போகிறான்.

4

ஓசூர் கிளம்பினேன். 'அஞ்சு அவர்லே போயிடும்பா' என்று சென்ட்ரல் பக்கம், உறை ஏற்றிக் கொண்ட ஒரு லுங்கிக்காரன் தூக்கிவிடாத குறையாக பெங்களூர் பஸ்ஸில் ஏற்றிவிட்டான். ஒரு மூக்குப்பொடிக் கிழவரின் பக்கத்தில் உட்காரச் சொன்னார்கள். அவர் வெங்காய மண்டி வைத்திருக்கிறார். இப்போது பையன் கவனித்துக் கொள்கிறான். சிநேகிதர் பேத்திக்குக் கல்யாணம் நாளை மறுநாள் பெங்களூரில். ரொம்ப நாளைக்கு அப்புறம் பயணம் போகிறார். வெங்காயம் விற்பதில் லாபமில்லை. நீர் சரியாகப் பிரியாமல், நாகசாமி வைத்தியர் சொன்னபடி தினம் ரெண்டு வேளை வாழைப்பட்டை சாறு குடித்து இப்போது கரகரவென்று கரந்துகொண்டு போகிறது.

வாழைதான் தாய் மாதிரி. பட்டணம்பொடி சைனாபஜாரில் ரங்கராஜுலு கடையில்தான் காரமும் மணமுமாகக் கிடைக்கும். இன்னும் ஐந்து வருஷத்தில் பொடி கம்பெனியை எல்லாம் மூடிவிட்டு, ‘சர்தாம்ப்பா’ என்கிற மாதிரி பெயரில் வருகிற, சேட்டுகளும், காலேஜ் பசங்களும் சதா மெல்லுகிற பாக்கும் புகையிலையும் சேர்த்த வஸ்துவை ஊரெல்லாம் செய்ய ஆரம்பித்து விடுவார்கள். காலம் கெட்டுப் போய் விட்டது. வயசுப் பெண்கள் கூட அதையெல்லாம் சாப்பிட்டுவிட்டு சம்போகத்துக்கு அலைகிறார்கள். சுபாஷ் சந்திரபோஸ் திரும்பி வந்து ஜனாதிபதியானால், எல்லாம் நேராகிவிடும். எலிசபத் ராணி இறந்து போனதும் வந்து விடுவார். அதற்கு முன் வந்தால் பிடித்துக் கொடுப்பதாக ராஜாஜி, நேரு, பிரசாத் எல்லாம் பாண்ட் பேப்பரில் கையெழுத்துப் போட்டு...

ஓசூர் வந்து விட்டது.

ஒரு சுத்தமான, காற்றோட்டம் மிகுந்த லாட்ஜில், பால்போல வெண்மையான பஞ்சு மெத்தையில், மனம் அறிந்த ஏவலர்கள் எல்லாம் உபசாரமும் செய்து உறங்க வைத்து, விழித்து எழ, பாத்ரூமில் குவளை வேண்டும் என்று நான் கேட்டுக் கொண்டபடி ஓட்டை டால்டா டப்பா வந்தது. கொண்டு வந்தவன் மேட்னி ஷோவுக்கு ஏற்பாடு செய்வதாகக் காதைக் கடிக்க, நான் வேண்டாமென்று மறுத்துக் கலங்கலான தண்ணீரில் குளித்து விட்டுக் கிளம்பினேன். சங்கரனைப் பார்க்க வேண்டும். வீதியில், பாம் பாம் என்று ஹார்ன் முழக்கி ரிவர்ஸ் எடுக்கிற லாரியாகத் தன்னைக் கற்பித்துக் கொள்கிற விளையாட்டில் ஈடுபட்டவனாக அறிமுகமாகிற குழந்தை நட்சத்திரம்.

ஒரு அழுக்கான அலுவலகத்தில் அவனைப் பார்த்த பொழுது நல்ல வெயில் நேரம். ஆஸ்பெஸ்டாஸ் கூரைக்குக் கீழே பழைய மின்விசிறி அனலைப் பரப்பிக் கொண்டிருக்க, அடியில் மேஜை நிறையக் காகிதக் கட்டுகளோடு சங்கரன்.

‘எந்த கம்பெனிங்க?’ சலிப்போடு கேட்டான்.

‘எந்த கம்பெனியும் இல்ல. உன்னை... உங்களைப் பாக்கத்தான்.’

‘இப்ப நேரம் இல்லீங்க. கணக்கு முடிக்கிற நேரம். சாயந்தரம் வாங்களேன். துவரங்குறிச்சி மாமாதானே அனுப்பினாப்

போலே... கல்யாணம் வேணாம் ஆளை விடுங்கன்னா கேக்க மாட்டேங்கறாரு.'

'நான் ராஜுவோட சிநேகிதன். வீதி படம் ஞாபகம் இருக்கா...'

அவன் கண்களில் சின்ன ஆச்சரியம்.

'வீதி படம் வந்து இருபத்தஞ்சு வருஷம் ஆகப் போறதில்லே. அந்தப் படம் சம்பந்தப்பட்டவங்களை, அவங்க இப்ப என்ன செய்யறாங்கன்னு தகவல் சேகரிக்கிறோம்.'

'எதுக்கு?'

தெரியவில்லை. எல்லோரையும் பிரான்ஸ் கூட்டிப்போய் ஈபில் டவரிலிருந்து உருட்டித் தள்ளுவார்களோ என்னமோ...

'என்கிட்டே என்ன தகவலை எதிர்பார்க்கறீங்க?'

'இன்னதுன்னு ஒரு வரையறை இல்லை. படத்தைப் பற்றி... உன் தற்காலம் பற்றி... கூட நடிச்சவங்க பற்றி... அவங்க இப்ப இருக்கற இடம் தெரிஞ்சா அதைப் பற்றி... கலை, இலக்கியம், சினிமா, வெங்காயம், வெள்ளைப் பூண்டு பற்றியெல்லாம் உன்னோடு வலுவான சிந்தனைகள் பற்றி...'

எனக்கு இருபத்தைந்து வயது குறைந்தது.

'என்னய்யா... கணக்கு முடிக்க ரெண்டு நாள்தான் கிடக்கு. நீ பாட்டுக்கு மாமன் மச்சான்னு கண்டமேனிக்கு ஆளுங்களைக் கூட்டியாந்து கதை பேசிட்டு கிடக்கே...'

தொழிற்சாலை உடமையாளராக இருக்கலாம். மல் வேட்டியும், பெரிய தொப்பையும், அதை இறுக்கமாகக் கவ்விய சில்க் சட்டை யுமாக இருந்தார். அந்த இறுக்கத்துக்கு, அவர் பெண்ணாக இருந்தால் இன்னேரம் குழந்தை பிறந்து வயிறு சமனப்பட் டிருக்கும்.

'சீக்கிரம் பேசி அனுப்பிவிட்டு ஸ்டேட்மெண்ட்டை போடுய்யா... சரக்கு வாங்கறவன் எவனும் சி-ஃபார்ம் அனுப்பறதில்லே... பேங்குக்காரனும் கண்டுக்கறதில்லே... மயிரு போச்சுன்னு நீயும் மரஜாமானைத் தேச்சுட்டு சம்பளத்தை வாங்கிட்டுப் போயிடறே...'

அற்பமான புழுக்களைப் பார்ப்பதுபோல, அவர் பார்வை வட்டம் எங்கள் மேல் அருவருப்போடு படிய, நான் மனத்தில் 'நாய்களா...' எண்ணத் தொடங்கினேன். இவரிடம் ஆங்கிலத்தில் பேசினால், நான் இவரை 'நாயே' என்று பார்க்க முடியலாம்.

'மன்னிக்கவும். நான் ஒரு பத்திரிகையாளன். காலத்தின் அருமை உணர்ந்தவன். எங்கள் பத்திரிகை கேட்டுக்கொண்டபடி இவரின் சொந்த வாழ்க்கையைப் பற்றிய ஒரு தகவலை சரிபார்க்க வந்தேன். இதோ கிளம்பி விட்டேன்.'

கொஞ்சம் மிரண்டார்.

'நீங்க ஒண்ணு செய்யுங்க. ஸ்பேர் பார்ட்ஸ் செக்ஷன்லே ஐரின்னு ஒரு சட்டைக்காரப் பொண்ணு இருக்கு. அதைப் பாருங்க உங்களுக்கு வேணுங்கிற ஜாமான் கிடைக்க ஏற்பாடு செய்யும்... ஜாப் வேலைன்னாலும் அதுகிட்டேயே சொல்லுங்க... குறிச்சுக்கும்... ஐரின்னு கேளுங்க... வெளுப்பா மொழங்கால் வரைக்கும் கவுன் மாட்டிக்கிட்டு மாடிப்படியாண்டை உக்காந்திருக்கும்.'

அவர் சாந்தமாக நடந்துபோனார். ஐரினின் முழங்காலுக்கு மேலோ, கீழோ பற்றிய சிந்தனைகள் அவரை அவ்விதம் ஆக்கியிருக்கலாம்.

சங்கரனை, சாயந்தரம் என் இடத்துக்கு வரச் சொல்லி விலாசம் கொடுத்துவிட்டு வந்தேன்.

ஏழு மணிக்குத்தான் வந்தான். சட்டையில் இரண்டு இடத்தில் சேஃப்டிபின் குத்தி இருந்தான். காபி வாங்கிக்கொடுத்தேன்.

அப்புறம் பீர் வரவழைத்தேன். 'பீரா' 'பியரா' என்று உச்சரிப்பு பற்றிக் கேட்டபடி நாலுகிளாஸ் குடித்தான். மனம் பிரிகழல நிறையப் பேசினான்.

அவன் பி.எஸ்ஸி. படித்து, சர்வீஸ் கமிஷன் எழுதி வேலை கிடைக்காமல் ஏழெட்டு இடத்தில் கணக்கு எழுதி விட்டு இங்கே வந்திருக்கிறான். மாதம் எண்ணூறு சில்லறையும் தீபாவளிக்கு பேண்ட், சட்டைத் துணியும் தையல் கூலியும் தருகிறார்கள்.

எப்போதாவது சினிமாப் பார்க்கிறான். குழந்தையாக இருந்த பொழுது கொஞ்சநாள் வீதி பற்றி வாய் ஓயாது பேசிக்

கொண்டிருந்ததாக நினைவு. அப்புறம் வீட்டுப் பெரியவர்களுக்கு அதில் சுவாரசியம் போய்விட்டது. அவன் மூலம் தங்களை ஒளி வட்டத்தில் இருத்திக் கொள்ள முடியாமல் போன நிராசை. 'படிச்சு உருப்படற வழியப் பாருடா...'

'வீதி' படத்தில் இவன்கூட இரண்டு மூன்று காட்சிகளில் வந்த குழந்தை நட்சத்திரங்கள் இவனோடு பள்ளியில் படித்தவர்கள் தான். துளசிதாஸ் எம்.ஏ. முடித்துவிட்டு பிராட்மேன் பதிப்பகத்தில் முக்கிய உத்தியோகத்தில் இருக்கிறான். 'முக்காலம்' என்ற பெயரில் அவன் கொண்டுவந்த பழம் புராணக் கதைகளின் தொகுப்பு நல்ல கவனிப்பைப் பெற்றது.

கோபாலன் 'வாமனன்' பத்திரிகை உதவி ஆசிரியராகத் தூள் கிளப்பிக் கொண்டிருக்கிறான். போனமாதம் பார்த்தபொழுது புஞ்சைப் புளியம்பட்டி சிறப்பிதழுக்காகக் கிளம்பிக் கொண்டிருந்தான்.

ராமச்சந்திரன் ரியாத்தில் 'மேல் நர்சாக' சந்தோஷமாக இருக்கிறான்.

இவன் மட்டும் உச்சி வெயில் ஆஸ்பெஸ்டாஸ் கூரை வழியே உஷ்ணம் இறங்கி பிருஷ்டம் எரிய, ஸ்பேர் பார்ட்ஸ் கணக்கு எழுதித் திட்டும், பிரதி மாதம் எட்டாம் தேதிக்கு மேல் சம்பளமும் வாங்கிக் கொண்டிருக்கிறான்.

வீதி யூனிட்டில் வேறு யாரையும் பார்க்க சந்தர்ப்பம் கிடைக்க வில்லை. இல்லை... ஜெய்யுவை ஒரு தடவை மாம்பலம் ரெங்கநாதன் தெருவில் உள்பாவாடை வாங்கிக் கொண்டிருக்கப் பார்த்திருக்கிறான். அவளுக்கு நினைவு இல்லாததால், முகத்தைத் திருப்பிக் கொண்டாள். அவள் இடது புறங்கையில் பாம்பு கொத்தினதுபோல ரெண்டு மச்சம் இருந்ததை வைத்து உறுதியாகச் சொல்ல முடியும். அது ஜெய்யுதான். நெற்றியில் பொட்டு இல்லை. பருமனாக இருந்தாள். தலை பாதி நரைத்து இருந்தது. வங்காளத்தில் யாரிடமோ பேசியபடி போனாள். சங்கரனுக்கு வங்காளம் தெரியாதுதான். ஆனால் யாராவது பேசினால் அது வங்காளம் என்று கண்டுபிடிக்க முடியும்.

ராஜுவுக்கு அவன் விசாரிப்பைச் சொல்ல வேண்டும். பாரீஸ் எங்கேயாவது போக வேண்டும் என்றால், போகவர டிக்கெட்

எடுத்துக் கைச் செலவுக்கும் கொடுத்தால் வர முடியும். முன்னாலேயே போஸ்ட் கார்ட் மூலம் தெரிவித்தால் முதலாளியிடம் லீவுக்குச் சொல்ல முடியும்.

ராஜு மாமனாரின் பண்ணையிலோ, ரசப்பொடி கம்பெனியிலோ ஏதாவது மேனேஜர், கேஷியர் போல வேலை இருந்தால் தயவு பண்ணிச் சொல்லவேணும். சங்கரனுக்குத் தெலுங்கு பேசத் தெரியும். சுருட்டு பிடிக்கத் தெரியாது. இப்படி ஓசியாகக் கிடைத்தால் பியரோடு சேர்த்து முயற்சி செய்து பார்க்கலாம்.

பாரீஸில் பியர் கிடைக்குமா?

•

விரைந்து போகிற ரயில். பேக் புரஜக்ஷனில், மரமும் செடியுமாகப் போகிறது. இரண்டு நடு வயது நோஞ்சான் ஆசாமிகளும், மூன்று இளைஞர்களும் உரக்கப் பேசிக்கொண்டிருக்கிறார்கள். ஈடுபாட்டோடு பேசுகிற இளைஞனின் முகத்தில் கேமரா நிலைக்கிறது.

'என்னளவிலே சாகித்யம்னா கவிதை... சங்கீதம்னா இசை... அம்புட்டுத்தான். முத்துசாமி தீட்சிதர் கிருதி எல்லாம் அவசரத்துக்குப் பிடிச்ச கொழுக்கட்டை... ஏதாவது ஊருக்குப் போக வேண்டியது. அங்கே நிச்சயம் கோயில் இருக்கும். உடனே பாடு. இந்த ஊர்... இந்தத் திசையில் இருக்கு... அம்பாள் பெயர் இது. இத்தனை கை... இந்தக் கையிலே இந்த ஆயுதம். இந்தப் பூ... இந்த நிற உடுப்பு... இந்த ராட்சஸனை வதம் பண்ணினாள். இவளைப் பூஜித்தால் இந்த தோஷம் போகும். இப்படி அடுக்கி குருகுஹான்னு சாப்பா வச்சு முடிச்சுட்டு அடுத்த ஊருக்குக் கிளம்பிடுவார்.'

காட்சி கரைந்து தாடிக்காரனில் புதிதாக நிலைக்கிறது.

'ரொம்பப் புரட்சிகரமான நாடகம் வெளவால்கள். மேடையிலே நாலு கயிறு இருந்து தொங்கும். அதைப் பிடிச்சுக்கிட்டே தான் வசனம் பேசணும். பின்னல் கோலாட்டம் மாதிரி அப்பப்ப கயிறைப் பிடிச்சுக்கிட்டே முன்னாலும் பின்னாலும் எல்லாரும் நகர்ந்து, கடைசியில் எல்லாக் கயிறும் பின்னிப் பிணைந்து ஏக சிக்கலாகி நடக்க முடியாமல் திணற, பார்வையாளர்களிலிருந்து ஒருத்தர் வந்து கத்தியால முடிச்சை அறுத்து, விடுதலை

கொடுத்து 'நாடகம் முடிஞ்சாச்சு. வீட்டுக்குப் போகலாம்' என்பார். தெருக்கூத்து இசையும் ஷைகோவ்ஸ்கி சிம்பனியிலே 'மார்ச் ஸ்லேவும்' சேர்ந்ததா பின்னணி இசை...'

தூங்கிக் கொண்டிருக்கிற நோஞ்சான் ஆசாமியைப் பார்க்கிற கேமரா.

5

நான் தூங்கி விழித்தபோது, திருவனந்தபுரம் வந்திருந்தது.

'பகவதிபுரம் மூன்றாவது சந்துக்கு எப்படிப் போக?'

ராஜு யாரையோ கேட்டான். சொன்னார்கள்.

திருவருளில் சாப்பிட்டுவிட்டு எல்லோரும் பீடி பற்ற வைத்துக் கொண்டு மங்கிக் கொண்டிருந்தது. எங்கெல்லாமோ சுற்றி விட்டு இடத்தைப் பிடித்தோம்.

இருட்டு. நசநசவென்று காலையிலிருந்து மழை பெய்து சாயந் தரம் விட்டு, இப்போது திரும்பவும் உக்கிரமாக ஆரம்பித்திருக் கிறது. விளக்கு அவிந்துபோய், இருட்டிலேயே எல்லோரும் உட்கார்ந்திருக்கிறோம். காலுக்குக் கீழே எங்கேயோ ஒரு பூனைக்குட்டி உராயத் தொடங்கி இருக்கிறது. மாராரின் சிகரெட் மட்டும் ஒளிர்கிறது.

நாங்கள் இன்னும் அவரிடம் பேச ஆரம்பிக்கவில்லை.

இருட்டில் மூன்றுபேர் மலையாளத்தில் சண்டை போட்டுக் கொண்டு தரையில் உட்கார்ந்திருக்கிறார்கள்.

'கொஞ்சம் இருங்கள்... இவர்களுக்கு மத்தியஸ்தம் செய்துவிட்டு வருகிறேன்' என்று மாரார் எங்களை உட்கார வைத்து ஒரு மணி நேரமாகிறது. விளக்குப் போனதும் அப்போதுதான்.

வயதான ஒரு பெண், அடிக்கடி முறையிடுகிறது போலக் குரல் நீட்டிச் சொன்னதையே சொல்லிக் கொண்டிருக்கிறாள். மாரார் வீட்டு வேலைக்காரப் பெண் அவள். அவளும் அவள் கணவனும் இங்கேதான் வாசல் திண்ணையில் மூங்கில் பிளாச்சு வைத்து

அடைத்த இடத்தில் குடி இருக்கிறார்கள். மாராருக்கும் சேர்த்து அவள்தான் சமையல். சண்டை கொஞ்சம் ஓய்ந்த ஒரு கணத்தில் மாரார் இதையெல்லாம் எங்களிடம் சொன்னார். எல்லாத் தகவலும் எங்களுக்கு ஏதாவது விதத்தில் உபயோகப்படும் என்று அவர் நினைத்திருக்கலாம்.

எனக்கு மலையாளம் அர்த்தமானாலும் இந்தக் கிழவி சொல்வது சுலபமாகப் புரியவில்லை. சுத்தமான வடக்கன் மலையாளம்.

கிழவி நிறுத்தும் போதெல்லாம் அந்த இளைஞன் பேச ஆரம்பித்து விடுகிறான். 'ரெண்டு பவுன் சங்கிலியை நான் எப்படிவிட முடியும். அது எனக்கு வேணும்...'

கிழவன் திரும்பத் திரும்ப சொல்கிறான்: 'எங்கள் பெண்ணே போய்விட்டாள். அவளுக்கு நாங்கள் போட்டதெல்லாம் நீ முடித்துத் தீர்த்து, வியாதி வந்ததும் வைத்தியம் கூடப் பார்க்கத் துப்பில்லாமல் கடைசி மூச்சு பிரியும்போது இங்கே கூட்டி வந்து தள்ளினாய்... நியாயமாக உன்மேல் கேஸ் போட வேண்டும்.'

'என் சம்பாத்தியத்தில் வந்த சங்கிலி...' இளைஞன் ஓங்கிச் சொல்கிறான்.

திடீரென விளக்கு வர, உரக்கப் பேச வெட்கப்பட்டோ அல்லது நாங்கள் இருப்பதை சங்கடமாகப் பார்த்தோ இளைஞன் 'அப்புறம் வர்றேன்' என்று மாராரிடம் கண்ணைப் பார்க்காமல் சொல்லிவிட்டுப் படி இறங்கிப் போனான்.

அவன் போனதும் கழுத்தில் இருந்த சங்கிலியை எடுத்து இடுப்பில் பத்திரப்படுத்திக் கொண்டு கிழவி படி இறங்க, மாரார் சிகரெட் இருமலோடு சிரித்தார்.

'லேசுப்பட்டவள் இல்லே இவளும்?'

'என்ன விஷயம்? தமிழில் கதை கிடைக்காமல், திரும்ப என்னிடம் வந்திருக்கிறீர்களா? நான் எழுதுவதை நிறுத்திவிட்டேன்...' மாரார் கண் சிமிட்டினார்.

ராஜு, பிரெஞ்சுக்காரனில் ஆரம்பித்தான்.

'ஐநூறு ஃபிராங்க் கொடுத்தால் நான் பழைய நினைவுகளைச் சாக்கடை கிளற முடியும்.'

'கொஞ்சம் குறைத்துக் கொள்ளக்கூடாதா?'

'அப்போது ஒரு பாக்கெட் சிகரெட்டோடு வாருங்கள்.'

பூமிபுத்ரன் கிளம்பினான்.

அவன் திரும்பியபொழுது இரண்டு பாட்டில் விஸ்கியும் கொண்டு வந்தான். மாரார் வெகு சந்தோஷமானார்.

'என் சார்பில் இந்தப் பையன் பிரான்ஸ் போக நான் நியமனம் செய்யறேன். அங்கே யாராவது பிரெஞ்சுக்காரியை காலிலிருந்து ஆரம்பித்து முத்தம் தர சந்தர்ப்பம் கிடைத்தால், நடுவில் ஏதாவது தருணத்தில் என்னை நினைத்துக் கொள்ள வேணும் என்று ஒரே நிபந்தனை.'

நான் உள்ளே போய் நாலு கிளாஸ் எடுத்து வந்தேன். நடையில் நிறுத்தியிருந்த மர பீரோக்களில் மலையாளமும் தமிழும் ஆங்கிலமுமாக நிறையப் புத்தகங்கள். நேர்த்தியான தேக்கு மர பீரோக்கள். ஐநூறு ரூபாய்க்குக் குறையாமல் விலை போகும்...

'எனிக்கு ஒழிக்கண்டா...' ராஜு வேடிக்கை மலையாளம் பேசினான்.

'பட்டவர்த்தனமாகச் சொல்கிறேன்...' மாரார் திடீரென்று சீரியஸானார்.

'இருபத்தைந்து வருஷம் முன்னால் இந்த ராஜு நான் எழுதிய நாடகத்தை அப்படியே தமிழில் போடுகிறேன் என்று வந்ததும் உடனே சரி என்றேன். மொத்தம் நாலைந்து தடவைதான் அது நடிக்கப்பட்டது என்று நினைக்கிறேன். திடீரென்று, அதைப் படம் எடுக்க அவன் தீர்மானம் செய்தபோது அவன்மேல் இருந்த மதிப்பு பாதி விலகிவிட்டது. திரைக்கதை என்று எழுதி, என் படைப்பை நானே அடையாளம் காண முடியாமல் செய்வதில் அவன் நல்ல வெற்றி அடைந்தான். படம்தான் தோல்வி. தம்மை அறிவு ஜீவியாகப் பிரகடனப்படுத்திக் கொண்டவர்களும், நினைத்துக் கொண்டிருந்தவர்களும் காலைக் காட்சிகளில் பொறுமையில்லாமல் பார்த்து, காட்சி முடிந்ததும் தாங்கள் சம்பந்தப்பட்ட பத்திரிகைகளுக்குக் கட்டுரை எழுதினார்கள். அச்சடித்து வந்த ஐநூறு காப்பியை, ஊருக்கு நாலு பேர் மூல

நோக்காட்டோடு கழிவறையில் குந்தியிருக்கும்பொழுது மேலோட்டமாகப் பார்த்து, அங்கேயே விட்டு விட்டு ஆசனத்தில் எரிச்சலோடு எழுந்து போனார்கள். ராஜு எனக்கு இந்தக் கதைக்காக மொத்தம் இருநூறு ரூபாயும், செட்டிநாடு மிலிட்டரி நாலு தடவை அசைவ சாப்பாடும் கொடுத்திருக்கிறான்.'

'உங்களுடைய சாகித்ய ஜீவிதம் எந்த விதத்தில் இருக்கிறது?'

நான் அவர் கிளாஸை மறுபடி நிறைத்தேன்.

'எழுதுவதையும் படிப்பதையும் நிறுத்தி விட்டதால் சௌக்கிய மாக இருக்கிறேன். ரயில்வே பென்ஷன் மாதம் மூவாயிரம் வருகிறது. பாஸ் இருப்பதால் வருஷம் இரண்டு தடவை ஊர் சுற்றிக் கொண்டிருக்கிறேன். தனிக்கட்டை... இப்படியே போய்ச் சேர வேண்டியதுதான்.'

தமிழ், மலையாள நாடகங்களின் தற்காலத்தைப் பற்றி பூமிபுத்ர னின் நண்பன் கேட்டபோது மாரார் உச்சத்தில் இருந்தார். வள்ளுவநாட்டு பிரதேசத்தில் மட்டும் கேட்கக் கூடிய சில அபூர்வமான வகைச் சொற்களைப் பிரயோகித்தார். நாடக கர்த்தாக்களையும், தமிழ், மலையாள எழுத்தாளர்கள் பலரையும் சரமாரியாகத் திட்டியபொழுது இரண்டு உண்மைகள் புலப்பட் டன. அவர் படிப்பதை நிறுத்தவில்லை; யார் எதில் எதை எப்படி எழுதினது என்பதெல்லாம் துல்லியமாக நினைவில் இருந்தது.

'சரி நேரமாகிவிட்டது. ஏதாவது ஹோட்டல் முரியில் ராத்திரியைக் கழித்துவிட்டு, வேறு ஏதாவது கேள்வி உண்டென் றால் விடிகாலையில் வாருங்கள்.'

தள்ளாடியபடியே வாசல்வரை வந்தவரை ராஜு கேட்டான்.

'வீதி சம்பந்தப்பட்டவர்கள் யாரையாவது இப்போது பழக்கம் உண்டா?'

'அவர்களில் இரண்டுபேர் உருப்படாமல் போய் ஒரு வக்ரபுத்திக் கிழவனோடு சேர்ந்து போதை ஏற்றிக்கொண்டு இறங்கிப் போகிறார்கள்.'

சட்டென்று நினைவு வந்தவர்போல சொன்னார்.

‘ஜெயலட்சுமியை நான் ரெண்டு வருஷம் முன்னால் புன்னை யூர்க்காவு ரயில்வே ஸ்டேஷனிலே...’

புன்னையூர்க்காவிலே வழுக்கைத் தலையனோடு, ஒரு குழந்தையைக் கையில் பிடித்து நடக்கிற ஜெய்யு. மாம்பலத்தில் வங்காளமொழி பேசிக் கொண்டு, வெள்ளைப் புடைவையும் நரைத்த முடியுமாக உள்பாவாடை வாங்குகிற ஜெய்யு... சாத்தியம்தானா?

தெருக்கோடியில் அந்த இளைஞன் நின்று கொண்டிருந்தான். எங்களைப் பார்த்ததும் நெருங்கி வந்தான்.

‘சார்... நீங்க யாரோ தெரியாது. அந்த மாரான் சகவாசம் வேண் டாம். என் பெண்டாட்டியை என்னோட சேர விடாம அடிச்சவன். அவ இவன் கட்டில்லே தான் செத்துப் போனா... சார் கேளுங்க... என் மாமியாரைக் கூட அவ பிராயமா இருந்தபோது...’

பூமிபுத்ரன் சட்டைப்பையிலிருந்து பணம் எடுத்துக் கொடுக்க அவன் நகர்ந்து போனான்.

•

ஒழுங்கில்லாமல் கிழித்த காகிதமாகத் திரை. மேற்பகுதி சற்றே மஞ்சள் கலந்த வெண்மையோடு. கீழ்ப்பாதியில் வியர்வை வடிய களைத்த முகத்தோடு - நெரிசல் மிகுந்த தெருவில் வண்டிகள் சத்தமெழுப்பி நிற்க - கடக்கிற பெண், கேமரா குளோசப்பில் ஊர்ந்துபோக எல்லா முகங்களும் ஒரே மாதிரியாக அலுப்போடு... கைக்குட்டையால் வியர்வையை ஒற்றியபடி மேலே பார்க்கிறாள். மேல் பகுதியின் ஓரத்தில் ஒரு சின்ன வெள்ளைப் பறவை பறந்து வருகிறது. தூறல். நனைந்தபடி பறக்கிறது அது. திரையின் கீழ்ப்பகுதியை அடைகிற மழைத்துளிகள். மழைச் சரங்களுக்கு நடுவே அந்தப் பெண் முகம். உடலெங்கும் உற்சாகம் பீரிட்டதுபோல, சிலிர்த்தபடி கன்னத்தில் சோப்பை இழைக்கிற பெண். திரையின் மேற்பகுதியில் பரந்த பச்சைப் புல்வெளி. மேலே பறக்கும் பறவையைப் பார்த்தபடி, ஈரக்கூந்தல் அலைபாய இவள் மெல்ல ஓடுகிறாள். திரை முழுக்க அவள் முகம். தெற்றுப்பல் மின்ன அவள் உதடுகள் அசைகின்றன...

‘நாம்தா...’

6

ராஜு... நான் விஜயன் பேசுகிறேன். வீதியின் கதாநாயகனாக வந்த விஜயன் என்ற வி. ஜெயசூரியன். இங்கே எல்லோரும் வீஜே என்று கூப்பிடுவார்கள். 'ரெசனான்ஸ்' வீஜே என்று எங்கள் விளம்பரத் தொழிலில் பிரியமும் அசூசையுமாகச் சொல்வார்கள்.

நீங்கள் பம்பாய் வந்தபோது, நான் துரதிர்ஷ்டவசமாக ஊரில் இல்லை. நாம்தா விளம்பர விஷயமாகப் புதிய விளம்பரப்படம் எடுக்க குலு போயிருந்தேன். பழிவாங்கும் படம். எங்கள் பரிபாஷையில் 'ரிவென்ஜ் கமர்ஷியல்'. நாம்தா சோப்பை கிண்டல் செய்து - அது உடம்பைவிட்டுப் போகமாட்டேன் என்று ஒட்டிக்கொள்கிறதாம் - டிரிசில் சோப்பு விளம்பரத்துக்காக ராயல்காரர்கள் தயாரித்த படம் போனமாதம் வெளியாகி இருக்கிறது. ட்ரிசிலையுல் ராயல்காரர்களையும் மட்டம் தட்டி உடனே நாங்கள் விளம்பரப் படம் உருவாக்காவிட்டால், எங்களை அற்பமாகப் பார்ப்பார்கள். ட்ரிசிலின் அபத்தமான சிவப்புக் காகித பேக்கிங்கையும், தும்மல் வரவழைக்கும் கார்பாலிக் வாடையையும் கிண்டல் செய்து விளம்பரம் உருவாக்கி, நேற்றுத்தான் பம்பாய் திரும்பி வந்தேன். நீங்கள் விட்டுப்போன கடிதத்தைப் படித்தேன். பதில் எழுத சோம்பலாக இருந்ததால், ஆடியோ கேஸட்டில் பேசிப் பதிவு பண்ணி இதை அனுப்பியிருக்கிறேன்.

நான் இப்போது கதைப்படம் தயாரிக்கிற கூட்டத்தில் இல்லை. விளம்பரப் படங்களுக்கு வந்து பதினைந்து வருஷம் ஓடிவிட்டது. அதற்குமுன் ஒரு விளம்பர நிறுவனத்தில் காப்பிரைட்டராக, பிஸ்கட் விளம்பரங்களும், பால் பவுடர் விளம்பரங்களும் எழுதிக் கொண்டிருந்தேன். 'ரெசனான்ஸ்' என்ற என் சொந்த கம்பெனியை நான் தொடங்கும் பொழுது என் வசம் ஒரு கடன் வாங்கிய வீடியோ கேமராவும், பேங்க்கில் மூவாயிரம் ரூபாய் என் பெயரில் பணமும் இருந்தது.

ரெசனான்ஸ் போன வருஷம் 37 கோடி டேர்ன் ஓவரோடு இரண்டாவது இடத்தில் இருக்கிறது. இந்த வருஷம் அநேகமாக முதலாக வந்துவிடும். நாம்தா அக்கவுண்ட் ஒன்றே போதும். மேலும் குட்டி மில்க் சாக்லெட், திரிமூர்த்தி பெர்சனல் கம்ப்யூட்

டர், த.ப. கட்சியின் தேர்தல் பிரசாரம் போன்ற முக்கியமான வாடிக்கையாளர்களும் எங்களிடம்தான். நாம்தா சின்னத்திரை விளம்பரத்தை நீங்கள் பார்த்தீர்களா?

மன்னிக்கவும். நான் ராஜுவின் திரைப்படம் பற்றிப் பேச வந்து விட்டு, நாம்தா பற்றிப் பேசுகிறேன். ராஜுவின் திரைப்படத்தில் நான் கதாநாயகன் என்றாலும் கதைப்படி எனக்கு அவ்வளவு முக்கியத்துவமில்லை. என் சம்பந்தப்பட்ட காட்சிகளை ஒரு மே மாதத்தில் சென்னை ஸ்டூடியோ ஒன்றில் படமாக்கினார்கள். அந்த ஸ்டூடியோ இப்போது பிரபல உர கம்பெனியின் விளம்பரத்தை ராயல்காரர்கள் எத்தனை கேவலமாகத் தயாரித்தார்கள் என்று உங்களுக்குத் தெரிந்திருக்கும். உர விற்பனைக்குப் போடுகிற ஜிங்கிளா அது? சானிடரி நாப்கின் பாட்டு மாதிரி இருந்தது.

ராஜுவின் படத்தில் பாட்டு கிடையாது. நான் சோகமாகப் பாடுகிறது போல ஒரு பாட்டு இருந்தால் நன்றாக இருக்கும் என்று ராஜுவிடம் சொன்னேன். அப்போது நான் கையறுநிலைக் கவிதைகள் எழுதிக் கொண்டிருந்தேன். 'அது என்ன? அது இது இல்லையா? இது அது இல்லையா?' என்று புதுக்கவிதைகளும். ராஜு படத்துக்கு சோகப்பாட்டு எதுவும் தேவையில்லை என்று நான் சந்தோஷமாகப் பேசுகிற காட்சிகளே போதும் என்றும் சொல்லிவிட்டார்.

படத்தில் நான் நடித்த காட்சிகள் அடங்கிய ஆல்பத்தை பம்பாய் வந்த புதிதில் என் டிரங்க் பெட்டியில் வைத்திருந்தேன். நான் முதலில் சேர்ந்த விளம்பர கம்பெனியில் அதைப் புரட்டிப் பார்த்தவர்கள், 'ஏன் மதராஸிப் படங்களில் கடைசிக் காட்சியில் எல்லோரும் க்ரூப் போட்டோ போல இளித்தபடி வருகிறார்கள்' என்று கேட்டார்கள். நான் 'இந்திப் படங்களில் ஏன் காதல், சிலிர்ப்பு என்ற மென்மையான விஷயங்களைக் குறித்துப் பாடும் போது, அங்க்டாயி போன்ற கடாமுடா சொற்களைப் பயன் படுத்துகிறார்கள்' என்று கேட்டேன்.

இப்போது தமிழ்ப்படமும் பார்ப்பதில்லை. இந்தியும். தமிழில் நிறைய இருட்டில் எடுத்துப் பெயர் வாங்குகிறதாகச் சொன் னார்கள்.

என்னுடன் வீதியில் நடித்தவர்கள. வெய்ட்... சுவிட்சர்லாந்தில் ஒரு விடுமுறைக்குப் போயிருந்த பொழுது, ஜெய்யுவைப்

பார்த்தேன். உடம்பை சிக்கென்று வைத்திருந்தாள். அவள் சம்மதித்திருந்தால், ஒரு பதினைந்து வயதுப் பெண்ணுக்கு அம்மாவான அழகான நாற்பது வயதுக்காரியாக நாம்தா விளம்பரம் எடுக்கலாம் என்று தோன்றியது. அவள் விமானம் கிளம்பத் தயாராக இருந்ததால் ஒன்றும் பேசாமல் 'பைபை' என்று தலையசைத்து அழகாகச் சிரித்தபடி போனாள்.

ராஜு மட்டும் அட்வர்டைசிங்குக்கு வந்திருந்தால் என்ன மாதிரி பிரகாசித்திருப்பார்.

•

சின்னத் தெரு, திண்ணையோடு கூடிய வீடுகள். தொடர்ந்து அழைக்கிற பெண் குரல்கள். கேமரா, அங்கங்கே மழை நீர் தேங்கிய தரையைப் பார்த்தபடி கவனமாகப் போகிறது. தூரப் பார்வையில் இன்னும் வீடுகள்... தேநீர்க்கடை.... சட்டென்று ஒரு விநாடி வலதுபுறம் திரும்ப, திரையில் பாதிக்குச் சிரித்துக் கைகாட்டுகிற பெண். 'சார்... ராஜா... துரை...' வலுவடைகிற குரல்கள். குளோசப்பில் வரிசையாக ஊர்ந்து போகிற களைத்து, மை அப்பிய கண்கள். திரும்பவும் தரையைப் பார்க்கிற கேமரா. தண்ணீரில் பதிகிற கால்கள்.

7

ஜெ. கிருஷ்ணமூர்த்தியும் காஸ்ட்ரோவும் போலத் தலை மாட்டில் ராஜுவும் பூமிபுத்ரனும்.

பத்து நாளாகப் படுக்கையை விட்டு இறங்கவில்லை. கடுத்த ஜுரம். ராஜுதான் இந்த ஆஸ்பத்திரியில் கொண்டு சேர்த்தது. கண் விழித்தபோதெல்லாம், மெல்லிய மீசையோடு ஒரு நடுத்தர வயது நர்ஸ் ஊசி போட்டாள். ராஜு 'ஜெனரல் இன் லேபிரின்த்' படித்துக்கொண்டு, படுக்கைக்குப் பக்கத்தில் குனிந்து உட்கார்ந்திருந்தாள். ஜெய்யு சாயலில் ஒரு பெண் டாக்டர் வளை குலுங்க, 'பெரியவரே... இழுத்து விடுங்க...' என்று சொல்லிப் பரிசோதித்தாள். தாடையில் பஞ்சுபோல் வெளுத்த தாடியைக் கண்ணாடி இல்லாமலேயே பார்க்க முடிந்தது.

'பூமிபுத்ரன் ரத்னம்மாவைப் பார்த்துவிட்டு வந்திருக்கிறான்...' ராஜு சிரித்துக்கொண்டே சொன்னான்.

ரத்னம்மா. வீதியில் விஜயனின் அம்மா. அப்பா இல்லாத பிள்ளையை அரும்பாடு பட்டு வளர்க்கிற தாலுகா ஆபீஸ் குமாஸ்தா. பட ஆரம்பத்தில் அவள் லஞ்சம் வாங்கி சஸ்பெண்ட் ஆகிறாள். முடியும்வரை அப்படியேதான் இருக்கிறாள்.

ரத்னம்மாவுக்குத் தமிழ் வசனம் வராததால், ராஜுவின் அம்மாவை வைத்து டப் செய்ய வைத்தோம். படம் வெளியான அன்று நிறையச் சிரிப்போடு கையைக் கூப்பியபடி ராஜுவின் அம்மா பக்கம் போக, அவள் முகத்தைத் திருப்பிக்கொண்டு நகர்ந்துவிட்டாள். விஜயவாடாவில் ஏதோ கட்சிப் பிரசார நாடகங்களில் நடித்து, மாரார் சிபாரிசில் ராஜு படத்தில் தலை காட்டியவளுக்குக் குரல் கொடுத்ததே, தன் பிள்ளைக்கு இந்தப் படத்தின் மூலம் கொஞ்சமாவது பெயர் கிடைக்க வேண்டும் என்ற நப்பாசையால்தான். மற்றபடி ரத்னம்மாவுக்கும், தெலுங்குப் படங்களில் ராஜு அம்மா கோயிலில் பாடுகிற காட்சி களில் பின்னால் உட்கார்ந்து கண்ணைமூடி, தாளத்துக்கு ஏற்பத் தலையை இடமும் வலமும் அசைத்த துணை நடிகைகளுக்கும் வித்தியாசம் இல்லை.

'ரத்னம்மா தெனாலியில் ஒரு சின்னச் சந்தில் விடுதி வைத்திருக்கிறாள்.'

பூமிபுத்ரனின் நண்பன் கொடுத்த தகவல் பேரில் அவன் அங்கே போய்விட்டு வந்திருக்கிறான்.

'ரத்னம்மா செனைல் ஆகிவிட்டாள்...' பூமிபுத்ரன் என் கட்டில் ஓரம் உட்கார்ந்தான்.

'எண்பத்து மூணு வயசாம். வீடு, வெளியில் இருந்து பார்க்கும் போது சின்னது மாதிரித் தெரிந்தது; உள்ளே குகை மாதிரிப் போய்க்கொண்டே இருக்கிறது. முப்பது பெண்களை வைத்துத் தொழில் நடத்தியிருக்கிறாள். இப்போது ஒன்பது பேர்தான். மாணிக்கம் என்ற, ஒரு தமிழ்ப் பேசுகிற அலியை மகள் போல வளர்த்து வருகிறாள். எல்லா விஷயத்தையும் அவள்தான் கவனித்துக் கொள்கிறாள். மாணிக்கம் சொன்னபடி... அம்மா வுக்கு அடிக்கடி சுயநினைவு தப்பி விடுகிறது. நேற்று முழுக்க பழைய நாடகப் பாடல்களைப் பாடிக் கொண்டிருந்தாள். நடுராத்திரியில் வாளித் தண்ணீரைத் தலையில் கவிழ்த்துக்

கொண்டு, பூஜை செய்கிறேன் என்று, நடுவீட்டில் துணி இல்லாமல் உட்கார்ந்து விடுகிறாள். கௌரவமானவர்கள் வரப்போகப்பட்ட இடம். தூக்கிக் கொண்டு உள்ளே போனால் கடிக்கிறாள். போனவாரம் ஒரு நாள், தான் தமிழ் சினிமாவில் நடிக்கப் போவதாகவும் யாரோ ஒரு நாயுடு கார் அனுப்பி இருப்பதாகவும் சொல்லி வாசலிலேயே உட்கார்ந்திருந்தாள். தட்டுத் தடுமாறி எல்லா அறையையும் தினம் சுற்றுகிறாள். ரேணுவின் புது மார்க்கச்சையைத் திருடிப் போட்டுக் கொண்டு, நடு மத்தியான வேளையில் திண்ணையில் நின்று கூப்பிட ஆரம்பிக்க, தெருவில் சின்னக் கூட்டம். இத்தனையும் சொல்லி மாணிக்கம் என்னை உள்ளே கூட்டிப்போக, ரத்னம்மா என் மடியில் படுத்துக்கொண்டுதான் பேசுவேன் என்று பிடிவாதம் பிடித்தாள். அப்புறம் மடமடவென்று வீதியில் தான் பேசிய வசனத்தைப் பாதிவரை ஒப்பித்தாள். ராஜுவின் அம்மா தனக்குக் கால்பிடித்து விடுகிறதுபோல, அந்தப் படத்தில் ஒரு சீன் வருகிறது என்றாள்... வீதி ஷூட்டிங்கின்போது, தான் மாராரோடு வால்டாக்ஸ் ரோடு பக்கம் ரூம் எடுத்துத் தங்கியதை நிறைய அங்க சேஷ்டைகளோடு சொன்னாள். கேமராக்காரன் தன்னை வயது வித்தியாசம் பார்க்காமல் கையைப் பிடித்து இழுத்ததாகச் சொன்னது கற்பனை என்று சொன்னாள். விஜயன் டாக்டருக்குப் படிப்பதாகவும், தான் லஞ்சம் வாங்கி வேலை போனதால் அந்தத் தொழிலை ஆரம்பித்ததாகவும், அடுத்த மாதம் அவன் படித்து முடித்து பக்கத்தில் ஆஸ்பத்திரி திறந்தபின் அவளிடம் இருக்கும் பெண்கள் எல்லாம் அங்கே நர்ஸாகப் போய்விடுவார்கள் என்றும் சொன்னாள். ஜெய்யு அவளிடம் தான் இருந்ததாகவும் இப்போது விஜயவாடாவில் ஒரு கௌரவமான பகுதியில் காரும் பங்களாவுமாக இருப்பதாகவும், ராஜுவும் அவர் மாமனாரும் சேர்ந்தே அங்கே வந்துபோக இருப்பதாகவும் ரகசியமாகப் பேசினாள்.'

ராஜு, பூமிபுத்ரனோடு கிளம்பும்போது, பெண் டாக்டர் வந்து 'இவரை நாளை கூட்டிப் போகலாம்' என்றாள்.

'அங்கிள்... நான் ஜெயலட்சுமியோட மகள்னு எப்படிக் கண்டுபிடிச்சீங்க.'

நான் கற்பனை செய்தபடி ரொட்டிக்காகக் காத்திருந்தேன்.

வரிசையாகப் புடைவைகள் அடுக்கி வைத்த துணிக்கடை. கேமராவுக்கு முதுகைக் காட்டிக் கொண்டிருக்கும் பெண். 'அந்த மஜந்தா... வலது கோடி... ரெண்டாவது வரிசை...' கேமராவின் பார்வையில் யார் யாரோ குறுக்கிட்டு நடந்து போகிறார்கள். போனதும், கடை சிப்பந்தியில் பதிகிற பார்வை. புடைவையைப் பிரித்து, தலைப்பு வரை தன் தோளில் வைத்து, உடுத்தினது போலக் காட்டுகிறார். முகத்தில் நாலுநாள் தாடியும், அரை வழுக்கைத் தலையும், கட்டம் போட்ட நீலம் வெளிறின சட்டையைப் பாதி மறைத்த விலைமிகுந்த மெஜந்தா வண்ண ஷிபான் புடைவையுமாக நிற்கிற சிப்பந்தி. 'நல்லாயிருக்கு... பேக் பண்ணிடுங்க... கிரடிட் கார்டு பில்...'

காட்சியின் மேல் எழுகிற அடுத்த காட்சியில் மாடிப்படிப் பக்கம் நின்று பேசிக் கொண்டிருக்கும் இளைஞர்கள். மெல்லிய சலங்கைச் சத்தம். பார்வைகள் காத்திருக்க, கையில் தோல் பையுடன் (உள்ளே சலங்கைகளாக இருக்கலாம்) படி இறங்கி வருகிற மீசை இல்லாத, சந்தனப்பொட்டு வைத்த ஆண். இவர்கள் பார்ப்பதை சங்கடமாக உணர்ந்து பையை இறுகப் பிடித்தபடி ஜாக்கிரதையாக அடி வைக்க, இப்போது சத்தம் இல்லை.

'காவேரி சைவ சாப்பாடு மெஸ்' என்று அறிவிக்கிற பெயர்ப் பலகையில் பதிந்த பார்வையோடு அடுத்த காட்சி. போர்டு ஓரத்தில் 'ஜெய ஜெய சங்கரா... ஹரஹர சங்கரா' என்று சின்ன எழுத்துக்கள். மேலே இருந்து தெருவைப் பார்க்கிற கேமரா. சிகரெட் குடித்தபடி இரண்டு பேர் நடந்து போகிறார்கள். 'சைவத்திலேயே வித்தியாசம் உண்டு. பிராமின்ஸ் சைவம். திருநெல்வேலி பிள்ளைமார் சைவம்...' லுங்கிக் கட்டிக் கொண்ட ஒருவன் மெஸ்ஸில் நுழையும் முன் வாசலில் சிகரெட்டைக் கீழேபோட்டு செருப்பால் மிதித்து அணைக்கிறான்.

கடற்கரையில் உட்கார்ந்து பேசிக்கொண்டிருக்கிற தாடிக்கார இளைஞன். கேட்டபடிக்கு நாலுபேர்.

கருப்பு வெள்ளையில் அடுத்த காட்சியாக அறுபதுகளின் சென்னைத் தெருவில் கையில், அழுக்கு சிவப்பு பஸ்கள் ஊர்ந்து கொண்டிருக்க, கையில் பெரிய பைகளோடு நடக்கிற பெண்.

8

நாங்கள் பாண்டிச்சேரி போய்ச் சேரும்போது விடியற்காலை நேரம்.

ரகுபட்டைப் பார்க்கவேண்டும். ரகுபட் சாமியாராகி இருக்கிறார். ரகுபட் வீதியின் ஒளிப்பதிவாளன்.

லாஸ்பேட்டை போகிற வழியில் ஒரு ஆசிரமத்தில் இருக்கும் சித்தானந்தா நாங்கள் எழுதிய கடிதத்துக்கு அன்புடன் உடனே பதில் எழுதி இருந்தார்.

இருபத்தைந்து வருஷம் முந்தைய ரகுபட்டைத் தன்னிலிருந்து அகற்றி நிறுத்திப் பார்ப்பது, சுவாரசியமான செயல் என்றும், நாங்கள் அவரைச் சந்தித்தால் இது சாத்தியமாகும் என்றும், சித்தானந்தாவையும் தன்னிலிருந்துவிலக்கி நிறுத்திப் பார்ப்பதில் ஈடுபட்டுள்ளதாகவும் எழுதியிருந்தார்.

கடற்கரைக் காற்று சீராக வீசுகிற இளங்காலைப் பொழுது. வரிசையான சாம்பல் வண்ணக் கட்டடங்கள் நின்ற, நூல் பிடித்ததுபோல நேராக அமைக்கப்பட்ட தெரு. ஏதோ மேல்தளத்திலிருந்து இழைந்து இறங்கி வருகிற பியானோ இசை. நாங்கள் மட்டும் நடக்க, தெரு வெறுமையாகக் கிடந்தது. யாரும் எதுவும் பேசவில்லை. இப்படியே இந்தத் தெரு நீண்டு நீண்டு போய்க் கொண்டிருப்பதாகவும், இதில் நடந்து போனபடிக்கே இருப்பதே எனக்கு விதிக்கப்பட்ட ஒரே இயக்கம் என்றும் கற்பனை செய்தேன்.

கடற்கரைச் சாலையில் வாழை இலை ஏற்றி வந்த ஒரு டெம்போவைக் கையைக் காட்டி நிறுத்தினான் பூமிபுத்ரன். மார்க்கெட்டில் சரக்கு இறக்கிவிட்டு எங்களை லாஸ்பேட்டை போகிற வழியில் இறக்கிவிட டிரைவர் சம்மதிக்க, இலைகளை மிதிக்காமல் ஏறி உட்கார்ந்தோம்.

நேரு தெரு ஓரத்தில் ரிக்ஷாக்காரர்கள் கட்டிப் புரண்டு சண்டை போட்டுக் கொண்டிருந்ததை ஏழெட்டுப் பேர் வேடிக்கை பார்க்கிறார்கள். சைக்கிளில் நிஜார் அணிந்து போகிற வெள்ளைக்காரனை 'மாத்திரை இருக்கா?' என்று விசாரிக்கிற, தோளில் பையோடு திரிகிற வெளியூர் இளைஞர்கள். மொத்த மாக மீன் வாடை, பாரதி தெருவைத் தாண்டி, ஆனந்தரங்கம்

பிள்ளை தெருமுனை வரை துரத்தியது. புல்வார்டில் திரும்பி அஜந்தா தியேட்டர் பக்கம் வேகமாகப் போகிற டெம்போவில், பூமிபுத்ரன் தான் ஜிப்மரில் ஒரு வருஷம் படித்து நிறுத்தியதாகச் சொல்லிக் கொண்டிருந்தான்.

நல்ல குடும்பம். நல்ல அறிவு, நல்ல பணம். இவனுக்குத் தாடியும், இந்தத் தேடலும் இலக்கிய விசாரமும் எல்லாம் அநாவசியம் என்று எனக்குத் தோன்றியது.

'இங்கேயிருந்து சித்தானந்தசாமி கோயில் பக்கம் தான்' என்றான் டிரைவர். இறங்கிக் கொண்டோம்.

ரகுபட் என்ற, தொடர்ந்து சிகரெட் குடிக்கிற, அடிக்கடி அழகான பெண்களுடன் காணாமல் போகிற, வீதியைத் தொடர்ந்தும் பல குறிப்பிடத்தகுந்த திரைப்படங்களை 'செலுலாய்ட் காவியங் களாக' கேமரா மூலம் வார்த்துக் கொடுத்த நல்ல ஒளிப்பதிவுக் கலைஞன் சினிமாவைவிட்டு முற்றும்விலகிப் போய் ஐந்து வருஷமாகிறது.

இடைப்பட்ட காலத்தில் 'இமயம்' என்ற பெயரில் அவன் வெளியிட்ட நிழற் படங்களின் தொகுப்பு, சர்வதேச அளவில் நல்ல கவனிப்பைப் பெற்றது. கார்ட்டியர் - பிரஸ்ஸனுடன் ஒப்புவைத்து மதிப்பிட வேண்டிய சிறந்த புகைப்படக்காரன் அவன் என்று அமெரிக்கப் பத்திரிகையில் வந்ததை ஒரு தமிழ்ப் பத்திரிகையில் மொழிபெயர்த்துப் போட்டு, ரகு எடுத்த புகைப்படம் என்று, முலைகள் குலுங்க நடனமாடுகிற ஒரு பெண்ணின் படத்தை நடுப்பக்கத்தில் வண்ணத்தில் பிரசுரித் திருந்தார்கள்.

தென்னை மரங்கள் அடர்ந்த ஒற்றையடிப் பாதையில் ரகுபட் என்ற சித்தானந்தாவின் ஆசிரமத்தை நோக்கி நடந்தோம்.

ரகுபட்டின் கரகரத்த கன்னடத் தமிழ்க்குரல் நினைவில் வருகிறது. 'புகைப்படம் என்பது மகத்தான விஷயம். கவிதையை விட... நாடகத்தை விட.... வீட்டுலே கொலுத்து வேலை நடந்துட்டு இருந்தது. வராந்தாவிலே நாற்காலியைப் போட்டுக்கிட்டு பேப்பர் படிச்சுக்கிட்டு இருக்கேன். ஒரு சித்தாள் பொண்ணு. சின்ன வயசு... வீட்டுக் கிணத்திலே தண்ணி சேந்தி சிமெண்ட் குழைக்கவும், செங்கல் எடுக்கவும் போகவும் வரவுமா... ஒவ்வொரு தடவை என்னைக் கடந்து போகும்போதும் ஒரு

விநாடி நின்னுட்டுப் போறது. டீப்பாயிலே வச்ச பேப்பரைப் பாத்தபடி... நான் பேப்பரைப் பார்த்தேன். சண்டே சப்ளி மெண்ட்... போர் அபாயம் பற்றி யாரோ வளவளன்னு எழுதின கட்டுரை. நடுவிலே பெரிய போட்டோ... நீங்க பாத்திருப் பீங்களே... அமெரிக்காக்காரன் நாப்பாம் வீசினதும் ஏதோ வியத்னாம் கிராமம் பற்றி எரிய, ஒரு சின்னப் பொண்ணு உடம்பிலே துணி இல்லாம அழுதுக்கிட்டே ஓடி வர படம். சித்தாள் பொம்பளை அதைத்தான் பாத்துக்கிட்டுப் போறா... வரா... 'என்னம்மா?'ன்னு கேட்டேன். 'அந்தப் படம்... என்னை என்னவோ பண்றது...' சாந்து அப்பின கை ஜாக்கிரதையாக ஓரத்திலே பிடிக்க, நான் கொடுத்த பத்திரிகையைப் பக்கத்தில் வச்சுப் பார்க்கும்போதே கண் நிறைஞ்சுப் போச்சு... 'இது யாரு அய்யா...' நான் சுருக்கமாகச் சொன்னேன். 'சண்டாளப் பாவிங்களா... உங்க வம்சம் நாசமாப் போயிடாதா...' அவள் கையை நெறித்துக்கொடுத்த சாபம் நிஜமானது. உங்க பிராசசிங் டெக்னிக்கும், டெலிபோட்டோ லென்ஸூம், கலர் டிரான்ஸ் பரன்ஸி டெக்னிக்கும் அவளுக்குத் தேவையில்லாதது. அந்தப் படம் அவகூடப் பேசியதுதான் நிஜம்...'

ரகுபட்டுக்கு இதை நினைவு படுத்த வேண்டும்.

'ஒரு தடவை ஷூட்டிங் முடிஞ்சு கொஞ்சம் போதையோட ரகுபட் சார் ஜெய்யுவை வீட்டில் கொண்டு விட்டுட்டு, அவங்க குடும்பத்துக்காரங்க முன்னாலேயே அந்த அம்மா கையைப் பிடிச்சு இழுத்து முத்தம் கொடுக்கும்போது, நையப் புடைக்கப் பட்டதாக, யாரோ சொன்னார்கள். சித்தானந்தா இதை நினைவு வைத்திருப்பாரா?' பூமிபுத்ரனின் நண்பன் கேட்டான்.

'அது மாரார்' நான் தீர்மானமாகச் சொன்னேன்.

'இல்லை. அது நான்தான்... ஜெய்யு என்னை வெளியே தள்ளிக் கதவைச் சாத்தினாள். வீட்டில் அவள் அப்பா மட்டும் தூங்கிக் கொண்டிருந்தார்.'

ராஜூ வெகுளியாகச் சொன்னான்.

சித்தானந்தாவின் ஆசிரம வாசலில் நிறையப்பேர் அமைதியாக நகர்ந்து போய்க் கொண்டிருந்தார்கள். வாசலில் நின்றவர் சைகையால் யார்? என்று கேட்டார். சொன்னோம்.

மௌனமாகத் தோட்டத்துப் பக்கம் அழைத்துப் போனார்.

'சுவாமிகள் சித்தியடைந்து இன்றோடு மூன்று நாள் ஆகிறது. நல்லடக்கம் இங்கேதான் செய்தது.'

சித்தானந்தாவின் சமாதியைச் சுற்றித் தென்னங்கன்று நட்டிருந் தார்கள். வெயில் உறைக்க ஆரம்பித்திருந்தது.

ஒரு பெரியவர் மூலக்கச்சமும், புகையும் சுருட்டும், பெரிய ஆகிருதியுமாக, கட்டிலைச் சரித்து வைத்தது போன்ற பிரும் மாண்டமான சாய்வு நாற்காலியில் இருந்து, சொல்லிக்கொண்டு இருப்பதை, தரையில் அட்டை வைத்து உட்கார்ந்த காரியஸ்தர் எழுதிக்கொண்டு இருக்கிறார்.

'அன்புள்ள மாப்பிள்ளை வெங்கடபதி ராஜு அவர்களுக்கு வணக்கம். நீங்கள் அனுப்பி வைத்த இளைஞர், உங்கள் படத் துக்கு சங்கீதம் கொடுத்தவர் இங்கே இருப்பதாகவும் அவரைப் பார்த்து தகவல் சேகரிக்க வேண்டும் என்றும் போன வாரம் வந்து சேர்ந்தார். எனக்கு ஏகப்பட்ட வேலைகள் இருந்தாலும், நானும் அவரோடு சில இடங்களுக்குப் போய்வந்தேன். உங்கள் மைத்துனன் சகோதேவும் காரை எடுத்துக்கொண்டு அவரோடு அலைந்தார். என்றாலும் பலனில்லை. நீங்கள் தேடுகிற நபர் இந்த ஊரில் இருப்பதாகத் தெரியவில்லை. உள்ளூர் மாலைப் பத்திரிகையில் வேண்டுமானால் ஒரு விளம்பரம் தருகிறேன். நிற்க... நீங்கள் அனுப்பியவர் நல்ல சுறுசுறுப்பும் படிப்பறிவும் நிரம்பியவராகத் தோன்றியதால், மெல்ல அவரைக் கேட்டேன் - 'மாதம் நாலாயிரம் ரூபாய் சம்பளத்தில் நம் பண்ணைக் கணக்குகளைக் கவனித்துக் கொள்ளச் சம்மதமா?' என்று. சரி என்று உடனே சொல்லிவிட்டார். நாளை நம் கிராமத்துக்குப் போகிறார். போனதும் உங்களுக்கும் அவர் நண்பர் பூமிபுத்திர னுக்கும் விரிவான கடிதம் எழுதுவார். சகோதேவுக்கு நிறையத் திருமண ஆலோசனைகள் வருகின்றன. அவனுக்கு மெல்ல சினிமாவில் நாட்டம் குறைந்து இருக்கிறது நல்லதற்குத்தான். பாலாஜி கிருபையால் எல்லாம் சரியாக வேணும். யாரோ ஊர் பெயர் தெரியாத பிரெஞ்சுக்காரனை நம்பி அலைச்சலையும் பணவிரயத்தையும் மேற்கொள்ள வேண்டாம். போனதடவை நான் வந்தபொழுது நீங்கள் திருவனந்தபுரம் போயிருப்பதாக லட்சுமி சொன்னாள். அவளிடமும் இதைத்தான் சொன்னேன்...'

9

வெயில் தாழ்ந்து வெள்ளைக்காரன் வந்து சேர்ந்தான்.

அவன் உள்ளே நுழைந்தபொழுது பூமிபுத்ரன் ஆடியோ கேஸட்டில் யாருடனோ உரையாடியதைக் கேட்டபடி எழுத்தில் பதிவு செய்து கொண்டிருந்தான். ராஜு தெசாரஸைப் புரட்டியபடி ஏதோ ஆங்கில வார்த்தையைத் தேடிக்கொண்டு இருந்தான். நான் நிறையப் புகைப்படங்களைக் கவிழ்த்துப் பின்னால் எண்ணும், உத்தேசமாக எடுத்த தேதியும் எழுதி, விவரங்களை ஒரு நோட்டில் பதிவு பண்ணிக் கொண்டிருந்தேன். ஆயுசில் முதல் தடவையாக ஏதோ விதத்தில் கணக்கு எழுதுகிற உற்சாகம்.

'வாருங்கள் மிஸ்ஸே ருழே... அநேகமாக நீங்கள் கேட்டதைச் சேகரிப்பதில் வெற்றியடைந்திருக்கிறோம்.'

ராஜு எழுந்து கையைக் குலுக்கினான்.

வந்தவன் மெல்லச் சிரித்தான். பின்னால் தூசிபடிந்த நாற்காலி யில் அதை லட்சியம் செய்யாமல் சாய்ந்து உட்கார்ந்தான்.

மேஜையில் வைத்திருந்த கண்ணாடி பேப்பர் வெயிட்டை எடுத்து மூக்கில் தேய்த்துக்கொண்டு, அதைக் கண் பக்கத்தில் வைத்து உற்றுப் பார்த்தான்.

'மாண்டாஷ் நின்று போய்விட்டது.'

நாங்கள் அவனையே பார்த்தோம்.

'பத்திரிகை நிர்வாகி இந்த மாதம் மூன்றாம் தேதி இறந்து போனார். நிர்வாகக் குழு கூடிப் பத்திரிகையை நிறுத்துவதாக ஏகமனதாக முடிவு எடுத்திருக்கிறது.'

கைப்பையிலிருந்து தேடி ஒரு காகிதத்தை எடுத்தான்.

'எனக்கு முந்தாநாள் லாஹுர் மேல் விலாசத்துக்கு வந்த செய்தி இது. நான் உடனே ஊர் திரும்ப வேண்டும். அதற்குமுன் உங்களைச் சந்தித்து உங்களுக்குத் தந்த சிரமத்துக்கு மன்னிக்கக் கேட்டுக் கொள்ளவேண்டும். இது விஷயமாக நீங்கள்

அதிகமாகச் செலவழித்திருந்தால் என்னிடம் தொகையைக் குறிப்பிடலாம். நான் பாரீஸ் போய் அனுப்பிவைக்க ஏற்பாடு செய்கிறேன்.'

ராஜு அதெல்லாம் வேண்டாமென்று அவசரமாக மறுத்தான். இதுவரை நாங்கள் சேகரித்த தகவல்கள், உரையாடல்கள் அடிப் படையில் இருநூறு பக்கம் வரக்கூடிய ஓர் அறிக்கை தயாரித்துக் கொண்டிருப்பதையும், முடிந்ததும் அதையும், ஒலி நாடாக் களையும், புகைப்படங்களையும் ருழே பெயருக்கு அனுப்பி வைப்பதாகவும் சொன்னான்.

'அவற்றால் எனக்கு இனி உபயோகம் இருக்காது என்று நினைக்கிறேன். நான் பத்திரிகைத் தொழிலிலிருந்து விலகி, கோழிப் பண்ணைத் தொடங்க திட்டம் வைத்திருக்கிறேன். உங்கள் நண்பர் போல புராதனப் பொருள்கள் விற்பனையும்...

நான் எழுந்து கைகுலுக்கி விட்டு செருப்பை மாட்டிக்கொண்டு, பழைய ரோமன் கடியாரங்களை வாங்க விருப்பம் தெரிவித்த மார்வாடியைப் பார்க்கத் தனியே கிளம்பினேன்.

●

தெருவில் மெல்ல வருகிற சைக்கிள் ரிக்‌ஷா. நோஞ்சான் ஆசாமி உற்சாகமாகப் பேசியபடி வருகிறான்.

'இதான் நம்ப இடம். ஒரு பத்து நாள் எப்படியும் இங்கே பல்லைக் கடிச்சுக்கிட்டு இருங்க. மாசம் பொறந்ததும் லண்டன் பயணம். உங்களை அங்கே ஆவலோட எதிர்பார்க்கறாங்க...'

தெருவின் ஒலிகளுக்கு மேலே சத்தமாக ஒலிக்கிற குரல். ரிக்‌ஷா நிற்கிறது. குதித்து இறங்குகிறான். கூட வந்தவர்மேல் கேமரா திரும்புகிறது. வயதான மாஜி மகராஜா சாட்டின் உடுப்பும், வளைந்த பாதுகையுமாகத் தட்டுத் தடுமாறி இறங்குகிறார்.

'சல்லிசாக் கிடச்சார். லண்டனுக்குப் போகப் போகிறார். அங்கே ராஜா தந்தூரி ஹோட்டல்லே தினசரி மூணு மணி நேரம், சாப்பிடறவங்க சந்தோஷத்துக்காகத் தர்பார் நடத்து வார்' கேமராவைப் பார்த்துக் கண் அடித்தபடியே சொல் கிறான்.

'தெருவைத் தேடி - படத்தில் வர்ற ஒரே நகைச்சுவைக்காட்சி இது.'

பூமிபுத்ரன் புராஜக்டரை நிறுத்தச் சொன்னான். மூக்குக் கண்ணாடியைக் கழற்றித் துடைத்துப் போட்டுக் கொண்டான்.

'எடுத்த வரைக்கும் எப்படி வந்திருக்கு?'

என்னையும் ராஜுவையும் பார்த்துக் கேட்டான்.

'நாம் இரண்டு வருஷம் முன்னால் சேகரித்த தகவல்கள் உனக்காவது உபயோகமானதில் மகிழ்ச்சிதான்.'

ராஜு இருமலுக்கு இடையே சொன்னான்.

'இன்னும் ஒரு மாதத்தில் முழுப் படத்தையும், முடித்துவிடு வேன். எடிட்டிங் சமயத்தில் நீங்கள்தான் உதவி செய்ய வேண்டும்.'

ராஜு தலையசைத்தான்.

'ஜெய்யுவாக யார்?' நான் கேட்டேன்.

'அடுத்த தடவை கூட்டி வருகிறேன். அவள் பெயரும் ஜெய லட்சுமிதான்.'

வெளியே வந்தோம். உக்கிரமான வெயில்.

'விஜயவாடா போக எல்லாம் எடுத்து வைக்க வேண்டும். மாமனார் இறந்துபோய், மச்சினனும் ஸ்டேட்ஸில் நிரந்தரமாகத் தங்கி விட்டதால், எல்லா வேலையும் என் தலைமேல்தான்.' ராஜு அலுத்துக் கொண்டு காரைக் கிளப்பினான்.

என்னையும் பூமிபுத்ரனின் நண்பனையும் காயலான் கடை சந்துப் பக்கம் இறக்கிவிட்டுப் போனான்.

'பூமிபுத்ரனின் படத்தில் ஜெய்யு என்ன ஆகிறாள்?'

நான் அவன் நண்பனைக் கேட்டேன்.

'தெரியவில்லை... இன்னும் பாதிக்குமேல் எடுக்கப்பட வேண்டும்...' என்றான். அப்புறம் அவன் 'பூமிபுத்ரன் சீக்கிரமே

ஜெயலட்சுமியைக் கல்யாணம் செய்து கொள்ளப் போகிறான்' என்றான்.

'நீங்கள் இப்போது என்ன செய்கிறீர்கள்?'

'முந்தாநாள் தான் ஆரம்பித்தேன்.'

அவன் கை காட்டிய, ரௌத்ரம் பத்திரிகை இருந்த இடத்தில் ஒரு காயலான்கடை முளைத்திருந்தது.

26. விடை

ஐந்தாம் பக்கத்தில் அந்தப் படம் இருந்தது. கணக்குப் புத்தகம் வாங்கி ஒரு வாரம்தான் ஆகிறது. காகித வாசனையும், தாளின் மொட மொடப்பும் அஜயனுக்குப் பயத்தை உண் டாக்குகிறது. கணக்குகளும். அர்த்தநாரி என்று கணக்கு வாத்தியார். புத்தகத்துக்கு, அட்டை போட்டுப் பெயர் எழுதவில்லை என்று நேற்று அடித்தார். எதற்கெடுத்தாலும் அடிக்கிறார். சாக்பீஸை ஒடித்து, குறி தவறாமல் நெற்றிப்பொட்டில் எறிகிறார். ஐந்தாம் பக்கத்தில் ஒரு கணக்கை வீட்டுக் கணக்காகக் கொடுத்து, போட்டு வராவிட் டால் மண்டி போட்டே நாள் முழுக்க இருக்க வைப்பதாகப் பயமுறுத்தி இருக்கிறார். அஜயன் ஒரு மணி நேரமாக ஐந்தாம் பக்கத் தில்.

சைக்கிள் மிதித்துப் போகிற ஒரு ஒல்லியான மனிதனின் படம் அந்தப் பக்கத்தில் உண்டு. அம்புக்குறி போட்டு, மணிக்கு எட்டு புள்ளி மூன்று கிலோ மீட்டர் என்று சைக்கிளை ஒட்டி எழுதியிருக்கிறது. அது அவன் போகிற வேகம். புகலூர் இருபத்து நான்கு கிலோ

மீட்டர் என்று கைகாட்டுகிற பலகை பக்கத்தில். மணிக்கு எட்டுப் புள்ளி மூன்று கிலோ மீட்டர் வேகத்தில் போனால், அவன் புகலூர் போய்ச் சேர எத்தனை மணி நேரமாகும்? அதுதான் கணக்கு.

சைக்கிள்காரனுக்கு நேர் மேலே, ஒரு மேகம் வளைவு வளைவாகத் தீற்றி இருக்கிறது. தாழப் பறந்து போகிற ஒரு பறவை அவனுக்கு எதிர்த் திசையில். சைக்கிள்காரன் ஆரஞ்சுக் கலரில் மீசை வைத்திருக்கிறான். நேற்று ரீசஸின்போது பக்கத்து பெஞ்ச் அமலாதான் போட்டிருக்க வேண்டும். கணக்கு வாத்தியார் பார்த்திருந்தால், அதற்கும் சேர்த்து அஜயனைத்தான் அடித்திருப்பார். அமலாவை யாரும் திட்டுவதுகூட இல்லை.

அஜயன் சைக்கிள்காரன் படத்தையே பார்த்தான். எட்டுப் புள்ளி மூன்று கிலோ மீட்டர் வேகம். இருபத்து நான்கு கிலோ மீட்டர் தூரம். 'எப்போது போய்ச் சேருவாய்?' உம்மென்று விறைப்பாக சைக்கிள் மிதித்துக் கொண்டிருந்தவன், நேரே பார்த்துக் கொண்டே இருந்தான்.

அஜயன் புத்தகத்தைத் திறந்தபடி வைத்துவிட்டு வாசல் பக்கம் வந்தான். இருட்ட ஆரம்பித்திருந்தது. வாசலில் மர ஷெல்ப். கீழே அப்பாவின் பழைய ஷூ. அடியில், தூசி அப்பி அம்மாவின் ஒரு கால் செருப்பு கிடந்தது. சிவப்பும் பளபளப்பும் மங்கிப் போன வலது கால் செருப்பு அது.

எட்டுப் புள்ளி மூன்று கிலோ மீட்டர் வேகம்! எப்படி ஆரம்பிப்பது? எங்கே இருந்து? அம்மா இருந்தால், எல்லாம் சொல்லிக் கொடுத்திருப்பாள்.

மூடியிருந்த படுக்கையறைப் பக்கம் மெல்ல நடந்தான். அம்மா இருந்தபோது, எப்போதும் டால்கம் பவுடர் வாசனையோடு திறந்துதான் இருக்கும். சசி மாமன் வந்தால் நல்ல பாக்கு வாசனை வரும். இந்த அறையில் அம்மா சிரித்தால், வீடெல்லாம் கேட்டுக் கொண்டே இருக்கும். போன மாதம் ஒரு சாயங்காலம் வீடு முழுக்கக் கூட்டமாக இருக்க, இங்கே இருந்துதான் அவளைத் தூக்கிப் போனார்கள். அஜயனும் போனான். பூவும் புகையுமாக அவளை விட்டு வந்த இடத்தை, அஜயன் இதற்கு முன்னால் பார்த்ததில்லை. ஒரு பத்து நாள் போல அப்பா ஆபீஸ் போகவில்லை. அஜயனையும் பள்ளிக்கூடம் அனுப்பவில்லை.

இந்தக் கணக்கு வாத்தியார் அப்புறம்தான் வந்தார். 'கணக்குப் புத்தகம் ஏன் வாங்கவில்லை? அம்மா இறந்து போனால், வீட்டில் வேறு யாரும் இல்லாமல் போனார்களா? அப்பா உண்டு. அப்புறம் புத்தகம் வாங்க என்ன கேடு? தெரியவில்லை. நாளைக்கு என்னை வந்து பார்க்கச் சொல்.'

அப்பா ஆபீஸ் போகும் முன், நீலத் தாளில் இங்கிலீஷில் கிறுக்கி, ஐம்பது ரூபாய்த் தாளோடு ஒரு கவரில் வைத்து அனுப்பினார். கணக்கு வாத்தியார் அதைப் பிரித்து கண்ணுக்குப் பக்கத்தில் வைத்துப் படித்துவிட்டு, ஹெட்மாஸ்டரிடம் அனுப்பினார். அவர் அலமாரியிலிருந்து ஒரு கணக்குப் புத்தகம் எடுத்துக் கொடுத்தார். கணக்கு வாத்தியார், அப்புறம் அப்பாவை வரச் சொல்லவில்லை. புத்தகத்துக்கு அட்டை மட்டும் போடச் சொன்னார்.

படுக்கையறை வாசலிலிருந்து பார்த்தபொழுது, தவளை போல கணக்குப் புத்தகம் தெரிந்தது. அது அவனுக்காகக் காத்திருக் கிறது. பக்கத்தில் கணக்கு வாத்தியார் கையில் பிரம்போடு நிற்க, படுக்கை அறையிலிருந்து அழுகையும் கூச்சலுமாக அம்மாவின் குரல்.

'இருக்கப் பிடிக்கலை. பிடிக்கலை!'

அஜயன் நடுக்கத்தோடு தலையை அசைக்க, அதெல்லாம் இல்லாமல் போனது. பசித்தது. சமையலறை உள்ளே போய் இரண்டு எள்ளுருண்டைகளை எடுத்துத் தின்றான். ஒரு தட்டில் அதிரசம் பிய்ந்து கிடந்தது. வாயில் அதக்கிக்கொள்ள எண்ணெய் வாசனையோடு அது கரைந்து வந்தது.

கணக்குப் புத்தகம் 'வா வா' என்று தாளை விசிறி அதட்டியது. அஜயன், அதன் பக்கம் திரும்பவும் போய் மண்டி போட்டு உட்கார்ந்தான். காதில் படபடவென்று ரயில் சத்தம். மழையைக் கிழித்துக்கொண்டு இருட்டில் ஓடுகிற ரயில். அம்மா மடியில் தலை வைத்துப் படுத்திருக்கிறான் அவன். அம்மாவும், சசி மாமனும் ஏதோ பேசியபடியே இருக்கிறார்கள். படுத்தபடியே அஜயன் பார்க்க, அம்மா கண்களில் பயம் தெரிகிறது. 'எங்கே போறோம் அம்மா? எங்கே போறோம்?' அஜயன் திரும்பத் திரும்பக் கேட்க, அம்மா பதிலே சொல்லாதபோது அவள் கண் நிறைந்து, அஜயனின் உதட்டோரம் உப்பாக விழுகிறது.

'அம்மா! அம்மா!' - அஜயன் சத்தமில்லாமல் அழுதபடியே கணக்குப் புத்தகத்தைப் பார்க்க, சைக்கிள்காரன் அவனைத் திரும்பிப் பார்த்துச் சிரித்தான்.

'போகலாமா?' அவன்தான் கேட்டான்.

'எங்கே?'

'புகலூர்!' அவன் சிரித்த பொழுது ஆரஞ்சு வண்ண மீசையை இடது கையால் மறைக்க முயற்சி செய்தான்.

'போய்ச் சேர எத்தனை நேரம் ஆகும்?'

'போனால்தானே தெரியும். வா, போகலாம்!'

'உன் சைக்கிளில் கேரியர் இல்லையே!'

'முன்னால் ஏறிக்கொள்!'

அவன் சைக்கிள் மிதிக்க ஆரம்பித்தான். காகித மணத்தோடு நீண்டு போகிற பாதை. இறகுகளை அசைக்காமல் எதிர்த் திசையில் பறந்து போகிற ஒற்றைப் பறவையை, அஜயன் கொஞ்ச நேரம் பார்த்தபடி இருந்தான்.

'ஏன் இந்தப் பாதையில் வேறு யாரையும் காணோம்?'

அஜயன், பின்னால் திரும்பிக் கேட்டான். சைக்கிள்காரனின் ஆரஞ்சு மீசை நெருப்புத் துண்டாகத் தெரிந்தது. 'சுடாது. அம்மா நெஞ்சில் வை!' - யாரோ சொல்லுகிற குரல்.

'இந்தப் பாதை நான் மட்டும் போகவேண்டிய பாதை. மணிக்கு எட்டுப் புள்ளி மூன்று கிலோ மீட்டர் வேகத்தில்!' சைக்கிள்காரன் சத்தமாகச் சொன்னான்.

'நானும் உன்கூட வருகிறேனே!'

'பாதகமில்லை. உனக்காகத்தான் நானே வருகிறேன்!' - அவன் சமாதானமாகச் சொன்னான். சீராக நகர்ந்து போகிற சைக்கிள்.

'புகலூரிலே என்னவெல்லாம் உண்டு?' - அஜயன் கேட்டான்.

'போய்த்தான் பார்க்க வேண்டும்!'

'உனக்குப் பசிக்கவில்லையா?'

ஆரஞ்சு மீசையைப் புறங்கையால் மறைத்தபடி சைக்கிள்காரன் சிரித்தான். அப்புறம் இரு கையாலும் ஹேண்டில் பாரைப் பற்றி தொடர்ந்து ஓட்டிப்போனான்.

'நான் எள்ளுருண்டையும் அப்பமும் சாப்பிட்டேன்!' அஜயன் ஒரு தகவலுக்காகச் சொன்னான்.

'அம்மா இறந்த பின்னால் செய்தது. ஒரே எண்ணெய் வாடையாக அதெல்லாம்...'

'அம்மா எப்போது இறந்து போனது?' சைக்கிள்காரன் கேட்டான்.

'என்னையும் அவளையும் கோபமும் ஏச்சுமாக, அப்பா ஊரிலிருந்து ஒரு மஞ்சளும் கருப்பும் பூசிய மோட்டார் காரில் ராத்திரி மழையில் கூட்டி வந்தார். அப்புறம், அம்மாவை அவள் ஆபீஸிலிருந்து, அதேபோல காரில்தான் கொண்டு வந்தது.'

'அம்மாவும் ஆபீஸ் போவாளோ?'

'உண்டு. எல்லோருக்கும் ஆபீஸ் உண்டு. படித்து முடித்ததும் எல்லோரும் ஆபீஸ் போக வேண்டும்.'

'என்று யார் சொன்னது?' சிரிப்பது போல சைக்கிள்காரன் மணியடித்தான்.

யாரும் சொல்லவில்லைதான். ஆனால், காலனியில் எல்லா வீடுகளிலும், அப்பாக்களும் அம்மாக்களும் ஆபீஸ் போகிறார்கள். அஜயனும் போவான். பக்கத்து பெஞ்ச் அமலாவும்தான். போய்விட்டு வந்து அவளை பூட்ஸ் அணிந்த காலால் உதைப்பான். 'தேவடியாமுண்டே! உனக்கு எதிலே குறைவச்சேன்!' அமலா அழுதால் பாவமாக இருக்கும், அம்மா போல. சைக்கிள்காரனுக்கு ஆரஞ்சு மீசை வரைந்தது அவளாக இருக்காது.

'அம்மா எப்படி இறந்து போனது?' - சைக்கிள்காரன் தொடர்ந்து கேட்டான்.

அஜயனுக்குத் தெரியவில்லை.

'அவளை ஆஸ்பத்திரிக்குத் தூக்கிப் போனார்கள்!'

அவன் சொல்லி முடிக்கும்முன் முழு வெள்ளையாக நீண்ட பாதை, மஞ்சளும் பச்சையுமாக வண்ணம் மாறியது. 'மருத்துவமனை'

என்றும், 'அங்காடி' என்றும், 'வங்கி' என்றும், முகப்பில் கருப்பு எழுத்துகளோடு கட்டடங்கள் தட்டுப்பட்டன. ஒரு கட்டடச் சுவரில் பெரிய எழுத்தில் பென்சிலில் 'கே. அஜயன், செகண்ட் ஏ' என்று எழுதியிருந்தது. அது அவன் போன வருஷம், சமூகவியல் பாடப் புத்தகத்தில் எழுதியது. வங்கியில் படி ஏறுகிற நிலையில், இரண்டு பேர் இருந்தார்கள்.

மருத்துவமனைக்கு நேரே சைக்கிள் போன போது, உள்ளே அம்மா தலை தெரிந்தது. முடி கலைந்து, கண்கள் உள்வாங்கி அவள் பெரிய குரலில் அழுகைக்கு நடுவே சொல்லிக் கொண் டிருந்தாள். 'பிடிக்கலே. இருக்கப் பிடிக்கலே!' வாசலில் மஞ்சளும் கருப்புமாக ஒரு கார் நின்று கொண்டிருந்தது. எண்ணெய் பொரிகிற வாடையும், எள்ளுருண்டை வாடையும், டெட்டால் வாசனையுமாக மிதந்து வர, அப்புறம் கொத்தாகப் பிடித்து எரியவைத்த ஊதுபத்தி வாசனை.

'இறங்கிக் கொள்ளட்டா?' அஜயன் கேட்டான்.

'இன்னும் புகலூர் வரவில்லை!' சைக்கிள்காரன் நிறுத்தாமல் மிதித்துப் போனான்.

வழி இப்போது, செம்மண் தீற்றித் தெரிந்தது. தலையில் மாட்டிய புத்தகப் பை கட்டும், கையில் பித்தளைப் பாத்திரமுமாக அஜயனைவிடப் பெரிய பையன்கள் போய்க் கொண்டிருந்தார்கள். 'அசோகர் குளம் வெட்டினார்; மரம் நட்டார்; சாலை அமைத்தார்!' திரும்பத் திரும்ப அவர்கள் சொல்லிக்கொண்டு நடக்க, வழிவிட்டு சைக்கிள்காரன் ஒரு காலைத் தரையில் ஊன்றி நின்றான்.

'இதுவும் அசோகர் போட்டதா?' பாதையைச் சுட்டிக்காட்டி அஜயன் கேட்டான்.

'தெரியாது. மணிக்கு எட்டுப் புள்ளி மூன்று கிலோ மீட்டர். மொத்தம் இருபத்துநான்கு கிலோ மீட்டர் போக வேண்டும்.' சைக்கிள்காரன் யாரோ சொன்னதை, திரும்பச் சொல்கிறது போலப் பேசினான்.

'இந்த வழியில் நான் போயிருக்கிறேன்.'

திடீரென்று அஜயன் உற்சாகமானான். வரிசையாகத் தென்னை மரங்களும், சின்ன ஓலைக் குடிசைகளும் நீண்டு போகிற பாதை.

‘நானும் அம்மாவும் சசி மாமனும் இங்கே ரயிலில் வந்தோம்!’ அஜயன் சொல்லி முடிப்பதற்குள், உரத்த குரலில் சண்டை போடுகிற சத்தம். அது இங்கிலீஷில் இருந்தது.

•

அஜயன் சடாரென்று சைக்கிளை விட்டு இறங்கினான். சைக்கிள் காரன் ஒரு விநாடி தடுமாறி சைக்கிளை நிறுத்தினான்.

‘என்ன?’ அவன் கண்களைச் சிறுத்துக் கேட்டபோது, மேலே பறந்து கொண்டிருந்த ஒற்றைப் பறவையின் நிழல் அவன் முகத்தில் படிந்து போனது.

‘அப்பா!’ அஜயனின் உதடுகள் பயத்தோடு அசைந்தன.

‘மேலே போக வேண்டாம். இப்படியே திரும்பிவிடலாம்!’ சைக்கிள்காரனைக் கெஞ்சுகிறது போலப் பார்த்தான்.

‘புகலூர் போக வேண்டாமா?’

‘வேண்டாம்!’

‘போனால்தானே எத்தனை நேரமாகும் என்று தெரியும்!’ தென்னை மரத்தில் சாய்ந்தபடி பீடி குடித்துக் கொண்டு; கணக்கு வாத்தியார் பயமுறுத்துவது போலச் சிரித்தார்.

அஜயனுக்கு வியர்வை பெருக்கெடுத்தது. சைக்கிள்காரன், முகத்தில் சலனமில்லாமல் சைக்கிள் மிதிக்க ஆரம்பிக்க, அவன் ஓடிப்போய் ஏறிக்கொண்டான்.

‘நான் வர மாட்டேன். வரவே மாட்டேன். கட்டாயப்படுத்தி இழுத்துப் போனால் செத்துப் போவேன்!’

அம்மா குரல் கேட்டுக்கொண்டே இருந்தது.

பாதை வளைந்து திரும்ப, அவள் தலைமுடியைப் பற்றி இழுத்து அடிக்கிற அப்பா, ஒரு விநாடி தெரிந்தார்.

‘தேவடியா முண்டை என்றால் என்ன?’

அஜயன், சைக்கிள்காரனைக் கேட்டான்.

'புகலூர் வந்து விட்டது!' அவன் அவசரமாகச் சொன்னான்.

பாதையில் இருட்டு கவிந்து கிடந்தது. அஜயன் பார்த்துக் கொண்டு இருக்க, கருப்பும் மஞ்சளுமாக மோட்டார் கார் கடந்து போய் நின்றது. உள்ளே இருந்த வெள்ளைத் துணி மூடிய எதையோ பிடித்து இறக்கினார்கள். அம்மா!

அஜயன் குதித்து இறங்கினான். வெள்ளைத் துணி காற்றில் விசிய அம்மா முகம் தெரிந்தது.

'அம்மா! அம்மா!' அவன் சத்தமாக அழுதான்.

'அஜயா! வா, நேரமாகிவிட்டது!' அப்பா குரல் புளிப்பு வாடையோடு காதில் கேட்டது.

அப்புறம், தொடர்ந்தாற்போல் சைக்கிள் மணிச் சத்தம்.

அஜயன் பயமும் பரபரப்புமாக முன்னால் ஓடி, தூரத்தில் போய்க் கொண்டிருந்த சைக்கிள்காரனைப் பார்த்துக் கூவினான்: 'எத்தனை மணி, நிமிஷம் ஆனது?' சைக்கிள்காரன் திரும்பிப் பார்த்து ஏதோ சொன்னான்.

'அசோகர் குளம் வெட்டினார், மரம் வைத்தார், சாலை அமைத்தார்!' சுற்றிலும் உயர்ந்து ஆழ்ந்த சத்தத்தில் அவன் சொன்னது கேட்கவில்லை.

'எனக்குத் தெரியாது. கணக்குக்கு விடை தெரியாது!'

விம்மலுக்கு இடையே வார்த்தைகள் சிதைந்து உதிர்ந்து விழுந்தன.

'தெரியாவிட்டால் பரவாயில்லை. நாளைக்கு ஒரு கடிதம் எழுதித் தருகிறேன்!'

அப்பாவின் வலுவான கரங்கள் அவனை ஏந்திக்கொண்டன.

27. கண்கட்டு

முப்பிடாதி கோயில்லே கறிச்சோறு போட றாங்க! விடிய முன்னே மூணு மணியப் போல!

தூங்கிடக் கூடாது. நடுநிசிக்குக் கௌம்பிட வேண்டியதுதான். தூக்கம் முக்கியமா, கறி முக்கியமா? சந்தேகமென்ன, கறிதான்!

போன வருஷம் நானு, சம்பந்தம், அளகிரி, இருசப்பன், தவமணி, அவங்க வீட்டுக்கு விருந்தாட வந்த ஒரு சைவப் பிள்ளை, இன்னும் ஏழெட்டுப் பேரு ஒண்ணாத்தான் போனது. பெரிசுகூட வந்துச்சு. அதான் சொன்னது. இந்தப் புள்ளை என்னாத்துக் குடா? வாடை ஒத்துக்குமோ என்னவோ? அதுவும் நேரங்கெட்ட நேரத்துலே!

பெரிசு நம்ப மாதிரி இல்லே. நடு ராத்திரியிலே கோயிலுக்குப் போகணும்னாலும் சுத்த பத்தமாக குளிச்சிட்டு, துண்ணூறு எல்லாம் பூசிக்கிட்டு வந்து நிக்குது. அதுக்கு ஒரு அருள் இருக்குது. சாமி பேரை - ஏதாவது சாமி பேரு - சொன்னா உடனே 'எட்டுக் கட்டி வா வா.

உக்காரு. சாப்பிடு, சிரி, காப்பாத்து'ன்னு பாடிடும். பல்லு போனாலும் கவிச்சின்னா பிரியம்.

அன்னைக்கி இருட்டுன்னா அப்படி ஒரு இருட்டு. இத்தனைக்கும் அமாவாசி கூடக் கெடையாது. ஒரு நட்சத்திரம் தட்டுப்படலே. லேசாத் தூறிட்டுக் கெடந்துச்சு.

அந்த சைவப்பிள்ளை, ஏதோ தமாசுக் கதை சொல்லிக்கிட்டு வந்தான். சிரிச்சுச் சிரிச்சு பெரிசுக்குப் பொறையேறி, மனுசன் உக்காந்து உக்காந்து மெல்லமா வந்தாரு பாவம்!

கோயிலுக்குப் பக்கமா திரும்பினா, இருசப்பன் சொல்றான்: 'என்னடா, ஒரு சுடு குஞ்சையும் காணமே!'

பெரிசு சொல்லிச்சு. 'எல்லா சனமும் சாமியோட, கூட வேட்டைக்குப் போயிருக்கும்டா! வந்து பச்சை எறச்சி படச்சுட்டுத் தான் சாப்பாடு போடுவாங்க. கொஞ்சம் முன்னாடி வந்திருந்தா, நாமளும் வேட்டைக்குப் போயிருக்கலாம். இப்ப என்ன பண்ண? சும்மா காலைக் கட்டிக்கிட்டு உக்காந்து கெடக்க வேண்டியது தான்!'

நேரம் நெறைய இருக்குன்னா, பயாஸ்கோப் போய்ட்டு வரலாம் னான் அளகிரி. வேண்டாம்னுட்டாங்க பயலுக எல்லாம்! கொட்டாயிலே மண்ணுல தூங்கிட்டா வம்பு. விடிஞ்சு எந்திரிச்சு வரதுக்குள்ளே இங்க எலும்புகூட மிஞ்சாது. சுத்தமா தின்னு முடிச்சிடுவானுங்க!

எங்கே இருந்தோ 'கெணறு தூரு வாரலியா?'ன்னு பாட்டு மாதிரி ஒருத்தன் இழுக்க, ஆளுங்க சிரிக்கிற சத்தம்.

டே! கதம்பா நாடகம்டான்னு தவமணி சந்தோஷமாச் சொன்னான். அம்புட்டுதான். பூஞ்சிட்டாப் பறந்துட்டானுங்க அத்தனை பசங்களும்!

பரி வேட்டையாவது? நரி வேட்டையாவது? சனம் முச்சூடும் அங்கதான் போல! நானும் பெரிசும் மட்டுந்தான் நிக்கறோம்.

கோயிலுக்கு உள்ளாற வேணா போய்ட்டு வரலாமான்னு பெரிசைக் கேட்டேன்.

'யார்டா இவன், விவரம் புரியாம? கோயில்லே இப்ப தெரை போட்டு சோடனையில்லே செஞ்சுக்கிட்டு இருப்பாங்க! உள்ளே

காலு வச்சா, தெய்வக் குத்தமாகிப் போகும். வா! அந்த மண்ட பத்து ஓரமா துணிய விரிச்சு, கொஞ்ச நேரம் படுத்துக் கெடக்க லாம்'னுச்சு அது.

பெரிசுக்குத் தூக்கம் வராது. மூணு தலை. அஞ்சு காலு. ஏழு கண்ணு. சாமி எல்லாம் மனசுலே செஞ்சு பாட்டுக்கட்டி, வரிசையா சொல்லிச் சொல்லி, எப்படியிருக்குன்னு கேக்கும்? ஒண்ணு ரெண்டுன்னா சரி. எம்புட்டுன்னு கேக்கறது?

நீரு படுத்துக் கெடம். சும்மா இப்படிக் காலாற நடந்துட்டு வரேன்னு கௌம்பினேன்.

வளைவிக்கடை, கண்ணாடிக் கடை, ரப்பர்லே கொடம், வாளி விக்கற கடைன்னு நெறைய... எல்லாம், துணி போத்தி மூடி வச்சிருக்கானுங்க. சாப்பாடு முடிஞ்ச உடனேதான் தொறப்பாங்க போல!

எடது பக்கமா துணியிலே கூடாரம் போல, ஏதோ ஒண்ணுக்கு ரெண்டா நிக்குது!

அந்தப் பக்கமா நடையை விட்டேன்.

வெளக்குப் பொருத்தி வச்சு ஒரு கூடாரம். போட்டோ புடிக்கற எடம். என்ன மாதிரிப்பட்ட போட்டோ படம்னாலும் புடிச்சுத் தாரோம்னு தட்டி எழுதி வச்சிருக்கு. கீளேயே ஏரோப்ளேன்லே உக்காந்தபடிக்கு. புலியோட சண்டை போடற மாதிரி, பெரிய மனுசங்ககூட சேந்து நிக்கறது போல - இப்படி வகைக்கு ஒண்ணா படம்.

சவஹர்லால் நேரு படம் ஒண்ணு. யாரோ வெள்ளைக்காரனோட பேசிக்கிட்டுப் புல்லுத் தரையிலே நடக்கறபடிக்கு!

நாமளும் அப்படி போட்டோ புடிக்கலாமான்னு யோசனை. வேண்டாம். நேரு, வெள்ளையும் சள்ளையுமா கெம்பீரமா வருவாரு! நாம அளுக்கு வேட்டியில வர்றபோது வேலிக்காத் தான் செடியிலே மாட்டி, எளவு பின்னாடி வேறே கிளிஞ்சு கெடக்கு. தலைகூட ஒழுங்கா சீவாம! சரிப்படுமா, சும்மா எசச்சு எடுத்த படம்னாலும்?

வேணாம் இது. பக்கத்துக் கூடாரத்துலே என்னதான் விசேஷம்னு பாக்கலாமேன்னு அங்கிட்டுப் போனேன்.

வாசல்லே ஒத்த வெளக்கு மங்கலா எரிஞ்சுக்கிட்டுக் கெடக்கு. தட்டியிலே ஏதோ எழுதியிருக்கு. என்னான்னு தொலைவு லேருந்து சரியாத் தெரியலே!

கொட்டாய் உள்ளார இருந்து பாட்டு படிக்கறது போல, சன்னமா ஒரு சத்தம்.

தட்டி பக்கமாப் போய் நின்னு என்னன்னு பார்த்தேன்.

பாம்பு உடம்பும் மனுசத் தலையும் உள்ள பொண்ணு. பார்த்தால் பிரமிப்பு அடைவீர். ஒரே ரூபாய்தான் கட்டணம். அரிய காட்சி. காணத் தவறாதீங்க!

பார்க்கணுமே இந்தக் கூத்தை! அதிசயமா இல்லே இருக்கு?

சுத்துமுத்தும் பார்த்தேன். சீட்டு கிளிச்சுக் கொடுக்கற எடம்கூட இருளோன்னுதான் கெடக்கு. சீட்டு வாங்காம எப்படி உள்ளே போறது?

சன்னமா இருந்தாலும், அந்தப் பாட்டுச் சத்தம் அங்கிட்டு புடிச்சு இழுக்குது. பாம்பா பொண்ணா? பாடறாளா? எப்படித்தான் இருப்பா? எட்டி வேணா பாக்கலாமா, தப்பா நெனச்சுக்கிட்டா?

சரி, உள்ளே போயிடலாம். யாராவது கேட்டா கொடுத்துட்டாப் போறது. கூடவே நாலணா எட்டணான்னாலும் பாதகமில்லே.

உள்ளாற போனேன்.

உள்ளேயும் சன்னமா வெளிச்சம். மேலே இருந்து நீளமா வயரிங் இழுத்து பல்பு எரியுது. நடுவிலே மணலைப் பரத்தி ஒரு எடம். அதுலே ஒரு முக்காலி பக்கத்துலே ஒரு சீமெண்ணை அடுப்பு, பாத்திரம், கல்லு சிலேட்டு, சாக்குக் கட்டி, நூல் கண்டு, ரெண்டு மூணு கலர்லே ரப்பர் பந்து, பிறகு ஒரு ஓலைக் கொட்டான்லே முட்டை ஒயிட்லெக்கான் போல, பெரிசு பெரிசா நல்ல வெள்ளையா...

முக்காலி பக்கமா அந்தப் பொண்ணு.

பொண்ணா, பாம்பா! ரெண்டுந்தானா? மலைப்பாம்புபோல சுத்திச் சுத்தி மண்ணு நெறத்துலே உடம்பு வளவளன்னு மின்னுது. கோபுரம் மாதிரி குமிஞ்சு நிக்கற உடம்பு, நடுவுலே மனுசத் தலை.

சின்ன வயசுப் பொண்ணு. தலையைத் தூக்கி வாரிகொண்டை முடிஞ்சு, பின்னு சொருகி இருக்கா. அந்தக் கண்ணு ரெண்டும்...

சின்னப் புள்ளையிலே ஆத்தா தாய்ப்பாலு கொடுக்கறபோது பாத்து மனசுலே பதிஞ்சு போன கண்ணு மாதிரி. ஆத்தான்னு கூப்புடவா? பாம்புன்னா இது!

'அங்கியே ஏன் நின்னுட்டீங்க? உள்ளே வாங்க'ன்னு கூப்புட்டா அவ!

அந்தக் கொரலு - சீனி முட்டாயி தின்னாப்பலே! ஒரு சாயலுக்கு நம்ப தவமணி தங்கச்சி தமிழ்ச்செல்வி சாடை. எனக்கு இல்லேன் னுட்டு கல்லல்காரருக்குக் கட்டிக்கொடுத்தாங்க. வடிவான புள்ள. பாத்திருப்பீங்களே!

'உங்களத்தானுங்க. உள்ளே வாங்க'ன்னு திரும்பவும் கூப்புட்டா!

அப்படியே கவுத்தாலே கட்டிப் போட்டது போல நின்னேன். அந்தப் பாதி இருட்டுலே அவ உடம்பப் பார்த்தா பயமா இருக்கு. ஓடு, ஓடுங்குது புத்தி. மொகத்தப் பார்த்தா, போக மனசு வர மாட்டேங்குது!

பம்மி பம்மிச் சொன்னேன். 'நானு சீட்டு ஒண்ணும் எடுக்கலியே? வெளியே சீட்டு தாரவங்களையும் காணோம். அப்புறமா வரட்டுமா?'

சிரிச்சா, பய புள்ளே! இப்ப அந்தக் கண்ணைப் பாக்க ஒரு பிரியமான சிநேகிதம் போல. சரிதான் வா! சொல்லச் சொல்லப் போறியேங்கற சிநேகிதம்.

அந்தாளு வரும்போது வந்து டிக்கெட்டு தரட்டும். நீங்க இப்படி பக்கத்துலே வாங்கன்னு கூப்பிடறா! அப்புறமும் போகாம முடியுமா? போனேன். என்ன பேசறதுன்னு தெரியலே. சாப்புட் டிங்களான்னேன்.

சாப்பிடப் பிடிக்கலே. ஒரேமுட்டாக் கொமட்டிக்கிட்டு வருது. பொழுது சாஞ்சதுலே இருந்து அந்தாளு ஏழெட்டு பச்சை முட்டை திங்க வச்சான். அதுலே ரெண்டு கெட்டுப் போன துன்னா.

யாரு? சீட்டு கொடுக்கறவனான்னு விசாரிச்சேன்.

ஆமாமா, அவன்தான். சாயங்காலம் நல்ல வசூலு. தண்ணி போடப் போயிருக்கான் போலன்னா. யாரோ அந்தப்பய. அவன் மேலே இம்புட்டு அம்புட்டுன்னு இல்லாத கோவம்.

காபி போடட்டான்னா. 'வேணாங்க. காபி சாப்படற பளக்கம் இல்லே'ன்னேன்.

காபி உங்களுக்கு இல்லீங்க. எனக்குத்தான். எப்படி காபி போடறேன், எப்படி ஊசியிலே நூல் கோக்கறேன், எப்படி பொஸ்தகம் வாசிக்கறேன். எப்படி சிலேட்டுலே கணக்குப் போடறேன்? இதக் காட்டத்தானே காசு வசூல் செஞ்சு உள்ளே விடறது! வள்ளிசா ஒரு ரூபா!

நானு காசு ஏதும் தரலீங்களேன்னேன். எனக்கே சங்கடமா இருந்துச்சு!

பரவாயில்லே. உங்ககிட்டே வாங்கிக்கத் தெரியும்னு சிரிச்சா. அப்ப அந்தக் கண்ணு குறுகுறுன்னு மனசைப் போட்டுக் கொடைஞ்சது.

மர ஸ்டூலிலே சின்னதா ஒரு பள்ளம் கணக்கா இருந்திச்சு. வாயாலே வத்தீப்பெட்டியக் கவ்வி எடுத்து, அதுலே நட்டுக்குத் தலா நிப்பாட்டி வச்சா. கீளே நாலஞ்சு தீக்குச்சி மண்ணுலே எரஞ்சு கெடந்தது. ஒண்ணை வாலால நகத்தி, குனிஞ்சு உதட்டைக் குமிச்சு எடுத்தா. அந்த நேர்த்தியப் பார்க்கணுமே!

சீமெண்ணெய் அடுப்பப் பத்த வச்சு, பால் பாத்திரத்தைக் கவ்வி எடுக்கப் போறபோது சொன்னேன். 'வேணாங்க. உங்களுக்கு எதுக்கு செரமம்?'

சிரமம் என்ன சிரமம்? இதெல்லாம் நான்தானே செஞ்சு தீரணும். எத்தனை வருஷமாப் பளக்கி இருக்கு? ஒறங்கும்போது எழுப்பினாக்கூட வரிசை தப்பாம நெனவு வருது. காபி போடறது. கணக்குப் போடறது...

இடுக்கி எடுத்துப் பாத்திரத்தை எறக்கி, குவளையிலே ஊத்திக் கிட்டா. ஒரு வாய் வேணுமான்னா? குடிச்சுட்டுக் கொடுங்கன் னேன். எச்சலாயிடுமேன்னா? பரவாயில்லேன்னேன்.

சூடு பத்தாத காபி. சக்கரையும் சரியாக் கலக்கலே. கோப்பை யிலே அவ வாய் வச்சுக் குடிச்சு வரையை ஒட்டி செவப்பா!

உதட்டுலே சாயம் பூசி இருப்பா போல! அந்த வாடையும் சேந்தே வந்தது. சரசரன்னு கல்லு சிலேட்டு நகர்ற சத்தம்.

கணக்கு நீங்க தரீங்களா, நானே போடட்டான்னா? கணக்கும் கருமாந்தரமும் எனக்கு ஒண்ணும் தெரியாதேன்னேன்.

நேத்து ஒரு பள்ளிக்கூட வாத்தியாரு வந்து நாலு ஸ்தானப் பெருக்கலாம். கொடுத்துப் போடச் சொன்னாரு. அவசரத்துலே ஒண்ணு தப்பாயிடுச்சு. கணக்குலே பிசகு, கொடுத்த காசைத் திரும்பக் கொடுன்னு ஒரே சண்டை. அவரு போனப்புறம் இந்தாளு, சிலேட்டாலேயே தலையிலே மொத்தினான்னா.

சின்னக் குழந்தைப்புள்ள மாதிரி கண்ணு கலங்கினதைப் பார்க்கவே சகிக்கலே. அந்தச் சண்டாளனை என்ன செஞ்சாத் தீரும்னு கோவம்.

அவன் உனக்கு உறவான்னேன். இல்லியாம். அப்பாரு சாகறதுக்கு மிந்தி ஒப்படைச்சுட்டுச் செத்துட்டாராம். வீட்டுலே மீதி எல்லாம் ஆம்பளைப் புள்ளையாம். ஒண்ணொண்ணும் கண்ணாலம் கட்டிக்கிட்டு எங்கெங்கேயோ நல்லபடியாத்தான் சீவிக்குதாம். அதுங்க அதுங்க கட்டினது, அதுங்களுக்குப் பொறந்தது யாரும் இவ மாதிரியில்லையாம்.

பாடட்டுமான்னு கேட்டா?

எனக்கு அவகிட்டே முதல்லே தோணுன அதிசயம் தீந்து போச்சு. லேசா அலுப்பாக்கூட இருந்துச்சு பாக்க. வாயிலே கீழ் வரிசையிலே ஒரு பல்லு சொத்தைன்னு பட்டுது.

வார்த்தை சொல்லுங்க, மெட்டுக் கட்டிப் பாடறேன் சரியான்னா. சட்டுனு பெரிசு நியாவகம். எந்திரிச்சு தேடிட்டுக் கெடக்கப் போவுது பாவம்.

பாட்டெல்லாம் ஒண்ணும் வேணாம். பாத்த வரைக்கும், கேட்ட வரைக்கும் சந்தோஷம். போய்ட்டு வரவான்னேன். சட்டைப் பையிலே ஒரு ரூவா தாளு மடிச்சு வச்சிருக்கேன். எடுத்துப் போட்டுட்டுப் போக வேண்டியதுதான்.

சட்டுனு, உங்களாலேயே எனக்கு ஒரு உபகாரம் ஆகணு மேன்னா. என்னங்கற மாதிரி பார்த்தேன்.

வாசல்லே உக்காந்து சீட்டு கிளிக்கச் சொல்லுவாளா! அடுத்த ஷோ நடத்த காபிக்குப் பால் தீந்து போச்சு வாங்கிட்டு வாங்கம்பாளா!

ஒரு அஞ்சு நிமிஷம் என்னோட கூட வெளியே வரணும். பக்கத்துலேதான். போனேன் வந்தேன்னு வந்துடலாம்னா.

இதேதுடா! வந்தது தப்பாப் போச்சே! இவ எங்கியோ கூப்படறாளே! என்னமோ எதுவோ? வரத் தோதுப்படாதுன்னு சொல்லிடலாமான்னு ரோசனை

ஒண்ணுமில்லே. எனக்கு ஒரு போட்டோ புடிச்சுக்கணும்னு கொள்ளை ஆசை. அதான்னு இழுத்தா.

போட்டோவா? அதுவும் இப்படி ஒரு உடம்போடயா? ஆச்சரியமா பார்த்தேன்.

ஏன், எனக்கு வரக்கூடாத ஆசையா என்ன? பக்கத்துக் கொட்டாய்க்காரன் தந்தரமா எல்லாம் புடிச்சுத் தரானாமே! என்னோட தலை, மனுஷப்பொம்பளை உடம்பு எசைச்சாப்பலே ஒரு படம் செஞ்சுதர அவனாலே முடியாதா என்ன, அப்படீன்னா!

செய்வான்தான். ஆனா இவ போய்...

நீங்க ஒண்ணுமே செய்ய வேணாம். கூட வந்தா போதும். ஒரு துணைதான். சட்டுனு நான் போய் நொளைஞ்சா அவனுக்கு எப்படி இருக்குமோ? அதான் அஞ்சு மினிட்டுதான்.

கெஞ்சற கண்ணு. கூடப் பொறந்த பொம்பளைப் புள்ளை வந்து, 'அண்ணே, எனக்கு பவுடர் டப்பி வாங்கியாறியா'ன்னு கேக்கற மாதிரி ஒரு நெனப்பு.

சரி வா! உடனே திரும்பிடணும். எனக்கு ஏகமா வேலை கிடக்குன்னேன். என்ன வேலை, கறி திங்கத்தான்! அதுக்காகத்தானே வந்தது?

எனக்கு உங்க வேட்டி வேணுமேன்னா. அது எதுக்கு?

அவ கண்ணு நெசமாவே கலங்கிடுச்சு.

உடம்புலே பொட்டுத் துணிகூட இல்லாமே இருக்கோமேன்னு தோணிக்கிட்டேதான் இருக்கு. எப்பவும் நானு, முழுசாப்

பாம்புன்னு நெனச்சுக்கறது. ஷோ நடக்கும்போது சுத்தமா மரத்துப் போவுதுன்னாலும், வெளியே எப்படி உடம்புலே ஒண்ணுமில்லாமக் கௌம்பறதுன்னா?

ஒரு துணி கூடவா இல்லாமப் போச்சு?

உங்ககிட்ட பொய்யா சொல்லப் போறேன் என்னை எப்பவும் பிரம்புக் கூடைக்கு உள்ளாற அடச்சு எடுத்துப் போறான். எத்தனையோ தடவை கேட்டாச்சு. துணி வாங்கித்தர மாட்டேங் கறான். பிரியமா சில சமயம் பக்கத்துலே வருவான். அப்பச் சரிம்பான்.

சொல்லிக்கிட்டே உதட்டுச் சாயத்தை எடுத்து ஸ்டூல்லே நட்டமா வச்சுக் கவ்வி உதட்டை தேய்ச்சுக்கிட்டா.

அழகான வாய். செதுக்கி வச்சது போல உதடு. முத்தணும்னு எனக்கு வெறி!

அந்தாளு கால்சராய் கெடக்கு பாருங்க அங்கே. அதை எடுத்து உடுத்திக்கிட்டு, வேட்டியை எம்மேலே போடுங்க. போத்திக் கிட்டாப்பல சுத்திக்கிட்டு வரேன்னுக்கிட்டே முகத்தை உடம்பிலே அப்படியும் இப்படியுமா தேச்சா. பாலீசு போட்டது போல மின்னுது முகம்!

கொளாய மாட்டிக்கிட்டேன். அதிலே ஏதோ கெட்ட வாடை. ஆளு தடியன் போல. கொளாய், தொளக்கான் புளக்கான்னு நிக்குது. பொத்தான் வேறே ஒண்ணும் காணோம். வேட்டி மாதிரி அள்ளிச் செருகிக்கிட்டு, உடுத்தியிருந்ததை அவகிட்டே கொடுத்தேன். தெரிஞ்சிருந்தா கொஞ்சம் வெள்ளை வேட்டியா கட்டிட்டு வந்திருக்கலாம்னு தோணிச்சு.

வேட்டி கிளிஞ்சிருக்கே. ஊசியிலே நூல் கோத்துத் தச்சுடட்டா. அந்த அய்ட்டத்தையும் நீங்க பாத்தது போல இருக்கும்னா!

அதொண்ணும் வேணாம். சட்டுப்புட்டுன்னு கௌம்புங்க. பணம் இருக்குதா? நான் தரணுமான்னேன்!

உங்களைத் தரச் சொல்லுவேனா! கல்லாப் பெட்டி ஸ்டூலுக்கு அடியிலேதானே இருக்கு. எம்புட்டு வேணுமோ எடுத்துக்குங்க. நான்தானே கணக்கெல்லாம் எழுதறது. அட்சஸ்ட்டு பண்ணிக் கலாம்னா.

வெளியே வந்தோம். இருட்டுதான். நசநசன்னு தூறல். எனக்குப் பக்கமா நகந்துகிட்டே வரா. சம்பந்தமில்லாதது போல நானும் நடக்கறேன். சுத்தி பத்தி யாரும் இல்லே.

போட்டோக் கடையிலே, படம் புடிக்கறவன் நாற்காலியிலே உக்காந்தபடிக்கே தூங்கிட்டு இருந்தான். தட்டி எழுப்பினேன். 'எண்ணெய் தேச்சுக் குளிச்சேன் தூங்க விடுடி. சாயந்தரமாப் போயி மீனு வாங்கிட்டு வரேன்'னு உரக்க மொனகினான். வீட்டு நெனப்பு போல.

கேட்டுப்புட்டு, இவ சிரிச்சா சிரிச்சா ஒரே முட்டா சிரிச்சா. போட்டோக்காரன் கண்ணைத் தொடச்சுக்கிட்டுப் பார்த்தான். தரையோட, வேட்டியைப் போத்திக்கிட்டு இன்னம் சிரிச்சுக் கிட்டுக் கெடக்கா இவளானா! முகம் மட்டும் வெளியே தெரியறது.

'யாரும்மா இங்கே வந்து படுத்துக்கிட்டு. இது நானு தொளில் பண்ற எடம். நீ வேற எங்கேயாச்சும் போ'ன்னான். அதுக்கும் சிரிச்சா.

'என்ன விசயம்'னு கேட்டான். 'போட்டோ புடிக்கணும்'னு சொன்னேன். 'யாரை'ன்னான். இதைத்தான்னு தரையைக் காட்டி னேன். 'படுத்துக்கிட்டேவா'ன்னான். 'ஆமா'ன்னா அவ. 'இந்த ஆளுகூட இருக்கற மாதிரியா'ன்னு என்னைக் காட்டிக் கேட்டான். எனக்கு ஒரே கோவம். கேவலமா இல்லே நெனச்சுட்டான் பய.

அவ முகமும் உடம்புலே கொஞ்சமும் தெரியறதா வேட்டியை விலக்கிட்டுப் பாத்தா. கடல் அலை மேலே அம்மன் சாமி வர்ற மாதிரி, கண்ணைப் பாத்தா விழுந்து கும்பிடத் தோணுது!

நீயா? உன்னியப் படம் பிடிச்சுட்டு உங்காளுகிட்டே யாரு மல்லுக்கட்டி நிக்கறது? அவன் எடத்துலே தட்டி வச்சுட்டேன்னு நேத்து முச்சூடும் சண்டை. இந்தாளு யாரு? என்ன வேணும் உனக்குன்னு என்னைப் பாத்தான்.

வேண்டப்பட்டவர்தான். துணைக்குக் கூட்டியாந்தேன். சொல்லுங்களேன்னு எங்கிட்டே கேட்டா.

நான் எதமா பதமா 'அவளுக்கு என்ன மாதிரிப் படம் வேணும்'னு சொன்னேன். ரொம்பவே ரோசனை செஞ்சான் போட்டோக் காரன்.

செய்யலாம்தான், செலவாகுமேன்னான். பணத்தைப் பத்தி யொண்ணும் கவலைப்படாதீங்கன்னா இவ. அம்பது ரூபா யாகும்னான். சரின்னுட்டா.

போட்டோக்காரன் பெரிய துணிப்பையிலேருந்து ஒரு பெரிய தடிப் பொஸ்தகத்தை எடுத்துத் தூசி தட்டினான்.

எல்லாப் படமும் இதுலே இருக்க. யாரு உடம்பு வேணும்னு சொல்லுங்க. எடுத்துடலாம்னான்.

நான் ஒவ்வொரு பக்கமாய் பாக்கறேன். பக்கத்துலேயே தலையை ஏத்தமா, என் தோள்லே படறாப்புலே வச்சுக்கிட்டு அவ. என்னன்னு தெரியாம நல்லதா ஒரு வாசனை அவகிட்டே இருந்து கிறங்க அடிக்குது அது.

அத்தனை படத்துலேயும் நாலுதான் பொம்பளைப் படம். ஒண்ணு கவுன் போட்ட குழந்தை. அடுத்தது செத்துப்போன கௌவி. யாரோ நாக்காலியிலே ஒக்காத்தினாப்பல படம் புடிச்சது. அடுத்தது அம்மன்சாமி. எந்தக் கோயிலோ? கல்லு மேலே உக்காந்து நல்லாயிருங்கறது போல கையை வச்சுக்கிட்டு. கடைசிப் படம், பாடியும் ஜட்டியுமா ஒரு சினிமாக்காரி.

அம்மன் படத்துலே ஒண்ணு, சினிமாக்காரி படத்துலே ஒண்ணு வேணும்னா. நான் எடுத்துட்டு வந்த நூறு ரூபாய் கொடுத்தேன். நாலு நாளாகுமே, யாரு வந்து வாங்கிப்பீங்கன்னான் ஃபோட்டோக்காரன்.

அவ டக்குனு சொன்னா. பாதகமில்லே. இவரு விலசாம் தரச் சொல்றேன். அங்கே அனுப்பி வச்சிடுங்க. நான் எப்படியும் இவருகிட்டே இருந்து வாங்கிக்கறேன். அடுத்த மாசம் அரசினிப் பட்டி பூத்திருவிழாவுக்கு வருவீங்க இல்லேன்னு சிரிச்சுக்கிட்டே என்னைக் கேட்டா.

நீ எங்கே கூப்பிட்டாலும் வருவேன்னு நெனச்சுக்கிட்டு சரின்னு தலையாட்டினேன். விலாசம் சொன்னேன்.

போட்டோ பிடிக்க ஒரு லைட்டை ஓரமா நகத்தச் சொன்னான் போட்டோக்காரன். நான் போய் நகத்தி... என்னத்தச் சொல்ல? ஒரு பெரிய இரும்பு ஸ்டாண்டு அவ உடம்புக்குக் குறுக்கே பொத்துனு விழுந்து... கெட்ட நேரம்.

ஒன்னு கத்திட்டா, போய் அந்த இரும்பைத் தூக்கினா பொணம் போல கனக்குது. பாவம், அடிபட்டிருக்கு. ஆனா வலியைக் காமிச்சுக்கலே. கண்ணு கலங்கிக் கெடக்கு.

ரெண்டே நிமிசத்துலே அவளை போட்டோ புடிச்சிட்டு, சரி போய்ட்டு வாங்கன்னு கொட்டாவி விட்டான். வாசல்லே போய்த் திரும்பிப் பாத்தேன். அவன் திரும்ப நாக்காலியிலேயே தூங்க ஆரம்பிச்சுட்டான். இவளானா அங்கேயே இருக்கா.

'என்ன'ன்னேன்? நகர முடியலே, ஒரேமுட்டா வலிக்குது'ன்னா! கெஞ்சற கண்ணு.

வந்தனம் வந்தனம்னு பாட்டுச் சத்தம். கதம்ப நாடகம் முடிஞ்சுடுத்து போல. டப்பு டுப்புன்னு வேட்டுச் சத்தம் வேறே. வேட்டைக்குப் போன சனமும் திரும்பிட்டு இருக்கு.

பாத்தேன். இப்படியே நின்னா நின்னுக்கிட்டுக் கெடக்க வேண்டியதுதான். சட்டுனு அவளை வாரியெடுத்தேன். இடுப்பச் சுத்தி கெட்டியா உடம்பைப் பின்னிக்கிட்டா!

முகம் என் முகத்தைப் பாக்குது. ரொம்ப நெருக்கமாக அந்தக் கண்ணு. உசிரையே குடிக்கறாப்பல பாக்குது. என் நெத்தியிலே உரசற உதடு அனல் கங்கா தரிக்குது.

உள்ளே போய் அப்படியே விழுந்தோம். அவ முகத்தைத் தவிர வேறே எதுவும் மனசுலே படலே. நானும் ஒரு பாம்பா மாற முடிஞ்சா போதும். வேறே எதுவும் வேணாம்னு தோணுது. மனுசத் தலையும், பாம்பு உடம்புமா ரெண்டு பேரும் பின்னிப் பெணைஞ்சு, கலந்து...

என்னோட வந்துடறியான்னு கேட்டேன். வந்து என்ன பண்றதுன்னு சிரிச்சா. இன்னொரு கொட்டாய் போட்டு இன்னொரு ஷோ நடத்துவீங்க. அம்பிட்டுத் தானே!

அவ சிரிக்கச் சிரிக்க வெறி ஏறிக்கிட்டே போகுது எனக்கு. வெளியே பலமா ஒரு வேட்டுச் சத்தம். கூடார துணிக் கிளிசல் வழியா, வெளியே பூவாணம் சிதறின வெளிச்சம். கண் சிமிட்டற நேரம், கூடாரமே பளிச்சுனு தெரியுது. அப்புறமா மங்கலா வெளிச்சம் மட்டும்.

என் கண்ணு மெல்ல இருட்டிட்டு வருது. அவ முகத்திலேருந்து பார்வையை விலக்கி, கீழே பாக்கறேன். அதிசயம்! இப்ப மெல்ல

அவ உடம்பு, அந்த சினிமாக்காரி போல மாறிட்டு வருது. போத்தின வேட்டி விலகி, வளுவளுன்னு மின்னிக்கிட்டு, மணத்துக்கிட்டு...

இதான் வேணும்! வேறே எதுவும் வேணாம். கறியாவது, சோறாவது! இதான்! இதான் எல்லாம்.

தலையை மெல்ல உசத்தினேன்.

ஐயோ சாமி! முதுகுத்தண்டு சில்லிட்டுப் போச்சு.

அவளுக்கு மனுச உடம்பு, பாம்புத்தலை!

பெரிசா படம் விரிச்சு ஆடற பாம்பு. சின்னக் கண்ணுலே கொடூரம் மின்னுது! கொன்னு போடுவேன்னு நாக்கு வெளியே வந்து வந்து அசையுது.

ஓன்னு சுத்திக்கிட்டு வெளியே ஓடினேன். தலை சுத்தி விழுந்து, விழுந்ததுதான் தெரியும்.

பசங்க எல்லாம் உக்காந்து கறிச்சோறு தின்னுட்டு இருந்தாங்க. சைவப் பிள்ளையை கூட வச்சுட்டு பெரிசா சிரிக்கறாங்க. இவன் ஒருத்தனே ஒரு கெடா முழுசும் தின்னுவாண்டா! எத்தனை வெரசா சாப்பிடறான் பாருன்னு களேபரமா சத்தம்.

பெரிசு வாயிலே கறியை ஊறவச்சு சவச்சுக்கிட்டே கேக்குது. எங்கடா போய்த் தொலஞ்சே? தூங்கிட்டியா! இங்கே வந்து உக்காரு. துண்டு போட்டு வச்சிருக்கேன்.

உக்காந்தேன். ஒரு நிமிசம்தான். எறச்சி வாடை. வியர்வை வாடை. பாம்பு வாடை. உதட்டுச் சாய வாடை. கூமுட்டை உடச்ச வாடை. அடை அடையா எல்லாம் சுத்தி வந்து படிஞ்ச மாதிரி, வவுத்துக்குள்ளேயிருந்து ஓக்கரிச்சுட்டு வந்தது.

வெளியே ஓடிப்போய், வயறே வாயிலே வந்தது போல ஓக்கரிச்சி, குமட்டிக் குமட்டி, கண்ணுலே நீர் முட்டக் குனிஞ்சு உக்காந்து.

பாருங்க. பேசிட்டு இருந்ததுலே நேரம் போனதே தெரியலே. பெரிசு வந்திடும். கிளம்ப வேண்டியதுதான். இதப் பாத்தீங்களா! சட்டைப் பையிலேயே வச்சிருக்கேன், கண்ணுலே பட்டா கொடுக்கலாம்னு. யாரு? அவதான்!

ஒரு வருசமா தேடறேன் கெடைக்கலே. சும்மா பிரிச்சுப் பாருங்க. ரெண்டு படம் இருக்குதா? அம்மன்சாமி, சினிமாக்காரி. ரெண்டுலேயும் மொகம் அவதான். ரெண்டு படத்துலேயும் உடம்புக்கு ஒரு பக்கமா ஒதுங்கி, ஒட்டாம தலை நிக்குதில்லே! என்ன பண்ண? அம்புட்டுத்தான் அசைக்க வந்ததாம்!

இதுவா! என் வீட்டுக்காரி படம். பர்ஸிலேருந்து விழுந்துடுச்சு.

மூணு படத்துலேயும் முகம் ஒரே மாதிரி இருக்குங்கிறீங்களா? தூக்கக் கலக்கம் உங்களுக்கு!

கிளம்புங்க. தூக்கம் முக்கியமா, கறி முக்கியமா?

28. முதல் ஆட்டம்

உள்ளே டைட்டில் ஓடிக் கொண்டிருந்தது. பழைய பிரிண்ட். அறுந்து அறுந்து ஒட்டி, நாதசுரமும் வயலினும் மலைப் பிரதேசத்தில் வாசித்தபடி ஓடுகிற மாதிரி, சத்தம் குதி போட்டது.

மணவாள நாயுடு நாற்காலியிலிருந்து எழுந்தார். இன்றைக்கு வசூல் ரொம்ப சுமார். பழைய படத்துக்கு இதுவே அதிகம்.

முதலாளி கொடுக்கிற தொகைக்கு, புத்தம் புதிய காப்பியாகப் போன வாரம் மதுரையில் ரிலீசான படமா கிடைக்கும்?

முதலாளியைச் சொல்லியும் குற்றமில்லை. புதுசு எடுத்தால் நிச்சயம் கையைக் கடிக்கும். ஊர் அப்படி.

முப்பத்தைந்து பைசா கையில்லாத பெஞ்சு, எப்போதும் சுமாராக நிறைகிற வழக்கம். கை வைத்த அறுபத்தைந்து பைசா பெஞ்சில் என்.ஜி.ஓ.க்கள் கலக்கம் கலக்கமாக உட்கார்ந்து, சதா பின்னால் பார்ப்பார்கள். ஒரு ரூபா பதினைந்து பைசா நாற்காலி, கடைசியாக ஒரே

வரிசைதான். தாசில்தாரும், பஞ்சாயத்து ஆஸ்பத்திரி டாக்டரும், சப்இன்ஸ்பெக்டரும், மூட்டைப் பூச்சிக் கடியைப் பொறுத்துக் கொண்டு, கலர் சோடா குடித்து ஏப்பம் விட்டபடி, கெத்தாகச் சாய்ந்திருக்கிற இடம் இது.

நாயுடு வெளியே வந்தார். கடைசி மணிச் சத்தம். ஏழு மணி.

'மங்களம் உண்டாகட்டும்!'

உள்ளே மகான்கள் புல்லாங்குழல் இசையோடு சேர்ந்து ஆசீர் வதிக்கிறார்கள். இனிமேல் சங்கடம் வந்து விலகி சுபம் போட ஒன்பதரையாகி விடும்.

'டேய் மாசானம்! வாசக் கதவை...'

நாயுடு குரல் பாதியில் நின்றது. மாசானம் வேலைக்கு வந்து நாலு நாளாகிறது.

'கபோதி! டியூட்டி நேரத்துலே தண்ணி அடிச்சுட்டு நிக்கிறே. தியேட்டர் சைக்கிளை எவனோ தூக்கிட்டுப் போய்ட்டான்!'

அடித்தும் விட்டார். கன்னத்தைத் தடவிக்கொண்டு போனவன் தான். முதலாளி மகன் சைக்கிளைத் திருப்பிக்கொண்டு வந்து விட்டான். அவசரத்துக்குச் சொல்லாமல் எடுத்துப் போயிருக் கிறான்.

மாசானத்தை அடித்திருக்க வேண்டாம். இப்ப நினைச்சு என்ன செய்ய? வாசல் கதவை, கஷ்டப்பட்டு இழுத்து மூடினார்.

முப்பத்தைந்து பைசாவுக்கும், அறுபத்தைந்து பைசாவுக்கும் ஏறிப் போகிற படிகளில், இலையும் குப்பையுமாக மண்டிக் கிடந்தது. பெண்கள் பகுதி முப்பத்தைந்து பைசா, வெளி விளக்கு இல்லாமல் இருளோ என்று கிடந்தது.

இரண்டு வருஷம் முன்னால் இப்படி பல்ப் ஃப்யூசான நாளில், இருட்டில் ஒண்ணுக்கிருக்க வந்த யாருடைய சங்கிலியோ களவு போனதாக ஏகக் கலாட்டா.

'தியேட்டர் மேனேஜர் வேலை சரியான புடுங்கி உத்தியோகம்.'

நாயுடு அலுத்துக்கொண்டு தகரக் கதவைப் பாதி சாத்த, உள்ளே, 'பேதியிலே போறவளே...' இடச்சண்டை.

‘என்ன பொம்பளைங்கப்பா? படம் பாக்க வந்தோமோ போனோ மான்னு இல்லாம...’

சங்கிலி சமாசாரத்துக்கு அப்புறம், ஒரு மாதம் போல இந்தப் படிக்கட்டெல்லாம் சொத சொதவென்று நனைய, பெண்கள் கழிப்பறை துப்புரவாக இருந்தது நினைவுக்கு வர, நாயுடுவுக்குச் சிரிப்பு வந்தது.

மாசானம்தான், வாளி வாளியாக ஒவ்வொரு ஷோ முடிந்ததும் தண்ணீரை அடித்து ஊற்றிக் கழுவுவான்.

அவன் எல்லா வேலையும் முகம் சுளிக்காமல் செய்வான். கூட்டு ரோடு சந்திப்பில் போஸ்டர் ஒட்ட, சக்கர வண்டி தள்ளிக் கொண்டு தெருவோடு போக, தியேட்டரில் விற்க - நாயுடு வீட்டிலிருந்து முறுக்கு எடுத்து வர, பத்து வயசுப் பிள்ளைகளைக் கட்டித் தூக்கி வரும் தாய்மார்களை டிக்கட் எடுக்க வைக்க.

யாரோ லுங்கி கட்டிக்கொண்டு ஒரு பையன், முப்பந்தைந்து பைசா கடைசிப் படிக்கட்டில் நின்று கொண்டிருந்தான். உள்ளே ஜல்ஜல் என்று சலங்கை சத்தம்.

‘வாசக் கதவை சும்மா சாத்தினா தோதுப்படாது. நாமபாட்டுக்கு உள்ளே காசு எண்ணிக்கிட்டு இருப்போம். இங்கே ப்ரொஜக் டரையே தூக்கிட்டுப் போயிடுவானுக. கெட்ட பயலுக!’

பூட்டு எங்கே?

‘மாமா! கதவைத் தொறங்க. மாசானம் இன்னும் வரலியா?’

மோட்டார் சைக்கிள் படபடவுக்கு நடுவே முதலாளி மகன் குரல்.

‘பளனியப்பா! அதை நிறுத்தித் தொலை. உள்ளே படம் ஓடு தில்லே!’ நாயுடு கதவைத் திறந்து விட்டார்.

‘ஆமாமா! ஹவுஸ் ஃபுல் ஆயிடுச்சு போல இருக்கே!’

கிண்டல் சரளமாக வருகிற வயது. தன் அப்பச்சியும் நாயுடுவும் சேர்ந்து, கந்தன் தியேட்டரை, கிழடுகள் சாம்ராஜ்ஜியமாக நடத்திக் கொண்டிருப்பதாகக் குறை அவனுக்கு.

‘புதுசு வேணாம். சுமாரா இந்திப் படம். ஞாயிற்றுக்கிழமை காலைக் காட்சியா இங்கிலீஷ்.’

அப்பச்சியோடு போன வாரம்தான் சண்டை போட்டான்.

வேலிக்காத்தான் காட்டு டெண்ட் கொட்டகையில்கூட ஸ்பெஷல் பெர்மிஷன் வாங்கி, படுதா எல்லாம் கட்டி, உச்சி வெயில் நேரத்தில் 'ஆர்தர் பிளாக் அண்ட் ஹிஸ் டைகர்' போட்டார்கள். 'அரிகரக் கருப்பனும் வன மோகினிகளும்' என்று ஊரெல்லாம் தட்டி வைத்தார்கள். தஸ்ஸு புஸ்ஸு என்று வெள்ளைக்காரிகள் பேசுகிறதை எல்லாம், 'வா, படுத்துக்கலாம்' என்று அர்த்தம் பண்ணிக்கொண்டு எதிர்பார்த்து, 'வக்காளி! என்னம்மா எடுத்திருக்கான் காட்டுக்குள்ளாறே!' என்று சமா தானப்படுத்திக் கொண்டு கூட்டம் கலைந்து போனது.

'என்ன மாமா, கலெக்ஷன் எண்ணியாச்சா? இல்லேன்னா சொல் லுங்க வரேன்!' இதுவும் கிண்டலா என்பது போலப் பார்த்தார் நாயுடு.

'சில்லறைக் காசு என்றதுதான் எளவெடுக்கும். செய்யிறியா சொல்லு!'

'காபி வாங்கித் தாங்க மாமா, செய்யறேன்...'

'ஏம்ப்பா, எனக்கே படியளக்கறவன் நீ. உனக்கு காபி வாங்கித் தரதா!'

'அப்ப முறுக்காச்சும் எடுத்துக் கொடுங்க. மாமி சுட்டதுனா ருசிதான்.'

'மாமி மயித்தப் புடுங்கினா... அவதான் வருசம் பூரா சீக்காக் கெடக்காளே... அரசினிப்பட்டிபிலேருந்து ஒரு ஐயரை ஏற்பாடு பண்ணி என்னமோ ஓடுது. வர்றது மூச்சூடும், ஐயருக்கும் பல சரக்குக் கடை சாயபுவுக்கும்தான போவுது...'

ஆதாயம் இல்லாமலா இருபது வருஷமாக முறுக்கு சப்ளை காண்ட்ராக்ட் எடுத்தது? குறைத்துச் சொல்வதால் குற்றமில்லை. நாளைக்கு இவன் தலை எடுத்தால், காண்ட்ராக்ட் கை நழுவிப் போய்விடலாம்.

பழனியப்பன் ஒரு குத்து சில்லறையை அள்ளி தகர டிரேயில் போட்டுக் கொண்டு மேஜைக்கு முன்னால் உட்கார்ந்தான். பரபரப்பாக விரைகிற விரல்கள்.

இந்த நகரத்தார் பிள்ளைகளுக்குத்தான் எத்தனை சுளுவா கணக்கும் வழக்கும், உடம்போட ஒட்டின மாதிரி வளந்து போறது!

'நாயுடய்யா!'

பொம்பளை சைடில் முறுக்கு விற்கிற ராசேந்திரன், அட்டைப் பெட்டியோடு நின்றான்.

'என்னடா தம்பி?'

'தீந்து போச்சுங்க!'

'சோமுகிட்டே வாங்கிக்கடா புடு...'

கெட்ட வார்த்தை சொன்னால் பயல்களுக்கு ரொம்பப் பிடிக்கும். இளித்துக்கொண்டே காரியத்தை முடித்து விடுவார்கள்.

'சோமுகிட்டேயும் கம்மியாத்தான் இருக்காம்.'

இன்னும் இன்டர்வலே வரவில்லை. இது முடிந்து ராத்திரி ஷோ வேறே! வீட்டிலிருந்து முறுக்கு எடுத்து வந்தால்தான் முடியும்.

'நீ போய்ட்டு வர்றியாடா ராசேந்திரா? அஞ்சலி தேவி மாதிரிப் பொண்ணாப் பார்த்துக் கட்டி வைக்கறேன். கட்டிலை விட்டு எறங்கவே மாட்டே!'

'எனக்கு சைக்கிள் ஓட்டத் தெரியாதே...'

'பொத்திக்கிட்டுப் போய்ச் சேரு.'

'முறுக்கு?'

'இதுலே கோத்து வச்சுக்கிட்டா தர மாட்டேங்கிறேன்? போவியா...'

அவர் கையசைக்கிற தினுசு பார்த்து, பழனியப்பன் சிரிக்கிற சத்தம்.

'எண்ணியாச்சாப்பா? முதலாளி மகனே, முறுக்கு கேட்டியே.'

'எண்ணியாச்சு மாமா. நான் வரேன். அங்கெல்லாம் வச்சு எடுத்துத் தரதா இருந்தா உங்க வீட்டு முறுக்கு வேணாம்.'

'அடி செருப்பாலே...'

பழனியப்பன் வண்டியைத் தள்ளிக்கொண்டு வெளியே போனான்.

'பூட்டிக்குங்க மாமா. தப்பிச்சுப் போயிடப் போறாங்க.'

சரியான கெட்ட வார்த்தை கிடைக்காமல் நாயுடு தடுமாற, அவன் போயிருந்தான்.

கதவைப் பூட்டிக்கொண்டு திரும்பும்போது முறுக்குப் பிரச்னை திரும்ப மனத்தில் தாக்கியது.

யாரை அனுப்ப? சோமுவுக்குக் கால் ஊனம். நடந்து போய் வரச் சொல்லி ராசேந்திரனையே அனுப்பினாலும் - ரெண்டு மைல் போய்வர - நடக்கிற காரியமில்லை.

நாயுடுவின் பார்வை கடைசிப் படிக்கட்டில் துணிப்பை சகிதமாக உட்கார்ந்திருக்கும் பையன் மேல் பட்டது.

'யாருப்பா அது? அப்போ பிடிச்சு இங்கியே உக்காந்துக்கிட்டு!'

நாயுடுவைப் பார்த்ததும் எழுந்து நின்றான். உத்தேசமாகப் பதினேழு, பதினெட்டு வயது காணும். மீசை முளைவிட ஆரம்பித்த முகத்தில் பருக்கள்.

'கம்பனூர் ராவன்னா மானா சம்சாரமும் தங்கச்சியும் படம் பாக்கறாங்க. நான் தொணைக்கு வந்திருக்கேன்!'

'டிக்கட் வச்சிருக்கியா?'

அவன் சங்கடமாகச் சிரித்தான்.

பத்து மைல் கிராமத்திலிருந்து துணைக்கு அழைத்து வந்தவனுக்கு, ஒரு டிக்கட் எடுத்துத் தரமாட்டாங்களா? 'போடா நாயே'ன்னு வெளியே கழுத்தப் பிடிச்சுத் தள்ளலாம்னா, ராவன்னா மானா, முதலாளிக்கு ஏதோ உறவு வேற!'

'அவுக படம் பாக்கட்டும். நீ காலாற நடந்துட்டு, படம் முடியறபோது வந்தாப் போறாதான்னேன்?'

'அம்மாவுக்கு இன்டர்வெல் டயத்துலே மருந்து தரணும். மேலுக்கு முடியலே!'

அவன் பிடித்திருந்த பையில், மேமேலே துணி வைத்து பத்திரமாக மூடியிருந்தது. முண்டு முடிச்சாக உள்ளே ஏதோ திணித்திருந்தது போல!'

'எந்த டிக்கட்ல இருக்காப்பலே?'

'முப்பத்தஞ்சு காசு.'

காசு ஏன் அந்தப் பக்கம் சேராது!

இவனை அனுப்பினால் என்ன?

'சைக்கிள் ஓட்டத் தெரியுமாடா தங்கம்?'

பையை இறுகப் பற்றிக்கொண்டு ஜாக்கிரதையாகச் சிரித்தான். 'சிவாஜி மாதிரி அமத்தலா சிரிக்கறியே! கம்பனூர்லே தாவணி போட்ட குட்டிங்க நிறைய உண்டோ? உன் முகத்துலேயே எண்ணிக்கை தெரியுதே ராஜா... எச்சில் பட்டா போதும். பருவெல்லாம் உதுந்துடும். செஞ்சுதான் பாரேன். என்ன? தெனம் ஒருத்தி முத்தணும்!'

பையன் நெளிந்தான்.

இதுதான் சமயம். நெருங்கிப் போய், தோளில் ஆதரவாகத் தட்டினார். 'ஒரு வேலை செய்யேன். வண்டி தரேன். ஒரு மிதிதான். மெயின் ரோடு தாண்டி ஊருணிக்கரை. நூல் பிடிச்சது போல பாதை. கரையிலே வடக்காலே எறங்கினா வேலாயுத சாமி கோயில் தெரு. முத வீடு. வாசல்லே சொக்கலால் பீடி படம் எழுதியிருக்கும்...'

பையன் அவசரமாக மறுத்துத் தலையாட்டினான்.

'அம்மா தேடும். இங்கிட்டு நிக்கச் சொல்லியிருக்காங்க, இன்டர்வல்ல...'

'துஷ்டா, என்னைத் தொடாதே.'

உள்ளே கற்புக்காகப் போராட்டம்.

'இன்டர்வலுக்கு இன்னும் ஒரு மணி நேரம் இருக்குடா தம்பி. வில்லன், இப்பத்தானே முந்தானையைப் பிடிச்சிருக்கான். கண்ணு இல்லே. உன் பேரு கூடத் தெரியாது. ஒரே ஒரு தடவை

போய்ட்டு... ஒண்ணும் இல்லடா. இந்த சைக்கிளைப் பார்த்த துமே பின்னாலே முறுக்குப் பெட்டிய வச்சுடுவாங்க. அப்படியே தள்ளு காத்துலே மிதிச்சுட்டு வர வேண்டியதுதான். பத்து நிமிஷம் ஆகும். அம்புட்டுதான்.'

'அதில்லேங்க...'

'இல்லியாவது லொள்ளையாவது? பையை இப்படிக் கொடு. நானாச்சு! பத்தரமா வச்சுக்கறேன். சும்மா வேணாம். இந்தா பிடி!'

சட்டைப் பையிலிருந்து ஒரு எட்டணாவை எடுத்துக் காட்டினார்.

'பீடி, காபிச் செலவுக்கு வச்சுக்க.

'அதெல்லாம் பழக்கமில்லீங்க.'

'அட! ஒரு பேச்சுக்குச் சொன்னா, காபி குடிப்பியோ, பின்னஞ்சந்துலே திணிச்சுப்பியோ! உன் காசு. பையைக் கொடு. தோ பாரு. சுவர் ஓரமா சாஞ்சு நிக்கற சைக்கிள்தான். திறந்துதான் இருக்கு.'

பிடுங்காத குறையாகப் பையை வாங்கிக் கொண்டார்.

'அங்கிட்டு எங்கடா போறே தம்பி.'

'ஒண்ணுக்கிருந்துட்டுப் போறேங்க!'

'உனக்கில்லாத இடமா? பொம்பளை கக்கூசிலே வேணும்னா லும் போய்க்கோ...'

அவன் திரும்பித் திரும்பிப் பார்த்துக்கொண்டு கழிப்பறைப் பக்கம் போனான்.

நாயுடு, கையிலிருந்த பையைக் கவனித்தார். ஏதோ நச்சு வாடை. அரிப்பு, பெரும்பாடு, வெள்ளைப்படுதல் - எதற்கு மருந்தோ?

நோக்காட்டோடு ஏன் படம் பார்க்க வரணும்? வராட்டா இன்னிக்கு முறுக்கு சப்ளைக்கு ஆள் கிடைச்சிருக்காது.

பையை, மாசானம் உட்கார்ந்து பரிபாலனம் செய்யும் ஸ்டூலில் வைத்தார். உள்ளே ஏதோ கலகலவென்று சத்தம்.

எளவு, ஒடஞ்சு போகாம...

‘சேனாதிபதியாரே! நம் திட்டம் மன்னருக்குத் தெரிந்தால்?’

திரையில், உரக்க ரகசியம் பேசுகிற வில்லி குரல்.

‘அறுத்துக் கறி வச்சுடுவான். ஒரு வீசை தேறுமா ஒவ்வொண்ணும்?’

சிகரெட் பற்ற வைக்க வெளியே வந்த கடா மீசைக்காரன், கூட வந்த வத்தக்காய்ச்சியிடம் விசாரித்தான்.

‘போடா. அத்தனையும் பஞ்சு!’

‘படமா போடறாங்க. தேவடியாப் பசங்க...’

அவன் தன்னைப் பார்த்துச் சொல்லவில்லை என்பது போல முகத்தை வைத்துக்கொண்டு, நாயுடு அவசரமாக ஆபீஸுக்குள் நுழைந்தார்.

ஸ்டாலில் வியாபாரச் சத்தத்தையும் மீறி, அந்தப் பெண் கீச் கீச்சென்று இரைந்து கொண்டிருந்தாள்.

‘எல்லாம் போச்சுடி. உன் பேச்சு கேட்டு என்னுதையும் இல்லே சேத்துத் தொலச்சுட்டேன்!’

பக்கத்தில் இருந்தவள் முந்தானை நழுவினது கூடத் தெரியாமல் விசித்து அழ, இன்டர்வலுக்கு வெளியே வந்தவர்கள் வேட்டியை மடித்துக் கட்டிக்கொண்டு சுற்றி நின்றார்கள்.

நாயுடுவுக்கு ஏகக் குழப்பமாக இருந்தது. இன்டர்வலும் விட்டாயிற்று. பையனை இன்னும் காணோம். இடம் தெரியாமச் சுத்தறானா? முறுக்கும் வேணாம், மயிரும் வேணாம். திரும்பி வந்தா போதும். ஆபீஸ் சைக்கிள்!

‘யாரும்மா அது பிலாக்கணம் பாடிக்கிட்டு?’

பக்கத்தில் போனார்.

‘ஒரு பையனுங்க. கூட்டி வந்தவன். காணலே! கையிலே பை வச்சிக்கிட்டு பச்சை சட்டையும் லுங்கியுமா இங்ஙனக்குள்ளதான் நின்னுக்கிட்டிருந்தான்.’

‘கம்பனூர்க்காரர்கள். சமாளிக்க வேண்டியதுதான். வேறென்ன? சாப்பிடக் கீப்பிடப் போயிருப்பான். அவனும் மனுசன்தானே! பசிக்காதா என்ன? துணிப்பைதானே! அதோ இருக்கு பாருங்க!’

நாயுடு பார்வை பதிந்த ஸ்டூல், காலியாக இருந்தது. இது என்ன கிரகசாரம்?

யாராவது எடுத்து ஒளித்து வைத்திருக்கிறார்களா? முன் வரிசையில், அந்தக் கடா மீசை நின்றான். இவன் வேலையா?

‘பையிலே என்ன இருந்திச்சு?’ அவன்தான் கேட்டான்.

’சோலி மயித்தப் பாத்துக்கிட்டுப் போகாம...’

சின்னவள் ஒரு நிமிஷம் அழுகையை நிறுத்திவிட்டு, வேண்டாம் என்கிறது போல கண் சிமிட்டினாள். மற்றவள் அதைக் கவனிக்காமலேயே இன்னும் சத்தமாக ஆரம்பித்தாள்.

‘என்ன இருந்துச்சா? இந்த பழாப் போன கொட்டாயிலே சங்கிலியை அறுத்துக்கிட்டு இல்லே ஓடறானுகளாம். எட்டு சவரன் சங்கிலி, காசு மாலை, வளவி, மூக்கையா சேர்வை கடையிலே எடுத்த கோடித்துணி, எல்லாத்தையும் உள்ளே வச்சு மருந்துன்னு சொல்லிடலாம். வீட்டோட இருக்கப்பட்ட பையன். நான் சொன்னா பத்தரமா கையிலேயே பிடிச்சுக்கிட்டு அவன் பாட்டுக்கு நிப்பான்னா இவ!’

அவள் முடிக்கும்போது, வெளிவட்டத்தில் சிரிப்புச் சத்தம்.

நாயுடுவுக்கு, அந்தக் குளிர்ந்த ராத்திரியிலும் வியர்த்தது. காணாமல் போனது அரிப்பு மருந்தில்லை. தங்கம், வெள்ளி. ஒரு ஐம்பது வயதுக்காரனின் மானம், மரியாதை. விஷயம் ஏகச் சிக்கலாகிவிட்டது.

பையன் எந்த நிமிஷமும் முறுக்குப் பெட்டியோடு சைக்கிளில் வந்து இறங்குவான்.

கம்பனூர்க்காரிகள் பிடித்துக் கொள்வார்கள்.

‘எங்கடா ஒளிஞ்சே களவாணிப் பயலே?’

‘இந்தாளு அனுப்பிச்சாரு.’

'பை எங்கடா?'

'இவரு கிட்டதான் கொடுத்தேன்.'

'ரெண்டு சங்கிலி. மாங்கா மாலை. கல்வளைவி. வைரத்தோடு. புதுச்சீலை. பாடீசு. என்னடா பண்ணினே கிளவா? வா. போலீ ஸுக்குப் போகலாம்!'

போலீஸ் விட்டாலும் முதலாளி விட மாட்டார்.

'ரொக்கமா கொடுக்க முடியாட்டா புரோ நோட் எழுதித் தாரு மய்யா. பணம் நான் தர்றேன். உமக்காக நாலே வட்டிதான். வீட்டை என் மகன் பேருலே எளுதி வச்சிடும்...'

இந்த வேலை போகும்.

'மேனேஜர் வேலை இல்லாட்டா வேணாங்க. மாசானம் எடத்துலே டிக்கட் கிளிக்கறேன் முதலாளி. கக்கூசெல்லாம் கழுவறேன்...'

'திருட்டுக் கிளவா... படி ஏறாதே! செருப்பாலே அடிப்பேன், மீறி வந்தா...'

நாயுடுவின் கை விரல்கள் நடுங்கின.

இன்டர்வல் முடிந்து கம் செப்டம்பர் போட்டு சிலைடு காண்பிக்கும் நேரம். சிகரெட் புகையும், வெற்றிலை பாக்கு எச்சிலுமாகப் பாதிக் கூட்டம் இங்கேதான். உள்ளே தொடர்ந்து டெலிஃபோன் மணிச் சத்தம்.

டீ ஸ்டால் மாயாண்டி, ஓடி வந்து எடுத்துக் கேட்டுவிட்டு அங்கே இருந்தே கையைக் காட்டினான்.

'உங்களுக்குத்தானுங்க!'

'எந்த ஆபீஸர் மயிரானோ?'

'ரெண்டு பாஸ். கோடி சீட் எடுத்து வைங்க. எனக்கும் மச்சினி. அதான் ஒய்ஃபுக்கும். நைட் ஷோ!'

நாயுடு இயந்திரம் போல உள்ளே போனார். இதெல்லாம் கனாவாக இருந்துவிடக் கூடாதா என்று மனசு புலம்பித் தள்ளியது.

'ஹலோ!' நாயுடு குரல் அவருக்கே புதுசாகக் கேட்டது.

'ஹலோ... கந்தன் தியேட்டர் மேனேஜரா?'

'ஆமா சார்...'

'உங்க தியேட்டர்லேருந்து பச்சை சட்டையும் கட்டம் போட்ட லுங்கியுமா...'

எங்கே இருந்து யார் பேசுகிறது?

'ஹலோ கேக்கறீங்களா... பச்சை சட்டை பையன் யாருன்னு விவரம் சொல்லுங்க?'

'வந்து... இப்ப தியேட்டர்லே...'

நெஞ்சை அடைத்தது. நாயுடு மென்று விழுங்கினார். ரிசீவரைப் பொத்திய கை வியர்த்திருந்தது.

'வந்தாவது போயாவது. போஸ்ட் மார்ட்டம் போயிருக்கு. பாடியை கிளெய்ம் பண்ண, வந்து சேருங்க. கவர்மெண்ட் ஆசுபத்திரியிலே எத்தனை நேரம் வச்சுக்க முடியும்?'

'செத்துட்டானா?'

'யோவ் மேனேஜர்... உம்மோட பெரிய கஷ்டமா போச்சு. பேசவே காசு கேப்பீரா? பையன் செத்துட்டான்யா... சைக்கிள்லே லைட் இல்லாம ஊருணிக்கரையிலே வடக்காலே எறங்கிட்டிருந்தபோது, ஆப்போஸிட்லே ஜல்லி ஏத்தி வந்த லாரி அடிச்சு...'

அவன் வீட்டுக்கே போகவில்லை. அதற்குள்...

நாயுடு சுதாரித்துக் கொண்டார். ஒரே நிமிஷத்தில் எல்லா சஞ்சலமும் விலகினது போல இருந்தது.

'பேர் சொல்லுமய்யா! பையன் யாரு?'

நாயுடு, தொண்டையைக் கனைத்துக் கொண்டார்.

'ஹலோ சார்... உங்ககிட்டே பேசிக்கிட்டே நம்ம தியேட்டர் பசங்க யாராவது வெளியே போனாங்களான்னு பார்க்கச் சொன் னேன். ஷோ டயத்துலே யாரையும் அப்படி அனுப்பறதில்லே

பாருங்க. எல்லா பய புள்ளைகளும் இங்கதான் இருக்காப்பல. தியேட்டர் சைக்கிளைத்தான் காணலே! பாத்துக்கிட்டிருக்கோம். இங்கே வேறே செத்த நேரம் முந்தி, எளவு ஒரே கூப்பாடு... போன்லே கேட்டுருக்குமே? ஒரு கால் அவர்லே நான் ஃபோன் பண்ணட்டா... வச்சுடட்டா.'

பதிலுக்குக் காத்திராமல் ஃபோனை வைத்தார். மெல்ல வெளியே வந்தார். என்ன பேச வேண்டுமென்று மனத்தில் மின்னல் போல ஓடி மறைந்தது.

கம்பனூர்க்காரிகள் எங்கே?

டீ ஸ்டாலில் இரண்டு பேர். அழுக்கு கிளாசில் டீ குடித்துக் கொண்டு மலங்க மலங்க விழிக்கிற லட்சணமான பெண்கள். உடுப்பெல்லாம் இப்போது ஒழுங்காக மூடி இருந்ததால், கூட்டம் உள்ளே போயிருந்தது. அங்கே 'அஞ்சலே! ஹி ஹி, ஆறெலே!' காமடியன் வழிந்து கொண்டிருந்தான்.

'ஏம்மா... நீலக் கைலி... பச்சையிலே கோடு போட்ட சட்டை...'

சாவதானமாக ஆரம்பித்தார். டீ கிளாசோடு ஒரு பக்கமாக வந்து நின்றுவிட்டார்கள்.

'அவனேதான்! கெட்ட பய... பிடிச்சுட்டீங்களா?'

'ஆமா. பிடிச்சு நாசமாப் போக... கூமுட்டைத்தனமா இருக்கறதை எல்லாம் உருவி, வாகா பையிலே போட்டுக் கொடுத்திட்டு...'

'என்ன சொல்றீக?'

'சொல்றேன், சொரைக்காய்க்கு உப்பில்லேன்னு... அயோக்கியப் பய... தியேட்டர் சைக்கிளையும் இல்லே சேத்துக் களவாடிட்டுப் போயிருக்கான். வீட்டுலே வேலைக்கு ஆள் எடுக்க முந்தி நாலு எடத்துலே விசாரிக்க மாட்டீங்களா? சரி சரி. போலீஸ்லே அவன் அட்ரஸ் கேக்கறாங்க. பேரு என்ன? நாய்ப் பயலுக்கு ஒரு பேரு!'

'பிடிச்சு வச்சிருக்காங்களா?' சின்னவள் கேட்டாள்.

'எங்கே பிடிக்க? போற போக்கிலே லாரி அடிச்சு ஆளே அவுட். தாக்கல் இப்பத்தான் வந்தது. உங்க பை என்னாச்சு, நகை

என்னாச்சுன்னு பகவானுக்குத்தான் வெளிச்சம்! சைக்கிள் என்ன ஆச்சோ? முதலாளி என் சம்பளத்துலேதான் பிடிப்பார். எள வெடுத்த மேனேஜர் உத்யோகம். .'

'ஏங்க, கதவைத் தொறங்க...'

அழுக்கு வேட்டியும் கருத்த உடம்புமாக யாரோ வாசலில்.

மாசானம் இல்லே அது?

'யக்கா... அந்தாளு பிடிச்சிருக்கிறது நம்ம பை மாதிரியில்லே இருக்கு?'

நாயுடுவுக்கு முன்னால் வாசலுக்கு ஓடினார்கள்.

'பையை இங்கிட்டுத் தாங்க!'

கதவைத் திறப்பதற்கு முன், கம்பு இடுக்கு வழியாக நோட்டீசுக்குப் பறக்கிற குழந்தைகள் போல அலை பாய்ந்தார்கள்.

மாசானம் உள்ளே வந்தான்.

'நீங்கதான் கம்பனூர்க்காரவுங்களா? பாவம், அந்தப் பையன்... பொலம்பிட்டே கிடந்தான். அம்மா தேடுவாக. பையை எடுத்து வந்துட்டேன். யாரோ பெரியவுக வாங்கி வச்சுக்கறேன்னாக. அவுககிட்டேயும் சொல்லலே. இன்டர்வல்லே மருந்து தரணும். அது இதுன்னு ஒரே முட்டா. பாவம்! நம்பப் பயலுக ஆசுபத்திரிக்குத் தூக்கிட்டு போனப்பவே, பை இருட்டுலே கிடந்துச்சு. நான்தான் சரின்னு எடுத்துட்டு வாரேன்...'

'எல்லாம் இருக்குடி. ரவிக்கைத் துணியைத்தான் காணோம். சேலைக்குள்ளேயே வச்சிருக்கோ என்னமோ?' - சின்னவள் உற்சாகமாகக் குரல் கொடுத்தாள்.

'பையன் யாருங்க?' மாசானம் விசாரித்தான்.

'குலம் கோத்தரம் யாருப்பா கண்டது? ரெண்டு வருஷமா வேலைக்கு இருக்கான். அனாதைன்னான். உண்ட வீட்டுக்கே ரெண்டகம் பண்ணி... சாகற நேரத்துலேயாவது நல்ல புத்தி வந்தது பாரு. சரி கௌம்புடி... படமும் வேணாம், மண்ணாங்கட்டியும் வேணாம். மேனேசரே... வீட்டுக்குப் போய் அவுகளை உடனே அனுப்பறேன். என்ன திட்டப் போறாகளோ?'

நாயுடு உள்ளே நடந்தார். மாசானம், கருத்த மனசாட்சியாகக் கூடவே வந்தான்.

'கதவைச் சாத்துடா...'

'நம்ப வண்டி, எப்படீங்க அங்கே போச்சு?'

நாயுடுவுக்கு, அவன் வானத்துக்கும் பூமிக்கும் வளர்ந்து நிற்கிற மாதிரி இருந்தது.

'தெரியலேடா...'

அவர் கண்கள் தரையைப் பார்த்து நழுவ, உள்ளே அசரீரி பாடிக் கொண்டிருந்தது.

29. தாளம்

சுலைமான் ராவுத்தர், வீட்டுச் சேவலை முந்திக்கொண்டு தெருக்கோடியில் கொர கொரவென்று, ‘பாலிருக்குது, பழமிருக்குது, பழனிமலையிலே!’ ரிக்கார்ட் வைக்க ஆரம்பிக்க, குஞ்சரமும் சத்தத்தைக் கூட்டிக் கொண்டாள்.

‘இவுகளுக்குப் பாலும் வேண்டாம். பழனியும் வேண்டாம். லேவியம் இருந்தாப் போதும். எத்தச் சொல்லி எளவக் கூட்டினா லும் புத்தி மாறாதே!’

சுப்பையா பிள்ளை, ‘உம்... உம்...’ என்று முனகுகிற சத்தம்.

‘வயசான காலத்துலே போனோமா வந் தோமா, போட்டதத் தின்னுட்டு முடங்கி னோமான்னு கிடையாது. கூட்டிக்கிட்டுப் போனானாம் பேதியிலே போறவன்... இன்னொரு கழிச்சல்லே போறவன் உருட்டிக் கொடுத்தானாம். கண்ணு மண்ணு தெரியாம முழுங்கி வச்சு தெருவிலே விழுந்து, இப்போ குத்துதே குடையுதே - தவிட்டைக் கொண்டா, தண்டவாளத்தைக் கொண்டா...

எல்லாத்துக்கும் நான் ஒருத்தி மாட்டிக்கிட்டேன். முணுக்குனா, குடுமியைத் தட்டிக்கிட்டு இளையகுடியாகிட்டே ஓடுவீகளே... போக வேண்டியதுதானே?'

'அவளை ஏன் புள்ளை இப்ப இழுக்கறே?'

சுப்பையா பிள்ளை ஒருக்களித்துப் படுத்தபடி ஈனசுவரத்தில் சொன்னார்.

'இழுக்கறாக புடிச்சு. நீரு இழுத்தது எல்லாம் பத்தாதா?'

சூடான உமி அடைத்த துணி மூட்டையை வலது கால் முட்டில் ணங்கென்று வைக்க, சுப்பையா பிள்ளைக்கு உச்சத்தில் வலித்தது. இதமாக இருந்தது.

மெல்ல எழுந்து உட்கார முயற்சி செய்தார்.

'எந்திருச்சு, என்னத்தை வெட்டி முறிக்கப் போறீகளாம்? ஆடி அழிஞ்சது எல்லாம் பத்தாதா? கையைக் கால அனங்காமக் கிடந்தா, வெரசா வீக்கம் மட்டுப்படும். அப்புறம் உம்ம பாடு, உம்மைப் படைச்சவன் பாடு!'

குஞ்சரம், பரபரவென்று வாசலைப் பெருக்கிவிட்டு வந்தாள்.

'அதில்லே புள்ளே. இன்னிக்கு செட்டியார் மண்டகப்படி. தவுலோட போனா நாலு காசு பார்க்கலாம். குருசாமி வேற தேடிக்கிட்டு இருப்பான்?'

சுவரோடு சாய்ந்து உட்கார்ந்து நைச்சியமாகச் சிரித்தார். குஞ்சரத்தின் முகத்தில் இறுக்கம்தான் தெரிந்தது.

'செட்டியார் மண்டகப்படியிலே வெளியூரு செட்டு வந்து ஊதப் போகுது. அங்கே குருசாமியும் குந்தாணியும் என்னத்தை நொட்டப் போறாகளாம்?'

குஞ்சரம், துணி மூட்டையையும் கரி அடுப்பையும் ஓரமாக நகர்த்தி வைத்துத் தணலை அவித்தாள்.

'உனக்கு ஒரு எளவும் வெளங்காது. கோயில்லேருந்து மண்டகப் படிக்கு சாமியை எடுத்துப் போகயிலே, உள்ளூர் மேளம்தானே பதிவு?'

சுப்பையா பிள்ளை இன்னும் விஸ்தரித்துச் சொல்வதை, இருமல் வந்து கெடுத்தது. குஞ்சரம், வெளியே நகர்ந்தவள் கொஞ்சம் நின்றாள்.

'ஆமா! இவுக மேளம் கொட்டாட்டா உலகமே அத்தமிச்சுப் போகும். நேத்து வாணியர் மண்டகப்படிக்கு ஒத்துக்கார சம்மு வம்தான் மோளம் கொட்டிக்கிட்டுக் குருசாமியோட ஓடினான். ஒத்துக்காரனோ, கோடங்கிக்காரனோ? இன்னிக்கும் அதே படிக்கு ஏற்பாடு பண்ணிக்கட்டும். நீரு, நாளைக்கு வெளிக் கிளம்பினா போதும்!'

'கொஞ்சம் காபித்தண்ணி சுடவச்சுத் தந்துட்டுப் போயேன்!'

சுப்பையா பிள்ளை அப்பாவியாகக் கேட்டார்.

'பாவி மனுசா! கொட்டில்லே மாடு கட்டி தவலை நிறையப் பாலு கறக்கறது பாழாப் போறது. காபித் தண்ணி வேணுமாமில்லே... தேவஸ்தானம் மேனேஜர் வீட்டம்மா, நேத்திக்கே நேரம் சுணங்கி வந்தேன்னு பிலுபிலுன்னு பிடிச்சுக்கிட்டாங்க. இன்னிக் காவது வெள்ளனக் கௌம்பலாமுன்னு பாத்தா, உம்ம பாடு பெரும்பாடா இருக்கே... நேத்து மதியம் வேற போகாமே உம்மகூட லோல்பட்டேன். போதும்டா சாமி...'

குஞ்சரம் போயிருந்தாள்.

சுப்பையா பிள்ளை தட்டுத் தடுமாறி வாசலுக்கு வந்தார்.

வலது காலில் இன்னும் வீக்கம் வற்றவில்லை. மற்றபடி உடம்பு பரவாயில்லை. பாவம், குஞ்சரம்தான் ராத்திரி முழுக்க வெந்நீர் வைத்துக் கொடுக்கவும், ஒத்தடம் கொடுக்கவும், விளக்கெண் ணெய் தேய்த்து நீவவுதுமாகக் கண் விழித்திருந்தாள்.

பங்குனி உத்திர சமயத்தில் இப்படி காலையும் கையையும் இழுத்துக் கொண்டு - எல்லாம் குருசாமியால் வந்தது.

முந்தா நாள், பங்குனி உத்திரம் இரண்டாம் நாள். ஊமையன் மண்டகப்படி. நன்றாக வாழ்ந்து நொடித்துப்போன குடும்பம் அது. ஏதோ ஒரு வீம்போடு, இந்த விசேஷத்தை மட்டும் எப்படியோ வருஷா வருஷம் நடத்திக் கொண்டிருக்கிறார்கள். சுபாஷ் பஜார் மரக்கடை வியாபாரிகள் எத்தனையோ கேட்டும் விட்டுக் கொடுக்காத வீம்பு அது.

ஊமையன் மண்டபத்துக்கு - கோயிலிலிருந்து முந்தாநாள் காலையில் சாமியை அழைத்துக்கொண்டு போனபோது, குருசாமி வாசித்த நாட்டைக்குத் தவிலில் தாளம் சேர்த்தபடி நடந்தபோது, அறுபத்தைந்து வயதிலும் சுப்பையா பிள்ளைக்குத் தெம்பாகவும் உற்சாகமாகவும்தான் இருந்தது.

ஊமையன் வகையறாக்கள் வஞ்சனையில்லாமல் சாப்பாடு போட்டார்கள். வெளியூர்க் கச்சேரி என்று எதுவும் ஏற்பாடு செய்யப் பணம் இல்லாததால் சாயந்தரம் மண்டபத்தில் கிழிந்த ஜமுக்காளம் விரித்து ஒற்றை பெட்ரோமாக்ஸ் விளக்கு வெளிச்சத்தில் குரு சாமியையே கச்சேரி செய்யச் சொன்னார்கள்.

'தனியா பத்து இருபது போட்டுத் தரேன் அப்பு. உபகாரமாப் போவுது. ஒரு மணி நேரமாவது வாசிக்கணும்...'

ஊமையன் சம்சாரம், தொண்டு கிழவி காதில் பாம்படம் ஆடக் கேட்டுக்கொண்டபோது, தட்ட முடியவில்லை.

கொஞ்சம்போல வாங்கி வைத்திருந்த ஜவ்வந்திப் பூவை உற்சவ மூர்த்திக்கு அலங்காரம் செய்து கொண்டிருந்த குருக்களும், பக்கத்து எதிர் வீட்டு மப்ளர்கார வயசாளிகளும், குஞ்சுகுளு வானோடு ஊமையன் குடும்பமும் அடங்கின சபையில், குருசாமி இந்தோளத்திலிருந்து இங்கிலீஷ் நோட் வரை ஈடுகொடுத்து வாசிக்க, 'தாமரை பூத்த தடாகமடி'யில் முடித்தபோது, உள்ள படிக்கே கால் மரத்துப்போய் கை விரல் விண்விண்ணென்று தெறித்தது.

நாலு வீதி சுற்றுவதற்குள் குருசாமிக்கும் களைத்துப் போனது. சப்பரமாக இருந்தால் உட்கார்ந்து வாசித்தபடியே வந்து விடலாம். சப்பரம் - வாடகைக்கு எடுக்கவும் மாடு பூட்டவும் கதியில்லாமல், பல்லக்கில் சுமந்தபடி நடந்துதான் சாமி புறப்பாடு.

கோயிலுக்குத் திரும்பின பிற்பாடு ஒத்துக்கார சண்முகத்திடம் நாயனத்தையும் மேளத்தையும் கட்டி அனுப்பிவிட்டு, வெளிப்பிராகாரத்தில் உட்கார்ந்து குருசாமியும் சுப்பையா பிள்ளையும் காளாஞ்சியில் வந்த வெற்றிலையை மென்று கொண்டிருந்தபோது, குருசாமிதான் ஆரம்பித்தான்.

'எப்படி இருந்துச்சு மாமா?'

‘உனக்கென்னடா குறைச்சல் மாப்ளே? காருகுறிச்சியார் மாதிரி வாசிக்கறே. அதிர்ஷ்டம்தான் கொஞ்சம் கட்டை.’

‘அது இருந்தா உம்ம தவுலோட கச்சேரிக்கு உக்காருவேனா?’

‘பாத்தியா? அடிமடியிலே கை வைக்கிறயே... காளையார் கோயில் செட்டுலே வாசிச்ச பெருங்கை இது. நான் பாக்காத ஊரா, போகாத விசேஷமா! உனக்குத்தான் நிறையச் சொல்லி யிருக்கேனே! நான் இருந்த இருப்பென்ன, கவுரதை என்ன? என்னோட கிரகம். இப்படி கோயில்லே மாசச் சம்பளத்துக்கு உங்கப்பனுக்கும் அப்புறம் உனக்கும் பக்க மேளம் தட்டிக்கிட்டு. திருக்கோஷ்டியூர் சங்கரலிங்கம் பிள்ளே, அதான்டா என் குருநாதர்! வெள்ளைக்கார துரை கேட்டு அசந்துபோய் மெடல் கொடுத்த வாசிப்புடா அவருது! எட்டு வருஷம் குருகுலவாசம் பண்ணிக் கத்துக்கிட்ட வித்தை என்னுது!’

சுப்பையா பிள்ளையின் விரல்கள் கோயில் தூணில் தாளம் போட, வெளியே நாய் குரைக்கிற சத்தம்.

‘மாமா! நீங்க வித்தையும் கத்துக்கிட்டிங்க. போன இடத்துலே இளையகுடியாளையும் சேத்துக்கிட்டீங்க இல்லையா?’

‘எங்க சுத்தியும் அங்க வந்துடுவியே!’ சுப்பையா பிள்ளை நெளிந்தார்.

‘நான் குஞ்சரம் அத்தையைத்தான் தினம் பாக்கறேன். சின்ன அத்தையைப் பாத்ததே இல்லியே! நல்ல அளகா இருக்குமா மாமா? பேரு என்ன, ருக்குமணிதானே?’

குருசாமி கண்ணைச் சிமிட்டினான்.

‘போடா போக்கத்தவனே! இபப எல்லோரும் ஒரே மாதிரி கிழம்தாண்டா. தலை நரைச்சு, டல்லு ஆடிக்கிட்டு...’

‘இப்ப சரி. அப்ப ரெண்டாந்தாரமாக் கட்டுனபோது?’ குருசாமி விடாமல் கேட்டான்.

‘ரதிடா! கருப்பு ரதி!’

‘ரதி இப்ப என்ன பண்றாகளாம்?’

'ரைஸ் மில்லிலே நெல்லு புழுக்கி அரைச்சுக் கொடுத்து, வயிறு கழுவிக்கிட்டு திருப்பத்தூர்லே சீவிச்சுக் கெடக்கா. எப்பவாவது அங்கிட்டுப் போறதுதான்.'

சுப்பையா பிள்ளை, ஒரு நிமிஷம் ருக்குமணி நினைவில் கண் கலங்கினார்.

'அதென்ன மாமா எப்பவாவது? வாரா வாரம் போறது!'

'கையிலே காசு வேண்டாமாடா?'

'அப்ப அவுகளை இங்க வரச் சொல்றது...'

'குஞ்சரம், முழியைத் தோண்டிப்புடுவா. சீக்கிரம் கிளம்புடா மாப்ளே. தாமதமானா அதுக்கு வேற இடிப்பா!'

சுப்பையா பிள்ளை நடக்க ஆரம்பிக்க, குருசாமி நிறுத்தினான்.

'ஏம் மாமா! கையும் காலும் இந்தக் கொடை கொடையுதே! நாளைக்கு மூணாம் மண்டகப்படிக்கு வாசிக்க முடியுமா?'

'வாசிச்சாத்தானேடா நாலு காசு பார்க்கலாம்!'

'அப்ப என்னோட வர்றீங்க... நாளைக்கு தெம்பா மேளத்தை என்ன, நெல்லுக் குதிரையே தோள்லே மாட்டிக்கிட்டு வர மாதிரி மருந்து வாங்கித்தர்றேன்!'

அவன் வெட்டக்குடியான் வீட்டுப் பக்கம் நடந்தான். சுப்பையா பிள்ளையின் மனம் 'வேண்டாம் வேண்டாம்' என்று சொல்ல கால் நடந்தது. கதவைத் தட்டி அரிக்கேன் விளக்கோடு வந்தவன் கொடுத்ததைக் காரமும் கசப்புமாக விழுங்க, தொண்டை எரிந்து கண்ணில் உஷ்ணம் ஏறியது. முன்பெல்லாம் அவ்வப்போது சாப்பிட்டதுதான். இரண்டு வருஷமாக தொடாமலிருந்து விட்டு இப்போது விழுங்க, எல்லாமே புதிராக இருந்தது.

'மாமா! இப்படியே போய்ப் படுத்தா சுகமாயிருக்கும். அத்தை கேட்டா வாயையே திறக்காதீங்க, காலையிலே எழுந்திருச்சா சின்ன அத்தையைத் தேடிக்கிட்டு கிளம்பிடப் போறீக, மண்டகப்படி இருக்கு!' குருசாமி சிரித்தான்.

'போடா மாப்ளே... உனக்கு எப்பவும் தமாசுதான். நீயும் வாயேன், போகலாம்.'

'ஐயோ! இப்பவா? டெண்ட் கொட்டாயிலே படம் பாத்துட்டு கிளம்பினா நிதானமா இருக்கும். அப்புறம் படுத்து விரசா எழும்பிடலாம்!'

குருசாமி ஊருணிக்கரைப்பக்கம் டெண்ட் கொட்டகையை நோக்கிப் போக, சுப்பையா பிள்ளை இருட்டு விழுந்த பாதையில் மெல்ல அடி எடுத்து வைத்தார்.

அவருக்கு நடக்கிற நினைவே இல்லை. ஜிவ்வென்று கிளம்பிப் பறக்க வேண்டும் என்று ஆசை. காலைத்தான் ஏதோ கட்டிப் போடுகிறது.

இப்போது அவர் இருபது வயது சுப்பையா பிள்ளை. அள்ளி முடித்த கட்டுக்குடுமியும் நெற்றியில் அரகஜா பொட்டுமாக திருப்புல்லாணி தெப்பத்துக்கு, காளையார் கோயில் ரெட்டை நாயனத்துக்கு, இரண்டாம் தவில் பொறி பறக்க வாசித்த கட்டுமஸ்தான சுப்பையா.

இங்கே குஞ்சரத்தையும், திருக்கோஷ்டியூரில் இளையகுடியாள் ருக்குமணியையும் குடித்தனம் வைத்து, வாரம் இரண்டு தடவை மல்லுவேட்டியும் சிலுக்குச் சட்டையுமாகப் போக வர இருந்த இருபத்தைந்து வயசு சுப்பையா பிள்ளை அப்புறம்.

குஞ்சரம், சாமி வந்தது போல ஆடி அப்புறம் அடங்கி, யார் யாரோ வந்து 'சங்கீதக்காரன்னா அப்படி இப்படித்தான். நீதான் அடக்கி வாசிக்கணும்!' என்று சொன்னபடி அரை மனசோடு சமாதானமாகப் போக, போட்மெயிலில் காளையார் கோயில் செட்டோடு பட்டணத்தில் ரேடியோவில் வாசிக்கவும், கொலம்பியா கம்பெனியில் பிளேட் பதிவு பண்ணவும் கிளம்பிப் போன சுப்பையா பிள்ளை.

மைசூரில் நவராத்திரிக்கு மகாராஜா முன்னால் வாசித்து, சூட்டும் கோட்டும் தலைப்பாகையுமாகப் பெரிய மனுஷர்கள் இருந்த சபையில், சால்வையும் மற்றதும் சன்மானம் வாங்கிய ஸ்பெஷல் தவில்காரர் சுப்பையா பிள்ளை.

காளையார் கோயில் சகோதரர்களில், மூத்தவர் இறந்து போனதும்தான் சுப்பையா பிள்ளைக்குக் கஷ்ட தசை ஆரம்பித்தது. அப்புறம்...

எங்கெங்கோ சுற்றி அலைந்து வழியில்லாமல் உள்ளூரோடு ஒதுங்க, பழைய தேவஸ்தான மேனேஜர் தயவில், கோயிலில் மேளம் வாசிக்கிற உத்தியோகமும் கொஞ்சம் போல சம்பளமும், இரண்டு கட்டி சாதமும் வாழைப்பழமும் வெற்றிலைப் பாக்கு மாகத் தளர்ந்து நடக்கிற சுப்பையா பிள்ளை.

வருகிற வருமானம் பற்றாமல், குஞ்சரம் இரண்டு வீட்டில் வேலைக்குப் போக ஆரம்பித்து, மீந்துபோன குழம்பும் கறியுமாக எடுத்து வருவதை எதிர்பார்த்து, சோற்று உருண்டையோடு காத்திருக்கிற சுப்பையா பிள்ளை.

'ரெண்டு சம்சாரம் கட்டியும் பிள்ளைக்குட்டி இல்லாம இப்படி வயசான காலத்திலே அவதிப்பட வேண்டியிருக்கே!' என்று தன்னையே நொந்து கொண்டு, குருசாமி கூப்பிட்ட குரலுக்கு, காதுகுத்தலுக்கும், சடங்கான வைபோகத்துக்கும் வாசித்து விட்டு, சாப்பாட்டை எதிர்பார்த்து வாசலில் உட்கார்ந்திருக்கிற சுப்பையா பிள்ளை.

'இல்லை. இது நான் இல்லை!' என்று மனசு அடித்துச் சொல்ல, ஆள் நடமாட்டம் ஒழிந்த தெருவில் ஆடி ஆடிப் போய்க் கொண்டிருந்த சுப்பையா பிள்ளை தெருவோரப் பள்ளத்தில் தலைகுப்புற விழுந்தபோது, முந்தாநாள் ராத்திரி பன்னிரண்டு மணி.

தூக்கம் வராமல் லாந்திக் கொண்டிருந்த சுலைமான் ராவுத்தர் டார்ச் அடித்துப் பார்த்துத் தூக்கிவிட்டு, வீட்டில் கொண்டுவந்து சேர்த்தது மட்டும்தான் இப்போது சுப்பையா பிள்ளைக்கு ஞாபகம் இருக்கிறது.

நேற்று முழுக்கக் கண்ணே திறக்க முடியாமல் வலி உயிர் போய் விட்டது. எதுவும் சாப்பிடக்கூடத் தோன்றாமல், வாய் கசந்து வழிந்து உமட்டி உமட்டி வந்தது. குஞ்சரம், நேற்று மதியம் ஒரு வீட்டிலும் வேலைக்குப் போகாமல் பக்கத்திலேயே இருந்து வெந்நீரும், தவிட்டு ஒத்தடமும், கரைத்தாற்போல மோர்ச் சோறுமாகக் கவனித்துக் கொண்டிருக்காவிட்டால், இப்போது முதலுக்கே கூட மோசமாகி இருக்கும்.

பாவம், அவளுக்குத்தான் எத்தனை கஷ்டம்? நம்மால் வேறு இன்னும் அது அதிகப்படுகிறது. எல்லாம் சகித்துக்கொண்டு,

நாலு வீட்டுப்படி ஏறி இறங்கி அவள் கொண்டுவரும் பணமும் கிடைத்தால்தான் வண்டி ஓடுகிறது.

'சே! என்ன பிழைப்பு இது?' சுப்பையா பிள்ளைக்கு ஏக துக்கமாக இருந்தது. 'இந்த மேளம் வாசிக்கிற தொழிலுக்கு ஏன் வந் தோம்?' என்று தோன்றியது. மங்கள வாத்தியம்னு பேரு. வாசிக் கிறவனை வயிறு காய வச்சுட்டு ஊருக்கு சுபத்தைச் சொல்கிற இதை, கட்டித் தூக்கிக்கிட்டு ஓடவும் முடியலை. வேண்டாம்னு விடவும் முடியலை!

சுப்பையா பிள்ளை தெருவில் அடி எடுத்து வைத்து நாலு எட்டு நடந்தார். சுலைமான் ராவுத்தர் வீட்டு வாசல் பெஞ்ச் காலியாக இருந்தது. அடுப்புக்கரி கொள்முதல் பண்ண, திருமங்கலம் பக்கம் போயிருப்பார். இருந்தால் பிடித்து வைத்து, நேற்று குஞ்சரம் சொன்ன புத்தியில் கொஞ்சம்போலாவது சொல்லி, ஒரு டம்ளர் டீ போட்டுக் கொடுத்திருப்பார். அவ்வப்போது ஐந்தும் பத்தும் கைமாற்று கொடுத்து, திருப்பித் தராவிட்டாலும் அலட்டிக் கொள்ளாத மனுஷர். ராவுத்தர் வீட்டு டீ, தித்திப்பு தூக்கலாக, தனி வாசனையோடு வரும்.

அது மட்டும் இப்போது இருந்தால்?

தெருக்கோடியில் ரிக்கார்ட் நிறுத்தி, மைக் 'உய்ங்' என்று விசிலடித்த அப்புறம் பேச ஆரம்பித்தார்கள்.

'இன்றைக்குத் தொடங்குகிற பழனியாண்டவர் அறுசுவை நிலையம், உங்கள் நாவுக்கு இனிய இட்லி, தோசை, பொரட்டா, சால்னா, கறிக்குழம்பு சுடச்சுடத் தயார் செய்து தரும் ஒரே இடம்.'

சுப்பையா பிள்ளை சட்டைப் பையைத் துழாவினார். பொடி மட்டையும் புகையிலை சுற்றிய காகிதமும் போக, ஒரு ரூபாயும் ஐம்பது நயாபைசாவும் சில்லறையாகத் தேறியது.

நாலு இட்லிக்கும் ஒரு காபிக்கும் இதற்குமேல் ஆகாது. பக்தவத்சலம் ஆட்சியில், எல்லாம் யானை விலை, குதிரை விலைதான். ராவுத்தர் சொல்கிறபடி, அவர் கட்சி ஆட்சிக்கு வந்தால் இது சரியாகுமோ என்னமோ?!

சுப்பையா பிள்ளை கடைக்குள் நுழைந்தார்.

‘ஏவ்!’ என்று பெரிதாக ஏப்பம் விட்டபடி சாப்பாட்டுக் கடையி லிருந்து இறங்கின சுப்பையா பிள்ளைக்கு, வாழ்க்கை சகித்துக் கொள்ளக்கூடியதாகத் தோன்றியது. முதல் நாள் வியாபாரம் என்பதாலோ என்னவோ, இட்லியோடு இரண்டு கரண்டி டால்டா வடியும் ரவாகேசரியையும் இலையில் வைத்தபோது, மைசூர் மகாராஜா சால்வை போர்த்தினதைவிட சந்தோஷமாக இருந்தது. சால்னாவில்தான் காரம் அதிகம்.

‘சுப்பையா பிள்ளே, ஓய்... சுப்பையா பிள்ளே!’

பின்னாலிருந்து யாரோ கூப்பிடுகிற சத்தம். பிள்ளை திரும்பிப் பார்த்தார். கோயில் ஓதுவார் சொக்கலிங்கம், கையை அசைத்த படி தெருவைக் கடந்து வந்தார்.

கோயிலுக்கு யாராவது மேல் உத்யோகஸ்தர் வருகிறாரா? வந்து வாசித்துத்தான் தீர வேண்டும் என்று சொக்கலிங்கம் ஓதுவாரிடம் சொல்லிவிட்டிருக்கிறார்களா? இ.ஓ., சூப்பிரண்டு என்று அவ்வப்போது ஜீப்பில் வந்து, இறங்கிக் கழுத்தறுக்கிற ஞான சூன்யங்கள்.

‘என்ன ஓதுவார் மூர்த்திகளே! எங்கே இப்படி?’

சம்பிரதாயமாக விசாரித்தார்.

‘உம்மத் தேடிக்கிட்டு நேத்து சாயரட்சை தீபாராதனை சமயம் ஒரு ஆளு கோயிலுக்கு வந்துச்சுய்யா!’

எந்தக் கடன்காரன்?

‘அதான்யா, உம்ம மச்சான்!’ அடுத்த ரிக்கார்ட் போட ஆரம்பிக்க, ஓதுவார் சத்தத்தைப் பெரிதாக்கினார்.

‘மச்சானா? ஓ! ருக்குமணி தம்பியா? அரசூர்லே கர்ணமாக இருக்கிறவன். அவனுக்கு என்ன?’

‘ஹைஸ்கூல்லே வச்சு ஜமாபந்தி நடக்குதாம். அதுக்காக வந்தாப் பிலியாம். உம்மகிட்ட ஒரு தாக்கல் சொல்லணும்னாரு. நான் உம்ம விஷயத்தைச் சொன்னேன். வீட்டுலே வந்து பாக்க தோதுப்படாதாம். ஜமாபந்தி நேரத்துலே அலைய முடியாதாம்.’

‘என்ன விஷயமா வந்தானாம்?’ காலையில் குளித்துவிட்டு உடம்பில் ஏகப்பட்ட திருநீறு பூசிக்கொண்டு நின்ற ஓதுவாருக்குப்

பக்கத்தில் இப்படி அட்டுப் பிடித்தது போல நிற்கவே, சுப்பையா பிள்ளைக்கு என்னவோ போல இருந்தது. சந்தர்ப்பம் தெரியாமல் சுகமாக ஏப்பம் வேறு எட்டிப் பார்த்தது.

'அந்தாளு போன வாரம் திருப்பத்தூருக்கு அக்காவைப் பார்க்க... அதான்யா உம்ம இளையவுக! அவுகளைப் பாக்கப் போனாப் பிலியாம். ஒரேமுட்டா படுத்த படுக்கையா, மேலுக்கு முடியாமக் கிடக்கறாகளாம். சுடுதண்ணி வச்சுக் கொடுக்கக்கூட ஆளு தட்டுப் பாடாம். உம்மை உடனே போய்ப் பாக்கச் சொன்னாப்பலே!'

சுப்பையா பிள்ளைக்கு தன்மேலேயே சீயென்று வந்தது. என்ன பிழைப்பு இது? கொண்டவளையும் நல்லா வச்சுக்க முடியாம, அண்டினவளையும் நிர்க்கதியா விட்டு, நாம மட்டும் வேளைக்கு கேசரியும் சால்னாவும் லேகியமும். ஒரு பத்து நிமிஷம் முன்னால் ஓதுவார் வந்திருந்தால், கையில் இருந்த பணத்தோடு பஸ் ஏறி இருக்கலாம்.

'ஓதுவாரே! உம்மகிட்ட ஒரு அஞ்சு ரூவா திகையுமா? திருக் கல்யாணமும் தேரோட்டமும் முடிஞ்சதும் திருப்பிடறேன்!'

ஓதுவார் அவசரமாக நகர்ந்தார்.

'நானும் உம்மைப் போல கோயில் வருமானத்துலே வயிறு கழுவறவன்தானே சுப்பு? மாசச் கடைசியிலே எல்லாம் ஒரேமாதிரி ததிங்கிணதோம்தான்!'

ஊர்கிற ஒவ்வொரு விநாடியும் ருக்குமணி நினைப்பு பலமாகக் கவிந்து பிள்ளையை வதைக்க ஆரம்பித்தது. கால்வலிகூட மறந்து போனது. 'தனியாக் கிடந்து என்ன கஷ்டப்படறாளோ? ராவுத்தர் ஊரில் இருந்தாலும், கைமாற்றாக ஏதாவது வாங்கிக்கொண்டு புறப்படலாம். சோதனைக்கு அவரும் சவாரி விட்டிருக்கிறார்.'

சாட்சிக்காரன் காலில் விழுவதைவிட, சண்டைக்காரன் காலிலேயே விழுவதுதான் சரியாகப் பட்டது. நடையை எட்டிப் போட்டார்.

•

தேவஸ்தானம் மேனேஜர், வீட்டு வாசலில் உட்கார்ந்து இங்கிலீஷ் பத்திரிகை படித்துக் கொண்டிருந்தார். உள்ளே ரேடியோவிலிருந்து நாதசுவரச் சத்தம். அது தான் வாசித்த

கொலம்பியா ரிக்கார்டாக இருந்தால் நன்றாக இருக்கும் என்று ஏனோ தோன்றியது. இல்லை, இது ஆபேரி. காளையார் கோயில் செட் ரிக்கார்ட் கொடுத்தது. அடாணாவில் 'பாலகனகமய!'

மேனேஜர் வீட்டம்மா வாசலுக்கு வந்தபோது, சுப்பையா பிள்ளை முன்னால் போய் அவசரமாக நின்றார்.

'எங்க பொம்பளை இருக்குதாம்மா?'

'எல்லாப் பொம்பளையும் இருக்குதய்யா. நீரு என்ன ரெண்டு நாளா கண்ணுலே படலே!'

மேனேஜர் சிரித்தபடி கேட்டார். இவருக்குத் தெரியாதா என்ன?

சத்தம் கேட்டு வாசலுக்குப் பெருக்குமாறோடு குஞ்சரம் வந்து விட்டாள்.

'அலையாதீங்கன்னா கேட்டாதானே? காபித் தண்ணி எடுத்துக் கிட்டு நானே வரத்தான் கிளம்பிக்கிட்டிருந்தேன். ஏன் கஷ்டப் படறீக? நான் பாத்துக்க மாட்டேனா. மனசுதான் வருமா?'

கூச்சல் மட்டும் இல்லை. இந்தக் கரிசனமும்தான் குஞ்சரம்.

ஆனால், இப்போது காபி வேண்டியிருக்கவில்லை. காலையில் இருந்து வெறும் வயிற்றோடு கிடக்கிற இவள் குடிக்கட்டும்.

'காபி வேண்டாம் பிள்ளே. அவசரமா ஒரு அஞ்சு ரூபா தேவைப்படுது.'

'ஏன், லேவியம் வாங்கணுமா?' அவள் வெடுக்கென்று கேட்டாள்.

பம்மிப் பம்மி விஷயத்தைச் சொல்லி முடித்தார்.

'ஆமாமா. உடம்பு நேராச்சுல்லே. கிளம்பிட வேண்டியது. இளையகுடியாளைப் பாக்காட்டா உசிரு தங்காதே!'

'அவ மெய்யாலுமே முடியாமக் கிடக்காளாம். தாக்கல் வந்துச்சு. நான் போறவரைக்கும் தாங்குதான்னு தெரியலை' கொஞ்சம் அதிகமாகவே சொல்லி வைத்தார்.

'நீரு போய் என்ன பண்ணப் போறீகளாம்? உம்மைக் கவனிச் சுக்கவே ஆளு அம்பு வேண்டியிருக்கு. கையிலேயும் சல்லிக் காசு கிடையாது!'

மேனேஜர் உள்ளே போயிருந்ததால் குரலை ஏற்றியவளை, பரிதாபமாகப் பார்த்தபடியே சமாதானமாகச் சொன்னார்.

'ஏதோ ஒரு ஆதரவா இருக்குமில்லே? அவளுக்கு வேற எதையும் நான் தரலை. மாசக்கணக்கா அந்தப் பக்கம் போகவுமில்லே.'

'என்னமோ கோடி கோடியா சம்பாதிச்சு என் மடியிலே கொண்டு வந்து கொட்டின மாதிரி இல்லே இருக்கு உங்க பேச்சு. ஏதேது, நியாயத்துக்கு மதிப்பு இல்லியே! நான் உசிரைக் கொடுத்து ராப்பகலா கதி கெட்டு நீரு வாந்தி எடுத்ததையும், வயத்தால போனதையும் வாரிக் கொட்டிக்கிட்டு கஞ்சி வச்சுத்தர வேண்டியது. உடம்பு நேராச்சா, ருக்குமணி எங்கே, சுக்குமணி எங்கேன்னு நீரு பொறத்தாலே மண்ணைத் தட்டி விட்டுட்டு ஓட வேண்டியது. உம்மைச் சொலலிக் குத்தமில்லய்யா. நான் பொறந்த நேரம்!'

குஞ்சரத்தின் சத்தத்தைக்கூட பொறுத்துக் கொள்ளலாம். அழ ஆரம்பித்தால், சந்நதம் வந்தது போல உடம்பு பதறி நெஞ்சைப் பிடித்தபடி சாய்வதில் போய் முடியும்.

சுப்பையா பிள்ளை மெல்ல நழுவினார்.

●

வெயிலில் காயப்போட்ட தெருவில் சுப்பையா பிள்ளை தளர்ந்து வந்தபொழுது, சந்தைக் கடையிலிருந்து கூட்டம் கூட்டமாக ஜனம் போய்க்கொண்டிருந்தது. கரும்பைக் கடித்தபடி நடக்கிற வர்களும், புதிதாக வாங்கிய சட்டிப் பானையைத் தலையில் ஏற்றி வருகிறவர்களும், ஆட்டை ஓட்டிப் போகிறவர்களுமாக வழியே கலகலப்பாக இருந்தது. மாம்பழ வாசனையும், கருவாடு வாடையுமாக ஒரு விநோதக் கலவையோடு வந்த காற்று. பள்ளிக்கூட வாசல் புளியமரத்தடியில் பெரிய எழுத்து விக்கிரமாதித்தன் கதையும், அல்லி அரசாணி மாலையும் விற்றுக் கொண்டிருந்தவர்களைச் சுற்றி ஒரு கூட்டம். 'மட்டக் குதிரை ஏறிப்போனான் ராஜா தேசிங்கு'' என்று நடுவில் நின்று, ஒரே நேரத்தில் தாடி அசைந்து தாழ, தலைப்பாகையோடு இரண்டு பேர் பாடுவதைக் கொஞ்ச நேரம் கேட்டுக்கொண்டு நின்றார் சுப்பையா பிள்ளை. 'சிரித்தபடியே உசிரைவிட்டான் ராஜாதேசிங்கு!' தாடிக்காரர்கள் உச்சக் குரலில் பாடியபோது, ஒண்ணரை மணி சங்கு பிடிக்கிற சத்தம்.

‘சிரித்தபடிக்கே உசிரை விடக்கூட ஒரு கொடுப்பினை வேணும். இருந்து இருந்து என்னத்த சாதிச்சோம்? நிம்மதியாக் கண்ணு மூடவும் வழி இல்லே. ஒரு அஞ்சு ரூபா காசுக்குப் பாரமா - பூமிக்கு என்ன - குஞ்சரத்துக்குப் பாரமா, கொஞ்சம் கொஞ்சமா ஆகிக்கிட்டு இருக்கோம். இளையவள நிர்க்கதியாக விட்டு பாவம்! இன்னும் எப்படி எல்லாம் இழுத்துக்கிட்டுக் கிடக்க ணுமோ? இப்படியே கண்ணை மூட முடிஞ்சா எவ்வளவு நல்லா இருக்கும்? குஞ்சரத்துக்கு சோறு போட நாலு வீடு இருக்கு. குருசாமிக்கு மேளம் தட்ட ஒத்துக்காரன் இருக்கான். ருக்கு மணிக்கு முன்னாலே நாம போய்ச் சேர்ந்தா எம்புட்டோ மேல்!’

யோசித்தபடி படுத்திருந்த சுப்பையா பிள்ளை கண் முன்னால், ஒரு பிரும்மாண்டமான கொலம்பியா ரிக்கார்ட் சுழன்று சுழன்று அடாணாவில் நாயனமும் மேளமுமாக இசைத்து, ‘ஏலநீ... ஏலநீ... ஏலநீ...’ என்று ஊசி மாட்டி இடக்குப் பண்ண, தூங்கிப் போனார்.

●

‘கதவைத் தொறந்து வச்சுட்டுத் தூங்கறீகளே! சாத்திட்டுதான் படுப்போம்னு கைவராதே!’

குஞ்சரம் குரல், தட்டி எழுப்பியது.

‘அம்மா வீட்டுலேருந்து சுடுசோறும் சாம்பாரும் கொண்டாந் திருக்கேன். சாப்பிட்டுப் படுங்க!’

முதுகில் மெல்லக் கையமர்த்தி எழுப்பிவிட்டாள்.

‘நீ சாப்பிட்டியா பிள்ளே?’ உட்கார்ந்தபடியே கேட்டார்.

‘காலையிலே பழைய சோறு தண்ணிவிட்டு வச்சது மோரு போட்டு சாப்பிட்டேன். வயிறு இன்னும் நிறைஞ்சுதான் இருக்கு.’

குஞ்சரம், பனை ஓலை விசிறியால் விசிறியபடி, ஒவ்வொரு கவளமாக ஊட்டினாள். சுப்பையா பிள்ளைக்குக் குழந்தை போல அழுகை முட்டிக்கொண்டு வந்தது.

‘ராத்திரிக்குக் கஞ்சி வச்சுத் தாங்க ஆத்தான்னு ராவுத்தர் வீட்டு அம்மாகிட்டே சொல்லியிருக்கேன். குடிச்சுட்டுப் படுத்துக்

கெடங்க. அவன் கூப்பிட்டான், இவன் கூப்பிட்டான்னு கிளம் பிடாதீங்க!'

'ஏன், நீ எங்கே போறியாம்?'

'போறாக! சீமைக்குப் போய் துரைசானிக்கு முதுகு தேச்சுவிட ஆள் தேடறாகளாம். நீரு ஒண்ணு திருப்பத்தூர் வரை போய்ட்டு காலையிலே வந்துடறேன்!'

குஞ்சரம், ஒரு புடைவையை முறுக்கி நார்ப்பையில் வைத்துக் கொண்டாள்.

'பாவம், அந்தப் பொம்பளை. ஏன் தனியா கெடந்து கஷ்டப் படணும்? நான் போய் கைத்தாங்கலாக் கூட்டி வந்துடறேன். கூழோ கஞ்சியோ, நாம குடிக்கிறதை அதுக்கும் ஊத்தினாப் போகுது. அவளுக்கும்தான் நம்மைவிட்டா யாரு இருக்கா? ஒத்தைக்கு ரெட்டைக் கிழவியா உம்ம ரெண்டுபக்கமும் தொளைச்சு எடுத்தாலாவது, கண்ட கருமாந்திரத்தையும் முழுங் கிட்டு வராம இருப்பீகளான்னு பாக்கலாம். முகத்தைப் பாரு, அடுக்கு தீபாராதனை கொளுத்தின மாதிரி! இளையகுடியா வரான்னா இருக்காதா பின்னே?'

சத்தத்தைக் குறைக்காமல் வாசல் படலை ஒருக்களித்து மூடிவிட்டு தெருவில் இறங்கினவளைப் பார்க்க முடியாமல், சுப்பையா பிள்ளைக்குக் கண்ணீர் நிறைந்தது.

30. சேது

'வேண்டாம்!' என்று மறுத்துப் போன வெள்ளைக்காரர்கள். அப்புறம், ஐந்து ரூபாயைக் கையில் வைத்துவிட்டு, ஈர உடுப்போடும், வாயில் புகையும் சுருட்டோடும் நடந்துபோன தெலுங்கு தேச விவசாயிகள். போனால் போகிறதென்று பதினேழு ரூபாயும் சில்லறையுமாக வீசிவிட்டு நடந்த மார்வாரிக் கும்பல்.

அவ்வளவுதான் இன்றைக்கு!

வாளியும் கையுமாக, ஆள் அரவம் ஒழிந்த மூன்றாம் பிராகாரத்தைக் கண்ணால் அளந்தபடி சுற்றிவர, மிச்சப் பொழுதும் ஊர்ந்து போனது.

இன்னும் கொஞ்ச நேரத்தில், வழக்கம் போல இந்த நாளும், குஜராத்தி போஜன சாலையில் சுக்கா ரொட்டியோடும், அலுமினியக் கிண்ணத்தில் நீர்த்து நிற்கிற பருப்புக் கூட்டோடும், அங்கேயே வாளியைத் தலைமாட்டில் வைத்தபடி ராத்தூக்கத்தோடும் முடிந்துவிடும்.

ஒரேயடியாக முடிந்தால்கூட சரிதான். சின்னாவுக்கு ஒரு வருத்தமுமில்லை. ஆனால் அப்புறம், வாளியும் தாம்புக் கயிறும் என்ன ஆகும்?

சின்னாவுக்குச் சிரிப்பு வந்துவிட்டது.

குடும்பம், சொந்தம், பந்தம் என்று எல்லாம் தொலைந்து போனவனுக்கு, இப்படி வாளியோடு முடிபோட்டுக் கொண்டு தான் வாழ்க்கை நகர வேண்டும் என்று எங்கேயோ எழுதியிருக் கிறது. வாளியைத் தொலைத்துவிடக் கூடாது.

'டூரிஸ்ட் கைடுன்னா மத்த எடத்துலே நல்லா உடுத்திக்கிட்டு நிப்பாங்க. ராமேசுவரத்துலே இப்படி வேட்டியை மடிச்சுக் கட்டிக்கிட்டு, ஆளாளுக்கு கையிலே வாளியைத் தூக்கிக்கிட்டு அலையறாங்களே!'

போன வாரம்தான் யாரோ கேட்டார்கள்.

உண்மைதான். இறைத்துக் கொட்டிக் குளிக்கவைத்துக் காட்ட இந்த இருபத்திரண்டு தீர்த்தங்கள் மட்டும் இல்லாமல் போயிருந்தால், ராமேசுவரம் கோயிலைப் பார்க்க எங்கெங்கோ இருந்து வந்து சேர்கிற யாருக்கும் வழிகாட்டி தேவைப்படாது. வந்தோம், பார்த்தோம், போனோம் என்று பையை மாட்டிக் கொண்டு கிளம்பி விடுவார்கள். சின்னாவைப் போன்றவர்கள் வாளியை இறக்கித் தூர வைத்துவிட்டு வேறு ஏதாவது வேலை கிடைக்கிறதா என்று போயிருக்கலாம்.

இனிமேல் இதுதான் என்று, இருபது வருஷம் முன்னால் வரிந்து கொண்ட தொழில். வாளியைத் தூக்கிக்கொண்டு, யார் யாரையோ வழிநடத்திக் கொண்டு, புராணம் ஒப்பித்துக் கொண்டு, ஈரம் நசநசக்கும் கருங்கல் பாவிய பிராகாரங்களி லும், சுடு மணல் சிதறிய சமுத்திரக் கரையிலும் நடந்தே கழிந்த நாள்கள். எல்லா பாஷையும் கேட்டுக் கேட்டு மனத்தில் பதிந்து, கனவிலும் பேசியபடிக்கே சுற்றித்திரிந்து களைத்த கால்கள்.

கயிறு கோர்த்த இரும்பு வாளியை, நெகிழப் பிடித்துக்கொண்டு கிழக்கு வாசல் வழியாக வெளியே வந்தான் சின்னா.

நட்சத்திரம் காணாமல் போன வானத்தில், மின்னல் சிணுங்கிக் கொண்டிருந்தது. இதமாக நனைக்கிற தூறல். காற்று ஓய்ந்து

போயிருந்த முன்னிரவில், சங்கும் சோழியுமாகப் பரத்தி வைத்து விற்கிற கோயில் வாசல் கடைகளின் தேசல் வெளிச்சம். கரகர வென்று எங்கேயோ டிரான்ஸிஸ்டர் பாடிக் கொண்டிருந்தது.

'வாளிக்காரரே, கொஞ்சம் நில்லும்...'

சின்னா திரும்பிப் பார்த்தான். ஆஞ்சநேயர் சந்நிதிப்பக்கம் இருந்து வரும் குரலைத் தொடர்ந்து இருமல் சத்தம்.

உக்கிரச் சிவப்பில் ரௌத்ரமூர்த்தியாக நிற்கும் ஆஞ்சநேயரை விட்டு விலகி, தூணோரம் சாய்ந்தபடி நிற்கிற தாடிக்காரன். அழுக்கு புரண்டாலும், தழையத் தழையக் கட்டிய எட்டு முழ வேட்டி, காவி ஜிப்பா. தோளில் மாட்டிய துணிப்பையிலிருந்து வழியும் சிவப்புக் கைத்தறித் துண்டு. வயதை மறைத்த அரை வழுக்கைத் தலை.

பத்து ரூபாய் பெயர்ந்தால் அதிசயம்.

தாம்புக்கயிறு வாளியில் இறுக்கிய முடிச்சைச் சரி பார்த்தபடி பக்கத்தில் போனான் சின்னா.

'அம்பது ரூபா ஆகும்...'

'சரி!'

சின்னாவுக்குச் சப்பென்று போனது. இப்படியும் சில பேர் வழிகள். எல்லாம் முடிந்து சாவகாசமாகப் பேரம் பேசி சண்டை போடுவானோ?

'எல்லாம் பாக்கணும், ஒண்ணுவிடாம! போறதுக்கு முன்னாடி அத்தனை தீர்த்தமும் மேலே படணும், படியணும்... நேரமானாலும் சரிதான், போகலாம்.

கொஞ்சம் தடுமாறிக் கைநீட்டிய தாடிக்காரனின் விரல்களைப் பற்ற, உடம்பின் உஷ்ணம் சின்னாவைச் சுட்டது.

'சுகமில்லையா?'

அவன் சின்னாவின் தோளில் கை வைத்துச் சிரித்தான்.

'சுகமா? இப்ப கஷ்டப்படறதுதான் சுகம்!'

சிவப்புச் சந்தன வாடை சூழ்ந்த ஆஞ்சநேயர் சந்நிதிக்குத் தெற்கில் நடந்தபொழுது, வெளியே மழை ஆரம்பித்திருந்தது.

'முதல்லே, மஹாலட்சுமி தீர்த்தத்துலே குளிச்சுக்கறீங்களா?'

சின்னா கேட்டபடிக்குப் பின்னால் பார்க்க, தாடிக்காரன் தலையைப் பார்த்து முணுமுணுத்தான்.

லட்சுமி போல, கிருஷ்ணன் சாமி செலைபோல, எத்தனை அழகான குழந்தை! அம்மாவைக் கொண்டிருக்கணும். புண்ணிய வதி, போய்ச் சேர்ந்துட்டாளாம்.

யாத்திரைக்குக் கிளம்பி வருகிற ஒவ்வொருத்தரும் ஒவ்வொரு விதம்! கடைசியில் காசு கொடுக்கக் கையை இழுத்துக்கொண்டு இரையும் பொழுது எல்லோரும் ஒரே போல!

மங்கிய ஒற்றை விளக்கு வெளிச்சத்தில் ஈரம் மணக்க நிற்கிற தீர்த்தக் கட்டம்.

சின்னா, வாளியை தீர்த்தக் கிணற்றில் விட்டு, தண்ணீர் சேந்தி னான்.

'எமதர்மராஜனே குளிச்சு எல்லாப் புண்ணியமும் கெடச்ச தீர்த்தம் இது!'

தலையில் விழுகிற வாளி நீர் முதுகை நனைக்க, வளைந்து கொடுத்து தாடிக்காரன் எழுந்து நின்றான். கைப்பையிலிருந்து துண்டை உருவி எடுத்து முகத்தைத் துடைத்துக்கொண்டு வெளியே போகத் திரும்பியவனை, சின்னா கையைக்காட்டி நிறுத்தினான்.

'சாவித்திரி தீர்த்தத்தைப் பார்க்காமப் போறீங்களே! காசியப முனிவரோட சாபம் தீர்த்தது!'

இன்னொரு வாளித் தண்ணீர் தலையில் கவிழ, திரும்பத் தரையில் குத்துக்காலிட்ட தாடிக்காரன் கை கூப்பியபடி இருந்தான்.

'சாவித்திரி. என் வீட்டுக்காரி பேரும் அதான். குழந்தையைப் பறி கொடுத்தவன் மனசெரிஞ்சு சபிச்சு இருப்பானோ! என்னைத் தானே சுட்டிருக்கணும் அது அவளைச் சாய்ச்சுடுச்சு...'

சின்னா, அவனைக் கூர்ந்து பார்த்தான். மனநிலை சரியில்லையா?

சம்பந்தா சம்பந்தம் இல்லாமல் பிதற்றிக் கொண்டு வருகிறவனிடம், எந்தத் தீர்த்தத்தைக் காட்ட? எதைச் சொல்ல?

சுற்றி ஈசல் பறக்கும் குழல் விளக்குகளும், வௌவால் வாடையுமாகத் தூண்கள் அடுக்கி விரிந்த மூன்றாம் பிராகாரம்.

'சேதுபதி மகாராஜா கட்டினது. ஆயிரம் தூணு. அதுக்கு மேலேயும்தான்! உலகத்திலேயே இப்படி ஒரு மண்டபம் வேறே எங்கேயும் காணக் கிடைக்காது!'

வாய் இயந்திரமாகச் சொல்ல, சின்னாவின் மனம் சிரித்தது.

'உலகம்... உனக்கு அது வாளியும் கிணறும்தானே! இந்த இருபது வருஷத்துலே பாம்பன் பாலம் தாண்டி அந்தப் பக்கம் போயிருப்பியா? இனிமேலும் போகப் போறதில்லே... எதுக்கோ வந்தே... என்னமோ பண்ணிட்டு இருக்கே! இதைவிடவா அதிசயம்?'

தாடிக்காரன், சின்னாவின் காதுப்பக்கம் ரகசியம் சொல்கிறது போல முனகினான்.

'உலகமே தெரியாதவ என் சாவித்திரி. பிள்ளையில்லேன்னு யார் யாரோ குத்திக்காட்ட உடஞ்சே போய்ட்டா! அவ கஷ்டப் படறதைப் பொறுக்காம, யாருமே வேண்டாம்னு தனியாக் கூட்டிக்கிட்டுப் போய் ஊருக்கு ஒதுக்குப்புறமா வீடு கட்டிக் குடித்தனம் வச்சேன். தனியா இருந்தாலும் மறுகிட்டேதான் இருந்தா. போதாக்குறைக்கு டாக்டரம்மா வேறு தீர்மானமாச் சொல்லிட்டா. உன் வயத்துலே ஒரு புழு பூச்சிகூட ஜன்மம் எடுக்காது. தாங்கலே! எத்தனை நாள்? எத்தனை நாள் பித்துப் பிடிச்சது போலக் கிடந்திருப்பா?'

சொக்கட்டான் மண்டபம் கடந்து சேதுமாதவர் சந்நிதிப் பக்கம் திரும்பினான் சின்னா. சுற்றியும், கனத்த திரைச் சீலையாக விழுந்த இருட்டு. அகல் விளக்கின் ஆடி அதிரும் சுடரொளியில், வெண்மை துலங்க நிற்கிற மாதவன்.

'பெருமாள்சாமிதானே?'

தாடிக்காரன், கும்பிட்டபடி விசாரித்தான்.

'ஆமா. ஆண்டவனையே சங்கிலியால கட்டியிருக்கு. கவனிச்சீங்களா? பிரியத்தாலே கட்டினது!'

'நீ ஒண்ணு. பக்கப் பதிய வைக்காட்டா, என்னை மாதிரிப் பட்டவன் கிளப்பிட்டுப் போயிடுவான். வாயிலே வார்த்தை வேணும். அவ்வளவுதான்!'

சின்னா, அவனை நிமிர்ந்து பார்த்தான். ஈர உடுப்பு ஒட்டிய ஒடம்பு தளர்ந்து மெல்ல நடுங்குகிறது.

சேதுமாதவ தீர்த்தக் குளத்தில் முடிகிற மணல் பாதை. பாதத்தில் ஒட்டிய பொடிக் கற்கள் உறுத்தியதாலோ என்னவோ, குனிந்து தடவியபடியே வந்தான் தாடிக்காரன்.

மின்னி அணையும் குழல் விளக்கு வெளிச்சத்தில், ஆம்பலும் தாமரையுமாகப் படர்ந்து தெரியும் தீர்த்தக் குளத்தின் படிகளில் இறங்கியபடி சின்னா சொன்னான்:

'படி வழுக்கும். நீங்க மேலேயே நில்லுங்க. தண்ணி எடுத்து வரேன்...'

கலங்கிப் போயிருந்த தண்ணீரை வாளியில் நிறைத்தபடி மேலே வந்த பொழுது, உட்கார்ந்தபடிக்குத் தாடிக்காரன், கைப்பையி லிருந்து சின்னதாக ஒரு தாமிரச் செம்பை வெளியே எடுத்தான்.

'பூஜைப் பாத்திரம். ராமேசுவரியோட வந்தது! என்னோடேயே தங்கிடுச்சு. அவ போய்ட்டா. என் குழந்தை என்னை விட்டுட்டுப் போயிட்டா...'

தாமிரச் சொம்பைக் கையில் பிடித்து, இடமும் வலமுமாகச் சுற்றியபடி இருந்தவனின் நிழல், குளப்படிகளில் மடிந்து நீண்டிருந்தது.

'மனசுத்தியைத் தரும் சேதுமாதவ தீர்த்தம் இது...'

சின்னாவின் வாளியிலிருந்து விழுந்த தண்ணீரோடு வழிந்து இறங்கி, தாடிக்காரனின் கண்ணை விகாரமாக மறைத்து அப்பிய தாமரை இதழ்.

கையைத் தரையில் ஊன்றியபடி மெதுவாக எழுந்தான் அவன். 'மனசுத்தி, வாக்குசுத்தி - ரெண்டும் கெட்டவன் நான். பிள்ளை

வரம் கேக்க வந்தவன். யார் பெத்த பிள்ளையையோ இப்படித் தூக்கிட்டு ஓடினேன். வேண்டாம் வேண்டாம்னு கெஞ்சினா வீட்டுக்காரி. பொம்பளைப் புள்ளை. மண்ணுலே இருந்து செடியைப் பறிச்சு, வேறே எங்கேயோ நடற மாதிரி... பாவங்க... வேணாம்னா, வளர்த்து, ஆளாக்கிக் கட்டிக் கொடுத்து... நம்ப மண்ணும் நிரந்தரமில்லே. வலுக் கட்டாயமா வேரோட கொல்றது மகா பாவம்னா. கேட்டா தானே?'

முழுக்க இருள் அடைத்த பாதை. நடந்து பழகிய சின்னா, காலை வீசிப் போட்டு நடக்கிறான். பிடித்த பிடியில், தாடிக்காரன் அலையடித்துக் கொண்டு கூடவே வருகிறான்.

கவாட்ச தீர்த்தக் கிணற்றின் கைப்பிடிச் சுவர் மேல் ஒரு விநாடி கை ஊன்றிக் குனிந்து பார்த்தபடி இருக்கிறவன், நிறுத்தாமல் பேசுகிறான்:

'எனக்கும், நம்ப ஆயுசுக்கும் பிள்ளை பிறக்காதுன்னு தோண ஆரம்பிச்சுடுச்சு. சாவித்திரி கஷ்டப்படறதும் பார்க்கச் சகிக்கலே! அங்கே பார்த்தா இவன். அப்பாவி பிகாரி ஒருத்தன் இப்படி மூணரை, நாலு வயசுக் குழந்தையோட எங்கேயிருந்தோ வந்து, மெட்ராஸிலே வண்டி ஏறறான். அது நாங்க இருந்த பெட்டியாத்தான் இருக்கணும்னு விதி!'

தீர்த்தக் கிணற்றின் உட்சுவரில் மோதி ஒலி எழுப்புகிற வாளியின் சத்தத்தைக் கேட்டபடி, தரையில் உட்காருகிறான்.

'அவன்கிட்டே அன்பா அனுசரணையாப் பேசினேன். வடக்கு பூரா சுத்தினவன் நான். பாஷை ஒரு பிரச்னையுமில்லே. பீகாரி, இந்தி - தண்ணிபட்ட பாடு. பேரைக் கேட்டேன். ஊரைக் கேட்டேன். நிலக்கரிச் சுரங்கத்துலே கரி அள்ளறவன். கரிக் கட்டை மாதிரி இருக்கிறவனுக்கு, இப்பக் காட்டினியே என்ன சாமி? சேது மாதவன் சாமி. அது மாதிரி விக்ரகம் கணக்காப் பொண்ணு. சொன்னேனே! அம்மாவைக் கொண்டிருக்கணும். பொண்டாட்டியைக் கடைத்தேத்த, யாரோ சொன்னாங்கன்னு இப்படிப் பச்சைக் குழந்தையோட கிளம்பி வரான். பிள்ளையைப் பெத்துப் போட்டுட்டுப் போய்ச் சேர்ந்துட்டா மகராசி. ரொம்பக் கஷ்டப்பட்டிருக்கான் தனியா! இன்னொரு பொண்டாட்டி கட்டமாட்டானாம். காசும் இல்லே!'

இருட்டில் தட்டுத் தடவி, காலடியில் தாடிக்காரனின் தலை கண்டு, தண்ணீரைக் கவிழ்த்தான் சின்னா.

'நரகத்துக்குப் போகணும்னு விதிச்சிருந்தாலும், மித்ரபேதம் செஞ்ச பாவம் தொடர்ந்தாலும், அத்தனையும் மாறிப் போகும் இந்தத் தீர்த்தத்தாலே!'

இருட்டில், தாடிக்காரன் உரக்கச் சிரிக்கும் சத்தம்.

'தம்பி! நல்ல துணைன்னு நினைச்சுகூட வர்றவனுக்குத் துரோகம் பண்றது சாதாரணமா? தண்ணியை ஊத்தித் தொடச்சு எறியற சமாச்சாரமா அது? அவனை அட்டை மாதிரி ஒட்டிக்க வச்சேன். பாஷை தெரியாதவன். கையிலே காசும் கம்மி. என்னமோ தைரியத்துலே கிளம்பி வந்திருக்கான். குழந்தையையாவது விட்டுட்டு வந்திருக்கணும். யாருமே இல்லேன்னு அதையும் கூட்டிக்கிட்டு வந்துட்டான். நானாச்சுன்னு குஜராத்தி சத்திரத்துலே எடம் பிடிச்சுக் கொடுத்தேன். ஆடி அமாவாசை நேரம். மோதி அலையடிக்கிற கூட்டம். சாப்பிடப் போக, சமுத்திரக் கரைக்குப் போக கோயிலுக்குப் போகன்னு கூடவே போனேன். குழந்தை என்கிட்டேயும் சாவித்திரி கிட்டேயும் ஒட்டிக்கிட்டுது. சாவித்திரிக்கு மனசுலே கள்ளமில்லாத பிரியம் இருந்தது. என் மனசுலே கள்ளம்தான். பிள்ளையைக் கிளப்பிக்கிட்டு ஓட, சமயம் பாக்கற மனசு!'

தாடிக்காரன் நீளப் பேசி மூச்சு வாங்கி நிறுத்த, சின்னா நாலு எட்டு திரும்ப நடந்து, நிறைத்த வாளியோடு வந்தான்.

'கவாய தீர்த்தத்துலே குளிச்சா, ஏழு தலைமுறை முந்தினவங்களும் நல்ல கதிக்குப் போவாங்கன்னு ஐதீகம்!' உயிரே இல்லாமல் ஒலிக்கும் சின்னாவின் குரல்.

தாடிக்காரன், மேலே விழுந்த நீர்த்தாரையில் உடல் சிலிர்க்க, சின்னாவின் காலைப் பற்றியபடி எழுந்து நின்றான்.

'அவன், பொண்டாட்டியைக் கடைத்தேத்த வந்திருக்கான். போயிருப்பா! நல்ல கதிக்குப் போயிருப்பா!'

ஒரு விநாடி நிறுத்தினான். ஏதோ ராப்பறவை இரைந்தபடி பறந்தது.

‘அவ மட்டுமில்லே. என்னோட சாவித்திரியும்தான்!’

குரல் உடைந்து கதறியவன் கையைப் பிடித்து, சின்னா நடந்தான்.

திரும்பவும் சேதுமாதவர் சந்நிதியைக் கடக்க, ராக்காலப் பூஜைக் கான கோயில் மணியும் சங்கும் முழக்கமிடுகிற ஓசை காற்றில் கலக்கிறது.

‘இது என்ன தீர்த்தம்? பெரிய கிணறா இருக்கே?’

தாடிக்காரனின் விரல் சுட்டிய இடத்தில், சீராக நிறைந்த விளக்கு வெளிச்சத்தில், பாதையைக் கடந்து தாவிப் போகிற தேரைக் கூட்டம்.

‘கந்தமாதன தீர்த்தம்!’

‘கந்தமாதன பர்வதம்னு’ சின்னாவைப் பார்த்த பார்வை வெறுமையாக இருந்தது.

‘காந்தமாதன பர்வதம் இங்கே இருந்து ரெண்டு கிலோ மீட்டர் தூரத்துலே இருக்கு. பெரிய மண்மேடு. ராமர் பாதம் வச்ச இடம்!’

சின்னா, தண்ணீர் இரைத்தபடி சொன்னான். கம்மிப் போன குரல் அது.

‘தெரியும். ஜட்காவுலே போனது. நானும் சாவித்திரியும்தான்! இருட்டற வரைக்கும் பேசிக்கிட்டிருந்தோம். என்னென்னமோ சொல்லிப் பார்த்தேன். அவன் ஏழைப்பட்டவன். பொம்பளக் குழந்தை. வடநாட்டிலே பொம்பளைப் பிள்ளைய வளர்த்துக் கட்டிக் கொடுக்கிறது பெரிய கஷ்டம். அதுவும் இப்படி அனாதையா ஆஸ்தி இல்லாம கரியள்ளறவன்கிட்டே வைரம் கிடைச்ச மாதிரி இந்தக் குழந்தை இருக்க வேணாம். நாமளே கூட்டிட்டுப் போயிடுவோம். நல்லா வளர்க்கலாம், படிக்க வைக்கலாம், கண் நிறைஞ்ச மாதிரி கட்டிக் கொடுக்கலாம்னேன். அப்புறமா பிரியத்தானே வேணும். அதுக்கு இப்பவே குழந்தையை மறந்துட்டு, வந்த வேலையைப் பாத்துக்கிட்டு போயிடலாமேன்னு பிடிச்ச பிடியா நின்னா அவ!’

உட்பிராகார தீப வெளிச்சத்தில், தாடிக்காரனை உற்றுப் பார்த்தான் சின்னா. சலனமில்லாத கண்கள் எங்கேயோ

வெறித்தபடி இருக்க, தனக்குத்தானே பேசியபடி வருகிறவன். மனக் கிணற்றை இரைத்து இரைத்து ஊற்றுகிற பேச்சு அது.

இருட்டும் வெளிச்சமும் பின்னிப் படர்ந்து நிழலாட்டம் காட்டிய ஒழுங்கை வழியே மெல்ல நடக்க, யானை கட்டிய மூலையிலிருந்து உக்கிரமாக ஒலிக்கிற பிளிறல் சத்தம். சாய்வாக இறங்கிய மழைத்தாரைகள், சுற்றுச் சுவர் இடுக்குகளின் வழியே காற்றோடு கலந்து விசிறி நெகிழ்த்திய நீர்த்திவலைகள். சிதறிய பாதை முடிவே இல்லாமல் நீண்டது அது.

சங்கு தீர்த்தப் படிகளில் ஏறி சின்னா இரைத்து எடுக்க, முறுக்கிக் கொண்ட தாம்புக் கயிறு வாளியைக் கவிழ்த்தது. தரையில் சிதறி ஒழுகிய தண்ணீரைப் பார்த்தபடிக்கு மௌனமாக நின்றான் அவன்.

தாடிக்காரன் பக்கத்தில் வந்து, வாளியை எடுத்து இரைத்தபடி சின்னாவைப் பார்த்தான்.

'சீராக நடக்கிற வரைக்கும் குழப்பம் இல்லே. நடக்கக் கூடாதுன்னு இருந்தா! விடிஞ்சதும் கடல்லே குளிக்க, தானம் பண்ண, பொண்டாட்டி கர்மம் நடத்தன்னு அவன் கிளம்பிட்டான். குழந்தைக்கு இன்னும் உறக்கம் கலையலே. நான் தூக்கிக்கறேன்னு சாவித்திரி பின்னாலே பிள்ளையோட வரா! நானும் அவனும் முன்னாலே நடக்கறோம். இப்படித்தான் மழை நசநசன்னு பெய்யுது. ஜனம்தான் எங்கேயும். சங்கல்பம் செஞ்சு வச்சு திதி செய்யற ஐயருங்ககிட்டே கூட்டம் நெரம்பி வழியுது. காசை வாங்கி வாங்கி மடியிலே முடிஞ்சுக்கிட்டு, ஆன வரைக்கும் சீக்கிரமா அத்தனை பாஷைக்காரங்களையும் சொர்க்கத்துக்கு அனுப்பிச்சுட்டு இருக்கறாங்க. சாடையிலே ஒரு ஐயரை எம்புட்டுன்னு கேட்டேன். ரெண்டு வெரலை மடக்கினாரு. இருநூறா, ரெண்டாயிரமாங்கிறது வர்றவன் கதியை வச்சுத்தானே! இவன் மடியைத் தடவினா பர்சைக் காணோம். மாடும் கன்னும், மனுசனும் அட்சதையும் எள்ளுமா எறைஞ்சு கிடக்கிற சமுத்திரக் கரையிலே மலங்க மலங்க முழிச்சுக்கிட்டுத் தேடறான் பாவம்...'

இன்னும் ஒரு வாளி இரைத்துத் தலையில் கவிழ்த்தபடியே பேசினான் தாடிக்காரன்.

'சத்திரத்துலேயே விட்டுவிட்டு வந்துட்டேன் போல இருக்கு. நீங்க இருங்க. போய்ப் பார்த்துட்டு வந்துடறேன்னு கிளம்பிப் போனான். இந்த பூஜைப் பாத்திரத்தை சாவித்திரி கையிலே கொடுத்துட்டுப் போனவன் எப்ப வந்தானோ? அவனை யாரு அப்புறம் பார்த்தது?'

சடாரென்று எல்லா விளக்கும் அணைந்து அந்தகாரத்தில் மூழ்கிய ஒழுங்கை, ஈரமும் காற்றின் சத்தமும் கால்மாறி நின்ற யானைகளின் சங்கிலிச் சலசலப்பும் சில்வண்டு இரைச்சலும் சேர்ந்து எழுப்பிய விநோதமான சூழல். ஈர விரல்களால் சின்னாவின் தோளைப் பற்றத் திரும்பிய தாடிக்காரன், கால் வழுக்கித் தரையில் சாய்ந்தான்.

சின்னா பதறிப்போய் அவனைத் தொட்டுத் தூக்க, புறங்கையில் விழுகிற கண்ணீர்த் துளிகள் சுட்டன.

பிராகாரம் கடந்து, சூரிய சந்திர தீர்த்தங்கள் போகிற வழிக்குத் திரும்பினான் அவன்.

'புத்தி, சுத்தி தரச் செய்யற புனிதத் தீர்த்தம் இது ரெண்டும்!'

சின்னா இரைத்து இரைத்து ஊற்ற, தாடிக்காரன் இன்னும் இன்னும் என்று கையைக் குவித்துக் குடித்தபடி இருந்தான்.

'புத்தியை மழுங்க அடிச்சேன் சாவித்திரியை. அடுத்த பத்துப் பதினைஞ்சு நிமிஷத்துலே அவ மனசை முழுசாகக் கலைச்சு, தோளிலே குழந்தையோட, ரயிலேறக் கூட்டிட்டுப் போயிட்டேன். ஏதோ பாசஞ்சர் வண்டி கிளம்பத் தயாரா நின்னது.'

வௌவால் ஒன்று தாழப் பறந்து, முகத்தில் அடிப்பதுபோல போக்குக் காட்டி மேலே எழ, இரண்டு கையாலும் முகத்தை மறைத்தபடி நடுங்கி நின்ற தாடிக்காரன்.

கங்கை யமுனை பெயர்கொண்ட தீர்த்தக் கிணறுகளுக்குப் போகிற வழி என்று அறிவிப்புப் பலகை சொன்ன பாதையில் நடந்தபொழுது, பற்றி இருந்த தாடிக்காரனின் கரங்கள் பிணம் போலக் குளிர்ந்து விறைத்து இருந்தன.

'அடிச்சுப் பிடிச்சு ரயிலேறிப் போய் என்ன? எனக்குச் சொந்தமில்லாததை நான் எடுத்துட்டு வந்தா, சொந்தமா

இருக்கறதும் இல்லாமப் போகணும்னு விதி. ரயில்லே போற போதே சாவித்திரிக்கு உடம்பு முடியாமப் போச்சு. மனசுக் குள்ளே குத்தம் செஞ்ச நெனைப்பு, குடைஞ்சு குடைஞ்சு உருக்குலைச்சுப் போட்ட உடம்பு!'

கையிலிருந்த பூஜைப் பாத்திரத்திலிருந்து கங்கா தீர்த்தத்தை வாங்கி, முகத்தில் விசிறித் தெளித்துக் கொண்டான் தாடிக்காரன்.

'நீ நம்புவியோ, நம்ப மாட்டியோ! மெட்ராஸ் போய் ஒரே மாசம்தான். படுத்த படுக்கையா கிடந்து, என்னை விட்டே போய்ட்டா சாவித்திரி. எல்லாம் போச்சு. யாருக்காக, யார் சந்தோஷமா இருக்கணும்னு நினைச்சு எல்லாம் பண்ணினேனோ! அவளே, அவளே...'

குலுங்கிக் குலுங்கி அழுகிறவன் மேல் வாளி வாளியாகப் படிகிற நீர். சின்னா தன் நினைவே இல்லாமல், இரைத்து இரைத்து ஊற்றிக்கொண்டே இருக்கிறான்

சட்டென்று நிமிர்ந்து பார்த்தான் தாடிக்காரன்.

'நானே பேசிட்டு வர்றேன் பாரு. கைடு, நீ பேசணும் நான் கேக்கணும். ஏதாவது பேசேன்!'

வெளி மண்டபத் தூணில் சாய்ந்து உட்கார்ந்தான் அவன். உள்ளே ஒவ்வொன்றாகச் சந்நிதிக் கதவுகள் மெல்லக் குலுங்கி அடை படும் சத்தம்.

'பிள்ளை என்ன ஆச்சு?'

குரல் பதறக் கேட்டான் சின்னா வாளியில் இறுகிய கயிற்றின் முடிச்சைத் தன்னிச்சையாக அவிழ்த்த கைகள் நடுங்க, வாளி தரையில் ஒலியெழுப்பி உருண்டது.

'ராமேசுவரி! அதான் நான் என் மகளுக்கு வச்ச பேரு! அவளுக்கு எல்லாமே நான்தான்னு நினைச்சுட்டு கண்ணுக் குள்ளே வச்சு வளர்த்தேன். ராமேசுவரியோட அப்பா, அம்மா, சிநேகிதன், சேவகம் பார்க்கறவன் எல்லாம் நான்தான். கல்யாணம் கூடக் கட்டிக்கலே அது ஒண்ணுதான் உனக்குக் கேடுங்கறியா. செஞ்சிருந்தா சாவித்திரி மன்னிச்சிருக்க மாட்டா...'

பையில் கையை விட்டுத் தேடி, ஈரம் படிந்த ரூபாய் நோட்டுகளோடு எழுந்து, சின்னாவின் கையில் திணித்தது ஐம்பது ரூபாய்க்கும் மேல் இருக்கும்.

'புள்ளைக்கு என்ன வயது ஆகறது இப்போ?'

சின்னாவின் முகம் முழுக்க, தூணின் நிழல் படிந்து கருத்துத் தெரிந்தது.

'இப்ப ராமேசுவரிக்கு இருபத்து மூணு காணும். மூணு வயசுலே கூட்டி வந்தது. ஒட்டவச்ச பந்தம் உடஞ்சுதான் போனது. ராமேசுவரி என்னை விட்டுட்டு, கூடப் படிச்ச சிநேகிதனோட போயே போய்ட்டா, மூணு வருஷம் முந்தி…'

தாடிக்காரன், பூஜைப் பாத்திரத்தைக் கண்ணில் ஒற்றிக்கொண்டு, நனைந்த உடம்போடு ஒட்டிக்கிடந்த கைப்பையில் வைத்தான்.

'இன்னும் ஏதாவது தீர்த்தம் பாக்கறதுக்கு இருக்கா?'

'ஒண்ணும் பாக்கி இல்லே. நான் கிளம்பறேன்!'

சாவி கொடுத்த பொம்மையாக சின்னா அடியெடுத்து வைக்க, தாடிக்காரன் தோளில் கை வைத்து நிறுத்தினான்.

'ஒரே ஒரு உபகாரம் பண்ணிட்டுப் போ. சமுத்திரக் கரையிலே கொண்டு விட்டுடு என்னை. குளிக்கணும் அதிலேயும்!'

'இப்பவா? ரொம்ப நேரமாயிடுச்சே!'

'அதுக்காக! இத்தனை தீர்த்தத்துலேயும் தண்ணி ஊத்திக்கிட்டு சேதுவிலே முழுகாமே இருக்கறதா? அதுக்கு என்ன எல்லாம் புண்ணியம்னு விதிச்சிருக்கோ, எனக்கு ஒண்ணும் வேண்டாம். எல்லாம் என் ராமேசுவரிக்குப் போகட்டும்!'

மழை விட்டிருந்த சின்ன வீதிகளில், நாய்க்குரைப்பு மாத்திரம் தொடர்ந்து வந்தது. சங்கர மடத்துப் பக்கம் தலையில் குரங்கோடு போய்க்கொண்டிருந்த அழுக்கு லுங்கிக்காரன், சின்னாவை மணி கேட்டான்.

'ஒம்பதரை.'

தாடிக்காரன், மணி பார்த்துச் சொன்னான்.

யார், யாரை வழிநடத்திக் கூட்டிப் போகிறார்கள் என்று புரிபடாத மௌனத்தில் சின்னா, தாடிக்காரன் கையைப் பற்றியபடி நடந்தான்.

அமைதியாகச் சின்னச் சின்ன அலைகளை விட்டெறிந்து கொண்டு கிடந்த கடல். பூவும் இலையும் காகிதமுமாக அப்பிக் கிடந்த குறுகலான கரையில், தாடிக்காரன் விளக்குத் தூணோரம் அமர்ந்தான்.

'நீயும் உக்காரேன்!'

'இல்லே, போகணும். நேரமாச்சு!'

சின்னா, கிளம்பத் தயாராக நின்றான்.

'எனக்கும்தான் நேரமாச்சு. ஒரே ஒரு நிமிஷம் இரு. போதும். கிறிஸ்துவங்கள்லே மாதாக்கோயில் பாதிரிகிட்டே, செஞ்ச பாவத்தைச் சொல்லி மன்னிப்புக் கேப்பாங்களாம். பாதிரி மாதிரி நீ நிக்கிறே. உன்கிட்டே எல்லாம் சொல்லிட்டு, இதையும் சொல்லாம இருக்கலாமா? ராமேசுவரி... ராமேசுவரி, ரெண்டு மாசம் முன்னாடி பம்பாய்லே, கிராண்ட் ரோட்டுலே, கேட்டு இருக்க மாட்டே. ஒரு மாதிரிப்பட்ட எடம். எப்பப் போய்ச் சேர்ந்தாளோ? எப்படிப் போய்ச் சேர்ந்தாளோ? என் குழந்தை... புரியாத ரோகம் பிடிச்சு எத்தனை நாள் கஷ்டப்பட்டாளோ? செத்துப் போய்ட்டாப்பா... என் ராமேசுவரி போய்ட்டா... அவ, போற நேரத்துலே குழந்தை சொல்லியிருப்பா போலே இருக்கு. இந்தப் பாவிக்கு, பழைய அட்ரஸுக்கு யாரோ கடுதாசி போட்டது எங்கெல்லாமோ சுத்திட்டுப் போன வாரம்தான் வந்தது.'

நடுங்கும் விரல்களால் கைப்பையிலிருந்து எடுத்து நீட்டிய கடிதத்தில், முற்றாக எழுத்துகள் கலைந்து சிதறி, நீலம் இழை யோடியது.

தாடிக்காரன், தலையில் அடித்தபடி பெருங்குரலெடுத்து அழ ஆரம்பித்தான்.

'பாவி! பாவி நான்... அநியாயமா ஒரு பூச்செடியைக் குத்திக் கிளறி மண்ணை மாத்தி வச்சுக் கருக்கின படுபாவி... அவ என்னோட நாசமாப் போன கண்ணுலே படாமலேயே

போயிருந்தா, இந்நேரம் எங்கேயாவது நிலக்கரிச் சுரங்கத்துலே கரியள்ளறவனைக் கட்டிக்கிட்டு, புள்ளையும் குட்டியுமாப் பெருகி இருந்திருப்பா. பாவி, பாவி... நான்.'

திரும்பத் திரும்பச் சொன்னபடி இருந்தவன், திடீரென்று வெறி பிடித்தது போலக் கடலை நோக்கி ஓடினான்.

'போகாதீங்க, அங்கே ஆழம் அதிகம்!'

சின்னாவின் குரல் பெரிதாக எழுந்து, தொண்டை அடைத்துக் கம்மி, பாதியிலேயே நின்று போனது.

உள்ளே... உள்ளே இறங்கிப் போய்க் கொண்டிருந்த தாடிக்காரன் திரும்பியே பார்க்கவில்லை. நாலு பக்கமும் சுற்றிச் சூழ்ந்த நீரில் அவன் உருவம் குறுகிச் சிறுத்தபடி இருக்க, திரண்டெழுந்த பெரிய அலை உள்வாங்கும்பொழுது, ஒரு புள்ளியாகத் தெரிந்து, அடுத்த விநாடி இல்லாமல் போனான்.

சோகமும் கோபமும் வெறுப்பும் துக்கமும் மாறி மாறி வர, கடலையே பார்த்தபடி நின்றான் சின்னா.

தாடிக்காரன் தரையில் வைத்துப் போயிருந்த பையிலிருந்து, பூஜைச் செம்பை எடுத்தான். வெறும் வாளிக்குள் அதை வைக்கும்போது, அவன் நெஞ்சிலிருந்து புறப்பட்ட விம்மல், நிசப்தமான கரை நெடுகச் சிதறியது.

'ராமேசுவரி! மேரி முன்னி! மேரி பேட்டீ!'

உதடுகள் முணுமுணுக்க, மெல்லத் திரும்பி நடந்தான் சின்னா.

31. பூச்சி

பீடி வாடை போல இருந்தது.

ராத்திரி எட்டு மணி. என்னைத் தவிர ஆபீஸில் ஈ காக்கை கிடையாது. நாள் முழுக்க டையைக் கட்டிக்கொண்டு, கருப்புப் பெட்டியும் கையுமாகத் தெருப்பொறுக்கிவிட்டு வந்து, மாய்ந்து மாய்ந்து சால்ஜாப்புக் கடுதாசி அடித்துக் கொண்டிருக்கிறேன். பிழைப்பு அப்படி.

கம்ப்யூட்டர் கம்பெனியில் விற்பனை அதிகாரியாக இருப்பதை விட, ரங்கநாதன் தெருவில் குச்சியில் கோர்த்துத் தொங்கப் போட்டுக் கொண்டு, சவுரி முடி விற்கப் போகலாம்.

'ஐயா! பெண்டியம் பதித்த மினி கம்ப்யூட்டர் வாங்கலியா? அம்மா! மல்ட்டி மீடியா பி.சி. வாங்கலியா?' என்று அலைய வேண்டியது. இதர பலான கம்ப்யூட்டர் கம்பெனியின் கருப்புப் பெட்டி டை ஆசாமிகளோடு போட்டி போட்டு ஆர்டர் பிடித்து, 'அடுத்த ஒண்ணாந் தேதி கம்ப்யூட்டரைக் கொண்டாந்து

இறக்கிடறேன்!' என்று சத்தியம் செய்து அட்வான்ஸ் வாங்க வேண்டியது.

அப்புறம், 'ஏன் இன்னும் வந்து சேரலே?' என்று கிடுக்கிப்பிடி போட்டு நெருக்குகிறவர்களுக்கு, 'வருது, வந்துட்டு இருக்கு!' என்ற ரீதியில் பதில் எழுதி, இங்கிலீஷில் தலையைச் சொரிய வேண்டியது.

என்ன செய்ய? ஆர்டரை ஹரியானா எல்லையில் எங்கள் தொழிற்சாலைக்கு அனுப்பின பிறகுதான், நட்டு, போல்ட் எல்லாம் தேடி எடுத்து, சிரத்தையாக கம்ப்யூட்டர் செய்ய உட்காரு வார்கள் மகாபாவிகள். கேட்டால், 'பதினஞ்சு நாளைக்குத் தேவையானதுக்கு மேலே, கச்சாப் பொருளைக் கையிலே வச்சுக்க முடியாத தொழில் நம்மளது. இங்கே லேட் ஆகத்தான் செய்யும். இன்னும் பத்து நாள் பொறுத்துக்கச் சொல்லுய்யா' என்பார்கள் படு கேஷுவலாக.

பொறுத்துக்கொள்ள முடியாதபடி உக்கிரமாக பீடி வாடை.

எக்குத் தப்பாக எங்கேயாவது பற்றிக் கொண்டால், அடுத்த ஒண்ணாந்தேதி சம்பளம் வாங்க ஆபீஸ் இருக்காது. ஆபீஸ் கிடக்கட்டும். இது ஏழாவது மாடி. வெளியே குதிச்சா, அப்புறம் போன வாரம் அடித்து வந்த ஆயிரம் பிளாஸ்டிக் விசிட்டிங் கார்டையும் அஸ்தியோடு சேர்த்து கரைக்கக்கூட முடியாது.

வெளியே வந்து எட்டிப் பார்த்தேன். வராந்தாவில் யாரையும் காணோம். பின்னே, எங்கே இருந்து இப்படிப் புகையைக் கிளப்பி உயிரை வாங்குகிறார்கள்?

ஏ.சி. ப்ளாண்ட் அறைக் கதவு லேசாகத் திறந்து இருந்தது.

சாயந்தரம் ஐந்து மணிக்கு, சட்டமாக ஏ.சி.யை நிறுத்தி விடுகிற வாடிக்கை. இன்றைக்கு இன்னும் அணைக்கவில்லை. அறைக் குள்ளே யார்?

உள்ளே குட்டையாகக் கட்டையாக ஒரு மத்திய வயசுக்காரன் மரநாற்காலி போட்டுக்கொண்டு, உட்கார்ந்து புகைவிட்டுக் கொண்டிருந்தான். அரையிருட்டில், அவன் உடம்பைச் சுற்றி மலையூர் மம்பட்டியான் போல ஏதோ துப்பட்டியைச் சுற்றி இருந்தது தெரிந்தது. பக்கத்தில் ஒரு பழைய டிரான்சிஸ்டர், 'நான்

யார் தெரியுமா?' என்று கொரகொரப்பாகப் பாடிக் கொண்டிருந்தது.

'யாருப்பா அது! இங்கே என்ன பண்ணிட்டு இருக்கே?'

'ஏ.சி. பிளாண்ட் ஆபரேட்டருங்க...'

எந்த கம்பெனியில், ஏ.சி. ஆபரேட்டருக்குப் போர்வையை யூனிபாரமாகக் கொடுக்கிறார்கள்?

அவன் டிரான்சிஸ்டரைச் செல்லமாக அணைத்துத் தூக்கி, சத்தத்தைக் குறைத்தபடி எழுந்து நின்றான்.

'அஞ்சு மணிக்கு டூட்டி முடிஞ்சுடுத்துங்க.'

முடிந்திருக்கலாம். காலில் சக்கரத்தை மாட்டிக்கொண்டு சுற்றிக் கொண்டே இருப்பதால், ஆபீஸ்லே முகம்கூடப் பரிச்சயமில்லை. இதுவும் ஒன்று.

'வீட்டுக்குப் போகலியா?'

கொஞ்சம் குரலைத் தாழ்த்தினேன்.

அவன் டிரான்சிஸ்டரைக் கீழே வைக்கக் குனிந்த போது போர்வை நழுவ, வெற்று மேலுடம்பில் பூரான் ஊர்ந்த மாதிரி திட்டுத் திட்டாகப் படையோ எதுவோ.

'இங்கேதாங்க தங்கிக்கறது...'

அவன் உட்கார்ந்திருந்த நாற்காலிக்குக் கீழே கொசு மொய்த்துக் கொண்டு, கேண்டீன் எவர்சில்வர் சாப்பாட்டுத் தட்டு, சாம்பார்க் கிண்ணம், கடலைத் தோல், பீடிக்கட்டு!

'ஏ.சி. பிளாண்ட் ரூமுக்குள்ளே உக்காந்துக்கிட்டு பீடி வலிக்கறீங்களே? ஆபீஸ் முழுக்க பீடி வாடை சுத்தி சுத்தி வருது. உள்ளே உக்கார முடியலே!'

கழற்ற வராத மோதிரத்தை நெருக்கிக் கழற்ற முயற்சி செய்வது போல, அவன் விரலைக் குடைந்தபடி பரிதாபமாக விழித்தான். விரலிலும் சொரிந்து சொரிந்து ஏகமாக ரணம்.

'பீடி சிகரெட்டெல்லாம் வெளியேதான் கொளுத்தணும். தீ பிடிச்சா... உள்ளே கோடிக்கணக்கான ரூபாய்க்கு சரக்கு இருக்கு, தெரியுதா?'

'சரிங்க.'

'சொரிங்க!' என்று வெளியே வந்த விநாடியில், அவனை மறந்து போனேன். அது ஒரு பத்து நாள் போல.

'உடனே வா!' என்று பேங்குக்காரர்கள் அன்பொழுக ஃபோனில் கூப்பிட்ட சுபதினம் அது.

எதிர்பார்த்ததுதான்.

நாற்பத்தெட்டு டெர்மினல், நூற்று இருபத்தெட்டு மெகாபைட் மூளையோடு பெரிய கம்ப்யூட்டருக்கு ஆர்டர் கொடுத்துவிட்டு இரண்டு மாதமாகக் காத்திருக்கிறார்கள். இப்போது பொங்கி எழுந்து முகத்தில் உமிழாத குறையாகத் திட்டப் போகிறார்கள்.

உமிழ்ந்தாலும் துடைத்துக்கொண்டு பணிவாகச் சிரிக்கத்தான் எனக்குச் சம்பளம் தரப்படுகிறது.

எதற்கும் இருக்கட்டும் என்று, கூட வேலை பார்க்கிற ஜ்யோத்ஸ்னாவையும் கூட்டிக் கொண்டு போனேன். அவளுக்கு முன்னால் ஆத்திரப்பட்டு முகத்தை அஷ்டகோணலாக்கிக் கொள்ள யாருக்கும் மனசு வராது. லட்சணமான பெண்.

'இன்னும் ஏழு நாள்லே டெலிவரி ஆகாட்டி, ஆர்டரை கேன்சல் செஞ்சு, லீகலா ப்ரொசீட் பண்ண வேண்டியிருக்கும். அடுத்த திங்கள் கிழமை வந்து பாருங்க...'

பேங்கில் பெண் அதிகாரி! வாங்கிக் கட்டிக்கொண்டு ஆட்டோ பிடித்து ஆபீஸ் வர, ஆறு மணி.

'அடுத்த வாரம் எங்க அக்கா டெலிவரி. நான் லீவு போட்டுவேன். நீதான் ஒத்தையாப் போய்த் தேவுடு காக்கணும். அநேகமாக சிசேரியன்தான் உனக்கு!'

ஜ்யோத்ஸ்னா வெறுப்பேற்றிக்கொண்டு வர, உள்ளே நடந்தபோது, ஏ.சி. பிளாண்ட் ரூம் வாசலில் ஒரு பெண் நின்று இரைந்து கொண்டிருந்தாள். கண்ணில் ஏகமாக மையும் முகத்தில்

நிறையப் பவுடருமாக அவளை கம்ப்யூட்டர் கம்பெனிக்குள் பார்க்க, கொஞ்சம் விநோதமாக இருந்தது.

'உனக்கு என்னய்யா ஆச்சு? வீட்டுக்கும் சரியா வர்றது இல்லே, வந்தாலும் தங்கறது இல்லே. பொழுதன்னிக்கும் இங்கேயே உக்காந்துக்கிட்டு... உன் புள்ளையானா, உன்கிட்டேப் போகணும் போகணும்னு சாடையிலே சொல்றான். அதான் கூட இட்டாந்தேன். முதல் வாட்டி உன் ஆபீஸுக்கு வரான். கூட்டிப் போய் பலகாரம் வாங்கித்தாயேன்...'

ஆபீஸ் டாய்லெட்டைப் பார்த்து இரைந்து கொண்டிருந்தவள், என்னைப் பார்த்ததும் நிறுத்திக் கொண்டாள்.

உள்ளே சடசடவென்று தண்ணீர் விழுகிற சத்தம்.

'பூச்சியோட சம்சாரம். மேக்கப்பைப் பார்த்தியா? அவன் பேட்டையிலே இவதான் அழகு ராணி போல!'

ஜ்யோத்ஸ்னா, விஷமமாகக் கண் அடித்தபடி கதவைத் தள்ளித் திறந்தாள்.

'ஏ.சி. ஆபரேட்டர் வீட்டுக்காரியா?'

கருப்புப் பெட்டியை மேஜையில் வைத்தேன். ஏ.சி. என்ன ஆனது?

'ஆமா, பூச்சிக்கு இப்படி ஒரு ஷோக்கான பொண்டாட்டி. அவன் தலையெழுத்தைப் பாரேன். பெரிசா ஏதோ சீக்கு பிடிச்சு இங்கேயே விழுந்து கெடக்கான். அதான் யார் கண்ணுலேயாவது பட்டா, கரப்பான் பூச்சி மாதிரி ஓடி ஒளியறான்.'

பூச்சி, காரணப் பெயராகத்தான் இருக்க வேண்டும். அட்டெண்டென்ஸ் ரிஜிஸ்தரில் தேடினால் நிஜப் பெயர் கிடைக்கலாம். கிடைத்து எனக்கு என்ன ஆக வேண்டும்?

மேஜை மேல் கைப்பையை வீசி எறிந்துவிட்டு முகத்தைத் துடைத்துக் கொண்டாள் ஜ்யோத்ஸ்னா.

'இடியட்... அஞ்சு மணியானா ஏ.சி.யை நிறுத்திடுவான்.'

'நான் போய், போடச் சொல்றேன்!'

அவனோடு ஒரு நாள் பழக்கம். சொன்னால் கேட்பான்.

டாய்லெட் முற்றத்தில் ஒரு ஏழெட்டு வயதுப் பையனை நிற்க வைத்து தலையைத் துவட்டிக் கொண்டிருந்தவன், என்னைப் பார்த்து இரண்டு கையையும் நடுவில் அழுக்குத் துண்டோடு உயர்த்திக் கும்பிட்டான். குளித்துவிட்டுச் சொட்டச் சொட்ட நின்ற பையன், வெட்கத்தில் நெளிந்தான். பூச்சியின் சம்சாரம் கண்ணில் படவில்லை.

'என்னப்பா... இங்கேயே குடும்பம் நடத்த ஆரம்பிச்சுட்டியா?'

அவனை உற்றுப் பார்த்தபடி கேட்டேன்.

பையன் மூக்கிலிருந்து விரலைத் தட்டிவிட்டு, என்னைப் பார்த்து காவிப் பல் தெரியச் சிரித்தான்.

'வூட்லே தண்ணிக் கஷ்டம் சார். ஊரு முழுக்க அதானே... ஒரு வாரமாப் புள்ளையைக் குளிப்பாட்டாம வச்சிருக்கா. இப்படியே விட்டு என்னை மாதிரி ஆயிட்டா?'

அவன் குரல் பிசிறடித்தது. ஈரத் துண்டு மூடிய கையோடு பையனைச் செல்லமாக அணைத்துக் கொண்டான்.

'பேரு என்னடா தம்பி?'

பையன் என் பேச்சு புரியாதது போல விழித்தான்.

'எந்த சன்மத்துலே என்ன பாவம் பண்ணினேனோ? ஒரே புள்ளை, ஊமையாப் படைச்சுட்டான். போவுது... நம்ம விதின்னு வேலையைப் பார்க்கலாம்னா பாருங்க சார். ரெண்டு வருஷமாறது. உடம்பெல்லாம் இப்படி அரிச்சுப் பிடுங்கி...'

பையனை விட்டுச் சட்டென்று விலகி, வெறி கொண்டது போல மார்பிலும் கையிலும் மாறி மாறிச் சொரிந்து கொண்டான்.

'கூட்டிப் போய், தோள்லே கை போட்டு உறை வாங்கிக் கொடுத்தவன் எல்லாம், இப்ப வியாதின்னு விலகி விலகிப் போறான். பேருகூட வச்சுட்டானுங்க சார்! பூச்சியாம்! இவனுக மூஞ்சியிலே முளிக்க வேண்டாம்னு ஓடறேனில்லே; பூச்சிதான்...'

'டாக்டர்கிட்டே காட்டறதுதானே?'

நான் கண்ணாடியில் பார்த்துத் தலைமுடியைச் சரி செய்து கொண்டே கேட்டேன்.

'தானே சரியாயிடும். மாத்திரையை விடாம முழுங்கு, களிம்பைத் தேய்ன்னு பார்த்தபோதெல்லாம் சொல்றாரு. தேச்சுத் தேச்சு உடம்பே எண்ணை மொளுகின மாதிரிப் போச்சு. செத்தா சீக்கிரம் வெந்துடும்...'

சிரிப்பு வராமல் அவன் சிரித்தது பரிதாபமாகத் தெரிந்தது.

'எதுவும் எப்படியும் போகட்டும். டியூட்டி முடிஞ்சு வீட்டுக்குப் போய் நிம்மதியா ரெஸ்ட் எடுக்க வேண்டியதுதானே?'

நான் கேட்டபடி ஏ.சி. ரூம் வாசலில் நிற்க, அவன் பையனின் கையைப் பிடித்து வரிசையாகக் கம்ப்ரஸ்ஸர்களை ஆன் செய்ய வைத்தான்.

'எங்க சார் வீட்டுக்குப் போக?' திரும்பி என்னைப் பார்த்தான். 'எல்லோரும் போல அவளுக்கும் பயம். வெளிக்காட்டிக்க மாட்டாதான். சாப்பாடு போடுவா, குடிக்க வெந்நீர் வச்சுக் கொடுப்பா. வேறே என்ன கேக்க முடியும் அவளை? சொல் லுங்க. வாரம் ஒரு தடவை போவேன். பணம் கொடுக்க, பிள்ளையைப் பார்க்க...'

கண் நிறைந்துபோய் நின்றுகொண்டிருந்தவன், சலங்கைச் சத்தம் கேட்டுத் தலையை உயர்த்தினான்.

அவன் வீட்டுக்காரிதான் கையில் சவுக்காரத்தோடு படியேறி வந்துகொண்டிருந்தாள்.

பையன் விநோதமான சத்தம் எழுப்பியபடி அவளிடம் ஓடினான்.

'இவனை நெனச்சாத்தான் கவலையா இருக்கு. வாயுள்ளவனே கஷ்டப்படற உலகம். இப்படிப் பொறந்து வச்சு, பொழுதன்னிக்கும் தெருவுலேதான் வெளையாட்டு.'

உலகத்தில் கவலைப்பட எத்தனையோ விஷயம்... முக்கியமாக பேங்குக்காரர்களுக்கு அடுத்த வாரம் கம்ப்யூட்டர் போய்ச் சேராவிட்டால், கட்டி வைத்து அடிப்பார்கள். பூச்சியும் புழுவும் எக்கேடும் கெட்டுப் போகட்டும் என்று அன்றைக்குப் படி யிறங்கிப் போனதற்கு அப்புறம், எண்ணி ஒரே ஒரு நாள்தான் பூச்சியைப் பார்த்தது.

பேங்குக்காரர்களுக்கு ஒரு வழியாகக் கம்ப்யூட்டர் போய்ச் சேர்ந்து, ஒரு மத்தியானத்தில் திரும்பக் கூப்பிட்டார்கள்.

‘என்னய்யா நெனச்சுட்டு இருக்கீங்க? வந்திருக்கிற கம்ப் யூட்டர்லே பாதி மெமரி காணோம். சி கம்பைலர் இல்லே. அடாஸ் ஓல்டு கீ போர்டு. டேப்பைப் போட்டா, உள்ளே மாட்டிக்கிது. உன் சங்காத்தமே வேணாம். எல்லாத்தையும் தூக்கிட்டுப் போ.’

எல்லா தெய்வத்தையும் துணைக்கு வரச்சொல்லிக் கூப்பிட்டபடி கிளம்பினால், வாசலில் சின்னக் கூட்டம்.

செக்யூரிட்டி ஆசாமி நாதமுனியும் மற்ற பாதுகாப்பு சகாக்களும், யாரையோ அடிக்கக் கையை ஓங்கியபடி கத்திக் கொண்டிருந் தார்கள்.

‘பைப்பு திருட வந்திருக்கான் சார். முறைக்கிறதைப் பாரு! இதுக்குன்னு ஒரு கூட்டமே இருக்கு. சின்னப் பசங்களை நேக்கா உள்ளாற அனுப்பிச்சு, லைட்டு பல்பு, பைப்பு, பிட்டிங்னு கிளப்பிட்டுப் போய் வித்துடறது. யாருடா உன்னை அனுப்பிச் சது? சொல்றானா பாரு. பிடரியிலே போடுடா...’

ஏதோ, பிராணி வதைபடுவதுபோல் தீனமான சத்தம். அவசர மாகக் கூட்டத்தை விலக்கிப் பார்த்தவன் பதறிப் போனேன்.

‘விடுங்கய்யா அவனை... தெரிஞ்சவன்தான். திருட வந்தவன் இல்லை. பூச்சியோட பிள்ளை.’

நான் சொல்லிக்கொண்டிருந்த போதே, பூச்சி எங்கேயோ இருந்து ஓடி வந்தான். பாய்ந்து பையனைக் கட்டிப்பிடித்துத் தூக்கிக் கொண்டு யாரோடும் எதுவும் பேசாமல் ஏ.சி. பிளாண்ட் ரூமுக் குள் போகும்போது, என்னைப் பார்த்த பார்வையில் சந்தோஷம், வருத்தம், சோகம், துக்கம் எல்லாம் கலந்து தெரிந்தது.

‘பூச்சி!’ சட்டென்று வாயில் வந்துவிட்டது. சொல்லியிருக்கக் கூடாதுதான். பெயரைத் தெரிந்துகொள்ளாமல் போய்...

சுவாரசியமான சினிமா பாதியில் முடிந்தது போல கூட்டம் கலைந்துபோக, நான் பூச்சியின் பெயர் என்னவாக இருக்கும் என்று யோசித்துக்கொண்டு மோட்டார் பைக்கைக் கிளப்பினேன்.

பேங்குக்காரர்கள் மனத்தில் உருட்டி விழித்தார்கள். பூச்சியைத் துடைத்தெறிந்துவிட்டுக் கிளம்பிய அடுத்த நாள், என்னை ஆபீஸில் புவனேஸ்வருக்கு அனுப்பி விட்டார்கள். யாரோ கடுதாசி கொடுத்துவிட்டு அந்நிய தேசத்துக்கு ஓடி இருக்கிறான். எங்கள் தொழிலில் இது சகஜம்தான்.

வேறு ஆள் கிடைக்கிற வரை, நான்தான் ஒரிசா இன்சார்ஜ்.

இரண்டு மாதம் ஓடிசி ஆடிவிட்டு, ஒரு மொஹபத்ரா கையில் பொறுப்பைப் பிடித்துக் கொடுத்துவிட்டு, திரும்ப இங்கே வந்தபோது, ஆபீஸே தலைகீழாக மாறிப்போயிருந்தது.

ஜ்யோத்ஸ்னா, போட்டி கம்பெனியில் இன்னும் இரண்டாயிரம் அதிகச் சம்பளத்துக்குச் சேர்ந்துவிட்டிருந்தாள். அவள் இடத்தில் புதிதாகச் சேர்ந்திருந்த பஜாஜ் இன்ஸ்டிடியூட் தங்கப் பதக்க எம்.பி.ஏ.க்காரி, கண்ணாடியைத் தூக்கிவிட்டுக் கொண்டு என்னை அற்பமாகப் பார்த்தாள்.

பேங்குக்காரர்கள் இன்னும் நாலு கம்ப்யூட்டருக்கு ஆர்டரும் அட்வான்ஸும் கொடுத்துவிட்டு, 'இன்னும் நாலு நாள்லே மெஷின் வராமப் போனா...' என்று வழக்கம்போல மிரட்ட ஆரம்பித்திருந்தார்கள்.

வழக்கம்போல இருட்டு வேளையில், சால்ஜாப்புக் கடிதம் தயார் செய்ய ஆரம்பித்தபோது, நெடு நெடுவென்று ஒரு வழுக்கைத் தலையன் உள்ளே வந்து, 'சார் ஏ.சி.யை நிறுத்திடட்டா?' என்று விநயமாகக் கேட்டான்.

'பூச்சி எங்கே?'

'பூட்டான் சார். மூட்டைப்பூச்சி மருந்து குடிச்சிட்டான். ரெண்டு மாசமாச்சு. பையன் சொல்லாம கொள்ளாம வீட்டுலேருந்து கிளம்பி அப்பனைப் பாக்க வந்திருக்கான். அவனை வீட்டுலே விட்டுட்டுவரப் போயிருக்கான். அங்கே அவன் பெண்சாதி...' சொல்லிக்கொண்டே போனான்.

ஏ.சி. நின்றுபோய், புழுங்க ஆரம்பித்தது.

32. நிறம்

மிளகாய் மண்டிகள் அடுத்தடுத்து இருக்கிற சிறிய தெரு. ஒரு கூட்டம் தும்மிக்கொண்டு காத்திருக்கிறது. பிடிவாதமாகக் கவிந்த சாயங்கால வெயிலில், நிறுத்தி வைத்த மோட்டார் சைக்கிள்களிலும், ஒடுக்கமான மாடிப்படிகளிலும் உட்கார்ந்து கொண் டிருந்தவர்கள், 'நான் லீனியர் ஃபிக்ஷன்' என்று கண் எரிச்சலுக்கு இடையே பேசிக் கொள்கிற சத்தம்.

வினோதினி கைக்கடிகாரத்தைப் பார்த்தாள். ஐந்தேகால் மணி; 'காயத்ரியின் கதைகள்' பற்றிய கூட்டம் என்று செய்தித்தாளில், 'இன் றைய நிகழ்ச்சிகளில்' இரண்டரை வரியில் பார்த்து நினைவு வைத்துக் கொண்டு இத்தனைப் பேர் வந்திருக்கிறார்கள். இலக் கிய உலகம் மூச்சு விட்டுக் கொண்டிருக்கிறது தும்மல்களுக்கு இடையே.

சென்னைக்கு மாற்றலாகி வந்த இரண்டு மாதத்தில் இலக்கியக் கூட்டம் என்று வினோ தினி கிளம்புவது இது தான் முதல் தடவை; காரணம் காயத்ரி.

காயத்ரி நினைவாக, அவள் இறந்து ஒரு வருஷம் கழித்து நடக்கிற கூட்டம் இது. அந்த இருபது வயதுப் பெண் இறந்ததற்கு பிறகுதான் பிரபலமானாள்.

இந்தப் பன்னிரண்டு மாதங்களில், அவள் எழுதி வைத்துவிட்டுப் போன கவிதைகள் ஒவ்வொன்றாக வெளிவந்து, அவளுக் கென்று ஒரு வாசகர் வட்டத்தையே உருவாக்கி இருக்கின்றன. வினோதினியும் அதில் அடக்கம்.

'காயத்ரியின் கவிதை மட்டுமா அந்தப் பாவப்பட்ட பெண் மேல் ஈடுபாடு வரக் காரணம்?' வினோதினி தன்னையே கேட்டுக் கொண்டாள். 'குருநாதன்' என்றது மனம்.

குருநாதனின் ஒரே மகள்தான் காயத்ரி, அவளை வினோதினி பார்க்க நேர்ந்த பொழுது, அந்தப் பெண்ணைக் குளிப்பாட்டி வீட்டுக் கூடத்தில் கிடத்தியிருந்தார்கள்.

'ஹலோ வினோதினி...'

பழக்கமான குரல். சாந்தா ஆட்டோவிலிருந்து இறங்கிக் கொண் டிருந்தாள்.

'ஒரு வழியா மெட்ராஸுக்கே டிரான்ஸ்ஃபர் வாங்கிட்டு வந்துட் டியாக்கும்...'

சாந்தா கேட்டுக்கொண்டே பக்கத்தில் மாடிப்படியில் உட்கார முயற்சித்து இடம் போதாது என்றுபட, நின்று கொண்டாள். போன தடவை பார்த்ததைவிட, இன்னும் சதை போட்டிருந் தாள். இருபது வருஷ தாம்பத்தியத்தின் திருப்தியும் அலுப்பும் தெரிகிற முகம்.

'வந்து கிட்டத்தட்ட ஒரு மாசமாறது சாந்தா... வந்ததுலேருந்து உன்னைப் பார்க்கத்தான் முயற்சி செய்யறேன். சொல்லாமக் கொள்ளாம வீடு மாத்திட்டே நீ பாட்டுக்கு.'

'சொல்லலியா! சரியாப் போச்சு, சொந்த வீட்டிலே கிரகப் பிரவேசம்னு இன்விடேஷனும், கூடவே ஒரு பக்கம் நிறைய ஊர்க்கதையும் எழுதி உனக்கு அனுப்பியிருந்தேனே!'

'எப்போது அது?'

'இப்ப என்ன, ஏப்ரலா, அது ஜனவரியிலே... பொங்கலுக்கு நாலு நாள் கழிச்சு நாங்க மடிப்பாக்கம் போயாச்சு! உனக்கு என் லெட்டரே வந்து சேரலியா?'

'ஜனவரியா? ஜனவரி முழுக்க நான் நர்சிங் ஹோம்லே இருந் தேன். மெனோபாஸ் ப்ராப்ளம்... ஜாயின் பண்ணினதும் இங்கே டிரான்ஸ்ஃபருக்கு எழுதிக் கொடுத்துட்டேன். ஜாம்ஷெட்பூர் ஆஸ்பத்திரியிலே படுத்துக்கிடக்கறதைவிட, மெட்ராஸ் ஆஸ் பத்திரி தேவலை இல்லியா... ஏய், நீ ஏன் ஒரு மாதிரியாயிட்டே.'

'ஒண்ணும் இல்லே வினோ... என்னமோ நினைவு. சரி... நீ இப்போ என்னவா இருக்கே?'

'சீஃப் மேனேஜர். பிரமோஷன் கொடுத்து அனுப்பியிருக்காங்க.'

'என்ன இருந்தாலும் சொல்லு வினோ... எம். ஏ. தமிழ் படிச்சுட்டு, பேங்கிலே பேரேடு பொரட்டற வேலைக்குப் போனதுக்காக, உன்னை நான் எவ்வளவு தீட்டித் தீத்திருப்பேன் அப்போ... இப்போ பாரு... நம்ம ஃபிரண்ட்ஸ்லேயே நிறைய சம்பாதிக் கறது நீயாத்தான் இருக்கும்!'

'சொல்லிக்கறதுக்கு அது ஒண்ணுதான் இருக்கு இவளே.'

சாந்தா அவளை உற்றுப் பார்த்தாள்.

'காலேஜ்லேருந்து நேராக் கிளம்பி வந்துட்டேன். காபி சாப்பிட்டாத் தேவலை போலயிருக்கு. வர்றியா வினோ...'

அவள் பேச்சை மாற்றுவதாகப் பட்டது வினோதினிக்கு.

'ஆட்டோவிலே வரும்போது தெருக்கோடியிலே சின்னதா ஒரு ஹோட்டல் பார்த்ததா ஞாபகம்.'

நடக்கத் தொடங்கினார்கள்.

'நீ இப்போ எங்கே இருக்கே சாந்தா?'

சாந்தா ஒரு தனியார் பயிற்சிக் கல்லூரியின் பெயரைச் சொன் னாள்.

'வீட்டுல இருக்கிற பிக்கல் பிடுங்கல்ல அதையும் கூட விட்டுட லாமான்னு இருக்கு...'

‘உனக்காவது ஆயிரம் பிரச்னையோட ஒரு வீடு இருக்கே...’

‘குரு எப்படி இருக்கார்?’

தானாக எழுந்த கேள்வி, விலகி விலகிப் போனவர்கள் பற்றியும் விசாரித்தறியத் துடிக்கிற மனம்.

‘ரொம்பத் தளர்ந்து போயிட்டான் வினோ. நம்ம கூடப் படிச்சதுலே உன்னையும், அவனையும் தவிர வேற யாரும் கண்ணுல பட மாட்டேங்கறாங்க. என்னமோ நேத்திக்குத்தான் படிப்பை முடிச்சதா ஞாபகம். அது ஆச்சு இருபத்தஞ்சு வருஷம். எங்க வீட்டு கிரகப் பிரவேசத்துக்கு, பழைய அட்ரஸ் புக்கை தூசித் தட்டி எடுத்து, ஒரு இருபது பேராவது இருக்கும் கூடப் படிச்சவங்க எம். ஏ. கிளாஸ்ல... ஏதோ ஒரு எதிர்ப்பார்ப்போட அழைப்பு அனுப்பிக் கடிதமும் எழுதினேன். நீ நம்ப மாட்டே... ஒண்ணுகூட பதில் வரல... உன்னையும் சேர்த்து. இருபத்தஞ்சு வருஷத்துல ரெண்டு குழந்தை பெத்து, வளர்த்து, காலேஜுக்கு அனுப்பிச்சு, கல்யாணத்துக்குப் பணம் சேர்த்து, உடம்பு பெருத்து, தலை நரைச்சு நான் மாறிட்டேன். என் வீட்டுக்காரர் அடுத்த வருஷம் ரிடையராகப் போறார். அவருக்கு அப்பப்ப இதயம் இடக்குப் பண்ணி ஆஸ்பத்திரி வாசம். குரு என்னடான்னா டி.வி.யிலேயும், பட்டிமன்றத்துலேயும் அடிக்கடி முழங்கற பாப்புலர் ஸ்பீகர், கல்லூரிப் பேராசிரியர், டாக்டர் சிவகுருநாதன்...ஒரே பெண்ணைப் பறி கொடுத்துட்டுக் கலங்கிப் போய் நிக்கறான். இப்ப டி.வி.யில் கூட அதிகம் காணோம். ஆனா பட்டிமன்ற சூழ்நிலையை விட்டு வெகுநாள் பிரிஞ்சு இருக்க குருவால முடியாது. நீ என்ன சொல்றே?’

மூச்சு விடாமல் பேசுகிற சாந்தா; அது மட்டும் இருபத்தைந்து வருஷத்தில் மாறவே இல்லை.

தெருக்கோடியில் சிறிய ஹோட்டல்.

கோயிலுக்குப் போகிற அவசரத்தோடு, நொடிக்கொரு தரம் வாசலில் நிறுத்தி வைத்த சைக்கிளைப் பார்த்துக் கொண்டே, உதட்டில் படாமல் டம்ளரைத் தூக்கிக் காபி குடித்துக் கொண்டிருந்த குருக்கள் இரண்டு பேரைத் தவிர, ஹோட்டல் காலியாக இருந்தது.

'ரெண்டு காபி.'

வினோதினி ஷோகேஸை நோட்டமிட்டாள். அழுக்குச் செங்கல் அடுக்கின மாதிரி ஏதோ இனிப்பு வகை.

'குருநாதன் பட்டிமன்றத்திலே ஏறினா எழுநூறு ரூபாய்லே இருந்து ஆயிரத்துக்குக் குறையாம வாங்கறானாம்... அவன் கட்டி யிருக்கிற வீட்டுல ஒவ்வொரு செங்கல்லையும் தட்டிப் பாத்தா கண்ணகியா, மாதவியான்னு கேட்கும். அவ்வளவும் பட்டி மன்றப் பணம்.'

இரண்டு வருஷம் முன்னால் பார்த்தபோது சாந்தா சொன்னது நினைவுக்கு வந்தது.

'என்ன வினோ நீயா சிரிச்சுக்கறே?'

'ஒண்ணுமில்லே... பழசு ஏதோ ஞாபகம் வந்தது.'

'ரொம்ப நாளாச்சு இல்லே இதுபோல நடந்து? கடைசியா நாம எப்ப இப்படி ஒண்ணாப் போனோம்?'

'குருநாதன் வீட்டுக்கு; போன வருஷம் நீதானே கூட்டிட்டுப் போனே!'

அந்தச் சூழ்நிலை நினைவுக்கு வர, இரண்டு பேரும் மௌனமா னார்கள்.

அன்றைக்கு மழை பெய்து கொண்டிருந்தது. 'வரும் வரும்' என்று எதிர்பார்த்துப் பொய்த்துப் போய், ஒரு வெய்யிற்காலப் பிற்பகலில் திடுதிப்பெனக் கொட்டத் தொடங்கிய மழை. குண்டும் குழியுமாக நீண்டு நெளிந்து சகதியான தெருவில் ஒரு பல மாடிக் குடியிருப்பு. முதல் மாடி...ஃபிளாட்டிலிருந்து அழுகைச் சத்தம். மாடிப் படிகளில் ஒன்றிரண்டு பேராகக் கைப் பிடிச்சுவரில் சாய்ந்தபடி நின்றிருந்தார்கள் குருநாதனின் சக ஆசிரியர்களும், மாணவர்களும். கீழே, சின்னதும் பெரிதுமாக வாளிகளை வைத்து, குடியிருப்பவர்கள் மழைத்தண்ணீரைப் பிடித்துக் கொண்டிருந்தார்கள்.

மழையில் நனைந்து தண்ணீர் பிடிக்கிறவர்களும், ரோஜா மாலை களும், மாடிப்படியில் இறைந்து கிடக்கிற செருப்புகளும், டிராயிங் ரூமில் ஷோகேஸில் கதகளி பொம்மைகளும், நிலத்தில்

குத்துவிளக்கும், தூங்குகிற மாதிரி வெறுந்தரையில் கிடத்தியிருந்த காயத்ரியும், குரல்களை வேர் பிரித்து அறிய முடியாது சேர்ந்து உயர்கிற அழுகைச் சத்தமும்... வினோதினிக்கு எல்லாம் இன்னமும் கண்முன் நடக்கிற மாதிரி இருந்தது.

'காயத்ரியின் கவிதைத் தொகுப்பைப் பார்த்தியா?' மௌனத்தைக் கலைத்துக் கொண்டு சாந்தா கேட்டாள்.

'இல்லையே... வந்திருக்கா?'

'அடுத்த மாசம் வரப்போறதாம்... அமைச்சர் வெளியிடப் போறாராம். குருநாதன் சொன்னான். மினிஸ்டர் டேட்டுக்காக அலைஞ்சுக்கிட்டிருக்கான். இதுதான் அட்வான்ஸ் காப்பி... அட்டை லாமினேட் பண்ணி வரணும்... மற்றபடி புத்தகம் ரெடி.'

சாந்தா கைப்பையிலிருந்து எடுத்துக் கொடுத்த புத்தகத்தைப் பிரித்தாள் வினோதினி.

முதல் பக்கத்தில் ஒரு குறிப்பு. 'இது கல்லறையில் பூத்த மலர்; மலர்ந்து மணம் வீசத் தொடங்கும் முன் உதிர்ந்துபோன ஒரு மலரின் கனவுகள் இங்கே கவிதைகளாக மணம் விரிக்கின்றன.'

மிகையுணர்ச்சியோடு இதை எழுதியவர் பதிப்பாளராகவோ இல்லை குருநாதனாகவோ இருக்கலாம். எதிர்ப்பக்கத்தில் காயத்ரியின் வண்ணப்புகைப்படம்; முகத்தை டச் செய்து - மிக அழகிய இளம் பெண்கள் புத்தக விற்பனைக்கு ஏதாவது ஒரு விதத்தில் உதவக் கூடும்.

'கடந்த எட்டு மாத காலமாக அவ்வப்போது பத்திரிகையில் வெளியாகி, வாசகர்களின் மனத்தைத் தொட்ட காயத்ரியின் இந்தக் கவிதைகள், தமிழ் இலக்கியத்தின் புதிய மைல் கல் என்று போட்ட பக்கத்தைத் திருப்ப, முதல் கவிதை 'உபகடவுள்' என்ற தலைப்பில்,

> நெற்றிக் கோடுகள் வெளுத்துத் துலங்க
> நெரிசல் விலகிப் பாதையோரம்
> ஆனை வந்திடும் தலையசைத்து
> தலைகள் தோறும் துதிக்கை தடவி
> யாசகம் வாங்கும் கடைத் தெருவில்!

என்று தொடங்கி, பிச்சை கேட்டுப் போகிற யானையையும், மேலே உட்கார்ந்து பீடி புகைத்துக்கொண்டு, தெருவில் யாரையோ குசலம் விசாரிக்கிற பாகனையும் பற்றித் தொடர்கிற கவிதை.

வினோதினிக்குப் பிடித்த கவிதை. பத்திரிகையில் வந்தபோதே திரும்பத் திரும்பப் படித்த கவிதை. இருபத்தைந்து வருஷம் முன்னால் அவ்வப்போது குருநாதனிடமிருந்து சிதறிய கவிதைப் பொறிகளின் சுடரைச் சுமந்து நிற்கிற கவிதை வரிகள். பழைய கனலை, பட்டிமன்றம் ஏறியபோது ஊதி அணைத்துப் போனது குருநாதன். புதிய கனலைக் காலம் அவித்து விட்டது.

'வா போகலாம். ஆரம்பிச்சிருக்கும்.' சாந்தா கிளம்பினாள்.

கடல் காற்று, மிளகாய் வாடையையும் கலந்து சீராக வீசிக் கொண்டிருந்தது. தெருவோரம் வரிசையாக பிளாஸ்டிக் குடங்கள் வைத்து, ஏக இரைச்சலோடு மாநகராட்சி லாரியில் தண்ணீர்ப் பிடித்துக் கொண்டிருந்தார்கள்.

'இந்த வருஷமும் தண்ணிக் கஷ்டம் தீர்ந்த பாடாக இல்லை' சாந்தா சொன்னாள். 'ராத்திரி பன்னிரண்டு மணிக்கு எழுந்து பம்பிலே தண்ணி பிடிச்சு, பகல்ல எல்லாம் தூக்கக் கலக்கமாவே இருக்கும்.'

வினோதினிக்கு லேசான தலை சுற்றல். சாந்தாவின் தோளைப் பிடித்துக் கொண்டாள். பக்கெட் பக்கெட்டாகத் தண்ணீர் சுமந்து கொண்டு மாடிப்படி ஏறி, ஏறிப் போகிற வினோதினி... முன்னால் நீண்டு வளைந்து உயர்கிற படிகள்.

'கொஞ்சம் மெல்ல நட சாந்தா.'

வயதாகிக் கொண்டிருக்கிறது; முதிர் கன்னியாகவே இந்த வாழ்க்கை சீக்கிரம் முடியப் போகிறது.

அந்தச் சிறிய ஹாலில் எல்லோரும் சம்மணமிட்டு உட்கார்ந்திருந்தார்கள். உள்ளே போக வழி தென்படவில்லை. சாந்தாவும் வினோதினியும் வாசலுக்குப் பக்கமாக உட்கார்ந்து கொண்டார்கள்.

வினோதினி, அறையை நோட்டமிட்டாள். வயதானவர்கள், ஜீன்ஸ் இளைஞர்கள், சல்வார் கம்மீஸில் சோனியான ஒரு

பெண்... வினோதினி வயதுப் பெண்கள் உள்ளே யாருமில்லை; அவர்கள் தண்ணீர்ப் பிடித்துக் கொண்டிருப்பார்கள்; சாயந்தர டிபனுக்கு அடை செய்து கொண்டிருப்பார்கள்.

காயத்ரியின் படம், ஓர் அட்டையில் ஜெம்கிளிப் செருகித் தூணோரம் ஸ்டூலில் சாய்த்து வைக்கப்பட்டிருந்தது.

வினோதினி ஜன்னல் வழியே பார்த்தபொழுது, கூட்டம் நடக்கிற கட்டடத்துக்குப் பின்வீட்டு மாடிகளில் கொடிகளில் துணி உலர்த்திக் கொண்டிருந்த பெண்கள் கண்ணில் பட்டார்கள்.

தண்ணீர் லாரி வந்து போன பிறகு அவர்கள் துணி துவைத்திருக்கலாம். கல்யாணமான பெண்கள்; சமையல் செய்வார்கள்; வேலைக்கும் போவார்கள். நீலச் சட்டையைக் கொடியில் போடுகிற இந்தப் பெண்ணுக்கு என்ன வயது இருக்கும்? இருபத்தைந்து? முப்பது? இது அவள் கணவனின் அலுவலகச் சீருடையாக இருக்கலாம். ராத்திரி கூடப் படுத்து எழுந்து, காலையில் குளித்துவிட்டு, சமைத்து, டிபன்பாக்ஸில் இட்லி அடைத்து, அவசரமாகப் பொத்தான் தைத்து, அவசரமாக இஸ்திரி போட்டு, அவசரமாக வேலைக்கு அனுப்பி, அவசரமாகத் தானும் கிளம்பி... இல்லை, சர்க்குலேஷன் லைப்ரரி பையன் ஓரமெல்லாம் மடங்கிய போனவாரப் பத்திரிகையைக் கொண்டுவந்து சைக்கிளில் இறக்கக் காத்துக் கொண்டு இருந்து, பூ வாங்கி, பிளாஸ்டிக் குடங்களை அணிவகுப்பில் சேர்க்கச் சுமந்துகொண்டு தெருக்கோடிக்கு நடந்து... இவளுக்கு இலக்கிய விசாரம் வேண்டாம்; சின்னத் தெருக்களில் அடைந்து கிடக்கிற கட்டடங்கள் திறப்பதற்காக, ஜோல்னாப்பையர்களுடன் காத்துக் கொண்டிருக்க வேண்டாம்; எதையோ விவாதித்து, எதற்காகவோ கோபப்பட்டு, நம்பிக்கை தெரிவித்து, கால்களுடன் காரை பெயர்ந்த மாடிப்படிகளில் இறங்கிப்போய், காய்ந்த சப்பாத்தியும் மதியம் மீந்த உப்பு அதிமாகிப்போன குழம்பும் சாப்பிட்டு, எல்லா பாரமும் மனத்தை அழுத்தி, பாதி ராத்திரி வரை தெருவின் சின்னச் சின்ன சத்தத்தை எல்லாம் உள்வாங்கிக் கொண்டு, கனவுக்கும் நனவுக்கும் இடையில் காலத்தின் மறுகரை நோக்கி ஆழ்ந்து...

'மிஸ் வினோதினி மேனன்... மிஸ்தானே? மலையாளியான நீங்கள் தமிழ் இலக்கியத்தில் கொண்ட ஈடுபாட்டுக்குக் காரணங்கள் எவையென்று வரிசைப்படுத்த முடியுமா? காயத்ரி,

- குருநாதன் கவிதைகளில் உங்களுக்கு மிகவும் பிடித்த கவிதை வரிகள்?'

'சப்புன்னு இருக்கு. சீவன் செத்துப் போனாத் தேவலாம்.'

'குரு, இது நீ எழுதினதா?'

'இல்லை... கு. ப. ரா., 'ராக்கி நினைப்பு'ன்னு தலைப்பு. நான் எழுதினது வேணுமா?'

அறிவு தீட்சண்யமிடும் விழிகளோடு, ரகசியத்தைப் பகிர்ந்து கொள்வதுபோல் குரல் தாழ்த்தி, குரலில் அன்னியோன்யம் காட்டி, ஆள் ஒழிந்த கல்லூரி வராந்தாவில் மெல்ல நடந்தபடி கவிதை சொன்ன குருநாதன்...

ஆல்பின் சிறுவன் மட்டும்
கையில் பசையும் காகிதச் சுருளுமாக
வானவில்லை அதிசயிப்பான்.
கண்கள் சுருக்கி...

என்று தொடங்கிய அந்தக் கவிதையின் முதலடிகளை வினோதினி எப்பொழுதும் மறக்கமாட்டாள். கவிதையும் சொல்கிறவனும் கேட்கிறவளும் இணங்கிச் சேர்ந்த அந்தக் கணங்கள்...

வண்ணமயமான திரைப்படச் சுவரொட்டிகளை மழை நாளில் ஒட்ட, ஏணியும் பசையும் சுமந்து போகிற ஆல்பினோ சிறுவன் பற்றிய கவிதை அது...

'ஆல்பின்னா என்ன குரு?'

'தோலில். வண்ணத்துணுக்கே இல்லாமல், வெள்ளைக்காரர் களைவிட வெளுப்பாக இருப்பவர்களைத்தான் ஆல்பினோ என்கிறது... கவிதை உனக்குப் பிடிச்சிருக்கா வினோ?'

'எனக்குப் பிடித்த பத்து தமிழ்க் கவிதைகளைப் பட்டியல் போட்டால், அதில் நிச்சயம் காயத்ரியின் கவிதை ஒன்றாவது இருக்கும்.'

யாரோ பேசினார்கள்; வெளியே நன்றாக இருட்டி விட்டது. வினோதினி பக்கத்து வீட்டு மாடியைப் பார்த்தாள். விளக்குப்

போட்டுக்கொண்டு ஒரு பையன் உலாத்தியபடியே படித்துக் கொண்டிருந்தான்.

'அடுத்தபடியாக கிருஷ்ணையா பேசுவார்...'

காயத்ரியின் கவிதைகள் ஒவ்வொன்றாக வெளி வந்தது கிருஷ்ணையாவின் பத்திரிகையில்தான்.

வினோதினிக்குக் கால்கள் மரத்துப் போக ஆரம்பித்திருந்தது. திரும்பவும் தலை சுற்றல்.

'ஹை பிளட் பிரஷர் மிஸ் வினோதினி... உங்க வேலை காரண மாக வர டென்ஷன் இதை அதிகப்படுத்தியிருக்கலாம். யூ நீட் கம்ப்ளீட் ரெஸ்ட். வீட்டுல வேலைக்கு ஒரு சர்வெண்ட் மெய்ட் அரேஞ்ச் பண்ணிக்குங்க... அட்லீஸ்ட் டு ஹேவ் ஸம் கம்பெனி.'

'தாங்க் யூ டாக்டர். நானும் தேடிக்கிட்டுத்தான் இருக்கேன். கம்பெனி கிடைக்கல...'

'வினோ இந்த வாரம் 'துணை'ன்னு ஒரு கவிதை எழுதியிருக் கேன்.'

குருநாதன் கையில் கொடுத்த வெள்ளைத்தாள், வர்ணக் கடுதாசி யாகி, அச்செழுத்துகள் மின்ன, நாலாய் மடிகிறது.

'என் கல்யாண அழைப்பிதழ்... வர ஞாயித்துக்கிழமை... ஆத்தங் குடியிலே கல்யாணம்... அக்கா பொண்ணு... தட்ட முடி யல்லே.'

குளமும் கண்மாயுமாக விரிகிற ஆத்தங்குடி... வெய்யிற்காலப் பகல் நேரம்... வியர்வையில் குளித்து கல்யாண விருந்துண்ணு கிறவர்கள். மணப்பந்தல், பட்டிமண்டப மேடையாகிறது. மாலையும் கழுத்துமாக ஆவேசமாக மைக்கைப் பிடித்தபடி பேசுகிற குருநாதன்.

'பட்டிமன்ற நடுவர் அவர்களே... கவிதையல்ல... வாழ்க்கை தான் பிரச்னை... எட்டாயிரம் செங்கல் வைத்து ஒரு வீடு கட்டினேன். கம்பன் வலியுறுத்துவது... கார் வாங்க வேண்டும்.'

எல்லோரும் கைதட்டிக் கொண்டிருக்கிறார்கள். கிருஷ்ணையா பேசுகிறார். வினோதினி தறிகெட்டு ஓடுகிற எண்ணங்களை சிரமப்பட்டு ஒருமுகப்படுத்திக் கேட்க முனைந்தாள்.

'போன வாரம் புரஃபசர் குருநாதன் என்னிடம் ஒரு பெரிய பிரவுன் பேப்பர் கவரைக் கொண்டு வந்து கொடுத்தார். வெவ்வேறு சந்தர்ப்பங்களில் எழுதி உள்ளே மடித்து வைக்கப்பட்டிருந்த பதினொரு கவிதைகள் அதில் இருந்தன. காயத்ரியின் புத்தக அலமாரியில் கிடைத்தது. இதற்கு அப்புறம் காயத்ரி எழுதியது வேறு ஏதாவது இருக்கிறதா என்று தெரியவில்லை. இந்தக் கவிதைகள் நம் பத்திரிகையில் தொடர்ந்து பிரசுரமாகும். கவிதைகளில் மின்னல் தெறிக்கிறது. உதாரணத்துக்கு ஒன்று.'

கிருஷ்ணையா தொண்டையை சரி செய்து கொண்டார். அந்தக் கவரிலிருந்து ஒரு காகிதத்தை எடுத்து,

கவிதை வாசிப்புக்குத் தேவையான குரல் அழுத்தத்தோடு சொல்லத் தொடங்கினார்.

ஆல்பின் சிறுவன் மட்டும்
கையில் பசையும் காகிதச் சுருளுமாக...
வானவில்லை அதிசயிப்பான் கண்கள் சுருக்கி...

குரல் வந்த திசையில் எல்லோரும் திரும்ப, வினோதினி படி இறங்கிக் கொண்டிருந்தாள்.

33. சின்னாம்பு

களையெடுத்துக் கொண்டிருக்கிறார்கள். சின்னாம்பு, அம்மா, அப்புறம் சிகப்பி, ராமக்கா, பஞ்சவர்ணம். என்ன பயிர் என்று தெரியவில்லை. பெரிய பெரிப இலைகள். ஓரமெல்லாம் கருகி நடுவே கொஞ்சம்போலப் பசுமை இழையோடி, குடை விரித்ததுபோல, மண்ணில் சரிந்து கிடக்கிற இலைகளின் அடியில் பச்சைப்பசேல் என்று மண்டிக்கிடக்கிற புல். அதைத்தான் களைந்து எறிய வேண்டும். வேரோடு அசைத்துப் பிடுங்க வேரடி மண்ணில் ரத்தம் கசிகிறது. கையிலிருந்து வழுக்கித் தரையில் மீண்டும் பதியப் பார்த்துத் தோற்றுத் துடிக்கிறது. பட்டப்பகைக்கிற வெயில். வியர்வையைத் துடைத்துக்கொண்டு ராமக்கா சொல்கிறாள். 'இதான் பயிர்போல... அது களை...' அப்படித்தானோ? அம்மாவைக் கேட்க வேண்டும். 'அம்மா...ஓ அம்மா...' அம்மா வெகுதூரம் முன்னால் போய்விட்டாள். ஒரே நிசப்தம். அதைக் கிழித்துக்கொண்டு ஒரு சத்தம். 'பெண்ணாப் பிறந்தோரே... என்னை உங்க தங்கையா, மகளா நினைச்சு, குளிருதே, பசிக்குதே.'

வயல்வரப்பில் விரிகிற இந்தக் குரல் மட்டும் இந்தியில்.

சின்னாம்பு விழித்துக் கொண்டாள். ஒரு விநாடி இருப்பும், சூழலும் பிடிபடவில்லை. எலும்பை உருக்குகிற குளிர். தம்மாத் தூரில் மார்கழியிலும் தையிலும் குளிரும். பழைய கந்தலைப் போர்த்திக் கொண்டால் போதும். குளிர் தெரியாது. இது மாதிரி உலகமே முடியப் போகிறதுபோல ஒரு குளிரா...

இது தம்மாத்தூர் இல்லை, டெல்லி. டெல்லிப் பட்டணம்.

'பெண்ணாப் பிறந்தோரே...'

அந்தக் குரல் மட்டும்தான் நிஜம். பெண் குரல். உயிரிலிருந்து புறப்பட்டு, மனத்தை உலுக்கியெடுத்து அது தேய்ந்து தூரத்தில் எங்கேயோ மறைய, இன்னும் இறுக்கமாகக் கவியும் நிசப்தம்.

சின்னாம்பு ஒருக்களித்து எழுந்து உட்கார்ந்தாள். கீழே விரிந்து படர்கிற போர்வை. இது போர்வைகூட இல்லை, மெத்தை வீட்டு சக்சேனா ஐயா போர்த்திக் கொண்டிருந்தது. ஹோலிக்கு இரண்டு நாள் முன்பு அவர் இறந்து போனார். சின்னாம்பு வேலை செய்கிற வீடு அது. அமர் காலனியில் பலசரக்குக் கடை நடத்துகிற வீட்டுக்காரர்கள்.

பெரியவரின் கட்டிலையும் ரஜாயையும், தொள தொளவென்று இரண்டு ஸ்வெட்டர்களையும் சின்னாம்புவிடம் கொடுத்து விட்டார்கள்.

'உன் வீட்டுக்காரன் காளியப்பனுக்குச் சரியாக இருக்கும்.'

ரஜாயைத் தவிர, மற்றதை எல்லாம் பகாட்கஞ்சில் யாரிடமோ விற்றுக் காளியப்பன் குடித்துத் தீர்த்து விட்டான். ரஜாய் ஓரத்தில் மருந்தோ, சிறுநீரோ பிடிவாதமாக உலர்ந்த கறை இருந்ததால், விற்க முடியவில்லை.

காளியப்பனின் காக்கி பேண்ட், சுவரை ஒட்டித் தரையில் தாறுமாறாகக் கிடந்தது. அங்கங்கே நைந்து கொண்டிருக்கிறது. இரண்டு வருஷம் முன்வரை ரயில்வே கலாசியாகக் காக்கி உடுப்பில், பீகாரிகளோடு கையைத் தட்டிப் பாடிக்கொண்டு ரயில் பாதையில் சரளைக் கல் தட்டிப்போட்டு சமனப்படுத்துகிற காளியப்பன்...

பீகாரிகள் வேலை முடிந்து சாயந்தரம் சாராயம் குடிக்கப் போனார்கள். காளியப்பனும் போனான். பீகாரிகள் மறுபடி காலையில் வேலைக்குப் போனார்கள். காளியப்பன் திரும்பக் கடைக்குப் போனான்.

வேலை போனபோது கடைசியாக மிஞ்சியது இந்தக் காக்கி பேண்ட்தான்.

சின்னாம்பு, ரஜாயை உதறி மடித்துவிட்டு வெளியே வந்தாள். கோபித்துக் கொண்ட முகம்போலப் பனி மூட்டத்தில் கூம்பிக் கிடந்தது டெல்லியின் விடியற்காலம்.

'காலையில் கொடுத்த சாய், மொட்டைத் தண்ணி' என்று சக்சேனாவின் பெரிய மருமகளிடம் சண்டை போட, யாரும் பக்கத்தில் இல்லாத நேரத்தில் குழந்தை இல்லாத சின்ன மருமகள், மாமியாரும் மற்றவர்களும் படுத்துகிற பாட்டைச் சொல்லிக் கண்ணீர் விடும்போது ஆறுதல் சொல்ல, ரேஷனில் மண்ணெண்ணெய்க்கும் கோதுமைக்கும் சண்டை போட, என்க்ரோச்மெண்ட் ஏரியா என்று காலி செய்யவைக்க வந்து மிரட்டுகிற ரயில்வேக்காரர்கள் காலில் விழுந்து மன்றாட - சகலத்துக்கும் இந்தியில் பேசுகிற சின்னாம்பு.

தம்மாத்தூருக்குத் தமிழ். டெல்லிக்கு இந்தி. வயிறுதான் வாய் மொழியைத் தீர்மானிக்கிறது.

'பாஷை புரியாத ஊரு... புருஷனை விட்டா கதியில்லே... ஜாக்ரதையா இரு புள்ளே.'

மழை ஓய்ந்த, கல்யாணத்துக்கு அடுத்த நாள் பிற்பகல் கோடித்துணியும், இரட்டைக்கிளி எழுதிய பச்சை டிரங்க் பெட்டியும், முறுக்குப் பையுமாக, காளியப்பனுடன் புறப்பட்ட சின்னாம்பு.

'டெல்லியில் ரயில்கார உத்தியோகம் பாக்கற புள்ளே... என் கொழுந்தனுக்கு மச்சான் உறவு.' அம்மாவுக்குப் பெருமை பிடிபடவில்லை. சொல்லிச் சொல்லி மாய்ந்து போனாள்.

இனிமேல் கூலி வேலைக்குப் போக வேண்டாம். காலுக்கும் அரைக்கும் பண்ணை வீட்டு வாசலில் கால் கடுக்க நிற்க வேண்டாம். ரயில்வேக்காரன் பெண்டாட்டி. காரேபூரே என்று

புரியாத மொழி பேசுகிற ஊரில் புருஷன் கையைப் பிடித்துக் கொண்டு மதிப்பாக நடக்கிற சின்னாம்பு.

‘நீ வேலைக்குப் போக நாலு வீடு பாத்து வச்சிருக்கேன். இது சக்சேனா ஐயா வீடு. வேலை சுலபம் புள்ளே. துணி துவைக்கணும். பெருக்கித் துடைக்கணும். அம்புட்டுத்ததான்.’

டெல்லியில் கால் பட்டதும் அவள் கனவுச் சிறகுகள் உதிர்ந்து போக, கையில் துடைப்பும் ஏறியது. இன்னொரு சேலத்து வேலைக்காரி.

சக்சேனா வீட்டில், நன்கானியின் பர்சாத்தியில், ஈராஸ் தியேட்டர் பக்கம் சதுரங்கனியின் முதல் மாடியில், டிஃபன்ஸ் காலனியில் பட்டாளக்காரத் தமிழ் ஐயா வீட்டில் தரைத் துடைக்கிற, பழைய ரொட்டியும், காய்கறிக் கூட்டும் வாங்கிப் போகப் பாத்திரம் ஏந்தி நடந்து போகிற சின்னாம்பு.

வீட்டுப்படிகள் காத்திருக்கின்றன.

சக்சேனா வீடு. பெரிய மருமகள் பட்யாலா போகிறாள். தாய் வீடு. சாயந்தரம் பயணம். வாசலில் கட்டிலில் உட்கார்ந்து சிகரெட் பிடிக்கிற மாப்பிள்ளையோடு சம்பந்தி நின்று கொண்டே பேசுகிறார்.

சின்னாம்பு, பிளாஸ்டிக் வாளியில் தண்ணீரும், சோப்புத் துளி நனைத்த பழந்துணியுமாகத் தரை மெழுகிக் கொண்டிருக்கிறாள். உள்ளே பெரியம்மா ஆம்லெட் போடும்போது தீய்ந்து, வீடெல்லாம் வாடை. ‘நீயாவது பார்த்துத் தொலைக்கக் கூடாதா...’ சின்ன சக்சேனா மனைவியை அதட்டுவது சன்னமாகக் கதவுக்கு அப்பால் கேட்கிறது.

‘சின்னாம்பு...ஹே சின்னாம்பு...’ பெரியம்மா குரல்.

‘போலியே மாஜீ...’

‘காலு கடையிலே ஒரு டபிள் ரொட்டி பாக்கெட் வாங்கிட்டு வா. ஜல்தி... நாலு முட்டையும் வேணும். வரவர அவன் முட்டை சரியாவே இல்லே. காசைக் கொள்ளையடிச்சு ஜனக்புரியிலே வீடு கட்றான் படுபாவி.’

காலுவா முட்டை போடுகிறான்?

'சின்னாம்பு... ஏக் செகண்ட். சாப் குடிச்சியா.'

பெரிய மருமகள். வழக்கமில்லாத கரிசனம் என்றால் வேலை வைத்திருக்கிறாள் என்று அர்த்தம்.

'ஒரு உதவி செய்யேன். இந்த நாலு புதுப் புடைவைக்கு ஃபிளைஓவர் கீழே கடையிருக்கில்லே. அங்கே சாரிஃபால்ஸ் அடிச்சு வா... நான் பெட்டிபிலே வைக்கணும். சீக்கிரம் போறியா...'

'சின்னாம்பு...' இது சின்ன மருமகள். பின் கட்டிலிருந்து வருகிற குரல்.

கை ஈரத்தைப் புடைவையில் துடைத்துக் கொண்டு, சின்னாம்பு முதலில் அங்கே போனாள்.

வெங்காயம் அரிய எடுத்த கத்தியோடு நிற்கிற சின்ன மருமகள். 'வெட்டிடாதீங்கம்மா... நான் சாதுப்பிராணி...'

சின்னாம்பு சிரிக்கிறாள். அவள் வயதுதான் இந்தப் பெண்ணுக்கும். ஒன்றிரண்டு குறைவாகக்கூட இருக்கலாம். அது சரிக்குச் சரியாகப் பேச ஒரு உரிமையைக் கொடுத்திருக்கிறது. சிநேகத்தைச் சொல்கிற அவள் கண்களும் சிரிக்கின்றன.

'ஆமா...இல்லாட்டா நமக்கென்ன பிள்ளையா குட்டியா...நாம போனா கஷ்டப்பட...இருந்து இருந்து என்னத்தைக் கண்டோம் சொல்லு.'

சின்னாம்புவும் அவளும் ஒரே நேர்கோட்டில்தான். சின்னாம்பு கூடத் தேவலை. போதை தலைக்கேறி வந்து எப்போதாவது முடியைப் பிடித்து அடிக்கும்போது மட்டும் காளியப்பன் சொல்வது 'மலட்டுப் பொணமே.' சின்ன சக்சேனா நாலுபேர் பார்க்கப் பெண்டாட்டியை அடிப்பதில்லை. மற்றபடி எல்லோ ரும் வார்த்தையால் சதா அடிக்கிறார்கள்.

'சின்னாம்பு...' பெரியம்மா திரும்பக் கூப்பிடுகிற குரல்.

'உன் வீட்டுக்காரன் போல இருக்கு...வாசல்லே நின்னு சைக்கிள் மணி அடிக்கிறான். சட்டுப் புட்டுன்னு பேசி அனுப்பிட்டு வா. ஏகமா வேலை கிடக்கு.'

தலையில் மப்ளரும் அழுக்குக் கோட்டும் வாயில் இன்னும் பற்றவைக்காத சிகரெட்டுமாகக் காளியப்பன்.

'ராத்திரி எங்கேய்யா ஒழிஞ்சே?'

'கரோல்பாக்கிலே ஒரு சிநேகிதன் இட்டுட்டுப் போய்ட்டான்.'

'தண்ணியடிக்கவா?'

'சீ...சீ... ராப்பூரா கண் முழிச்சு போஸ்டர் ஒட்டிட்டு வரேன்.'

கண் விழித்தவன் கண்ணா இது?

கரோல்பாகோ, ஜங்புராவோ, நாராயணாவோ... எங்கேயோ, யார் கூடவோ குடித்துவிட்டு உருண்டு கிடந்து எழுந்து வருகிறவன். யார் யாரோ வந்து சொல்லும் போது நம்பவும் முடியவில்லை. நம்பாமல் இருக்கவும் முடியவில்லை.

'கல்காஜியிலே குடிச்சுட்டுச் சண்டை போட்டான்.'

'மயூர்விஹாரிலே ஒரு பொண்ணோட சைக்கிள்ல போனதைப் பார்த்தேன். கருத்த பிள்ளை. சின்ன வயசு. தமிழ்க்காரிதான்.'

'ராத்திரி ரீகல்ல ரெண்டாம் ஆட்டம் போனியா? அமிதாப்பச்சன் படம்... நீ போகலியா? அப்ப காளியப்பன்கூட சைக்கிள்ல முக்காடு போட்டுக்கிட்டு...'

சைக்கிள் இவனது இல்லை. கூடப் போனவள்?

'சைக்கிள் ஏதுய்யா?'

'குணசேகரன் வண்டி.'

'எங்கே வந்தே இப்ப? உசிரோடு இருக்கேனான்னு பாக்கவா?'

'உனக்கென்ன குறைச்சல்! பஞ்சாபிக்கார வீட்டு சப்பாத்தி தின்னு உப்பிக்கிட்டுத்தானே போறே...' அவன் இளிப்பும் கண் சிமிட்டலும் பற்றிக் கொண்டு வருகிறது.

'நான் துண்ணாத்தான்யா நீ சுதி ஏத்திக்க முடியும். எட்டு வீட்டுல ஏறி இறங்கி எச்சத்தட்டு கழுவ உடம்பிலே திராணி வேணாம்...'

'சரி சரி ஆரம்பிச்சுடாதே. அவசரமா நூறு ரூபா வேணும்.'

‘பத்து ரூபா இருக்கு. அதிலேயும் ஒரு அஞ்சு ரூபா கிழிஞ்சு போனது.’

‘அம்மாக்கிட்டே வாங்கிக் கொடேன். அவசரம்.’

‘பைசா பெயராது... ஏன்யா விடிஞ்சதும் உயிரை வங்கறே... வரதே இல்லை. வந்தா நூறைக் கொண்டா, இருநூறைக் கொண்டா...’

சின்னாம்பு குரல் உயர்ந்தது.

‘சே...போயும் போயும் உன்னைக் கேட்டேன் பாரு...’ கோபத்திலும் அந்தப் பத்து ரூபாயைப் பறித்துக் கொண்டு போக மறக்கவில்லை.

கையில் பத்து தான். வீட்டில் ஆட்டுக்கல்லுக்குக் கீழே பள்ளத்தில் பிளாஸ்டிக் கவரில் முந்நூற்றிருபது இருக்கிறது. ஒன்றும் இரண்டுமாகச் சேர்த்து இவனுக்கு ஒரு சைக்கிள் வாங்க... நாலு இடம் சுத்தற ஆம்பிள்ளை... நடக்கவா முடியும்...

‘சின்னாம்பு...தவா காயுது. முட்டை எங்கே? சீக்கிரம்.’

இருட்டிக் கொண்டு வருகிறது. சென்ட்ரல் மார்கெட் கடைகளில் விளக்குகள் மின்னல் சிதற... இடைவெளிகளில் நெருக்கியடித்து ஊர்ந்து போகிற ஜனக்கூட்டம்.

‘சின்னாம்பு...பேல்பூரி சாப்பிடலாம் வா.’

சக்சேனா மருமகள் குழந்தைபோல உற்சாகத்தோடு கூப்பிடு கிறாள்.

‘நீங்க போங்க சின்னாம்மா. பட்டாளக்கார வீட்டம்மா தமிழ் கடையில் வெத்தலையும் புத்தகமும் வாங்கிட்டு வரச் சொல் லுச்சு. இதோ ஒரு நிமிஷத்திலே வரேன்.’

‘மாமா. நூறு வெத்திலை, காபிப் பொடி ஐநூறு கிராம்.’

‘தில்லானா மோகனாம்பாள் கேஸட் இருக்கா?’

தமிழ்க் குரல்கள். சின்னாம்பு கடை வாசலில் நிற்கிறாள். ஒரு நாலு மணியைப்போல வந்திருந்தால் கூட்டம் இருக்காது. சக்சேனா சின்ன மருமகள் கிளம்பத் தாமதமாகி விட்டது.

அவளைச் சொல்லிக் குற்றம் இல்லை. வீட்டுக்காரர்கள், உறவுக் காரர்கள் என்று மதியம் மூன்று தடவை டைனிங்டேபிள் நிறைந்து விட்டது.

'சின்னாம்பு அக்கா...'

'யார் கூப்பிடுவது?' திரும்பிப் பார்த்தாள்.

கலைச் செல்வன். பக்கத்துக் குடிசை கல்யாணியின் மகன். அவ்வப்போது பீடிக்காக ஐம்பது காசும் ஒரு ரூபாயும் கேட்டு சின்னாம்புவிடம் வந்து நிற்பான்.

'என்னடா செல்வா... துட்டு வேணுமா...'

'வேணாக்கா. உன்னைத் தேடிட்டுத்தான் ஓடியாறேன். பட்டா ளக்கார வீட்டுக்குப் போனேன். இங்கே பார்க்கச் சொன்னாங்க அந்த அம்மா.'

அந்தக் குளிரிலும் அவனுக்கு வியர்த்திருந்தது.

'என்னாடா விஷயம்?'

'போலீஸ்காரங்க உன் வீட்டுக்குள்ளாற வந்து காளியப்ப அண்ணனைத் தேடறாங்க அக்கா. காட்காஞ்சிலே யாரோ பான்வாலாகிட்டேயிருந்து சைக்கிளைத் தூக்கிட்டு வந்துடுச்சாம்.'

'இன்னும் இருக்காங்களாடா?' பதைபதைப்புடன் கேட்டாள்.

'வீட்டை எல்லாம் கலைச்சுப் போட்டுட்டுப் போய்ட்டாங்க. காளியப்ப அண்ணன் வந்தா ஸ்டேஷனுக்கு வரணுமாம்.'

காலையில் சைக்கிளில் உட்கார்ந்து மணியடித்து அழைத்த காளியப்பன்.

'சரி, நீ போ. நான் அம்மாவை வீட்டுல விட்டுட்டு வரேன்.'

'என்ன சின்னாம்பு, பான்பாத்தா வாங்க இவ்வளவு நேரமா? மிஸஸ் ராஜகோபால் என்ன... பான் கடை வைக்கப் போறாங் களா என்ன... இவ்வளவு வெத்தலை வங்கிட்டுப் போறே...'

சின்ன மருமகள் கடை வாசலுக்கே வந்து விட்டாள்.

வீடு தாறுமாறாகக் கிடந்தது. வாசல் மறைத்த தட்டி கிழிந்து தெருவில் கிடக்க, பாயும் தலையணையும் தெருமண்ணுக்குப் பாலம் போட்டப்படி பனியின் ஈரிப்போடு கிடக்கின்றன. சமைத்து மூடி வைத்திருந்த பானை உருண்டு, தரையெல்லாம் ஒட்டுகிற சோறு. சின்னாம்புவின் புடைவை கதவில் மாட்டி இழுபட்டு ஆறடி இடைவெளியில், மிச்சம் கிழிசல் கொடியில். கண்ணாடிச்சில்லு, சக்சேனா மருமகள் கொடுத்த பழைய உள்பாவடையும் பைஜாமாவும் உள்ளாடியும் மேல் துணியும், சுரிதாரும் குவியலாக ஓரத்தில். தீப்பட்டி சிதறித் தீக்குச்சி இறைந்து கிடக்கிறது அதன் மேல்...

சின்னாம்பு, அழுகையைச் சிரமப்பட்டு அடக்கிக் கொண்டாள். அழுவதால் ஒன்றும் ஆகப்போவதில்லை. போலீஸ்காரர்கள் திரும்பவும் வரலாம். வந்தால்... சின்னாம்பு எதற்குப் பயப்பட வேண்டும்? அவளிடம் லட்ச லட்சமாகப் பணம் இல்லை. தங்கம் இல்லை. வாயில் வார்த்தை இருக்கிறது. அது கெஞ்சும்... அழும்... மன்றாடும்.

‘எஜமான்களே...’

‘ஓடிப்போ நாயே... மதராஸுக்கே ஓடு...’

‘சின்னாம்பு, ரகசியம் பேசுகிறதுபோல அழைக்கிற குரல். பக்கத்து வீட்டு கல்யாணி அக்கா. வாசலில் ஒரு காலும் உள்ளே ஒரு காலுமாக நிற்கிறாள். போலீஸ் நுழைந்த வீடு... பயம்...

‘இது இன்னாடி கோராமை. நீ விடிஞ்சதும் பட்டாளக்காரர் வீட்டுல போய் அவர் கல்லே விழு புள்ளே. அவர் சொன்னா யாரும் தட்ட மாட்டாங்க. பாவம், பொம்பளையைத் தனியா மாட்ட விட்டுட்டு... என்ன மனுசன் உன் புருஷன்.’

சொல்லிக் கொண்டே தலையை வெளியே இழுத்து மறைகிறாள்.

சின்னாம்பு எழுந்து போய் சிம்னியைப் பெரிதாக்கினாள். மணி என்ன இருக்கும்? ராத்திரி... அவ்வளவு தான்...

‘சின்னாம்பு அக்கா...’ கலைச்செல்வன்.

‘தூங்கலியாடா செல்வா?’

‘ஒம்பது மணிதானே ஆறது அக்கா. வந்து...’ தயங்கினான்.

‘என்னடா செல்வா... சொல்லேன்.’

‘அக்கா... வந்து... காளியப்ப அண்ணன் சைக்கிளை மட்டும் கிளப்பிக்கிட்டுப் போகலே... மயூர்விஹாரிலே வாட்ச்மேன் கருப்பையா மகள் இருக்கே... எனக்கு அக்கா மொறை. எங்க வீட்டுக்குக்கூட வருமே... அதையும் இட்டுக்கிட்டுப் போயி ருக்காப்பல... பழைய டெல்லி ரெயில்வே ஸ்டேஷன்லே ரெண்டு பேரையும் யாரோ பாத்து கருப்பையா கிட்டே சொல்லி... அவரு இங்கே வந்து சத்தம் போட்டாரு... போலீஸைப் பாத்ததும் அவரும் ஓடிட்டாரு... அண்ணன் ஏன்க்கா இப்படி எல்லாம் செய்யணும்? சைக்கிளைத் திருடி, அடகுவச்சு, பணம் புரட்டி, பொம்பளைப் பிள்ளையை இழுத்துக்கிட்டு... மத்யானம் அவசர அவசரமா வீட்டுக்கு வந்து ஒரு பெரிய பையிலே எல்லாத்தையும் திணிச்சுக்கிட்டுப் போச்சு. ‘அண்ணே எங்கே போறே?’ன்னேன். ‘போடா உன் சோலியைப் பாத்துக்கிட்டு’ன்னு திட்டிட்டுப் போச்சு யக்கா, நான் வரேன். நீ கவலைப்படாம தூங்கு. விடிஞ்சதும் நேரே பட்டாளக்கார வீட்டுக்குப் போயிடு. வரேன்க்கா...’

சிம்னி அணைந்துபோனது. இருட்டில் பயங்கரமாக உணர வைக்கிற இருப்பிடம். சிதறியது எல்லாம் சிதறியபடி கிடக்க, சின்னாம்பு பனிக்கட்டியாகச் சிலிர்த்து நிற்கிற சுவரோரம் ஒடுங்கி உட்கார்ந்து கொண்டிருக்கிறாள். அவள் அனாதை. அவளை விட்டுவிட்டு வெளியே உலகம் குளிரிலும் இருட்டிலும் வெளிச்சத்திலும் சுழன்று கொண்டிருக்கிறது. பசி இல்லை. தாகம் இல்லை. வெறித்த கண்ணில் கண்ணீர் உறைந்து போனது. தூக்கமும் பயந்து நழுவிப் போனது.

என்னத்துக்கு இன்னும் உயிரை வைத்துக்கொண்டு கிடக்க... இப்படி ஊரைவிட்டு ஊரு வந்து எங்கேயோ அனாதையாக் கிடந்து துடிப்பதைத் தவிர, ஜென்மம் எடுத்து என்ன கண்டது. பேசாம செத்துப் போயிடலாம். சின்னம்மா சொல்ற மாதிரி நாம போனா பிள்ளையா குட்டியா... பசியும் பட்டினியுமா கஷ்டப் பட.... நாமதான்... நமக்கு நாமதான்... ஊர்லே அம்மாவும் போய் ஒரு வருஷமாகப் போறது. வர்ற பங்குனிக்கு...

ஓவென்று பக்கத்தில் எங்கேயோ ரயில் இரைகிறது. கூப்பிடு கிறது. தம்மாத்தூருக்கா. அது அடுத்த ஜென்மத்தில்தான்... வா...

வா... சின்னாம்பு... ஒரே விநாடியில் உன்னை அரைத்துக் கூழாக்கி சிவப்புச் சேறாகத் தரையில் தடவுகிறேன். வா... வா...

இதோ வரேன்...

'ஏ... பெண்ணாப் பிறந்தோரே.. '

சின்னாம்பு நின்றாள். வெளியில் இருந்து வந்த குரல்.

யார் அது? பார்த்துவிட்டுத்தான் போகலாமே... அவசரம் இல்லை... வரிசையாக ரயில் ஓடுகிற பாதை இது.

'அம்மா... என் தாயே...'

சின்னாம்பு, உடலைச் சிலிர்த்துக் கொண்டாள். தசையைத் துளைத்து, எலும்பையும் ரத்தத்தையும் ஊடுருவி, உயிரின் சக்தியை எல்லாம் ஒருமித்துக் குவித்து, பனியிலும் குளிரிலும் குரலை விரைத்துக் கொண்டு, அடைந்த கதவுகள் திறக்குமா என்று நின்று நின்று நிராசையோடு... தெருக் கோடியில் நடந்து வருகிற எலும்பு உருவம்... பெண்...

'ஒரு காய்ந்த ரொட்டி... ஒரு கரண்டி பால்... பழைய கந்தல் துணி... என் குழந்தை பசித்து அழுது கேக்குது... குளிரில் விரைச்சு நான் நடந்து வர்றேன். ரொட்டி... ஒரு துண்டு மட்டும்... இந்த உயிர் உள்ளவரை மறக்க மாட்டேன். அம்மா... என் அம்மா...'

இருட்டின் குழந்தையாகக் கந்தல் அணிந்து, தலையெல்லாம் கலைந்து, கண்கள் செருகி நிற்கிற இளம் பெண். வயிற்றைப் பார்த்தாள் சின்னாம்பு.

சின்ன மூட்டையாக அனங்காமல் கிடக்கிறது...

'ஏய்... குழந்தைக்கு என்னாச்சு? படபடப்போடு கேட்டாள்.

'தூங்குது தீதி... யாரோ ஒரு புண்ணியவான் சாயந்தரம் பால் வாங்கித் தந்தார். குடிச்சுட்டுத் தூங்குது.

சின்ன நிம்மதி. அவள் இந்தி வேறு மாதிரி இருக்கிறது. மொழி புரியாவிட்டால் என்ன? பெண்... அநாதையாகப் பசித்துக் களைத்து...

தீதி... இவள் என்னோடு பிறந்தவள்.

'சாப்பிட்டியாடி?'

அவள் எங்கேயோ வெறித்தாள்.

'உன்னைத்தாண்டி... உள்ளே வா... பிள்ளையை படுக்கவை,'

சின்னாம்பு தமிழில்தான் பேசினாள். உலகத்தில் இருக்கிற தாயன்பு எல்லாம் சேர்ந்து கவிகிற மனம், தமிழாகத்தான் நாக்கில் சுருள் பிரிகிறது.

காய்ந்த பிரட் துண்டுகள். சக்சேனா வீட்டுப் பெரியம்மா தூக்கிக் கொடுத்த ஓரத்தில் தீய்ந்த ஆலு பரட்டா... பட்டாளக்காரர் வீட்டில் அனுமார் சாமிக்குப் போட்ட வடைமாலையில் உதிர்த்துக் கொடுத்த நாலைந்து வடை....

'சாப்பிடு வா.'

அந்தப் பெண்ணின் கண்கள் பளபளக்கின்றன.

மனித ஜீவி ஒன்று தரையில் கால்பரப்பி இருந்து, இரண்டு கையாலும் பற்றியும், பற்களால் கிழித்தும், பிரித்தும் இரை கொள்ள, உள்ளே கனன்ற அக்னி அவிந்து கொஞ்சம் குளிர்ந்து கண்ணில் வழிகிறது.

இது தம்மாத்தூர். சின்னாம்பு தாயாகிறாள். நாளெல்லாம் வெயிலில் களையெடுத்துவிட்டு வந்து உலை வைத்து, பசி யோடு தூங்கிப்போன குழந்தையை மெல்ல வருடி எழுப்புகிற அம்மா. கையிலும் சேலையிலும் இதமாக மண் மணக்கிற அம்மா.

'மா... மேரி மா.'

வழங்கவும் வாங்கவுமாக உணர்வைப் பகிர்ந்து கொள்ள இரண்டு ஜீவன்கள்.

தணுத்த தரை. சிம்னி விளக்கின் சுடர் அலை பாய்ந்து படிகிற சுவர்களும் குளிர்ந்து நிற்கிற ராத்திரி.

'தீதி, ஒரு ராத்திரி மட்டும் இங்கே தங்கிட்டு...' குவிக்கிற கைகள்.

'போறதை அப்புறம் பாக்கலாம். இப்பத் தூங்கு.'

ஓரத்தில் கிடந்த குவியலிலிருந்து பழம் புடைவையை விரிக்கிறாள். பஞ்சு சிதறும் ரஜாயைப் போர்த்துகிறாள். இன்னொரு பழம்புடைவை நாலாக மடிபட்டு குழந்தைக்குப் போர்வையாக.

'ராம்லால் மிட்டாய்வாலா கடையிலே பால் காய்ச்சி கடாய்லே இருக்கும், வாங்கிட்டு வந்துடறேன். பிள்ளை முழிச்சுக்கிட்டு அழுதாத் தர வேணாம்?'

'தீதி...' குரல் உடைந்து ஊமை அழுகையில் கரைகிறது.

சின்னாம்பு வெளியே வந்தாள்.

'புருசனை விட்டுட்டு எங்கேயும் போயிடாதே புள்ளே. பாஷை புரியாத ஊரு.'

பிடித்த கைகள் உதறி விடுவித்துக் கொண்டு போக, பாஷை புரிகிறது. மனிதர்களையும்.

அவள் உதறிப்போன கைகளை நினைத்துப் புலம்பமாட்டாள். உழைக்கக் கை இருக்கிறது. வெயிலோ, பனியோ, மழையோ, அலைந்து திரிய வலுவான கால் இருக்கிறது. வாழ்ந்து தீர வாழ்க்கை இருக்கிறது. இப்போதைக்கு ஒரு கடமை இருக்கிறது. குவளை நிறைய பால், இன்னொரு அனாதையின் குழந்தைக்கு. குழந்தை அழும் முன் திரும்ப வேண்டும். சின்னாம்பு நடக்கிறாள்...

34. கிடங்கு

'ஏறங்குடா...'

அண்ணாச்சி காரை நிறுத்தினார்.

இருட்டு. எந்த இடம் என்று புரியவில்லை. முன்னால் ஏதோ பெரிய கட்டடம். அங்கேயும் விளக்கு எதுவும் தெரியக் காணோம்.

'என்ன இடம் அண்ணாச்சி இது?'

சோமு கண்ணைக் கசக்கியபடி கேட்டான்.

அவன் தூங்கப் போனதே நடுராத்திரிக்கு அப்புறம்தான். தினசரி அதுதான் வாடிக்கை. நாயக்கரின் ராத்திரி மட்டன் ஸ்டாலில் மல்லிகைப்பூ இட்லி வியாபாரமும் முடிகிற நேரம் அது.

'ரொம்பக் கெறங்குதாடா? எனக்காக ஒரு நாள் பொறுத்துக்க... தனியா ஆஸ்பத்திரிக்குப் போக வேணாம்னுதான், உன்னையும் எழுப்பிக் கூட்டியாந்தேன்...'

அண்ணாச்சி குரல் ஜீவனில்லாமல் ஒலித்தது.

அவருக்காக எதையும் பொறுத்துக் கொள்ளலாம்தான். சின்னப் பையனாகப் பத்து வருஷம் முன்னால் இந்த மதுரைப் பட்டணத்தில் ஒண்டியபோது இவர் கண்ணில் மாத்திரம் படாமல் போயிருந்தால், சோமு இன்னேரம் கோயில் வாசலில் பிச்சையெடுத்துக் கொண்டோ, ஸ்டேஷன் யார்டில் மூட்டையைக்குத்திக் கிழித்து அரிசி திருடிக் கொண்டோ உருப்படி இல்லாமல் போயிருப்பான்.

'நாயக்கரே... பையனுக்குப் பனவிடலி கிராமமாம்... எங்க ஊருப்பக்கம். என்னிய மாதிரி சொந்தம் பந்தம் இல்லாமக் கிளம்பி வந்திருக்கான்... சூது வாது தெரியாத பிள்ளைன்னு முகமே சொல்லுது. கடையிலே சேத்துக்கும். நானு கியாரண்டி.'

அண்ணாச்சி சொன்னால் நாயக்கர் தட்டமாட்டார். எத்தனையோ வருஷப் பழக்கம்.

நாயக்கர் மெஸ்ஸில் சோமு சேர்ந்தபோது ஆவணி மூலவீதி காதர் முதலாளியிடம்தான் அண்ணாச்சி கார் ஓட்டிக் கொண்டிருந்தார். ஆவன்னாறுனா முதலாளியிடம் அவர் வந்து சேர்ந்தது அப்புறம் தான்...

அண்ணாச்சி கார்க் கதவை அறைந்து சாத்தினார். வழக்கமாக அவர் எடுத்து வருகிற பேபி ஆஸ்டின் இல்லை அது. பின்சீட் அங்கங்கே கிழிந்து தொங்குகிற பழைய செவர்லே வண்டி.

'பெரியாஸ்பத்திரியா அண்ணாச்சி, இப்படி இருளோன்னு கெடக்கு...'

சோமு தடுமாறி விழுந்து விடாமல் அண்ணாச்சியின் கையைப் பற்றிக் கொண்டான்.

நல்ல உறக்கத்தில் தட்டி எழுப்பிக் கூட்டி வந்திருக்கிறார். என்ன தலை போகிற அவசரமோ...

'இது ஆஸ்பத்திரிக்குப் பின் வாசல்டா... சவக்கெடங்கு இங்க தான்.'

ஒரு விநாடி நின்று அவன் தோளில் கை வைத்து அண்ணாச்சி சொன்னபோது, அவர் கை லேசாக நடுங்கியது.

சோமுவுக்குத் தூக்கம் முழுக்க விலகிப் போனது. ‘சவக் கிடங்கா?’ வயிற்றில் கலவரமாக எதுவோ உருள்கிறது.

கடையில் பின்கட்டுக்கு வந்து தட்டி எழுப்பிக் கூப்பிட்டபோது, பஞ்சாலை ஷிப்டுக்குப் போகிறவர்கள் தேத்தண்ணீர் சாப்பிட வந்திருந்த நேரம். நாலு மணி இருக்கலாம். நாயக்கர் கல்லாவில் உட்கார்ந்திருந்தார்.

மதுரைப் பட்டணம் ராவானாலும் பகலானாலும் தூங்குவதில்லை. நாயக்கர் மெஸ்ஸும்தான்.

‘நாயக்கரே... இவனைக் கூட்டிப் போறேன்... ரொம்ப அவசரம்... வந்து வெவரம் சொல்றேன்.’

அண்ணாச்சி இன்னும் விவரம் சொல்லவில்லை.

ஒற்றையடிப் பாதையாக நீண்டுபோன வழி, சின்னக் கல் கட்டடத்தில் முடிந்தது. அதை ஒட்டித்தகரக் கொட்டகை மூடி கொஞ்சம் கோணலாக நீள விரிகிற இடம்.

முகப்புத் தாழ்வாரத்தில் சருகுகள் உதிர்ந்திருக்க, ஓரமாகப் பூனையோ நாயோ படுத்திருந்தது.

பூனைதான். வெள்ளைப் பூனை, பாதை சட்டென்று வலப்புறம் திரும்ப, உள்ளே மங்கலாக எரிகிற விளக்கு, மர மேஜை போட்டு, நாலைந்து சாணிக் காகிதப் பேரேடுகளைப் பரத்தி வைத்து யாரோ கவிழ்ந்து படுத்துத் தூங்கிக் கொண்டிருந்தார்கள். பக்கத்தில் கழற்றி வைத்த காக்கிக் குல்லா.

பின்னால் தெரிந்த தகரக் கதவுகள் மூடியே இருக்க, மிரட்டுகிற சிவப்பில் சுவரில் ஏதோ வரிவரியாக எழுதியிருந்தது.

‘எசமானே...’

அண்ணாச்சிக் குரல் சோமுவுக்கு வித்தியாசமாக ஒலித்தது. யாரையும் இப்படி அண்ணாச்சி கூப்பிட்டுப் பார்த்ததில்லை. இந்த ஆள் போலீஸ்காரனாக இருக்கலாம்.

சத்தம் கேட்டு விழித்தது பூனைதான். சோம்பல் முறித்தபடி உள்ளே வந்து சோமுவைப் பார்த்து விரோதமாக முனகியது அது.

நாயக்கர் மெஸ்ஸில் எலும்பும் தோலுமாக ஒரு பூனை உண்டு. கரப்பு தின்று தின்று ருசி கண்டு வேறு எதையும் தேடாத பூனை. சவக் கிடங்குப் பூனை என்ன சாப்பிடும் என்று சோமுவுக்குத் தெரியவில்லை.

'ஐயா...'

அண்ணாச்சி மறுபடியும் கூப்பிட்டார். குரல் மேலெழும்பி உயர்ந்து கேட்க, காலடியில் சுற்றி வந்த பூனை, மேசையில் தாவி மறுபுறமாகக் குதித்து, மூடியிருந்த தகரக் கதவுகளின் பக்கம் வேகுவேகுவென்று ஓடியது.

'தேவடியாளே...'

அந்த ஆள் கண் விழித்துச் சொன்ன முதல் வார்த்தை பூனையைப் பார்த்து. அதைத் துரத்திக் கொண்டு போனவன் திரும்பி வரும் போது, அவன் பார்வையில் படத் தயாராக அண்ணாச்சி சட்டைப் பையில் கையை வைத்தபடி நின்றார்.

உள்ளே ஏதாவது முக்கியமான கடுதாசி இருக்கலாம் என்று சோமுவுக்குத் தோன்றியது.

கடுதாசியா... நாடகத்துக்கு ஓசி பாஸா?

சோமுவுக்கு லேசாகச் சிரிப்பு வந்தது. இருட்டோடு கிளம்பி இந்த விடியாமூஞ்சி மனுஷனைத்தேடி வந்து நாடக பாஸ் கொடுக்கவா ஆவன்னாறுனா முதலாளி அனுப்பியிருப்பார்?

பட்டணத்திலிருந்து வந்து சக்கைப்போடு போடுகிறது ஸ்பெஷல் நாடகக் கோஷ்டி. ஆவன்னாறுனா முதலாளிக்கு மரவியாபாரம், இரும்பு வியாபாரத்தோட நாடக கம்பெனி காண்ட்ராக்டும் பணத்தை அள்ளிக் கொட்டுகிற விஷயம்.

'ரெண்டு வருஷமா அலைஞ்சு தலை கீழா நின்னு புது வருஷத்துல நாகரத்னாவைக் கூட்டியாந்துட்டாரு ஆவன்னா றுனா... வசூல் பிச்சிக்கிட்டுப் போவுது. பத்துப் பதினைஞ்சு பெரிய ரூபாயாவது பாத்துடுவாரு போல... தொள்ளாயிரத்து முப்பத்தஞ்சு லாபக் கணக்கோடுதான் ஆரம்பிச்சிருக்கு செட்டியாருக்கு...'

முந்தாநாள் ராத்திரி பவளக் கொடி நாடகம் பார்த்துவிட்டு வந்து நேரே கல்லாவில் உட்கார்ந்தபடி நாயக்கர் சொன்னது ஞாபகம் வந்தது சோமுவுக்கு.

இப்போதுகூடக் கல்லாவில்தான் இருப்பார். வர நேரமானால் சத்தம் போடுவாரோ? சொல்லிவிட்டுத்தானே அண்ணாச்சி கூட்டி வந்தது?

காக்கி உடுப்பு மாட்டிய அந்த சர்க்கார் உத்தியோகஸ்தன் பூனையைத் தூக்கிக் கொண்டு திரும்பி வந்தான். அவன் பூனையின் பின்னங்கால்களுக்கு நடுவே விரல்களால் தடவிக் கொண்டு வந்தது சோமுவுக்கு அசிங்கமாகப் பட்டது.

சர்க்கார் உத்தியோகஸ்தன்... மனசுக்குத் தோன்றிய எதையும் செய்யச் சர்வ சுதந்தரமுள்ளவன்.

அண்ணாச்சியை அவன் ஏற இறங்கப் பார்த்தான்.

'என்னய்யா... என்ன வேணும்?'

குரலில் தெரிந்த ராஜாங்க மிடுக்கு, சோமுவைக் கொஞ்சம் பயப் பட வைத்தது. பூனை, சர்க்கார் உத்தியோகஸ்தனின் வைப்பாட்டி போல கூடவே சிணுங்கியது.

அண்ணாச்சி சட்டைப் பையிலிருந்து நாலாக மடித்து வைத்து இருந்த பழுப்புக் காகிதத்தை அவனிடம் நீட்டினார்.

'கம்மனாட்டி... தொழில்காரியாப் பொறந்திருந்தா ஊரையே வளச்சுப் போட்டிருப்பே, இந்த நாக்கை வச்சு...'

கையில் நக்கிக் கொண்டிருந்த பூனையைப் பார்த்துச் சொல்லிக் கொண்டே மறு கையால் விளக்குக்கு நேரே காகிதத்தைத் தூக்கிப் பிடித்தான்.

'நாகரத்னா... வால்டாக்ஸ் ரோடு... மெட்ராஸ்.'

அவன் சத்தமாகப் படிக்க, சோமு அதிர்ந்துபோய் அண்/ணாச்சியைப் பார்த்தான். ஏதோ தப்பு செய்தது போல அவர் தலையைக் குனிந்து நின்றிருந்தார்.

நாகரத்னா... பட்டணத்திலிருந்து வந்து ஊரையே ஒரு கலக்குக் கலக்கிக் கொண்டிருக்கும் நாடகக்காரியா?

‘தொண்டி, திருவாடானைப் பக்கம் இருந்தெல்லாம் ஸ்பெஷல் பஸ் விடறான்யா... எளவட்டத்திலேருந்து நம்ம மாதிரி ஆசாமி வரைக்கும் அவனவன் விழுந்தடிச்சு ஓடியாறான். நாடகத்தைப் பாக்கவா... நாகரத்னாவைப் பாக்கத்தான்...’

‘அவ கண்ணை வெட்டற வெட்டும், இடுப்பு துடுப்பு போட நடக்கறதும், மாரை முன்னாலே தள்ளிட்டு தெனைப்புனம் காக்கறதும்...’

‘ஒண்ணும் சின்ன வயசுப் பிள்ளை இல்லேதான். முப்பது வயசுக்கு மேலே காணும். ஆனா என்ன? கச்சு தச்சானே தாயோளி, அவன் கைக்கு முத்தம் தரணும்.’

‘சாயாத கொம்பு ரெண்டிருந்தாலும்னு வேடன் பாடறபோது ஒரு குலுக்குக் குலுக்குறாளே. நெசமாவே சாயாத கொம்புதான் ரெண்டும்.’

நாளைக்கு நாடகம் கிடையாது. அப்புறம் ரெண்டே நாள்தான். குலேபகாவலி - லக்பேஷ்வா பகடை உருட்டறதைப் பார்க்கக் கண் கோடி வேணும். ஆவன்னாறுனா தங்க மெடல் குத்திவிட்டு, பத்தாயிரம் ரூபா வெள்ளித் தட்டுலே வச்சுத் தரப் போறாராம். மெட்ராஸிலிருந்து டாக்கிக்காரங்கக் கூட வராங்களாம்.’

நேற்றைக்கு நாடகம் இல்லாத விடுமுறை நாள். அண்ணாச்சி சாப்பிட வரும்போது சொல்லி பாஸ் வாங்கி அந்த அதிரூப சுந்தரியை ஒரு பத்து நிமிஷமாவது இன்றைக்கு ராத்திரி தரிசிக்க வேண்டும் என்று சோமு நினைத்திருந்தான். அதற்குள்ளாகவா இப்படி! பெயர் சரியாகத்தானே கேட்டது. நாகரத்னாதானே?

‘என்னய்யா, யாராவது ஏடாகூடமா ஏதாவது பண்ணிட்டானா. நாண்டுக்கிட்டுப் போய்ட்டா போல. நேத்து சாயந்தரம் கொண்டாந்து அறுத்து வைச்சிருக்கானுக. தச்சுக்கிட்டிருக்கான் உள்ளாற.’

எகத்தாளமாகச் சிரித்தபடி சர்க்கார் உத்தியோகஸ்தன் அண்ணாச்சியைப் பார்த்தான்.

உதட்டை அழுந்தக் கடித்துக் கொண்டு அண்ணாச்சி நின்றார். சாவி தீர்ந்துபோன பொம்மை போல அவர் தலை அப்படியும் இப்படியுமாக மெல்ல ஆடி, சுவரைப் பார்த்து நிலைத்தது.

தானுண்டு தன் வேலையுண்டுன்னு வந்து போற ஆளு. வருவாரு, சாப்பிடுவாரு, போவாரு. பேசறதே அபூர்வம். என்ன கேட்டா லும் சிரிப்புத்தான். உன் மேலே ஒரு பிரியம் விழுந்து போச்சு. உத்தியோகம் என்னவோ காரு ஓட்டறது. ஆனா போக்கு எல்லாம் பெரும் போக்குதான்.'

நாயக்கர் சோமுவிடம் அடிக்கடி சொல்வது இது.

பெரும் போக்குதான். பேச்சிலும் நடையிலும் ஒரு கம்பீரம், நிதானம். எல்லாம் எங்கே போனது?

'கையெழுத்து எல்லாம் போடவேண்டியிருக்கே. போடுவியா?'

பூனையை மடியில் வைத்துக் கொண்டு மேஜை விளிம்பில் உட்கார்ந்தபடி தோரணையாகக் கேட்டான் சர்க்கார் உத்தியோ கஸ்தன். அவன் காக்கி நிஜாருக்கு வெளியே தெரிந்த கால்கள் வீங்கிப் போயிருந்தன.

'கையெளுத்துப் போடுவேன் ஐயா.'

அண்ணாச்சி பணிவாகச் சொன்னார்.

மேசையைத் திறந்து ஒரு கட்டைப் பேனாவை எடுத்துத் தூக்கிப் போட்டான். கருப்பு மைக்கூடு அப்புறமாக வெளியே வந்தது.

'மசி கொஞ்சமாகத்தான் இருக்கு. நல்லா உள்ளே விட்டு...'

அவன் சைகையில் இருந்த விஷமத்தைக் கவனிக்காது அண்ணாச்சி மசியைப் பேனா முனையில் தொட்டு, விரித்து வைத்த பேரேட்டில் நீளமாகக் கையெழுத்துப் போட்டார்.

'கொஞ்ச நேரம் எடுக்கும். ஒண்ணு செய்யி... வாசல்லே தெக்காலே திரும்பி நாலு எட்டு நடந்தா ஜட்கா நிக்கற எடம். பொணத்தை எடுத்துப் போகயோசிப்பான். எவனாவது மாட்டுனா உன்னோட அதிர்ஷ்டம்.'

அண்ணாச்சி உடனே வெளியே கிளம்பினார்.

'காரு கொண்டு வந்திருக்கோம் சார்.'

சோமு, அண்ணாச்சியைத் தடுத்தபடி சொன்னான். சர்க்கார் உத்தி யோகஸ்தன் என்ன சொன்னாலும் கேட்கிற மனோபாவத்தில் அவர் இருந்ததாகப்பட்டது.

‘காரு வேறேயா. நல்லதாப் போச்சு. அப்படி உட்காருங்க.’

சர்க்கார் உத்தியோகஸ்தன் தகரக் கதவை ஓசையெழத் தட்டினான். ஒருக்களித்துத் திறந்து உள்ளேயிருந்த யாரிடமோ காகிதத்தைக் கொடுத்துவிட்டு, மேஜைக்குத் திரும்பினான்.

சோமு வெளியே வந்து வேலிகாத்தான் செடிகளுக்குப் பக்கமாகக் குத்த வைத்தான். வயிற்றுக்குக் கீழே ரணமாக வலித்தது. உலகத்து உஷ்ணம் எல்லாம் வயிற்றில் இறங்கியதுபோல விட்டுவிட்டு நீர் பிரிந்தது.

விடிந்து கொண்டிருந்தது. மாட்டை ஓட்டிக்கொண்டு ஆதீன மிளகிக் கோனார் வந்துபோயிருப்பார். காலை பாசஞ்சரில் வந்து இறங்கி ஜட்காக்களில் கோயிலுக்குப் போய்க் கொண்டிருக்கும் வடநாட்டு யாத்திரீகர்களை வழி காட்டுகிறவர்கள், சாயா குடிக்க நாயக்கர் மெஸ்ஸுக்குக் கூட்டி வருகிற நேரம். ரொட்டி தவிர, மற்றதை அறியாதவர்களை ஒட்டை இந்துஸ்தானி பேசி சோமு தான் இட்லியும் தோசையுமா வயிறு முட்டத் தின்ன வைப்பான்.

நாயக்கர் தனியாக என்ன கஷ்டப்படுகிறாரோ?

சோமு திரும்பியபோது, அண்ணாச்சி கட்டட வெளிச்சுவரில் சாய்ந்து கண் மூடி நின்று கொண்டிருந்தார். உள்ளொடுங்கிக் குவிந்த தோளும், அழுக்குப் புரண்ட மேல் சட்டையும், முகத்தில் குத்துக் குத்தாக நின்ற நரைமுடியுமாக வெகுவாகத் தளர்ந்து தெரிந்தார் அவர். நாடகக் கோஷ்டி வந்து இறங்கியதிலிருந்து ஓய்வு ஒழிச்சல் இல்லாத உழைப்பு. இப்போது இதுவேறே.

‘மேலுக்கு முடியலியா அண்ணாச்சி?’

சோமு ஆதரவாகக் கேட்டான்.

‘ஒண்ணும் இல்லடா, சரியாயிடும்.’

கண்ணைத் திறக்காமலேயே சொன்னார்.

வெளியே தாளமும் பாட்டுமாக அலை அலையாக எழும்பி வருகிற சத்தம்.

பாகு கனிமொனி மாது குறமகள்
பாதம் வருடிய மணவாளா...

திருப்புகழ் சேவைக்காரர்கள் நடந்து சுற்றிக் கொண்டு கோயிலுக்குப் போகிறவர்கள். உச்சமடைந்த குரல்களும் தாளமுமாக, அவர்கள் கடந்து போகும் வரை பார்த்துக் கொண்டே இருந்தார். அண்ணாச்சி.

'பக்கத்துலே கடை ஏதாவது இருந்தா காபி வாங்கியாரட்டா அண்ணாச்சி?'

'வேண்டாம்' என்று சைகையில் சொன்னார்.

அவன் தோளில் கை ஊன்றியபடி மெல்ல உள்ளே வந்த பொழுது, நிக்கரைக் களைந்துவிட்டு, அழுக்கான கௌபீனம் தெரிய சர்க்கார் உத்தியோகஸ்தன் வேட்டி உடுத்திக் கொண்டிருந்தான்.

'ஓரமாப் போய் உக்காருய்யா... வந்துடும்...'

மேசையைத் திறந்து பல்பொடியோ எதுவோ தகரடப்பாவிலிருந்து உள்ளங்கையில் கொட்டி எடுத்துக் கொண்டு படி இறங்கிப் போனான்.

இரண்டு கைகளாலும் தலையைத் தாங்கியபடி அண்ணாச்சி குத்தவைத்து உட்கார்ந்தார்.

சோமு கொஞ்சம் தயங்கி, பக்கத்தில் குனிந்தான்.

'எப்படி அண்ணாச்சி... எப்போ இதெல்லாம்?'

'நேத்திக்குடா... இந்நேரம்தான். முசாபரி பங்களாவுலே தனி ரூமிலே வச்சு... சேதி தெரிஞ்சு நேத்து முழுக்க மொதலாளிகூட போலீஸ் ஸ்டேஷன் அது இதுன்னு போய்...'

அவர் முடிக்கும் முன் மூடியிருந்த தகரக் கதவு விரியத் திறந்தது. அறைக் கோடியில் மங்கிய வெளிச்சத்தில் இரண்டு பேர் நின்று கொண்டிருப்பது தெரிந்தது. நடுவில் மூன்று நீளமான பெஞ்சுகளில் துணி மூடி வைத்திருந்தது, சவங்களாக இருக்க வேண்டும்.

'சோமு... கார்க் கதவைத் தொறந்து...'

அண்ணாச்சி வார்த்தை வராமல் தடுமாறி வாசலுக்கு ஓடினார்.

'போர்த்திக் கீத்திக் கொண்டு போங்கய்யா... சதி சாவித்திரி...' திரும்பி வந்து, மேசை திறந்து சீப்பு எடுத்து தலை சீவிக்

கொண்டே சர்க்கார் உத்தியோகஸ்தன் சோமுவைப் பார்த்து சிநேகமாகச் சிரித்தான். 'போன வாரம் 'தாராச சாங்கம்' நாடகத்துலே இவ தாரை. வேணு நாயரு இந்திரன்... இடுப்பிலே சல்லாத் துணியைச் சுத்திக்கிட்டு இந்திரனுக்கு எண்ணை தேய்க்கறா பாரு... மாரு ரெண்டும் பெரிசு பெரிசாத் தெரியுது... சிறுக்கி மக... காலுக்கு இடையிலே துணியை இறுக்கிக் கிட்டா... சிலோன்லே ஒட்டுத் துணிகூட இல்லாமத் தாரையா நடிச்சாளாம்... சிங்களத்தான் பாக்கலாம்... நம்ம ஊரானுக்குக் காட்ட மாட்டாளாம். எப்படி இருக்கு கதை?'

அவன் காலடியில் பூனை ஆமோதித்துக் குரல் எழுப்பியது.

அண்ணாச்சி திரும்பிய போது, தகரக் கதவுக்கு அந்தப் பக்கம் மூலையிலிருந்து கரகரவென்று சத்தம் எழுப்பிக் கொண்டு ஒரு படுக்கை வண்டியை மெல்ல இழுத்துப்போய் நடுவில் கிடத்தி யிருந்த உடம்பை அசிரத்தையாகத் தூக்கிக் கிடத்தினார்கள்.

கதவைத் தள்ளிக் கொண்டு அண்ணாச்சி உள்ளே போனார். பூனையைப் பார்த்தபடி சோமுவும் போனான்.

சக்கரங்கள் நகர்கிற ஓசை. முன்னால் ஒருவன் இழுக்கவும் பின்னாலிருந்து தள்ளவுமாக அசைந்து வந்து கொண்டிருக்கும் நாகரத்னா...

'வரமாட்டேனுட்டாடா... வாயைத் தொறக்காமலேயே திருப்பி அனுப்பிட்டா...'

அண்ணாச்சி திடீரென்று பேசினார். இரண்டு புறமும் வளைந்து கவிகிற சுவர்களில் அவர் குரல் மோதி விழுந்தபோது வித்தியாச மாக ஒலித்தது.

'முந்தாநாள் ராத்திரிடா... மொதலாளி அனுப்பினாரு... நான் தான் போனேன்... முசாபரி பங்களாவுக்கு...'

முட்டியை மடக்கி இடது உள்ளங்கையில் குத்திக் கொண்டார். 'தப்பு... தப்பு' என்று தலை ஆடியது.

வண்டி, வாசலை நெருங்கிக் கொண்டிருந்தது.

நடையில் செருப்புச் சத்தம்.

சர்க்கார் உத்தியோகஸ்தன் உள்ளே வந்தான். தோளில் மாட்டிய குடையோடு புறப்படத் தயாராக இருந்தான் அவன்.

'சொப்பன சுந்தரி... சிலோன்காரன் பெயர் கொடுத்தான். ஆசையா இவளுக்கு...'

யாரிடம் என்றில்லாமல் சொல்லியபடி நின்றான்.

வண்டி அசைவில் உடலைப் போர்த்தியிருந்த வெள்ளைத் துணி விலகி, நீலமும் ஜரிகையுமாக நாகரத்னா உடுத்தியிருந்த சேலை தெரிந்தது. முகம் மூடப்பட்டு இருக்க, விறைத்து இருந்த கையும் காலுமாக அந்த உடலைப் பார்க்கவே சோமுவுக்கு என்னமோ போல இருந்தது.

'சொப்பன சுந்தரி... மயிரு...'

சர்க்கார் உத்தியோகஸ்தன் சட்டென்று முன்னால் நகர்ந்து, நாக ரத்னாவின் கால்களுக்கு இடையே புடைவையைக் கொத்தாகப் பிடித்து உயர்த்தினான்.

'எல்லார் மாதிரித்தான் இருக்கு இவளுக்கும்...'

திரும்பத் தழைத்துவிட்டுக் கொக்கரித்தபடியே வெளியே இறங்கினான்.

சக்கரங்கள் கடகடக்க படுக்கை வண்டி வாசலை தாண்டிப் போகும்போது பூனை வேகமாக உள்ளே ஓடி வந்தது.

அண்ணாச்சி அதைப் பலம் கொண்ட மட்டும் எட்டி உதைத்தார்.

'அவ என் பொண்டாட்டிடா...'

இடியாகக் குரல் உயர்த்தியபடி வண்டியைத் தொடர்ந்து ஓடினார்.

35. படம்

கடைத்தெரு இயங்க ஆரம்பிப்பதற்கு முன்னாலேயே வரதன் வந்துவிட்டார். போட்டோ ஸ்டூடியோவுக்குப் போக வேண்டும். அகலமும் நீளமுமாக விரிந்த தெருவில்தான் எங்கேயோ இருக்கிறது.

தெரு முனையிலேயே இறங்கி சைக்கிளைத் தள்ளியபடி ஒவ்வொரு கடை வாசலாக நின்று நின்று வந்து கொண்டிருந்தார். உயரமான அந்த 'இருபத்தாறு இன்ச்' சைக்கிள், வேலைக்குச் சேர்ந்த புதிதில் வாங்கியது. வரதன் ரிடையரானாலும் சைக்கிள் என்னமோ அன்று கண்ட மேனிக்கு அழிவில்லாமல் அப்படியேதான் இருக்கிறது. ஒரே சங்கடம், அதன் உயரம்தான்.

ஐந்தரை அடிக்கும் குறைவான வரதன், அவ்வப்போது சைக்கிளைச் சாய்த்துக் காலை ஊன்ற... அவருடைய அறுபத்தேழு வயது இடைஞ்சல் செய்ததால்தான், இப்படி இறங்கித் தள்ளிக் கொண்டு... அதுவும், ராத்தூக்கம் இல்லாத அசதி வேறு.

எல்லாம் முந்திய நாள் ராத்திரி கோதுமை உப்புமாவில் ஆரம்பமானது. ஒரு கல் உப்பு அதிகம்.

அன்னபூரணி அம்மாளுக்கும் வயதாகிவிட்டது. கண் பார்வையும் கைத் திட்டமும் மாறிப் போகிறது.

தாகத்துக்காக இரண்டு குவளை தண்ணீர் அதிகம் குடித்ததால், நடு ராத்திரியில் மூத்திரம் போக எழுந்திருக்க வேண்டிய கட்டாயம். அப்புறம் ஒரு மணி நேரம் போல தூக்கம் வராமல் போனது. தூக்கம் இல்லாதபோது தாகம் எடுத்தது. தாகத்துக்காக தண்ணீர் குடிக்க, திரும்ப பாத்ரூம்.

விளக்கைப் போட்டுக் கொண்டு, இங்கிலீஷ் பத்திரிகையில் படிக்காமல் போட்ட வெள்ளிக்கிழமை இணைப்பைத் தேடும் போதுதான் போட்டோ கண்ணில்பட்டது.

அறுபது வருஷம் முந்தையப் படம். தாலுகா ஆபீஸ் உத்தியோகஸ்தர்கள் சேர்ந்து எடுத்துக் கொண்டது. எல்லோருமே மோடி மஸ்தான் வித்தை பார்ப்பவர்கள் போல, கண்ணை அகல விரித்துக் கொண்டு. வரதனின் அப்பாவும் அதில் உண்டு. தலைமைக் குமாஸ்தாவுக்கு அடுத்த நிலை குமாஸ்தாவாகத் தலைப்பாகையும் நீள கோட்டுமாக, இடது ஓர நாற்காலியில் உட்கார்ந்திருப்பார். அவர் மடியில்தான் மொட்டைத் தலையோடு ஏழு வயது வரதன்.

தரையில் உட்கார்ந்திருந்த கீழ்நிலைச் சிப்பந்திகளில் யாரோ ஒருவரது தோளில் வரதனின் கால் குச்சிபோல வழிந்து படர்ந்திருக்கும். நடுவே சிவப்பழமாக நெற்றி நிறைய விபூதியும் கோட்டுக்கு வெளியே தெரியும் ருத்ராட்சமுமாக அட்டணக்கால் போட்டிருக்கும் தாசில்தாரை பயத்தோடு பார்த்தபடி உட்கார்ந்திருப்பார் அந்தச் சிப்பந்தி.

ராத்திரியில் பார்த்தபொழுது படத்தில், வரதனின் அப்பா மடி வெறுமையாக இருந்தது.

மங்கிப்போன கண் பார்வை. ராத்திரி நேரம் வேறு. தூக்கம் கலைந்த ஆயாசம். படத்தைப் பார்க்காமலேயே இருந்திருக்கலாம். மனமும் கண்ணும் குறக்களிக் காட்டாமல் விட்ட தூக்கத்தையாவது பிரயத்தனம் செய்து பிடித்திருக்கலாம்.

என்றாலும், மற்ற எல்லோரும் சரியாகத்தான் தெரிகிறார்கள். தான் மட்டும் இப்படிக் காணாமல் போனது எப்படி என்று திரும்பத் திரும்ப யோசித்துப் பார்த்தும் விளங்கவில்லை வரதனுக்கு.

'கொஞ்சம் எழுந்திருக்கறியா!'

புரண்டு படுத்த அன்னபூரணி அம்மாளைத் தோளில் கை வைத்து விடாமல் உலுக்கினார் வரதன்.

வாரிச் சுருட்டிக் கொண்டு எழுந்த அன்னபூரணி அம்மாள், நினைவெல்லாம் பாப்புவா நியூகினியாவில் இருக்கும் ஒரே மகனைப் பற்றித்தான்.

'என்னங்க... ராகவனுக்கு என்னாச்சு!'

ஏதோ முரட்டு இனத்தைச் சேர்ந்த முகம் தெரியாதவர்கள் பிள்ளையை அடிக்கிறார்கள். வீட்டுக்குள் புகுந்து மருமகளைச் சேலையைப் பிடித்து இழுக்கிறார்கள். செருப்புக் காலோடு சாமி படம் வைத்த அறைக்குள் கத்திக்கொண்டே ஓடுகிறார்கள்.

போன தடவை ராகவனும் அவன் பெண்டாட்டியும் வந்து விட்டுப்போன மறுநாள் பகலில் ஊஞ்சலில் படுத்திருந்தபோது, அன்னபூரணியம்மாள் இப்படிக் கனவு கண்டது முதல் அதே பயத்தில்தான்.

அவள் பெரிதாக அழ ஆரம்பித்தாள்.

'ஏய்... அழாதே... யாருக்கும் ஒண்ணும் இல்லே' வரதன் சொல்லியபடி தன் பழைய போட்டோவை நீட்டினார்.

'இதுக்கென்ன இப்ப!'

அசிரத்தையுடன் வாங்கிக் கொண்ட அன்னபூரணி அம்மாள் கையில், படத்தின் பின்னால் நீட்டிக் கொண்டிருந்த ஆணி பட்டி ருக்க வேண்டும். தடாலென்று கீழே போட்டதில், கண்ணாடி விரிசல் கண்டது.

'கண்ணாடியை ஒடச்சுட்டியே...' வரதன் குனிந்து படத்தை எடுத்தார்.

காட்டமாக ஏதோ சொல்ல வந்த அன்னபூரணி அம்மாள், நிற்காமல் இருமினாள்.

இருமல் மருந்தையும் மாத்திரைகளையும் வெந்நீரையும் எடுத்துத் தர, துடைப்பத்தால் தரையைப் பெருக்கிக் கண்ணாடிச் சில்லுகளை ஓரமாக ஒதுக்க, ஈரத்துணியால் ஒற்றி எடுக்க என்று அடுத்த அரைமணி நேரம் போனது.

இருமல் அடங்கிப் படுக்கையில் உட்கார்ந்து ஏதோ கேட்க வாயெடுப்பதற்குள் வரதன் அவள் தலையில் ஆசீர்வாதம் செய்வதுபோல் கையை வைத்துச் சொன்னார்:

'ஒண்ணுமில்லே... நீ தூங்கு. ஏதோ கனவு.'

அப்போது ஏதோ சமாதானம் சொல்லி அன்னபூரணியம்மாளைத் திரும்பத் தூங்க வைத்தாலும், வரதனுக்கு ஏதும் சமாதானம் கிடைக்காமல், விடிந்ததும் படத்தைப் பையில் திணித்துக் கொண்டு இப்படி கிளம்பிவிட்டார்.

'தாசரதி போட்டோ ஸ்டூடியோ.'

ஒரு வழியாகக் கண்டுபிடித்தாகி விட்டது. இரண்டு பெரிய கடைகளின் பெயர்ப் பலகைகளுக்கு நடுவே எட்டிப் பார்த்துக் கொண்டிருந்த சின்னப் பலகையில் அம்புக்குறி காட்டிய இடத்தில் உள்ளொடுங்கி இருந்தது ஸ்டூடியோ.

சைக்கிளைத் தெருவிலேயே நிறுத்தி ஜாக்கிரதையாகப் பூட்டி விட்டு, ஸ்டூடியோ வாசலுக்கு இடது புறமாக வளைந்துபோன மாடிப் படிக்கட்டில் உட்கார்ந்தார் வரதன்.

சீக்கிரம் கடை திறக்க வேண்டும். தெருவில் சைக்கிளை எவ்வளவு நேரம் இப்படி நிறுத்தி வைக்கலாம் என்று தெரிய வில்லை. வழியை அடைத்ததாக யாராவது சண்டைக்கு வரலாம்.

சட்டென்று ஒரு நப்பாசை. இத்தனை நேரமும் கண் ஏமாற்றி இருக்கலாம். இப்போது எல்லாமே சரியாகப் போயிருந்து...

பையை மடியில் தாங்கினாற்போல வைத்தபடி உள்ளேயிருந்து படத்தை எடுத்தார்.

இல்லை. வரதன் அதில் காணாமல்தான் போயிருந்தார்.

படச் சட்டத்திலிருந்து எடுக்க வராமல் ஓரத்தில் ஒட்டியிருந்த கண்ணாடிச் சில்லை இப்போது பிரித்து மடியில் போட்டுக் கொண்டு, படத்தை விரல்களால் மெல்லத் தடவினார்.

படத்தின் பின்னணியில் தெரியும் தாலுகா ஆபீஸ் சுவரும், உட்கார்ந்திருக்கும் நாற்காலிகளின் விளிம்பும், இருப்பவர்களும், நிற்பவர்களும் தரையில் சீராக விரித்த ஜமுக்காளமும் உயிர் பெற்று அவர் விரல் வழியே மனத்தில் மெல்லப் படிந்து கொண் டிருக்க, படம் எடுக்கப்பட்ட தினத்தைப் பற்றிய குழப்பமான நினைவுகள்.

கரகரவென்று கையால் சுழற்றி கிராமஃபோன் பெட்டியில் யாரோ வைத்த இந்துஸ்தானி பாட்டு. நெய்யில் ஊறிய ஜாங்கிரி... மருக்கொழுந்து வாசனை... சாரட் வண்டியிலிருந்து அவிழ்த்து விடப்பட்ட குதிரைகள், காலை உதைத்துப் புழுதி கிளப்பியபடி நின்றது. தங்கப்பல் அண்ணாமலைச்சாமி மகன் பொன்னப்பா வோடு மர பெஞ்சுகளில் குதித்து விளையாடியது.

எல்லாம் அந்த நாளிலா... இல்லை, அந்த வயதின் மொத்தமான ஞாபகங்களா!

பொன்னப்பா... சடாரென்று நினைவில் திரும்பவும் வந்து குதிக்க, பரபரப்பாக மடியில் வைத்திருந்த படத்தைத் திரும்பவும் பார்த்தார் வரதன்.

வலதுகோடியில் தந்திக் கம்பம் போல விறைப்பாக நிற்கும் தங்கப்பல் அண்ணாமலைச்சாமி காலடியில், மாதாகோயிலில் பிரார்த்தனை செய்கிறதுபோல மண்டி போட்டபடி பொன்னப்பா... இதோ...

'நான் மட்டும் ஏன் தொலைந்து போகணும்.'

வரதன் மனத்தில் ஒரு நிமிஷம் ஏக்கம்... கவலைப் படவும், கவனிக்கவும் எத்தனையோ இருக்க, இப்படி விடிந்ததும் விடியாததுமாகப் பழைய படத்தைக் கட்டித் தூக்கிக் கொண்டு. யாரோ கதவு திறக்கக் காத்திருக்க வேண்டுமா என்று அடுத்த நிமிஷம் இடிக்கிறதும் அதே மனசுதான்...

'சார் ரொம்ப நேரமாக் காத்துக்கிட்டிருக்காப்பலியா! உள்ளே வாங்க...'

வழுக்கைத் தலையோடு பூட்டைத் திறந்தவன் சந்தனம் மணக்கச் சிரித்தான்.

'சகலை வீட்டுலே மஞ்ச நீராட்டு... சாப்பிட்டுத்தான் போகணும்னு ஒரே பிடிவாதம்... ஆடு வெட்டக் கொஞ்சம் சொணங்கிப் போச்சு...'

கூட உள்ளே நடந்தபடி அவன் சொன்ன இந்த மூன்று தகவல் களாலும் தனக்கு என்ன உபயோகம் என்று தெரியாவிட்டாலும், வரதன் லேசாகச் சிரித்து வைத்தார்.

'உக்காருங்க சார்...'

பாஸ்போர்ட் படம் எடுக்க, வீட்டு விசேஷங்களுக்குப் படம் எடுக்க என்று வரிசையாகக் கட்டண விகிதம் எழுதிய தகரப் பலகையை வெளியே தரதர வென்று இழுத்துக் கொண்டு போய் நிறுத்தினான் போட்டோக்காரன்.

வரதன் உட்கார்ந்த நாற்காலியில், உள்ளொடுங்கி பிளாஸ்டிக் ஒயர் வளைந்திருந்தது. கிணற்றுக்குள்ளிருந்து எட்டிப் பார்ப்பது போலவும், கங்காரு மடிப் பையில் குட்டி போலவு மாகத் தன்னை மாறி மாறி உணர்ந்து கொண்டிருக்க, எதிரே சுவர் முழுக்கக் குழந்தைகளும், புதுமணத் தம்பதிகளும், விறைப்பாக ஒரு மிலிட்டரிக்காரனும் கவனித்துக் கொண்டிருந் தார்கள்.

'என்ன விஷயம் சார்?'

ஊதுபத்தியைக் கொத்தாகப் பிடித்துத் தீக்குச்சி கிழித்துக் கொண்டே போட்டோக்காரன் கேட்டது, ஒரு சின்ன ஏப்பத்தில் முடிந்தது. வரதன் கொஞ்சம் தாமதமாக வெட்டப்பட்ட ஆட்டை நினைத்துக் கொண்டார்.

படத்தை மேஜை மேல் மெதுவாக வைத்தார்.

'வேறே பிரிண்ட் போட நெகட்டிவ் வேணுமே...'

அவன் ஓரக்கண்ணால் படத்தைப் பார்த்துச் சொல்லியபடி மேஜை ஓரமாகத் திரும்பி நின்றான். இரண்டு கைகளையும் உயரக் கூப்பியபடி முணுமுணுப்பாக ஏதோ ஜபிக்கலானான்.

பக்கத்தில் இப்படி ஒருத்தன் பிரார்த்தனை செய்ய, தான் சௌகரியமாக நாற்காலியில் உட்கார்ந்து வேடிக்கை பார்ப்பது முறையில்லை என்று தோன்ற, வரதனும் எழுந்து நின்றார்.

கண் திறந்து பார்த்த போட்டோக்காரன் அருள் பெற்றவன் போலச் சிரித்தான். உலகின் சகல பிரச்னைகளுக்கும் தீர்வு சொல்ல அவன் கும்பிட்ட கடவுள் வரம் கொடுத்திருக்க வேண்டும்.

'நெகட்டிவ் இல்லாட்டாப் பரவாயில்லை... இதையே வச்சு அட்ஜஸ்ட் பண்ணிக்கலாம்... என்ன... கொஞ்சம் செலவு கூடுதலாகும்.'

ஆகட்டுமென்று வரதன் அவசரமாகத் தலையாட்டினார். இப்போது பதமாக விஷயத்தைச் சொல்லி விடலாம்.

'புதுசா காப்பி எடுக்கற போது... இதோ இங்கே... ஒரு சின்னப் பையன் படம் வரணும்' வெறுமையாக இருந்த இடத்தை மெல்ல நீவிக் காட்டினார்.

போட்டோக்காரன் சட்டைப்பையிலிருந்து கண்ணாடியை எடுத்து அணிந்து கொண்டான்.

'எதுக்காவது ஃப்ரூப் காட்ட வேண்டியிருக்கா?' மோசடிக்கார னோடு பேசுகிற தோரணையில் அவன் குரல் கிசுகிசுத்தது, வரதனுக்குப் பிடிக்கவில்லை.

'அதெல்லாம் ஒண்ணும் இல்லே... ஆண்டவன் புண்ணியத்துலே எல்லாம் நல்லபடியாகத்தான் இருக்கேன்... இது வந்து... ரொம்ப நாள்பட்ட படம்... நேத்துக்கூட எல்லாம் சரியாத்தான் இருந்தது.'

அவர் முழுக் கதையையும் சொல்லி நிறுத்த, போட்டோக்காரன் சுவாரசியமாகக் குண்டூசியால் பல் குத்திக் கொண்டிருந்தான்.

'முதல்லே நான் சொன்னதைவிட அதிகமாவே செலவு ஆகும் சார்...'

குண்டூசியை மேஜை நடுவே வைத்தபடி அவன் வரதனைப் பார்த்தான்.

'பரவாயில்லை...'

வரதன் கையை அவசரமாக மேஜையிலிருந்து எடுத்து மடியில் வைத்துக் கொண்டார்.

'உங்க படம் வேறே ஏதாவது இருக்கா?'

வேலையிலிருந்து ரிடையரானபோது எடுத்த படம்தான் இருக்கிறது. பிள்ளை கல்யாண போட்டோ ஆல்பத்தில் நாலைந்து இடத்தில் தலைகாட்டி இருந்த நினைவு. அப்புறம்...

'சின்ன வயசுலே எடுத்த படமா இருக்கணும்.'

போட்டோக்காரன் நியாயமான நிபந்தனையை விதித்தான். அவன் கவனம் முழுக்க போட்டோவில் இருந்தது.

வரதன் மௌனமாக, 'கிடையாது' என்று தலையாட்டினார்.

'அப்ப ஒண்ணு செய்யலாம்...'

அவன் வரதனைக் கூர்ந்து பார்த்தான். ஏதோ புரட்டு வேலை செய்ய அவன் உத்தேசிப்பவனாகவும், தான் அவனுக்கு ஒத்தாசை செய்யும் அடியாளாகவும் இப்போது வரதனுக்குத் தோன்றியது.

படத்தில் வலது கோடியில் இருந்த பொன்னப்பாவின் தலையைக் கையால் அழுத்திக் காட்டினான்.

'இந்தப் பையனைப் பிடிச்சு இங்கேயும் இருக்கற மாதிரி செஞ்சுடலாம்... கொஞ்சம் மூக்கு, கண்ணை திருத்தி எழுதிட்டா... இவன் வயசுதானே நீங்களும்?'

போன சித்திரைக்கு எழுபது திகைந்த பொன்னப்ப நாடாரை இந்த மனுஷன் 'அவன் இவன்' என்று சொன்னது வரதனுக்குக் கொஞ்சம்கூட ரசிக்கவில்லை. ஆனாலும் படத்தில் காலம் உறைந்து போய், பொன்னப்பா எப்பொழுதுமே பையன்தான்...

வரதனுக்குச் சட்டென்று முகம் பிரகாசமானது.

'அதெல்லாம் வேணாம்... நாடார் வீட்டுலேயும் இது போல ஒரு படம் பார்த்த ஞாபகம்... கேட்டுப் பாக்கறேன். கிடைச்சா...'

வரதன் எழுந்து கொண்டார். படத்தைப் பையில் வைத்துத் தோளில் மாட்டிக் கொண்டார்.

‘சீக்கிரம் வந்துடுங்க... சாயந்தரம் ஒரு விசேஷத்துக்குப் போகவேண்டி இருக்கு...’

அவன் நிறைய பந்து ஜனத்துக்கு நடுவே பிறந்தவனாக இருக்க வேண்டும் என்று நினைத்துக் கொண்டே வரதன் படி இறங்கினார்.

வெயில் ஏறிக் கொண்டிருந்தது.

சைக்கிளில் நாலு வீதி சுற்றி வேலாயுதசாமி கோயில் தெருவுக்குத் திரும்புவதற்குள் வியர்த்து விறுவிறுத்துப் போனது. தெருவின் அந்தக் கோடியில் தான் பொன்னபப நாடார் வீடு... சதா வாசலில் ஈசிசேர் போட்டுக் கொண்டு, சுருட்டுப் பிடித்துக் கொண்டு, இருமிக் கொண்டு...

வரதன் வண்டியை நிறுத்தினார். பொன்னப்ப நாடார் வீட்டு வாசலில் பெஞ்ச் போட்டு நிறையப் பேர் உட்கார்ந்திருந்தார்கள்.

‘நேத்து ராத்திரி சுருட்டு வாங்கிட்டு பாக்கி சில்லறையைக் காலையிலே தர்றதாச் சொல்லிட்டுப் போனாரு மனுஷன்.’

தெருக்கோடிக் கடைக்காரன் ஒரே ஒரு சுருட்டு மட்டும் பாக்கியிருந்த மரப்பெட்டியைத் தரையில் போட்டுப் புகையிலை போகத் தட்டியபடி நாடார் வீட்டைப் பார்த்துச் சொன்னான்.

வரதன் சைக்கிளை ஸ்டாண்ட் போட்டார்.

என்னமோ தோன்ற, பையிலிருந்து படத்தை வெளியே எடுத்துப் பார்த்தார்.

முழுக்க வெறுமையாக இருந்தது அது. பழுப்பேறிய பழைய அட்டைக்கு நடுவே புகை படிந்ததுபோல வெளிறிய காலிச் சதுரம் மட்டும்.

ஒரு நிம்மதியோடு நாடார் வீட்டுப் பக்கம் நடந்தார் வரதன்.

36. பந்து

கோஷ்பாபு விருந்துக்கு வந்த ராத்திரிதான், ஏலிக் குட்டி பொரித்த மீனும், மிளகூட்டா னும், புளி இஞ்சியும் உண்டாக்கியது. உலகக் கோப்பை கால்பந்தாட்ட அரை இறுதிப் போட்டியில் பிரேசில் ஸ்வீடனைக் கெலித்த கோடைகால ராத்திரி அது.

விளையாட்டு தொடங்கி எண்பதாவது நிமிஷத்தில், வலந்தரையிலிருந்து ஜார்ஜின் ஹோா மடக்கித் திருப்பி விட்ட பந்தைத் தலையால் தாழ முட்டி, ரொமாரியோ கோல் போஸ்ட்டை அதிரடித்த அந்த உக்ரன் கோலை, லேசில் மறக்க முடியுமா?

ஓராயிரந் தடவை மாப்பு கேட்கிறேன். இது தான் என்னிடத்தில் ஒரு சங்கடம். சொல்ல வந்த விஷயத்தை விட்டுவிட்டுக் கால் பந்தைத் துரத்தி ஓடுவது...

பந்துகளி... சதா நெனைப்பும் பேச்சும் அதல்லாதே வேறே என்ன உண்டு? மரமன் கன்வென்ஷனுக்குப் போக லீவு இல்லை. மரடோனாவோ வல்ல வேறே தெண்டியோ

கோல் அடிக்கறானாம். தெருவிலே போற கிளவன்மாரெ கூட்டி வச்சு சோறும் கறியும் விளம்பிக் கொடுத்துப் பக்கத்திலே இருத்தி, நடு ராத்திரிக்கு டி.வி. காண வேண்டியது. பின்னே

'நாளை பகல்லே சுகமாய் ஒரு உறக்கம்... அதுக்கு லீவு... நரகம்தான் உங்களுக்கு. சர்வ நிச்சயமாயிட்டு...'

தீனி மேசையில் வைத்துச் சோறு பரிமாறிக் கொண்டே ஏலிக்குட்டி உதிர்த்ததில் நிறைய குறைத்து நான் வங்காளியில் கோஷ்பாபுவிடம் சொன்னபோது, அவர் மீன் முள்ளைத் துப்பியபடி கேட்டார்:

'தோமஸே... இந்த மரமன் கன்வென்ஷன்தான் என்ன?'

நாங்கள், அதாவது தோமஸ் வர்க்கீஸான நானும், ஏலிக்குட்டி என்ற என் வீட்டுக்காரி எலிசபெத்தும் சுரியானிகள். அதாவது சிரியன் கிறிஸ்துவ மதம். வருஷம் ஒரு தடவை கேரளத்தில் ரன்னி பக்கம் மரமன்னில் மார்பப்பா என்ற எங்கள் மதகுரு மாநாடு கூட்டி, நாடு வாழவும், ஜனங்கள் கர்த்தரை விசுவாசித்து சுபிட்சமாக இருக்கவும் ஆசீர்வதிக்கிற வழக்கம்.

இந்த மரமன் கன்வென்ஷனுக்கு ஒரு தடவை கூடப் போகாதாலோ என்னவோ எங்களுக்கு இன்னும் புத்திரபாக்கியம் வாய்க்கவில்லை என்று ஏலிக்குட்டியின் அப்பச்சனும் என் பிரியமான மாமனாருமான மத்தாயி என்ற மட்டாஞ்சேரி மாத்யூ அபிப்பிராயப் பட்டாலும், என் தீவிரமான கால் பந்தாட்ட வெறியைப் பற்றி இதுவரை ஒரு குறைச்சலும் பட்டதில்லை.

ஆனால், இந்த ஏலிக்குட்டியின் விஷயம் வேறே...

'பந்து விளையாட்டுப் பார்க்கறீங்க, சரி. அதுக்கு இப்படி பெங்காலி ஸ்வீட் கடையில் அழுக்குத் துணியில் பால் வடிகட்டித் தொங்கவிட்டு மலாய் எடுக்கிற மனுஷரைத்தான் துணைக்குக் கூப்பிடணுமா? வயசும் அந்தஸ்தும் தாண்டியா சிநேகம்?'

கை கழுவப் போனபோது அவள் கேட்க, நான் பதிலாகச் சொன்னது, 'மிளகூட்டானில் உப்பு அதிகம்...'

இந்த டெல்லி மாநகரில் சலவை இயந்திரமும், கலர் டெலிவிஷனும் மற்றதும் விற்கிறதான கம்பெனியில், சுமாரான சம்பளம்

தருகிறார்கள் என்று உள்ளூர் கெல்ட்ரான் உத்தியோகத்தை உதறி, கட்டியவளோடு புறப்பட்டு வந்து சேர்ந்தவன் நான். எந்தக் காலத்திலோ கல்கத்தாவிலிருந்து கிளம்பி வந்து இங்கே பெங்காலி மார்க்கெட் மிட்டாய்க் கடையில் சகலமுமான எடுபிடியாக இருப்பவர் கோஷ்பாபு என்ற அறுபது வயதைத் தொட்ட ரொபீந்தர் கோஷ்.

இரண்டு பேரையும் ஒரு நேர் கோட்டில் இணைத்தது கால்பந்து.

கன்னாட்பிளேஸ் நடைபாதையில் தூசி தட்டி வாங்கிய, கால் பந்தாட்டம் பற்றிய ஒரு பழைய புத்தகத்தைக் கக்கத்தில் இடுக்கிக் கொண்டு, ஸ்வீட் ஸ்டால் படி ஏறிய ஒரு புண்ணிய நிமிஷம், மண் ஜாடியில் ரசகுல்லா நிறைத்துக் கொண்டிருந்த கோஷ்பாபு கண்ணில் நான் பட, ஆரம்பமானது இந்த சிநேகம்.

'பாபு மோஷாய்... இதென்ன அதிசயமாக பீலே படத்தோடு கரிஞ்ச்சா படமும் இந்தப் புத்தக அட்டையில்? கால் வளைந்தவன் என்றாலும் புள்ளிக்காரன் நல்ல ஓட்டமும் சாட்டமும் ஆனவன் இல்லையோ?'

நான் அவரை உற்றுப் பார்த்தேன். ஒவ்வொரு வங்காளிக் குள்ளும் ஒரு கால்பந்தாட்ட ரசிகன் பிளஸ் கால்மார்க்ஸ் பக்தன் பிளஸ் காளி உபாசகன் பிளஸ் 'ஜொல்புஷ்ப்' அதாவது, தண்ணீர்ப் பூவான மீன் பிரியன் உண்டு. நெடுநெடுவென்று கருத்து மெலிந்து வைக்கம் முகம்மது பஷீர் ஸ்டைல் வழுக்கை யும் மீசையும் சிரிப்புமாக விசாரிக்கும் இந்த வயசன் வங்காளியும் விதிவிலக்கு இல்லை.

ரசகுல்லாவும் சந்தேஷ¬ம் மிஷ்டிதஹியும் பிடித்துப் போனது. கோஷ்பாபுவும் அப்புறம். இந்தத் தோமஸ் வர்க்கீஸ் அடிக்கடி மிட்டாய்க் கடையில் ஆஜர்.

'நான்தான் சதா வருகிறேன். நீங்கள் ஒரு தடவை வீட்டுக்கு வரணும்.'

விலாசத்தை ஞாபகம் வைத்துக் கொண்டு, உலகக் கோப்பை கால்பந்து ராத்திரியில் பெங்காலி மார்க்கெட்டிலிருந்து நடந்தே வந்திருந்தார் கோஷ் பாபு.

மேற்படி விவரமெல்லாம் தந்தி பாஷையில் நான் ஏலிக்குட்டி யிடம் சொல்லிக் கொண்டிருக்க, அலம்பிய கையை மூலக்கச்ச

வேட்டியில் துடைத்துக் கொண்டு முன்னறைக்குப் போன கோஷ்பாபு விநயத்துடன் கேட்டார்:

'தோமஸே... தண்ணீர் வேணும் நிறைய.' மிளகூட்டான் செய்கிற வேலை. எனக்கே தாகம்தான்.

வெந்நீர் சருவத்தில் பாதி சைஸுக்கு ஏலிக்குட்டி நிறைத்துக் கொடுத்த பித்தளைப் பாத்திரத்தோடு நான் முன்னறைக்குப் போக, ஏலிக்குட்டி படுக்கையறைக்குள் நுழைந்து கதவைச் சாத்திக் கொண்டாள்.

கோஷ்பாபு குவளை குவளையாகத் தண்ணீர் குடிக்கலானார். நான் படுக்கையறைப் பக்கம் மெல்ல நகர்ந்து போய்த் திரும்பி வந்தபோது, டி.வி.யில் யாரோ பூரண சோகமான சாரங்கி வாசிக்கிற காட்சி.

'தோமஸ் என்ன திடீர்னு காணாமல் போனது?'

கோஷ்பாபு டீப்பாயில் கிடந்த 'கலாகௌமுதி' பத்திரிகையைத் தலைகீழாகப் பிடித்து விசிறிக் கொண்டே விசாரித்தார்.

எப்படிச் சொல்ல... நான் குடியிருக்கும் வீட்டுச் சொந்தக்காரப் படுபாவி கால்ரா என்ன ஒரு பெயர்! இரண்டு பாத்ரூம்களில் ஒன்றில் அவனுடைய பழைய டூத் பிரஷ், பெண்டாட்டியின் உள் பாவாடை. மாமியாரின் பல்செட் போன்ற அத்தியாவசியப் பொருள்களைப் போட்டுப் பூட்டி சாவியை எடுத்துப் போனதால், படுக்கையறைக்கு உள்ளே இருக்கும் பாத்ரூமைத் தான் உபயோகிக்க வேண்டிய கட்டாயம்.

கடிகாரத்தைப் பார்த்தேன். விளையாட்டு ஆரம்பிக்க இன்னும் நிறைய நேரம் இருந்தது. கோதுமை அமோக விளைச்சலுக்கு வீரிய வித்து கண்டுபிடித்ததைப் பற்றி டி.வி.யில் அந்த அகால நேரத்தில் விவரமான டாக்குமெண்டரி காட்டிக் கொண்டிருக்க, சனியனை அணைத்துவிட்டு, ஏர்கூலரை ஆன் செய்து கோஷ்பாபு பக்கத்தில் உட்கார்ந்தேன்.

'பாபு, இந்த உலகக் கோப்பை பக்கமெல்லாம் நம்முடைய புண்ணிய பூமி, ஹமரா தேஷ், அவர் ஓன் இண்டியா எட்டிக்கூடப் பார்த்ததில்லையே... ஏன்?'

கோஷ்பாபு வாயைக் கிண்டினேன். பேசாவிட்டால் தூக்கம் வந்துவிடும்.

'தோமஸே... உனக்குத் தெரியுமோ... ஆயிரத்துத் தொள்ளா யிரத்து அம்பதுல நம்மூர் டீமும் செலக்ட் ஆனது. ஆனா பாரும் நிதி நிலைமை சரியில்லேன்னு அனுப்பலே, ஃபைனல்ஸிலே பிரேசிலும் உருகுவேயும் மோதின அந்த வருஷம்தான், நான் மோகன்பாகன் டீம்லே சென்டர் ஃபார்வர்டா விளையாடினேன்.'

மறுபடி தண்ணீர் குடித்தபடி படு உற்சாகமாக கோஷ்பாபு சொல்ல, நான் சிரிப்பை அடக்கிக் கொண்டேன்.

ஒரு வருஷப் பழக்கத்தில் நான் கோஷ்பாபுவிடம் கவனித்த கெட்ட பழக்கம் இதுதான். சந்தடி சாக்கில் இப்படிச் சரடு விடுவது.

தோமஸ் வர்க்கீஸ் சாது. சத்தியவான். கால்பந்தாட்டப் பிராந்து பிடித்தவன். வங்காளிகள் மீது மதிப்பும் மரியாதையும் கொண்ட வன். அது கொண்டு, கோஷ்பாபு சொல்கிற சகலமானதையும் நம்ப முடியாது என்பதையும் வருத்தத்தோடும் தெரிவித்துக் கொள்கிறவன்... சரிதானே?

'வர்க்கியேட்டா... ஒண்ணு வரனும் உள்ளே...'

ஏலிக்குட்டி படுக்கையறையிலிருந்து அன்பொழுகக் கூப்பிட் டாள். நான் போய் நோக்க, அவள் நல்ல நிறமுள்ள மேக்ஸிக்கு மாறியிருந்தாள். முந்தின வாரம்தான் கரோல்பாகில் வாங்கி வந்தது. நைட்லாம்ப் வெளிச்சத்தில் நல்ல வசீகரமான இருப்பு அது.

மேட்ச் ஆரம்பிக்க ஒரு மணி நேரம் ஆகும். அது வரைக்கும் ஏலிக்குட்டியை மடியில் ஏற்றி வைத்துக் கொண்டு காலதேச வர்த்தமானங்கள் சொல்லி இருந்து... எல்லாம் கூடி வந்தால் அடுத்த மாதம் தபால் அட்டையில் அப்பச்சனுக்கு சந்தோஷ சமாசாரம் எழுதிப் போடலாம்.

வழியில்லை. வெளியே கோஷ்கோபு.

நான் யோசனையில் இருக்க, ஏலிக்குட்டி படு ஸ்டைலாகச் சொன்னாள்: 'மிஸ்டர் தோமஸ்... மை டியர் ஹஸ்பெண்ட்...

என்ன மேக்ஸி என்று வாங்கிக் கொடுத்தீர்? பாரும் இதன் லட்சணத்தை...'

அவள் எழுந்து நிற்க, தொடைப் பக்கம் விபரீதமான கிழிசல். 'அங்கே என்ன நோட்டம் வேண்டியிருக்கு? ஒரு உடுதுணி வாங்கித்தர யோக்கியதை இல்லை. சொல்லத்தான் கூப்பிட்டது. போய் மாட்ச் பாரும். சாயா உண்டாக்கி மேசையில் வச்சிருக்கேன். தூக்கம் விழித்து தேச சேவையல்லவோ செய்ய உத்தேசம், ரசகுல்லா மாஸ்டருக்கும் ஊற்றிக் கொடுங்க. போங்க...'

ஏலிக்குட்டியின் தொடையழகை சாவகாசமாகப் பார்த்துக் கொள்ளலாம் என்று தீர்மானத்தோடு, பிளாஸ்க்கைத் தோளில் நம்பூதிரி பூணூல் போல மாட்டிக்கொண்டு முன்னறையில் திரும்பவும் பிரவேசிக்க, 'புட்பால் புள்ளி விவரங்கள்' புத்தகத்தைப் புரட்டிக் கொண்டிருந்தார் கோஷ்பாபு.

'தோமஸே... ஆப்சைட் கோல் என்று தீர்மானிக்க எத்தனை எதிராளி ஆட்டக்காரர்கள் நிற்க வேணும்? இதில் படித்துச் சொல்லும்' கோஷ்பாபு கேட்க, நான் சாயாவை ஊற்றிக் கொடுத்தேன். எனக்கே சரியாகத் தெரியாத விவகாரம் அது. புத்தகத்தைப் புரட்டப் பொறுமையும் இல்லை.

'ஆப்சைட் கிடக்கட்டும். சேம்சைட் கோல் போட்டவனுக்குக் கொலம்பியாவில் வந்த கதிகேட்டைப் பார்த்தீர்களா?'

பேச்சை மாற்றினேன். பத்து நாள் முன்னால்தான் அமெரிக்காவுக்கு எதிரான மேட்சில் சேம்சைட் கோல் அடித்த கொலம்பியாக்காரன் எஸ்கோபாரை மெஷின்கள் வைத்து நிதானமாகச் சுட்டுப் பரலோகத்துக்கு டிக்கெட் வாங்கிக் கொடுத்து அனுப்பியிருந்தார்கள் புண்ணியவான்கள்

ஸ்லோமோஷனில் சாயா குடித்தபடி, லத்தீன் அமெரிக்கக் கால்பந்து விளையாட்டின் கலையம்சங்கள், மாபியா, தீகோ மரடோனாவை அபினோ வேறே சமாசாரமோ உருட்டி விழுங்கியதாக, விளையாட விடாமல் விரட்டியடித்தது. எண்பத்தாறாம் வருஷம் பீரேசில்கார மிட்ஃபீல்டரும், கேப்டனுமான சாக்ரடீஸ் அடித்த கத்தரிக்கோல் உதை விவரம், இத்தாலிய கோச் அரிகேச சாச்சியின் வியூக அமைப்பு என்று கலந்துகட்டி கோஷ்பாபு பேசிக்கொண்டே போக, எப்போது தூங்கிப் போனேன் என்று தெரியாது.

ஏலிக்குட்டியின் வடிவான தங்கை கிரேசிக்குட்டியோடு கால் பந்து மைதானத்தைச் சுற்றிச் சுற்றி ஓடுகிறதாகக் கனவு கண்டு சடாரென்று விழித்துக்கொண்டபோது, ஃப்ரீ கிக்கில் ரொமரியோ இடது காலால் சவட்டிய பந்தை, ஸ்வீடன் கோல் கீப்பர் தடியன் செல்லமாகப் பிடித்து இடுப்பிலே குழந்தைபோல இருத்தி கொண்டிருந்தான்.

'இப்பத்தான் ஆரம்பமானது' கோஷ்பாபு சொன்னபடி நெளிந்தார்.

'தோமஸே... இங்கே...'

அவர் தொடர்ந்து ஏதோ சொல்ல வாயெடுக்க, பெபட்டோ வளைத்து அனுப்பிய பந்தை ஜின்ஹோ என்ற கழுவேறி கோல் அடிக்கிறேன் பேர்வழி என்று கோல் போஸ்ட்டுக்கு அரையடி உயரே தூக்கி அடித்துத் தொலைக்க, நான் ஒரு பச்சை மலையாள வசவை உதிர்த்தேன்.

'அவன் அவசரம் அவனுக்கு...' கோஷ்பாபு மறுபடி நெளிந்தார்.

ஆட்டம் தொடங்கி அறுபத்தொண்ணாவது நிமிஷம் என்று டி.வி.யில் கடியாரம் காட்டிக் கொண்டிருந்தது. பெனால்ட்டி ஏரியா வெளியே இருந்து சின்ஹோவோ வேறே யாரோ உதைத்துக் கடத்திய பந்து, எதிராளி கோல்கீப்பர் ரவேலியின் நெஞ்சில் பட்டுத் தெறிக்க, என் வீட்டு வாசலில் ஏதோ களேபரமான கூச்சல்.

வாசலுக்கு வந்தேன். தெருக்கோடியில் சின்னதாக ஒரு கூட்டம். என்னவென்று தெரியாவிட்டால் தலை வெடித்து விடும். போனேன்.

கோடி வீட்டு சர்தார்ஜி வாசலில் நிறுத்தியிருந்த ஸ்கூட்டரை யாரோ கிளப்பிக் கொண்டு போகப் பார்த்தானாம். ஒரு உதையில் கிளம்புகிற வண்டியா அது? ஏகதேசம் நூறு தடவையாவது தினசரி சர்தாரும் சர்தாரிணியும் மாறி மாறி உதை காணிக்கை வைத்து... வலுவான கால்கள்... முக்கியமாக சர்தாரிணிக்கு நிகுநிகுவென்று... சரி, வேண்டாம்.

'அவளுக்குக் கால்வலி... நானும் தூங்கலே. வாசலுக்கு வந்து பார்த்தா...'

சர்தார்ஜி நீட்டி முழக்கிக் கொண்டிருக்க, நான் சகலரையும் சபித்தபடி திரும்ப நடந்தேன். பிரேசிலோ...ஸ்வீடனோ? யாரா னாலும் ஐந்து நிமிஷம் கழிந்து கோல் அடிக்கட்டும். ஒன்றும் குடிமுழுகி விடாது.

முழுகித்தான் விட்டது என்பதுபோல வீட்டில் படுக்கையறைக் கதவைத் திறந்தபடி நெருப்புப் பார்வையோடு ஏலிக்குட்டி.

சாடி, படுக்கையறைக்குள் போய்க் கதவை மூட, அவள் இரைந்தாள்.

'எங்கே தொலைஞ்சு போனீங்க? நான் கண்ணு முழிச்சுப் பார்த்தா அந்தக் கிளவன் பெட் ரூமுக்குள்ளே வந்துட்டுத் திரும்பிப் போயிட்டு இருக்கான். எத்தனை நேரம் பார்த்தானோ... எவ்வளவு பார்த்தானோ... நீங்க வாங்கிக் கொடுத்த மாக்சிக்கு, இலைதழையை இடுப்பைச் சுத்திக் கட்டிக்கறதுகூட மேல்...'

சூடேறிப் போனேன். கால்பந்தும் ரொமாரியோவும் ராயும் பெபட்டோவும் எல்லாத் தீவட்டித் தடியர்களும் நாசமாகப் போகட்டும். அடுப்படியில் கிண்டிக் கிளறி அல்வா செய்கிறவன் எல்லாம் நடுராத்திரியில் தரும தரிசனம் பண்ணவா ஏலிக் குட்டியை நான் கட்டியது?

கதவை உதைத்துத் திறந்து கொண்டு வெளியே வந்தேன்.

சோபாவில் சம்மணம் இட்டு உட்கார்ந்து, ஸ்வீடன் கேப்டனை ரெஃப்ரி வெளியே அனுப்புவதைப் பார்த்துக்கொண்டிருந்த கோஷ்பாபு சத்தம் கேட்டுத் திரும்பிப் பார்த்தார்.

'என்ன ஆச்சு இங்கே?'

என் குரலின் உஷ்ணம் என் நாக்கையே சுட்டது.

நின்ற கோலத்தில் ஏலிக்குட்டி, வந்த கோலத்தில் நான், கோஷ்பாபு ஏதோ சொல்ல வாயெடுத்து இரண்டு கையையும் எடுத்துக் கும்பிட்டுப் படி இறங்கிப் போனார்.

வீட்டுக்கு மேற்கே திடல் ஓரமாகக் குத்த வைத்து ஐந்து நிமிஷம் போல இருந்துவிட்டு, சைக்கிளைத் தள்ளியபடி அவர் மெல்ல நடந்துபோக, உள்ளே ரொமாரியோ கோல் போட்ட எண்ப தாவது நிமிஷம்.

அந்த செமிஃபைனலிலும், அப்புறம் இத்தாலிக்கு எதிராக ஃபைனலிலும் பிரேசில்தான் கெலித்தது. சுவாரசியமில்லாத ஃபைனல்ஸ்... எக்ஸ்ட்ரா நேரமும் முடிந்து, பெனால்ட்டி கிக் சவட்டலில் வந்த கோல்கள்...

ஏலிக்குட்டியும் சேம்சைட் கோல் போட்டாள்.

'நான்தான் தூக்கக் கலக்கத்துலே ஏதோ சொன்னா, உங்க புத்தி எங்கே போனது? மூத்திரம் ஒழிக்க பாத்ரூம் தேடி அவர் உள்ளே வந்திருக்கலாம் இல்லையா?'

இருக்கலாம்தான். உப்பு கூடிய மிளகூட்டான். டம்ளர் டம்ளராகத் தண்ணீரும் அதே தரத்தில் சாயாவும் மாந்தி, நீர் முட்டிய வயசான மனுஷன்.

வீடு தேடி வந்த விருந்தாளிக்கு, சிறுநீர் கழிக்கிறதான அடிப்படை வசதி தேவைப்படுமா என்று கூட விசாரிக்காது பழியும் சுமத்திய துஷ்டன் தோமஸ் வர்க்கீஸான நான்... அப்புறம் எத்தனை தேடியும் கோஷ்பாபு கண்ணில் படவில்லை.

போன வருஷத்து கன்வென்ஷனுக்கு நானும் ஏலிக்குட்டியும் மரமன் போயிருந்தோம். வழக்கமான பட்டியலோடு கோஷ்பாபு சுகமாகவும் சமாதானமாகவும் ஜீவித்திருக்க பிரார்த்தனை செய்தோம். எங்களை மன்னிக்கச் சொல்லியும்.

கொஞ்ச நாளாக ஏலிக்குட்டி வயிற்றுக்குள் ஒரு கால்பந்தட்டக் காரன் வலுவாக உதைத்தபடி கிடக்கிறான்.

மைதானத்தில் இறங்கும்போது அவன் பெயர் ரொபீந்தர் என்பதாக இருக்கலாம்.

37. பானை

வழக்கம் போல நடு ராத்திரிக்கு அப்புறம் தான் ரங்கம்மா மாடி ஏறினாள். சன்னமாகப் புகை வழியும் லாந்தரைப் பிடித்துக் கொண்டு ஒவ்வொரு படியாகக் கால் எடுத்து வைத்த போது, வலித்தது. படியிலிருந்து உருண்டு விடுவோமோ என்று கூடவே பயமும் எட்டிப் பார்த்தது.

'இன்னும் எத்தனை நாள் இப்படி அவதிப்பட ணுமோ?'

ரங்கம்மா முனகிக் கொண்டாள். இதற்கு ஏதாவது பதில் கிடைக்கும் என்பதுபோல அடைத்துக் கிடந்த மாடிக் கதவை உற்றுப் பார்த்தாள்.

இரண்டு பக்கத்திலும் பெரிய மண் பானைகள் அடுக்கி, கதவுக்குக் குறுக்கே நீளமான இலைக் கட்டு சார்த்தி வைத்து, ஏதோ விநோதமான படையல் நடக்கிற இடமாக, அரையிருட்டில் குறுகிக் கிடந்த எப்போதும் அடைத்துக் கிடக் கிற அறைவாசலில் சிதறிக் கிடக்கும் புதுப் பானைச் சில்லுகள். பானை உடைந்த சத்தம் கேட்டுத்தான் ரங்கம்மா படியேறி வந்தது.

‘ரெண்டு வாரமா ஆளு, அம்பு, போக்குவரத்துன்னு வீடு அமர்க்களப்பட்டுது. நீயும் சும்மா இருந்தே. மவராசனைக் கட்டி எடுத்துத் தூக்கிப் போய் எரிச்சுப் பாலும் ஊத்தியாச்சு…வந்த சனமும் இந்தோ அந்தோன்னு புறப்பட்டுப் போயிடுத்து. நீ மறுபடியும் ஆரம்பிச்சுட்டியா…’

ரங்கம்மா கீழே நொறுங்கிக் கிடந்த பானைத் துண்டுகளைக் குனிந்து எடுத்தபடி மறுபடியும் கதவைப் பார்த்துக் கேட்டாள்.

இதற்காவது பதில் வந்தே ஆகவேண்டும் என்பதுபோல் எதிர்பார்ப்பில் அவள் நின்ற மாதிரி இருந்தது.

ரங்கம்மாவின் வீட்டுக்காரன் சென்னகேசவன் வாயில் புற்று நோய் முற்றி, ஏக அவதிப்பட்டு இறந்து போய் பதினைந்து நாளாகிறது.

வெறும் சென்னகேசவன் என்றால் தெரியாது. பொடிக் கடை சென்னு.

‘மாப்பிள்ளை ஜில்லா முழுக்கப் பட்டணம் பொடி சப்ளை பண்ற பெரிய கை. யாவாரம்… வீட்டு வாசல்லேயே கடை… கூட்டம் எந்நேரமும் அலைமோதும். அப்பா இல்லே… அம்மாவும் ரெண்டு வருசம் முந்திப் போய்ச் சேர்ந்தாச்சு. அங்கே இனிமே உன்னோட ராச்சியம்தாண்டி ரங்கம்மா…’

கல்யாணமாகிச் சென்னகேசவனுடன் வந்து ஜட்காவில் இறங்கியதும் கண்ணில் பட்டது இடித்துக் கொண்டிருக்கும் பழைய இரண்டுகட்டு வீடு. படியேற, வாசல் திண்ணையில் ஓரமாகத் தட்டி வைத்துத் தடுத்து ஒரு பீங்கான் ஜாடியில் பொடியும், சுற்றி அழுக்குப் போத்தல்களில் கிச்சிலி மிட்டாயும் கடலை அச்சும் பரத்தித் திண்ணைக்குக் கீழே மரப்பெஞ்சு போட்ட கடை. ரங்கம்மாவின் ராச்சியம் அவ்வளவுதான்.

‘எளவெடுத்த பொடிக் கடை. வித்தது ஒரு தம்பிடிக்கும், ரெண்டு தம்பிடிக்கும். சிமிட்டா சிமிட்டவா அள்ளிப் பல்லு ஈத்துலே அந்தச் சனியனை வச்சுத் தேச்சு தேச்சு வாய் புண்ணாப் போயி. பாழாப் போன மனுசன் உசிரையே விட்டாச்சு… இங்கே பேயையும் பிசாசையும் குடித்தனம் வச்சுட்டு நான் கெடந்து மல்லாட வேண்டி இருக்கு…’

ரங்கம்மா கொஞ்சம் குரலை உயர்த்தினாள். கையில் பிடித்த லாந்தர் 'ஆமா... ஆமா...!' என்று அலை பாய்ந்தது.

'பேய் பூதம்னு சொன்னா மொகரையைப் பேத்துடுவேன்... நானும் உன்னிய மாதிரிப் பொம்பளைதான்...'

இருட்டிலிருந்து முணு முணுப்பாகப் பதில் வந்தது இப்போது.

'பொம்பளை... நீ...' ரங்கம்மா வராத எச்சிலை காறி உமிழ்ந்தாள். 'எங்கே... சடசடன்னு ஒரு குடம் தண்ணி எறச்சுத் தொட்டியிலே ஊத்து... கல்லு உரல்லே இட்டிலிக்கு மாவாட்டிக் கொடு... மெஸ்ஸிலே சாப்பிட வரவங்களுக்கு எலை நறுக்கித் துடைச்சு வய்யி... அப்புறம் சொல்லு பொம்பளைன்னு...'

உரத்த குரலில் ரகசியம் பேச முயற்சி செய்வது போல, ரங்கம்மா சொன்னது பிசிறடித்து மூச்சு வாங்கியது. லாந்தரை இறுகப் பிடித்துக் கொண்டு கதவையே வெறித்தபடி நின்றாள் அவள்.

'பெரிய மெஸ்ஸு... சோத்துக்கடைன்னு சொல்லேன்... மெஸ் ஸூம் மசுரும் பாளை போறது...'

உள்ளே இருந்து வந்த குரலில் எகத்தாளம் ஏறி இருந்தது.

'உனக்குத் தெரிந்ததெல்லாம் மண்ணாங்கட்டியும் மசிரும்தான்... வாவரசி தலை முடியை அறுத்துப் போடறது... சட்டி பானையை உடைக்கறது... வேறே என்ன தெரியும் உனக்கு... சோத்துக் கடைன்னா எளப்பமா என்ன? இம்புட்டு நாளு எனக்கும் அந்த மனுஷனுக்கும் பசி, பட்டினி இல்லாமக் காப்பத்தினது அந்தக் கடைதான்... இனிமேயும் எனக்கு அதான்... உக்கார வச்சு எனக்குக் கஞ்சி ஊத்த புள்ளை குட்டியா குடுத்தான் பொசை கெட்ட மனுஷன்...'

ரங்கம்மாள் லாந்தரைத் தரையில் வைத்து விட்டுத் தலை தலையாக அடித்து கொண்டாள்.

கல்யாணமாகி இங்கே நுழைந்த மறுநாளே திண்ணைப் பொடிக் கடையும், மூன்று தலைமுறைக்கு முன்னால் பாகம் பிரித்த வழியில் வரும் அரிசியும் மட்டும் போதாது, இரண்டு உயிரை இழுத்துப் பிடிக்க என்று தெரிந்து கொண்டவள் அவள்.

‘என்ன செய்ய... நமக்குன்னு விதிச்சது இதுதான்... அம்மா இருந்தவரைக்கும் இருந்த நகை நட்டு,பண்ட பாத்திரம் ஒண்ணுவிடாம வித்துத் தின்னோம்... இப்ப உள்ளபடிக்கே ஒண்ணுமில்லேதான்... மேல் வரும்படிக்கு வேற என்ன செய்யலாம்?நீயே சொல்லேன்...’

முன் வழுக்கையும், அழுக்கு நீர்க்காவி வேட்டியுமாக அரையில் சொரிந்து கொண்டு பொதபொதவென்று மாமிச மலை போல ஒரு புருஷன்... புத்தியும் மட்டுதான்... அவனுக்கும் சேர்த்து ரங்கம்மாதான் யோசிக்க வேணடியிருந்தது.

‘சோத்துக்கடை போடலாம்...’

பளிச்சென்று அவள் சொல்ல, காவியேறிய பல்லைக் காட்டி இளித்தான் சென்னகேசவன்.

‘ஊருலே ஏற்கெனவே ரெண்டு மூணு கடை அப்படி இருக்கு.’

‘இருக்கட்டுமே... கொஞ்சம் வித்தியாசமாகக் கடை போட்டால் இங்கேயும் நாலு பேர் வரமாட்டார்களா?’ - இந்த யோசனையும் ரங்கம்மாதான் சொன்னது.

‘மணக்க மணக்க மண் பானையிலே சோறு வடிச்சு,மண் சட்டியிலே புளிக் குழம்பு வச்சா, ருசியே அலாதிதான்.’

அது நல்ல யோசனைதான் என்று சென்னகேசவனுக்கும் பட்டது. ஆனால் நடத்த இடம்?

வீட்டு உள்கட்டு புருஷன் பெண்சாதி உட்கார்ந்து, படுத்துக் குடும்பம் நடத்தப் போதுமானது. ஆனால், பத்துப் பேரை உட்காரவைத்து இலை போட்டுப் பரிமாறத் தோதுப்படாது. பின்னங்கட்டு பாதிக்கு மேல் இடிந்து எருக்கஞ்செடி முளைத் திருந்தது.

‘மாடியிலே கடை போடலாமா?’

ரங்கம்மா அப்படிச் சொன்ன அடுத்து விநாடி மாடியில் ஏதோ தடதடவென்று தரையில் உருளும் சத்தம்.

ரங்கம்மா கலவரப்பட்டுப் போனாள்.

‘என்ன சத்தங்க அது?’

'ஒண்ணுமில்லே... நீ சொன்னது பெரியாத்தாவுக்கு பிடிக்கலே.' சென்னகேசவன் சாதாரணமாகச் சொன்னபடி மாடியைப் பார்த்தான்.

'அது ஏதோ சின்னப்புள்ளே தெரியாமச் சொல்லிடுத்து. நீ எதுக்குக் கெடந்து குதிக்கறே. பேசாம இரேன்.'

உரக்கச் சொல்லிவிட்டுத் தலையைத் திருப்பி ரங்கம்மாவைப் பார்த்துச் சிரித்தான் அவன்.

'மாடியிலே யாருங்க?'

ரங்கம்மா உடம்பு முழுக்கப் பயம் கவிந்துவர, சென்னகேசவனை இறுகப் பிடித்துக் கொண்டாள்.

'ஒண்ணுமில்லே, சொல்றேன். நீ உட்காரு.'

அவளைத் தரையில் உட்கார வைத்துவிட்டு வாசலுக்குப் போய் எலுமிச்சம்பழ மிட்டாய் எடுத்து வந்து கொடுத்தான். அவள் தலையை வருடிக்கொண்டே சொன்னான்:

'பெரியாத்தா ரொம்ப வருசமா இங்கேயேதான் இருக்கு. எங்க முப்பாட்டான் சம்சாரம். தாத்தாவோட அப்பாவுக்கு அம்மா.'

'இத்தினி நாளு எப்படி உசிரோட இருக்காங்க?'

ரங்கம்மா புரியாமல் பார்த்தாள்.

'அது செத்துப்போய் எத்தினியோ வருஷம் ஆச்சு. நடு ராத்திரியிலே பின்னாலே போனபோது கிணத்துல தவறி விழுந்துடுச்சாம். கெட்ட சாவு இது. கடைத்தேத்த காசி, ராமேஸ்வரம்னு போகணும். ஐயருக்கு நெறையா தட்சணை தரணும் னாங்களாம். யார்கிட்டே அப்ப இருந்தது அம்புட்டுப் பணம்? அப்புறம் வந்தது எல்லாம் வந்த வழியே போச்சு. அது வேற கதை. மொத்தத்துலே நம்ப மாதிரி ஆளுங்க அவங்களும். என்ன செய்யணும்னு வழிவகை புரிபடலை.கடைசியா, நடு சாமத்துலே உடுக்கை அடிச்சிக்கிட்டு வந்த சாமக்கோடாங்கி மூலமா பெரியாத்தாகிட்டேயே கேட்டாங்களாம். 'போங்கடா போக்கத்த பசங்களா... நீங்க ஒண்ணும் என்னைக் கரை சேர்க்க வேணாம். நானும் இந்த வீட்டை விட்டுப் போகப்போற

தில்லை. எங்க ஊட்டுக்காரர் கட்டினதுதானே... நான்பாட்டுக்கு எப்பவும் போல மாடியிலேயே இருந்துக்கறேன்.உடம்பு இல்லாட்டா என்ன? எனக்கும் இருக்க எடம் வேண்டாமா?நாம ஒருத்தருக்கொருத்தர் அனுசரிச்சுப் போயிடலாம். அப்படீன்னுடுச்சாம் பெரியாத்தா.'

ரங்கம்மா திகிலோடு மாடியறைக் கதவைப் பார்த்தாள். இப்படி மேலே ஒரு உடம்பில்லாத சீவனும், கீழே மனுஷர்களும் அவரவர்கள் காரியத்தைப் பார்த்துக் கொண்டு போகிற ஏற்பாடு பற்றி எத்தனை நினைத்தாலும் மனம் சமாதானமாகவில்லை.

'நீங்க பார்த்திருக்கீங்களா?'

ராத்திரியில் பக்கத்தில் படுத்துக்கிடந்த சென்னகேசவனிடம் கேட்டாள். அவளை மெல்ல அணைத்துக்கொண்ட கையில் பொடி வாடை வீசியது அப்போது.

'எதைச் சொல்றே... பெரியாத்தாவையா... நான் மாடிப்படி ஏறினதே ரொம்ப அபூர்வம். நடந்தாலே இரைக்குது சரீரவாகு.'

'ஏங்க, ஐயரைக் கூப்பிட்டு...எங்கம்மா சிறுவாடு சேத்து வச்சிருக்காளே பணம்...'

சென்னகேசவன் தூங்கி இருந்தான். எல்லா விதத்திலும் ஏமாற்றமான ராத்திரி அது. அப்புறமும்தான்...

பின்னங்கட்டில் தென்னை ஓலைப் பந்தல் இறக்கித் தரையைக் கொத்திச் சீராக்கி தட்டி மறைப்பில் சமையலும் செய்து சோத்துக்கடை நடத்தலாம் என்று தீர்மானமானது. ரங்கம்மாதான் முன்கை எடுத்து எல்லாம் செய்தது. சென்னகேசவன் எப்போதாவது தம்பிடிக்குப் பொடியும் காலணாவுக்குக் கடலை அச்சும் எடுத்துக் கொடுத்துக் கொண்டு, வாசல் பெஞ்சில் வயசாளிகளோடு சதா பேசியபடி இருந்தான்.

முதலில் சாப்பிட வந்தது ஒரு கோர்ட் கிளார்க். பரமக்குடிக்காரன். சகாய விலைக்கு வீட்டுச் சாப்பாடு போல கிடைக்குமா என்று படியேறி வந்தவனுக்கு, ரங்கம்மா கைப் பக்குவம் பிடித்துப் போக, அவன் சிநேகிதர்கள் இரண்டு பேர்கூட தாலுகா கச்சேரி உத்தியோகஸ்தர்களும் வருவது வாடிக்கையானது.

உள்கட்டில் காய்கறியும் இலைக்கட்டும் குவித்துப் போட்டு இடத்தை அடைத்துக்கொண்டபோது, ஒரு பிரயோஜனமும் இல்லாமல் சும்மாவே பூட்டி வைத்த மாடியைப் பார்த்துப் பார்த்து ரங்கம்மா பொருமுவாள்

'மாடி வேணாம் அங்கே கதவு முன்னாடி வராந்தாவிலேயாவது இதையெல்லாம் போட்டு வச்சுக்கலாமா...' ஆசை ஆசையாகப் பக்கத்தில் படுத்துக் கொண்டு கேட்டபோது, சென்னகேசவன் பதிலே சொல்லாமல் குரங்கைப் போலப் பல்லை வெளியே தள்ளிப் பொடியை ஈஷிக் கொண்டான். சுவாதீனமாக அவள் புடைவைத் தலைப்பில் எச்சில் விரலைத் துடைக்க, குமட்டிக் கொண்டு வந்தது. 'சே, என்ன மனுசன்... அந்த கோர்ட் கிளார்க் வந்தாலே சவ்வாது மணக்கும்... சவ்வாதெல்லாம் வேண்டாம்... பொடியை நிறுத்தினாலே போதும்.'

சென்னகேசவன் சரியென்று சொல்லாவிட்டாலும் ரங்கம்மா சந்தையில்போய் வாங்கி வந்த புதுச்சட்டி பானைகளை மாடி வராந்தாவில் வைத்தாள். இலைக்கட்டை கதவுக்குக் குறுக்கே நிறுத்தினாள்.

'என்னத்துக்கு என் வாசலை மறிச்சிக்கிட்டு கண்டதையும் போட்டு வச்சிருக்கே?'

ஒரு சாயந்தரம் ரங்கம்மா காய் நறுக்கிக் கொண்டிருந்தபோது பின்னாலிருந்து மொணமொணவென்று சத்தம். என்னமோ, ரங்கம்மாவுக்குப் பயமே வரவில்லை. யாரோ வலுச் சண்டைக்கு இழுக்கிற நினைப்பு... சூடாக நாலு வார்த்தை கேட்டால் இந்தப் பக்கமே தலை வைத்துப் படுக்க மாட்டார்கள்.

'சட்டி பானையைத் தலையிலே வச்சுக்கிட்டா அலைய முடியும்... சும்மாத்தானே கெடக்கு வராந்தா... நான் அங்கதான் வைப்பேன்...'

முணுமுணுத்தபடி அவள் அடுத்த காயை நறுக்க எடுத்தாள். அரிவாள்மனை விரசாகப் பின்னால் நகர்ந்து விரலைப் பதம் பார்க்க, தரையை நனைத்தது ரத்தம்.

'வீட்டுக்கு வந்த பொண்ணோட விரலை வெட்டப் பார்த்த ஈவிரக்கமில்லாத பாவிதானே நீ... இன்னிக்குப் புதுப்

பானையைப் போட்டு உடைச்சிருக்கே. சொல்லு... உனக்கு என்ன கோரமை?'

இருபத்தைந்து வருஷம் முந்திய அந்த நாளையும் இந்த ராத்திரியையும் ஒரு கணத்தில் நேர்க்கோட்டில் நிறுத்தி ரங்கம்மா பதிலுக்காகக் காத்துக் கொண்டிருந்தாள்.

'எனக்கு வாடை பிடிக்கலை...' சத்தம் தேய்ந்து வந்தது பதில்.

அதுதானா விஷயம்? ரங்கம்மா தலையை ஆட்டிக்கொண்டு சிரித்தாள்.

புதிது புதிதாகச் சாப்பிட வருகிறவர்கள் ருசிக்கேற்ப சமைக்க வேண்டி இருக்கிறது. எங்கே பார்த்தாலும் ஜன வித்தியாச மில்லாமல் கவிச்சி பழகி வருகிறது. வருகிறவர்கள் கோழியும் மீனும் மண்சட்டியில் ஆக்கித்தரச் சொல்லிக் கேட்கிறார்கள். விலை கொஞ்சம் அதிகமானாலும் பரவாயில்லை. பருப்பும் புளிக்குழம்பும் அலுத்துப் போகிறது. மீனும் சைவம்தான்... வேறு ராஜ்ஜியங்களில் அப்படித்தான் சொல்கிறார்களாம்...

ரங்கம்மா வீட்டில் கவிச்சி சேர்த்துக் கொள்வது உண்டுதான். சென்னகேசவனுக்கோ அந்த வாடையே சுத்தமாகப் பிடிக்காது. பூண்டு கூடப் பக்கத்தில் வரக்கூடாது.

கோர்ட்டு கிளார்க் பூண்டு ரசத்துக்காக உயிரையே கொடுப்பான். சிரிப்பும், வார்த்தையில் சீண்டலுமாக அவன் சாப்பிட வந்தாலே ரங்கம்மாவுக்கு மனசு கிறங்கிப் போகும். சென்னகேசவனுக்கும் கோர்ட் உத்தியோகத்துக்குப் போய், சவ்வாது பூசிக்கொண்டு... அதற்கெல்லாம் நாலு எழுத்து படித்திருக்க வேண்டும்... பூண்டு பழக வேண்டும்...

'கிளார்க்கனுக்காக வீட்டுல பூண்டை நொழச்சே. இப்ப எவன வசியம் பண்ண மீனும் முட்டையும்?'

பெரியாத்தா சிரிக்கும் சத்தம். கதவு மெல்ல அதிர்கிறது.

'பாழப்போனவளே... இந்த வயசுலே நான் எவனை வசியம் பண்ணணும்? தலை நெறச்சு, மாரு தொங்கி... எவனாவது பின்னாடி வருவானா? என்ன பேச்சு பேசறே?'

ரங்கம்மா கதவில் அறைந்தபடி சொன்னாள்.

சென்னகேசவன் போய்ச் சேர்ந்த அப்புறமும் மண்பானைச் சமையல் மெஸ் சுத்த சைவமாகத் தடுமாறிக் கொண்டிருப் பதைவிட, மீனும் முட்டையும் மட்டும் சேர்த்துக் கொள்வதாக மாறலாம் என்று தீர்மானம் எடுத்து, அவள்தான் காலையில் மீன்காரனைக் கூப்பிட்டு வஞ்சிரம வாங்கினாள்.

‘நாத்தம் கொடலைப் புடுங்குது...’ பெரியாத்தா திரும்ப அழுத்தமாகச் சொன்னாள்.

‘புடுங்கற எடத்துலே ஏன் இருக்கணும்?’

‘நான் எங்கே போக?’

‘அப்பச் சும்மா இருக்கணும். ஏன் புதுப் பானையைப் போட்டு உடைச்சே?’

‘நான் எங்கே உடைச்சேன்? பூனை, எலி ஏதாவது தள்ளியிருக் கும்...’

‘இத்தனை காலமா இல்லாமப் புதுசா இங்கே எலியும் பூனையும் அடைய வருதாக்கும்...’

‘இந்த ரூமுக்குள்ளே இருக்கு அதெல்லாம்...’

‘ரூமுக்குள்ளேயா... நீதான் அங்கே யாரையாவது அடைய விட்டுடுவியாக்கும்?’

‘ஏன்... நீயும் கிளார்க்கனும் அன்னிக்கு உள்ளேதானே வந் தீங்க...’

கதவுக்குப் பின்னால் இருந்து சின்னச் சீறலாக வெளிப்பட்டது குரல். இதற்கு மேல் அது பேசாது. ரங்கம்மாவுக்குத் தெரியும். அங்கே சுற்றி இங்கே சுற்றித் தினசரி இங்கேதான் முடியும்.

‘ஏண்டி, வங்கெழட்டுத் தேவடியாளே... அபாண்டமாப் பழி போடறியே... எலைக்கட்டை எடுக்கப் படியேறினவளுக்கு ஒத்தாசை செய்ய ஆம்பளையாளு கூட வந்தா என்ன பேச்செல் லாம் பேசறே? உனக்கு நாக்கு இருந்தா அழுகிடும். நாசமாப் போயிடுவே...’

ரங்கம்மா கேவலும் அழுகையுமாகக் கையை நெறித்தாள்.

இருபத்தைந்து வருஷம் முந்திய சமாசாரம் அது. பதிவாக வருகிறவர்கள் சாப்பிட்டுப் போயிருக்க, கோர்ட் கிளார்க் நேரம் கழித்து வந்த ராத்திரி, புழுக்கம் தாங்காமல் சாயந்தரம் குளித்து விட்டு தலை முடியை நெகிழக் கட்டியிருந்தாள் ரங்கம்மா. செழுமை பூசியிருந்த உடம்புக்கு ஈடு கொடுக்க முடியாமல் புதிதாகத் தைத்து வாங்கிய கிளிப்பச்சை ரவிக்கை திணறிக் கொண்டிருந்தது.

சோறு பரிமாற பாத்திரத்தை எடுக்கும்போதுதான் இலை தீர்ந்து போனது நினைவு வந்தது. மேலே போய் எடுத்து வரவேண்டும்.

வாசலில் வழக்கம்போல சென்னகேசவன் கிழவர்களோடு மாட்டுவாகடம் பற்றிப் பேசிக் கொண்டிருந்தான். இன்னும் ஒரு மணி நேரமாகும் அவன் கடை கட்ட.

'கொஞ்சம் மாடியிலே போய் எலை எடுத்து வர்றீங்களா?'

வாசலில் போய்ச் சென்னகேசவனைக் கேட்டாள். அவனால் முடியாது என்று தெரியும். கேட்டுக் கொண்டிருக்கும் யாராவது உதவிக்கு வரமாட்டார்களா?

'வாங்க... நான் வரேன்...' சாப்பிட உட்கார்ந்த கோர்ட் கிளார்க் எழுந்தான்.

கொஞ்ச நாளாகவே அவன் பார்வை சரியில்லை. கண்ட இடத்திலும் மேய்கிறது. 'முந்தானையைப் போத்திக்கடி... ஓரமா உக்காந்து மாரைப் பாக்கறான் கிளார்க்கன். பரிமாறும்போது பொடவையை தெரச்சுக்காதே இப்படி. அவன் எங்கே உத்துப் பாக்கிறான்னு நான் சொல்லணுமா...' பெரியாத்தா கூடவே தொடர்ந்து சத்தம் போட்டாலும் மனத்தில் என்னமோ குறுகுறு வென்றுதான் இருக்கிறது.

'நீங்க இருங்க... நான் பாக்கறேன்...' என்றாள் ரங்கம்மாள்.

'பொய்... முழுப் பொய்... நீ தலையைக் குனிஞ்சு சிரிச்சுக்கிட்டு நாலு படி ஏறி அவனைத் திரும்பப் பார்க்கலே? முடிவேற முன்னாலே விழுந்து வா வான்னுது...'

வழக்கம் இல்லாத தொடர்ச்சியாக உள்ளே இருந்து கெக்கலி கொட்டிய சிரிப்பு... 'இல்லே... நான் அப்படிப் பார்க்கவே

இல்லே... மேலே போனதும்தான் எனக்கே தெரிஞ்சது, பின்னாடியே வந்திருக்கான்னு. இந்த எலைக் கட்டுதானே... எடுத்துக்கவா அப்படீன்னு கேட்டான்.'

'அப்படி இல்லே... குளிச்சியா? உன் தலைமுடி சில்லுனு கெடக்குதுன்னு தோள்லே கை வச்சான். இந்த எலைக்கட்டு தானே... எடுத்துக்கவான்னு கீழே யாருக்கோ கேக்கணும்னு சத்தமாகச் சொன்னான்...நீ தலையை அவன் தோள்லே சாச்சு கன்னத்திலே ஈரமுடியை எழைய விட்டபடி கண்ணை மூடிக் கிட்டே...'

'கிடையவே கிடையாது... நான் முன்னாலே போறேன்... பார்த்து இறங்கி வாங்கன்னு ரெண்டு கையாலேயும் எலைக் கட்டைத் தூக்கிக்கிட்டுக் கிழே இறங்கினான்...'

'அவனா... பின்னாலே நின்னு சேத்துப் பிடிச்சித் தலைமுடியிலே முகத்தைப் பொதச்சுக்கிட்டு ரெண்டு கையாலேயும் உன்னைக் கட்டித் தூக்கி இந்த ரூமுக்குள்ளே வந்தான்... பிடிச்ச புடியிலே கிளிப்பச்சை ரவிக்கை கசங்க, நீ தோளை வளைச்சுப் பிடிச்சுக் கிட்டே... அப்புறம் உள்ளே தரையிலே...'

ரங்கம்மா காதைப் பொத்திக்கொண்டாள். அழுகை மூட்டிக் கொண்டு வந்தது,

'கொஞ்சம்கூட ஈவிரக்கம் இல்லாமே மனசு போனபடி பொய் சொல்றியே. நீ நரகத்துக்குத்தாண்டி போவே. நல்ல கதியே வராது உனக்கு.'

அன்றைக்கு கோர்ட் கிளார்க் சரியாகச் சாப்பிடாமல் திரும்பிப் போனான். ரங்கம்மாவுக்குப் பரிமாறும்போது வியர்த்து விறு விறுத்துப் படபடவென்று வந்தது. அன்றைக்கென்று பார்த்து ஜமாபந்திக்கு வந்த பக்கத்து கிராமத்து கர்ணம், முன்சீப் என்று ஏழெட்டுப் பேர் அடுத்த பந்திக்குச் சாப்பிட வந்தார்கள்.

உடம்பு அசதியாகப் படு படு என்றது. கைகால் ஓய்ந்து வந்தது. இருந்தாலும் ரங்கம்மாஅரிசி களைந்தாள்.

'திருப்திதானே... இப்பத் திருப்திதானே... படுத்து எழுந்தாச் சில்லே.'

பெரியாத்தா குரல் எல்லாத் திசையிலிருந்தும் வந்தது.

‘நான் ஒண்ணும் செய்யலே... ஒண்ணும் செய்யலே. இலை எடுத்துக்கிட்டு வந்தேன். அம்புட்டுத்தான்.’

ரங்கம்மா திரும்பத் திரும்ப முனகினாள்.

பெரியாத்தா அம்மியிலிருந்து மிளகாய் விழுவதைக் கண்ணில் தெறித்து எரிய வைத்தாள். உலைநீர் வடிக்கும்போது சூட்டோடு காலில் சிந்தவைத்தாள். கோட்டையடுப்பில் தீயை வால்முனி போல ஹோஹோவென்று வளைந்து உயர்ந்து ஆட வைத்தாள்.

‘சோறு விக்கறியா... இல்லே கறி விக்கறியா? - தொடக்கறி, மார்க்கறி, உடம்புக் கறி.’

நெருப்போடு சேர்ந்து முகமும் உருவமும் மட்டுப்படாமல் பெரியாத்தாவும் ஆடினாள்.

‘அபாண்டமாச் சொல்லாதே. போயிடு, போயிடு.’

ரங்கம்மா பின்னால் திரும்பித் திரும்பிப் பார்த்து முனக, பெரியாத்தா இன்னும் பெரிதாகச் சிரித்தாள்.

எப்படியோ முடித்து, வந்தவர்களை அனுப்பிவிட்டு ரங்கம்மா உள்கட்டுச் சுவரில் சாய்ந்து தீனமாக அழுதபோது, பின்னால் வந்து ‘சிறுக்கி முண்டே... பின்னஞ்சந்து வரை தலை முடி வளர்த்துக்கிட்டு எவனைக் கட்டிப் போடுவோம்னு அலையறயே... வெக்கமா இல்லே? தலையைப் பாரு... தூசு... துப்பட்டை.... நூறு வருச ஒட்டடை.... எறநூறு வருசப் புழுதி... உடம்பெல்லாம்... தலையெல்லாம் அழுக்கு ஒட்டிக்கிட்டு... போய்க் குளிச்சிட்டு வாடி...’ என்று நடுராத்திரிக்கு கிணற்றடிக்கு துரத்தி விட்டாள்.

என்னை விட்டுடு... விட்டுடு... நான் சுத்தமானவ... தப்பாப் பேசாதே... போயிடு...’

ரங்கம்மா அழுது கொண்டே கிணற்றில் தண்ணீர் சேந்தினாள். உடை முழுக்கக் களைந்து விட்டு வாளி வாளியாகத் தலையில் கவிழ்த்துக் கொண்டாள், சுவர்க்கோழிகள் தறுதலையாகச் சீழ்க்கை ஒலியெழுப்பிச் சிரிக்க, வெளியே குறிவிரைத்த நாய்கள் பெட்டைக்காகக் குரைத்துக்கொண்டு ஓடின. மூத்திர நெடியைச் சுமந்து கொண்டு காற்று சுற்றி அடித்தது.

உள்கட்டுக் கதவு திறக்க உருவம் முழுக்கச் சிதைந்து புகையாக பெரியாத்தா மிதந்தபடி கிணற்றடிக்கு வந்தாள்.

‘இந்தத் தலைமுடிதானே குடி கெடுக்குது... வேண்டாம்... இது உனக்கு வேண்டாம்...’ பெரியாத்தா அரிவாள்மனையை விசியபடி நெருங்கினாள்.

‘வேணும்... எனக்கு முடி வேணும்...’ ரங்கம்மா ஈரத்தில் நடுங்கியபடி நின்றாள்.

‘வேண்டாம் வேண்டா...’

கையிலும் தரையிலும், கிணற்றுக்குள்ளுமாக பாம்பு சட்டை உதிர்ந்து விழுந்தது, முடி. பாரம் தலையிறங்க, நெஞ்சு கனத்தது.

‘என்னப் பெத்தவளே...’ அந்த ராத்திரியில் துவைக்கிறக் கல் மேல் உட்கார்ந்து அவள் அழுததைக் கேட்ட கூகைகள் ரொம்ப நாழி அது பற்றியே பேசிக் கொண்டிருக்க, ரங்கம்மா உள்ளே வந்து சென்னகேசவன் பக்கத்தில் அவனுடைய பழைய வேட்டியைச் சுற்றிக்கொண்டு படுத்தாள். அங்கே இதமான பொடி வாடை சுற்றியும் படிந்தது.

வழக்கம்போல சென்னகேசவன் காலுக்கு நடுவே கையை நுழைத்துக் கொண்டு தூங்கியிருந்த ராத்திரி அது...இருபத்தைந்து வருஷம் முந்திய ராத்திரி...

கீழே நாய் குரைக்கும் சத்தம்.

ரங்கம்மா மாடிப்படியில் எழுந்து நின்றாள்.

‘ஏன் இப்படி என்ன அலங்கோலப்படுத்தினே... எதுக்காக...’

இந்தக் கேள்வியை அவள் எத்தனை நாள்... எத்தனை வருஷமாகக் கேட்டுக்கொண்டு இருக்கிறாள். பெரியாத்தா பதில் சொல்லவே மாட்டேன் என்கிறாள்.

‘எனக்குக் கருமம் பண்ண ஆள் கிடையாது. ஆனாலும் நான் பெரியாத்தா மாதிரி இங்கேயே அடைய மாட்டேன்... ஏற்கெனவே அரைக்குக் கீழே செத்து உன்னைக் கஷ்டப்படுத்திட்டேன்... இப்ப முழுக்கச் செத்து... இனியும் துன்பம் தரணுமா... நான் மாட்டேன்.’

சாகும்முன் சென்னகேசவன் தன் கையைப் பிடித்தபடி அழுத்த ரங்கம்மாவுக்கு நினைவு வந்தது. கண்ணைத் துடைத்துக் கொண்டு நிமிர்ந்தாள் அவள்.

'போயாச்சு... எல்லாமே போயாச்சு... நீ மட்டும் ஏன் இங்கேயே கெடந்து உசிரை வாங்கறே... போயிடு... போயிடு.'

ரங்கம்மா வெறி பிடித்தது போலக் கத்திக் கொண்டே மாடிக் கதவைத் தள்ள, அது திறந்து கொண்டது. கையில் லாந்தர் அணைந்து போனது. தூக்கத்தில் நடப்பவள் போல அறைக்கு உள்ளே போனாள் அவள்.

'எங்கே இருக்கே...எங்கே இருக்கே?'

பதில் இல்லை.

இருட்டில் கை வைத்துத் துழாவினாள். சிலீரென்று ஏதோ பட்டது. பானை. பெரிய பழம்பானை.

'இங்கே தானே... இதுக்குள்ளேதானே இருக்கே?'

பானையைக் கட்டித் தூக்கிக்கொண்டு அவள் படியிறங்கி வந்தபோது காலில் அசாத்திய வலு சேர்ந்திருந்தது.

மெல்லக் கிணற்றடிக்கு நடந்து போனாள். நிலா காய்ந்து கொண்டிருந்த பின்னிரவு நேரம்.

'போ... போய் ஒழி...'

பானையைத் தலைக்கு மேல் தூக்கிக் கீழே போட்டு உடைக்க, உள்ளேயிருந்து அழுக்கும் கிளி பச்சையுமாகக் கந்தலாகிப் போன ரவிக்கை. தூசிப் பந்தாகத் தலைமுடி.

வற்றிச் சுருங்கிய மார்பின் மேல் அந்தப் பழந்துணியை வைத்தாள். பாதி நரைத்துச் சுண்ணாம்புத் தீற்றாக அப்பியிருந்த முடியோடு இன்னொரு கையால் தூசிப் பந்தைச் சேர்த்துப் பிடித்தாள்.

'போயிடறேன்... போயிடறேன்...'

உதடு முணுமுணுக்கப் பெரிய குரலெடுத்து ரங்கம்மா அழுதாள்.

38. அயூத்யா

புத்த மடாலயம். அழகு ஜீன்ஸும் அரைக் கை சட்டையுமாக இவள். தியானத்தில் நிலைத்த வயதான புத்த பிக்கு. தூக்கத்தில் நடப்பது போல் நகர்ந்து வருகிறாள். பிக்குவுக்குப் பின்னால் கோகோ கோலா. பூனைக் கண்ணி. காவியணிந்த இளம் துறவிகள், கீழே மடத்து மினி வேனைப் பழுது பார்த்துக் கொண்டிருக்கிறார்கள். நகர முடியுமா என்று அமெரிக்க ஆங்கிலத்தில் என்னை விசாரிக்கிறாள். வேன் புகை தள்ளிக் கொண்டு சத்தம் போடுகிறது. பூனைக்கண்கள் இமை மூடுகின்றன. தியானம் கலைந்த துறவி கண் திறக்கிறார். அலுத்துக் களைத்த அழகுப் பெண்.

நான் இந்தப் புராதனமான மடாலயத்தில் புகைப்படம் எடுத்துவிட்டு சாயந்தரம் பாங்காக் திரும்ப வேண்டும். அயூத்யாவில் போய்ப் படம் பிடித்துக்கொண்டு, காஞ்சன புரியில் குவாய் ஆற்றுப் பாலத்தையும் கேமராவில் நுழைத்த பிறகு டெல்லி வந்து சேர். கம்பெனியில் கட்டளையிட்டிருக்கிறார்

கள். டெல்லி சர்தார்ஜிகள் தாய்லாந்தில் கம்ப்யூட்டர் கம்பெனிக்குக் கிளை திறக்கப் போகிறார்கள். இந்தியப் பத்திரிகைகளில் விளம்பரம் தர புதிய கோணத்தில் படம் தேவைப்படுகிறது. எல்லாம் இந்த மாடிப்படி வளைவில் எக்கிப் பிடித்த கேமரா கோணத்தில் லகுவாக அடங்கிவிடும். அடக்க விடாமல் அவசரப்படுத்துகிறாள் பூனைக் கண்ணி. அழுக்கு ஜீன்ஸ் அணிந்தவள்.

ஒரே நிமிஷம். படம் எடுத்து முடித்துவிட்டு மாடியேற வழி விடுகிறேன், பொறுத்துக் கொள் என்றேன். தளர்ந்து நின்றாள். கேமரா செயல்பட்டது. நகர்ந்தேன். நின்ற இடத்திலேயே கண்மூடி நிற்கிறாள். இருபது வயதுக்கு மேல் அரை விநாடி கூட இருக்காது. கனைத்தேன். நிமிர்ந்தாள். மெலிதான ஒடிகலோன் வாடை. உறக்கம் கலைந்த பெண்வாடை. தண்ணீர் படாத பெண்ணின் தலைமுடி வாடை. வழிவிட்டேன். தள்ளாடியபடி படிகளில் ஏறி மேலே போய் தயக்கமாகச் சிரித்தாள். என்னை இங்கே வைத்து ஒரு படம் எடுத்துத் தர முடியுமா? தீனமாகக் கோரிக்கை வைக்கும் குரல்.

முடியும் என்றேன். புறங்கழுத்து வியர்வையைக் காகித நாப்கினில் ஒற்றியபடி அயர்வோடு நன்றி சொன்னாள். ஆனால் படத்தை விருத்தியாக்கி காகிதத்தில் பரத்த ஒரு வாரமாவது பிடிக்குமே பெண்ணே? ஆகட்டும். நான் பணம் தருகிறேன். தயவு செய்து இந்த மடாலய விலாசத்துக்கு அனுப்ப இயலுமா? அவள் முதல் படியில் சரிந்து உட்கார்ந்தாள்.

மடாலயத்தில் பெண்களும் இருக்கிறார்களா என்ன?

என் அவன், இங்கே துறவியாக இருக்கிறான். அவனுக்குத்தான்!

அவளுக்கு நேர் மேலே ஒரு அமெரிக்க டாலருக்கு முப்பத் தேழு தாய்லாந்து பாட் நாணயங்கள் என்று சாக்குக்கட்டியில் எழுதிய பகுதி அழிந்த கரும்பலகை. மடாலயத்தில் அந்நியச் செலாவணி வர்த்தகம் வர காரணத்தை யோசித்துக்கொண்டே கேமரா கோணம் பார்த்தேன். கரும்பலகையிலிருந்து ஒட்டடை உதிர்ந்து தலையில் விழ, தூரத்தில் பார்த்தபடி என் படத்தில் நிலைத்தாள். அப்படியே தூசுக்கு நடுவே கவிழ்ந்து படுத்துக்கொண்டாள்.

துறவியாக இருக்கிறான். எனக்குத் தாமதமாக உறைத்தது. துறவியை மோகிக்கும் பூனைக் கண்ணி. மாடத்தில் தூங்குகிறவள். மேல் படிக்கு நடந்தேன். எழுந்து உட்கார்ந்தாள். அவள் கைப்பையிலிருந்து எடுத்த நூறு டாலரை மறுத்தேன். இல்லை, உங்களைத் தொல்லைப்படுத்துவதை ஒரு துளியாவது ஈடுகட்ட என்றாள். தொந்தரவு ஒன்றும் இல்லை. உனக்கு உடல்நலம் இல்லை போல தெரிகிறதே!

நான் நலமாகத்தான் இருக்கிறேன். நன்றி. பிக்குகள் பிட்சைக்குக் கிளம்பும் நேரம். அதனால்தான் அவசரமாக வந்தேன். அவள் கைப்பிடிச் சுவரைப் பிடித்தபடி நின்றாள். படம் எப்போது தருவீர்கள் என்று தெரிந்து கொள்ளலாமா?

நான் என் பெயர் அட்டையைக் கொடுத்தேன். டெல்லி போய்ப் படம் அனுப்புகிறேன்.

ஓ! புதுடெல்லியா? நானும் இந்தியாதான். பாதி இந்தியள். அம்மா குஜராத்திலிருந்து நாட்டியப் பள்ளி நடத்த வாஷிங்டன் போனவள். அப்பா அமெரிக்கர். சிவில் இன்ஜினீயர். காதல் கல்யாணம்.

அனிதா. பெயர் சொன்னாள். அனிதா வில்கின்ஸன். பூர்த்தியாக்கினாள்.

கொம்பு முழங்கியது. ஒளிர்ந்து தகிக்கும் நடுப்பகல் வெயில். துறவிகள் வரிசையாக நடந்தார்கள். பிட்சைக்குப் போகிறார்கள். நான் கேமராவில் கோணம் பார்த்தேன். இரண்டாவது வரிசையில் அந்தக் கோடியில் அவன். அனிதா சொன்னாள். கேமரா வழியே இரண்டாவது வரிசையில் அந்தக் கோடியில் அவர் இளந்துறவி. அமெரிக்கர் இல்லை. இந்தியரும் இல்லை.

தூரத்தில் தேய்ந்து மறையும் சரண விளிகள். மினி வேன் உறுமியது. தொடர்ந்தது. உள்ளே தியானம் கலைந்த வயதான பிக்கு. வணங்கினோம். அனிதாவை வெளியே போகச் சொல்லி கைகாட்டினார். அவள் என் தோளைப் பற்றித் தலை சாய்த்துக் கொண்டாள். தாகமாக இருக்கிறது என்றாள்.

கோகோ கோலா குடித்தோம். அவன் பெயர் சக்ரித். பிட்சைக்குப் போகிறான். தாய்லாந்துக்காரன். எல்லாவற்றையும் துறந்து

விட்டான். என்னையும். அனிதா சொன்னாள். கைப்பையில் இருந்து எடுத்துக்காட்டிய புகைப்படத்தில், சக்ரித் நீல உடுப்பும் குல்லாயுமாக பிஸ்ஸா பார்லர் வாசலில் நின்றிருந்தான். இன்னும் இடப்புறமாக முன்னால் நகர்ந்து நின்றிருக்க வேண்டும் அவன். படத்தில் வெளிச்சம் அதிகம்.

சக்ரித் அங்கே பகுதி நேர வேலை செய்தான். பல்கலைக் கழகத்தில் படிக்க அமெரிக்கா வந்தவன். நானும் அங்கே படிக்கப் போனேன். அப்போதுதான் பழக்கம். நெருக்கம். ஆறு மாதம் சேர்ந்து சுவாசித்தோம். என்னமோ தோன்ற எல்லாவற்றையும் விட்டுவிட்டு இங்கே வந்துவிட்டான். துறவியாகி விட்டான்.

அனிதா கைப்பையிலிருந்து மாத்திரை எடுத்தாள். விழுங்கிவிட்டு ஒரு மடக்கு கோலா குடித்தாள். தூங்க வேண்டும் என்றாள். இரண்டு நாளாக ஒரு விநாடி கூட தூங்கவில்லை. இரவு முழுக்க அவனை நினைத்துக்கொண்டு ஹோட்டல் அறையில் உட்கார்ந் திருந்தேன். விடிகாலையில் கனவு வந்தது. அவன் முடிவே இல்லாத பாதையில் நடந்து போய்க் கொண்டிருக்கிறான். பின்னால் தொடர்கிறேன். திரும்பிப் பார்த்துவிட்டு நிற்கிறான். நான் அடுத்த அடி எடுத்து வைத்த போது விழித்துக் கொண் டேன். தூங்க வேண்டும். அவர்கள் திரும்புவதற்குள் எழுந்திருக்க வேண்டும்.

என் டாக்சி டிரைவர் போகலாமா என்று ஒலி எழுப்பினான். அனிதாவுக்குத் தங்குமிடம் போகவேண்டி இருக்கிறதா? கொண்டுபோய் விட்டுப் போகிறேன். எங்கும் போக வேண்டாம். நான் இங்கேதான், இந்த மடாலயத்துக்கு அருகில் தான் இருக்கிறேன். இங்கேதான் இருப்பேன்.

என் பெயர் அட்டையை அவள் கைப்பையில் எடுத்து வைத்த போது மாத்திரைகள் கீழே விழுந்தன. போதை மாத்திரையா என்று கேட்கக் கூடாது. இந்த நாட்டில் அதை வைத்திருந்தால், உச்ச பட்சமாக மரணதண்டனை என்று அனிதாவுக்குத் தெரிந் திருக்கும்.

தூக்க மாத்திரைகள் என்றாள் அவள். வெறும் தூக்க மாத்திரை கள். மறுபடி சொல்லிச் சிரித்தாள். தியானத்தில் அமரப்போகும் பிக்கு போல முகத்தில் சாந்தம். கண்களின் கீழ் கருவளையங் களைப் பார்த்தபடி டாக்சியில் ஏறினேன்.

அந்தப் பெண் இங்கேதான் இரண்டு மாதமாகச் சுற்றிச் சுற்றி வருகிறாள். வராதே என்று விரட்டுகிறார்கள். சத்தம் போடுகிறார்கள். யாரையாவது ஏவி வெளியே கொண்டுபோய் விடுகிறார்கள். ஆனாலும் இவள் வருகிறாள். மாடிப்படியில் உட்கார்ந்து உள்ளே பார்த்தபடி அசையாமல் இருக்கிறாள். துறவிகள் பிட்சைக்குப் போகும்போதும் திரும்பிவரும் போதும் அவர்கள் பார்வை படாதா என்று எழுந்து நிற்கிறாள். எப்போதாவது சாப்பிடுகிறாள். சமயங்களில் மெல்லிய குரலில் பாடுகிறாள். டிரைவர் உடைந்த ஆங்கிலத்தில் சொன்னான்.

இங்கே துறவிகள் விருப்பப்பட்டால் காவியுடுப்பை விலக்கி விட்டுக் கல்யாணம் செய்து கொண்டு சாதாரணமானவர்கள் ஆகலாம் இல்லையா? விசாரித்தேன். இந்த மடத்தில் இல்லை. தெரவாடா புத்தமதத்துக்கு முக்கியமான இரண்டாவது மடாலயம் இது. இந்தியாவில் உங்கள் ஊரில் இருந்து புத்த கயா பக்கம்தானா? டிரைவர் பதிலுக்கு விசாரிக்கிறான்.

அயூத்யா நகரம் முழுக்க மடாலயங்கள். துறவிகள். புத்த விக்ரகங்கள். இடிபாடுகளுக்கு இடையே கேமராக்களுடன் சுற்றும் வெளிநாட்டுப் பயணிகள். என்னைப் போல.

டாக்சி நிற்கிறது. சிங்கள பாணியில் அமைந்த மடாலயம் இது. டிரைவர் சொல்கிறான்.

நடந்தேன். காலம் உறைந்து போனது. மௌனத்தை அடிக்கோடிட்ட கற்பாறைகள். சூன்யத்தை மொழிபெயர்க்கும் சிதிலமான கட்டடங்கள். நிசப்தத்தைச் செங்குத்தாக நிறுத்திய ஸ்தூபி. பாறை இடுக்கில் ஆலஞ்செடிகள். மணல்துகள் பாவிய பாதை நீண்டு வளைந்து போகிறது. முடியும் இடம் மனம் சஞ்சலப் படாத மகா நிர்வாணமாக இருக்கும். அங்கே எதுவும் இருக்காது. நானும் இல்லாமல் போகலாம் வேண்டாம். அங்கே போகப் போவதில்லை. இப்போதைக்கு எனக்கு இருப்பு முக்கியம். முடிவு, தொலைவில் மசங்கலாகவே இருக்கட்டும்.

பாதையைப் படம் எடுக்க வேண்டும். கம்ப்யூட்டர் கம்பெனி விளம்பரத்துக்கு இல்லை. என் ஆத்ம திருப்திக்கு. இறங்கி கேமராவைக் கண்ணாக்கினேன்.

இங்கே புகைப்படம் எடுக்கக் கூடாது. கோயில் உட்பகுதி இது. பக்கத்தில் யாரோ உறுதியும் கனிவுமாகச் சொல்கிறார்கள்.

மினி வேன் ஓரமாக நிற்கிறது. வயதான பிக்கு சலனமில்லாமல் பார்க்கிறார். அவருடைய அந்தரங்கத்தில் அத்துமீறி நுழைந்தது போல மனத்தில் குற்ற உணர்ச்சி. நான் அடி தொழுதேன்.

சம்பிரதாயமாக இல்லாமல் இயல்பாகப் புலப்பட ஆசி கூறுகிறார். நெருக்கமாகப் படம் எடுத்தால், முகச் சுருக்கங்களில் பல் இல்லாத புன்னகையில் கருணை கசியும். போத்தலில் இருந்து தண்ணீர் குடித்தபடி ஊர் பேர் விசாரிக்கிறார். சொன்னேன்.

அந்தப் பெண் உங்களுக்கு வேண்டியவளா? அனிதாவைப் பற்றிக் கேட்கிறார். நல்ல வார்த்தை சொல்லி ஊருக்குப் புறப்படச் சொல்லுங்களேன்.

நான் ஒரு கணம் அவரைப் பார்த்தேன். நான் சொல்வதை விட, நீங்கள் சொல்வதை விட.

பிட்சைக்குப் போன துறவிகள் திரும்பி வந்து கொண்டிருக் கிறார்கள். வரிசை கலையாமல். இரண்டாவது வரிசையில் இடது கோடி.

குவான்சாய் இல்லை அவள் தேடி வந்தது. பிக்கு புன்சிரிக்கிறார். நான் குறுக்கிட்டேன். அவள் சக்ரித் என்ற இளைஞனைத் தொடர்ந்து வந்திருக்கிறாள். அமெரிக்காவில் படிக்கப் போய் பாதியில் திரும்பியவன். துறவியானவன். பிட்சைக்குப் போய்த் திரும்பியவன். குவான்சாய் அவர் பெயர் என்றால், அவர்தான் அனிதாவைப் பார்த்து ஒரு தடவை பேச வேண்டும்.

குவான்சாய் விலகி நிற்கிறார். மூத்த பிக்கு அவரைக் கூப்பிடுகிறார். குவான்சாய் பக்கத்தில் வந்து பணிகிறார்.

இவர் தாய்லாந்தின் எல்லையைத் தாண்டி இதுவரை போன தில்லை. வடக்குப் பிரதேசத்தில் விவசாயக் குடும்பத்தில் பிறந்த வர். சின்ன வயதிலேயே நம்மை அடைந்து விட்டார். அந்தப் பெண்ணுக்கு ஏதோ ஆள் மாறாட்டம். பெரிய மாயைக்குள் ஒரு சிறிய மாயை.

துறவிகள் எல்லோரும் சொல்லி வைத்ததுபோல நகைக்கிறார் கள். சிரித்து நிற்கும் சன்யாசிகளைப் படம் எடுக்கத் தடை யில்லை. கேமராவை இயக்கினேன்.

பிலிம் தீர்ந்து விட்டிருக்கிறது. காருக்கு ஓடினேன். அவர்கள் நடக்க ஆரம்பித்து விட்டார்கள். இனி இவர்கள் சிரிக்க இன்னொரு யுகம் காத்திருக்க வேண்டி வரலாம்.

காரிலும் படச் சுருள்கள் இல்லை. லென்சுகளும் ஃபில்டர்களும் படச் சுருள்களும் வைத்திருந்த தோல்பையை எங்கே விட்டேன்? நினைவுக்கு வந்தது. அனிதாவைப் படம் எடுத்தபோது அந்த மாடத்தில். காரை மடாலயத்துக்குத் திருப்பச் சொன்னேன்.

துறவிமாடம். கன்னி மாடம். அனிதா எங்கே? கைத்தாங்கலாக அவளைப் பிடித்துத் தாங்கியபடி வந்து கொண்டிருக்கிற வய தான அமெரிக்கத் தம்பதி. அமைதியாக ஒரு நாடகம் அரங்கேறிக் கொண்டிருக்கிறது. கடைசிக் காட்சியில் நான் பார்வையாளனாக நுழைகிறேன்.

சக்ரித் கூப்பிடுகிறான். அவன் அங்கே நின்று கொண்டிருக்கிறான். அனிதா சொல்கிறாள். அமைதியாக இரு. என் கண்ணே உனக்கு ஒன்றுமில்லை. அம்மா ஆறுதலாக அணைத்துக் கொள்கிறாள். அழுகிறாள். காரில் போய் அழலாம். அப்பா அவசரப்படுத்துகிறார். பிட்சைக்குப் போய்க் கொண்டிருக்கிறேன். போய்க் கொண்டிருக் கிறோம். சக்ரித் கொஞ்சம் பொறு. சக்ரித் நில். வந்துவிட்டேன். அனிதா திரும்பத் திரும்ப சொல்லிக் கொண்டிருக்கிறாள்.

அவள் கைப்பை நெகிழ்ந்தது. ஏதேதோ விழுகிறது. கார் கிளம்பி விட்டது. நான் தூக்க மாத்திரைகளைத் தரையிலிருந்து எடுத் தேன். புல்வெளியில் வீசி எறிந்தபோது படம் ஞாபகம் வந்தது. அதை எங்கே அனுப்ப வேண்டும்?

குறள் அதிகாரம்: 122

தலைப்பு: கனவு நிலை உரைத்தல்

குறள்: 1214

கனவினான் உண்டாகும் காமம் நனவினான்
நல்காரை நாடித் தரற்கு.

பொருள்: நனவில் கிடைக்காதவரைக் கனவில் தேடிப் பிடிப்பதற்குத்தான் கனவுகளே.

(சுஜாதா உரை)

39. எழுத்துக்காரர்

பெறுநர் ரகு@சேவை.காம்

ரகு,

நான் நந்தினி. நந்தினி பரணன். இங்கே ஒரு பிரபலமான சாஃப்ட்வேர் நிறுவனத்தில் வர்த்தகப் பொறுப்பாளராக இருக்கிறேன். அதாவது பிசினஸ் மேனேஜர். பரணன் இன்னொரு பன்னாட்டு நிறுவனத்தில் உப தலைவராக - வைஸ் பிரசிடெண்ட் - இருக்கிறார்.

உங்கள் மின்னஞ்சல் நேற்று கிடைத்தது. பொதுவாக இப்படிப் பல மின்னஞ்சல் முகவரிகளுக்கு ஒரே நேரத்தில் போய்ச் சேரும் விளம்பர அஞ்சல்களை வடிகட்ட, வீட்டுக் கம்ப்யூட்டரில் வசதியுள்ளதால் அவை எங்கள் கண்ணில் படாமலேயே மடிந்து போகும். மேலும், மின்னஞ்சல் மூலம் யாரிடமிருந்து கடிதம் வந்தாலும் அவசரப் பட்டுத் திறக்க மாட்டோம். என்றாலும் உங்கள் கடிதத் தலைப்பில் 'ஆதிமூலமே, அவசரம்!' என்று இருந்ததாலோ என்னவோ தப்பித்துவிட்டது.

எந்தவிதமான சேவை வேண்டுமானாலும் குறைந்த கட்டணத்தில் செய்து தருவதாக உங்கள் அஞ்சலில் குறிப்பிட்டிருந்தீர்கள். ஏதாவது பெரிய சைஸ் சேவைநாழி வைத்திருக்கிறீர்களா என்று தெரியவில்லை:-)

முன்வரியில் பக்கவாட்டில் புன்சிரிப்பு முகம் வரைந்திருப்பதைப் பார்த்து நீங்களும் சிரித்தீர்கள் என்றால், இடியாப்பத்தை சேவை என்று வழங்குவது உங்கள் குடும்ப வழக்கமாகவும் இருக்கலாம். அது இல்லாவிட்டாலும் ஒரு கணம் மரியாதைக்காகப் புன்சிரித்திருந்தால் நன்றி.

விஷயத்துக்கு வருகிறேன். நானும் பரணனும் முன்னால் குறிப்பிட்டபடி உத்தியோகத்துக்குப் போகும் கணவனும் மனைவியும் - வரிசை பிசகியிருக்கிறது என்று நினைக்கிறேன். போகிறது, விஷயம்தானே முக்கியம்! நாங்கள் இருவரும் வார நாள்களில் வீட்டில் இருப்பது இயலாத காரியமாகி இருக்கிறது. திரும்பவும் இரவு வெகுநேரம் ஆகிறது.

எங்கள் ஒரே மகன் நஜன் பள்ளியில் இரண்டாம் வகுப்பில் படிக்கிறான். பகல் நேரங்களில் அவனும் பள்ளியில்தான். வகுப்பு முடிந்து அப்படியே டென்னிஸ் டயிற்சிக்குப் போய்விட்டு அவன் திரும்ப இரவு ஏழு மணியாகி விடும்.

நீங்கள் மேலே படிக்கப் பொறுமை இல்லாமல், எங்களுக்கு சமையலுக்கு ஆள் தேவைப்படுகிறது என்று தீர்மானம் செய்து கொண்டு இது தொடர்பாக மேலும் தகவல்களை எதிர்பார்த்தால் வருந்துகிறேன். மைக்ரோ அவன் வீட்டில் உண்டு. ஓவன் என்று பிழையான உச்சரிப்போடு எழுத மனம் வரவில்லை. அவன் என்று எழுதும் போதும் எனக்குச் சிரிக்கவே தோன்றுகிறது. நிற்க. உறைந்த உணவு வகைகளும் பழங்களும் வெண்ணெய், ரொட்டி இன்ன பிறவும் வீட்டில் எப்போதும் தாராளமாக இருப்பதால் சமையல் எப்போதுமே எங்களுக்குப் பிரச்னையே இல்லை.

எங்கள் பிரச்னை எல்லாம் இதுதான். இந்த மின்னஞ்சல் யுகத்திலும் கடிதங்கள் எழுதுவதும் அனுப்புவதும் பெறுவதும் என்னமோ நிற்கவில்லை. பேனாவையும் காகிதத்தையும் எடுத்து வைத்துக்கொண்டு கடிதம் எழுத உட்கார்ந்தால், கம்ப்யூட்டர் முன்னால் உட்கார்ந்து தட்டச்சு செய்வதுபோல் கடகடவென்று

ஓட மாட்டேன் என்கிறது. எழுதுவதில் ஏதாவது தப்பு விழுந்து விட்டால் அதன் மேல் புதிதாக எழுத முடியாமல் கோடு போட்டு அடிக்கும்போது மனத்தில் குற்ற உணர்ச்சி ஏற்படுகிறது. இந்தத் தொல்லையைத் தவிர்க்க கம்ப்யூட்டரில் கடிதம் எழுதி அதை அச்சிட்டு கீழே கையெழுத்து மட்டும் போட்டு அனுப்பலாம் என்றால் எங்கோ பிசகு தெரிகிறது. அதில் ஒரு அந்நியோன்யம் தட்டுப்படுவதில்லை.

எங்களுக்கு ஒரு எழுத்துக்காரர் வேண்டும். எழுத்தாளர் இல்லை. எழுத்துக்காரர். நான் கம்ப்யூட்டரில் எழுதியதைத் திரும்ப, கையெழுத்தில் எழுதித் தருகிறவர். இந்த வேலை குறித்த விவரங்கள் வருமாறு:

1. அறுபது வயதுக்கு மேற்பட்ட, தமிழும் ஆங்கிலமும் எழுதப் படிக்கத் தெரிந்த ஆணோ பெண்ணோ எழுத்துக்காரராக வரலாம். மதம், இனம், போன்றவை குறித்து எந்தப் பிரச்னையும் இல்லை. மூக்குப் பொடி, வெற்றிலை, புகையிலை, பாக்கு மெல்லுவது, சிகரெட் பிடித்தல் போன்ற எந்தவிதமான கெட்ட பழக்கங்களும் அவருக்கு இருக்கக் கூடாது. தினசரி குளிப்பவராக, தூய்மையான ஆடை அணிந்தவராக, மூக்குக் கண்ணாடி மூலமோ, அது இல்லாமலோ சராசரியான கண் பார்வை உள்ளவராக, கம்ப்யூட்டரை இயக்கி கோப்புகளைப் படிக்கத் தெரிந்தவராக, ஆணாக இருப்பின் முகத்தில் இரண்டு நாள் தாடியோடு இல்லாமல் சிரத்தையாகச் சவரம் செய்து கொள்கிறவராக இருப்பது அவசியம். மற்றபடி உடல் குறை ஒரு பொருட்டல்ல. எனினும் எங்களது இருப்பிடம் நான்காவது மாடியில் அமைந்த குடியிருப்பு என்பதையும், அவ்வப் போது லிஃப்ட் வேலை செய்யாது என்பதையும் நினைவில் வைத்துக் கொள்ளவும்.

2. இந்த வயதுக்காரர்கள் கம்ப்யூட்டரில் அறிமுக அறிவோடு கிடைப்பது அரிது என்று எனக்குத் தெரியும். இதற்கான அறிமுகக் கல்வியை கம்ப்யூட்டரில் அவர் பெற்று வேலையை ஏற்றுக் கொள்ளலாம். பயிற்சிக் கட்டணத்தை நாங்கள் செலுத்தி விடுகிறோம்.

3. காலையில் ஒன்பது மணிக்கு நாங்கள் அலுவலகம் கிளம்பும் போது, வீட்டைப் பூட்டி வரவேற்பறை வரை நுழைவதற்கான

சாவியை மட்டும் எங்கள் பலமாடிக் குடியிருப்பு நிர்வாக அலுவலகத்தில் கொடுத்துவிட்டுப் போய்விடுவோம். எழுத்துக்காரர் சரியாகப் பத்து மணிக்கு அந்தச் சாவியைப் பெற்றுக் கொண்டு எங்கள் வரவேற்பறையில் பணியைத் தொடங்கலாம்.

4. நினைவு படுத்துகிறேன். அவருக்கு வரவேற்பறைக்குள் நுழைய மட்டும்தான் அனுமதி. அங்கே குடிதண்ணீர் உண்டு. கட்டடத்தின் பொதுக் கழிப்பறை கீழ்த்தளத்தில் உள்ளது. அதைப் பயன்படுத்திக் கொள்ளலாம்.

5. நாங்கள் எழுத வேண்டிய கடிதங்களை கம்ப்யூட்டரில் எழுதி வைத்திருப்போம். அவற்றைத் திருத்தமாகக் கையெழுத்தில் வெண்தாளில் எழுத வேண்டும். கையெழுத்து அழகாக இல்லாவிட்டாலும் பரவாயில்லை. தெளிவாக இருக்க வேண்டும்.

6. சில கடிதங்களை டேப் ரிக்கார்டரிலும் பதிவு செய்திருப்போம். அவற்றைக் கேட்டு அப்படியே படியெடுக்க வேண்டும். இந்த வேலை பழகியதும், சொல்ல வேண்டியவற்றைச் சுருக்கமாகச் சொல்லியோ, கம்ப்யூட்டரில் பதிந்தோ வைத்து விடுவோம். அவற்றை விரிவாக்கி, முந்தைய கடிதங்களோடு (இவை அனுப்பப் பட்டவையாகவோ, பெறப்பட்டவையாகவோ இருக்கலாம்) தொடர்புப் படுத்தி முழுக் கடிதமாக எழுத வேண்டும்.

7. வேலை நுணுக்கங்கள் கைவரப் பெற்றதும், வந்த கடிதங்களைப் படித்து அவற்றுக்குத் தகுந்த பதில் எழுதி நாங்கள் அதைச் சரிபார்க்க எடுத்து வைப்பதும் வேண்டியிருக்கும்.

8. கடிதங்களை எங்களில் யாராவது கையொப்பம் இட்ட பிறகே அனுப்ப வேண்டும். மாதா மாதம் தேவைப்படும் பேனா மசி, கடித உறைகள், தபால் தலை, கடித உறையை ஒட்டப் பசை - எச்சில் தடவி ஒட்டுவதை நாங்கள் விரும்புவதில்லை - எழுத வெண்மையான ஏ-4 அளவு தாள்கள், எழுதும்போது கீழே வைக்க அட்டை, செருகிக்கொள்ள கிளிப், ஸ்டேப்லர் போன்றவை வாங்க மாதத் தொடக்கத்தில் தனியாகத் தொகை வழங்கப்படும். அதற்கான செலவுக்கணக்கையும் கையிருப்பையும் நாங்கள் கோரும்போது எழுத்துக்காரர் சமர்ப்பிக்க வேண்டும்.

9. எழுதி, சரிபார்த்து, கையொப்பமிடப்பட்டு, அனுப்பத் தயாராக உள்ள கடிதங்களை எழுத்துக்காரர் மாலையில் வேலை முடிந்து கிளம்பும்போது தெருமுனையில் உள்ள அஞ்சல் பெட்டியில் போட்டுவிட்டுப் போக வேண்டும். இதற்காக அவருக்குத் தனித் தொகை எதுவும் வழங்கப்பட மாட்டாது.

10. கடிதங்களில் எழுதப்படும் தகவல்கள், அவற்றைப் பெறு கிறவர்கள் பற்றிய எதையும் எழுத்துக்காரர் யாரோடும் பகிர்ந்து கொள்ளக் கூடாது. வேலைக்கார ஒப்பந்தப் பத்திரத்தில் கையெழுத்திடும்போது இது உறுதி செய்து கொள்ளப்படும். மீறினால், பணியில் இருக்கும்போதோ, விலகிய பிறகோ சட்ட நடவடிக்கை எதிர்கொள்ள வேண்டி வரலாம் - இப்படி எல்லாம் நடக்காது என்றாலும் முன் கூட்டியே சொல்வதில் தவறில்லை அல்லவா?

11. கம்ப்யூட்டரையும் டேப் ரிக்கார்டரையும் எங்களுக்கான கடிதங்களை எழுதும் பணிக்குத் தவிர வேறு எதற்கும் பயன் படுத்தக் கூடாது.

12. பகல் நேரத்தில் எங்களுக்குத் தனியஞ்சல் - கூரியர் - மூலம் வரும் கடிதங்களைக் கிரமமாக வாங்கி வைப்பதும் எழுத்துக் காரரின் பணிகளில் அடக்கம். இந்தத் தனியஞ்சல்களில் கிரெடிட் கார்ட், இன்ஷ்யூரன்ஸ் பாலிசி, டிமேட் ஆக்கப்படாத கம்பெனி பங்குப் பத்திரங்கள் என்று பலவும் வரும். தனியஞ்சல் நிறுவனங்கள், எங்களைப் போல் வீட்டைப் பூட்டிக்கொண்டு வேலைக்குப் போகிற நிர்ப்பந்தம் உள்ளவர் களைப் பற்றிக் கவலைப்படுவதே இல்லை. மதியத்தில் வந்து பார்த்துவிட்டு வீடு பூட்டி இருக்கிறதென்று குறிப்பு எழுதி கடிதத்தைத் திருப்பி அனுப்புகிற பொறுப்பு இல்லாத்தனம் இவர்கள் எல்லோரிடமும் உண்டு. (இரவிலும் கூரியர் தபால் பட்டுவாடா செய்யும் சேவையை நீங்கள் ஆரம்பித்தால் என் போன்றவர்களின் ஆதரவு நிறையக் கிடைக்கும்.)

13. வரவேற்பு அறையில் இருக்கும் தொலைபேசியில் எங்க ளுக்கு எப்போதாவது அழைப்பு வரலாம். வீட்டில் இல்லை. அலுவலகம் போயிருக்கிறார்கள். இரவில் வீடு திரும்பு வார்கள் என்ற செய்தியை மட்டும் தெரிவித்துவிட்டு, ஏதாவது தகவல் என்றால் அழைத்தவர் பெயர், தொலைபேசி எண்,

அழைப்பு வந்த நேரம் போன்ற தகவல்களோடு தொலைபேசிக்கு அருகில் உள்ள நோட்டுப் புத்தகத்தில் குறித்து வைக்க வேண்டும். நான்கு முறை அழைப்பு மணி எழுந்தும் தொலைபேசியை எடுக்காவிட்டால் அது ஒலிப்பதிவான பதில் சொல்லும் தானியங்கி நிலைக்குப் போய்விடும் என்பதால், முதல் அழைப்புமணி ஒலித்ததுமே எடுப்பது நல்லது. உடல்குறை பற்றிக் குறிப்பிட்டதை இங்கு மறுமுறை நினைவுபடுத்துகிறேன்.

14. தொலைபேசியைச் சொந்த உபயோகத்துக்கு எழுத்துக்காரர் உபயோகிக்கக்கூடாது.

15. எந்த வேலையும் பாக்கி இல்லாத பட்சத்தில், அவர் தான் கொண்டுவந்த புத்தகம் எதையும் படித்துக் கொண்டிருக்கலாம் - இவை ஆன்மிகம், யோகம் தொடர்பானதாக இருந்தால் நல்லது. வார, மாதப் பத்திரிகைகள், மாத நாவல்கள், சினிமா சஞ்சிகைகள் போன்றவை படிக்க அனுமதி இல்லை. வேலை நேரத்தில் யாராவது பார்த்தால் கௌரவமாகத் தோன்ற உதவி செய்யும் புத்தகங்கள் சிறந்தவை.

16. எழுத்துக்காரருக்காக ஒரு நாற்காலி கம்ப்யூட்டர் மேசைக்கு அருகே வரவேற்பறையில் வைக்கப்படும். நாற்காலியைச் சுவர்ப்பக்கம் நகர்த்தி, சுவரில் பின் தலைபட உட்கார்வதோ, மேசையில் கவிழ்ந்து படுத்து உறங்குவதோ, தரையில் படுத்து உறங்குவதோ கூடாது.

17. வீட்டுக்குத் தேடி வரும் அறிமுகமில்லாத எவருடனும், பேசவோ அவர்களை உள்ளே அழைக்கவோ எழுத்துக்காரருக்கு அனுமதி இல்லை. சவுக்காரம் விற்க வரும் விற்பனைப் பெண்கள், வாக்குவம் கிளீனர் உபயோகித்துக் காட்டி விற்க வரும் பிரதிநிதிகள் போன்றவர்கள் இதில் அடங்குவர். மக்கள் தொகைக் கணிப்புக்கு வருகிறவர்கள், வாக்காளர் பட்டியல் சரிபார்க்க வருகிறவர்கள் என்றால் தகுந்த அடையாளங்களைச் சரிபார்த்து உறுதிப்படுத்திக் கொண்டு, அறை வாசலில் பிரம்பு நாற்காலியில் உட்காரச் சொல்லிவிட்டு, எங்களில் யாரையாவது தொலைபேசியில் தொடர்பு கொள்ளலாம். வந்தவர் கேட்டால் அவருக்குத் தண்ணீர் வழங்கலாம்.

18. குடியிருப்புக் காவல்காரர்களோடோ குடியிருப்பு நிர்வாக அலுவலக ஊழியர்களோடோ, பக்கத்து எதிர் வீட்டு முதியவர் கள், இளையவர்கள் இவர்களோடோ, வீட்டின் உள்ளோ வாசலிலோ வைத்து, தேவையில்லாமல் பேசிக் கொண்டிருக்கக் கூடாது. சந்திக்கும்போது ஒரு புன்னகையை மட்டும் வழங்கி உள்ளே வந்து பணியைத் தொடரலாம்.

19. எங்களுக்கு வரும் கடிதங்களை, எக்காரணத்தைக் கொண்டும் எழுத்துக்காரர் பிரித்துப் பார்க்கக் கூடாது. வெளிநாட்டு, உள்நாட்டுக் கடிதங்களில் ஒட்டிய தபால்தலைகளைப் பிய்த்து எடுத்துக்கொண்டு போவது கடுமையாகத் தடை செய்யப் படுகிறது.

20. காலை பத்து மணியிலிருந்து மாலை ஆறு மணி வரை எழுத்துக்காரர் பணியில் இருக்க வேண்டும். மதியத்தில் சாப்பிட அரை மணி நேரம் எடுத்துக் கொள்ளலாம். சாப் பாட்டை வரவேற்பறையிலேயே வைத்துக் கொள்ளலாம். சிந்தாமல் சிதறாமல் சாப்பிட்டுவிட்டு இடத்தைத் தூய்மை யாக வைத்துக் கொள்வது முக்கியம். சாப்பாட்டு நெடி எதுவும் அறையில் தங்கியிருக்கக் கூடாது. கூடிய மட்டும் எளிய, வாடை இல்லாத உணவு வகைகளையே மதியச் சாப்பாட்டுக்கு எடுத்து வருவார் என்று எதிர்பார்க்கிறோம். அவற்றில் எண்ணெய் குறைவாக இருப்பது முக்கியம். தரையிலும் சுவரிலும் தவறிப்பட்டு எண்ணெய்ப் பண்டங்கள் கறை ஏற்படுத்திவிட வாய்ப்பு இருக்கிறது.

21. எங்கள் மகன் - இரண்டாவது வகுப்பு படிப்பதாக எழுதியிருந் தேனே - சனிக்கிழமைகளில் பள்ளி விடுமுறை என்பதால் வீட்டில் இருப்பான். அப்போது வீடு பூட்டப்பட்டுச் சாவி கீழே குடியிருப்பு நிர்வாக அலுவலகத்தில் கொடுக்கப்பட மாட்டாது. எழுத்துக்காரர் நேரடியாக வீட்டுக்கு வரலாம். ஆனால், வரவேற்பறையைக் கடந்து எந்த நேரத்திலும் அவர் உள்ளே போக அனுமதி இல்லை.

22. சனிக்கிழமைகளில் எங்கள் மகனிடம் பேசுவதை, கூடிய மட்டும் எழுத்துக்காரர் தவிர்க்க வேண்டும். அவனுக்குக் கதை கேட்பதில் விருப்பம் அதிகம். அவனுக்கு இதற்காகவே ஏராள மான புராண, இதிகாச, புதிய கதைகள் அடங்கிய கார்ட்டூன் குறுந்தகடுகளையும் புத்தகங்களையும் வாங்கிக் கொடுத்திருக்

கிறோம். அவனோடு பழகி அவனுக்குக் கதை சொல்வது, அன்பாகப் பேசுவது, மிட்டாய் வாங்கி வந்து தருவது என்று எதையும் எழுத்துக்காரர் செய்யக்கூடாது. இரண்டு மாதம் முன் என் கணவரின் தந்தை எங்களோடு தங்கியிருந்தபோது அவனுக்குச் சொன்ன ஒரு கதை பாதியில் நிற்க, மார்வலியால் மருத்துவமனையில் அனுமதிக்கப்பட்டு உயிர் துறந்தார். மேலே சொன்ன பணிகளில் பல அவர் செய்து வந்தவை. எங்கள் மகனுக்குக் கதை சொல்ல ஒரு தாத்தாவையோ அல்லது பாட்டியையே நாங்கள் தேடவில்லை. எங்களுக்கு ஒரு எழுத்துக்காரரைத் தேடுகிறோம். அவ்வளவே!

இந்த நிபந்தனைகளுக்குக் கட்டுப்படும் பட்சத்தில் உங்கள் சேவை நிறுவனம் மூலமாக எங்களுக்கு ஓர் எழுத்துக்காரரை ஏற்பாடு செய்து தரமுடியுமானால் நன்றியுள்ளவளாக இருப் பேன். உங்களுக்குச் செலுத்த வேண்டிய தொகை, எழுத்துக் காரருக்கு மாதச் சம்பளம் போன்றவை குறித்து உங்கள் பதில் கண்டு மேற்கொண்டு தொடர்பு கொள்கிறேன். பணம் ஒரு பிரச்னையே இல்லை என்பதை நான் சொல்ல வேண்டிய தில்லை.

கடிதம் நீண்டுவிட்டது. பொறுமையுடன் படித்ததற்கு நன்றி. உங்கள் விரிவான பதிலை விரைவில் எதிர்பார்க்கிறேன்.

அன்போடு,

நந்தினி – பரணன்.

40. அரண்மனைக் கதை

கையில், ஆயிரத்துத் தொள்ளாயிரத்து முப்பத்தொன்பதாவது வருஷ தீபாவளி மலரோடு லண்டன் கோபுர வளாகத்துக்குள் நுழைந்தபோது மதிய நேரம் கடந்திருந்தது.

சவுத் ஹாலில், ரவி வீட்டில் நேரம் போவது தெரியாமல் பேசிக் கொண்டிருந்து விட்டதுதான் காரணம். இங்கிலாந்து வந்து எத்தனையோ நாள் கழித்து தமிழில் பேசக் கிடைத்த சந்தர்ப்பம் அது. சில கோப்பைகள் வெள்ளை ஒயினும், எலும்பு இல்லாத கோழி இறைச்சியும், தயிர் வடையுமாக இலக்கியம், சினிமா, பழைய சிநேகிதிகள் என்று எங்கெங்கோ பேச்சு நீண்டு, ரவி போன வருஷம் சென்னை வந்தபோது நடைபாதையில் வாங்கிய அந்தப் பழைய தீபாவளி மலரில் வந்து நின்றது.

எடுத்துக்கொண்டு போய் படித்துவிட்டு, அடுத்த முறை வரும்போது திரும்பக் கொண்டு வா. அவன் புத்தகத்தை என்னிடம் கொடுத்தான்.

லேசான மிதப்பில் தெருவுக்கு நடந்து பாதாள ரயில் நிலையத்துக்கும் வந்து சேர்ந்தாகி

விட்டது. ரயிலுக்காகக் காத்திருந்தபோது - பக்கத்தில் கவனிக்க அழகான வெள்ளைக்காரிகள் யாரும் இல்லாமல் போகவே - பழைய தீபாவளி மலரைப் பிரித்தேன்.

அறுபது வருஷம் முந்தைய மின்விசிறி, பட்டணம் பொடி, கொலம்பியா ரிக்கார்டு, புதுவருஷ டைரி, ஜவ்வாது, வாசனைப் புகையிலை விளம்பரங்கள், பஃபு கை வைத்த ரவிக்கையோடு வாசலில் கோலம் போடும் இளம் பெண்களும் ஒட்ட வெட்டிய கிராப்புத் தலையோடு ஆண்களுமாக ஆக்கிரமித்துக்கொண்ட இடம் போக தெய்வங்கள், வால்வ் ரேடியோ பெட்டி, தளை தட்டாத கவிதைகள், குதிரை வண்டி, அன்னப் பறவைகள்...

தீபாவளி மலரின் பின் அட்டையில் சினிமா விளம்பரம். தீபாவளிக்குத் தென்னிந்தியா முழுக்க வெளியாகிறது. அரண் மனையும் கோட்டை கொத்தளமுமாகப் பின்னணியில் இடத்தை அடைத்துக்கொண்டு நிற்க, ராஜா வேடத்தில் மிடுக்கோடு ஒரு நடிகர். மீசையில்லாமல், கிரீடத்துக்கு வெளியே துருத்திக் கொண்டிருக்கும் தலைமுடியோடு, அட்டைக் கத்தியை உருவியபடி அலட்சியமாகச் சாய்ந்து நிற்கிறார். பக்கத்தில் கவலையோடு கதாநாயகி சின்ன உருவமாக. நூற்றுப் பதினொரு பாட்டுகள் என்று அறிவிப்பு ராஜா காலடியில். அத்தனையும் பாடி முடித்த மிடுக்கோடு அவர் சிநேகிதமாகச் சிரித்தார்.

லண்டன் பட்டணம் வந்து சேர்ந்து இப்பத்தான் வெளியே வந்திருக்கேன் என்றார் ராஜா கரகரத்த குரலில். நான் மரியாதைக் காகத் தலையசைத்தேன். ரயில் வந்து கொண்டிருந்தது.

பாதாள ரயிலை ஓட்டி வந்த சர்தார்ஜி, என்னை ஒரு கணம் உற்றுப் பார்த்தான். இவன் தங்கை என் புதிய பழைய சிநேகிதியா என்று இவன் முகத்தை வைத்து சொல்ல முடியவில்லை.

கையில் பழைய தீபாவளி மலரைப் புரட்டிக்கொண்டு பாதாள ரயில் வரும்போது பக்கத்தில் இருந்த நடுவயது வெள்ளைக்காரி, இத்தனை பழையதாக இருக்கிறதே! இது இன்னும் புழக்கத்தில் இருக்கும் மொழிதானா என்று கேட்டாள். நான் புத்தகம் மட்டும்தான் பழசு என்றேன். அவள் புத்தகத்தின் பின் அட்டையைக் காட்டி, இவர் உன் சாயலில் இருக்கிறார் என்றாள் அவள் நேசமான குரலில். அம்மணி, எல்லாக் கருப்பர்களுக்கும் ஒரே சாயல்தானே உங்களுக்கு என்று கேட்க நினைத்தேன்.

நான் அரச பரம்பரையில்லை. ஆனாலும் அரண்மனைக்குப் போயிருக்கிறேன். படத்தில் ராஜாவுக்குப் பின்னால் இருப்பது போல பெரிய அரண்மனை. இல்லை. அதில் பாதி அளவு இருக்கும். ஆனாலென்ன, அரண்மனை! அரண்மனை தானே! நான் போனது இப்போதில்லை. ரொம்பச் சின்ன வயதில். அரண்மனைச் சேவகன் ஓட்டிவந்த சைக்கிளின் பின்னால் உட்கார்ந்து அங்கே போனதை வெள்ளையம்மாளிடம் சொல்லி இந்திய ராஜாக்கள் பற்றிய அவளுடைய பிம்பம் சிதைகிறதா என்று பார்க்க ஒரு திடீர் விருப்பம்.

கையை வெள்ளைத் துணியால் துடைத்துக்கொண்டு அவள் இறங்கிப் போக எழுந்தாள்.

பக்கத்தில் லண்டன் கோபுரம் உள்ளது. அங்கே அரசர்களும் அரசிகளும் கழுத்தறுபட்டுக் கொல்லப்பட்டிருக்கிறார்கள். போய்ப் பார். போகும்போது நல்ல வார்த்தை சொல்லிவிட்டுப் போனாள்.

எனக்கும் வேறு தலை போகிற காரியம் எதுவும் இல்லை. எல்லா அரண்மனைகளுக்கும், பூடகமான புன்னகையும் பார்க்க வருகிறவர்கள் பற்றிய இளக்காரமும் உண்டு. ஆனாலும், மர்மமான அழகோடு வா வா என்று எப்போதும் கூப்பிடுகிறவை அவை.

அப்போ வா, போய்ப் பார்க்கலாம். தீபாவளி மலர் அட்டையில் ராஜா விரல்களைக் குறுக்காக நிறுத்திச் சதுரம் செய்து பார்த்தபடி சொன்னார்.

இறங்கினேன்.

முந்நூறு வருஷம் முந்தைய உடையணிந்த காவலாளிகள், அங்கங்கே கூட்டம் கூட்டமாக நின்ற வெளிநாட்டுப் பயணிகளுக்கு அரண்மனை வளாகத்தின் சரித்திரத்தை விஸ்தாரமாக விளக்கிக் கொண்டிருந்தார்கள். அவர்களுக்கு ஏனோ மாடு தின்னிகள் என்று பெயர். 'பீஃப் ஈட்டர்'கள் எல்லோருக்கும் அபரிமிதமான நகைச்சுவை கைவசம் இருந்தது. அவர்கள் எதிரில், அடுத்த நகைச்சுவைத் துணுக்குக்குத் தயாராக நின்றிருந்த பயணிகள், சிரிப்பும் புன்னகையுமாக புகைப்பட கேமராக்களில் அடங்கியது போக, மிச்சம் வழிந்த சரித்திரத்தை கோக்கோ கோலாவோடு அவசரமாக உறிஞ்சிக் கொண்டிருந்தார்கள்.

ஓரமாக நின்ற ஒரு மாடு தின்னிக்கு நான் வணக்கம் சொன்னேன். அவர் கண்ணிலும் பழைய தீபாவளி மலர்தான் கண்ணில் பட்டது. எந்த வருஷம் வெளியான புத்தகம் இது? அவர் கேட்டார். சொன்னேன்.

எனக்கு அப்போது ஐந்து வயது இருக்கும். அவர் புத்தகத்தை வாங்கி ராஜாவைப் பார்த்தார். அந்த வயதில் ராஜாக்களைப் பற்றியும் ராணிகளைப் பற்றியும் நிறையக் கேட்டிருக்கிறேன் என்றார் அவர்.

இந்த இடத்தைக் கொஞ்சம் சுற்றிக்காட்ட முடியுமா? வினயத் தோடு அவரைக் கேட்டேன்.

இப்போது எனக்கு வேலை நேரம் முடிந்துவிட்டது. என்றாலும் ராஜாவோடு வந்திருக்கிறாய். முடியாது என்று மறுக்க மாட்டேன்.

அவரோடு கல் பாவிய பெரிய முற்றத்தில் நடந்தபோது, பின்னால் கம்பீரமான சோகத்தோடு தேவாலயமும், முன்னாள் பலிபீடம் போல் ஒரு மேடையும் தட்டுப்பட்டது. தீபாவளி மலரின் பக்கத்தைப் புரட்டியபடி அங்கே கையைக் காட்டினார். விரித்த பக்கத்தில், தொப்பை வைத்தவன் பின்னால் பட்டாசு விட்டுக் கொண்டிருந்த பையன்கள் நான்கு கட்டங்களில் நீண்ட நகைச்சுவைத் துணுக்கில் சிரிக்க ஆரம்பித்திருந்தது ஓய வில்லை.

ஐந்து வயதில் நானும் நிறையக் குறும்பு செய்திருக்கிறேன் என்றார் மாடுதின்னி. அப்போது எங்கள் வீட்டில் ஞாயிற்றுக் கிழமைகளில் ஆங்கிலத்தில் பேசத் தடை விதிக்கப்பட்டிருந் தது. ஸ்காட்லாந்துக்காரர்களாகிய எங்களுக்கு ஒரு பாரம் பரியம் மிக்க மொழி உண்டு. நாங்கள், வாரத்தில் ஒரு நாளாவது எங்கள் பரம்பரை மொழியையே பேச வேண்டும் என்று வற்புறுத்தி வந்தாள் என் பாட்டியம்மா. இப்போது பரம்பரை மொழியிலோ வேறு எதிலுமோ என்னோடு கூடப் பேச, அவளோ வேறு யாருமோ இல்லை. ஞாயிற்றுக்கிழமைகளில் முடிந்த அளவு மௌனம் காக்கிறேன்.

அவர் என்னிடம் சொன்னதை ராஜாவிடம், இவருக்கு இரண்டு மொழி தெரியும், பாடவும் வரும் என்று மொழி பெயர்த்தேன். ராஜா மரியாதையாகக் குனிந்து வணக்கம் சொல்வார் என்று

எதிர்பார்த்தேன். பழக்கிய பிராணியைக் கையில் எடுத்துப் போகிற அலட்சியமும் கர்வமும் எனக்கு வந்ததற்கு வழக்கப்படி வெள்ளை ஒயின்தான் காரணம். தயிர் வடை இல்லை.

இந்த வெள்ளை ராட்சஸனுக்கு எத்தனை பாஷை வேணுமா னாலும் தெரியட்டுமே. சங்கீதத்திலும் சாம்ராட்டாகவே இருந்துட்டுப் போகட்டும். எனக்கு என்ன போச்சு? கன்னடம் பேசுகிறவனை, இந்திக்காரனை எல்லாம் கூட்டிவந்து எனக்குப் போட்டியாக ராஜா வேஷம் போட்டுப் பாடவச்சானுகள். என்ன பிரயோஜனம்? ஒரு பாட்டாவது எடுபட்டதா? இல்லை ஒரு நடிகையாவது அவனுகள், கூடப் போனாளா? ஞாயித்துக் கிழமை படப்பிடிப்பு இல்லேன்னா அந்த அல்லிராணி அத்தனை பேரும் கொஞ்சிக் குலாவிக்கொண்டு எங்கிட்டத்தான் வருவா ளுங்க. பேச ஏது நேரம்? கோகில வாணி மாத்திரம் உச்சத்தில் கூஊஊ என்று குயில் போலக் கூவுவா. ஒரு தடவை பட்டை உரிக்கும் வெயில் நேரத்தில் அவன் படுக்கையில் கூவ, வெளியே பங்கா இழுத்துட்டு இருந்தவனும் என்னைப் பார்க்கக் காத்துக் கிட்டிருந்த ராவன்னா மானாவும் அலறி அடிச்சு படுக்கை அறை வாசலுக்கே வந்துட்டாங்கன்னா பார்த்துக்க. ராஜா கண்ணைச் சிமிட்டினார்.

இவர் உன்னிடம் ஏதோ பேசுகிறார் போல் தெரிகிறது. அந்த மொழி தெரிந்தால் நானும் பேசுவேன். அரசர்களோடு பேச எனக்கு இஷ்டம் என்றார் மாடு தின்னி. அவர், பகலில் கூவும் குயில்களைப் பற்றிச் சொல்லிக் கொண்டிருக்கிறார் என்றேன்.

இறகுகள் குறைக்கப்பட்ட அண்டங்காக்கை ஒன்று வழியை விட்டுத் தத்திப் போனது.

குயில்கள் இங்கே இல்லை. விக்டோரியாவில் ரயில் ஏறி கேட்விக் போனால் பக்கத்தில் ஒரு சின்னக் கிராமத்தில் இசைப் பள்ளிக்கூடம் உண்டு. வயலின் மட்டும்தான் சொல்லித் தருவார் கள். பாரம்பரிய இசை. அங்கே மரங்களில் ஏகப்பட்ட குயில்கள் இரையும். நாள் முழுக்கக் கேட்டுக்கொண்டு நான்.

மாடுதின்னி பாதியில் நிறுத்தியபோது, கொலம்பியா ரிக்கார்ட் பாடுவதற்கு முன் சுழல்கிற வெறுமையின் சத்தம்.

சுற்றிலும் மரமும் செடியுமாகப் பச்சை விரித்த பகுதிக்கு நடுவே இருந்த முற்றத்தில், பெரும் மேகமாகப் பனி படிந்து பார்வையை

மறைத்தது. பனிக்கு நடுவே வெள்ளை உடுத்தி ஓர் அரசி மெல்ல நடந்து போனாள்.

இவள் அனிபொலின் மகராணி. கொல்வதற்காகக் கூட்டிப் போகிறார்கள். தகவல் அறிவிக்கும் உற்சாகத்தோடு மாடுதின்னி சொன்னார்.

வெயிலே இல்லாமல் எப்படிப் படம் பிடிப்பாங்க இதை? சங்கீதம் இல்லாமல் ஒரு சாவா? ராஜா விசாரித்தார்.

இது படம் பிடிக்க இல்லை என்றேன்.

பூனைக் கண் மட்டும் இல்லாம இருந்தா இவளோடு நான் நடிப்பேன். தினசரி குளிப்பாளா? ராஜா கேட்டதை மாடு தின்னிக்கு மொழி பெயர்த்தபோது, இவளைக் கல்யாணம் செய்து கொள்ள விரும்புகிறார் என்றேன்.

பூத்தாற்போல் தலையை வெட்ட ஒரே விநாடியில் வலிக்காமல் கொல்ல, பிரான்ஸ் நாட்டில் இருந்து கூட்டிவந்த ஆள் பின்னால் போகிறான் பார். அவன்கூட அதேதான் நினைத்தானோ என்னமோ? மாடு தின்னி ரகசியமாகப் பேசியது கொலைகாரன் காதில் விழுந்திருக்கும். எங்களை முறைத்தபடி நடந்தான் அவன்.

நான் கையில் பிடித்திருந்த பத்திரிகையை ஒரு நோக்கமில்லாமல் புரட்ட, விடிஞ்சா தீபாவளி... எதிராத்துலே அடுத்தாத்திலே எல்லாம் மாப்பிள்ளைகள் குதிரை வண்டியிலே வந்து இறங்கி யாச்சு. இவளுக்கு எப்பத்தான் ஒரு வழி பிறக்குமோ என்று மூக்குத்தி மின்ன சாம்பல் நிறத்தில் ஒரு மாமி அங்கலாய்த்தாள். பட்சணம் செய்ய எண்ணெய் காயும் வடையும், தண்ணீர் தெளித்துக் கோலம் போட்ட வாசல் மண் வாடையும் கவிய குதிரைச் சாணத்தைத் தவிர்த்து அனிபொலின் மகராணி மூக்கை உறிஞ்சிக்கொண்டு பலி பீடத்தை நோக்கி நடந்தாள்.

கொலையாளி கையில் வைத்திருந்த கட்டாரியைச் சரி பார்த்துக் கொண்டிருந்தான். ஒரே டேக்கில் ஓகே ஆயிடுமா என்று ராஜா கேட்டார். பக்கத்துக் கோபுரத்தின் குறுகலான மாடிப்படிகளில் இறங்கி வந்த இரண்டு வெள்ளைக்காரச் சிறுவர்கள், விழிகளில் மிரட்சியோடு பார்த்தபடி நின்றனர். அவர்களும் பாரம்பரியமான அரச உடை அணிந்திருந்தார்கள்.

மாடுதின்னி, அவர்களின் தலையை வாஞ்சையோடு தடவினார். இவர்கள் அனிபொலினுக்கும் பல வருஷம் முன்னால் அவர்கள் சிற்றப்பனான அரசனால் இங்கே அடைக்கப்பட்டார்கள். இந்தப் பையன் தூங்கும்போது தலையணையால் மூச்சுத் திணற வைத்து கொன்று போட்டார்கள். மற்றவனை இதேபோல் வாளால் வெட்டினார்கள்.

அவர், ராஜா இடுப்பில் செருகியிருந்த அட்டைக் கத்தியைக் காட்டினார்.

சாப்பிட்டீர்களா குழந்தைகளே? மாடுதின்னி கேட்டார். அவர்கள் உற்சாகமில்லாமல் தலையசைத்தார்கள். எனக்கும் இவர்கள் வயதில் ஒரு மகள் உண்டு. கேட்விக் பக்கத்தில் இசைப் பள்ளியில் வயலின் படித்துக் கொண்டிருந்தாள். சொல்லும்போது அவர் கண்கள் நிறைந்தன.

அனிபொலின் அரசியின் கழுத்தில் வாளால் கொலையாளி ஒருமுறை மெல்லத் தடவினான். அவள் சிலிர்த்துக் கொண்டது நாங்கள் இருக்கும் இடத்திலிருந்து நன்றாகத் தெரிந்தது. பக்கத்தில் கிராமஃபோன் பெட்டியில் ரதியே நினை நினைந்தே என்று கருப்பு நிறத்தில் கொலம்பியா ரிக்கார்ட் சுழன்று கொண்டிருந்தது. புதுத் துணியைப் பிரித்த வாடை.

ஒரு வருஷம் தொடர்ந்து படம் ஓடும்னு எதிர்பார்த்தோம். இந்தப் பாட்டுக்கு அப்புறம், என்னைக் கொலைக் களத்துக்கு இழுத்துப் போவானுங்க. ஹீரோயின் கோயில்லே அழுதபடிக்குப் பாடுவா. என் கழுத்தில் கத்தி பூமாலையா விழும். தீனநாதா, மணாளனைக் காப்பாய். ராஜா பெண் குரலில் பாட முயற்சி செய்தார்.

அன்னிபொலின் தலை தரையில் உருண்டது. அது இசைத்தட்டு மேல் விழ, தழதழத்த குரலில், தீனநாதா மணாளனைக் காப்பாள் நின்றது. என் கையிலிருந்த புத்தகம் நழுவித் தரையில் விழுந்தது. அதன் பக்கங்கள் பனிக்காற்றில் விரிய, ஆர்ட் பேப்பரில் வார்னிஷ் மங்கிய ஓவியமாக, சகுந்தலை தாமரை இலையில் ஏதோ எழுதிக் கொண்டிருந்தாள்.

வாருங்கள். அரசர்களையும் பிரபுக்களையும் கைதிகளாக அடைத்து வைத்திருந்த அறைகளைக் காட்டுகிறேன்.

மாடுதின்னி நடையை எட்டிப் போட்டார்.

இங்கே எங்கியோ நம்ம பக்கத்துக் கோஹினூர் வைரத்தைப் பாதுகாப்பா வச்சிருக்காங்கன்னு கேட்டிருக்கேன். ராவன்னா மானா அந்தக் காலத்திலேயே லண்டன் போய்ட்டு வந்தவர். அவர்தான் சொன்னாரு. நாலு படம் பண்ணியிருக்கேன் அவருக்கே. கொம்பு வாத்தியமும் முரசுச் சத்தமுமா அவர் கம்பெனி பேனர் காட்டினாலே கொட்டகையிலே கைதட்டல் பறக்கும். கோகில வாணியை மட்டும் விட்டு வச்சிருந்தார்னா அவரோட அஞ்சாவது படத்திலும் நடிச்சிருப்பேன். கன்னடக் காரன் வந்து நடிக்கறேன்னு பேர் பண்ணி, பணத்தைக் கரைச்சு, பாதி படம் எடுக்கறபோதே ராவன்னா மானா ஹார்ட் அட்டாக்கிலே அவுட்டு. போவுது. வைரம் எங்கேன்னு கேளுப்பா, ராஜா அவசரப்பட்டார்.

இப்போது அதைப் பார்க்க முடியாது. காட்சிச் சாலையை மூடி இருப்பார்கள் என்றார் மாடுதின்னி. எல்லாம் உங்கள் நாட்டில் இருந்து பிடுங்கி வந்ததுதான். அவர் சிரித்தார். வைரம் வந்த பிறகு ஆண் அரசர்கள் அல்லல் பட்டார்கள். பெண் அரசிகள் வளமாக வாழ்ந்தார்கள். அவர் சொல்லும்போது, பின்னால் சிரிப்புச் சத்தம். அனிபொலின் அரசியும் ஆர்ட்பேப்பர் சகுந் தலையும்தான்.

நான் தீபாவளி மலரைத் திரும்ப எடுத்துக்கொண்டு வந்தேன். தண்ணீரைப் பீய்ச்சி அடித்து, பலி பீடத்தையும் தரையையும் கழுவிக் கொண்டிருந்த சீருடை தரித்த ஊழியர்கள் என்னை அப்பால் போகச் சொன்னார்கள்.

ராஜாக்கள் வாழ்க்கை அத்தனை மகிழ்ச்சியானதில்லை. நான் மாடுதின்னியிடம் சொன்னபோது அவர் இல்லையென்று தலையாட்டினார். பத்து வருஷ மணவாழ்க்கைக்குப் பிறகு என் மனைவி என்னை விவாகரத்து செய்துவிட்டுப் போனாள். பண்டிகைக்காகப் பரிசுகளோடு என் மகள் படிக்கும் இசைப் பள்ளியில், நாள் முழுக்கக் காத்திருந்தேன். யாரோ வந்து சொன்னார்கள், அவளை அவள் அம்மா முந்தின தினமே கூட்டிப் போய்விட்டதாக. ராஜாக்களுக்கு இந்த இழப்பெல்லாம் உண்டா? இருந்தால் சுகமான இருப்பு. இல்லை, இப்படித் தலை வெட்டுப்பட்டுப் போவது. அவ்வளவுதான்!

ராஜா மீசையில்லாத மேலுதட்டை நீவிக்கொண்டு சிரித்தார். மாடுதின்னி ரொம்ப நாளாகத் தனிக்கட்டை என்று அவருக்கு நான் சொன்னதே காரணம்.

உங்கள் அரசர், வாழ்க்கையில் சந்தோஷத்தைத் தவிர வேறு எதுவும் அறியாதவரா என்றார் மாடுதின்னி புன்னகைத்தபடி.

தங்க பஸ்பம் சாப்பிடச் சொல்லு. எல்லாக் கட்டையும் தேடி வரும். நாலு கார், பங்களா, சோழவந்தான் பக்கம் தோட்டம், தினசரி மட்டன், பிரியாணி, சிக்கன். எப்பவும் இளமையாக இருக்க தங்க பஸ்பம். ரிக்கார்டில் தீனநாதா மணாளனைக் காப்பாய் பாடினாளே அவ நிறுத்தச் சொல்லி மன்னாடுவா... ஸ்பெஷல் யுனானி லேகியம்னா சும்மாவா. ஆனா ஒண்ணு. அவ கோகிலவாணி மாதிரி உச்சத்திலே கூவ மாட்டா. சிரிக்க ஆரம் பிச்சுடுவா. கெட்ட வார்த்தை ஏகமாச் சொல்லுவா. தீனநாதா! தாங்காதுடா இனிமேலே. மணாளனை, மயிராளனை... அந்தக் காத்தாடியைப் போடுடா கபோதி. சவ்வாது வாசனை மூச்சை முட்டுது. வாடா வந்து காப்பாய், டீப்பாய், சக்குபாய், சகுந்தலா பாய் எல்லோரையும்...

ராஜாவுக்கு இப்போது பெண்குரல் பூரணமாக வந்திருந்தது. அட்டைக் கத்தியை இறுக்கமாக உறையில் செருகிக் கொண்டார்.

வளைந்து வளைந்து ஏறிப் போகும் மாடிப்படிகள். கொஞ்சம் கொஞ்சமாகக் கவியும் இருள். யாரோ வயலின் வாசித்துக் கொண்டிருக்கும் சத்தம்.

இந்தப் படிகளில் நான் ஏறியிருக்கிறேன். மதில் சுவரில் சைக் கிளைச் சரித்து வைத்துவிட்டு அரண்மனைச் சேவகன் என்னை உள்ளே கூட்டிக்கொண்டு போனபோது, முன் மண்டபத்தில் வெட்டிவேர்த் தட்டிகளின் வாசம் அடித்த நினைவு. பங்கா இழுப்பவர்கள் அங்கே இருந்தார்களா என்று சரியாக ஞாபகம் இல்லை.

இதுபோல் படிகள் கடந்து ஒரு அரண்மனைக்குள் போயிருக் கிறேன். நான் சொன்னபோது மாடுதின்னி சிரித்தார். ராஜாவும் சேர்ந்து சிரித்தார். தீபாவளி மலர் பின் அட்டையில், அவருக்குப் பக்கத்தில் சிறிய வடிவத்தில் விசனத்தோடு நின்றவள், போதும் விடுங்க என்றாள்.

கருப்பு வெள்ளையில் நீ பார்த்தது, அட்டையும் மரமும் வைத்துக் கட்டிய அரண்மனை. சொக்கலிங்க ஆசாரி வகையறாக்கள் ஸ்டுடியோவில் செட்டு போட்டுச் செய்தது. என் பங்களாவுக்கு வந்திருக்கிறாயா நீ? வாசலில் கூர்க்கா, உன்னை உள்ளேயே விட மாட்டான்.

ராஜா பெருமையோடு சொன்னார்.

ஆமாம். சொந்த சினிமா எடுத்து நஷ்டப்பட்டு அதெல்லாம் ஜப்தியாகி, நீங்கள் கடைசிக் காலத்தில் மேக நோய் பிடித்து, பிச்சைக்காரன் போல் செத்துப்போனதைப் படித்திருக்கிறேனே என்றேன். ராஜா அப்புறம் ஒன்றும் பேசவில்லை.

இது நீ போன அரண்மனை இல்லை, சிறை. போய்ப் பார். மாடுதின்னி சொன்னார். என் கையில் இருந்த தீபாவளி மலரை வாங்கி வைத்துக்கொண்டார். ராஜாவின் கண்களில், துக்கமும் விரோதமும் அநாதைத் தனமும் மாறி மாறித் தெரிந்தது.

படியேறினேன். அரச பரம்பரைச் சிறுவர்களும், பழைய மொழியில் பேசியபடி கூடவே வந்தார்கள். மாடு தின்னி அதே மொழியில் ஏதோ சொல்ல, அவர்கள் பின்னால் திரும்பிப் பார்த்துத் தொப்பியைக் கழற்றி வணங்கினார்கள்.

கையில் பழுப்பு கவரோடு நான் வருவதை எதிர்பார்த்து அரண்மனைக்காரர் நின்றார். வாயிலிருந்த வாசனைப் புகையிலையை பக்கத்தில் வைத்திருந்த படிக்கத்தில் துப்பினார். வக்கீலய்யா பிள்ளையா என்றார்.

அவரிடம் கவரை நீட்டியபோது, என் கையில் பட்டாசு வாசம். அழுக்கான எட்டு முழ வேட்டியும் நரைத்த மீசையும் நல்ல உயரமுமாக அவர், பாதி இருட்டில் கை நீட்டி கவரை வாங்கிக் கொண்டார்.

கவரைப் பிரித்துப் பார்த்தார். உள்ளே நூறு ரூபாய் நோட்டு.

அப்பா கொடுத்துவிட்டு வரச் சொன்னார். நான் சொன்னபோது வெளியே கொம்பு வாத்தியம் ஒலிக்கும் சத்தம்.

இந்த வளாகத்தில் பார்வை நேரம் முடிந்துவிட்டது. போய் வா! நாங்களும் உறங்கப் போகவேண்டும். உறுத்தாத தலையணைகள்

கிடைத்தால் நன்றாக இருக்கும். அரச குடும்பச் சிறுவர்கள் கையசைத்தபடி மேல் தளத்துக்குத் தளர்வாக நடந்தார்கள்.

ரொம்ப நன்றி தம்பி. அப்பாகிட்டே சொல்லு. அடுத்த மாதம் திருப்பிக் கொடுத்திடறேன். அரண்மனைக்காரர் என்னிடம் சொன்னார்.

வெளியே வந்தபோது, மாடுதின்னி போய்விட்டிருந்தார். மேல் அட்டை இல்லாமல் புல்வெளியில் கிடந்த தீபாவளி மலரை எடுத்துக்கொண்டு திரும்பி நடந்தபோது, ஜப்பானிய டூரிஸ்டுகளின் கடைசிக் கூட்டம் மோஷி மோஷி என்று மொபைல் தொலைபேசிகளில் பேசியபடி, என்னை அவசரமாகக் கடந்து போனது.

41. சிபி நாயர் கதை

கடவுளுக்குக் குரல் கொடுக்க வேண்டும்.

விஷயம் ஒன்றும் பிரமாதமானதில்லை. என் தம்பி ஒரு மலையாளத் திரைப்படம் எடுத்துக் கொண்டிருக்கிறான். நான் தாய்லாந்தில் வறுத்த மீன் விற்று அனுப்புகிற பணத்தில் நடக்கிற காரியம் அது. முண்டும் பிளவுஸும் தரித்த சுந்தரிகள், தழையத் தழைய வேட்டியும், மடித்து விட்ட முழுக்கைச் சட்டையும் அணிந்து காயல் புறங்களில் மெல்ல நடக்கும் கதாநாயகர்களை எண்ணி, மார்பு விம்ம உருகவைக்கிற வேலை. மலையாளப் படங்கள் அந்தக் காலகட்டத்தைக் கடந்து ஜிகினாவிலும் பளப்பளாவிலும் சங்கமமாகி விட்டாலும், அவன் விடாப்பிடியாக வருஷத்துக்கு ஒரு படம் இந்த ரீதியில் எடுத்து விடுகிறான். அவற்றையும் பார்க்க ஆள்கள் இருக்கிறார்கள் என்பதற்கு திருப்புணித் துரையிலிருந்தும் செருக்கோலப்புழாவிலிருந்தும் யாராவது எழுதுகிற கடிதங்களும் அந்தப் படங்கள் அவ்வப்போது வாங்குகிற விருதுகளும், கொஞ்சம் போல லாபம் வர, அவற்றைச்

சர்க்காருக்கு விற்று பாதி ராத்திரியில் தொலைக்காட்சியில் அவை திரையிடப்படுவதும் அத்தாட்சி.

இப்போது எடுக்கிற படத்தில், ஒரு கோயில் தேவஸ்தான ஊழியனின் பெண்களும் அவர்களுடைய வாழ்க்கைப் பிரச்னைகளும் அலசப்பட்டு, சுமுகமாகத் தீர்க்கப்படுகின்றன. படத்தில் ஒரு காட்சியில் ரயிலில் டிக்கெட் பரிசோதகராகக் கடவுள் வருகிறார். டிக்கெட் பரிசோதகரை படத்தில் காட்டாவிட்டாலும், குரலைத் தர வேண்டியிருக்கிறது. அதற்கு யார் குரல் பொருந்தும் என்று ஏகப்பட்ட விவாதம் நடத்தி ஒன்றும் பிரயோஜனப்படாமல், மேலமங்கலத்திலிருந்து நம்பூதிரியைக் கூட்டிக்கொண்டு வந்து பிரச்னம் வைத்துப் பார்த்தோம்.

காலையில் எல்லோரும் இட்டிலியும் வடகறியும் சாப்பிட்டுக் கொண்டிருக்கையில், கொஞ்சம் முன்னால் முடித்துவிட்டு கை கழுவி வெற்றிலை போட வெளியே போன நம்பூதிரி அவசரமாகத் திரும்பி வந்து கையில் எடுத்த வெற்றிலையைக் காட்டினார். அதில் சுண்ணாம்புப் பூச்சுக்கு உள்ளே மசங்கலாக சிபி நாயர் உருவம் தெரிந்தது.

இவனைக் கொண்டுவந்தால் பிரச்னை தீர்ந்து விடும். இன்னொரு தடவை பார்ப்பதற்குள் நம்பூதிரி வெற்றிலையை மடித்து வாயில் போட்டுக்கொண்டு விட்டார்.

நான் போனபோது, சிபி நாயர், மைதானத்தில் ஒரு ஓரமாக ஆடிக் கொண்டிருந்தான். கதகளி வேஷத்தில், அதுவும் ராட்சஸ ஒப்பனையில் இருந்தான். முன்னால், குட்டைப் பாவாடை அணிந்த நாலு இளம் பெண்களும் இறுக்கமான ஜீன்ஸில் மீசை மழித்த பையன்களும் குதிக்க, பின் வரிசையில் த்ரீ பீஸ் சூட் அணிந்த ஒரு நரைமீசைத் தாத்தா கையில் வாக்கிங் ஸ்டிக்கோடு மூச்சு வாங்க ஆடினார். அவர் கைத்தடி, நாயரின் தலையை அவ்வப்போது பதம் பார்த்துக் கொண்டிருந்தது. இரண்டு பக்கத்திலும் யானைகளை நிறுத்தி, பாகர்கள் மேலே உட்கார்ந்து ஓட்டந்துள்ளல் போல இடுப்பை அசைத்துக் கொண்டிருந்தார்கள். என்ன மொழி என்று புரிபடாமல் கீச்சுக் குரலில் ஏதோ பாட்டு, சத்தமாக ஒலித்துக் கொண்டிருந்தது.

ஒத்திகை முடிந்ததாகவும் அடுத்தது டேக்தான் என்றும் பெண் தன்மையோடு ஒரு நடுவயதுக்காரரர் அறிவிக்க, நாயர் யானைச் சாணத்தை மிதித்தப்படி என் பக்கமாக வந்தான்.

வெளியே நிறுத்தியிருந்த கார் பக்கம் நடந்தோம். பொசுபொசு வென்று கதகளி பாவாடை பறக்க வியர்த்து காரில் உட்கார்ந்து ஏ.சி.யைப் போடு என்றான். நான் காரைக் கிளப்பினேன். இல்லை, ஷூட்டிங் ஆரம்பிக்கப் போகிறது. மறுபடி ஆடப் போக வேண்டும்.

சொன்னபடி, காற்றுக்கு முதுகை வளைத்துக் கொடுத்தான்.

சாப்பிட ஏதாவது எடுத்து வந்திருக்கிறாயா? இல்லை என்றேன். காபி மட்டும் பிளாஸ்க்கில் உண்டு. காபி பிளாஸ்க்கை எடுத்தேன். வெளியே விசில் சத்தம்.

ஆடிவிட்டு வந்து காபி குடிக்கிறேன்.

குழப்பமான சத்தத்தோடு பாட்டு திரும்ப ஒலிக்க, பின்னால் புகையைக் கிளப்பிக்கொண்டு நாலு பேர் தடதடவென்று ஓட, ஒரு நிமிஷம் அந்தக் கூட்டம் ஆடி ஓய்ந்தது.

நாயர், கதகளிக் கோப்பு என்ற ஒப்பனைப் பெட்டியோடும் பிளாஸ்டிக் பையில் துணிகளோடும் காரில் வந்து உட்கார்ந்தான். சினிமாவா என்று கேட்டேன். ஆணுறை விளம்பரப் படமாம். அவன் பிளாஸ்க்கிலிருந்து ஒரு கோப்பை காபி சூடாகக் குடித்தான். இந்த ஒப்பனையைக் கலைத்து விட்டு கால்சராயை யும் சட்டையையும் அணிந்துகொள்ள வேண்டும் என்றான். அப்புறம் பார்த்துக் கொள்ளலாம். இப்போது கடவுள் காத்திருக் கிறார். காரைக் கிளப்பினேன்.

அம்பலத்தில் நிலவிளக்கு கொளுத்தி வைத்து ராத்திரிக்கு ஆடும் ஆட்டத்தை ஆணுறைக்கு ஆடலாமா? நான் கேட்டபோது, நாயர் சுருட்டுப் பற்ற வைத்தபடி சிரித்தான். ஜீவிக்க வேண்டும் என்றான். கார் ஏர் கண்டிஷனரை நிறுத்தி, நான் ஜன்னலைத் திறந் தேன். கதகளி கோப்பிலிருந்து ஏதோ குரல் கேட்டது. என் குருநாதர் குஞ்சு குருப்பு என்றார் சிபி நாயர். அவர் இறந்துபோய் முப்பது வருஷமாகிறது. அவருடைய பெட்டிதான் இது. குருநாதர் குரல், வண்ணங்களோடும் தைலங்களோடும் கலந்து இங்கேயே இருக்கிறது என்றான்.

மானக்கேடு என்றார் குரு. எனக்கும் கேட்டது. நாயர் நமட்டுச் சிரிப்பு சிரித்தான். பெட்டியைச் செல்லமாக அணைத்து, மடியில் வைத்துக் கொண்டான்.

இரண்டு பக்கமும் வாகனங்கள் விரையும் பெருஞ்சாலையில் நாங்கள் மெதுவாக முன்னேறிக் கொண்டிருந்தபோது, கொஞ்சம் வண்டியை நிறுத்த முடியுமா என்று அவன் அவசரமாகக் கேட்டான். இந்தக் கடையில் இரண்டு வாழைப்பழம் சாப்பிட்டு விட்டு வந்துவிடுகிறேன். பசிக்கிறது. விடிகாலையில் எழுந்து ஒப்பனை தரித்து முடித்தவுடன் ஆட்டோவில் கூட்டிவந்து ஆணுறைக்காக ஆடவைத்து விட்டார்கள். அவசரத்தில் காலை ஆகாரம் செய்ய முடியவில்லை. அவன் இறங்கிக் கொண்டான்.

நிலக்கடலை விற்கிற பெண், நெல்லிக்காய் விற்கிறவன் மற்றும் புராணக் கதாபாத்திரங்கள் போல் வேடமணிந்து தலையில் கிரீடத்தோடு யாசகம் கேட்கிற இரண்டு பேர், காரைச் சூழ்ந்து விட்டு அப்புறம் போனார்கள். கையில் தோல் பையோடு வந்த ஒருவன், சினிமாப் படம் எடுக்கிற தொழிலில் இருக்கிறாயா என்று என்னைக் கேட்டான். என்னிடம் நிறைய உபயோகிக்கத் தயாரான காட்சிகள் உண்டு. அவன் பையைத் திறந்தபடி சொன்னான். கூட்டமாகப் பறவைகள் பறப்பது, சாவு வீட்டில் ஊதுபத்திப் புகை, சூரிய உதயத்தில் காலைக் கடனைக் கழிக்கக் குத்த வைக்கிறவன், கல்யாண வீட்டில் ஓடி நடக்கும் பெண்களின் கொலுசு அணிந்த பாதங்கள், மண்ணெண்ணெய் வண்டியில் அழகுக்காகச் சுற்றிய பூமாலை - இவற்றில் சிலவற்றின் வாடையைக் கூடப் படத்தில் பிடித்து வைத்திருக் கிறேன்.

இப்போது தேவையில்லை, அப்புறம் பார்க்கலாம் என்று தட்டிக் கழித்தேன். அவன் சட்டைப்பையில் தேடி ஓரங்களில் எண்ணெய்க் கறையோடு இருந்த ஒரு விசிட்டிங் கார்டை எடுத்துக் கொடுத்தான். நான் அதைப் பார்க்க முற்பட்டபோது, நாயர் திரும்ப வந்தான். வண்டி போகட்டும் என்றான்.

கதகளிப் பெட்டியிலிருந்து மொணமொணவென்று சத்தம். குரு அழுவதாகச் சொன்னான் நாயர். அவர் ஒரு நல்ல கலைஞராக இருந்தாராம். நல்ல இலக்கிய ரசிகரும்கூட. நாட்டு, உலக நினைப்புகளும், கலையும் இலக்கியமும் மலினப்பட்டுப் போகிறதும் அவரை ரொம்பவும் பாதிக்கிறது. தன் சோகத்தை ஓசையெழுப்பாமல் பகிர்ந்து கொள்கிறார் என்றான்.

பொட்டிப் பொட்டிக் கரையுன்னு, வீங்கி வீங்கிக் கரையுன்னு. விம்மி விம்மிக் கரையுன்னு அவன் உணர்ச்சியில்லாத குரலில்

சொன்னான். கவிதை போலத் தெரிந்தது. எனக்கும் இப்போது குருவின் அழுகைச் சத்தம் தெளிவாகக் கேட்கிறது என்றேன். சாகித்தியத்தின் சக்தி இதுதான். விருது பெற்ற எழுத்தாளன் போல அவன் குரலில் தீர்மானம் தெறித்தது.

என்ன விஷமாக வந்திருக்கிறாய்? நாயர் கேட்டான். கடவுள் விஷயமாக! நான் சொன்னதை உணர்ச்சியில்லாமல் கேட்டுக் கொண்டான். ஆண் கடவுள்தானே? ஆமாம். வயது ஏதாவது குரலில் தெரிய வேண்டுமா? அதெல்லாம் அங்கே போய்ப் பார்த்துக் கொள்ளலாம் என்றேன்.

ஒன்றாம் தரம் வாழைப்பழம். உடனே வயிற்றைக் காலியாக்க வேண்டும். இரண்டு நாளாக நடக்காது போன காரியம். இப்போது கைகூட நேரம் வந்திருக்கிறது. நாயர் குரலில் அவசரமும் சந்தோஷமும் தெரிந்தன. நான் கடவுள் பற்றிச் சொன்னேன். மலச்சிக்கலோடோ, இல்லை கழிவறைக்குப் போயே ஆக வேண்டிய நிர்ப்பந்தத்தோடோ கொடுக்கும்போது, கடவுள் குரலில் நம்பகத்தன்மை இருக்காது என்றேன்.

என் ஹோட்டல் அறைக்குத்தான் போயாக வேண்டும். வண்டியைத் திருப்பினேன்.

அறையில் போனதும் அங்கே சுத்தம் செய்து கொண்டிருந்ததால், இன்னும் பத்து நிமிஷத்தில் வரலாம் என்று சொன்னார்கள். நீச்சல் குளத்தின் பக்கத்தில் பத்து நிமிஷம் இருக்க முடியுமா? சிபி நாயரின் கதகளி வேடத்தை ஆர்வத்துடன் பார்த்தபடி, வரவேற்பு இருக்கைப் பெண் அழகான ஆங்கிலத்தில் கேட்டபோது, முடியாது என்று சொல்ல மனம் வரவில்லை. இங்கே பொதுக் கழிவறை ஏதும் இருக்கிறதா கேள் என்று நாயரிடம் சொன்னேன். அது அழகான பெண்களிடம் பேசத் தகுந்த விஷயம் இல்லை என்றான் அவன்.

நீச்சல் குளத்தின் பக்கத்தில் பிளாஸ்டிக் நாற்காலிகளில் இருந்து ஒரு கோப்பை பியர் ஆர்டர் கொடுத்துவிட்டு, கூடவே கொறிக்க சுட்ட அப்பளமும் கொண்டுவரச் சொன்னேன். நாயர், எப்போது என் அறைக்குப் போகலாம் என்ற எதிர்பார்ப்போடு எதுவும் வேண்டாம் என்று சொல்லிவிட்டான். கதகளிக் கோப்பை, இன்னொரு பிளாஸ்டிக் நாற்காலியில் வைத்தான் அவன். பிளாஸ்டிக் பையிலிருந்து ஒரு சுருட்டு எடுத்துப் பற்ற வைத்துக்

கொண்டான். வயிற்றை வருடியபடியும் புகைத்தபடியும் அங்குமிங்கும் நடந்தான். நான் கடியாரத்தைப் பார்த்தேன். இவனைத் தேடி வந்த வேலை சீக்கிரம் முடிந்து விட்டால், சாயந்தரம் ஊருக்குக் கிளம்பி விடுவேன். இங்கே ஹோட்டல் வாடகை வெறுமனே வீணாகிக் கொண்டிருக்கிறது.

கதகளி வேடமும் சுருட்டுமாக அவனைப் பார்த்த ஒரு வெளி நாட்டுக்காரன், கேமராவும் கையுமாக வந்து ஒரு புகைப்படம் எடுத்துக்கொள்ள அனுமதி கேட்டான். நாயர் கிருஷ்ணன், கோபிகா ஸ்திரீகளிடம் காட்டும் புன்சிரிப்பைப் பொழிந்து கொண்டு, வயிற்றுக் கலக்கத்தை ஒரு விநாடி மறந்து, சரி என்றான். வெள்ளைக்காரன் கோணம் பார்க்கும்போது குளித்துக் கரையேறிய துரைசானி ஈரமாக வந்து நாயர் தோளை அணைத்த படி நின்றாள் நாற்காலியில் வைத்த கதகளி கோப்பிலிருந்து கேட்ட இருமல், ஆட்சேபணை சொல்வதுபோல் இருந்தது.

போகலாம். வந்த காரியத்தை முடித்து விட்டு வா. நேரமாகிறது. நாயரிடம் சொன்னேன். தோள்பட்டையில் வெள்ளைக்காரி நனைத்த இடத்தில் ஈரத்தை ஆர்வமாகப் பார்த்தபடி, இப்படியே இந்த ஒப்பனையோடே வரச் சொல்கிறாயா என்றான். வயிறைக் காலி செய்துவிட்டு, குளித்து, என் உடுப்பை அணிந்து அரை நிமிஷத்தில் வந்து விடுகிறேனே!

பகல் வரைதான் ஒலிப்பதிவு அரங்கத்தை வாடகைக்கு எடுத்திருக் கிறோம். இப்போது அங்கே கற்பழிப்புக் காட்சிக்குக் குரல் கொடுத்துக் கொண்டிருக்கிறார்கள். நீ போனால், அடுத்ததாகக் கடவுள் குரலைக் கொடுத்து விடலாம். மிஞ்சிப் போனால் பத்து நிமிஷம். கடவுள் குரலில், டிக்கெட்டைக் காட்டச் சொல்லிப் பயணிகளை விசாரிக்க வேண்டும். எட்டாம் எண் இருக்கையை இந்த அம்மாவுக்குக் கொடுத்திருக்கிறேன். நீங்கள் பதினைந் துக்கு மாறுங்கள் என்று சொல்ல வேண்டும். சாப்பாடு கொண்டு வரச் சொல்லும் வசதி இந்த வண்டியில் கிடையாது என்று அறிவிக்க வேண்டும். இவ்வளவுதான்.

சிபி நாயர் ஒரு விநாடி யோசித்தான். அப்புறம் ஏதோ நினைத்துக் கொண்டவனாக, கதகளி ஒப்பனைப் பெட்டியும் என் உடை களும் உன் அறையிலேயே இருக்கட்டும். சாயந்தரம் வந்து எடுத்துக் கொள்கிறேன் என்றான். இதை வைத்துவிட்டுக் கழிப்பறைக்குப் போய்விட்டு வந்து விடுகிறேன். அவன்

போனபோது, சுருட்டை நீச்சல் குளத்தில் விட்டெறிந்திருக்க வேண்டாம்.

நான் பியரைக் குடித்து முடிப்பதற்குள் அவன் சிரித்துக் கொண்டே வந்தான். அந்தப் பெண் உன் அறையில், நீ வைத்திருந்த லத்தீன் அமெரிக்க நாவலைப் புரட்டிக் கொண்டிருந்தாள் என்று சொன்னான். எந்தப் பெண்? ஹோட்டல் அறைகளைச் சுத்தம் செய்கிற நீலச் சீருடை அணிந்த பெண். இதில் சிரிக்க என்ன இருக்கிறது என்று கேட்டேன்.

கதகளியில் ராட்சஸ வேஷத்தோடு இப்படி நுழைந்ததுமே அவள் பயந்து போய் அலற ஆரம்பித்தது, நான் வேண்டாம் என்று சைகை செய்தபடி கழிவறைக்குள் நுழைந்து கதவைச் சார்த்திக் கொண்டபோது சிரிப்பாக மாறியிருந்தது. வெளியே வந்தபோதும் அவள் சிரிப்பு இன்னும் வலுவாகி, மின்சாரத் துடைப்பானை இயக்கியபடி என்னையே பார்த்தாள். நானும் சிரித்தபடியே இங்கே வந்தபோது, தேவாசுர யுத்தத்தின் இடையில் யாருக்காவது அற்ப சங்கைக்கு ஒதுங்கவேண்டி வந்திருந்தால் என்ன செய்திருப்பார்கள் என்ற நினைப்பு வந்தது. நாயர் - சிரிப்பு அடங்காமலேயே வெறும் சுருட்டை வாயில் வைத்து மென்றபடி என் தோளில் தட்டினான். போகலாம் வா.

இப்படியே போய் இறங்கினால் கடவுளுக்குக் கோமாளிக் குரல் தான் இன்றைக்கு.

ஒலிப்பதிவு அரங்கில் எனக்காகக் காத்திருந்தார்கள். நீங்கள் காரில் வருவதை இவர்களுக்குக் காட்டினேன். நம்பூதிரி வெற்றிலைச் செல்லத்தைத் திறந்தபடி சொன்னார். நாயர் வினயமாக அவரைச் சேவித்தான். நீ கழிவறைக்குப் போனதைக் கூடப் பார்த்தேன். நம்பூதிரி அவனை அனுக்ரஹித்தபோது சொன்னது இது. ஒவ்வொரு தடவை வெற்றிலை முறுக்கும்போதும் ஒவ்வொரு காட்சி. பக்கத்தில் காதில் மாட்டிய ஒலிவாங்கியோடு இருந்த ஒலிப்பதிவாளர், தோளைக் குலுக்கியபடி முனகினார். நம்பூதிரி சகஜமாகத் தலையை ஆட்டிக் கொண்டார்.

ராத்திரி பத்து மணிக்கு மேல் வெற்றிலை போட மாட்டீர்கள் தானே? நாயர், குரலில் வினயம் மாறாமல் கேட்டான்.

போடா கழுவேறி. உனக்காக எல்லோரும் காத்துக் கொண்டிருக்கிறார்கள். போய்ப் பேசிவிட்டு வா. நம்முடைய விருத்தி கெட்ட வர்த்தமானம் எல்லாம் அப்புறம் வைத்துக் கொள்ளலாம். அழுத்தமான சிநேகித பாவத்தோடு நம்பூதிரி அடுத்த வெற்றிலையை எடுக்க, நான் ஆவலோடு பார்த்துக் கொண்டு நின்றேன். நாயர் உள்ளே போனான்.

அரை மணி நேரம் ஆகியிருக்கும். கதவு திறந்தது. சிபி நாயர் வெளியே வந்தான். கையில் ஒரு சிறிய காகிதத்தில் அவன் பேச வேண்டிய வசனம். கண்ணில் மருட்சி.

அவருக்குக் குரல் எழும்பவில்லை. யாரோ சொன்னார்கள். என்ன முயற்சி செய்தும் ஒரு அட்சரம்கூட பேச்சு எழவில்லை. வெந்நீர் கொடுத்தோம். மிளகுப் பொடி கொடுத்தோம். சுளுக்கு வந்தால் புரட்டும் அயோடின் கலந்த களிம்பை, தொண்டைக்கு வெளியே தடவினோம். ஒன்றும் பிரயோஜனம் இல்லை. ஒலிப்பதிவாளர் அலுத்துக் கொண்டார். கற்பழிப்புக் காட்சி நன்றாக வந்திருக்கிறதாக அவர் சொன்னதை சும்மா கேட்டுக் கொண்டிருந்தேன்.

வாய் அடைத்துப்போய் கதகளி ராட்சஸனாக சிபி நாயர் நாற்காலியில் உட்கார்ந்தான். பக்கத்தில் யாரோ விட்டுப் போயிருந்த ஹவாய் செருப்புகளில், காலை மாற்றி நுழைத்துக் கொண்டான். அவன் உதடுகள் அசைந்தபடி இருந்தன. முகத்தில் கதகளி ஒப்பனை கலைய ஆரம்பித்து, வண்ணங்கள் வடிந்து கொண்டிருந்தன.

வெற்றிலை தீர்ந்துவிட்டது. வாங்கி வருகிறேன். நம்பூதிரி வெளியே போனார்.

நாயர் ஏதோ சைகை செய்தான். எனக்குக் கதகளி முத்திரைகள் புரியாது என்று அவனிடம் சொன்னேன். காகிதத்தில் கடவுள் வசனம் எழுதியது போக மீதமிருந்த இடத்தில், என் பால் பாய்ண்ட் பேனாவை வாங்கிக் கிறுக்கினான்.

உன் அறையில் வைத்திருக்கும் என் பேண்ட்டையும் சட்டையையும் எடுத்து வரணும். எனக்கு உடனே குளித்து அதெல்லாம் அணிந்து சாதாரணமாக வேண்டும். அப்புறம் குரல் கொடுக்கிறேன்.

அவனுக்கு ஒரு கோப்பையில் ஆவி பறக்க பானம் கொண்டு வந்து யாரோ கொடுத்தார்கள்.

நான் என் சலிப்பை வெளியே காட்டாமல் வாசலுக்குப் போனேன். கணீரென்ற சத்தத்தோடு வாசலில் நம்பூதிரியோடு பேசிக்கொண்டு நின்ற பெண், கற்பழிப்புக் காட்சியில் நடித்து இப்போது குரல் கொடுத்து முடித்தவள். பெண் கடவுளாக இருந்திருந்தால் இவளையே கடவுள் குரலும் தரச் சொல்லலாம்.

வெற்றிலையில் சுண்ணாம்பு தடவியபடி நம்பூதிரி எதையோ காட்ட என்னை அருகில் வரச் சொல்லிக் கையசைத்தார். நான் நேரம் இல்லை என்று சொல்லி, கடியாரத்தைப் பார்த்தபடி ஹோட்டலுக்கு காரில் திரும்பினேன்.

வியர்வை வாடையோடு பிளாஸ்டிக் பையில் நாயரின் உடுப்புகள். எடுக்கும்போது, பக்கத்தில் கதகளி ஒப்பனைப் பெட்டியில் இருந்து கனமான குரல் கேட்டது.

'நான் ஊருக்குப் போக வேண்டும். உடனே ஊருக்குப் போக வேண்டும். மாதுளம் பூத்த ராத்திரியில், நிலவிளக்குக் கொளுத்தி, ஆட வேண்டும். அம்பலத்தில் ஆட வேண்டும்.'

அழ ஆரம்பித்த அந்தக் குரல் சிபி நாயருடையதாக இருந்தது.

42. தாமதமாகப் புறப்பட்டவர்

பாங்காங்க்கில் இருந்து ஹோசிமின் சிட்டிக்குப் புறப்பட்டுக் கொண்டிருந்த போது, கோவிந்த மாமனின் ஈமெயில் வந்தது.

'உடனே ஊருக்கு வந்து சேரவும். தாத்தாவின் உடம்பைக் கொண்டு வருகிறார்கள்.'

முதலில் எனக்கு வந்த மெயில்தானா என்று சந்தேகமாக இருந்தது. சேருமிடத்தில் என் விலாசம். அனுப்பிய இடத்தில் மாமனின் பர்மிங்ஹாம் கம்பெனி விவரம். எனக்குத் தான் செய்தி.

ஆனால் தாத்தா? எந்தத் தாத்தா? அப்பாவின் அப்பாவையும் அம்மாவின் அப்பாவையும் தேசலான பழைய புகைப்படங்களில்தான் பார்த்த ஞாபகம்!

கருப்புச் சட்டத்துக்கு நடுவே அட்டணக் கால் போட்டுக் கொண்டு கையில் புகைக்க எடுத்த புகைக் குழாயோடு அப்பாவின் அப்பா இருந்தார். அவர் உட்கார்ந்திருக்கும் நாற்காலியின் கைப்பிடியில் சிங்கத்தின் முகம் தேவையில்லாமல் சிரித்தபடி

இருக்கும். அம்மாவின் அப்பா நெற்றி நிறைய திருநீறும் கழுத்தில் ருத்திராட்சமுமாகத் திருச்சிற்றம்பலம் சொல்ல வாயெடுத்தது போல பனை ஓலைத் தடுக்கில் ஏறி நின்றிருப்பார். காலுக்குக் கீழே, சொக்கலிங்க ஆசாரி அண்ட் சன்ஸ் என்று போட்டோக் கடை பெயர் பெரிய எழுத்தில் பொறித்திருக்கும்.

நான் சின்னப் பையனாக இருந்தபோது, சுபகாரியங்களில் அந்தப் படங்களை வீட்டு முற்றத்தில் வைத்துப் பூ போட்டு விட்டு அலமாரிக்குத் திருப்பி விடுவார்கள். அது அம்மாவும் அப்பாவும் செயலாக இருந்த காலம். அம்மா போய்ச் சேர்ந்து நாலு வருஷமாகி விட்டது. அப்பாவின் நடமாட்டம் எல்லாம் வீட்டுக்குள் ஒடுங்கிவிட்டது. அவரால் இனிமேல் நாங்கள் இருக்கிற தாய்லாந்துக்கோ, நாகு அண்ணன் குடியேறிய ஜப்பானுக்கோ, கோமதியக்கா இருக்கும் பர்மிங்ஹாமுக்கோ வந்து யார் குடும்பத்தோடும் தங்க முடியாது. ஆனாலும் என்ன... மூன்று பேரும் மாசா மாசம் ஆளுக்கு முந்நூறு டாலர் அவர் பெயருக்கு எலெக்ட்ரானிக் டிரான்ஸ்ஃபரில் அனுப்பி விடுகிறோம். வீட்டோடு இருக்கிற தாதிக்குச் சம்பளம் கொடுக்க, அப்பாவுக்கு நல்ல ஆகாரம் தயார் செய்ய, வாராந்திர மெடிக்கல் செக்கப் என்று செலவானது போக, அவர் பேங்க் கணக்கில்தான் மீதித் தொகை வளர்கிறது. அப்பா படிக்க, அவ்வப்போது இன்டர்நெட்டில் புத்தகம் தேர்ந் தெடுத்து வாங்கி அனுப்புகிறேன். போன தடவை, நாகு அண்ணன் ஊருக்குப் போனபோது, ஏர் கண்டிஷனரை எல்லாம் மாற்றி புதிதாக வாங்கி வைத்துவிட்டு வந்தான். அவர் வெளியே நடமாடினால், கார்கூட வாங்கி வாசலில் நிறுத்தி விடலாம்.

ஒருவேளை அப்பா என்று போடுவதற்குப் பதிலாக கோவிந்த மாமன் தாத்தா என்று போட்டு, அப்பாவுக்கும் போகிற வயசு தான். ஆனாலும் அப்படி ஏதாவது நடந்தால், எனக்கும் நேரடித் தகவல் வந்திருக்குமே! அதுவும் உடம்பைக் கொண்டு வருகிற சமாசாரம்.

பேசாமல் கோவிந்த மாமனுக்கே ஒரு பதில் மெயில் கொடுத்து கூடுதல் தகவல் கேட்டால் என்ன என்று யோசித்தபடி ஏர்போர்ட் போய்க் கொண்டிருந்தபோது, நாகு அண்ணன் ஒசாகாவிலிருந்து மொபைல் ஃபோனில் கூப்பிட்டான்.

'தாத்தாடா! அப்பாவோட அப்பா! ஐம்பது வருஷம் முன்னாடி பிரிட்டிஷ் ஆர்மியில் இருக்கறபோது ஒரு குழுவோட இமயமலை ஏறினதாச் சொல்வாங்களே! அங்கேயே பனியிலே எங்கேயோ காணாமல் போய் தகவல் வந்து, பாட்டி பென்ஷன் வாங்கி அப்பாவைப் படிக்க வைச்சத அத்தைப் பாட்டியம்மா ராத்திரி சாப்பிடும் போது கதையா சொல்லுமே! அவரோட உடம்பு இப்பத்தான் கிடைச்சிருக்காம். யாரோ ஜப்பானியப் பெண்கள் கோஷ்டி எவரெஸ்ட் ஏறினபோது ரொம்ப உயரத்திலே தாத்தா, அவங்க கூட வந்த வெள்ளைக்காரத் துரைங்க எல்லாரோட உடம்பும் கிடக்கறதைப் பார்த்தாங்களாம். அந்தப் பனியிலே அம்பது வருஷமா அப்படியே கிடந்தும் கொஞ்சம் கூட அழுகாம, இப்பத்தான் போனது மாதிரி இருந்தாங்களாம் எல்லோரும். அப்புறம் இந்தியன் ஆர்மியிலே தகவல் தெரிஞ்சு, யார் யார்னு பழைய ரிக்கார்டை எல்லாம் தேடிக் கண்டுபிடிச்சு அப்பாவுக்குத் தகவல் அனுப்பியிருக்காங்க. இது நடந்தது முந்தாநாள். அன்னிக்குன்னு கோவிந்தமாமனும் அக்காவும் அப்பாவுக்கு ஃபோன் போட்டுப் பேசினபோது, அவர் வரச் சொன்னாராம் நம்மளை எல்லாம்! அடுத்த வாரம் வந்திடுவாராம். நான் ரெண்டு நாள்லே குடும்பத்தோடு கிளம்பறேன். ரொம்ப அசாதாரணமான காரணம்கிறதாலே, சொன்னதும் லீவு கிடைச்சுடுச்சு. நீயும் அப்படியே சொல்லி வந்து சேர்ந்துடு. இதைவிட்டா நாம எல்லோருமாக் கூடிப் பார்க்க இப்போதைக்கு நல்ல... ஐ மீன், சந்தர்ப்பம் வாய்க்காது.'

மழை பொழிந்த மாதிரி பேசிவிட்டு நாகு அண்ணன் வைத்து விட்டான்.

மாமனும் அக்காவும் உள்ளபடிக்கே வாரக்கடைசியில் ஊருக்குப் போகிறார்கள். ஒரு மாதம் தல யாத்திரை. அப்படியே நேபாளம் போய்விட்டு, தாய்லாந்திலும் எட்டிப் பார்த்துவிட்டு இங்கி லாந்து திரும்புவதாகத் திட்டம். இப்போது அண்ணனும் ஊருக்குப் போகிறான். அவன் சொன்னதுபோல இனிமேல் அடுத்தபடியாக எல்லோரும் சேர்ந்து இருக்கும்போது, அப்போது நிச்சயம் அப்பா இருக்க மாட்டார் என்று ஏனோ தோன்றியது.

சரி, நாமும் கிளம்ப வேண்டியதுதான். நடுவானத்தில் முடிவு செய்து வியத்னாம் வந்ததும், டிராவல் ஏஜெண்டைக் கூப்பிட்டுப்

பேசிவிட்டேன். வரும் சனிக்கிழமை, லதாவும் நானும் இந்தியா வுக்குப் பயணப்பட வேண்டும். பாங்காக் சுகும்வித் வீதியில் இந்திய தூதரகத்தில் நண்பருக்கும் ஃபோன் போட்டு, சிரமப்படா மல் விசா கிடைக்க வழிசெய்தேன்.

•

ஆச்சு. நேற்று ராத்திரி சென்னையில் இறங்கி, டாக்சி வைத்துக் கொண்டு காலையில் நேமத்தான்பட்டி வந்து சேர்ந்தபோது, வீடு ஜே, ஜே, என்று அமர்க்களமாக இருந்தது. கார் சத்தம் கேட்டு கோமதியக்கா வாசலுக்கே ஓடிவந்து லதாவைக் கட்டிப் பிடித்துக் கொண்டாள்.

'பாங்காக்கிலே மூணு வேளையும் கவிச்சி சாப்பிட்டே ரெண்டு பேரும் ஊதிட்டீங்க!' என்றாள் அவளும் கோவிந்தமாமனும் அம்மா சாவுக்குப் பார்த்தது போல அப்படியேதான் இருந்தார் கள். அக்கா, தலையை ஒட்ட வெட்டி பவுன் கலர் சாயம் ஏற்றி புடைவை கட்டிய மார்க்ரெட் தாட்சர் மாதிரித் தெரிந்தாள்.

கோமதியக்கா மகள் கண்ணாத்தா, சட்டென்று பெரிய பெண் ணாக நெடுநெடுவென்று வளர்ந்து ஜீன்ஸும் டெனிமுமாக வந்து, 'அங்கிள், ஆன்ட்!' என்று நுனிவிரலைப் பிடித்துக் குலுக்கி விட்டு கொல்லைப் பக்கம் ஓடினாள். அங்கே நாகு அண்ணனின் இரட்டைப் பசங்கள் கராத்தே போட்டுக் கொண்டிருந்தது வாசலிலிருந்தே தெரிந்தது.

'கண்ணாத்தா நில்லு, நில்லு.' லதா அவளுக்காக வாங்கி வந்த தாய் சில்க் பாவாடையைக் கொடுக்கக் கூப்பிட்டாள். பதினைந்து வயதுக்கார தாய்லாந்துப் பெண்ணுக்குத் தழையத் தழைய வரும் அந்தப் பாவாடை, இவள் இங்கிலீஷ் உயரத்துக்கு முட்டிக் காலுக்குத்தான் வரும்.

கண்ணாத்தா திரும்பி வந்து, 'கால் மீ கண்ணா, ப்ளீஸ்... தாங்க்ஸ் ஆன்ட்டி!' என்று பாவாடையைத் தோளில் அங்கவஸ்திரம் மாதிரி போட்டுக்கொண்டு சாமுராய் வீரர்களுக்கிடையே சமாதானம் செய்யப் போனாள்.

அப்பாவைப் பார்க்கப் போனோம். அவர் ஜப்பானிய எழுத்துப் பொறித்த பனியனும் லுங்கியும் முகத்தில் நாலு நாள் தாடியுமாக கோவிந்தமாமனிடம், கேபிள் டி.வி.யில் பார்த்த கவுண்டமணி

செந்தில் காமெடி பற்றிப் பேசிக் கொண்டிருந்தார். அவர் வயதுக்கு, பனியனும் சினிமா காமெடியும் ஏனோ பொருந்தி வரவில்லை. தாத்தா நினைவில், ஏதாவது அரைவார்த்தை ஒரு வார்த்தையாவது அவர் அவ்வப்போது பேசிக் கொண்டிருந் தாலும் இதமாக இருந்திருக்கும்.

சட்டென்று எனக்கு தாத்தா மேல் கோபம் வந்தது. என்ன மனுஷன் இவர்? யார் எக்கேடு கெட்டால் என்ன என்று உசர மான மலை ஏறி ஒரு ஐம்பது வருஷம் போலப் பனித்தரையில் குப்புறப் படுத்துக்கொண்டு அப்பா படித்து ஆளாகியதும், அம்மா வீட்டுக்கு விளக்கேற்றி வைக்க வந்ததும், எங்களை எல்லாம் பெற்றுப் போட்டு வளர்த்துவிட்டுப் போய்ச் சேர்ந்ததும் இன்னும் லதா, கோவிந்து மாமன், கண்ணா. அவள் தோளைப் பிடித்துத் தொங்கிக்கொண்டு வரும் குட்டி ஜப்பானியர்கள். யாரையாவது, எதைப் பற்றியாவது தெரியுமா இவருக்கு? திடுதிப்பென்று இப்படி வந்துசேர நாள் குறித்து, எல்லாரையும் வரவழைத்து, வந்தாலும் பேசப் போவதில்லை. அரைமணி நேரமோ ஒரு மணி நேரமோ வாசலில் கிடத்தி காற்று வாங்கிவிட்டு, அரளிப் பூ மாலையோடு கிளம்பிவிடப் போகிறார்.

‘போய்க் குளிச்சிட்டுச் சாப்பிடுங்க. நாகு சம்சாரம் அமர்க்களமா வாலை மீனை சூஷி குக்கிங் பண்ணியிருக்கா. உனக்கு சூஷி தெரியுமில்ல? சமைக்காமலேயே பாகம் பண்றது! நானே மூணு துண்டம் சாப்பிட்டு மாத்திரை போட்டுக்கிட்டேன்னா பார்த்துக்க!’ அப்பா வாயில் பச்சை மீன் வாடையடிக்கச் சொன்னார். அவர் காலைத் தொட்டுக் கும்பிட்ட லதா முகத்தைப் பார்த்தபோது, அவள் நாளைக்கு அண்ணிக்குப் போட்டியாக தாய்லாந்து ஸ்டைலில் மீன் சமைத்து, வீடு முழுக்க வாடையைப் பரப்புவாள் என்று நிச்சயமாகத் தெரிந்தது. இவர்கள் எல்லோரையும் மெல்லத் தவிர்த்துவிட்டு பக்கத்தில் எங்கேயாவது உடுப்பி ஹோட்டல் இருந்தால், போய் மிளகு ரசமும் நெல்லிக்காய் ஊறுகாயுமாகப் பசியாறி வரவேண்டும் என்று நினைத்துக்கொண்டேன்.

●

சாப்பிட்டுக் கொண்டிருக்கும் போது நாகு அண்ணன் காரில் வந்து இறங்கினான். கூடவே அவன் உள்ளூர் சிநேகிதன் கோபால்ராவ்.

இரண்டு பேரும் சேர்ந்து ஒரு பெரிய அட்டைப் பெட்டியை உள்ளே தூக்கி வந்து வைத்தார்கள்.

‘சாப்பிட்டியாடா? லதா எங்கே?’ என்றான் நாகு அண்ணன்.

மரியாதைக்கு, அண்ணி சமையலைப் பாராட்டிவிட்டு, லதா மீன் தின்று கொண்டிருப்பதாக இங்கிலீஷில் அறிவித்தபோது, கையை நாப்கினில் துடைத்தபடி லதா உள்ளே இருந்து வந்தாள்.

கோபால்ராவ் பேங்க் மேனேஜர் என்று எப்போதோ அறிமுகப்படுத்தியிருந்ததை ஞாபகம் வைத்திருந்த லதா என் காதில், ‘டாலர் டிராவலர்ஸ் செக்கை இவர்கிட்டே கொடுத்து ரூபாயா மாத்துங்க. என்ன செலவு வருமோ!’ என்றாள். அவளுக்குப் பட்டுப் புடைவைச் செலவு இருப்பது எனக்குத் தெரியும்.

‘கோபாலு! சூஷி சாப்பிடு. இம்புட்டு ருசியா நீ கடல் வாழைக்காய் சாப்பிட்டே இருக்க மாட்டே உன் ஜன்மத்திலே!’ அண்ணன் கோபால்ராவிடம் சொன்னான். நான் அவர்கள் இரண்டு பேரும் அட்டைப் பெட்டியிலிருந்து சின்னச் சின்னதாக வெள்ளியில் வினாயகர்களை எடுத்துத் தரையில் வைப்பதைப் பார்த்துக் கொண்டிருந்தேன். ஜப்பானில், நண்பர்கள் மற்றும் ஆபீஸ் அதிகாரிகள் வீட்டு வரவேற்பறையில் அலங்காரமாக வைக்கத் தருவதற்காக இருக்கும்.

கோபால்ராவ் என்ற மாத்வர் ஜாக்கிரதையாக மீன் சாப்பிட ஆரம்பித்த பொழுது, நான் அப்பாவின் முன்னறைக்குப் போனேன். தாத்தாவைப் பற்றி விசாரிக்க வேண்டும். அவருக்கு ஏழெட்டு வயதானபோதே தாத்தா போய்விட்டதால் நினைவில் இருப்பது சொற்பமாகத்தான் இருக்கும். ஆனாலும் பாட்டியம்மா சொல்லாமலா இருந்திருப்பாள்? அதையெல்லாம் ஒவ்வொன்றாக நினைவுக்குள் வரவழைத்து மற்றவர்களுக்கும் சொல்லவைத்து தாத்தா உடம்பு வந்து போகும் போது அவரை எதிர்கொள்ளத் தகுந்த சூழ்நிலையை உண்டுபண்ண வேண்டும்.

அப்பாவின் கட்டில் பக்கத்து பர்சனல் கம்ப்யூட்டரில் கண்ணாத்தா, மைக்கேல் ஜாக்சனின் விசிடியைப் போட்டு உரக்க வைத்து, கூடவே ஆடிக் கொண்டிருந்தாள்.

'இவன் நிசமா ஆம்பளை இல்லே!' - அப்பா பேத்தியிடம் திரும்பத் திரும்பச் சொல்லிக் கொண்டிருந்தார். அண்ணன் பசங்கள் ஒரு இன்ச் டேப்பால் அப்பாவின் வயிற்றைச் சுற்றி அளந்துவிட்டு, டிஜிட்டல் டைரியில் குறித்துக்கொள்ள அவர் களோடு அப்பாவும் சிரித்தார். தாத்தா பற்றி கேட்க இப்போது சரிப்படாது.

வாசலில் யாரோ கூப்பிடுகிற சத்தம். யாரென்று போய்ப் பார்த்தேன். பனையோலையில் பின்னிய நட்சத்திரம் மாதிரி எதையோ கையில் பிடித்துக்கொண்டு, ஒரு சின்னப் பெண் நின்று கொண்டிருந்தாள்.

'நாச்சியா இல்லீங்களா?' அவள்தான் கேட்டாள்.

கண்ணாத்தா உள்ளே இருந்து வந்து, நட்சத்திரத்தைக் கையில் வாங்கிக்கொண்டு, 'அங்கிள்! நான்தான் டிசைன் ஸ்பெசிபி கேஷன் கொடுத்து செய்யச் சொன்னேன். ஹவ் ப்யூட்டிஃபுல் பார்த்தீங்களா? இவளுக்கு இந்தியப் பணம் கொடுக்கணும். பர்ஸை எடுங்க!' என்றாள். நான் கிரெடிட் கார்ட்தான் சட்டைப் பையில் வைத்திருப்பதாகச் சொன்னேன். அவள் உள்ளே போய் நாகு அண்ணனிடம் ஐம்பது ரூபாய் நோட்டை வாங்கிவந்து அந்தப் பெண்ணிடம் கொடுத்தாள்.

'மீதி நாப்பது ரூபா இல்லீங்களே...' என்றவளை, 'கீப் த சேஞ்ச்' என்றது எப்படியோ புரிந்து, அந்தப் பெண் ஓட்டமும் நடையு மாக வாசலுக்கு விரைந்தாள். வெளிதேசத்துப் பெண் முடையச் சொல்லிக் கொடுத்த நட்சத்திரங்கள் நல்ல விலைக்குப் போகும் என்று அவள் நம்பத் தொடங்கியிருக்கலாம்.

இரண்டாம் கட்டுக்குப் போனேன். அங்கே கோவிந்தமாமன் ஏ.சி.க்குப் பக்கத்தில் தரையில் துண்டு விரித்து படுத்துக் கொண் டிருந்தார். கடைவாயில் எச்சில் வடியத் தூங்குகிற பிரிட்டிஷ் பிரஜை. ரிடையர் ஆனதும், அடுத்த தேர்தலில் அங்கே சுயேச்சை யாகப் போட்டி போடப் போவதாகச் சொல்லிக் கொண்டிருக் கிறார்.

தாத்தா படத்தைத் தேடி, வீடு முழுக்கச் சுற்றி வந்தும் பிரயோஜன மில்லை அப்பா எங்கேயாவது பத்திரப்படுத்தி வைத்திருப் பாரோ? அவர் அறையில் திரும்ப எட்டிப் பார்த்தேன். அவரும் தூங்கிக் கொண்டிருந்தார்.

சாயந்தரம். அண்ணி, விளக்கு ஏற்றி வைத்துவிட்டு இந்தியில் பஜனைப் பாட்டு பாடினாள். ஒசாகாவில் ஒரு குஜராத்தி மாதர் சங்கம் இருப்பதாகவும், அண்ணி அங்கே அங்கத்தினராகி இதெல்லாம் கற்றுக்கொண்டதாகவும் லதா என்னிடம் சொன் னாள். வெண்ணெயில் பொறித்த மீன் சாப்பிடுவதற்குப் பதிலாக கிரமமாக சூஷி சாப்பிட்டு வந்தால் உடம்பு சதை போடாது என்று அண்ணி சொன்னதாகவும் சொன்னாள். நாளைக்கு மதியம், அவளையும் கோமதியக்காவையும் அழைத்துக் கொண்டுபோய் பட்டுப் புடைவை வாங்கிக் கொண்டுவர கார் ஏற்பாடு செய்யப்பட்டிருக்கிறதாம்.

அண்ணன் கொண்டுவந்த ஹவானா சுருட்டை, அப்பா நிதான மாகப் புகைத்தபடி மர ஸ்டூலில் உட்கார்ந்து அண்ணியின் பக்திப் பாட்டுகளைக் கேட்டுக் கொண்டிருக்க, தாதி அவர் மேல் உடம்பைத் துடைத்து பவுடர் ஒற்றிக் கொண்டிருந்தாள்.

ராத்திரி. நல்ல வேளையாக கோமதியக்கா, எங்கேயோ இருந்து மாவு வரவழைத்து எல்லோருக்கும் இட்லி ஊற்றிக் கொடுத் தாள். சாப்பிட்டுவிட்டுக் கூடி உட்கார்ந்து பேசிக் கொண்டிருந் தோம். எல்லோருக்கும் மற்றவர்களுக்குச் சொல்ல நிறைய இருந்தது. இப்படி ஒரு காரியமாக வந்துவிட்டு தலயாத்திரை போகலாமா என்றும் கோமதியக்கா சந்தேகம் கேட்டாள்.

இங்கிருந்து கோவா போய் பத்து நாள் காற்றும் கடலுமாகப் பொழுதுபோக்கியதற்கு அப்புறம் எல்லாக் கோயிலுக்கும் போகலாம் என்றும், அதற்குள் தீட்டுப்போய் விடும் என்றும் நாகு அண்ணன் சொன்னான். அண்ணன் பசங்களை மடிக்கு ஒத்தனாகப் படுக்க வைத்துக்கொண்டு, நான் அவ்வப்போது தாத்தாவைப் பற்றி பேச்சைத் திருப்பப் பார்த்தாலும் அது தன்பாட்டுக்கு லண்டன், டோக்கியோ, பாங்காக் என்று போய்க் கொண்டிருந்தது. அப்பா மட்டும் ஒரே ஒரு தடவை தாத்தாவை நினைவு கூர்ந்தார். அவரும் சுருட்டுப் பிரியர் என்று பாட்டியம்மா சொல்லியிருப்பதாகத் தெரிவித்தார்.

ராத்திரியில் நல்ல உறக்கத்தில் கண்ணாத்தா ஏதோ கனவு கண்டு அலறியதும், அண்ணி கொழுமோர் காய்ச்சிக் கொடுத்ததும் நினைவின் விளிம்பில் எட்டிப் பார்த்துக்கொண்டிருக்க எப்போது தூங்கினேன் என்றே தெரியவில்லை.

எழுந்தபோது விடிந்து நெடுநேரமாகி இருந்தது. வீடு முழுக்க ஒரே சத்தம்.

'எல்லாம் சரிதான் சார். கொஞ்சம் அட்வான்ஸ் இன்ஃபர்மேஷன் கொடுத்திருக்கலாமில்லே. நாங்க ஒரு ஏற்பாடும் பண்ணலை. உங்ககிட்டே இருந்து முன்னால வந்த தகவலை வச்சு நாளை மறுநாள்தான் எதிர்பார்த்துக்கிட்டிருந்தோம்' கோவிந்தமாமனின் குரல் தூக்கலாகக் கேட்டது.

எழுந்து போனேன். வரவேற்பறையில், ராணுவ உடுப்பில் நாலு பேர் காபி சாப்பிட்டுக் கொண்டிருந்தார்கள். வாசலில் ராணுவ மோட்டாரிலிருந்து பெட்டியை இறக்கிக் கொண்டிருந்தார்கள். சவப்பெட்டி. தாத்தாதான்.

'வீ ஆர் ரியலி சாரி! பேஸ் கேம்பில் இருந்து உடம்பை டெல்லிக்கு எடுத்து வந்தபோது, திடீர் சீதோஷ்ண மாற்றத்தாலே கெட ஆரம்பிச்சுடுச்சு. இனியும் தாமதிக்க வேண்டாம்னுதான் ஏர்போர்ஸ் விமானத்திலேயே...' மூத்த அதிகாரி சமாதானம் சொல்லிக் கொண்டிருந்தார்.

'டெலிவிஷனுக்கு ஃபோன் பண்ணிச் சொல்லிட்டோம்' இன்னொரு அதிகாரி அவசரமாகச் சேர்த்தார். முக்கியமான ஒரு நிகழ்ச்சி பெரிய அளவில் பார்வையாளர்களைச் சென்றடைவ தற்கு, தன்னாலான பணியைச் செய்த நிம்மதி அவர் முகத்தில் தெரிந்தது.

அப்பாவைத் தேடினேன். உள்ளே பிளக் பாயிண்ட் பக்கம் நாற்காலி போட்டு உட்கார்ந்து எலக்ட்ரிக் ஷேவரால் முகம் மழித்துக் கொண்டிருந்தார். பல் செட் சுத்தம் செய்யப்பட்டு அவருடைய பெர்சனல் கம்ப்யூட்டர் மேல் வைக்கப்பட்டிருந் தது. வெள்ளை ஜிப்பாவையும் அகலக்கரை வேட்டியையும் அயர்ன் செய்து ஹாங்கரில் மாட்டிவிட்டு 'குளிக்க வெந்நீர் தயார்!' என்றாள் தாதி.

கண்ணாத்தாளின் வீடியோ கேமரா விர்ரிட்டுக் கொண்டிருந்தது. தாத்தா இருந்த பெட்டியையும் மிடுக்காக நின்ற ராணுவ அதிகாரி களையும் அதில் உற்சாகமாக அடக்கிக் கொண்டிருந்தாள் அவள். அண்ணன் பசங்களை ஆம்லெட் போட்டுத் தரும்படி நச்சரித்துக் கொண்டு கண்ணாத்தாவின் வீடியோவுக்கு, விதவிதமாக போஸ் கொடுத்துக் கொண்டிருந்தார்கள்.

குளித்துவிட்டு கருப்பு சஃபாரியில் வந்த நாகு அண்ணன், என்னையும் குளித்துவிட்டு வரச் சொன்னான். என்னிடம் கருப்பு நெக் டை இருந்தால் கோவிந்த மாமனுக்குக் கொடுக்கச் சொன்னான். வீட்டுப் பெண்களின் சத்தம் மாடியில் கேட்டுக் கொண்டிருந்தது.

நான் பெட்டிக்குப் பக்கத்தில் நகர்ந்து மூடியைத் திறந்தேன்.

'வேணாம் சார். பார்க்க அவ்வளவு நல்லா இருக்காது!' என்றார் ராணுவ அதிகாரி.

துணியை அகற்றி, தாத்தாவைப் பார்த்தேன். எகிப்தியப் பேரரசனின் பாதுகாக்கப்பட்ட மம்மி போல தோற்றம். பெரிய மீசையும் இறுகிப் போன தாடையுமாக முகம் அந்நியமாகத் தெரிந்தது. இந்த ஐம்பது வருஷம் அவர் உயிரோடு இருந்தால் கூட அப்படித்தான் இருந்திருக்கும். அயலார் வீட்டு வாசலில் நிர்வாணமாகக் கிடப்பது போல, அவர் முகத்தில் பயமும் மிரட்சியும் அனாதைத்தனமும் கவிந்திருந்தது.

'அப்படியே சோகமா பார்த்தபடி நில்லுங்க அங்கிள். முகம் மட்டும் வெளியே தெரியற மாதிரி துணியைப் பிடிச்சுக்குங்க!' கண்ணாத்தா வீடியோ கேமராவோடு பக்கத்தில் வந்தாள்.

'சென்னையிலிருந்து டி.வி.க்காரங்க வந்துக்கிட்டிருக்காங்க...' வாசலில் இருந்து கோபால்ராவின் குரல் இரைச்சலாக வந்த போது, கருப்புச் சால்வையைப் போர்த்திக்கொண்டு அப்பா கண் கலங்க ஆரம்பித்தார்.

43. சங்கை

இன்றைக்கும் மாடிப்படிகளைக் கனவில் கண்டு விழித்துக் கொண்டான். திரும்பத் திரும்ப வருகின்ற படிகள். ஒவ்வொரு கனவிலும் ஒவ்வொரு சூழ்நிலையில். காரை பெயர்த்து, சின்னச் செடிகள் இடுக்குகளில் துளிர்விட்டு, மலைப்பிரதேசத்தில் எங்கேயோ திடுமென்று ஆரம்பிக்கிறதாக ஒரு தடவை வந்தது. ‘சீவன்னா மானா உபயம்’ என்று கொத்திவைத்த படிகளில் ஏறிக் கொண்டே வரும்போது காலில் அசுத்தம் ஒட்டுகிறது. எல்லாப் படியிலும் யாரோ குத்தி உட்கார்ந்து கழிவு நீக்கி இருக்கிறார்கள். படியின் கூர்மையான முனையில், அழுத்தித் தேய்த்துத் தேய்த்துக் காலை சுத்தம் செய்ய, பாதத்தில் விநோதமான எரிச்சல். விழித்துக் கொண்டபோது, காலைப் பிராண்டிக் கொண்டிருந்த எலியோ எதுவோ குதித்து மறைந்து போனது. அப்போது கால் கழுவ வேண்டுமென்று தோன்றினாலும் தண்ணீர் இல்லாததால் முடியவில்லை.

அப்புறம் ஒரு தடவை அந்தப் படிகள் குளத்தில் தொடங்கி மேலே வருகின்றன.

இவனும் ரங்கசாமி மாமாவும் குளத்தில் சாவகாசமாகக் குளித்து விட்டுக் கிளம்புகிறார்கள். மாமா, கையில் நஞ்சங்கூடு பல்பொடி, சித்தனாதன் விபூதி, லைப்பாய் சோப் என்று மொத்தமாகப் பிடித்துக்கொண்டு, மதுரை மணி ஐயர் குரலில் இங்கிலீஷ் நோட் பாடிக்கொண்டு வருகிறார். திடீரென்று மேல்படியிலிருந்து பெண்கள் உருளி உருளியாகப் பால் பாயசத்தைக் கவிழ்க்கிறார்கள். படிகளில் வழிந்து வருகிற பாயசத்தைத் தண்ணீரில் நின்று பெண்களும் குழந்தைகளும் எடுத்து எடுத்துச் சாப்பிடுகிறார்கள். 'குழந்தை வேணும்னு யாரோ படிப் பாயசம் நேர்ந்திருக்காங்க போல இருக்கு. நாம மேலே ஏறவேண்டாம். இப்படியே ஆத்தோட போய், அடுத்த படித்துறையில் ஏறிக்கலாம்.'

மாமா இறந்துபோய் எத்தனையோ வருஷமாகிவிட்டது. நஞ்சங்கூடு பல்பொடியைக் கூடப்பார்த்து நாளாகிறது. என்றாலும் பழக்கமான மனிதர்களும் பொருள்களும் கனவில் வரலாம். ஆனால் இந்தப் படிகள் எங்கிருந்து திரும்பத் திரும்ப வருகின்றன என்று தெரியவில்லை.

இன்றைக்குக் கனவிலும் அதே படிகளில்தான் ஏறிக் கொண்டிருக்கிறான். லாரி இரைச்சல், பம்ப் அடிக்கிற சத்தம், மோட்டார் ஒர்க் ஷாப்பில் இன்ஜின் இரைத்து இரைத்து ஓடுகிற சத்தம் என்று குழப்பமாகக் கேட்டுக் கொண்டிருக்க அவன் படியேறியேறி பக்கத்து ஸ்டோரில் போய்ச் சேருகிறான். தெலுங்கு பேசுகிற பழைய புத்தக வியாபாரிகள் வரிசையாகக் குடியிருக்கிற ஸ்டோர் அது. யாரோ அரசர் மானியம் கொடுத்துக் குடியமர்த்தியது போல் எல்லோரும் அங்கே சேர்ந்தே இருந்தார்கள். எல்லோரிடமும் பெரிய கேரியர் வைத்த சைக்கிள் உண்டு. அதில் பழைய புத்தகங்களைச் சுமந்து கொண்டுபோய் நடைபாதைகளில் கடை போடுவார்கள். ராத்திரி ஒவ்வொருத்தராகத் திரும்பி வந்து சாப்பிட்டானதற்கு அப்புறம், வெகுநேரம் கண்விழித்துப் பேசிக் கொண்டிருப்பார்கள். அவர்கள் வீட்டுப் பெண்கள் அடிக்கடி சண்டை போட்டுக் கொள்வார்கள். பரஸ்பரம் தலையில் பேன் பார்த்துக் கொண்டு பழைய புத்தகங்களை விமரிசனம் செய்து சிரிப்பார்கள். எல்லோர் வீட்டுத் திண்ணையிலும் ஒரு பொதி, பழைய புத்தகங்கள் இருக்கும்.

இன்றைய கனவிலும் எல்லா வீடுகளிலும் பழைய புத்தகங்களைப் பிரித்து அடுக்கி, பழைய சைக்கிள் கேரியர்களில் வைத்துக் கட்டிக்கொண்டு இருக்கிறார்கள். இவன் வரும்போது,

ஸ்டோர் கோடியில் ஒரு வீட்டு வாசலில் மூன்று குழந்தைகளுக்கு எண்ணெய் தேய்த்து விட்டுக் கொண்டிருக்கிற பெண்ணின் பெரிய பின்வசத்தில், இவன் பார்வை நிலைக்கிறது. அசைந்து அசைந்து மனத்தை அலைக்கழிக்கிற பின்புறம். அவள் வீட்டுக் காரன் பின்னாலிருந்து தோளைத் தொட்டு 'எஸ்.எஸ்.எல்.சி. கோனார் தமிழ் உரை வேணுமா?' என்கிறான். அந்தப் பெண் இவனுக்கு முதுகைக் காட்டிக் கொண்டு இன்னும் மும்முரமாக எண்ணெய் தேய்த்துக் கொண்டிருக்கிறாள்.

விழித்துக் கொண்ட போதுதான் பக்கத்து ஸ்டோரில் இருப்ப தாகவே நினைத்தான். இவன் இருக்கிற மாடி அறையிலிருந்து அந்த ஸ்டோரின் சகல அசைவுகளும் தெரியும். அந்தப் பெண்ணை அவன் தினம் பார்க்கிறான். ஸ்டோரின் மூன்று பொதுக் கழிவறைகளில் ஏதாவது ஒழிவாகிறதை எதிர்பார்த்து, கையில் பக்கெட்டோடு அங்கேயே உலாத்தியப் படிக்குக் காலையிலும், மீனோ ஏதோ அரிந்து போட்டுத் தேய்த்துக் கொண்டு மதியத்திலும், சாயங்காலத்திலும் பார்த்திருக்கிறான். ஒரு வாரமாகக் காய்ச்சல் என்று வேலைக்கு லீவு போட்டு படுத்துக் கிடந்ததில், அவள் குரல்கூடப் பழக்கமாகிப் போயிருக் கிறது. ஆனால் அவளுக்குக் குழந்தைகள் இருப்பதாகத் தெரிய வில்லை.

மணி பார்த்தான். பன்னிரண்டரை. சிறுநீர் கழித்துவிட்டு வந்து படுக்க வேண்டும்.

கழிவறைக்குப் போனபோது விளக்கு எரியவில்லை. இருட்டில் உள்ளே போய்ச் சிறுநீர்க் கழிக்க பயமாக இருந்தது. போன வாரம் பக்கத்து அறைக்காரனுக்குச் சொந்தமென்று ஊரிலிருந்த வந்த சில பையன்கள் பகல் முழுவதும் உக்கிரமாக பிளாஸ்டிக் வயர்க்கூடை பின்னிக் கொண்டிருந்துவிட்டு - இது அவர்கள் ஊர்ப்பழக்கம் போலிருக்கிறது. இங்கேயானால் அதையெல் லாம் பெண்கள் மட்டும்தான் செய்கிறார்கள். அவர்களில் யாரையோ தேள் கொட்டிவிட்டது. அவன் அலறிய அலறல் இன்னும் நினைவு இருக்கிறது. இப்போது விளக்கு வேறு இல்லை. மாதம் பிறந்து கோபாலன் வாடகைக்கு வந்து நிற்கும் போதுதான், இதற்கு மறுபடி வழி பிறக்கும். அதுவரை ஒன்றுக்குப் போகாமல் இருக்கமுடியுமா? ஓரமாகத் தெருவில் உட்கார வேண்டியதுதான்.

கீழே இறங்கி வந்தான். பக்கத்து வீட்டு வாசலில் இன்னும் சத்தம் கேட்டுக் கொண்டிருந்தது. 'அப்ளிகேஷன் பம்ப்பிஸ்தாரு; ஈதொங்காப்பில்லலுகு எனிமிதிருபா ஈய...' பழைய புத்தக வியாபாரிகள் கல் படிக்கட்டில் உட்கார்ந்து உரக்கப் பேசிக் கொண்டிருந்தார்கள். அந்த ராத்திரியில் இப்படித் தூக்கம் விழித்துத் தீவிரமாக விவாதிக்கிற அளவு, பழைய புத்தக வியாபாரத்தில் விஷயம் இருப்பது ஆச்சரியமாக இருந்தது. ஒரு தொழிற்சங்கம் அமைப்பது பற்றி, நடைபாதை வியாபாரத்தில் ஏற்படும் பிரச்னை கள் பற்றி அமைச்சரிடம் மனு கொடுப்பது பற்றி - எதுவாக வேண்டு மானாலும் இருந்துவிட்டுப் போகட்டும். இப்போது இவர்கள் கவனத்தைக் கவராமல் தெருவில் மூத்திரம் போக வேண்டும். அது எவ்வளவு தூரம் சாத்தியம் என்று தெரியவில்லை.

'என்ன சார் வேணும்?' - வாசலில் நின்றவனைக் கேட்டவன் இவனிடம் கனவில் 'கோனார் நோட்ஸ் வேணுமா?' என்று விசாரித்தவன்தான். கனவில் அவன் மனைவியின் பிருஷ்டத்தை வெறித்துவிட்டு, அவனோடு இப்போது சுபாவமாகப் பேசச் சங்கடமாக இருந்தது. இன்னும் ஆச்சரியமான விஷயம் ஒன்றும் உண்டு. அந்த ஸ்டோரில் யாரிடமும் இவன் இதுவரை பேசிய தில்லை. ராத்திரியில், மூத்திரம் போக நிற்கிற நேரத்தில் கூடப் புதிய சிநேகிதம் ஏற்படலாம். தடையில்லை.

'ஏதாவது வேணுமா சார்?' அவன் திரும்பக் கேட்டான்.

'கோனார் நோட்ஸ்' என்றால் அவனிடம் என்ன ரியாக்ஷன் உண்டாகும்.

'டாய்லெட்டில் விளக்கு இல்லை, அதான்!'

'இங்கே வாங்க சார். நம்ம வீட்டுலே மூணு கக்கூஸ் இருக்கு.'

'பரவாயில்லேங்க! நான் அப்புறமா...'

'அட வாங்க சார். ஆத்திரத்தை அடக்கினாலும் மூத்திரத்தை அடக்க முடியுமா? சும்மா சங்கோஜப் படாம வாங்க!'

இன்னும் இரண்டு பேர் 'ஆமா ஆமா' என்று ஆமோதித்தார்கள்.

முதல் தடவையாக அந்த ஸ்டோருக்குள் அடியெடுத்து வைத்தான். கூடவே அவர்கள் வழிகாட்ட, விளக்குப் போட என்று வந்தார்கள். இருட்டில் வீடுதோறும் அடுக்கி வைக்கப்பட்டிருந்த புத்தகக் கட்டுகள் தனி மணத்தைக் கிளப்பிக் கொண்டிருந்தன.

‘தண்ணி இந்தாங்க’ கோனார் நோட்ஸ்காரன் கொடுத்தான். இந்த வாளி கூடக் கனவில் வந்ததுதான். தினசரி காலையில் அவன் மனைவி இதை எடுத்துக் கொண்டுதான் இங்கே நடை பழகு கிறாள். அவள் பின்வசத்தைக் கனவில் வெறித்தது இப்போது இந்தக் கழிவறை வாடையில் அசங்கியமாகப்பட்டது. இனி எப்போதாவது, வேறு ஏதாவது ஒரு சமயத்தில் அது சந்தோஷ மான அனுபவமாக மனத்தில் அசைபோடப்படலாம்.

‘தேங்க்ஸுங்க.’

‘தேங்க்ஸ் சார்.’

அவனை வழியனுப்பி வைத்துவிட்டுத் திரும்பவும் அவர்கள் பேச உட்கார்ந்தார்கள். ராத்திரி முழுவதும் விவாதித்துக் கொண்டிருக்க அவர்கள் முடிவு செய்திருக்கலாம். அந்த மூன்று பொதுக் கழிவறைகளின் வாடையும், கையில் வாளியோடு எல்லோரும் அறிய, கழிவறைகளை உபயோகிக்க எல்லோரும் காத்துக்கிடக்க வேண்டி இருப்பது, அவர்கள் மனத்தில் பசுதர்மம் அடிக்கடி தலைதூக்காதவாறு ஏதோ விதத்தில் தடுத்திருக்கலாம். சாயந்தரங்களில் அங்கே கேட்கிற குழந்தைகளின் இரைச்சலைத் தவிர்த்துப் பார்த்தால் இது சாத்தியமானதுதான்.

அவன் அறைக்குத் திரும்ப மாடிப்படி ஏறிக்கொண்டிருந்த போது, இந்தப் படிகள்தானா கனவில் திரும்பித் திரும்ப வருபவை என்ற ஒரு சந்தேகம் எழுந்தது. இத்தனை ஒடுக்கமான படிகளாக அவை ஒரு போதும் வந்ததில்லை என்ற நினைவும் கூட வந்தது.

44. தலை

'கணேசனைக் காணலை சித்தப்பா!'

மாலதிதான் தகவலை அறிவித்தது.

சித்தப்பாவாகப்பட்டவர், பத்து நிமிஷம் முன்னால், மழுங்க சிரைக்கப்பட்ட தலையில் ரணரணவென்று படர்கிற நமைச்சலை சிட்டிகைப் பொடியில் துடைத்தெறியப் பார்த்து, மூக்குத் தோல் பொசுங்கி கண்ணும் சேர்ந்து எரிய, அரையில் நாலு முழம் சாய வேட்டி மட்டும் உடுத்தி நிற்கிறவர்.

கடலோர ஆந்திரப் பிரதேசத்துக் கிராமத்திலிருந்து கிளம்பி வந்ததாகத் தோன்றுகிற ஒரு கூட்டம். ஆண் பெண் அடங்கலாக வழுவழுத் தலைகளாகவும், கனல்பக்கம் வாய்க்குள் வைத்துப் பிடித்த சுருட்டுகளாகவும் சாவதானமாக நடந்து போகிறது. புலர் காலைப் பொழுதின் பனி மூட்டம் தீர விலகி, உறைக்காத வெயிலும் பக்தியும் மணமும் கவிந்த திருமலை திருப்பதி.

'குழந்தை என்னமோ சொல்றா... எட்மாஷ்வாள்... முண்டிதமான சுந்தரிகளைத் துரிச்சு நோக்கிண்டு மெய்மறந்து நிக்கறார்.'

சித்தி காது மெஷினை ஆன் செய்தபடிக்கு நொடித்துக் கொண் டாள்.

மாலதி எக்கி, சித்தப்பாவின் தோளைத் தொட்டு உலுக்கி, ‘கணேசனைக் காணோம் சித்தப்பா! அம்பிகாவோட ரெண்டாம் பிள்ளை!’ என்று சுவர்க்கோழி போலக் கிரீச்சிட்டான்.

சித்தப்பா அம்பலப் புழையில் பள்ளிக்கூட ஹெட்மாஷாக, அதாவது ஹெட்மாஸ்டராக இலக்கண வகுப்பு எடுத்து, சுதந்தர தினத்தில் கொடியேற்றிப் பிரசங்கம் செய்து, நாற்பது வருஷ காலமாகத் தோய்க்கப்படாத கருப்பு வெல்வெட் தைத்த கோட்டில், சாக்பீஸ் துண்டும் பொடிமட்டையுமாக நாலு வருஷம் முன்னால் ரிடையரானவர். மலையாளத்திலும் இங்கிலீ ஷிலும் அசாத்திய பாண்டித்தியம்.

அப்பேர்க்கொத்த திறமைசாலியின் நிர்வாகத் திறனில் நம்பிக்கை வைத்துத்தான், பாலக்காட்டிலிருந்து இருபத்தைந்து பேர் கோஷ்டியாக அவர் தலைமையில் திருப்பதி வந்தது. பெண்கள் - பக்கத்து வீட்டு பார்கவி, போத்தியின் சக தர்மிணி வனஜாட்சி, குரூப்பின் வீட்டுக்காரி காச்சி என்ற கமலாட்சி, சாந்தினி, அப்புறம் நண்டும் சிண்டுமாக அவர்களின் குழந்தைகள்.

எல்லா வீட்டிலும் புருஷன்மார்களுக்கு லீவு கிடைக்கவில்லை. ஒரு நாலுநாள் பிக்கல் பிடுங்கல் இல்லாமல் சுகப்படுவோம் என்று பொண்டாட்டி, குழந்தை குட்டிகளை இந்தக் கிழவர் மேற்பார்வையில் அனுப்பி வைத்திருக்கிறார்கள். திரும்பக் கொண்டுபோய் கணக்கு ஒப்பிக்க வேண்டும்.

‘மாலதி! பசங்களை நிக்கச் சொல்லு, எண்ணிடறேன்!’ சித்தப்பா வெகுளியாகச் சொன்னார்.

கல்யாணக் கூடத்தின் முன்னால் திக்கும் திரக்குமாக வழிகிற ஜனம். பொரிகடலை விற்கிறவர்கள். வெந்நீர் விற்கிறவர்கள். சந்தனம் மாதிரியான வஸ்து விற்கிறவர்கள். உள்ளேயிருந்து நிமிஷத்துக்குப் பதினேழு என்ற கணக்கில் உற்பத்தியாகி, முழு உருண்டையாக, நீளவட்டமாக, ஒரு பக்கம் அதங்கினதாக, பல்ப் போட்டதுபோல் பளபளக்கிற தலைகள். சித்தப்பா முன்னாலும், நிஜாரோடும் கௌனோடும் முடி இழந்த வாண்டுகள். ஒண்ணு, ரெண்டு, எட்டு, பழகின கணக்கு ஒன்பது.

கணேசன் எங்கே?

'கணேசு, கணேசு!' அம்பிகா அழ ஆரம்பித்திருந்தாள்.

'நிக்கறேளே! போய்த் தேடிப் பிடிச்சுண்டு வாங்கோ! இங்கேதான் பக்கத்துலே எங்கேயாவது பிராக்குப் பாத்துண்டு நிக்கும் குழந்தை. கிளம்புங்கோ. ஏய் அம்பிகா... அம்பிகா... நீங்க கிளம் புங்கோ. ஏய் மாலதி... அவளுக்கு முகத்திலே தண்ணி தெளிடீ. போங்களேன்.'

சித்தப்பா நாலு அடி தடதடவென்று முன்னால் ஓடினார். சாதாரணமாகவே சித்தி வைத்ததுதான் சட்டம். காலையில் கூட அப்படித்தான்.

'உங்களுக்குக் கூட ஒரு முடி ப்ரார்த்தனை பாக்கி இருக்கு. கல்யாணமான புதுசுலே தலையிலே அக்கி வந்தபோது வேண்டிண்டது.'

'அதான் அடுத்த வருஷமே வந்தோமே. நன்னா யோசிச்சுப்பார். புளியஞ்சாதம் எல்லாம் கட்டி வந்து. உப்புக் கூடப் போட மறந்து போய்...'

சித்தி காது மெஷினை ஆஃப் பண்ணியிருந்தாள். உப்புப் பெறாத சாக்கு!

'எல்லாப் பசங்களுக்கும் அடிச்சதுக்கு அப்புறம் உக்கார்றேனே! அதுகளை யார் பிடிச்சுக்கறது?'

ஒன்பது தடவை இந்த சிகை சமுத்திரத்தில் எதிர் நீச்சல் போட்டும், கூட நீந்தியும், கைத்தண்டையில் தடியையும் கண்ணீரையும் வாங்கியும், கமர்கட், வெள்ளைக்காரி பொம்மை, கையில் இடுக்கிக் கொள்கிற சைஸில் நிஜ யானை என்று சகலவித மானதையும் வாக்கு தத்தம் செய்தும், கையும் காலும் ஓய்ந்து வேறு வழியில்லாமல் தானும் உட்கார்ந்து எழுந்து கொண்ட போதில் ஞானோதயம்!

ஒரு சிட்டிகைப் பொடியால் இந்த உபாதைகள் எல்லாம் தீரும் என்று திடமாக நம்பி, அண்டி வந்தவர்களை ஐந்து நிமிஷம் புறக்கணித்து வாழைப்பட்டையில் பொடி வாங்கி வரப்போகா மல் இருந்தால், இப்போது இபபடி ஓட வேண்டி இருக்காது என்று மனசு குத்த சித்தப்பா பெருமூச்சு வாங்கி நின்றார்.

எல்லா வழியும் ஒரே இடத்தில் ஆரம்பித்து ஒரே இடத்தில் முடிகிறதாகத் தெரிந்தது. சினிமா பாட்டு மெட்டில் அடிக்கொரு தடவை கோவிந்தா என்று கோஷிக்கிற ஆடியோ கேஸட்டும், பிளாஸ்டிக் லாக்கெட்டும் விற்கிற கடைகளில் கூட்டம் நிரம்பி வழிந்தது. ஆந்திரக் காரத்தில் வயிறு பொருமிய கன்னட டூரிஸ்டுகள், வெல்லம் வாங்கி, கோலி சோடா குடித்து ஒரே சமயத்தில் ஏப்பம் விடுகிற சத்தம். 'நம்ம பக்கத்தூருதானே?' என்ற சுவாதீனத்தோடு எல்லா இடத்திலும் புகுந்து புறப்பட்டுக் கொண்டிருக்கிறது. 'காலை ஏழு மணிக்குக் கிளம்பி ராத்திரி ஏழுக்கு யானைக்கவுனி திரும்பும் வீடியோ பஸ்ஸில் வந்த மெட்ராஸ்காரர்கள். 'கியூவிலே நுழைச்சு விடறேன். வெயிட் பண்ணாம தரிசனம். தலைக்கு நூற்றுப்பத்து ரூபா!' என்று. எஸ்கிமோ பாஷை தவிர எல்லா மொழியிலும் பேரம் பேசுகிற மப்ளர்காரர்கள். திருக்கல்யாணம் பண்ணி வைக்க தொப்பையும், பணம் பிதுங்கும் லெதர் பையும், ஆஸ்த்மாவும், ஒன்றுக்கு மூணேகால் என்ற விகிதத்தில் பெருத்த 'ஏஜீ, சுனியே!' என்று முக்காடுக்குள்ளே இரந்து விளிக்கிற மனைவியோடும் உருண்டு போகிற சேட்டுகள்.

சித்தப்பா, கண்களை இடுக்கி செருப்பு பாதுகாத்து வைக்கிற இடம் வரை ஒரு இண்டு இடுக்கு விடாமல் தேடிவிட்டார். பக்கத்தில் போலீஸ் ஸ்டேஷன்.

உள்ளே போய் கம்ப்ளெய்ண்ட் தரலாமா? அடையாளம்? கணேசனின் மிக சமீபத்திய தோற்றம்?

மொட்டை அடித்த அப்புறம் அவன் பார்க்க எப்படித் தெரிந் தான்? சித்தப்பா விழித்தார்.

வரும் வழியில் யானையைப் பார்த்துவிட்டு குழந்தைகள் எல்லாம் நகர மறுத்து நின்றது ஞாபகம் வந்தது. கணேசன் அந்தப் பக்கம் நழுவியிருப்பானோ?

யானை எங்கே நின்றது? புஷ்கரிணி பக்கம்? நிச்சயம் அங்கேதான் இருப்பான்!

குளிக்காமல் கோயில் வாசல் வரை வந்துவிட்டோமா என்று மனசு குற்றம் சொன்னது. ஆபத்துக்கு தோஷமில்லை. தர்ம தரிசன கியூவும் ஸ்பெஷல் தரிசன கியூவும் கலக்கிற இடத்துக்கு முன்னே நெடுநெடுவென்று உயர்ந்த தெலுங்கர்கள், காலில்

சலங்கையோடும் கையில் கோலாட்டக் கரிகளோடும் தாவிக் குவித்து ஆடிக்கொண்டிருந்ததை ரசித்தபடி நின்ற கும்பலில் உத்தேசமாகப் பார்த்து, 'கணேசா! டேய் கணேசா!' என்று கூப்பிட, 'கோவிந்தோ, கோவிந்தோ!' என்று ஏககாலத்தில் நிறையப் பேர் பதில் குரல் கொடுத்தார்கள்.

வலப்புறம் லட்டு வாங்க கியூ, பாலிதீன் பைகளோடு ஊர்ந்து கொண்டிருந்தது. பக்கத்துப் பக்கத்து கவுண்ட்டர்களில் ரெண்டு தடவை வாங்கிப் புடைவையில் மறைத்து, அப்புறமும் வாங்க முற்பட்ட பட்டுப்புடைவை, புளுஜாகர் வைர மூக்குத்தி மாமியைக் காவலர்கள் இனம் கண்டுபிடித்துத் தள்ளாத குறை யாக வெளியே கொண்டு வந்துவிட, கண்ணாடி மாமா 'மால் பிராக்டிஸஸ் இன் லட்டு டிஸ்ட்ரிப்யூஷன்' பற்றி ஹிண்டு பேப்பருக்கு எழுதப் போவதாகப் பக்கத்தில் இருந்த வழுக்கைத் தலையரிடம் உணர்ச்சி வசப்பட்டார்.

'இந்தப் பக்கம் ஒரு சின்னப் பையன் அழுதுண்டு போனதைப் பார்த்தீர்களா? ஒரு சின்னப் பையன். மொட்டைப் போட்டு, அஞ்சு வயசு. நிஜார் மட்டும் போட்டவன்.'

சித்தப்பா நாலு மொழியில் மாறி மாறி எல்லோரிடமும் விசாரித்து, சங்கடமான சிரிப்பும் லேதய்யாவும் நிறைய வாங்கிய படிக்கு புஷ்கரிணிக் கரைக்கு வந்தார். யானையைக் காணோம். கணேசனையும்!

இப்படி விழுப்போடு அலையாமல், ஒரு முழுக்குப் போட்டு விட்டு வந்து தேடினால் உடனே குழந்தை வருவான் என்று மனசு கற்பிக்க, இடுப்பிலிருந்து பொடி மட்டையையும் விபூதிக் பையையும் குளப்படியில் வைத்துவிட்டு உள்ளே இறங்கினார்.

பகவானே! சீக்கிரம் கண்டுபிடித்துக் கொடு! காத்துக் கொண்டிருப் பார்கள். குழந்தைக்கு எந்த உபத்திரவமும் வராமல், உடனே கொண்டு சேர்.

குளிரக் குளிர முங்கி எழுந்தார்.

ஈர வேட்டியும், உலராத விபூதியுமாகப் படி ஏறி வர, மெத்தென்று ஏதோ தலையில் தடவியது. யானை!

சுற்றி குழந்தைகள் யாரையும் காணோம். சில்லறை யாசிக்கிற தும்பிக்கை. சித்தப்பா கையில் சல்லிக்காசு போலும் இல்லை.

'பிழைச்சுக் கெடந்தா முழு ரூபாயாகக் கொண்டுவந்து தரேன் பிள்ளையாரே! குழந்தையைக் கொண்டு வந்து சேர்த்துடு!' பாவம் காலம்பற இட்லி கூட சரியா சாப்பிடலே. நூடுல்ஸ்தான் வேணும்னு அடம் பிடிச்சு அம்பிகா கையில் குட்டு வாங்கினான். ஒருவேளை அவனாகவே வந்து சேர்ந்திருப்பானோ? திரும்பிப் போய்ப் பார்க்கலாமா? வேண்டாம். வந்திருக்காட்டா... அச்சானியமா தலை முழுகிட்டு வந்து நிக்கறேளே! பெத்தவ மனசு தெரியுமான்னு எல்லோரும் சேர்ந்து... 'வெங்கடா ஜலபதி... நான் என்ன பண்ண?'

சித்தப்பாவின் நீட்டிய உள்ளங்கையில், பளபளவென்று பத்து ரூபாய் காசு! குஜராத்திக்காரர் ஒருவர் சின்ன மூட்டை போலக் கட்டித் தூக்கியபடி, எதிர்ப்படுகிறவர்களில் தானத்துக்குத் தகுதியானவர்களைப் பார்வையால் தேர்ந்தெடுத்து கையில் தட்சணை வைத்தபடி போய்க்கொண்டிருந்தார்.

சித்தப்பாவுக்கு உடம்பு தடதடவென்று ஆடியது. ஆயுசில் முதல் தடவையாக, உழைக்காமல் சம்பாதித்த, சம்பாதித்த என்ன, பிச்சையாக விழுந்த பணம்!

'அரே சேட்! நான் பிச்சைக்காரன் இல்லை. ரிடையர்ட் ஹெட் மாஸ்டர். எம்.ஏ., எம்.எட்., மாசம் ரெண்டாயிரத்துப் பதினேழு ரூபா பென்ஷனும், ரிலீஃபும் வாங்கறவன். யாருக்கு வேணும் உன் பிச்சை?'

கூப்பிட நினைக்க, வாய் திறக்கவில்லை. 'இது லாலாஜி கொடுத்த காசில்லை, பாலாஜி கொடுத்தனுப்பியது!'

தங்கியிருக்கிற ராம்பகிச்சர் கட்டடத்திலேயே போய்ப் பார்த்தால்! கோபித்துக்கொண்டு திரும்பப் போயிருப்பானோ... நூடுல் ஸூம், உப்பு பிஸ்கட்டும், சளி மருந்தும் எல்லாப் பெண்களும் எடுத்து வந்திருக்கிறார்கள். அவர்கள் எடுத்துவர மறந்துபோன மாத்திரைக்காகவும்! 'ப்ளீஸ்! எங்கேயாவது தேடி வாங்கி வந்துடுங்க சித்தப்பா. சனியன் இவ்வளவு தூரம் வந்து தரிசனம் பண்ண முடியாட்டா மனசுக்குக் கஷ்டமாயிடும். நான் கணக்கு மறந்து போக லேடி... கிளம்பறபோது இதுகள் படுத்தின பாட்டுலே மாத்திரை எடுத்து வச்சுக்கத்தான் ஞாபகம் வரலை.' பூ வாங்கவும், பிளாஸ்க்கில் எடை கட்டாத பால் வாங்கவும், சித்திக்கு அமிர்தாஞ்சன் வாங்கவும், தொடர்கதை படிக்க

மலையாள மனோரமா வாங்கவும் - கிடைக்கவில்லை - எத்தனையோ தடவை அங்கேயிருந்து வந்திருக்கிறார். ஒவ்வொரு தடவையும் சில பொடியன்கள்கூட நடந்திருக்கிற வகையில், கணேசனுக்கு வழி எல்லாம் அத்துப்படி. ஆனால், அறையைப் பூட்டி சாவியைச் சித்திதான் வைத்திருக்கிறாள். வரிசையாகக் கிடைத்த மூன்று அறைகளின் சாவியும், அவள் பையில் பிச்சோடா கொண்டைக்கும் அமிர்தாஞ்சனத்துக்கும் நடுவில்தான்!

சித்தப்பா படியேறிப் போய் பூட்டிய கதவுகளைப் பார்த்துவிட்டு திரும்ப வந்தபோது மாமியார் மாதிரி திரும்ப மனசு குத்தியது. 'ஏதோ தப்புதண்டா செய்திருக்கே. இல்லாட்டா, கூட வந்த குழந்தையைத் தொலைச்சுட்டு அலைவியா?'

என்ன தப்பு? எனக்கே தெரியாமல்! மகாபாபி! உனக்குத் தெரியாமலா?

இருபது வருஷம் முன்னால், ஒரு மழைக்காலப் பகலில் பள்ளிக்கூட லைப்ரரியில் ஓமனக்குட்டி டீச்சர் மேல் மோதி அவள் கீழே விழத் தூக்கி நிறுத்தி, நாற்பத்து மூணு விநாடிக்கு அப்புறம் விலகினது; அப்புறம் நாற்பத்து மூணு நாள் அது ஞாபகமாகவே இருந்தது. விலாஸினி டீச்சர், பெண் குழந்தைகளுக்கு டிரில் சொல்லிக் கொடுக்கிறதை மாடிப்படி வளைவில் ஏறும்போது, வேண்டுமென்றே மெல்ல அடி எடுத்து வைத்து ரசித்தது. பள்ளிக்கூட சுவரில் ஒட்டி வைத்த செம்மீன் போஸ்டரில், ஷீலாவின் முகத்தில், ஸ்கூல் ரைட்டர் ஸ்டெல்லா வர்கீஸ் முகத்தைக் கண்டுபிடித்து மகிழ்ந்தது.

போதுமடா சாமி! இனிமேல் கள்ளக்கண் போடமாட்டேன். ஏற்கெனவே கேடராக்ட். மனமும் முன்னை மாதிரி சலனப்படுகிறதில்லை. எப்போதாவது, நேற்று பஸ்ஸில் பார்த்த மீன்காரி மாதிரி! வேண்டாம்! அதையெல்லாம் ரசிக்க மாட்டேன் இனிமேல்! குழந்தை கிடைக்கட்டும்.

'ஆகாச கங்கை, ஆகாக கங்கை!'

டெம்போக்காரன் கத்திக்கொண்டே போனான்.

'ஆகாச கங்கை ஒஸ்தாவா ஸ்வாமி? ஐது ரூபா!'

பெருமாளே கூப்பிட்டதுபோல இருந்தது. ஏதாவது பக்த கோஷ்டியோடு கணேசனும், ஆகாச கங்கை போயிருப்பானோ? 'நானும் வரேம்பா...'

மடித்துப் பிடித்த பாக்கி ஐந்து ரூபாய் அழுக்கு நோட்டோடு, கண்மூடி உட்கார்ந்தபடி சித்தப்பாவையும் ஏற்றிக்கொண்டு மெடாடோர் வேன் திணறியபடி வளைந்து ஏறி, ஆகாச கங்கை யின் படிகள் பக்கம் நின்றது.

கிறங்க அடிக்கிற காற்று. சின்னத் தாரையாக அருவியிலிருந்து ஒழுகும் பளிங்கு நீரை, மினரல் வாட்டர் பாட்டில்களில் சேகரித்துக் கொண்டிருக்கிறவர்கள். ஆரஞ்சுப் பழத் தோல். வாழைப்பழத் தோல். யார் தலையில் இருந்தோ விழுந்த பூச்சரம். ராமாராவ், தம்பதி சமேதராகக் கையசைக்கிற தெலுங்குப் பத்திரிகையின் முதல் பக்கம். சாமி வைத்த மேடைக்குப் பக்கம் லாட்டரி சீட்டுகளை வைத்துப் பார்த்துக்கொண்டிருந்த குருக்கள் இரண்டு பேர். கணேசன் தலை தட்டுப்படவே இல்லை.

'பூஜ்ஜியம் ஓய்! நீரும் பூஜ்ஜியம், நானும் பூஜ்ஜியம். வாங்கின சீட்டுக்குக் கிடைச்சதும் பூஜ்ஜியம்!'

மரத்தடியில் சோர்ந்து உட்கார்ந்த சித்தப்பா காலில் வந்து விழுந்த கசங்கிய லாட்டரி சீட்டுகள். சித்தப்பா ஒன்றை எடுத்துப் பார்த்தார். முதல் பரிசு என்று ஒன்று போட்டு பக்கத்தில் ஏகப்பட்ட பூஜ்ஜியங்கள் கண்ணைச் சிமிட்டின.

நல்ல வட்டமாக அதில் ஒன்று வெளிக் கிளம்பி வந்து சித்தப்பா கண்முன் குதித்து ஆடியது.

'நீரும் எங்க மாதிரிதான்! எம்.ஏ., எம்.எட். எதுக்குப் பிரயோ ஜனம்? நாற்பது வருஷம் நிர்வாகம் பண்ணி குப்பை கொட்டி என்ன? ஒரு குழந்தையைத் தேடத் தெரியாம காத்துலே பறக்கற சருகு போல எங்கெங்கேயோ அலைபாஞ்சு...'

பண்டித கர்வம். உள்ளூர் பரமேசுவர ஐயரின் மலையாளக் காவியத் தில், இடி முழக்கம் என்று வார்த்தை வந்தது பிசகு என்று கிருஷ் ணன் நாயர் மேடையேறிச் சொன்னபொழுது, உள்ளூர் பரமேசுவர ஐயர் மனசால் தமிழர். தமிழில் இடி முழங்கும், நாதம் எழுப்பாது என்று பதிலடி கொடுத்து கைதட்டு வாங்கிய சமயோசிதம். இந்த நிமிஷத்தில், எந்தவிதத்திலும் கை கொடுக்காத பூஜ்ஜியம்!

அச்சுதன், அரவிந்தன், அப்துல் காதர் என்று அட்டண்டென்ஸ் எடுத்து கரைத்துக் கரைத்து ஞானத்தைப் புகட்டி, இப்போது எங்கெங்கேயோ பெரிய பெரிய மனுஷர்களாக உலா வரும் பழைய மாணவர்கள் திடீரென்று வந்து பார்த்து ஆரஞ்சுப் பழம் கொடுத்து மரியாதை செலுத்துகிற புத்தக அறிவு, நாலு மணி நேரமாக முடியில்லாத தலைக்குள் பாரமாகக் கனக்க, சாய வேட்டியும், யாரோ தூக்கிப் போட்ட தட்சணைக்காசுமாக மனம் போன போக்கில் பொறுப்பில்லாமல் திரிகிற கிழட்டு பூஜ்ஜியம்!

இதுதான் நிஜம். எட்டு மணி லோக்கலுக்கு டிபன்பாக்ஸில் தயிர் சாதத்தோடு ஓடினதும், ரென் அண்ட் மார்ட்டினின் தூக்கத்திலும் மறக்காத இலக்கணமும், கவிதை வாசிப்பும், பென்ஷன் வாங்க ரெவின்யு ஸ்டாம்போடு டிரஷரி வாசலில் வாக்கிங் ஸ்டிக்கைச் சுழற்றிக்கொண்டு நிற்கிறது, நாக்பூரிலிருந்தும் முராதாபாதில் இருந்தும் பிள்ளைகள் கூப்பிடக் கூப்பிடப் போகாமல் சொந்தக் காலில் நிற்கிறேன் என்று பெருமைப்படுவதும், ஆயிரம் பேரை வைச்சு நிர்வாகம் பண்ணினவன் - இதுவா கஷ்டம் என்று கூட்டி வந்ததும், நானில்லை. வேறே யாரோ.

கையில் பிடித்திருந்த சீட்டை கண்ணீர் மறைந்தது. பூஜ்ஜியங்கள் ஏககாலத்தில் பிய்த்துக்கொண்டு அந்தரத்தில் மிதந்தன. ஏழு வர்ணம் ஜொலிக்க சோப்புக் குமிழிகள் போலப் பளபளத்தன. வெடித்துச் சிதறின. துகள்கள் கண்ணில் அப்பி கனத்த இருட்டைப் பூசப் பார்க்க, சித்தப்பா வேறு ஏதோ உலகத்துக்குள் மெல்ல அமிழ்ந்தார்.

அவர் கண்ணை விழித்தபோது, சுற்றி எல்லாம் பழகிய முகங்கள்.

'குழந்தையைத் தேடிட்டு வரேன்னு போய் இப்படிப் பித்துப் பிடிச்ச மாதிரி எங்கேயோ வந்து...'

'அவன் கிடைக்க அஞ்சு நிமிஷம்தான் ஆச்சு. இவர் அந்தப்பக்கம் போனதும் இந்தப் பக்கம் வந்துட்டான்! இவரைத் தேடத்தான் அஞ்சு மணி நேரம்!'

'பாவம் சித்தி. கோயில் வாசல்லேயே பழியா உக்காந்திருந்தா! நாங்கதான் தரிசனம் பண்ணப் போனோம்!'

'மொட்டைத் தலையா, சன்னியாசி மாதிரி ஒருத்தர் வேனிலே மலங்க மலங்க முழிச்சிட்டு ஏறினதைப் பார்த்ததா யாரோ சொன் னாங்களே. அது பகவான்தான்!'

சித்தி வாழைப்பழம் உரித்துக் கொடுத்தாள். அம்பிகா குளிரக் குளிர அருவித் தண்ணீரைப் பிடித்து வந்து குடிக்கக் கொடுத்தாள்.

காது மெஷினை ஆஃப் செய்தபடி சித்தி சொன்னாள்: ‘இன்னும் ரெண்டு பிரார்த்தனை பாக்கி இருக்கு. கணேசன் காணாமப் போய்க் கிடைக்க, நீங்க கிடைக்க - இந்த வருஷம் பூரா மொட்டைத் தலைதான்!’

‘பூஜ்ஜியம் மாதிரி முழு மொட்டை’ - சித்தப்பா முனகினார்.

கணேசன், கழுத்தைக் கட்டிக் கொண்டான்.

‘வா மொட்டை, போகலாம்! யானை வாங்கித் தரேன்னியே!’

45. பழுது

வகுப்பு ஊருணிக் கரையை ஒட்டியிருந்தது. சாப்பாட்டு இடைவேளைக்கு அப்புறம் முதல் பீரியட். ராமுலு வாத்தியார் கரும்பல கையில் வரைந்திருந்த விநோத மிருகத்தை பையன்கள் நோட்டுப் பக்கத்தில் பரத்தும் முயற்சியில் ஈடுபட்டிருக்க, வாத்தியார் மேசையில் பிரித்துப் போட்டிருந்த கைக்கடி யாரத்தில் ஆழ்ந்து போயிருந்தார்.

‘இதும் பேரு என்ன சார்?’

பத்து நிமிஷம் முன்னால், ஒரு பையன் எழுந்து போர்டைக் காட்டிக் கேட்டபோது, வாத்தியார், லென்சைக் கண்ணில் இடுக்கிய படி நிமிர்ந்து பார்த்ததோடு சரி.

அந்த விலங்குக்கு யானை போல தும்பிக்கை இருந்தது. சிங்கம் போல பிடரி முடியும், கால்களும்!

பெயர் தெரியாவிட்டால் என்ன? வரைய வேண்டும். நோட்டுப் புத்தகம் அதற்காகத் தான் இருக்கிறது. பீரியட் முழுக்க, நேரமும் ஒதுக்கியிருக்கிறது.

சின்னக் குமிழ் போன்ற லென்சை ஒரு கண்ணிலிருந்து மறுகண்ணுக்கு மாற்றிக் கொண்டபோது, வாத்தியாருக்கு உடம்பிலிருந்து துர்வாடை வந்ததாகத் தோன்றியது. உடல் சேர்க்கைக்கு அப்புறமான நெடி அது. கூடவே முட்டைக் குழம்பின் தேசலான வாடை.

மேசை மேல் விரித்து வைத்திருந்த அழுக்குப் படிந்த துணியில், வாட்ச் டயலை ஒட்டி, ஒன்றின் மேல் ஒன்றாகப் படுத்துக்கிடந்த கடியார முட்கள் கள்ளச் சிரிப்புச் சிரிக்க, திறந்துவைத்த கடியாரத்தில் ஒன்றை ஒன்று ஆதரவாகத் தொட்டு அசையாமல் நின்ற பல் சக்கரங்கள், ‘சீக்கிரம் ஆகட்டும்! எம்புட்டு நேரம் சும்மாவே நிக்கிறது!’ என்று விரட்டின.

அரண்மனைக்குள்ளிருந்து கூப்பிட்டு கடியாரத்தைக் கொடுத்தவரின் சிடுசிடுத்த சாயல் அவற்றுக்கும் இருந்தது.

அரண்மனையை ஒட்டி இருக்கும் பள்ளிக்கூடம். அரண்மனையின் குதிரை லாயம்தான் எத்தனையோ வருஷம் முன்னால் பள்ளிக்கூடமானதாம். ஊருணிக்கரையைச் சுற்றி பள்ளிக்கூடத்துக்குப் போகத் தார் ரோடு இருந்தாலும், அரண்மனை காம்பவுண்ட் குறுக்கே போய்வந்துதான் பிள்ளைகளுக்கும் வாத்தியார்களுக்கும் பழகிவிட்டிருந்தது. ராமுலு வாத்தியாருக்கும்தான்...

தினசரி அந்த வழியாகப் போய் வந்தாலும், அவருக்கு அரண்மனையில் யாரையும் தெரியாது. ராஜ வாரிசுகள் சர்க்கார் அலுவலகங்களில் உத்தியோகம் பார்த்துக்கொண்டும், மாட்டுத் தரகு செய்துகொண்டும், மிளகாய் மண்டி நிர்வகித்துக் கொண்டும், அரண்மனைக்குள் குடும்பம் குடும்பமாக இனவிருத்தியும் சண்டையும் என்று இருக்கிறார்கள்.

மதியம், வாத்தியார் சாப்பிட்டுவிட்டு வீட்டிலிருந்து திரும்ப வரும்போது, வழிமறித்த ஆஜானுபாகுவான நரைமீசைக்காரரும் அதில் ஒருத்தராகத்தான் இருப்பார்.

‘வாத்தியாரே! இந்தக் கருமாந்தரக் கடியாரம் ஓடமாட்டேங்குது... எடுத்துப்போய்ப் பார்த்து, சாயந்தரம் வரும்போது கொண்டுவந்து கொடும், என்ன?’

பத்து நிமிஷம் முன்னால் குளித்தது போல சோப்பும் விபூதியும் மணக்க பாதைக்குக் குறுக்கே நின்றவர் வாத்தியார். கையில்

தொடாமல் கடியாரத்தைப் போட்டபோது, வாத்தியார் வெலவெலத்துப் போனார். இவருக்கு ராமுலு வாத்தியாரை எப்படித் தெரியும்? வாத்தியார் கடியார ரிப்பேர் செய்வார் என்று யார் சொன்னது இவரிடம்?

அவர் தோரணையில் மிரண்ட வாத்தியார், கடியாரத்தை வாங்கிக் கொண்டு சரியென்று தலையாட்டிவிட்டு வந்தது முதல், நினைப்பும் செயலும் அந்தக் கடியாரம்தான்.

ராமுலு வாத்தியாருக்கு இந்த நாளே சரியாக விடியவில்லை. இன்று அவர் அப்பாவின் திவச தினம். பதினைந்து நாள் முன்னால் சொல்லியிருந்தாலும், ஐயர் வருகிற சுவடே தெரியாமல் முறத்தில் அரிசியும் வாழைக்காயுமாக காலையில் காத்துக் கொண்டு நின்றார் வாத்தியார். உடம்பு முடியாமல் கிடக்கிற அவர் வீட்டுக்காரியும் சிரமத்தைப் பார்க்காமல் குளித்துவிட்டு, முன்னறையைச் சுத்தம் செய்து வைத்திருந்தாள்.

பள்ளிக்கூடத்துக்குக் கிளம்புகிற நேரம் சைக்கிளில் வந்து இறங்கிய ஐயர், 'பஞ்சராயிடுத்து' என்றார். வாத்தியாருக்கு என்ன தோன்றியதோ! குடையை வைத்துவிட்டு உள்ளே போய் பாதி அரிசியைத் திரும்பப் பாத்திரத்தில் கொட்டிவிட்டு மீதியை மட்டும் கொண்டு வந்து ஐயருக்குக் கொடுத்தார். தட்சணையும் நாலு ரூபாய்தான்.

ஐயர் ஒன்றும் பேசாமல்தான் போனார். மனத்துக்குள் நினைத்துக் கொண்டிருக்கலாம். அதுதான் எல்லாமே கோணலாகப் போய்க் கொண்டிருக்கிறதுபோல.

'சார், முடிச்சுட்டேன்!' - வகுப்புக்கோடியில் ஒரு பையன் எழுந்து நின்றான். அங்கங்கே நாலைந்து பேர் தொடர்ந்து நின்றார்கள்.

பக்கத்தில் போய் நோட்டுப் புத்தகத்தைப் புரட்டி ஒரு பார்வை பார்த்துவிட்டு, கோணலாகக் கையெழுத்தைக் கிறுக்கினால் தீர்ந்தது. வேண்டாம்! அப்புறம் சும்மா இருக்க மாட்டார்கள். விரலை உயர்த்தி வெளியே போக அனுமதி கேட்பார்கள். ஊருணிக்கரையில் ஒன்னுக்குப் போய்விட்டு அங்கே சிதறிக் கிடக்கும் ராஜ குடும்பங்களின் சமாதிகளில் ஏறி விளையாடுவார்கள். கரையோர மாமரங்களில் கல் எறிவார்கள். சமாதிகளின் பக்கம் வேப்பெண்ணெய் செக்கு நிறுத்தி ஆட்டிக் கொண்டிருப்பவர்கள் மேல் அது படலாம்.

செக்குக்காரர்களின் வசவுக்கு, அவர்கள் ஆட்டும் எண்ணெயை விட மூர்க்கமான வாடை உண்டு. காற்று ஓய்ந்த பகல்பொழுது முழுக்க, அந்த வாடை பூசி நிற்கும்!

ராமுலு வாத்தியார், கண்ணிலிருந்து லென்சை எடுத்துத் துணியில் வைத்துவிட்டு முதலில் நின்றவனைக் கூப்பிட்டார். எழுந்து நின்ற மற்றவர்களும் அவன் பின்னாலேயே வந்தார்கள். சட்டை முழுக்க விலகியிருந்த அவர் வலது முழங்கை வரை, கட்டி யிருந்த ஓடாத மூன்று கடியாரங்களையும் கருப்புத் துணியில் மல்லாந்திருந்ததையும் கண் கொட்டாமல் பார்த்தார்கள் அவர்கள்.

'இது என்னடா வரைஞ்சிருக்கே, செனைக்குரங்கு வாந்தி யெடுத்த மாதிரி?'

வாத்தியார் சட்டையை மணிக்கட்டு வரை இழுத்துவிட்டுக் கொண்டு கேட்க, வகுப்பு முழுவதும் சிரிப்பு.

இது நீடித்தாலும் ஆபத்துதான். ஹெட்மாஸ்டர் எட்டிப் பார்ப்பார். 'படம் போட வந்தீரா, கடியாரம் ரிப்பேர் செய்யவா?' என்று கண்ணால் துளைப்பார்.

ஆசிரியர் பயிற்சிப் பள்ளி விடுதியில் அறைத் தோழனிடம் எப்போதோ பொழுதுபோக்குக்காகக் கற்றுக்கொண்ட கடியார ரிப்பேர், கொஞ்சம் கொஞ்சமாக முழு நேரத்தையும் ஆக்கிர மித்துக் கொண்டிருக்கிறது. அடிக்கடி சீக்கில் கிடக்கும் வீட்டுக் காரிக்கு அரரூட் கஞ்சி வைத்துக் கொடுத்துவிட்டு ராத்திரி வெகு நேரம் கண்விழித்தும், பள்ளிக்கூடம் வரும்போது கையில் வரிசையாகக் கட்டி வந்து ரெஸ்ட் ரூமில் வைத்துப் பார்த்தும் கூட வேலை ஓயமாட்டேன் என்கிறது. தெரிந்தவர்கள், ஓடாத கடி யாரங்களை தொடர்ந்து கொடுத்துக்கொண்டே இருக்கிறார்கள். இப்போது தெரியாதவர்களும்!

ஆனால் வகுப்பு எடுக்கும்போது, இதுவரை இப்படி கடி யாரத்தை கழற்றிவைத்து பார்த்துக் கொண்டிருந்ததில்லை. நரை மீசைக்காரரின் தொனிதான் காரணம்.

சட்டையிலிருந்து பேனாவை எடுத்து, முன்னால் விரிந்த நோட்டின் குறுக்கே கோடு கிழிக்கப் போவதாக ராமுலு வாத்தியார் போக்குக் காட்டினார்.

‘சார்! வேணாம் சார்!’ - பையன் பரபரத்தான்.

‘அப்ப, நிறுத்தி நிதானமா அடுத்த பக்கத்துலே போட்டுக் கொண்டா!’

அந்தப் பையன் கூட வந்தவர்கள், நோட்டைக் காட்டாமலேயே நகர்ந்து போனார்கள்.

வாத்தியார் திரும்பக் கண்ணில் லென்ஸை இடுக்கிக் கொண்டு முன்னால் போர்டைப் பார்த்தார். யானையாக ஆரம்பித்தது கையும் மனமும் எங்கேயோ இழுத்துப்போய்...

அது யானையாக ஆரம்பிக்கவில்லை. வேறு எதுவோவாக!

வாத்தியார் மதியம் சாப்பிடப் போனபோது களைத்துப் போய் வீட்டுக்காரி தூங்கிக் கொண்டிருந்தாள். உடம்பு சரியில்லாமல் குளித்து, திதிக்காக வீடு சுத்தப்படுத்திய அசதி அது.

வாத்தியார் கதவைச் சாத்திவிட்டு உள்ளே வந்த போது, அவள் சேலை காலுக்கு மேலே ஏறி தொடைகள் வழவழத்துத் தெரிந்தன. அந்த மிருகம் உசுப்பிவிட்டது.

வேட்டி தரையில் நழுவ, வலது கையில் மூன்று ஓடாத கடியாரங்களும் இடது கையில் சரியான நேரம் காட்டும் சொந்தக் கடியாரமும் விழித்துப் பார்த்துக் கொண்டிருக்க, வாத்தியார் உச்சி வெயில் நேரத்தில் அவளோடு கலந்தார்.

இரண்டு நிமிஷம் கழித்து அவள் எழுந்து உட்கார்ந்து, வாயில் கோழை புரள ஏதோ கேட்டபோது எல்லாம் முடிந்து போயிருந்தது.

குளித்துவிட்டுச் சாப்பிடலாம் என்று பின்னால் போனபோது அவள் சொன்னாள் - ‘வாளி கிணத்துக்குள்ளே விழுந்துடுச்சு. எதிர் வீட்டுலே பகல் சினிமா போயிருக்காங்க. வந்ததும்தான் பாதாளக் கரண்டி வாங்கி எடுக்கணும்.’

சாப்பிட உட்கார்ந்தபோது தட்டில் வார்த்ததில், பிசைந்து இரண்டு கவளம் சாப்பிட்ட பிறகுதான் முட்டைக் குழம்பு என்று உறைத்தது.

‘எதிர்வீட்டு அம்மா கொடுத்துட்டுப் போச்சு. நான் வெறும் ரசம் தான் வச்சேன்!’

வீட்டுக்காரி மன்னிப்புக் கேட்கிற குரலில் சொன்னதால் வாத்தியாரால் ஏதும் பேச முடியவில்லை.

திவச தினத்தன்று இப்படித் தாறுமாறாக எல்லாம் போய்க் கொண்டிருப்பதை நினைத்தபடி பள்ளிக்கூடத்துக்குத் திரும்பி வந்துகொண்டிருந்த போதுதான் அரண்மனைக்காரர் வந்து நின்றது.

இடது கையில் கட்டிய தன் கடியாரத்தைப் பார்த்தார் வாத்தியார். வகுப்பு முடிய இன்னும் ஐந்து நிமிஷம்தான் இருந்தது. இனிமேல் இங்கு வைத்து ரிப்பேர் முடியாது.

அவசர அவசரமாகத் துணியிலிருந்து முட்களை எடுத்துப் பொருத்தி டயலை மேலே வைத்து அழுத்தினார். அந்த அழுத்தத்தில் கடியாரம் ஓடாதா என்று நப்பாசை. அது என்னவோ தொடர்ந்து உம்மென்றுதான் இருந்தது.

அடுத்த மணி நேரம், ஏழாம் வகுப்புக்குத் தமிழ் எடுக்க வேண்டும். பத்து நாளாகத் தமிழ் வாத்தியார் லீவில் போனதால், இருக்கிறவர்களை வைத்து ஒப்பேற்றுகிறார்கள் என்றாலும், டிராயிங் மாஸ்டரைத் தமிழ்ப்பாடம் நடத்தச் சொல்லும் ஒரே பள்ளிக்கூடம் இதுவாகத்தான் இருக்கும்.

போர்டை அழித்தார். அந்த மிருகம். ஏதோ முணுமுணுத்தபடி கரைந்தது.

'சார் இன்னும் முடிக்கலே!' - கோரஸாகக் குரல்.

'முடிச்சவனைப் பார்த்து வரை!'

அவர் வகுப்பை விட்டு எழுந்து போகும்போது, பின்னால் ஒரு பெரிய கூச்சல் கிளம்புவதை எதிர்பார்த்தார். முழு நிசப்தமாக இருந்தது.

அடுத்த மணிநேரம் முழுக்க தமிழ்த் துணைப்பாடத்தில் 'சீரை புக்க செம்பியன்' என்று ஒவ்வொருவராக எழுந்து படிக்க, அரண்மனைக்காரர் கடியாரம் சும்மா கேட்டுக்கொண்டு ராமுலு வாத்தியார் கையில் இருந்தது.

வகுப்பை முடித்துவிட்டு, ஒரு அரைமணி நேரம் ரெஸ்ட்ரூமில் உட்கார்ந்தால் பார்த்துவிடலாம் என்று ஒரு நம்பிக்கை.

மணியடித்த ஐந்தாவது நிமிஷம் பள்ளிக்கூடமே காலியாகிக் கிடக்க, ரெஸ்ட் ரூமை நோக்கிப் போனார் ராமுலு வாத்தியார். பூட்டி இருந்தது.

'பி.டி. மாஸ்டர் பொண்ணுக்கு சடங்குன்னு எல்லோரும் கிளம்பிட்டாங்களே! உங்களைக் கூப்பிடலையா?'

பியூன் வெள்ளையன் விசாரித்தபடியே சைக்கிளில் கிளம்பினான்.

பி.டி. மாஸ்டர் கூப்பிட்டார்தான். அப்பா திவசத்தன்று வெளியில், அதுவும் புலால் சாப்பிட வேண்டாமென்று வாத்தியார், வரத் தோதுப்படாததாகச் சொல்லிவிட்டார்.

பள்ளிக்கூடத்தை விட்டு வெளியே வரும்போது, விளையாட்டு மைதானத்தில்கூட யாரும் இல்லாததைக் கவனித்தார். சரளைக் கல் விரிந்த மைதானத்தின் குறுக்கே நடக்கும்போது மனத்துக்குள் இனம் புரியாத பயம் எட்டிப் பார்த்தது. அரண்மனை வழியாகப் போகாமல் சுற்றிக்கொண்டு போய்விடலாமா? அந்த விநோத மிருகம் இரண்டு காலில் நின்று இளித்தபடி கேட்டது.

'பகல்லே படுக்கத் தெரியுது. இது முடியலியா?'

அரண்மனைக்காரர் குரல் மருட்டியது. சட்டென்று அந்த முகத்தை எங்கேயோ பார்த்தது போல இருந்தது.

அரண்மனை வாசலில் வெகு நேரம் நின்றார் ராமுலு வாத்தியார். தப்பு செய்த பாவனையில் அவர் கண்கள் அடிக்கடி தரையைத் தொட்டன. அவை உயர்ந்தபோது, தூரத்தில் வருகிற ஒவ்வொருவரும் கடியாரத்தைக் கொடுத்தவராகத் தெரிந்தார்கள். தயக்கமான சிரிப்போடு பேச வாயெடுத்தபோது, அவர்கள் வேறு யாராகவோ அப்பால் போனார்கள். நரைமீசைக்காரர் எங்கே?

வாத்தியார், வீட்டுக்குப் போனபோது இருட்டிவிட்டது. விளக்குப் போடாமல் வீடு இருண்டு கிடந்தது. வாசற்படி வரை கூடவே வந்த அந்த மிருகம், 'உடம்பு முடியாதவளை இப்படி ஆக்கிரமிக்கலாமா?' என்று கேட்டுவிட்டுப் போனது.

'இன்னிக்கு ராத்திரி முழுக்க உட்கார்ந்தாவது முடிச்சுடணும்!'

வாத்தியார் கடியாரத்தைக் கழற்றி வைக்கும்போது உரக்கச் சொன்னார். படுத்திருந்த வீட்டுக்காரி மெதுவாக எழுந்து உட்கார்ந்தாள். இரும ஆரம்பித்தாள்.

வாத்தியார் மருந்தைக் கொடுத்துவிட்டுப் பின்னால் போனார். வாளி, தாம்புக் கயிற்றோடு இணைத்து கிணற்றடியில் இருந்தது.

தண்ணீர் சேந்தித் தலையில் ஊற்றிக்கொள்ளும்போது, ராமுலு வாத்தியாருக்கு பழைய ஆபீஸ் போட்டோவில் பார்த்த அப்பா முகம் ஏனோ நினைவுக்கு வந்தது. அது நரை மீசைக்காரரின் முகம் போலத்தான் இருந்தது.

46. இடைவரிகள்

உள்ளே ஒரு மிசிஸ் ஷர்மாவும், கூட இரண்டு பேரும் இருந்தார்கள். சுநில் எல்லோருக்கும் பொதுவாக வணக்கம் சொன்னான்.

மொத்தம் இரண்டு மிசிஸ் ஷர்மா வீட்டில் உண்டு. சுநில் ஒவ்வொரு தடவை வருகிற போதும் அதில் யாராவது ஒருவர் வரவேற்பறையிலும், மற்றவர் உள்ளேயும் இருக்கும் வழக்கம்.

‘சொன்னேனே... இவர்தான் அந்த மருந்துக் கடைக்காரர். உள்ளே அடைஞ்சு இருக்கிற எல்லாத்தையும் மொத்தமா ஒரு விலை போட்டு வாங்கிக்கறேன்னு கேக்கறார். நான்தான் இன்னிக்கு வரச்சொன்னேன்.’

மிசிஸ் ஷர்மா மற்ற இரண்டு பேரின் தகவலுக்காகச் சொன்னாள். ராத்திரி அங்கி அணிந்து, ஹவானா சுருட்டைப் பற்ற வைக்காமல், வாயில் பிடித்து இருந்த நடுத்தர வயது கனவான், எழுந்து சுநிலோடு கைகுலுக்கி எதிரில் நாற்காலியைக் காட்டினார். மெலிசான மூக்குக் கண்ணாடி அணிந்த பெண் சுநிலைக் கூர்ந்து பார்த்தாள்.

அவர்கள் யாரென்று, தனக்கு மிசிஸ் ஷர்மா அறிமுகப்படுத்தாதது சுநிலுக்குக் கொஞ்சம் குறையாகவே பட்டது. என்றாலும், அவர்களை அவனுக்குத் தெரியும்.

'அடுத்த வாரம் என் மகளும் மாப்பிள்ளையும் புவனஸ் அயர்ஸ் லேருந்து வராங்க. அவங்ககிட்டேயும் ஒரு வார்த்தை கேட்டுட லாம்.'

போன தடவை வந்தபோது இன்னொரு மிசிஸ் ஷர்மா சுநிலிடம் சொன்னாள். வந்திருக்கிறார்கள்.

'மெடிக்கல் ஸ்டோர் தம்பி வந்திருக்கார். ஒரு சாயா தயார் பண்ணு.'

மிசிஸ் ஷர்மா உள்ளே பார்த்துச் சொல்ல, கண்ணாடிக்காரி நடுவிரலை உயர்த்தித் தனக்கும் வேண்டும் என்று தெரிவித்துக் கொண்டாள்.

தோளில் மாட்டி இருந்த இரண்டு பெரிய துணிப்பைகளையும் கழற்றி மடித்து, மடியில் வைத்துக் கொண்டான் சுநில். அவற்றை வாசலிலேயே விட்டிருக்கலாம் என்று தோன்றியது.

'மருந்துக் கடையும் பழைய புத்தகங்களிலே ஈடுபாடும் எப்படி ஒண்ணாச் சேர முடியும்?'

கண்ணாடிக்காரி தன் கேள்வியை முடித்ததும் அதன் அபத்தத்தை உணர்ந்தவளாக அழகாகச் சிரித்தபடி, 'வயிற்றைப் புரட்டற துக்கு என்ன மாத்திரை எடுத்துக்கலாம்?' என்று விசாரித்தாள்.

ஹால் ரேடியோவில் ஏதோ பக்திப்பாடல் மிதமான சத்தத்தோடு வந்தது. சுநில் நாலைந்து மருந்துப் பெயர் சொன்னான். வயிற்றுப் புரட்டல் பல காரணங்களால் வரலாம்.

'எட்டு, எட்டரை மணி நேர டைம் டிபரன்ஸ். ஜெட்லாக். தூங் குன்னா கேட்க மாட்டேங்கிறே...'

மாப்பிள்ளை, செல்லமாகக் கண்டித்தபடி சுருட்டைப் பற்ற வைக்க முயன்று தோற்றார்.

'உள்ளே ஒரு நூறு புத்தகம் தேறுமா?' கண்ணாடிக்காரி விசாரித் தாள். 'மூணு பீரோ நிறையப் புத்தகம்தான் இருக்கு!'

ஸ்டெயின்லெஸ் ஸ்டீல் தட்டில் இரண்டு கோப்பைகளோடு உள்ளே இருந்து வந்த இன்னொரு மிசிஸ் ஷர்மா தன் புன்னகையை எல்லோருக்கும் சரிவிகிதத்தில் விநியோகித்தாள்.

'இங்கே புத்தகம் இருப்பது உங்களுக்கு எப்படித் தெரிய வந்தது?' மாப்பிள்ளை, சுருட்டை மேசையில் தினப் பத்திரிகை மேல் வைத்துவிட்டுக் கேட்டார். அமெரிக்க ஜனாதிபதி ஜான்சன் முகத்தில் எச்சில் அப்பி, சுருட்டு தரைக்கு உருண்டது. மிசிஸ் ஷர்மா ரேடியோவை நிறுத்திவிட்டுப் போனாள். கூடவே மற்ற மிசிஸ் ஷர்மாவையும் உள்ளே கூப்பிட்டாள்.

'அஜிதா சென்குப்தா பத்திரிகைப் பேட்டியிலே சொல்லியிருந் தாங்க. பெயர் போன ஆங்கில நாவலாசிரியை.'

சுநில், சின்ன சங்கடத்தோடு சொல்லியபடி கண்ணாடிக்காரியின் பார்வையைத் தவிர்த்தான். உள்ளே நடந்த மிசிஸ் ஷர்மா, 'பால் இருக்கா?' என்றாள்.

'ஓ... அஜிதா! உங்கப்பாவோட கேர்ள் பிரண்ட் துருக்கிய சுல்தா னோடு, அரண்மனையிலே விதவிதமான சத்தத்தோடு அபான வாயு வெளியே விட வைத்திருந்த ஃபார்ட் அர்ட்டிஸ்களைப் பற்றிச் சொல்லியபடியே, தன்னோடு புரொஃபஸர் சர்மா ஒரு மழைநாள் சாயங்காலம் உறவு கொண்டார்னுகூட அந்தப் பேட்டியிலே சொல்லியிருந்தாங்க இல்லே!'

மாப்பிள்ளை, ஆங்கிலத்தில் சொல்லி கண்ணாடிக்காரியைத் தோளில் தட்டிச் சிரித்தார். 'போடா, எங்கப்பாவுக்கு அதிவீரியம்! உன்னைப் போலவா?' என்று நேர்த்தியான ஆங்கிலத்தில் கண்ணாடிக்காரி பதில் தந்துவிட்டு அவர் தொடையில் நிமிண்டினாள்.

தாங்கள் ஒளிவு மறைவு இல்லாதவர்கள் என்று சுநிலுக்கு உணர்த்த, ஏற்கெனவே அவர்கள் புவனஸ் அயர்ஸிலிருந்து திட்டம் தீட்டிக்கொண்டு வந்து செயல்படுவதாக அவனுக்குத் தோன்றியது.

சுநில் எழுந்து நின்றான்.

'புத்தகங்களைப் பார்க்க என்னை அனுமதிப்பீங்களா?'

ஜாக்கிரதையான ஆங்கிலத்தில், தயவு நோக்குகிற தொனியைக் கவனமாகக் கலந்திருந்தான் அவன்.

'வாருங்கள். நானே கூட்டிப் போகிறேன்.'

கண்ணாடிக்காரி சோம்பல் முறித்தபடி எழுந்தாள். நிற்கும்போது மிகவும் வசீகரமாகத் தெரிந்தாள். இளம் மஞ்சள் பைஜாமாவுக்கு மேலே, அவள் அணிந்திருந்த நீலப்பட்டைகள் தீற்றிய அரைக்கைச் சட்டையின் ஆண்பிள்ளைத்தனத்தை மீறி வெளிப் பட்ட வசீகரம் அது!

குறுகலான இடைவெளியில் அவளோடு நடந்தபோது சுநில் பிடிவாதமாகப் புத்தகங்களைப் பற்றியே நினைக்க முயற்சி செய்தான். வடிவான மார்பகங்கள் கொண்ட அவளோடு, பக்கத்தில் இடித்துக்கொண்டு நடக்க சங்கடமாக அவன் உணர்ந்தான்.

'நீங்கள் அர்ஜெண்டினா பல்கலைக்கழகத்தில் என்ன போதிக்கின் றீர்கள்?' என்று பக்கவாட்டில் பார்த்து அவளைக் கேட்டான்.

'வேதியியல். என் கணவர் கணிதப் பேராசிரியர்!' - அவள் அளவாகச் சிரித்தபடி பதில் சொன்னபோது வாய் நாறியது. சுநிலுக்கு ஒரு விதத்தில் நிம்மதியாக இருந்தது. இனியும் அவள் அண்மை தொந்தரவு செய்யாது.

'இந்த அறைதான்.'

அறை இருட்டாக இருந்தது. நிற்கிற இடத்தின் கிழக்கு, மேற்கு தெரியாமல் சுநில் குழம்பினான்.

தாழ்ப்பாளை நெம்பித் திறக்க அவள் மேற்கொண்ட முயற்சிகள் பயனற்றுப் போயின.

'நகருங்க.'

சுநில், வலுவாக நாதாங்கியை அசைத்த வேகத்தில் அது விடு பட்டுக் கதவு திறக்க, அவன் முழங்கை பக்கத்தில் நின்றவளின் மார்பில் மோதியது.

'ஸாரி.'

‘பரவாயில்லை. ஆனால் வலிக்கிறது.’

அவள் உள்ளே நுழைந்து சுவரில் உத்தேசமாகத் தடவி விளக்கைப் போட்டாள்.

சின்ன அறையை முக்காலும் அடைத்துக்கொண்டு மூன்று பெரிய மர பீரோக்கள். ஓரமாக மேஜை. மேலே, மூக்கு நீண்ட பழைய மண் பாத்திரம். தரையைப பிளந்துகொண்டு, தண்ணீரோ கழிவு நீரோ போகும் குழாய்.

நீர்க் கசிவும், அதிகமான ஈரப்பதமும் புத்தகங்களுக்குக் கேடு வருத்தாதோ என்று கேட்க நினைத்த சுநில், ‘எப்பக் கட்டிய வீடு இது?’ என்று கொஞ்சம் போல விலகி நின்று கேட்டான்.

‘பார்ட்டிஷனுக்கு அப்புறம்தான். லாகூர்லே கூட்டுக் குடும்பமா இருந்தோம். பெரிய வீடு. நான் அங்கேதான் பிறந்தேன். குடும்பம் பிரிஞ்சு இங்கே டிரயின்லே வந்தபோது, ஆரஞ்சு மிட்டாயும் சமோசாவும் சாப்பிட்டது மட்டும் ஞாபகம் இருக்கு!’

அவள் சிரித்தபோது கண்கள் இடுங்கி விரிந்தன.

‘மூணு பீரோவுக்கும் பூட்டு எல்லாம் கிடையாது. என்ன புத்தகம் வேணுமோ எடுத்துக்குங்க. பண விஷயத்தை அப்புறம் பார்த்துக் கலாம்!’ என்றவள் குரலைக் கொஞ்சம் இறக்கி, ‘அப்பாவோட டயரி ஏதாவது கிடைச்சா தனியா வச்சுடுங்க. நான் எடுத்துக் கறேன். அஜிதா சென் மாதிரி அவருக்கு நெறைய சிநேகிதிகள் உண்டு. கேள்விப்பட்டிருக்கேன் அவங்களைப் பற்றி...’

சுநில் சிரித்தபடி சொன்னான் - ‘நான் படிக்க மாட்டேன்!’ அவன் தோளில் சிநேகிதமாகத் தட்டிவிட்டு அவள் திரும்பிப் போனாள்.

சுநில் சட்டையைக் கழற்றி மடித்து ஓரமாக வைத்தான். கால்சராயை முழங்கால் வரை மடித்துவிட்டுக் கொண்டான்.

புத்தகங்கள் இதமாகப் பழைமை மணத்துக் கொண்டு, மக்கிய தாளும், ஓரம் தேய்ந்த காலிக்கோ கட்டமைப்புமாகக் காத்திருக் கின்றன. செபியா டோன் புகைப்படங்களும், வரிகளுக்குக் கீழே கருப்பு மசியால் கிழித்த கோடுகளும், முதல் பக்கத்தில் புத்தகக் கடையின் அழுத்தமான ரப்பர் ஸ்டாம்ப் அடையாளமும் கொண்டவை. வெளியிட்ட பதிப்பகங்கள் மூடப்பட்டு

இருக்கலாம். புது வாசனையை முகர்ந்தபடி வாசித்தவர்கள் காலம் எப்போதோ முடிந்திருக்கலாம். புரொஃபஸர் ஷர்மாவைப் போல! சுவரில் சிரிக்கும் புகைப்படம் அவராகத் தான் இருக்கும். கண்ணாடிக்காரியின் சாயலை அதில் தேடியபடி துணிப்பையைப் பிரித்தான் சுநில்.

பையிலிருந்து ஒரு சிறிய பிரம்பை எடுத்துக்கொண்டு முதல் பீரோவை நோக்கிப் போனபோது, உள்ளே மிரண்டு உட்கார்ந் திருக்கும் குழந்தைகளாகப் புத்தகங்களைக் கற்பனை செய்தான்.

பீரோவைத் திறந்து, பக்கங்களிலும், புத்தகங்களின் மேலும் பிரம்பால் தட்டி, ஊர்கிற ஜந்து ஏதும் தட்டுப்படுகிறதா என்று கவனமாகப் பார்த்தான். உள்ளே கரையான் புற்று வைத்திருந் தாலும் தெரிந்துவிடும். எதுவும் இல்லை.

மேல் வரிசையிலிருந்து வலுவாகப் பற்றி இழுத்து ஒரு பெரிய புத்தகத்தை இறக்கினான். சின்னப்படலமாக தூசியும் கூடவே மிதந்து வந்தது. ராத்திரி, மூக்கடைப்புக்கு மாத்திரை போட்டுக் கொள்ள வேண்டி வரலாம்.

'சென்ட்ரல் ஆப்ரிக்கன் ஸ்டடீஸ்' 1908-ல் லண்டனில் பதிப்பித்து! 1941 ஜனவரியில் பழைய புத்தகக் கடையில் வாங்கியது. 'நண்பருக்கு பிரியத்துடன் அஜிதா!' என்று முதல் பக்கக் குறிப்பு.

புத்தகத்தைப் புரட்ட, நிர்வாணமான கருப்பு அடிமைகள் கழுத்துகளை இணைத்து இரும்புப்பட்டை மாட்டப்பட்டுக் குத்த வைத்து இருந்தார்கள். அவர்கள் ஏனோ சிரித்தபடி இருக்க, பின்னால் ஒரு வெள்ளைக்கார வயோதிகன், மலச்சிக்கலால் அவதிப்படும் முகத்தோற்றத்தோடு நின்று கொண்டிருந்தான்.

அபூர்வமான புத்தகம். படங்களுக்காகவே மதிப்பு கூடலாம். தனியாக எடுத்து வைத்தான். மேல் தட்டில் இன்னும் ஒரு பெரிய புத்தகம் இருந்தது. இரண்டு கையாலும் பற்றி எடுக்க, பிடி நழுவி தரையில் விழுந்தது.

'இண்டியன் இகனாகிராபி 1922-ம் வருஷப் பதிப்பு. உள்ளே கோடு போட்ட தாளில் நெருக்கமாக எழுதியது புரொஃபஸர் ஷர்மாதான். புத்தக ஆசிரியருக்கு மறுப்புக் கடிதம் அது.

‘வெர்ப் மார்ஃபாலஜி’, ‘போலக்லோர் ரிஸர்ச்’, ‘பிரிமிடிவ் இண்டியன் இகனாமி’ எல்லாப் புத்தகங்களுமே லாகூரில் வாங்கியவை.

ஹால் ரேடியோவிலிருந்து, வாத்திய இசை துல்லியமாகக் கேட்டது. வளைந்து சுற்றி, ஹாலுக்குப் பின்னால்தான் இந்த அறை இருக்கிறது போல.

‘ஹலோ! எத்தனை புத்தகம் தேறும்?’

கண்ணாடிக்காரி திரும்ப உள்ளே வந்தாள். பளிச்சென்ற ஸ்கர்ட்டும் பிளவுஸும் உடுத்தியிருந்தாள். பல் தேய்த்திருக்கலாம்.

‘கசின் உடனே வரச் சொல்லி ஃபோன் செய்யறான். கிளம்பறேன். நீங்க வேணுங்கறதை எடுத்துட்டுப் போங்க. பண விஷயம் அப்புறம் பார்த்துக்கலாம்.’

அவள் நுனிவிரல்களில் எம்பி மேல்தட்டில் மிச்சமிருந்த புத்தகத்தை எடுத்தபோது, சுநில் தன்னிச்சையாக முழங்கையைப் பார்த்துக் கொண்டான்.

‘டயரியோன்னு பார்த்தேன். எத்னோகிராபி ஆஃப் டெத். நீங்களே கட்டிக்கிட்டு அழுங்க!’

சாவுச்சடங்குகள் பற்றிய அந்தப் புத்தகத்தை அவன் புரட்டத் தொடங்க, போயிருந்தாள்.

ஒரு சிகரெட் பிடிக்க வேண்டும்போல் இருந்தது. வெளியே தோட்டத்துக்கு நடந்து போனால்தான் அது சாத்தியமாகும். இந்த பீரோ முழுக்க முடித்துவிட்டுப் போகலாம் என்று ஒத்திப் போட்டான். ரேடியோவில் சங்கீதம் நின்று, பேச்சுச் சத்தம்.

சாவுச் சடங்குகள் பற்றிய புத்தகம் 1908-ல் வெளிவந்ததாக இருந்தது. சுநில் பக்கங்களை மெல்லப் புரட்ட அதில் பலவும் பொடியாக உதிரும் நிலைமையில் புரண்டது. ஒவ்வொரு பக்கத்தையும் செலஃபன் தாள் நடுவே வைத்து ஒட்டி, பைண்டு செய்யவேண்டி இருக்கும்.

பார்சிகளின் அமைதிக் கோபுரம் பற்றிய புகைப்படங்களுக்கு நடுவே, கல்யாணக் கோலத்தில் ஒரு மிசிஸ் ஷர்மாவும்

புரொஃபஸர் ஷர்மாவும் நிற்கும் புகைப்படம். பக்கத்தில் நின்று சிரித்தபடி இருக்கும் மற்றொரு மிசிஸ் ஷர்மா, சற்று முன்னால் சாயா கொடுத்தாள். இளம் வயதில் இரண்டு பேருமே லட்சணமாக இருந்திருக்கிறார்கள். நிச்சயம் அவர்கள் தான் அது.

'புரொஃபஸர் ஷர்மா, மச்சம் உள்ள ஆசாமிதான்!' என்று உருட்டி விழித்தபடி கிடத்தியிருந்த பார்சில் பிணத்திடம் சொன்னான் சுநில்.

இரண்டு பக்கம் தள்ளி இன்னொரு பழைய புகைப்படம். எரியும் சிதைகளின் நடுவே எழுத்துகளை அநேகமாக மறைத்துக் கொண்டு இருந்த கூட்டுக் குடும்பத்தின் படம் அது. இரண்டு மிசிஸ் ஷர்மாக்களின் தோளிலும் கைபோட்டபடி சந்தோஷ மாகச் சிரித்துக்கொண்டு புரொஃபஸர் ஷர்மா பின்னால் நிற்க, முன்னால் குடும்பத்தின் மூத்த அங்கத்தினர்கள். கட்டுப்பெட்டி யல்லாத குடும்பம்.

அடுத்த பீரோவில், உருது லிபியிலும், குர்முகியிலுமாக இருந்த பஞ்சாபிப் புத்தகங்களை ஒதுக்க சுநிலுக்குக் கஷ்டமாக இருந்தது. பேச மட்டும் தெரிந்த மொழி அது. அப்பா உயிரோடு இருந்தால், படிக்க எடுத்துப்போய்க் கொடுக்கலாம்.

ஷர்மாவின் டயரிகள் ஏதும் தட்டுப்படுகிறதா என்று துழாவிப் பார்த்தபோது குறுகுறுவென்று இருந்தது. கண்ணாடிக்காரி, அவற்றைப் பற்றி அநியாயத்துக்கு ஊகங்களைக் கிளப்பிவிட்டுப் போயிருக்கிறாள்.

அந்த டயரிகளைப் படித்துக்கொண்டு அவளும் தானுமாக இந்த அறையில் இருக்க வேண்டி நேர்ந்தால், எல்லாப் புத்தகங்களை யுமே தள்ளி விடலாம். வாய் நாற்றம் பொறுத்துக் கொள்ளக் கூடிய விஷயம்தான்.

'அஜிதா! சென்குப்தா யாரு?'

முன்னறையிலிருந்து பஞ்சாபிக் குரல். மிசிஸ் ஷர்மா தன் ரேடியோவில் சாரங்கி வாசிக்கும் சத்தம்.

'அவதான் புரொஃபஸரையே சுத்திச் சுத்தி வருவாளே! பின்னா லேயும் முன்னாலேயும் சதை தள்ளி! எல்லாம் மீன்...'

சுநில் புரட்டிய பழைய கணக்குப் பேரேட்டில், கூட்டுக் குடும்பத்தின் தினசரிச் செலவினங்கள் சலிப்பூட்டும் விவரணைகளோடு குறிக்கப்பட்டிருந்தன. 'பறக்கும் காய்' என்று அங்கங்கே தட்டுப்பட்ட செலவுக் கணக்கு, எழுதியதை யாரும் படித்து மேற்பார்வை செய்யவில்லை என்றது.

'அந்தப் பொம்பளையைத்தானே சதுர்வேதி புரொஃபஸர் ஷர்மா அறையிலிருந்து கையைப் பிடித்து வெளியே இழுத்துப் போய் விட்டது?'

இரண்டு மிசிஸ் ஷர்மாக்களும் சிரிக்க, ரேடியோ கரமுர என்று சத்தம் போட்டது.

'சதுர்வேதி பாவம். கணக்கு மட்டுமே எழுதினான்.'

'வீனஸ் இன் இந்தியா' - சுநில் அடுத்து எடுத்த புத்தகம் மிக அழகாக லண்டனில் அச்சடிக்கப்பட்டது. விக்டோரியன் ஃபோர்னோ கிராபி. கண்ணாடிக்காரிக்குத் தரலாமா என்று சுநில் நினைத்தான்.

'சதுர்வேதி, வாரம் ஒரு தடவை மூத்தவர் பெண்டாட்டிக்குக் கால் பிடித்துவிடுவான் இல்லே. அவ சொல்லித்தானே மீசையை எடுத்தான்?'

'எத்னோகிராபி ஆஃப் பர்த்' என்ற அடுத்த புத்தகமும் பார்சிகளில்தான் ஆரம்பித்தது. சுநில் புரட்டத் தொடங்க, ரேடியோவில் செய்தி அறிக்கை. ஸ்டேஷன் மாற்றப்பட்டு சினிமாப் பாட்டு.

'புரொஃபஸர் சொல்லித்தான் சதுர்வேதி மீசையை எடுத்தான். ராத்திரியானா கணக்குப் பார்க்க தினமும் அவனைத்தானே ரூமுக்குக் கூப்பிடுவார்?'

'எந்தக் கணக்கு?'

மறுபடி சிரிப்பு.

சுநில் கையில் எடுத்த காளிதாசனின் 'மேகசந்தேசம்' ஓரத்தில் தங்க இழை மின்ன இருந்தது. உள்ளே படங்களில் முகலாயச் சாயல்.

'கணக்கு முடிச்சுத் திரும்பி வந்தா நீ கூப்பிடுவே!'

'பார்த்தியா! உன்னை விட்டுட்டியே! சேர்ந்துதானே பேசிட்டு இருப்போம்?'

செல்லமாக அடிக்கும் சத்தம். சுநில் மேகசந்தேசத்தைப் பத்திரமாக மேசையில் வைத்தான். அரிய பதிப்பு அது.

திரும்ப ரேடியோவில் ஸ்டேஷன் மாற்றி, விளையாட்டு விமரிசனம்.

'ஆனாலும் உன்கிட்டேதான் அவனுக்கு ரொம்பப் பிரியம்... சைவம் புழங்கற வீட்டுலே, உனக்குக் கோழி மாமிசம் வாங்கிட்டு வந்துட்டு, பறக்கற காய்னு கணக்கு எழுதுவானே!'

'சதுர்வேதி, புது வேலைக்காரியோடு ஓடினதுக்கு அப்புறம் அதுவும் போச்சு.'

சுநில், புத்தகங்களை அடுக்கி எண்ணினான். பைகளில் மெல்ல எடுத்து வைத்தான்.

'நமக்கு நாம்தான்னு ஆனது அவன் போன அப்புறம்தானே?' திரும்பச் சிரிப்பு.

'ஆனாலும் புரொஃபஸர் யசாப், நடுராத்திரியிலே காறிக் காறித் துப்பிக்கிட்டு பல் விளக்கறதை நிறுத்தலியே!'

ரேடியோ சத்தம் உச்சமாகி உடனே அணைக்கப்பட்டு நிசப்தம்.

சுநில், கடைசியாக எடுத்தது குடும்பப் புகைப்பட ஆல்பம். புரொஃபஸர் ஷர்மாவும், மனைவிகளும், சின்னப்பெண் குழந்தையும், சைக்கிளில் வைத்து ஓட்டிப் போகும் வேலைக் காரர்களும், சாப்பாட்டு மேஜையில் கூட்டுக் குடும்பமும்...

சுநில் வெளியே வந்தபோது, கண்ணாடிக்காரி படி ஏறிக் கொண்டிருந்தாள்.

'எவ்வளவு தேறும்?' அவள்தான் கேட்டாள்.

சுநில் பர்சை எடுத்தான்.

'பணம் வேண்டாம்!' என்றாள் அவள். பக்கத்தில் நின்ற மாப்பிள்ளை, ஆதரவாகத் தலையசைத்தார்.

‘டயரி எதுவும் கிடைக்கலியா? அப்பாவோட சிநேகிதிகளைப் பற்றி எனக்கு இன்னும் நிறையத் தெரியணுமே! யார் கிட்டே கேட்கலாம்?’

கண்ணாடிக்காரி, தலையைக் குலுக்கிக் கொண்டாள். ‘பாப்பா வுக்கு எல்லாமே தமாஷ்தான்!’ ஒரு மிசிஸ் ஷர்மா சொன்னாள்.

சுநில் ஆட்டோ பிடிக்க இறங்கியபோது, பின்னால் ஒரு பெரிய சிரிப்பு அலையடித்து இறங்கிக் கொண்டிருந்தது.

47. ஔவை

'ராம், கொஞ்சம் இதைப் பாரேன்!'

மனோகரி இடது புறமாகச் சாய்ந்து ஆடியபடி வந்து கொண்டிருந்தது. இடது கையில் நேற்றைய செய்திப் பத்திரிகை.

'மனோ... இந்த ஞாயிற்றுக்கிழமை நீ தாற் காலிகமா செத்துப் போயிடு! ஒரு மணி நேரம் போதும். உன் தலைக்குள்ளே நியூரான் மெமரியை ஒரு தடவை சுத்தமா சோதிச்சுப் பார்த்துடலாம். ஏ.என்.என். இன்டர் நியூராடிக் வெயிட்டட் கனெக்ஷன்லே ஏதோ பிசகு. அதான் நொண்டறே!'

ராம் சாப்பிடப்படி மனோகரியை அசிரத்தை யாகப் பார்த்தான். மனோகரி உருவெடுத்து ஏழு வருஷமாகிவிட்டது. கல்லூரியில் கடைசி செமஸ்டர் செய்முறைப் பயிற்சிக் காக ராம் உருவாக்கிய மனித இயந்திரம். மனிதத் திசுக்களும், செயற்கை உறுப்பாகச் சிலதும் சிலிக்கன் சில்லுகளின் நினைவுத் தொகுதியும், தானே கற்றுத் தெரிந்து கொள்ளும் ஆற்றலுமாக உருவாக்கியதைப்

பிரித்துப் போட மனமில்லாமல இத்தனை நாள் கடத்தியாகி விட்டது. மனோகரி வெகு சூட்டிகைதான்.

'ஒரு மணி நேரத்துலே நிச்சயமாக முடியாது ராம். நான் சின்னதா ஒரு கணக்குப் போட்டுப் பார்த்தேன். மூணு மணி நேரம், முப்பத்தேழு நிமிஷம் சுத்தமாகப் பிடிக்கும். என் முழங்கால்லே பந்துக் கிண்ண மூட்டிலேயும் பிரச்னை இருக்கு. நானே போன வாரம் பிரிச்சுப் பார்த்துட்டுத்தான் சொல்றேன்.'

மனோகரி வெகு ஜாக்கிரதையாக ராமின் பக்கத்து நாற்காலியில் உட்கார்ந்தது. நீட்டி நிமிர்ந்து உட்கார்ந்தது சரியில்லை என்று பட்டது போல் அப்புறம் மெதுவாகச் சாய்ந்து கொண்டது. 'பையா, என்னாலும் சகலமும் முடியும்!' என்பது போல ஒரு பார்வை. கையில் பிடித்திருந்த பத்திரிகை தொப்பென்று தரையில் விழுந்தது.

'ராம், கொஞ்சம் இதைப் பாரேன்.' மூன்று நிமிஷம் முந்திய பேச்சு திரும்ப ஒலித்தது. நடவடிக்கை எடுக்கப்பட்டதாக நினைவறை யில் பதியப்படும்வரை, லூட்பில் திரும்பவும் செயல்பட ஆணைத் தொடர் அமைத்தது ராம்தான்.

'கோ-ஆர்டினேஷனும் கம்மியாறது... வெறுங்கையை நீட்டிப் பார்னு சொல்றே! பிடிச்சிருந்தது கீழே விழுந்த சத்தம் ரிஜிஸ்டர் ஆகலியா?'

ராம் அலுத்துக் கொண்டபடியே கீழே குனிந்து பத்திரிகையை எடுத்தான்.

பத்திரிகை என்பது மிகப் புராதனமான தொழில் நுட்பம். மிகவும் நலிவடைந்த துறை என்ற அடிப்படையிலும், கொஞ்சம் போல வாவது பாரம்பரியத்தைக் காக்க வேண்டும் என்ற உன்னதமான கண்ணோட்டத்திலும், கி.பி. மூவாயிரத்தில் உலக அரசாங்கமே நிதியுதவி அளித்து உலகம் முழுக்க வெளியிடுகிறது. அரசாங்க வேலையில் இருக்கும் எல்லோருக்கும் இலவசமாகவே ஒரு பிரதி அனுப்பப்படுகிறது. படித்ததும் தண்ணீர் விட்டுக் கரைத்து, செடிகளுக்கு உரமாக வார்த்துவிடலாம்.

ராம் அரசாங்க வேலையில் இருக்கிறான். நிறையச் செடி வளர்க்கிறான். கல்யாணம் செய்துகொள்ள மின் அஞ்சலில் மனு போட்டுவிட்டுக் (பதிவான எண் - ஆறு பகுதிகளும் நாற்பத்

தைந்து மொத்த இலக்கங்களும் கொண்டது) காத்திருக்கிறான். இப்படி மனு போட்டவர்கள் எல்லோரும் சேர்ந்து உலக கம்ப்யூட்டர் வலையில் 'நாற்பத்தைந்து' என்ற செய்திக் குழுவைத் தொடங்கியிருக்கிறார்கள். 'அனுமதி கிடைக்கும்போது நடக்கும் வயது' என்று பெயர் விளக்கம் சொல்கிறார்கள் அவர்கள்.

'ராம் கொஞ்சம் இதைப்...' குரல் சட்டென்று நின்றது. ராம் பார்த்துக் கொண்டிருக்கிறான்.

பத்திரிகையின் கடைசிப் பக்கம், இடது கை ஓரமாகக் கட்டம் கட்டிச் சின்னதாக ஒரு விளம்பரம். சுற்றி ஒளிரும் மசிப்போனா வால் வட்டம் போட்டது மனோதான்.

டிஜிட்டல் குழந்தை. புது விளையாட்டு. விலை மூவாயிரத்துப் பதினேழு உலகக் காசு. கம்ப்யூட்டர் வலை மூலம் மின் பண மாற்றலாக அனுப்பலாம். பரீட்சார்த்த முறை விற்பனை. வலைவிலாசம்...'

'இதிலே என்ன இருக்குன்னு தூக்கிட்டு ஓடி வந்துட்டே? ரொம்பவே பழைய வாசனை அடிக்கற சமாசாரம். உபயோகம் இல்லாதது.'

ராம் எழுந்து பத்திரிகையைக் கரைத்து எடுத்துக்கொண்டு தோட்டத்துக்கு நடந்தான். உழிஞைக்கு வார்க்க வேண்டும். மரமா இல்லை கொடியா அது?

'ராம்!'

பின்னாலிருந்து சத்தம். மனோகரிதான்.

'என்ன வேணும் இப்ப?' நீர்த்த காகிதக் கூழை வாய்க்காலில் சரித்தபடி ராம் கேட்டான்.

'இல்லை... நீ ஞாயிற்றுக்கிழமை என்னைச் செயலில்லாமல் படுக்க வைச்சுடுவே! என் உடல்லேயும் மூளையிலும் இருக்கப் பட்ட கோளாறை எல்லாம் சரி செய்யப் போறே! சரியாயிடும்னு தான் நானும் நினைக்கறேன். இருந்தாலும், நடுவிலே ஏதாவது ஆகி நான் பிழைத்து எழுந்திருக்க முடியலேன்னா...'

'ரீசைகிள் பண்ண முக்கியமான பாகங்களை மட்டும் வச்சுட்டு, மீதியை பிளாஸ்டிக் பையிலே அடைச்சு பிராசஸ் செய்யக்

கொடுத்துடுவேன். பத்திரிகை மாதிரி மனித இயந்திரத்துலே இருந்தும் உரம் கிடைக்கும்!'

ராம் சலனமற்று நிலைத்த மனோகரியின் கண்களைப் பார்த்தான். ஒரு சராசரி ஸ்காரா ரோபோட்டின் புத்தியளவோடு வடிவமைக் கப்பட்ட மனோகரி, எப்படியெல்லாம் யோசிக்கவும் பேசவும் பழகிக் கொண்டு... என்னது? 'நான் நினைக்கிறேன்!' ஞாயிற்றுக்கிழமை பிரித்துப் போடும்போது, உன்னை நினைப்பு என்ற விஷயம் எப்படித் தொகுதியாக்கப்பட்டு நிறைவேறுகிறது என்று பார்க்க வேண்டும். ஒரு பிரதி எடுத்து வைத்தால் கூட நல்லதுதான். எக்குத் தப்பாக ஏதாவது ஆகி அப்புறம் உரமாக மாறினால், செடி கொடிகளுக்கு மட்டும்தான் உபயோகப்படும்.

'ராம்! எனக்கு ஒரு ஆசை இருக்கு. கடைசி ஆசைன்னு வச்சிக்க யேன்! பத்திரிகை விளம்பரத்துலே வந்த டிஜிட்டல் குழந்தையை வச்சுக்கிட்டு விளையாடணும்! ரெண்டு நாள் போதும்! வாங்கிக் கொடுக்கிறியா?

மனோகரி தோட்ட மண்ணில் மண்டியிட முயற்சி செய்து நிலை தடுமாறி விழ, ராம் பிடித்து நிறுத்தினான்.

பாவமாக இருந்தது. இதுவரை எதுவும் வேண்டுமென்று இது கேட்டது இல்லை. வீடு சுத்தம் செய்து துணி துவைக்க, மைக்ரோ ஓவனை இயக்கிச் சமையல் செய்ய, அதிகாலையில் இதமாகப் பாசுரம் பாடி எழுப்பி காபி கலந்துதர - ஏழு வருஷப் பழக்கம் எல்லாம் ஒரு நிமிஷம் ஓய்வு, ஒழிச்சல் இல்லாமல், ராமின் ஆணையை எதிர்பார்த்தபடி.

'பத்திரிகையை உரமாக்கிட்டேனே மனோ! விலாசம் கிடைக் காதே?'

'நான் ஏற்கெனவே உன் கம்ப்யூட்டர்லே ஆர்டரிங் பாரத்தைப் பதிஞ்சு வச்சுட்டேன். நீ உன் அடையாளக் கையெழுத்தைச் சேர்த்தா - மின் அஞ்சல்லே அனுப்பிடுவேன்!'

எதிர்பார்த்துத் திட்டமிட்டுச் செயல்படும் மனோகரி! ஆன்டிசி பேட்டரி ஸ்கெட்யூலிங். ஞாயிற்றுக்கிழமை இந்த விஷயத்தை யும் கவனித்து வைத்துக்கொள்ள வேண்டும். சிலிக்கன் சில்லில் கிளஸ்டரிங் அல்காரிதம் பதித்து இருப்பதாக ஞாபகம். வேரியே ஷனை எப்படிக் கில்லாடித்தனமாக கையாளுகிறது இது?

‘டிஜிட்டல் குழந்தை’ ஈமெயில் ஆர்டர் அனுப்பிவிட்டு அலுவலகம் போகும்போது, ராமின் நினைவு எல்லாம் ஞாயிற்றுக்கிழமை செய்ய வேண்டியதைப் பற்றியே இருந்தது. ஆர்ட்டிபிஷியல் நியூரல் நெட்வொர்க் பற்றிய சில மின்புத்தகங்களிலிருந்து, தகவலைத் துருவி எடுத்து வைத்துக் கொள்ள வேண்டும். சாயந்தரம் போனதும் கம்ப்யூட்டர் வலைப் பின்னலில் மனோகரியையே தேடச் சொல்ல வேண்டாம். தேடுகிறதோடு முழுக்கக் கற்றுக்கொண்டுவிடும். வீட்டு வேலைக்குத்தான் மனோகரி; விஞ்ஞானம் படிக்க இல்லை.

சாயந்தரம் திரும்பியபோது மனோகரியின் நடை இன்னும் உதறலாக இருந்தது. பந்துக்கிண்ண மூட்டு படுத்தும்பாடு.

‘ஆர்த்தி வந்திருந்தா! ஞாயிற்றுக்கிழமை சாயந்தரம் வரேன்னாள்.’

காபி கொடுத்தபடியே மனோகரி சொன்னபோது, ராமுக்குச் சந்தோஷமாக இருந்தது. ஆர்த்தியோடு சேர்ந்துதான் கல்யாண மனு போட்டது. ஞாயிற்றுக்கிழமை சாயந்தரத்திலிருந்து நள்ளிரவு வரை வீடுகளுக்குள் நடைமுறைப்படுத்தப்படும் வீடியோ கண்காணிப்பு செயல்படாது என்ற மனு போட்டுக் காத்திருக்கும், மனு போட உத்தேசிக்கும் எல்லா ஜோடிகளுக்கும் தெரியும். மற்ற நாளில் செக்ஸ் குற்றம். பிடிபட்டால் மூன்று மாத நீதி போதனை வகுப்பும், சில்லு தயாரிக்கும் தொழிற்சாலையில் ஆறு மாதம் கட்டாய ஓய்வுமாகத் தண்டனை உண்டு. உழைக்க, உழைக்க மட்டுமே மற்ற தினங்கள். ஞாயிறு, உறையணிந்த பாதுகாப்பான உடல் உறவுக்கு!

உள்ளே குழந்தை வீரிடும் சத்தம். ‘என்னோடது!’ மனோகரி அவசரமாக உள்ளே போனது.

‘டெலிவரி ஆயிடுத்தா?’ ராம் முனகிவிட்டு உடனே சிரித்தான். கொண்டுவந்து கொடுப்பதும் டெலிவரிதான். தொடர்புமொழி ஆயிரம் வருஷமாக அடிப்படை மாறுதல் எதுவும் இல்லாமல் காக்கப்படுகிறது.

‘இதான்!’ மனோகரியின் குரல் கேட்டு நிமிர்ந்தான்.

பொம்மை இல்லை. தட்டையாக, ஒரு பெரிய சைஸ் வீடியோ விளையாட்டு போல இருந்தது அது. பளிச்சென்று ஒளிர்ந்த

எல்.சி.டி. திரையில், நேர்த்தியாக ஸ்கேன் செய்து போட்ட குழந்தைப் படம். பெண் குழந்தை.

'ஒரு மாதக் கருவாகவோ, பிறந்து ஒரு மாசமோ, ஒரு வருஷமோ ஆன சிசுவாகவோ வைத்துக்கொண்டு ஆரம்பிக்கலாம். உதவி என்று பொறித்த இந்தப் பொத்தானைத் தட்டினால் விவரம் எல்லாம் கிடைக்கும்.'

மனோகரி குரல் சிறிதே கம்ம, அந்தப் பொத்தானை இயக்கிக் காட்டியது. திரையில் மெல்ல நகர்ந்து போன எழுத்துகளில், ஆண் குழந்தை அல்லது பெண் என்றும் தேர்ந்தெடுத்துக்கொள்ள முடியும் என்று தெரிந்தது. நடுவில் மாற்ற முடியாது. அடுத்த பதிப்பில் வரலாம் அது.

'ஒரு வயசு பெண் குழந்தையா கான்பிகர் செய்திருக்கேன். பேர் கூட வச்சாச்சு. ஔவை!'

திரும்பக் குழந்தை அழும் சத்தம். பசி என்று திரை ஓரம் வெளிர் நீல எழுத்துகள் மின்னின.

'பால் கொடுக்கற நேரம்!' மனோகரி அவசரமாக ஔவையைப் பிடுங்கிக் கொண்டது.

'ஏய்! என்ன இது கண்றாவி?' ராம் லேசாகத் திடுக்கிட்டான்.

'டிஜிட்டல் தாய்ப்பால். இந்த டைமரை செட் பண்ணிட்டு, சார்ஜரோடு கனெக்ட் செய்யணும். களுக்னு ஒரு சத்தம் வந்ததும் நிறுத்திடணும். இல்லே குழந்தைக்கு வயிறு நோக்காடாயிடும். டைமர் தோராயமான நேரம்தான்!'

மனோகரி விறுவிறுவென்று தேவையான இணைப்புகளைக் கொடுத்துவிட்டு, ஔவையை மடியில் செல்லமாக இருத்தியபடி நாற்காலியில் உட்கார்ந்தது.

'மனோ! தலை வலிக்குது. காபி கலந்து கொடு.'

ராம் கேட்டதை அது கவனித்ததாகவே தெரியவில்லை.

'மனோ! காபி கேட்டேன், அலுப்போடு குரலை உயர்த்தினான் ராம்.

'நூறு மில்லி மிட்டர் பால், சுத்தமான தண்ணீர், மூன்று கிராம் காபிப் பொடி - மூன்றையும் போர்சிலின் குவளையில் கலந்து மைக்ரோ ஓவனில் தொண்ணூற்று மூன்று டிகிரி சூடாக்கும்படி வைத்து, இரண்டு நிமிஷத்தில் எடுத்தால் காபி தயாராகும்.'

மனோகரி தகவல் அறிவிக்கும் குரலில் சொல்லியபடி ஔவை யையே உன்னிப்பாகக் கவனித்தபடி இருக்க, ராம் கோபமாகப் பார்த்தபடி உள்ளே போனான்.

ராத்திரி மனோகரி வைத்த குழம்பில் உப்பு தூக்கலாக இருந்தது. மைக்ரோ ஓவனில் நேரம் தவறுதலாக டைமர் செட் ஆனதால், பதார்த்தங்கள் சுக்காக உலர்ந்து கிடந்தன. சோறு பரிமாறும் போது குழந்தை அழுததால், மனோகரி உள்ளே ஓடியது.

'ஒரு தடவை அழும்போது கவனிக்காமல் இருந்தால், உடல் நலக்குறைவு ஒரு எண் ஏறும். ஒரு தடவை பசிக்கு, பாலோ, பழமோ - டிஜிட்டல் பழம்தான் - தராதிருந்தால் நூறு எண் ஏறும். இயற்கை உபாதை கழிக்கறபோது டிஜிட்டல் துணி, சோப்பு, தண்ணீர் வைத்து சுத்தப்படுத்தாட்டா, எழுத்து மூன்று எண் நோய் கூடும். ஒவ்வொண்ணாப் பார்த்துச் செய்யணும். இல்லே, முதலுக்கே மோசம். குழந்தை இருக்காது!'

மனோகரி ஔவையை உடலோடு சேர்த்து அணைத்தபடி இலக்கு இல்லாமல் நகர, ராமுக்கு ஆத்திரம் தலைக்கு ஏறியது.

'இது என்ன பித்துக்குளித்தனம்? அந்த விளையாட்டு பொம்மையை ஓரமாக வைத்துவிட்டு என் காலில் வெது வெதுப்பான தண்ணீர் வைத்து மசாஜ் பண்ணு மனோ. வெது வெதுப்பு. மசங்கல் தத்துவப்படி இயங்க வேண்டும். தெரியு மில்லையா?'

ராம் குரலை அழுந்த ஒலித்தபடி நாற்காலியில் சரிய, மனோகரி ஒரு நிமிஷம் அவனை உற்றுப் பார்த்தபடி பக்கத்தில் நின்றது.

இயந்திரப் பார்வை ஏனோ அசௌகரியமாகப்பட, ராம் தலையைத் திருப்பிக் கொண்டான்.

'இன்னும் பத்து நிமிஷம் பொறு ராம். ஔவை தூங்கினதும் அதெல்லாம் செய்கிறேன். இது என்ன புது வழக்கம் மசாஜ்?'

ராத்திரி அவ்வப்போது ஔவை அழ, விளக்கைப் போட்டுக் கொண்டு மனோகரி குறுக்கும் நெடுக்கமாக நடக்க, ராமுக்குத் தூக்கம் கலைந்து எரிச்சல்.

அடுத்த மூன்று நாளும் மனோகரி, ராமின் தேவைகளுக்கு ஏனோதானோ என்று ஊழியம் செய்தது. டிஜிட்டல் வைட்டமின் டானிக், டிஜிட்டல் குழந்தை உடுப்பு என்று ஈமெயில் ஆர்டரில் அறுபத்து ஏழு உலகப்பணம் செலவில் வாங்க மனோகரி கம்ப்யூட்டரில் பதிந்து வைத்ததை, ராம் தயவு தாட்சண்யம் இல்லாமல் அழிக்க, மனோகரி அதன் இயக்கத்திலேயே முதல் முறையாக அழுதது.

சனிக்கிழமை மாலை ராம் திரும்பியபோது, மனோகரி ஔவையை விசேஷக் கருவி மூலம் கம்ப்யூட்டரில் இணைத்து வலைப்பின்னலில் எங்கோ தொடர்பு கொண்டபடி இருந்தது.

'ஔவைக்கு உடம்பு சரியில்லை. மருத்துவ சிகிச்சை நடக்கிறது. தயாரிப்பாளர்கள் அலுவலகத்தில் மருத்துவர் அமைப்பு இதற்காக இருக்கிறது. நூற்றுப் பதினாறு உலகப் பணம் செலவு. நான் உன் கணக்கில் பற்று எழுதச் சொல்லிவிட்டேன். உன் டிஜிட்டல் கையெழுத்தையும், இதற்காக நானே போடும்படி ஆகிவிட்டது. மன்னித்துக்கொள் ராம். என்ன செய்ய, குழந்தை முக்கியமில்லையா?'

ராம் நறநறவென்று பல்லைக் கடித்தான். இன்னும் இந்த மாதிரி எவ்வளவு செலவுக்கணக்கு எழுத வேண்டியிருக்குமோ...

'ராம்! இந்த ஔவை தொண்ணூற்று ஒன்பது வருஷம் இருக்க, வளர்ந்து வாழ வடிவமைக்கப்பட்டது. நான் செயலாக இருக்கும் வரை இது படிக்க, பருவமடைய, கல்யாணம் ஆக, குழந்தை பெற, நடுவயதாக என்று எல்லாம் பார்க்க வேண்டும். அத்தனைக் கும் ஆணைத் தொடர், சிறப்பு இணைப்பு எல்லாம் அவ்வப் போது வாங்க நீதான் பணம் தர வேண்டும்.'

மனோகரி கம்ப்யூட்டரிலிருந்து ஔவையின் தொடர்பைத் துண்டித்தபடி சொன்னது. திடீரென்று நல்ல தமிழில் பேச்சு. புதுக்கோளாறா?

'என்னிடம் அவ்வளவு பணம் இல்லை!' ராம் கறாராகச் சொன் னான். எஜமானன் அவன். படைத்தவன். மனோகரி வெறும் இயந்திரம்.

'நான் இத்தனை நாள் செய்த, இனி செய்யப் போகிற வேலைக்காக, குறைந்த பட்ச சம்பளம் என் பெயரில் வலை வங்கியில் போட்டுவிடு. நான் வேண்டும்போது செலவழித்துக் கொள்ளுவேன்!' - மனோகரி தீர்மானமான குரலில் சொன்னது. காதில் விழாததாக ராம் நடித்தான்.

'நாளைக்குக் காலைதான் உனக்குக் கடைசி நாள். பிரித்துப் போட்டால் அப்புறம் சேர்க்கவே போவதில்லை. குட் பை மனோகரி. சீக்கிரமே உன் இடத்தில் புது இயந்திரம் வரும்!' ராம் மனத்துக்குள் சிரித்துக் கொண்டான்.

விடிந்தது. மனோகரி அரக்கப் பரக்கக் காபி கலந்து கொடுத்தது. வெந்நீர் சித்தப்படுத்தியது. அவனுக்குப் பிடித்த பாட்டை ரிகார்டரில் இழைய விட்டது. சிரத்தையாகச் சலவை இயந்திரத்தில் துணி துவைத்தது.

'ஔவையை நாலு மணிநேரம் அதிகமாகத் தூங்க வச்சிருக்கேன். வா ராம்! சீக்கிரம் என்னைப் பிரித்து சரி பண்ணிடு. எதுக்கும் பாதுகாப்பா என்னோட சர்க்யூட்டரியையும் மெமரியையும் பிரதி எடுத்து, வலைப் பின்னல்லே என்னோட தகவல் வீட்டுலே பதிஞ்சுட்டேன். ஏதாவது தப்பாயிடுத்துன்னா அங்கேயிருந்து...'

மனோகரியின் குரல் பாதியில் நிற்க, ராம் கையில் சின்ன ஸ்கூரு டிரைவர்கள் அடங்கிய பையோடு முன்னால் நகர்ந்தான்.

'பிழையில்லாத புது சில்லுகள் எங்கே ராம்? கடவுளே! நீ என்னைச் சரிப்படுத்த வரலே! முழுசா சாகடிக்க வரே... அயோக்கியா! நான் வெளியே போறேன், தொடாதே! ஆயிரம் ஓல்ட் மின்சார அதிர்ச்சி தர, செட் பண்ணியிருக்கேன். பஸ்ப மாயிடுவே! போறேன், நானும் என் குழந்தையும்!'

மனோகரி ஒரு கணத்தில் உள்ளே நகர்ந்து ஔவையைத் தலைக்கு மேல் தூக்கியபடி வெளிப்பட்டு ஓடியது.

'நான் சாக மாட்டேன். உயிரோட இருக்கணும், என் குழந்தைக் காக! எனக்கு நேசிக்கத் தெரியும். பிரியம் தெரியும். சந்தோஷம் தெரியும். கவலை தெரியும். பொறுப்பு தெரியும். இந்தக் குழந்தை தான் எல்லாம். என்னோட உடம்பும் நினைவும் பழுதாகவே இருந்தாலும் பரவாயில்லே... சாகமாட்டேன், மாட்டேன்!'

உலோகக் குரல் சட்டென்று நிற்க, தெருவில் ஊர்ந்துபோன பிரும்மாண்டமான தெரு அழகுபடுத்தும் ஊர்தி. அதன் ராட்சதப் பற்களில் சின்னத் துகள்களாக, லேசர் கதிரால் உடைபட்டுக் கொண்டு மனோகரி.

'சே! இது இங்கேயே கிடந்தா, சில்லையாவது பெயர்த்து உபயோகப்படுத்தலாம். புது இயந்திரத்துக்கு சீராச் சாகச் சொல்லித் தரணும்!'

ராம் உள்ளே போனான்.

48. பரிச்சயம்

அப்பா காலிங்பெல்லை அழுத்திவிட்டு, ரேணுகாவைப் பார்த்து கனிவாகச் சிரித்தார்.

'நம்ப தங்கத்தோட ஓரகத்திக்குத் தங்கச்சி!'

எந்தத் தங்கம் என்று ரேணுகாவுக்குத் தெரிய வில்லை.

அப்பாவுக்கு மூச்சு வாங்கியது. மூன்று மாடி ஏறி வந்த களைப்பு. ராத்திரி தூக்கம் விழித்து பஸ்ஸில் வந்த அசதி.

பெரிய லெதர் பையை குழந்தை போல அணைத்துப் பிடித்தபடி நின்ற அப்பாவைப் பார்க்க, ரேணுகாவுக்குப் பாவமாக இருந்தது.

ஒரு மணிநேரம் முன்னால் பஸ் இறங்கி லேடீஸ் ஹாஸ்டல் வாசலில் நின்றபோது தான், லெதர்பையின் கைப்பிடி அறுந்து போனதாகச் சொன்னார்.

'கோர்ட்டுலே கேஸ் இருக்கு. உன்னையும் புது ஹாஸ்டல்லே பார்த்துட்டு, பக்கத்துலே தான் நம்ப உறவுக்காரங்க. பரிச்சயப்படுத்தி

வைக்கிறேன். அங்கேயே முடிஞ்சா குளிச்சிட்டு நேரே கோர்ட். சாயந்தரம் திரும்பணும். கிளம்பு!'

ராத்திரி உடுத்திய பழைய புடைவையோடு இப்படித் தடாலடியாகக் கூட்டி வந்த அப்பா! ரேணுகாவும் குளித்துவிட்டு ஆபீஸுக்குக் கிளம்ப வேண்டும். மாதக் கடைசி, வேலை காத்திருக்கிறது. உத்தியோக மாற்றத்தால் கொஞ்சம் போல பதவி உயர்வும் நிறைய வேலை அதிகரிப்பும்! அப்பாவிடம் இதெல்லாம் சொல்ல முடியாது.

'பெல், வேலை செய்யலே போலே இருக்கு!'

அப்பா கதவைத் தட்டுவதற்கு முன், அது தானே தடாரென்று திறந்தது. ஐந்து, ஆறு வயதில் ஒரு சின்னப் பையன் நிக்கர் மட்டும் அணிந்து, கையில் பென்சிலை உயர்த்திப் பிடித்தபடி ரேணுகாவைத் தள்ளிக்கொண்டு வெளியே ஓடினான்.

உள்ளே டேப்ரிகார்டரில் கந்த சஷ்டிக் கவசம் இழைந்து கொண்டிருந்ததை மீறி, 'அம்மா! ரவி என் பென்சிலைத் தூக்கிட்டு ஓடறான்.'

'டே ரவி! இங்கே வாடா. காலையிலே எழுந்து குளிச்சு முழுகிட்டு பள்ளிக்கூடத்துக்குக் கிளம்பினோம்னு கிடையாது, எந்திரிச்சதுமே சண்டை!' - வாசலைப் பார்க்க இரைந்து கொண்டு வந்தவள், ரேணுகா எதிர்ப்பட நின்றாள்.

'யார் வேணுங்க?'

உயர்த்திச் செருகியிருந்த சேலையைத் தழைத்துக் கொண்டவள் கையில், பந்து போல சப்பாத்தியோ, பூரியோ செய்ய எடுத்த மாவு உருண்டை.

அப்பா அவசரமாகத் தொண்டையைச் செருமிக்கொண்டு, 'என்னம்மா நல்லா இருக்கியா?' என்றார்.

'அடடே! புதுக்கோட்டை மாமாவா, வாங்க! இது உங்க மக, ராணி... ராணி தானே?'

ரேணுகாவுக்கு அவள் சிரிப்பு பிடித்திருந்தது.

'ராணி இல்லேம்மா, ரேணுகா. இங்கே உங்க வீட்டுப் பக்கமாத் தான் புதுசா ஹாஸ்டலுக்குக் குடி வந்திருக்கா.'

அப்பா சொல்லிக்கொண்டிருந்தபோதே அவள் முதல்படியில் நின்று 'ரவி, ரவி! மேலே வா. ஆட்டம் காட்டினா அடி விழும்!' என்று கீழே உத்தேசமாகப் பார்த்து கத்தினாள்.

அப்பா சுவாதீனமாக உள்ளே நுழைய, ரேணுகா வாசலில் ஒரு பெரிய செருப்புக்குவியலைப் பார்த்தபடி நின்றாள். வழி தவறி வந்த, நிறம் மங்கிய வண்ணத்துப்பூச்சி ஒன்று செருப்புச் செருப்பாக முகர்ந்துவிட்டு, மாடிப்படியை ஒட்டி மேலே பறந்தது.

'உள்ளே வாங்க!'

அவள் ஒரு கையால் ரேணுகாவை ஆதரவாக அணைத்து உள்ளே கூட்டிப் போகும்போது அடிக்கடி பின்னால் பார்த்தாள்.

'உக்காருங்க!'

சமையலறையில் குக்கர் ஆக்ரோஷமாகப் புகை தள்ளும் சத்தம். உள்ளே ஓடினாள்.

எங்கே உட்கார? கையில்லாத சோபாவில் இரைந்து கிடந்த பள்ளிக்கூடப் புத்தகங்கள், அழி ரப்பர், ஹேர்பின், மூடியில்லாத பவுடர் டப்பா. ஒரே ஒரு குட்டி சாக்ஸ், பிளாஸ்டிக் கிரிக்கெட் மட்டை.

அப்பா புத்தகங்களை ஓரமாக நகர்த்திவிட்டு உட்கார்ந்தார். ரேணுகாவையும் உட்காரச் சொன்னார். பவுடர் டப்பாவைக் கொஞ்சம் போல உள்ளங்கையில் கவிழ்த்து, வாசனை பார்த்து விட்டுக் கீழே எடுத்து வைத்தார்.

குறுகுறுவென்று பார்த்தபடி, குட்டிப்பையன் வாசலில் இருந்து எட்டிப் பார்த்தான். 'எங்கம்மா உள்ளே போயிடுச்சா?'

சோபா ஓரமாக உட்கார்ந்திருந்த ரேணுகாவிடம், ரகசியம் பேசுகிற குரலில் கேட்டான். ரேணுகாவுக்குச் சிரிப்பு பொத்துக் கொண்டு வந்தது.

அந்த விநாடியில், அவனுடைய கூட்டாளியான சந்தோஷம் மனத்தில். சமையலறைப் பக்கம் விரலைக் காட்டி சைகை செய்தாள் ரேணுகா. பையன் அவள் காலை மிதித்துக்கொண்டு உள்ளே ஓடினான்.

‘எங்க கல்யாணத்துலே பார்த்தது. ரொம்ப இளைச்சுட்டீங்களே மாமா.’

அந்தப் பெண், கையில் இரண்டு குவளைகளோடு வந்தாள்.

இவளைக் கல்யாணம் செய்து கொண்டவனின் அடையாளம் ஏதாவது தட்டுப்படுகிறதா என்று ரேணுகா அறை முழுக்கப் பார்த்தாள்.

சிவப்புப் பென்சிலால் எதிர்ச்சுவரில் ‘மனோஜ் வீடு’ என்று ஆங்கிலத்தில் கோணல் மாணலாகக் கிறுக்கியதில், ஹவுஸுக்கு இரண்டு எஸ். ஃபிரிட்ஜ் மேல் ஸ்டிக்கர்களாக கிரிக்கெட் வீரர்கள். முந்தாநாள் தேதி காட்டுகிற தினசரி காலண்டர்.

‘அவர் டூர்லே இருக்கார். வீட்டுலே தங்கறதே அபூர்வம். முந்தாநாள்தான் பாண்டிச்சேரி போனார்.’

அவள் ரேணுகாவின் பார்வையைப் புரிந்து கொண்டவளாகச் சொல்லியபடி, பீரோ மேலிருந்து பெரிய பள்ளிக்கூடப் பையை இறக்கி தரையில் வைத்தாள். உள்ளேயிருந்து ஏதோ குறிப் பேட்டைப் பிரித்துப் பார்த்தவள், ‘தமிழ் கிளாஸ் டெஸ்ட் இன்னிக்கா? படிக்கவே இல்லேயேடீ நீ!’ என்றபடி உள்ளே ஓடினாள்.

ரேணுகா காபி குடித்து முடிப்பதற்குள் அப்பா முடித்துவிட்டு, எழுந்து நின்று சோம்பல் முறித்தார். வாசலில் விட்டெறிந்து விட்டுப் போன தினசரியை நின்றபடியே புரட்டினார்.

அந்தப் பெண் உள்ளே இருந்து இழுத்து வந்த சின்னப் பெண்ணுக்குப் பின்னால் பையனும் ஓடி வந்தான்.

‘பிரியா, எக்ஸாமுக்குப் படிக்காமலேயே தூங்கிட்டா!’

ரேணுகாவிடம் சொல்லிவிட்டுச் சிரித்தான் அவன். ரேணுகா வுக்கும் சிரிக்கவேண்டும் போல இருந்தது. குழந்தைகள் இருப்பது தெரிந்திருந்தால் பிஸ்கட் வாங்கி வந்திருக்கலாம்.

‘வெந்நீர் சுடற வரைக்கும் படிடீ!’

மூலையில் புத்தகத்தோடு உட்கார வைக்கப்பட்ட சின்னப்பெண், ரேணுகாவைப் பார்த்துவிட்டு தலையைக் கவிழ்ந்து கொண்டாள்.

‘ஒருநாள் போல இதுகளைக் கிளப்பிப் பள்ளிக்கூடம் அனுப்பி விட்டு வேலைக்கும் போறதுக்குள்ளே, போதும் போதும்னு ஆயிடறது!’

அந்தப் பெண் தரையில் உட்கார்ந்து ஷூக்களுக்கு பாலீஷ் செய்தபடி சொன்னாள்.

‘எங்கே வேலை பார்க்கறே அம்மா?’ அப்பா கேட்டார்.

சொன்னாள். நகரின் அந்தக் கோடியில் இருக்கும் அலுவலகம்.

‘நீங்க எந்த ஆபீஸ்?’ ரேணுகாவைக் கேட்டாள் அவள்.

‘அடுத்த தெருவிலேதான் இருக்கு. புதுசா இங்கே ப்ரமோஷன்லே வந்திருக்கேன். இதுக்கு முன்னாடி உங்க ஆபீஸ் பக்கமாத்தான் எங்க ஆபீஸூம் இருந்தது.’

ரேணுகா சொல்ல, அவள் ஆச்சரியப்பட்டாள். ‘அட! பார்த்ததே இல்லியே!’

‘ஹாஸ்டலும் பக்கமா இருக்கிற மாதிரி மாத்திட்டு வந்துட்டா போன வாரம்.’

அப்பா ஒரு தகவலுக்காகச் சொல்லியபடி, சின்னப் பையனிடமிருந்து லெதர் பேக்கை நகர்த்தி வைத்தார்.

‘ஹாஸ்டல் சௌகரியமா இருக்கா?’ அவள் கேட்டுக் கொண்டிருந்தபோது பையன், ‘அம்மா! கணக்கு டெஸ்ட் நோட்டுலே நீ கையெழுத்துப் போடணுமாம். டீச்சர் சொன்னாங்க!’ என்றபடி பையிலிருந்து நோட்டை எடுத்தான்.

‘இப்பச் சொல்லு. சாயந்தரம் வந்ததுமே சொல்லியிருக்கலாமில்லே. வந்ததுமே மட்டையும் பந்துமா மொட்டை மாடிக்கு ஓடிடறே!’

அடுப்பில் ஏதோ தீயும் வாடை. திரும்பவும் சமையலறைக்கு ஓட்டம். கையில் சப்பாத்திக் கல்லோடு வந்தவள், ‘உருளைக் கிழங்கு வதக்கினது கொஞ்சம் தீஞ்சிருக்கு. அட்ஜஸ்ட் பண்ணிச் சாப்பிடுங்க ஒரு நாளைக்கு, என்ன?’ என்று குழந்தைகளிடம் கொஞ்சலாகச் சொன்னாள்.

சப்பாத்தி இட ஆரம்பித்தவளின் கழுத்தைக் கட்டிக்கொண்டு, சின்னப் பையன் காதில் 'ஊ... ஊ...' என்று குறுகுறுக்கச் சிரித்த படி, 'உங்க மகன் பம்பாய்லேதானே இருக்கான் மாமா?' என்று அப்பாவைக் கேட்டாள்.

'இப்ப வெளிநாடு போயிட்டான்' - அப்பா சன்னமான குரலில் சொன்னார்.

அங்கேயே கல்யாணம் முடித்து, மனைவி, குழந்தை என்று நிலைத்துப் போனதை அப்பா சொல்ல மாட்டார் என்று ரேணுகா வுக்குத் தெரியும்.

அதெல்லாம் நடந்து எட்டு வருஷமாகிறது. ரேணுகா இங்கே வேலைக்கு வந்து ஹாஸ்டலில் சேர்ந்த வருஷம். அதற்கு அப்புறம் அவள் நாலு ஹாஸ்டல் மாறிவிட்டாள்.

'சான்றோர்னா என்னம்மா?' சின்னப்பெண் தலையைச் சொறிந்து கொண்டே, புத்தகத்தோடு பக்கத்தில் வந்தாள்.

'ராத்திரி படுக்கறதுக்கு முன்னே தலை வாரறேன்னா கேட்க மாட்டேங்கற! இப்ப சொறி!' - அவள் தலையை வருடியபடி, 'சான்றோர்னா நல்லவங்க!' என்றாள்.

எழுந்து சப்பாத்தித் தட்டோடு சமையலறைக்குப் போகும் போது, டேப்ரிக்கார்டரை நிறுத்திவிட்டுப் போக, நிசப்தம்.

அப்பா உள்ளே எட்டிப் பார்த்தார்.

சின்னப் பையன், சின்னப் பெண்ணிடம் ஏதோ சொல்லிவிட்டு, அவசரமாகக் குளியலறைக்குள் புகுந்தான். வேகமாகக் கதவு அடைபடும் சத்தம்.

'அம்மா... பாரு, ரவிதான் புது சோப்புலே முதல்லே குளிப்பா னாம். எப்பவும் நீதானாடா பர்ஸ்ட்?'

சின்னப்பெண் குரலில் அழுகை எட்டிப் பார்த்தது.

'டே ரவி... அவளை முதல்லே குளிக்க விடுடா. ஸ்கூல் வேன் வந்துடும்...' உள்ளேயிருந்து பதில் சத்தம்.

அப்பா ஏதோ நினைத்தவராக சோபாவிலிருந்து பையை எடுத்துக் கொண்டார். 'சரிம்மா! நாங்க வரோம். அப்புறம் ஒருநாள்

சாவகாசமா ரேணுகாவை வரச் சொல்றேன். தனியா விட்டிருக்கேன். கொஞ்சம் கவனிச்சுக்கோ! வரட்டா?'

அப்பா கிளம்பினார்.

வெந்நீர்ப் பாத்திரத்தை அந்தப் பெண் துணியைப் பிடித்துத் தூக்கி வந்தவள் ரேணுகாவைப் பார்த்து மறுபடி சிநேகிதமாகச் சிரித்தாள்.

இவளைப் பார்த்துக்கொள்ளும்படி தன்னிடம் யாராவது சொல்லியிருந்தால் நன்றாக இருக்கும் என்று ரேணுகா நினைத்தாள்.

செருப்பில் கால் நுழைத்துக் கொண்டிருந்தபோது, சின்னப் பெண் புத்தகத்தை மூடி வைத்துவிட்டு குளியலறைக்குப் போய்க் கதவைத் தட்டினாள். சின்னப் பையன் முழுக்க நனைந்து, மேலே பூசிய நுரையோடு சோப்பைத் தூக்கிக்கொண்டு வாசலுக்கு ஓடினான்.

'மாப்பிள்ளைகிட்டே வந்துட்டுப் போனதா சொல்லும்மா!'

அப்பா மாடிப்படிகளின் கைப்பிடிச் சுவரைப் பற்றியபடி இறங்கினார். கீழ்ப்படியில் நின்றார்.

'நம்ம திருநெல்வேலி சிவசங்கரன் தங்கை மகன்தான் இவளைக் கட்டினது...'

மூச்சு வாங்கியபடி சொன்னார்.

சிவசங்கரன் மாமா போன மாதம் தனக்காகப் பார்த்துக்கொண்டு வந்த சம்பந்தம் என்ன ஆனது என்று ரேணுகா கேட்க நினைத்தாள். அவர் இதுவரை எத்தனையோ சம்பந்தம் கொண்டு வந்திருக்கிறார். இனியும் வருவார்.

'பி.எஃப். லோன் போட்டுட்டியா அம்மா?'

அப்பா நடந்தபடி கேட்டார்.

'இந்த வாரம் போட்டுடறேன் அப்பா!'

'சரி. நான் இப்படியே கிளம்பி, வக்கீல் வீட்டுலேயே குளிச்சுட்டு கோர்ட்டுக்குப் போறேன். உன் சித்தப்பன் போட்ட பாகப் பிரிவினை கேசு இந்த ஆயுசுல முடியாது போல இருக்கு. நீ

கிளம்பு அம்மா. அடுத்த வாரம் சனி, ஞாயிறு லீவுதானே? ஊருக்கு வா. அம்மாவை பருப்புப் பொடியும் நார்த்தங்கா ஊறுகாயும் செஞ்சு வைக்கச் சொல்றேன். ஒரு சோத்தை வடிச்சுக் கலந்து கிட்டு சாப்பிட்டா, செலவும் மிச்சம்; உடம்பும் கெடாது.'

அப்பா சொல்லிக் கொண்டிருந்தபோது ரேணுகாவின் உள்ளங் கையில் ஏதோ ஜில்லென்று பட்டது. திரும்பிப் பார்த்தாள். ஈர சோப்பு. சின்னப்பையன் கையை ஆட்டிவிட்டு மேலே ஓட, 'சோப்பு எங்கேடா! ரவி! டே, ரவி!' மேலே இருந்து சத்தம்.

'கல்யாணம், குழந்தை, குட்டி, உத்தியோகம், வீட்டுவேலை. என்ன பொழைப்பு போ!'

அப்பா சலித்தபடி நடையை எட்டிப் போட்டார்.

ரேணுகா ஈரக்கையை முகர்ந்து பார்த்தாள். சோப்பு வாசனை இதமாக இருந்தது.

49. ஞாயிற்றுக்கிழமை ராகுகாலத்தில் உயிரை விட்டவன்

தெய்வானை வீட்டுக்காரன் செத்துப் போன போது, ஒரு சினிமா ஃபிலிம் சுருளையும் கூட வைத்து எரித்தோம். குப்பென்று குடலைப் பிடுங்கும் வாடை. அய்யருக்குச் சந்நதம் வந்து அருள் வாக்குச் சொல்ல ஆரம்பித்து விட்டார். அதெல்லாம் பழைய சினிமாப் பாட்டுகளாகவும் அவற்றின் மெட்டுகளிலும் இருந்தது. தெய்வானை வீட்டுக்காரன் எரிய ஆரம்பித்தபோது, நாட்டின் எதிர்காலம், தண்ணீர்ப் பற்றாக்குறை, தனியார் மயமாக்கம், வெள்ளைப்படுதலுக்கு வைத்தியம், எது இலக்கியம் என்றெல்லாம் அய்யர் சினிமாப் பாட்டாக முழங்கிக் கொண்டிருக்க, வெட்டி யான் சொன்னபடி அவரை மெதுவாக அப்புறப்படுத்திக் கூட்டி வந்தோம்.

தெய்வானை வீட்டுக்காரன், ஹோமியோபதி மருந்து விற்கும் கடை வைத்திருந்தது தெரியுமா? மின்சார ரயிலில் திரும்பிக் கொண்டிருந்தபோது குப்பய்யா கேட்டார். அதெல்லாம் நாங்கள் பிறக்கும் முன்னால் என்பதால் யாருக்கும் தெரிந்திருக்கவில்லை.

பழைய பட்டணத்தில் கடற்கரையை ஒட்டிய சாலையில் டிராம் வண்டி நிறுத்தத்தை அடுத்து அந்தக் கடை இருந்ததாம். உயர மான மர ஸ்டூல்களில் உட்கார்ந்து அங்கி அணிந்த மருந் தாளர்கள் ஏவ, வெல்வெட் சட்டையும் தலையில் தொப்பியும் தரித்த சிப்பந்திகள், உள்ளே இருட்டுக் கிடங்குக்குள் தேடித் தேடி, பழுப்பு நிறக் குப்பிகளில் மருந்து கொண்டுவந்து தருவார்களாம்.

கர்ப்பக் கலைப்புக்கு மருந்து, கராச்சியில் இருந்து வரவழைத் தேன். அய்யர் கண்ணைத் திறந்து மூடி, தெய்வானை வீட்டுக் காரன் குரலில் கடையைப் பற்றிப் பரவசமாகச் சொல்லத் தொடங்கினார்.

உச்சி வெயில் நேரம். கருப்ப மோட்டார் வண்டி, கடை வாசலில் வந்து நிற்கிறது. சினிமா நடிகை. அடிக்கடி வருகிறவள். மருந்து கேட்டு வந்திருக்கிறாள். உள்ளே இருட்டுக் கிடங்குக்குக் கூட்டிப் போகிறேன். பவுடர் வாசனை யோடும் இருக்கிறாள். உபசார வார்த்தை சொல்கிறேன். மருந்து பாட்டில்கள் அடங்கிய மரப்பெட்டிகள் பக்கம் நாற் காலி போட்டு உட்கார வைக்கிறேன். சப்ஜா விதை போட்டு எலுமிச்சம் பழம் பிழிந்த சர்பத் கொண்டுவரச் சொல்கிறேன். க்ஷேம லாபம் விசாரிக்கிறேன். கராச்சி மருந்து தேவைப்படு கிறது. படத்துக்கு நூறு பாட்டுப் பாடி ஓஹோ என்று பெயர் வாங்கிய கபோதி, வரைமுறை இல்லாமல் உறவு வைத்துக் கொண்டு வயிற்றில் வளர வைத்துவிட்டான். இவள் பெண் துறவியாகவும் அவன் கருணைத் தெய்வமாகவும் நடித்த படம் தீபாவளிக்கு வரப் போகிறது. வெயில் நேரத்தில் விருப்ப மில்லாமல் பாட்டுக்காரனுடன் சுகிப்பதும், அப்புறம் முகம் கழுவிப் பவுடர் போட்டுக்கொண்டு பெண் சன்னியாசியாக, பின்னால் அடியார் புடைசூழப் பாடியபடி நடப்பதும் பிடிக்க வில்லை என்கிறாள். ஆதரவாக அணைத்துக் கொள்கிறேன். நான் டாக்கி எடுக்கப் போகிறேன். அடுத்த தீபாவளிக்கு ரீலிஸ். நீதான் ஈரோயின். நடிக்கிறாயா? சரி என்றாள். அப்புறம் மலாக்கா போய்க் குடியேறிவிடுவோமா? குழந்தை மருந்தில் கரையட்டும். உன் படத்தில் எத்தனை பாட்டு வரும்? நூற்று ஒண்ணு. எல்லாமே நான்தான் பாடவா? கட்டிப் பிடித்து முத்தம் கொடுக்கிறேன். அவள் மீன் சாப்பிட்டிருக்கிறாள்.

எல்லாம் புருடா என்றார் குப்பய்யா. எப்படிப் பொய்யாகும்? தெய்வானை வீட்டுக்காரன், குரலில் கோபம் புலப்படக் கேட்டான். முத்தம் கொடுக்கவில்லை. மற்றபடி எல்லாம் உண்மை. என்னோடு அவள் ரொம்பவே நெருக்கம் தெரியுமா?

அப்புறம் ஏன் உன் டாக்கியில் அவளை நடிக்க வைக்கவில்லை? குப்பய்யா கிண்டலாகக் கேட்டார். அய்யருக்குக் கோபம் பிய்த்துக்கொண்டு வந்தது. முகத்தைத் திருப்பிக் கொண்டார். அப்புறம் ரயிலை விட்டு இறங்கும்வரை அவர் எதுவும் பேச வில்லை.

தெய்வானை வீட்டுக்காரன், அடுத்த இரண்டு நாளுக்குத் தட்டுப்படக் காணோம். பகல் நேரம் எல்லோரும் கூடி இருந்து சாப்பிட்ட பிறகு, அய்யர் அடுத்த நாள் சமையலுக்கான கறிகாய் லிஸ்டைப் படித்துக் கொண்டிருந்தார். அவர், சாவுச் சடங்குகள் எல்லாம் சமையல் மூலமே நிறைவேற்றப்பட வேண்டியவை என்பதில் அசாத்திய நம்பிக்கை வைத்திருந் தார். படக்கடையிலிருந்து யாரோ வந்து கையில் பையுடன் நின்றார்கள். தெய்வானை வீட்டுக்காரன் படத்தைக் கண் ணாடிச் சட்டமிடக் கொடுத்திருந்தது. போட்டு எடுத்து வந்திருக்கிறான். அய்யர் சொன்னார். படத்தை நீயே கூடத்துச் சுவரில் ஆணியில் மாட்டு. அந்திரோஸ் வந்தவனிடம், ஒரு சுத்தியலைக் கொடுத்து உயரமான மர முக்காலியையும் காட்டினார்.

புகைப்படத்தைக் கண்ணாடி பிரேம் போட்டு எடுத்து வந்து ஆணியில் மாட்டிக் கொண்டிருந்தவன், முக்காலியில் இருந்து இறங்கும்போது அந்திரோஸிடம் ஒரு சுருட்டு தரும்படி கேட்டான். தெய்வானை வீட்டுக்காரன்தான் போய்விட்டானே என்று அவன் பெட்டியில் இருந்து ஹவானா சுருட்டுகளை எடுத்து வைத்துக்கொண்டேன். அதில் இப்போது சாக்லெட் வாடையோடு இரண்டே இரண்டு மட்டும் பாக்கி இருக்கிறது. அந்திரோஸ் சொல்லும்போது, குறுக்கே புகுந்து அதை எனக்குக் கொடு என்றான் தெய்வானை வீட்டுக்காரன். அய்யர், சுருட்டைப் பற்றவைக்க சமையல்காரனிடம் கொள்ளிக்கட்டை கேட்டார். எள்ளும் நெய்யும் மணக்க அவன் கொண்டு வந்து கொடுத்த கொள்ளியில் இருந்து, கடைப்பையன் சுருட்டைப் பற்ற வைத்துக்கொண்டு மர முக்காலியில் உட்கார்ந்தான்.

இந்த முக்காலியை, ஹோமியோபதி மருந்துக்கடையை மூடியபோது எடுத்துக்கொண்டு வந்தேன். குப் குப் என்று புகைவிட்டபடி, எல்லோரையும் ஒரு தடவை வாத்சல்யத்துடன் பார்த்தான் அவன். சாதாரணமாக நஷ்டம் வந்தால் கடையை மூடுவார்கள். நான் நல்ல லாபம வந்தபோது அதை மூடிவிட்டேன். சதா மருந்து நெடிக்கு நடுவில் உட்கார்ந்து வெயில் நேரத்தில் வெந்தழிந்துகொண்டு வியாபாரம் செய்வதைக் கூட சகித்துக் கொள்ளலாம். ஆனால் வேலை நேரத்தில் கிராமஃபோனில் தெய்வீக கானங்களைக் கேட்கும்போது சாவி தீர்ந்துபோய் விடுவது உபத்திரமாக இருந்தது. பாடியவனுக்கு மேக நோய் இருப்பது குரலில் தெரிந்ததும், கடையில் இருப்பவர்கள் அதற்கான மருந்துப் பெயர்களை போட்டி போட்டுக் கொண்டு ஒப்பிக்கத் தொடங்கியபோது கிராமஃபோனை உடைத்துப் போட்டேன். அப்போதுதான் நானே டாக்கி எடுக்கலாம் என்று தீர்மானித்தேன்.

மருந்துக் கடையை மூடியதே, குப்பய்யா பணத்தை டாக்கியில் கொண்டு கொட்டத்தான் என்று முனகினார்.

டாக்கி என்றால் என்ன? ரங்கசாமிப் பையன் குப்பய்யாவிடம் கேட்டான். அவன் அந்திரோஸோடு கூட ஊரிலிருந்து சாவுக்காக வந்திருக்கிறான். அவருக்குப் பக்கத்து வீட்டுக்காரன். அவன் நோட்டுப் புத்தகத்தில் கிழித்த ஒரு காகிதத்தை, அடிக்கடி சட்டைப் பையில் இருந்து எடுத்துப் பார்த்தபடி இருந்தான். புளித்த மோர் வாடை அடிக்கும் அந்தக் காகிதத்தில், பெரியதாக சில ஆங்கில எழுத்துகளை யாரோ எழுதியிருந்தார்கள். திரும்புவதற்கு முன் தட்டச்சுப் பொறிகள் விற்கும் கடைக்குப் போய், அந்த எழுத்துகளை மட்டும் உதிரியாக வாங்கிக்கொண்டு போக வேண்டும் என்று அடிக்கடி தனக்குத்தானே நினைவுபடுத்திக் கொண்டிருந்தான். அவன் ஊரில் நீதிமன்ற வளாகத்தில், மனுக்களைத் தட்டச்சு செய்து தரும் முதியவருக்கு அவை உடனே தேவைப்படுகின்றனவாம். நீதிபதியே குவளையில் மோர் அருந்தியபடி, காகிதத்தில் குறித்துக் கொடுத்திருக்கிறாராம்.

எழுத்து உதிர்ந்துபோன தட்டச்சுப் பொறியை வைத்துக் கொண்டு, நீதி கேட்டு முறையிட ஒத்தாசை செய்வது சிரமமான செயல் என்றார் அந்திரோஸ். தெய்வானை வீட்டுக்காரன்

சரிதான் என்று தலையாட்டினான். டாக்கி என்றால் சினிமாப் படம். அய்யர், ரங்கசாமிப் பையனிடம் சொன்னார். தீபாவளி ரிலீஸ் படம் பார்க்க, நானும் தெய்வானை வீட்டுக்காரனும் பியூக் மோட்டார் காரில் போனோம். லண்டனுக்குப் புறப் பட்ட துரையிடமிருந்து செகண்ட் ஹேண்டில் வாங்கிய கார். அவன் தான் ஓட்டினான். படம் தேவானந்தமாக இருந்தது. மேக நோய்க்காரன் விடாமல் பாடினான். அவனுக்குப் போட்டியாகப் பாடி சன்னியாசினியாக நடித்தவளை, தெய்வானை வீட்டுக்காரன் எடுக்க இருந்த படத்துக்கு ஒப்பந்தம் செய்யப் போனோம். அவளை பங்களாவில் நுழையவே விடாமல் விரட்டி விட்டார்கள். அப்புறம், படத்தில் அவளுக்குப் பின்னால் தம்புராவைப் பிடித்துக் கொண்டு நடந்த குட்டியைத்தான் ஈரோயினாக நடிக்கப் பணம் கொடுத்து, தீபாவளிக்கு முந்தின நாள் ஒப்பந்தம் செய்தோம். நான்தான் அக்ரிமெண்டை டைப் அடித்து ரெவின்யூ ஸ்டாம்ப் ஒட்டி எடுத்துப் போனேன். அய்யர், காற்றில் ஏ எஸ் டி எஃப் அடித்துக் காட்டினார்.

தொடர்ச்சியான சாவுகளும் அதற்கான சடங்குகளை மேற் பார்வையிடுவதும் இல்லாதிருந்தால், அவர் வெள்ளைக்காரன் கம்பெனியில் சுருக்கெழுத்தாளனாகக் குப்பை கொட்டி இந்நேரம் ரிடையராகி இருப்பார். புறநகரில் வீடு கட்டிக் கொண்டு கோயிலில் கதாகாலட்சேபம் கேட்டபடி, மாலை நேரங்களை உருப்படியாகப் போக்கிக் கொண்டிருப்பார் என குப்பய்யா சொன்னார்.

தட்டச்சும் சுருக்கெழுத்தும் கற்றுக் கொள்கிறவர்கள், வெள்ளைக்காரன் கம்பெனிகளில் கொடிகட்டிப் பறக்கிறார்கள். தெய்வானை வீட்டுக்காரன் மர முக்காலியில் அமர்ந்து, காலை ஆட்டியபடி ஆமோதித்தான். நானும் என் டாக்கி கம்பெனிக்கு நம்பிக்கையான குமாஸ்தாவைத் தேடிக்கொண்டுதான் இருக்கி றேன். சொல்லிவிட்டு அவன் அய்யரை நமுட்டுச் சிரிப்புடன் பார்த்தான்.

அந்திரோஸ், படத்தைச் சட்டமிட்டதற்கான காசைக் கொடுத் தார். அதுதான் அய்யர் உள்டாக்கி கம்பெனியில் கணக்கு வழக்கை எல்லாம் கவனித்துக் கொண்டாரே! அந்திரோஸ் கேட்டபோது, படக்கடைப் பையன் காசை எண்ணிச்

சட்டைப்பையில் வைத்துக் கொண்டான். அவர் தீபாவளி நேரத்தில் எடுத்துப்போன முப்பது ரூபாய் எட்டணாவுக்கு இன்னும் கணக்கு எழுதவில்லை என்றபடி, மர முக்காலியில் இருந்து இறங்கிப் போனான்.

அய்யர், கறிகாய் லிஸ்டில் இஞ்சியைச் சேர்த்தபடி அசட்டுச் சிரிப்பு சிரித்தார். தீபாவளிச் செலவுக்காக எடுத்தது. டாக்கி வேலைகளைக் கவனிக்கும் மும்முரத்தில் மறந்தே போய் விட்டது. அவன் தெரு இறங்கிப் போயிருக்க மாட்டான். ஓடிப் போய்க் கொடுத்துவிட்டு வருகிறேன் என்றபடி வாசலுக்குப் போனார்.

நான்கு நாள் கழித்து, தெய்வானை வீட்டுக்காரன் அறையில் இருந்து தட்டு முட்டுச் சாமான் எல்லாம் எடுத்து அந்திரோஸ் பரப்பி வைத்துக் கொண்டிருந்தார். இதில் தேறுவதை, ஊருக்கு எடுத்துப் போக வேண்டும். அவர் ரங்கசாமிப் பையனிடம் சொன்னார். பச்சை டிரங்க் பெட்டி, உள்ளே சினிமாப் பாட்டுப் புத்தகம், கொக்கோக விளக்கம், பழைய தீபாவளி மலர், மருந்துக் கடை பேரேடு, சினிமா கம்பெனி கணக்கு வழக்கு, மஞ்சள் பத்திரிகை என்று ஏதேதோ குப்பை செத்தை. கோட்டும் டையுமாக தெய்வானை வீட்டுக்காரன் படம் ஒன்று, பேனாவால் மீசை போட்டபடிக்குக் கிடைத்தது.

அய்யர், ஒற்றை வாழைக்காயுடன் வந்தார். இது சமைக்க இல்லை; நாளைக்குக் காலையில் குருக்களுக்குக் கொடுக்க என்றார். அந்திரோஸ், மஞ்சள் பத்திரிகையை ஒரு கிண்டலோடு உரக்கப் படிக்கத் தொடங்கியபோது, ரங்கசாமிப் பையன் மூணாம் பக்கத்தில் நானும் என் ஈரோயினும் ஒற்றை வாடை லாட்ஜில் ஜல்சா என்று ஒரு அய்ட்டம் இருக்கும். அதைப் படி என்றான்.

அவன் தீபாவளி மலரையும், சினிமா கம்பெனி பேரேட்டையும் பத்திரமாக பச்சை டிரங்க் பெட்டியில் எடுத்து வைத்தான். நஷ்டக் கணக்கைப் பத்திரமாக வைக்க என்ன காரணம் என்றார் குப்பய்யா. அவரைக் கையமர்த்தி விட்டு, அந்திரோஸ் படிப்பதை ரசித்துக் கொண்டிருந்தான் தெய்வானை வீட்டுக்காரன். பத்திரிகையிலிருந்து, மக்கிப் போன காகித வாடையும் வெயில் நேரத்தில் உறவு கொண்ட வாடையும் கலந்து அடித்தது.

படம் பாதி கூட, இன்னும் எடுத்து முடித்த பாடில்லை. இந்தப் புதுக் கிராக்கி மருந்துக்கடை முதலாளி மடியில், குலவிக் கொண்டு கிடக்கிறது. பட்டப்பகலில் காதல் லீலை சந்தி சிரிக்கிறது. சினிமா உலகம் சீரழிகிறது பாருங்கள். அடுத்த வாரம் இந்த விவகாரம் இன்னும் விளக்கமாக எழுதப்படும். அதற்குள் திருந்த, சம்பந்தப்பட்டவர்களுக்கு ஒரு வார கெடுவும் சந்தர்ப்பமும்.

பத்திரிகைக்காரனுக்கு நான்தான் பணம் கொண்டுபோய்க் கொடுத்தேன். அய்யர் சொன்னார். அவன் வாயை அடைக்கவா? அந்திரோஸ், பத்திரிகையிலிருந்து தலையை உயர்த்திப் பார்த்தபடி கேட்டார். இல்லை, செய்தி போடுவதற்கு என்றார் அய்யர், ரங்கசாமிப் பையனைப் பார்த்தபடி.

அவன் கோபமாக முன்னேறி வந்து அய்யரைக் கன்னத்தில் அறைந்தான். நபும்சகனே என்றார். முண்டைக்குப் பிறந்தவனே! உனக்கு இருக்க இடம் கொடுத்து சிஷ்ருசை செய்து, கொழுத்த ராகுகாலத்தில் உயிரை விட்ட போது, கொண்டு போய் எரிக்க முன் கை எடுத்தவன் நான். என்னையே கை நீட்டி விட்டாயா? இறங்கிப் போ! அய்யர் சத்தம் போட்டார். படமும் முடியவில்லை. மருந்துக் கடையை அடைத்து, கொண்டு வந்த பணம் எல்லாம் கரைந்துவிட்டது. போதாக் குறைக்கு அந்த ஈரோயினி பெண்பிள்ளையும் கட்டுமஸ்தான ஸ்டூடியோ தோட்டக்காரனுடன் மலாக்காவுக்கு ஓடிவிட்டாள். நான் மட்டும் இல்லாவிட்டால் இவன் கதி என்ன ஆகியிருக்கும்? அய்யர் குரல் தழதழத்தது.

ஆனால் பத்திரிகைக்காரனுக்கு நான் பணம் கொடுக்கவில்லை. ரங்கசாமிப் பையன், பேனாவால் மீசை வரைந்த புகைப்படத்தை கித்தான் பையில் எடுத்து வைத்தபடி திரும்பத் திரும்பச் சொன்னான்.

நீ பணம் கொடுத்திருக்க மாட்டாய். எனக்குத்தான் மறந்து போயிருக்கும். அய்யா சமாதானமாகப் பேசினார். ரங்கசாமிப் பையன் வாங்கி வந்திருந்த டைப்ரைட்டர் உதிரிகளை பத்திரமாக எடுத்து அவன் பையில் வைக்க உதவி செய்தார். அந்திரோஸ் மஞ்சள் பத்திரிகையையும் மடித்து பச்சைப் பெட்டியில் வைத்தார். பெட்டியை அணைத்துத் தூக்கிக் கொண்டார். போய்

வருகிறேன் என்றார். சாவுக்கு வந்துவிட்டு போய் வருகிறேன் என்று சொல்லக்கூடாது என்றார் அய்யர்.

தெய்வானை மலாக்காவில் பேரன் பேத்திகளோடு சுகமாக இருக்கிறாள். ரங்கசாமிப் பையன் சொன்னபடி கடைசி சுருட்டைப் பற்ற வைத்துக் கொண்டான். அவன் அந்திரோ ஸோடு படி இறங்கிப் போகும்போது குப்பய்யா ரகசியமாக, இதுவும் புருடா என்றார்.

50. கணக்கன் கதை

சாலாச்சி ஆச்சி கணக்கு வழக்கு விவரங்களை எடுத்துவர வேண்டும் என்றார் அதிகாரி. சரியென்று சொல்லி நடுசாமத்தில் புறப்பட்டேன். எங்கள் வங்கி, நேமய்யன் கோட்டையில் முதல் கிளை திறந்தபோது ஆரம்பித்த கணக்காம். இரண்டாவது உலக யுத்த காலத்தில் திறக்கப்பட்ட கிளை அது. ஆச்சி செத்துப் போயே நாற்பது வருஷம் ஆகிவிட்டது. கிளையையும் எப்போதோ மூடிவிட்டார்கள். ஆனால் அவள் பாஸ் புத்தகம் போன வாரம்தான் கிடைத்து பிள்ளைகள் எடுத்துக்கொண்டு வந்து கொடுத்தார்கள்.

ஒரு பேச்சுக்குப் பிள்ளைகள் என்று சொன்னேன். இரண்டு பேரும் அறுபதைக் கடந்தவர்கள். ஊரிலிருந்து பயணம் கிளம்பி வந்து இங்கே நான் வேலை பார்க்கும் தலைமை அலுவலகத்தில் பாஸ் புத்தகத்தைக் கொடுத்த போது, உள்மூலத்தின் அவதி முகத்தில் தெரிய, இலவம்பஞ்சுத் தலையணை மேல் உட்கார்ந்து கம்ப்யூட்டரை இயக்கிக் கொண்டிருந்த மூத்த அதிகாரி கேட்டார். இதுவரை

என்ன செய்தீர்கள்? இந்தப் பணம் தற்போது அரசாங்கத்துக்குச் சொந்தமாகி இருக்குமே?

மூத்தவள் டெல்லிக்கு அருகே காஜியாபாரத்தில் வெண்கலப் பூட்டுகள் தயாரிக்கும் தொழிலில் இருப்பதாகச் சொன்னார். ஆச்சி அங்கே வைத்துதான் இறந்து போனதாம். அடுத்தவர், தாய்லாந்தில் புக்கட் தீவில், பிரபலமான தென்னிந்திய உணவு விடுதி நடத்திக் கொண்டிருக்கிறார். பரம்பரை வீட்டில், உறவில் பட்டவர்கள் இத்தனை நாள் சரியாக வாடகை கொடுக்காமல் இருந்ததோடு மட்டுமில்லாமல், சரியாகவும் பராமரிக்காமல் குட்டிச் சுவராக்கி விட்டார்களாம். அதை ஒரு வழியாக விற்றுப் பணமாக்கி, எவ்வளவு வருகிறதோ அதை இங்கே தர்ம காரியத்துக்குச் செலவழித்துவிட்டு மனநிறை வோடு இருப்பிடம் திரும்ப உத்தேசித்து வந்திருக்கிறார்கள்.

வீட்டைச் சுத்தப்படுத்திக் கொண்டிருந்தபோது, வருஷக்கணக் காகத் திறக்காமல் பூட்டியே வைத்திருந்த உள் அறையில், ஜெர்மனி இரும்பு பீரோவுக்குள் பழைய பீங்கான், டிபன் கேரியர், சேலைகள், ஜப்பான் விசிறி இவற்றோடு பாஸ் புத்தகமும் கிடைத்திருக்கிறது. அதில் கடைசியாக எழுதியிருந்தபடி, கணக்கில் பத்தாயிரம் ரூபாய் இருக்கிறது.

அவ்வளவு இருக்க வாய்ப்பில்லை. இருந்தால் கிளையை மூடும்போது நினைவுபடுத்தி நோட்டீஸ் அனுப்பியிருப்பார்கள் என்றார் என் அதிகாரி. பெரிய தொகையாக பணத்தைக் கணக்கி லிருந்து எடுத்துவிட்டு புத்தகத்தில் பதியாமல் போயிருக்கலாம் என்றார் அவர்.

அது எப்படியோ, கணக்குப் புத்தகத்தைத் தேடி எடுக்க வேண் டும். அப்புறம் மத்திய வங்கிக்கு எழுதி கணக்கை அரசாங் கத்திடம் இருந்து திரும்ப வாங்க வேண்டும்.

பழைய கணக்குப் புத்தகங்கள், இதர காகிதக் கட்டுகளை எங்கள் வங்கி வளாகத்துக்குள்ளேயே ஒரு பழைய கட்டடத்தில் அடுக்கி வைத்திருக்கிறோம். இடிந்து விழக்கூடிய நிலையில் உள்ளதால், அதை விரைவில் இடித்துத் தரைமட்டமாக்கிவிட்டு அங்கேயும் கம்ப்யூட்டர்களை வைக்கப் போகிறார்கள். பழைய புத்தகங் களை நகரத்துக்கு வெளியே வேறிடத்துக்கு லாரியில் ஏற்றி அனுப்பும் வேலையை, நாளைக்குத் தொடங்கி விடுவார்கள்.

அவற்றில் எத்தனை ஒழுங்காகப் போய்ச் சேருமோ தெரிய வில்லை. லாரி வருவதற்குள் சாலாச்சி ஆச்சி காரியத்தை முடிக்காவிட்டால், அப்புறம் அது எப்போது கை கூடும் என்று சொல்வதற்கில்லை.

தர்ம காரியத்துக்குச் செலவாகப் போகும் பணம். நம்மால் முடிந்தவரை உதவி செய்யலாம் என்று தீர்மானித்து, ராத்திரி இரண்டு கோப்பை வெள்ளை ஒயின் அருந்தி அப்புறம் தயிர் வடையும் பன்றிக்கறியும் சாப்பிட்டபின் ஒரு நீலப்படம் பார்த்து விட்டு, அலுவலகத்துக்குத் திரும்பி வந்தேன். உனக்குக் குடும்பம் இல்லையா? சிவப்பு ஒயினை விட வெள்ளை ஒயின் உசத்தியா? தயிர் வடையும் பன்றிக் கறியும் எப்படிச் சேரும்? ராத்திரி நீலப்படம் போவானேன்? அப்புறம் வேலை பார்க்கும் இடத்துக்குத் திரும்பி வருவானேன்? - என்றெல்லாம் கேட்டால் நான் பொத்திக்கொண்டிருந்தால் கதை மேலே வளரும். சம்மதமா?

நேரம் கடத்தாமல், புத்தகங்கள் அடுக்கியிருந்த பழைய கட்டடத்துக்குப் போனேன். ஒவ்வொரு சாவியாக நுழைத்துப் பார்த்து கதவைத் திறக்க, அரைமணி நேரம் போல ஆனது. உள்ளே போனபோது, விஜயா வா வா என்று பிரியமாகக் கூப்பிட்டாள். பழைய பிரம்பு நாற்காலியில் அட்டணக்கால் போட்டுக்கொண்டு உட்கார்ந்திருந்தாள் அவள். உயிரையே கவ்வுகிற கண் விஜயாவுக்கு. வங்கியின் பத்தாவது மாடியில் இருந்து குதித்துத் தற்கொலை செய்து கொண்டபோது, உடுத்தியிருந்த மஞ்சள் புடைவையில்தான் இருந்தாள்.

விஜயா! இங்கே நேமய்யன்கோட்டை கணக்குப் புத்தக மெல்லாம் எங்கே அடுக்கியிருக்கிறது என்று தெரியுமா உனக்கு? அது எதற்கு? எதற்கென்றால், சாலாச்சி ஆச்சி கணக்கு விவரம் வேண்டியிருக்கிறது.

அந்தப் பக்கம் பின் வரிசையில் தேடினால் கிடைக்கலாம். நானே வந்து தேடித் தருவேன். இதைப் படிக்க வேண்டி யிருக்கிறது. நேற்றுப் பிற்பகலில் வவுச்சர் தேட வந்த யாரோ விட்டுவிட்டுப் போனது. சொல்லிவிட்டு, விஜயா கையில் வைத்திருந்த பத்திரிகையில் தொடர்கதை வாசிக்க ஆரம்பித் தாள். அவள் பத்தாவது மாடியில் இருந்து குதித்தபோது,

அத்தியாயம் ஒண்ணு என்று தொடங்கியது. அது இன்னும் முடிந்தபாடாக இல்லை.

நான் பின்னால் பிரும்மாண்டமாக நின்ற மர அலமாரிகளின் பக்கம் நடந்தேன். இங்கே இந்தக் கட்டடத்தைப் பற்றிச் சொல்லியாக வேண்டும். ஒரு நூறு வருஷம் முன்னால், கும்பினி துரைகள் சாயங்காலம் சாரட் வண்டியில் ஏறிவந்து, குடித்து நடனமாடி அப்புறம் பாதி ராத்திரிக்குத் தீனி மேசையைச் சுற்றி உட்கார்ந்து, காரமான மதராஸ் கறி சாப்பிடும் ஹோட்டலாக இருந்ததாம் இது. முதல் மாடியில், மரத் தரையில் துரைகளும் துரைசானிகளும் கைகோர்த்துக் கொண்டு ஆடுவார்கள். இங்கே கீழ்த்தளத்தில் மெழுகுவர்த்தி வெளிச்சத்தில், ராத்திரி போஜனம் கோலாகலமாக நடக்கும்.

மேலே இருந்து வாத்தியச் சத்தம் கேட்க ஆரம்பித்தது. கவனமாகத் தேடுவதற்கு இடைஞ்சல் செய்யும் சங்கீதம். எனக்கு மேற்கத்திய சங்கீதம் பிடிக்கும்தான். ஆனால், இப்போது கணக்குப் புத்தகம் தேடுவதற்கு இடைஞ்சலாக இருக்கும் என்று தோன்றியது. அதுவும் இறந்த காலத்தில் வாசித்த சங்கீதம். தூசு துப்பட்டைக்கு நடுவில் இருந்து வரு கிறது. கொஞ்சம் பக்கத்தில் போய் சுவாசித்தால், மூக்கடைப்பு எங்கே என்று தேடி வரும்.

வரிசையாக நின்ற மர அலமாரிகளில், எந்தக் கிளை என்று மூன்று மொழிகளில் வெள்ளைத்தாளில் எழுதி ஒட்டியிருந்தார்கள். அகர வரிசையில் அவற்றைப் படித்தபடி நடந்தபோது, இங்கே பழக்கத்திலேயே இல்லாத மூன்றாம் மொழியில் ஏன் எழுத வேண்டும் என்று நானே கேட்டுக் கொண்டேன். அதிகாரியை, வீட்டில் தூக்கத்தில் இருந்து எழுப்பி தொலைபேசியில் விசாரிக்க லாம். தொலைபேசி வேலை செய்யவில்லை என்று விஜயா, தொடர்கதைப் பக்கத்தைப் புரட்டிக்கொண்டே சொன்னாள்.

மெழுகுவர்த்திகளையும் உயரமான மர ஸ்டூல்களையும் மாடிக்குக் கொண்டு போனவர்கள் நடனம் ஆரம்பிக்கப் போகிறது. அப்புறம் எல்லோரும் சாப்பிட வந்து விடுவார்கள்; எல்லாவற்றையும் ஒழுங்குபடுத்த வேண்டும். உன் தேடுகிற ஜோலியை எல்லாம் அப்புறம் வைத்துக் கொள்ளக்கூடாதா என்று சொல்லி அவசரமாக நடந்தார்கள். நான் இப்போது தேடி

முடிக்காவிட்டால், எல்லாப் புத்தகங்களும் லாரியில் திணிக்கப் பட்டு புறநகரில் அடையப் போய்விடும் என்று அவர்களிடம் சொல்ல முற்பட்டேன். அதற்குள் அவர்கள் கடந்து போய்விட் டார்கள்.

திறந்து கிடந்த அலமாரி ஒன்று, வழியில் குறுக்காக நிறுத்தப் பட்டிருந்தது. இங்கிருந்து ஆங்கில எழுத்து 'என்' ஆரம்பம். சாலாச்சி ஆச்சி கணக்கு, சமீபத்தில் வந்தாகி விட்டது. என் அதிகாரியின் பழைய தலையணையிலிருந்து இலவம் பஞ்சு பிதுங்கியது போல உள்ளேயிருந்து துருத்திக் கொண்டிருந்த வவுச்சர் கட்டுகள், நான் கடந்து போனபோது பொதபொதவென்று காலில் விழுந்தன. கையில் எடுத்த கட்டைப் பிரித்தேன்.

செருப்பால் அடிப்பேன் என்று விஜயா சத்தமாகச் சொன்னாள். மேலே போய்க்கொண்டிருந்த துரைகளில், யாராவது அவளைச் சீண்ட முற்பட்டிருக்கலாம்.

பட்டுத்துணி ஏற்றுமதி செய்த வகையில், ஒரு பிரிட்டிஷ் பவுண்டுக்கு மூன்று ரூபாய் பதினைந்து காசு என்ற விகிதத்தில், நாநூற்றுப் பதினேழு பவுண்டு நாணய மாற்று செய்யப்பட்டு கங்கையா அண்ட் கோ கணக்கில் வரவு வைத்த சீட்டு. நகரத்துக் கிளையாக இருக்கும். சாலாச்சி ஆச்சி கணக்கு வைத்திருந்த நேமய்யன் கோட்டை, மிகச் சிறிய ஊர். அங்கே அந்நியச் செலவாணி களவாணி எல்லாம் இருந்திருக்காது.

வவுச்சரில் கணக்குப் பிழை துல்லியமாகத் தெரிந்தது. கங்கையா அண்ட் கோவுக்கு இன்னும் முப்பத்தேழு ரூபாய் அதிகம் கிடைத்திருக்க வேண்டும். யார் கண்டது? சாலாச்சி ஆச்சி வகையறா மாதிரி, அவர்களுக்குப் பாத்தியப்பட்டவர்கள் ஏதாவது ஒரு மழை நாளில் பழைய கணக்குப் புத்தகத்தோடு வந்து நிற்கலாம்.

அந்தப் பட்டுத் துணி - துவைத்ததும் சாயம் போய்விட்டது. கங்கையா பாவி ஏமாற்றி விட்டான் என்று கழுக்மொழுக்கென்று உருண்டு போன ஒரு துரை சொன்னான். அவன் பொய் சொல்கிறான் என்று, விஜயா என் பக்கத்தில் மிதந்து வந்து காதில் சொன்னாள். இவ்வளவு அருகில் வந்து அவள் பேசுவாள் என்று தெரிந்திருந்தால் பன்றிக்கறி சாப்பிட்டதும் பல் தேய்த்திருக் கலாம்.

விஜயா சொன்னது சரிதான். நானும் சரித்திரம் படித்திருக் கிறேன். இந்தத் துரை கடைசி மூச்சை விட்டு ஐம்பது வருஷமாவது கடந்த அப்புறம்தான் கங்கையா கம்பெனி ஆரம்பிக்கப்பட்டிருக்கும். வெள்ளை பழம்பன்றிகளுக்கு, கருப்பர்கள் என்றால் கிள்ளுக்கீரைதான். கருப்பிகளையும் முன்னால் பின்னால் கிள்ளுகிறார்கள். உச்சரிப்பு சுத்தமான ஆங்கிலத்தில், பெண் நாயே என்கிறார்கள். மஞ்சள் சேலையணிந்த, பத்தாவது மாடியிலிருந்து விழுந்து இறந்து போன கருப்பிகள், செருப்பால் அடிப்பேன் என்றாலும் புத்தி வருவதில்லை. விஜயா, நீ ஏன் பத்தாவது மாடியில் இருந்து குதித்தாய்? அதற்கு அடுத்த மாட ஏறுவதற்குள் கால் வலித்தது. உனக்கு இந்த விவரம் தெரியுமா? எந்த விவரம் விஜயா? கங்கையா, பட்டுத் துணி வியாபாரத்தோடு கதையும் எழுதிக் கொண்டிருந்தார். தமிழில் இலக்கியத்தரமான இரண்டாவது நாவல் அவர் எழுதியதுதான். நல்ல இலக்கியம் படைக்கும் யாராவது சாயம் போகும் பட்டுத்துணியோ காக்கி உடுப்போ விற்பார்களா? மாட்டார்கள். விஜயா... யாரையோ செருப்பால் அடிப்பேன் என்றாயே? அவனும் நீ ரூபசுந்தரி என்று சொன்னானா? இதற்கு அடுத்ததற்கு அடுத்த அல மாரியில் மூன்றாம் தட்டில் நேமய்யன்பட்டி கணக்குப் புத்தகங்கள் இருக்கின்றன. வந்த வேலையைப் பார். அவள் நகர்ந்தாள்.

அலமாரியில் முழுக்கத் தேடுவதற்குள் வயிற்றில் கலகல என்று லேகியம் சாப்பிட்டது போல் உளைச்சல். பன்றிக்கறி மேல் பழிபோட முடியாது. தயிர் வடைதான் காரணம் என்று சொல் வதே சாலச் சிறந்தது. இங்கே கழிப்பறை எங்கே இருக்கிறது தெரியுமா? எதிரில் காகித விசிறியோடு மணக்க மணக்க வந்த, சாயந்தரம் குளித்ததாகத் தோன்றிய துரைசானியைக் கேட் டேன். அவளுக்குப் புரியாமல், பின்னால் வந்த சிப்பந்தியைக் கூப்பிட்டாள். காதில் துளசியும், உலோகப் பொத்தான் வைத்த சட்டையும் நல்ல ஆகிருதியுமான அவர் வவுச்சர் தேட வந்தாயா, வயிற்றைக் காலி பண்ண வந்தாயா என்று வெடுக் கென்று கேட்டார். நான் மாடி ஏறும் துரைசானியின் முதுகையே பார்த்துக்கொண்டு நின்றிருந்தேன். உனக்கு, ஐந்தாறு தலைமுறைக்கு மூத்த அவளை மோகித்து என்ன பிரயோசனம்? மாடியில் படி ஏறி வலது கைப்புறம் திரும்பினால், கழிப்பறை வரும். போய்விட்டு வந்து சாலாச்சி

ஆச்சி சங்கதியோடு கங்கையா கணக்கு விவரத்தையும் சேர்த்து எடுத்துக்கெண்டு போய்ச் சேர் என்றபடி, துரைசானிக்கான வெல்வெட் தைத்த நாற்காலியைத் தூக்கிப் போனார். அவருக்கு சூளை கன்னியப்ப நாயக்கர் என்று பெயர் வைத்தேன்.

நான் மாடிக்குப் போகும்போது ஏழாவது படியில், ஒரு வயதான ஸ்திரி பெரிய சரீரத்தோடு உட்கார்ந்திருந்தார்கள். சாலாச்சி ஆச்சி. நான் உடல் உபாதையைத் தீர்த்துக் கொண்டு வந்து கணக்குப் புத்தகம் தேடுகிறேன் என்றேன். நான் சாலாச்சி ஆச்சி இல்லை. நேசமணி வில்லியம்ஸ். மணியார் டருக்காகக் காத்திருக்கிறேன். அனுப்பி விட்டார்களா என்று கேள். அப்புறம் ஒரு பத்து தரும காரியம் பட்டியல் போட்டுத் தரமுடியுமா என்று அவள் கேட்டாள். கூடவே, தமிழில் பத்து நல்ல நாவல்களைப் பட்டியல் போடலாம் என்றாள் விஜயா. கங்கையா எழுதியது அதில் கட்டாயம் இருக்கும் என்று தோன்றியது. வயிற்றைக் காலியாக்கிக் கொண்டுவந்து யோசிக் கிறேன் என்று சொல்லிவிட்டு மேலே போனேன்.

அங்கே பெரிய வயலினை மரத்தரையில் நிறுத்தி செல்லமாக அணைத்துப் பிடித்தபடி வாசிக்கத் தயாராக இருந்தவன், அதே விதமாக ஒரு துரைசானியைப் பிடித்தபடி நின்ற துரையைக் கண்ணால் காட்டி, இவனுக்கு வாசிக்கத் தனியிடம் தேவைப் படும். நீ சீக்கிரம், போன காரியத்தை முடித்துவிட்டு வா. அங்கே தரை நனையாமல் பார்த்துக்கொள். முடிந்தவரை காகிதத்தை உபயோகப்படுத்து என்றபடி, சிறிய வயலின்கள் வாசித்துக் கொண்டிருந்த இன்னும் சிலரை வேகத்தை அதிகரிக்கச் சொல்லிக் கையை அசைத்தான்.

கழிவறையில் பழைய ஃபைல்களை, இடத்தை அடைத்துப் போட்டு வைத்திருந்தார்கள். கதவைச் சார்த்தப் போகும்போது சூளை கன்னியப்ப நாயக்கர் எட்டிப் பார்த்து, துடைப்பதற்கு முன்னால் கங்கையா கம்பெனி கணக்கா என்று பார்க்கச் சொன்னார். கங்கையா தனக்குப் பேரன் முறை என்றார். அவரை வெளியே போகச்சொல்லி வேண்டிக் கொண்டான்.

துடைக்கும் முன் படித்தேன். வங்கியில் அரசாங்கக் கணக்குப் பிரிவில் உத்தியோகம் பார்க்கும் தியோடர் வில்லியம்ஸ், பரங்கிப்பேட்டையில் இருக்கும் சிறிய தாயாருக்கு மாதச்

செலவுக்குப் பணம் அனுப்பாததால், அவள் மிகுந்த துன்பத்துக்கு உள்ளாகி இருக்கிறாள். உலக மகா யுத்தம் நடக்கிறபடியால் விலைவாசி ஏறிக் கிடக்கிறது. இந்தத் தியோடர் வில்லியம்ஸுக்கு வங்கிப் பொது மேலாளர் நல்ல புத்தி சொல்லி அவன் கேட்காத பட்சத்தில் அவன் சம்பளத்தில் மாதம் பதினைந்து ரூபாய் பிடித்து பரங்கிப்பேட்டைக்கு மணியார்டர் அனுப்ப வேண்டும் என்று மேலதிகாரிக்கு புருஷோத்தம் நாயுடு குறிப்பு எழுதி இருக்கிறார். அடுத்த கடிதத்தில், நாயுடுவுக்கு புரசைவாக்கத்தில் வைப்பாட்டி இருப்பதாகவும், அவளைச் சவரணை செய்ய பிரதி தினமும் நாலு மணிக்கே நாயுடு வேலையை மூடி வைத்துவிட்டு, குடையும் கையுமாக டிராம் வண்டியில் ஏறிப் போய்விடுகிறார் என்றும் தியோடர் வில்லியம்ஸ் பழைய ஆங்கில இலக்கிய வரிகளை பச்சை மசியில் இடை கலந்து பிராது செய்திருந்தான். துடைத்துப் போட்டேன்.

வயலின்களைத் துரித கதியில் வாசித்துக் கொண்டிருந்தார்கள். உயரமான மர ஸ்டூல்களில் உட்கார்ந்து பியர் பருகிய வயோதிகர்கள், அந்த இசைக்கு ஊடாகத் தங்கள் பாலியம் கடந்து நீங்குவதைக் கண்ணீரோடு பார்த்தபடி இருந்தார்கள். வழியை மறைக்காதே சவமே என்று ஒரு துரை என்னைப் பிடித்துத் தள்ளினான். நீதான் புழுத்துப் போய் மண்ணாகி உதிர்ந்து கிடக்கும் சவம். உன் கல்லறையைச் சுற்றிக்கலங்கி, கட்டிப்பட்டு மாநகரச் சாக்கடை தேங்கிக் கிடக்கிறது. போய்ப் பார் என்றேன். வயலின்களின் சத்தத்தில் அது காதில் விழுந்திருக்காது. துரைகள், துரைசானிகளோடு கை கோத்துக் கொண்டு எல்லாத் திசையிலும் ஆக்கிரமித்துப் படர்ந்து கொண்டிருந்தார்கள். அவர்கள் இறக்கும்முன் சுவாசித்த கடைசி மூச்சின் இழைகள் கலந்த பிராந்தி நெடி, கூடம் முழுக்கச் சுற்றி வந்தது.

கீழ்ப்படியில் வயதான ஸ்திரி, விஜயாவோடு பேசிக்கொண்டு உட்கார்ந்திருந்தாள். இன்னுமா கணக்குப் புத்தகம் கிடைக்கவில்லை? விஜயா சிரித்தாள். அவளை வாசிக்கலாம் என்று தோன்றியது. நீயும் பத்தாவதோ அதற்கு முந்திய அடுத்த மாடிக்கோ ஏறிப் போய்க் குதித்து விடுகிறாயா என்றபடி, ஈரமான பழைய செய்தித்தாள் மாதிரி முகத்தில் படர்ந்து விலகினாள் அவள். வயதானவள் தலையில் அடித்துக் கொண்டாள். உனக்குப் புண்ணியமாகப் போகிறது பெண்ணே. அவனைக் கணக்குப்

புத்தகம் தேட விடு. தர்ம காரியங்கள் காத்துக் கிடக்கின்றன. மணியார்டர் வராவிட்டாலோ, பட்டியல் போடாவிட்டாலோ பரவாயில்லை.

நேமய்யன் கோட்டை கணக்குப் புத்தகங்களில் ஒன்று இரண்டு மட்டும்தான் கண்ணில்பட்டன. அதெல்லாம் சங்கக் கணக்கு, சாவடிக் கணக்கு என்று இருந்ததே தவிர, சாலாச்சி ஆச்சி விவரம் கிடைக்கவில்லை. மேலே இருந்து உச்ச சத்தத்தில் வயலின் ஒலிக்க, மரத்தரையில் கால்கள் பதியும்போது தரை அதிர்ந்தது. அலமாரியிலிருந்து விழுந்த வவுச்சர் கட்டுகளைத் திரும்ப வைத்தேன். பத்திரிகையை மூடி வைத்துவிட்டு, விஜயாவும் ஆட ஆரம்பித்திருந்தாள். வயதான ஸ்திரி, மாடிப் படியில் தூங்கிப் போனாள். அவளுக்கு மணியார்டர் அனுப்பப் பட்டதா என்று யாரிடம் கேட்க வேண்டும் என்று தெரிய வில்லை. சாலாச்சி ஆச்சியின் கணக்குப் புத்தகம் போன தடமும் பிடிபடவில்லை.

கண்ணாடிக் குப்பிகளோடும் சிவப்பு ஒயினோடும் வந்த சூளை கன்னியப்ப நாயக்கர், கங்கையா கம்பெனிக்கு குறைத்து வரவு வைத்த விவரங்கள் இன்னும் ஏதாவது கிடைத்ததா என்று விசாரித்தார். நான் புருஷோத்தம் நாயுடுவின் வைப்பாட்டி பற்றிக் கேட்டேன். புரசைவாக்கம் இல்லை. சூளையில்தான் அந்தப் பெண் ஜாகை என்று நாயக்கர் விவரம் சொன்னார். அவள் புராதனமாக, சங்கீதத்தை பிடியில் நேர்த்தியாக வாசிக்கக் கூடியவள். இவர்கள் மாதிரி நேமய்யன்கோட்டை பழைய லெட்ஜர் புத்தகங்களில், வெற்றிடத்தில் ஸ்வர வரிசைகளை எழுதி வைத்துப் பார்த்துப் படிப்பவள் இல்லை. சொல்லியபடி படியேறினார்.

நான் மாடிக்கு ஓடினேன். பெரிய வயலின்காரன் சிரமத்தோடு ஒதுங்கி வழிவிட்டான். கழிப்பறையிலிருந்து துரைசானிகளோடு திரும்பி வந்த துரை, லெட்ஜர் புத்தகத்தை எடுக்காதே, அவர்கள் பார்த்துப் படித்து வயலின் வாசிக்க வேண்டும். நாங்கள் ஆடப் போகிறோம் என்றபடி, சிவப்பு ஒயினைக் குப்பிகளில் நிறைத்தான். துரைசானி களைப்போடு வேண்டாம் என்று தலையசைத்தாள். வயலின்காரன் என்னைப் பார்த்துச் சிரித்தான். இந்தப் புத்தகம்தானா? நான் புத்தகத்தில் போய் அவனுக்கு முன்னால் இருந்த புத்தகத்தைப் புரட்டினேன். ஆமாம் என்று,

வயதானவள் மாடிப்படியில் எழுந்து உட்கார்ந்து கத்தினாள். விஜயா தலையைப் படிய வாரிக்கொண்டு மஞ்சள் புடைவையைச் சீராக்கியபடி, பத்தாவது மாடியிலிருந்து விழுவதற்காக வெளியேறினாள். துரை, புத்தகத்தைப் பிடுங்கினான். ஓடு என்றார் சூளை கன்னியப்ப நாயக்கர், காதில் இருந்து துளசி எடுத்து மென்றபடி.

நான் புத்தகத்தை இழுத்துப் பறித்துக்கொண்டு கீழே வந்தபோது, தொலைபேசி மணிச் சத்தம். புத்தகம் கிடைத்த விவரம்கேட்க அதிகாரியோ யாரோ அழைக்கிறார்கள். சொல்லவேண்டிய தகவலுக்காகப் பக்கங்களைப் புரட்டினேன். மசி எழுத்துகள் திரண்டு, கருப்பு மாமிசக் குவியலாக விரிந்த புத்தகத்தின் விளிம்புகளில் இருந்து எவ்விப் பறந்து, கட்டடம் என்மீது கவியத் தொடங்கியது. விஜயாவை வாசிக்கலாம்.

51. விற்பனையாளர்கள் கவனிக்கவும்

சாயந்தர மேகங்கள் கவிந்து வந்தபோது நான் என் பிராணிகளைத் தேட ஆரம்பித்தேன். நாலு விரல்கடை உயரத்தில் சிங்கங்கள், அதைவிடச் சிறியதான புலிகள், காகிதங்கள் பறக்காமல் மேலே வைக்கும் பளிங்கு உருண்டைகளின் பரிமாணத்தில் வெள்ளை யானைகள், ஒரு ஒட்டடைச் சிவிங்கி கூட உண்டு. எல்லாவற்றையும் காணாமல் போக்கிவிட்டேன். மதியம் சாப்பிட்ட பின், நகரசபைக் கட்டடத்தின் முன்னால் வாய் பார்த்துக்கொண்டு நின்றிருக்கக் கூடாது. இல்லை. இந்த நகரமும் கிராமமும் இடைகலந்த ஊருக்கு வந்திருக்கவே கூடாது.

ஒரு வருஷமாகத்தான் இந்தத் தொழிலில் ஈடுபட்டிருக்கிறேன். நிறையச் செலவழித்து ஏகமாக அலைந்து இதற்கான அரசாங்கத் துறை உரிமம் எடுத்தேன். இதற்கு முன்னால், ரசாயனப் பரிசோதனைக்கான குடுவைகளையும் குழாய்களையும் பள்ளிக்கூடங்களுக்கு விற்பனை செய்யும் தொழிலில்தான் இருந்தேன். என்ன காரணத்தாலோ எல்லாப் பள்ளிகளிலும் கடந்த இரண்டு வருஷமாக ஒரு

குடுவைகூட உடைந்து போகவில்லை. கண்ணாடிக் குழாய்கள் புத்தம் புதியதாக சிறிய கீறல் கூட இல்லாமல் எல்லா சோதனைச் சாலைகளிலும் கண்ணில் படுகின்றன. பொறுப்பான மாணவர் கள். பொறுமையும் திறமையும் சரிவிகிதத்தில் கலந்த ஆசிரியர் கள். என்போல் குடுவை விற்றுப் பிழைத்தவர்கள்தான் வருமான மற்றுப் போனார்கள்.

அந்தத் தொழிலில் இருந்த என்னுடைய நண்பன் ஒருவன் மூத்திரப்புரையில் மல ஜலம் கழிக்கக் காசு வாங்கிக்கொண்டு சீட்டு கொடுக்கும் வேலையில் தற்போது பெருநகரப் பேருந்து நிலையத்தில் இருக்கிறான். போன மாதம் நான் அங்கே வண்டி ஏறப் போனபோது தற்செயலாகக் கண்ணில் பட்டான். நீளமான தாடியும் கருப்பு அங்கியும் தலையில் வெள்ளை உருமாலுமாக தூக்கலான சிறுநீர் வாடைக்கு நடுவே பீடி புகைத்துக் கொண்டு, ஹடயோகம் பற்றிய ஒரு பழைய புத்தகத்தைப் படித்தபடி அவன் ஒரு சித்தனைப் போல மரமேஜைக்கு அந்தப் பக்கம் உட்கார்ந்திருந்தான். ஊழியர்களுக்கு உரிய முப்பத்தேழு சதவிகித தள்ளுபடிக் கட்டணத்தில் என்னை, அவன் கழி வறையை உபயோகிக்க அனுமதித்தான். மூத்திரம் முட்ட வந்து நின்றவர்களுக்கு, சீட்டும் மீதிச் சில்லறையும் எடுத்துக் கொடுத்தபடி, மற்ற நண்பர்களைப் பற்றி நிறைய விசாரித்தான். நகரத்துக்கு எப்போது வந்தாலும் அங்கேயே வரும்படியும் கேட்டுக்கொண்டான்.

இந்த ஊரில் கட்டணக் கழிவறைகள் இல்லை. நகரசபை அலுவலகத்துக்குப் பின்னால் ஊருணிக்கரையை ஒட்டி வேலிக் காத்தான் செடிகள் அடர்ந்த பாழிடங்களில்தான் யாத்திரீகர்கள் ஒதுங்குகிறார்கள். அஜாக்கிரதையாக அங்கே உட்கார்ந்து முள் குத்தி, புட்டத்தில் ரத்தக் கோடுகள் உடுப்பை நனைக்க, பெருநகரப் பேருந்தைத் தவறவிடக்கூடாத அவசரம் முகத்தில் படிய, கையில் கனத்த தோல்பையோடு ஓடிய ஒருவனை நான், கடை போடக் கூடாரம் அடித்து நிறுத்தியபோது பார்த்தேன். அது இன்று மதியத்தில்.

கூடாரம் அடிக்கச் சிறிதளவு தார்ப்பாயும், பிரம்புப் பெட்டிகளை வைக்க இடமும் இருந்தால் போதும். இந்தத் தொழிலில் சுலப மாகச் சமாளித்து விடலாம். கூடாரத்தை ஒட்டி என் சைக்கிளை யும் நிறுத்திக் கொள்வேன். அரசு அங்கீகாரம் பெற்ற தாவர, மிருக வளர்ப்பு ஆராய்ச்சியகத்தில் குறுக்கி வளர்க்கப்பட்ட மிருகங்

களை, தவணை முறையில் கொள்முதலுக்குத் தருகிறார்கள். இதில் அவ்வளவாகப் போட்டி இல்லை. அங்கே கைக்கடக்க மான ஆலமரங்களையும் தேக்கு மரங்களையும் வாங்கத்தான் நிறைய முதலீடு தேவைப்படும். அவற்றை நகரின் கனவான் களும், ஓவியக் கண்காட்சி அமைப்பாளர்களும் பெரிய விலை கொடுத்து வாங்கி, சோடியம் விளக்குகளின் ஒளியில் எல்லோர் பார்வையும் படும்படி மையமாக அமைக்கிறார்கள். அப்படி நிறுத்தப்பட்ட மரங்களின் எண்ணிக்கையைப் பொறுத்து அவர் களின் அந்தஸ்து மதிப்பிடப்படுகிறது. ஆனால், மிருகங்களை வாங்குகிறவர்கள் குறைவுதான். அதுவும் கைக்கடக்கமான மிருகங்களைக் கிட்ட இருந்து பார்ப்பதோடு பலரும் நிறுத்திக் கொள்கிறார்கள். நான் இவற்றை விற்பதை விட இப்படிக் கண் காட்சியில் உலவவிட்டே காசு பார்க்கிறேன். மூத்திரப்புரையில் இதைவிட வருமானம் வரக்கூடும். இப்படி எதையாவது காணாமல் போக்கிவிட்டுத் தேட வேண்டிய தொல்லையும் அதில் இல்லை.

மதியம் கூடாரத்தை நிறுத்திவிட்டு, நகரசபைக்கு அடுத்த உணவு விடுதியில் சாப்பிட்டுவிட்டு வந்தேன். அப்போது நகரசபை உறுப்பினர்களின் கூட்டம் நடந்து கொண்டிருந்தது. திறந்திருந்த சன்னலின் வழியே ஒரு பத்துப்பேர் உள்ளே நடக்கும் வாதப்பிரதி வாதங்களை சுவாரசியமாகக் கவனித்துக் கொண்டு இருந்தது கண்ணில் பட்டது. நகரசபை எழுத்தருக்கு, சம்பளத்தில் பகுதியை அரசாங்கச் சாணிக்காகிதங்களாகத் தருவதற்கான பிரேரணையை ஒட்டியும் வெட்டியும் நடந்த விவாதத்தை நானும் கொஞ்ச நேரம் நின்று கவனித்தேன். இந்தச் செயல் திட்டத்துக்கு உடன்படாமல் நகரசபை எழுத்தர் ராஜிநாமா செய்யும் பட்சத்தில், நான் அங்கே அந்தப் பணிக்கு விண்ணப்பிக்கலாம். எழுத்தரின் சம்பளம் எவ்வளவு என்று தெரியாவிட்டாலும், அவர் இருக்கையில் இருந்து ஊருணிக் கரைமேட்டில் தண்ணீர்க் குடங்களோடு நடக்கும் பெண்களின் மஞ்சள் மினுக்கும் கால்களை சதா பார்க்கலாம் என்பது, மனத்துக்கு சந்தோஷத்தைத் தரும் விஷயமாகப்பட்டது.

ஆனால், விவாதம் முடிகிறபடியாகத் தெரியாததால் கூடாரத் துக்கு நடந்தேன். அதற்குள் பள்ளிக்கூடம் விட்டு வந்த பையன் கள் என் பிரம்புக் குடைகளைத் திறந்து வைத்திருந்தார்கள். அவசரமாக நான் உள்ளே நுழைந்தபோது, பைக்கட்டுகளுடன்

வெளியே ஓடி வந்த சிறுவர்கள் சொன்னார்கள். உங்கள் வளர்ப்பு மிருகங்கள் ஓடிப் போய்விட்டன. அடக் கடவுளே! எங்கே அவையெல்லாம்? சந்தடி மிகுந்த தெருக்கள் பக்கமும், நகரசபைக்குப் பின்னால் வேலி காத்தான் செடிகள் அடர்ந்த வெளிப்பக்கமும், அதற்கு வடமேற்கே கல்கட்டடமாக உயர்ந்து நின்ற உயர்நிலைப் பள்ளியைச் சுட்டியும் என்னிடமிருந்து விலகி ஓடியபடிக்கு அவர்கள் விரல்கள் நீண்டன.

முதலில் நகரசபைக்குப் பின்னால்தான் தேட யத்தனித்தேன். ஆனால் புதர்களில் கைவிடும்போது முட்கள் உக்கிரமாகக் கீறலாம். புதருக்கு அந்தப் பக்கம் யாராவது குந்தி இருந்தால் கை ஈரமாகலாம். மேலும் பிரம்புக் கூடையின் இதமான சூட்டில் பெரும்பாலான நேரம் உறங்கி இருக்கும் என் பிராணிகள், முட்செடிகளின் பிராந்தியத்தில் பதுங்கி இருக்க வாய்ப்பில்லை. அவற்றுக்குப் பாலும் தொட்டியும் உலர்ந்த மீனும் தரும் நேரமானதால், பசியோடு கூடாரத்துக்குத் திரும்பும் சாத்தியம் இருந்தது.

இப்படி நினைத்து நான் கூடாரத்துக்குத் திரும்பி, பிளாஸ்டிக் முக்காலியில் உட்கார்ந்தபடி அவற்றுக்காகக் காத்திருந்தேன். ஒவ்வொரு பிராணிக்கும் சிரமம் பாராமல் ஒரு பெயர் கொடுத்திருந்தால், இப்போது கூவி அழைக்கத் தோதாக இருந்திருக்கும். என்றாலும் அவை திரும்ப வரும் என்ற நம்பிக்கை இருந்தது. அப்படி அவை வராத பட்சத்தில் சாணிக்காகிதத்தில் ஒரு மனுவை எழுதி நகரசபையில் சமர்ப்பித்து விட்டு, அங்கே எழுத்தர் மற்றும் ஊழியர்கள் அவற்றைத் தேடி அலையும்போது, எழுத்தரின் நாற்காலியில் சாய்ந்தபடி வெளியே மஞ்சள் மினுக்கி நடக்கும் கால்களைப் பார்த்துக் கொண்டிருக்கலாம்.

ஆனால், ஊருணியில் தண்ணீர் இல்லை என்பது அப்புறம்தான் தெரிந்தது. தண்ணீர் விநியோகிக்க வந்த நகரசபை லாரிக்குப் பின்னால், சண்டையிட்டபடி குடங்களை வைத்துக் கொண்டிருந்த பெண்களின் ரோமம் அடர்ந்த கால்கள் அலுப்பை ஏற்படுத்தின. அந்த அலுப்பு - சாணிக்காகிதம் குறித்தும் எழுத்தர் பணி குறித்தும் அரசாங்கம் பற்றியுமான ஒரு பொது அலுப்பாக மாறும்போது, சாயங்காலம் கவிந்துகொண்டிருந்தது. என் பிராணிகள் திரும்பி வரவேயில்லை. அவற்றை உடனே தேட வேண்டியதுதான் என்று அப்போதுதான் தீர்மானித்துக் கிளம்பினேன்.

கடைத்தெருவின் முகப்பில் தானியங்கள் விற்கும் ஒரு கடை. அங்கே நல்ல அரிசியும் உயர்தர மாட்டுத் தீவனமும் கிடைப்பதாக ஓர் அறிவிப்புப் பலகை சொன்னது. என் பிராணிகள் இங்கே வந்திருக்கலாம். திறந்திருந்த அரிசிச் சாக்கு களுக்குள்ளோ புண்ணாக்கு மூட்டைகளுக்கு இடையிலேயோ, அவை தீவனத்தை அசை போட்டபடி படுத்திருக்கலாம். கல்லாவில் தொலைபேசியில் சத்தமாகப் பேசிக் கொண்டிருந் தவன் அதன் வாய்ப்பகுதியை மூடியபடி என்னைப் பார்த்துச் சொன்னான். கஞ்சி வைக்கத் தோதான நயம் அரிசிக் குருணை இருக்கிறது. பத்துபடி வாங்கினால் ஒரு கண்ணாடிக் குடுவை இலவசமாகத் தருகிறோம். எனக்குக் கண்ணாடிக் குடுவையால் பிரயோஜனம் இல்லை என்று சொன்னேன். அவன் தொலை பேசியை வைத்துவிட்டு, ஆராய்ச்சி மனப்பான்மையின் உன்ன தத்தைக் கண்கள் செருக விளக்க ஆரம்பித்தான். இல்லை எனக்கு எந்த விதமான ஆராய்ச்சியும் தேவை இல்லை. என் பிராணிகள் கிடைத்தால் போதும். அவன் கொஞ்சம் சலிப்போடு எழுந்து போய் ஒவ்வொரு மூட்டையாகக் குனிந்து பார்த்தான். அப்புறம் யாரையோ தொலைபேசியில் அழைத்து, குறுக்கி வளர்த்திய மிருகங்களின் மரபணுச் சங்கிலிகள் பற்றிய விவரம் கேட்டான். புத்தறிவு பெற்ற திருப்தியோடு என்னைப் பார்த்து, அந்தக் கடைத்தெரு முழுவதும் தேடினால் இன்று இரவுக்குள் என் பிராணிகள் திரும்பக் கிடைக்கக்கூடும் என்று நல்வாக்கு சொன்னான். நான் நன்றி தெரிவித்துத் திரும்பும்போது, பின் தெருவில் அடுக்குமாடிக் குடியிருப்பில் மூன்றாம் தளத்தில் இருக்கும் ஒரு மிருக வைத்தியரின் தொலைபேசி எண்ணை துண்டுச் சீட்டில் குறித்துக் கொடுத்தான். அந்தக் கட்டடத்தில் படிகள் குறுகலானவை என்றும் தெரிவித்தான்.

அடுத்த கடையில் மருந்துகள் வாங்குவதற்காக நிறைய பேர் காத்திருக்க ஓர் அரசாங்க அதிகாரி மருந்து போத்தல்கள் வைத்திருந்த மர அலமாரிகளின் நீள அகலத்தை அடிக்குச்சியால் கவனமாக அளந்து, கட்டங்கள் நிரம்பிய படிவத்தில் குறித்துக் கொண்டிருந்தார். மருந்து வாங்கக் காத்திருந்த ஒரு முதியவர், தன் மனைவி மிகுந்த காய்ச்சலால் நினைவிழந்து கிடப்பதால் உடனே மருந்தோடு திரும்பவேண்டியிருப்பதாக முறையிட்டபோது, மர அலமாரிகள், தரை, மேற்கூரை, உத்திரங்கள் ஆகியவற்றை முறையாக அளந்து முடித்த பிறகே விற்பனையைத் தொடங்க அனுமதி தர முடியும் என்று சகல கண்டிப்போடும் சொன்ன

அதிகாரி, தன் பெட்டியிலிருந்து அளவு நாடாவைக் கம்பீரமாக வெளியே எடுத்தபடி என்னைப் பார்த்தார். என்ன விஷயமாக வந்திருக்கிறீர்கள்? பிராணிகள் என்றா சொன்னீர்கள்? அவற்றை விற்பனை செய்யவோ, கண்காட்சி வைக்கவோ உரிமம் இருக் கிறதா உங்களிடம்? நகலைக் காண்பித்தாலும் போதும். நான் சட்டைப் பையிலிருந்து அசலையே எடுத்துக் கொடுத்தேன். சதுரமான அந்தக் காகிதத்தின் எல்லாப் பக்கங்களையும் அளந்து பார்த்துத் திருப்தியடைந்தவராக அவர் மருந்துக் கடைக்காரரிடம் என் சார்பில் விசாரித்தார். ஒரு விநாடி கண்ணை மூடி யோசித்த கடைக்காரர், தெருவின் எதிர் வசத்தில் மங்கலா விளக்குகள் எரிந்து கொண்டிருந்த ஒரு கட்டடத்தைக் காட்டினார். அது அரசாங்க வளாகம். போய்ப் பாருங்கள்.

நான், வேகமாக நகர்ந்து போகும் வாகனங்கள் இடிக்காமல், ஜாக்கிரதையாகத் தெருவைக் கடந்து எதிர்வரிசையில் நின்ற கட்டடத்துக்கு முன்னால் வந்தேன். அங்கே என்ன நடக்கிறது என்று அனுமானிக்க முடியவில்லை. உள்ளே நாற்காலிகளில் அமர்ந்து உன்னிப்பாகக் கவனித்துக் கொண்டிருக்க, அவர் களுக்கு முன்னால் நின்று, அரை நிஜாரும் வெள்ளைச் சட்டையும் கனவான்கள் அணியும் கருப்புக் கோட்டும் அணிந்த ஒருவர் பேசிக் கொண்டிருந்தார். பக்கத்து அறைகளில் இருந்து கையில் சிறிய கண்ணாடிக் குப்பிகளோடு வெளிப்பட்டவர்கள், அவசர மாகக் கட்டடத்தின் மறுவசத்துக்கு நடந்து கொண்டிருந்தார்கள். நான் உள்ளே நுழைந்தபோது அந்த அறைகளில் ஒரு முகப்பில் இருந்த இளம்பெண் கேட்டாள். உங்கள் ரத்தம், மலம், விந்து எதைப் பரிசோதிக்க வேண்டும்? நான் பதில் சொல்வதற்குள், நூற்றுப் பதினேழு என்று பென்சிலில் எண் குறித்த அட்டையை என்னிடம் கொடுத்து, வெளியே காலியாக இருந்த ஒரு நாற்காலியில் போய் இருக்கச் சொன்னாள். உங்கள் முறை வரும்போது விவரம் சொல்லிக் கொள்ளலாம்.

நான் கடைசி நாற்காலியில் உட்கார்ந்தேன். பேசிக் கொண்டிருந் தவர் இன்னும் எழுதப்படாத இலக்கியங்கள் உலகின் ஆரோக்கியத்தை எங்ஙனம் பாதிக்கும் என்பதை விவரித்துக் கொண்டிருந்தார். கேட்டுக் கொண்டிருந்த ஒருவர் எழுந்து, அகவயமான கவிதைகளை வாய்விட்டுப் படிப்பதால் தொண்டை அழற்சி ஏற்படுமா என்று கேட்டார். பேசிக்கொண் டிருந்தவர் பதில் சொல்வதற்குள், எண்பத்தெட்டு என்று உள்ளே

இருந்து அந்தப் பெண் எண்ணை உரக்கச் சொல்ல, அவர் புறங் கழுத்து வியர்வையைத் துடைத்தபடி அறைக்குள் போனார். அவர் இடத்தில் வேறு ஒருவர் வந்து, உலகின் ஆதிசோகத்தை வெளிப்படுத்தும் பாடலை தீனமான குரலில் பாட ஆரம்பித்தார்.

அந்தப் பெண் என் அட்டையில் உள்ள எண்ணை அழைத்தபோது, பாடல் முற்றுப்பெறவில்லை. நான் அறைக்குள் நுழைந்தபோது ஆச்சரியப்பட்டுப் போனேன். அங்கே பெஞ்சில் மலமும் நிணமும் விந்தும் அடைக்கப்பட்டு வரிசையாக வைக்கப்பட் டிருந்த போத்தல்களுக்கு இடையே என்னுடைய ஒட்டடைச் சிவிங்கி நிதானமாக உலவிக் கொண்டிருந்தது.

கட்டணத்தை இப்போது செலுத்துகிறீர்களா? இவள் கேட்டாள். நீங்கள் அரசு ஊழியராக இருக்கும் பட்சத்தில், புகைப்படத்துடன் கூடிய சான்றிதழைக் காட்டிவிட்டு, கட்டணம் செலுத்தாமல் குப்பியை எடுத்துப்போய் நிரப்பி வாருங்கள்.

நான் என் ஒட்டடைச் சிவிங்கியைச் சுட்டி விரல் நீட்டினேன். இல்லை. அந்த மெழுகுப் பொம்மையை யாருக்கும் தரமுடி யாது. நீங்கள் சுகாதாரத்துறை மேலாளராக இருந்தாலும் அது கிடைக்காது.

அது பொம்மை இல்லை. நான் அதையும் அதே தோதில் மற்ற சில பிராணிகளையும் விற்பனை செய்ய, காட்சிக்கு வைக்க இந்த ஊருக்கு வந்திருக்கிறேன். மருந்துக் கடையில் அளவெடுத்துக் கொண்டிருக்கும் அரசு அதிகாரி, உங்களுக்கு இது விஷயமாக ஏதும் சந்தேகம் ஏற்பட்டால் நிவர்த்தி செய்வார்.

அவர் என் முன்னாள் கணவர்தான். படுக்கையறைக் கட்டிலின் நீள அகலம் பற்றிய விவாதம் முற்றி, நாங்கள் பிரிந்து ஒரு மாதமா கிறது. அவர் சொன்னாலும் சொல்லாவிட்டாலும் உங்களை நான் நம்புகிறேன். ஆனால், இங்கே இருக்கும் எந்தப் பொருளையும் தயை கூர்ந்து கேட்காதீர்கள்.

அது சரிதான். என்றாலும்...

எனக்குப் பின்னால் பொறுமையில்லாமல், யாரோ இரைந்து என்னை வெளியேறச் சொன்னார். நான் வெளியேறிக் கொண் டிருந்தபோது பின்னால் தொடர்ந்து குரல்கள் கேட்டன. மருத்துவப் பரிசோதனைக்குக் காத்திருக்கும்போது இலக்கியம்

பேச அனுமதிப்பதால்தான் இதுபோல ஆகிறது. இல்லை, அவர் பேசவில்லை. கேட்டுக்கொண்டு மட்டும்தான் இருந்தார். பேசுவதைவிட கேட்பது இன்னும் தீமையானது. அவர் தன் பிராணிகளைத் தேடி வந்திருக்கிறார். இங்கே எந்தப் பிராணியும் இல்லை. மெழுகுப் பொம்மைகள் மாத்திரம் உண்டு. கட்டில், அதன் நீள அகலம், விவாகரத்து? நீங்கள் போய், குப்பியில் சிறுநீர் பிடித்து வாருங்கள்.

நான் வெளியே வந்து நின்றேன். என் பிராணிகள் நிச்சயம் இங்கேதான் இருக்கின்றன. எப்படியாவது அவற்றைத் திரும்பப் பெற்று இங்கே கடையைக் கட்டிவிட்டு, அடுத்த ஊருக்குக் கிளம்ப வேண்டும். அங்கே சூரிய வெப்பசக்தி கொண்டும் சாண எரிவாயு மூலமும் சமைக்கும் அடுப்புகளை விற்க ஒரு விழா நடக்கிறது. அவ்விடத்தில் கூடாரம் விரித்தால், காசு நிறையக் கிடைக்கும். மேலும் அங்கே விவாதம் நடக்கும் நகரசபையோ, மஞ்சள் மினுக்கும் கால்களுடைய பெண்கள் தண்ணீர் எடுக்கப் போகும் ஊருணியோ இல்லை என்பதால், தொழிலில் முழுக் கவனமும் செலுத்த முடியும்.

கடை வீதிக்குப் பின் தெருவில், பலமாடிக் குடியிருப்பில் மூன்றாம் தளத்தில் இருக்கும் மிருக வைத்தியரின் தொலைபேசி எண் குறித்த துண்டுச் சீட்டை, சட்டைப் பையிலிருந்து எடுத்தேன். அவரைத் தொடர்பு கொண்டால் இங்கே இருந்து என் பிராணிகளைத் திரும்பப் பெற ஏதாவது செய்ய முடியலாம்.

தானியக் கடைக்காரர், தொலைபேசி உபயோகிக்க உடனே என்னை அனுமதித்தார்.

முதல் மணி ஒலித்ததுமே மறுமுனையில் ஒரு பெண் குரல். டாக்டரின் மனைவி. டாக்டர் பெருநகரத்துக்குப் போயிருக்கிறார். மலேரியா ஒழிப்பு பற்றிய தெரு நாடகத்தை அவர் இயக்கி தன் குழுவினருடன் அங்கே நடிக்கிறார். உங்களுக்கு ஏதேனும் அவரசமான வேலை என்றால் வரலாம். நானும் மிருக வைத்தியத்தில் பட்டம் பெற்றவள். தெரு நாடகங்களின் மூலம், தொலைபேசி உபயோகத்தைப் டரவலாக்குதல், கொசு ஒழிப்பை நடைமுறைப்படுத்துதல் போன்றவற்றில் அவரளவுக்கு எனக்கு நம்பிக்கை இல்லை.

இருட்டு படர ஆரம்பித்த பின், தெருவில் நான் அந்த பலமாடிக் கட்டடத்தைத் தேடி நடந்தேன். குறுகலான மாடிப்படிகளில்

ஏறியபோது, ஒவ்வொரு படியிலும் என் பிராணிகள் இருப்பதாக நினைத்து, அவற்றை மிதிக்காமல் குனிந்து துழாவியபடி மூன்றாம் தளத்துக்கு வந்தேன். இந்த இடம்தான்.

முன் அறையில் பாடம் செய்யப்பட்ட முயல்களும் பூனைகளும் கண்ணாடி அலமாரிகளில் தெரிந்தன. ஒரு சிறிய நாய்க்குட்டிக்கு மசியடைப்பானால் சொட்டு மருந்து கொடுத்தபடி, சக்கர நாற்காலியில் இருந்த டாக்டரின் மனைவி என்னை வரவேற்றாள்.

அது என்ன, ஊருணிக்குத் தண்ணீர் மொண்டு வரப்போகும் பெண்களின் மஞ்சள் மினுக்கும் கால்கள் மேல் உங்களுக்கு அத்தனை முனைப்பு? அவள் கேட்டபோது எனக்கு அவமானமாகப் போய்விட்டது. நான் ஏதும் பதில் சொல்வதற்குள் அவள் பெருநகரப் பேருந்து நிலையத்தில் மூத்திரப்புரையை நிர்வகிக்கும் என் நண்பன் பற்றி விசாரித்தாள். உடனே பெரிதாகச் சிரிக்கவும் செய்தாள். தவறாக நினைக்க வேண்டாம். அவருக்கு என்ன காணக்கிடைக்கும் என்று நினைத்துப் பார்த்தேன். அவ்வளவுதான்!

ஒரு பழைய பிரம்பு நாற்காலியில், என்னை உட்காரச் சொல்லிக் கையசைத்தாள். நான் கூடாரத்தில் விட்டுவிட்டு வந்த என் பிரம்புக் கூடைகளைப் பற்றி நினைத்துக் கொண்டேன். அவற்றையும் இந்நேரம் யாராவது எடுத்துக்கொண்டு போயிருப்பார்கள். கூடாரம் மட்டும் அப்படியே இருக்கும் என்பது என்ன நிச்சயம்?

அதெல்லாம் தொலைந்து போனாலும் பரவாயில்லை என்று டாக்டர் மனைவி ஆதரவாகச் சொன்னாள். நான் பணம் தருகிறேன், அவற்றை வாங்கிக் கொள்ளலாம். மேலும் உங்கள் பிராணிகளும் கிடைக்க வழி செய்கிறேன். இன்னும் ஆறு மாதத்தில் பலதரப்பட்ட சீருடைகளை விற்கும் உரிமையையும் உங்களுக்கு நான் வாங்கித் தருகிறேன். இரவுக் காவல்காரர்கள், பிணம் தூக்குகிறவர்கள், பூங்காக்களில் காற்று அஸ்தமித்த மாலை நேரங்களில் சிமிட்டி பெஞ்சுகளில் வியர்த்து வடிந்து கொண்டு புராதனமான சங்கீதத்தை இசைப்பவர்கள் என்று பலதரப்பட்டவர்களுக்குமான உடைகள் அவை. அரசாங்கம் மலிவு விலையில் அளிக்கும் துணி கொண்டு தயாரிக்கப் பட்டவை. உங்களுக்கு வருமானமும் அதில் மிகுதியாகக் கிடைக்கும்.

நான் என்மேல இத்தனை அக்கறைக்குக் காரணம் என்ன என்று கேட்க நினைத்தேன்.

இன்றைக்குக் குறுக்கப்பட்ட பிராணிகளை விற்பது சட்டப்படி அனுமதிக்கப்பட்டதாகும். காடுகள் இறந்து போனதாலும், தரைப் பரப்பில் நீக்கமற நீளும் குடியிருப்புகளில் அவற்றை அவற்றுக்கே உரிய உருவில் வளர்த்துப் பராமரிப்பது சாத்தியப் படாததாலும் இதை அனுமதித்திருக்கிறார்கள். நாங்கள் இன்னும் ஒரு படி மேலே போய்விட்டிருக்கிறோம் தெரியுமா? என்று கேட்டபடி, மேஜை மேல் வைத்த சிறிய மரவீட்டின் கதவையே தன் கொண்டை ஊசியைத் தலையிலிருந்து உருவித் திறந்தாள் அவள்.

உள்ளே மிகச் சிறியதாக ஒரு மின்சார பல்ப் வெளிச்சம். ஏழெட்டு முதியவர்கள், பொம்மை நாற்காலிகளிலும் கட்டில்களிலும் சலனமற்று இருப்பதைப் பார்த்தேன்.

இது என் அம்மா, அப்பா - டாக்டர் மனைவி உற்சாகமாகச் சொன்னாள். அது அப்பாவின் அம்மா, அந்தப் பக்கம் டாக்டரின் தாத்தா. இரண்டு பக்கத்திலும் சில அத்தைகள், எங்கள் குடும்பம் பெரிசு. எல்லோருக்கும் ஆயுசும் நூறுக்கு மேல். இருக்க இடம் இல்லையே, அதனால்தான் இப்படி! அவள் என் முகத்தைப் பார்த்தாள்.

நீங்கள் உங்கள் பிராணிகளைக் காட்சிப்படுத்தும்போது இவர்களில் யாரை வேண்டுமானாலும் கூடவே இருக்க வையுங்கள். அதுபோல ஒரு சிறிய மர வீட்டை நீங்களே தயாரித்துக் கொள்ளலாம். இல்லாவிட்டால், நான் இப்போது கடைத்தெருவில் பொம்மைகள் விற்கும் கடையிலிருந்து வாங்கித் தருகிறேன். பார்க்க வருகிறவர்களிடம் இந்த அறிவியல் முறை பற்றி நான் எழுதிய ஒரு கையேட்டையும் விநியோகித்தால் போதும். நான் இதைச் சட்டபூர்வமாக அரசாங்கத்துக்கு மனுச் செய்திருக்கிறேன். சீக்கிரம் கிடைக்கலாம். யார் உயிரையும் பறிக்க வேண்டியதில்லை. மேலும் இவர்களுக்கு, உணவு உடை பராமரிப்பு என்றும் பெரிதாக ஒன்றும் செலவழிக்க வேண்டியதில்லை. குடியிருப்புகளிலிருந்து இந்த அறிவியல் செய்முறை பற்றி நிறைய விசாரிப்புகள் எனக்கு வரும். ஒவ்வொன்றுக்கும் ஒரு குறிப்பிட்ட சிறுதொகையை உஙகளுக்கு நான் தரமுடியும்.

மரவீட்டின் கதவருகே தட்டுத் தடுமாறி வந்து நின்ற முதியவள், ஏதோ கேட்டாள். மேஜைக்கு மிக அருகில் காதை வைத்துக் கவனித்த டாக்டரின் மனைவி, சன்னமாகப் பதில் கூறினாள். இன்னும் விடியவில்லை. போய்த் தூங்குங்கள்.

அவள் மரவீட்டின் கதவை மெல்ல மூடிவிட்டு மேஜை மேல் இருந்த வெள்ளைக் காகிதத்தில் ஏதோ எழுதத் தொடங்கினாள். எத்தனை யானைகள், சிங்கம், புலிகள்? மற்றும் உங்கள் பெயர், உரிம எண்? அரசாங்க சோதனைக் கூடத்தில் அவற்றில் எதையெல்லாம் பார்த்தீர்கள்? உங்கள் ரத்த வகை என்ன? நீரிழிவு உண்டா? பழைய இலக்கியங்களில் எதையெல்லாம் படித்திருக் கிறீர்கள்?

அவள் குனிந்து உட்கார்ந்து, கேள்விகள் கேட்டபடி எழுதத் தொடங்கினாள். ஒவ்வொரு கேள்விக்கான பதிலையும் தானே பூர்த்தி செய்துகொண்டாள். தொடரும் கேள்விகள். நான் மெல்ல வெளியே நடந்தேன்.

கடைத்தெரு நிசப்தமாக இருந்தது. சோதனைச் சாலையில் எட்டிப் பார்த்தேன். குப்பிகளையும் மனிதர்களையும் காணோம்.

நான் கூடாரத்துக்குத் திரும்பியபோது, பிரம்புப் பெட்டிகளில் என் பிராணிகள் நல்ல உறக்கத்தில் இருந்தன.

வெளியே சாத்தி வைத்திருந்த சைக்கிளைத்தான் காணோம்.

52. திண்ணை

பாகீரதி அம்மாள், கனவில் மாதாகோயில் படியே போய்க் கொண்டிருந்தாள். மொட்டைத் தலையும் நார்மடிப் புடைவையுமாகக் கையில் மெழுகுவர்த்தியைப் பிடித்துக் கொண்டு நடக்க, உருகின மெழுகு நடுவிரலில் விழுந்து உஷ்ணமாக ஒரு விநாடி எரிந்து அடங்கவும் விழித்துக் கொண்டாள்.

தலைக்கு அணையாக வைத்திருந்த கட்டைப் பலகையை, கூடத்துச் சுவர் ஓரமாக நகர்த்தி வைத்துவிட்டு அவசரமாக வெளியே வந்த போது விடிந்திருந்தது. பெரிய திண்ணை காலியாக இருந்தது.

போய்விட்டாரா?

தூணில் சார்த்தி வைத்திருந்த தண்டமும், அலங்க மலங்கக் கிடந்த மான்தோலும், நியூஸ் பேப்பர் அட்டை போட்ட கீதைப் புத்தகமும் 'இல்லை' என்று நமுட்டுச் சிரிப்பு சிரித்தன.

பின் கட்டுக்குப் போயிருக்கிறார். அவ்வளவு தான்.

'வேலியோட போனது! இழுத்துப் போட்டுண்டாச்சு!'

பாகீரதி அம்மாள் உரக்க அலுத்துக் கொண்டாள்.

'பெரிய மகான். வாய் நிறைய பிரம்மானந்தம்... பிரம்மானந் தம்னு சொல்றது தவிர வேறே பேச்சு அபூர்வம்... திடுதிப்புனு எங்கே இருந்தோ வந்து, திண்ணையிலே ஏறி உட்கார்ந்துட்டார். ஏதோ என்னோட பூர்வஜென்ம புண்ணியம்!

வாய் ஓயாமல், தெரு முழுக்க, தெருவுக்கு வெளியே தெரிந்த எல்லோர் வீட்டிலும் பெருமையாகச் சொல்லியபடி சுற்றி வந்ததும் பாகீரதி அம்மாள்தான். அது இரண்டு மாதம் முன்னால்.

'என்ன பாட்டி, உங்க மங்களம் பொண்ணு, ஆபீஸ்காரனோட, போறது. மனசுக்குப் பிடிச்சவனாப் பார்த்துக் கல்யாணம் பண்ணிக்கறதுதான் இப்ப சகஜமாயிருக்குதே! நம்மளவன் தானே?'

பேத்தி எங்கேயோ என்னமோ செய்யப்போக, பாகீரதி அம்மாள் ஊர் வாயில் அவலாக விழுந்து கொண்டிருந்த நேரம் அது.

தெருக்கோடியில் பொறுமையில்லாமல் கணகணவென்று மணிச்சத்தம், பால் பண்ணை கோபாலன்தான்.

'வந்துட்டேன்டாப்பா. வந்தாச்சு. வாசல்கூடத் தெளிச்சாகலே!'

முட்டாக்கை இழுத்துவிட்டுக் கொண்டு பாத்திரத்தோடு வேக மாக நடந்தாள் பாகீரதி அம்மாள்.

'பெரியவாளுக்குக் கொஞ்சம் பசும்பால் கொண்டுவரட்டா? ஜில்லுனு ஐஸ்லே வைச்சு மதுரையிலேருந்து மோட்டார்லே கொண்டு வரா. கை படாம, சுத்தமாக் கறந்ததாம் - மெஷின் இருக்காமே இதுக்கெல்லாம் கூட!'

சாமியார் வந்த அடுத்த நாள், பால் வாங்கிக்கொண்டு படியேறி யவள் கேட்டபோது, வெறுமனே சிரித்தார் அவர்.

'ஜில்லுனு எல்லாம் வேண்டாமே... வந்து... கொஞ்சம் காபியாக் கிடைச்சா சிலாக்கியமா இருக்கும். முடியலேன்னா கஷ்டப்பட வேண்டாம்.'

எத்தனையோ வருஷம் கழித்து காபி, பாகீரதி அம்மாள் வீட்டில் புனர்ப்பிரவேசம் செய்தது அப்புறம்தான். பாகீரதி அம்மாளுக்கு வீடும் நிலமும், கொஞ்சம்போல சாஸ்வதநிதியில் பணமும், ஒரே பெண் குழந்தை மங்களமுமாகக் கொடுத்துவிட்டு, விஸ்வநாத அய்யர் ஒரு மத்தியானம் படி இறங்கிப் போனதோடு காபியும் போயிருந்தது அதுவரைக்கும்.

சமையல்கட்டுக்குள் நுழைந்து குமுட்டி அடுப்பைப் பற்றவைக்க, தேங்காய் நாருக்காக மாடப்பிறையைத் துழாவி னாள் பாகீரதி அம்மாள். ஜன்னல் வழியே கொல்லைப்புறத்தில் சாமியார் தலை தெரிந்தது. கிணற்றில் தண்ணீர் சேந்தி தகரவாளியில் நிறைத்துக் கொண்டு, கக்கூஸுக்குப் போய்க் கொண்டிருந்தார் அவர்.

'மடியும் ஆச்சு! ஆசாரமும் ஆச்சு. ஸ்டவ் அடுப்பு போறும். நான் பார்க்கலேன்னு நெனச்சுண்டு காபியையே சீப்பிக் குடிச்சாறது!'

காக்காடாவைக் கொளுத்தி ஸ்டவ்வைப் பற்ற வைத்தாள்.

விஸ்வநாத அய்யருக்கு தினசரி புதியதாக அரைத்து இறக்கிய முதல் டிகாஷன் காபியோடுதான் பொழுது விடியும். வாசலில் மாடு கட்டி அங்கமுத்தன் மஞ்சள் மேலோடியிருக்கப் பால் கறந்து கொடுத்துவிட்டுப் போவான். அது ஒரு காலம்!

கொல்லையில் சாமியார் கௌபீனத்தைத் துவைத்து உதறி கொடியில் உலர்த்திக் கொண்டிருந்தார். பின்னால் இருந்த கொடியில், பாகீரதி அம்மாளின் நார்மடிப் புடைவை.

காற்று அடிக்காமல் இருக்கவேண்டும் என்று சின்னக் கவலை யோடு காபி கலந்தபோது, சமைபல்கட்டு வாசலில் நிழல் தட்டுப் பட்டது.

'வந்தாச்சு. குளிக்காம பாஷாண்டமா காபியும் கண்றாவியும்...'

காபித் தம்ளரை சமையல்கட்டுக் கதவு ஓரமாக நகர்த்தி வைத்து விட்டு, அரிசி களைய ஆரம்பித்தாள்.

சொல்லிவிடலாமா?

இப்போது வேண்டாம். குளித்துவிட்டு பலகாரத்துக்கு உட்காரும் போது சொல்லிவிடலாம். என்னவென்று சொல்வது?

‘தேஜஸ்னா அப்படி ஒரு தேஜஸ் முகத்துலே. கையை உசத்தி ஆசீர்வாதம் பண்ணினாலே மனசுக்கு எதமா இருக்கு. ஆச்சு. இதோ மாசி பொறந்தாச்சுன்னா கிளம்பிடுவார். சந்நியாசி ஒரே எடத்துலே தங்கறது இல்லியே.’

விடிகாலையில் எழுந்து குளித்துவிட்டு, வேம்பாவில் வெந்நீர் போட்டு, பளபளவென்று தேய்த்த தாமிரப் பாத்திரத்தில் கங்கைச் செம்பிலிருந்து உடைத்து ஊற்றிய தண்ணீரும், துளசி இலையு மாக, வாசலில் அப்போதெல்லாம் கொண்டுபோய் வைத்த போது, தை மாதம்தான் நடந்து கொண்டிருந்தது. சாமியார் வந்து ஒரு வாரமே ஆகியிருந்தது அப்போது.

‘காலம்பறயும் பழம் இல்லாம, ரெண்டே ரெண்டு இட்லி தர முடிஞ்சா நன்னாயிருக்கும்!’

சாமியார் ஏதாவது கேட்க மாட்டாரா என்று எதிர்பார்த்து இருந்த நாள்கள் அதெல்லாம்.

பாகீரதி அம்மாள், இட்லி மாவு வைத்த பாத்திரத்தைத் திறந்தாள். மாவு பொங்கி வழிந்தது. கொஞ்சம் புளிப்பு வாடை மூக்கில் குத்தியது.

புளிப்புமா தோசைதான் விஸ்வநாத அய்யர் பிரியமாகச் சாப்பிட்ட ஆகாரம். பகல் நேரத்துக்கும்கூட அதுதான் வேண்டும் என்று பிடிவாதம். வாழைப்பூ கறியும், நாலைந்து தோசையுமாகச் சாப்பிட்டுவிட்டுப் படி இறங்கிப் போனவர்தான்.

‘நர்மதே... சிந்து... காவேரி.’

சாமியார், காவித்துண்டோடு கிணற்றில் இறைத்துக் குளித்துக் கொண்டிருந்தது ஜன்னல் வழியாகக் கண்ணில் பட்டது. வேம்பாவில் தீ மூட்டி வைக்கும் தட்டு ஓட்டையாகி விட்டதாலும், பங்குனி வெயில் ஆரம்பித்துவிட்டதாலும் வெந்நீர்க் குளியல் நின்று போய்விட்டது.

வாசல் நடையில் காலடிச் சத்தம். ஈசுவர வாத்தியாராக இருக்கும்.

சாமியார் வந்த புதிதில், சிரௌதிகள் தவிர மற்ற வைதீகர்கள் எல்லாம் பாகீரதி அம்மாள் வீட்டில் உட்கார்ந்து ருத்ரமும் சமகமும் சொல்கிற சத்தம் இரண்டு தெரு தாண்டிக் கேட்கும்.

சாயந்தரங்களில், தெருப்பெண்டுகள் ஆர்மோனியமும் தாளமுமாக பஜனை, மராத்தி அபங்க, டோலோத்ஸவப்பாட்டு என்று அமர்க்களப்படுத்துவார்கள்.

பாராயணமும் பஜனையுமாகத் திமிலோகப்பட்ட ஒரு சாயந்தரத்தில்தான் மங்களத்தின் பெண் வந்தாள்.

வாசல்படி ஏற வந்து திண்ணையில் கூட்டத்தைப் பார்த்துவிட்டு வாசலிலேயே நின்றவளைப் பார்த்துப் பதறிப்போய், பாகீரதி அம்மாள் அவசரமாக வெளியே போனாள்.

'பாட்டி...'

அவள் வாய் நிறையக் கூப்பிட்டபோது, கலவரத்தோடு திண்ணையைத் திரும்பிப் பார்த்தாள் பாகீரதி அம்மாள். அங்கே இருக்கிறவர்களுக்கு எல்லாம் தெரியும். வாசல்படி பக்கமாக, உசரமாக, கருப்பாக நின்று கொண்டிருந்தவனையும் இன்னார் என்று அனுமானம் செய்திருப்பார்கள்.

'ஆபீஸ் பரீட்சை பாட்டி! இங்கேதான் ஹைஸ்கூல்லே வச்சு... அங்கே திண்ணையிலே யார் உக்காந்திருக்கா?

மங்களத்தின் பெண் கொஞ்சம்போல் பூசினாற்போல இருந்தாள். பாகீரதி அம்மாளுக்குத் தொண்டையை அடைத்தது. சொந்தத்தை எல்லாம் வேண்டாம் என்று உதறிவிட்டு பெற்ற வயிறு எரிய எரிய நடந்தால் என்ன? கண்ணுக்குக் கண்ணாக வளர்த்த குழந்தை, இடுப்பில் அரசிலையோடு விளையாடிய வயசிலிருந்து, பாட்டியோடு அப்படி ஒரு ஒட்டுதல். இப்படியா வந்து நிற்கவேணும்?

'ஏண்டி ஏதாவது சாப்பிடறியா?' தயங்கித் தயங்கிக் கேட்டபோது, அவள் வேண்டாம் என்று சொல்லிவிட்டாள்.

'அப்புறம் ஒரு நாள் சாவகாசமா வரேன் பாட்டி. ஜேம்ஸ், போகலாமா? உனக்கு என்மேலே கோபம் இல்லியே பாட்டி?'

பாகீரதி அம்மாள் பதில் எதுவும் சொல்வதற்குள், சாயந்தர வெயிலில் தோளில் மாட்டிய புத்தகப் பையோடு அவள் நடந்து போனது, பாகீரதி அம்மாளின் கண்ணுக்குள்ளேயே நிற்கிறது.

'பங்குனி உத்திரத்துக்கு இன்னும் பதினஞ்சு நாள் இருக்கு மாமி. வெயிலைப் பாருங்கோ, மகா உக்கிரமா இருக்கு!'

ஈசுவர வாத்தியார், பாகீரதி அம்மாள் செம்பில் தண்ணீர் எடுத்துப் போய் வாசலில் வைத்தபோது சொன்னார்.

சாது மனுஷன். ஊரோடு பாகீரதி அம்மாள் பேத்தியைக் கரித்துக் கொட்டிய போதும் வாயே திறக்காதவர். இவர் பிள்ளை ஒரு மாத்வப் பெண்ணைக் கல்யாணம் செய்துகொண்டு தனிக் குடித்தனம் போனவன். அதனால்தானோ?

சாமியார் குளித்துவிட்டுக் கூடத்தில் நின்று, மடித்து வைத்த காவிவேட்டியைக் கட்டிக் கொண்டிருந்தார். பாகீரதி அம்மாள் அவசரமாக சமையல்கட்டுக்குள் போய் வாழையிலையோடு வந்தாள்.

சாமியார் ஒரு விநாடி தயங்கினார்.

‘வந்து, வயறு சரியா இல்லே... மத்தியானத்துக்கு இட்லியை வச்சுக்கலாமா, இல்லே ராத்திரிக்குன்னாலும் சரிதான்.’

பாகீரதி அம்மாள் மௌனமாகத் தலையாட்டினாள். வெளியே திண்ணையிலிருந்து உரக்க ருத்ரம் சொல்கிற சத்தம். ஈசுவர வாத்தியாருக்கு போன மாதம் சேரவேண்டிய பதினைந்து ரூபாயை, நாளைக்குக் கொடுத்துவிட வேண்டும் என்று நினைத்துக் கொண்டாள். அதற்குள் சாமியாருக்கு ஒரு வார்த்தை சொல்லி...

சாமியார் பூஜையை ஆரம்பித்தார். சின்னப் பெட்டியிலிருந்து எடுத்த சாளக்ராமங்களுக்கு தண்ணீர்தான் அபிஷேகமானது. நாளைக்கு மட்டுமாவது அபிஷேகத்துக்குப் பால் எடுத்து வைக்க வேண்டும் என்று பாகீரதி அம்மாளுக்குத் தோன்றியது. அப்புறம் இன்னொரு மாதம் சாமியார் டேரா அடித்து விட்டால்...

உள்கட்டில் ஓரமாக உட்கார்ந்து பூஜையில் மனத்தைச் செலுத்திக் கொண்டிருந்த பாகீரதி அம்மாள், எல்லோருக்காகவும் பிரார்த்தித்துக் கொண்டாள். மங்களம், அவள் பெண். பெற்றுப் பிழைத்து, பூசினாற்போல முழுகாமல் இருப்பாளோ!

சட்டென்று கண்ணைத் திறந்து பார்த்து தலையை ஆட்டிக் கொண்டாள். பாகீரதி அம்மாள் பேத்தி பிரசவம். அப்படியே சொல்லிவிட வேண்டியதுதான்!

ஈசுவர வாத்தியார் நீட்டி முழக்கி சமகம் சொல்லிவிட்டு சாமகானம் பாட ஆரம்பித்திருந்தார். குரல் இடக்குப் பண்ணி பிசிறுதட்ட, நாலைந்து தடவை இருமி உள்ளே பார்த்தார்.

பாகீரதி அம்மாள், சாமியாருக்காக எடுத்து வைத்திருந்த மோரில், கொஞ்சம் தாராளமாகத் தண்ணீர் விளாவி எடுத்துப் போய் வைத்தாள்.

சாமியார் பகவத் கீதை புத்தகத்தைத் திறந்து உரக்க வாசிக்க, 'சரிதான்' என்கிறது போல தலையாட்டலோடு வாத்தியார் எழுந்து நின்றார். வாசலில் சைக்கிளை நிறுத்திவிட்டு, போஸ்ட் மேன் வேலுச்சாமி படியேறி வருவது தெரிந்தது. உச்சி வெயில் நேரத்தில் வருகிற கடிதம்.

'என்னைத் தேடவேண்டாம். வடநாட்டு யாத்திரை முடிந்து இரண்டு மாதத்தில் வருவேன்!' என்று விசுவநாதய்யர் எழுதிய கடிதம் அது.

பத்தே நாளில் கல்கத்தா சௌரங்கி போலீஸ் ஸ்டேஷனிலிருந்து கடிதம். அதுவும் விஸ்வநாத அய்யர்தான்! உடனே ஆயிரம் ரூபாய் பணத்தோடு யாராவது வரவேண்டும். யார் என்ன என்று விசாரிக்காமல், ஏன் எதற்கு என்றும் சொல்லாமல் பிடித்து வைத்திருக்கிறார்கள். கான்ஸ்டபிளிடம் மோதிரத்தைக் கழற்றிக் கொடுத்து, போஸ்ட்கார்ட் வாங்கி வரச்சொல்லி எழுதிப் போட்டது.

போஸ்ட்மேன் வேலுச்சாமி, படிக்கு அந்தப் பக்கம் இருந்த படிக்கே சாமியாருக்குக் கும்பிடு போட்டுவிட்டு, எழுந்துவந்த ஈசுவர வாத்தியாரிடம் கடிதத்தைக் கொடுத்துப் போனான்.

'மாமி, உங்களுக்கு லெட்டர்!'

மங்களம்தான் எழுதியிருக்கிறாள். பாகீரதி அம்மாள் அவசரமாக அதை இடுப்பில் செருகிக் கொண்டாள். பெண் கடிதம் இல்லை, - பேத்தி எழுதியது! சாமியாரிடம் அப்படித்தான் சொல்ல வேண்டும்.

சாமியார் சாப்பிட எழுந்து கூடத்துக்கு வந்தார். ஈசுவர வாத்தியார் வாசல் கதவை மூடிவிட்டு, சைக்கிளில் கிளம்பிப் போனார்.

பாகீரதி அம்மாள், காலையில் எடுத்த வாழையிலையோடும் தண்ணீரோடும் கூடத்துக்கு வந்தாள். சௌசௌ கறியும், மிதுக்க வத்தல் குழம்பும் பரிமாறிவிட்டு, அவர் சாப்பிடும்வரை காத்துக்கொண்டிருந்தாள். இரண்டு கவளம் உள்ளே போனதும், ஜாக்கிரதையாக ஆரம்பித்தாள்.

'பேத்தி லெட்டர் போட்டிருக்கா. பிரசவ நேரம். குழந்தை இங்கே வரேங்கிறா. ஜாதிவிட்டு ஜாதி கல்யாணம் பண்ணிண்டு பெத்தவா தள்ளி வச்சுட்டா என் கொழந்தையை! என்னாலேயும் அப்படி இருக்க முடியுமா சொல்லுங்கோ?'

சாமியார் ஏதும் பேசாமல் சாப்பிட்டுக் கொண்டிருந்தார்.

'இல்லே, பொம்மனாட்டிகள் புழங்க ஆரம்பிச்சா, அதுவும் கர்ப்பஸ்திரி! எச்சில், பத்து, தீட்டுன்னு எதுவும் பார்க்க முடியாது. பெரியவாளுக்கு கஷ்டமா இருக்கும். மருத்துவச்சி வந்து போய்ண்டு இருப்பா!'

சாமியார் நிமிர்ந்து பார்த்தார்.

'அவா உள்ளே இருக்கட்டும். நான் திண்ணையோட இருந்துடறேன்!'

மிகச் சுலபமாகப் பிரச்னைக்குத் தீர்வு சொல்லிவிட்டது போல, சிரிப்போடு சாமியார் எழுந்து கையலம்பப் பின்னால் போக, பாகீரதி அம்மாளுக்குப் பற்றிக்கொண்டு வந்தது.

'என் நேரம்! இப்படி யார் யாருக்கோ சிஷ்ருஷை பண்ணி லோல் பட வேண்டியிருக்கு!' மங்களத்தின் பெண் உண்மையிலேயே பிரசவத்துக்கு வந்து இறங்கினால் கூட நன்றாகத்தான் இருக்கும்.

இலையை எடுத்துப் போட்டுவிட்டு பாகீரதி அம்மாள் சாப்பிட உட்கார்ந்த பொழுது, வாசல் கதவுத் தாழ்ப்பாளை யாரோ லொட லொட என்று ஆட்டுகிற சத்தம். எதிர்வீட்டு வக்கீல் சத்ய நாராயணராவாக இருக்கும். மதியம் அரைமணி நேரமாவது சாமியாரோடு பேசிக்கொண்டிருந்துவிட்டுப் போகாவிட்டால், சாப்பிட்ட சாதம் ஜீரணமாகாது அவருக்கு.

இவ்வளவு இழைகிறவர், சாமியாரைத் தன் வீட்டிலேயே கூப்பிட்டு வைத்து சீராட்டினால்தான் என்ன? வாசலில் கேட்பது அவர் குரல் இல்லையோ?

'பெரியப்பா! போன வாரம்தான் பெரியம்மா திவசம் கொடுத்தேன். வாத்தியார் சம்பாவனைக்கே, உங்க பிக்ஸட் டிபாசிட் வட்டி சரியாயிடுத்து. நீங்க இங்கே இருக்கறதே நேத்திக்குத்தான் தெரியும். காலம்பற மொதல் பஸ்ஸை பிடிச்சு ஓடி வரேன். நடுவிலே பிரேக் டவுனாகி...'

பாகீரதி அம்மாள் கையைக் கழுவிப் புடைவைத் தலைப்பில் துடைத்துக் கொண்டு வெளியே வந்தபோது வாசலில் உரத்த குரலில் பேசிக் கொண்டிருந்தவன் தொந்தியும் தொப்பையும் அரை வழுக்கையுமாக இருந்தான். அச்சாக, பாகீரதி அம்மாள் கொழுந்தன் காளீஸ்வரன் ஜாடை!

'மன்னி... போலீஸ்லே அண்ணாவை என்ன சித்ரவதை பண்ணினாளோ? ஜெயில்லேயே தூக்கு மாட்டிண்டு செத்துப் போயிட்டார். உடம்பை எரிச்சுட்டோம்னு சொல்லிட்டா. விதி!'

ஐயாயிரம் ரூபாயோடு கல்கத்தா போன காளீஸ்வரன்போன கையோடு திரும்பி வந்தான். பாரேதி அம்மாள் நகையை விற்றுக் கொடுத்த பணம் அது. காளீஸ்வரன் அடுத்த மாதமே சாப்பாட்டு ஹோட்டல் தொடங்கி, அது உருப்படாமல் போனது. பாகீரதி அம்மாளைப் பலவந்தமாக மொட்டை அடித்து நார்மடியைக் கட்டிக் கொள்ளக் கொடுத்தபோது, அவன்தான் அதிகமாக அழுதது.

இப்போது வந்திருப்பது காளீஸ்வரன் வகையில் பட்டவன் என்றால், சாமியாரோடு இப்படி அத்தியந்தமாகப் பேசிக் கொண்டு, அதுவும் அவரைப் பெரியப்பா உறவு சொல்லி அழைக்க மாட்டான்.

'அம்மாதான் மூலநோக்காட்டோட கஷ்டப்படறா. குழந்தைகள் எல்லாம் சௌக்கியம். உங்க டெபாசிட்டைப் புதுப்பிக்கணுமாம். பேங்குலே இருந்து லெட்டர் வந்திருக்கு. ஒருநாள் வந்தா, முடிச்சுக் கொடுத்துவிட்டு திரும்பிடலாமே... சரி நான் கிளம்பட்டா... உடம்பைப் பார்த்துக்குங்கோ!'

லெதர் பையைத் தோளில் மாட்டிக்கொண்டு திரும்பப் போனவன், பாகீரதி அம்மாளைப் பார்த்துவிட்டு நின்றான்.

'மாமி... கொஞ்சம் தீர்த்தம் தரேளா...'

பாகீரதி அம்மாள் சாமியார் முன்னால் இருந்த தீர்த்தப் பாத்திரத்தை எடுத்து நீட்டினாள். அவன் மறுபேச்சு பேசாமல், பாத்திரத்தைப் பல் படாமல் உயர்த்தி, தாகசாந்தி செய்து கொண்டான்.

'ரெண்டு பழம் எடுத்துண்டு போயேம்ப்பா! உங்க பெரியப்பா வுக்கு காணிக்கையா யாரோ கொண்டு வந்தது. அவர் மகான். பேச்சும் கம்மி. சாப்பாடும் கம்மி. கொண்டுபோய்க் கொழந்தை களுக்காவது கொடு. நல்ல பழம். அம்மாவுக்கும் கொடு!'

உள்ளே போய் சீப்போடு பழத்தை எடுத்து வந்து நீட்டினாள். சாமியார் ராத்திரி சாப்பிட வேறு பழம் இல்லை. இல்லாவிட்டால் தான் என்ன?

அவன் பழத்தைப் பையில் வைத்துக்கொண்டு படியிறங்கிய போது, பின்னாலிருந்து சாமியார் 'அந்த டெபாசிட் ரசீதை...' என்று ஏதோ சொல்ல ஆரம்பித்து நிறுத்திக் கொண்டார்.

'டெபாசிட் ரசீது எங்கேயும் ஓடிப்போகாது. நீங்க பாட்டுக்கு கிருஷ்ணா ராமான்னு இருங்கோ... காசையும் பணத்தையும் பத்தி சன்னியாசி எதுக்குக் கவலைப்படணும்? பணமா பிரம்மா னந்தம்?'

சாயந்தரம் பிரதோஷத்துக்காகக் கோயிலுக்குப் புறப்பட்டபோது வாசலில் நின்றபடியே சாமியாரிடம் சொல்லிவிட்டுக் கிளம்பி னாள் பாகீரதி அம்மாள்.

'திரும்பிவந்து காலம்பற வார்த்த இட்லியை உதிர்த்து உப்புமா பண்ணித் தரேன். அதுக்குள்ளே பசியெடுத்தா உள்ளே கிளாஸ்கோ டப்பாவுலே அவலும் பொரிகடலையும் இருக்கு, போய் எடுத்துக்கோங்கோ!'

பாகீரதி அம்மாள் திரும்பி வந்தபோது, சாமியார் இருந்த சுவடே இல்லாமல் திண்ணை காலியாக இருந்தது.

53. அடிபம்பும் கார்சியா மார்க்வெஸ்ஸும் புல்புல்தாராவும்

ஒரு மணிக்கு அலாரம் அடித்த போது, சமையலறையில் கரகரவென்று ஸ்டவ் நகர்கிற சத்தம். சபேசன் எழுந்து விளக்குப் போடாமல் அங்கே போனான். மண்ணெண்ணெய் வாடை தூக்கலாக வர, படைப்பைக் கல் மேடையில் ஸ்டவ் மூன்று தடவை ஒரு காலை உயர்த்தித் தட்டிவிட்டு, ஓரமாகத் திரும்பிக் கொண்டது. அம்மா வந்திருக்கிறாள்.

'சீக்கிரம் வாளியை எடுத்துட்டுக் கீழே போ. வரிசை பெரிசாயிடும்'' - ஸ்டவ் காலில், அவள் பொறுமையில்லாமல் பேசினாள்.

'போய்ட்டுத்தானே இருக்கேன்!' - சபேசன் சலித்துக் கொண்டபடி, சமையல் மேடைக்குக் கீழே இரும்பு வாளிகளைத் தேடினான்.

மூன்று வாளிகளிலும் தண்ணீர் பாக்கி இருந்தது. வாளிகளை வெளியே இழுத்துத் தூக்கினான். குளோரின் வாடை, இருட்டில் பாதுகாப்பு இல்லாத உணர்வை ஏற்படுத்தியது. தண்ணீரை வீணாக்கக் கூடாது. அம்மா இறந்து போனது முதலே சமைக்க உபயோகிக்காத

சிறிதும் பெரிதுமான வெண்கலப் பானைகளை, இருட்டில் மேடையில் தடவி அடையாளம் கண்டு அவற்றில் வாளித் தண்ணீரை ஊற்றும்போது, மேடையெல்லாம் வழிந்து காலை நனைத்தது.

'விளக்கைப் போட்டுக்கோயேன்... எல்லாம் சொல்லணும்! அப்புறம் தொடச்சுக்கலாம், விரசாக் கீழே போ!' ஸ்டவ் பொறுமையில்லாமல், சுவர்ப் பக்கம் திரும்பி அறைந்து கொண்டது.

விளக்கைப் போட்டபோது, இரண்டு கையிலும் பிடித்திருந்த இரும்பு வாளிகளின் கொள்ளளவு ஆயாசத்தைத் தந்தது. இவற்றில் தண்ணீரை கீழே பிடித்துக் கொள்ளலாம் என்ற பயம் இன்னொரு தடவை தலைகாட்டியது. அரையில் வேதனை யோடு ஏழு பெண் வீட்டுக்குப் போகமுடியாது.

'அந்த ஏழு சிறுக்கிகளை அப்புறமா நினைச்சுக்கலாம். இப்ப தண்ணிவர நேரம்!' ஸ்டவ் விரட்டியது.

அம்மாவையும் அவனையும் ஊரையும் எப்போதும் தண்ணீர்த் தட்டுப்பாடு தொடர்ந்து கொண்டுதான் வந்தது. அவள் உயிரோடு இருக்கும்போது விழித்திருக்கும் நேரம் எல்லாம் தண்ணீர் பிடிப்பதையும், அதைச் சிக்கனமாகச் செலவழித்துச் சேர்த்து வைப்பதைப் பற்றியும், தான் நினைத்தபடியும் பேசிய படியும் இருந்தாள். தண்ணீர் கஷ்டம் தீர்ந்ததும் சபேசனின் கல்யாணத்தைப் பற்றி யோசிக்கலாம் என்று அவள் சொன்னதை, முகம் தெரியாத அந்த மணப்பெண் மற்றும் வரக்கூடிய குழந்தைகள் நலம் கருதி சபேசன் ஏற்றுக்கொண்டான். அம்மா ராத்திரிகளில் உறங்காமல் அடிபம்பில் தண்ணீர் வரும் நேரத்தை எதிர்பார்த்து அவனை எழுப்பிவிடத் தயாராக இருப்பது, அவள் இறந்தாலும் இன்னும் நடந்துகொண்டுதான் இருக்கிறது.

சபேசன் வாளிகளோடு வெளியே வந்து முன்னறையிலும் விளக்கைப் போட்டான். உலர்ந்து வெடிப்பு விட்டிருந்த தரையில், காலையில் புரோகிதரின் தலையைச் சுற்றி எறிந்த எள் காலில் நெருடியது. சுவரில் இரண்டு வருஷத்துக்கு முந்திய காலண்டரின் மேல், பழுப்பு நிறத்தில் ஒரு நத்தை ஊர்ந்து கொண்டிருந்தது. ரேடியோ பெட்டிமேல் எப்போதோ

வாங்கிய காகிதக் கூம்பில் மிச்சமிருந்த உலர்ந்த பட்டாணியைக் கொறிக்க எடுக்கலாமா என்று யோசித்த போது சமையலறையில் திரும்ப ஸ்டவ் சத்தம். 'சீக்கிரமா கீழே போயேண்டா... சொன்னாக் கேட்க மாட்டியா?'

குறுகலான படிகளின் இறக்கத்தில வலப்புறம் திரும்பியபோது, கீழே வாளிகளின் வரிசை தெரிந்தது. இன்னும் சீக்கிரமே வந்திருக்கலாம்.

விளக்குத் தூண் பக்கத்தில், பைஜாமாவும் மேலே நேற்றைக்கு அலுவலகத்துக்கு அணிந்துபோய் இடுப்புக்குக் கீழே கசங்கி இருந்த நீலச் சட்டையுமாக, கீழ்ப் போர்ஷன் தாடிக்காரன் உட்கார்ந்திருந்தான். கையில் வழக்கம் போல தடிப்புத்தகம். தாடிக்காரனுக்குக் கொஞ்சம் தள்ளி சைக்கிள்களும் ஸ்கூட்டர்களும் 'சண்முகவிலாஸ் மளிகை' என்று வெள்ளைப் பெயிண்டில் எழுதிய மூன்று சக்கர சரக்கு சைக்கிள் ஒன்றும் நிறுத்தி வைக்கப்பட்டிருந்தன. அந்த வண்டியின் பலகை அடைப்புக்குள் உட்கார்ந்து, ஒரு நடு வயது அம்மணி புல்புல்தாரா வாசிக்கப் பழகிக் கொண்டிருந்தாள். தாடிக்காரன் குடித்தனத்துக்கு நேர் எதிர் போர்ஷன் அவளது. வரிசையில் முதலில் இருக்கும் மூன்று சிவப்பு நிற வாளிகளும் அவளுடையவையே.

கீழே தரையில் சாக்குக் கட்டியால் கட்டம் வரைந்து ஆடுபுலி விளையாடிக் கொண்டிருந்த வங்கி மேனேஜரையும் வெட்டினரி டாக்டரையும் சுற்றிக்கொண்டு வரிசை கடைசிக்குப் போகும் போது, சபேசன் அவனை அறியாமல் முன்னால் இருக்கும் வாளிகளைக் கணக்கெடுத்தான். மொத்தம் பதினைந்து ஆளுக்கு மூன்று என்ற கணக்கில், அதிகபட்சமான மூன்று வாளிகளுக்கு உரியவர்கள் யார் என்று தெரியவில்லை.

சபேசன் வாளிகளை வைத்தபோது, தாடிக்காரன் நிமிர்ந்து பார்த்துச் சிரித்தான். அவன் புத்தகத்தை மூடியபடி இரண்டொரு வார்த்தை சபேசனிடம் பேசிக் கொண்டிருந்துவிட்டு, ஒரு சிகரெட் பற்றவைத்துக் கொள்வது வழக்கம். புத்தகப் படிப்பை நிறுத்தியதும் உடனே சிகரெட் புகைப்பது அதை எழுதியவருக்குச் செலுத்தும் மரியாதையாகாது என்று அவன் நினைத்திருக்கலாம்.

'லேட்டாயிடுச்சா?' தாடிக்காரன் கேட்டான்.

பதிலுக்குச் சிரித்தபடி, ‘இது வேறே புத்தகமா?’ என்று சபேசன் எதிர்க்கேள்வி கேட்டான்.

‘அதேதான். நூறு வருஷத் தனிமை!’

மலையாளப் புத்தகம். பின்னட்டையில் ஒரு நரைத்த மீசைக் காரன் படமும் கார்சியா மார்க்வெஸ் என்ற எழுத்தும்.

‘கதைதானே?’ சபேசன் நிச்சயமாகத் தெரிந்ததை இன்னும் உறுதிப்படுத்திக் கொள்ளும் தொனியில் கேட்டான்.

‘கதையும்தான். ஸ்பானிஷ்லேருந்து மொழிபெயர்ப்பு!’

தாடிக்காரன் சொல்லிக்கொண்டே சிகரெட் பற்றவைத்துக் கொண்டான். புத்தகத்தின் பின் அட்டையில் இருப்பவன், சுருட்டுப் பிடிக்கும் வழக்கம் உள்ளவன் என்று ஏனோ சபேச னுக்குத் தோன்றியது. ‘நெஞ்சம் உண்டு நேர்மை உண்டு ஓடு ராஜா’ என்று பிழையின்றி வாசித்த புல்புல் தாரா பெண்மணி, அந்த சந்தோஷத்தில் திரும்பத் திரும்ப அதையே வாசித்துக் கொண்டிருந்தாள்.

‘நேத்து ஒருத்தன் பேங்க் லாக்கர்லே கருவாட்டை வைச்சுப் பூட்டிட்டுப் போய்ட்டான்!’

வங்கி மேனேஜர் கல்லை உயர எறிந்து பிடித்தபடியே சொன் னார்.

‘போன வாரம் பசுவெண்ணெய். இந்த வாரம் இதுவா?’

வெட்டினரி டாக்டர் லேசாகச் சிரித்தபடியே கல்லை நகர்த்தினார்.

‘இன்னொரு செட் வாளி யாருடையது?’

சபேசன் பொதுவாகக் கேட்டான்.

மேலே எறிந்த கல்லைப் பிடித்தபடி, வெட்டினரி டாக்டர் இடப் பக்கமாகக் கையைக் காட்டினார். அங்கே ஆடிட்டர் ஆபீஸ் குமாஸ்தா, சினிமா உதவி டைரக்டர் என்று இரண்டு பேருடைய குடித்தனங்கள் எதிரும் புதிருமாக உண்டு. இதில் யார் வாளி என்று தெரிந்துகொள்ள சபேசனுக்கு சிரத்தை இல்லை.

‘ஒண்ணரை மணியாயிடுத்து!’ தாடிக்காரன் விளக்குத் தூண் பக்கத்து ஸ்டூலில் திரும்ப உட்கார்ந்து கொண்டான். இன்னும் பதினைந்து நிமிஷம், மிஞ்சிப் போனால் அரை மணியில் தண்ணீர் வந்துவிடும். அதற்குள் முடிந்தவரை புத்தகத்தைப் படிக்க அவன் கைகள் பரபரத்தன. மூணு மாதமாக இந்தப் புத்தகத்தைப் படித்தபடிதான், தண்ணீர் பிடிக்கத் தினமும் காத்திருக்கிறான் அவன். இன்னும் நாலு மாதம் தண்ணீர்க் கஷ்டம் தொடர்ந் தாலும் அவனுக்குப் படிக்க புத்தகத்தில் பக்கங்கள் இருக்கும் என்று சபேசனுக்குத் தோன்றியது. ஒருவேளை மழை பெய்து தண்ணீர்க் கஷ்டம் தீர்ந்தால் அவன் படிப்பதை நிறுத்திவிடலாம் என்று நினைக்க வருத்தமாக இருந்தது.

‘ஆடிட் கிளார்க், வாளியை வச்சுட்டு நெஞ்சு வலியோ என்னமோ மாரைப் பிடிச்சுக்கிட்டுப் படுத்துக்கப் போயிட்டார்!’ வங்கி மேனேஜர் இடுப்பில் சொரிந்தபடி சொன்னார்.

சபேசனின் அம்மா நாலு மாதம் முன்னால் அதீத நெஞ்சு வலியால் இறந்ததற்கு முந்தின நாளும் அதற்கு முந்தைய தினமும் தண்ணீர் வரவேயில்லை. அந்த ஏமாற்றமே, அவளைக் கொண்டு போயிருக்க வேண்டும். அவள் செம்மண் பூமியிலிருந்து வந்தவள் என்பதால், தண்ணீரின் அருமை தெரிந்தவளாக இருந்தாள். மூன்று வாளி தண்ணீரில் குளித்து, துணி துவைத்து, சமைத்து அலம்பி வைத்து விடுவாள். அவள் போன பிறகும், சபேசன் எப்போதும் போல ஆபீஸில் குளித்துக் கொள்கிறான். ஆனால் எப்போதாவதுதான் சமையல். சாணை பிடிப்பவர்களே பெரும்பாலும் ராத்திரிச் சாப்பாட்டுக்கு வரும் ஒரு சின்ன ஹோட்டலில் ராச்சாப்பாடு அவனுக்குப் பழகியிருக்கிறது. வாரம் ஒரு தடவையாவது சாயந்தரம் குளித்துவிட்டு ஏழுபெண் வீட்டுக்குப் போவான். அங்கே வற்றல் குழம்பும் சுட்ட அப்பளமு மாகச் சாப்பிட்டுக் கைகழுவி உள்ளே போனால், ஏழில் ஒருத்தி பயோரியா பல்பொடியில் தந்த சுத்தி செய்த வாசனையோடு வருவாள். அவளோடு பழைய சினிமாப் பாட்டுகளைச் சன்ன மான குரலில் பாடியபடி, ராத்திரி ரொம்ப நேரம் போகும். அடுத்துப் பாட பாடலோ, பாடும்போது இடையில் வரிகள் மறந்தோ சிரமப்படக் கூடாது என்பதற்காகவே, அவர்கள் வீட்டில் பழைய சினிமாப் பாட்டுப் புத்தகங்களை அழகாக அடுக்கி பைண்ட் செய்து, அட்டவணை எழுதி வைத்திருப் பார்கள்.

இடதுபுற போர்ஷன் கதவு திறந்து யாரோ வெளியே வந்தார்கள். ஆடிட் கிளார்க் மனைவி அவள். நாலு ஆண் பிள்ளைகளையும் பார்த்து நின்று ஏதோ யோசித்துவிட்டு, மளிகைக் கடை அம்மணி முன்னால் போய் நின்றாள் அவள். அரைக்கண்ணை மூடிக் கொண்டு புல்புல்தாராவில் 'நெஞ்சம் உண்டு... நேர்மை உண்டு...' வாசித்துக் கொண்டிருந்தவள் அசையாமல் போகவே, அவள் தண்ணீர் பம்பை வெறுமனே ஒரு தடவை அடித்தாள்.

'உங்க வீட்டுலே ஃபோன் இருக்கா?' கண் திறந்த புல்புல்தாரா அம்மணியிடம், மெல்லிய குரலில் கேட்டாள் அவள். புல்புல் தாரா சத்தம் நின்ற நிசப்தத்தில் பக்கத்தில் இருந்த சபேசன் காதிலும் அது விழுந்தது.

'இருக்கு. என்ன விஷயம்?'

'டாக்டரைக் கூப்பிடணும். குடும்ப டாக்டர். எங்க வீட்டுக்கார ருக்குத் திரும்ப மார்லே பால் கட்டிக்கிட்டிருக்கு. வலியோடு கஷ்டப்படறார்!'

'அது ஆம்பிளைகளுக்கு ஏன் வரணும்?' மளிகைக் கடை அம்மாள், பேச்சின் பின்னணியில் புல்புல்தாராவை இசைத்தாள். இதை ஆணித்தரமாகக் கேட்டதும், பாட்டு முழுவதையும் தப்பில்லாமல் வாசித்த சந்தோஷம் அவள் முகத்தில் தெரிந்தது.

'அவங்க வீட்டுலே ஆம்பிளைகளுக்கும் இப்படி வருமாம்!' ஆடிட் கிளார்க் மனைவி சிநேகமாக அவள் தோளைத் தொட்ட போது, மளிகைக் கடைக்காரி நேசத்தோடு எழுந்து அவள் பின்தொடர, போர்ஷனுக்குள் நுழைந்தாள்.

முன்னும் பின்னும் பருத்து, மஞ்சள் துணிப்பையில் பிதுங்கி வழியும் பேரேடுகளைச் சுமந்தபடி ஆடிட் குமாஸ்தா சாயந்தரங் களில் மெல்ல நடந்து வருவதை சபேசன் நினைத்துக் கொண் டான். யாராவது அசம்பாவிதமாகவோ, வேண்டுமென்றோ துன்புறுத்திவிடுவதால், பஸ்ஸில் வருவதைத் தவிர்ப்பதாகவும் அவர் எப்போதோ சொன்னதும் நினைவில் வந்து போனது.

'ஜெயிச்சுட்டேன்!' வெட்டினரி டாக்டர் எழுந்தார். 'தண்ணி வரத் தாமதமானா, இன்னும் ஒரு ஆட்டம் ஆடலாம்!' என்றார் மேனேஜர். மளிகைக் கடை அம்மணி திரும்ப வந்து வாளிகளை

நகர்த்திவிட்டு, பம்ப் உள்ளே ஒரு செப்புக் குவளைக்குள்ளி லிருந்து தண்ணீர் வார்த்தாள். அப்புறம் நாலைந்து தடவை வலுவாக அடிக்க ஆரம்பித்ததும், அடிப்பம்பும் 'நெஞ்சம் உண்டு... நேர்மை உண்டு...' என்று சுருதி தவறாமல் பாடியது.

தண்ணீர் வர ஆரம்பித்தபோது, நட்டுச் சுற்று வேட்டியோடும் கையில் மருந்துப் பெட்டியோடும் டாக்டர் உள்ளே நுழைந்தார்.

'இருட்டில் அசுத்தத்தை மிதிச்சுட்டேன். கால் கழுவக் கொஞ்சம் தண்ணி கிடைக்குமா?' அவர் கேட்டதை யாரும் லட்சியம் செய்யாமல் போகவே, செருப்புகளை நடைபாதைக்கு அருகில் விட்டுவிட்டு, ஆடிட் கிளார்க் போர்ஷனுக்குள் நுழைந்தார்.

மளிகைக்கடை அம்மணி, நிரம்பிய வாளிகளை எடுத்துப்போய் வைத்துவிட்டு புல்புல்தாராவை எடுத்துப்போக இன்னொரு தடவை வந்தபோது, ஆடிட் கிளார்க் போர்ஷனைப் பார்த்து சிரித்துக் கொண்டாள்.

தாடிக்காரன் 'மார்க்வெஸ் போல இன்னொருத்தன் பிறந்து வரணும்!' என்று சொல்லியபடி அடிபம்பை இயக்க ஆரம்பித் தான். ஸ்டூலில் வைத்திருந்த புத்தகத்தின் பின்னட்டைப் புகைப் படத்தை அவன் பார்த்தபடி தண்ணீர் அடித்தபோது, அந்தப் படத்திலிருந்து அவனுக்குத் தேவையான உடம்பு வலிமை கிடைத்தது போல பின்னால் நின்ற சபேசனுக்குத் தோன்றியது. சபேசன் தன் போர்ஷனை நிமிர்ந்து பார்க்க, ஸ்டவ் சத்தம் திரும்பக் கேட்டது.

ஆடிட் கிளார்க் மனைவி ஓட்டமும் நடையுமாக வந்து வாளிகளை நிரப்பிவிட்டுப் போனாள். வங்கி மேனேஜர் அடுத்து வாளிகளை நகர்த்தியபோது, புத்தகத்தைக் கையிடுக்கில் பிடித்தபடி தண்ணீர் வாளிகளோடு போன தாடிக்காரனிடம், 'எனக்கு மலையாளம் சொல்லித் தர முடியுமா?' என்று சபேசன் விசாரித்தான். ஏழு பெண் வீட்டில் மலையாள சினிமா கானங்கள் புத்தக ரூபத்தில் உண்டு என்றாலும், தாடிக்காரன் படிக்கும் புத்தகத்தைக் கொஞ்சம் போலவாவது படிக்க அவனுக்கு திடீரென்று ஆவல் ஏற்பட்டதே காரணம். தாடிக்காரன் வழக்க மான சிரிப்பை உதிர்த்துப் போனான்.

'மிருகங்களின் மனோதத்துவம் வேண்டுமானால் நான் சொல்லித் தருகிறேன்!' என்றபடி வெட்டினரி டாக்டர் தண்ணீர் பம்பை

பலமாக அடிக்க ஆரம்பித்தபோது, சபேசன் போர்ஷனில் ஸ்டவ் சத்தம் நிற்காமல் கேட்டது.

'காபி சாப்பிட்டுப் போங்க!' என்று உள்ளே இருந்து ஆடிட் கிளார்க் மனைவி அழைத்ததை, அன்போடு மறுத்து டாக்டர் இறங்கி தெருவில் நடந்தார். 'இவங்க வீட்டுலே எப்பவும் காபிக்குப் பால் இருக்கும்!' என்று வெட்டினரி டாக்டர் சபேசனிடம் சொல்லும்போது, வாளிகளை எடுத்துப்போக வந்த ஆடிட் கிளார்க் மனைவி, நடைபாதை ஓரமாக டாக்டர் மறந்து விட்டுப் போயிருந்த செருப்புகளில் பட, காறி உமிழ்ந்து கொண்டு போனாள்.

சபேசன் தண்ணீர் அடிக்க ஆரம்பித்தபோது, எல்லோரும் போயிருந்தார்கள். அவன் அடிக்க அடிக்க தண்ணீர் வரவு கொஞ்சம் கொஞ்சமாகக் குறைந்து அரை வாளி நிரம்புவதற்குள் நின்றுபோனது. அவனுக்கு ஏனோ சந்தோஷமாக இருந்தது. இன்றைக்கு ஆபீஸுக்கு லீவ் போட்டுவிட்டு, காலையிலேயே ஏழுபெண் வீட்டுக்குப் போய்...

மேலேயிருந்து வலுத்து வந்த ஸ்டவ் சத்தம் கேட்காமல் இருக்க அதிக ஓசையோடு வெறும் பம்பை அடித்தபோது, மார்க்வெஸ் ஸுக்கு புல்புல்தாரா வாசிக்க வருமா என்று நாளைக்குத் தாடிக் காரனிடம் கேட்க வேண்டும் என்று சபேசன் நினைத்துக் கொண்டான்.

54. மந்திரவாதியும் தபால் அட்டைகளும்

சமாதானம் பஸ்ஸில் ஏறியபோது, மழை வலுக்க ஆரம்பித்திருந்தது. வழக்கமான பிற்பகல் அடையாளங்களை இழந்து, பஸ் ஸ்டாண்ட் மழையைப் பூசி ஒடுங்கி இருந்தது. திட்டுத் திட்டாகத் தேங்கிய தண்ணீர். ஏரி போல விரிந்திருந்த பரப்பில், வேறு பஸ்ஸோ மனிதர்களோ கண்ணில் படவில்லை. புறநகரிலிருந்து பட்டணத்துக்கு இன்று போக உத்தேசித்திருந்தவர்கள் அதைத் தள்ளிப் போட்டிருக்கலாம், அல்லது கிடைக்கத் தொடங்கியிருக்கலாம். ஆனாலும் பார்க்க, பழக வேண்டியவர்கள்...

அவர்கள் ஓடிப் போகப் போவதில்லை. இன்று இல்லாவிட்டால் இன்னொரு நாள். சமாதானம் போல போயே தீர வேண்டிய கட்டாயம் யாருக்கும் இருந்திருக்காது.

பஸ் உள்ளேகூட நனைந்து இருந்தது. பச்சை ரெக்சின் பிரிந்த இருக்கைகளைச் சார்ந்து நின்ற இரும்புக் கம்பத்தில், ஈரப் பிசுபிசுப்பு. ஜன்னல் வழியாகக் காற்று விசிறித் தூவும் சாரலும் டீசலும் மசகெண்ணெயும் கலந்த

நெடி, வண்டி முழுக்கப் பரவியிருந்தது. சமாதானம் ஒவ்வொரு இருக்கையாகப் பார்வையிட்டபடி கடைசி வரிசைக்குப் போனார். இருப்பதற்குள் அதுதான் கொஞ்சம் உலர்ந்திருந்தது. இங்கே உட்கார்ந்தால் இறங்குவதும் சுலபம்தான். ஆனால் வண்டி கிளம்ப வேண்டுமே!

இப்போது கிளம்பினால்தான் இன்னும் ஒரு மணி நேரத்தில் நகரத்தை அடையலாம். அங்கே போன வேலையை முடித்துக் கொண்டு கடைசி பஸ்ஸைப் பிடித்தால், ராத்திரி ஒன்பது மணியைப் போல திரும்பி விடலாம். அப்புறம் சோறு பொங்கிச் சாப்பிட, பாத்திரம் கழுவி வைக்க என்று நேரம் போய்விடும். பத்து மணிக்கு மேல் சாப்பிட்டால், ராத்திரி ஜீரணம் ஆகாமல் தூக்கம் விலகிப் போய்விடலாம். சமாதானத்தின் அறுபதாவது பிறந்த நாள் இப்படித்தான் முடியவேண்டும் என்று எழுதியிருந் தால் மாற்றுவதற்கு அவர் யார்?

சமாதானம் குடையை முன் சீட் வளையத்தில் மாட்டினார். அது இன்னும் அவருடைய கால்சராயை நனைத்தபடி இருந்தது. பூட்ஸ்களை ஒருகணம் கூர்ந்து நோக்கினார். பாலிஷ் காணாது மேற்புறம் வெடித்திருந்த அவை, தண்ணீரில் ஊறியதில் பள பளத்துத் தெரிந்தன. வெறும் செருப்புகளோடு வந்திருக்கலாம் தான். ஆனால் கோட் அணிந்து டையும் கட்டிய பிறகு, வெறும் செருப்பு சரியாக இருந்திருக்காது.

சமாதானம் கோட்டைத் தொட்டுப் பார்த்தார். அது ஈரம் படாமல் இருந்தது. அவசரத்தில் முடிச்சிட்டதால், டை இடுப்புக்குக் கீழே நீண்டு கிடந்தது. அதன் கீழ்ப் பகுதியை மறைக்கும்படி கோட் பித்தானை மாட்டிக் கொண்டார். நிறம் வெளிறியிருந்த சட்டையை கூடிய மட்டும் மறைத்த அந்த கோட் பாக்கெட்டில் தான் கடிதம் இருக்கிறது.

காலையில் வந்த கடிதம் அது. மழையிலும் தபால்காரர் நேரத் துக்கு வந்து சமாதானத்திடம் கொடுத்துவிட்டுப் போன அந்தக் கடிதத்தில், அவருக்குப் பிறந்த நாள் வாழ்த்து தெரிவிக்கப் பட்டிருந்தது. கூடவே விலாசம் குறித்து, அங்கே இன்று மாலை மேஜிக் ஷோ நடத்த வரும்படி அழைப்பும் விடுக்கப் பட்டிருந்தது.

சமாதானம் இன்னொரு தடவை படிப்பதற்காகச் சட்டைப் பையிலிருந்து கடிதத்தை எடுத்தபோது நிறைய சத்தம் போட்டுப்

பேசிக் கொண்டு இரண்டு பாதிரியார்கள் பஸ்ஸில் ஏறினார்கள். நகரம் போகும் வழியில் நாலு கல் சந்திப்பில் இறங்கி வடக்கே ஒரு கிலோமீட்டர் நடந்தால் வரும் சகாயமாதா ஆலயத்தைச் சேர்ந்தவர்கள் என்று சமாதானத்துக்குத் தோன்றியது.

'ஃபாதர், அந்தக் கடைசி இருக்கை!' துறுதுறுப்பாக முன்னால் நகர்ந்து வந்த இளம்பாதிரி, குறுந்தாடியும் சற்றே சிவந்த கண்களுமாக இருந்தார். இந்தப் பத்து வருஷத்தில் ஒரு தடவை கூட கோயிலுக்கு வராததற்காக சமாதானத்தைக் கோபிப்பதற் காக, திருச்சபை தன்னை அனுப்பி வைத்திருந்தது போல அவர் சமாதானத்தின் முன் ஆகிருதியாகக் கால்பரப்பி நின்றபோது, சமாதானம் கொஞ்சம் நிலைகுலைந்து போனார். முதல் காரிய மாகக் கடிதம் அவர் சட்டைப்பையைத் திரும்ப அடைந்தது. அவர் எழுந்து நிற்க யத்தனித்த போது, குடை கீழே விழுந்தது.

இளையவர் குனிந்து குடையை எடுத்து, திரும்ப இருக்கையின் பின்னே மாட்டினார்.

'கொஞ்சம் நகர்ந்துக்கறீங்களா சார். ஃபாதர் இந்த ஓரமா உட்கார்ந்தா முன் சீட்டைப் பிடிச்சுக்கிட்டு வர சௌகரியமா இருக்கும். போன வாரம் நடுவிலே உட்கார்ந்து, பிரேக் அடிச்ச போது விழுந்துவிட்டார்.'

சொல்லிவிட்டு அவர் லேசாகச் சிரித்தார். தானும் கூடச் சிரிப்பது மரியாதையாகாது என்று நினைத்த சமாதானம், 'ஸ்தோத்ரம்!' என்று எழுந்து முனகியபடி நடு இருக்கைக்கு வந்தார். பெரிய பாதிரியார் மெல்ல அடுத்த இருக்கையில் உட்கார்ந்தார். அவருக் கும் ஒரு தடவை சமாதானம் ஸ்தோத்ரம் சொன்னார். பெரிய பாதிரியார் ஆசீர்வதிக்கும்போது, வயிற்றில் வாயுத்தொல்லை யால் பெரியதாக ஒலி எழும்பியது.

'காலையிலிருந்து ஒரே மழை!' - பெரிய பாதிரியார் மூக்க டைப்பைத் தடுக்கும் மருந்து கொண்ட பிளாஸ்டிக் குழாயை, கைப்பையிலிருந்து எடுத்து உறிஞ்சியபடி சமாதானத்தைப் பார்த்து ஆங்கிலத்தில் சொன்னார்.

சமாதானம் பதில் சொல்வதற்குள் 'ரேடியோவில் வானிலை அறிக்கைப்படி நாளை மறுநாள் வரை மழை இருக்குமாம்!' இளையவர் அவசரமாகப் பேசியபடிமுன் இருக்கையில் இருந்த தண்ணீரைக் கையால் தள்ளிவிட்டு உட்கார்ந்தார்.

சமாதானம், ஏதோ நினைவாக நெஞ்சில் சிலுவை வரைந்து கொண்டார். அவருக்கு உடனடியாக சட்டைப்பையில் இருந்த கடிதத்தைப் படிக்கவேண்டும் போல இருந்தது. படிக்காமலேயே அந்தக் கடித வரிகள் வரிசையாக மனத்தில் வந்து போனது.

'அன்புள்ள திரு சமாதானம், உங்கள் தபால் அட்டை கிடைத்தது. நீங்களும் ஒவ்வொரு வருஷமும் மறக்காமல் எங்களுக்குக் கடிதம் அனுப்புகிறீர்கள். வீட்டு விசேஷங்களைச் சிறப்பாக்க, உங்கள் மேஜிக் ஷோ நடத்த ஒரு சந்தர்ப்பம் தரச் சொல்லி ஒவ்வொரு கடிதத்திலும் தவறாமல் வேண்டுகிறீர்கள். எங்களைப் போல, நகரத்தில் மற்றவர்களுக்கும் உங்கள் கடிதங்கள் போய்ச் சேரலாம். அவர்களில் பலரோ, இல்லை ஒரு சிலரோ உங்களை அழைத்து நிகழ்ச்சி நடத்தச் சொல்லலாம். ஆனால் இதுவரை, எங்களுக்கு இப்படி அழைக்கச் சந்தர்ப்பம் வரவில்லை. இப்போது வந்திருக்கிறது. செல்வன் அந்துவானின் பிறந்த நாள் விழாவில், உங்கள் மேஜிக் ஷோ கட்டாயம் இடம் பெற வேண்டும் என்று நாங்கள் விரும்புகிறோம். அவசியம் வரவும். பின்குறிப்பு: ரத்தம் கக்குதல், உடலை அறுத்தல் போன்ற மனத்தை வருத்தும் காட்சிகளை நீங்கள் செய்துகாட்ட மாட்டீர்கள் என்று நம்புகிறோம். பூக்கள், புறாக்கள், கைக்குட்டையிலிருந்து வரும் முயல், இனிப்புகள் - அந்துவானுக்கு இதெல்லாம் பிடிக்கும். இப்படிக்கு...'

இடுப்பை ஒட்டியிருந்த கோட் பாக்கெட்டில், சமாதானம் கை நுழைத்துப் பார்த்துக் கொண்டார். பூக்களும் இனிப்புகளும், கைக்குட்டை, மாயச் சீட்டுக்கட்டு போன்றவையும் பத்திரமாக இருந்தன. பறக்கவிட புறாதான் ஒன்றுகூட இல்லை. கடைசியாக வளர்த்த புறா ஒரு காலை நேரத்தில் உயிரை விட்டு ஒரு வருஷமாகி விட்டது. சூடு தாங்கக்கூடிய பெட்டியில் அதை வைத்து மேல் தட்டில் தீக்கொளுத்தி அப்புறம் பறக்க விடப்படும் காட்சியைக் கடைசியாக நடத்திய போது, பெட்டி பழுதாகிப் போய் பறக்க முடியாமல் தத்தித் தத்தி அது வெளியே வந்தது இன்னும் நினைவில் இருக்கிறது. அந்த மேஜிக் ஷோ நடந்த பள்ளிக்கூடத்திலிருந்து, அவரை அப்புறம் அழைக்கவில்லை.

ஆனாலும் அவர் தொடர்ந்து எல்லோருக்கும் எழுதிக் கொண்டு தான் இருக்கிறார். தனக்கு ஒரு சந்தர்ப்பம் தரச் சொல்லியும், பிறந்த நாள், விழா போன்ற தனியார் பொது நிகழ்ச்சிகளில்

மேஜிக் நடத்திக்காட்ட சொற்பப் பணம் கொடுத்துத் தன்னை அழைத்தால் போதும் என்றும்...

'மன்னிக்கவும்!' பக்கத்திலிருந்த இளைய பாதிரியார் சமாதானத்தைக் கனிவாகப் பார்த்தார். 'இந்த பஸ் எதுவரை போகும்?'

'நான் பட்டணத்துக்குப் போறேன்!' - சமாதானத்தின் பதிலில் அவருக்கே திருப்தி இல்லை. பஸ் கிளம்பினால்தான் அது எங்கே போகும் என்று தெரியக்கூடும்.

வெளியே மழை மெலிந்துகொண்டிருந்தது. சாயங்காலம் வராமலேயே, ராத்திரி கனமாகப் படியப் போகிற சூசனைகள்.

'சரியாகச் சில்லறை எடுத்து வச்சுக்குங்க...'

சிடுசிடுப்பான குரலோடு பஸ்ஸில் ஏறிய கண்டக்டர் இளைஞன், தான் எதிர்பார்த்த கூட்டத்துக்கு மாறாக உள்ளே மூன்று பேரே இருந்ததைப் பார்த்ததும், கொஞ்சம் நிலைகுலைந்து போனான். அதிலும் இரண்டு பேர் பாதிரிகள்.

'இது பட்டணம் போகுமா?'

இளைய பாதிரியார் அவனைக் கேட்டுக் கொண்டிருந்தபோது, சட்டென்று தன் இருக்கையில் தாவி ஏறிய டிரைவர், வண்டியைக் கிளப்பினான்.

'போகும் சாமி!'

கண்டக்டர் மூன்று டிக்கெட்டுகளைக் கிழித்தெடுத்து அவரிடம் கொடுத்தான். சமாதானமும் பாதிரியார்களோடு வந்தவர் என்று திடமாக நம்பியவனாகத் தெரிந்தான்.

சமாதானம் எழுந்து, கோட் பாக்கெட்டிலிருந்து பத்து ரூபாய் நோட்டை எடுத்துக் கொடுத்துவிட்டு, மூன்று டிக்கெட்டுகளையும் வாங்கிக் கொண்டார். வாராவாரம் கோயிலுக்குப் போகாததற்காகச் சிறிய அளவில் பிராயச்சித்தம் செய்கிற மாதிரி அவருக்குத் தோன்றியது. பாதிரியார்கள் மாதாகோயிலுக்குப் போகாமல் பட்டணம் போகிறதும் அவருக்கு லேசான ஆசுவாசத்தைக் கொடுத்தது.

அவர் கொடுத்த டிக்கெட்டுகளை வாங்கிக்கொண்டு சகஜமாக நன்றி சொன்ன இளைய பாதிரியார், இந்த மழையில் சமா

தானம் பட்டணம் போகிற விஷயம் என்ன என்று அவர் அந்த ரங்கத்துக்குப் பங்கம் வருத்தாத பரிவோடு விசாரித்தார். பெரிய பாதிரியார், சுவாசம் சீராக ஏறி இறங்க உறங்க ஆரம்பித் திருந்தார்.

'ஒரு பிறந்த நாள் விழா! மேஜிக் ஷோ பண்ணப் போகிறேன்!'

சமாதானம் மரியாதையோடு சொன்னார்.

'இந்த மழையிலே...'

'இல்லே பாதர். கட்டடத்துக்கு உள்ளேதான் இதெல்லாம் நடக் கும்!' - சமாதானம் தனக்கும் சேர்த்து, சமாதானம் சொல்லிக் கொண்டார்.

'அப்படியா?'

அவரிடம் ஏனோ சொல்ல வேண்டும் என்று தோன்ற, 'எனக்கும் இன்னிக்குத்தான் பிறந்த நாள் ஃபாதர்!' என்று எழுந்த சமாதானத்தின் குரலை விழுங்கிக் கொண்டு, பஸ் ஹாரன் பேரிரைச்சலோடு ஒலித்தது. அது முடிந்து சமாதானம் அடுத்த தடவை வாயெடுத்த போது, இளைய பாதிரியார் கண்ணை முடிக் கொண்டு ஜபமாலை உருட்டத் தொடங்கினார். அன்பளிப்பாக வந்த பஸ் டிக்கெட்டுகளுக்குப் பிரதி உபகாரமாக இத்தனை வார்த்தை சொல்லிக் கொண்டிருந்தது போதுமானது என்று அவர் முடிவு கட்டியிருக் கலாம்.

சமாதானமும் கண்களை மூடிக் கொண்டார். இரும்புப் பட்டறை வேலைக்காரன் ஆரோக்கியதாசுக்கும் சவேரியம் மாளுக்கும் மகனாகத் தான் பிறந்த அந்த அறுபது வருஷம் முந்தைய நாள், இதேபோல மழையில் நனைந்து கரைந்து போயிருக்குமோ என்று தோன்றியது. அப்பா அம்மா கல்லறைகளை இருபது வருஷம் முன்னால் ஒரு கல்லறைத் திருநாளின் போது தேடிப்போன போது, இதைவிடப் பலமான மழை! அப்போது அவர் சிட் ஃபண்டில் குமாஸ்தாவாக இருந் தார். உத்தியோக மாற்றம், பதவி உயர்வு போன்ற அலுவலக விசேஷங்களின் போது மேஜிக் நடத்திக் காட்டும் குமாஸ்தா. அதற்கெல்லாம் தனியாக ஒன்றும் தரமாட்டார்கள்.

'உம்மை மாதிரி ஒண்டிக் கட்டைக்கு இந்தச் சம்பளமே அதிகம்!' அவர் கோட் பாக்கெட்டிலிருந்து எடுத்துப் போட்ட ரோஜாப் பூ இதழ்களை உதிர்த்துத் தின்றுகொண்டு சாவதானமாகச் சொல் வார்கள்.

'நீ ஒண்டிக்கட்டை இல்லேடா!'

பஸ்ஸின் இரைச்சலையும் மழை இரைச்சலையும் மீறிக்கொண்டு அவர் காதுக்குள் அம்மா சவேரியம்மாளின் குரல். 'ரெட்டைப் புள்ளையிலே நீ ஒருத்தன். இன்னொருத்தன் கர்ப்பத்திலேயே செத்துப் பிறந்தான். ரெண்டு பேரும் ஒட்டி இருந்தீங்க! கத்தியைப் போட்டு ஒன்னியப் பிரிச்சாங்க. அவனை, அவனை...'

சவேரியம்மாள் அழத் தொடங்கிபபோது, நகரம் வந்துவிட்டது. பாதிரியார்கள் மெதுவாக இறங்க ஆயத்தமாக, பொறுமை யில்லாமல் அவர்களுக்கு முன்னால் சமாதானம் இறங்கினார்.

பஸ் நிறுத்தத்துக்குப் பின்னால்தான் அவர் போகவேண்டிய இடம். எதிர்பார்த்துக் கொண்டிருப்பார்கள். சீக்கிரமாகப் போக வேண்டும்.

குடையை உயர்த்திப் பிடித்தபடி தேங்கியிருந்த மழை நீரில் ஜாக்கிரதையாகக் கால் வைத்து அவர் அங்கே போய்ச் சேர்ந்த போது, வாசலில் யாரையும் காணோம். தூரத்தில் வெள்ளை உடை அணிந்த இரண்டு செவிலியர்கள், கட்டடத்தின் பின் வளாகத்துக்குப் போய்க்கொண்டிருந்தது கண்ணில் பட்டது.

சமாதானம், மாடிப்படி வளைவுக்குப் பக்கம் இருந்த சிறிய அறையில் நுழைந்தார். குடையை மடக்கி ஓரமாக வைத்தார். அறை முழுக்க மருந்து வாடை. ஷெல்ப்களில் சின்னதும் பெரிது மாக போத்தல்கள்.

அவர் ஒரு விநாடி தயங்கினார். போத்தல்கள் பக்கம் மெல்ல நடந்தார். எல்லாவற்றிலும் ஆல்கஹாலில் பதப்படுத்திய மனிதக்கருவிகள். கர்ப்பத்தில் இரண்டு மாதமேயான சிசு, மூன்று மாத சிசு, ஏழு மாதம், கடைசியாக ஒரு பெரிய போத்தல்.

'ஒட்டிப் பிறந்த இரட்டையரில் கருவிலேயே மரித்த சிசு! அன்னை சவேரியம்மாள்.'

போத்தலில் ஒட்டியிருந்த பழைய சீட்டை, கண்ணைக் கவிந்தபடி படித்தார் சமாதானம்.

'ஆரம்பிச்சுடு!' - அம்மா குரலும் அப்பா குரலும் சேர்ந்து கேட் கிறது.

சமாதானம், யாருக்கும் காத்திருக்காமல் போத்தல்களைப் பார்த்த படி மேஜிக் ஷோவை ஆரம்பித்தார். ஒட்டிக்கொண்டு உருளும் சீட்டுக் கட்டுகள். வெறும் கையிலிருந்து மிட்டாய்கள். மடிப்பு கள் விரிய விரியப் பூவாக மலரும் கைக்குட்டை. தண்ணீர் நிரம்பிய சீசாவிலிருந்து மணக்க மணக்க அத்தர். அவர் வேறு உலகத்துக்கு மாறி இருந்தார். மாயமும் மந்திரமும் பாதுகாப்பு மாக விரியும் உலகம். போத்தலுக்கு உள்ளிலிருந்து அந்துவான் அதை ரசிக்கிறான். அவனுக்குக்காகத்தான் எல்லாம்!

கோட் பாக்கெட்டிலிருந்து காகிதங்களை எடுத்துக் கிழித்துக் கைக்குட்டையில் வைத்து உதறினார். சுற்றியும் ரோஜா இதழ்கள்.

'ஹலோ! யாரது? பிரசவ ஆஸ்பத்திரியில் பார்வையாளர் நேரம் முடிஞ்சு போயிடுச்சு. வெளியே போறீங்களா!'

யாரோ கேட்டபோது, சமாதானம் இயந்திரகதியில் இந்த விலாசத்திலிருந்து வந்த அழைப்புக் கடிதத்தை கோட் பாக்கெட் டில் தேடினார். அவர் எழுதி வழக்கமான விலாசங்களுக்கு அனுப்புவதற்காக வைத்திருந்த கடிதங்கள் ஏழெட்டு மட்டும் கைப்பிடியில் வந்தன. அந்தக் கடிதம்...

'அது கிழிஞ்சு ரோஜாப்பூவாயிடுச்சு!'

எதார்த்தமாகச் சொன்னார் அவர்.

55. சர்க்கார் வாடை

சந்தையிலிருந்துதான் அந்த நெடி வந்தது. ஊருணிக்கரையின் கோடியில், பழைய அரண்மனை எரிந்து போன பரப்பில், நீள விரிந்து கிடக்கும் இடத்தில், கூடுகிற வாரச் சந்தை அது. ஐநூறு வருஷமாக ஆறாத நெருப்புச் சூட்டில் தகிக்கும் சுவர்களின் வெக்கையைக் குறைக்க, சாயம்போன ஜமுக்காளங்களை ஊருணித் தண்ணீரில் நனைத்து சுவர்களில் விரித்தே கடைகளைப் பரத்தியிருப்பார்கள். சூட்டிலும் காற்றிலும் உலர்கிற ஜமுக்காளங்கள், அழுகிப் போன தக்காளி, மீன், முட்டைகோசு, சந்தைக் கழிப்பிடத்தில் விசிறித் தூவிய கிருமிநாசினிப் பொடி போன்றவற்றோடு உறுத்தாமல் இசைந்து ஒரு வாடையை ஒட்டுமொத்தமாகப் பரப்புவது வழக்கம்.

வாரா வாரம் சந்தை கூடுகிற புதன்கிழமை களில் காலை எட்டு மணிச் சங்கு ஊதிய வுடன் எழும்பும் அந்த வாடை, மதியம் ஒன்றரை மணியிலிருந்து இரண்டரை வரை இல்லாமல் போகும். பள்ளிக்கூடம் மதியச் சாப்பாட்டுக்கு விடுகிற நேரம் அது.

அப்புறம் இரண்டரைக்குத் திரும்ப ஆரம்பித்து, இருட்டத் தொடங்கி நகராட்சி முதல் விளக்கு எரியும்வரை நீடிக்கும்.

நகராட்சி விளக்குகள் பியூஸ் போன ஒரு புதன்கிழமை ராத்திரி முழுக்க அந்த வாடை தொடர்ந்ததால், சுபாவமாக நீர் பிரிவது மற்றும் காலைக் கடன் கழிப்பதில் சிக்கல் போன்றவற்றோடு, காதல் செய்யும்போது வக்கிரமான எண்ணங்களும் எழுந்ததாக வும், இவற்றின் பின்விளைவாக நாளை உருவாகும் புதிய தலைமுறையின் மனநலம், உடல் ஆரோக்கியம், பூகோள அறிவு பற்றிக் கவலை எழுவதாகவும் முன்சீப் கோர்ட் வாசலில் மகஜர் எழுதும் வயோதிகரின் தட்டச்சுப் பொறியில் அடித்து வாங்கி, குடித்தனக்காரர்கள் நகரசபைக்கு அப்போது மனு செய்தார்கள்.

சந்தைக்குப் பக்கம் இருந்த வீட்டுக்காரர்களைவிட, நகரின் மறுகோடியிலும், டெண்ட் திரைப்பட அரங்கப் பகுதியில் இருந்தும் கையெழுத்துப் போட்டவர்களின் எண்ணிக்கை அதிகமாக இருந்தது. அவர்களில் முப்பத்தேழு சதவிகிதம் பேர் மேடைப் பேச்சாளர்கள் என்றும், பதினேழரை சதவிகிதம் பேர் இன்னும் கல்யாணம் ஆகாத பெண்கள் என்றும், நகரில் பிரபலமான ஒரு சீட்டுக் கம்பெனியின் ஆதரவில் நடத்திய ஒரு கணக்கெடுப்பு அறிவித்தது.

ஆனாலும் நகரசபை, அந்த அறிக்கையை ஏற்கவில்லை. நூற்றுப் பத்து காசு ரெவின்யூ ஸ்டாம்புகளை மகஜரில் ஒவ்வொரு தாளிலும் ஒட்டி, அவற்றில் பகுதியும் வெற்றுத் தாளில் மீதியுமாக எல்லோரும் கையெழுத்துப் போட்டிருக்க வேண்டும் என்று நகரசபை எழுத்தர், மகஜர் சமர்ப்பித்த கூட்டத்திடம் அறிவித்தார். கூட்டத்தைச் சந்திக்க அவரைப் பாதிச் சாப்பாட்டில் எழுப்பி எச்சில் கையோடு அனுப்பிய நகரசபை உறுப்பினர்கள், உள்ளே 'அ'வில் தொடங்கி எல்லா உயிர் எழுத்துகளிலும் ஆரம்பிக்கும் கருப்பு வெள்ளைத் திரைப்படங்களின் பட்டியலை மும்முரமாகக் கலந்தா லோசித்துக் கொண்டிருந்தார்கள்.

கொண்டுவந்த மகஜரோடும் அதில் நாலைந்து சோற்றுப் பருக்கைகளோடும் கூட்டம் திரும்பப் போனாலும், அடுத்து நகரசபைக் கூட்டத்தில், சாப்பிடுவதற்குத் தகுந்த காளான்கள் பற்றிய சர்ச்சைக்கு நடுவே, நகரசபை விளக்குகள் இருபத்து

நாலு மணி நேரமும் எரிய நடவடிக்கை எடுக்கப்பட்டது. அப்படி விளக்குகள் நாள் முழுதும் எரிய ஆரம்பித்த வாரம் புதன்கிழமை சந்தை கூடியபோது, காலை எட்டு மணிச் சங்கு ஒலித்த பிறகும் வாடை கிளம்பாதது எல்லோரையும் விசன மடைய வைத்தது.

நகரின் ஒரேயொரு அச்சகத்தில் பூப்புனித நீராட்டு விழா அழைப்பு அச்சிடுவதைப் பாதியில் நிறுத்தி, இரண்டு பக்கச் சுற்றறிக்கையை, ஊர்நலனில் அக்கறை உள்ளோர் புதிதாக ஏற்படுத்திய நகர் நல முன்னணியின் சார்பில் பதிப்பித்தார்கள். சீட்டுக் கம்பெனி விளம்பரத்தோடு பத்து காசுகளுக்கு விற்கப் பட்ட அந்த அறிக்கையில், இருபத்து நாலு மணி நேரமும் விளக்குகள் எரிய வைத்த நகராட்சி உறுப்பினர்களின் அறிவு நிலைமை, 'அ' வரிசை கருப்பு வெள்ளைத் திரைப்படங்களை மட்டும் பட்டியல் போட்ட அவர்களின் அவசரமும், பொறுப் பற்ற தன்மையும் மற்றும் எல்லோரும் கையெழுத்துப் போட ரெவின்யூ ஸ்டாம்ப் கிடைக்காத தட்டப்பாடு போன்றவை யோடு, வாராந்திர வாடை முழுக்க நின்று போனால், பள்ளி களில் அல்ஜீப்ரா கற்பிப்பதைக் கிரகிப்பதில் பிள்ளைகளுக்குக் கஷ்டம் ஏற்படும் என்றும் சொல்லப்பட்டது.

இந்த அறிக்கை வெளியான அடுத்த மாதம் நகரசபைத் தேர்தல் நடந்து முடிந்து புதிய அங்கத்தினர்கள் பதவியேற்றதும் விளக் குகள் சாயங்காலம் ஆறு மணி முதல் காலை ஆறு மணிவரை மட்டும் எரியவும், ரெவின்யூ ஸ்டாம்புகள் தட்டுப்பாடின்றிக் கிடைக்கவும் வழி செய்யப்பட்டது. அதற்கப்புறம் பிரதி புதன் கிழமையும் வழக்கமான நேரத்தில் தலைகாட்டும் சந்தை வாடை இங்கே ஆரம்பத்தில் குறிப்பிடப்பட்ட நெடி இல்லை என்பதற்கு, இனி சனிக்கிழமை பிற்பகலில் ஏற்பட்டது ஒன்றே வலுவான சாட்சியாகும்.

வழக்கமில்லாத இந்த வாடை, ஒரு விநாடி மலர்களின் நல்ல நறுமணத்தை எழுத்து இல்லாத மொழியில் பெயர்த்தது. அரசாங்க உரிமம் இல்லாமல் மாட்டுத் தொழுக்களில் தயாரிக்கப்படும் நீல நிற சலவைக் கட்டிகள் மர உருளைகளில் கொதிக்கும்போது எழும் ரசாயன வாடை, அப்புறம் வந்தது. தலைநகர் திருமணச் செய்திகளையும் காலமானவர்களின் புகைப்படங்களையும் தாங்கிய, பழைய செய்தித்தாள்களின்

மக்கிப் போன வாடையும் புளித்த தயிரின் வாசனையுமாக அது ஒருகணம் இருந்தது. காற்றாடிகள் சுற்றாத திரையரங்குகளில் அரங்கு நிறைந்த காட்சிகளின் இடைவேளை நேரத்தில், தகரக் கதவுகள் திறக்க வெளிப்படும் அழுத்தமான கூட்டநெடியும் அதில் தட்டுப்பட்டது.

உயரமான சைக்கிள்களை உருட்டியபடி போன முதியவர்கள், தங்கள் திருமண முதலிரவுக்கு அடுத்த நாள் காலைப் பொழுதை அந்த வாடை நினைவுபடுத்துவதாகக் கூறி, சைக்கிள் மணிகளை இடைவிடாது ஒலித்துப் போனார்கள். தெருவில் விளையாடிக் கொண்டிருந்த குழந்தைகள் நேற்று பிற்பகலில் பள்ளியில் கற்பிக்கப்பட்ட கதிரியக்கத்தின் விளைவு இதுதானா என்று கேட்டபடி, வீட்டுப் பாடம் நினைவு வந்தவர்களாகக் கலைந்து போனார்கள்.

நகர் நல முன்னணி அவசரமாகக் கூட்டப்பட்டது. நகராட்சியில் புகார் செய்ய வசதியாக, மகஜர் தயாரிக்க டைப்ரைட்டர் வயோதிகரைத் தேடி முன்சீப் கோர்ட்டு வாசலுக்கு சைக்கிளில் போனவர்கள், அவர் தட்டச்சுப் பொறியில் உதிர்ந்துபோன எழுத்துகளை கோர்ட் கட்டட வளாகம் முழுவதும் தேடியலைந்து கொண்டிருப்பதாக வந்து சொன்னார்கள்.

முட்டைகள் திருடியது, வங்கியைக் கொள்ளையடித்தது, வட்டமும், சதுரமுமான நாணயங்களை அரசாங்க அனுமதியின்றி உருவாக்கி அவற்றை சவ ஊர்வலத்தில் விட்டெறிந்தபடி சென்றது, தெருவில் அரிசிப் பொரியை மென்றபடி நடந்து போனது போன்ற குற்றங்களுக்காக கோர்ட்டை ஒட்டிய சிறைச்சாலையில் காவல் வைக்கப்பட்டிருக்கும் பலரின் தலைவிதியையும் தொலைந்துபோன இந்தத் தட்டச்சுப் பொறி எழுத்துகள் ஏதோ விதத்தில் நிர்ணயிக்கக் கூடியவை என்று அந்த வயோதிகர் சொன்னதை நம்பத் தடையேதும் இருக்கவில்லை.

அவை திரும்பக் கிடைக்கும்வரை கருணை மனு செய்பவர்கள் கோர்ட் வாசலில் நிற்கமாட்டார்கள் என்பதால், நீதிபதி தன் கருத்த உடுப்புகளை உலர்சலவைக்கு அனுப்பிவிட்டு, அரை முழத் துண்டை மட்டும் உடுத்தி, வீட்டு முற்றத்தில் கையில் மோர்க்குவளையோடு உலாத்திக் கொண்டிருப்பதாக, சைக்கிளில் திரும்பிய இன்னொரு கூட்டம் அறிவித்தது.

காற்று அதிக வேகத்தோடு வீச ஆரம்பிக்கவே, நகர் நல முன்னணிக் கட்டடத்துச் சன்னல் கதவுகள் சடசடத்து, மேலெழும்பி வந்த வழக்கமில்லாத சனிக்கிழமை பிற்பகல் வாடையை மும்முரமாக எதிர்க்க முயன்றன. 'இப்போது அரக்கு உருகும் வாடை!' என்று வங்கித் தலைவர் கண்ணாடியைத் துடைத்துப் போட்டுக்கொண்டு அறிவித்தார். கூட்டத்தில் கண்ணாடி அணிந்தவர்கள் அவ்விதமே தங்கள் மூக்குக் கண்ணாடிகளையும் துடைத்துப் போட்டுக்கொண்டு அவர் சொன்னதை உறுதிப்படுத்தினார்கள். அணியாதவர்கள் தாங்கள் ஏதோ விதத்தில் உடல் குறையுள்ளதாக முகத்தில் பெருத்த ஏமாற்றத்தை எழுதிக்கொண்டு, அது சாயங்கால வியர்வையில் கலைவதற்காகப் பொறுமையில்லாமல் காத்திருந்தார்கள்.

'இது ரப்பர் ஸ்டாம்ப் ஒற்றும் வெல்வெட் பரப்பில் அதற்கான மசியைப் பரத்துகிற வாடை!' என்று சார் பதிவு அலுவலக குமாஸ்தா உற்சாகமாகக் குரல் கொடுத்தார். பத்திரம் பதிய வருகிறவர்கள் எத்தனை படித்தவர்களாக இருந்தாலும், அவர்களின் இடது கைப் பெருவிரலை ரப்பர் ஸ்டாம்ப் மசியில் நனைத்து, பத்திரத்தில் ரேகை புரட்டும் உத்தியோகம் அவருடையது. தன் இடது கை கட்டைவிரல் எப்போதோ துண்டித்துப் போனதை மறைக்க, பொடிக்கறையோடு கட்டியிருந்த கைக்குட்டையைக் கொடி போல ஆட்டிக்கொண்டு அவர் பேசினார்.

சீட்டு கம்பெனியிலிருந்து, சீட்டுப் பணம் வசூலிக்கும் இளைஞன் மோட்டார் சைக்கிளில் வந்து இறங்கியபோது, எல்லாவிதமான குரல்களையும் அமர்த்தி, 'இது பணத்தின் வாடை!' என்று நிச்சயமாகச் சொன்னான். இன்றைக்குப் புதிதாக அவன் நிறுவனம் ஏற்படுத்தியிருக்கும் புதிய சீட்டுத் திட்டத்தில் சேரும் எல்லோருக்குமே அதிர்ஷ்டம் அடிக்கும் என்பதற்கான நல்ல சகுனம் இது என்ற அவன், அத்திட்டத்தில் சேருகிற ஒவ்வொருவருக்கும் ஆரஞ்சு வண்ணத்தில் பிளாஸ்டிக் குடம் ஒன்று இலவசமாக அளிக்கப்படும் என்றான்.

புதிய சீட்டுத் திட்டத்துக்கான காகிதங்களை அவன் கைப்பையில் இருந்து எடுத்தபோது, 'இதற்கு இப்போது என்ன அவசரம்? நகரசபைக்குப் போய்விட்டு வந்து அப்புறம் இதை வைத்துக் கொள்ளலாம்' என்று நடுத்தர வயதுக்காரர்கள்

அவனைக் கோபித்துக் கொண்டார்கள். அவன் புத்தகங்களை மூடி வைத்துவிட்டுக் கிளம்ப முற்பட்டபோது, அந்த சீட்டுக் கம்பெனி இளைஞனின் கையெழுத்து, அச்சடித்தது போல அழகாக இருக்கும் என்று எல்லோருக்கும் ஒரே நேரத்தில் நினைவுக்கு வந்தது.

எல்லோரும் கேட்டுக் கொண்டபடி, அவன் மகஜர் எழுத சம்மதித்தான். மோட்டார் சைக்கிளில் உட்கார்ந்தபடி, கிளிப் செருகிய அட்டையை மடியில் நிறுத்திக்கொண்டு தலைமை ஆசிரியர் சொல்லச் சொல்ல அவன் எழுதிக்கொண்டு போனான். மோட்டார் சைக்கிள் இருக்கையில் அவனுக்குப் பின்னால் அமர்ந்து, அவன் எழுதுவதில் எப்போதாவது பிழை நேர்ந்தபோது காதை நிமிண்டியபடி இருந்த இன்னொரு ஆசிரியர், எழுதி முடித்தபோது தாளைப் பிடுங்கி வலது ஓரமாக 'நன்று' என்று எழுதிக் கையெழுத்து போட்டார்.

ரெவின்யூ ஸ்டாம்ப் ஒட்டாமல் கையெழுத்து போட்டதற்காக எல்லோரும் அவரைச் சத்தம் போட ஆரம்பிக்கவே, அவர் மோட்டார் சைக்கிளை விட்டு இறங்கி, தலையில் கைக்குட்டையைக் குல்லா போல கட்டிக்கொண்டு, நகரசபைக்கு எதிர்த்திசையில், மனிதநேயம் காரணமாக யுத்தத்தைப் புறக்கணித்த மாவீரன் போல முகத்தில் சாயங்கால ஒளிபடர, சிறிதாக ஏப்பம் விட்டபடி நடந்து போனார்.

நிறைய வெற்றுத் தாள்களில் எச்சில் நனைத்த ரெவின்யூ ஸ்டாம்புகளை ஒட்டும்போது, காற்றில் ரெவின்யூ ஸ்டாம்ப்பின் வாடையும் எச்சில் நெடியும் மிகுந்திருந்தது. நகரசபைக் கூட்டம் முடிவடையும் முன்னால் மகஜரைச் சமர்ப்பித்து, இந்த வழக்கமில்லாத சனிக்கிழமை பிற்பகல் வாடை பிரச்னைக்கு முடிவு காண எல்லோர் மத்தியிலும் பரபரப்பு காணப்பட்டது.

அடைத்த கதவுகளுக்கு உள்ளே நகரசபைக் கூட்டம் நடந்து கொண்டிருந்ததை, பாதி திறந்திருந்த ஜன்னல் வழியாகக் கவனித்தார்கள். நகரசபைத் தலைவர் ஒரு பெரிய கரும் பலகையில் ஏகப்பட்ட வட்டங்களையும், நீள் சதுரங்களையும், உருளைகளையும் வரைந்து ராக்கெட் எப்படி விண்வெளியில் ஏவப்படுகிறது என்று விளக்கிக் கொண்டிருந்தார். அரசாங்கக் காகிதங்களாக சாணிப்பழுப்புத் தாள்களில், அவற்றைக்

கவனமாகக் குறிப்பெடுத்துக் கொண்டிருந்த நகரசபை உறுப்பினர்களைப் பார்த்து வெளியே நின்ற கூட்டம் பெருமிதம் அடைந்தது.

'இப்போது இவர்களைத் தொந்தரவு செய்யத்தான் வேண்டுமா?' யாரோ கேட்டார்கள். கல்யாணம் முடிந்த ராத்திரி மணமக்களை உள்ளே அனுப்பியபின், படுக்கையறையில் மறதியாக விட்டிருந்த எலிப்பொறியை எடுக்கக் கதவைத் தட்டவேண்டிய அவசியத்தோடு, வெளியே நிற்கிற வீட்டுச் சொந்தக்காரரின் சங்கடம் எல்லோர் முகத்திலும் தெரிந்தது.

முன்னறையிலிருந்து நகரசபை எழுத்தர் வெளிப்பட்டார். தனக்கு இரண்டு மாதமாக, சம்பளத்துக்குப் பதிலாக அரசாங்க சாணிப் பழுப்புக் காகிதங்களே தரப்படுவதாகவும், அவற்றை விற்று, வாழ்க்கை நடத்தத் தேவையானவற்றை வாங்க மிகவும் சிரமப்படுவதாகவும் குறிப்பிட்ட அவர், இதையும் மகஜரில் சேர்த்துக்கொள்ள முடியுமா என்று வினயத்தோடு விசாரித்தார்.

எழுத்தரின் பிரச்னையைப் பிறகு பார்த்துக்கொள்ளலாம் என்று பொதுவான அபிப்பிராயம் நிலவியது. மகஜரைப் பொது நலத்துக்குப் பயன்படுத்துவதே நல்லது என்று அவரிடம் எடுத்துக் கூறப்பட்டது. அடுத்த தேர்தலில் அவரையும் நகராட்சிக்கு உறுப்பினராகத் தேர்ந்தெடுத்து அனுப்பினால், இது போன்ற அற்ப விஷயங்கள் குறித்து அவர் விசனப்படத் தேவையில்லை என்று பலரும் சொன்னார்கள். தனக்கு விண்வெளி அறிவியல் விதிகளோ, அகரவரிசையில் சினிமாப் படங்களின் பெயர்களோ தெரியாது என்று எழுத்தர், கண்கள் கலங்கக் கூறினார். பதவி வந்தால் தேவையான, அதற்கு அதிகமான அறிவு எல்லாம் தானாகவே வந்து சேர்ந்துவிடும் என்று அவரைச் சமாதானப்படுத்தினார்கள்.

திருப்தியடைந்த எழுத்தர், நகரசபை உறுப்பினரின் கௌரமான நடையோடு ஜன்னல் பக்கம் போய் அதை முழுவதுமாகத் திறந்தார். 'ஊர் வந்திருக்கிறது' என்று கணீரென்ற குரலில் அறிவித்தார்.

விண்வெளி பற்றிய விளக்கம் தடைப்பட்டுப் போனதால் முகத்தில் வருத்தமும் பொறுமையின்மையும் நிழலாட, நகரசபைத் தலைவர் கையில் சாக்குக்கட்டியோடு ஜன்னல் பக்கம் வந்தார். மற்ற உறுப்பினர்களும் பின்னாலேயே வந்தார்கள்.

ஜன்னல் கம்பிகளுக்கு இடையே நீட்டப்பட்ட மகஜரை, உள்ளே இருந்த எல்லோரும் சத்தம் போட்டுப் படித்தார்கள். அப்புறம் ஒருவிநாடி அமைதி நிலவியது.

நகரசபைத் தலைவர் தொண்டையைக் கனைத்துக்கொண்டு சொன்னார்: 'எனக்கு ஜலதோஷம். எந்த வாடையும் தெரிய வில்லை!' உறுப்பினர்களும் மூக்கை உறிஞ்சியபடி அதே போல் சொன்னார்கள்.

ஜன்னல் கம்பிகள் ஊடாக அவர் ஒவ்வொருவர் கையையும் பற்றிக் குலுக்கினார். கைகுலுக்கியவர்கள் தவறாமல் பெரி தாகவோ சிறிதாகவோ தும்மினார்கள். எல்லோர் கையையும் குலுக்கி முடித்ததும் ஜன்னல் கதவுகளை முழுதும் சார்த்தி விட்டு, கூட்டத்தைத் தொடர அவர் உள்ளே நகர்ந்தார்.

கைக்குட்டைகளால் மூக்கைத் துடைத்துக் கொண்டும், கண்களில் நீர் வடியத் தும்மிக்கொண்டும் எல்லோரும் திரும்பியபோது, வாடை எதுவும் புலப்படவில்லை. உடனே வீடு போய் மனைவி மக்களை அரவணைத்துக்கொள்ள வேண்டும் என்றும் பெரியவர்களின் கால்களைத் தொட்டும் கைகளை முகத்தில் ஒற்றிக்கொண்டும் வணங்க வேண்டும் என்றும் எல்லோருக்கும் அவசரம் ஏற்பட்டது.

'மக்கிப்போன அரசாங்க சாணிக்காகித வாடை!' என்றபடி எழுத்தர் தன் பழைய சைக்கிளில் புறப்பட்டபோது, அவருக்குப் பின்னால் ஒரு பெரிய சிரிப்பொலி அலை புரண்டு கொண்டு ஓடியது.

56. உலா

டெல்லி, அஜ்மல்கான் வீதி. திங்கள்கிழமை. சாயரட்சை. எலாஸ்டிக் ஜட்டியும், தேங்காய் பத்தையும் விற்கிற சாத்வீகமான சர்தார்ஜி களும், பளபளப்பான தோல் செருப்புகளை அற்பமான விலைக்குத் தரத் தயாராக இருப்ப தாக கூவி அறிவிக்கிற அழுக்குக் கோட்டு ஆசாமிகளும், 'வாய்' என்பது லிப்ஸ்டிக் பூசவும், பானிபூரி சாப்பிடவுமாகப் படைக்கப் பட்டது என்று உறுதியாக நம்புகிற, சல்வார் கம்மீஸில் மதர்த்து வருகிற பஞ்சாபி மங்கை யரும், உதிரியாக மற்றவர்களும், ஒரு விநாடி, வைத்த கண் வாங்காமல் பார்க்க, புத்தபிட்சு கள் போலப் பாட்டிகள் முன்னேறிக் கொண்டி ருந்தார்கள்.

நார்மடிச் சீருடையில் நாகுப் பாட்டி, சுந்தரிப் பாட்டி, யோகாம்பாள். ஒரு அடி இடை வெளிவிட்டு, ஏதோ ஒரு தேவதையால் காரண காரியம் இல்லாமல் சபிக்கப்பட்ட வனாகத் தளர்ந்து நடக்கிற வெங்கு.

எல்லாம் ஒரு தபால் கார்டால் வந்தது. இரண்டு மாதம் முன்னால் உத்தியோக

உயர்வு பெற்று திருநாகேசுரத்திலிருந்து டெல்லிக்கு வந்ததும், நெருங்கிய உறவுக்காரர்களுக்கு எல்லாம் கடிதம் எழுதிப் போட்டான். 'நான் இங்கே சௌக்கியமாக இருக்கிறேன். லாஜ்பத் நகரில் பெரிய வீடு கொடுத்திருக்கிறார்கள். முதல் மாடி, ஒண்டிக் கட்டைக்கு இத்தனை பெரிய இடம் ரொம்ப அதிகம்தான்!'

குறிப்பு உணர்ந்த பெரிசுகள், அப்பாவிடம் சொல்லி கூடிய சீக்கிரம் ஒரு கல்யாணத்துக்கு ஏற்பாடு செய்து, தபாலில் தினசரி ரொட்டி சாப்பிடுகிற தண்டனையிலிருந்து விடுதலை வாங்கித் தருவார்கள் என்ற நப்பாசை சிதைந்து சின்னாபின்னமாக, சீயாழி அகோரமூர்த்தி என்ற மாமாதான் முதல் பதில் போட்டது.

'சந்தோஷம்! நானும் ரொம்ப நாளாக வடதேச யாத்திரை வரவேண்டும் என்று நினைத்துத் தள்ளிப் போகிறது. இதோ கிளம்பி விட்டேன்!'

'க்ஷேத்ராடனம்னு சொன்னதுமே தெருவிலே எல்லோரும் நானும் வரேன்னு கிளம்பி, சீட்டுப் போட்டுப் பாத்து செலக்ட் ஆன நபர்கள். இதெல்லாம்...'

புது டெல்லி ரயில்வே ஸ்டேஷனில் இன்றைக்குக் காலையில் ரயிலை விட்டு இறங்கி, ஆஸ்திரேலிய கிரிக்கெட் குழு உறுப்பி னர்களை ஜனாதிபதிக்கு அறிமுகம் செய்து வைக்கிறது போல அகோர மாமா பாட்டிகளைப் பரிச்சயப்படுத்த, எல்லோரையும் மூட்டை முடிச்சுகளோடு தூக்கிப்போட்டு லாஜ்பத் நகரில் கொண்டு சேர்க்க, ஒரு வேனுக்காக வெங்கு என்கிற வெங்கடா சலம் அலைந்தான்.

'பாவம் குழந்தை. தனியாக கிடந்து கஷ்டப்படறான்!' பாட்டிகள் படியேறி வந்ததும் தூசியும் தும்புமாகக் கிடந்த வீட்டைச் சுத்தப்படுத்தினார்கள். 'மேலே பட்டா விழுப்பா யிடும்' என்று, லாலி என்று தொங்கிய பேண்டையும் சட்டை யையும் லுங்கியையும் மடித்து வைக்கச் சொன்னார்கள். சோபாவிலும் மோடாவிலும் உட்காரப் பிடிக்காமல் தரையில் கால் நீட்டி உட்கார்ந்து, தாக சாந்திக்குத் தண்ணீர் கேட்டார் கள். மேல்மாடி குரானா, மனைவியிடம் அரைகுறை இந்தியில் தண்ணீர் கேட்டு வாங்கி வந்த ஐஸ் வாட்டரை வேண்டாம்

என்று சொல்லி, ஆளாளுக்கு ஆசாரமாகக் கொண்டு வந்திருந்த பாத்திரங்களைக் கவிழ்த்து மிச்சமிருந்த காவிரித் தண்ணீரைக் குடித்தார்கள். இன்னும் பத்துப்பேர் இப்படி அண்டாசைஸ் கூஜாக்களோடு கிளம்பி வந்திருந்தால், 'காவிரி டெல்டாவில் தண்ணீர் தட்டுப்பாடு, பயிர்கள் பாதிப்பு' என்று தாசில்தாருக்கு எச்சில் தொட்டு ரெவின்யு ஸ்டாம்ப் ஒட்டி நிறையபேர் மனு போட்டிருப்பார்கள்.

'ஒரு சிராங்கா அரிசியும் தயிரும் இருந்தால் போதும். வெண்கலப்பானையும், ரசம் வைக்க ஈயச் சொம்பும், பருப்புப் பொடியும் கொண்டு வந்திருக்கோம்!'

பாட்டிகளின் கோரிக்கையை நிறைவேற்ற, ஆபீஸுக்கு லீவு சொல்லிவிட்டு, வெங்கு சென்ட்ரல் மார்க்கெட்டுக்கு நடந்து, இலையும் மற்றதும் வாங்கி வந்தான்.

அவர்கள் குளிக்க, மின்சார பாய்லரில் வெந்நீர் போட, புடைவை உலர்த்த பால்கனியில் நைலான் கயிறு கட்ட என்று அப்புறம் வேலை. நடுமத்தியான வேளையில் காற்றில் அலைக்கழித்துப் பறந்த நார்மடிகளை காவித்துணியாகப் பார்த்த குரானா வீட்டுக்காரி, 'மதராஸிலிருந்து உன் வீட்டுக்கு நிறைய சன்னியாசிகள் வந்து இருக்கிறார்கள் போல் தெரிகிறதே!' என்று விசாரித்தாள்.

சும்மா சொல்லக்கூடாது. வெகு நாளைக்கு அப்புறம் நொட்டை விட்டுக்கொண்டு சாப்பிட்டதில், வெங்குவுக்கு எல்லாக் கஷ்டமும் மறந்து போனது. இப்படி நாரத்தங்காய் ஊறுகாயும், மிளகு ரசமும் வைத்துத் தர யாராவது இருந்தால், கல்யாணத்தைப் பற்றி யோசிக்காமல், இங்கேயே நிம்மதியாக, ஆஷா டிராஹான், நீலம் அரோரா, நிர்மல் கர்பந்தா போன்ற கரடுமுரடான பெயர்களுடன் வளைய வருகிற மெல்லியலார் களை தொடர்ந்து கணக்குப் பண்ணிக் கொண்டு திரியலாம் என்று கூடத் தோன்றியது.

'ஏண்டா வெங்காச்சம்! இப்ப பத்ரிநாத் எல்லாம் போய்வரத் தோதுப்படுமா?' விசிறிக் காம்பால் முதுகைச் சொறிந்து கொண்டு மாமா விசாரிக்க, சூழ்நிலையின் பயங்கரம் வெங்கு வுக்கு மெல்ல உறைத்தது.

கேதார்நாத்திலும் பத்ரிநாத்திலும் பனிபடர்ந்த மலைச்சரிவு களில், பாட்டிகளின் கையைப் பிடித்தபடி தான் நடக்கிற காட்சி கற்பனையில் விரிய, உடம்பு வியர்த்தது.

‘அங்கே எல்லாம் இப்ப பனி ஆரம்பிச்சிருக்கும். போகமுடியாது!’

‘சரி வேண்டாம். ஹரித்துவார், ரிஷிகேஷ் எல்லாம் பக்கமாமே!’

என்னென்னவோ சால்ஜாப்பு சொல்லியும் எடுபடவில்லை. ‘லீவு கிடைக்காதா? நம்ப ரங்கன் ஷட்டகனோட மச்சினன் இங்கே தானே ஏதோ மினிஸ்ட்ரியிலே அண்டர் செகரட்டரியா குப்பை கொட்டிண்டு இருக்கிறது? ஃபோன் புத்தகத்தைக் கொண்டா. அவனை விட்டு உங்க மேனேஜருக்கு பேசச் சொல்றேன்.’

விட்டால் அகோர மாமா, பிரதம மந்திரிக்கே ஃபோன் போட்டுவிடுவார்.

நாளைக்கு டெல்லியைச் சுற்றிப் பார்க்கவும், நாளை மறுநாள் ஹரித்துவார் போகவும் தீர்மானமானது. வெள்ளிக்கிழமை முழு ஓய்வு. அன்று சாயந்தரம் காசிக்குப் புறப்பாடு.

காசியிலும் அப்புறமும் மாமாவே கவனித்துக்கொள்வதாகச் சொல்லிவிட்டார்.

பணிக்கர் டிராவல்ஸில், ஹரித்துவார் யாத்திரை மற்றும் டெல்லியைச் சுற்றிப் பார்க்க ஏற்பாடு செய்யவும், ரயில்வே ஸ்டேஷனில் காசி யாத்திரைக்கு ரிசர்வ் செய்யவும் வெங்கு கிளம்பியபோது, ‘சும்மாத்தானே உக்காந்திருந்தேன்... பேச்சுத் துணைக்காச்சு...’ என்று மாமாவும் ஒட்டிக் கொண்டார்.

தலைக்கு சரக் கட்டையை ஜமுக்காளப் பைக்குள் செருகிவிட்டுப் பாட்டிகளும் அவசரமாகக் கிளம்புவார்கள் என்று வெங்கு சத்தியமாக எதிர்பார்க்கவில்லை.

‘நாளைக்கு ஏகப்பட்ட சமாதிகளைச் சுத்தி வரவேண்டி இருக்கும். இப்ப ரெஸ்ட் எடுத்துக்கலாமே!’ - நயந்தும் பயந்தும் சொல்லியும் பயன் இல்லை.

‘இங்கே உக்காந்து வெட்டியா வம்பு பேசறதுக்கு, நாலு புது மனுஷாளைப் பாத்தபடிக்குக் காலாற நடந்தால் சிலாக்கியம்.’

குழுத்தலைவி நாகுப்பாட்டி சொன்னதோடு, முதலில் படி இறங்கி விட்டாள். எல்லாப் பாட்டிகளும் அழுத்தமான வெள்ளை ரவிக்கை போட்டிருந்தது துக்கிணியூண்டு ஆறுதலாக இருந்தாலும், மற்றபடி வாழ்க்கை திரும்பவும் வெங்குவுக்குத் துன்பமானது.

'ஆட்டோ எல்லாம் வேணாம், தண்டச் செலவு!' - மாமா சொல்லிவிட, பஸ் பிடித்துப் புறப்பட்டார்கள்.

பாட்டிகள் சமர்த்தாகப் பராக்குப் பார்த்தபடி வர, அகோர மாமா வெங்கு பக்கத்தில் உட்கார்ந்து, உடைந்து, துருப்பிடித்து, மண் அப்பி, ஓரம் நசுங்கிய பிளேடாக ரணப்படுத்திக் கொண்டே வந்தார்.

'அவனைப் பாத்தா நம்ப மாதிரிமங்கலம் அண்ணாசாமி போல இருக்கான்!'

முன் வரிசையில் சளசளவென்று வாய் ஓயாமல் பஞ்சாபியில் பேசிக் கொண்டு வந்த ஒரு வெயிஸ்ட் கோட் நபரைக் காட்டி மாமா சொன்னார்.

'அதே மாதிரி மூக்கிலே ஈ உக்கார்ந்தது கணக்கா மச்சம். ஆறாம் பேஸ்த்து அடிச்ச மாதிரி மூஞ்சி. அண்ணாசாமி கதை தெரியுமா? சிரஸ்தார், மணவாளன் பொண்ணோட ஓடிட்டான். அந்த மூஞ்சிக்குக் கூடப் போனாளே... அவளைச் சொல்லணும்! இதெல்லாம் எங்க காலத்து லவ்வு. சொல்றேன் கேட்டுக்கோ... காதல் எல்லாம் சர்வ நாசத்துலே முடியும். நீ யாரையும் லவ் பண்ணிடாதே!'

பஸ் கன்னாட் பிளேஸில் நிற்க, முன் வரிசை ஆசாமி பின்னால் திரும்பி, 'ஓய்! நான் மாதிரிமங்கலம் அண்ணாசாமியேதான். இந்த மூஞ்சியோடும் சிரஸ்தார் பெண்ணோடும், பிள்ளை குட்டி பேரன் பேத்தியோடும் பரம சுகமாக இருக்கிறேன். வரட்டா?' என்று சொல்லி இறங்க, அப்புறம் கரோல்பாக் வந்து சேர்ந்து இந்த நிமிஷம் வரை மாமா வாயே திறக்கவில்லை.

'கட்டையிலே போறவன்.,தலையிலே அடிச்சுட்டுப் போறான்!'

முன்னால் போன நாகுப்பாட்டி அலற, ஹெல்மெட் இடுக்கிய யாரோ அது பாட்டித் தலையைப் பதம் பார்த்ததை, அறியாமல் கூட்டத்தில் கரைந்து போனார்கள்.

ரோஷன்-தி-குல்பியில், குல்பி சாப்பிட முட்டி மோதுகிற கூட்டம்.

‘ஐஸ்க்ரீம் சாப்பிடலாமா?’ மாமா மெல்ல வாயைத் திறந்தார்.

‘கர்மம். எல்லோரும் எச்சில் பண்ணி புறங்கையிலே வடிய விட்டுண்டு நக்கறதைப் பார்க்கவே அன்னதிரேஷமா இருக்கு!’

நாகுப்பாட்டி சொன்னதற்கு அப்புறம் மாமா திரும்ப மௌனமானார்.

வெங்குவுக்குத் தொண்டை வறண்டது.

‘மெட்ராஸ் ஹோட்டல்லே காபி குடிக்கலாம்.’

பாட்டிகள் ஹோட்டல் வாசலிலேயே நின்றுவிட்டார்கள்.

‘ஹோட்டல்லே குடிக்கறதாவது. காசியிலே எதையாவது விடணுமாம். நாங்க காபியை விட்டு ஒழிக்கப்போறோம். நீங்க போய்ட்டு வாங்கோ!’

இப்படிக் கட்டுப் பெட்டியாக இரண்டு நாள் எப்படி ரயிலில் இவர்கள் வந்தார்கள் என்று காபி குடித்துக்கொண்டே வெங்கு விசாரித்தான்.

‘சத்துமா!’ மாமா அழுத்தமாகச் சொன்னார். ‘அங்கங்கே வெந்நீர் வாங்கி சத்துமாவைக் கலக்கிக் குடிச்சுடுவா. நாக்பூர்லே ஆயிரம் தடவை யோசனை பண்ணி ஆளுக்கு ஒரு கிளாஸ் பால் வாங்கிக் குடிச்சிட்டு, பாலுக்கு தோஷம் இல்லேன்னு பேசிண்டா!’

ராத்திரி சாப்பாட்டுக்கு என்ன செய்வது என்று வெங்குவுக்குப் பயம் பிடித்துக் கொண்டது. மத்தியானம் சாப்பாடு முடிந்து அப்புறம், வெங்கு கதறக் கதற அவனுடைய நூதன ஸ்டவ்வைத் துப்புரவாகக் குளிப்பாட்டி பால்கனியில் வெயிலில் காய வைத்து விட்டு வந்திருந்தார்கள்.

‘ராத்திரிக்கு எங்களுக்கு எல்லாம் பாலும் பழமும் போறும். இங்கேதான் எதேஷ்டமா எல்லாப் பழ வர்க்கமும் கிடைக்குதே!’

நாகுப்பாட்டி, அடுக்கி வைத்த ஆப்பிள் பழங்களைப் பார்த்தபடி சொல்ல, சுந்தரிப்பாட்டி கிடுகிடுவென விலை விசாரிக்கக் கிளம்பிவிட்டாள்.

'ஜாதா ஹை! தேனே கா தாம் பேலியே!'

வெங்கு ஸ்தம்பித்து நிற்க, பாட்டி ஸ்பஷ்டமாக இந்தியில் பேரம் பேசி இரண்டு சீப்பு வாழைப்பழமும் ஆரஞ்சும் ஆப்பிளும் பாலிதீன் பையில் வாங்கிக் கொண்டாள்.

'எந்தக் காலத்திலேயோ கத்துண்டது! தேவை வரும்போது தானே ஞாபகம் வருது!'

வெங்குவுக்கு அவமானமாக இருந்தது. இங்கே வந்த நாளிலிருந்து கால் இங்கிலீஷ், அரைக்கால் இந்தி, மீதி சைகை பாஷை என்று பேசித்தான் சமாளித்து வருகிறான். பச்சீஸ்-பச்சாஸ் டாய்-டேட் என்று எண்ணிக்கை எல்லாம் சர்வ குழப்பமாகத் தெரிய, உத்தேசமாக முழு ரூபாய் கொடுத்து, மீதி வருகிற தொகையிலிருந்து விலையைக் கணக்குப் போட்டுக் கொள்கிறான்.

போன வேலை எல்லாம் முடிந்து, பட்படியில் உடம்பு அதிரத் திரும்ப ராத்திரி ஒன்பது மணி.

'நீங்க ரெண்டு பேரும் வேணா இட்லி தின்னுட்டு வந்துடுங்கோ!' பாட்டிகள் சலுகை காட்டினார்கள்.

இந்த இடத்தில் ஹோட்டல் எதுவும் கிடையாது என்றும், தாபாவில் கூட உருளைக்கிழங்கு கூட்டு நீர்த்துப்போய், ரொட்டியும் கோழி இறைச்சியும் மட்டும் தாராளமாகக் கிட்டும் என்றும் வெங்கு தெரிவிக்க, அபசார வார்த்தை கேட்டவர்களாக சிவசிவா என்று சொல்லி குளிக்கக் கிளம்பினார்கள்.

திரும்ப வெந்நீர் போடுதல், புடைவைக் கொடியேற்றம், தெருக் கோடி கடையில் பால் பாட்டில் வாங்கி வந்து காய்ச்சிக் கொடுத்தல் - வெங்குவுக்கு ஒரே நாளில் வயசாகி தானும் பழம் பெரும் பிரஜையாகத் தோன்ற, சபரிகள் கடிக்காமல் அன்போடு கொடுத்த பழங்களால் வயிறு நிரம்பி வழிந்தது.

ஜமுக்காளங்கள் விரிய, தலைக்கு சரக் கட்டைகள் தலைமாட்டில் வைக்கப்பட, விளக்கை அணைக்கப் போனபோது, வெளியே எதுவோ தடதடவென்று சரிகிற சத்தம்.

வெங்கு பால்கனிக்கு ஓடினான்.

பக்கத்து வீட்டுக் கூரையை பிய்த்து எறிந்து கொண்டிருந்தார்கள். சுற்றிவர ஓங்கி உயர்ந்து வர்ணம் மின்ன நின்ற கட்டடங்களுக்கு நடுவே, அதை வீடு என்று சொல்வதே அபத்தம். ஆஸ்பெஸ் டாஸ் கூரையும் அழுது வடியும் சுவர்களுமாக ஒரு பழைய இடம் இது.

இந்தத் தெரு முழுக்க, பாகிஸ்தான் பிரிவினையின்போது இடம் பெயர்ந்து வந்த அகதிகளுக்குப் பட்டா போட்டுக் கொடுக்குப் பட்டது என்றும், ஒரு காலத்தில் எல்லா வீடுமே இப்படித்தான் இருந்தது என்றும் மேல் மாடிக்காரர் குரானா, குடிவந்த புதிதில் சொல்லியிருக்கிறார்.

‘வீட்டுச் சொந்தக்காரன், லூதியானாவில் சிறிய தோதில் கம்பளி தொழிற்சாலை வைத்துக்கொண்டு செழிப்பாக இருக்கிறான். இவர்கள் வாடகைக்கு இருக்கிறார்கள். காலி செய்ய மாட்டேன் என்று பிடிவாதம். கோர்ட்டில் வழக்கு நடக்கிறது. இந்த இடத்தின் இப்போதைய மதிப்பு மூணு லட்சம்!’ இதுவும் குரானா சொன்னதுதான்.

தொம்தொம் என்று ஆஸ்பெஸ்டாஸ் தகடுகள் தரையில் விழுந்தன. உள்ளே இருந்து துணியும், சப்பாத்திக் குழவியும் தையல் மெஷினும் சுவர்க்கடிகாரமும் செல்லுலாய்ட் பொம்மை யும் தலையணையுமாக வெளியே வந்து விழ, ஓரத்தில் நின்று அழுதபடி, இரண்டு குழந்தைகளும் கொஞ்சம் பெரிய பெண்ணும்.

‘குடியிருக்கிற மல்ஹோத்ரா, வீட்டுக்காரனைப் பார்த்து வீட்டைக் காலி செய்ய இன்னும் அவகாசம் கேட்டு லூதியானா போயிருக்கிறான். மனைவியையும் கூட்டிப் போயிருக்கிறான். அவளும் சேர்ந்து கேட்டால் வீட்டுக்காரன் மனமிரங்கி தவணை கொடுப்பான் என்று நப்பாசை. கோர்ட் தீர்ப்பு வந்து ஒரு மாதமாகிறது. போன வாரம்தான் காலி செய்யக் கெடு முடிந்தது. இதெல்லாம் எதிர்பார்த்ததுதான். ராத்திரியில் மல்ஹோத்ரா இல்லாதபோது நடக்கிறதுதான் கஷ்டம்!’

பர்சாதியிலிருந்து குரானாவும், கீழ்வீட்டில் நன்கானியும் பேசிக் கொண்டது, நடுவில் முதல் மாடியில் நின்ற வெங்குவுக்குச் சுமாராகப் புரிந்தது.

குழந்தைகள் உச்சகுரலில் அழ, பெரிய பெண் அவர்களைச் சமாதானம் செய்ய முயன்று தோற்று தானும் அழ ஆரம்பித்தாள்.

'இப்படியும் நடக்குமா லோகத்திலே!' என்று பாட்டிகள் கன்னத்தில் கை வைத்து ஆச்சரியப்பட்டு நிற்க, 'இதெல்லாம் இங்கே சகஜம்!' என்பது போலப் பார்த்தபடி ஒவ்வொருத்தராக விலகிப் போக, வீட்டின் அடையாளத்தை அநேகமாகச் சிதைத்து விட்டு, வந்தவர்கள் லாரியில் ஏறிப் போனார்கள். குழந்தைகள் இன்னும் விசும்பிக் கொண்டிருந்தார்கள்.

பாட்டிகள் ஏதோ பேசிக் கொள்கிற சத்தம். அப்புறம் சுந்தரிப் பாட்டி கீழே இறங்கிப் போனாள்

அவள் மேலே வந்தபொழுது, கையில் சப்பாத்தி இடுகிற கடப்பைக்கல். இன்னொரு கையைப் பிடித்துக் கொண்டு, சப்பாத்திக் குழவியை இடுக்கிக் கொண்டு பக்கத்து வீட்டுக் குழந்தை. அதன் கையைப் பற்றியபடி, பொம்மையோடு வாயில் விரல் போட்டபடி கடைக்குட்டி. தயங்கியபடி, அலுமினிய டப்பாவும் தவாவுமாகப் பெரிய பெண்.

'ஒரு பயமும் வேண்டாம். உங்களைப் பெத்தவா வர்ற வரைக்கும் நீங்க இங்கேயே இருக்கலாம். என் பேரன் வெங்கு, நான் சொன்னா தட்டமாட்டான். நிச்சயமாக வேறே வீடு கிடைக்கும். இத்தனை பெரிய டெல்லிப் பட்டணத்துலே கிடைக்காமலா போயிடும்? நீங்கள்லாம் சாப்பிட்டாச்சோ?'

குழந்தைகள் இல்லை என்று தலையசைத்தன.

'தெரியும். அதான் இதெல்லாம் எடுத்துவரச் சொன்னேன். ஏண்டி நாகு. அந்தக் கோதுமை மாவைத் தண்ணி விட்டு நன்னா இறுக்கமாப் பிசைஞ்சு தா. யோகா மசமசன்னு நிக்காம அடுப்பை மூட்டு! குழந்தைகளா, இப்படி ஓரமா உக்காருங்கோ, பாட்டி நான் இல்லையா? சுடச்சுட ரொட்டி தட்டித் தரேன். கல்கண்டு மாதிரி சத்துமா தரேன். சாப்பிட்டு சமத்தா தூங்குங்கோ. காலம்பற உங்க பெரியவா வந்துடுவா. குழந்தைகளை இப்படித் தனியா விட்டுட்டுப் போவாளோ! நானே கேக்கறேன். அகோரம்! நீயும் வெங்குவுமாகக் கொஞ்சம் கீழே போய் முக்கியமானதை எல்லாம் சிரமம் பார்க்காம எடுத்துண்டு வந்து பால் கனியோ தேன் கனியோ

அதுலே இப்ப சிரந்தைக்குப் போட்டு வையுங்களேன். நாசமாப் போறவன் எடுத்து தெருவிலே வீசிட்டுப் போய்ட் டான். ரொம்பப் பசியாடி தங்கம்? இந்தா வாழைப்பழம் சாப்பிடு!'

தமிழிலும் இந்தியிலும் மாறி மாறிப் பேசிக்கொண்டு போகிற பாட்டி!

'நான் போய் கீழே எல்லாம் நகத்தி வச்சுட்டு, இன்னும் கொஞ்சம் பழமும் பாலும் வாங்கி வரேன் பசங்களுக்கு!' வெங்கு குரலில் சுறுசுறுப்பு தெரிந்தது.

57. தியாகி

உக்கிரமான மத்தியான வெயில். ராட்டை கிளாஸைப் பூட்டி இழுத்துப் பார்த்துவிட்டு சாவியை இடுப்பில் செருகிக் கொண்டு காயாம்பு கிளம்பும்போது, பஞ்சாயத்து ஆபீஸில் ஒரு மணி சங்கு பிடிக்கிற சத்தம்.

'இத்தனை நேரம் களிச்சு சாப்பிட்டா உடம்பு என்னத்துக்கு ஆகும் ராசா? இனிமே நேரத் தோட வரணும்.'

தச்சநல்லூர்க்காரி. காயாம்பு மனத்தில் மென்மையாகச் சொன்னாள். சலங்கை குலுங் கியதுபோலச் சிரிப்பு.

எத்தனை அவதி அவதியாகச் செய்தாலும், முடிக்கும்போது நேரமாகிப் போகிறது. இத்தனைக்கும் பள்ளிக்கூடம் முழுப்பரீட்சை முடிந்து, ஒரு மாதமாக அடைத்துத்தான் கிடக்கிறது. திறக்க இன்னும் ஒரு மாதம் கூட உண்டு. அப்புறம் இந்த இடம் - ஓவர் கோட்டும் கரைவேட்டியும் மசிக்கூடும் சம்மர் கிராப்புமாக நிரம்பி வழியும். காலிப் பொடி மட்டை, வெற்றிலை சுற்றி வந்த

பாகவதர் சினிமா நோட்டீஸ், பாக்குப் பொட்டலக் காகிதம் என்று ஏகமாகக் குப்பையும்.

பள்ளிக்கூடம் இருந்தாலும் இல்லாவிட்டாலும் ராட்டை கிளாஸை நித்தியப்படி திறந்து வைக்க வேண்டும். கோர்ட்டுக்குப் போவதற்கு முன் வெந்நீர் விளாவி வைக்கச் சொல்லிவிட்டு, அவசரமாக வந்து பத்து நிமிஷம் நூல் நூற்றுவிட்டுப் போகிற வக்கீல்கள், ஆற அமர மணிக்கணக்கில் ராட்டை சுற்றுகிற எல்.எம்.பி. டாக்டர், ரிடையரான போஸ்ட் மாஸ்டர், சும்மா வம்பளக்க வருகிறவர்கள் என்று பரபரப்பான இடம் இது. பள்ளிக்கூட நிர்வாகி அழகிய நம்பியா பிள்ளைக்கு, எல்லோரும் பிரியமான சிநேகிதர்கள். அவரும் முதல் ஆளாகத் தினம் ஆஜராகிற வழக்கம்.

பிள்ளை ஊரில் இல்லை. மதுரைக்கும், அங்கேயிருந்து திருநெல்வேலிக்கும் பயணம்போய் இரண்டு நாளாகிறது. அப்புறம் தச்சநல்லூரும்கூட.

'சத்தியமூர்த்தி அவுகளோட நானும் மதுரை போக வேண்டியிருக்கு. அங்கே மீட்டிங் முடிச்சுட்டு நெல்லையிலே கொஞ்சம் வேலையிருக்கு. எப்படியும் ஞாயித்துக்கிழமை திரும்பிடுவேன். நான் இல்லேங்கறதுக்காக வேலை சுணங்கிடக்கூடாது. என்ன புரிஞ்சுதா?'

அவர் இருந்தாலும் இல்லாவிட்டாலும் காலையில் ஐந்து மணிக்கே ரயிலடிக்குப் போய், சுதேசமித்திரன் பேப்பர்கட்டை எடுத்துவர வேண்டும். ஒரு அறுபத்து ஏழு வீட்டில் சுதேசமித்திரன் வாங்குகிறார்கள். பெரும்பாலும் ராட்டை சுற்ற வருகிறவர்கள்.

பேப்பர் போட்டு முடிக்கவே எட்டு மணியாகிவிடும். அப்புறம், பிள்ளை வீட்டில் சுற்றுக்காரியம், கடை கண்ணிக்குப் போவது, பள்ளிக்கூடத் தாழ்வாரத்தைப் பெருக்குவது, ராட்டை கிளாஸைச் சுத்தம் செய்வது, ராட்டை அடுக்கி வைப்பது, எடுத்துக் கொடுப்பது என்று வரிசையாக வேலை.

ஏழு வருஷம் முன்னால் காயாம்பு இங்கே வந்தபோது, பத்திரிகை போடவும் சந்தா வசூல் செய்யவுமே முழு நேரமும் சரியாக இருந்தது. அப்போது வாரம் இரண்டு தடவை சுதந்தரச் சங்கு

மெட்ராஸிலிருந்து வரும். தூத்துக்குடியிலிருந்து தமிழ்மணி வரும். அப்புறம் பிரசண்ட விகடன். கிராம ஊழியன்.

யுத்தம் வந்த பிறகு, நிறையப் பத்திரிகைகள் நின்றுவிட்டன. இருந்தாலும் பிள்ளை வீட்டம்மாள் போய்ச் சேர்ந்ததால், காயாம்புவுக்கு வீட்டுக் காரியமும் சேர்ந்துவிட்டது.

'நாளையிலேருந்து சீக்கிரமா முடிச்சுட்டு சாப்பிட வந்துடறேன். என்ன, கோவிச்சுக்காத புள்ளே!'

தச்சநல்லூர்க்காரியிடம் மனத்துக்குள் பேசிக்கொண்டு பெருமாள் கோயில் பக்கமாகக் காயாம்பு திரும்பும்பொழுது, புழுதிப் படலத்தைக் கிளப்பிக்கொண்டு மேய்ச்சலுக்குப் போன மாடுகள், ஒன்றும் இரண்டுமாக வருவது கண்ணில் பட்டது.

மாடு பற்றிப் போகிற வெங்காத்துரை வராமலேயே இருந்தால் கூட யாரும் ஒன்றும் சொல்ல மாட்டார்கள். காயாம்பு பேப்பர் போட, ஒரு மணி நேரம் பிந்தினால் தொலைந்தது.

'என்ன பிள்ளைவாள்? மித்திரன் படிக்காமே கோர்ட்டுக்குப் போனா சாப்பிட்ட சாதம் ஜீரணமாக மாட்டேங்கறது. பையன் தூங்கிட்டானா?'

தூங்கவிட்டால்தானே... முந்தாநாள் சரியாகச் சாப்பிடக்கூட நேரம் கிடைக்கவில்லை.

'சத்தியமூர்த்தி வரப்போறார். தேரடியிலே பிரசங்கம் பண்ணுவார்.'

போனவாரமே பரபரப்பு ஆரம்பம் ஆகிவிட்டது. அழகிய நம்பியா பிள்ளை டவுண் பிரசிடெண்ட் என்பதால், அவர் ஒவ்வொன்றாகப் பார்த்துச் செய்யவேண்டிய ஏற்பாடுகள். அதாவது முக்காலே மூணுவீசம் காயாம்பு மூலம்.

தேரடியில் சின்னதாகக் கொட்டகை போட்டுக் கொடிகட்டி வைக்கிறது. ஸ்ரீமான் சத்தியமூர்த்தி பிரசங்கம் பண்ணுகிறார். அக்ராசனம் அழகியநம்பியாபிள்ளை என்று நாலு மூலையிலும் ராட்டை, உச்சியில் காந்தி படம் போட்ட நோட்டீஸ், வாணி விலாசம் பிரஸ்ஸில் அச்சடிக்கத் தருவது, சுதேசமித்திரன் வாங்குகிறவர்களுக்கும் ஓசியில் படிக்கிறவர்களுக்கும் யாராவது

சத்தம் போட்டுப் படிக்க, சுற்றி நின்று கேட்கிறவர்களுக்கும் கேட்காது நியூடோன் கொட்டகையில் சிந்தாமணி படம் பார்க்க ஓடுகிறவர்களுக்கும் விநியோகிப்பது. ராட்டை கிளாஸில், சுவருக்கு வெள்ளையடித்து கதவில் கால் சங்கிலியோடு பாரத மாதா நிற்கிற படம் ஒட்டுகிறது, ரயிலடியிலிருந்து ஊர்வல மாகக் கூட்டிவர புங்கனூர் ஜமீன்தாரின் சாரட் வண்டிக்குச் சொல்வது, கூட்டத்தில் விற்க பகத்சிங் புத்தகம் எடுத்துத் தூசி தட்டுவது.

'டே காயாம்பு! நான் ரயிலடிக்குக் கிளம்பறேன். நீ எட்டு மணியப்போல காபியைப் போட்டுத்தரச் சொல்லி கூஜாவிலே ஊத்திக்கிட்டு விரசா வந்துடு.'

முந்தாநாள் காலையில் செருப்புகூட போட மறந்துபோய், வேலி காத்தான் காட்டு வழியில் குறுக்குப் பாதையொன்றில் காலில் முள் குத்த ஓடி, சரளைக்கல் அப்பிய ரயில்வே ஃபீடர் ரோடில் கூஜா தளும்பி வழியத் திரும்ப, போட்மெயில் வந்திருந்தது.

சத்தியமூர்த்தி காபி வேண்டாம் என்று சொல்லிவிட்டார். கூட நாலைந்து பேர்தான் வந்திருப்பார்கள் என்று பிள்ளை நினைத்தது பிசகாகிவிட்டது. பத்துபேர் இருந்தார்கள்.

'பெரிய கூஜாவிலே கொண்டாந்திருக்கக் கூடாது. மானத்தை வாங்கறியேடா!' - பிள்ளை அடிக்குரலில் காயாம்புவை அதட்ட, ஆளாளுக்கு அரை டம்ளர் காபியோடு திருப்திப்பட வேண்டி வந்தது.

'சாரட் வண்டியெல்லாம் எதுக்குப் பிள்ளைவாள்? நடக்கலாம். இந்தச் செம்மண்ணுலே கால்பட்டாலே உடம்பு சிலிர்க்குமே!'

நடந்தார்கள். வந்தே மாதரம் சொல்லிக்கொண்டு ஊர்வலம் பஸ் ஸ்டாண்ட் வழியாகத் தேரடிக்குப் போவதற்குள், காயாம்பு திரும்பவும் குறுக்கு வழியில் ஓடி, கோலி சோடாவும் மாலையும் கதர்த்துண்டுமாக எடுத்துத் தயாராக வைக்க வேண்டிப்போனது.

தேரடி கொள்ளாத கூட்டம். எல்லோரும் சத்தியமூர்த்தி பேசக் காத்துக் கொண்டிருந்தார்கள். யுத்தம் பற்றி, ஒத்துழையாமை பற்றி, ராஜாஜி மந்திரிசபை ராஜிநாமா செய்தது பற்றி, சுதந்தரம் கிடைப்பது பற்றி.

சத்தியமூர்த்தி எழுந்து தொண்டையைக் கனைத்துக் கொண்டதும் கூட்டத்தில் அழகியநம்பியாபிள்ளை காயாம்புவைத் தேடினார். காயாம்பு ஓடிப்போய் மேடையில் அவர் பின்னால் நின்று குனிய, 'பேப்பர் எடுத்தாந்தியாடா?' என்றார்.

'இல்லீங்க ஐயா! இப்பப் போறேன்!'

'மகா கனம் பொருந்திய ஸ்ரீமான்' கணீரென்று ஒலிக்கிற குரல் சத்தியமூர்த்திதான். காயாம்பு இன்னொரு தடவை ரயிலடிக்கு ஓடி, பேப்பரோடு நடந்து விநியோகம் செய்துவிட்டுத் திரும்ப, தேரடியில் பாரதி பாட்டுகளைக் கோஷ்டியாகப் பாடிக் கொண் டிருந்தார்கள்.

'என்னமா பேசினார்? ரெண்டு மணி நேரம் போனதே தெரியலை!' என்றபடி பொரிகடலை கொறித்துக்கொண்டு நின்றவர்களுக்கு நடுவே, காயாம்பு மறுபடியும் பிள்ளையின் பார்வையில் பட்டான்.

'நீ என்னலே இங்கியே சுத்திக்கிட்டு? தவசுப்பிள்ளை தனியாக் கஷ்டப்படறான். போய்க் கூடமாட ஒத்தாசை செய்யலா மில்லே!'

முந்தாநாள் சாப்பிடும்பொழுது மூணு மணி. நேற்று?

நேற்று தவசுப்பிள்ளை, உக்கிராணத்தைப் பூட்டிக்கொண்டு, கொல்லங்குடியில் கோடங்கிக்காரனிடம் குறி கேட்கப் போய்விட்டான். ஈசுவரய்யர் ஹோட்டலில் எட்டணா கொடுத்து முழுச்சாப்பாடு மணக்க மணக்க சாப்பிட்டது.

எஸ்.எஸ்.எல்.சி. படிக்கிற பையன்களுக்கு செம்மைராஜு கடையில் பட்டணம் பொடியும், கூளப்ப நாயக்கன் காதல் புத்தகமுமாக வாங்கி வந்து கொடுக்கிற வகையில் ஒரு அணாவும் அரையணாவுமாகச் சேர்த்து வைத்த பணம்.

'சும்மா பணத்தை வீண் செலவு செய்யக்கூடாது!' - மனத்தில் திரும்பவும் தச்சநல்லூர்க்காரி எட்டிப் பார்த்தாள்.

போன மாதம் திருநெல்வேலியிலிருந்து கோமதியக்கா வந்து போனதற்கு அப்புறம், நினைவெல்லாம் அவள்தான். இவ்வள வுக்கும் தச்சநல்லூர்க்காரியின் முகம் கூடத் தெரியாது.

'டே காயாம்பு! ஒன்னியப் பாத்ததுமே வளைச்சுப் போடணும்னு முடிவு பண்ணிட்டேன். தேடினாக்கூட கிடைக்காத தங்கம் மாதிரி, பொண்ணு. தச்சநல்லூர்லே என் தம்பி வீட்டை அண்டி இருக்கிற குடும்பம். நீ இங்கே நம்பிகிட்டே இருக்கிறது போல, அடக்க ஒடுக்கமா எல்லா வேலையும் இழுத்துப் போட்டுச் செய்துகிட்டு! நம்ப சாதி சனத்திலே மாப்பிள்ளை பாருங்க அக்கான்னு அவ அம்மா கேட்டதுக்கும், உன்னை இங்கே பாக்கறதுக்கும் சரியா இருக்கு. நம்பி நெல்லை வரப்போறா னாமில்லே. அவனையும் கூட்டிப்போயி தச்சநல்லூர்லே கலந்து பேசி முடிக்கவேண்டியது என் பொறுப்பு.'

அழகிய நம்பியாபிள்ளையின் சகோதரி முறையான கோமதி யக்கா, மூக்குப் பொடியை பல் ஈறில் அழுந்தத் தோய்த்தபடி கண்கள் கிறங்கச் சொல்லியதிலிருந்து, காயாம்பு மானசீகமாகக் கல்யாணமானவனாகி விட்டான்.

'காயாம்பு... டே காயாம்பு...' பின்னால் இருந்து இரைகிற சத்தம். சோமசுந்தரம், மளிகைக்கடை ராமன் செட்டியார் மகன். மூன்று வருஷமாகப் பத்தாம் கிளாஸில் திருப்தியாக இருக்கிறான். கல்யாணமாகிவிட்டது. மாமனார் வாங்கிக் கொடுத்த சைக்கிளில் தான் பள்ளிக்கூடம் வருவது.

'என்ன சோமு?'

'நாளைக்கு நம்ப வீட்டுக்கு சாப்பிட வந்துடுடா... மகளுக்கு காதுக் குத்து வச்சிருக்கு!' பொடி வாடையோடு நெருங்கி வந்தான்.

'செம்மைராஜூ கடையிலே, வெள்ளைக்காரச்சி படம் எல்லாம் முண்டக்கட்டையாப் போட்டுப் புத்தகம் வந்திருக்குன்னு எபனேசர் சொன்னான். வாங்கிட்டு வரணுமே!' இதுக்குத்தானா இந்த உபசாரம்?

'நீயே போய்க் கேளேன்!'

'ஐயே! அவன் எங்க அப்பாருக்கு சிநேகிதன். நான் போய் எப்படிக் கேக்கறது?'

சோமு சாப்பிட்டுவிட்டு, வெற்றிலை பாக்கு போட்டுக்கொண்டு யாரோடாவது வம்பளக்க குஷாலாகக் கிளம்பி இருக்கிறான்.

‘நான் வரேம்ப்பா! சொசைட்டி கிணத்துலே குளிச்சுட்டு ஓடணும். நேரமானா இன்னிக்கு சாப்பாட்டுலே மண்ணுதான்!’

பெரிய சேர்வை, ஊருணிக்கரையில் மரமும் செடியும் சூழ நின்றிருந்த தியாசாபிகல் சொசைட்டி கட்டடத்துக்குள் படியேற, உள்ளே கிணற்றடியில் கௌபீனத்தோடு பொடிக்கடை செம்மை ராஜு.

ஊருணி, கோடைக்காலத்தில் வற்றி எருமை குளிப்பாட்ட மட்டும் கொஞ்சம் போலத் தண்ணீரை மிச்சம் வைத்திருக்கிறது. அங்கே வழக்கமாகக் குளிக்கிறவர்கள் எல்லாம் அடுத்த மழை பெய்கிறவரை சொசைட்டி கிணற்றுக்கு வந்து விடுவார்கள்.

‘என்னண்ணே, கமகமன்னு வாடை?’ காயாம்பு விசாரித்தான்.

‘விதேசி சோப்புடா... பியர்சு... மதுரையிலே என் சகலபாடி, டிடிகே கம்பெனிக்கு ஏசன்சி எடுத்திருக்கான்லே!’

‘நீங்களே எடுக்கலாமே அண்ணே!’

‘இந்த ஊர்லே சுதேசியோ விதேசியோ? ஒரு மண்ணும் விக்காது!’

செம்மைராஜு, சாய வேட்டியும் ஈரத்துண்டுமாகக் கிளம்பினான்.

‘குளிச்சிட்டு, கிணத்தை பலகை போட்டு மூடிட்டு வாடா!’

வாளி வாளியாகத் தண்ணீரை இறைத்துக் குளித்தான் காயாம்பு. தலையில் குளிர்ந்து விழுந்த நீர்ச் சரத்தின் நடுவே, தச்சநல்லூர்க்காரியின் முகத்தைக் கற்பனை செய்ய முயல, அவள் மூக்குப்பொடி தேய்த்த பல் ஈறு தெரிய, கோமதியக்கா சாயலோடு சிரித்தபடி, நுனி முடிச்சப் போட்ட கூந்தல் புட்டத்தில் முட்ட ஆடி ஆடிப் போனாள்.

கல்யாணம் ஆனா எங்கே இருக்கிறது? கொடக்கூலிக்கு வீடு பிடிக்க வசதிப்படாது. தோட்டத்திலே ஷெட்டை ஒட்டி ஒரு ஓலைக்குடிசை போட்டுக்கறேன்னா, பிள்ளை வேணாங்க மாட்டாரு! இந்தத் தவசுப்பிள்ளை பய வேலைக்கு, வேட்டு வச்சுட வேண்டியதுதான். வக்காளி! அவன் வீட்டுச் சோத்தைப் போடற

மாதிரி இல்லே அலட்டிக்கிறான். வர்றவ நாக்குக்கு ருசியாச் சமைப்பாளாமே! அதுக்கும் சேத்துப் போட்டுக் கொடுப்பாரு ஐயா. சும்மாவா தர்றார்? உழச்ச காசுதானே! பிள்ளை குட்டி இல்லாத வீடு. அம்மாவும் கண்ணை மூடியாச்சு. நாளப்பின்னே, சொத்து முச்சூடும் கோயிலுக்குப் போவுதோ காந்திக் காரங் களுக்குப் போறதோ? நாம ஒரு குடும்பம் அது இதுன்னு ஆயிட்டா அள்ளித்தர வேண்டாம்? கிள்ளியாவது போட மாட் டாரா? நாலு கிரகம் சேர்ந்தா, எல்லாம் கூடி வந்து... வாங்க, காயாம்பு பிள்ளைவாள்! பள்ளிக்கூடத்திலே கொடியேத்தி வைக்க வரணும். சாரட்டு வண்டி காத்திருக்கு.

ஈரவேட்டியின் ஒரு முனையைக் கையில் பிடித்தபடி மிடுக்காக வீட்டுக்குள் நுழைந்தான்.

'டே காயாம்பு! எங்கேடா தொலைஞ்சே? நானும் வந்ததி லேருந்து தேடிட்டிருக்கேன்!' - அழகிய நம்பியாபிள்ளையின் குரல் இடிபோல முழங்கியது. வந்துவிட்டார். எதிர்பார்த் ததைவிட சீக்கிரமாகவே!

'சட்டுபுட்டுன்னு வெந்நீர் போடும்மா! ஒரே அலைச்சல்! கண்ணு பொகுபொகுன்னு எரியுது. எளவு, வயறு வேற சரியில்லே, எல்லாம் உஷ்ணம்தான், வேறே என்ன?

பின்கட்டில், வேம்பாவில் தண்ணீர் நிரப்பி நடுக்குழலுக்குக் கீழே கரித்தட்டு செருகிப் பற்ற வைத்துவிட்டு சாப்பிட உட்கார்ந்த பொழுது, தவசிப்பிள்ளை முணுமுணுத்துக்கொண்டே சோற்றை இலையில் வீசினாற்போல் போட்டான்.

'இருடா! கொஞ்ச நாளுதான் உன் ஆட்டம் எல்லாம்!'

குத்துக்குத்தாக எண்ணெய் எடுத்து உச்சந்தலையில் வைத்து, காயாம்பு பரபரவென்று தேய்க்க, உள்ளபடிக்கே பிள்ளைவாள் உச்சி குளிர்ந்து முக்காலியில் இருந்தார். 'வாவ், வாவ்!' என்று சகலத்தையும் ஆமோதிப்பதுபோல வாய் தன்பாட்டில் முனகியது.

'கோமதியக்கா சௌக்கியங்களா?'

காயாம்பு ஜாக்கிரதையாக ஆரம்பித்தான்.

‘ஆமாடா! இங்கே வந்தபோது நச்சரிச்சுக்கிட்டே இருந்திச்சு இல்லே! ஏன் கேக்கறே போ! தச்சநல்லூர் போய் ஆகணும்னு ஒரே அடம்! நேத்து மதியம் அங்கியும் போய்...’

காயாம்புவின் மனம் அவன் கைகளில் குதிபோட, பிள்ளை ‘டேய், டேய்! மெல்லடா!’ என்று ஒப்புக்குச் சொன்னபடி உடம்பை வளைத்துக் கொடுத்தபடி இருந்தார்.

‘என்னமோ போ! நெல்லையப்பன் நெனைக்கிறான், நடத்தறான்!’

காயாம்பு அவசரமாக ‘ஆமாமா’ என்றான்.

விஷயம் கனிந்து கொண்டிருக்கிறது.

தோட்டத்தில் குடிசை போடுகிற சமாசாரம். வேண்டாம். பய காஞ்சு கிடக்கான்னு பிள்ளை நினைத்துவிடுவார். சாவதானமாக ராத்திரி கால் பிடித்து விடும்பொழுது கேட்கலாமா? ‘சீ நாயே! என்ன அவசரம்?’ காயாம்பு தன்னையே திட்டிக்கொள்ள, காதுக்குள் சிரிப்புச் சத்தம். தச்சநல்லூர்க்காரிதான்.

ராத்திரி சுபாஷ் பஜாரில், இளநீரும் வாசனைப் புகையிலையும் வாங்கப் போனபோது, கண்ணில் பட்ட ஒவ்வொரு பெண் சாயலிலும் அவளைப் பார்த்தான். சம்பந்தம் பேசிவிட்டு வந்தாரா, இல்லை அவர்கள் இஙகே வருவார்களா?

சொன்னதை வைத்துப் பார்த்தால் நாளைக் காலையில் எழுந்ததும், ‘பல்லு வெளக்கிட்டு வாடா! கையோட தாலியைக் கட்டிட்டுத் திரும்பிடலாம்!’ என்று இழுத்துப்போய் விடுவாரோ! அப்புறம் சுதேசமித்திரன் யார் போடுவது?

‘நாலு கவுளி வெத்திலை, கால் வீசை புகையிலை!’

‘என்னடா காயாம்பு படுகுஷியாத் தெரியறே? பனமரத்துப் பால் ஏதாச்சும் சாப்பிட்டியா?’ மாணிக்கவேலு நாயக்கர், சிரித்துக் கொண்டே புகையிலை நிறுத்தார்.

‘ஐயய்யே! என்ன முதலாளி, ஐயா நிழல்லே இருந்துகிட்டு அதெல்லாம் நினைச்சுக்கூடப் பாக்க முடியுங்களா?’

‘ஆமாடா! உங்கய்யா பொறக்கும் போதே ராட்டை சுத்திக்கிட்டா பொறந்தாரு! என் சேக்காளிதானேடா! நாங்க போகாத இடமா? சின்னப்பய! உங்கிட்ட எதுக்கு அதெல்லாம்? இளநி யாருக்குடா, நம்பிக்குத்தானா?’

‘ஆமா முதலாளி,ஒரே காங்கை! பாவம். ஊருக்காக அலையறது திரியறதுன்னு உடம்பைக்கூடக் கவனிச்சுக்கறது இல்லே! நான் செஞ்சாத்தான் உண்டு!’

‘நல்லா சொல்லிப்போட்டீங்க!’ கையில் பிடித்த இளநீர் ஆட ஆட காயாம்பு நடக்க, மனத்தில் அவள்தான். ‘தியாகபூமி’ நோட்டீ/ ஸில் அடித்த எஸ்.டி.சுப்புலட்சுமி முகம் போல சாந்தமான முகம் அவளுக்கு இப்போது!

‘ஏளா! இல்லை அப்படிக் கூப்பிடக்கூடாது. பெயரைச் சொல்லித்தான் கூப்பிட வேண்டும். என்ன பெயராக இருக்கும் கோமதியக்கா சொல்லவே இல்லையே? பிள்ளையிடம் கேட்க வேண்டும். இந்த மாதிரி நந்துணி நறுக்கிணி விஷயம் எல்லாம் ஒரு கை எண்ணெய் தலையில் வைத்துத் தேய்த்தால்தானே உதிரும், சந்தடிச் சாக்கில் ஒரு சைக்கிளுக்கும் அடிபோட வேண்டும். பெண் வீட்டில் கொடுத்தாலும் சரிதான். மற்றபடி சல்லிக்காசு வேண்டாம்.

‘டே காயாம்பு!’ - யாரோ கூப்பிட்டார்கள்.

காயாம்பு திரும்பியே பார்க்கவில்லை.

•

யுத்தம் நின்று போனதைத் தவிர, இரண்டு வருஷத்தில் ஒன்றும் மாறிவிடவில்லை. காயாம்பு, காலையில் பள்ளிக்கூடத்தைக் கூட்டிப் பெருக்குகிறான். ராட்டை அடுக்குகிறான். சுதேச/ மித்திரன் விநியோகிக்கிறான். எஸ்.எஸ்.எல்.சி. பையன்/ களுக்குப் பொடி வாங்கி வந்து கொடுக்கிறான். சாயந்தரம் சுபாஷ் பஜாருக்கு, காய்கறி வாங்கப் போகிறான். அப்போதெல்லாம், ஒரு சின்னக் குழந்தையைக் கட்டியணைத்துத் தூக்கிப் போ/ கிறான். பெண் குழந்தை. ‘தே, தாயாம்பு!’ என்று மழலையில் கூப்பிட்டு நெஞ்சில் உதைக்கிற குழந்தை. பிள்ளைவாளுக்குக்

காலம் தப்பிப் பிறந்த மகள். குழந்தைக்கு அம்மா தச்சநல்லூர்க் காரி. அடர்த்தியான கூந்தலும், கணணில் சதா தெரியும் மெல்லிய சோகமுமாக வளைய வருகிறவள். கட்சி கிட்சி எல்லாம் வேண்டாம் என்று ஒதுங்கிக் கொண்டாலும் குழந்தைக்கு சுதந்தர தேவி என்று பெயர் வைத்திருக்கிறார்கள். சுதந்தரம் இன்னும் வரவில்லை.

58. பஞ்சாங்கக்காரர்

'பஞ்சாங்கக்காரர் வீடுங்களா இது?'

கெச்சலாக இருந்தான். பதினெட்டு வயது இருக்கும். ஒரு கண், பின்னால் நின்ற ஒற்றை மாட்டு வண்டியில். அவன்தான் ஓட்டி வந்திருக்கிறான்.

மழுமழுவென்ற தலையும் நடுவில் கீற்றுக் குடுமியுமாக வெளியே வந்த பெரியவர் காதில், இவன் கேட்டது விழவில்லை. கிழக்குப் பக்கம் பார்த்து தலைக்கு மேலே கை வைத்துச் சேவித்துவிட்டு திரும்ப உள்ளே போக முற்பட்டார் அவர்.

'ஏங்க, பஞ்சாங்கக்காரர் வீடுங்களா இது?'

அவன் நகர்ந்தபொழுது வண்டியும் கொஞ் சம் நகர்ந்தது. கேள்வியை முடிக்கும் முன் மூக்கணாங்கயிற்றைக் கைப்பற்ற ஓட வேண்டி வர, குரல் திடீரென்று பெரியதானது. பெரியவர் நின்றார்.

'ஆமாம்ப்பா! பஞ்சாங்கக்காரன் வீடுதான்! நான்தான் அவன். ஏதுக்கோசரம் கத்தறே இப்படிக் காலங்காத்தாலே?'

'மாடு நகருது ஐயரே!'

'அவுத்து அந்தத் தந்திக் கம்பத்துலே கட்டேன்.'

மாட்டைக் கட்டிவிட்டு, வண்டியைக் குடை சாய்த்து ஓரமாக நிறுத்திவிட்டு திண்ணைக்கு வந்தான்.

'திண்ணை பெருக்கியாச்சோ, ஒரே மண்ணா இருக்கே?'

பஞ்சாங்கக்காரர் உள்ளே பார்த்து சத்தம் போட்டார்.

'காலம்பறலேருந்து ஒழியவேயில்லியே!' - உள்ளே இருந்து பதில் குரல்.

'ஏம்ப்பா, உன்னைத்தான்... மேல் துண்டாலே தட்டிட்டு உக்காரேன். எங்கே இருந்து வரே?'

'முத்துப்பட்டி. ராமசாமி சேர்வை மகன்.'

'பம்ப்செட் சேர்வையா?'

'ஆமா!'

'அடப்பாவி! தாயார் திதி. விடிகாலையிலே வண்டி கட்டி அனுப்பறேன்னுட்டுப் போனார் மனுஷன். அஞ்சரை மணியிலேருந்து கொட்டக் கொட்ட உக்காந்து இருக்கேன். இப்ப வந்து நிக்கறியே! எட்டு மணிக்கு மேலே கிளம்பி, தெவச காரியம் எப்போ முடிச்சு?'

'அதில்லே ஐயரே! ஊர்லே சுத்தமாத் தண்ணி இல்லே. நாலு அஞ்சு பசங்களா நவாப் தோட்டத்திலேருந்து ராத்திரி முழுக்கத் தண்ணீர் எடுத்து வந்து ஊர்ப்பொதுவிலே தொட்டி நிரப்பிக்கிட்டு இருந்தோம். கருக்கல்லே கொஞ்சம் அசந்துட்டேன். அப்பாரு உசுப்பிவிட்டு, ஓடுறான்னு அனுப்பினாரு. நீங்க வண்டியிலே ஏறுங்க ஐயரே! கால் மணியிலே கொண்டு சேர்த்திடறேன்.'

'ஏதோ போ! முதலுக்கு மோசமில்லாமக் கொண்டு சேர்ப்பியோ? இந்தக் குடையை வண்டியிலே வை. உடம்பே சரியில்லே. ஒப்புத்துண்டாச்சேன்னு வரேன். செத்தே இரு!'

உள்ளே போனார்.

‘கேசவ ஐயங்கார், பேரன் ஜாதகம் கணிக்கக் கொடுத்திருக்கார். பத்து மணிக்கு தரேன்னு சொல்லியிருந்தேன். குமஸ்தன் வந்து நிக்கப் போறான். நாளைக்கு நானே கொண்டுவந்து கொடுக்க றேன்னு சொல்லு. நைச்சியமாகச் சொல்லணும். வக்கீல், பெரிய மனுஷன்!’

‘ஆமாம். தொட்டில் போடறதுக்கு, வீடு வீடா ஏறிக் கூப்பிட் டுண்டு போறா. இங்கே வந்து அழைக்கணும்னு லட்சியமே இல்லே. பஞ்சாங்கக்கார வீடுதானே?’

‘சரி, சரி. வருஷம் பூரா இதே பல்லவி. மத்யானம் திரும்பிடுவேன். மிச்சக் கச்சேரியை அப்புறம் வச்சுக்கோ...’

‘கௌம்பியாச்சா... ரெண்டு நாள் உடம்பு சரியில்லேன்னு கிடந்தாச்சு. கொஞ்சம் சரியாயிடக் கூடாதே?’

‘போனாத்தானே கையிலே காசு வரும். தேதி இருபது. கையிலே தம்பிடி இல்லே!’

‘அப்படி இழுத்துக்கோ பறிச்சுக்கோன்னு யாரு இருக்கச் சொல்றா?’

‘நான் கத்துண்ட மந்திரமும் ஜாதகமும் சோறு போடற வரைக்கும் இதான் தொழில்!’

‘ஊர்லே இல்லாட்டாலும் புரோகிதத்துக்கு ஏக மதிப்பு. பத்து புரோகிதா இருப்பாளா? இந்தப் பத்திலேயும் கூட பஞ்சாங்கக் காரர் சேர்த்தி இல்லியாம். இளக்காரம்.’

‘இருந்துட்டுப் போகட்டுமே. என்னை மதிக்கவும் கௌரவப் படுத்தவும் மனுஷா இருக்கா. என்ன ஜாதியாவது இருந்துட்டுப் போறது. நான் சொல்றதுதான் மந்திரம். நான் நடத்தி வைக்கறது தான் நல்ல காரியமும் மத்ததும். நான் அவாளை நம்பி இருக் கேன். அவா என்னை! மத்தவா மதிக்காட்டா நமக்கென்ன போச்சு?’

‘எல்லாம் சரிதான். அதுக்காக உடம்பு சரியில்லாம அலைய ணுமா? வெங்கடேசன்தான் பத்து நாளைக்கு ஒரு லெட்டர் போட்டு வா வாங்கறானே... பம்பாயிலே போய் இருந்துட்டுத் தான் வரலாமே. இன்னுமா கோபம் ஆறலே?’

‘குஜராத்தி மாட்டுப் பொண்ணு. மூணு வேளையும் சப்பாத்தி தட்டிப்போடுவா!’

‘அவ ஏன் பண்ணனும்? நான் வாய்க்கு ருசியா பண்ணி அவளுக்கும் பேரன் பேத்திக்கும் போட மாட்டேனா? பாஷை புரியாட்டா என்ன?’

‘அன்னிக்குக் கல்யாணமாகி அவ கால்லே விழ வந்ததும், அந்த ஓட்டம் ஓடின, சமையல்கட்டைப் பாத்து!’

‘பயம். உங்க மேலேதான். வேறே என்ன? நீங்கதான் முகம் கொடுத்தே பேசலியே! ஆச்சு. அதெல்லாம் நடந்து பத்து வருஷம் ஆச்சு. இப்ப ஏன் கிளறணும்?’

‘ஆமா. ஆரம்பிச்சது நீதான்! என்னைக் குத்தம் சொல்லு!’

பஞ்சாங்கக்காரர் கிளம்பினார்.

‘கொஞ்சம் கரைச்சாப்பிலே ரசம் சாதம் எடுத்து வச்சுடு. போகலாமாடா அப்பா! அந்தத் துண்டை மடிச்சு வச்சுக்கறியா? காத்திலே மேலே படும். அப்புறம் குளிச்சாகணும். குடையை வச்சுட்டியா?’

‘இதோ!’ அவன் கிளம்பத் தயாராக இருந்தான்.

‘ஏறிக்குங்க ஐயரே! மெதுவா.’

வண்டி நகர்ந்தது.

சைக்கிளில் பள்ளிக்கூடம் போகிற பெண்கள். வண்டிக்குள் பார்த்துவிட்டு ஒருத்தி ஏதோ சொல்ல, கலகலவென்று சிரிப்பும் சைக்கிள் மணி சத்தமும்.

‘இந்தக் குழந்தைகளுக்கு எல்லாமே வேடிக்கைதான். படிக்கிறியோ அப்பா?’

ஸ்கூல் முடிச்சுட்டேன்ங்க. அப்புறம் மேக்கொண்டு படிக்க வைக்க அப்பாருக்கு வசதிப்படலே. ஐ.டி.ஐ டர்னர் டிரெயினிங் முடிச்சுட்டு, இப்ப சும்மாதான்...’

‘வேலைக்கு எங்கேயும் முயற்சி பண்ணலியாடாப்பா?’

‘எங்கே ஐயரே! பட்டணத்துக்குக்கூட ஒரு தடவை போய்ட்டு வந்தேன். அப்பாரு யார் யாரையோ பாக்கச் சொல்லியிருந்தாப் பல. கிட்டி முட்டிப் போனா இப்ப அப்பங்கறாக. ஒண்ணும் நடக்கலே. ஊரோட இருந்து புஞ்சைக்காட்டைப் பார்த்துக் கலாம்னா அதுக்கும் வழியில்லே. நாலு வருஷமா வெள்ளாமை கிடையாது. சரின்னு சும்மா உக்கார முடியுதா? ஒரு கிணறு விடா ஊர்லே தூரு வாரினோம். ஏரியிலே சுத்தம் பண்ற வேலை நடக்குது. பகல் பூரா இது. ராத்திரியிலே நவாப் தோட்டத்தி லிருந்து தண்ணி சப்ளை. கிராமமே கஷ்டப்படுது ஐயரே. நம்மாலே முடிஞ்சது...’

கோயில் வாசல். தீட்சிதர் நிற்கிறார். பக்கத்தில் பஞ்சகச்சத்தில் ஸ்டாம்ப் வெண்டர் பஞ்சாபகேசன். எங்கேயோ பிராமணார்த் தம்.

‘என்னய்யா, தூர தேசப் பிரயாணமா... உன் பாடு தேவலை!’

தீட்சிதர் வண்டிக்குள் பார்த்துச் சிரிக்கிறார்.

‘உமக்கென்னய்யா! எண்ணிப் பத்து மந்திரம் தெரியுமா? அதுவும் மறந்தாலும் யாரும் கண்டுக்கப் போறதில்லை. பிரபவ, விபவ, சுக்ல, பிரமோதூதன்னு அறுபது வருஷப் பேரை ஒப்பிச்சுட்டே கல்யாணமும் நடத்தி வைப்பீர். கருமாதியும் பண்ணிட்டு, பூசணிக்காயும் இலையுமா வந்துடுவீர்!’

போன மாதம் ஒரு சாயந்தரம் பிரதோஷத்துக்குக் கோயிலுக்குப் போகிறபோது இவர்தான் வம்புக்கிழுத்தார். அதற்கு முந்தின நாள்தான், தீட்சிதர் ஒரு உதவி கேட்டு இவர் மறுத்தது.

‘உம்மாலே ஒரு காரியம் ஆகணுமய்யா. நம்ப பஞ்சாபகேசன் மச்சுனன் காலேஜ் முடிச்சுட்டு வெட்டியா சுத்திண்டு இருக்கான். உம்ம பிள்ளை நினைச்சா, பம்பாயிலே அவன் கம்பெனியிலே உத்யோகம் பண்ணி வைக்கலாம். பத்திரிகையிலே பேட்டி எல்லாம் கொடுத்திருந்தானே! ரிக் கம்பெனியாம். என்ன ரிக்கோ? எனக்கு ரிக் வேதம்தான் தெரியும்; உமக்கு அதுவும் தெரியாது. பாலைவனத்துலே தண்ணி தோண்டற ராட்சஸ இயந்திரம் எல்லாம் வைச்சுண்டு பெரிய வேலையா இருக்கான்னு போட் டிருந்தது. நம்ம மனுஷான்னு ஒரு உபகாரம் செய்யட்டுமே! ஆயிரம் ரெண்டாயிரம்னாலும் சரி, வாங்கிக்குமய்யா!’

‘மன்னிக்கணும். என் தொழில் - டிரோக்கர் இல்லே, புரோகிதம்!’

‘அடப் போய்யா! நீதான் உன்னை புரோகிதன்கிறே!’

இல்லை சுவாமி. இவர்களும்தான். அதான் போய்ண்டு இருக்கேன்.

தார் ரோட்டிலிருந்து இறங்கி வண்டி கப்பி ரோட்டில் திரும்பியது.

‘வந்தாச்சு, ஐயர் வந்தாச்சு!’

வேப்ப மரத்தில் கட்டியிருந்த ஆட்டை ஓரமாகப் பிடித்து நகர்த்தி விட்டு, சேர்வைக்காரர் ஓட்டமும் நடையுமாக வந்தார். சொல்லி வைத்தாற்போல வேடிக்கை பார்க்க வந்த நண்டு சிண்டுகள். கிரீச் கிரீச்சென்று பக்கத்தில் எங்கேயோ செக்கு நிறுத்தி, எண்ணெய் ஆட்டுகிற சத்தம்.

திண்ணை பளிச்சென்று மெழுகியிருந்தது. அரிசியும் உமியும் ஓலைக் கடகங்களில். பழுக்காத் தட்டில் வாழைப்பழம். பக்கத்தில் பூசணிக்காய். இலை அடுக்கு. எள்.

‘முத்தய்யா! ஆத்தாகிட்டே கேட்டு, ஐயருக்கு ஒரு சொம்பிலே பசும்பால் எடுத்து வா! நீ, ஏரிக்குப் பொறவு போகலாம். மாட்டுக்குத் தவிடு வச்சியா?

‘பால் வேணாம் சேர்வைக்காரரே! வயிறு சரியில்லே!’

பஞ்சாங்கக்காரர் திண்ணையில் உட்கார்ந்தார்.

‘எளனி வெட்டித்தரச் சொல்லட்டா?’

‘எதுக்கு சிரமம்?’

இளநீர் உபசாரம் கழிந்தது. சேர்வைக்காரர் ஓரமாக நின்றார்.

‘உக்காருங்க. இல்லாம காரியம் எப்படி நடக்கறது? உங்க அம்மா போய் நாலா? அஞ்சு வைகாசி ஆறதோ!’

‘ஆமாங்க’

அரிசியைக் குவித்து வைத்தார். வாழை இலையை விரித்து மேலே பரப்பினார். கைப்பையிலிருந்து தர்ப்பையை எடுத்து மந்திரம்

சொல்லி சேர்வைக்காரரிடம் நீட்டினார். இயந்திரமாகப் பிடித்துக் கொண்ட சேர்வைக்காரரின் கண்கள், அம்மா நினைவிலேயோ என்னவோ நிறைந்து இருந்தது.

பஞ்சாங்கக்காரர் மந்திரம் சொல்லத் தொடங்கினார். மூப்பையும் நோயையும் மீறி தெளிவாக ஒலிக்கிற குரல்.

சொல்லிக் கொண்டிருக்கும்போதே நாக்கில் கசப்பு அனுபவப் பட்டது. மூன்று நாள் காய்ச்சலும் மருந்தும் விட்டுப்போன தடம். மெல்ல அசதி கவிகிறது. தான் செய்வதை எல்லாம் தானே பக்கத்தில் உட்கார்ந்து பார்க்கிற மாதிரி பிரமை. கைகள் தன் போக்கில் நீரைத் தெளிக்கவும் எள்ளை இறைக்கவும் செய்ய, கண் மங்கியது. சரம் சரமாக வரவேண்டிய மந்திரம், ஒரு கணத்தில் மறந்து போனது.

சேர்வைக்காரர் காத்திருக்கிறார். தூணைப் பிடித்துக்கொண்டு அவர் மனைவியும், அரூபமாக அவர் தாயாரும்! மந்திரம், மந்திரம் சொல்லுங்க. மறந்தா என்ன ஓய்? பிரபவ, விபவ...

மாட்டேன். நான் ஏமாற்ற மாட்டேன்.

நெஞ்சை அடைத்தது. உடம்பும் ஒத்துழைக்க மாட்டேன் என்றது. காலையில் கிளம்பும்போது பால் சாப்பிட்டிருக்கக் கூடாது. அப்புறம் இங்கே இளநீர் வேறு. எங்கேயோ வேப்பெண் ணெய் வாடை. வயிறு புரட்டிக்கொண்டு வாயில் வந்தது.

ஐயையோ! இது பித்ருக்களைக் கூப்பிட சுத்தம் செய்து, அரிசியும், உமியும் பரப்பி, எள்ளும் நீரும் இறைத்த இடம். அசுத்தப்படக் கூடாது.

நாக்கைக் கடித்துக் கொண்டார். குத்த வைத்து உட்கார்ந்தார். இப்படியே ஊர்ந்து திண்ணைக் கோடிக்குப் போயிடணும்.

கால்தான் ஒத்துழைக்க மாட்டேன் என்றது. இலுப்ப எண்ணெய் நனைத்த விளக்குத் திரியால் நாக்கில் யாரோ வருட வருகிற, ஓவ்...

ஒரு சிவப்புத் துண்டு முகத்துக்கு நேரே தாழப் பிடிக்கப்பட் டதைப் பார்த்தபடி கண் இருண்டது.

'ஆத்தா! ஐயர் கண் முழிச்சுட்டார். வெந்நித் தண்ணி சுடப்பண்ணுங்க!'

'பஞ்சாங்கக்காரர், தன்னை ஆதரவாக மேலே சார்த்தியிருந்த கறுத்த கரங்களைப் பார்த்தார். முகத்தை வருடிய சிவப்புத் துண்டில், பச்சை மண் வாசனை கவிந்தது.

அந்த தேவதூதனைப் பார்த்து உள்ளில் கை குவித்தார்.

சேர்வைக்காரர், கண்ணில் குற்ற உணர்ச்சியோடு பக்கத்தில் வந்து நின்றார்.

'ரொம்ப சிரமப்படுத்திட்டேன். மன்னிச்சுக்கணும். மனசுக்குக் கஷ்டமா இருக்கு!'

'ஒண்ணும் இல்லே. சேர்வைக்காரரே! கொஞ்சம் கிறுகிறுன்னு வந்தது. இப்ப சரியாயிடுத்து!' - மேல் துண்டால் முகத்தைத் துடைத்துக் கொண்டார்.

'வெந்நித் தண்ணி இந்தாங்க ஐயரே!'

கங்கா ஜலம். பகீரதன் ஆற்றிக் கொடுக்கிறான்.

'முத்தய்யா, வண்டியைக் கட்டு. ஐயரைப் பதமா கொண்டு விட்டுட்டு அம்மாகிட்டே சொல்லிட்டு வா. பைய ஓட்டிப்போ. பத்திரம்!'

'வேணாம் சேர்வைக்காரரே! நான் இப்படியே நடந்து போறேன்!'

பஞ்சாங்கக்காரர் பையை எடுத்துக் கொண்டார்.

'சும்மா இருங்க. நானாச்சு உங்களைச் சேர்க்க!'

முத்தய்யா வார்த்தைக்கு மறுப்புச் சொல்ல முடியவில்லை.

'தட்சணை.'

சேர்வைக்காரர் பவ்யமாக நீட்டுகிறார்.

'ஒரு ரூபா கொடுங்க போதும். அடுத்த திதிக்கு வாங்கிக்கிறேன்.'

'இங்கிட்டுத்தாங்க அப்பு. நான் ஐயர் வீட்டம்மாகிட்டே கொடுத்திட்டு வரேன். வாங்க, புறப்படலாம்!'

பஞ்சாங்கக்காரர் வண்டியில் உட்கார்ந்தார். அவர் வேண்டாம் வேண்டாம் என்று சொல்ல, அரிசியும் வாழைக்காயும் பூசணிக் காயும் இலையும் வண்டியில் ஏற்றப்பட்டன.

வண்டி நகர்ந்தது. தார் ரோடுக்கு வருகிற வரை பஞ்சாங்கக்காரர் கண்களை மூடிக்கொண்டு வந்தார். திடீரென்று கேட்டார்.

'முத்தய்யா, உனக்கு பம்பாயிலே ஒரு வேலை கிடைச்சா போவியா?'

'அங்கே யாரு ஐயரே எனக்கு வேலையை வச்சுக்கிட்டு உக்காந் திருக்காங்க?'

'இருக்காங்கன்னு வச்சுக்கோயேன். நல்லா உழைச்சு சீக்கிரமே முன்னுக்கு வரமாட்டியா என்ன? அப்புறம் இந்த வானம் பாத்த பூமியிலே... சரி. பகவான் இருக்கான். நடத்திக் கொடுப்பான். நான் யார் திட்டம் போடறதுக்கு?'

அவர் ஒரு கடிதம் எழுதப்போகிறார்.

'பிரியமுள்ள வெங்கடேசா! உனக்கும் ஆஷாவுக்கும் குழந்தை களுக்கும் எங்கள் ஆசிர்வாதம். உங்கள் க்ஷேமத்துக்காக பெருமாளை சதா பிரார்த்தித்துக் கொள்கிறேன். அப்புறம் ஒரு விஷயம். ஒரு உதவி எனக்காகச் செய்யணும். உன்னால் முடியும். எனக்கு நம்பிக்கை உண்டு. இங்கே ஒரு பையன்...'

59. ரட்சகன்

மொத்தம் தொண்ணூற்று ஏழு பெட்டி. மூச்சைப் பிடித்துக்கொண்டு இரண்டு தடவை எண்ணியாகிவிட்டது.

'போய்யா... புண்ணாக்கு... தொண்ணூற்று எட்டு!' என்று கடுகடுக்கிறது நிரஞ்சன் கையில் பிடித்திருந்த பட்டியல்.

வந்து சேராதது எது? கீ போர்டா? மானிட்டரா? இல்லை கம்ப்யூட்டரேதானா?

'உடனே டெல்லிக்குக் கிளம்பி லஜ்பத்நகர் கிளையில் கம்ப்யூட்டரைப் போட்டுவிட்டு வா. டோட்டல் உபயோகிக்க, சகலருக்கும் பயிற்சி தரணும். ஒண்ணாம் தேதிக்கு அப்புறம் அங்கே யாராவது பேனாவால் எழுதி வேலை செய்தால், உனக்குத்தான் மெமோ தருவோம்!'

தலைமை அலுவலகத்தால் விரட்டப்பட்டு, டிசம்பர் குளிரில் நிரஞ்சன் காலையில்தான் டெல்லியில் தரை இறங்கினான். டிப்டாப் த்ரீ-பீஸ் உடையில் உள்ளூர்க்காரர்களான ஊழியர்களும் செயற்கைக் கம்பளி அழுக்கு

ஸ்வெட்டர்களோடு, உத்தியோக உயர்வில் வந்த நம்மூர் நபர்களுமாகப் படு சுறுசுறுப்பாக இயங்கும் லஜ்பத்நகர் கிளை.

நிரஞ்சன் தலை தட்டுப்பட்டதுமே, கிளை நிர்வாகி தரதரவென்று கையைப் பிடித்து இழுத்துக் கொண்டு பாதாள அறைக்குப் போனார்.

'இன்னிக்கு அஷ்டமி. சூரியன் அஸ்தமிச்சதும் வேலையை ஆரம்பிக்கலாம். லைன் எல்லாம் இழுத்துத் தயாரா இருக்கு. போன வாரம்தான் ஒரு கோஷ்டி வந்து இண்டு இடுக்கு விடாமே சாக்கெட் மாட்டி நம்பர் போட்டுது. மெயின் சிஸ்டம் வைக்க கேபின் கூட... டாய்லெட்டைத் தடுத்துப் போட்டாச்சு. கம்ப்யூட்டர் எல்லாம் இதோ இருக்கு!'

சுவருக்கு அந்தப் பக்கம் யாராரோ அற்பசங்கைக்கு ஒதுங்கிக் கொண்டிருக்க, இந்தப் பக்கம் இருபத்தொண்ணாம் நூற்றாண்டுக்குப் போய்க்கொண்டு, நிரஞ்சன் மனமேயில்லாமல் பெட்டிகளைப் பிரிக்க முற்பட்டபோது, மேனேஜர் திரும்ப தடையுத்தரவு போட்டார்.

'வேண்டாம். கொழுத்த ராகு காலம். பிரிச்சு பணால் ஆயிட்டா கஷ்டம். ஆறு மணிக்கு ஆள் அனுப்பறேன். பிரிக்க, தூக்க, மேலே எடுத்துப் போக ஒத்தாசையா இருக்கும்!'

கம்ப்யூட்டர் கம்பெனி ஆசாமிகளைத் தொலைபேசியில் அழைத்து சாயந்தரம் வரச் சொன்னால், வெள்ளைக்காரத்தனமாக நாளை பத்து மணிக்கு என்று கறார் வார்த்தை. அவர்களுக்கு என்ன போச்சு?

'மயூர் விஹார்லே போன வருஷம் கம்ப்யூட்டர் போட்டபோது, நாப்பத்தெட்டு மெகாபைட் கூடுதல் மெமரிபோர்ட் கூரியர்லே அனுப்பியிருந்ததை யாரோ வாங்கி எங்கேயோ வைக்க, வேறே எவனோ ஒருத்தன் சுட்டுட்டான். பண நஷ்டம், போலீஸ், எஃப்.ஐ.ஆர். பேஜாராயிடுத்து!'

மத்தியானம் கேண்டீன் ரொட்டியை உடுப்பி ஹோட்டல் ஊத்தப்பமாகப் பாவித்து சுவைக்க முயன்று முடியாமல், எல்லாக் கோபத்தோடும் அரைத்து அரைத்து உள்ளே இறக்கிக் கொண்டிருந்தபோது, சென்னையிலிருந்து ஃபோனில் கூப்பிட்டுப் பயமுறுத்தி ஏப்பம் விட்டார்கள், உண்டு முடித்தவர்கள்.

கம்ப்யூட்டர் கம்பெனி இன்வாய்ஸைக் கையில் பிடித்தபடி பாதாள உலகத்துக்குப் பாய்ந்த நிரஞ்சன், இன்னும் அங்கேயே தான்.

‘இன்னும் ஒரு மணி நேரம் பொறு. எடுத்து வச்சுடலாம். பசங்க ஓவர் டைமுக்காகத் தகராறு செய்யறாங்க. அக்கவுண்டண்ட் வேறே லீவுலே போய்ட்டான். இத்தனை நேரம் மிரட்டி வேலை செய்ய வச்சுட்டேன்!’

படி இறங்கி வந்த மேனேஜர் சொல்லிக் கொண்டிருந்தபோதே, பக்கத்தில் டெலிஃபோன் மணி. இங்கே ஏன்?

‘வாடிக்கையாளர்களோட பாதுகாப்புப் பெட்டகமும் இங்கே இருக்கறதாலே, ஃபோன் வைக்கச் சொல்லிட்டாரு ஜி.எம். ஃபோன் பண்ண வரானா, பொருளை வைக்க வரானா - யார் கேக்க?’

சலித்துக் கொண்டபடியே தொலைபேசிவிட்டு வந்தவர் முகத்தில் பாப்கார்ன் வெடித்தது.

‘ஜி.எம்.தான். உடனே ரீஜனல் ஆபீஸுக்கு வரச் சொல்றார். கம்ப்யூட்டர் கேபிள்ஸ் போட, காசு வாங்கிட்டு நான் காண்ட்ராக்ட் கொடுத்தேன்னு மொட்டை பெட்டிஷன் வந்திருக்காம். என்ன எழவுக்கு எனக்கு கம்ப்யூட்டரும் மண்ணாங்கட்டியும் தெருப் புழுதியும்?’

ஜி.எம்.மாகவும் தெருப் புழுதியாகவும் மொட்டை பெட்டிஷன் காரனாகவும் நிரஞ்சனைப் பார்த்த அவர் பார்வையில் சிநேகிதம் இல்லை.

‘சார். இங்கே தொண்ணூற்று எட்டு...’

நிரஞ்சன் முடிப்பதற்குள் அவர் படியேறி இருந்தார்.

•

நிலவறையை முழுக்கப் பார்த்தால் தொலைந்த பெட்டி தட்டுப் படலாம். எங்கேயாவது ஓரமாகப் போட்டு வைத்து மறந்திருப் பார்கள்.

நிரஞ்சன் மெல்ல நடக்க, வரிசையாகப் பாதுகாப்புப் பெட்ட கங்கள் அடுக்கிய பிரும்மாண்டமான அறை. ஓரமாகக் கண்ணாடி.

டிரஸ்ஸிங் டேபிள். பெட்டகத்தில் வைத்து எடுத்த நகையைப் போட்டு அழகு பார்க்க!

டிரஸ்ஸிங் டேபிள் பக்கம் தரையில் கிடந்த பூப்போட்ட கைக்குட்டையை, குனிந்து எடுத்தான் நிரஞ்சன். பவுடர் வாடை யோடு அதை மறந்துவிட்டுப் போனது யாரோ?

மேஜைக்குப் பின்னால், பெட்டகத்துக்குக் கீழே, அறைக்கோடி வாட்டர் கூலர் மேல், பெடஸ்டல் ஃபேன் பக்கம் - தொண்ணூற் றெட்டாவது பெட்டியைக் காணவே இல்லை.

அறைக்கோடி, சிறிய கழிவறையில் முடிந்தது. பினாயில் பாட்டில், பிளாஸ்டிக் வாளி - மொறிச்சென்று சுத்தமாக! யாருக்கு வேண்டும். பெட்டியை எங்கேய்யா போட்டீங்க?

போகிறது. இனியும் தேடிக் கொண்டு நேரம் கடத்தக்கூடாது. சடசடவென்று எடுத்து வைத்துவிட வேண்டியதுதான். பிரதிஷ்டை செய்து, இணைப்பு கொடுத்து சரி பார்த்து, பரிவார தேவதைகளாக மோடம், ஸ்கேனர், பணவழங்கி, மல்ட்டி மீடியா உதவி எல்லாம் இணைத்து இயக்க வைத்து…

நிரஞ்சனுக்குத் தலையைச் சுற்றியது. ஒண்ணாம் தேதி முதல் ஒருத்தன் கையிலும் பேனா இருக்கக் கூடாதாம். இங்கே எத்தனை பேர் கம்ப்யூட்டருக்குப் பத்து சென்டிமீட்டர் தூரத்தில் நின்று சுவாசித்திருக்கிறார்கள்? கம்ப்யூட்டர் வாசனை பிடிக்கத் தயாராக இப்போது எத்தனை பேர் மேலே உட்கார்ந்து கொண்டு இருக்கிறீர்கள்? வாருங்கள் ஐயா! வாருங்கள் அம்மா! ஒரு கை கொடுங்கள்! உங்கள் மேஜையில் பரத்திய தூசி படிந்த பேரேடுகளைப் புறங்கையால் ஒதுக்கித் தள்ளிவிட்டு, கம்ப்யூட் டரை உட்கார்த்தி வையுங்கள். காதோரம் செருகிய ரீஃபில்களை யும் நடுவிரலில் மை கசியும் பேனாக்களைத் தூக்கி எறியுங்கள். ஒளிமயமான எதிர்காலத்துக்கு உங்களை வழி நடத்த, இதோ நிரஞ்சன் பாதாள அறையிலிருந்து படியேறி வந்து கொண்டிருக்க…

●

மேலே கதவு பூட்டியிருந்தது.

நாலு யானை பலம் கொண்ட இரும்புக் கதவு அது.

‘ஹலோ! கதவைத் திறங்கப்பா!’

நிரஞ்சன் குரல் அவனுக்கே பரிதாபமாக, சோனியாக இழுபட்டது. வெளியே யாருமே இல்லையா?

வயிற்றில் பயம் கவ்விப் பிடித்து ஜிவ்வென மேலெழும்பி, காது மடலில் உஷ்ணமாக வடிந்தது.

'ஹலோ! ஹலோ! ஹலோ!'

கதவில் திரும்பத் திரும்ப மோதிய கைகள், வலித்துச் சிவந்தன.

என்ன கண்றாவி இது? நல்ல குளிர்நாளில் இப்படி ஒரு பழக்கமில்லாத ஊரில் தரைக்கடியில் சிறைப்பட்டு, சாப்பாடு காலை முதலே பிரச்னை. இந்தியன் ஏர்லைன்ஸில் தேசிய ஒற்றுமையை வலியுறுத்த கமிட்டி போட்டு சமைத்து வைத்த ஏதோ பன்மொழிப் பதார்த்தம். மதியம் முக்கால் சுக்கா ரொட்டி. ராஜ்மா என்ற பெயரில் ஐந்து பெரிய மொச்சைப் பயிறு. அவ்வளவுதான். ஒரு டீக்குக் கூட வழியில்லாமல்...

டீ கிடக்கட்டும். வெளியே போகிற வழியைப் பார் என்று நிரஞ்சனுக்குள் யாரோ கட்டளை இட்டார்கள். சென்னையில் தினம் பஸ்ஸில் கூட வந்து டி.எம்.எஸ்.ஸில் இறங்கும் பருத்திப் புடைவை அழகியா அது? பிழைத்துக் கிடந்து, அவளும் கன்னிதான் என்று உறுதியானால்...

நேரங்கெட்ட நேரத்தில் மனசு ஏறி வந்தவளை வலுக்கட்டாயமாக இறக்கிவிட்டு மேல் படியில், கதவில் சாய்ந்தபடி உட்கார்ந்தான் நிரஞ்சன்.

நாளைக்குக் காலையில் பத்து மணி சுமாருக்கு இந்தப் பிரகஸ்பதிகள் வந்து கதவு திறக்கும் வரையில் இப்படியே உட்கார்ந்து கொண்டு இருக்க வேண்டியதுதானா?

பார்வை, அறைக்கோடி டெலிஃபோன் மேல் பட்டது.

யாருக்காவது ஃபோன் செய்து விஷயத்தைச் சொல்லலாமா? யாருக்கு? ஃபோன் பக்கம் நடந்தபடி யோசித்தான்.

டூ - த்ரி போர் - பைவ் - சிக்ஸ் - டூ சே. அது சென்னையில் 'வாமனன்' ஆபீஸ். கடைசித் தம்பி வேலை பார்க்கிறான். ஜூன் ஒண்ணாந் தேதி அவன் காதல் கண்ணாலம். அதற்குள் விடுதலையாகி விடுவோமா?

நாலு, ஆறு, ரெண்டு... நெல்லையில் சங்கரன் பிள்ளை சார் வீடு. முந்தாநாள் எழுபத்து மூணாவது பிறந்தநாள். வாழ்த்துச் சொல்ல ஃபோன் செய்தால், ரிப்பேர்.

இது நெல்லை இல்லை, டெல்லி. யாரைத் தெரியும்?

நூறு? வேண்டாம். உள்ளூர் போலீஸ் ஸ்டேஷனுக்கே போன அனுபவம் இல்லை. காக்கி உடுத்தி இந்தியில் இரைகிற போலீஸ்காரர்கள். இந்தி சினிமா, கடைசிக்காட்சியில் வந்தால் பொறுத்துக் கொள்ளலாம். பூட்ஸ் காலோடு பாதாள அறையில் தடதடவென்று ஓடி வந்து, சாரி. ராங் நம்பர். மதியம் ஃபோன் செய்த கம்ப்யூட்டர் கம்பெனி நம்பர்? நினைவு இல்லை.

கை போன போக்கில் எண்களை அழுத்த, 'நீங்கள் டயல் செய்த எண்ணைச் சரி பாருங்கள்!' என்று ஆங்கிலத்தில் அன்புக் கட்டளையிடும் இயந்திரக் குரல்.

நிறுத்தி நிதானமாக எண்களை மறுபடி மாற்றி அழுத்த, மறுமுனையில் மணிச்சத்தம். அப்பாடா!

•

'அல்லோ. கோன் போல்த்தே ஹை?' கரகரப்பான ஆண் குரல்.

நிரஞ்சன் அவசரமாகத் தொண்டையைச் செருமிக் கனைத்து, ஜாக்கிரதையான ஆங்கிலத்தில் லஜ்பத்நகர் பாதாள அறையில் ஆரம்பித்தான்.

'அரே! க்யா சாஹ்யே தும்கோ? கோன் ஹை தும்?'

மறுமுனை இந்தியில் சலிப்பும் அவசரமும்.

'யோவ்... வச்சுடாதே! உயிர்ப்பிரச்னை!' நிரஞ்சன் தமிழில் தன்னையறியாமல் அலற, ஒரு விநாடி நிசப்தம்.

'என்னப்பா, தமிழா? என்ன வேணும் சொல்லு?'

அட்சர சுத்தமான தமிழ். கடவுள் தொலைபேசியாக இருக்கிறார்.

'சார், சார்! நான் நிரஞ்சன்!'

பேச முடியாமல் குரல் தடுமாறியது.

‘மெல்ல மெல்ல. பதற்றப்படாதே. நான் மேஜர் ஹர்சரண் சிங் ராணா. உனக்கு என்ன உதவி வேணும் சொல்லு?’

தமிழ் பேசும் சர்தார்ஜி. நம்பள், நிம்பள் சேட் இல்லை.

ஒரு ஆசுவாசத்தோடு சொல்லி முடிந்தான் நிரஞ்சன்.

‘கேட்க கஷ்டமா இருக்கு அப்பா. நான் ஜனக்புரியிலே இருக்கறவன். நீ இருக்கறதோ பதினஞ்சு இருபது கிலோ மீட்டர் தள்ளி...’

‘சார், நீங்க வேறே எதுவும் செய்ய வேண்டாம். உங்ககிட்டே டெலிஃபோன் டைரக்டரி இருக்குமே! அதிலே இந்த ஆபீஸ் மேனேஜர் வீட்டு ஃபோன் நம்பரைப் பிடிச்சு எனக்குச் சொன்னாப் போதும்!’

சர்தார்ஜி சிரித்தார். நிரஞ்சனுக்குக் கஷ்டமாக இருந்தது.

‘ஏ பாய் முகுந்தன்.’

‘முகுந்தன் இல்லே சார், நிரஞ்சன். ஆர்.பி. நிரஞ்சன்.’

‘சரிப்பா, நிரஞ்சன். என்கிட்டேயும் டைரக்டரி கிடையாது. என் தம்பி வந்தா பக்கத்துலே எங்கேயாவது வாங்கி வருவான்!’

‘நீங்க போக முடியாதா சர்தார்ஜி? சார் தயவு பண்ணுங்க. இல்லேன்னா நாளைக் காலை வரை நான் இங்கேயே கிடந்தாகணும்.’

சர்தார்ஜி இன்னொரு வெடிச்சிரிப்பு சிரித்தார்.

‘உனக்கு விஷயம் தெரியாதா? நாளைக்கு விடுமுறை. சாயந்தரம் அறிவிச்சாங்க. பழைய பிரதமர் போய்ட்டாராம்!’

செத்தேன். நிரஞ்சனுக்குக் கை நடுங்கியது. நாளை விடுமுறை. நாளை மறுநாள் ஞாயிற்றுக்கிழமை. மூன்று நாள் இந்த குகைக்குள்ளா?

‘ஐயையோ! சார். சர்தார் சாஹேப்! உங்களை விட்டா எனக்குக் கதியில்லை. ஃபோனை வச்சுடாதீங்க!’ - நிரஞ்சன் முகம் தெரியாத சர்தார்ஜியோடு மன்றாடினான்.

‘தைரியமா இரு பையா. ஒண்ணும் ஆகாது. பெரிய ரூம்தானே நீ இருக்கறது?’

‘ஆமா சார். ஆனா சாப்பாடு?’

‘தண்ணி இருக்கா?’

‘இருக்கு சார்!’ - நிரஞ்சன் தன்னிச்சையாக ஓரத்தில் நிறுத்தியிருந்த வாட்டர் கூலரைப் பார்த்தான்.

‘அப்புறம் என்ன? ஒரு வாரம் தள்ளலாம்!’ - படு கேஷுவலாக வந்தது எதிர்க்குரல்.

‘சார். ஒரு வாரமா?’

‘நான் இருந்திருக்கேம்ப்பா. சியாசின்லே ஒரு பங்கர்லே ஏழு நாள் சாப்பாடு, தண்ணி, தூக்கம் இல்லாமே...’

‘சார்! நீங்க இருக்கலாம்!’

‘ஏம்ப்பா! எனக்கு என்ன தலைப்பாக்குள்ளே கொம்பா முளைச்சிருக்கு?’

‘அதில்லே சார். நீங்க பெரியவங்க!’ - நிரஞ்சன் சமாதானமாகச் சொன்னான். பகைத்துக் கொள்ளக்கூடாது. முதலுக்கே மோசமாகி விடும்.

‘என் தம்பி, ஜலந்தர் போயிருக்கான். ஐ.எஸ்.பி.டி.யிலே பஸ் இறங்கி வர ராத்திரி ரெண்டு மணியாயிடும். பொறு!’

தம்பி சர்தார்ஜி சீக்கிரமாக வரவேண்டும். அவன் வருகிற பஸ்ஸோ, ரயிலோ - தடங்கலோ விபத்தோ ஏற்படாமல் வந்து சேர வேண்டும். எல்லாக் கடவுளையும் வேண்டினான் நிரஞ்சன்.

‘சார், நீங்க உங்க ஃபிரெண்ட் யாருக்காவது ஃபோன் செய்து...’

‘நடக்கற காரியமில்லே அதெல்லாம். என் ரூம் ஃபோன், எக்ஸ்டென்ஷன்தான்!’

‘சார், நீங்க சாப்பிட்டாச்சா?’ நிரஞ்சன் கேட்டான்.

‘நிச்சயம் சாப்பிடமாட்டேன். நீ, பாவம் பசியா அடைஞ்சுகிடக்கே, ஃபோனை வச்சுட்டு நான் சாப்பிட்டா, ஆண்டவனுக்கே பொறுக்காது.’

நிரஞ்சனுக்குக் கண்கலங்கியது. இதுவரை சொல்லிச் சிரித்த சர்தார்ஜி ஜோக்குகளுக்காக, மானசீக மன்னிப்பு கேட்டுக் கொண்டான்.

'சார், ரொம்ப தாகமா இருக்கு.'

'போய் தண்ணி குடிச்சுட்டு வா.'

'ஃபோனை வச்சுடமாட்டீங்களே?'

'நம்பிக்கை இல்லியா நிரஞ்சன். நான் என் நம்பர் சொல்றேன். வேணுமானா குறிச்சுக்கோ. அட்ரஸ் கூட தர்றேன்.'

'இப்ப எனக்கு, அதெல்லாம் எதுக்கு சார்? ஒரு நிமிஷம் நினைச்சா பயமா இருக்கு. நீங்க பயப்படமாட்டீங்களா சார்?'

'சொன்னேனே! சியாசின்லே - ஒரு வாரம் சோறு தண்ணி இல்லாம, சுத்தியும் எதிரிகள் ஒருவழியாப் பிடிச்சுட்டாங்க.'

'அப்புறம் சார்?'

'சொல்றேன். நீ தண்ணி குடிச்சுட்டு வா.'

அவசரமாகக் குடித்ததில் புரை ஏறி இருமல்.

'என்னப்பா. மூக்காலே தண்ணி குடிச்சியா?'

'நீங்க ஜோக் அடிக்கலாம் சார். என் பக்கம் சிரிக்க, சந்தோஷப்பட தேறுதா. போறாத காலம் இல்லியா இது?'

'எத்தனை நல்ல விஷயம் இருக்கு. உனக்குப் புலப்படலியா?'

'என்ன எல்லாம் சார் இருக்கு?'

'வெளியே அஞ்சு டிகிரி குளிர். ரஜாய்க்குள்ளேயே குளிருது... உனக்கு?'

'லேசா புழுக்கமா இருக்கு. பாதாள அறை.'

'ஃபேன் போட்டுக்கோ. அப்புறம் மின்சாரம். போர்முனையிலே என்னை மாதிரி இருட்டுலே கிடக்கலியே. சுத்தி எதிரி யாரும் இல்லே. ஒரு புது கிழட்டு நண்பன் - நான்தான் - மாட்டி இருக்கேன். உள்ளே ஃபோன் இருக்கு. தண்ணி இருக்கு. ஏம்ப்பா டாய்லெட்?'

‘இருக்கு சார்.’

‘சாப்பாடுதான் இல்லே. அதானே?’

கம்ப்யூட்டரைத் தின்னமுடியாது. கர்ச்சீப்பை சாப்பிட முடியாது.

சர்தார்ஜி இன்னும் பத்து சதவிகிதம் அதிகக் கருணை காட்டினால் இந்நேரம் வெளியே போய்ச் சாப்பிட்டிருக்கலாம். தம்பி வர வேண்டும் என்று என்ன பிடிவாதமோ?

‘சார், உங்ககிட்டே கார் இருக்கா?’

‘இருந்தது. தங்கச்சிக்குக் கொடுத்திட்டேன். எதுக்குக் கேக்கறே?’

‘ஒண்ணும் இல்லே சார். சும்மாதான்.’

‘ஆர்மியிலே எல்லா வண்டியும் ஓட்டியிருக்கேன் தம்பி. மெட்ராஸ் லயோலாவுலே படிக்கறபோது காலேஜ்லேயே முதல் மோட்டார் சைக்கிள் என்னுதுதான்!’ ஆக, சர்தார்ஜிக்குத் தமிழ் வந்த வழி சென்னை நுங்கம்பாக்கம். நிரஞ்சன் வாயைக் கிண்டினான். தம்பி சர்தார் வரும்வரை இவரைப் பிடித்துவைக்க வேண்டியிருக்கிறது.

‘மெட்ராஸ் இல்லே. திருச்சியிலே எங்கப்பா செட்டில் ஆகி ஃபவுண்டரி வச்சிருந்தார். நான் படிச்சது திருச்சி, மெட்ராஸ். இங்கே வந்து இருபது வருஷமாச்சு.’

‘உங்க தம்பி என்ன செய்யறார்?’

‘பெட்ரோல் பங்க் வச்சிருக்கான். தமாஷான மனுஷன்.’

அவர் சொல்லிக்கொண்டிருக்கும்போதே வேறு ஏதோ சத்தம்.

‘வந்துட்டாம்ப்பா. உன்னோட அதிர்ஷ்டம். ஃபிரெண்ட்டோட கார்லே வந்து இருக்கான். தாங்க்யூ முசாஃபர் அலி. இந்த மடையனை எப்படி சகிச்சுக்கிட்டே? நிரஞ்சன், முசாஃபர் அலி பேமிலி ஃபிரெண்ட். ஜலந்தர்லே பக்கத்து வீடு.’

முசாஃபர் சௌக்கியமாக ஜீவிக்கட்டும். நிரஞ்சன் விடுதலை என்ன ஆச்சு?

யாரோ உரக்க விசும்பும் சத்தம். உரத்த குரலில் தேற்றும் சத்தம். அடுத்த விநாடி தொலைபேசி இணைப்பு துண்டிக்கப்பட்டது.

கடவுளே! இப்படி வழியைக் காட்டி அடைத்துவிட்டாயே! நியாயம்தானா?

உடல் முழுக்கச் சோர்வு பொங்கி வழிய, நிரஞ்சன் தொலைபேசியை வைத்துவிட்டு தரையில் அசதியாகச் சாய்ந்தபோது, தொலைபேசி வைத்த முக்காலிக்கு அடியில் தொண்ணூற்று எட்டாவது பெட்டி. கீ போர்ட் வைத்த அந்தச் சதுரப் பெட்டியைப் பார்த்தபடி கண்ணயர்ந்ததுதான் தெரியும்.

●

கண் விழித்தபோது ஹோட்டல் அறை. பக்கத்தில் கையைப் பிடித்துக்கொண்டு ஆயிரத்தோரு தடவை 'சாரி' சொன்ன லஜ்பத் நகர் கிளை மேனேஜர். பாதி ராத்திரி நேரத்திலும், டையோடு நிற்கிற ரீஜனல் மேனேஜர். எழுந்திருக்கப் போனவனை, தோளை அழுத்திப் படுக்க வைத்தார்.

'ரிலாக்ஸ் மை பாய். உன் அதிர்ஷ்டம் மேஜர் ராணாவைப் பிடித்துவிட்டாய். அற்புதமான மனுஷர்!'

ஒன்றாம் தேதி கம்ப்யூட்டர்களை நிறுவி பேனாக்களைத் தூர எறியும் வரை, அந்த அற்புதமான மனிதர் கண்ணில் படவில்லை. இரண்டாம் தேதி பகல். சேமிப்புக் கணக்கு அதிகாரிக்கு, ஸ்கேன் செய்த கையெழுத்தைக் கம்ப்யூட்டரில் பார்த்து, காசோலையை 'பாஸ்' செய்யச் சொல்லிக் கொடுத்துக்கொண்டிருந்த போது கவுண்ட்டரின் அந்தப் பக்கம் பெரிய சத்தம்.

'அலேக் நிரஞ்சன்!'

வெளியே வர, இரண்டு தலைபோடு விநோதமான சர்தார்ஜி.

பக்கத்தில் போனதும் தெரிந்தது, இரண்டு காலும் ஒரு கையும் இல்லாத வயதான சர்தார்ஜியை, நடுத்தர வயசுக்காரன் குழந்தை போல தூக்கிப் பிடித்தபடி நிற்கிறான்.

'மேஜர் ஹர்சரண்சிங் ராணா!' - இருந்த ஒற்றைக் கை நீண்டு நிரஞ்சனின் கரத்தை வலுவாகப் பற்றிக் குலுக்கியது. அதிலும் மூன்று விரல்தான்.

'மிச்சமெல்லாம் லேண்ட்மைன் வெடிச்சதுலே அம்பேல்!' - மேஜர் சிரித்தார். நிரஞ்சனின் கண்கள் பனித்தன.

‘மறுநாளே வந்திருப்பேன். ஜலந்தர்லே எங்கம்மா இறந்து போய்ட்டா. இந்த மடையன்தான் போய் பொதச்சிட்டு வந்தான். நீ இங்கே மாட்டிக்கிட்ட ராத்திரி.’

என்ன மகத்தான மனுஷர் இவர்? மிகப்பெரிய சோகங்களைச் சுமந்தபடி, அடுத்தவனின் சின்ன துக்கத்தில் பங்கெடுத்தபடி, கூட்டல் குறியைப் பெரிதாக்கி, கழித்தலைப் புறம் தள்ளி...

‘சார், சார்!’ - வார்த்தை வராமல் அரற்றினான் நிரஞ்சன்.

*‘ஜடி கல்லுது சி கஹ்ரஹே ஹோ...மென்னு சுனாயி நய் தித்தா?’**

தெய்வம் பஞ்சாபியில் பேசினாலும் புரியும்.

---

* *‘நீ என்ன சொல்றேன்னு எனக்குப் புரியலே?’ (பஞ்சாபி)*

60. ஐம்பது பைசா ஷேக்ஸ்பியர்

கண்ணுக்கெட்டிய தூரம் வரை செம்மண் ணும் சரளைக்கற்களுமாக விரிந்த பூமிக்கு நடுவே, சாயங்கால வெயிலில் பள்ளிக்கூடம் நின்று கொண்டிருந்தது. கல் கட்டடம். ஒவ்வொரு கல்லுக்கும் நூறு வயது ஆகி யிருக்கும். அந்தக் கருங்கல் கம்பீரத்துக்கு முன் வெட்கப்பட்டு வெளுத்த, சுண்ணாம்பு தீட்டிய சுவர்களோடு புதிய சிமெண்ட் கட்ட டங்கள் இருவசத்தும் புதிதாக எழும்பியிருந் தன. போன வருஷம் ராமநாதன் வந்தபோது, அங்கே கட்டட வேலை நடந்து கொண்டிருந் தது. பள்ளிக்கூடம் வளர்ந்து வருகிறது. மாணவர்கள் அதிகரித்துக் கொண்டிருக்கிறார் கள். தொழில் முறையில் ராமநாதனுக்குச் சந்தோஷம் அளிக்கிற விஷயம்தான் இது. காத்திருக்க வேண்டி வந்தாலும், கையில் ஏமாற்றமில்லாமல் காசு வந்து சேரும் என்று தோன்றியது.

கருங்கல் கட்டடத்தின் முன்வசத்தில் அவர் மட்டும்தான் இருந்தார். எல்லோரும் உள்ளே மேஜிக் ஷோவில் லயித்து இருந்தார்கள். ராமநாதன் நிற்கிற இடத்திலிருந்து உள்ளே

வகுப்பறைகள் தெரிந்தன. இரண்டு, மூன்று வகுப்பறைகளுக்கு நடுவில் இருந்த மரஸ்கிரீன்களை வெளியே நகர்த்திச் செய்து கொடுத்த இடத்தில் மாணவர்கள் நெருக்கி அடித்துக்கொண்டு உட்கார்ந்திருக்க பின்னால் நாற்காலிகளில் ஆசிரியர்கள். ஜிகினாத் தலைப்பாகை வைத்த வித்தைக்காரர், வாயிலிருந்து முடிவே இல்லாமல் வர்ண நூலை வெளியே இழுத்துக் கொண் டிருந்தார். அவர் முடித்த அப்புறம் ராமநாதன் ஆரம்பிக்க வேண்டும்.

எதிரே கரும்பலகையில்,

3.00 மணி - மேஜிக் ஷோ

- புரொபஸர் பெரியசாமி

4.30 மணி - ஷேக்ஸ்பியர் தனி நடிப்பு.

- புரொபஸர் ராமநாதன்

என்று தீர்க்கமான கையெழுத்தில் எழுதி, சிறியதாக கீழே பூ வரைந்து வைத்திருந்தார்கள். மடக்கு நாற்காலியில் சாக்பீஸ் பெட்டியில் துண்டு துணுக்காக மேஜிக் ஷோவுக்கான அனுமதிச் சீட்டுகள். மேஜிக்குக்கு எவ்வளவு தருவார்கள் என்று தெரிய வில்லை. தனி நடிப்புக்கு வழக்கமாக ஒரே கட்டணம்தான். சீட்டுக்கு ஐம்பது காசு.

'அன்புமிக்க மாணவர்களே... ஆசிரியப் பெருமக்களே! ஷேக்ஸ் பியர் ராமநாதன் நம் பள்ளிக்குப் புதியவர் அல்லர். வருஷா வருஷம் அவரின் மோனோ ஆக்டிங் என்ற தனி நடிப்பு இங்கே நடந்து வருகிறது. ஷேக்ஸ்பியரின் எல்லாப் பாத்திரங்களையும் உங்கள் கண் முன்னே நிறுத்தும் அவரின் குரலும் நடிப்பும் பிரசித்தமானவை. மாணவர்களே! நீங்கள் இந்த நிகழ்ச்சியைப் பார்த்துப் பயனடைவதோடு, கோடை விடுமுறை நாள்களில் ஷேக்ஸ்பியரின் காப்பியங்களை அவற்றின் மூலவடிவத்திலேயே படிக்க, இதை ஒரு தூண்டுதலாகக் கொள்ளவேண்டும்!' - வழக்கமாக இப்படித்தான் ஆரம்பிக்கும்.

முடியும்போது - 'நூற்று ஐம்பது ரூபா ஐம்பது பைசா. இதில் ஒரு கையெழுத்துப் போடறீங்களா?'

'விட்டெறிந்த பைசா எல்லாம் பொறுக்கியாயிற்று. ஷேக்ஸ் பியரே போகலாமா?'

உள்ளே வித்தைக்காரர் இப்போது சின்னதாக ஒரு தீப்பந்தத்தைக் கொளுத்தி விழுங்கும் முயற்சியில் ஈடுபட்டிருந்தார். இன்னும் நேரம் பாக்கி இருக்கிறது. கொஞ்சம் வெளியே இறங்கிக் காலார நடந்துவிட்டு வரலாம் என்று தோன்ற, ராமநாதன் வெளியே வந்தார்.

உருண்டை உருண்டையாக எங்கே பார்த்தாலும் சின்னச் சின்னதாகச் சரளைக் கற்கள், சித்தம் தடுமாறிய நாட்டு வைத்தியர் வாரி இறைத்த குளிகைகளைப்போல சிதறிக் கிடந்தன. பள்ளிக்கூட மைதானத்திலும் கற்கள்தாம். காற்றில் கருவாட்டு நாற்றம் கலந்து வருகிறது. பக்கத்தில் வாரச்சந்தை இருக்க வேண்டும். ஓலைக் கொட்டான்களும் காதில் பாம்படமுமாக, பள்ளிக்கூடத்துக்கு உள்ளே வந்து கால் பந்தாட்ட மைதானத்தைக் கடந்து ஒன்றிரண்டாகப் பெண்கள் போய்க் கொண்டிருந்தார்கள். அந்தப் பக்கம் பஸ் நிறுத்தம் இருக்கக்கூடும்.

காலையில் பஸ் தாமதமாகிவிட்டது. ஒரு வருஷத்தில் பள்ளிக் கூடமே மாறிவிட்ட மாதிரி இருந்தது. ராமநாதனுக்குப் பரிச்சய மான ஹெட்மாஸ்டர் ஐயங்காரைக் காணோம். அவர் இடத்தில் கருப்புக் கோட்டும், இடுப்பில் பேண்டுக்கும் பைஜாமாவுக்கும் இடைப்பட்ட உடுப்புமாக ஒரு நடுத்தர வயதுக்காரர்.

‘இன்னிக்கு முடியாது சார். வெரி சாரி. ஏற்கெனவே ஒரு புரோகிராம் ஏற்பாடாகி இருக்கிறது.’

‘நாளைக்கு வேண்டுமானால் வரட்டுமா?’

‘நாளை சனிக்கிழமை. விடுமுறை.’

சுற்றிலும் தெரிந்த முகங்கள் யாருமில்லை. இந்தப் பயணம் வெறும் கையோடு முடிந்துவிடக் கூடாது. ஒரு இருநூறு ரூபாய் கிடைத்தால் இந்த மாதம் ஓடிவிடும்.

‘சார்! மேஜிக் ஷோவைக் கொஞ்சம் முன்னால் முடித்துக்கொள்ளச் சொல்லலாம். இவர் நாலு நாலரைக்கு ஆரம்பித்தால், ஆறு மணிக்கு முடித்துவிட மாட்டாரா?’

உள்ளே நுழைந்த வயதான ஆசிரியர், ராமநாதனுக்குப் பழக்க மானவர். ஆங்கில ஆசிரியர்கள் எல்லோரும் அன்பானவர்கள். பெரும்பாலும் அவரைத் தத்து எடுத்துக்கொள்கிற தோரணை களோடு கனிவு காட்டுகிறவர்கள்.

தலைமையாசிரியர், தன்னை மேஜிக் நிபுணர்கள் சார்பாக வாதாட வேண்டியவராக உணர்ந்து, 'அவர்கள் வயிற்றில் அடிக்க வேண்டாம். எளிய, பாவப்பட்ட கலைஞர்கள்!' என்று பரிதவிக் கிற குரலில் சொன்னார்.

'இல்லை சார். அவருக்குக் கொடுப்பது குறையாது. கொஞ்சம் ஸ்கூல் ஃபண்டிலிருந்து போட்டால், இவருக்கும் பிரச்னை இல்லாமல் போகும். ஐயா, இங்கே கொஞ்சம் வாங்க!'

ராமநாதன், தன்னோடு மேடையைப் பகிர்ந்து கொள்ளப்போகிற அந்த இன்னொரு பார்ட்டியைப் பார்த்தார்.

'நீங்களும் மேஜிக் ஷோவா?' அழுக்கான பேண்டும், முகத்தில் இரண்டு நாள் தாடியுமாக இருந்த அந்த மனிதர், ராமநாதனைக் கொஞ்சம் கவலையோடு கேட்டார்.

'மேஜிக் இல்லை, நடிப்பு.'

'பாய்ஸ் கம்பெனி நாடகம் மாதிரியா?'

'இல்லை, நான் தனியாள்.'

'பாட்டுப் படிப்பீங்களா?'

'இல்லை, பேசுவேன்.'

'இதையெல்லாம்கூடக் கேட்கவும் பார்க்கவும் ஆள் இருக்கிறதே!' என்பதுபோல் அவர் விநோதமாகப் பார்த்தார்.

'நான் நாலு மணியைப் போல முடிச்சுக்கறேன். அப்புறம் நீங்க செய்யுங்க. வேறே ஏதும் இல்லை. நேரம் போனா, எனக்குக் கண் பார்வை மந்தமாயிடும். அதான் வெளிச்சம் இருக்கும்போதே முடிச்சுக்கறேன்!' - வித்தைக்காரர் சமரசமாகச் சொன்னார்.

அப்புறம் ஆடச் சம்மதித்த ராமநாதன் காத்துக் கொண்டிருந்தார்.

கால்பந்தாட்ட மைதானம் சரசரவென்று விரிந்து, கொஞ்ச தூரத்தில் ஊருணிக்கரையில் முடிந்தது. அழகான செம்மண் கரைசலாக ஊருணித் தண்ணீர், சின்னச் சின்ன அலைகளை விட்டெறிந்து கொண்டிருந்தது. ஊருணிக்கரையில் செக்கு நிறுத்தி, வேப்பெண் ணெய் ஆட்டிக்கொண்டிருந்தார்கள். எண்ணெய் வாடை, காற்றில் ராமநாதன் நின்ற இடம்வரை வந்தது.

'சார், சார்!' - யாரோ கூப்பிட்டார்கள். பள்ளிக்கூட பியூன்.

'இன்னும் பத்து நிமிஷத்திலே முடிஞ்சிடுமாம். எச்செம் ஐயா சொல்லச் சொன்னார். சாருக்கு ஏதாச்சும் காபி வாங்கியாரட்டா?'

ராமநாதன் உள்ளே போனபோது, வித்தைக்காரர் ஒரு காகிதத்தைக் கொளுத்தித் தகரப்பெட்டியில் போட்டுக்கொண் டிருந்தார். கொளுத்திப் போட்ட காகிதம் எரிந்து உள்ளே இருந்து காகிதப் பூக்கள் நாலுபுறமும் சிதற, ஒரு வெள்ளைப்புறா கடைசி யாக வெளிப்பட்டு ஜன்னல் பக்கம் பறந்து போனது. பிள்ளைகள் கைத்தட்ட, வித்தைக்காரர் வணக்கம் சொன்னார். ஜன்னலுக்கு வெளியே சமர்த்தாக உட்கார்ந்திருந்த புறாவை எடுத்துவர வித்தைக்காரரின் உதவியாளன் வெளியே போனான்.

'பத்து நிமிஷம் இடைவேளை. பிள்ளைகள் நேரம் கடத்தாது திரும்பி வரவேண்டும். கால்பந்தாட்ட மைதானத்தில் யாரும் அசுத்தம் செய்யக்கூடாது.'

'அப்ப வரேங்க. ரயிலைப் பிடிச்சா ராத்திரி திருச்சி போயிடலாம். நாளைக்கு சமயபுரத்திலே வேண்டுதல்!'

வித்தைக்காரர் விடைபெற்றுக்கொண்டு புறப்பட்டார். பையன் களில் ஒருவர் இருவராக வந்து மனமில்லாமல் உட்கார்ந்தார்கள்.

•

ராமநாதன், வெல்வெட் சட்டையும் தோளில் வழிந்து தொங்கும் பட்டுத்துணியும், பளபளக்கும் கால்சராயுமாக முடிந்தவரைக்கும் வேஷம் கட்டிக்கொண்டு ஒன்பதாவது வகுப்பு ஆ பிரிவிலிருந்து வெளிப்பட்டு, மத்தியிலிருந்த 'அரங்கத்துக்கு' வந்தார். எல்லோரும் இந்த வர்ணக் கோமாளி என்ன செய்யப்போகிறான் என்பதுபோல் பார்த்துக்கொண்டிருந்தார்கள்.

தொண்டையைக் கனைத்துக்கொண்டு ராமநாதன் ஆரம்பித்தார். 'முதலில் லியர் அரசனிலிருந்து சில காட்சிகள்.'

'உங்களுக்குப் பிரியமானதைக் கேளுங்கள்!' - லியர் அரசன் கம்பீர மாகக் கேட்கிறான். அவன் மூன்று பெண்களும், கண்களில் தயக்க மும் குரலில் நடுக்கமுமாகப் பதில் சொல்ல முற்படுகிறார்கள். கார்டிலியா மூன்றாம் மகள். அவளுக்கு இனிமையான குரலாகத் தரவேண்டும். அவள்தான், இந்தச் சோக நாடகத்தின் நாயகி.

‘உனக்கு என்ன வேண்டும் கேள்?’ - லியர் அரசனின் குரல் அடி வயிற்றிலிருந்து எழுந்து, ராமநாதனிடமிருந்து அந்நியப்பட்டு, சுற்றாத மின்விசிறி மேல் உட்கார்ந்து பார்த்துக் கொண்டிருந்த சிட்டுக் குருவி பயந்து பறக்க எதிரொலி எழுப்பி, அறையில் அலையடித்துப் பரவியது. ‘உனக்கு என்ன வேண்டும்?’

‘ஒன்றுமில்லை!’ - பயந்த மென்மையான குரலில் சொல்கிறாள் கார்டிலியா.

‘ஒன்றும் இல்லை என்றால், ஒன்றும் இல்லையென்றாகி விடும். பேசு!’ உருட்டி விழிக்கிற கண்கள். ‘பேசு!’

ஏதும் கையில் வராது வெளியே போக விரட்டப்பட்ட கார்டி லியா, கண்களில் கண்ணீரும் துடிக்கும் உதடுகளுமாக, பேச நினைத்ததைப் பேச முடியாமல் நிற்கிறாள். ராமநாதன் தோளில் தரித்த அங்கியின் இடது வசத்திலிருந்து நைலான் கைக்குட் டையை எடுத்துக் கண்களைத் துடைத்துக்கொண்டு, வெள்ளைக் காரிகள் போல கீச்சுக் குரலில் அழுகிறார். முதலில் ஆசிரியர் களும் அப்புறம் எல்லா மாணவர்களும் கைதட்டுகிறார்கள்.

அடுத்து நிகழ்ந்ததைக் கதையாகச் சொல்லிவிட்டு, லியர் அரசனின் கடைசிக் காட்சிக்கு வருகிறார் ராமநாதன்.

பைத்தியம் பிடித்த பேரரசன். சதுப்பு நிலங்களில் சூறைக்காற்று சுழன்றடிக்கிற பேய் வேளையில், மிருகத்தைப்போல ஆர்ப்பரித் தும் அலறியும் திரிகிற வயோதிகன். கார்டிலியா என்ற அன்பு மகளின் மென்மையான உள்ளத்தைக் காலம் கடந்து புரிந்து கொண்ட பித்தன். கண் முன்னே அவள் இறப்பதைப் பார்த்துக் கொண்டு, ஏதும் செய்ய இயலாது நிற்கிற நாடிழந்த கோமகன். ஓவென்று அலறும் காற்றோடு போட்டியிட்டுக்கொண்டு அந்தக் குரல் ஒலிக்கிறது. ‘எல்லா உயிரினங்களும் சுவாசித்திருக்க, என் கார்டிலியா மட்டும் இறக்கிறாள். தெய்வங்களே, நான் ஒரு முட்டாள்! எண்பது வயது கழிந்த இந்த முட்டாளைக் கேலி செய்யாதீர்கள்...’ - பக்கத்தில் கண்ணிழந்து நிற்கிற க்ளாஸ்டர் கோமகன். ‘சிறுவர்களுக்கு ஈக்களைப் போல, தெய்வங்களுக்கு நாம். அவர்கள் விளையாட்டாக நம்மைக் கொல்கிறார்கள்!’

லியர் இறந்தபோது, சபையே நிசப்தமாக இருக்கிறது. ராமநாதன் ஒரு நிமிஷம் கண்களை மூடித் தரையில் கிடக்கிறார். கண்ணை விழிக்கும்போது, இரண்டு மூன்று ஆசிரியர்கள் வாசலுக்கு

அருகில் விறைத்து நின்று கொண்டிருந்தார்கள். பிள்ளைகள் ஓடிவிடக்கூடாது.

ஒரு ஆசிரியர் மெல்ல வந்து, ராமநாதனிடம் கிசுகிசுவென்று பேசினார். 'வெனிஸ் வணிகனி'ல் வரும் போர்ஷியாவாக உடனே உருமாற வேண்டும். கருணையின் குணங்கள் பற்றி அவள் சொல்லியதாக வரும் வரிகள். மனப்பாடம் செய்து எழுத வேண்டிய பகுதியாக, மேல் வகுப்பு மாணவர்களுக்கு அமைந்துள்ளது. அதை முதலில் நடித்துக் காட்டிவிட்டு, பிறகு கால் புள்ளி, அரைப்புள்ளி எல்லாம் விட்டுவிடாமல் எப்படி எளிதாக மனப்பாடம் செய்வது என்றும் விவரிக்க வேண்டும்.

விண்ணிலிருந்து மெல்லிய மழையாகப் பொழிகிற இரண்டு முறை ஆசீர்வதிக்கப்பட்ட கருணையைப் பற்றி, போர்ஷியாவாக அபிநயத்துப் பேசுகிறார் ராமநாதன். 'சரி. இதை எப்படி மனப்பாடம் செய்வதென்று இப்போது பார்க்கலாம். கால் புள்ளி வருகிற இடங்களைக் கொஞ்சம் நிறுத்திச் சொல்லப் பழகுங்கள். நன்றாக வாய்விட்டுச் சொல்லவேண்டும். இப்போது நான் முதலில் சொல்கிறேன். எல்லோரும் என்னுடன் சேர்ந்து என் குரலைப் போலவே ஏற்ற இறக்கங்களுடன் சொல்லவேண்டும்.'

நூற்றுக்கணக்கான போர்ஷியாக்கள், சின்னக் குரல்களில் ராமநாதனைப் போலச் செய்ய, தலைமையாசிரியர் அடித்தொண்டையில் யாரோடும் இசையாமல், கோபப்படுகிற போர்ஷியா ஆகிறார். அவர் கலந்துகொண்டதால், மற்ற ஆசிரியர்களும் தேவாலயப் பிரார்த்தனை போலப் பாதியிலிருந்து கலந்து கொள்கிறார்கள்.

கைத்தட்டலாமா வேண்டாமா என்று ஒரு சின்னக் குழப்பம். எல்லோரும் தலைமையாசிரியரைப் பார்க்கிறார்கள். அவர், புதுப்பிக்கப்பட்ட முக்கியத்துவத்தோடு ராமநாதனைப் பார்த்தார். 'இப்போது ஒதெல்லோ, நம்மிடையே பவனி வரப் போகிறார்!' அவரே அறிவிக்கிறார். 'பாக்கி ஆட்டத்தை ஆடுப்பா!'

ராமநாதன் சாவி கொடுக்கப்பட்ட பொம்மையாக ஒதெல்லோ ஆகிறார். டெஸ்டிமோனா தூங்கிக் கொண்டிருக்கும்போது, படுக்கையறையில் மெல்ல நுழைகிற ஒதெல்லோ.

ஓர் அடைத்த வாசலைக் காற்றில் கற்பித்துக்கொண்டு, அதைச் சத்தம் வராமல் மெல்லத் திறந்து, தயங்கித் தயங்கி மெதுவாகக் காலடி எடுத்து வைக்கிறான் ஒதெல்லோ. பாம்பு ஊர்கிறது போலக் கட்டிலை நோக்கி மெல்ல நடக்கிறான். மனைவியைச் சந்தேகிக்கிற கணவனாக, அவள்மேல் கோபமும் காதலும் வெறுப்பும் பரிதாபமும் குரோதமும் என மாறி மாறி முகக்குறிப்பில் காட்டி, அவளைத் தீண்ட விரல்களை நீட்டி அவசரமாகப் பின்வாங்கி, மனக்கொந்தளிப்பெல்லாம் கண்களில் கவிய, நினைப்பை வார்த்தையாகக் கொட்ட முற்படும் போது, யாரோ அடக்க முடியாமல் சிரிக்கிற சத்தம். ராமநாதன் ஒதெல் லோவைத் தன்னிலிருந்து பிய்த்து வெளியே எறிந்து, தானே நுழைந்துகொண்ட ஆசுவாசமான கனவுக்கூடு கலைய, ஐம்பது பைசா நாணயங்கள் நிர்ணயம் செய்த வகுப்பறை உலகத்துக்குள் வந்த போது, கண்ணுக்கெதிரே முன்வரிசையில், தான் கைநீட்டிய இடத்துக்கு எதிரே - கண்ணாடி போட்ட நடுத்தர வயது வாத்தியாரம்மாளையும், இன்னும் சிரிப்பு அடங்காது திணறிய படிக்கு பின் வரிசையில் ஒரு பையனையும் பார்த்தார். நடுவில் எப்போதோ வந்த அந்த அம்மாள் முன்வரிசையில் பிள்ளைகளுடன் உட்கார்ந்திருந்தாள்.

ராமநாதனுக்குத் திடீரென்று எல்லோர் மேலும் வெறுப்பும் கோபமும் வந்தது. புறா சகிதமாகத் திரிகிற வித்தைக்காரர்கள், கட்டைக்குரல் தலைமை ஆசிரியர்கள், வியர்த்து வடிந்து உட்கார்ந்திருக்கிற ஸ்தூல சரீர வாத்தியாரம்மாள்கள், ஐம்பது பைசா நாணயங்களை எதிர்பார்த்து ஊர் ஊராக அலைய வேண்டியிருக்கிற தன் நிலைமை, ஷேக்ஸ்பியரைப் பார்த்து நையாண்டி செய்து சிரிக்கிற சின்னப்பையன்கள்.

'கெட் அவுட்!' - ராமநாதன் அந்தப் பையனுக்கு நேரே விரலைச் சுட்டி, ஆத்திரத்தோடு முழங்கினார். சின்னப்பையன் கண்களில் பயம் தெரிய ஏதோ விபரீதம் செய்துவிட்டோம் என்று புரிந்து அடுத்து என்ன ஆகும் என்று தெரியாது தடுமாறும் சிறுவன், சுற்றுமுற்றும் பார்த்து வெகுளித்தனமாகச் சிரித்தான்.

தலைமை ஆசிரியர் அவசரமாகப் பாய்ந்து வந்து, பையனைச் சட்டை காலரில் கை வைத்து நெட்டித் தள்ளினார். அவருக்குப் பின்னால் வந்த பயில்வான் போல இருந்த இன்னோர் ஆசிரியர் உடற்பயிற்சி ஆசிரியராக இருக்கலாம். தரதரவென்று கையைப்

பிடித்து இழுத்தபடி கதவை நோக்கிப் போனார். 'சார்! தூக்குச் சட்டி சார்!' பையன் அலறிக்கொண்டே புத்தக மூட்டையைச் சுமந்தபடி ஓடினான். ஆசிரியர் இழுத்த இழுப்புக்கு அலைக் கழிக்கப்பட்ட பையன் மறுபடி, 'சார், சார்! தூக்குச்சட்டி சார்!' என்று தீனமாக அரற்றிக்கொண்டே போனான். மாணவர்கள் எல்லாம் சிரித்தார்கள். இந்த 'காமிக் ரிலீப்' ஆசிரியர்களையும் மெல்லத் தொற்றிக் கொண்டது. ராமநாதன் தொட யத்தனித்த காதோரம் நரைத்த டெஸ்டிமோனா, கையிலிருந்து நழுவிய குடையைச் செல்லமாக மடியில் எடுத்து வைத்துக்கொண்டு சங்கடமாகப் புன்னகைத்தாள்.

'அமைதி! அமைதி!' - கலவரப் பகுதிகளைப் பார்வையிடுகிற ராணுவ அதிகாரியைப் போல, தலைமை ஆசிரியர் பருந்துப் பார்வை பார்த்தபடி அறையைச் சுற்றி வந்தார். 'நீங்கள் நிகழ்ச்சியை மேலே தொடரலாம்' என ராமநாதனைக் கண்களால் விண்ணப்பித்துக் கொண்டார்.

ஒதெல்லோவைத் தூக்கிப் போட்டுவிட்டு ராமநாதன் ஜூலியஸ் சீஸருக்கு விரைந்தார். மனைவி தடுத்தும் கேளாது செனட் சபைக்குப் போகிற சீசர். நண்பர்கள் ஒவ்வொருவராக விலாவில் கத்தியைச் சொருக ரத்த வெள்ளத்தில் விழுந்து, 'புரூட்டோ, நீயுமா?' என்று நம்ப முடியாமல் கேட்கிற சீசர்.

அரச விறைப்போடு கிடக்கிறது சீசரின் சவம். பிள்ளைகள் எதற்கோ கைதட்டினார்கள். ஜன்னலுக்கு வெளியே அந்தப் பையன் தலை தெரிந்தது. 'சார், தூக்குச்சட்டி!'

'பையா, கொஞ்சம் பொறு! தூக்குச்சட்டி எங்கேயும் போய் விடாது. சீசரின் சவ அடக்கம் நல்லபடி முடியட்டும்.'

இருட்டிக்கொண்டு வந்தது. ஒரு ஆசிரியர் ஓரமாக நடந்து விளக்கின் சுவிட்சைப் போட்டுவிட்டு மெல்ல வெளியேறினார். 'உலகமே நாடகமேடை!' என்ற கோமாளியின் வரிகளில் - ஒவ்வொரு நிலையிலும் மனித வாழ்க்கையில் அரங்கேறும் நாடகக் காட்சிகளை ராமநாதன் அபிநயிக்க, அநேகமாக எல்லோரும் அணைந்து எரிய முற்படுகிற டியூப்லைட்டை ஆர்வமாகப் பார்த்துக் கொண்டிருந்தார்கள். அது பளீரென்று எரிந்தபோது, நிகழ்ச்சியும் முடிந்து போயிருந்தது.

வெள்ளைக் கவர் வந்தது. தலைமையாசிரியருக்கு நெருக்க மானவர்கள் என்று பட்ட நான்கைந்து ஆசிரியர்கள் மட்டும் இருக்க, மற்றபடி சபை காலியாக இருந்தது.

'ராமையா! சார்கிட்டே கையெழுத்து வாங்கிக்கோ!'

ராமநாதன், காட்டிய இடத்தில் கையெழுத்துப் போட்டார். நூற்றுத் தொண்ணூறு ரூபாய்.

'சார், அடுத்த வருஷம் முன்னாலேயே லெட்டர் போட்டுட்டு வாங்க. அரைநாள் நிகழ்ச்சியா வச்சுக்கலாம்!'

'அடுத்த வருஷம் உயிரோடு இருப்போமா?' என்று ராமநாத னுக்குத் தோன்றியது - 'இல்லை இருக்க வேண்டும். என்னையும், என் ஷேக்ஸ்பியருக்கு சின்னப் பையன்கள் விசிறியடிக்கிற சில்லறைகளையும் நம்பி, மளிகைக் கடைக்காரன் பாக்கெட் சைஸ் நோட்டில் பற்று எழுதிக்கொண்டு அரிசி அளக்கிறான்.'

'சார், ராமேசுவரம் எக்ஸ்பிரஸ் எத்தனை மணிக்கு?'

'ஆறரைக்கு. ஏன் அதுலே போகணுமா சார்?'

'ஆமா சார். காரைக்குடிக்கு.'

'இப்பவே ஆறாயிடுச்சே!'

'பையன்கள் யாராச்சும் இருந்தால் பாருப்பா. சைக்கிள்லே சாரை ஸ்டேஷன்லே கொண்டுவிடச் சொல்லலாம்.'

'பையன்கள் எங்கே இருக்கப்போறாங்க. இவ்வளவு நேரம் அடச்சு வச்சிருந்ததே பெரிசு!' வயதான ஆசிரியர் ஒருவர் சொல்லிக் கொண்டிருக்கும்போதே, ஜன்னலில் தலை தெரிந்தது. 'தூக்குச் சட்டி சார்!'

எல்லோரும் அவசர அவசரமாகக் கூப்பிட்டார்கள். 'தம்பி, தம்பி இங்கே வா!'

பையன் ஓட எத்தனித்து, தூக்குச் சட்டிக்காக அவன் காத்துக்கொண்டிருப்பது நினைவுக்கு வர, உள்ளே வரலாமா? வேண்டாமா? என்று தயங்கினான்.

'உள்ளே வா, சார் அடிக்கமாட்டார்!' - பையன் முன்னைவிட அதிகம் பயந்து, உள்ளே வந்தான்.

அவன் உள்ளே நுழையும்போதே, வரிசையாகப் போட்டிருந்த பெஞ்சுகள் பக்கம் விரலைச் சுட்டிக்கொண்டு வந்தான்.

'தூக்குச் சட்டிதானே, எடுத்துக்கோ!' - தலைமை ஆசிரியரின் உத்தரவுக்குக் கீழ்ப்படிந்து, பெஞ்சின் அடியிலிருந்து சாப்பாட்டுப் பாத்திரத்தை எடுத்துக்கொண்டு வெளியே வேக மாக நடக்க முற்பட்டபோது, தலைமை ஆசிரியர் நிறுத்தினார்.

'தம்பி, சைக்கிள் இருக்கா?'

'இருக்கு சார்!'

'எந்தப் பக்கம் போறே?'

'ஆவாரங்காடு.'

'சாரை, ரயில்வே ஸ்டேஷன்லே விட்டுட்டுப் போ. சார் இவன் கூடப் போங்க. ரயிலைப் பிடிச்சுடலாம். நானே கொண்டுபோய் விட்டுடுவேன். போன வருஷம் ஹைட்ரோஸில் ஆபரேஷன் செய்த அப்புறம், சைக்கிள்லே கேரியரை எடுத்துட்டேன். மிதிக்க முடிய மாட்டேங்குது எழவு!'

பையன் சைக்கிளோடு வாசலில் வந்து நின்றான்.

'ஓடறப்போ ஏறிப்பீங்களா சார்?'

கொஞ்சம் நிலைகுலைந்து ஆடிய சைக்கிள் பாதையில், சமன ப்பட பையன் வேகத்தைக் கூட்டினான்.

'கொஞ்சம் மெதுவாவே போப்பா!'

'நீங்க ஓட்டறீங்களா சார்?'

'எனக்கு ஓட்டத் தெரியாதுப்பா!'

'சுளுவாக் கத்துக்கலாம் சார். நான் போன வருஷம் முழுப் பரீட்சை லீவிலதான் கத்துக்கிட்டேன்.'

'அப்படியா?'

'சார், இப்ப நம்ம ஊரிலே பொம்பளைப் பிள்ளைகள்ளாம்கூட சைக்கிள் விடறாங்க சார்!'

ராமநாதனுக்கு, கொஞ்சம் அவமானமாக இருந்தது. 'நாலு குரலில் கிங் லியரை நடித்தால் ஆயிற்றா? சைக்கிள் விடத் தெரியாமல் எதிர்க்காற்றில் சின்னப் பையன் மாக்கு மாக்குவென்று மிதித்துக்கொண்டு போக, தேவாங்கு போலப் பின்னால் உட்கார்ந்து கொண்டு...'

'பூத்திருவிழா சமயத்திலே ஒருத்தன், விடாம பத்துநாள் சைக்கிள் சுத்தினான் சார். அப்புறம் அவனை, மண்ணுக்கு அடியிலே ஒருநாள் முழுவதும் புதைச்சு வச்சாங்க. அடுத்த நாள், ஜோரா வெளியே வந்துட்டான். மெடலெல்லாம் கொடுத்தாங்க!'

'என்னை மாதிரி ஒரு வித்தைக்காரன்!' - ராமநாதன் நினைத்துக் கொண்டார்.

'நிஜமா சார், நீங்க நம்பலியா?' - ஒன்றன்பின் ஒன்றாக நான்கு ஜட்கா வண்டிகள் வலது பக்கத்திலிருந்து வந்து, செம்மண் புழுதியைக் கிளப்பிக்கொண்டு கடந்து போயின. வண்டிக்குள்ளிருந்து மல்லிகைப் பூவும் பசும்புல்லும் மணத்தது.

பாதை வளைந்து திரும்ப, ஓரத்தில் ஷேக்ஸ்பியரின் சானட் மாதிரி ரயில்வே ஸ்டேஷன்.

'அடடா, வாங்க சார்! நீங்களும் இந்தப் பக்கம்தானா?'

வித்தைக்காரர். சக கலைஞனை வரவேற்கிற அந்நியோன்யம் குரலில். முண்டாசு கட்டியிருந்ததால், ராமநாதனுக்குச் சட்டென்று ஆள் புரிபடவில்லை.

'சந்தைக்குள்ளே நுழைஞ்சேன், லேட்டாயிடுச்சு!' - அவர் வேறே எங்கேயோ கூட நுழைந்து வந்திருப்பார் என்று ராமநாதனுக்குத் தோன்றியது. கொஞ்சம் தூக்கலாகப் பழவாசனை.

பக்கத்தில் சிமெண்ட் பெஞ்சில், வித்தைக்காரரின் உதவியாள் படுத்திருந்தான். மூட்டை முடிச்சுகள் மேல் புறா தத்திக் கொண்டிருந்தது.

'சார். இந்தப் புறாதானே தீப்பிடிச்சு எரிஞ்ச டப்பா உள்ளேயிருந்தது வந்தது? நான் கவனிச்சேன் சார். கழுத்திலே லேசா அடிபட்ட மாதிரி இருக்கே, அதான் அடையாளம்!'

பையன், ராமநாதனின் காதில் ரகசியத்தைப் பகிர்ந்துகொள்கிற ஆர்வத்தோடு கிசுகிசுத்தான். ராமநாதனுக்கு அவனோடு சட்டென்று ஒரு தோழமை தோன்றியது.

'நிசப்புறாவா சார், இது?'

'அப்படித்தான் தெரியுது.'

'அப்ப அந்த ஆள், மந்திரம் ஒண்ணும் பண்ணலியா?'

'எல்லாம் பொழப்புக்காகத்தான்ப்பா. நான் வெறிபிடிச்சது போல குதிச்சேனே, அது மாதிரி!

'ஆனா அவர், என்னை வெளியே போகச் சொல்லலை சார். அந்தாள், வாயிலிருந்து நூல் இழுத்தபோதுகூட நான் சிரிச்சேன்!'

'ஏன் சிரிச்சே?'

அவர் கண்ணை உருட்டினது எங்கப்பா மாதிரி இருந்தது!'

'உங்கப்பாவைப் பார்த்துக்கூட சிரிப்பியா?'

'பயப்படுவேன் சார். ரொம்பப் பயப்படுவேன். குடிச்சிட்டு வந்து அடிப்பார், திட்டுவார், நடுத்தெருவிலே கெட்டவார்த்தை சொல்லிக்கிட்டுப் புரளுவார். நானும் அம்மாவும் படுத்து உறங்கின அப்புறம் மெதுவாக கதவைத் திறந்துகிட்டுப் பூனை மாதிரி வருவார். அப்புறம், அப்புறம்...'

எதையோ சொல்லத் தயங்கி பையன் மௌனமானான்.

புறா தத்தித் தத்தி அருகில் வந்தது. பையன் மெல்ல அதன் தலையில் கைவைத்து வருடினான். அவன் கண்கள் நிறைந் திருந்தன.

'சிக்னல் விழுந்தாச்சு சார்.'

ரயில், ஸ்டேஷனுக்குள் நுழைந்தது.

'போய்ட்டு வாங்க சார். அடுத்த தடவை வரும்போது, நானே கொண்டு விடறேன்!'

'அப்ப, நடுவிலே சிரிக்கமாட்டியே?'

பையன் ராமநாதன் போல் அபிநயித்து, 'கெட் அவுட்!' என்று சொல்லிவிட்டுச் சிரித்தான்.

வண்டி கிளம்பி ஊர்ந்தபோது, ரயில்பாதைக்கு வலப்புறத் தரிசுகளின் நடுவே ஒற்றையடிப் பாதையில், பையன் சைக்கிளில் போய்க் கொண்டிருப்பது தெரிந்தது. ராமநாதன் மெல்லக் கண்களை மூடிக்கொண்ட போது, கண்ணாடி போட்ட வயதான வாத்தியாரம்மாவும், புறாக்களும் சைக்கிள் சவாரியுமாக மனத்தில் குழப்பமாக வந்து கொண்டிருந்தன. தகர டப்பா, மூட்டை முடிச்சுகளோடு இரண்டாம் வகுப்பு கம்பார்ட்மெண்டில் ஜன்னலோரம் உட்கார்ந்து, பலாச்சுளை சாப்பிட்டபடி ஷேக்ஸ்பியர் பயணம் செய்து கொண்டிருப்பதாகப் பிம்பம் ஒன்று மனத்தில் எழ ராமநாதன் சிரித்துக்கொண்டபோது, அந்தப் பையனின் குரலில் ஷேக்ஸ்பியர் சொன்னார் - 'கெட் அவுட்!'

61. கொக்கு

நான் கதவைத் திறந்து உள்ளே எட்டிப் பார்க்க, ஏழெட்டு பேர் குதிகாலில் ஸ்பிரிங் வைத்தது போல தாவித் தாவிக் குதித்தபடி 'நான்தான் பலசாலி' என்று கூவினார்கள். மேலும் பத்து நபர்கள், டை கட்டிய, தொப்பை போட்ட தவளைகளாகத் தத்தித் தத்தி அந்தப் பாதி இருண்ட அறையின் ஒரு கோடியிலிருந்து மறுகோடிக்கு நகர்ந்து கொண்டிருந்தார்கள். என்னால் முடியும்' என்று அவர்கள் அவ்வப்போது கையை உயர்த்திக் கூச்சல் போட வேறு செய்தார்கள்.

கண்களை அகல விரித்து நான் இந்த விநோதத்தை எல்லாம் பார்த்தபடி நிற்க, இடி முழக்கமாக ஒரு குரல்.

'வெளியே போ!'

ருத்ரமூர்த்தியாக எனக்கு முன்னால் வந்து நின்ற முக்கால் கிழவரும், டை கட்டி இருந்தார். கருப்பு ஃபிரேம் மூக்குக் கண்ணா டிக்கு அந்தப் பக்கம் இருந்து கோபத்தை உமிழும் கண்கள்.

'எட்டு மணி வகுப்புக்கு, ஒன்பது பத்துக்கு வந்து நிக்கறியே... இந்த அகிலேஷ் ஆனந்தாவுக்குக் கட்டுப்பாடு முக்கியம், காசு இல்லே! அதைச் சம்பாதிச்சு அலுத்துப் போச்சு. காதிலே விழுந்ததா?'

என் தலையெழுத்து. காக்கிநாடா எங்கே, கல்கத்தா எங்கே? காக்கிநாடாவில் கோழித் தீவனம் தயாரிக்கும் கம்பெனியில், பெர்சனல் மேனேஜராக நூறு பேரை மேய்க்கிற உத்தியோகம். மாசம் பிறந்தால், கோழி படம் அச்சடித்த கவரில் கணிசமாகச் சம்பளம். சகல சௌகரியங்களோடும் சேவல் கூண்டாக பிரம்மச்சாரி விடுதி. என்ன பிரயோஜனம்?

'உடனே கிளம்பி கல்கத்தா போ. நிர்வாகப் பயிற்சி வகுப்பு என்று ஒரு சங்கதி. ஒரு வாரம் நடக்கப்போறது. அகிலேஷ் ஆனந்தான்னு ஒரு பிரபலமான ஆசாமி கிளாஸ் எடுக்கிறார். மனவள மேம்பாட்டு ஸ்பெஷலிஸ்ட். ஒரு நாடு விடாம சுத்தி, ஏகப்பட்ட வெள்ளைக்காரங்களை, கருப்பர்களை, சீன, ஜப்பான்காரங்களை எல்லாம் தன்னம்பிக்கை நிரம்பி வழியற நிர்வாகிகளாக மாற்றியவர். மிலிட்டரி டிசிப்ளின்தான். கஷ்டப்படு. புது மனிதனாகத் திரும்பி வந்து கோழி மேயக்கலாம்.'

வேப்பிலை அடிக்காத குறையாக எம்.டி. உருவேற்றி அனுப்ப, காலையில்தான் கல்கத்தாவில் வந்து விழுந்தேன்.

தகவல் மாமா என்ற ரிட்டயர்ட் இன்கம்டாக்ஸ் ஆபீசர் 61 வயது மார்க்கண்டேயனின் தேசப்ரியா பார்க் பக்கத்து வீடு அது.

•

தட்டையும் மகா தேசலுமான பற்பசை டியூபைச் சாதுரியமாகப் பிதுக்கி பிரஷ் மேல் வழிய வழிய நிறைத்தபடி, மாமா நான் வந்த விவரம் கேட்டார்.

'அந்த உப்புக் கிண்ணத்தை எடு. பேஸ்ட் மேலே உப்பைத் தூவித் தேய்ச்சா பல் பளீர்னு சொட்டு நீலம் போட்ட மாதிரி ஜொலிக்கும். உனக்கு கிளாஸ் எங்கே?'

சொன்னேன்.

'யூ டேக் தி டியூப்!'

'வேணாம் மாமா. நான் வேறே டூத் பேஸ்ட் வச்சிருக்கேன்!'

'அதில்லேப்பா!' - மாமா வாய் நுரைக்கக் குழறினார். பாதாள ரயில்லே போய் எஸ்பிளனேட்லே எறங்கிக்கோன்னேன். டியூப்னா, அந்த டிரெயின் சர்வீஸ்னு அர்த்தம்!'

இட்லி சாப்பிடும்போது இன்னொரு ஈடு தகவல் கொடுத்தார். 'எஸ்பிளனேட்லே எறங்கிக் கொஞ்சம் பின்னோக்கி நடந்து மெட்ரோ சினிமா தியேட்டர் பக்கம் வா. இந்தி சினிமா பழைய ஹீரோ உத்தம்குமாரோட அப்பா, அங்கேதான் ஆப்பரேட்டரா வேலை பார்த்தார். மெட்ரோ பக்கம் யாரைக் கேட்டாலும் வழி சொல்லுவாங்க, போய்க்கோ!'

•

எட்டு மணிக்குத் தூங்கி வழிந்த எஸ்பிளேனேடில் வழி சொல்ல யாரும் இல்லாததாலும், மெட்ரோ தியேட்டர் வாசலில் உத்தம் குமார் வகையறாக்கள் தட்டுப்படாததாலும், தட்டுத் தடுமாறித் தெருத் தெருவாகச் சுற்றி அலைந்து இடத்தைக் கண்டுபிடித்து நுழைய, 'கெட் அவுட்!' அகிலேஷ் ஆனந்தாவின் அற்புத உலகத்தில் அனுமதி மறுப்பு. சுளையாகப் பத்தாயிரம் ரூபாயை யும் வாங்கிக்கொண்டு இப்படிக் கழுத்தைப் பிடித்து வெளியே தள்ளிய அவமானம். தேவைதானா இதெல்லாம்? அலுப்போடு நான் வெளியே போகத் திரும்பியபோது, திரும்ப அகிலேஷ் ஆனந்தா குரல்.

'போகிறது. முதலும் கடைசியுமான மன்னிப்பு. போய் உட்கார்! எல்லோரும் இடத்தில் உட்காரலாம். காவேரி! இந்தப் பையனுக்கு பேட்ஜ் கொடு!'

இருபத்தெட்டு வயதில் என்னை இதுவரை யாரும் பையன் என்று குறிப்பிட்டதில்லை.

டையர்களும், குதியர்களும் வியர்வை வழியப் பக்கத்தில் வந்து உட்கார்வதை நான் சுவாரசியமில்லாமல் பார்த்துக் கொண் டிருந்தபோது, பின்னாலிருந்து, ரஸகுல்லா குரலில் 'எக்ஸ்க்யூஸ் மீ!'

தேவதை. நைலக்ஸ் புடைவையில் நடந்தாய் வாழி காவேரி.

தபு, டி.ஆர். ராஜகுமாரி, டெமிமூர், சாய்ரா பானு, சாயாத பென்சிலம்மா எல்லாம் கலந்த அற்புதக் கலவை - கடைசியாகச் சொல்லப்பட்ட ஆரணங்கு, எங்கள் தொழிற்சாலை வாசலில் எருமை கட்டிக் கறந்து, கேண்டீனுக்கு பால் என்று ஏதோ சப்ளை செய்கிறாள்.

'இந்த பேட்ஜை மாட்டிக் கொள்ளுங்கள்!'

இரண்டு பாரா முந்திய ரசகுல்லாவே இன்னும் தீராது தித்திக்க, இதை என்ன என்று சொல்ல?

பத்தாயிரம் ரூபாய் இந்தக் குரலுக்கே சரியாகப் போய்விட்டது. இதர லாபம், அரையிருட்டிலும் பிளாஷ் அடித்த புன்னகை. மற்றும் பேட்ஜைக் கொடுக்கும்போது உராய்ந்த மென்விரல்கள், பூ வாசனை.

பேட்ஜைப் பார்த்தேன். 'என் பெயர் பெர்சனல் கம்ப்யூட்டர்' என்று எழுதியிருந்தது. கண்ணைக் கவித்து பக்கத்தில் இருந்தவர் சட்டையில் குத்திய பேட்ஜைப் பார்த்தேன். 'என் பெயர் இமயமலை'. இந்தப் பக்கம் திரும்பினால், 'கழுகு'. நேர் பின்னால் 'ஈஃபல் டவர்'. முன்னால்...

'பையா! வகுப்பு நேரத்தில் என்னைத்தான் கவனிக்க வேணும். தெரிந்ததா?'

பக்கத்து இடிமுழக்கம். என் தலைக்கு மேல்தான்.

'எஸ் சார்!' எழுந்து நின்றேன்.

'சாரா? ஐந்து ரூபா ஃபைன். இங்கே பேட்ஜிலே என்ன பெயர் போட்டிருக்கோ அதைச் சொல்லித்தான் கூப்பிடணும். என் பெயர் பார்த்தியா?'

நெஞ்சை முன்னால் நிமிர்த்திய அகிலேஷ் ஆனந்தாவின் சட்டையில், 'காண்டாமிருகம்'. பொருத்தமான பெயர்தான்.

'ஏன் இப்படிப் பெயரை மாற்றி ஒட்ட வைக்கிறேன்? ஏன் தாவிக் குதிக்கச் சொல்கிறேன்? ஏன் கத்தச் சொல்கிறேன்... யோசித்தீர்களா? மனத்தடங்கலை எல்லாம் நீக்க! ஷெட் யுவர் இன்ஹிபிஷன்ஸ்!'

அடுத்த ஒன்றரை மணி நேரம் அகிலேஷ் ஆனந்தாவானவர் பகவத்கீதை, பைபிள், கார்ல் மார்க்ஸ், டேல் கார்னகி, ஜென்குரு செங்காய், லீ குவான்யூ என்று கலந்து கட்டியாக மேற்கோள் காட்டி தன்னம்பிக்கை டானிக் சொற்பொழிவாற்ற, நாங்கள் மனத்தை ஒருநிலைப்படுத்தித் தூங்க ஆரம்பித்தோம்.

'ஆக, நீ உன்னை என்னவாக நினைக்கிறாயோ அப்படியே இருக்கிறாய். யூ ஆர், வாட் யூ திங! புரிந்ததா?'

கேண்டீன் வாசலில் எருமை கறக்க உட்கார்ந்த காவேரியை அப்படியே விட்டுவிட்டு நான் வெலவெலத்துக் கண்திறக்க, சுற்றி எல்லோரும் 'புரிந்தது' என்று முஷ்டி மடக்கி வீசிக் காட்டுக் கத்தல் கத்தினார்கள். நான் தாமதமாகப் போன ஒரு மணி நேரத்துக்குள் அவர்களை என்னமாகப் பழகியிருக்கிறார் இந்த மனுஷர்!

பகல் சாப்பாட்டு நேரம்.

'நாற்பத்து மூணு நிமிஷம் சாப்பாட்டுக்காக ஒதுக்கப்படுகிறது.'

அகிலேஷ் அறிவிக்க, அவசரமாக வெளியே ஓடினோம்.

●

ஐந்து நட்சத்திர ஹோட்டலிலிருந்து வரவழைத்த சாப்பாடு, வரிசையாகப் பரத்தி வைத்த பாத்திரங்களை பீங்கான் தட்டில் நிறைத்துக்கொண்டு ஒரு ஓரமாக ஒதுங்க, காவேரி.

'ஹலோ! நீங்க எங்கே வேலையாக இருக்கீங்க?'

இவளை இம்ப்ரஸ் செய்ய இனியொரு சந்தர்ப்பம் கிடைக்குமோ என்னவோ?

உலகம் முழுக்கத் திரிந்து இரை பொறுக்கும் கோழிகள் எல்லாம், விரும்பிக் கேட்டுச் சுவைத்து உண்ணும் தீவனம் தயாரிக்கும் பிரும்மாண்டமான நிறுவனத்தின் பெர்சனல் மேனேஜர் என்று கனகம்பீரமாக, கோழிக் கறியும் கையுமாகச் சொன்னேன்.

'நல்லது. இங்கே வந்திருக்கும் எல்லோரும் உங்களைப் போல பெரிய கம்பெனிகளில் நிர்வாகிகள். சிலர் வருஷா வருஷம் பணம் கட்டி உற்சாகமாக வருகிறார்கள்.'

நாலரை அடி உயரமாக 'இமயமலை' - கல்கத்தாவில் பெரிய பிஸ்கோத்து கம்பெனியில் ஜெனரல் மேனேஜராம். பத்து வருஷமாக வருகிறாராம். 'கழுகு' - பெரிய தொழிலதிபராம். 'மோட்டார் சைக்கிள்' - மருந்து தயாரிக்கும் தொழிலில் பிஸ்தாவாம்.

'அப்ப நீங்க?' காவேரியைக் கேட்டேன்.

'நானா? அகிலேஷ் ஆனந்தாவின் ஒரே மகள். கல்லூரி முடித்துவிட்டு, அப்பாவோடு உலகத்தைச் சுற்றுகிறேன்.'

ஒரு புது மரியாதையோடு அவளைப் பார்த்தேன். குருபுத்ரி. வெளிநாடெல்லாம் போனவள். பேரழகி.

சொந்த ஊர் பெங்களூராம். வயலின் வாசிப்பதிலும், பிளாட்ஃபாரக் கடைகளில் பேரம் பேசிக் கண்டதையும் வாங்குவதிலும் இஷ்டமாம். மெட்ரோ தியேட்டர் பக்கம், பெரிய ஹோட்டலில் தான் தங்கி இருக்கிறாளாம். அம்மா வராததால், ஷாப்பிங் தனியாகப் போகச் சங்கடமாக இருக்கிறதாம்.

அகிலேஷ் ஆனந்தாவைத் தியானித்து, நிறையத் தன்னம் பிக்கையைக் குரலில் வரவழைத்தபடி கேட்டேன்.

'வகுப்பு முடிந்ததும் நான் உங்களோடு துணைக்கு வரட்டுமா? எனக்கும் பேரம் பேசிப் பொருள் வாங்குவது, ரசகுல்லா சாப்பிடுகிறது போல!'

'உங்களுக்கு வீண் சிரமம்!' - அவள், பார்வையைக் கனிவாக என்மேல் இழையவிட, எச்சில் தட்டை வாங்கி ஓரமாக வைத்தேன். வகுப்பு எக்கேடும் கெட்டுப் போகட்டும். இவள் சரியென்றால், இப்படியே கையை அலம்பாமல்கூட வெளியே கிளம்பி விடலாம்.

'சாயந்தரம் ஆறு மணிக்கு ஹோட்டல் லாபியில் காத்திருங்கள். வருகிறேன். அப்பாவுக்குத் தெரியவேண்டாம்!'

இனிமையான சதி உருவான நேரம் அது.

'எவ்வளவு நேரம் சாப்பிடுவாய்? போய் வகுப்பில் உட்கார்!'

அகிலேஷ் ஆனந்தா பக்கத்தில் வந்து கர்ஜனை செய்தபோது, காதில் தூசு அப்பிப் போனது போல இருந்தது. நான் பலசாலி.

என்னால் முடியும். என்னால் மட்டுமே முடியும், காவேரியை கவர் பண்ண!

•

மத்தியானம் செய்முறைப் பயிற்சி வகுப்பு.

'உங்கள் வாழ்க்கையில் நடந்த ஒரு மறக்க முடியாத சம்பவத்தைப் பற்றிப் பேசவேண்டும். இரண்டே நிமிஷம்தான் நேரம் எடுத்துக் கொள்ளலாம். அதற்குள் கேட்பவர் மனத்தில் தைக்கிறது போல, அழுத்தமாகச் சொல்லவேண்டும். என்னுடைய உதவிப் பயிற்சியாளர்கள் உங்களை இப்போது சக்கையாகப் பிழிவார்கள்.'

அகிலேஷ் எங்களை, நாலு குழுக்களாகப் பிரித்தார். மூன்று கிங்கரர்களும் காவேரியும் மூலைக்கு ஒருவராக நின்றார்கள். என் அதிர்ஷ்டம், நான் காவேரி பக்கம்.

'எப்படிப் பேசுவது என்று கற்றுத்தர, நான் என் வாழ்க்கையில் நடந்த மறக்க முடியாத ஒரு சம்பவத்தைச் சொல்கிறேன்.'

காவேரி கணீரென்று தொடங்கினாள். அவள் முதல்முதலாக மீன் வறுவல் செய்த தினம் அது. துடிப்பு அடங்கிய மீனும், சரியாக வரவேண்டுமே என்று துடிக்க ஆரம்பித்த மனமுமாகத் தயாரான வறுவல். சாப்பிட்டுப் பார்த்த அகிலேஷ், குரல் நெகிழச் சொன்னது: 'நான் நாளைக்கே இறக்க நேர்ந்தாலும் பரவாயில்லை. இந்த அற்புதமான மீன் வறுவலைச் சாப்பிட்ட திருப்தியே போதும்!'

காவேரி உணர்ச்சியோடு சொல்லி, கனகச்சிதமாக இரண்டு நிமிஷத்தில் முடித்து நிறுத்த, பக்கத்தில் நின்ற இமயமலை உருகிக் கண்ணீர் விட்டது.

'இப்போ, பெர்சனல் கம்ப்யூட்டர் சொல்லலாம்!'

சின்ன வயதில், பாலக்காட்டில் எனக்குப் பாலாடைப் பிரதமன் தயாரித்துக் குடிக்கக் கொடுத்த கல்லுப்பாட்டியைப் பற்றி வர்ணித்து விட்டு, அவளைச் சாகடிப்பதற்குள் காவேரி இரண்டு நிமிஷம் ஆகிவிட்டது என்று நிறுத்திவிட்டாள். அப்புறம் இரண்டாம், மூன்றாம் ரவுண்டிலும் கல்லுப்பாட்டி சிரஞ்சீவியாகப் பாயசம் உண்டாக்கினாள்.

சாயந்தரம் ஐந்து மணி. வகுப்பு முடிந்து, மெட்ரோ தியேட்டர் வாசலில் கல்கத்தா மேப் வாங்கி, டாக்சியில் தேசப்ரியா பார்க் வந்து, ஜீன்ஸ் - ஸ்டோன்வாஷுக்கு மாறி, மேப்பை உருப் போட்டு, திரும்ப எஸ்பிளனேட் வந்து ஹோட்டல் லாபியில் நிற்க, காவேரி.

எஸ்பிளனேடை ஒரு செண்டிமீட்டர் விடாமல் அலசினோம். நியூ மார்க்கெட்டில் கடை கடையாகப் புகுந்து புறப்பட்டு, பச்சை சூடிதார் விலை விசாரித்தோம். பாதாள ரயில் நிலையப் பக்கம் பேல்பூரி சாப்பிட்டோம், காரம் விறுவிறுக்க. கே.சி. தாஸ் மிட்டாய்க் கடையில் 'அமிர்தகும்பமும்', 'காலாஜாமூனும்' வாயில் துளித்துளியாகக் கரையவிட்டோம். நெல்லிசென்குப்தா சாரணி என்ற லின்ட்ஸே வீதியில், செருப்புக் கடை வாசலில் செருப்பு வாங்க நிற்கிற கியூவைப் பார்த்தபடி, பழைய புத்தகக் கடைகளை மேய்ந்தோம். டேஸ்ட் மெடிக்கலில் ஏதோ மருந்து வாங்கிக் கொண்டாள் காவேரி.

'அப்பாவுக்கு வயிற்றுவலி. சீக்கிரம் போகணும்!'

ஹோட்டலுக்கு அவளைக் கொண்டுபோய் விட்டுவிட்டு, திரும்ப தேசப்ரியா பார்க் வந்தபோது வானத்தில் பறப்பதுபோல இருந்தது. மார்க்கண்ட மாமா ஊரில் எல்லோருடைய ஷேமலாபங்களையும் விசாரித்தபடி இருக்க. நினைவெல்லாம் காவேரிதான்.

●

விடிந்து, சிரத்தை எடுத்து சவரம் செய்துகொண்டு, தலைக்கு ஷாம்பு போட்டுக் குளித்து, மீசை திருத்தி, மார்க்கண்ட மாமாவின் 'இன்று ஒரு தகவலை'க் காதில் அரைகுறையாக வாங்கியபடி உப்புமா கொறித்து, எட்டு மணிக்கே வகுப்புக்கு வர, காவேரி.

●

ஒரு அரைமணி நேரம் போல, தடங்கல் இல்லாத சுகமான அரட்டை.

உபன்யாசம். உறக்கம். சாப்பாடு. மதியம், நான் கலங்கிக் கண்ணீர் விட்ட நாள்! திரும்பவும் காவேரி பக்கம் நான்.

முந்திய நாள் மீன் வறுவலையே அங்கே இங்கே மாற்றி, திரும்ப வறுத்து காவேரி கண்ணீர்க் கதையாகப் படைக்க, இமயமலை உடைந்தே போனார்.

நானும் காவேரியைப் பின்பற்றி, கல்லுப் பாட்டியைச் சுற்றிக் கண்ணீர் மாளிகை எழுப்பி, எல்லோரையும் அழவைத்ததற்காக பென்சில் பரிசு வாங்கினேன். அகிலேஷ் பெயர் பொறித்த பென்சில் அது.

சாயந்தரம் டிராம் ஏறி ராஷ்பீகாரி அவென்யூ வந்தோம். பாலிகஞ்ச் மார்க்கெட்டில் படையெடுப்பு. தமிழ் ஹோட்டலில் ஊத்தப்பம். கேஸட் கடையில், தள்ளுபடி விலைக்கு அமர்பால் பாடிய பெங்காலி நாட்டுப்புறப்பாட்டு. கடையில் படி வழுக்க, விழாமல் சேர்த்தணைத்த என் பாதுகாப்பு வளையத்தில், தலையில் கரகமில்லாத குஷ்புவாக, காவேரி.

தொடர்ந்த மூன்று நாளும் இதேபோலத்தான். நான் செய்முறை வகுப்பில் காவேரி போல இடுப்பில் கையை வைத்தபடி, இரண்டு பக்கமும் லேசாக ஆடியபடி பேசப் பழகிக்கொண்டேன்.

'அதிர்ச்சி அடைய வைத்த சம்பவம்', 'ஆனந்தப்பட வைத்தது', 'வாழ்க்கையில் குறிக்கோளை அடையக் கற்றுக்கொடுத்தது' - காவேரி தொடர்ந்து வெளுத்துக் கட்டினாள். மீன் வறுவலில் இப்படி ஒரு உணர்ச்சிக் குவியலையே ஒளித்துவைக்க முடியும் என்று நான் கனவில்கூட நினைத்ததில்லை.

•

சனிக்கிழமை. கடைசி நாள் வகுப்பு. முந்தின நாள் ராத்திரிதான் லிண்ட்ஸே வீதி செருப்புக் கடை கியூவில் பொறுமையாக நின்று காவேரிக்கு முப்பத்தேழு ரூபாய்க்கு அழகான ஒரு ஜதை செருப்பு வாங்கியது.

இனிமேல் அவளை எப்போது பார்க்க? எப்படி? எங்கே? சோகம் அழுத்த வகுப்பில் நுழைந்தால், காவேரி? காணோம்!

அகிலேஷ் சுரத்தே இல்லாமல் வகுப்பை ஆரம்பித்தார். நான் வாசலையே பார்த்தபடி இருந்தேன்.

சாப்பாட்டு நேரத்தில், எல்லோரும் முந்தின நாள் ராத்திரி ஹாத்திபாகனிலும் ஷாம் பஜாரிலும் போலீஸ் புகுந்து நடை பாதைக் கடைகளை அகற்றியதைச் சொன்னார்கள்.

‘காலையில் ராஷ்பீகாரி அவென்யூவிலே கலாட்டா. ஒரு டிராமை எரிச்சுட்டாங்க!’ - இமயமலை சொன்னது.

காவேரி எங்கே? நான் படபடப்பாக அகிலேஷைக் கேட்டேன்.

அவர் வெறும் தட்டை கையில் பிடித்தபடி என்னையே ஒரு விநாடி உற்றுப் பார்த்தார்.

‘காலையிலே சின்னதா ஒரு சச்சரவு. நேத்து ஏதோ செருப்பு வாங்கினாளாம். காலையிலே போய் மாத்தணும்னாள். நான் கிளாஸ் முக்கியம்னேன். கோபமா வெளியே போய்ட்டா!’

அவர் கண் கலங்கி இருந்தது.

ஊருக்குத் தன்னம்பிக்கை சொல்லிக் கொடுக்கிறவர், இந்தச் சின்ன விஷயத்துக்காக உருகிக்கொண்டு…

சின்ன விஷயமா? ஊரில் கலாட்டா வெடித்து வருகிறது. இந்தச் சின்னப் பெண் தனியாக கிளம்பி…

சடாரென்று தட்டை வைத்துவிட்டு வெளியே ஓடினேன்.

•

புகை மூட்டத்தில் லின்ட்ஸே தெரு. என்னவோ எரிந்து கொண்டிருந்தது. நாலா திசையும் கல் பறந்தது. நிறுத்தி வைத்த கை ரிக்‌ஷாக்களில் ஏறிக் குதித்து ஓடி, செருப்புக் கடையை அடைந்தேன். அரை சென்டிமீட்டரே திறந்த கதவு, நான் உள்ளே போக, திரும்ப மூடிக் கொண்டது. உள்ளே, படபடக்கும் நெஞ்சோடு ஒரு சிறிய கூட்டம். ஓரமாக, செருப்பைக் கையில் பற்றியபடி காவேரி.

எல்லாம் அடங்கி, நாலரை மணிக்குக் காவேரியை, கையைப் பிடித்து அழைத்துக்கொண்டு வகுப்பில் நுழைய, எல்லோர் கண்ணும் எங்கள் மேல்தான்.

அகிலேஷ் மெதுவாகப் பக்கத்தில் வந்தார். காவேரியைப் பார்த்த சந்தோஷம் ஒரு விநாடி கண்ணில் தெரிய, மறுபடி கோபம்.

‘நாலு மணி நேரம் வகுப்பை கட் அடித்து ஊர் சுற்றிவிட்டு வருகிறாய். போய்க் குனிந்து ஒரு காலை உயர்த்தி கொக்கு பிடித்து நில்லு!’

அன்றைக்குக் கொக்கு பிடிக்க ஆரம்பித்ததுதான்.

'பாருங்க, இது என் மாப்பிள்ளை! இத்தனை அழகான பெண்ணை இந்தக் குரங்குக்கு கல்யாணம் செய்து வச்சு இருக்கேன். இவனும் என் அசிஸ்டெண்ட்தான். வகுப்புக்கு நேரம் கழித்து வந்தால், எப்படி நிக்கணும்னு இப்போ காண்பிப்பான்.'

எல்லா நாடுகளிலும் சுற்றி கொக்கு பிடித்து நின்றிருக்கிறேன். காவேரி மீன் வறுவலையும், நான் கல்லுப்பாட்டியையும் பற்றி சகலமான உணர்ச்சிகளோடும் பேசிப் பயிற்சி தருகிறோம். காக்கிநாடாவுக்கும் கோழித் தீவனத்துக்கும் எப்போதோ டாட்டா சொல்லிவிட்டேன்.

பக்கத்தில் காவேரி. பையிலே காசு. நிறையத் தன்னம்பிக்கை. உங்களுக்கும் கொஞ்சம் பொட்டலம் கட்டித் தரட்டா?

62. டேக் ஓவர்

மிசிஸ். பொன்சேகா கிளம்பிப் போய்ப் பத்து நிமிஷம் கழித்து டெலிஃபோன் கூப்பிட்டது.

'ஆட்டோ - ஆன்சரிங்'கை இணைக்க மறந்திருக்கிறாள். 'இது சாய்வாலா கம்பெனி. எங்கள் வைஸ் பிரசிடெண்ட் ரங்கா, தற்போது இங்கே இல்லை. நாளைக் காலையில் அவர் காரியதரிசியைச் சந்தியுங்கள். சிரமத்துக்கு மன்னிக்கவும்!' - பொன்சேகா குரலில் பதிவு செய்து வைத்ததை கிரமமாகச் சொல்லும் இயந்திரம் அது.

ரங்கா, அறைக்கு வெளியே வந்து ரிசீவரை எடுத்தார்.

'ஹலோ! நான் எகனாமிக்ஸ் நியூஸ் பத்திரிகையின் உதவி ஆசிரியர் ராகவ்ஷெட்டி.'

'சொல்லுங்கள்.'

'குட் ஈவ்னிங் சார்! உங்கள் கம்பெனி, பாரத் ஆர்ச்சர் நிறுவனத்தோடு இணையப் போவதாகப் பரபரப்பான செய்திகள். இந்த மெகா இணைப்பு பற்றி!' - ரங்கா இடைமறித்தார்.

‘இல்லை. எனக்குப் பேச நேரம் இல்லை.’

‘செய்தி உண்மையா என்று மட்டும்?’

‘பாரத் ஆர்ச்சர்காரர்களையே கேட்டுப் பார்க்க வேண்டியது தானே?’

ஓங்கி அறைவது போல ரிசீவரை வைத்தார்.

பொன்சேகாவின் பர்சனல் கம்ப்யூட்டர் திரை இன்னும் ஒளிர்ந்து கொண்டுதான் இருந்தது. அவள் போகும்போது ரெக்சின் கவர் போர்த்தி, கீ போர்டைப் பூட்டிவிட்டுப் போகிற பழக்கம்.

மறதியில்லை. இந்த வேலை இனியும் நிலைக்குமா என்ற சஞ்சலம். அதனால் வரும் அசிரத்தை. எல்லோரையும் போலவே.

பக்கத்து அலமாரியில் ரெக்சின் உறையைத் தேடி எடுத்தபோது, அடுத்தடுத்து தனக்கு வாய்த்த காரியதரிசிகளை நினைத்துக் கொண்டார் ரங்கா.

பெண்கள், கீழ்ப்படிதல் உள்ளவர்கள். குறிப்பறிந்து செயல்படு பவர்கள்.

புள்ளி விவரங்களை விரல் நுனியில் வைத்திருந்த ஆஷா மேனன். அவள் இப்போது புனே சிஞ்ச்வாட் யூனிட்டில் அக்கவுண்ட் மேனேஜர். முணுமுணுப்பாக உதடு அசைவதைக்கூட கவனித்து, பிழையே இல்லாமல் சுருக்கெழுத்தில் வார்த்து அடித்து வந்து நீட்டுகிற அருணா காமத். கார் விபத்தில் இறந்து போனாள். அழகான உச்சரிப்போடு ஆங்கிலம் பேசும், தெலுங்கில் கவிதை எழுதுகிற மாலினி சாஸ்திரி, டெலிவிஷன் அறிவிப்பாளராகி விட்டாள். எல்லோருக்கும் முன்னால் வந்த கல்யாணி, ரங்கா முன்னால் உட்காரக்கூடப் பயப்படுவாள். எள் என்பதற்கு முன் எண்ணெயாக, எல்லாம் பார்த்துப் பார்த்துச் செய்தவள், கல்யாணத்துக்கு அப்புறம் வேலையை விட்டுவிட்டாள்.

ரங்காதான் அவளைக் கல்யாணம் செய்துகொண்டது.

கல்யாணத்துக்கு அப்புறமும் அவள் ரங்காவுக்கு ‘உங்கள் கீழ்ப்படிதலுள்ள கல்யாணி’தான்.

‘வீட்டுலே அடைஞ்சு கிடந்தா சோம்பேறியாயிடுவே! ஈவினிங் காலேஜில் எம்.ஏ. படி!’ படித்தாள். ‘பெண் குழந்தைதானா? பரவாயில்லே. இது ஒண்ணு போதும். நீயே ஆபரேஷன் செஞ்சுக்க!’ செய்துகொண்டாள். ‘சுதாக்குட்டி பள்ளிக்கூடம் போனப்புறம் சும்மாப் பகல்லே தூங்கிட்டுக் கெடக்கியே. எம்.ஏ. பர்ஸ்ட் கிளாஸ் சர்ட்டிபிகேட் ஊறுகாய் போடவா வாங்கி வச்சே? பேப்பர்லே பார்த்து அப்ளை பண்ணி...’ வேலைக்குப் போனாள். ‘பிரமோஷன்லாம் சரிதான். ஆனா சாயந்தரம் ஆறு மணிக்கு அப்புறம் உட்கார வேண்டாம்.’ அடித்துப் பிடித்து ஆறு மணிக்கு வந்தாள். ‘சமையலுக்கு எதுக்கு ஆள் போடணும்?’ போடவில்லை. ரங்கா வீட்டுக்குப் போகும்போது, சுடச்சுட ரசமும் பொரியலும் சுக்கா ரொட்டியும் தயாராக இருக்கும்.

பசிக்க ஆரம்பித்தது. எம்.டி. லண்டனிலிருந்து கூப்பிடுவதாகச் சொல்லியிருக்காவிட்டால் கிளம்பிப் போயிருக்கலாம். ரங்கா தான் வேண்டுமாம். கம்பெனிக்காக, வரிசையாக புது உற்பத்திப் பொருள்கள் அறிமுகப்படுத்திய கைதான். கம்பெனியை பாரத் - ஆர்ச்சரில் மெகா இணைப்பு செய்ய முன் கை எடுக்க வேண்டுமாம். விதி!

‘சுநில்!’

இண்டர்காமில் அக்கவுண்டன்ஸ் மேனேஜரைக் கூப்பிட்டார்.

‘பிராஃபிட் ஏர்னிங் கெபாசிட்டி வேல்யூ கம்ப்யூட் பண்ணியாச்சா சுநில்?’

‘இல்லே ரங்கா. நாளைக்கு நான்தான் பண்ணனும். பசங்க, வரிசையா கால் கடுதாசி நீட்டிட்டாங்க. உனக்குத்தான் தெரியுமே. கப்பல் முழுகிட்டு இருக்கு. கிழட்டு மாலுமி, நீயும் நானும் நம்ப வயசுக்காரங்களும்தான். பாரத் ஆர்ச்சர்லே நம்மை எப்படி மதிப்பாங்களோ?’

ஏர் கண்டிஷனரின் சில்லிப்பு அதிகமாக இருந்தது. மணி நேரத்துக்கு ஒருமுறை சுற்றிவந்து சரிபார்க்கும் ஆப்பரேட்டரை, இண்டர்காமில் கூப்பிட பதிலே இல்லை.

ஏ.சி.யைக் குறைக்கச் சொல்ல வேண்டும். ரங்கா வெளியே வந்து லிஃப்ட்டுக்குக் காத்திராமல் மாடிப்படி இறங்கினார். ஏ.சி. ரூம் கீழ்த்தளத்தில்.

மாடிப்படியை ஒட்டி வளைந்து போகும் கைப்பிடி ரெய்லிங்குகளில் படிந்த தூசி, கண்ணை உறுத்தியது. துடைத்துத் துடைத்து பாலீஷ் போட்டது போல வைக்கப்படும் கட்டடம் இது.

நூறு வருஷம் பாரம்பரியம் உள்ள கம்பெனி. டீத்தூள் விற்றுக் கட்டிய பிரும்மாண்டமான தலைமை அலுவலகம். நூறு வருஷமாக அதே பேக்கிங்கில் வரும் கேத்தி டீ, இன்னும் நாடு முழுவதும் விற்பனையில் நம்பர் ஒன்தான். டீத்தூள் தவிர இன்ஸ்டெண்ட் காபி, மில்க் சாக்லெட், சமையல் எண்ணெய் என்று நூற்றுக்கணக்கில் உற்பத்திப் பொருள்கள்.

'இருபத்தேழு சதவிகிதம் மொத்த விற்பனை அதிகரிப்பு. வருஷாந்திர வளர்ச்சி பதினெட்டு சதவிகிதம். ஏகப்பட்ட லாபம். வேறு தொழில்களில் முதலீடு செய்யலாம். லெட் அஸ் டைவர்ஸிபை. தய்வானிலிருந்து டி.வி. பிக்சர் டியூப்களை சோர்ஸ் செய்வதில் ஆரம்பிக்கலாம். அப்புறம் செயற்கை இழை, எரிசாராயம்...'

எந்தத் தேவதை கொடுத்த சாபமோ? அப்புறம் கம்பெனி இறங்குமுகம்தான், கடந்து போன ஐந்து வருஷமாக.

●

முதல் மாடியில், போர்ட் ரூம் கதவு விரியத் திறந்து கிடந்தது. கூட்டம் நடக்காத நாள்களில் பூட்டி வைத்திருக்கும் இடம் இது.

ரங்கா உள்ளே நுழைந்து ஒவ்வொரு விளக்காகப் போட, நீள் வட்ட மேஜையும், குஷன் நாற்காலிகளும், எல்.சி.டி. புரஜக்டரும், எதிரே சுவரில் கரும்பலகையும் வெள்ளைத் திரையுமாக விரியும் போர்ட் ரூம்.

புதியதாக விற்பனைக்கு வரப்போகும் எத்தனை பண்டங்களுக்கு இங்கே பிராடக்ட் பிரசென்டேஷன் கொடுத்திருக்கிறார் ரங்கா? ஏலக்காய் வாடை தேயிலை, ஸ்வீடிஷ் ஸ்பான்ச் கேக், பாலாடைக் கட்டி என்று எத்தனை பரபரப்பான அறிமுகச் சடங்குகள்.

விற்பனைக்கு வரும் பண்டத்தின் நிறம், வடிவம், சுவையிலிருந்து அது சுற்றி வரும் காகிதம், மேலே வண்ணங்கள், எழுத்து, விற்பனை யுத்தி, விளம்பரம் என்று சகலமானதையும்

அணுஅணுவாகத் திட்டமிட்டுச் செய்கிற பிராடக்ட் லான்ச் ஒவ்வொன்றும், ஒரு வருஷம் முதல் இரண்டு வருஷம் வரை நீளும்.

போர்ட் ரூம் சுவரில் 'வாட்-கம்'மின் வண்ண போஸ்டர் கண்ணைச் சிமிட்டியது. சாய்வாலா கம்பெனியின் வெற்றிகர மான பிராடக்டுகளில் அதுவும் ஒன்று. சுதா, கல்லூரியில் சேர்ந்த வருஷம்தான் விற்பனைக்கு வந்தது. சுதா கொடுத்த ஐடியா!

'டாடி! காலேஜ் தோழிகள் எல்லாம் ஊட்டி, கொடைக்கானல்னு லீவுக்குப் போறாங்க!'

'நீ என்னோட டெல்லிக்கு வா. மூணு நாள் பிளானிங் கான்பரன்ஸ். முடிஞ்சவுடன் ஊர் சுத்திக் காட்டறேன்!'

'இந்த வெயில்லே டெல்லிக்கு உங்களோட வர்றதைவிட, நெட்டூர் கிராமத்துலே பாட்டியோடு உக்காந்து மொட்டை மாடியிலே வடாம் பிழிவேன்!'

டென்னிஸ் ராக்கெட்டோடு சுதா கிளம்பியபோது, ரங்கா மனம் முழுதும் ஜவ்வரிசி வடகம் ஆக்கிரமித்துக் கொண்டது.

அதற்கு மூன்று மாதம் முன்னால்தான் லக்னோ பிரிவில் படு உற்சாகமாக சோயா சேமியாவை அறிமுகப்படுத்தினார்கள். சேமியாவுக்கான மார்க்கெட் ஏற்கெனவே நிறைந்து வழிகிற சூழ்நிலையில், இது வேண்டவே வேண்டாம் என்று ரங்கா படித்துப் படித்துச் சொல்லியும் பலன் இல்லை. லக்னோ நாராயண்தத், எம்.டி.யின் தங்கை மகன்.

லட்சக்கணக்கில் பணம் செலவு செய்து, இயந்திரம் வாங்கி, கலர் கலராகச் சாயம் தோய்த்து - 'குழந்தைகளுக்குப் பிடிக்கும்' - இந்தி சினிமா காமெடியனை வாழைப்பழத் தோலில் வழுக்கி விழவைத்து, மகா காமெடி விளம்பரப்படம் எடுத்து, வியாபாரத்துக்குக் கொண்டு போனபோது படுதோல்வி.

சோயா மொச்சை வாடை பிடிக்காதவர்களிடம் புரதச் சத்து, ஊட்டச்சத்து, விட்டமின் கணக்கையும், குறைந்த விலையையும் காட்டிப் புண்ணியமில்லை என்று கம்பெனிக்கு உறைப்பதற்குள், பெட்டி பெட்டியாகத் திரும்பி வந்த சோயா - சேமியா.

சோயா சேமியாவை மறு அறிமுகம் செய்கிற காரியம், ரங்கா தலைமையில்தான் விழுந்தது. ஏழு லட்ச ரூபாய் செலவில் திட்டமிட்ட ரீலான்ச் அது. வழிவகை யோசித்துக் கொண்டிருந்த போதுதான், சுதா சொன்ன வடகம்.

குவிந்து கிடக்கும் சோயா சேமியாவைக் கொட்டிக் கலந்து தோதாக வேறு சரக்கும் சேர்த்து உப்பு உறைப்பாக இயந்திரத்தில் வடகம் செய்து விற்றால்? மறுநாளே 'வாட்-கம்' பெயர் பிறந்தது. வைத்தது சுதாதான். ஆறே மாதத்தில் மார்க்கெட்டுக்கு வந்த வாட்-கம் விற்பனை சூடு பிடித்தபோதுதான், ரங்கா வைஸ்-பிரசிடெண்ட் ஆனது.

எம்.சி.ஏ. முடித்து நியூரல் நெட் ஒர்க்கிங்கில் பிஎச்.டி.க்காகச் சுதா கலிபோர்னியா போனதும், வாட்-கம் அங்கேயும் சூப்பர் மார்க்கெட்களில் தலைகாட்டியிருப்பதாக எழுதியிருந்தாள்.

•

'பேக்கேஜில் மட்டும் ஏழெட்டு வர்ணத்தில் அடிக்கிறதுபோல இல்லாமல் சாஃப்ட்டாக இருந்தால், அமெரிக்கர்களும் வாங்கலாம்' என்று யோசனை வேறு சொல்லியிருந்தாள்.

பிளாஸ்டிக் டப்பாவிலும் கண்ணாடி பாட்டிலிலும் கூட அழகாக பிரிண்ட் செய்யும் 'தெர் இமேஜ்' இயந்திரம் வாங்கியபோதுதான், சுதாவின் கேஷுவலான கடிதம்.

அவள் வேலை பார்க்க ஆரம்பித்திருந்த நேரம் அது. கூட வேலை செய்யும் அமெரிக்கக் கருப்பனான ராபர்ட்டைக் கல்யாணம் செய்துகொள்ள, அப்பா - அம்மா சம்மதம் தேவையாம்.

ரங்கா ஃபோன் செய்யவில்லை. பதிலும் போடவில்லை. கல்யாணிக்கும் உடனடி தடை உத்தரவு.

'மகளைச் செல்லம் கொடுத்து வளர்த்துட்டீங்க! என்னை மாதிரி, நில்லுன்னா நிக்கணும் உட்காருன்னா உக்காரணும்னு எதிர்பார்க்க முடியுமா?'

யார் ஆசியும் இல்லாமல், சுதா கல்யாணம் முடிந்து இரண்டு வருஷம் ஓடிவிட்டது.

நேற்றையும் முந்தா நாளையும் முந்தின நாள்களையும் அசை போட்டுக்கொண்டு ரங்கா படி இறங்கி வர, ஏ.சி. அறை வாசலில் ஆப்பரேட்டரும் இன்னும் இரண்டு கடைநிலைச் சிப்பந்திகளும் உரக்கப் பேசிக் கொண்டிருந்தது காதில் அறைந்தது.

'ஆர்ச்சர் கம்பெனியிலே சேர்ந்த பிறகு, இந்தக் கட்டடத்தை வித்துடுவாங்களாம். பி.எஃப்., கிராஜுவிட்டி, மேலே ரெண்டு மாச சம்பளம் போட்டுக்கொடுத்து நம்மளை மாதிரி ஆசாமிங் களை எல்லாம் வீட்டுக்கு அனுப்பிவிட்டு, முக்கியமானவங் களை மட்டும் அங்கே சேர்த்துப்பாங்களாம் - நம்ப வைஸ் பிரசிடெண்ட் ரங்கா சார், பாண்டே மாதிரி. அவங்களும் அங்கே அதிகாரம் பண்ணமுடியாது. டையைக் கட்டிக்கிட்டு, கையைக் கட்டிக்கிட்டு நிக்கணும். காலம்டா சாமி!'

திரும்ப மாடிப்படி ஏறும்போது, ரங்காவுக்கு வியர்த்திருந்தது.

வயதாகி விட்டது. வேறு எங்கேயும் வேலைக்குப் போக முடி யாது. பல்லைக் கடித்துக்கொண்டு இன்னும் இரண்டு வருஷம் தள்ளிவிட்டால் ரிடையராகி விடலாம். அதுவரைக்கும் எந்தப் பேர்வழிக்கு சலாம் போட்டு 'எஸ் சார்' சொல்லவேண்டும் என்று தலையில் எழுதியிருக்கிறதோ?

ரங்கா அறையில், டெலிஃபோன் தொடர்ந்து அலறிக் கொண் டிருந்தது.

எம்.டி.தான்.

'எங்கேப்பா போனே? அப்போலேருந்து கூப்பிடறேனே. நீ அனுப்பின ஃபேக்ஸ் வந்தது. ஸ்வாட் அனைலசிஸ்லே நம்ம பிராடக்ட்களோட டோமாவை ஸ்ட்ரெங்க்த்தாகக் காட்டணும். நெட் அசட் வேல்யூ ரீட் பண்ணலாம். பம்பாய் எக்சேஞ்ச் ஷேர் வேல்யூதான் எடுத்துக்கணும், மார்க்கெட் மதிப்பு கணக்குப்போட! எல்லாம் சரி பண்ணி, நாளைக்கு நீ ஆர்ச்சர் லோக்கல் ஆபீஸ்லே போய் டிஸ்கஸ் செய்யணும். ஷேர் எக்ஸ்சேஞ்ச் வேல்யு கம்ப்யூட் ஆகி ஏத்துக்கிட்டாத்தான் மெர்ஜர் வேலை ஆரம்பிக்கும். நாளைக்கு மத்தியானம் ஆர்ச்சர்லே போய்ப் பேசிடு. சரியா? என்ன செய்ய, நாம் பணிஞ்சு போற காலம் இது!'

பேசிக்கொண்டே போகிற எம்.டி... ரங்கா கை கட்டி நிற்க, வேளை நெருங்கிக் கொண்டிருக்கிறது.

ஆயாசத்தோடு எல்லாக் காகிதங்களையும் பெட்டியில் திணித்துக் கொண்டு கிளம்பும்போது திரும்பவும் தொலைபேசி.

இந்தச் சனியனிலிருந்து எப்போதுதான் விடுதலை?

'கிளம்பலியா இன்னும்?'

கல்யாணிதான்.

'எங்கே தொலையப் போறேன். வந்துட்டுத்தானே இருக்கேன். என்ன விஷயம் சொல்லு?' - எரிச்சல் எட்டிப் பார்க்கும் குரல்.

'வந்து... இப்பதான் சுதா ஃபோன் பண்ணினா!'

கோபம் மெல்ல ஏறிக்கெண்டிருந்தது ரங்காவுக்கு.

'அவ உண்டாயிருக்காளாம்!' - தயங்கித் தயங்கி கல்யாணி சொன்னாள்.

'போ! போய்ப் பிரசவம் பார்த்துட்டு வா. மாப்பிள்ளைக் கருப்பனுக்கும் சேர்த்து சிஷ்ருஷை பண்ணி, பைஜாமா தோய்ச்சுப்போடு போ. என்ன எழவுக்கு என்னைக் கேட்கணும்? என்கிட்டே சொல்லித் தொலைக்கணும்?'

கோபம் - மெகா மெர்ஜர் மீது. சாட்வாலா கம்பெனி மீது. எடுத்துக் கொள்ளும் பாரத் ஆர்ச்சர் மீது. ஐந்து வருஷமாக நஷ்டக் கணக்குக்கு வாய்க்கால் வெட்டிய எல்லாப் பயல்கள் மீதும். நாளைக்கு யார் முன்னாலோ கை கட்டி நிற்க வேண்டிய தலையெழுத்தின் மீது... அந்த முகம் தெரியாத அற்பப் பிறவி மீது கல்யாணியின் பேச்சின் மீது...

'சரி. உங்களுக்குப் பிடிக்கலைன்னா பேசலை.'

'பிடிச்சதாப் பேசு!' - உறுமல் தொடர்ந்தது.

'உங்களுக்குப் பிடிச்ச சுண்ட வத்தக் குழம்பும், வெள்ளரிப் பச்சடியும் செஞ்சு வச்சிருக்கேன். எனக்குப் பசிக்கலை. தலைவலி உசிரு போறது.'

‘நாளைக்கு லீவு போட்டு ரெஸ்ட் எடு. சரியாயிடும்.’ இறுக்கம் குறையாத குரலில் சொன்னார் ரங்கா.

‘எங்கே லீவு போட? நாளைக்கு உங்க கம்பெனியிலிருந்து யாரோ மெர்ஜர் பத்திப் பேச வர்றாங்களாம். இனிமே அது சம்பந்தப்பட்ட சகலமானதையும் என்னைத்தான் பார்த்துக்கச் சொல்லியிருக்காங்க. ஐயாம் ஸோ டயர்ட். கொஞ்சம் சீக்கிரமா வந்துடறீங்களா?’

‘எஸ் மேடம்!’

ரங்கா, ரிசீவரை ஜாக்கிரதையாக வைத்தார்.

63. கூடு விட்டுக் கூடு

காகித வாசனையில் சபா விழித்துக் கொண்டாள்.

தலைமாட்டில் அடுக்கி வைத்த பத்திரிகைகள். மேலேயிருந்த 'பம்பாய் டைம்ஸில்' புதிய பிரதமரின் ஜாக்கிரதையான சிரிப்பு. எடுத்துப் புரட்டினாள்.

குளிராக இருந்தது.

எழுந்துபோய் ஏர் கண்டிஷனரை நிறுத்தி விட்டு வந்தபோது, நடை ஒரு பக்கமாகச் சாய்ந்து இருந்தது.

நல்லவேளை! அம்மா உயிரோடு இல்லை, இதைப் பார்க்க. சின்ன வயதிலேயே நாட்டியம் சொல்லிக் கொடுத்த அம்மா, நடக்கச் சொல்லிக் கொடுத்த அம்மா.

'சுபா! உன்னோட நடையிலே உன்னோட பெர்சனாலிடியே தெரியணும். நேரா, நளினமா, சாயாம, கால் கோணாம - தினம் தலையிலே புத்தகத்தை வச்சுக்கிட்டு அது கீழே விழாம நடந்து பழகு.'

சாரி அம்மா. நீ கற்றுக்கொடுத்த அழகான நடையை தொலைத்துக் கொண்டு இருக்கிறேன். நடையை மட்டும்தானா?

படுக்கையில் விரிந்து கிடந்த பத்திரிகைப் பக்கத்தில், அரிவாளும் கையுமாக உருட்டி விழிக்கும் சுபாவின் புகைப்படம். துர்கா தேவியாக நடிக்கும் சுபா.

கட்டிய புருஷனையும், அவன்கூடப் பிறந்தவர்களையும் தூங்கிக் கொண்டிருக்கும்போதே, துடிக்கத் துடிக்க அரிவாளால் வெட்டிக்கொன்று ஜெயிலுக்குப் போன கிராமத்துப் பெண் துர்கா தேவி.

'ரங்னேகர், ஓஹோன்னு எழுதியிருக்கார் அண்ணி, உங்க 'சிறைப் பறவை' நாடகத்தோட நூறாவது பெர்ஃபார்மென்ஸ் பத்தி...'

ஷியாமளி தேநீர்க் கோப்பைகளோடு உள்ளே வந்தாள்.

'சுபா, மேடையில் துர்கா தேவியாகவே சுவாசிக்கிறார். அந்த கிராமத்துப் பேச்சும், தெறித்து விழும் வசவுகளும் - சாய்ந்த நடையும் - ஆயுசுக்கும் சுபாவின் பெயர் சொல்ல இந்த நாடகம் ஒன்றே போதும்!'

'எகனாமிக் வோர்ல்ட்லேதான் நம்பியார் கடிச்சுத் துப்பி யிருக்கிறார்.'

ஷியாமளி சொல்லியபடியே தேநீர்க் கோப்பையை நீட்ட, சுபாவின் வாயிலிருந்து மராத்தி வசவொன்று விழுந்தது.

'சாரி ஷியாமளி. துர்கா மாதிரி மேடையிலே நடந்து பழகிப் பழகி, என்னோட வழக்கமான நடையே மாறிப்போச்சு. இப்ப பேச்சும்.. மேடைக்கு வெளியேகூட நான் துர்கா தேவியா மாறிடுவேனோன்னு பயமா இருக்கு. லீவ் இட் நம்பியார். நாடகத்தைப் பற்றி என்ன தெரியும் நம்பியாருக்கு?'

சுபா, கண்ணை மூடியபடி தேநீரை உறிஞ்சினாள்.

நம்பியார், ரத்தனின் உயிர் நண்பர். சுபாவை அவனுக்கு அறிமுகப்படுத்தியவர்.

'மீட் மிஸ் சுபா, ரத்தன், நீ எப்படி கட்டடக் கலையிலே பெரிய கொம்பனோ, அதேபோல சுபா, கட்டட அழகுக் கலையிலே

எக்ஸ்பர்ட். கூடவே பரதநாட்டியம் டான்சர். தூர்தர்ஷன்லே வயசான மாமிகளோட ஒரு ஓரமா நின்று ராத்திரி நியூஸுக்குப் பிற்பாடு ஆடியிருக்கா!'

- பற்றிக் குலுக்கிய ரத்தனின் கை விலகிப் போய்விட்டது. பரதநாட்டியம் மறந்துகொண்டு வருகிறது. துர்கா தேவிதான் காரணம்.

சுபா, டைம்ஸை மடித்து டீப்பாயில் வைக்கும்போது, கடைசிப் பக்கத்தில் பெண்ணுரிமை இயக்கங்களின் கூட்டு மாநாட்டில் துர்கா தேவி உரை நிகழ்த்தும் படம். அசல் துர்கா தேவி.

ஷியாமளி பத்திரிகையைப் பிடுங்கி பார்த்தாள்.

'அசப்பிலே உங்க மாதிரியே இருக்கா அண்ணி இந்த துர்கா தேவி. இல்லே நீங்கதான் அவ மாதிரி இருக்கீங்களா? அந்த முகத்தைப் பார்த்தா, கொலை செஞ்சுட்டு ஏழு வருஷம் ஜெயில்லே இருந்த மாதிரியா தெரியுது?'

சிறைத்தண்டனை விலகி, விடுதலையாகி பம்பாய் வந்திருக் கிறாள் துர்கா தேவி. பொது மன்னிப்பு.

'நாளைக்கு உங்க நாடகம் பார்க்க வரப்போறா இல்லே துர்கா தேவி. மேடையிலே உங்க நடிப்பைப் பார்த்தா, தன்னையே கண்ணாடியிலே பார்த்துக்கிட்ட மாதிரி இருக்கும். அவ ரியாக்‌ஷனைப் பார்க்கணும்!'

ஷியாமளி காலிக்கோப்பைகளை டிரேயில் வைத்தாள்.

'சாயந்தரம் துர்கா தேவியைப் பார்த்து சம்பிரதாயமா அழைக்க, போகப் போறேன். முதல் தடவையாக நேர்லே பார்க்கப் போறேன். தன்னோட வாழ்க்கையை நாடகமாக்க, அனுமதி கூட ரங்னேகர் மூலமாகத்தான் ஜெயில்லே இருந்து கொடுத்தா! நீயும் என்னோட வாயேன் ஷியாமளி.

கோப்பைகளை எடுத்துக்கொண்டு திரும்பிய ஷியாமளி நின்றாள். 'இல்லே அண்ணி. சாயந்தரம் அண்ணாவைப் பார்க்கப் போறேன். நாளைக்கு அவன் பிறந்தநாள் ஆச்சே. போன வருஷம் பர்த்டேக்கு எல்லோரும் சேர்ந்து இருந்தோம். இப்போ...' வார்த்தையை முடிக்காமல் நடக்கும் ஷியாமளி.

சுபா, டிரஸ்ஸிங் டேபிள் மேல் கல்யாணப் புகைப்படத்தில் சிரிக்கும் ரத்தனையே பார்த்தபடி இருந்தாள்.

எல்லாமே கனவு போல இருக்கிறது.

'கொலாபாவிலே வரப்போற பலமாடிக் கட்டடத்தோட வரைபடம் இது. நான்தான் ஆர்க்கிடெக்ட். ஒவ்வொரு மாடியி லேயும் விமான கம்பெனி அலுவலகம், ஏற்றுமதி நிறுவனம், கம்ப்யூட்டர் சென்டர்னு இடம் பிடிச்சிருக்காங்க. ஒவ்வொருத் தருக்கும் ஒருமாதிரி இண்டீரியர் டெகரேஷன் செய்யணும். அல்டிமேட் சேலஞ்ச் பார், யுவர் எக்ஸ்பர்டீஸ். எடுத்துக்கறீங்களா சுபா?'

தொழில்முறையில் ஐந்து வருஷம் முன்னால் உருவான கூட்டணி அது.

'ரத்தன், நீங்க மராத்தியிலே நாடக ஆசிரியர்னு கேள்விப்பட் டேன். நடிகர் கூடவாம். நாடகக் குழு ஆரம்பிச்சிருக்கிறதா நம்பியார் சொன்னார்.'

ஒரு பகல் நேரத்தில், கொலாபாவிலிருந்து காரில் திரும்பும்போது கேட்டாள்.

'மராத்தி இல்லே சுபா, கொங்கணி. ஸ்கிரிப்டை இந்தியிலே எழுதுவேன். நடிகர்களை இங்கிலீஷ்லே டைரக்ட் செய்வேன். பார்க்க வர நாலு பேரும் மதராஸி விமரிசகரா இருப்பாங்க!'

சிரிப்பிலும், அப்புறம் அவன் வாழ்க்கையிலும் இணை சேர்ந்த சுபா.

ஏ.சி. கிரில்லுக்கு நேர் மேலே சுவரில் அழகாக விரிந்த பல்லக் கின் வண்ணப் படத்தில் சுபாவின் பார்வை படிந்தது. ரத்தன் தியேட்டர்ஸ், கிரிஷ் கர்னாடின் 'ஹய வதனா'வைக் கொங்கணி யில் மேடையேற்றியபோது, மேடை அலங்காரத்தை சுபா எடுத்துக்கொண்டதன் முதல் வெளிப்பாடு.

'சாதாரண புரோசீனியம் மேடை அமைப்பிலும் ஒரு மாந்திரீகம் கலந்த சூழலை, பல்லக்கை மட்டும் வைத்து சுபா எழுப்பி யிருக்கிறார்.'

நினைவில் நிற்கும் பத்திரிகை விமரிசன வரிகள்.

பல்லக்கின் இடது ஓரமாக சுபாவின் பார்வை நகர்ந்தது. வெந்நீர் போட வேம்பாவும், மெழுகிய தரையும், தரையில் சாப்பாட்டுத் தட்டுகளுமாக ஒரு புராதன கிராம வீடு. ஓரமாகக் கயிற்றுக் கட்டிலில், வயதான பெண்மணியாக, எங்கோ வெறித்தபடி - சுபாதான் அது. அழகான செப்பியாடோன் புகைப்படம்.

மகேஷ் எல்குஞ்ச்வரின் 'வாதே சிராபந்தி' நாடகம் அது. மராத்திய கிராம வீட்டைக் கண்முன் கொண்டு நிறுத்துவதோடு மட்டும் சுபாவின் பங்கு முடியவில்லை. காலபேதம் இல்லாமல், சூழ்நிலை குழம்பிப் போய், கட்டிலிலேயே உட்கார்ந்து அரற்றும் வயதான பெண்ணை, மேடையில் அவள் தத்ரூபமாகச் சித்திரித்ததைப் பிரபல நாடக ஆசிரியர் விஜய் டெண்டுல்கர் பாராட்டிப் போன இனிமையான நினைவுகள.

'அண்ணி! நான் காலேஜுக்குக் கிளம்பறேன்.'

ஷியாமளியின் குரல், சுபாவை மெல்ல உலுக்கி அசைத்தது.

'உங்களுக்காக பிரட் ஆம்லட் ஹாட்பேக்கிலே மூடி வச்சிருக்கேன். பிளாஸ்க்கிலே டீ இருக்கு. வரட்டுமா?'

தோளில் ஆதரவாகத் தட்டிப்போகும் ஷியாமளி.

எந்த கோர்ட்டும் ரத்து செய்ய முடியாத உறவு இது.

●

நாரிமன் டவர் பதினேழாவது மாடியில் 'சுபா டெகார்' அலுவலகத்துக்குள் நுழைந்தபோது, ஊழியர்கள் அவள் கேபினையே பார்த்தபடி வணக்கம் சொன்னார்கள்.

உள்ளே யார்? பஹ்ரினில் ஐந்து நட்சத்திர ஹோட்டலில் இண்டீரியர் டெகரேஷன் செய்வது பற்றிப் பேச வருவதாகச் சொன்ன அரபிகளா? நாளைக்குத்தானே?

'குட்மார்னிங் மேடம்!'

ரத்தன்.

சந்தோஷமும் துக்கமும் மாறி மாறிப் பொங்கிவர, சுபா கையை நீட்டினாள்.

'ரொம்ப நேரமாகக் காத்துக்கிட்டிருக்கீங்களா?'

'சுபா டெகார் எம்.டி.க்காக, என் பிரிய மனைவி, ஜமீன், மாஜி மனைவிக்காக ஒரு சின்னக் காத்திருப்பு!'

மாஜி மனைவி. சுபா உதடுவரை வந்த வசவைக் கஷ்டப்பட்டு விழுங்கினாள். 'துர்கா நாடகத்துக்கு நல்ல வரவேற்பாமே! ரத்தன் தியேட்டரின் பெயரைக் காப்பாற்றி விட்டார்கள் என்று அல்காஸி ஃபோன் செய்து சொன்னார்.'

ரத்தன் சிரித்தபடி புகைக்குழாயைப் பற்ற வைத்தான்.

'உங்கள் பெயரை மிகக் கவனமாகவே உபயோகிப்பேன்.'

சுபா, தலைமுடியை இரண்டு கைவிரலாலும் ஆழமாகக் கோதியபடி பேசினாள். துர்கா தேவியின் மேனரிஸம் இது.

'பிசினஸ் பேசலாமா?'

ரத்தன், சுபாவைத் தீர்க்கமாகப் பார்த்தான்.

'சொல்லுங்க!'

'பேக் பே ஏரியாவிலே மோத்தி டவர் அசைன்மெண்ட். சுபா டெகார்தான் இன்டீரியர் டெகரேஷன் செய்யணும்னு பில்டிங் ப்ரமோட்டர்கள் விருப்பப்படறாங்க. என்னோட விருப்பமும் அதே. சப் காண்ட்ராக்டாகவோ, இல்லே...'

'நான் தனியாகவே வேலை பார்க்க விரும்பறேன்!'

சுபா உறுதியாகச் சொன்னாள்.

'யுவர் விஷ் மேடம். தனியாத்தான் நிப்பேன்னு நீங்க முடிவு செய்தா குறுக்கே நிற்க நான் யார்?'

நிற்கவில்லைதான். பிணங்கிப் போய் ஒரே கூரைக்குக் கீழே இருப்பதைவிட, பிரிந்துபோய் பரஸ்பர மரியாதையோடு சுவாசிப்பது மேலானது என்று சுபா சொன்னபோதும், அவன் இதையேதான் சொன்னான். அது ஒரு வருஷம் முன்பு.

ரத்தன் கிளம்பத் தயாராக எழுந்து நின்றான். ‘எப்படி இருக்கா, என் குட்டித் தங்கை? அண்ணனைவிட அண்ணிதானே உசிரு?’

ரத்தன் கண்ணைச் சிமிட்டினான்.

‘நாளைக்கு உங்க பிறந்தநாள் ஆச்சே. பரிசோடு சாயந்தரம் பார்க்க வருவாள்.’

போன வருஷம் பிறந்தநாள் நினைவில் இரண்டு பேரும் மௌனமானார்கள்.

ஷியாமளி மங்களூரிலிருந்து வந்த அந்த நாள் அது. பிறந்தநாள் பரிசாக, சுபா, ஷேக்ஸ்பியர் நாடகங்களின் மல்ட்டிமீடியா சிடியைக் கொடுத்தாள். அப்போது,

‘நானும் உனக்கு, ஒரு பதில் பரிசு தர்றேன்.’

ரத்தன் கொடுத்த அந்த மறுபரிசு. அதில்தான் எல்லாம் ஆரம்பமானது.

‘சிறைப்பறவை’ என்ற பெயரில், மராத்திய கிராமப் பெண் ஒருத்தியின் நிஜ வாழ்க்கையை மையமாக வைத்து எழுதப்பட்ட புத்தகம் அது.

‘இந்த துர்கா தேவி ரொம்ப இன்ட்ரெஸ்டிங் கேரக்டர். கட்டின புருஷனும், அவனோட கூடப் பிறந்த அண்ணனும் தம்பியுமே, அவளை ரெட் லைட் ஏரியா டரோக்கருக்கு வித்திருக்காங்க. எத்தனையோ கஷ்டப்பட்டு, எப்படியோ தப்பிச்சு கிராமத்துக்குத் திரும்பி, அத்தனை பேரையும் வெட்டி சாய்ச்சிட்டு ஜெயிலுக்குப் போயிருக்கா. ஆறு வருஷமா உள்ளேதான் இருக்கா. ஜெயில்லே வச்சே பேட்டி கண்டு எழுதி இருக்காங்க. படிப்பறிவு இல்லே. முரடுதான். ஆனா அவளோட புத்தி தீட்சண்யமும், தீர்க்கமான பார்வையும் - படிச்சுப் பாரு, யூ வில் லைக் ஹர்!’

அசிரத்தையோடு படிக்க ஆரம்பித்து, புத்தகத்திலே அமிழ்ந்து போன சுபா.

‘போற போக்கிலே நீயே துர்கா தேவியா, அரிவாளோட நிக்கப் போறே!’

ரத்தன் கிண்டல் செய்தான்.

மாறினால் என்ன? மேடையில்.

'பயித்தியமா உனக்கு? துர்கா தேவி என்ன நாடகத்துக்கான சப்ஜெக்ட்டா? நாம ஸ்டைலைசேஷன், எக்ஸ்பெரிமெண்டல் தியேட்டர் அது இதுன்னு மெனக்கெடற போது, திடீர்னு இப்படி ஸ்யூடோ ரியலிஸ்டிக்கா, அரிவாளும் கையுமா சகிக்காது.'

ரத்தன் தடுக்கத் தடுக்க, சுபா துர்காவை நாடகமாக்கினாள். ரங்னேகரோடு அவள் கிராமத்துக்கே நேரே போய் யார் யாரையோ சந்தித்து, துர்காவின் நடை, உடை, பாவனைகளை மனத்தில் இருத்தினாள். சாய்ந்து நடந்துகொண்டு, சரமாரியாக வசவுகளை உதிர்த்துக்கொண்டு, எல்லாம் நாடகத்தில் கொண்டு வர வேண்டிய விஷயங்கள்.

'ஸ்டாப் திஸ் நான்சென்ஸ். நிறுத்த முடியலேன்னா நான் இறங்கிப்போறேன். இந்தக் கூத்தடிப்பிலே நான் சேர முடியாது!'

கூப்பாடும் வசவும் கவிந்த ஒத்திகை நடந்த இரவில், வெளி யேறிப்போன ரத்தன்! விவகாரத்தில் முடிந்த அந்த வெளி யேற்றம்.

'ஓ. கே. நான் கிளம்பறேன்!'

ரத்தனோடு கூட, அறை வாசல் வரை நடந்தாள் சுபா.

'புதுசா ஏதாவது நாடகம் எழுதியிருக்கீங்களா ரத்தன்?'

'எஸ். சீக்கிரமே மேடையேற்றணும். பத்து வருஷம் முன்னாலே, அழகுப் போட்டியிலே வெற்றி பெற்ற ஒரு பெண் இன்ஜினீய ரோட ஐடண்டிடி கிரைசிஸ் பத்தி!'

லிஃப்ட் கதவு திறந்தது.

•

கடல் காற்று வீசிக்கொண்டு இருந்த இதமான சாயந்தரப் பொழுது.

'துர்கா தேவி இன்னும் எத்தனை நாள் இங்கே இருக்கப் போறாளாம்?'

சுபா, காரை ஓட்டிக்கொண்டே ரங்னேகரைக் கேட்டாள்.

'போற மாதிரித் தெரியலே. இனிமே இங்கேயேதான் இருப்பு போல.'

ரங்னேகர் சிரித்தபடி, சட்டைக் கையை மடித்துவிட்டுக் கொண் டார்.

'ஹோட்டல்லேயேவா?'

'மகளிர் இயக்கங்கள் துர்காவை வரவழைத்தபோது, ஒரு வாரம் ரூம் புக் செய்து இருந்தாங்க. அது முடிந்து, தங்க இடம் தேடறா! புத்தகத்தோட அயல்நாட்டுப் பதிப்புக்குக் கணிசமாக ராயல்டி வந்ததாக் கேள்வி. உன்கிட்டே நாடக அனுமதிக்கு என்னமோ பணம் வாங்கலேதான். நாளைக்கே இது சினிமாவானா நிச்சயம் கேப்பா!'

'ராயல்டியை மட்டும் வச்சு பம்பாயிலே காலம் தள்ள முடியுமா?'

சுபா, காரை ஹோட்டலுக்குள் திருப்பியபடி கேட்டாள். 'யார் கண்டது? மாடலிங் செய்வாளோ என்னமோ! அவளோட அன்விஷுவலான இமேஜுக்காகவே மாடலிங் சான்ஸ் தேடிட்டு வரும். அதோட, ரியல் வில்லேஜ் பியூட்டி. முப்பத்து நாலு வயசுலேயும் நல்ல லட்சணமாகத்தான் இருக்கா. அவளை விக்க, எப்படித்தான் அந்தக் கிராதகங்களுக்கு மனம் வந்ததோ?'

சுபா படியேறியபோது, ஒரு பக்கமாகச் சாய்ந்த நடையை ஒரு நிமிஷம் நிதானித்து, சரிசெய்து கொண்டாள்.

துர்காவைப் பார்க்க வேண்டும். எல்லாம் சொல்ல வேண்டும். ஒரு கதாபாத்திரம் ஏற்று நடித்தவளையே மாற்றியது பற்றி, உறவைப் போக்கடித்தது பற்றி, வண்டி வண்டியாகப் புகழைச் சம்பாதித்துக் கொடுத்தது பற்றி. எல்லாம்சொல்ல வேண்டும்.

'ரூம் நம்பர், டூ ஒன் பைவ்.'

ரிசப்ஷனில் சொன்னார்கள்.

அறைவாசல்.

'அப்படித்தான். நோ நோ! தலைநிமிர்த்தியே இருக்கணும். புத்தகம் விழுந்திடக்கூடாது. இன்னும் ஒரு வாரம் நடைப்பயிற்சி

தான். அப்புறம் வசன ஒத்திகை. மெத்தப் படிச்ச பெண் இன்ஜினீயர் பாத்திரம். அழகிப் போட்டியிலே ஜெயிச்சவ. மென்மையான பேச்சு. அழகான உச்சரிப்பு. எல்லாம் சொல்லித் தர்றேன். முதல்லே இந்த நளினமான நடை! நேரா சாயக்கூடாது! புத்தகம் விழாம!'

ஒருக்களித்த கதவு வழியே கேட்டது, சுபாவுக்குப் பழக்கமான குரல்.

தலையில் புத்தகத்தோடு அறைக்கோடியிலிருந்து அடியெடுத்து வந்துகொண்டிருந்தாள் துர்கா தேவி.

64. படம் பார்த்துக் கதை சொல்லு

சிங்கப்பூரிலிருந்து ஒன்றரை மணி நேரம் தாமதமாகப் புறப்பட்ட விமானத்தின் எக்ஸிக் யூடிவ் வகுப்பில் டரம்லீ தவிர ஒரு வெள்ளைக்காரர் மட்டும்தான். வயதானவர். மடியில் வைத்த கருப்புத் தொப்பியும், காதில் தூக்கி மாட்டியிருந்த அரைவட்டக் கண்ணா டியும், அங்கங்கே ரத்தம் சிந்தியது போலத் திட்டுகள் ஆக்கிரமித்த வழுக்கைத் தலையு மாகத் தூங்கி விழுந்த அவரை எங்கேயோ பார்த்த நினைவு லீக்கு.

எங்கே? போன மாதம் லண்டன் விக்டோரியா ஆல்பர்ட் மியூசியத்தில், பிரெஞ்சு கயானா ஓவியங்களையும் மற்ற ஆப்பிரிக்க ஓவியங்களையும் ஒப்பிட்டுப் பேசியபோது, முதல் வரிசைக் கோடியில் இதே போலத் தூங்கி வழிந்தபடி.

இவரில்லை அது. ரொம்பப் பருமனான மனிதர் அவர்.

பாரீஸ் மியூசியம் தே ஆர்சேயில், டச்சு ஓவியர் கள் பற்றிய கலந்துரையாடலின்போது,

பாஸ்டின் கிராமர் பற்றி விடாமல் கேட்டது. இவரில்லை. உதடு வெளுத்த ஹாலந்துக்காரர் அவர்.

நினைவின் உள்ளறைகளில் இன்னும் புகுந்து தேட லீக்கு ஆயாச மாக இருந்தது.

இவர் யாராகவும் இருக்கலாம். ஓவியங்களோடும், அவற்றை வரைகிறவர்களோடும் விற்கிறவர்களோடும் எந்தவிதத்திலும் சம்பந்தப்படாமல்.

லீ தன்னையறியாமல் பெருமூச்சு விட்டார். ஓவியங்களை விலக்கிப் பார்த்தால், அவர் வாழ்க்கையே வெறுமைதான். வண்ணம் படியாத கேன்வாஸ் போல.

ஓவிய விமரிசகர், மதிப்பீட்டாளர் பரம்லீ. பிரபலமான 'ஆர்ட் ஃபோரம்' பத்திரிகையில் இந்திய ஓவியங்கள் பற்றி நுணுக்க மான அலசல் கட்டுரை எழுதும் பரம்லீ, போஸ்டன் மெட்ரோ போலிடன் மியூசியத்திலும், நியூ யார்க் 'மோமா' - விலும் லத்தீன் அமெரிக்க ஓவியக் கண்காட்சிகளுக்கு ஏற்பாடு செய்கிற அமைப்பாளர் பரம்லீ. கோடி கோடியாகப் பணம் புரளும் லண்டன் சோத்பீன் ஓவிய ஏலத்தில்...

நினைவு வந்துவிட்டது.

பதினேழு இந்திய ஓவியர்களின் படைப்புகள். அவ்வளவாக அறிமுகம் ஆகாதவர்கள். லீதான் ஏற்பாடு செய்தது. விளக்கக் கையேடு எழுதியது.

இரண்டாயிரம் பவுண்ட் விலை போன ஜூலியா பொன்னம் பலத்தின் 'மின்சாரம் ப்யூஸ் போன கோயிலில் கடவுள், ஆயிரத்து நானூறுக்குப் போன விட்டல்ராவின் 'அறுந்து போன செருப் போடு குடை ரிப்பேர்க்காரன்!'

குடை ரிப்பேர்க்காரனை ஏலத்தில் வாங்கியது இந்த வெள்ளைக் காரர்தான்.

•

விமானத்தின் பின்பகுதியிலிருந்து ஏக இரைச்சலாக உயர்கிற சத்தம். 'கால்நடை வகுப்பு' என்று விமானக் கம்பெனிகள் செல்லப் பெயர் வைத்து அழைக்கும் 'எகனாமி கிளாஸ்' அது.

லீ பின்னால் திரும்பிப் பார்த்தார்.

இந்தியர்கள். சிங்கப்பூரின் எலக்ட்ரானிக் மாயாஜாலங்களை பை, பையாக வாங்கி அடைத்துக்கொண்டு பம்பாய் திரும்புகிற வர்கள்.

சட்டை போடாமல் பின்னாலிருந்து ஓடிவந்த ஒரு ஐந்து வயதுச் சிறுவன், லீயின் பக்கமாக இரைக்க இரைக்க நின்றான்.

'மம்மீ! பக்டோ!' - கும்மாளமாக உயரும் குரல்.

இந்த வயதில், லீயும் விமானத்தில் போயிருக்கிறார். அம்மா வுடன்தான்! ஒரு சிரிப்புமில்லை கும்மாளமுமில்லை. அழுதபடி இருந்த அம்மா மடியில் சாய்ந்து இருந்தபடி, வெளியில் நகர்கிற மேகக்கூட்டங்களைப் பார்த்தபடி.

அழுக்குக் கட்டடப் படிகளில் அம்மா கையைப் பிடித்தபடி ஏறி இறங்கி, நெற்றி நிறையச் சந்தனம் பூசிக்கொண்டு, யாரோ கொடுத்த கசந்து வழியும் தேநீரைக் குடித்துக்கொண்டு, பகல் வெப்பம் மிகுந்த தெருக்களில் ரிக்ஷாவில் நகர்ந்து...

சிங்கப்பூரில் ஹாஸ்டலில் எப்போதாவது வந்து பார்க்கிற அம்மா. மிசஸ் ஷாநவாஸ், மிசஸ் குமிகோ, மிசஸ் பிரான்சுவா - ஒவ்வொரு முறையும் ஒவ்வொரு பெயர். அம்மாவின் அடுத் தடுத்த கணவர்கள் எல்லோருமே ஓவியர்கள்தான்.

ஓவியப் பைத்தியம் அவளிடமிருந்துதான் பிடித்திருக்க வேண் டும் லீக்கும்.

'முன்னா, ஆஜா.'

வாய் நிறையத் தாம்பூலமும், உடம்பு முழுக்க நகைகளுமாக ஆடி அசைந்து வந்து, சின்னப் பையனைக் கையைப் பிடித்து அழைத்துப் போனவளின் புடைவைத் தலைப்பு லீயின் முகத்தில் விழுந்து தவழ்ந்து விலகி, அத்தர் வாடையை மிச்சம் வைத்துவிட்டு நகர்ந்தது.

'விமானத்தையே வீடுபோல நினைத்துக் கொள்கிறார்கள்!'

முணுமுணுத்தபடி வந்த ஏர்ஹோஸ்டஸ், லீ பக்கம் குனிந்து ஆழமாகச் சிரித்தாள்.

'சூடாக, குளிர்ச்சியாக எதுவும்?'

'ஒரு கருங்காபி. முடியுமானால்?'

லீ மரியாதையோடு சொல்ல, 'நிச்சயமாக!' என்றபடிக்கு மற்றொரு பெரிய புன்னகையோடு நடந்தாள்.

எகானமி வகுப்பில் யாராவது அழைக்கிறபோது, இந்தப் புன்னகை வெகுவாகச் சுருங்கி, சிடுசிடுப்பில் முடியலாம் என்று லீக்குத் தோன்றியது.

அவர் இரண்டு வகுப்பிலும் பயணம் செய்திருக்கிறார்.

●

'ஆக, கேளு நாயர் உங்களையும் பம்பாய்க்கு இழுத்து விட்டாரா?'

திடீரென்று மிக அருகில் கேட்கும் குரல்.

லீ நிமிர்ந்து பார்க்க, பக்கத்து இருக்கையை ஆக்கிரமித்தபடி அந்த வெள்ளைக்காரர்.

'நினைவு இருக்காது. மறுமுறை அறிமுகப்படுத்திக் கொள் கிறேனே!'

சட்டைப் பையிலிருந்து அவர் எடுத்து நீட்டிய அட்டையை அரைக்கண்ணால் பார்த்தபடி, 'நன்றாக நினைவிருக்கிறதே. மறக்க முடியுமா உங்களை? மிஸ்டர் தாம்ஸன்!' என்றார் லீ சிரித்தபடி.

பாஸ்டன்காரர். அமெரிக்கர்களுக்கு ஓவிய ரசனை சொல்லிக் கொள்கிறது போல இல்லாவிட்டாலும், காசு ரசனை நிறையவே!

எல்லா சிறிய, பெரிய ஓவியர்களின் வரலாறு முழுக்கத் தெரியும் இவர்களுக்கு. இன்னும் இரண்டு வருஷத்தில் இன்னார் வரைந்த தற்கு மதிப்பு உயரும் என்று கணக்குப் போட்டு, வாங்கி வைப்பார்கள்.

லத்தீன் அமெரிக்க ஓவியங்கள், பத்து வருஷத்தில் இருபது மடங்கு விலை ஏற, இவர்கள்தான் காரணம். ஷேர் மார்க் கெட்டைவிட லாபமான முதலீடு.

கொஞ்ச நாளாக இவர்களைப் போன்றவர்களால் இந்திய ஓவியங்களுக்கு மதிப்பு ஏறியிருக்கிறது. குறிப்பாக கேளு நாயர்.

‘நாற்பது வருஷம் முன்னால் இறந்துபோன கேளு நாயரின் படைப்புகள், இவ்வளவு நாள் கழித்து பரபரப்பாகப் பேசப் படுவது சுவாரசியமான விஷயம் இல்லையா?’

தனக்கும் ஒரு கருங்காபி கொண்டு வரும்படி ஹோஸ்டஸிடம் சொல்லிவிட்டு, தாம்சன் லீயைப் பார்த்துக் கேட்டார்.

லீ ஒரு நிமிஷம் தகுந்த சொற்களுக்காக யோசித்தார்.

‘அப்படி இல்லை. கேளு நாயர் எப்போதுமே பிரபலமானவர் தான். அவருடைய மூன்று ஓவியங்கள் நாற்பது வருஷம் கழித்து வெளியே வந்திருப்பதாகச் சொல்கிறார்களே, அதில்தான் சுவாரசியம்!’

வெள்ளித் தட்டில் காபிக் குவளை ஏந்தி வந்த ஹோஸ்டஸ் மறுபடி பவ்யமாகக் குனிந்தாள்.

‘இரண்டு பேருக்கும் அசைவ உணவுதானே?’

‘எனக்குச் சைவ உணவு. முடியுமானால்?’

லீ மன்னிப்புக் கேட்கிற பாவனையில், லேசாகச் சிரித்தபடி சொன்னார்.

‘இந்தியாவுக்குப் போகும்போது இந்தியனாக இருக்க முயற்சியா மிஸ்டர் லீ?’

தாம்சன் அவர் தோளில் தட்டி மஞ்சள் பல் தெரியச் சிரித்தார். அமெரிக்கர்களுக்கும் பிரிட்டிஷ்காரர்களுக்கும் மொழி ஒன்றாக இருந்தாலும், பழக்கத்தில்தான் எத்தனை வித்தியாசம். அறிமுகப் படுத்தி வைக்க ஆள் கிடைக்காவிட்டால், பிரிட்டிஷ்காரர் ஆயுசுக்கும் ஒரு வார்த்தை பேசமாட்டார்.

லீக்கு, இரண்டு தேசக்காரர்களையும் தெரியும்.

‘நானே இந்தியன்தான்!’ காபியைச் சுவைத்தபடி மெதுவாகச் சொன்னார் லீ. ‘பரம்லீ. பரம், அப்பா பக்கத்துப் பெயர். லீ, அம்மா குடும்பப் பெயர்.’

‘அதுதானா விஷயம்? இந்திய ஓவிய ரசனை உங்கள் ரத்தத்திலேயே கலந்து இருக்கிறது என்று சொல்லுங்கள். பிளாஷ் ஆர்ட் பத்திரிகையில், லட்சுமண் கெளடாவின் படைப்புகள் கண்ணியமானவை என்று திட்டவட்டமாக எழுதியதற்கு, உங்களுக்குள்ளே இழையோடும் இந்தியக் கண்ணோட்டமும்கூடக் காரணமாக இருக்கலாம் இல்லையா மிஸ்டர் லீ?’

தாம்சன் காசு ரசனையோடு கலா ரசனையும் கொண்ட அமெரிக்கர் என்று லீக்குப் பட்டது.

‘கேளு நாயரின் ஓவியங்களை வாங்க, டாலர் மூட்டையோடு கிளம்பிவிட்டீர்களா மிஸ்டர் தாம்சன்?’

தாம்சன், அவரைத் தீர்க்கமாகப் பார்த்தார்.

‘உங்கள் சொல்லில்தான் எல்லாம் மிஸ்டர் லீ. குறைந்தபட்ச விலை என்று நீங்கள் தீர்மானிப்பதைப் பொருத்துத்தான் மேற்கொண்டு செயல்பட வேண்டும். மூன்று ஓவியங்கள். நாற்பது வருஷம் பழையவை. தீ விபத்தில் எரிந்து அழிந்து போனது என்று தீர்மானமாக எழுதித் தள்ளப்பட்டு, இப்போது திடீரென்று வெளியே கிளம்பி இருப்பவை!’

‘மிட்டல் மீடியாக்காரர்கள் உங்களுக்கு அழைப்பு அனுப்பியிருக்கிறார்களா? இல்லை, யாராவது தரகர்களா?’

உயரமான விமான ஹோஸ்டஸ் கொண்டுவந்த காகித நாப்கின் அடுக்கிலிருந்து ஒன்றை உருவி வாயைத் துடைத்தபடி லீ கேட்டார்.

‘ஆமாம். மிட்டல் மீடியாவின் எம்.டி.ஆர்.என். மிட்டல்தான் கூப்பிட்டார். அவருக்குப் போதாத காலம். எப்பாடுபட்டோ சேகரித்து வைத்திருந்த அற்புதமான ஓவியங்களை விற்க வேண்டிய கட்டாயம். சொல்லப்போனால், அந்த ஓவியங்கள் துரதிர்ஷ்டம் பிடித்தவை என்று இந்தியர்கள் போலச் சொல்லலாம்! நான் நம்பாவிட்டால் கூட. வரைந்து முடிந்ததும் கேளு நாயர் இறந்து போனார். பம்பாயில் கண்காட்சிக்கு அனுப்பிய போது, கண்காட்சியே பற்றி எரிந்தது. தகவல் கேட்டு, மனக்கஷ்டத்தோடு நாட்டை விட்டுப் போன கேளு நாயரின் மனைவி என்ன ஆனாளோ? எட்டுப் படங்களில் மூன்று மட்டும்

எப்படியோ தப்பி, அதுவும் இத்தனை நாள் கழித்து! கேளு நாயரின் மனைவி, மகனுக்குக் கோடி கோடியாகப் பணம் சம்பாதித்துக் கொடுத்திருக்க வேண்டிய ஓவியங்கள், மாஃபியா மூலம் பல கை மாறி, மிட்டலிடம் போய்ச் சேர்ந்துள்ளன. அவை போன நேரமோ என்னவோ, மிட்டலுக்கு ஏகப்பட்ட தொழில் நஷ்டம். கேளு நாயரின் ஓவியங்களை விற்றாவது கொஞ்சம் தலை நிமிரப் பார்க்கிறார். போதாத காலம்தான், இந்தியர்கள் சொல்கிறது போல!'

•

தாம்சன் நீளமாகப் பேசி நிறுத்தவும், தள்ளு வண்டியில் சாப்பாட்டுத் தட்டுகளோடு பணிப்பெண்கள் ஏறவும் சரியாக இருந்தது.

'இந்த வருஷம் பிரீமியோ மினர்வா பரிசு, எந்த ஓவியருக்குத் தரப்படும் என்று நினைக்கிறீர்கள் மிஸ்டர் லீ?'

முள் கரண்டியால் இறைச்சியைக் கொத்தி எடுத்தபடி கேட்டார் தாம்சன்.

லீ, அரிசிச் சோற்றின் சுவையில் ஆழ்ந்து போயிருந்தார்.

'என்ன சைவ உணவு உங்களை முழு இந்தியனாக்கி விட்டதா? சாப்பிடும்போது பேசாதவர்கள் இந்தியர்கள்தான்!'

தாம்சன் தண்ணீர் நிறைந்த குவளையை ஜாக்கிரதையாக நகர்த்தியபடி முனகிக் கொண்டார்.

லீ, மௌனமாகத் தலையாட்டினார். அறியாப் பருவத்தில் கண்ட மரக்கறி உணவின் ருசி இன்னும் நாக்குக்கு இதமாகத்தான் இருக்கிறது. மனத்தில் மசங்கலாக அலைமோதுகிற குழந்தைப் பருவம். வெட்டிப் போட்ட மரத்துண்டின் மேலே உட்கார்ந்து கொண்டு, எதிரே நீலம் விரிக்கும் ஆற்றில் நகரும் படகுகளைப் பார்த்துக்கொண்டு, சோப்புக் குமிழிகளை ஊதிக்கொண்டு - இந்தப் பிறவியில்தானா?

'பிரீமியோ மினர்வா பரிசு பற்றிக் கேட்டேனே?'

தாம்சன் விடாமல் பிடித்தார்.

'பதினைந்து பேர், தேர்ந்தெடுப்பில் தேறலாம். யாராக இருந்தால் என்ன? நீங்கள்தான் எல்லோருடைய படைப்புகளையும் ஒன்று இரண்டாவது வாங்கி முடக்கியிருப்பீர்களே... முழுசும் லாபம்தான்!'

லீ, கடைசித் துண்டு ரொட்டியைப் பிய்த்தபடி தாம்சனைப் பார்த்துக் கண் சிமிட்டினார்.

'இல்லை மிஸ்டர் லீ. முன்பு போல் எதையும், நம்பி வாங்க முடியவில்லை. ஏகமாகப் போலிகள் உலவ ஆரம்பித்துவிட்டன. ஜைமினிராயின் ஓவியம் என்று இரண்டு வருஷம் முன் ஆயிரத்து ஐநூறு டாலருக்கு வாங்கியது, நகல் என்று அப்புறம்தான் தெரிந்தது. இரண்டு தலைமுறையாக, பெட்ரோலும் டீசலும் விற்றுச் சேர்த்த காசு. ஏமாந்தால், மனசுக்குக் கஷ்டமாக இருக்கிறது.'

பரம்பரைப் பணம். பணத்தைத் தூண்டில் போட்டு எடுக்கும் பணம். லீக்கு, பரம்பரைச் சொத்து என்ன வந்தது? ஒரு மழை நாளில் அம்மாவின் கடைசிக் கணவரான மலேயாக்காரர், காலை விந்தி விந்தி நடந்து வந்து ஹாஸ்டலில் பார்த்துக் கொடுத்து விட்டுப் போன பழைய பெட்டி தவிர! இவள் இறக்கும்போது ஒரே பிள்ளைக்குச் சேரவேண்டும் என்று சொல்லிப்போனது. பழைய டயரிகளும் ரசீதுகளும் அடைத்து - எல்லாம் பழைய சமாசாரங்கள்.

ஆனாலும் என்ன? லீக்கு பணத்துக்கு என்ன குறைவு? சொந்த பந்தம் இல்லாவிட்டாலும், யாருக்கும் சேர்த்துவைக்க வேண்டிய அவசியம் இல்லாவிட்டாலும், கணிசமாக வந்து கொண்டேதான் இருக்கிறது.

'பயணிகளுக்கு ஓர் அறிவிப்பு. இன்னும் சற்று நேரத்தில் விமானம் பம்பாய் விமான நிலையத்தில் தரையிறங்கும். தங்கள் இருக்கைகளில் அமர்ந்து, சீட் பெல்ட்களை அணிந்து கொள்ளும்படி...'

தாம்சன், சீட் பெல்ட்டை அணிந்தபடி கீழே பார்க்க, சீராக விரியும் பம்பாய்.

'எல்லா நகரும் மேலே இருந்து பார்க்கும் போது அழகாகத்தான் இருக்கிறது' - லீ சொன்னபடி கைப்பெட்டியை எடுத்தார்.

2

'இந்த மூன்று ஓவியங்களும் என்னிடம் வந்து சேர்ந்தது இப்படித்தான்!'

மிட்டல், கைக்குட்டையால் முகத்தைத் துடைத்துக்கொண்டார். ஏர் கண்டிஷனரின் குளிரிலும் அவருக்கு வியர்த்திருந்தது.

லீ, பளிங்கு மேஜையில் விரலால அழித்து அழித்து எழுதியபடி, அவரையே பார்த்தபடி எதிரே உட்கார்ந்திருந்தார்.

'சாட்டிலைட் டி.வி.யில் பணத்தை முடக்கி நஷ்டப்படாமல் என் ஏழு பத்திரிகைகளோடு நிறுத்தியிருந்தால், நான் இந்த ஓவியங் களை விற்க வேண்டியதே இருக்காது.'

எல்லாம், லீ ஏற்கெனவே கேட்டதுதான். எரிந்துபோன கண் காட்சியிலிருந்து களவுபோன மூன்று படங்கள். மிட்டல் மீடியாவை முழுகவிடாமல் காப்பாற்றப் போகிறவை.

'ஆனால், மொத்தம் எட்டு இல்லையா கண்காட்சிக்கு வந்தவை. மீதி ஐந்து எங்கே?'

லீ, அமைதியான குரலில் கேட்டார்.

மிட்டல், தெரியாது என்ற பாவனையில் தோளைக் குலுக்கினார்.

'யார் கண்டது? இந்த மூன்றும் இரண்டு கோடிக்கு விலை போனால், அவையும் ஒரு வருஷமோ, ஆறு மாதமோ கழித்து வெளியே வரும். இல்லையா மிஸ்டர் மிட்டல்... கண்காட்சி தீப்பற்றி எரிந்தது ஆயிரத்துத் தொள்ளாயிரத்து நாற்பத்து மூன்றாம் வருஷம், செப்டம்பர் பதினெட்டு. கண்காட்சியை ஏற்பாடு செய்த ராம்நாராயண், ஆர்.என். மிட்டல் என்ற ராம்நாராயண் மிட்டல் கையெழுத்துப் போட்டு, கேளு நாயரின் மனைவிக்கு அனுப்பிய ரசீது இதோ!'

லீ, மக்கி மடிந்த பழைய காகிதத்தை மிட்டலுக்கு நேரே நீட்டினார்.

'சாரி. தாமதமாகிவிட்டது. ஓவியங்களைப் பார்க்கலாமா?'

தாம்சன், கதவைத் தள்ளிக்கொண்டு வெளியேயிருந்து வந்தார்.

'தாராளமாக! இங்கே அறை ஓரமாகத் துணி மூடி... அவைதானே மிஸ்டர் மிட்டல், உங்களின் பொக்கிஷங்கள்?'

லீ மெல்ல நடந்து அறைக்கோடிக்குப் போனார். முதல் ஓவியத்தின் துணி மறைப்பை விலக்கினார்.

'வாவ்! சோப்புக் குமிழி ஊதும் ஆறு விரல்கள் உள்ள பையன். கேளு நாயர் தன் மகனையே வரைந்த அற்புத ஓவியம். நாற்பதாயிரம் பவுண்ட் பெறுமானம் குறைந்தபட்சம். ஓ நோ, மிஸ்டர் தாம்சன்! இந்தப் படம் நாற்பது பவுண்ட் விலை போனால் அதிகம். போலிக்கு அவ்வளவுதான் கிடைக்கும். பாவம், மிஸ்டர் மிட்டல் இந்த நகலை எத்தனை கோடி கொட்டிக் கொடுத்து வாங்கினாரோ?'

சிரித்தபடி ஓவியத்தைச் சுட்டிக்காட்டிய லீயின் வலது கையில், ஆறாவது விரல் தனியாக ஆடிக் கொண்டிருந்தது.

65. பரிசு

'சீக்கிரமா வா. நிறைய இடம் போக வேண்டியிருக்கு!'

காரில் இருந்தபடியே குரானா இரைந்தான். டிரைவர். நீலக்கோட்டும், சிவப்புத் தலைப் பாகையுமாக ஆறடி உயரத்தில் சர்தார்ஜி.

காஷ்மிலான் ஸ்வெட்டரை முழங்கைக்குக் கீழே இழுத்துவிட்டபடி காரில் ஏறினேன். பகல் சூரியன் தட்டுப்படாத டிசம்பர் முப்பத்தொண்ணு. டெல்லி ஏகமாகக் குளிர்ந்து கிடந்தது.

குரானாவையும் என்னையும் சேர்த்துப் பார்க்கிற யாரும், அவன் அதிகாரி நான் ஊழியன் என்று நினைக்கலாம். நினைத்து விட்டுப் போகட்டும். அவரவர் ஆகிருதி அப்படி. நான் ஐந்தரை அடிக் கருப்பன். நல்ல கம்பளி உடுப்பு வாங்கி, சம்பாத் தியத்தைச் செலவழித்து, ஆயுசு முழுதும் டெல்லியில் இருக்கப் போவதில்லை. இரண்டு குளிர்காலம் இதே ஸ்வெட்டரோடு ஓட்டியாகி விட்டது. இதுவும் முடிந்து

போனால், அடுத்த வருஷம் ஊரைப் பார்க்கக் கிளம்பி விட லாம்.

‘என்ன பேசாம வரே? அதிகாரி எல்லாம், டிரைவர்கிட்டே பேச்சு வச்சுக்கக் கூடாதுன்னு சொல்லியிருக்காங்களா?’

குரானா வாயைப் பிடுங்குகிறான். எதையாவது நான் உளறி, எக்குத்தப்பாக அவன் புரிந்துகொண்டால் வேறு வினையே வேண்டாம். சர்தார்ஜிக்கு சுபாவமாகவே கோபம் மூக்குக்கு மேலே.

காலையிலிருந்தே பொழுது சரியில்லை. இருந்திருந்தால், ஊருக்கு முன்னால் ஆபீஸுக்கு வந்து, ஜெனரல் மேனேஜர் கண்ணில் பட்டுத் தொலைத்திருக்க மாட்டேன்.

‘பி.ஆர்.ஓ. சின்ஹா திடீர்னு மட்டம் போட்டுட்டான். வருஷத்துலே கடைசி நாள். முக்கியமான வாடிக்கையாளர் களுக்குப் புத்தாண்டுப் பரிசு கொண்டு கொடுக்கணும். நீ குரானா வோட இப்பவே காரிலே கிளம்பு. அவனுக்கு எல்லா இடமும் தெரியும். பிடி லிஸ்டை!’

லிஸ்டில் இன்னும் நாலு பக்கம் பாக்கி உண்டு.

பின்சீட்டில் திரும்பிப் பார்த்தேன். வண்ணக் காகிதம் சுற்றிய அட்டைப் பெட்டிகள். மஞ்சள் செல்ஃபோன் காகிதம் சுற்றிய கூடைகளில் ஆப்பிளும் ஆரஞ்சும். டிக்கியில் காலண்டர், டைரி என்று நிறைத்திருக்கிறது.

ஒவ்வொருவராகப் படியேறிப் போய்ப் பார்த்துக் கொடுத்து, கம்பெனியின் வாழ்த்துகளை சொல்லி...

கிரேட்டர் கைலாஷில் முதல் செக்டாரில், மிசஸ் பூனம் கன்னா பங்களாவில் ஆரம்பித்தபொழுது பத்து மணி. எம்.டி.க்கு வேண்டப்பட்ட குடும்பம்.

பத்து நிமிஷம் வாசலில் நின்று மணியடித்து உள்ளே போனால், கன்றுக்குட்டி சைஸ் நாயைக் கட்டிப் போடாமல் அது துரத்தி வந்து...

கால்சராய் ஓரம் கிழிபட்டு, கட்டை விரல் மேஜையில் இடித்து விண்விண்ணென்று தெறிக்க, புத்தாண்டு வாழ்த்துச் சொல்லி

நீட்டிய பரிசை, அசிரத்தையாகக் கையைக் காட்டி மேஜையில் விட்டுவிட்டுப் போகச் சொன்ன பூனைக்கண்ணி பூனம் கன்னா.

'ரிலாக்ஸ், ரிலாக்ஸ்!' என்று நாயை அதிர்ச்சியடையாமல் சமாதானப்படுத்துவதில் அவள் மும்முரமாக இருக்க, வெளியே வந்தபோது காரில் உட்கார்ந்தபடி குரானா சிரிக்கிறான். 'என்ன முழுசா வந்தியா?'

டிஃபன்ஸ் காலனியில் மேஜர் டிரஹான் பங்களா. பச்சைப் பசேல் தோட்டத்தைக் கடந்து உள்ளே நடக்க, 'அங்கியே நில்லு. கம்பள விரிப்பை இப்பத்தான் சுத்தம் பண்ணியிருக்கு!' - ஹூக்கா புகையோடு இடிக்குரலில் ரிடையர்ட் மேஜர்.

பஞ்சாபி வேலைக்காரி என் கையிலிருந்து பிடுங்கிக்கொண்டு போனதை எல்லாம் அரை விநாடி பார்த்து, 'இந்த மாதிரி ஆயிரம் கச்சடா வந்திருக்கு!' என்று நடந்துபோகிறவரின் முதுகுக்குப் பின்னால், வாசலிலேயே நின்று வாழ்த்துப் பாட வேண்டிய கஷ்டம். கம்பெனி வேலை. நாய் வேஷம் போட்டாகிவிட்டது.

லாஜ்பத் நகரில், மிஸ்டர் மிட்டல் வீடு. ஏதோ மினிஸ்ட்ரியில் சீப் செகரட்ரியாக இருந்து ஓய்வு பெற்று, இப்போது பல நிறுவனங்களுக்கு நிதி ஆலோசகர்.

'எத்தனை பேருக்குப் பரிசு போகிறது? எவ்வளவு செலவானது. கம்பெனியில் இந்த வருஷம் என்ன லாபம் எதிர்பார்க்கப் படுகிறது? புவனேஷ்வர் யூனிட்டில் என்ன தகராறு?' - கேள்வி மேல் கேள்வியாகக் கேட்டுத் துளைத்து எடுத்தவர், மரியாதைக்குக்கூட உட்காரச் சொல்லவில்லை.

'அதிகாரி என்கிறாய். ட்ரிம்மாக வரவேண்டாமா? பால்காரன் மாதிரி இப்படிப் பச்சை ஸ்வெட்டரும், பாலீஷ் போடாத ஷூவுமாக நிற்கிறாயே!' என்று கிண்டல் வேறு.

பேசாமல் குரானாவையே உள்ளே அனுப்பியிருக்கலாம்.

அவன் ஜமீன்தார் போல காரைவிட்டு இறங்கவே இல்லை.

'இப்படிச் சுத்தணும்னு தெரிஞ்சுதான் காலையிலேயே ஒருபிடி பிடிச்சுட்டு வந்துட்டேன்!'

குரானா ஏப்பம் விட, காலையில் இரண்டு ரொட்டியோடு காய்கிற என் வயிறு இரைகிறது.

லோதி எஸ்டேட்டில் ராமகிருஷ்ணன் வீடு. கம்பெனியின் டைரக்டரும் கூட. 'தமிழா நீ? நல்லதாப் போச்சு!'

அட்டைப் பெட்டியை நானே அலமாரியில் வைத்து, பழங்களை ஃப்ரிட்ஜில் அடுக்கி, காலண்டரைப் பிரித்து சுவரில் மாட்டி, சுடச்சுட தேநீர் குடித்தபடி வேலையை மேற்பார்வையிடுகிற மிசஸ் ராமகிருஷ்ணன்.

•

இரவு கனமாகக் கவிகிறது. குளிரும்தான். சதாசிவம் மெஸ் மூடியிருக்கும். பசியும் தாகமுமாகப் புத்தாண்டு பிறக்கப் போகிறது.

'இறங்கு!' குரானா சொல்கிறான். இந்த அழுக்குச் சந்தில் எந்த வி.ஐ.பி.?

கையைப் பிடித்து உள்ளே தரதரவென்று இழுத்துப் போகிறான்.

மங்கலான வெளிச்சத்தில் எழுந்து நிற்கும் சர்தாரிணி. குரானா வின் தோளைப் பிடித்து, எக்கித் தொங்கும் ஐந்து வயதுப் பையன்.

'சாப் பசியா இருக்கார். எடுத்துவை சீக்கிரமா!'

குரானா கோட்டைக் கழற்றிக் கதவில் மாட்ட, அவன் சட்டைக் கிழிசல் கண்ணில்படுகிறது.

'என்ன பாக்கறே? இப்படி உக்காரு. டிரைவர் வீட்டுலே அதிகாரி சாப்பிட்டா ஒண்ணும் குறைஞ்சு போக மாட்டார்!'

சுடச்சுடச் தட்டில் விழுகிற ரொட்டியும் பருப்பும்.

'வா. உன்னைக் கொண்டு, விட்டுட்டுக் காரை கேரேஜ்லே போடணும்!'

குரானா முன்னால் நடக்க, முன் குடுமி வைத்த சின்னப் பையன் எதையோ கொண்டுவந்து எனக்கு முன் நீட்டுகிறான். எதுவும் எழுதாது போன வருஷ டைரி.

‘பேவகூப் பையா. உனக்கு விளையாடக் கொடுத்தா...’

குரானாவை கையைக் காட்டி நிறுத்திவிட்டு, டைரியைப் பத்திரமாக சட்டைப்பையில் வைக்கிறேன்.

‘ஹாப்பி நியூ இயர்!’

சின்னக் கையைப் பற்றிக் குலுக்கிவிட்டு நடக்கிறேன்.

குளிர் இதமாக இருக்கிறது.

66. நேர்த்திக்கடன்

எம்.பி. குவார்ட்டர்ஸ். மூலைத்தார் வேட்டியும் சுருட்டுமாக லானில் உட்கார்ந்து பேப்பர் படித்துக் கொண்டிருந்தவர். சிவாஜியைப் பார்த்ததும் எழுந்து வந்தார்.

வாய் பேச மறுத்தது. என்னவோ பயம். 'இங்கிலீஷ்லே ரெண்டு வார்த்தை பேச முடியாம, என்ன எம்.ஏ படிப்பு படிச்சுக் கிழிச்சே?' என்கிறது போல அவர் சுருட்டை எடுக்காமலேயே இவனைக் கூர்ந்து பார்க்க, காகிதத் துண்டை நீட்டினான்.

'அடய்க்கப்பென் எம்.பி., அவர் தொகுதிக்குப் போயிருக்கிறார் போலிருக்கிறதே!' வெள்ளைக்கார பாணி இங்கிலீஷ், நாட்டுச் சுருட்டுப் புகையோடு முகத்தில் அறைகிறது.

சிவாஜிக்கு, அடைக்கப்பன் எம்.பி.யைப் பார்க்க வேண்டாம். அவர் சர்வண்ட் குவார்ட்டர்ஸுக்கு வழி தெரிந்தால் போதும். அங்கே ஒரு, ஐ வாண்ட் டு மீட் எ... 'எ'யா 'ஆன்' ஆ, ஓல்ட் ஜென்டில்மேன் ஹூஸ் நேம் இஸ் சாத்தப்பன்? 'இது இங்கிலீஷா?' என்கிற பார்வை பதிலாகிறது.

யாரோ, தோளில் துணிப்பையோடு அருகில் வந்ததை ஓரக் கண்ணால் பார்த்தான்.

'யார் வேணும் தம்பி!' - அப்பாடா, தமிழ்!

சுருட்டுக்காரரிடம் ஏதோ சொல்ல, அவர் சிரித்தபடி இவன் தோளில் தட்டிவிட்டுத் திரும்பப் போனார்.

'அவர் யார் தெரியுமா? கே.கே.மஜூம்தார். வங்காளத்து எம்.பி. எதிர்க்கட்சி எப்பவும். பேச ஆரம்பிச்சா, பிரதம மந்திரியே கூர்ந்து கவனிப்பாரு.'

நடந்துகொண்டே சொன்னார். இவர் யார்?

'சாத்தப்பச் செட்டியார்னு ஒருத்தரைப் பாக்க லெட்டர்.'

'நான்தான். சாவன்னாம்பாங்க இங்கே எல்லாரும்.'

சிவாஜி, அவரை நிமிர்ந்து பார்த்தான். அறுபது வயதுக்கு மேல் தேறும். ஆறடி உயரம். லேசான கூன் முதுகு. பாதி வழுக்கைத் தலை. கிரேக்கச் சிற்பம் போல கூர்மையான மூக்கு. பைஜாமா. வார் செருப்பு.

எம்.பி. சொல்லியனுப்பிப் பார்க்க, இவர் என்ன பெரிய ஆளா?

'இங்கிட்டு வா தம்பி. பேரு என்ன சொன்னே, சிவாசியா? நல்லா இரு! எந்த ஊரு?'

'நாட்டரசன்கோட்டை.'

'ஏயப்பா! கண்ணாத்தா கோயில் இருக்கிற ஊராச்சே. பர்மாவுலே இருந்த நாள் தொட்டு போகணுமனு நினைக்கறது. வருஷம்தான் போவுது.'

பர்மாக்காரர் டெல்லியில் என்ன செய்கிறார்?

'ஆச்சு முப்பது வருஷம். ஆறு எம்.பி. பாத்தாச்சு. எல்லோர்க்கும் நான்தான் குவார்ட்டர்ஸ் கவனிச்சுக்க, லெட்டர் போக்கு வரத்தைக் கவனிச்சுக்க, வர்றவங்க போறவங்களைக் கவனிச்சுக்க.'

'அண்ணன், அடுத்த வாரம் வரதாச் சொன்னாப்பலே!' - சிவாஜி தனக்கும் எம்.பி.யோடு கொஞ்சம் நெருக்கம் உண்டு என்று காட்டிக் கொண்டான்.

‘பதினாலாந்தேதி இல்லே வராக. செஷனே பதினஞ்சு தேதிக்குத்தானே? நம்பிக்கையில்லாத் தீர்மானம் வேறே வருது. பார்ட்டி விப் இருக்கே. வராம முடியுமா?’

டெல்லியில், கல்தூணைத் தட்டினாலும் பார்லிமெண்ட் விவகாரம் பேசும்.

•

‘இதான் நீங்க இருக்கப்போற எடம். அங்கிட்டுத் தெரியறதுதான் நம்ப எம்.பி.யோட வீடு.’

பூட்டைத் திறந்தார். ராசாமணியும் ஆபீஸ் போயிருக்காங்க. சாயந்தரம் ஆறு மணியாயிடும் வர்றதுக்கு.’

‘அவுக யாரு?’

‘உன்னைய மாதிரித்தான். நம்ப பக்கத்துப் புள்ளைங்க. ரெண்டு வருஷமா இங்கேதான் இருப்பு!’

இந்தக் கிழவரோடு தனியே தங்க வேண்டியதில்லை. வயசுக்கு ஒத்த இன்னும் இரண்டு இளவட்டங்கள். தமிழ் பேசுகிற வர்கள்.

•

ஃபட்பட்டி, ஆரிய சமாஜ வீதியில் ஊர்ந்து கொண்டிருந்தது. சாயந்தரமானாலும் தகிக்கிற அனல் சூடு. குல்ஃபி ஐஸ்க்ரீம் விற்கிற கடைகளில் நிரம்பி வழிகிற கூட்டம். எலாஸ்டிக் ஜட்டி யும், மாக்சியும் பரத்திய நடைபாதைகள். ஹெல்மெட்டும் பிரம்பு நாற்காலியும் வாங்கிப் போகிறவர்கள். எண்ணெயில் பொரியும் ஜிலேபி வாசனையோடு கரோல்பாக்.

வாகன இரைச்சலை மீறி, செழியன் அடுத்த வாரம் நடக்கப் போகிற அகிரோ குரசோவா படவிழாவைப் பற்றிப் பேசிக் கொண்டிருந்தான்.

இரண்டே மாதத்தில், ஆயுசு பூராப் பழகிய மாதிரி, அவனும் ராஜாமணியும் சிவாஜிக்கு நெருக்கமானார்கள்.

‘ரஷோமான்னு ஒரு படம். கதை என்னன்னா?’

‘இந்தச் சந்திலே ஒரு தமிழ்க்காரர் மெஸ் நடத்தறார்.’

செழியனுக்கு - கலை, இலக்கியம், கண்தான முகாம், ஃப்லிம் ஃபெஸ்டிவல். ராஜாமணிக்கு, சாப்பாடு.

'சாவன்னாவையும் கூட்டி வந்திருக்கலாம்!' ஃபட்பட்டியிலிருந்து ஒரு பஞ்சாபிக் கிழவி இறங்க உதவிக்கொண்டு, செழியன் சொன்னான்.

சாத்தப்பச் செட்டியார், காலையில் ஆபீஸ் கிளம்புகிறபோது ஐம்பது ரூபாய் கேட்டார். சாபந்தரம் ஆள் கண்ணில் படவில்லை.

'அடுத்த வாரம் எம்.பி., சிம்லாவிலிருந்து வந்ததும் தரேன்!'

'ஏழு மணி ஆச்சுடா. நடராஜன் மெஸ்ஸிலே சாப்பிட்டுட்டுப் போக வேண்டியதுதான்!' - செழியன் கடிகாரத்தைப் பார்த்தான்.

குருத்துவாராவுக்குச் சற்று முன்னால் இடப்புறம் திரும்ப, உள்ளே விரிகிற தெருவில் காய்கறிக் கடைகள். தமிழும் கன்னடமுமாக, ஒரு விநோதமான கலவையில் பேசுகிற கடைக்காரர்கள். 'என்னம்மா வேணும்?' என்ற கேள்விக்கு 'ஆதா கிலோ பிண்டி. ஏக் பாவ் டிண்டா' என்கிற மடிசார் மாமி.

'அங்கே பார்டா, நம்ப சாவன்னா!' - ராஜாமணி காட்டிய திசையில், சாவன்னா யாரோ ஒரு கடைக்காரப் பெண்ணுடன் சிரித்துப் பேசிக் கொண்டிருந்தார். முப்பது வயது காணும். நெற்றியில் திருநீறு பாதி இருட்டிலும் வெளீரெனத் தெரிந்தது.

'இந்த வயசிலும் கேர்ள் பிரண்டா? மச்சம்!' - ராஜாமணி சிரித்தான். சாவன்னா பையிலிருந்து எடுத்த பணத்தை, அவள் வேண்டாம் வேண்டாம் என மறுக்க, கையில் வைத்து அழுத்தி விட்டு நடந்தார்.

'என் பணம்டா!' என்றான் ராஜாமணி.

●

திரும்பியபோது, குவார்ட்டர்ஸ் வாசலில் தரையில் உட்கார்ந்து சாவன்னா, காலில் எண்ணெய் தேய்த்துக் கொண்டிருந்தார்.

'பர்மாவிலேன்னா கைகால் பிடிச்சுவிட எப்பவும் நாலுபேரு இருப்பாங்க!'

என்னவோ முந்தா நாள்தான் அங்கிருந்து வந்தது போல...

'கரோல்பாக் பக்கம் ஆள் கிடைக்குமே!' - ராஜாமணி மெல்லச் சொன்னது அவர் காதில் விழவில்லை. செழியன், ராஜாமணியை முறைத்தான்.

'சாவன்னா, பர்மாவிலே படம் எடுத்ததாக் கேள்விப்பட்டேனே!' சிவாஜி புதிதாக வாங்கிய ஷூவை அணிந்து, நடை பயின்றபடி கேட்டான். லேசாகக் கடிக்கிற உணர்வு. சாவன்னாவிடம் எண்ணெய் கேட்டு வாங்கி போட்டுப் பார்க்கலாமா?

'பர்மாவிலே இல்லே தம்பி. இங்கே வந்ததுக்கு அப்புறம்தான்!'

குழந்தை போலச் சிரிக்கிற சாவன்னா.

'படம் என்னாச்சு?'

'கோவிந்தா, கோவிந்தா!' - ராஜாமணி படுத்துக்கொண்டே சொன்னான்.

செல்லுலாயிட் கனவுகளால் சீரழிந்த சாவன்னா.

'எல்லாம் போச்சு தம்பி. இன்னமும் ஒரே ஒரு ஆசைதான். முடிஞ்சா நிம்மதியாக் கட்டையைச் சாச்சிடலாம். சாலாச்சிக்காக வேண்டிக்கிட்டேன். உங்க ஊருக்குத்தான். கண்மலர் காணிக்கை தரேன்னு!'

'சாலாச்சி, யாரு சாவன்னா?'

'மக. பதினஞ்சு வயசுலே பர்மாவிலே வைசூரியிலே போய்ட்டா. அடுத்த வருஷமே ஆச்சியும்!'

இருட்டில் அவர் விசும்புகிற சத்தம்.

'அவளுக்கு நாலு வயசா இருக்கும்போது கண் நோவு வந்தது. கண்ணாத்தாளுக்கு நேர்ந்துக்கிட்டு சரியாப் போச்சு. நேர்த்திக் கடனை இன்னமும்தான் கழிக்கிறேன். சாலாச்சி போனா என்ன? கண்ணும் முழியும் அவ போற வரைக்கும் நல்லா வச்சிருந்தது தெய்வம்தானே! கடன் இன்னும் நிக்குது சிவாஜி.'

அவர் குரல் மெல்லத் தேய, சிவாஜி தூக்கம் கலைந்து இருட்டில் வெறித்துக் கொண்டிருந்தான்.

டிசம்பர் குளிரில் டெல்லி உறைந்து கொண்டிருந்தது. கிராண்ட் டிரங்க் எக்ஸ்பிரஸ் பதினான்கு மணி நேரம் லேட். ஆட்டோ மேன்கள் யாரும் வரத் தயாரில்லை என்று சொல்லிவிட, நல்லவேளையாக மினிபஸ் கிடைத்தது. தீஸ்ஜனவரி தெரு பக்கம் சிவாஜி இறங்கிக் கொண்டான். நடக்க வேண்டும் போல கால் நமநமத்தது.

வழக்கம்போல எம்.பி. குவார்ட்டர்ஸ் அமைதியில் மூழ்கி இருந்தது. லோக்சபை கலைக்கப்பட்டு, அடுத்த தேர்தலுக்காக நாடே தயாராகிக் கொண்டு இருக்கிறது. அடைக்கப்பன் எம்.பி.க்கு மறுபடி டிக்கெட் கிடைத்து, திரும்பவும் ஜெயித்து - தங்க வேறு இடம் பார்க்க வேண்டி இருக்குமா?

கதவு பூட்டி இருந்தது. செழியனும் ராஜாமணியும் எங்கே? வருவதாக ஊரிலிருந்து எழுதின கடிதம் கிடைத்திருக்காதோ? சாவன்னா எங்கே போனார்?

தன்னிடமிருந்த சாவியால் கதவைத் திறந்தான். செழியனின் ஸ்வெட்டரும், ராஜாமணியின் புல்-ஓவரும் ஸ்வெட்டரும் தாறு மாறாக இரைந்து கிடந்தன. தரையெல்லாம் குப்பையும் கூளமும்.

பெட்டியைக் கட்டிலில் வைத்தான். அம்மா தெக்கத்தி மிட்டாயும் இன்னும் ஏதேதோ எண்ணெய்ப் பலகாரமும் கொடுத்து அனுப்பி யிருக்கிறாள்.

சாவன்னாவுக்காக கண்ணாத்தா கோயில் பிரசாதம் கொண்டு வந்து இருக்கிறான்.

ராத்திரி பதினொரு மணிக்கு காலிங் பெல் சத்தம். செழியனும் ராஜாமணியும். களைத்த கண்கள.

'எப்ப வந்தே சிவாஜி?' - ராஜாமணி குரலில் உயிர் இல்லை.

செழியன் சாக்ஸோடு நாடாக்கட்டிலில் தொப்பென்று விழுந் தான். முனையில் வைத்திருந்த லெதர் பை சரிந்து, பலகாரம் உருண்டது.

'அம்மா கொடுத்து விட்டுச்சு. நாளைக்குச் சாப்பிடலாம். சாவன் னாவுக்குத் தனியாக வாசனைப் புகையிலைகூட வாங்கியாந் திருக்கேன்!'

செழியன், ராஜாமணி முகத்தைப் பார்த்தான்.

'சாவன்னா போய்ச் சேர்ந்தாச்சு சிவாஜி. இன்னியோட நாலு நாள் ஆச்சு!'

ராஜாமணி மெல்லச் சொன்னான்.

'இவன் ஆபீஸுக்குப் போய்ட்டான். நானும் கிளம்பிட்டு இருந்தேன். சாவன்னா, திடீர்னு மாரைப் பிடிச்சுக்கிட்டு உக்காந் தாரு. வெந்நீர் வெச்சுத்தான்னாரு. கொண்டுவந்து கொடுத்தேன். ஒரு உதவி செய்யணும்னாரு. சொன்னதும் உசிரு போச்சு.'

செழியன் கண்கள் நிறைந்தன. சிவாஜிக்கு வாய்விட்டு அழ வேண்டும் போல. ஒரு சமவயதுச் சிநேகிதனை இழந்த துக்கம்.

'நாட்டரசன் கோட்டையிலே, வெள்ளியிலே கண்மலர் நேர்ச்சை தரணும்னு சொல்லிக்கிட்டே இருந்தார். நானாவது கொடுத் திருக்கலாம். தோணவே இல்லை. அம்புட்டு தூரம் போய்ட்டு சும்மா வந்திருக்கேன்.'

சிவாஜிக்கு, தன் பேரிலேயே வெறுப்பு வந்தது.

'எல்லா நேர்த்திக் கடனும் கழிச்சாச்சு சிவாஜி. காலையிலே கூட வா!'

காலையில் ஐந்து மணிக்கே அவர்கள் புறப்பட்டார்கள். பனிமூட்டத்தில் இந்தியா கேட் வழியாக, வேகமாகப் போகிற ஆட்டோ. சிவாஜி, ஸ்வெட்டரைக் காதுக்குப் பின்னால் உயர்த்திக் கொண்டான்.

'இறங்கு சிவாஜி. இது லயன்ஸ் கண் ஆஸ்பத்திரி.'

வாசலில் நின்ற பெண் இவர்களைப் பார்த்து ஓடி வந்தாள்.

'அண்ணா! பத்து மணிக்கு ரெடியா இருக்கச் சொன்னாங்க!'

கரோல்பாக் கறிகாய்க்கடைப் பெண்.

'பிள்ளை எங்கே?' செழியன் கேட்டான்.

'உள்ளே இருக்கானுங்க!'

கட்டிலில் படுத்திருந்த சின்னப் பையனின் கண்களைச் சுற்றிக் கட்டுத்துணி.

'நீ, எம்மவ சாலாச்சி போல இருக்கே. அதான் உன்பேர்லே வாஞ்சைம்பாரு. உசிரு போற நேரத்துலேகூட என்னை நினைச்சுக்கிட்டு, உங்க மூலம் எம் பிள்ளைக்குக் கண் கொடுத்தாரே. தெய்வம் எங்க அய்யா!' - செழியனைக் கடந்து விழிகள் நிலைக்க, கும்பிடக்குவிந்த கைகள்.

சின்னப் பையனை மெல்லத் தொட்டாள்.

'உன் மாமன்மாரெல்லாம் உன்னைப் பார்க்க வந்திருக்காங்கடா. ஐயாவோட கண்ணாலே முதல்லே அவங்களைத்தான் நீ பாக்கணும். அஞ்சு வயசுலே கண்ணைப் பறிச்சுக்கிட்ட தெய்வத்தைக்கூட அப்புறம் பார்த்துக்கலாம்!'

'கார்னியல் டிரான்ஸ்பிளாண்ட். சாவன்னா போய் ரெண்டு மணி நேரத்துலே எடுத்து இவனுக்கு வச்சது!' - செழியன் மெல்லச் சொன்னான்.

சிவாஜி கட்டில் பக்கம் குனிந்து கிசுகிசுக்கிற குரலில் கேட்டான்.

'பேரு என்ன தம்பி?'

'கண்ணப்பனுங்க!'

67. மாமாந்தா

நெற்றி நிறைய விபூதியும் நடுவில் குங்குமமுமாக, மஞ்சள் டெர்லின் சட்டை யில் ஒரு சீனாக்காரப் பையன். ஏழெட்டு வயது இருக்கும். அவன் கையைப் பிடித்த படி, மடித்துக் கட்டிய வேட்டியும் மஞ்சள் டெர்லின் சட்டையும் கக்கத்தில் குடையுமாக ஒரு நரை மீசைக்காரர். கொஞ்சம் பின்னால், அவசரமாகப் புடைவையைச் சுற்றிக் கொண் டதுபோல, இடுக்கிய கண்ணும் ஒல்லியான உருவமுமாகப் பையனின் ஜாடையில் ஒருத்தி - அம்மாவாக இருக்கும். கடைசியாக தகர டப்பாவைச் செல்லமாக அணைத்துப் பிடித்தபடி, ஓட்டமும் நடையுமாக ஒரு மத்திய வயசுப் பெண்.

ஏழு 'ஆ' பிரிவுக்கு பூகோளப் பாடம் எடுக்க, உலக உருண்டையோடு புறப்பட்ட வேதய்யா வாத்தியார் ஆபீஸ் அறை வாசலில் நின்றார்.

'கண்ணாடியை மாத்தித் தொலைக்கணும். கண்ணு ஏதோ கொறக்களி காட்டுது.'

'இங்கே எட்மாஸ்டர் சாரு...'

நெருங்கி வந்த மீசைக்காரர் அவரைத்தான் கேட்டார்.

'நான்தான். என்ன விஷயம்?'

சகல கம்பீரத்தோடும், பூமிப் பந்தை இட வலமாகச் சுழற்றியபடி கனிவாகப் புன்னகை பூக்க வேதய்யா வாத்தியார் முற்பட்ட போது, இடைஞ்சலாக 'ஏழு - ஆ'விலிருந்து உயர்கிற சத்தம்.

'எங்கேயிருந்து வர்றீங்க?'

வேதய்யா வாத்தியார், சீனாக்காரியைப் பார்த்துக் கேட்டார்.

'பர்மா. மாண்டலேயிலிருந்து வராங்க!' - கூட வந்தவள் சொன்னாள்.

சீனா இல்லை. என்றாலும் அன்னிய தேசம்.

'பர்மாக்காரப் புள்ளையைப் பள்ளிக்கூடத்துலே போட, சட்டம் எடம் தராதேம்மா!'

வேதய்யா வாத்தியார் அவர்களைத் தவிர்த்துவிட்டு நடக்க முற்பட்டார். இன்னும் தாமதமானால், 'ஏழு - ஆ'வின் குட்டிப் பிசாசுகள் பள்ளிக்கூடத்தையே இரண்டுபடுத்தி விடுவார்கள்.

'பையனுக்கு அப்பன் தமிழுதான் சார், என் தம்பி!'

நரை மீசை, வேட்டியைத் தழையவிட்டபடி மரியாதையோடு சொன்னார்.

தமிழ்ப் பிள்ளையா, மூக்குச் சப்பையும் இடுங்கிய கண்ணுமாக?

'யாவாரத்துக்குப் போன எடத்துலே, இந்தப் பொம்பளையைக் கல்யாணம் கட்டிக்கிட்டான்.'

மீசைக்காரர், வேதய்யா வாத்தியார் காதருகில் சொன்னபோது, கிராம்பு வாசனை.

எல்லோர் கண்ணும் தன்னையே பார்ப்பதை உணர்ந்து, அந்தப் பெண் சங்கடப்பட்டபடி இரண்டு கைகளையும் குவித்து வேதய்யா வாத்தியாருக்கு வணக்கம் சொன்னாள். கையில் பளபளத்த தங்க வளையல்கள், செழிப்புக்கு சாட்சி சொல்லி குலுங்கின.

‘தமிள்க்காரங்க எல்லாரையும் பர்மாவை விட்டுபோகச் சொல்லி, அங்கிருந்து கவர்மெண்ட் உத்தரவு. அங்கே நம்ம ஆளுங்களை மதிக்கவே மாட்டாங்க சார். நான்கூடக் கொஞ்ச நாள் இருந் துட்டு, சரிப்படாதுன்னு திரும்பிட்டேன். தம்பிக்கு இப்ப திரும்பி வரவேண்டிய கட்டாயம். மர யாவாரம். லட்ச லட்சமா பணம் புரள்றதை எல்லாம் வித்துட்டு வரான். குடும்பத்தை முன் கூட்டியே கப்பல்லே அனுப்பிச்சுட்டான். போன வாரம்தான் பட்டணத்துலே போய்க் கூட்டியாந்தேன்.’

மீசைக்காரர், தம்பி சம்சாரத்திடம் அன்னிய பாஷையில் ஏதோ சொல்ல, அவள் பிடித்திருந்த பையிலிருந்து, நாலாக மடித்த காகிதத்தை எடுத்து நீட்டினாள்.

‘சர்ட்டிபிகேட்டுங்க. மாண்டலேயிலே செட்டி ஸ்கூல்னு தமிள்ப் பள்ளிக்கூடம்தான்!’

மீசைக்காரர் சொல்லிக்கொண்டே இருக்க, வேதய்யா வாத்தியார் வாங்கிப் பார்த்தார்.

நாலு வகுப்பு முடித்திருக்கும் பையன்.

‘தமிழ் படிப்பியாடா தம்பி?’

பையன் கூச்சப்பட்டு நெளிந்தான்.

‘உள்ளே ரைட்டர் இருப்பாரு. பீஸ் கட்டிச் சேர்த்துட்டு, நாலாங் கிளாஸ்லே உக்காரச் சொல்லுங்க. ஒரு பத்துநாள் பாத்துட்டு, எல்லாம் சரியாப்பட்டா மேலே அனுப்பறேன்!’

வேதய்யா வாத்தியார் நடக்க, மத்திய வயதுப் பெண் தகர டப்பாவை அவசரமாகத் திறந்து, ஒரு கை இனிப்புகளை அவருக்கு முன் நீட்டினாள்.

‘கொளுந்தியா கொண்டாந்தா. இங்கே பிள்ளைங்க எல்லாருக் கும் கொடுக்கணுமாம். பர்மா மிட்டாயி.’

ஒன்றைப் பிரித்து வாயில் போட்டபடி வேதய்யா வாத்தியார் கேட்டார்.

‘பெயர் என்னடா தம்பி?’

‘மாமாந்தா.’

நாலு பையன்கள், தலையெல்லாம் கலைந்து, கண் சிவந்து வழிந்து, சட்டை கிழிந்து, ஒருத்தன் விசும்ப அழுதுகொண்டிருந் தான்.

'நாலு - ஈ' - அம்சவள்ளி டீச்சர் மாமாந்தாவின் கழுத்தைப் பிடித்துத் தள்ளிக்கொண்டு பின்னாலேயே வந்தார்.

'கொரங்குப்பய. எல்லா பிள்ளைங்களையும் போட்டு அடிக்கறான். இன்னிக்கே டி.சி.யைக் கிழிச்சு வீட்டுக்கு அனுப் பினாத்தான் சரிப்படும். நேத்து பெஞ்சு மேலே ஏறிக்குதிச்சு உடைச்சு வச்சிருக்கான். நீங்களே விசாரியுங்க சார்.'

டிரஷரிக்கு அனுப்ப சம்பளப் பட்டுவாடா பட்டியலை சரிபார்த்துக் கொண்டிருந்த வேதய்யா வாத்தியார், கூட்டுத் தொகையின் இரண்டாம் ஸ்தானத்துக்குக் கீழே பென்சிலால் புள்ளி வைத்துவிட்டு, மாமாந்தாவை நிமிர்ந்து பார்த்தார்.

இவனுடைய மீசைக்காரப் பெரியப்பா, பர்மாவில் அப்பா. பர்மா ஜவுளி ஸ்டோர் பெரியப்பா.

'அப்பா ஜெயில்லே இருந்து வந்து ரெண்டாம் கல்யாணம் பண்ணிக்கிட்டு அங்கேயே தங்கிட்டாரு சார். கொண்டு வந்த பணத்தை வண்டி வாங்க, நெலம் வாங்க, கடை வைக்கன்னு பெரியப்பா அப்பப்ப வாங்கிக்கிட்டாரு.'

'கடைதான் நல்லா நடக்குது போல இருக்கே?'

'நடக்குது சார். ஆனா கைமாறிடுச்சு. பெரியப்பா, சினிமா எடுக்கறேன்னு போய் எல்லாம் வித்து அழிஞ்சது. வீடு போயி கையிலே காசு இல்லாமே, நானும் அம்மாவும் தெப்பக்குளப் பக்கம் குடிசை போட்டுட்டுப் போனோம். படிப்பு நின்னுபோய் நான் தச்சாசாரி லச்சுமணன்கிட்டே எடுபிடியாச் சேர்ந்தேன். அம்மா தெருவிலே இட்லிக்கடை போட்டு, போன வாரம் அவங்களும் போய்ச் சேர்ந்தாச்சு!'

தெருவில் இட்லி அவித்து விற்ற பர்மாக்காரி.

'கடைசி வரைக்கும் அப்பா வரப்போறார்னு ரொம்ப நம்பிக் கையா இருந்தாங்க.'

மாமாந்தா கண்கலங்க நின்றிருந்தான்.

‘ஒரு உதவி செய்யணும் சார். அரபு நாட்டுலே கார்ப்பெண்டர் வேலைக்கு ஆள் எடுக்கறாங்களாம். பொறுப்பான ஆளுங்க கிட்டே இருந்து நடத்தை சர்ட்டிபிகேட் கேக்கறாங்க. எனக்கு, சாரைத் தவிர யாரைத் தெரியும்?’

‘என்னன்னு தர? கிளாஸ்லே பெஞ்சியை எல்லாம் போட்டு உடைச்ச பையன்னு தரட்டா?’

சிரித்தபடி லெட்டர்பேடை எடுத்தார்.

•

வேதய்யா வாத்தியார் ரிடையராக நாலு நாள் இருக்கும்போது, சின்னப் பையனைக் கையைப் பிடித்துக் கூட்டிக்கொண்டு அந்தப் பெண் படியேறி வந்தாள். கூடவே நாலைந்து பேர்.

‘பையனோட அப்பா என் மச்சான்தானுங்க. கல்ப்லே இருக்காரு. ஒண்ணாங்கிளாஸ்லே பையனைப் போடணும்.’

ஃபாரின் செண்டு மணக்க நின்றவன் பேசியபடி முன்னால் நிறுத்திய குழந்தை, சீனாக்கார சாயலில் இருந்தது.

‘இது, பிள்ளைக்கு அம்மாங்க!’

அவள், கையில் தங்க வளையல்கள் குலுங்க வணக்கம் சொன்னாள்.

68. ருசி

மராத்திப் பத்திரிகையோடு பொழுது விடிந்தது.

பேப்பர்வாலாவுக்கு மறந்து போகிறது. விஜயனுக்கு மட்டும் ஆங்கிலப் பத்திரிகை. இந்தச் சின்ன ஊரில் மற்ற இருநூற்றுச் சில்லறை வீட்டில், மராத்தியில்தான் மூச்சு விடுகிறார்கள்.

விஜயன் குனிந்து பத்திரிகையை எடுத்தான். வரிசையாகக் கோட்டில் தொங்கிக் கொண்டிருந்த எழுத்துகளில், 'ரக்ஷா மந்த்ரி போல்தேஸ்!' என்று டடிப்பதற்குள், முழுப் பத்திரிகையையும் வாசித்து முடித்த களைப்பு.

பாதுகாப்பு அமைச்சர் சொற்பொழிந்தது தவிர, நேற்று உலகத்தில் எந்த விசேஷமும் நடந்திருக்காது.

பெரிய பெரிய குவளைகளோடு, காந்தி குல்லாய் வைத்த பால்காரன் சைக்கிளில் வந்து இறங்கினான். இங்கே குற்றம் சொல்ல முடியாத விஷயம் பால்.

'திரும்பத் திரும்ப இங்கே நல்ல பால் கிடைக்கிறது என்று எழுதுகிறீர்களே! மற்றபடி உங்கள் சௌகரியம் குறித்து, எழுதவும்!' - மைதிலி போன வாரம் எழுதியிருந்தாள்.

ஒரு சௌகரியமும் இல்லை. வீடு, மனைவி, குழந்தைகள், கொட்டு ரசம், பருப்புத் துவையல், ஆபீஸ் - எதுவும் இல்லை.

மற்ற கம்ப்யூட்டர் கம்பெனிகள், விஜயனைப் போன்ற சீனியர் சிஸ்டம் அனலிஸ்ட்டுகளை சிங்கப்பூருக்கோ, பாப்புவா நியூகினிக்கோ அனுப்பிக்கொண்டிருக்க, இவன் கம்பெனி புசாவலுக்குத் தென்கிழக்கே நூறு கிலோ மீட்டர் தள்ளி இங்கே போகச் சொன்னார்கள்.

'டெல்லியில் பெரிய தொழிற் குடும்பத்தைச் சேர்ந்த பிரும்மாண்டமான தொழிற்சாலை.'

அந்தக் குடும்பம் இரண்டுபட்டது மூன்று வருஷம் முன்னால். கப்பல் கம்பெனி உனக்கு. ஊறுகாய்க் கம்பெனி எனக்கு என்ற மாதிரி அண்ணன், தம்பி பாகப் பிரிவினை செய்துகொண்டு வரும்போது, ஒரு ஸ்டீல் ரோலிங் கம்பெனி மிஞ்சியது. 'எனக்குத்தான்!' என்றார்கள் இரண்டு பேரும். பங்குகள் கன்னாபின்னா என்று கைமாற, 'கார்ப்பரேட் கூ' என்று எகனாமிக் டைம்ஸ் வர்ணித்த புரட்சியில், அண்ணன் வெற்றிக்கொடி நாட்ட, வெளியே வந்த தம்பி, உடனே எதிர்த்திசையில் நூறு ஏக்கரா வளைத்துப் போட்டு, புதிதாக ஸ்டீல்ரோலிங் பிளாண்ட் தொடங்கி உற்பத்தி ஆரம்பிக்க, மொத்தமே ஏழு மாதம்தான் பிடித்தது. புதுத் தொழிற்சாலையில், திரும்பிய திசை முழுக்க கம்ப்யூட்டர் டெர்மினல்கள்.

'ஆறு கம்ப்யூட்டர்களை நெட்ஒர்க்கில் இணைத்து, இவ்விடத்து வேலை எல்லாம் கிரமமாகச் செய்து, டெல்லியில் இருக்கிற அலுவலக கம்ப்யூட்டருடனும் மோடம் மூலம் குசலம் விசாரித்து சமாசாரம் சொல்ல வேண்டியது. வேலை சுத்தமா இருக்கணும் ஆமா. என்ன கேக்கறீங்க?'

கடுமையான போட்டியில், விஜயனின் கம்ப்யூட்டர் கம்பெனி வென்று...

'யாரங்கே?' என்றால், 'ஐயா!' என்று வர உங்க ஆள் யாராவது, ஒரு ஆறு மாசம் வேணும். விஷயம் தெரிஞ்ச ஆசாமி!'

'விஜயன். நீ கல்யாண் போ, பஸ் புடிச்சு! கூப்பிடு தூரம்தான். சீக்கிரமே திரும்பக் கூப்பிடறோம் ப்ரமோஷனோட!'

●

'க்யா பாய்சாப்? என்ன பலமான யோசனை?'

வீட்டுச் சொந்தக்காரர் தேஷ்பாண்டே மாடிப் படியேறி வந்துகொண்டிருந்தார். காலைச் சாப்பாடு நேரம் நெருங்கிக் கொண்டிருந்தது.

தேஷ்பாண்டே, ரயில்வே சர்வீஸில் இருந்து ரிடையர் ஆனவர். பென்ஷனும், டயாபடீஸுமாகச் சொந்த ஊர் வந்தவர். மனைவிக்குக் கோதுமை ஒத்துக்கொள்வதில்லை. அரிசி பிடிக்காது.

விஜயன், உடை மாற்றிக்கொண்டு கிளம்பினான். நாலுபடி இறங்கியதும் அடையாள அட்டை நினைவுக்கு வந்தது. அது இல்லை என்றால், கம்பெனியின் முக்கியமான பகுதிகளில் உள்ளே விட முரண்டு பிடிக்கிறார்கள். 'நீ இங்கே இருக்கும்வரை, நீயும் நம்ம ஆளுதான் பிடி!' என்று போன வாரம்தான் கொடுத்து மாட்டிக்கொள்ளச் சொன்னார்கள்.

கீழே போனபோது, தேஷ்பாண்டேயும் வீட்டம்மாளும் சாப்பிடாமல் காத்துக் கொண்டிருந்தார்கள். இத்தனை சுத்தமான வீட்டுக்குள் கால் வைக்கவே, விஜயனுக்குத் தயக்கமாக இருந்தது. சந்ததி இல்லாத குடும்பம். கேப்பை ரொட்டி சாப்பிட்டு, மீந்த பணத்தை வட்டிக்கு விட்டு இன்னும் கேப்பை வாங்குகிறார்கள்.

சே... என்ன வாழ்க்கை இது? விடிந்ததும் கேப்பை ரொட்டி தின்றுகொண்டு, நாக்கு செத்துப்போய் நாலு மாசமாகிறது!

விஜயா! நன்றி மறக்காதே. நல்ல ஹோட்டல் சுற்றுவட்டாரத்தில் பத்து மைலுக்குக் கிடையாது. ஃபேக்டரியிலும் டீ தவிர வேறு ஏதும் கிட்ட வழி இல்லை. இரண்டு வேளை சாப்பாடு, மதியம் கையில் வேறே எடுத்துப்போய், தேஷ் பாண்டேக்கள் இல்லாவிட்டால் இந்தக் கேப்பை ரொட்டியும் கிடைக்காது.

'வேண்டாம் மாஜீ. உங்கள் உபசரிப்பிலேயே பாதி வயிறு நிறைந்து விட்டது!'

விஜயன் எழுந்தான்.

‘உன் லஞ்ச் பாக்கெட் ரெடி.’

நேர்த்தியாகக் கட்டி பிளாஸ்டிக் பையில் வைத்த சப்பாத்திகள்.

•

ஒரு பெரிய கூட்டமே பஸ்ஸுக்காகக் காத்திருந்தது. அநேகமாக எல்லோர் கையிலும் சிறிய கழி. முனையில் மணி கட்டியது. எங்கேயோ திருவிழா போலிருக்கிறது. பஸ் எப்போது வரும். இவர்கள் ஏறியது போக இடம் பாக்கி இருக்குமா? அது ஏன் இந்தப் பக்கத்தில், நாற்பது வயதுக்கு மேற்பட்ட ஆண்கள் எல்லாம் காந்தி குல்லாய் வைத்திருக்கிறார்கள்?

சிரத்தையாகக் குல்லாய்களை எண்ணிக் கொண்டிருக்க, கணகண வென்று மணிகள் முழங்க பஸ் வந்தது. உள்ளேயும் நிறையக் குல்லாய்கள், கழிகள், மணிகள்.

பின்னால் இருந்து தள்ளினார்கள். விலாவில் கழிகள் வருடின. யார் குல்லாயையோ தட்டி, யார் மடியிலோ விழுந்து எழுந்து, யார் காலையோ மிதித்து, சமாளித்து நிற்பதற்குள் பஸ் ஊர்ந்து கொண்டிருந்தது. கையில் ஏதோ குறைகிற மாதிரி. சாப்பாட்டுப் பொட்டலம் எங்கே, யாரைக் கேட்க? பஸ் முழுக்க ‘விட்டல விட்டல’ என்று விடாமல் ஜபிக்கிற குரல்கள். இறங்கவாவது வழி விடுவாங்களா? பேசாம, திருவிழாவுக்குப் போனால் என்ன? பலாச்சுளை வாசனையும், ஊதல் சத்தமும், ரங்க ராட்டினமும், பீமபுஷ்டி அல்வா விற்கிறவனின் மெகாஃபோன் சத்தமுமாக விஜயன் மனத்தில் ஒரு திருவிழா பிரும்மாண்டமாகக் கவிய, ‘டெர்மினல் எமுலேஷனில் ஏதோ குழப்பம். வந்து சரி பண்ணு!’ என்று யாரோ கேட்கிறதாகப் பிரமை.

கனவில்கூட, கம்ப்யூட்டரும் தயிர் சாதமும்தான் வருகின்றன.

•

ஃபேக்டரி வாசலில் பஸ் நின்றது. இன்னும் ஏழெட்டுப் பேர் இறங்கினார்கள். இவனைத் தவிர மற்றவர்கள் எதிர்ப்பக்கம் நடந்தார்கள். பழைய தொழிற்சாலையில் வேலை செய்கிறவர் கள். எல்லா சௌகரியமும் கிடைக்கப் பெற்றவர்கள்.

‘அங்கே பிரமாதமா ஒரு கேண்டீன் இருக்கு. உங்க பக்கத்து ஆள்தான் நடத்தறார். மசால் தோசை, இட்லி, வடா,

பொட்டேட்டோ வடா எல்லாம் உண்டு. பதினைந்து பைசா இட்லி. சாய் பத்து பைசா. மீதியை கம்பெனி தருகிறது. இங்கே, அதிகம் ஒரு கப் சாயாகூட தரமுடியவில்லை.'

ராஜுநாயக் சொன்னது நினைவு வந்தது. அவன் அங்கே இருந்து கட்சி மாறி வந்தவன்.

கொஞ்சம் தொலைவில் தெரிந்த அந்தக் கட்டடங்களை ஏக்கத்துடன் பார்த்தான் விஜயன். அங்கே யாரெல்லாமோ, இப்போது சுடச்சுட இட்லி தின்று கொண்டிருப்பார்கள்.

வயிற்றில் லேசாகப் பசி எட்டிப் பார்க்கிறது. ஒரு தட்டு உப்புமா கிடைத்தாலும் போதும். சே, எப்பப் பார்த்தாலும் பசி, சாப்பாடு. டிடிஓய் டைரக்டரியில் துருவினால், டெர்மினல் எமுலேஷன் பற்றி துப்பு கிடைக்குமா? கிடைக்கும். ஒரு ப்ளேட் பஜ்ஜி கிடைக்குமா?

•

வெயில் ஏறிக்கொண்டிருந்தது. 'ஸேவாய்லா சலா' வேலை பார்க்கிறவர்கள் சாப்பிடப் போனார்கள்.

விஜயன் ஒரு தீர்மானத்துக்கு வந்தான். எதிரிக் கோட்டையில்தான் இன்றைக்குச் சாப்பாடு.

நடக்க ஆரம்பித்தான்.

இங்கே இருந்து பார்க்கும் போது. பக்கத்தில் இருப்பதாகத் தெரிந்தது. நடக்க நடக்க விலகிப் போகிறதாகத் தோன்றியது. சமவெளியில். தூரம் மயங்கித் தெரிகிறது. பசி வேறு!

ஒரு கெடுபிடியும் இல்லாத வாசல். கூர்க்கா சிநேகமாகச் சிரித்து விக்கெட் கேட்டைத் திறந்தான். யாரோ சலாம் வைத்தார்கள். 'நாயர் சாப். கைஸே ஹை ஆப்?' என்று யாரோ போகிற போக்கில் தோளில் தட்டிக் குசலம் விசாரித்துவிட்டுப் போனார்கள். யார் நாயர் சாப்? நம்மைப் போல சாயலில் வேறு யாரும் இங்கே இருக்கிறார்களா? கேண்டீன் எந்தப் பக்கம்?

இந்தப் பக்கம் என்று அறிவிப்புப் பலகையில் ஒற்றை விரல் சுட்டிக்காட்டிய திசையிலிருந்து, மனத்துக்கு இதமாக வெங்காயம் வதங்குகிற வாடை.

சாப்பிட்டுக் கொண்டிருக்கிறார்கள். படுக்கை வசமாக இல்லாமல் நேராக நிமிர்த்தி விரித்த இலைகளில், சப்பாத்தியும் சாதமும் காயும் கறியுமாக! கம்பி வலை மூடிய பெரிய பாத்திரத்தில் ஆவி பறக்க இட்லியைக் கொண்டுவந்து கொட்டிக் கொண்டிருக் கிறார்கள். 'ஃபக்த் தஹி கேஹூம்கே!' - யாரோ சாப்பாட்டுப் பாத்திரத்தைத் திறந்து வைத்துவிட்டு தயிர் மட்டும் வாங்க வருகிறார்கள்.

'அன்னியர்கள் கண்டிப்பாக அனுமதிக்கப்பட மாட்டார்கள்!' என்று மூன்று மொழிகளில் மிரட்டுகிற அறிவிப்பு கவுண்ட்டரில், நெற்றியில் சந்தனக் கீற்றோடு ஒருவர். கேஷ் ரிஜிஸ்டர் மெஷினில் பொத்தான் பொத்தானாக அமுக்கி, சீட்டுக் கொடுத்து, துட்டை எண்ணி வாங்கிக் கொண்டிருக்கிறார். 'எஸ் ப்ளீஸ்!' வரிசை நகர்கிறது.

எட்டு இட்லி வேண்டாம். நாலு இட்லி, இரண்டு தோசை. பெருந்தீனிக்காரன் என்று நினைத்துவிட்டால்? நாலு மாதம் கேப்பை ரொட்டி தின்றால், அவர்களுக்கும் நாக்கு ஊறும்.

யாரோ பெரிய புஸ்தி மீசையோடு, ஆறரை அடியில் ஆஜானு பாகுவாக நடந்து வந்தார். மிலிட்டரி யூனிஃபார்ம். பார்க்கிற வர்கள் பல பேரும் மரியாதையாகப் புன்சிரிக்கவோ வணக்கம் சொல்லவோ தவறவில்லை. விஜயன் வயிற்றில் சங்கடமாக உணர்ந்தான். திரும்பி விடலாமா?

'நாயர், யு ஆர் பேக்!' திடீரென்று பிடரியில் பெரிய சத்தம் அறைகிறது. திரும்பினால் முரட்டு மீசையும், சிவந்த கண்களும் முறைக்கின்றன.

'ஐ யாம் சாரி. நாயர் என்று நினைத்து...'

அவர் பேச்சு பாதியில் நின்றது. பார்வை விஜயனின் சட்டைப் பையில் நிலைக்கிறது.

'நீங்கள் இங்கே பணிபுரிகிறவரா?'

'வந்து...'

விஜயன் குனிந்து பார்க்க, சட்டைப் பைக்கு வெளியே அடையாள அட்டை மேல், அவன் முகமும் கம்பெனிச் சின்னமும் விதியும் சிரித்தன.

‘இங்கே யாரைப் பார்க்க வந்தீர்கள்?’

பார்வை மெல்லக் கடுமையாக, மீசையை நீவி, புன்னகையைத் துடைத்தார்.

‘இல்லை. இங்கே ஒரு வேலையாக...’

இடது கோடியில் சாப்பிட உட்கார்ந்த சோகைச் சிவப்புப் பெண்கள் சிரித்த மாதிரி தெரிந்தது. சாப்பாட்டை மென்று கொண்டு யார் யாரோ பார்த்துக் கொண்டிருப்பது முதுகில் உறைத்தது.

ஒரு நண்பனை அழைத்துப் போகிறது போல, வரிசையிலிருந்து விஜயனை லாகவமாக நீக்கி கையைப் பிடித்தபடி நடந்தார். மணிக்கட்டில் படிந்த விரல்கள் சமீபகாலம் வரை துப்பாக்கி பிடித்தவை என்று தகவல் சொல்லின.

ஒரு விநாடியில் நிகழ்காலமும் எதிர்காலமும் பற்றிய கவலைகள் மனத்தில் பூதாகரமாக எழ, பசி போய், உடம்பு தொப்பலாக வியர்வையில் நனைந்தது. இட்லி சாப்பிட வந்தேன் என்றால் யாரும் நம்பப் போவதில்லை.

விஜயனின் கம்பெனிக்குத் தகவல் போகும். போலீஸுக்குப் போகும். மராத்திப் பத்திரிகையில் ஏழாம் பக்கத்தில் ஈசான மூலையில், ‘வெடிகுண்டோடு கம்ப்யூட்டர் தமிழன் கைது!’ என்று வரும். தேஷ் பாண்டே பெட்டியைத் தூக்கி வெளியே எறிவார். காந்தி குல்லாய்க்காரர்கள் கரும்பு விலையோடு இவனைப் பற்றியும் சாயந்தரம் டாவணி பார்க்கப் போகிறபோது அலசுவார்கள். வேலை போகுமா?

‘நீ தயிர் வாங்கி வராததால், நான் கேண்டீன் போக வேண்டியிருந்தது. எங்கே தொலைந்தாய்?’ - எதிர்ப்பட்ட யாரையோ புஸ்தி மீசை பஞ்சாபியில் எரிந்து விழ, காக்கிச் சட்டை போட்ட அந்த சர்தார்ஜி, தலைப்பாகையைச் சொறிந்து, நாலு சலாம் வைத்து மன்னிக்கச் சொல்லி குழைந்தான்.

ஆறடி சர்தாரையே நாலடியாராகக் குனிய வைக்கிற இந்த முரடருக்கு, சோனித் தமிழன் எந்த மூலை? விஜயன் எல்லா தெய்வத்தையும் துணைக்கு அழைத்தான். இவர் நம்ப வேண்டும். பூர்வோத்திரம், இந்த நிமிஷம் வரை விஜயன் என்ற அப்பாவியின் வாழ்க்கை வரலாறு சொல்ல வேண்டும், உடனே!

அவன் பேசப் பேச அவர் தரையை முறைத்துக்கொண்டே வர, அவர் அலுவலகம் வந்தபோது, தேஷ்பாண்டே வீட்டுக் கேப்பை ரொட்டிகள் பஸ்ஸில் தொலைந்து போன தகவல் பாதியில் நின்றது. நம்புங்கள். அது இருந்தால் வந்தே இருக்கமாட்டேன்.

துடைத்து வைத்தாற்போல பெரிய மேஜை. பிரும்மாண்டமான குஷன் சேர். நான்கைந்து டெலிஃபோன்கள். எல்லாவற்றிலும் செய்தி பறக்கப் போகிறது. தொழிற்சாலையிலிருந்து முதன்மைப் பாதுகாப்பு நிர்வாகி பேசுகிறேன். இங்கே ஒரு பையன்...

நாற்காலியில் உட்காரவில்லை. பின்னால் கதவு தெரிந்தது. திறந்தார். விஜயனை கையைக் காட்டி அழைத்தார். 'விசாரிக்கப்' போகிறார்.

மெல்ல பலியாடு போல அங்கே போனான். முப்பது வயதிலும் கண்ணில் நீர் நிறைந்தது. மாலதிக்காக, குழந்தைக்காக, அவமானப்பட்டதற்காக!

'வயிறு நிறையச் சாப்பிடுங்க தம்பி!' - சத்தமாகத் தமிழில் சொல்லியபடி உள்ளே விரல் சுட்டிய இடத்தில், சாப்பாட்டு மேஜையில் நீர் தெளித்து விரித்த வாழை இலை. சோறு.

69. மெய்

மாதவராவ் பூமியதிர ஓடினான். இடுப்பில் பஞ்சகச்சம் வைத்துக் கட்டிய மிளகாய்ப் பழ நிற வேட்டியும், கையில் இரண்டு பித்தளைக் குடமுமாகப் பொரி வெயிலில் தண்ணீர் லாரி நின்ற திசைக்கு ஓடுகிறபொழுது, அவன் மனமெல்லாம் உடுப்பியில் இருந்தது.

குளிரக் குளிர மழை பெய்து, துடைத்து விட் டார்போல சுத்தமான வீதியும், சந்தன வாசனை யும், பூ வாசனையும், கோயில் வாசனையுமாக உடுப்பி. பரியாயமும் ஜன்மாஷ்டமியும் எட்டு மாத்வ மடத்திலும் பந்தி போஜனமும் யட்சகானமுமாக அமர்க்களப்படுகிற உடுப்பு.

முப்பது வருஷத்தில் அங்கேகூட எல்லாம் மாறியிருக்கலாம்.

ஆனால், உடுப்பியில் தண்ணீர் லாரி இருக் காது. 'ஹோகி நீரு தொகன்பா, ஜல்தி!' என்று யாரும் அவசரப்படுத்த மாட்டார்கள்.

தண்ணீர் லாரி வெகு நேரமாக நிற்கிறது போலிருக்கிறது. தமிழில் ஏக காலத்தில் குரல்கள் இரைந்து கொண்டிருக்கின்றன.

‘ஐயரே! ஒரு குடம்தான், அப்பால நகரு!’

முப்பது வருஷமாக இங்கே இருந்தும், இன்னும் தமிழ் சரியாகத் தெரியமாட்டேன் என்கிறது. ‘மாதவராவ் ஒரு தத்தி!’ என்று எல்லோரும் சொல்வது உண்மைதான்.

‘ஸ்வாமி பிருந்தாவனத்துக்குத் தண்ணி வேணும்!’ - தமிழில் இதை மட்டும் ஞாபகம் வைத்துக்கொண்டால் போதும் என்று மடத்துக் காரியஸ்தர் கருடாச்சார் சொல்லியிருந்தார். சமயத்தில் வார்த்தை நினைவு வராத மறதி.

பிருந்தாவனத்தில் கிணறு வற்றிவிட்டது. நீர் இறைத்து முகமும் கையும் காலும் அலம்பி, குருராயரின் சந்நிதிக்குப் போகமுடி யாமல் எல்லோரும் புழுதி படிந்த கால்களோடுதான் நடக் கிறார்கள். காலையில் கிணறு கொஞ்சம் ஊறும்போது கலங்க லாக இறைத்து, மூலராமர் சந்நிதிக்கு வெளியே பெரிய மரத் தொட்டியில் கொட்டி வைக்கப்படுகிறது.

குடம் இரண்டும் சின்னதுதான். எடுத்து வருகிற குடிதண்ணீர் சாய்ந்திரத்துக்குள் தீர்ந்து போகிறது. அப்புறம் தெருக்கோடியில் ரிடையர்ட் கலெக்டர் வீட்டில் போய் நின்று, கொடுப்பதை வாங்கி வரவேண்டும்.

இரட்டைக் குழந்தைகள் போல இரண்டு கையிலும் அணைத்துப் பிடித்த குடங்களோடு மாதவராவ் திரும்பியபோது, அடுத்த வேலை காத்திருந்தது.

‘அரிசினவ மொதல்னே மாடீகூ எள்ளன்னு எரடளே மாடீகூ தகண்ட் ஹோய் கொடு.’

மடத்தில் முதல் மாடியில் சுபகாரியங்களுக்காகவும், இரண்டாம் மாடியில் அசுபகாரியங்களுக்காகவும் இடம் ஒழித்துத் தரப்படு கிறது. முன்னதில் அப்தபூர்த்தியும் கல்யாண நிச்சயதார்த்தமும் நடக்க, மற்றதில் சிரார்த்த காரியம்.

முதல் மாடிக்குப் போக வேண்டிய மஞ்சளை வலது கையிலும், திவச எள்ளை இடது கையிலும் எடுத்துக்கொண்டு மாதவராவ் மாடிப் பக்கம் நடக்க, பிராகாரத்தில் சர்க்கரைப் பொங்கல் நைவேத்யம் முடிந்து பாத்திரங்களை அரையும் குறையுமாக மரத்தொட்டிக்குப் பக்கத்தில் அலம்பி ஊற்றிய தண்ணீரோடு, வழியெல்லாம் காலில் ஒட்டுகிற பருக்கை.

இதை மிதித்துக் கொண்டா, ஹரிவாயு குருக்களின் சந்நிதியையும் மந்த்ராலய மகானின் சந்நிதியையும் கடந்து போவது?

மாதவராவ் கையில் கொண்டு வந்ததைக் கிணற்றடி மேடை மேல் வைத்துவிட்டு, அவசர அவசரமாகத் துடைப்பத்தை எடுத்துப் பெருக்கினான்.

ஒரு வாளித் தண்ணீர் இருந்தால் அலம்பி விட்டுவிடலாம்.

கிணற்றில் எட்டிப் பார்த்தான். தண்ணீர் சன்னமாக முகம் காட்டியது. தாம்புக் கயிற்றை விட, உள்ளே உள்ளே இறங்கி அரை வாளி வந்தது. போதும்.

'மாதவராவ்!' - மேலேயிருந்து சத்தம்.

'பர்த்தினி.'

●

ராகவேந்திரர் சந்நிதியில் ஒரு சின்ன வயதுப் பெண், பிராகாரம் சுற்றிக் கொண்டிருந்தாள். வலது காலை சற்றே முன்வைத்து அது பதிகிற இடத்தில் அளந்தாற்போல இடது காலை வைத்து, மிக மெல்ல நகர்கிறாள். இருபது வயது இருக்குமா? என்ன பிரார்த் தனையோ? எல்லா ஞாயிற்றுக்கிழமையும் தவறாமல் வருகிற பெண். கன்னடம்தான். 'பழம் எடுத்து வைக்கவில்லையா?' என்று போன வாரம் கூட வந்த அம்மாளைக் கன்னடத்தில் கேட்டது நினைவு வந்தது.

ஆனால், இங்கே யார் முழுக் கன்னடம் பேசுகிறார்கள்? ஒரு வாக்கியம் பேசுவதற்குள் அவசரமாகத் தமிழுக்குத் தாவி விடு கிறார்கள். மடத்தில் கதாகாலட்சேபம் கூட, பாதி கன்னடமும் மீதி தமிழுமாகத்தான் நடத்தப்படுகிறது.

தேங்காய் நார் உரித்துப் போட்ட நடை வழியாக, மாதவராவ் மாடியேறினான்.

முதல் மாடியில், படியை அடைத்துக்கொண்டு நின்றபடிக்குப் பேசுகிற கூட்டம் - எல்லாம் தண்ணீர்க் கஷ்டம் பற்றித்தான்.

'லாரி லோடு நாநூற்று ஐம்பது ரூபாய்ன்னு எங்க அப்பார்ட் மெண்ட்லே வாங்கறோம். பெரிய பக்கெட் ஒரு ரூபா விழறது. நாலு நாள் வந்தா அதிகம்.'

யாரோ சொல்லிக் கொண்டிருக்கிறார். இவர்கள் யாராவது முயற்சி எடுத்து பத்து நாளைக்கு ஒரு தடவை பிருந்தாவனத் துக்குத் தண்ணீர் கொடுத்தால் கூடப் போதும். கேட்கலாமா?

முகத்தில் மூன்று நாள் தாடியோடும், தலை பாதி நரைத்து, முகத்தில் எப்போதும் ஒட்டிவைத்த அசட்டுச் சிரிப்போடும் மாதவராவ் போய் நின்றால், காலோ அரையோ பர்ஸைத் திறந்து தட்சணை தருவார்கள். தண்ணீர் தருவார்களா?

●

'பிரம்மஹத்தி! கண்ணை முழங்கால்லே வச்சுட்டுக் காரியம் பார்க்கறியா?'

ஆச்சாரியார் இருமலுக்கு இடையே எரிந்து விழுந்தார். தர்ப்பை நுனிகளில் பிண்டம் வைத்துக் கொண்டிருந்தவர்கள் திரும்பிப் பார்க்க, மாதவராவின் நீட்டிய கையில் மஞ்சள்.

'உன்னால் கால் காசுக்கு பிரயோஜனம் இல்லை. திவச காரியத்துக்கு மஞ்சளை எடுத்து வந்து நீட்டறியே! நான் என்ன கேட்டேன்?'

நல்ல வேளை. முதல் மாடியில் எள்ளைக் கொண்டு போய் நீட்டாமல் முதலில் இங்கே வந்தாகிவிட்டது. ஆளாளுக்குத் திட்டி இருப்பார்கள்.

'பேசாம, ஊரோட போய் கிருஷ்ணான்னு விழுந்து கிட!' ஆச்சாரியார் மேலும் திட்ட வார்த்தை அகப்படாமல், திரும்ப மந்திரம் சொல்ல ஆரம்பிக்கிறார்.

திரும்ப எந்த ஊருக்குப் போக? உடுப்பிக்கா? அங்கே பேஜாவர் மடத்தில் வேதம் படிக்க அப்பா ஏழு வயதில் கூட்டிக்கொண்டு போனார். பக்கத்து கரியாலி கிராமத்திலிருந்து அப்பாவோடு கையைப் பிடித்துக்கொண்டு நடந்து போனது மட்டும், இன்னும் மாதவராவுக்கு மறக்கவில்லை.

'ஒரு வாக்கியம் கற்றுக் கொடுத்ததை ஒழுங்காகச் சொல்லத் தெரியவில்லை. சொல்லிக்கொண்டு இருக்கும்போதே மறந்து போய் பேய்முழி முழிக்கிறான். சாப்பாடு மட்டும் வஞ்சனையில் லாமல் சாப்பிடுகிறான். இவன் பிரயோஜனப்பட மாட்டான்.'

ஒரே வருஷத்தில் கரியாலிக்குத் திரும்பிவிட்டான். தோப்பும் துரவுமாகப் பச்சை விரிகிற அந்தக் கிராமம். கூட விளையாடின நண்பர்கள். கரியாலியில் வீடு இருந்த இடம் புல் முளைத்துப் போயிருக்கும். இல்லை, வேறே யாராவது பெரிய கட்டடமாகக் கட்டிக் குடிபெயர்ந்திருப்பார்கள். உலகம் முழுக்க புத்திசாலிகள் இருக்கிறார்கள். சுகமாக இருக்கிறார்கள்.

'மாதவராவ்! ஓ மாதவராவ்!'

மடத்து பிரம்மச்சாரிகளில் யாரோ, கீழே இருந்து குரல் கொடுத் தார்கள். அவர்களும் உடுப்பியிலிருந்து வந்தவர்கள்தான். வேதமும் துவைத வேதாந்தமும் கரைத்துக் குடித்தவர்கள். கொஞ்ச நாளில் திரும்பிப் போய் தலைமை மடங்களில் பெரிய பொறுப்பு கொள்வார்கள். 'கீதாசார்யன் என்ன சொல்கிறான் என்றால்...' என்று தொடங்கி சுவாரசியமாக மூன்று மணி நேரம் சொற்பொழிவு செய்வார்கள். மாதவராவ் அழுக்குத் துண்டால் தோளைப் பொத்திக்கொண்டு கோலி சோடா உடைத்துக் கொடுப்பான்.

●

பந்தி போஜனத்துக்கு நேரமாகிவிட்டது. உக்கிராணத்திலிருந்து இலைக்கட்டைத் தலையில் தூக்கிக்கொண்டு மாடிப்படி ஏறினான் மாதவராவ்.

'முட்டாளே! தரை எல்லாம் பூவும் அட்சதையுமாக இறைந்து கிடக்கிறதே. பெருக்கிவிட்டு இலைபோட வேண்டும் என்று உனக்குப் புத்தியில் படாதா?'

'காலா காலத்தில் கல்யாணம் ஆகியிருந்தால் இவன் வயதில் எனக்கு ஒரு பிள்ளை இருப்பானா?' - மாதவராவ் மீசை அரும்ப ஆரம்பிக்கிற அந்தப் பிரம்மச்சாரியை வழக்கமான சிரிப்போடு பார்த்தான்.

'மெட்ராஸில், மடத்து வேலைகளைப் பொறுப்பாகக் கவனிக்க ஆள் இல்லையாம். நீ அங்கே போய் இரேன். ஒண்டிக்கட்டை தானே. சீக்கிரம் ஒட்டிக்கலாம். முடிந்தால், அங்கேயே கல்யாணம் செய்துகொண்டு நிம்மதியாக இருக்கலாம்.'

முப்பது வருஷம் முன் இப்படிச் சொல்லி உடுப்பியிலிருந்து தன்னை இங்கே அனுப்பியவர்களை நினைத்துக்கொண்டான்.

இலை போட்டு, எடுத்து, சமித்து கொண்டுவந்து கொடுத்து, தொன்னை செய்து, சந்தனம் அரைத்து, மாவிலைத் தோரணம் கட்டி, தேங்காய் மட்டை உரித்து, அக்னி எடுத்துப்போய், தண்ணீர் சுமந்துவந்து, நாள் தவறாமல் திட்டு வாங்கி, முப்பது வருஷம் ஓடிவிட்டது. கல்யாணம்?

'மாதவராவுக்குப் பெண் தரணுமா? எத்தனை புத்திமான்? கீதை பிரசங்கம் செஞ்சா இன்னிக்குப் பூரா கேக்கலாம். என்ன ஆகிருதி? என் பொண்ணு இருக்கா ஸ்வாமி!'

காரில் இறங்கி கூட்டம் அலைமோத நிற்கிறார்கள்.

'ஏனு! சொப்பன நோடுதியா? யூஸ்லெஸ் ஃபெலோ.'

சின்னப் பையன்களும் நாலு பாஷை படித்து எல்லாவற்றிலும் திட்டுகிறார்கள்.

இரண்டு பந்தி முடிந்த அப்புறம்தான், மாதவராவ் சாப்பிட உட்கார முடிந்தது.

'மணி என்ன?' என்று அன்னம் பரிமாறியவனைக் கேட்க, அவன் 'தெரிந்து என்ன செய்வதாக உத்தேசம்? சாப்பிட்டுவிட்டுத் தூங்கத்தானே போறே!' என்று இடக்குப் பண்ணினான்.

சாப்பிட்டுவிட்டு, பாத்திரம் ஒழித்துப் போட்டு, தேய்க்க உதவி செய்துவிட்டு, மூல ராமர் சந்நிதித் தூண் பக்கம் துண்டை விரித்து தலைசாயப் போனபோது சத்தம்.

'மாதவராவ்! குடிதண்ணீர் தீர்ந்துவிட்டது. போய் கோடி வீட்டில் வாங்கி வா!'

சாயந்தரமாகி விட்டதா?

பித்தளைக் குடங்களோடு வெளியே இறங்க, பின்தலையில் வெயில் உறைத்தது. நாலு மணி இருக்குமா?

•

தெருவில் ஏகப் பரபரப்பு. எல்லோரும் உரக்கப் பேசிக்கொண்டு போனார்கள். தெரு தாண்டி வலது பக்கம் திரும்பி ஓடுகிற கூட்டம்.

என்ன அந்தப் பக்கத்தில்? தண்ணீர் லாரியா? போனால் கிடைக்குமா?

மாதவராவ் தானும் ஓடினான்.

இந்த வயதிலும், ஓடுவதென்றால் எத்தனை சந்தோஷமாக இருக்கிறது? 'எதுக்கெடுத்தாலும் ஓடு. ஆள் வளர்ந்திருக்கியே தவிர புத்தி வளரலியே! உருண்டை வெல்லம் வாங்கி வரச் சொன்னா, அச்சு வெல்லத்தோட வந்து நிக்கறே. ஓடு! திரும்பக் கொடுத்திட்டு, இரு, இரு! கடுதாசியிலே எழுதித் தரேன். இல்லேன்னா பொரி கடலையோட வந்து நிப்பே!'

பொரிகடலை கூட சாப்பிட நன்றாகத்தான் இருக்கும். மல்ப்பே கடற்கரையில் சின்ன வயதில், எத்தனை நாள் பொரிகடலையும் பழுப்புச் சர்க்கரையுமாக மென்றுகொண்டு நடைபோட்டது. மல்ப்பே மாதிரி அழகான இடம் வேறு உண்டா? இந்த ஊர் கடற்கரையில் எப்போதோ போனபோது, கும்பலாக உட்கார்ந்து எல்லோரும் மிளகாய் பஜ்ஜி தின்கிறதுதான் கண்ணில் பட்டது... மிளகாய் பஜ்ஜி... ஏக காரமாக... ஐயோ, இதென்ன... புகையும் தீயுமாக...

•

பற்றி எரிந்து கொண்டிருக்கிறது. சடசடவென்று விழுகிற மூங்கில் கழிகளும், காய்ந்த ஓலைகளும், டயர் பொசுங்குகிற வாடையும், கூக்குரலுமாக அந்த இடமே அமளிப்படுகிறது.

எல்லா திசையிலும் தபதபவென்று ஓடுகிறார்கள். கால்வாளியும் அரைவாளியுமாகத் தண்ணீர் தேடி எடுத்துவந்து, ஊற்றித் தோற்றுப்போய், மண்ணை எடுத்து இறைக்கிறார்கள். தரதர வென்று தகரப்பெட்டிகளையும் அலுமினியப் பாத்திரங்களையும் நகர்த்திக் கொண்டிருக்கிறார்கள்.

ஒரு பெண், வயிற்றிலும் வாயிலும் அடித்துக்கொண்டு அழு கிறாள். அவளைச் சுற்றி இறுக்கமாகப் படிந்த கரங்களைத் திமிறித் தவிர்த்து, எரிகிற குடிசைக்குள் சாடிப் பாயத் துடிக்கிறாள்.

'ராசு! ஐயோ, என் ராசு!'

அந்தக் குரல், இடத்தையும் மொழியையும் கடந்து மாதவ ராவைத் துளைத்தது.

உயிரைத் தொலைத்துவிட்டு நிற்கிற யசோதை. உயிரான கிருஷ்ணன், ஓங்கி உயர்கிற தீக்கு நடுவில்…

புகைக்கும் நெருப்புக்கும் இடையே அவன் ஓட, அவசரமாகத் தொடர்ந்த குரல்கள் தேய்ந்து, ஒரு சின்னக் குரல் அழுகிற சத்தம். புகை நெஞ்சை அடைக்க, கண்ணை இடுக்கிப் பார்த்தான்.

குழந்தை. இரண்டு இல்லை மூன்று வயதிருக்கும். அபிஷேகத் துக்கு வந்த கிருஷ்ண விக்ரகம் அழுகிறது போல! சுற்றிலும் குதித்து ஆடுகிற தீ நாக்குகள்! 'நீயும் வா' என்று அழைத்தபடி நெருங்கி வந்து கொண்டிருக்கின்றன.

'வந்தாச்சு கிருஷ்ணா!'

மாதவராவ், கிருஷ்ணனை ஆரத் தழுவித் தோளில் சார்த்தி எடுத்து வெளியே ஓடிவர, நேர்க்கோடாகச் சரிகிற நெருப்புப் பிழம்பாக மூங்கில் கழி. குழந்தையை பலம்கொண்ட மட்டும் வெளியே வீசி எறிகிறான். யசோதா எங்கே இருக்கே? இந்தா உன் கிருஷ்ணன்!

யாரோ, குழந்தையைக் கையில் பிடித்தது புகைக்கு நடுவே மங்க லாகத் தெரிகிறது. கண் இருள்கிறது. 'மாதவராவ், அக்னியை இடது கையிலே வாங்காதேன்னு எத்தனை தடவை சொல்றது? புத்தியே இல்லாம எதுக்குத்தான் ஜன்மம் எடுத்தியோ?' ஆச்சாரி யார் கழுத்து நரம்பு புடைக்கத் திட்டுகிறார். இடுப்பையும் தோளையும் ஆலிங்கனம் செய்த அக்னி, 'பரவாயில்லே மாதவா! எந்தக் கையானா என்ன? என்னைப் பிடிச்சு எழுந்து வா. கிளம்பு உடுப்பிக்குப் போகலாம்!' என்கிறது. பாம் பாம் என்று முழங்கிக் கொண்டு தண்ணீர் லாரி தெருவோடு வர, பச்சையும் சிவப்பு மாகப் பிளாஸ்டிக் குடங்கள் முன்னேறுகின்றன. 'ஸ்வாமி பிருந்தாவனத்துக்குத் தண்ணி வேணும்' - மாதவராவ் குடத்தை நீட்டுகிறான். 'ஒரு குடம்தான். இன்னும் வேணும்னா ஊருக்குப் போ!'

'அடுத்த ஜன்மாஷ்டமிக்கு உடுப்பியிலே இருப்பேன்.'

அவன் கண் இமைகள் மெல்லக் கவிந்தன.

70. நடாஷா இருந்த வீடு

புறப்பட வேண்டும். நாளை மறுநாள் பம்பாயில் என்னை எதிர்பார்ப்பதாக வேலை உத்தரவு சொல்கிறது.

இந்த இடம் இன்றோடு எனக்கு அந்நியமாகி விடும். மரமும் செடியுமாகத் தழைத்து நிழல் விரிக்கும் இந்தப் பரப்பில்தான், என் தொழில் நுட்ப அறிவு இலக்கு உணர்ந்தது. கூர்மை கொண்டது. பெயருக்குப் பின்னால் பட்டம் இணைந்தது. படிப்பு முடிந்த கையோடு பம்பாயில், செல்லுலர் தொலைபேசி தயாரிக்கும் நிறுவனத்தில் வேலையானது.

நடாஷா என்ற முப்பத்தைந்துக்காரி மட்டும் இருந்திருக்காவிட்டால், தெற்கே ஒரு சின்ன ஊரிலிருந்து வெறும் இளைஞனாக வந்தவன் முழு மனிதனான ரசவதம் இங்கே நிகழ்ந் திருக்காது.

மூன்று ஜீன்ஸ், சட்டைகள், குர்த்தா, பைஜாமா. ஒரு பெட்டியில் எல்லாம் அடங்கி விட்டது. ஒரே ஒரு வேலை மிச்சம் இருக் கிறது. நூல் நிலையம் திறந்திருக்கும். ஒரு

புத்தகம், திருப்பித்தர வேண்டும். அறையைப் பூட்டிக்கொண்டு வெளியே வந்தேன்.

இரண்டு பக்கமும் வேப்ப மரங்கள் அடர்ந்து, தரையெல்லாம் சின்னப் பூக்கள் சிதறி, வளைந்து போகிற பாதை. திட்டமிட்டு அமைக்கப்பட்ட தெருக்கள், இடைவழிகள், வகுப்பறைகள், விடுதிகள், மருத்துவமனை - ஒவ்வொன்றாகக் கடந்து கடைகள் அமைந்த பகுதிக்கு வருகிறேன். நடாஷா ஸ்பாஸ்க்கியின் நினைவு கூடவே கவிந்து மிதக்கிறது.

கவுன் போட்ட ஜாக்சன் துரை. நடாஷாவை இதுபோல ஒரு பிற்பகல் பொழுதில் முதலில் பார்த்ததும் மனத்தில் எழுந்த பிம்பம் இது.

அது, நான் கண்டனூரிலிருந்து டெல்லி வந்து சேர்ந்திருந்த சமயம். தொலைத்தொடர்பு பற்றிய மேற்படிப்புக்காக அப்போதுதான் இங்கே இடம் கிடைத்திருந்தது. காரைக்குடி கல்லூரியில் ‘லோக்கல் ஏரியா நெட் ஒர்க்’ பற்றி கசடறக் கற்று வந்த பெருமிதத்தோடு வகுப்பில் நுழைய, ஏதோ விட்ட இடத்திலிருந்து தொடங்குகிறது போல, ‘சேனல் எஃபீஷியன்ஸி ஆஃப் ஸ்லாட்டட் அலேஹா’ என்று திடுதிப்பென ஆரம்பித்து கலக்க அடிக்கிற குறுந்தாடிப் பேராசிரியர்கள். அட்சரம் புரியாத இந்தி. நடுராத்திரியில் சுவரைத் தொட்டாலும், அனலாகக் கொதிக்கிற வேனில் சூடு. ரொட்டி, மேலும் ரொட்டி, உச்சகட்ட வயிற்று நோக்கோடு.

ஒரு எலுமிச்சம்பழம் வாங்கிப் பிழிந்து குடித்துவிட்டு வரலாம் என்று கடைப்பக்கம் போக, பழம் எல்லாம் விற்றுப் போயிருக்க, மீதி இருந்த இரண்டும் வெள்ளைக்காரி கையில். சொந்த வாழ்க்கையின் சோகத்தை எல்லாம் முகத்தில் தாங்கி அவளைப் பார்த்தேன்.

‘நீர்தான் கட்டபொம்மன் என்பவரோ!’ என்பதுபோல என்னைக் கவனித்த அவள், சட்டென்று கையிலிருந்ததை என்னிடம் நீட்டி, ‘எடுத்துக் கொள்ளுங்கள் தம்பி!’ என்று நல்ல தமிழில் சொன்னாளே பார்க்கலாம்.

ஜாக்ஸன் துரை பிம்பம் பலூன் போல வெடிக்க, இவளுக்கு எப்படி என் பாண்டிவள நாட்டுப் பின்னணி புலப்பட்டது என்று ஆச்சரியப்பட்டேன்.

‘என்ன படிக்கிறீங்க?’ - திரும்பவும் யாழ்ப்பாணத் தமிழ் எட்டிப் பார்த்தது. சொன்னேன்.

‘ஆர் யூ ஸ்டடியிங் ஆர் டீச்சிங்?’ - எனக்கு ஆங்கிலம் தெரியும். பரிதாபப்பட்டு என்னிடம் தமிழில் பேசவேண்டாம்.

‘இரண்டும்தான்!’ - அவள் சிரித்தபடி பழங்களை என் கையில் திணித்துவிட்டு, பெரிய காய்கறிக் கூடையைத் தூக்கிக் கொண்டாள்.

‘ஆர் யூ ஃப்ரம் யுனைட்டட் ஸ்டேட்ஸ் ஆஃப் அமெழிக்கா?’ - ‘ர’ கரத்தை ஞாபகமாக ‘ழ’கரமாக நாக்கில் சுழற்றினேன்.

‘இல்லை. நான் சோவியத் யூனியனிலிருந்து வருகிறேன்.’ நடந்தபடியே சொன்னாள். கையில் வைத்திருந்த காய்கறிக் கடை நிறைந்திருந்ததால் அதையும், இடது கையில் பால் போத்தலையும் சேர்த்து எடுத்துப்போகச் சிரமப்பட்டாள். நான் ஒரு அடி முன்னால் நகர்ந்து, அவள் கையிலிருந்த கூடையை வாங்கிக் கொண்டேன்.

பேராசிரியர்கள் குடியிருப்புகளை நோக்கி அவள் நடக்க கூடவே நடந்தேன். வெள்ளைக்காரர்களையோ சோவியத்தார்களையோ இத்தனை நெருக்கத்தில் பார்த்ததில்லை, பேசியதில்லை என்பதாலோ என்னவோ, நடப்பு சுவாரசியமாக இருந்தது.

அவள் வீட்டுக்குப் போய்ச் சேர்வதற்குள் என் கண்டனூர் பூர்வோத்திரம் முழுவதும் சொல்லி முடித்திருந்தேன். வயிறு நோக்காடு பற்றியும்.

வெதுவெதுப்பான நீர் பிழிந்து உப்பும் சர்க்கரையும் சேர்த்து அவள் கொடுத்த எலுமிச்சம் சாறோடு எங்கள் நட்பு தொடங்கியது.

ஒவ்வொரு ஞாயிற்றுக்கிழமை பிற்பகலிலும் அவள் வீட்டுக்குப் போவேன். நான் நினைத்தபடியே அவளுக்கு, என்னைவிடச் சரியாக ஐந்து வயது அதிகம். சென்னையிலும் அப்புறம் யாழ்ப்பாணத்திலும் அவள் தகப்பனார் கான்சலேட் தகவல் தொடர்பு அதிகாரியாகப் பணியாற்றியபோது, பள்ளிக்கூட நாள்களில் தமிழும் இட்லி தோசையும் சுபாவமாகப் பழகி இருக்கிறது. அப்பா ஓய்வு பெற்று லெனின் கிராடில். லூமும்பா பல்கலைக்கழகத்தில் படித்துவிட்டு, இங்கே வந்திருக்கிறாள்.

'நடாஷா! நீ கம்ப்யூட்டர் மேல்படிப்பும் ஆராய்ச்சியும் செய்ய ணும்னா யு.எஸ். போயிருக்கலாமே! என்ன இருக்குன்னு இந்தியா வந்தே?'

'இந்த தேசத்தின் அறிவுக்கு என்ன குறைச்சல்? நீங்கள்தானே எங்களின் பெருமைக்குரிய நண்பர்கள்!'

முதன்முதலாக எனக்கு இந்தியன் என்று உணர்ச்சி பொங்கிய நேரம் அது.

தொடர்ந்து மூன்று ஞாயிற்றுக்கிழமை அவள் வீட்டுப்பக்கம் போக முடியவில்லை. இடமும் படிப்பும் பிடிபட ஆரம்பித்து, தேர்வுக்காக வெறித்தனமாகப் படித்துக்கொண்டிருந்த நேரம் அது. செமஸ்டரில் நன்றாக மதிப்பெண் வாங்கி தெம்பாக அடுத்த ஞாயிற்றுக்கிழமை பிற்பகல் அவள் வீட்டு அழைப்பு மணியை அழுத்தினேன்.

'மூன்று வாரமாக நான் வராமல் ஞாயிற்றுக்கிழமை போரடித் ததா?' அவளை விலக்கிவிட்டு அடுப்பில் வார்க்க ஆரம்பித் திருந்த தோசையைத் திருப்பியபடிக் கேட்டேன்.

'இல்லை, இல்லை. இப்போதெல்லாம் ஞாயிற்றுக்கிழமை என்றில்லை. எப்போதுமே பொழுது சுவாரஸ்யமாகப் போய் விடுகிறது.'

'ஏன், நிக்கொலாய் வந்திருக்கிறானா?'

நிக்கொலாய் அவளுடைய வருங்காலக் கணவன்.

'நிக்கொலாய், மாஸ்கோவில் சௌக்கியமாக பிரஷ்னேவ் மே தின அணிவகுப்பைப் பார்வையிட்டதைப் பற்றி, வானொலியில் செய்தி வாசித்துக் கொண்டிருக்கிறான். இங்கே தினமும் என்னைப் பார்க்க வருகிற தோழன், அவனையும் உன்னையும் விட சுவாரசியமானவன்.'

நடாஷாவின் கண் சிமிட்டலின் அர்த்தம் பிடிபடவில்லை.

தோசை வார்த்து முடித்து தட்டுகளில் எடுத்துக்கொண்டு முன்னறைக்கு வந்தோம். புதிதாக அங்கே ஒரு கணிப்பொறி முளைத்திருந்தது. லெனின் புகைப்படத்தோடு, தபாலில் வந்த ஏதோ ரஷ்யப் பத்திரிகை நாலு மடிப்பாக டீப்பாயில் கிடந்தது.

'நிக்கொலாய் எழுதின கட்டுரை வந்திருக்கிறது. லெனினையும் காந்தியையும் ஒப்பிட்டு இருக்கிறான்!' - அவள் காட்டிய பக்கத்தில் ஏறக்குறைய ஆங்கில எழுத்துகள் பத்தி பத்தியாக இருந்தன.

'காந்தியைச் சொல்லு. சுயமாகச் சிந்தித்தார். ஆனால் காரல் மார்க்ஸ் சொன்னதைத்தானே லெனின் திருப்பிச் சொன்னார்?'

எனக்கு லெனின் மேல் விரோதம் எதுவும் இல்லை. என்றாலும் அவள் வாயை என்னவோ கிண்டவேண்டும் போல உற்சாகமான பொழுது.

'காந்தி என்ன சொன்னார்?' - அவள் தோசையை விண்டபடி கேட்டாள்.

'வெள்ளையனே வெளியேறு!'

'அப்புறம்?'

'எனக்கு சொல்லத் தெரியவில்லை. என்றாலும் என்ன? அவர் நிச்சயம் நிறையச் சொல்லி இருப்பார்.'

'நீ காந்தியைப் பற்றி முதலில் நன்றாகத் தெரிந்துகொள். அப்புறம் லெனினைப் பற்றி நான் சொல்கிறேன். மனிதனின் மேம்பாட்டுக்காகப் பாடுபட்ட உத்தமர்கள் இரண்டு பேரும்!'

'ஆனாலும் லெனின்!' - நான் ஏப்பம் விட்டபடி கேட்டேன்.

'லெனினுமாயிற்று, வெங்காயமுமாயிற்று. என் தோழன் வந்து விட்டான்!'

அவசரமாகப் பின் கதவை நோக்கிப் போனாள்.

'பாரதியார் கதையில் சொன்ன மாதிரி' - என்னைப் பார்த்துக் குறும்புத்தனமாகச் சிரித்தாள். நுழைகிற தடியன் யாராக இருக்கும்? நானும் எழுந்து போனேன்.

ஒரு பெரிய மயில். குரோட்டன்ஸ் செடிகளுக்குப் பக்கத்தில் நிழல் விரித்திருந்த மண்தரையில் சுற்றிச் சுற்றி வந்து கொண்டிருந்தது.

நடாஷா, ஒரு பிளாஸ்டிக் தட்டில் கோதுமை மணிகளும், பீங்கான் பாத்திரம் நிறையப் பாலுமாக அதன் முன்னால் வைத்தாள்.

பக்கத்து மரக்கிளையைக் கவனித்தேன். தோகை இல்லாத இன்னொரு மயிலும் அங்கே இருந்தது.

‘அது, இவனுடைய காதலி.’

நடாஷா சொல்லிக் கொண்டிருக்கும்போதே, ஜிவ்வென்று பறந்து பெண் மயிலும் கீழே வந்தது. மௌனமாகத் தானியம் கொரிக்கும் இணை.

இவ்வளவு பக்கத்தில் மயிலைப் பார்த்தது இல்லை. ஆண் மயிலின் தோகையின் நீளமும், பெண்ணின் கூரிய அலகும் சுழல்கிற கண்களும் ஏனோ பயத்தை ஏற்படுத்தின. நான் நடாஷா பின்னால் நின்றபடியே இருந்தேன்.

அதற்கப்புறம் ஒரு மாதம் போல நடாஷாவைச் சந்திக்க நேரமே கிடைக்கவில்லை. ‘ப்ராஜக்ட் ஓர்க்’ என்று முறுக்கிய வயர்ச் சுருளும், ரிபீடர்களும், சிக்னல் பூஸ்டர்களுமாகத் தினங்கள் வேகமாகக் கடந்து சென்றன.

முதல் ப்ராஜக்டில் எங்கள் குழுவுக்கு ஏகப்பட்ட பாராட்டு. பல்பீரும் முகர்ஜியும் கொண்டாடித்தான் ஆகவேண்டும் என்றார்கள். சப்தர்ஜங் என்கிளேவ் போனோம்.

சாப்பாடு. அப்புறம் அரையிருட்டில் கேபரே வேண்டாம் என்று குறுகுறுப்போடு மறுக்க, விஸ்கி.

டாக்சியில் திரும்பி இன்ஸ்டிடியூட் பின்வாசலில் இறங்கிக் கொண்டோம்.

நடந்து பழகிய பாதையில் பேராசிரியர்கள் குடியிருப்பை நோக்கித் திரும்பினேன். எல்லா வீட்டிலும் இருட்டு. நடாஷா வீட்டு முன் அறையில் வெளிச்சம். அழைப்பு மணியை அழுத்தினேன்.

நைட் கவுனோடு கதவைத் திறந்த நடாஷாவை, ஒரு பெண்ணாக மட்டும் பார்த்தேன்.

‘ஏன் இந்த நேரத்தில்? உடம்பு சரியில்லையா?’

நெற்றியில் படிந்த கரத்தின் மென்மையான உஷ்ணம். ஜிவ்வென்று விரியும் மயில் தோகையாக மனம் பரபரத்தது.

நான் நடாஷாவின் முகத்துக்கு வெகு அருகே குனிந்தேன்.

அவள் புறங்கை, என்னைத் தள்ளிய வேகத்தில் தரையில் சரிந்தேன். திகைத்துக் கிடந்த என்னை நோக்கி வேகமாக வந்தாள். நீளமான அலகோடும் பயம் உண்டாக்கும் விழிகளோடும், என்னைக் கொத்திக் கிழிக்க வரும் பெண் மயில். நான் மெல்ல எழ முயற்சி செய்தேன்.

இரண்டு கையாலும் என்னைத் தூக்கினாள். விடுவித்துக்கொள்ள நான் செய்த முயற்சிகள் வீணாக, தொப்பென்று வாசலில் வந்து விழுந்தேன். கதவு உடனே அடைக்கப்படுகிற சத்தம். நாலு பக்கமும் சூழ்ந்த இருள்.

விடுதி அறைக்கு வந்ததும் படுக்கையில் விழுந்ததும் எப்படி என்று இன்றுவரை எனக்குத் தெரியவில்லை. சுற்றிலும் மயில்கள் பறந்து இறங்கி, ஆக்ரோஷமாகக் கூவியபடி இரையைக் கண்ட வெறியோடு துரத்திவர, நான் முடிவே இல்லாமல் ஓடிக்கொண்டே இருக்கிற பிரமை.

'சே! கன்னாபின்னான்னு குடிச்சு காய்ச்சலை வரவழைச்சிட்டிருக்கே!'

முகர்ஜியும் மற்றவர்களும் 'சிக்பே' என்றவளாக மருத்துவ மனைக்கு ஆம்புலன்ஸில் தூக்கிப் போட்டுக்கொண்டு ஓடிய போது, சுவர் முழுக்க மயில்கள் 'செத்துப்போ' என்று பழிப்புக் காட்டியதாகத் தோன்ற மயங்கிச் சரிந்தேன்.

கிட்டத்தட்ட ஒரு வாரம் ஆஸ்பத்திரி வாசம். கண் விழித்த பொழுது என்னைப் புழுபோல உணர்ந்தேன். வயது வித்தியாசமும் தகுதியும் பாராமல் பழகிய ஒரு தோழிக்கு நான் செய்த பிரதிபலன். என் படிப்பும் அறிவும் நாசமாகப் போகட்டும். இப்படியே உயிர் போனால்கூட பாதகமில்லை.

ஒரு பகல் நேரத்தில் கண் விழித்தபோது, பக்கத்தில் பூங்கொத்து. 'சீக்கிரம் நலமடைய வாழ்த்துகள்!' என்று அட்டை.

'கம்ப்யூட்டர் துறையிலிருந்து மிஸ் நடாஷா வந்திருந்தார். நீங்கள் கண் விழிப்பீர்கள் என்று ஒரு மணி நேரம் பக்கத்திலேயே உட்கார்ந்திருந்தார். எழுப்ப வேண்டாம் என்று சொல்லிவிட்டு, இப்போதுதான் கிளம்பினார்.'

சட்டென்று நடாஷாவும் மயில்களும் நினைவில்வர கண் நிறைந்தது.

‘ஏதாவது சொன்னீர்களா?’

எனக்கு முன்னால் நிற்கிற லைப்ரரியன் கேட்கிறார். அவர் குரல் என்னை இந்த விநாடிக்கு இழுத்து வந்தது. நடந்தபடியே ஐந்து வருஷங்கள் பின்னால் போய்விட்டிருக்கிறேன். இது நூல் நிலையம். புத்தகம் திருப்பித்தர வந்திருக்கிறேன்.

நான் சும்மா சிரித்து வைத்தேன். நாலைந்து இடத்தில் கையெழுத்து வாங்கிக்கொண்டு என்னை அனுப்பினார்.

திரும்பும்போது, பேராசிரியர்கள் குடியிருப்புப் பக்கமாக நடந்தேன். நடாஷா இருந்த வீட்டை ஒருமுறை பார்க்க வேண்டும். கடைசியாக ஒருமுறை.

அவளைத்தான் அப்புறம் பார்க்க முடியாமலே போய்விட்டது. நான் ஆஸ்பத்திரியிலிருந்து வருவதற்குள் அவள் மாஸ்கோ போயிருந்தாள். ஏதோ அவசர அழைப்பு என்று போனதாகச் சொன்னார்கள். அப்புறம் ஏனோ அவள் திரும்பி வரவேயில்லை.

நடாஷா என்ன ஆனாள்? ‘லெனினும் காந்தியும்’ எழுதிய நிக்கொலாய் என்ன செய்கிறான்? எங்கே இருக்கிறார்கள்?

நடாஷா இருந்த வீடு. வாசலில் ‘நாராயண பிஷாரடி பேராசிரியர்’ என்று பலகை.

‘ஹேய்! டெய்லி இதொரு சல்யம். விரட்டினாலும் போகாமல், சாயந்தரம் லானில் உட்கார்ந்து படிக்க முடியவில்லை. மாலி எங்கே தொலைந்தான்?’

ஜன்னல் பக்கம், பேராசிரியர் பிஷாரடி இரைந்து கொண்டிருந் தார்.

பின்னால், தோட்டத்தில் ஒரு மயில் ஆடிக்கொண்டிருந்தது.

71. தப்பித்தல்

பஞ்சு, சைக்கிளை அபர்ணா அப்பார்ட்மெண்ட் சுவரில் சாய்த்து வைத்துப் பூட்டினார். கேரியரில் ஒயர்கூடையிலிருந்து கசங்கிய பேப்பர் துண்டை எடுத்துப் பிரித்தார். சபேசன் எழுதிக் கொடுத்த விலாசத்தைப் பார்த்தார்.

'ராமபத்ரன்னு பேரு. பேங்குக்காரர். அவர் அப்பா சிரார்த்தம். எப்பவும் இரண்ய சிரார்த்த மாத்தான் நடத்தி, அரிசி, வாழைக்காய், இருநூத்தைம்பது ரூபாய் தட்சணைன்னு முடிச்சு ஏறக் கட்டிடுவார். எல்லோருக்கும் சௌகரியம். இந்தத் தடவை என்னமோ, ஹோமம் வளர்த்து முழு சிரார்த்தமா செய்யணுமாம்!'

நேற்று சாயந்தரம் சபேசன், கோயில் பிராகாரத்தில் உட்கார்ந்து திவசத்துக்கு ஆள் பிடித்துக் கொண்டிருந்தபோது பஞ்சு போய்ச் சேர்ந்தார்.

'ஒய்! குளிக்க எண்ணெய், சீயக்காய், ஃபில்டர் காபி, கிரமமான போஜனம், கையிலே நூறு ரூபாய்னு பேசி இருக்கு. சீனுவும் சாமாவும்

போக நீர் மூணாவது. அவா எல்லாம் பாத்துப்பா. நீர் உப்புக்குச் சப்பாணி. உமக்கும் மந்திரத்துக்கும் ஸ்நானப் பிராப்திகூடக் கிடையாதுன்னு லோகத்துக்கே தெரியுமே. குளியும், சாப்பிடும். தட்சணையா வர்றதுலே முப்பதை நீர் வெச்சுக்கும். பாக்கி எழுபதை, யோக்கியமா நாளை சாயரட்சை இங்கே ஒப்படைக் கணும்.'

மனத்தில் சபேசன் உருட்டி விழிக்க, பி-பிளாக் என்று உத்தேச மாகப் படியேறினார் பஞ்சு. வேகமாகப் படியேற விடாமல் பஞ்சகச்சத்தில் கிழிசல் தடுத்தது.

சாதுவான குட்டி நாயை சங்கிலியைப் பிடித்து இழுத்துக் கொண்டு, பாதிரிமார்போல அங்கி அணிந்த பெண். அவசரமாக பேண்ட்டுக்குள் சட்டையைத் திணித்தபடி ஆபீஸுக்கு ஓடுகிற யாரோ! போட விட்டுப்போன பத்திரிகையை எடுத்துக்கொண்டு படியேறிப் போகிற பேப்பர் பையன்.

மூன்று மாடி ஏறி பி-பதினைந்து வாசலுக்குப் போவதற்குள் கண் கிறங்கியது. காலையில் கிளம்பும்போது ஒன்றும் சாப்பிட வில்லை. பெண்ணரசி காயத்ரி அழுது ஆர்ப்பாட்டம் செய்து களேபரம்.

'தாவணி போடாம பள்ளிக்கூடம் போகமாட்டேன். தெருக் கோடியிலே கலாட்டா பண்றான்.'

'அம்மாவோட பழம்புடைவையைக் கிழிச்சுக் கட்டிக்கோ யேன்!'

'இருக்கிற ரெண்டுமே பழம்புடைவைதான். முழுக் கிழிசல். அதைத்தான் நானே கட்டிண்டாறது.'

பாகீரதி ஆரம்பித்தால் ஓயமாட்டாள்.

மூச்சு வாங்க ஒரு விநாடி சுவரில் சாய்ந்தாற்போல் நின்றார். பொழிச்சலூரிலிருந்து லொங்கு லொங்குவென்று சைக்கிள் மிதித்து வந்த அசதி.

'என்ன இத்தனை லேட்டா வந்து நிக்கிறீரே... எப்ப ஆரம்பிச்சு எப்ப முடிக்கறதாம்?'

கதவு திறந்ததுமே சீனு எகிறினான். மார்பில் மைனர் செயின் டாலடிக்கிறது. சபேசனுக்கு வலது கை.

‘சபேசன் எட்டு மணிக்குன்னு சொன்னாரே!’

பஞ்சு, ஒயர் பையைத் தரையில் வைத்துவிட்டு உதடு கோணச் சிரித்தார். ‘சபேசனா? அப்படிப் போடும். உம்ம தகுதி என்ன? அவர் அந்தஸ்து என்ன? சபேச சிரௌதிகள்னு சொல்ல வாய் வரலியோ? யஜுர்வேதத்துலே மகாபண்டிதர். போதாயனப் புலின்னு வைதீக வட்டாரத்திலே, கியாதி. உமக்கு வெறும் சபேசன்?’

சாமா காபியை ஆற்றி ஆற்றிக் குடித்தபடி சொன்னான்.

‘சாஸ்திரிகளே, எண்ணெய்!’

நல்லவேளை. வீட்டுக்கார அம்மாள் கிண்ணத்தைக் கையில் திணித்துவிட்டு பாத்ரூம் பக்கம் கை காட்டிப் போனாள்.

போதாயனப் புலி. திவச புரோகிதத்துக்கு கமிஷன் அடிக்கிற புலி. பஞ்சுவுக்கு சபேசனை நினைக்கவே என்னவோ எரிச்சலாக இருந்தது.

‘அம்மா, நான் ஸ்கூல் போறேன். சாயந்தரம் எள்ளுருண்டை, அதிரசம், இஞ்சித் துவையல் தனியா எடுத்து வை.’

பெரிய புத்தக மூட்டையும் வடக்கத்தி உடுப்பும் மேலே வழியும் அங்கவஸ்திரம் போல வெள்ளைத் துணியுமாகப் படியிறங்கிப் போன பெண் குழந்தை! காயத்ரி வயசுதான்.

காயத்ரி ஒன்றும் பங்கரை இல்லை. இதுபோல எல்லாம் உடுத்தினால் அவளும் லட்சணமாகத்தான் இருப்பாள்.

‘மாமி, உங்க பொண்ணு கட்டிக்கழிச்ச பழந்துணி இருந்தா கொடுங்கோ. அங்கவஸ்திரம் போட்டுண்டு போறாளே. அது இருந்தால்கூட எதேஷ்டம்!’

கேட்க வேண்டும். எல்லாம் முடிந்து ‘உங்களுக்குச் சிரமம்’ என்று உபசார வார்த்தை சொல்லி, மேல்துண்டை விரிக்கும்போது கேட்டு வாங்கி.

‘இன்னுமா குளிக்கலே?’

சாமா குரல் துரத்தாமல், பாத்ரூம் உள்ளே புகுந்து கதவை அடைத்தார். கை நிறைய எண்ணெய் எடுத்து வயிற்றில் தேய்க்க, உடம்பில் படரும் இதம்.

இதில் சிராங்காய் எண்ணெயாவது எடுத்துக்கொண்டு போகமுடியும் என்றால்? காயத்ரி... எண்ணெயைத் தலையிலே நன்னா ஊற வச்சு, வேண்டாம்... கத்திரிக்காய் எண்ணெய்க்கறியா வதக்கி, வயிறு. வயிறுதான் பிரதானம்.

ஈரவேட்டியோடு ஹால் பக்கம் நடந்து, ஒயர் பையில் மடி வேட்டியை எடுக்கும்போது வீட்டுக்காரர் குரல்.

'சாஸ்திரிகளே... புது வேட்டி வாங்கியிருக்கு. உடுத்திட்டு வந்து உட்காரும்!'

புதுவேட்டி. சட்டென்று பஞ்சு மனத்தில் எட்டிப் பார்க்கும் சந்தோஷம். உலகம் இன்னும் பூரண மோசமாகி விடவில்லை.

பால்கனிப் பக்கம் மறைப்பில் நின்று ஈர வேட்டியைப் பிழிந்து உலர்த்திவிட்டு, மொடமொடவென்று உள்ளங்கையில் பட படத்த கரையில்லாத புதுவேட்டியைச் செல்லமாக உருவி, அதன் புது வாடையை ஆசைதீர முகர்ந்தார். என்ன விலை இருக்கும்?

ஜாக்கிரதையாக விலைச் சீட்டைக் கிழித்திருந்தார்கள். என்ன விலையானால் என்ன? இடுப்பேறியாகிவிட்டது. கூடவே துண்டும் கொடுத்திருந்தால் நன்றாக இருந்திருக்கும். திவசப் பிராமணனுக்கு ஒற்றை வேட்டிதான் தானம் என்று, எந்தக் கிரந்தத்தில் எழுத்தாணியால் பதிந்து வைத்திருக்கிறது?

யாக சாலைக்குப் போகிற வேத விற்பன்னர் போல புதுவேட்டியில் அமர்த்தலாக நடந்து உள்ளே போக, சீனு தொன்னை முடையச் சொன்னான்.

ஹோமம் வளர்த்து வீட்டுக்காரரை மணையில் இருத்தினார்கள். மூணு தலைமுறை மூதாதையர் பெயர் கேட்கப்பட்டது. பஞ்சு தான் அவர்கள் எல்லோருக்கும் பிரதிநிதி.

'எள்ளை எடுத்துக் கையை மறிச்சாப்பலே வெச்சு இவர் தலையிலே போடுங்கோ!'

பஞ்சு தலையில் சரிந்து மடியில் விழுந்த எள் ஒட்டாமல் புது வேட்டியைத் தட்டிவிட்டுக் கொண்டார். பஞ்சபாத்திரத்திலிருந்து வழிந்து பக்கத்தில் சிதறிய தண்ணீர் நனைக்காமல், ஜாக்கிரதையாக நகர்ந்து உட்கார்ந்தார்.

திவசம் முடிந்து, ஒரு அழுக்குப் படாமல் மடித்துப் பையில் வைத்து எடுத்துப்போய்...

'அப்பா! தாவணி புதுசா, வெள்ளையா...'

இதுதான் புதுத் தாவணி. கிழித்து ஒன்றுக்கு இரண்டாக. காயத்ரி ஊசியில் நூலைக் கோர்த்து ஓரம் தைத்து, டிஸைன் போட்டது போல பூ எல்லாம் போடுவாள். குழந்தைக்குக் கைநேர்த்தியைக் கொடுத்த கடவுள், தன் கையைப் பசையில்லாமல் இப்படிக் காயப்போட்டிருக்க வேண்டாம்.

'தலையைக் குனியுமையா... ஒட்டகச் சிவிங்கியாட்டமா நீட்டினா, அவர் எப்படி எள்ளு போடுவார்?'

சீனு சீறினான்.

இலை போட்டு சாப்பிட அழைப்பு.

வடை, வெல்லப் பாயசம், வாழைக்காய் கறி என்று திருப்தியான சாப்பாடு! வனஸ்பதி கலந்த நெய்யை தொன்னையில் ஊற்றிக் குடிக்க தொண்டையில் காரல். இத்தனை செலவழித்தவர்கள் சுத்தமான ஊத்துக்குளி வெண்ணெய் வாங்கிக் காய்ச்சி இருக்கலாம்.

பரிமாறிய பெண், குழம்புக் கரண்டியை வேகமாகச் சரித்ததில் வேட்டியில் தெறித்தது.

'பார்த்தும்மா!' - குரலில் கொஞ்சம் கோபம் எட்டிப் பார்த்தது. இடது கையால் தண்ணீரைத் தொட்டு அங்கே உடனே துடைத்துக் கொண்டார்.

கையலம்புதல். திரும்பவும் மந்திரம். நீட்டிய மேல்துண்டில் அட்சதை தெளித்தல். அப்பாடா, முடியப்போகிறது!

தட்சணையாகப் புது நூறு ரூபாய் நோட்டைக் கொடுத்தார் பேங்குக்காரர். பத்துப் பத்தாகத் தரச்சொல்லிக் கேட்கலாமா? நாளைக்கு சபேசனுக்கு இதில் எழுபது தரவேண்டும். இப்படியே கொடுத்தால் போதாயனப் புலி, முழுங்கி ஏப்பம் விட்டுவிடும்.

'நெத்திக்கு இட்டுண்டு ஸ்வாமி நமஸ்காரம் பண்ணிட்டு எல்லோரும் சாப்பிடலாம்!'

- சாமா, பரேட் பிரித்துவிடும் மிலிட்டரி கமாண்டர் போல அறிவித்தான்.

பால்கனி மறைவுக்கு அரக்கப்பரக்க ஓடினார் பஞ்சு. உடுப்பை மாற்றிக்கொண்டு பத்திரமாக மடித்து எடுத்துக்கொண்டு கிளம்ப வேண்டியதுதான். காயத்ரிக்குப் பழைய துணி? பழசெதுக்கு, புது வேட்டிதான் வந்துவிட்டதே! ஒரு பழம்புடைவை வேண்டு மானால் கேட்கலாமா? பாகீரதிக்குக் கட்டிக்கொள்ளக் கொடுத்து, அவள் உடுத்தியதைக் கிழித்து காயத்ரிக்கு... புது வேட்டியை தானே இன்னும் கொஞ்ச நாள் ஆசைதீரக் கட்டி...

'ஓய்! வேட்டியை அவுத்து மடியும்!'

சாமா அவசரமாகப் பக்கத்தில் வந்து எட்டு ஊருக்குக் கேட்கிற மாதிரி ரகசியமாகச் சொன்னான்.

'நான் எல்லாம் பார்த்துக்கறேன்!'

பஞ்சு, சிரித்து வைத்தார்.

'நீர் என்ன பாக்கறது? வேஷ்டி சபேச சிரௌதிகளுக்குப் போக வேண்டியது. அவிழ்த்துக்கொடும்!'

இதென்ன புதுசா ஒரு பூதத்தைக் கிளப்புகிறான் இழவெடுத் தவன்?

'எதுக்கு அவருக்குத் தரணும்? வஸ்திரம் எனக்குத்தானே தானமா வந்தது?'

பதிலாக உயர்ந்த குரல், சூழ்நிலை மட்டுப்பட அடங்கிப் பிசிறடித்தது.

'சொல்றதைக் கேளும். இப்ப அவுத்து எங்கிட்டே கொடும். அப்புறம் அவர்கிட்டே கேட்டு வாங்கிக்கும்!'

சாமா, இன்னும் நெருக்கமாக வந்தான். கெட்ட பயல். இடுப்பி லிருந்து வேட்டியை உருவினாலும் உருவிவிடுவான்.

ஒரே எட்டில் ஹாலுக்குப் பாய்ந்து, ஒயர் பையை எடுத்துக் கொண்டு 'தடதட'வென்று மாடிப்படி இறங்கி, சைக்கிளில் ஏறி வேகவேகமாக மிதிக்க... அந்த வேகமும் பலமும் திவசச் சோறு கொடுத்ததில்லை.

தெருத் திருப்பத்தில் திரும்பிப் பார்க்க, சாமா மொபட்டில் ஏறிக்கொண்டிருப்பது தெரிந்தது. துரத்துகிறானோ? இல்லை, எதிர்ப்பக்கமாகத் திரும்பிப் போகிறான்.

உச்சிவெயிலில் வியர்த்து விறுவிறுத்து வண்டி மிதிக்க, போலீஸுக்குத் தப்பி ஓடும் வழிப்பறித் திருடனாகத் தன்னை ஒருகணம் பார்த்தார் பஞ்சு. இதில் திருட்டு எங்கே வந்தது? போலீஸிலே போய்ச் சொல்லிவிடலாமா? இங்கே சபேசன். சபேச சிரௌதிகள்னு ஒருத்தர் எனக்கு வரவேண்டிய கூலியை அடித்துப் பிடுங்குகிறார். வைதீகக் காரியத்துக்கு சம்பாவனை கூலியா? புரோகிதம் தொழில் என்றால், சம்பாவனை கூலிதான். அப்பப் புது வேட்டி?

ரயில் பாதை பக்கமாகச் சரளைக் கற்களில் குலுங்கியபடி போய்க் கொண்டிருந்தது சைக்கிள். இப்படியே போய் வலப்பக்கம் திரும்பி சந்து பொந்து வழியாகச் சவாரியை விட்டால், கோடம்பாக்கம். அப்புறம் பொழிச்சலூர். வீடு போனதும் கிழித்து. காயத்ரிக்குப் புதுத் தாவணி! கத்திரிக்கோல் பெட்டியில்தானே இருக்கிறது?

•

'பஞ்சு, ஓய். நில்லும்!'

திடீரென்று இடதுபுறச் சந்திலிருந்து சாமா எமன் போல வந்தான். அந்த எருமைக்கு பின்ஸீட்டில் சபேசன்.

'பஞ்சு. பஞ்சாபகேசன். சொன்னாக் கேளும்!'

போதாயனப் புலி உறுமியதில் வெலவெலத்துப் போய் சைக்கிளை நிறுத்தினார் பஞ்சு.

'சாமா சொல்லச் சொல்ல, வல்லடியாகக் கிளம்பினீராமே! அத்தனைக்கு ஏறிப்போச்சா? எட்டணா அமாவாசை தர்ப்பணம் கூட வராம அடிச்சுடுவேன். என்னைத் தெரியுமில்லையா?'

பெரிய சரீரத்தைத் தூக்கிக்கொண்டு மொபெட்டிலிருந்து சபேசன் இறங்கினார்.

'நீர் என்ன என்னோட வயத்துலே அடிக்கறது? பகவான் இருக்கான். உம்ம திவசத்துக்கு இதே போல நெய் குத்திச் சாப்பிட்டுப்

புது வேட்டியோட கிளம்பப் போறேன். பார்த்துக்கும்! நீர் எப்படிப் பார்க்க முடியும்?'

தன் ஹாஸ்யத்துக்குத் தானே சிரித்தபடி, ரயில் பாதையை நோக்கி சைக்கிளை ஓங்கி மிதித்தார் பஞ்சு.

வளைந்து திரும்பிக் கொண்டிருந்த ரயில், அப்புறம் அங்கே ஒரு மணி நேரம் நின்றது!

72. கப்புன்கா

'நாய்கள்!'

பஸ் இரைச்சலை மீறி சுதாகரின் குரல் ஒலித்தது. பக்கத்து சீட்டில், தியானத்தில் இருந்த புத்தபிட்சு கண் திறந்து பார்த்து, 'சாந்தி. சாந்தி!' என்றார் புன்முறுவலோடு.

அவருக்கு எல்லாம் தெரியும். பாங்காக் போகிற பஸ்ஸுக்காக பட்டாயா பஸ் நிலை யத்தில் நேற்று ராத்திரி காத்திருந்தபோது, தேடி வந்து பரிச்சயப்படுத்திக் கொண்டவர் அவர்.

'புத்தர்பிரான் அவதரித்த புண்ணிய பூமியி லிருந்து வந்தவர் போலத் தெரிகிறதே, உங் களைப் பார்த்தால்? என் யூகம் சரிதானே?'

பழுதில்லாத ஆங்கிலத்தில், அமைதியைக் கண்களில் தேக்கிப் பொழிந்தபடி அவர் கேட்டபோது, சுதாகரன் மனத்தளவில் உடன டியாக அவரைச் சரணடைந்தான் நேற்று.

'பிறப்பால் இந்தியன்தான். வருஷக்கணக் காக இங்கிலாந்தில் இருந்துவிட்டு, ஏழெட்டு மாதங்களாகத் தாய்லாந்தில் இருக்கிறேன்!' என்றான் சுதாகரன்.

அப்புறம் இருபத்தைந்து ஆண்டு இந்திய வாழ்க்கையும் இருபது வருஷ இங்கிலாந்துக் குடியேற்றமும் நேற்றுவரையான தாய்லாந்து அனுபவங்களும் இந்த பஸ் பயணத்தின் ஊடாக நூலிழை பிரிந்து பிரிந்து, தொடர்ந்து பேச எதுவுமில்லாமல் சுதாகரன் மௌனமானது ஒரு மணி நேரம் முன்னால்தான்.

நாக்கு சலித்தாலும், மனம் சின்னதும் பெரிதுமாக அலைகளை வீசியெறிய, நடுவே சுவர்ணாவும், நாயைப் போல அவளை வளைத்து இழுத்துப்போன ஜெர்மானியக் கிழவனும்.

'மோர்சித்மாய் பஸ் நிலையம்!'

பட்டையா நீல நிற டை அணிந்து, அதிகாலை நேரத்திலும் மிடுக்காக இருந்த பஸ் டிரைவர், பின்னால் திரும்பி அறிவித்தார். பாங்காக் வந்துவிட்டது.

சொத்தைப்பல் சிரிப்போடு ஜப்பானிய டூரிஸ்ட்டுகள், பனையோலைத் தொப்பிகளை முதுகில் தளர்த்தியபடி முன்னால் இறங்கினார்கள். இந்தப் பண வீக்கக் காலத்தில், உலகம் சுற்றுகிற உல்லாசப் பயணிகளில் பெரும்பான்மை அவர்கள் தான். கொட்டாவி விட்டபடி இறங்கிய அமெரிக்க இளைஞனும் யுவதியும், கண்ணில் பட்டதையெல்லாம் கேமராவில் அடக்க முயன்று கொண்டிருந்தார்கள். ஆகக் கடைசியாக, புத்தபிட்சுவும் சுதாகரனும்.

'உங்கள் முயற்சிகள் எல்லாம் நன்மையில் முடிய வாழ்த்து கிறேன். அந்தப்பெண்... பெயர் என்ன சொன்னீர்கள்? சுவர்ணா. அவளுக்கும் நல்லதே நடக்கட்டும். இங்கிலாந்து திரும்பிப் போய், எனக்கு ஈ-மெயில் அனுப்புங்கள்.'

கையை உயர்த்தி ஆசியருளிவிட்டு, செருப்பணியாத பாதங்க ளோடு மெல்ல நடந்துபோகிற மஞ்சள் உடைத் துறவியையே பார்த்தபடி இருந்தான் சுதாகரன்.

'சவா தே காப்!'

இரண்டு பக்கத்திலும் இருந்து வந்து, தொட்டாற்போல் வண்டியை நிறுத்திய டாக்ஸிகாரர்கள், ஏககாலத்தில் வணக்கம் சொன்னார்கள்.

'சவா தே காப்!'

பதில் வணக்கம் சொல்லிவிட்டு, சுதாகரன் வலப்புற டாக்ஸியில் டிரைவருக்குப் பக்கத்து இருக்கையில் உட்கார்ந்து, ஸீட் பெல்ட்டைப் பொருத்திக்கொண்டான். போகவேண்டிய இடத்தைச் சொன்னான்.

இன்னும் இருபது நிமிஷம். சுக்கும்வித் சாலை வந்துவிடும். நேரே இருப்பிடம். ஷேவிங், குளியல். இன்றைக்கு ஞாயிற்றுக் கிழமை என்பதால், அலுவலகம் போகவேண்டியதில்லை. என்றாலும், பெரிய வேலையில் முடிவுப் பகுதி பாக்கியிருக் கிறது. சுவர்ணாவைத் தேடி நானா ஏரியாவுக்குப் போய்...

சுவர்ணாவை முதலில் சந்தித்தபோது, கூட வந்தவர் நண்பர் கோல்டி. சுதாகரன் வேலை பார்க்கும் இங்கிலாந்து நிறுவனத்தின் பாங்காக் கிளை நிர்வாகி அவர்.

‘லண்டன், சாயந்தரமானால் அழுது வடியும் நகரம். அங்கே யிருந்து வந்திருக்கும் நீங்கள், பாங்காக் இரவு வாழ்க்கையைப் பார்த்தால் அசந்து போவீர்கள். போகலாமா?’ என்று கேட்டார் கோல்டி.

ப்ராஜெக்ட் தொடங்கிய வாரம் சனிக்கிழமை இரவில். வலுக்கட்டாயமாக சுதாகரன் கையைப் பிடித்து, நானா பகுதிக்குக் கூட்டிக்கொண்டு போனவர் அவர்தான்.

வண்ண வண்ண விளக்குகளும் காதைப் பிளக்கும் சங்கீதமுமாக அமர்க்களப்பட்டுக் கொண்டிருந்தது நானா பகுதி. நடுராத்திரியி லும் நெரிசல் குறையாது, திறந்தவெளிக் கடைகளில் மது அருந்திக் கொண்டிருந்தார்கள்.

‘இங்கேயெல்லாம் ஒரு கிளாஸ் பீர் இருபது பாட்தான். அங்கே இருநூறு பாட்!’

கள்ளச்சிரிப்போடு அவர் காட்டிய இடத்தில், படுதா கட்டி மறைத்து வாசலில் குட்டி ஸ்டூலில் முக்கால் கால் தெரிய அழகான பெண்கள் உட்கார்ந்திருந்தார்கள். உள்ளே போனதும், மங்கிய வெளிச்சத்தில் - சுதாகரனுக்கு இப்போது நினைத்தாலும், அதிர்ச்சியும் அருவருப்பும் சோகமுமாக இருந்தது. முற்றும் உடை துறந்த பெண்கள், நினைக்கவே கூசும் காரியங்களில் மேடையேறி நின்றும் கிடந்தும் ஈடுபட - சுற்றிலும் மது அருந்தி யபடி ரசிக்கும் பெரிய கூட்டம். அதில் பெண்களும் உண்டு!

ஜீவன் செத்துப்போய் சவங்களாக, ஆட்டி வைத்த பொம்மை களாக இயங்கிக் கொண்டிருந்த அந்த நாட்டியக்காரிகளைப் பார்க்க முடியாமல் வெளியே வந்த சுதாகரனின் கண்ணில், முதலில் பட்டது சுவர்ணாதான்!

'நான் உங்களுக்கு கம்பெனி கொடுக்கலாமா?'

உடைந்த ஆங்கிலத்தில் பேசிய அவளின் குழந்தைத்தனம் போகாத முகத்தையே பார்த்தபடி நின்றிருந்தான் சுதாகரன்.

இன்றைக்கு இருந்தால் பதினாலு வயது இருக்கும். ஜீன்ஸும் இறுக்கமான சட்டையும் தோளில் தொங்கும் பையுமாக வழி மறிக்கும் சின்னப்பெண். பார்வையில் வருவித்துக்கொண்ட பெரியமனுஷித்தனம்!

அவள் பெயரையும் வயதையும் கோல்டி மூலம் விசாரித்தான்.

'பெயரில் என்ன இருக்கு? ஓகே! சுவர்ணா. வயது பதிமூணு. சரியாகச் சொன்னால் பன்னிரண்டு வயது. எட்டு மாதம். எட்டு நாள். போகலாமா?'

சிரித்தபடி அவள் சுதாகரனின் கையைப் பற்ற, அவசரமாக விடுவித்துக் கொண்டான்.

'பருவமடையாத பெண் குழந்தைகளையும் விபசாரத்தில் ஈடு படுத்திக் காசு பார்க்கும் கொடுமையை இங்கேதான் பார்க்க முடி யும். இப்படி வயதுக்கு வராத பெண்களைத் தேடியே, ஜெர்மனி யிலிருந்தும் பிரிட்டிஷிலிருந்தும் நிறைய பேர் வருகிறார்கள்.'

கோல்டி சொன்னது இன்னும் சுதாகரனின் நினைவில் ஒலித்துக் கொண்டேதான் இருக்கிறது.

வருகிறவர்கள் வரட்டும். சுதாகரனால் இந்த விபரீதத்தைத் தடுக்க முடியாது. குறைந்தபட்சம் ஒரு சின்னப் பெண்ணையாவது இந்த நரகத்திலிருந்து விடுவிக்க, சுதாகரனுக்கு வழி கிடைத்திருக் கிறது. அதாவது, சுவர்ணாவை.

'தாய்லாந்து கிராமப்புறங்களில் தொடரும் வறுமை... செக்ஸை, செக்ஸ் வக்கிரங்களைச் சாதாரணமான உடல் உபாதை சமாசாரமாக எடுத்துக்கொள்ளும் நகர மனப்பான்மை, கல்யாணத்துக்கு வெளியே சுகம் தேடி தன் ஆண்மையை நிலைநிறுத்திக் கொள் வதைப் பெருமையாக நினைக்கிற போக்கு... எல்லாவற்றுக்கும்

மேலாக, சுற்றுலாப் பயணிகள் மூலம் கிடைக்கும் கோடிக்கணக் கான பணம்... அத்தனையும் சேர்ந்து இந்தப் பெண்ணை இப்படி நடுராத்திரியில், தெருமுனையில் நிறுத்தியிருக்கிறது.'

கோல்டி சொன்னபோது, திரும்பத் திரும்ப சுவர்ணாவின் முகம் தான் சுதாகரனின் கண்ணுக்குள் நிறைந்திருந்தது. சுக்வித் வீதியில் அப்புறம் எத்தனையோ தடவை தட்டுப்பட்டாள் அவள்.

நெடுநெடுவென்று உயர்ந்த வெள்ளைக்காரனின் கையைப் பற்றியபடி, ராபின்சன் டிபார்ட்மெண்டல் ஸ்டோரில் நகரும் மாடிப்படியில் ஊர்ந்துகொண்டு எந்த இனம் என்று புலப்படாத இரண்டு தடியர்களோடு நெரிசல் மிகுந்த வீதியில் நடந்தபடி, சைனா டவுனில் மூன்று சக்கர டுக்டுக் ரிக்ஷாவில் அமர்ந்து, ஓரிரு தடவை சுதாகரன் அலுவலகம் போகிற காலைப்பொழுதில் முகம் முழுக்கக் களைப்பு அப்பி, கசங்கிய கருப்புச் சட்டையும் குட்டைப் பாவாடையுமாகத் தெருவோரம் நின்றபடி...

'யுத்நீ!' சுதாகரன் சொல்ல, டாக்ஸி நின்றது. மெல்ல இறங்கி னான். களைப்பும் அசதியுமாக இருந்தது. இருப்பிடத்தில் போய்த் தூங்கிவிட்டு... இல்லை, சுவர்ணாவை முதலில் பார்த்துப் பேசிவிட்டுத்தான் இனி தூக்கம், ஓய்வு!

நடந்தபடி கடிகாரத்தைப் பார்த்தான். காலை ஆறரை மணி. சாப்பாட்டுக் கடைகள் வழி முழுக்கத் திறந்தபடி இருந்தன. வறுத்தும் பொரித்தும் அரைத்தும் பொடித்தும் சகலவிதமான ஜீவராசிகளையும் சாதத்தோடு கலந்து எல்லோரும் சுறுசுறுப் பாகச் சாப்பிட்டுக் கொண்டிருந்தார்கள்.

வீதியின் உயரே குறுக்காக நீண்டு கிடக்கும் நடைபாதையில் ஏறினான் சுதாகரன். மனத்தில் ஜிவ்வென்று மறுபடியும் கொதிப்பு வெப்பம் ஊற்றெடுத்தது. இங்கேதான். இந்த மூலையில், ராத்திரி மங்கிய வெளிச்சத்தில், இரண்டு நாள் முன்பாக அந்த ஜெர்மானியக் கிழவனும் சுவர்ணாவும்! ராத்திரி ஒரு மணி இருக்குமா அப்போது?

இடுப்பில் நிக்கர் மட்டும் அணிந்திருந்த தடிமாடு போலிருந்த தாடிக்கார ஜெர்மானியன், முதுகு காட்டி நின்றபடி சுவர்ணாவின் கழுத்தைச் சுற்றி வளைத்து, கைகளை முறுக்கி, வலுக்கட்டாய மாக அவளுடைய... செக்ஸ் வக்கிரம் அவன் தலைக்கேறி யிருந்தது.

'நாய்கள்!' - சுதாகரன் சத்தமாகச் சொன்னான். பயத்தில் உறைந்து, ஜெர்மானியனிடம் கெஞ்சிக் கொண்டிருந்தது சுவர்ணாவின் முகம். 'என்னால் முடியாது!' என்று சின்னக்குரலில் பீதியோடு அவள் திரும்பத் திரும்பச் சொல்ல, அவன் திரும்ப அவள் கழுத்தை முரட்டுத்தனமாகத் திருப்பி...

சுதாகரனுக்கு, அன்றைக்கு எங்கிருந்து அத்தனை ஆவேசம் வந்ததோ! வேகமாகப் பக்கத்தில் போய், கிழவனின் தோளைத் தொட்டுத் திருப்பி, அவன் விஸ்கி வாடையைப் பரப்பிக் கொண்டு ஏதோ கெட்ட வார்த்தை சொன்னான்.

சுதாகரன் ஓங்கி உதைத்தான். 'அடங்குடா கிழட்டு நாயே!' - சுதாகரன் முஷ்டியை உயர்த்தித் தமிழில் சொன்னான். இந்த நாய் இனி சுவர்ணாவை மட்டுமில்லை. வேறு எந்தக் குழந்தைப் பெண்ணையும் எதற்கும் நிர்ப்பந்தப்படுத்திக் கொண்டு தெருத் தெருவாகத் திரியக்கூடாது.

ஊளையிட்டபடியே கிழவன் சுவரில் சாய, சுவர்ணா மின்னலாக ஓடி இருட்டில் மறைந்தாள். அவசரத்தில், அவள் விட்டுப்போன கைப்பையை எடுத்துக்கொண்டு படியிறங்கி சுதாகரன் டாக்ஸி ஏறும்வரை, ஆள் நடமாட்டம் இல்லாத அந்த நடைபாதையில் விட்டுவிட்டுக் கிழவன் குரல்தான் கேட்டுக்கொண்டிருந்தது.

அந்தக் கைப்பை மட்டும் கிடைத்திருக்கா விட்டால், சுதாகரன் பட்டாயா போயிருக்க மாட்டான். சுவர்ணாவின் தகப்பனைப் பார்த்துப் பேச முடிந்திருக்காது. எல்லாம் நல்லதுக்குத்தான். இன்றைக்கு சுவர்ணாவைச் சந்திக்கும்போது, அந்தப் பையையும் உள்ளே இருந்த முந்நூறு பாட் பணத்தையும் கட்டாயம் கொடுத்துவிட வேண்டும். நொறுங்கிப் போயிருந்த கண்ணாடி வளையல்களை மட்டும் தரமுடியாது. போகட்டும் பெண்ணே. நீ நினைத்துக்கூடப் பார்க்க முடியாத வாழ்க்கை உன்னை எதிர்கொள்ள வந்து கொண்டிருக்கும்போது, கண்ணாடி வளையல்களும் மலிவான முகப்பவுடரும் உதட்டுச் சாயமும் உனக்கு வேண்டாம்.

இருப்பிடத்தை அடைந்து கதவைத் திறக்க, மூன்று நாள் செய்தித்தாள் தரையில் இறைந்து கிடந்தது. பேப்பர் படிக்க நேரமில்லை. குளித்துவிட்டு, நானா போய் சுவர்ணாவைப் பார்த்து...

ஷவரில் குளித்ததும், களைப்பு போன இடம் தெரியவில்லை. உள்ளே வந்து உடை மாற்றிக்கொள்ளும்போது, மேஜையில் சுவர்ணாவின் கைப்பை கண்ணில் பட்டது. உள்ளேயிருந்த அந்தக் கசங்கிய கடிதத்தை எத்தனையாவது முறையாகவோ எடுத்துப் பார்த்தான்.

சுவர்ணா ஓடி மறைந்த அந்த ராத்திரி விடிந்து, சுதாகரன் நண்பர் கோல்டியிடம் காட்டிய கடிதம் அது!

'பட்டாயா பக்கத்துக் கிராமத்திலிருந்து தவாசாய் என்கிறவர் எழுதியது இது. சுவர்ணாவின் அப்பா, அன்பு மகளை இந்த மாதம் இன்னும் கொஞ்சம் கூடுதலாகப் பணம் அனுப்பச் சொல்லிக் கேட்டிருக்கிறார். அம்மாவுக்கு நீண்டுகொண்டே போகும் வைத்தியச் செலவு. பக்கத்து இறால் பண்ணைகளால் நிலம் வறண்டு, விவசாயம் பொய்த்துப் போனது.'

கோல்டி நிறுத்திவிட்டு, சுதாகரனைப் பார்த்துவிட்டு மெதுவாகத் தொடர்ந்தார். 'சுவர்ணாவின் தங்கை ரத்னாவையும் அடுத்த முறை அவள் கிராமத்துக்கு வரும்போது பாங்காக் கூட்டிப்போக முடியுமா என்று கேட்டிருக்கிறார்.'

'நோ! இதை நடக்கவிட மாட்டேன். நான் பட்டாயா போய் தவாசாயைச் சந்திக்கிறேன். அடுத்த மாதம் லண்டன் திரும்பும் போது சுவர்ணாவையும் கூட்டிப்போக வழிசெய்கிறேன். நுனி வரை தொடர்ந்து, அவர் துயரத்தின் ஆரம்ப முடிச்சுகளை விலக்கி பாதையை நேராக்குகிறேன்!'

சுதாகரன் எடுத்த சபதம் அது. ஆறு மாதங்களாக சி.டி.ராமிலும் கேஸட்டுகளின் உதவியோடும் பேசப் பழகிய சயாமிய மொழி யும், கையில் இருக்கும் பணமும் கைகொடுக்கும் என்ற நம்பிக்கை.

மீனும் சோறும் நறுக்கிய பப்பாளிப் பழத்துண்டங்களும் கொடுத்து வாய் நிறைய உபசரித்தாலும், தவாசாய் சுலபமாக மசிந்துவிடவில்லை.

அவரிடம் நீண்ட நேரம் லண்டனில் இருக்கும் தன் மனைவி கேதரினைப் பற்றி, இனிமேல் பிள்ளை பிறக்காது என்று பரிசோதித்துச் சொன்ன டாக்டர் பற்றி, சுவர்ணாவைத் தனது மகளாக - சின்னத் தங்கையாக தான் எடுத்து வளர்க்க விரும்புவது

பற்றி, அவளை மேற்கொண்டு படிக்க வைக்கதான் எடுத்த முடிவு குறித்து - எல்லாம் நிறையப் பேசவேண்டி வந்தது சுதாகரனுக்கு.

‘அவள் ஏற்கெனவே ஐந்தாவது வரை படித்திருப்பதாகச் சொன்னீர்கள். மீதியை நான் கவனித்துக் கொள்கிறேன். பிரிட்ட னில் குடியேற, விசா கிடைப்பது சிரமம்தான். முயன்றால் முடியாதது இல்லை. கட்டாயம் கிடைக்கும்!’

கடைசியாக, சுதாகரனின் மன உறுதி வென்றது. மாதா மாதம் அனுப்புவதாகச் சொன்ன பணமும் தவாசாயைச் சம்மதிக்க வைத்தது. சுவர்ணாவின் பிறப்புச் சான்றிதழை வாங்கிவைக்கச் சொல்லிவிட்டு சுதாகரன் கிளம்பியபோது, தவாசாயும், அவர் கையைப் பிடித்துக்கொண்டு சுவர்ணாவின் சாயலில் இன்னும் சின்னப் பெண்ணான அவள் தங்கை ரத்னாவும், பட்டாயா பஸ் நிலையம் வரை வந்தார்கள்.

‘நம்ப முடியவில்லை! கடவுள் இருக்கிறார். நம்பவே முடிய வில்லை!’

திரும்பத் திரும்பச் சொல்லிக்கொண்டிருந்த சுவர்ணாவின் தகப்பன், பார்வையில் நன்றி சொன்ன தங்கை - எல்லாம் சுவர்ணா விடம் சொல்லவேண்டும். இன்றைக்கே, இப்போதே!

சுதாகரன் தெருவில் இறங்கி நடந்தபோது, இதமான குளிர் காற்றும் தூறலும் சந்தோஷமான மனத்தோடு கூடவே வந்தன. இடப்புறம் திரும்பினால் நானா பகுதி. கடிதத்தில் இருந்த சுவர்ணாவின் விலாசம், மனப்பாடமாகி இருந்தது.

யார் யாரையோ வழி கேட்டு சின்னச் சின்னதான தெருக்களில் நடந்து, ஒரு பழைய கட்டடத்தின் முன் நின்றான் சுதாகரன். இந்த இடம்தான்.

தோளில் இரண்டு பக்கமும் நீண்ட மூங்கில் கழியில் கூடைகளை மாட்டி மீன் விற்றுக்கொண்டு போனவனின் குரல் கேட்டுக் கதவு திறந்தது. அழுக்கான உடையும் கலைந்த தலையுமாக சுவர்ணா!

சுதாகரனைப் பார்த்ததும் மிரண்டாள் அவள். உடனடியாகக் கதவைச் சாத்திவிட்டு உள்ளே மறையப் போனவளை கையைப் பிடித்துத் தடுத்து நிறுத்தினான் சுதாகரன்.

‘பொறு சுவர்ணா. உன் அப்பாவைப் பார்த்துவிட்டு வந்திருக் கிறேன்!’

அவனை நிமிர்ந்து பார்த்தாள் சுவர்ணா. உள்ளே வரச்சொன்னாள்.

உள்ளே இருட்டாக இருந்தது. பழைய சாப்பாட்டு நெடி. விளக்கைப் போட்டாள். அறையைப் பாதி அடைத்தபடி கிடந்த கட்டிலில் உட்காரச் சொல்லி கையைக் காட்டினாள். கட்டிலில் இறைந்து கிடந்த ஜீன்ஸையும் உள்ளாடைகளையும், அவசர மாகக் கீழே மறைத்தாள்.

சுதாகரன் முதலில் அவள் கைப்பையைக் கொடுத்தான்.

'கப்புன்கா' என்று நன்றி சொன்னாள்.

பட்டாயா போனதை, அவள் தகப்பன் தவாசாயைப் பார்த்ததை, பணம் கொடுத்ததைச் சொன்னான். இன்னொரு தடவை நன்றி சொன்னாள்.

'உன்னை சீக்கிரமே லண்டனுக்குக் கூட்டிப் போகப் போகிறேன். லண்டன் வெம்ப்ளியில் பெரிய அபார்ட்மெண்ட். கார். நானும் என் மனைவி கேதரினும் வேலைக்குப் போவோம். நீ படிக்கப் போவாய். இனி உன் ராத்திரி, நிம்மதியாக உறங்க மட்டும். பகல் முழுவதும் சுறுசுறுப்பாக, வாழ்க்கையில் முழு நம்பிக்கையோடு இயங்க!'

சயாமிய மொழி தடுமாறி, கடகடவென்று ஆங்கிலத்தில் பேசிக் கொண்டே போன சுதாகரனுக்கு, சுவர்ணா இன்னொரு முறை நன்றி சொன்னாள்.

கதவைச் சாத்திவிட்டுத் திரும்ப வந்தாள். சுதாகரன் பக்கத்தில் உட்கார்ந்தாள்.

உடையைக் களைந்தபடி 'வா!' என்றாள்.

சுதாகரன் அதிர்ந்து, அழ ஆரம்பித்தான்.

73. இயந்திரம்

தேருக்கு முதல் நாள் சாயந்தரமே அல்வாக்காரன் வந்துவிட்டான். திருக்கல் யாணமும், வெள்ளி ரதத்தில் சாமி புறப் பாடும் ஆன பிற்பாடுதான், தேர்க்கடைகள் வழக்கமாக முளைக்கத் தொடங்கும். ரெண்டு நயா பைசா சர்பத், வளைக்கடை, பலாச்சுளை வியாபாரம், கல்சட்டி வியாபாரம், கருப்பட்டிக் கடை என்று தேர்முட்டியிலிருந்து தெப்பக்குளம் வரை நீண்டு, பார்க்கப் பார்க்கச் சலிக்காத விதமாக ஊரையே மாற்றியிருக்கும் தேரோட்ட நாளின் பகலில்தான், சாதாரணமாக அல்வாக்காரனும் வருகிற வழக்கம்.

'பீமபுஷ்டி அல்வா!' என்று ஆளை அடிக்கிற சிவப்புத்துணியில் எழுதிய படுதாக்கள், கருப்பண்ணசாமி சந்நிதியைக் கிட்டத்தட்ட மறைக்க, ஆளுயரத்துக்கு இரண்டு பொம்மை கள், சதா தலையை இப்படியும் அப்படியும் அசைத்தபடி நிற்கின்றன.

ஒரு பிரும்மாண்டமான வட்டத் தாம்பாளத் தில் லேசான கருப்பு கலந்த சிவப்போடு,

எண்ணெய் மினுக்கிக்கொண்டு கோபுரமாகக் குவிந்த அல்வா. பக்கத்தில் மெகாஃபோனோடு அல்வாக்காரன்.

'பீமசேனன் போல, பெரிய மருது சின்ன மருது போல உடம்பு வலுவா இருக்க வேண்டாமா? சின்ன மருது, வெள்ளைக்காரன் காசையே இடது கையிலே கட்டை விரலுக்கும் சுண்டு விரலுக் கும் நடுவிலே வச்சு உடச்சுப் போட்டதா கதை சொல்வாங்க. வெள்ளைக்காரன் காசா? நம்ம ஊரு பணத்தையே நாம கண் ணாலே பார்க்கறது இல்லை. அது கிடக்கு. சர்க்கார்லே புதுசா விட்டு இருக்காங்களே மூணு நயா பைசா. தண்ணியிலே போட்டா மெதக்குமே, அதான்! அதை வளைக்க முடியுமா நம்மாலே?'

அல்வாக்காரனை வைத்த கண் வாங்காமல் பார்த்துக்கொண்டு நின்றோம். கரளை கரளையாக - கையும் காலும் கருப்புச் சட்டை யும் கடா மீசையுமாக அவனே பீமன் போலத்தான் இருந்தான். மெகாஃபோன் வழியே அவன் குரல், ஒரு சாயலுக்கு டிரில் மாஸ்டர் மரிய திரவியம் குரல் போல இருந்தது.

வெள்ளி ரதத்தை டியூப்லைட் வைத்து அலங்கரித்துக் கொண்டி ருந்தார்கள். சரம் சரமாகக் கதம்பம் தொங்கவிடப்பட்டது, நாங்கள் நின்ற இடத்திலிருந்து தெரிந்தது. கோயிலுக்கு உள்ளே, வயசானவர்களுக்காக உருகி உருகி நாதசுவரம் வாசிக்கிற சத்தம், அல்வாக்காரனின் பேச்சைக் கேட்க இடைஞ்சல் படுத்திக் கொண்டே இருந்தது.

முன்னால் நிற்கிறது எல்லாம் டிரவுசர் போட்ட பையன்கள். மரியாதைக்கு வேட்டி கட்டிய ஒருத்தரும் அங்கே இல்லாவிட்டா லும், அவன் பாட்டுக்குத் தொடர்ந்து பேசிக் கொண்டிருந்தான்.

இன்னும் கொஞ்ச நேரத்தில் நையாண்டி மேளமும் கரகமும் வந்து விடும். 'மன்டோலி, மேரா மன்டோலி!' என்கிற மாதிரியான இந்திப்பாட்டை எல்லாம் கீக்கீ என்று நாதசுவரத்தில் வாசிக்க, வளைந்து நெளிந்து ஆடுகிற பெண்களைப் பார்க்க என்னமோ பாவமாக இருக்கும். இருந்தாலும் சிலபேர், வாயில் விரலை வைத்து சீழ்க்கை அடிப்பார்கள்.

மளிகைக்கடை தஸ்த்தகீர் ராவுத்தர், தேர்முட்டிப் பக்கம் சைக்கிளை நிறுத்திவிட்டு வந்துகொண்டிருந்தார். அல்வா

வாங்கத்தான். நமக்குத்தான் வாங்க வாய்க்கவில்லை. வாங்குகிற வர்களையாவது பார்த்துக் கொண்டிருக்கலாம்.

ராவுத்தரைப் பார்த்ததும், அல்வாக்காரன் குரல் இன்னும் உயர்ந்தது.

ஊத்துக்குளி வெண்ணெய் காய்ச்சிய புத்துருக்கு நெய், காஷ்மீர் கிஸ்மிஸ், ஜலந்தர் கோதுமை மாவு, கொச்சி முந்திரிப் பருப்பு என்று அல்வாவின் சேர்மானங்கள் வரிசையாக வந்து விழு கின்றன. பூகோள வாத்தியார் சேதுபதிக்குக் கூட, இத்தனை தகவல் தெரிந்திருக்குமோ என்னமோ!

ராவுத்தருக்காக வாளெடுத்து, லாகவமாக அல்வா மலையில் ஒரு பாளத்தைச் செதுக்கி எடுத்துக் கொண்டிருந்தபோதுதான் லைட் அணைந்து போனது.

எல்லோரும் ஒரே குரலில் பேச முற்பட, தேர்முட்டி சூழ்நிலை பயமாக இருந்தது. நிறையத் தண்ணீர் அடித்து தொற்றிக் கழுவிய தேர், கருப்புப் பூதமாகப் பின்னணியில் தெரிய, கீழே அகல் வெளிச்சத்தில் தேர்க்காவல் கருப்பண்ணசாமியின் உருட்டி விழித்த கண்களும் பயமுறுத்தின. வெளியே நீண்ட 'பெட்ரோ மாக்ஸ், பெட்ரோமாக்ஸ்' என்று சத்தம் போட்டுக்கொண்டு, யாரோ தெப்பக்குளப் பக்கம் தடதடவென்று ஓடினார்கள்.

ஓதுவார், கோயிலுக்கு வெளியே வந்து, 'பசங்களா, டேய்!' என்று சத்தம் போட்டுக் கூப்பிட்டார். எங்களைத்தான்.

மார்கழி மாத பஜனையில் அவருக்கு ஜமாவாக அரிசிப் பெட்டியோடு நடந்து, ஒரு சிநேகம் உருவாகி இருக்கிறது. 'என்ன ஓதுவாரே?' இங்கே இருந்தே பதில் குரல் கொடுத்தான் சவுந்தர்ராமன். 'வக்கீல் புருஷோத்தம நாயுடு வீட்டுலே போய் ஃப்யூஸ் ஒயர் வாங்கிட்டு வரணும். யாருடா போறீங்க?'

எல்லோரும் சேர்ந்தே கிளம்பினோம்.

புருஷோத்தம நாயுடு வீடு, கோயிலுக்கு வெளிப்பிராகாரத் தெருவில்தான். மாடியும், காம்பவுண்ட் சுவரும், நிலைப்படியில் இறக்கை கட்டிப் பறக்கிற கந்தர்வனுமாக தெருவிலேயே பெரிய வீடு அதுதான்.

அது என்னமோ, ஊரில் பாதிப்பேர் வக்கீலாக இருக்கிறார்கள். கிருஷ்ணசாமி ஐயங்கார், புருஷோத்தம நாயுடு, எட்வின்

ஆசீர்வாதம், சுப்பையா பிள்ளை என்று தெருவுக்குப் பத்து கட்டடங்களில் குடையும், கக்கத்தில் கேஸ் கட்டுமாக ஏறி இறங்குகிற வக்கீல் குமாஸ்தாக்களும், மூணு நாள் தாடியோடு நடக்கிற கோர்ட் உத்தியோகஸ்தர்களும் போக, சொற்பமானவர் களே முன்சீப் கோர்ட், சப்கோர்ட் உலகங்களை விட்டு விலகி யிருந்து மூச்சு விடுகிறவர்கள். எங்க குடும்பத்தைப் போல!

தார் பாய்ச்சிய வேட்டியும் தலைப்பாகையும் கருப்பு கோட்டுமாக எப்போதும் கட்சிக்காரர்கள் புடைசூழக் காணப்படுகிற வக்கீல் கள், போருக்குப் புறப்படுகிறது போல, வரிசையாகக் குதிரை வண்டிகளில் கோர்ட்டுக்குப் புறப்பட்டதும், தெருவே காலியாகிப் போகும். அசாத்தியக் கோபமும், இங்கிலீஷுமாக எல்லோரையும் பயமுறுத்தக் கூடியவர்கள் இவர்கள். புருஷோத்தம நாயுடுவும்தான்.

நாயுடு வீடும் இருட்டில் கிடந்தது. வாசலில் காம்பவுண்ட் சுவரை ஒட்டி ஆறடி உயரத்துக்கு ராட்சஸன் போல நிற்கிறது ஓர் இயந்திரம்.

இயந்திரம் என்றுதான் எல்லோரும் சொல்வது. கித்தான் அடைப் புக்குக் கீழே ஏதோ ஒரு பிரும்மாண்டமான மெஷின் இருக்கிறது. வருஷக்கணக்காக அதே இடத்தில்தான்.

சாதாரணமாக சாயந்தரம் விளையாடிவிட்டு தேர்முட்டிப் படிக்கட்டில் உட்கார்ந்து அரட்டை அடித்துக் கொண்டிருக்கும் போது, பேச்சுக்கு நடுவே புருஷோத்தம நாயுடு வீட்டு வாசல் இயந்திரமும் எப்படியோ நுழைந்துவிடும்.

'அது ஒரு மாதிரி மெக்கானிக்கல் ரதம். தேவையானா பறக்கவும் செய்யும். நாலஞ்சு வெள்ளைக்காரங்க சேர்ந்து அம்பது வருஷம் செஞ்சது. ஓடினா ஊர் முழுக்க கரண்ட் கிடைக்கும். ராஜா செத்ததுக்கு அப்புறம், நாயுடுவுக்கு சல்லிசாக் கிடைச்சதாம்!'

'சயன்ஸ் புத்தகத்துலே வர்ற பெசிமர் அடுப்பு. இரும்பு ஆலை வைக்க வாங்கினாங்களாம். முடியாமப் போய் வாசல்லே கிடக்காம்! கள்ள நோட்டு அடிக்கிற மெஷின்.'

நாயுடு வீட்டில் எங்கள் வயது வரம்பில் யாரும் இல்லாமல் போனதால், அங்கே நெருங்கிப் பழகவே சந்தர்ப்பம் கிடைப்ப தில்லை. நாங்கள் கேள்விப்பட்டவரை, அவர் சாத்தூரிலிருந்து

இங்கே குடிபெயர்ந்தவர். பெண்கள் கல்யாணமாகி ஏதேதோ ஊர்களில் இருக்கிறவர்கள். அடிக்கடி வயிற்றைத் தள்ளிக் கொண்டு இங்கே வந்துவிடுவார்கள். வாசலில் கூடியிருக்கிற கட்சிக்காரர்கள் கூட்டத்தை விலக்கிக்கொண்டு, நாயுடம்மா கையில் டிபன் கேரியரும் பிளாஸ்க்குமாக பிரசவ ஆஸ்பத்தி ரிக்குப் போகவர இருப்பாள்.

மொத்தத்தில் நாயுடுவுக்கோ அந்தம்மாவுக்கோ, எங்களோடோ ஊரில் சுற்றுபற்றில் இருப்பவர்களிடமோ பேசவே நேரம் கிடைப்பதில்லை. என்றாலும், வெள்ளிக்கிழமை சாயந்தர நேரங்களில் நாயுடு வீட்டுக் கூடத்திலிருந்து 'மணியே மணியின் ஒளியே' என்று, ஓதுவார் கணீரென்று அபிராமி அந்தாதி பாடுவது நாலு தெருவுக்குக் கேட்கும்.

இயந்திரம் பற்றி ஓதுவார் கூட ஒன்றும் தகவல் சொல்லவில்லை. நாயுடு வீட்டு அம்மா பெயர் தவஒளிர்மணி என்று மட்டும் ஒரு தடவை அவர் சொன்னதாக நினைவு. பங்கஜம், அம்புஜம், அகிலாண்டம், ரங்கநாயகி என்ற பெண்மணிகளின் பெயரே பழக்கமானதாலோ என்னமோ, அந்தப் பெயரே விநோதமாக இருந்தது.

'சார்!' - ரங்கன்தான் வாசலில் நின்று முதல் குரல் எழுப்பியது. பதில் இல்லை.

'இதுகூட இன்னொரு விநோதம்தான். கட்சிக்காரர்களும் குமாஸ் தாவும் கேஸ் கட்டு அடுக்குகிற சத்தமும், உள்ளே குழந்தை அழுகையுமாக எப்போதும் இருக்கிற இந்த வீட்டுக்கு, நிசப்தம் பொருந்தாமல் இருந்தது.

'வக்கீல் சார்!' - ரங்கனோடு நாங்களும் சேர்ந்து கொண்டோம்.

பின்கட்டில் விளக்கு வெளிச்சம். நாயுடம்மா தலை தெரிந்தது. விருட்விருட் என்று வார்ச் செருப்புச் சத்தத்தோடு கையில் வயர் கூடையோடு போகிறபடிதான் மனத்தில் பதிந்திருந்தபடியால், அவள் தட்டுத்தடுமாறி நடந்து வந்ததைப் பார்க்க வித்தியாசமாக இருந்தது.

'என்ன வேணும்டா பசங்களா?'

கிட்டத்தட்ட எலும்பும் கொஞ்சம் போல மேலே பூசிய சதையு மாக இத்தனை நெருக்கத்தில் நாயுடம்மாவைப் பார்த்ததில்லை.

வீட்டில் வேறு யாரும் இருந்தால், இவளை உபத்திரவப்படுத்த வேண்டி இருக்காது. எங்கே தொலைந்தார்கள் எல்லோரும்?'

'கோயில்லே ஃப்யூஸ் வயர் வாங்கிவரச் சொன்னாங்க!'

'வயத்தையும் முதுகையும் நான் என்னத்தக் கண்டேன்? வக்கீலய்யா மானாமதுரை போயிருக்காங்க. குமுஸ்தரும் ஏதோ கேதம்னு முந்தாநாள் போனவர்தான். வக்கீல் கடைசி பஸ்ஸுலே வந்துடுவாங்க. அப்புறம் வரீங்களா!'

அவர் எப்போ வந்து எப்போ கோயில் விளக்கு எரிய?

'நாங்களே உள்ளே தேடி எடுத்துக்கட்டா?'

சீதரனுக்கு எப்பவும் தைரியம் அதிகம்.

'ராசாவா வந்து பாருங்க. வேணாம்னா சொல்லப்போறேன்!' - வீடு நீளமாகப் போய்க் கொண்டேயிருந்தது. தொட்டில், தூளிக் கயிறு, பால்பவுடர் டப்பா என்று குழந்தை வாடை அடிக்கிற பெரிய அறை. அலமாரியைத் திறக்க ஏலக்காய் வாசனையும், துணிமணியும், டிபன் கேரியரும், நாலைந்து சைசில் தெர்மாஸ் பிளாஸ்க்கும், பாண்டேஜ் துணியும்...

'மாமி! உங்க வீட்டுலே குழந்தை இருக்குதா?'

'இல்லாமயா இத்தனையும் நெறச்சு வச்சிருக்கு. ஆறு மக்க. ஒவ்வொருத்திக்கும் ரெண்டு மூணுமா புள்ளைங்க. எல்லாம் இங்கே பொறந்ததுதான்.'

நாயுடம்மா, சீனு தலையைப் பிரியமாகத் தடவியபடி சொன்னாள்.

'இப்ப யாரும் இல்லியா?'

'ஒண்ணு பெத்து நாலு மாசமாறதுக்குள்ளே இன்னொன்னு வந்து நிக்கும்!' - நாயுடம்மா சிரித்தாள். என்னமோ இப்ப யாரும் வரலை. ரெஸ்ட் எடுத்துட்டு இருக்காங்க போல இருக்கு!'

ஃப்யூஸ் வயர் கிடைக்கிற வழியாகத் தெரியவில்லை. இங்கே நின்று வம்பு வளர்க்கவும் சுவாரசியப்படவில்லை. பீமபுஷ்டி அல்வாக்காரன் கூப்பிட்டுக்கொண்டு இருக்கிறான்.

திரும்பும்பொழுதுதான் அந்த மகத்தான சதித்திட்டம் உருவானது. ரங்கன்தான் முன்மொழிந்தான்.

'அருமையான சான்ஸ்டா! நாயுடு வீட்டு முகப்புலே இருக்கிற இயந்திரத்தை இதை விட்டா பாக்கக் கிடைக்காது. அப்புறம் இந்த வீட்டுலே நடமாட்டம் ஓயவே ஓயாது!'

சாப்பிட்டுவிட்டு, சாமி புறப்பாடு ஆகி தெப்பக்குளம் தாண்டிய தும், நாயுடு வீட்டில் நுழைவது என்று தீர்மானிக்கப்பட்டது.

கோயில் வாசல். புகையிலை கம்பெனி வேன், கலர் பல்போடு நின்றதைப் பார்க்க ஏகக்கூட்டம். கோயிலில் விளக்கு வந்திருந்தது.

பீமபூஷ்டி அல்வாக்காரன் ஈ ஓட்டிக்கொண்டிருந்ததைப் பார்க்கப் பரிதாபமாக இருந்தது. புகையிலை வாங்கினால் காகித விசிறி இலவசமாகத் தருவதாக ஒலிபெருக்கி அலறுகிற சத்தத்தில் இவன் மெகாஃபோன் குரல் எடுபடாமல், முதுகைக் காட்டிக் கொண்டு சாப்பிட உட்கார்ந்துவிட்டான்.

தட்டு நிறைய அவ்வளவு அல்வாவை வைத்துக்கொண்டு அலுமினியப் பாத்திரத்திலிருந்து மோரும் சோறுமாக அவன் சாப்பிடுவதை கொஞ்ச நேரம் பார்த்துக் கொண்டிருந்துவிட்டு நாங்களும் சாப்பிடக் கிளம்பினோம்.

ஒன்பது மணிக்கு பஞ்சாயத்து ஆபீஸ் சங்கு ஊதியதும், ஏகப்பட்ட அதிர்வேட்டோடு வெள்ளி ரதத்தில் சாமி புறப்பாடு. எப்போதும் போல சப்பரத்தில் உட்கார்ந்து போக போட்டி போடாமல் மெல்ல நழுவினோம்.

புகையிலை வேன் நின்ற இடத்தில் ஏகமாகக் காகிதக்குப்பை. ஒரு காகித விசிறி முழுசாகத் தரையில் கிடந்தது. யார் தவற விட்டதோ? எடுத்து விரித்துப் பார்க்க, பத்மினி சிரிக்கிற படம். பீமபுஷ்டிக்காரன் தரையில் உட்கார்ந்து பெட்ரோமாக்ஸ் விளக்கை அணைத்துக் கொண்டிருந்தான். சாமி புறப்பாடான கோயில் வெறிச்சென்று தெரிய, நீளமான நிழல்கள் கூடவர நடந்தோம்.

நாயுடு வீட்டுக்கதவு சமத்தாகத் திறந்து கொண்டது. நிலைப்படி யில் அழுகுணி விளக்கு அணைந்து இருந்தது சௌகரியமாகப் போனது. சத்தம் காட்டாமல் படியேறி உறை மூடிய அந்த மர்ம இயந்திரத்தின் பக்கம் நகர்ந்தோம்.

இன்னும் சில நிமிஷத்தில் இதன் ரகசியம் தெரிந்துவிடும். ஒரு சுவாரசியமான புதிர் இப்படி அவிழ்ந்து போவதில் கொஞ்சம் மனவருத்தம்தான் என்றாலும், என்னதான் அது என்று தெரிந்து கொள்கிற ஆவல் முன்னால் தள்ளிக்கொண்டு போனது.

நின்றோம். முன்னறையில் விளக்கு வெளிச்சம். நாயுடு நெருக்கத்தில் நாயுடம்மா. சினிமாவில் சிவாஜி பத்மினி போல. வயசான சிவாஜி, ஒட்டடைக்குச்சி போல பத்மினி. குறுகுறு வென்று போனது. சிவாஜி கையில் பூவரச இலை. அதிலிருந்து எடுத்து மெல்ல பத்மினிக்கு ஊட்டிக்கொண்டு இருக்க, அந்தம்மா கண்ணை மூடியபடி மெல்லுகிறார். இலையில், லேசான கருப்பு கலந்த சிவப்போடு எண்ணெய் மினுக்கிக் கொண்டு...

குப்பென்று சிரித்தது நான்தான். குடி முழுகிப்போனது. 'யார் அங்கே?'

நாயுடுவின் இடிகுரல் எங்களைத் தொடும் முன் வெளியே ஓடி, வடக்கு வாடிப் பக்கம் பூஞ்சிட்டாகப் பறந்து, கரகாட்டம் பார்த்துக் கொண்டிருந்த கூட்டத்தில் கலக்க, தலையில் கரகத் தோடு 'ரோஜா மலரே ராஜகுமாரி'க்கு வியர்வை வடியப் பெண்கள் ஆடிக் கொண்டிருந்தார்கள்.

போன மாதம் ஊருக்குப்போன போது, நாயுடு வீடு இருந்த இடத்தில் மூன்று மாடியோடு ஒரு பிரசவ ஆஸ்பத்திரி. ஸ்கேனிங் சென்டர். முப்பது வருஷத்தில் ஊரே தலைகீழாகப் போயிருக் கிறது.

நாயுடு வீட்டு இயந்திரத்தைப் பற்றி இன்னும்கூட ஒன்றும் தெரியவில்லை. ஆனால் இது மட்டும் தெரிகிறது. நான் அப்படிச் சிரித்திருக்கக்கூடாது.

74. பொய் மெய்

'வெர்ச்சுவல் ரியலிட்டி. பொய்யான நிஜம். அதைப் படைக்கறதுலே இருக்கிற சந்தோஷம்...'

மெய்யப்பன் பேச்சு பாதியில் நின்றது.

வாசு, அவன் பார்வை நிலைத்த திசையில் நோக்கினான்.

'மையம்' என்று மட்டும் பொறித்த பெயர்ப் பலகையைச் சுமந்தபடி, சீன நெடுஞ்சுவராக வளைந்து போகிற காம்பவுண்ட் சுவர். உள்ளே நீள விரிகிற கட்டாந்தரை. தூரத்தில் மசங்கலாகத் தெரிகிற கட்டடம்.

'யார் மேன் நீ? இங்கே என்னாத்துக்குக் குந்தியிருக்கே?'

காம்பவுண்ட் சுவரை ஒட்டி, அதன் நிழலில் உட்கார்ந்திருந்தவன் மெல்ல எழுந்து நின்றான். சுவரைப் பார்க்கத் திரும்பிக் கொண்டு, குழந்தையை மடியில் கிடத்தி யிருந்த பெண், சங்கடமாகத் தலையைத் திருப்பிப் பார்த்தாள்.

'வெளியூருங்க!' - நைச்சியமாக ஆரம்பித்தவனை மெய்யப்பன் கையைக் காட்டி நிறுத்தினான்.

'தெக்குப் பக்கம். வானம் பார்த்த பூமி. ரெண்டு வருஷமா வெள்ளாமை இல்லே. பஞ்சம் பொழைக்கக் கிளம்பி வந்து, பக்கத்துலேதான் ரோட்டு வேலை நடக்குது. முடியறவரைக்கும் இங்கே தெருவோட இருந்துட்டு... இதுதானே சொல்லப்போற! நேத்துலேயிருந்து இதுவரைக்கும் நாலுபேர் இப்படிச் சொல்லிக் கிட்டு வந்தானுங்க. ஒரே வித்தியாசம், நீ குடும்பத்தோட எடத்தைப் புடிச்சிருக்கே!'

அந்தப் பெண், இப்போது குழந்தையைத் தோளில் போட்டு மெல்லத் தட்டியபடி எழுந்து நின்றாள். மெய்யப்பனையும் அவன் வந்த படகுக்காரையும் பயத்தோடும் வியப்போடும் பார்க்கிற கண்கள்.

'இந்தா பாரும்மா... தட்டுமுட்டுச் சாமான் எல்லாம் தூக்கிக் கிட்டு ஒழுங்காக் கிளம்பிப் போ. இதெல்லாம் கரண்ட் இருக்கிற இடம். தொட்டுகிட்டு வச்சே, அடுத்த வேளை புள்ளைக்குப் பால் கொடுக்க இருக்கமாட்டே...'

மெய்யப்பன் பேசியபடியே காம்பவுண்டுக்குள் நுழைய, வாசு கண்ணாடியைத் துடைத்துப் போட்டுக்கொண்டு பின்னால் போனான்.

'இந்த நாட்டோட சாபக்கேடே இதான். கங்கையையும் காவேரியையும் இணைச்சா பஞ்சம்னு ஒண்ணு வருமா என்ன? சோம்பேறிகள். உலகம் பூரா டெக்னாலஜி என்ன மாதிரி முன்னேறி இருக்கு. இங்கே, பஞ்சம் பொழைக்கக் கெளம்பி வந்து ஜல்லி ரோடு போட்டுட்டு இருக்கான். அது போட்டு பத்து நாள்லே, இவன மாதிரியே கண்றாவியாப் போய்க் கிடக்கு. ஒரு ரோட ஒழுங்கா போடத் துப்பு இல்லே!'

மெய்யப்பன் சத்தமாகப் பேசியபடியே நடந்தான்.

'மெய்யப்பா! நீ அமெரிக்காவிலேயே பதினைஞ்சு வருஷம் இருந்து பெரிய ஆராய்ச்சி எல்லாம் செஞ்சிட்டு வந்தாலும் இந்தச் சத்தம் அப்படியேதான் இருக்கும்!'

வாசு சிரித்தான்.

'என்ன பண்ணச் சொல்றே? சின்னப் பிள்ளையிலிருந்து பழக்கம். போன வாரம் ஹுஸ்ட்டன்லே ஒரு மல்ட்டிமீடியா செமினார்லே நான் பேச ஆரம்பிச்சதுமே, மைக்கை ஆஃப் பண்ணிட்டாங் கன்னாப் பார்த்துக்கோயேன்! பேசி முடிச்சதும் அவங்க எல்லோரும் எந்திரிச்சு நின்னு கைத்தட்டினது அஞ்சு நிமிஷம் நிக்கவே இல்லே போ!'

'உனக்கென்னய்யா? உலகத்திலேயே பிரசித்தமான சயன்டிஸ்ட். வெர்ச்சுவல் ரியலிட்டியிலே பெரிய கொம்பன்னு பேர் எடுத்திருக்கே. ஆமா, வெர்ச்சுவல் ரியலிட்டின்னா என்னன்னு சொல்ல ஆரம்பிச்சு அம்போன்னு விட்டுட்டியே!'

'கொஞ்சம் பொறு. சொல்லவேண்டாம். நீயாவே பார்த்துத் தெரிஞ்சுக்கத்தான் போறே. இந்த மையமே அதுக்குத்தானே!'

அடைத்து இருந்த கண்ணாடிக் கதவுக்கு முன் நின்றார்கள்.

'அமெரிக்காவிலே அத்தனை வசதி இருந்தும், இந்த லாபரட் டரியை ஏன் இந்த ஆண்டவனே கைவிட்ட பூமியிலே ஆரம்பிச் சிருக்கே?'

'இத்தனை பெரிய எடம் அங்கே பிடிச்சுப் போடணும்னா நான் மைக்கேல் ஜாக்ஸனா இருந்தாத்தான் முடியும்!'

கையில் பிடித்திருந்த பெட்டியைத் திறந்து ரிமோட்டை எடுத்தான்.

'லேசர் அடிப்படையானது அது.'

சீராகத் திறந்த கதவுகள் இவர்கள் உள்ளே போனதுமே பழைய நிலைக்கு வந்தன.

'ஒரு செக்யூரிட்டி கார்ட் கூட இல்லாமே எப்படி இத்தனை பெரிய இடத்தை வச்சிருக்கே?' - வாசு ஆச்சரியத்துடன் கேட்டான்.

'ஆளு அம்பு எல்லாம் என் வேலைக்குச் சரிப்பட்டு வராது. தினம் வீட்டுக்குப் போகும்போது ரிமோட் அலார்ம் செட் பண்ணிட்டுப் போயிடுவேன். யாராவது உள்ளே நுழைஞ்சா, அந்த ரோபோட் அப்படியே ஆணி அடிச்சு மாதிரி ஒக்காத்தி வச்சுடும்! எத்தனை பேர் வந்தாலும் அவங்களைக் கட்டிப் போட்டது போல இம்மொபைல் ஆக்கிட முடியும். இங்கே இருக்கிற சிஸ்டம்,

வயர்லெஸ் லான் மூலமா என் வீட்டுலே இருக்கற பெர்சனல் கம்ப்யூட்டர்லே இணைச்சிருக்கறதாலே, நடக்கறதை நான் அங்கே இருந்தே பார்த்துட்டு தகுந்த ஏற்பாடோட வரமுடியும்!'

அந்த ரோபோட் சினிமாவில் வருகிறது போல தலையெல்லாம் விளக்குப் போட்டுக்கொண்டு நகர்ந்து போகாமல், பெரிய சுரைக்காய் போல மூலையில் இருந்தது.

ஏர் கண்டிஷனரைப் போட்டபடியே வாசுவை உட்காரச் சொன்னான் மெய்யப்பன்.

அறை முழுக்க அங்கொன்றும் இங்கொன்றுமாக இருந்த கம்ப்யூ ட்டர் டெர்மினல்களைப் பார்த்தபடியே இருந்தான் வாசு.

'சினிமா பாக்குறியா கொஞ்ச நேரம்? நான் அதுக்குள்ளே வெர்ச்சுவல் ரியலிட்டி லாபை திறந்து வச்சுட்டு வரேன்.'

ஒரு கம்ப்யூட்டர் திரை பல வர்ணத்தில் உயிர்பெற, மெய்யப்பன் கதவைத் திறந்துகொண்டு வெளியே போனான்.

வாசு சிரத்தையில்லாமல் பார்க்க, அண்ணா சாலையில் ஜெமினி மேம்பாலத்திலிருந்து இறங்கி, குதிரையில் இருந்தபடியே பார்த்துக்கொண்டு வருகிற தியாகராஜ பாகவதர். பக்கத்தில் கை ரிக்ஷாவை இழுத்தபடி ஓடுகிற பால்ராஜ் சஹானி. ஒரு ஜப்பானியன், கோடாரியோடு தெரு ஓரமாகப் போகிறான்.

'என்ன, தலையைப் பிச்சுக்கிட்டியா?' மெய்யப்பன் சிரித்தபடி உள்ளே வந்தான்.

வாசு அவனைக் குழப்பத்தோடு பார்த்தான்.

'என்ன இது? பாகவதர், ஃப்ளைஓவர், பால்ராஜ் சஹானி - அஜீரணத்தோட தூங்கினா வர்ற கனவு மாதிரி!'

'சிந்தெடிக் ஆக்டிங். சிந்தாமணி, தோபீகாஸமீன், ரஷோமான் மூணு படத்தோட ஃப்ரேம்களை டிஜிட்டைஸ் செய்து கம்ப்யூட்டர்லே ஏத்திக்கிட்டு, நான் பேடண்ட் பண்ணின அல்கோரிதம் உபயோகிச்சு இமேஜ் பிராசஸ் செய்தது.'

'இதனால என்ன பிரயோஜனம்?' வாசு கேட்டான்.

'என்ன பிரயோஜனமா? உன் மூஞ்சிப் பாக்கக் கொஞ்சம் அழகா இருந்ததுன்னு வச்சுக்க! நீ நடிக்காமலேயே உன்னைக்

கதாநாயகனா வச்சு ஒரு முழுப் படத்தையே எடுத்து முடிச்சிட லாம்!'

மெய்யப்பன் கண்ணைச் சிமிட்டினான்.

'வேண்டாம். அப்புறம் ஒரு ஊமைப்பட காலத்து கதாநாயகியைத் தொரத்திக்கிட்டு மரத்தைச் சுத்தி ஓடி டூயட் பாட வச்சுடுவே!' - வாசு அவன் விலாவில் இடித்தான்.

'டூயட்தானே, போட்டாப் போச்சு!'

கம்ப்யூட்டரின் கீபோர்டில் மெய்யப்பனின் விரல்கள் பதிந்தன. 'ராஜகுமாரி' என்று திரையில் வந்தது. அப்புறம் சரம் சரமாக பந்துகள் தள்ளாட, பனித்துளி, உயிர்த்தேன், தேவாரம், ஆதாரம்!' என்று சொற்கள்.

'சினிமாப்பாட்டு. அடியெடுத்துக் கொடுத்தால் தகவல் பரப்பி லிருந்து கம்ப்யூட்டரே எழுதிவிடும்!'

மெய்யப்பன் சொல்லி முடிக்கும் முன்பே, நூறு வயலின்கள் க்ரீச்சிட மெலிதான உலோகத் தன்மையோடு, ஒரு ஆண் குரல். 'ராஜகுமாரி... உதடுகள் பாடும் தேவாரம்' என்று ஆரம்பிக்க, வீணையோடு இழைகிற பெண்குரல், 'மனமெனும் பூவாரம் சூடிடும் ஆதாரம்...' என்று பதில் தர முனைந்தது.

'மியூசிக் சின்தஸிஸ். இதன் ஆஸிலேட்டர்களும், கால்கேடிங் ஃப்ரீகுவன்ஸி மாடுலேட்டர்களும் நான் வடிவமைத்தவை.'

இரைச்சலுக்கு நடுவே மெய்யப்பன் சொன்னான்.

'சரி. நான் வரேன் மெய்யப்பா. வேலைக்குப் போகணும், உன் நேரத்தையும் வீணாக்கக்கூடாது பாரு!'

'இரு, இரு... இதை மட்டும் பாத்துட்டுப் போ!'

மெய்யப்பன் வாசுவை இழுக்காத குறையாக வெளியே கூட்டி வந்தான்.

'ரொம்ப தாகமா இருக்கு. தண்ணி கிடைக்குமா?' வாசு வாட்டர் கூலர் எங்கேயாவது இருக்குமா என்று சுற்றுமுற்றும் பார்த்தான்.

'சாரி வாசு! தினம் வீட்டிலேருந்து வரும்போது எடுத்து வரது. இன்னிக்கு, ரொம்ப வருஷம் கழிச்சு உன்னைப் பாத்ததிலே

மறந்துபோச்சு. கொஞ்சம் பொறு. மத்தியானம் என் வீட்டுலே சாப்பிட்டுக் கிளம்பிக்கலாம்!'

'கூடம் ஒன்று' என்று விளக்கு ஒளிர்ந்த அறை.

'இல்லப்பா. ஷிப்டுக்கு நேரமாயிடும். ஒரு பத்து நிமிஷத்துலே கிளம்பிடறேன்.'

அந்த இடம் இருட்டாக இருந்தது. சிலீரென்ற குளிர்ச்சி, சவக்கிடங்கை ஏனோ நினைவுபடுத்தியது.

'இதைப் போட்டுக்கோ!'

மெய்யப்பன், இருட்டில் வாசு தலையில் எதையோ அணிவித்தான். கையில் பிடித்துக்கொடுத்த கையுறைகளை எதற்கென்று தெரியாமலேயே அணிந்துகொண்டான்.

திடீரென்று அந்த அறை உயிர்பெற்று, சோழ சாம்ராஜ்ஜியத்தில் முடிந்தது.

கல்பாளங்கள் பரத்திய ராஜபாட்டை. வாசுவுக்கு நடந்து போகிற உணர்ச்சி. இரண்டு பக்கமும் பார்வையை மெல்லத் திருப்ப, சரசரவென்று விரிகிற வீதி. தெரு ஒலிகள் இரைச்சலாகக் கேட்டுக்கொண்டு இருக்கின்றன. அந்தத் தமிழ்க்குரல்கள் கொஞ்சம் யாழ்ப்பாணத் தமிழ் போல்! வரிசையாகக் கடைகள். தானியம் விற்கிறவர்கள், சீராக மடித்து வைத்த வண்ணத்துணி களை அளந்து சிறிய கத்தியால் அரிந்து விற்கிறவர்கள், கச்சை யணிந்து பூ வாங்குகிற பெண்கள், கடையில் குவித்திருந்த தானியம் வாசு கைப்பட்டுத் தரையில் சிதற, அவன் மன்னிப்புக் கேட்க கடைக்காரன் வெறுமனே சிரித்தான்.

நடை ஆற்றுப்படுகையில் முடிய பொங்கிப் பிரவகித்து வரும் காவிரி. உழவர்களின் பாட்டொலியும், மதகு வழியே வெள்ளம் பாயும் பேரோசையும் நிறைந்து கேட்கிறது. கரை முழுக்க ஏதோ விழாக் கொண்டாட்டம் போலக் கூட்டமாக உட்கார்ந்து இருக் கிறார்கள். ஆபரணங்கள் அணிந்த அழகிய பெண்கள். முறுக்கு மீசையும் விரிந்த தோளுமாக இளைஞர்கள். ஆரோக்கியமான குழந்தைகள். கைக்கெட்டும் அருகே காவிரி நுங்கும் நுரையுமாகச் சுழித்து ஓட, விரல்கள் வெள்ளத்தை நோக்கி நீட்டி உள்ளங் கையில் குவித்து எடுத்து நீரை வாய்க்கருகில் கொண்டுபோக,

விளக்குகள் எரிந்தன. வாசு வெறும் கையைப் பார்த்தபடி, உலர்ந்த உதடுகளை நாவால் ஈரப்படுத்திக் கொண்டான்.

'வெர்ச்சுவல் ரியலிட்டி பத்திக் கேட்டியே! இதுதான் அது. நீ பார்த்த அத்தனையும் பிம்பங்கள்தான்!'

மெய்யப்பன் வாசு தலையில் இருந்து ஹெல்மெட்டைக் கழற்றினான். கையில் இருந்த கையுறைகளை வாசு வேகமாகக் கழற்ற முற்பட, மெய்யப்பன் அவசரமாக அவன் கையைப் பிடித்துத் தடுத்தான்.

'மெல்ல! இந்த டேட்டா குளோவ்களில் - அதாவது மின் கையுறைகளில் - விசேஷ சென்சார்கள் உள்ளன. உன் தலையில் வைத்த ஹெல்மெட்டிலும்தான். நீ திரும்பியபோதும், கையை நீட்டி மடக்க இயக்கியபோதும், பிம்பங்களை க்ஷணத்தில் மாற்றிக்காட்ட கம்ப்யூட்டருக்கு ஆணை அனுப்பியது இந்த ரெண்டும்தான்!'

'இதெல்லாம் எப்படிச் சாத்தியமானது?'

வாசு வியப்பு மாறாமல் கேட்டான். காதில் இன்னும், காவிரி வெள்ளம் ஹோவென்று ஒலிக்கிற பிரமை.

'சடாரென்று எளிமையாகச் சொல்லிவிடக் கூடியதில்லை அதெல்லாம். இன்டர் ஆக்டிவ் லேசர் ஹோலோகிராஃபி, மல்ட்டிபிளானர் ஹோலோகிராஃபி, லீனியர் பெர்ஸ்பெக்டிவ் அண்ட் அக்குலன்ஸ்.'

வாசுவுக்குத் தொண்டை வறண்டு, பேச்சு எழவில்லை.

'சில பேசிக் இமேஜ்களை இங்கே மாடல்கள் மூலம் உருவாக்கினோம்!'

மெய்யப்பன் திரும்ப ரிமோட்டை அழுத்த, 'கூடம் ஒன்று' கதவடைத்துக் கொண்டது. வாசு, மெய்யப்பனைத் தொட்டான்.

'என்னப்பா?'

'இல்லை. நீயே அசலா பிம்பமான்னு பாத்தேன்! வெர்ச்சுவல் ரியலிட்டியா ஆக்சுவலா?'

'நீ பார்த்தியே கூடம் ஒன்று, அது தொடக்கம்தான். இன்னும் இதே போல ஏழு கூடம். சங்க காலத்திலே தொடங்கி நாயக்கர்

காலம், பதினெட்டாம் நூற்றாண்டு, அடுத்ததுன்னு ஏழு கால கட்டம். பட்டினப்பாலையும் நெடுநல்வாடையும் பிள்ளைத் தமிழும் பிரபந்தமும் எல்லாம் ஆராய்ச்சி பண்ணிட்டிருக்கேன். இன்னும் ரெண்டு வருஷத்துலே ப்ராஜக்ட் முடிஞ்சிடும். அப்புறம் நம்மோட பொற்காலம் பத்தித் தெரிய, வேறே எங்கேயும் போகவேண்டாம். டூரிஸ்ட் அட்ராக்ஷன். அந்நியச் செலாவணி குவியும். இந்த நாடு, இப்படிப் பழசைக் காட்டிப் பொழச்சாத்தான் உண்டு. என்ன சொல்றே?'

'சொல்றதுக்கு என்ன இருக்கு? நீ கம்ப்யூட்டர்காரனாப் பயமுறுத் தறது போதாதுன்னு, இலக்கியம், சரித்திரம்னு ஒரு அபாயமான கவலை வேறே...'

வாசு அவன் கையைப் பிடித்துக் குலுக்கினான்.

'சரி. நான் கிளம்பட்டா?'

'செய். அடுத்த தடவை ஃபோன் செய்துட்டு வா. நம்பர் இருக்கில்லே?'

'இருக்கு. ஆனா, நீ பாதி நாள் வெளிநாட்டிலே இருக்கியே!'

முன் அறைக்கு வந்தார்கள். வாசு செருப்பை விட்ட இடம்.

செருப்பில் காலை நுழைத்துக் கொள்ளும்போது உள்ளே இருந்து மெய்யப்பன் குரல்.

'கோயிலொழுகு புத்தகம் கிடைச்சா வாங்கி அனுப்பு. என்ன மறந்துடாதே!'

வாசு வெளியே வந்து, நீண்டு விரிந்த வெறும் தரையைக் கடந்து, காம்பவுண்ட் சுவர்ப்பக்கம் வர, கதவு தானாகவே திறந்து வழிவிட்டு திரும்பவும் மூடிக்கொண்டது.

அந்தத் தெற்கத்திக்காரன் இன்னும் அங்கேதான் இருந்தான். தட்டில் விரை விரையாக எதையோ பரத்திச் சாப்பிட்டுக் கொண்டிருந்தவன் பின்னே, கல் வைத்து சமைத்த இடத்தில் சுவரில் புகைக் கோடு. ஒரு அழுக்குத் துணி விரிப்பில் குழந்தை அயர்ந்து உறங்கிக் கொண்டிருந்தது.

வாசலைப் பார்த்ததும் எச்சில் கையோடு எழுந்து நின்றான்.

‘ஐயா மன்னிக்கணும். அந்தாலே கால்வாக் கரையிலே ஒரு குடிசை பாத்து வச்சிருக்கேன். அங்கே இருந்தவங்க காலி பண்ணிட்டு தெலுங்கு சீமைக்குப் பொளைக்க கிளம்பிட்டு இருக்காங்க. சாயந்திரம் இடம் கிடைச்சிடும். ஏளைபாளைங்க... வெறும் சோத்துக்காக இப்படி எங்கே எங்கேயோ திரிஞ்சு, கும்பிடு போட்டு, கூனி நின்று... வயிறு இருக்குதே ஐயா, மூணு வயிறு...’

அவன் கண்கள் நிறைந்தன.

இடுப்பில் மண்குடத்தோடு வந்து கொண்டிருந்தாள் அந்தப் பெண். அலைச்சலின் களைப்பு தெரியும் முகம்.

‘எம்மாந்தூரம் நடந்தேன் தெரியுமா? ஒரு பொட்டு தண்ணி யாரும் தரமாட்டேங்கிறாங்க. நல்ல வேளையா மோட்டார் வண்டியிலே எடுத்தாந்து ஊத்திட்டு இருந்தாங்களா... போய் நின்னு முட்டிமோதி...’

குடத்தை இறக்கி வைத்தாள். வாசு அவளையே பார்த்தான்.

‘அம்மா, கொஞ்ச தண்ணி தர்றீங்களா?’

75. வாடை

'சௌரி. சோறு துன்ன வேணாமா? மூணு மணி ஆயிடுச்சே!'

சாமிவேல் பாண்டியனின் கேள்விக்கு, சௌரி இரண்டு தடவை தலையாட்டினான்.

'வாயைத் தொறந்துதான் சொல்லேன்.'

சௌரி பார்த்துக் கொண்டிருந்த கடன் பத்திரத்தை மடித்து, கவரில் திரும்ப வைத்தான். பதினேழு பேர் மாடு வாங்கி இருக்கிறார்கள். கனகச்சிதமாக இந்தியில் எழுதியதன் மேல், உக்கிரமாகக் கைரேகை புரட்டியிருக்கிறார்கள். இரும்புப் பெட்டி நிறைய இன்னும் கைரேகைகள். நாளைக்குள் எல்லாம் பார்த்து முடித்து ஏறக் கட்டி விட்டு அடுத்த கிளைக்குத் தாவ வேண்டும்!

'மிஸ்டர் குப்தா!' பாண்டியன் தேடினார்.

பிராஞ்ச் மேனேஜர் குப்தா பாத்ரூமில். நாற்காலியில் சட்டையைக் கழற்றி மாட்டியிருப்பது கண்ணில் பட்டது.

‘என்ன ஆளுப்பா! சென்ட்ரல் ஆபீஸ்லேருந்து வந்தாலும், ஒரு பய மதிக்க மாட்டேங்கிறான்!’

வங்கிக்கு ஆயிரத்துக்கு மேல் கிளை. உ.பி.யிலும், ம.பி.யிலும் கிராமம் கிராமமாகக் கிளைகளைப் பார்த்து, வரவு செலவைத் துருவி, அறிக்கை தயாரித்து, தலைமை அலுவலகத்துக்குச் சமர்ப்பிக்கிற அதிகாரி சாமிவேல் பாண்டியன். கூட வருகிற இன்ஸ்பெக்ஷன் கிளார்க் சௌரி.

குப்தா. ‘இந்த இரண்டு பிள்ளைப்பூச்சிகளும் எப்படா போவாங்க?’ என்று எதிர்பார்க்கிற பிராஞ்ச் மேனேஜர்.

‘சீக்கிரம் வாப்பா!’ வாசலில் நின்று கூப்பிடுகிற பிள்ளைப் பூச்சி, அடுத்த வருஷம் ரிடையராகப் போகிறது. அப்புறம், தஞ்சாவூரில் காரை வீடு இருக்கிறது. மூட்டுப்பிடிப்பு தைலம் தேய்த்துவிட மனைவி, ரெண்டரை ஏக்கர் நஞ்சை.

சௌரி வயதும் பாண்டியன் சர்வீஸூம் ஒன்று. பிரம்மச்சாரிக் கட்டை.

கட்டைக்குப் பிரமோஷன் கிடைத்தால்தான் கல்யாணம்.

‘சௌரி! ஜூவல் பாக்கெட் எட்நூத்து முப்பத்தஞ்சா முப்பத் தாறா?’

வெளியே ஈ காக்கை இல்லை.

‘முப்பத்தேழு சார்!’

இந்த ஊரில் மொத்தம் நூறு பேர் தேறுவார்களா என்று சௌரிக்குத் தெரியவில்லை. நகைக்கடன் வாங்கியது யாரெல் லாம்?

‘ஹோட்டல் மாதிரி ஒண்ணும் கண்ணுலே படலியே சௌரி!’

‘தெரு திரும்பினா, ஒரு பைவ் ஸ்டார் ஹோட்டல் இருக்கு சார். வாழை இலையிலே நெய் விட்டுச் சாப்பாடு போடறானாம்!’

தெருவே இல்லை. நடந்து நடந்து சமப்பட்ட பாதை.

‘ஏம்ப்பா! சாப்ட்டு வந்து அந்த பம்ப்செட் லோன்...’

டபடபவென்று பின்னால் பெரிய இரைச்சலோடு எதுவோ விழுகிற சத்தம். சௌரி திரும்பிப் பார்த்தான்.

'சார்! குப்தாஜி ஷட்டரை இறக்கிட்டார். அந்த மகேஸ்வரனே வந்தாக்கூட இனிமே உள்ளே போகமுடியாது. நாளைக்குத்தான்!'

'ஏம்ப்பா! உள்ளாற என் பெட்டிப்பா. குப்தா, குப்தாஜி.'

மோட்டார் சைக்கிள் சத்தம். பொட்டலுக்கு நடுவே குப்தாஜி போகிறார். ஊர் அந்தப் பக்கமாக இருக்கிறதா? அப்போ இந்தப் பக்கம்?

'சார்! இது என்ன இமயமலை போற பாதையா?'

பாண்டியன் பதில் சொல்ல வாய் திறப்பதற்குள், பின்னாலிருந்து கூட்டமாக ஓடிவந்து கடந்து போனார்கள்.

'ஷேர், ஷேர்!'

எல்லோரும் பிரும்மாண்டமான முண்டாசு கட்டி, மிஞ்சியதைக் கொஞ்சம் போல இடுப்பில் சுற்றி, தொளக்கான் ஜிப்பாவோடு ஓடுகிறவர்கள்.

'பாகோ! பாகோ! ஷேர், ஷேர்!'

என்ன எழவு? ஷேர்னா? ஐயோ புலியா! எங்கய்யா ஷேர்?

●

மாடியோடு கட்டிய வீடு. தானே இடிந்தது. மாடிக்கும் கடைசிப் படிக்கும் நடுவே அரையடி இடைவெளி.

'என்னமோ தனியா மாட்டலை. கூட நீயும் இருக்கியேன்னு கொஞ்சம் தைரியமா இருக்கு. இல்லே இப்படியே மாரைப் பிடிச்சுக்கிட்டுச் சரிஞ்சிருப்பேன். பயமா இருக்குப்பா! நமக்கு ஒண்ணும் ஆயிடாதே?'

'ஆகாது சார். ரிடையர் ஆறதுக்குள்ளே இன்னும் நூறு பிராஞ்சிலேயாவது லட்சத்துச் சில்லறை தடவை ஜுவல் பாக்கெட் எண்ணப் போறீங்க. என்னையும் திரும்பவும் எண்ண வைப்பீங்க!'

‘என்னப்பா பண்றது, ட்யூட்டியாச்சே? பிள்ளை குட்டிக்காரன். ஜாக்ரதையா இருக்கணும். ரிடையரானதும் பி.எஃப்.பைக் கொடுக்காம இழுத்தடிச்சா என்ன பண்றது?’

‘சார்! சின்னதா ஒரு பத்து நிமிஷம் தூக்கம் போட்டு எழுந்திருக் கட்டா?’

‘ஐயையோ! தூங்கிடாதே, நான் ஏதாச்சும் பேசறேன். டெல்லி பகட்கஞ்ச் பிராஞ்ச்லே மிட்டல்னு ஒரு மேனேஜர். கடல்லே மீன் பிடிக்க டிராலர் வாங்க லோன் தரதுக்கு. சரி, சரி. ஆபீஸ் அக்கப்போர் வேணாம்பே! எனக்குத் தெரிஞ்சது அது ஒண்ணு தான்.’

•

ஒரு ஐந்து நிமிஷம் போல மௌனம். சுவர்க்கோழி சாதகம் செய்கிற ஷெனாய் வித்வான் போல விடாமல் இரைகிறது.

யாரோ, எதுவோ தடதடவென்று படி ஏறுகிற சத்தம்.

‘சௌரி!’

தொப்பென்று திரும்பவும் குதித்து மறைகிறது.

‘பக்கத்துலே எங்கேயோ குழந்தை அழற மாதிரி கேக்குதே சௌரி!’

‘பூனைக் குட்டியா இருக்கும் சார்!’

‘ஊருக்குள்ளே இன்னுமா சுத்திட்டிருக்கும் அந்தப் புலி?’

‘எறங்கிப் போயிடலாங்கறீங்களா?’

‘ஐயையோ நீ வேறே! பட்டப்பகல்லேயே இங்கே பாதை தெரியலை. இப்ப அல்வா மாதிரி புலி வாய்லே மாட்டிக்கிட்டா?’

‘கன்னாபின்னான்னு பசிக்குதுன்னீங்களே! எப்படி இருக்கு சார் இப்ப?’

‘மப்புனு இருக்குப்பா. கேஸ் பார்ம் ஆயிடுச்சு போல. ஏன் கேக்கறே திடீர்னு?’

‘எனக்குப் பசிக்குது சார்!’

‘காலையிலே சஸ்வால் பஸ் ஸ்டாண்ட்லே ஒரு பாக்கெட் பிஸ்கெட் வாங்கி கைப் பையிலே வச்சியே! இதானே பை?’

‘சார், சார்! பையிலே பர்ஸூம் கர்ச்சீப்பும்தான் இருக்கு. மக்கின வாடை வந்ததுன்னு பிஸ்கெட்டை பஸ்ஸிலேயே விட்டுட்டேன்.’

‘இருந்தா இப்பப் பிரயோஜனப்படுமில்லே?’

உலகில் பேச வேறு விஷயம் அஸ்தமித்துப் போனதுபோல் மௌனம்.

‘சௌரி! ஏதோ கெட்ட வாடை வரல்லே?’

‘மூக்கு அடைச்சுக்கிச்சு சார்!’

‘என்னப்பா, விளையாடறியா. நல்லா கவனி. ஏதோ காட்டு ஜந்து!’

‘உங்களுக்கு எப்படி சார் தெரியும் காட்டுப் பிராணி, வீட்டுப் பிராணின்னு?’

‘மனுஷனுக்கு வாடை இருக்கும்போது, சிங்கம் புலிக்கு வாடை இருக்காதா என்ன? ஏம்ப்பா! கீழே இருட்டிலே ஏதோ பல்ப் போட்ட மாதிரி மின்னலே?’

‘சார். உங்களுக்குத் தூக்கக் கலக்கம். உள்ளங்கையே தெரியாத இருட்டு! கீழே ஊசி கிடக்கா உலக்கை கிடக்கான்னு தெரியுதாக்கும்?’

‘கெட்ட வாடைப்பா. இது, இது, புலி வாடைதான்!’ - அவர் குரல் உதறியது.

‘சும்மா இருங்க சார்!’ - சௌரிக்கும் லேசாக பயம்.

‘கதவு சாத்தியிருக்கான்னு இன்னொரு வாட்டி பார்த்துடேன்.’

‘அது மேலேதான் சாஞ்சு இருக்கேன் சார்.’

‘மிருகக் காட்சி சாலையிலே புலிக்கூண்டு கிட்டே போனா இதே வாடைதான் வரும்.’

‘இங்கதான் இருக்குங்கறீங்களா சார்?’ - சௌரி கால் தூக்கத்தில் கேட்டான்.

‘சௌரி தூங்கிட்டியா? புலிவேசம் பார்த்திருக்கியா சௌரி?’

‘இப்ப ஏன் சார் அதெல்லாம்?’

இன்னும் மூணு மணி நேரமோ? சாமிவேல் பாண்டியனை மூட்டை போலத் தள்ளிவிட்டு, சௌரியும் உள்ளே குதித்தான்.

‘என்னப்பா. என்னப்பா?’

‘புரியலையா? புலி ஸார்!’

எங்கோ எருமைமாடு தொடர்ந்து கத்துகிறது. உச்சத்தில் முழங்குகிற பறைக்கொட்டு. ஆணும் பெண்ணுமாக ஹோவென்று அலறுகிற சத்தம்!

‘ஐயோ! ஆளைத் துன்னுடுமா? வேணாம்ப்பா!’

‘தின்னாதேன்னு சொல்லிட்டு வரட்டுமா சார்? கீழே போகட்டா!’

‘தனியா விட்டுட்டா? போகாதப்பா, சௌரி!’

‘ஏன் சார் பயந்து சாகறீங்க? மாடிக்கெல்லாம் புலி வராது. மரக்கதவை வேணா சாத்திடலாம்.’

‘ராப்பூரா பயந்துகிட்டு இங்கே தங்கணுமாப்பா? பசிக்குதே!’

‘பரவாயில்லே சார். உயிரோட இருந்தா நாளைக்குச் சேர்த்து வச்சுச் சாப்பிட்டுக்கலாம்.’

சாமிவேல் பாண்டியனின் கண்கள் பயத்தோடு வாசலைப் பார்த்துக்கொண்டே இருக்க, சரசரவென்று சாயங்காலம் நகர்ந்து, இருட்டு மெல்ல நுழைந்தது.

•

சௌரி ரேடியம் டயல் கடிகாரத்தில் நேரம் பார்த்தான். பத்து பத்து. வெளிச்சம் வர இன்னும் ஏழெட்டு மணி நேரம். கிராமம் தூங்கியாகி விட்டது போல நிசப்தம். ‘என்ன சமாசாரம்’ என்று தொண தொணத்துக் கொண்டிருந்த நாய்களும், ‘சொல்லாட்டாப் போய்யா’ என்று சுருண்டுவிட்டன.

‘சௌரி, ஏதாச்சும் பேசுப்பா!’

‘என்ன பேசறது சார்?’

‘ஜுவல் பாக்கெட் நிச்சயமா எட்நூத்து முப்பத்தேழுங்கறியா? பேலன்ஸ் புக்கோட டிக் அடிச்சுடலாமா எதுக்கும்?’

‘இது பேசறதுக்குப் பேசாமலே இருக்கலாம் சார்.’

‘இல்லப்பா, திடீர்னு சந்தேகம். நாளைக்கு, ‘என்னய்யா கண்ணை முழங்கால்லே வச்சுட்டிருந்தியா’ன்னு கேப்பாங்களே!’

கீழே ஏதோ சரிந்தது. கட்டை உருளுகிற சத்தம். யாரோ நடக்கிற மாதிரி.

‘பிசாசாப்பா?.’

‘புலியா இருக்கும் சார்!’

‘மேலே வந்துடுமா?’

‘கதவைச் சாத்திட்டேன். இருட்டிலே படி தெரியாது சார்!’ சொச்சமா இங்கே கெடந்து அல்லாடணும். தூங்கிடக்கூடாது பாரு!’

‘சார்! எனக்குக் கூட வாடை தட்டுப்படுது சார். பக்கத்துலே எங்கியோ! நீங்க சொல்ற மாதிரி, புலி வாடை இதானா? என்ன எழவோ! மேலே வராம இருந்தா சரி சார். நீங்களும் கதவுலே சாஞ்சுக்கங்க. கூடுதலா பாதுகாப்பு!’

‘சௌரி... புலிவேசம்னு சொன்னேனே... எங்க ஊர்லே வேசம் கட்டற நாயக்கர் ஒருத்தர் இருந்தார். திடீர்னு மூளை இடக்கு பண்ணி, என்ன சொல்ல? மனுசன் தன்னையே புலின்னு நினைச்சுக்கிட்டு, குளிக்கறது இல்லே. பல்லு வெளக்குறது இல்லே. பச்சை மாமிசம் எங்கேன்னு தேடித் தின்னுக்கிட்டு...’

சரசரவென்று ஏதோ இருட்டில் ஊர்கிறது.

‘என்னப்பா?’

‘எலி மாதிரி ஏதோ சார்!’ - சௌரி காலை மடக்கி உட்கார்ந்தான்.

'சௌரி... நான் சொன்னா நம்பமாட்டே! அந்தப் புலிவேசக்காரர் அப்புறம் எப்ப நடந்து போனாலும் குப்புனு இதே வாடை!'

சௌரிக்கு அந்த வாடை நாசித்துவாரங்களில் பலமாகத் தாக்கி, உள்ளே புகுந்து தலைக்குள் கவிகிற பிரமை. அதைத் தவிர வேறு எதுவும் நிஜமில்லை. அவன் களைப்பும் தூக்கமுமாக ஏதோ உலகத்தில் ஆழ்ந்து கொண்டிருக்க, பாண்டியன் பச்சை இறைச்சியைக் கடித்துக்கொண்டு உடம்பு முழுக்க வரிவரியாக வர்ணக் கோடுகளோடு போகிற தோற்றம். இடுப்பில் பொடி மட்டையோடு அலைகிற புலி.

'தூங்கிடாதே சௌரி... புலிவேசக்கார நாயக்கர் இறந்தபோது...' தூங்கிப்போனான்.

•

'சௌரி எழுந்திருப்பா. கிளம்பினா ஏதாச்சும் பன்னு, பழம்னு கிடச்சா துன்னுட்டு, ஆபீஸ்லே குளிச்சுட்டு வேலையை ஆரம் பிச்சு, மாசக் கடைசிக்குள்ளே இன்னும் ஏழு பிராஞ்ச் டூர் இருக்கு. முடிக்காட்டி டி.ஜி.எம். காஞ்சுடுவார். முதக் காரியமா எத்தினி ஜூவல் பாக்கெட்டுன்னு...'

சௌரி, மாடியிலிருந்து கீழே வந்தான். எருக்கஞ்செடி முளைத்துக் கிடந்த தரையில், வௌவாலோ ஏதோ செத்துக் கிடந்தது.

'நானும் உறங்கிட்டேன், உன்னைச் சொல்லிட்டு!'

பாண்டியன் கண்ணாடியைத் துடைத்துப் போட்டுக்கொண்டு நடக்க, நாலைந்து பேர் வழி மறித்தார்கள்.

'இங்கேயா ராத்திரி தங்கினீர்கள்?'

அரைகுறையாகப் புரிந்த இந்தி. பாதி அபிநயத்தில் சௌரி பதில் சொன்னான்.

'புலி வந்ததே!'

'அதான் ராத்திரி ஏழு மணிக்கே தண்டோரா போட்டோமே. பக்கத்து கிராமத்துலே இருந்து வந்த தகவல் சரியில்லைன்னு! யாரோ கிளப்பி விட்டு, என்னத்தைப் பாத்தாங்களோ? இந்தப் பக்கம் புலி நடமாடி எத்தனையோ வருஷமாச்சு!'

சௌரி, பாண்டியன் முகத்தைப் பார்த்தான்.

'அதுசரி, தங்கறதுக்கு வேறே எடம் கிடைக்கவில்லையா உங்களுக்கு? பட்டணத்துக்காரங்க. இல்லாட்டா, வாடையே உஷார்ப்படுத்தியிருக்குமே!'

'நாங்க ராத்திரில வரவே பயப்படும் இந்த இடத்தில், ஒரு இராப் பூரா தங்கியிருக்கீங்களே. ஆனாலும், நீங்க தைரியசாலிதான்!'

சௌரியும் பாண்டியனும் ஏக காலத்தில் திரும்பிப் பார்க்க, அந்தக் கட்டடத்தின் பின்னால் பெரிய ஏரியாக விரிகிற தண்ணீர். சுற்றிலும் கரையில், தாழைப் புதர்களுக்கிடையில் ஏகப்பட்ட புற்றுகள். அவர்கள் திகைப்பை அதிகமாக்க, பாம்பு உரித்துப் போட்ட நீளச் சருகுச் சட்டை ஒன்று காற்றில் புரண்டுவந்து சௌரியின் கால்களை அணைத்தது.

76. சில்லு

1

குழந்தைக்கு லேசர் துளைப்பானால் வலிக்காமல் காது குத்தினார்கள். மந்திர கோஷத்துக்கு இடையே சந்தானகோபாலன் என்று பெயர் வைத்துக் கொண்டிருந்தபோது, வாசலில் வண்டிச் சத்தம்.

'கௌசி, சாஸ்திரியை ஆஃப் பண்ணு'

கிச்சாமி சொல்லிக்கொண்டே வாசலைப் பார்க்க, ஒரு ஜதை வெளுத்த கால்கள்.

அரசாங்க வாகனங்களைப் பெரும்பாலும் பெண்கள்தான் ஓட்டுகிறார்கள். சிக்கனமாக உடுத்தியது, காற்றில் லாலி என்று பறக்க, உயரமான இருக்கைகளிலிருந்து அவசர மாகக் குதிக்கிறார்கள்.

கௌசி, பட்டுப்புடைவை சரசரக்க ரிமோட்டை மேசைக்கு அடியிலிருந்து எடுத்தாள். பொத்தானை அழுத்த, சாஸ்திரி கையில் பிடித்திருந்த சமித்தைத் தரையில் நழுவவிட்டு, சொல்லிக்கொண்டிருந்த

மந்திரத்தை 'கீக்' என்று நிறுத்தி டாய்லெட்டைப் பார்த்தபடி பார்வை உறைந்தது.

மெல்லத் திறந்த கதவு. டிரைவர் பெண் சூயிங்கத்தை அதக்கிக் கொண்டு, சின்னதாகப் புன்னகைத்தாள். கூட வாண்டுப் பசங்கள் போல் தளிர்நடையில் இரண்டு சின்ன உருவங்கள்.

'212-B, மாசிலாமணி தெரு?'

கௌசி இதுதான் என்று தலையசைத்தாள்.

'குழந்தை?'

கௌசி உள்ளறையைக் காட்டினாள்.

'பதினைந்து நிமிஷங்கள் உங்களுக்கு ஒதுக்கப்பட்டுள்ளது.'

டிரைவர் பெண் சொல்லியபடி உள்ளே கைகாட்ட, தலையசைத்த இயந்திரங்கள் உள்ளறைக்கு நடந்தன.

'நானும் அங்கே இருக்கலாமா மேடம்? குழந்தைக்குத் தூக்கம் வருதுன்னு இப்பத்தான் தொட்டிலில் விட்டது...'

கௌசி சிநேகிதமாகச் சிரித்தபடி கேட்டாள்.

'மன்னிக்கவும். விதிமுறைகள் அதை அனுமதிக்கவில்லை. குழந்தையை இவை... இவர்கள் பத்திரமாகக் கையாள்வார்கள். ஒரு தாயைப் போல்.'

அவள் கிச்சாமியைத் தீர்க்கமாகப் பார்த்தபடி வண்டிக்கு நடந்தாள்.

'ஹியூமனாய்ட். மனுஷ இயந்திரம். இது ரெண்டும் டெஸ்ட் பண்ணித்தான் வேலைக்கு அனுப்புவாங்க. கவலைப்படாதே.'

கௌசியிடம் சொல்லியபடி வாசலுக்குப் போன பார்வையைப் பிடிவாதமாகத் திருப்பினான் கிச்சாமி.

'சில்லு வைக்கிறது சாதாரணமான விஷயமா என்ன? டாக்டர், நர்ஸ்னு யாரையாவது இதுக்கெல்லாம் அனுப்பக் கூடாதா?'

கௌசி கவலையோடு உள்ளே பார்க்க, குழந்தை சிணுங்கும் சத்தம்.

சில்லு வைப்பது பெரிய வேலைதான். எத்தனையோ வாதப் பிரதிவாதங்களுக்குப் பிறகு உலக நாடுகள் எல்லாம் ஒரு வழியாகச் சம்மதித்திருக்கின்றன. கி.பி. 2301 ஜனவரி, ஒண்ணாந்/தேதி முதல், பிறந்த எல்லா மனித ஜீவன்களும் உடலில் சில்லு பொருத்திக் கொண்டிருக்க வேண்டும் என்று சட்டம் சொல்கிறது.

‘பெருசா தகடு மாதிரி இருக்குமா? குழந்தை அழறானே?’ கௌசி கேட்டாள்.

‘பயோசிப்... ஒரு அரிசியில் பாதியளவுதான் சைஸ்... உள்ளே பிறந்த நாள், இடம், பெத்தவங்க விவரம் எல்லாம் பதிவுசெய்து இருக்கும். முப்பத்திரண்டு இலக்கத்தில் அடையாள எண் வேறே. லேசரால வலிக்காம சின்னதா இன்சைஸ் பண்ணி, வலது கைக்குக் கீழே தோலுக்குள்ளே பொதிஞ்சு வைச்சுடு வாங்க... ஒரே நிமிஷம்தான்...’

‘இருந்தாலும் இப்படிப் பாதி மனுஷன் பாதி இயந்திரம்னு இருக்கப்பட்ட இதுகளை வேலைக்கு அனுப்பி வைச்சு சர்க்யூட்லே மின்சக்தி எக்குத் தப்பா எகிறிட்டா?’

உள்ளே தொடர்ந்து பீப்...பீப்... என்று சத்தம். இயந்திரங்கள் மின்னணு சங்கேதத்தில் பேசிக் கொள்கின்றன.

‘ஹெச் த்ரீ ஏ ஃபோர் டூ சிக்ஸ் சிக்ஸ்... பெண் குழந்தை என்று சில்லில் பதிந்துள்ளது.’

அழைக்கப்பட்ட இயந்திரம், குழந்தையைத் தொடைப்பக்கம் வருடியபடி இயந்திரக் குரலில் நீள சங்கேதங்களை வெளி யிட்டது. பாட்டு.

‘கோவிந்தன் வந்தெனைப் புறம் புல்குவான்... கோபாலன் வந்தெனைப் புறம் புல்குவான்...’

‘என்ன அது?’

‘பாசுரம்... தாமரை மொட்டு நுனியில் துளிர்த்த நீர்த்துளிகள் சொட்டுச் சொட்டாக உதிரத் தளிர் நடைபோட்டு வந்து, குழந்தை கண்ணன் பிறந்த மேனிக்கு என்னைப் பின்னால் இருந்து கட்டிக்...’

‘நிறுத்து... இது நம்முடைய பணி சார்ந்து போதிக்கப்பட்ட தில்லை...’

'சரிதான்... நான் சர்வகலாசாலையில் பழைய இலக்கியத் துறையில் நடமாடும் பக்தி இலக்கிய உதவியாளனாக இருந்தேன். சிக்கன நடவடிக்கை காரணமாக, மருத்துவத் துறைக்கு என்னை மாற்றி, என் இலக்கிய நினைவுகளை, நினைவின் பின் அறைக்கு நகர்த்திவிட்டு, மருத்துவம் போதித்திருக்கிறார்கள். இந்த மனிதக் குழந்தை ஆண் என்பதைத் தொடர்ந்து என் நியூரான்கள் இயங்கி வந்த எண்ண ஓட்டம் அது.'

'மருத்துவமனையில் குழந்தை பிறந்ததும் பதிவை எடுத்து வந்தது யார்? எப்படிப் பெண் என்று எழுதினார்கள்?'

இன்னொரு கீக்கீக்கோடு முன்னும் பின்னும் நகர்ந்தது இரண்டாவது ஹியூமனாய்ட். பெரும் சிரிப்பு என்று அர்த்தம்.

'மனிதர்கள் செய்கிற காரியம் பதிவுசெய்வது. நம் போல் எப்போதும் சரியாகச் செய்வார்கள் என்று எதிர்பார்க்க முடியுமா?'

'நம் உடம்பும் இறந்த மனித உடல்களிலிருந்து பகுதி செதுக்கிச் சேர்த்ததுதானே?'

'ஆனால் மூளை? அது செயற்கையாக உருவாக்கப் பட்டது. எத்தனையோ மேதமை அமைப்புகளின் தொகுப்பு.'

சொல்லியபடி முதல் இயந்திரம், சில்லுப் பேழையைத் திறந்தது.

'பொருத்தி விடலாமா?'

அரை விநாடியில் குழந்தையின் கைக்குக் கீழே சன்னமாகத் துளைக்க, தொடர்ந்த நுண்கருவி சில்லைப் பொருத்தியது.

'பெண் குழந்தை!'

இரண்டும் ஏக காலத்தில் சொல்ல, சந்தான கோபாலன் ஆண்குறி அதிரச் சிறுநீர் கழித்தான்.

2

'கிளம்பினதிலேருந்து நான்தான் ஓட்டறேன்... உதவி பண்ணக்கூடாதா?'

கிச்சாமி, சூரிய காரை வலப்பக்கமாக ஒடித்துத் திருப்பினான்.

‘தவறான திருப்பம்’ என கார் ஒலிபெருக்கியில் ஒரு பெண்குரல், பொறுமையாகத் தொடர்ந்து அறிவித்தது.

கௌசி, மடியில் கம்ப்யூட்டரோடு உட்கார்ந்தபடி ‘நகருங்க நான் ஓட்டறேன். மெயின்ரோட்டை விட்டு விலகிட்டோம்னு ஜி.பி.எஸ். சத்தம் போடுறது பாருங்க.’

‘இங்கே காபி நல்லா இருக்கும்’ கிச்சாமி ஒலிபெருக்கியின் தலையைத் தட்ட, காரில் இருந்த தொலைக்காட்சி வேலை செய்ய ஆரம்பித்தது.

‘வளைகுடா நாடுகளில் தொடரும் பொருளாதார நெருக்கடி காரணமாக...’

கௌசி அதை அமர்த்தினாள்.

வண்டி நின்றது. நிறைய சூரிய கார்கள் மேலே கண்ணாடிச் சட்டகம் பளிச்சிட நின்று கொண்டிருந்தன.

‘நேரமாயிட்டா, பிரின்ஸிபால் போயிடுவாள்.’

கௌசி கடிகாரத்தைப் பார்த்தாள்.

‘எப்படிப் போவா? வந்து பார்க்கச் சொல்லி அவதானே சொல்லி விட்டா? ஸ்கூல் விடறதுக்கு இன்னும் மூணு மணி நேரம் இருக்கு. பாரி இங்கே வா.’

கிச்சாமி குரலைக் கேட்டு ஓடி வந்தவனுக்குப் பதினைந்து வயது இருக்கும். வெகுளியாகச் சிரித்தான்.

‘ஆபீஸ் லீவா சார்? என்ன சாப்பிடுறீங்க? அம்மாவுக்கு என்ன கொண்டு வர?’

‘ரெண்டு காபி போதும் பாரி. கொஞ்சம் சீக்கிரம். எங்க பிள்ளை யோட பள்ளிக்கூடத்துக்குப் போயிட்டு இருக்கோம்.’

பாரி உள்ளே ஓடினான்.

‘புறநகர்ப் பையன், வேலை தேடி வந்துட்டான்.’

கிச்சாமி சொல்லிக் கொண்டிருந்தபோது, அவன் திரும்பி வந்து ஜன்னலில் தட்டைப் பொருத்தினான்.

‘இங்கு மனிதர்கள் மட்டுமே பணிபுரிகிறார்கள்’ என்று பெருமை யோடு சொன்ன அறிவிப்புப் பலகையைப் படித்தபடி, கௌசி காபி குடித்தாள்.

‘பாவம். புறநகர்லே இருந்து எத்தனைப் பேர் இப்படி வேலை தேடி வர்றாங்க.’

கௌசி, சுறுசுறுப்பாக நடமாடும் பாரியைப் பார்த்தபடியே சொன்னாள்.

‘என்ன செய்யறது. விதைக்க இயந்திரம், அறுக்க இயந்திரம். கன்னியாகுமரியிலே கோதுமை விளையவும், தார் பாலை வனத்துலே சம்பா நெல் சாகுபடி பண்ணவும் ஜெனிட்டிக் இன்ஜினீயரிங் செய்து விதைய பேடண்ட் பண்ணிட்டாங்க, படு பாவிங்க... விளைஞ்சதைச் சாப்பிடலாம், திரும்ப விதைக்க முடியாது, ஒவ்வொரு தடவை பயிர் வெக்கறதுக்கு முன்னாடியும் புதுசா விதை வாங்கணும்னா எத்தனை பேரால் முடியும்?’

கௌசி காரைக் கிளப்பினாள்.

பாதையின் இரண்டு பக்கமும் பச்சைப் பசேல் என்று இருந்தது. முட்டைக்கோஸ் பயிர் செய்திருந்தார்கள். ‘சாப்பிடுவதற் கில்லை’ என்று அங்கங்கே தலைகாட்டிய அறிவிப்புப் பலகை எச்சரித்தது.

‘சாப்பிட்டா என்னாகும்?’ - கௌசி கேட்டாள்.

‘சீக்குப் பிடிச்சுச் சாக வேண்டியதுதான். எல்லாம் மரபணுவை மாற்றி உண்டாக்கிய முட்டைக்கோஸ்... காத்துலே இருக்கற நச்சுத்தன்மையை உறிஞ்சி சுத்தப்படுத்த விசேஷமா உருவாக் கினது. அப்புறம் அப்படியே உரமாயிடும்...’

பள்ளிக்கூட வளாகத்துக்குள் கார் திரும்பியது.

‘ஒரே உலகம்... எங்கள் உலகம்...’

சீரான சுருதியில் பெண்குரல் ஒலிக்க, தொடர்ந்த பிஞ்சுக் குரல்களைக் கேட்டபடி பிரின்ஸிபால் அறைக்கு நடந்தார்கள். மனுஷ டீச்சரா, ஹியூமனாய்டா?

துடைத்து விட்டாற் போன்ற முகமும், ஸ்தூலமான உடலுமாக நடுவயதில் பிரின்ஸிபால். பருத்திப் புடைவை உடுத்தியிருந் தாள். மேசையில் கம்ப்யூட்டர் திரையைத் தொட்டு அதில் காரிய தரிசி முகம் தென்பட, 'ஸ்டெல்லாவை வரச் சொல்லு' என்றாள்.

'ஸ்டெல்லா, உங்க பையன் சந்தானோட கிளாஸ் டீச்சர்' - முன்னால் உட்கார்ந்திருந்த கிச்சாமியையும் கௌசியையும் பார்த்துச் சொன்னாள்.

'ஏன் மேடம், குழந்தை ஏதாவது தப்புப் பண்ணிட்டானா?'

கௌசி லேசான பயத்தோடு கேட்டாள்.

'சந்தான் ரொம்ப புத்திசாலிப் பிள்ளை. அவனால் ஒரு கஷ்ட மும்...'

'எஸ் மாம்.'

ஸ்டெல்லா நெடுநெடுவென்று, ஒட்டிய கன்னமும் காதில் துளிர்த்த முடியுமாக வந்தாள்.

'சொல்லேன்' என்றாள் பிரின்ஸிபால். சொன்னாள்.

'பள்ளியில் மூன்று வகுப்பு வரை உள்ளது. சந்தான் மூன்று 'ஏ' பிரிவில். 'முன்பனிக்காலம்' என்ற குழுவுக்குத் தலைவன். மொத்தம் ஆறு குழுக்கள்.

'க்ரூப் அடையாள அட்டையை அவன் எங்கோ கவனமில்லாமல் தொலைத்துவிட்டான்.'

'தப்புத்தான். தலைவர்கள் தவறு செய்யக் கூடாது. எவ்வளவு கட்டவேண்டும் என்று சொன்னால்...'

கௌசியைக் கையமர்த்திவிட்டு, ஸ்டெல்லா தொடர்ந்தபோது, குரலில் புரியவைக்க வேண்டிச் சொல்கிற ஆசிரியக் கவனம் தெரிந்தது.

இரண்டு நாள் முன்பு மாணவர்கள் பற்றிய விவரங்களை கம்ப்யூட் டரில் பதிந்து அடுத்த நிலைப் பள்ளிக்கு அனுப்பினார்கள். சந்தான் அடுத்த வருஷம் அங்கே சேர வேண்டும்.

‘நாங்கள் பிறப்புச் சான்றிதழ் கொடுத்திருக்கிறோமே...’

‘கொடுத்திருக்கிறீர்கள். அதை அப்படியே ஓ.சி.ஆர். மேய்வான் மூலம் பெயர்த்து கம்ப்யூட்டரில் பதிந்துகொள்ள முடியும்தான். ஆனால் இவர்கள் எல்லாம் சில்லு யுகத்துக் குழந்தைகள் இல்லையா. எல்லோர் உடம்பிலும் பயோ சிப் பொருத்தி, அதில் சகலமான விவரமும் பதிந்திருக்கிறதே, பெயரைத் தவிர.’

கௌசி இரண்டு ஹ்யூமனாய்டுகளையும், கிச்சாமி அதே எண்ணிக்கையில் வெளுத்த கால்களையும் நினைத்துக் கொள்ள, ஸ்டெல்லா டீச்சர் தொடர்ந்தாள்.

‘மாணவர்களின் உடலில் இருக்கும் சில்லுகள் அவற்றில் பதிந்து வைக்கப்பட்ட தகவலை, குறைவான சக்தி வாய்ந்த அலைகளாக ஒலிபரப்ப வல்லவை. கம்ப்யூட்டரோடு இணைத்த ஸ்கேனர், இந்த அலைகளைக் கிரகித்துத் தகவலை நேரடியாக கம்ப்யூட்டரில் போட்டுவிடும். முக்கியமாக, அடையாள எண், ஆணா பெண்ணா, பிறந்த நாள். பிரஜைகள் இனி படிப்படியாக இப்படித்தான் அடையாளம் காணப்படு வார்கள்.’

‘நல்ல விஷயம்தான்... இதில் பிரச்னை எதுவும் இருப்பதாகத் தெரியவில்லையே...’

‘உங்கள் பிள்ளை சந்தான் ஒரு பெண் என்கிறது அவனுக்கு உள்ளே பொருத்தி இருக்கும் சில்லு. அதுதான் பிரச்னை.’

‘என்ன?’ - இரண்டு பேரும் அதிர்ந்தார்கள்.

‘ஆரம்பத்தில் எங்கோ தவறு நடந்திருக்கிறது. இப்போதுதான் தெரிகிறது. இனி எல்லாவற்றுக்குமே சில்லுத் தகவல்தான் அடிப் படை என்று வருங்காலத்தில் ஆகும்போது பெரிய பிரச்னையாக லாம்.’

பிரின்ஸிபால், பழைய புத்தகம் ஒன்றைத் திறந்து அதன் மணத்தை அனுபவித்தபடி சொன்னாள்.

‘நாங்கள் என்ன செய்யணும்?’ - கௌசி கவலையோடு கேட் டாள்.

‘காகிதச் சான்றிதழில் ஆண் என்று சரியாக இருக்கிறது. அதுவரை நல்லது. அதை எடுத்துக் கொண்டு அரசாங்கப் பிறப்பு, இறப்புத் துறைக்கு உடனே போய்ப் பாருங்கள்.’

3

பெண்கள்.

ஒருத்தி மேசை மேல் உட்கார்ந்து கால் ஆட்டிக் கொண்டிருந்தாள். கொச கொசவென்று வர்ணம் அள்ளித் தெளித்த சட்டை போட்டிருந்தாள். சந்தானை விட ஒரு கைப்பிடி உயரம். புகை விட்டுக் கொண்டிருந்தாள்.

பக்கத்து நாற்காலிகளிலும் பெண்கள். நாற்காலிகளின் முதுகுப் பகுதியைப் பார்த்தபடி திரும்பி உட்கார்ந்திருந்தார்கள். புகை விட்டுக் கொண்டிருந்தார்கள்.

‘அப்புறம், தொரை எங்கே இம்புட்டுத் தூரம்?’

மேசைக்காரி சந்தானை உற்றுப் பார்த்தாள்.

சந்தான் சட்டைப் பையிலிருந்து அட்டையை எடுத்து நீட்டினான்.

‘ஓ... இப்பல்லாம் பெண்கள் விடுதிக்குள்ளே வர அட்டையிலே அனுமதி அடிச்சுத் தர்றாங்களா?’

நாற்காலியில் இருந்து எழுந்தவள், அட்டையை வாங்கி மேசைக்காரியிடம் கொடுத்தாள். அவள் அதைச் சாவதானமாகச் சட்டைக்குள் போட்டுக் கொண்டாள்.

சந்தானுக்குப் பொழுது சரியாக விடியவில்லை.

கல்லூரியில் சேரத் தனியாக வந்திருக்கக் கூடாது.

அப்பாவின் விரலைப் பிடித்துக்கொண்டு பின்னால் வர சின்னப் பையனா என்ன? மீசை அரும்பி, முதல் பரு வெடித்து, கனவில் அழகான இளம்பெண்கள் சிநேகமாகச் சிரித்து... நேரில்தான் படுத்துகிறார்கள், இப்படி.

பயோகெமிஸ்ட்ரி வகுப்பில் சேரப் பணம் கட்டி, விடுதியில் இடம் வாங்கி, நேராக அறையில் போய் முடங்காமல், சுற்றிப் பார்க்கலாமே என்று கிளம்பியிருக்கக் கூடாது.

‘சொல்லு, இங்கே எப்படி வந்தே?’

காதார் குழையாடக் கேட்டவள், அடுத்த சிகரெட்டைப் பற்ற வைத்தாள். சாதாரண சிகரெட் இல்லை போல் இருக்கிறது. வாடை கூட வித்தியாசமாக...

‘சொல்லுடா...’

நாற்காலிக்காரி பார்த்த பார்வையில் விரோதம் தெரிந்தது.

‘இங்கேதான் கதவு திறந்தது.’

சந்தான் மெல்லச் சொல்ல, எல்லாப் பெண்களும் ஏக காலத்தில் சிரித்தார்கள்.

‘உடம்பில் வைத்த சில்லு, பெண் என்று சொன்னால்தான் பெண்கள் விடுதிக் கதவு திறக்கும்.தெரியும் இல்லையா?’ மேசைக்காரி கேட்டபடி அவன் காதைத் திருகினாள்.

‘என் விளக்க அட்டையைப் பாருங்கள். தானே தெரியும்.’

‘எந்த அட்டை?’

‘அதைத்தான் நீங்கள் சட்டைக்குள் போட்டுக் கொண்டீர்கள்’ சந்தான் பணிவாகத் தெரிவித்தான்.

அவள் நிதானமாக அட்டையை எடுத்தாள்.

‘சில்லில் தப்பா?’ அதைப் படித்தபடி சொன்னாள். ‘நம்பக் கஷ்டமாத்தான் இருக்கு. ஆனா அரசாங்கம் கொடுத்த சர்ட்டிஃபிகேட். போறது, நீ இந்தக் கல்லூரியில் என்ன பண்றே?’

‘சேர வந்தேன், பயோ கெமிஸ்ட்ரி...’

‘சப் ஜூனியர் பையன்...’ - ஆனந்தமாகக் கூச்சலிட்டார்கள். ‘மாட்டிக்கிட்டே, ராகிங்னு பழைய வழக்கம் பற்றிக் கேட்டிருக்கியா...’

சந்தான் கலவரத்தோடு பார்த்தான்.

‘அட்டை சொன்னால் ஆச்சா?’

நாற்காலிப் பெண் நமுட்டுச் சிரிப்பு சிரித்தாள்.

'கவர்மெண்ட்லே சொல்றாங்களே.'

சந்தான் வினயமாகச் சொன்னான்.

'அவங்களை எப்படி நம்ப வச்சே?'

சின்னதும் பெரிதுமான குழுக்கள். அதிகாரிகள். ஊழியர்கள். எல்லோரும் புன்சிரிக்க, அவிழ்த்து விட்டு நின்ற பொழுதுகள்.

'இங்கேயும் ப்ரூவ் பண்ணு. நிரூபிச்ச அப்புறமா அட்டையைத் தர்றோம்...'

சந்தானுக்கு அழுகை முட்டிக்கொண்டு வந்தது.

'என்ன யோசிக்கறே. அட்டை வேணும் இல்லியா? தூக்கி பிளஷ்லே போட்டுத் தண்ணி விட எத்தனை நேரம் ஆகும் சொல்லு.'

சந்தான் நிலைகுலைந்துப் போனான். இந்த அட்டையை வாங்கபட்ட கஷ்டம் இது இருக்கும் போதே இத்தனை சங்கடம். இதுவும் இல்லாமல் போய்.

'ஆரம்பி.'

மேசைக்காரி புட்டத்தில் உதைத்தாள். சந்தான் முனகினான். வலித்தது. பயமாக இருந்தது. லாஜிக்கே இல்லாமல் கொஞ்சம் சந்தோஷமாகவும்.

'கம் ஆன்' கோஷ்டியாகக் கூச்சல்.

வாசலில் அழைப்பு மணி.

'எந்த நாய் அங்கே?'

மேசைக்காரி கதவைத் திறக்க, புஷ்டியான கருப்புப் பெண்.

'என்ன நடக்குது இங்கே? பக்கத்து ரூமிலே படிக்க முடியலே, ஒரே இரைச்சல்'

'சும்மா கலாட்டா விஷு. ஜூனியர்...'

மேசைக்காரி குரலில் மரியாதை தெரிந்தது. அவளை விட சீனியரிடம் பேசுகிறாள்.

சந்தான்... செயல்படு... இவளை நம்பு... கருப்பி காப்பாற்று வாள்.

'மேடம். என்னை... என்னை...' அவன் குரல் உடைந்தது.

'அவுட்' என்றாள் நல்ல கருப்பி.

சந்தான் வெளியேறி வாசலுக்கு வந்தான். அங்கேயே நின்றான்.

உள்ளே பெரிய இரைச்சல். எல்லோரும் எல்லோரையும் பெண் நாய் என்றார்கள். யாரோ அவனுடைய அட்டையை வெளியே விட்டெறிய, அது மண்ணில் அரை இருட்டில் விழுந்தது.

அவன் பதற்றத்தோடு தரையை அளந்து பொறுக்கி எடுத்துக் கொண்டான்.

கறுப்பி வெளியே வந்தாள்.

'கடத்திட்டு வந்தாளுங்களா?'

கதைச் சுருக்கம் சொன்னான்.

'உனக்குக் கோபம் வரல்லே?'

'யார் மேல்?'

'எதுக்கு இந்தச் சில்லு? உள்ளே வச்சுத் தைச்சு உன்னோட சுதந்தரத்தைப் பறிக்க அரசாங்கத்துக்கு என்ன உரிமை இருக்கு?'

தெரியவில்லை.

'சுதந்தரம்னா என்னன்னு தெரியுமா?'

சந்தான் சங்கடமாகச் சிரித்தான்.

'நாளைக்குக் கூட்டம் இருக்கு. வா, தெரிஞ்சுக்கலாம்.'

4

சந்தான் சின்னத் தலைவலியோடு எழுந்தபோது, விடிந்து நிறைய நேரமாகி இருந்தது.

ராத்திரி ஆபீஸ் பார்ட்டியில் இரண்டு பெக் விஸ்கி அதிக மாகிவிட்டது.

அலுவலகத்தில் எதற்கெடுத்தாலும் விருந்து. போன மாதம் ரேணுகா தன் நெருங்கிய தோழி சம்யுக்தாவைக் கல்யாணம் செய்துகொண்டதற்கு... அதற்குப் பத்து நாள் முன்னால் ராஜேஷ் அவன் சிநேகிதப் பையனை மணந்தது... நேற்று சந்தானுக்கு கல்யாணம் நிச்சயம் ஆனதுக்கு பார்ட்டி.

'அப்பாடா. ரொம்ப நாள் கழித்து ஒரு ரெகுலர் கண்ணாலம். சில்லுபடி பார்த்தா, இதுவும் ஒருபால் கல்யாணம்தான்... போறது போ. அடுத்த வருஷம் குழந்தையோடு வந்துடு. இன்னொரு அத்தாட்சி சர்ட்டிஃபிகேட்.'

வந்தனா கண்சிமிட்டியபடி அவன் கைகளைப் பற்றிக் குலுக்கியது நினைவு வந்தது. அழகான பெண். அவனுக்கு நிச்சயமாகி இருக்கும் சௌமியா போல...

சில்லுத் தலைவலி இன்னும் தொடர்கிறது. ஆனாலும் பதவி யோகமும் கூடவே வருகிறது.

பிறப்பு இறப்பு அலுவலகத்தில் தலைமை அதிகாரிக்கு அடுத்த நிலை அதிகாரி. வெட்டி முறிக்கும் வேலை இல்லாமல் கை நிறைய சர்வதேச நாணயமாகச் சம்பளம். சூரிய கார். அரசாங்க வீடு.

கடவுளுக்கு... இல்லை, அந்தத் திடகாத்திரமான கருப்பி விசாலம் என்ற விஷ்ணுவுக்குத்தான் நன்றி சொல்லவேண்டும்.

கல்லூரி முடித்துப் பத்து வருஷம் ஓடிவிட்டது. இருந்தாலும் சேர்ந்த முதல் நாள் கில்லாடிப் பெண் சீனியர்களிடமிருந்து சந்தானைக் காத்து ரட்சித்ததோடு முடிந்ததா அவள் காரியம்? தெரியாத பாடங்களைப் பொறுமையாக விளக்கி ஆசிரியர் களுக்கும் மேலாக அவனுக்குப் புரிய வைத்தவள் அவள் தான்.

'இப்படி அடிமை போல ஒரு பயோசிப்பை உடம்புலே வைச்சுத் தச்சுக்கிட்டுத் திரியணும்னு நம்ம தலைமுறையோட தலை எழுத்தா என்ன? எய்ட்ஸைத் தடுக்கறதாம். புருடா. சொல்ற வனை வரிசையா நிக்க வைச்சு...'

அரங்கம் கிடுகிடுக்கச் சொற்பொழிந்தாள் விஷு. சில்லு மறுப்பு இயக்கத்தில் சேரச் சொல்லி ஆக மட்டும் அவள் வற்புறுத்தி னாலும் மெல்லக் கழண்டு கொண்டு வந்து வீடியோ புத்தகமே கதியாக இருந்ததால் முதல் மார்க் வாங்கி...

சந்தான் சுவரைத் தொட, சுவர் முழுக்க அடைத்தபடி விரியும் காட்சியாக நேற்று நகர வீதிகளில் சில்லு மறுப்பு இயக்கத்தினர் செய்த மறியல் பற்றிய செய்தி.

‘ஆபீஸ் கிளம்பலியா?’

அம்மா சத்தம். இப்போது நிறையச் சத்தம் போடுகிறாள். ‘மெனோபாஸ் பிராப்ளம்’ என்கிறார் டாக்டர். பாவம், எவ்வளவோ கஷ்டப்பட்டு விட்டாள். பாதி இவனைப் பற்றிய, இவன் உடம்பில் வைத்த தப்பான சில்லு பற்றிய கவலை.

அலுவலகம் கிளம்பும்போது, கிச்சாமி ஒரு பெரிய காகிதக் கட்டை காரில் வைத்தான்.

‘என்னப்பா இது எல்லாம்? ஸ்ரீராமஜெயமா?’

‘சும்மா இருடா அசத்து... உன்னோட கல்யாணப் பத்திரிகை. ஆபீஸ்லே எல்லோருக்கும் கொடுக்க.’

பின்னாலே வந்த கௌசியின் குரலில் சந்தோஷம் தெரிந்தது.

சில விஷயங்கள் இன்னும் சம்பிரதாயமாகத்தான் இருக்கின்றன.

‘சர்ட்டிஃபிகேட் அட்டையை எடுத்துக்கிட்டியா?’

அம்மா, இவன் நிக்கர் அணிந்து பள்ளிக்கூடம் போன காலத்திலிருந்து தினசரி ஞாபகப்படுத்துகிறாள். அவிழ்த்துப் போட்ட துணியைத் துவைக்கும் முன், அட்டை இருக்கிறதா என்று தேட மறப்பதில்லை. அவன் வெளியே கிளம்பும்போது தூங்கிக் கொண்டிருந்தாலும் வாரிச் சுருட்டி எழுந்து ‘அட்டையை எடுத்துப் போ’ என்று சொல்லிவிட்டு மறுபடி கண்ணயர்கிறாள்.

‘மெயின் ரோடு எட்டுலே போக வேண்டாம். சில்லு மறுப்புக்காரங்க சாலை மறியலாம்.’

கிச்சாமி சொல்ல வாயெடுத்தபோது, அவன் கிளம்பி இருந்தான்.

முன்னால் போன சூரிய கார்கள் மெல்ல ஊர்ந்து கொண்டிருக்க, வண்டியின் வேகத்தைக் குறைத்தான். என்ன இழவாம்?

போக்குவரத்தை வழக்கம்போல் பாதி மனித இயந்திரங்கள் ஒழுங்குபடுத்திக் கொண்டிருந்தன. எரிச்சலூட்டும் 'பீப்... பீப்...' சத்தங்கள். 'நிதானமாகப் போகவும்' - பதிவு செய்யப்பட்ட குரல் உலோகத்தனமான காத்திரத்தோடு வெளிப்பட்டுக் கொண்டிருக் கிறது.

'என்ன விஷயம்?'

பக்கத்து வாய்க்காலில் கார் ஓட்டி வந்தவனை விசாரித்தான்.

வாயில் சூயிங்கம் மென்றபடி மிட்சுபிஷி என்கிறதுபோல் ஏதோ சொன்னான் அவன்.

அது என்ன என்று யோசிப்பதற்குள், கையில் விரித்துப் பிடித்த துணி பேனர்களோடு ஏழெட்டுப் பேர் எதிர்த் திசையிலிருந்து தடதடவென ஓடினார்கள். எல்லாவற்றிலும் பெரிய எழுத்தில் 'சில்லு மறுப்பு'. பின்னால் அலை அலையாக மனித இயந்திரங் கள்.

நரகல் என்றான் சந்தான் எரிச்சலோடு. இன்றைக்கு ஆபீஸ் போன மாதிரிதான். யாரோ காகிதத்தைக் காருக்குள் எறிந்தார்கள். புராதனமான சமாசாரம் இந்தக் காகிதமும் அதில் அச்சடிப் பதும்... பழைமைக்குத் திரும்பு என்கிறார்கள். சுதந்தரத்துக்குத் திரும்பு என்கிறார்கள். சந்தானுக்கு அதெல்லாம் வேண்டாம். ஆபீஸ் போனால் போதும்.

அவன் காகிதத்தில் கண்களை ஓட்டினான்.

'அமெரிக்கப் புல்வெளிகளில் மேயும் கால்நடைகள் தொலைந்து விடாமல் அவை எங்கேயிருந்தாலும் கண்டுபிடிக்க, மூன்று நூற்றாண்டுகள் முன்னால் அவற்றின் உடலில் பயோசிப் பொருத்தினார்களாம். ஆட்டைக் கடித்து, மாட்டைக் கடித்து, மனிதனையே கடிக்க வேண்டிய காரணம் என்ன? நம் உடம்பில் இருக்கும் இந்தச் சின்ன சில்லு, சதா நம் இருப்பிடத்தைப் பற்றிய அலைகளை வீசியெறிந்துகொண்டே இருக்கிறது. வானத்தில் நிறுத்திவைத்த செயற்கைக்கோள்கள் அவற்றைப் படிக்கும். ராத்திரி மனைவியோடு படுக்கையில் இருந்தால் கூட அரசாங்கத் துக்குத் தெரியும்.'

தெருவோரப் பழைய கட்டடத்துக்குள் இருந்து ராணுவ உடுப்பில் ஏகப்பட்ட பேர், நாயைப் போல் யாரையோ இழுத்து வந்தார்கள். பெண்.

'இயக்கத் தலைவி' - பக்கத்து கார்க்காரன் கோணலாகச் சிரித்தான்.

சந்தான் பரபரப்பாகப் பார்த்தான். விஷ்ணு இல்லை. வேறு யாரோ.

பூச்சி போல் மெலிந்து, தலை நரைத்து, கொடியை உயர்த்திப் பிடித்துக்கொண்டு அவள். கூடவே கொடியோடு புறநகர்ப் பெண்கள், இளைஞர்கள்.

'சில்லு வச்ச சர்க்கார் சோறு போடுமா?' - நீட்டி முழக்கிக் கொண்டு போனார்கள் அவர்கள்.

'இந்தப் புறநகர் எல்லாம் ஒழிஞ்சாத்தான் நிம்மதி.'

பக்கத்து கார்க்காரன் வண்டியைக் கிளப்பினான்.

முதுகுக்குக் கீழே கைவைத்துத் தள்ளிய ராணுவத்தானைத் திரும்பிப் பார்த்து அந்தப் பெண் முகத்தில் துப்பினாள்.

'பன்றிகளே... புழுத்த பன்றிகளே...'

சந்தான் காரை வேகம் கூட்டி ஓட்டினான்.

அலுவலகம்.

எல்லோரும் வழக்கம்போல் கையில் பிடித்த சின்னத்திரைகளில் படம் பார்த்தபடி பேசிக் கொண்டிருந்தார்கள்.

'சந்தான், என்னிக்குக் கல்யாணம்?'

கிருத்திகா பத்திரிகையைப் பிரிக்காமல் கேட்டாள்.

சொன்னான்.

'பெருசு வந்தாச்சா?'

'உள்ளே தூங்கிட்டிருக்கும், போய் எழுப்பிக் கொடு.'

இயக்குநர் அறை.

சந்தான் பத்திரிகையை நீட்டினான். அவர் ஏதோ சொல்ல ஆரம்பிக்கும் முன் எதிர்ச் சுவரில் வீடியோ திரை உயிர் பெற்றது. அமைச்சர் பேச விரும்புவதாக அறிவிப்பு.

சந்தான் வெளியே வந்தபோது அவனைக் காட்டி வந்தனா ஏதோ சொல்ல... பெரிய அலையாகச் சிரிப்பு. சந்தான் தன்னை அறியாமல் சட்டைப் பையில் சான்றிதழ் அட்டையைத் தொட்டுப் பார்த்துக் கொண்டான்.

அமைச்சரோடு இயக்குநர் பேசி முடித்து உடனே அறைக்கு வெளியே வந்தார். அவர் முகம் வியர்த்திருந்தது. ஒரு விநாடி எல்லோரையும் பார்த்து விட்டுத் திரும்ப உள்ளே போனார்.

'விசாரணை கமிஷன்' என்றார்கள் யாரோ. திரும்பவும் சிரிப்பு.

அறைக்கு உள்ளே இயக்குநர் தலையைக் கையில் பிடித்தபடி நாற்காலியில் சரிந்திருந்தார்.

அமைச்சர் சொன்னது இருபத்தைந்து வருஷம் முந்தைய சங்கதி. புதிதாக வெளியே வந்திருக்கிறது. முதல் முதலாகச் சில்லு தயாரித்த விஞ்ஞானிகள், ஆர்வக்கோளாறு காரணமாக ஒரு சின்ன விஷமம் செய்திருக்கிறார்கள். ஒரு பத்து சில்லில் நாள் குறித்திருக்கிறார்கள்.

'வெளியே தெரிஞ்சா மினிஸ்டிரியே ஆட்டம் கண்டுடும்யா'. அமைச்சர் சில்லு மறுப்பு இயக்க பயத்தில் சொன்னது இயக்குநர் காதில் இன்னும் ஒலிக்கிறது.

'நாள் குறிக்கறதுன்னா?' - அவர் வெகுளியாகக் கேட்க அமைச்சர் சொன்ன தகவல்...

ஒரு பத்து சில்லில் நாள் குறித்திருக்கிறார்கள். குறித்த நாளில் சில்லு கரைந்து ரத்தத்தில் சேர்ந்து, ஓசைப்படாமல் பரலோகம் போவார்கள் அந்தப் பத்துப் பேரும். அது அடுத்த மாதம் பத்தாம் தேதி.

வெளியே தெரியவே கூடாத விஷயம். தகவல் சேகரித்து வைத்த கம்ப்யூட்டர்களை நகர்த்தப் போகிறார்களாம். பழைய கம்ப்யூட்டர். பழுதாகிப் போனதென்று சொல்லி மியூசியத்தில் கூட்டை மட்டும் வைத்துவிட்டு உள்ளே இருப்பதை நொறுக்கி

விட வேண்டியதுதான். விஞ்ஞானிகளில் ஒருவர் தவிர யாரும் உயிரோடு இல்லை. போன மாத இறுதியில் அரசாங்கத்துக்குத் தகவல் தெரிந்த பின் அவர்கள் ஒவ்வொருவராக இயற்கை மரணம் அடைந்து விட்டார்கள். கை கால் இழுத்து, வாய்பேச முடியாமல் மருத்துவமனையில் இருக்கும் கடைசி நபருக்கும் மூச்சு இழுத்துக் கொண்டிருக்கிறது.

அந்தப் பத்து சில்லுகளில் பதிந்த அடையாள எண்களைக் கொடுத்திருக்கிறார் அமைச்சர். அவர்களைப் பிடித்து சில்லை வெளியே எடுப்பது இனி முடியாத காரியம். தசைக்கு நடுவே பதிந்த சில்லுக்குப் பதிலாக அதே எண்ணோடு பொருத்த வேறு சில்லை உருவாக்கவும் முடியாது...

செய்ய முடிகிற காரியம், அந்தப் பத்துப் பேரைக் கண்காணித்து, அவர்கள் மரணம் அடையும்போது எந்தவிதச் சந்தேகமும் யாருக்கும் எழாமல் பார்த்துக் கொள்வதுதான்.

பத்தில் ஒன்று யார் என்று இயக்குனருக்குத் தெரியும். அந்த சில்லில் ஆரம்பத்திலிருந்தே தவறு. ஆணைப் பெண்ணாகப் பதிந்து, அவன் பிறப்பு இறப்பு அலுவலகத்திலேயே வேலைக்குச் சேர்ந்து, பத்து நிமிஷம் முன்னால் கல்யாணப் பத்திரிகையோடு நுழைந்து...

பத்திரிகையைப் பிரித்தார். சிரஞ்சீவி சந்தானகோபாலன் பெரியவர்கள் ஆசியோடு செளமியா என்ற மீனலோசனியை...

அடுத்த மாதம் பத்தாம் தேதி, கிரகஸ்தனாகும் சந்தானுக்கு ஆளுக்கு ஆள் வெளியே வாழ்த்துச் சொல்லிக் கொண்டிருந் தார்கள்.

77. சைக்கிள் முனி

‘எனக்கு ஒரு பாடை அனுப்பவும்.’

பாலன் சொல்லிப் பார்த்துக் கொண்டான். ஏனோ சிரிப்பு வந்தது. அதையே பாட்டாக, திரும்பத் திரும்பப் பாடியபடி திரௌபதி அம்மன் கோயில் பொட்டலுக்கு டயர் வண்டியோடு அவன் போய்ச் சேர்ந்தபோது, உச்சி வெயில் மண்டையைப் பிளந்து கொண்டு இருந்தது.

வண்டி என்றால் அதொன்னும் வண்டி இல்லை. வெறும் பழைய டயர். சைக்கிளுக்கு அப்பா டயர் மாற்றியபோது, சைக்கிள் ரிப்பேர் கோவிந்தராஜு கடைக்கு கூடப் போய் பழைய டயரைப் பத்திரமாக வாங்கி வந்திருந்தான் பாலன். அதை ஒரு உடைந்த மர ஸ்கேலால் தட்டி, அது ஓடப் பின்னாலேயே தானும் ஓடுவதே அவனுடைய டயர் வண்டி.

அப்பா முழுக்க வழுக்கையாகிப் போன பழைய டயரை எடுத்துவிட்டு, அவர் சைக்கிளில் மாட்டிக் கொண்டதும் இன்னொரு

பழைய டயர்தான். அது முத்துக்கருப்பன் வக்கீல் சைக்கிளில் இருந்து கழற்றிய முக்கால் வழுக்கை டயர்.

பாலனின் அப்பா, வக்கீல் குமாஸ்தா. அவர் ஓட்டுகிற சைக்கிள், பாலனுக்கு வருஷம் பிறந்ததும் வாங்கித் தரும் பாடப்புத்தகம், வீட்டில் சத்தத்துக்கு நடுவே அவ்வப்போது ஜலதோஷக் குரலில் ஆகாசவாணி செய்திகள் வாசிக்கும் வால்வ் ரேடியோ, ராத்திரி சாப்பிட்டு விட்டு அவர் அக்கடா என்று கட்டையைச் சாய்க்கும் சாய்வு நாற்காலி எல்லாமே செகண்ட் ஹேண்ட்தான்.

சாய்வு நாற்காலியில் சாய்ந்தபடி அவர் வெற்றிலை போட, தெருமுனையில் செம்மை நாயுடு கடையில் கடன் சொல்லிக் குறைந்தது பத்து நிமிஷமாவது நின்று வெற்றிலை வாங்கி வருவது பாலன்தான். சில நாள் அபூர்வமாக அழுக்கான ஒரு ஆரஞ்சு மிட்டாயை எடுத்து சும்மா தருவார் நாயுடு. அந்த ராத்திரி களில் அவர் ஜரிகை வேட்டி கட்டி கெட்ட வாடையடிக்கும் புனுகோ, ஜவ்வாதோ மேலே பூசியிருப்பார்.

செம்மை நாயுடு கடை வழியாகத்தான் டயர் வண்டியை ஸ்பீடாக விரட்டிக்கொண்டு பாலன் வந்தான். 'ரே தொங்கா, எனக்கு போஸ்ட் ஆபீஸில் இன்லண்ட் லெட்டர் வாங்கிட்டு வர்றி யாடா?' என்று நாயுடு கையைக் காட்டி நிறுத்தியதை லட்சியமே செய்யவில்லை அவன். ராத்திரி இன்னும் பத்து நிமிஷம்கூட நிற்க வைக்கப் போகிறார். போகட்டும். இப்போது திரௌபதி அம்மன் கோயில் பொட்டலில் தலை போகிற வேலை இருக்கிறது.

காலையிலிருந்தே வீட்டில் நிலைமை சரியில்லை. அரைப் பரீட்சை லீவுவிட்ட நேரத்தில்கூட நிம்மதியாக விளையாட முடியாமல் வீட்டில் அழுகைச் சத்தம். அம்மா வயிற்றிலும் நெஞ்சிலும் அடித்துக்கொண்டு அழுதாள். பாடை சமாசாரம் தான்.

விஷயம் வேறொன்றுமில்லை. காரைக்குடியிலிருந்து வந்த யாரிடமோ நாச்சம்மை அக்கா கடிதாசு கொடுத்து அனுப்பி யிருந்தாள். அவளை வீட்டு வேலைக்காக அங்கே ஒரு வீட்டில் சேர்த்து விட்டிருந்தார் அப்பா. எட்டுப் பிள்ளைகளில் பாலனுக்கு நேர் மூத்தவள் நாச்சம்மை. பன்னிரண்டு வயதில் வீட்டு வேலை செய்யும் குட்டியாக அவள் காரைக்குடிக்குப் போவதற்காக பாலனின் அப்பாவுக்கு மூவாயிரம் ரூபாய் தந்தார்கள். அதை வைத்துத்தான், இரண்டாம் அக்கா பூச்சூடலுக்குச் செல வழித்தது.

போன வருஷம் பொங்கலுக்கு ரெண்டே நாள் வந்துவிட்டு, அவதி அவதியாகத் திரும்பிய நாச்சம்மை மொட்டை போட்டிருந்தாள். அதாவது போட்டுவிட்டிருந்தார்கள். பாலன் அவளைப் பார்த்ததும் சிரிக்க ஆரம்பித்து, அவள் அழவே சும்மா இருந்தான்.

'தலையிலே பேன், பொடுகு வராம சின்னப் பிள்ளைங்களுக்கு மொட்டை போடறது சகஜம்தானே' அப்பா சொன்னார்.

'ஆமாமா... எண்ணெய்ச் செலவும் கிடையாதில்லே' என்றாள் அம்மா, நாச்சம்மையைப் பார்த்துக் கண்கலங்கியபடி.

நாச்சம்மை கொடுத்தனுப்பிய கடிதத்தில் 'எனக்கு ஒரு பாடை அனுப்பவும்' என்று எழுதியிருந்ததுதான் வீட்டில் இன்று அம்மா குரல் எடுத்து அழக் காரணம். எல்லாப் பாவாடையும் கிழிந்து விட்டிருந்தது அவளுக்கு. அடுத்த பொங்கலுக்கு வீட்டம்மா புது செட் வாங்கித் தருவதற்குள் வீட்டில் நாச்சம்மை வைத்துவிட்டுப் போயிருந்த அரக்கு கலர் பாவாடையை அனுப்பச் சொல்லிக் கேட்டிருந்த கடிதம் அது. ஏழாம் கிளாஸ் பாதி படிக்கையில் நிப்பாட்டி வீட்டு வேலைக்கு அனுப்பப்பட்டதாலோ, அவசரமாக எழுதியதாலோ பாவாடையில் ஒரு எழுத்து இல்லாமல் போனது.

'கூழோ கஞ்சியோ குடிச்சுக்கிட்டுப் புள்ள இங்கயே கிடக்கட்டும். கூட்டி வந்துடுங்க. அச்சானியமா எழுதியிருக்கா பாவிமக... மனசு கேக்கலியே' என்று அம்மா பிலாக்கணம் வைக்க... அப்பா, 'இன்னும் ரெண்டாயிரத்து முந்நூறு நிலுவை இருக்கே' என்றபடி சைக்கிளை மிதித்தார்.

அம்மா சோறாக்காமல் அடுக்களையிலேயே சுவரில் சாய்ந்து உட்கார்ந்திருந்தாள். அப்புறம் நினைவு வந்தவளாக, கொஞ்சம் மோர்க்களி கிண்டினாள். மோரும், புழு எடுத்துப்போட்ட அரிசி மாவும், கம்பு மாவும், கொஞ்சம் உப்பும் தவிர ஏதுமில்லாத அதுதான் அவளுக்கும் பாலனுக்கும் மத்தியான சாப்பாடு. அப்பா பெரும்பாலும் வக்கீல் ஆபீஸுக்கு வரும் கட்சிக்காரர்களை நயந்தும் பயந்தும் மதியச் சாப்பாட்டை முடித்துக்கொண்டு விடுவார்.

திரௌபதி அம்மன் கோயில் சந்து வெறிச்சோடிக் கிடந்தது. மூங்கில் பிளாச்சுக்கள் பாதி பிரித்துப் பாதி பிரிக்காமல், நடுவே சைக்கிள் டயர் திரும்பத் திரும்பப் பதிந்த தடத்தோடு, வெயிலில்

காயப்போட்டிருந்த பொட்டலில், கூம்பு ஒலிப்பெருக்கிகளைப் பிரித்து எடுத்துப் போயிருந்தார்கள்.

‘கல்லல் பெரியமுத்து விடாமல் பத்து நாள் சைக்கிள் சுற்றுகிறார். வடநாட்டில் காங்கிரஸ் பொருட்காட்சியில் ஒரு வாரம் சைக்கிளிலிருந்து இறங்காமல் சுற்றி, நேரு கையால் தங்கப் பதக்கம் வாங்கியவர். வாருங்கள்... வந்து பாருங்கள்... உங்கள் மேலான ஆதரவைத் தாருங்கள்’ என்று நேற்று வரை அங்கிருந்த ஒலிப்பெருக்கி அலறிக் கொண்டிருந்தது. ஒவ்வொரு தடவை சொல்லி முடித்ததும் ‘வாராய் என் தோழி வாராயோ... மணப்பந்தல் காண வாராயோ...’ என்று பாசமலர் பாட்டு வைப்பார்கள். ஒரு பத்து நாளாக ராப்பகலாக அய்யர் குரலில் ‘மாங்கல்யம் தந்தன்னா’ என்றும் எல்.ஆர்.ஈஸ்வரி சிநேகிதப் பெண்களோடு சிரிப்பதும் தொடர்ந்து கேட்டுவிட்டு, இன்று அதொண்ணும் இல்லாமல் பொட்டல் கல்யாணம் முடிந்த வீட்டைப் போல களையில்லாமல் இருந்தது.

ஆனாலும் இங்கே இன்னும் சுவாரசியம் மிச்சம் இருக்கிறது. நாளைக்குக் காலை பத்து மணிக்கு அது உச்சத்துக்கு வரும்.

‘சைக்கிள் பெரியமுத்து - பத்து நாள் சைக்கிள் சுற்றியதும் அவரைப் பொட்டலில் ஆழக்குழி தோண்டி அடுத்த நாள் முழுக்கப் புதைக்கப் போகிறோம். ஒரு முழு நாள். ஆமாம்... இருபத்து நாலு மணி நேரம். வெள்ளிக்கிழமை காலை பத்து மணிக்கு, மாஜி பஞ்சாயத்து போர்டு பிரசிடெண்ட் நல்லையா தலைமையில் குழி திறக்கப்பட்டு, சைக்கிள்காரர் வெளியே வருவார். அவருக்குப் பணமுடிப்பும், வெள்ளிப் பதக்கமும் வழங்கப்படும். மச்சக்காளை... பாட்டைப் போடு...’ வாராய் என் தோழி...

கேட்டுக் கேட்டுப் பழகியிருந்த அறிவிப்பு. பாலன் மைதானத் துக்கு நடுவே பிடுங்கி நடப்பட்ட நாலைந்து செடியும் துருத்திக் கொண்டிருந்த மூங்கில் குழாயுமாக இருந்த மணல் மேட்டைப் பார்த்தான். உள்ளேதான் சைக்கிள்காரர் தூங்கிக் கொண்டிருக் கிறார்.

பொட்டலுக்கு வெளியே தலை கிரீடத்தில் களிமண் உதிர்ந்து போய் இரும்புக் கம்பி துருத்திக் கொண்டிருக்க, உட்கார்ந்திருந்த

பெரிய முனீஸ்வரன் சிலை. சாதாரணமாக, இந்தப் பக்கம் வரும் போது முனியின் உருட்டி விழித்த கண்களையும் கையில் ஏந்திப் பிடித்த சூலாயுதத்தையும் பிடிவாதமாகப் பார்க்காமல் தலையைக் குனிந்துகொண்டே ஓடித்தான் பாலனுக்குப் பழக்கம். இந்தப் பத்து நாள் திரும்பத் திரும்ப சைக்கிள்காரனைப் பார்க்க வந்து முனியின் பக்கமும் பின்னாலும் நேர் முன்னாலும் எத்தனையோ தடவை நின்று நின்று அந்தப் பயம் முழுக்கப் போயிருந்தது.

மண்ணுக்கடியில் ஒரு மனுஷன். பக்கத்தில் யாரும் இல்லை என்பதுதான் கொஞ்சம் பயமாக இருந்தது. முனி பார்த்துக் கொண்டிருப்பது ஆசுவாசமாக இருந்தது. பத்து நாள் தோழன்.

டயரை உருட்டாமல் கையில் தூக்கிக்கொண்டு சிலைப் பக்கம் போனான் பாலன். என்னமோ தோன்ற அதைப் பக்கத்தில் வைத்துவிட்டு இரண்டு கையையும் குவித்துக் கும்பிட்டான்.

'பாவம்... ரொம்பக் களைச்சுப் போயிட்டான்.'

முனிதான். பாலனைப் பார்த்துச் சிரித்துக் கொண்டே சொன்னது அது.

'யாரு பாவம்?' பாலன் புரியாமல் கேட்டான்.

'சைக்கிள்காரன்தான். பத்து நாள் சைக்கிளை விட்டு இறங்காம சுத்திட்டு இப்ப மண்ணுக்கடியிலே படுத்துக் கிடக்கான்.' முனி பரிதாபக் குரலில் கிசுகிசுத்தது.

'ராத்திரி யாரும் பாக்காதபோது கீழே எறங்கிக் கொஞ்ச நேரம் படுத்துப்பான்னு எங்க அப்பா சொன்னாரே' பாலன் சந்தேகத் தோடு கேட்டான்.

'சீச்சீ பாவம்... நான்தான் நடுராத்திரியிலே கூட முழிச்சுப் பார்த்துட்டு இருக்கேனே. சும்மா சொல்லக்கூடாது, ஒரு தடவை கூட இறங்கலே' முனி தீர்மானமாகச் சொன்னது.

'அந்தாளு சைக்கிள் எங்கே?'

'அதை சைக்கிள் கம்பெனிக்காரங்க கொண்டு போயிட் டாங்களே... உனக்குத் தெரியாதா?' முனி சிரித்தது. 'செம்மண்

புழுதியிலே சுத்திச் சுத்தி வந்து டயரே முழு வழுக்கையாயிடுச்சு' ஒரு தகவலுக்காகச் சொல்லி வைத்தது.

'அதைக் கேட்டா சைக்கிள் கடையிலே கொடுப்பானா?'

'என்னத்துக்காம்? சைக்கிள் சுத்திட்டு மண்ணுக்குக் கீழே படுத்துத் தூங்கறானே... அவனுக்கும் உன்னிய மாதிரி ஒரு மகன் இருக்கான். அவனுக்கு அது வேணும்னு முந்தாநாள் ராத்திரி அவன் சொல்லிட்டு இருந்தான்' முனி தலையில் நீட்டிக் கொண்டிருந்த இரும்புக் குச்சியை வருடிக்கொண்டே சொன்னது.

'அந்தாளு மக, காரைக்குடியிலே வீட்டு வேலைக்குப் போகுதா?'

'இன்னும் இல்லே... பள்ளிக்கூடத்துலேதான் படிக்குது. அவங்க ஊர்லே என் தம்பி இருக்கானில்லே... அவனுக்காகப் போன வாரம்தான் அந்தப் பொம்பளைப் பிள்ளைக்கு மொட்டை போட்டது...' முனி சிரித்தது.

'அந்த அக்கா, பாவாடைன்னு சரியா எழுதுமா?'

'இப்பதிக்குக் கட்டிக்க அந்தக் குட்டிக்கு ரெண்டு பாவாடை இருக்கு. எழுத வேணாம்... அதை உடுத்திக்கிட்டாப் போதும்...'

'எங்க அக்காவுக்கு மட்டும் ஏன் கட்டிக்கக் கூடத் துணி தர மாட்டேங்கிறாங்க?'

'நான் அந்தப் பக்கம் ராத்திரியிலே எப்பவாச்சும் மாடி மச்சுலே எல்லாம் குதிச்சு ஓடுவேன். அப்பக் கேட்டுப் பார்க்கறேன்' முனி கரிசனமாகச் சொன்னது. யாரைக் கேட்கும் என்று பாலனுக்குத் தெரியவில்லை.

'இந்த ஆள் எழுந்திருச்சுடுவாரா?' பாலன் மண்மேட்டைப் பார்த்தபடி விசாரிக்க, முனி என்னமோ முனகியது. பத்து நாள் விழித்திருந்து சைக்கிள்காரனோடு கூடத் துணைக்கு இருந்ததில், அதற்கும் தூக்கமும் அசதியுமாக இருக்கும் என்று பாலனுக்குத் தோன்றியது.

அவன் மண்மேட்டுக்குப் பக்கத்தில் மெதுவாகப் போனான்.

'உங்க மகளை வீட்டு வேலைக்கு அனுப்பாதீங்க' என்றான்.

‘இப்பப் பணம் வந்துடும்... அடுத்த மாசம் எப்படியோ... போவுது. நாளைக்கு அவசியம் வந்துடு... உங்க அப்பாரையும் ஒத்த ரூபாயாவது எடுத்துட்டு வரச் சொல்லு...’

குழிக்குள் இருந்து சைக்கிள்காரன் குரல் மெதுவாக வந்தது.

பாலன் தலையை ஆட்டினான். டயர் வண்டியை உருட்டிக் கொண்டு போகும்போது, அக்காவையும் சீக்கிரம் அனுப்பி வைக்கும்படி முனியிடம் சொன்னான்.

அது தூங்க ஆரம்பித்திருந்தது.

78. கருணை

இன்னும் பத்து நிமிஷம் இருந்தது. சீக்கிரம் வந்து சேர்ந்ததுக்கு டாக்ஸி ஓட்டி வந்தவன் ஒரு காரணம்.

'குறுக்கு வழியிலே போனால் அரை மணி யில் இந்த இடத்துக்குப் போய்விடலாம். நான் விரசாகக் கொண்டு போய் விடுகிறேன்...'

டாக்ஸி டிரைவர் இளைஞனாக இருந்தான். ரவியை 'இந்தியாக்காரனா...' என்று விசாரித் தான். 'தமிழ் தெரியுமா?' என்று வண்டியை ஸ்டார்ட் செய்து கொண்டே கேட்டான்.

'தெரியும். தமிழ்நாடுதான். தற்போது அங்கே இல்லை.'

ரவி அதற்கு அப்புறமும் சொல்ல நினைத் தது எதையும் கேட்கும் மனநிலையில் டாக்ஸி டிரைவர் இல்லை. ஈழத்தமிழன். தன்னைப் பற்றிச் சொல்ல ஆரம்பித்ததை இங்கே ரவி வந்து சேரும்வரை நிறுத்த வில்லை.

சாவகச்சேரியில் அந்த டாக்ஸி டிரைவருக்கு மனைவி இருக்கிறாள். மகள் உண்டு. அவன் இங்கே மேற்படிப்பு படிக்க வந்தான். அகதி என்ற முத்திரை குத்தப்பட்டவன். குடும்பம் இங்கே வர சாத்தியப்படாது. அங்கே தமிழர்களுக்குச் சீக்கிரம் தனி மாநிலம் கிடைக்கும். அப்புறம் அவனும் அங்கே திரும்பப் போவானா என்று முடிவு செய்யவில்லை.

'இந்த இடம்தான்... கட்டட எண்ணைச் சரி பார்த்துக் கொள்ளுங் கள்...'

ரவி அவன் முகத்தை ஒருமுறை நினைவில் கொண்டுவர முயன்றான். பத்து நிமிஷம் முன்னால்தான் பார்த்திருந்தாலும் அது மசங்கலாகத்தான் நினைவில் தெரிந்தது.

இன்னும் ஒருமணி நேரத்தில் அது மறந்து போகும். அந்தக் குரலும்தான். எல்லா நினைவுகளும் அப்படியே போனால் நல்லதுதான்...

டாக்ஸி ஓட்டி வந்தவன் தன் குழந்தைக்கு நான்கு வயது என்று சொன்னது ஞாபகம் வந்தது. ரவியின் மகளுக்கும் இப்போது நான்கு வயது முடிந்திருக்கும்.

பசித்தது. காலையில் பசியாறாமல் கிளம்பி வந்திருக்க வேண் டாம் என்று தோன்றியது.

பக்கத்தில் ஏதாவது மக்டொனால்டோ, பர்கர் கிங்கோ இருக்க லாம். ஒரு வெண்ணெய்க்கட்டி, பர்கர் சாப்பிட்டு வந்தால் பகல் வரை பசி எடுக்காது. போகலாமா? மணி பார்த்தான்.

வேண்டாம். இன்னும் இரண்டு நிமிஷம்தான் இருக்கிறது. மெர்ஸி வந்துவிடுவாள்.

அறையை நோட்டமிட்டான்.

அறைக்கு நடுவே வெள்ளை விரிப்போடு கட்டில். பழையது தான். ஆனால் கால்புறங்களில் பழைய சிற்பங்கள் நுணுக்கமாகச் செதுக்கப்பட்டிருந்தன. இரண்டு வெல்வெட் தலையணைகள், சிவப்பு நிறத்தில் கட்டிலின் மேற்புறத்தில் அழகாக ஒன்றன்மேல் ஒன்றாக அடுக்கி வைக்கப்பட்டிருந்தன.

குளிர் அதிகமாக இருந்தது. அறைக்கு மூலையில் ஜன்னல் பின்புறம் குமிழைத் தேடித் திருகி வெப்பத்தை அதிகமாக்கினான். இது அதிகமான வெப்பமா, மெர்ஸிக்குப் பிடிக்குமா என்று தெரியவில்லை.

கைப்பையில் இருந்து காகிதத்தை எடுத்து ஒருமுறை படித்துப் பார்த்தான். அரசாங்க முத்திரை இரண்டு பக்கத்திலும் பதித்த காகிதத்தில், மெர்ஸி அவளுடைய முழுப்பெயரும் வயதும் விலாசமுமாகப் புகைப்படத்தில் சிரித்தபடி இருந்தாள்.

முப்பத்திரண்டு வயது அவளுக்கு. ரவியை விட மூன்று வயது சின்னவள். லட்சுமியை விட நான்கு மாதம் மூத்தவள். கண்கள் கூடப் புகைப்படத்தில் சிரிப்பதாகத் தோன்றின. லட்சுமி மாதிரிதான்.

லட்சுமி, லண்டனில் தற்போது ஈஸ்ட்ஹாமில் முருகன் கோயிலில் குழந்தையோடும் இரண்டாம் கணவனோடும் கும்பிட்டுக் கொண்டிருக்கலாம். பார்லிமெண்ட் தெரு அருகே பாதாள அறையில் இரண்டாம் உலகப்போர்க்கால அருங் காட்சியகத்தில் பகுதி நேர வேலையாக டிக்கெட் கிழித்து அன் போடு டூரிஸ்டுகளுக்குக் கொடுத்தபடி மொபைல் தொலைபேசி களை அணைத்துவிட்டு உள்ளே போகும்படி கேட்டுக் கொண்டு இருக்கலாம்.

ரவியை அவள் நினைத்துக் கொண்டிருக்கமாட்டாள். விவாகரத்து வாங்கியதோடு அவனை முழுக்க மறந்திருக்கலாம். குழந்தைக்கு அவனைத் தெரியாது. கைக்குழந்தையாக லட்சுமியின் தோளில் உறங்கியபடி இருந்த அவளை விவாகரத்து வாங்கிக் கொண்டு வெளியே நடந்தபோது, ஒருமுறை கேட்டு வாங்கிக் கொஞ்சிவிட்டுக் கொடுக்க வேண்டும் என்று தோன்றியது. ஆனால் உறங்கும் குழந்தையைத் தொந்தரவு செய்ய மனம் வரவில்லை அப்போது.

கண்ணாடி ஜன்னலுக்கு வெளியே ஏதோ அசைவு தெரிந்தது. பல வண்ணக் குடை ஒன்று மடக்கப்படுவது கண்ணில் பட்டது. அழைப்பு மணி ஒலி அடுத்துக் கேட்டது.

மெர்ஸிதான்.

கதவைத் திறந்தபோது அவள் பளிச்சென்று உடுத்தி உயரமாக, வசீகரமாகத் தெரிந்தாள்.

ரவியின் கையைப் பற்றிக் குலுக்கியபடி உள்ளே வந்தாள். வெளியே தொடர்ந்து தூறல் போட்டுக் கொண்டிருந்தது. குடை பூச்சிதறலாக அறை வாசலில் ஈரத்தைத் தெளித்தது.

ரவி அதை வாங்கி அறைக் கதவுக்குப் பின்னால் வைத்தான். அவளை மேஜைக்கு நடத்திப் போனான்.

'உட்காருங்கள்.'

அவள், நாற்காலி வேண்டாம் என்று சொல்லிவிட்டுக் கட்டிலில் உட்கார்ந்தாள்.

'சுத்தமான அறை' என்றாள். அந்தக் கட்டிலின் கால் மரச்சிற்பங் களை வைத்து கிட்டத்தட்ட நூறு வருஷம் புழக்கத்தில் இருக்கும் கட்டில் இது என்றாள்.

'நூறு வருஷமாக இந்த மாதிரிக் காரியத்துக்கா?'

ரவிக்கு வியப்பாக இருந்தது. அதைப் புரிந்து கொண்டவள்போல் அவள் மெல்லச் சிரித்தாள்.

'இது நடைமுறை வாழ்க்கைக்கும் பயன்பட்டிருக்கலாம் இதற்கு முன்னால்.'

வெல்வெட் தலையணையை முயல்குட்டி போல் அணைத்துப் பிடித்தபடி அதற்கு ஒரு முத்தம் கொடுத்தாள். 'நீ மெக்ஸிகோக் காரனா?' என்று ரவியை விசாரித்தாள்.

'இந்தியன்' என்றான் ரவி. தமிழ்ப் பேசுகிற இந்தியன். இந்தியாவை விட்டு வந்து பிரிட்டனில் பத்து வருஷம் வசித்து விட்டு, இங்கே குடியேறி ஒரு வருஷமாகிறது என்றும் தெரிவித்தான்.

'இங்கிலாந்தா? நான் அங்கே போன கோடைகாலத்தில் விடுமுறைக்குப் போயிருந்தேன். லண்டனில் கென்ஸிங்க்டன் பகுதியில் ஏர்ல்ஸ் கோர்ட் பாதாள ரயில் நிலையம் அருகே ஒரு

மாதம்போல் என் சிநேகிதனுடன் தங்கி இருந்தேன். கென்ஸிங்க்டன் தெரியும் இல்லையா?'

'தெரியும்' என்றான் ரவி. அவன் தமிழ்நாட்டில் இருந்து போனபோது கென்ஸிங்க்டனில் கிராம்வெல் தெரு இத்தாலிய உணவு விடுதியில் எச்சில் தட்டுக் கழுவி வாரத்துக்குப் பத்து பவுண்ட் வாங்கியபடி படிப்பைப் தொடர்ந்து கொண்டிருந்தான். லட்சுமியைச் சந்தித்தது அப்புறம்தான்.

மெர்ஸி திடீரென்று குலுங்கிச் சிரித்தாள். கைப்பையில் இருந்து உதட்டுச் சாயத்தை எடுத்து அறைச்சுவரில் கண்ணாடியைப் பார்த்து உதட்டை ஈரமாக்கிக் கொண்டாள். ஆரஞ்சு வண்ண உதட்டுச்சாயம் பதிய தலையணைக்கு இன்னொரு முத்தம் கொடுத்தாள்.

'நீயும் உட்காரேன்...'

கட்டிலில் பக்கத்தில் உட்காரச் சொன்னாள். கொஞ்சம் தயங்கி விட்டு ரவி உட்கார்ந்தான்.

'கென்ஸிங்க்டன் பூங்கா போயிருந்த நினைவு வந்தது. அதுதான் சிரித்தேன்.'

அவள் ஓர் ஆகஸ்ட் மாதக் காலை வேளையில் பூங்காவுக்குப் போயிருந்தாள். ஏழு மணிக்குப் பூங்கா திறந்த நேரம் அது. உடற்பயிற்சிக்காக அரை டிராயர் அணிந்து ஓடிக் கொண்டிருந்த சிலரைத் தவிர செடியும் கொடியும் பிரும்மாண் டமாக விரியும் புல்தரையுமாகப் பூங்கா காலியாகத்தான் கிடந்தது.

பூங்காவில் ஒரு சதுரமான பகுதி. மணல் பரத்தி 'நாய்கள் கழிப்பிடம்' என்று பெயர்ப்பலகை. நாய்களுக்குப் படிக்கத் தெரிந்து அவை இங்கே வந்து அற்பசங்கைக்கு ஒதுங்கும் என்று எப்படி எதிர்பார்க்கிறார்கள் என்று தெரியவில்லை. ஆனாலும் 'டாக்ஸ் டாய்லெட்' என்ற அந்தப் பகுதியை அவள் புகைப்படம் எடுத்துக் கொண்டிருந்தபோது, ஒரு சீமாட்டி கையில் சங்கிலியில் அணைத்துப் பிடித்த பாமரேனியன் நாயோடு உலாவ வந்தாள் அங்கே. அழகான நாய். அழகான சீமாட்டி. அவளுடைய உதடுகளைக் குவித்து நாயைக்

கூப்பிட்டபடி நடந்தபோது தேவதை போல் தெரிந்தாள்.

மெர்ஸியின் சிரிப்பு அதிகமாகியது. சொல்லி விட்டுச் சிரித்தால் என்ன? லட்சுமியும் இப்படித்தான். எதையாவது சொல்ல ஆரம்பித்து சிரிப்பில் அதைக் கரைத்துவிட்டு அவ்வளவுதான் என்று விடுவாள். அப்புறம் அவள் கழுத்தைப் பிடித்து அணைத்து முத்தமிட்டுக் கெஞ்சி...

'என்ன யோசிக்கிறே?'

மெர்ஸி, ரவியின் மூக்கைப் பிடித்துக் குலுக்கினாள். அவனுக்கும் சிரிப்பு வந்தது.

கென்ஸிங்க்டன் பூங்காவில் அந்தச் சீமாட்டி பிடித்துக் கூட்டி வந்த பாமரேனியன் நாய் 'நாய்களின் கழிப்பிடம்' வருவ தற்கு இரண்டு அடி தொலைவில் இருந்த இரும்பு விளக்குக் கம்பத்தைப் பார்த்ததும், கழுத்துச் சங்கிலியை இழுத்தபடி அவசரமாக அந்தப் பக்கம் நகர்ந்து கம்பத்தை நனைக்க ஆரம்பிக்க, சீமாட்டி நிறையச் சங்கடப்பட்டவளாக மெர்ஸியைப் பார்த்த பார்வையைப் புகைப்படமாக்கி இருக்க வேண்டும் என்று இப்போது தோன்றுகிறதாகச் சொன்னாள்.

'நீங்க என்ன செய்வீங்க மேடம்? எதுக்காக இப்படிச் சங்கடப் படறீங்க?'

அந்தச் சீமாட்டியை உதட்டில் அழுந்த முத்தமிட்டுக் கேட்க வேண்டும் என்று நினைத்ததாக மெர்ஸி தொடர்ந்தபோது, ஒரு விநாடி அதிர்ந்து பின் சுதாரித்துக் கொண்டான் ரவி.

அவள் இன்னொரு முறை சிரிக்க, லட்சுமி போல் அவள் இருப்பதாகத் தெரிவித்தான் ரவி.

'லட்சுமி?'

'என் மனைவி. விவாகரத்து செய்துவிட்டேன்.'

ரவி நிதானமாகச் சொன்னான்.

பதிவுக் கல்யாணம். லட்சுமியின் சிநேகிதர்கள் நிறையப் பேர் வந்து வாழ்த்தினார்கள். சில இளம் வயது ஆண் நண்பர்கள்

மெத்தென்று அவள் கன்னத்தில் முத்தமிட்டு வாழ்த்தியது ரவிக்குப் பிடிக்காவிட்டாலும் கூட, அவள் ஒவ்வொரு முத்தத்துக்கும் அப்படித்தான் சிரித்தாள். ரவி அதைப்பற்றி விசாரித்தபோதும்.

'ரவி. நாம் ரெண்டு பேரும் தமிழைத் தாய்மொழியாகக் கொண்டவங்க என்பது தற்செயலானது. நான் இங்கே இரண்டாம் தலைமுறை இங்கிலீஷ்காரத் தமிழச்சி. புடைவை உடுத்தத் தெரியாது. ஸ்கர்ட் உடுப்பவள். சல்வார் கம்மீஸ் பிடிக்கும். டாய்லெட் பேப்பர் உபயோகிப்பேன். சாசேஜ்தான் காலை உணவுக்கு. தமிழ்ப் பண்டிகை என்றால் தீபாவளி தெரியும். முருகன் கோயில் தெரியும். சுவாமிநாராயண் கோயில் தெரியும். ஸ்டிக்கர் பொட்டு தெரியும். இப்போ உன்னை, உன் உடம்பை நன்றாகத் தெரியும். கல்யாணத்துக்கு முன்னாடியே. அது உனக்குத் தவறாகப் படாதுன்னும் தெரியும். ஆனா ராபர்ட்டோ, ஜேசனோ, காலினோ ஒரு சிநேகிதத்தோடு சிரித்தால், உதட்டில் இல்லாமல் கன்னத்தில் முத்தமிட்டால் கூட உனக்குப் பிடிக்காது என்று இதுவரை தெரியாது...'

லட்சுமி சொன்னதை அவன் அப்படியே மெர்ஸியிடம் ஒப்பித்தான். ஏனோ இவளிடம் எல்லாம் சொல்ல வேண்டும் என்று தோன்றியது. தன் அந்தரங்கத்தைப் பகிர்ந்து கொண்டதற்காக மன்னிப்பும் கேட்டுக் கொண்டான்.

'நீ என்ன செய்வே பையா? எதுக்காக இப்படிச் சங்கடப்படறே?'

மெர்ஸி திரும்பவும் சிரித்தாள்.

'ரவி, உனக்குத் தெரியுமோ என்னவோ... நான் ஒரு டி.வி. நடிகை. பெண்ணைப் பெண்ணே காதலிக்கும் பாத்திரத்தில் நான் இங்கே ஒரு தொடரில் நடித்துப் பிரபலமானவள். இரண்டு வருஷம் போன அந்தத் தொடருக்காக எத்தனையோ பெண்களைக் கேமரா முன்னால் உதட்டில் முத்தம் கொடுத்திருக்கிறேன்... அப்போதெல்லாம் என் பாய் ஃப்ரெண்ட் ஆட்சேபிக்கவில்லை. அடுத்த டி.வி. தொடரில் அவனைவிட உயரமான, திடகாத்திரமான பையனோடு நடிக்க ஆரம்பித்ததும் காரணம் இல்லாமல் சந்தேகப்பட ஆரம்பித்து...

பிரிந்து விட்டோம். இப்போ எதுக்கு அந்தப் பழைய கதை எல்லாம்...'

அவள் சட்டென்று படுக்கையில் நீட்டி நிமிர்ந்து படுத்தாள். அணைத்துப் பிடித்த தலையணையைப் பக்கத்தில் வைத்தாள்.

'கடைசி நிமிஷங்கள் மகிழ்ச்சியாகப் போகட்டும்... வா'

சிரித்தபடி அழைத்தாள்.

ரவி தயங்கினான்.

ரவியை அவள் இறுக அணைத்து உதட்டில் முத்தமிட்டபோது, அவள் சிரிப்பு நின்றது. அவளோடு பூரணமாகும்போது அவன் லட்சுமியை நினைத்துக் கொண்டான். அவள் தன் பழைய பாய் ஃப்ரெண்டையோ, கென்ஸிங்க்டன் பூங்காவையோ, நாயை நடத்திக் கூட்டி வந்த சீமாட்டியையோ நினைத்துக் கொண்டிருக் கலாம்.

ரவி எழுந்தபோது, அவள் படுக்கையின் ஓரத்தில் உட்கார்ந் திருந்தாள்.

'ஆரம்பிக்கலாம்... நான் தயார்' என்றாள்.

கொண்டு வந்த கடிதத்தில் ரவி கையெழுத்து வாங்கிக் கொண் டான். தானும் கையெழுத்து இட்டான்.

கருணைக் கொலைக்கு அனுமதி கொடுக்கும் ஒரே நாடு இதுதான். உயிரைப் போக்கிக்கொள்ள அனுமதி கொடுக்கப் பட்டவரும், அதற்குப் பார்வையாளராக ஒருவரும் இருக்கலாம்.

'சிரிஞ்சும் மருந்தும் இங்கே இருக்கின்றன'

மெர்ஸி, மேஜையில் வைத்த கைப்பையைக் காட்டினாள்.

ரவி, சிரிஞ்சில் மருந்தை நிறைத்தான்.

இனிமேல் குணமே ஆக்க முடியாத ரத்தப் புற்றுநோய். தினசரி துன்பத்தில் இருந்து விடுபடக் கருணைக் கொலைதான் வழி.

ரவியின் மனத்தில், அனுமதிக் கடித வரிகள் நினைவு வந்தன. லட்சுமியையும் குழந்தையையும் நினைத்துக் கொண்டான்.

அவளுடைய இரண்டாம் கணவன் அவளை முத்தமிட்டுப் பழகும் ஆண் சிநேகிதர்களை அனுமதிக்கிறானா? குழந்தையிடம் பிரியமாக இருக்கிறானா?

‘வலது கையில் இன்ஜெக்‌ஷனைப் போட்டுக் கொள்கிறேன்... இடது தோள்பட்டையில் உன் நகம் பதிந்த தடம் அப்படியே இருக்கட்டும்’

மெர்ஸி சிரிஞ்சை வாங்கிக் கொண்டாள்.

79. ஸ்டவ்

ஆறுமுகம் வாத்தியார் வீட்டில்தான் இது ஆரம்பித்தது.

அவங்க வீட்டம்மா மீன் கழுவிய தண்ணீரையும் செதிலையும் கொட்டக் கொல்லைக் கதவைத் திறந்தபோது, கழுநீர் எடுக்கத் தகரக் குடத்தோடு பங்காரம்மா உள்ளே நுழைந்தாள்.

‘உங்க எருமைக் கன்னுக்குட்டி இன்னும் ஒரு மணி நேரத்துக்குள்ளே வந்துடும்.’

வாத்தியார் வீட்டம்மா சொன்னாள்.

பங்காரம்மா மாடு வளர்க்கிறாள். நாலும் எருமை. ஒரு பசு கூட கிடையாது. எருமைப் பால்தான் வேண்டும் என்று டீக்கடைக் காரர்கள் கேட்கிறார்கள்.

டீக்கடைக்கு ஊற்றியதுபோக, அவ்வப் போது ஆழாக்குப் பாலை தெருவில் முறை வைத்து விநியோகித்துப் பிரதி உபகாரமாக வீடுகளில் சேரும் கழுநீரை எருமைக்கு வைக்க எடுத்துப் போய் ஒப்பேற்றிக் கொண்டிருக்கிறாள் பங்காரம்மா.

எருமைகள், டீக்கடைக்காரர்கள், தெருவாசிகள், பங்காரம்மா எல்லோரும் சந்தோஷமாக இருந்ததில் யார் கண் போட்டார்களோ, முந்தாநாள் பங்காரம்மாவின் ஒரு எருமைக் கன்றுக்குட்டி மேய்ச்சலுக்குப் போனது திரும்ப வரவே இல்லை.

வடமேற்கு மூலையில் இருந்து முண்டாசு தரித்த நாலுபேர் வந்து அதைக் கொண்டு போயிருக்கிறார்கள். திரும்பக் கிடைப்பது துர்லபம்.

பஞ்சாங்கக்காரர் சோழி உருட்டிச் சொன்னபோது பங்காரம்மாவுக்கு வருத்தமாகத்தான் இருந்தது. இதனால் கறவை குறைந்து டீக்கடைக் காசு வரவு கம்மியாகலாம் என்றாலும், பஞ்சாங்கக்காரருக்குக் கொடுக்க வேண்டிய தட்சணையை நிறுத்தவில்லை. அவர் சொன்னால் சரியாகத்தான் இருக்கும்.

'எங்க வீட்டு ஸ்டவ், பஞ்சாங்கக்காரர் மாதிரிதான். அசைவம் ஒத்துக்காது. மீன் வறுக்கணும்னா அணைஞ்சு போகும். நல்லா குறி சொல்லுது நாலு நாளா. அதுதான் சொன்னது உங்க எருமைக் கன்னுக்குட்டி... அந்தோ பாருங்க தெருமுனையிலே... வந்துட்டு இருக்கு.'

பங்காரம்மா புளித்த வாடையடிக்கும் கழுநீரோடு கொல்லைப் படி இறங்கியபோது, எருமைக் கன்னுக்குட்டி முண்டியடித்து அம்மா மாட்டிடம் ஓடி மடுவில் முட்டிக் கொண்டிருந்தது.

ஆறுமுகம் வாத்தியார் வீட்டு ஸ்டவ். பஞ்சாங்கக்காரருக்குப் போட்டியாக முளைத்தது அப்போதுதான்.

வாத்தியார் வீட்டம்மா மதியம் சாப்பிட்டு முடித்து விஸ்தாரமாக ஒரு தூக்கம் போட்டு, துவைத்துக் காயப் போட்டிருந்த துணிமணிகளை எடுத்து மடித்து வைத்ததும், வீட்டில் ஸ்டவ் ஜோசியம் ஆரம்பிக்கும். வாத்தியார் பள்ளிக்கூடத்தில் பிராணவாயு தயாரிக்கும் முறை பற்றி ஏழாம் வகுப்புக்குப் பாடம் எடுத்துக் கொண்டிருக்கும் நேரம் அது.

ஞாயிற்றுக்கிழமைகளிலும், தவிர மாதத்தில் மூன்று நாளும் ஜோசியம் கிடையாது.

தெருவில் எல்லாப் பெண்களும் வாத்தியார் வீட்டுக் கூடத்தில் வழிபாடு போல் வட்டமாக உட்கார, நடு நாயகமாக ஸ்டவ்.

அதன் இரும்புத் தட்டின் மேல் விரலை வைத்துக்கொண்டு வாத்தியார் வீட்டம்மா. அவளுக்கு எதிர்ப்புறம் அதேபோல் ஸ்டவ் மேல் விரலை வைத்துக் கொண்டு யார் உட்கார்வது என்பது சீட்டுக் குலுக்கல் மூலம் தினசரி தேர்ந்தெடுக்கப்படும்.

யார் கேட்கலாம், எது பற்றிக் கேட்கலாம் என்று எல்லாம் கட்டுப்பாடு இல்லை. ஆனாலும் கோடி வீட்டுப் புஷ்பராணி எப்போது பூப்படைவாள்; ரங்கநாயகியம்மாள் பெண் கல்யாணமாகி நாலு வருஷம் ஆகியும் வயிற்றில் புழு பூச்சி இல்லாமல் இருப்பதற்குக் குறைபாடு அவளிடம் இருக்கிறதா, அவள் வீட்டுக்காரனிடம் இருக்கிறதா; சிரஸ்தாரின் பெண், மாட்டுக்காரப் பையனுடன் ஓடிப் போனாளா? வக்கீல் குமஸ்தன் குப்புசாமியின் மருமகனோடு போனாளா? போன்ற விஷயங்களைப் பற்றி ஜோசியம் கேட்கவேண்டாம் என்று கண்டிப்பாகச் சொல்லிவிட்டாள் வாத்தியார் வீட்டம்மா.

ஆறுமுக வாத்தியாருக்கு, சிரஸ்தார் உறவு என்றாலும், மற்றவற்றை அவள் ஏன் வேண்டாம் என்று தீர்மானம் எடுத்தாள் என்று யாருக்கும் தெரியாது. ஆனாலும் அவளிடம் எதிர்த்துக் கேட்க முடியாது. ஸ்டவ் அவளுடையது. அது எதைப் பற்றி ஜோசியம் சொல்லலாம் என்று தீர்மானிக்கும் முழு உரிமையும் அவளுக்கே உண்டு என்பதை தெருக்காரப் பெண்கள் எல்லோரும் ஒருமனதாக ஒப்புக் கொண்டார்கள்.

‘என் மகனுக்கு எப்போ வேலை கிடைக்கும்?’

அனுமதிக்கப்பட்ட கேள்வி. கேள்வி கேட்பவர் கோடியில் இருந்து குரல் எழுப்ப, வேறு யாராவது அதைச் சத்தமாகக் கூட்டத்துக்கு ஒலிபரப்புவார்கள்.

ஸ்டவ்வுக்கு அதைச் சொல்லும் உரிமை, ஆறுமுகம் வாத்தியார் வீட்டுக்கார அம்மாவுக்குத்தான் உண்டு.

பிரியமாக ஸ்டவ்வைப் பார்த்தபடி அவள் கேள்வியைத் திரும்பச் சொல்வாள்.

நான்கு மூலைக் கால்களில் ஒன்றை மெல்ல உயர்த்தி ஸ்டவ் அதைக் கீழே கொண்டு வரும். அப்புறம் திரும்பவும் கால் உயரும். அப்படி உயரும்போது அது கீழே சரிந்துவிடக்கூடாது

என்பதற்காகத்தான் இரண்டு பக்கத்திலும் விரலால் பிடித்தபடி உட்கார்ந்திருப்பது.

ஸ்டவ் காலை உயர்த்தி அடித்துக்கொண்ட எண்ணிக்கையை வைத்து இந்தக் கேள்விக்கு பதில் கணித்துக் கொள்ளப்படும்.

'இன்னும் ரெண்டு வருஷத்துலே கிடைச்சுடுமாம்.'

'வருஷமா, மாசமா?'

இது ஆமா அல்லது இல்லை என்று பதில் எதிர்பார்க்கும் கேள்வி.

ஒற்றைப்படையாக அடித்தால் ஆம். இரட்டைப்படை என்றால் இல்லை.

ஸ்டவ் ஒரே ஒருதடவை திரும்ப அடிக்க, நாவல்மர வீட்டம்மா மகனுக்கு ரெண்டு மாசத்தில் வேலை கிடைக்கும் என்று உத்தரவாதம் தரப்படும்.

இன்னும் திசை சம்பந்தமான கேள்வி என்றால், எந்தக் காலை உயர்த்தி அடிக்கிறதோ அதைப் பொறுத்து கிழக்கு, மேற்கு என்று தெரியும். பங்காரம்மா வீட்டு எருமைக் கன்றுக்குட்டி விஷயத்தில் தீர்மானமானது அப்படித்தான்.

ஐந்து மணிக்கு வாத்தியார் சைக்கிளில் வந்து இறங்கும்போது கூடம், காலியாகிக் கொண்டிருக்கும். அவர் ஒரு நாளாவது முன்னால் வந்து, கூடத்தில் கூட்டம் நிறைந்திருக்கும்போது எல்லோர் முன்னாலும் நின்று அறிவியல் நோக்கு ஏன் இருக்க வேண்டும் என்று சிறு சொற்பொழிவு செய்யத் தீர்மானித்திருந்தார். ஒரு ஞாயிற்றுக்கிழமை அதைப் பற்றி நிறைய யோசித்து என்ன பேசுவது என்று தயார் செய்து அவ்வப்போது தனக்குள் சொல்லிப் பார்த்துக் கொண்டும் இருந்தார். ஆனாலும் கடைசி வகுப்பு தினமும் எடுக்க வேண்டிய கட்டாயம் என்பதால், வீட்டுக்குத் திரும்ப நேரமாகி விடுகிறது.

பள்ளிக்கூடத்தில் முழுப் பரீட்சை விடுமுறை வரும் நாளை அவர் எதிர்பார்த்துக் கொண்டிருக்க, வாத்தியார் வீட்டம்மா ஸ்டவ் வோடு சமையல் அறைக்குள் நுழைந்து அதைப் பற்ற வைப்பாள். வாத்தியார் வீட்டுக்குள் வந்ததும் அவருக்குக் கட்டாயம் காபி கொண்டுவந்து வைக்க வேண்டும்.

ஆண்களே பங்குபெறாமல் நடக்கும் ஸ்டவ் ஜோசியத்துக்கு ஒரு உச்சிப் பொழுதில் பஞ்சாங்கக்காரரும் வந்தபோது அவரைத் திரும்பப் போகச் சொல்ல வாத்தியார் வீட்டம்மாவுக்கு மனம் வர வில்லை.

அவர் கொஞ்சம் சீக்கிரமே வந்துவிட்டிருந்த காரணத்தால், துடைத்து எடுத்து வந்து கூடத்தில் வைத்த ஸ்டவ்வைத் திரும்பச் சமையலறைக்கு எடுத்துப் போய் அவருக்காகக் காபி தயாரிக்க, பாலைச் சூடாக்க ஆரம்பித்தாள் அவள். ஸ்டவ் பொறுமை இல்லாமல் காலைத் தூக்கியதில் பால் பாத்திரம் சரிய, அதைக் கோபித்துக் கொண்டது அப்போதுதான்.

அப்புறம் ஸ்டவ், கூடத்தில் மட்டும் அதுவும் கேட்கும்போது மட்டும் ஜோசியம் சொன்னது.

ஸ்டவ் ஜோசியம் சொல்லும்போது, வாத்தியார் வீட்டம்மா கிழக்குப் பார்த்து உட்கார்ந்திருப்பது அவசியம் என்றும் அதை இருத்திய இடத்தில் சின்னதாக ஒரு கோலம் போடலாம் என்றும் பஞ்சாங்கக்காரர் சொன்னது உடனடியாக நிறைவேற்றப்பட்டது.

ஸ்டவ் ஜோசியம் சொல்லும்போது, அவர் கையில் சோழிகளை உருட்டிப் போட்டு தன் ஆரூடம் மூலம் அதை எல்லாம் சரிபார்த்துக் கொண்டிருந்தார். அவர் திரும்பப் போகும்போது, எந்தக் கடையில் வாத்தியார் வீட்டம்மா மண்ணெண்ணெய் வாங்குகிறாள் என்பதை மட்டும் கேட்டுத் தெரிந்து கொண்டு போனார்.

தன் வருமானம் குறைந்தாலும், தொழில் முறைப் போட்டி இல்லாமல், ஸ்டவ் ஜோசியத்தை இன்னும் சிறந்ததாகச் செய்ய அவர் யோசனைகள் சொன்னதைத் தெருவில் எல்லோரும் மனம் திறந்து பாராட்டினார்கள். பஞ்சாங்கக்காரர் ஒரு மகான் என்று பொதுவாகக் கருத்து சொல்லப்பட்டது. அவர் தீர்க்காயுசாக இருக்கவேண்டும் என்று வாழ்த்தினார்கள். ஆனாலும் அவர் இன்னும் எத்தனை வருஷம் ஆயுசோடு இருப்பார் என்ற கேள்வியை வாத்தியார் வீட்டம்மா ஸ்டவ்விடம் கேட்க அனுமதிக்கவில்லை.

பஞ்சாங்கக்காரரைத் தொடர்ந்து, அண்டை அயலில் இருக்கும் ரிட்டையர் ஆன ஆண்கள் வர ஆரம்பித்தார்கள். ரிடையர்ட்

போஸ்ட் மாஸ்டர், ரிடையர்ட் ஸ்டேஷன் மாஸ்டர், ரிடையர்ட் கான்ஸ்டபிள் என்று பகலில் பெண்களோடு வாத்தியார் வீட்டுக் கூடத்துக்கு வந்தபோது, வாத்தியார் வீட்டம்மா அவர்களை வா என்றும் சொல்லவில்லை. திரும்பப் போகவும் சொல்லவில்லை. ஆனாலும் அவர்கள் நாட்டு அரசியல், சர்வதேசப் போர், அமைதி விவகாரங்கள் பற்றியெல்லாம் ஜோசியம் கேட்டது ஸ்டவ் வுக்குப் பிடித்தாலும், வாத்தியார் வீட்டம்மாவுக்கும் மற்றவர் களுக்கும் பிடிக்கவில்லை.

இதுக்கெல்லாம்தான் தினசரிப் பேப்பர் இருக்கே. நாள் முழுக்க அதை வாசிச்சும் திருப்திப்படாம, சாயந்தரம் லைப்ரரிக்கும் போய் இன்னும் கொஞ்சம் படிச்சு, பார்க் பெஞ்சுலே உட்கார்ந்து கதைக்கிறது போதாதாமா? ஸ்டவ் ஜோசியத்தை முக்கியமான விஷயத்துக்கு மட்டும்தான் உபயோகப்படுத்தணும்னு இவங்க கிட்டே எப்படிச் சொல்றது என்று அவர்கள் முணுமுணுத் தார்கள்.

இந்தத் தெருவுக்கு மட்டுமாக இருந்த ஸ்டவ் ஜோசியம் பற்றிக் கேட்டு அடுத்த தெரு, அதற்கும் அடுத்த தெரு, ஊர்க்கோடியில் இருந்து எல்லாம் கூட்டம் வர, இதேதடா பெரிய சங்கடமாப் போச்சே என்று வாத்தியார் வீட்டம்மா கவலைப்பட்டாள்.

ஜோசியத்துக்குக் காசு வாங்கலாமா என்று வாத்தியாருக்குக் காபி போடப்போனபோது அந்தரங்கமாக ஸ்டவ்வைக் கேட்டபோது அது எதுவும் சொல்லவில்லை. சமையலறையில் ஜோசியம் சொல்லவேண்டாம் என்று பஞ்சாங்கக்காரர் வந்தபோது அவள் கண்டித்ததை அது நினைவு வைத்திருக்கிறது என்று அவளுக்குப் புரிந்தது.

தினசரி வாசலை அடைத்துக்கொண்டு நிற்கும் கூட்டம், வாத்தியார் வீட்டம்மாவுக்கு எரிச்சலை ஏற்படுத்தியது. தோட்டத் தில் பீர்க்கங்காய் ஒருநாள் களவு போனது. இன்னொரு நாள் வாசல் திண்ணைக் கொடியில் போட்டிருந்த அவளுடைய பழம் புடைவையைக் காணோம். கூடத்தில் இருந்த பாக்குவெட்டி கூடக் காணாமல் போய்விட்டது.

இதையெல்லாம் ஸ்டவ்விடம் கேட்கலாம் என்றால், அத்தனை பெரிய கூட்டத்தில் பீர்க்கங்காயையும் பழம்புடைவையையும்

பாக்குவெட்டியையும் பற்றிக் கேட்பதை எப்படி எடுத்துக் கொள்வார்கள் என்று தெரியவில்லை. சர்வதேச அரசியல் போல் இதுவும் முக்கியமில்லாத விஷயம் என்று யாரேனும் நினைக்க இடம் உண்டு.

மேட்னி சினிமா விட்டதற்கு ஈடான கூட்டம் வாத்தியார் வீட்டிலிருந்து ஒவ்வொரு சாயந்தரமும் கலைந்து போவதைத் தினமும் சைக்கிளில் வந்து இறங்கும் வாத்தியார் திருப்தியோடு பார்த்துக் கொண்டிருந்தார். இன்னும் ஆறே நாளில் முழுப் பரீட்சை விடுமுறை வந்துவிடும். அவர் வீட்டில் இருப்பார். இத்தனை பெரிய கூட்டத்துக்கு முன்னால் வீட்டுத் திண்ணையில் நின்றபடி அறிவியல் நோக்குப் பற்றி, குடுவையில் பிராணவாயு தயாரிப்பது, சுற்றுச் சூழல் சுகாதாரம் பற்றி எல்லாம் விவரமாக எடுத்துச் சொல்வார்.

அவர் இரவு வெகுநேரம் கண்விழித்துத் தன் பிரசங்கத்தைத் திருத்தி எழுதிக் கொண்டிருக்கும்போது, அவர் வீட்டுக்காரம்மா ஸ்டவ் ஜோசியத்தை நிறுத்திவிட என்ன செய்யலாம் என்று யோசித்தபடி தூக்கம் வராமல் புரண்டு கொண்டிருந்தாள்.

முழுப் பரீட்சை விடுமுறை ஆரம்பிப்பதற்கு முந்தைய நாள் வாத்தியார் வீட்டு ஸ்டவ் திடீரென்று மௌனமானது. யார் என்ன கேள்வி கேட்டாலும் காலைத் தூக்கவே இல்லை அது.

வாத்தியார் அடுத்தநாள் தான் நடத்தப்போகும் பிரசங்கத்தை மனத்தில் அசைபோட்டபடி சைக்கிளில் வந்திறங்கும்போது கூடம் ஈ, காக்கை இல்லாமல் காலியாகி இருந்தது.

விஷயத்தைக் கேள்விப்பட்ட அவருக்கு ஏகப்பட்ட வருத்தம் என்றாலும் காபி போட ஸ்டவ்வை உபயோகித்தபோது அவர் வீட்டம்மா முகத்தில் சந்தோஷம் தெரிந்தது.

'வாத்தியார் வீட்டம்மா... விஷயம் தெரியுமா? பஞ்சாங்கக்காரர் வீட்டு ஸ்டவ், ஜோசியம் சொல்ல ஆரம்பிச்சுடுச்சாம்... அவரும் அவங்க வீட்டம்மாவும் கூடத்துலே ஸ்டவ்வோட உட்கார்ந்திருக் காங்க... ஒரு கேள்விக்கு நாலணா தட்சணை... மூணாக் கேட்டா எட்டணாதானாம்...'

பங்காரம்மா அடுத்த நாள் காலையில் கழுநீருக்கு வந்தபோது ஆழாக்குப் பாலோடு தகவலையும் கொடுத்துப் போனாள்.

எட்டணா ரொம்ப ஜாஸ்தி என்றாள் வாத்தியார் வீட்டம்மா தன் ஸ்டவ்வைப் பார்த்தபடி. மீன் வறுக்கத் தோதாக எரிந்து கொடுத்த படி அது சும்மா இருந்தது.

ஆறுமுகம் வாத்தியார் திண்ணையில் ஏறி நின்று பஞ்சாங்கக்காரர் வீட்டில் கூடிய கூட்டத்தைப் பார்த்தார். தன் சொற்பொழிவை மனத்துக்குள் சொல்ல ஆரம்பித்தார்.

80. தரிசனக் கதை

'நேரமாயிடுத்து.'

சின்னான் எழுப்பினான். அடுத்த அறைக்குப் போனார்கள். திரை மறைவில் தெய்வம் தூங்கிக் கொண்டிருந்தது.

'இப்ப கிளம்பினா, இருட்டறதுக்குள்ளே வந்துடலாம்.'

சின்னான் சொன்னான். கூட நின்றவர்களும் நடுவில் மறைத்திருந்த திரையைப் பார்த்தபடி ஆமோதித்தார்கள்.

உள்ளே இருந்து இருமல் சத்தம்.

'வேணாம்னு சொன்னா விடமாட்டேங்கறீங் களே.'

ஆணா, பெண்ணா என்று அறிய முடியாத குரல். காராம்பசுவின் தீனமான முனகல் போலவும் இருந்தது.

'வருசா வருசம் நடக்கற காரியம். ஆயிரம் ரெண்டாயிரம் வருசமா தப்பலே. இந்த வருசம் போகலேன்னா ரொம்ப வருத்தப்படு வாங்க.'

வயதில் மூத்த ஒரு பெண், நைச்சியமாகச் சொன்னாள்.

'டீசல் வேனுக்குக்கூட ஏற்பாடு செய்திருக்கு' சின்னான் கூடவே சேர்த்தபடி திரையை விலக்கப் பார்த்தான்.

'ஏய்... படுதாவை விடு. சாமி குத்தமாயிடும்' வயதானவள் அவனை அவசரமாகத் தடுத்தாள்.

'புஷ்பரதம்... பல்லக்கு... எல்லாம் போய்... மோட்டார் வண்டி... அதுவும் போன வருஷம் வழியிலே நின்னுபோய் மெக்கானிக்கு வர்ற வரைக்கும் நான் கொட்டுக் கொட்டுன்னு முழிச்சுக்கிட்டு உட்கார்ந்திருந்தேன்.'

தெய்வம் குறைப்பட்டுக் கொண்டது. ஆனாலும் அது கிளம்பி வரும் என்றே எல்லோருக்கும் பட்டது.

'அதொண்ணும் ஆகாது... அருமையான வேன். முகப்புலே அழகா பூவெல்லாம் கட்டி ஜிகினாப் பேப்பர் ஒட்டி ஜோடிச்சு இருக்கு. உன் காலடியிலே உக்கார்ந்து பிரசாதம் குடுக்க நானு சுண்டல், புட்டு, இலையப்பம், இலந்தப்பழம், தேங்கா பர்பி... பார்த்துப் பார்த்துச் செஞ்சு வச்சிருக்கு.'

சின்னான் சொன்னபோது இடைமறித்தது தெய்வம்: 'எனக்கு என்ன பிரயோஜனம்? நானு அதெல்லாம் சாப்பிடவா முடியும்?'

'என்ன பண்றது... தெய்வமாகித் தொலைச்சுட்டியே' வயசானவள் கரிசனத்தோடும் அபிமானத்தோடும் சொன்னாள்.

'சரி, வாசல்லே இருங்க. ஒரு பத்து நிமிஷத்திலே திரையை விலக்கிட்டு உள்ளே வாங்க கிளம்பலாம்.'

பத்து நிமிஷம் என்றது அரை மணி நேரமாகி விட்டது.

'சீக்கிரமா கிளம்பினா சீக்கிரமாத் திரும்பிடலாம். பொழுது சாய்ஞ்சுடுச்சுன்னா மலைப்பாதையிலே வண்டி ஓட்டிட்டு வர்றதுக்குள்ளே உசுரு போயித்தான் திரும்பி வரும்.'

சின்னான் முனகினது உள்ளே கேட்டிருக்க வேண்டும்.

'அப்படி நான் போக விட்டுடுவேனா என்ன?'

இருமலில் முடிந்த கேள்வி. தெய்வம் கொஞ்சம் சிரித்துத் தன் பொறுப்பான தலைமையை உறுதிப்படுத்திக்கொள்ளப் பார்த்தது, அடுத்த இருமலில் கரைந்தது.

'போகலாம்.'

திரையை விலக்கினார்கள். பெரிய மண் உருவத்தை டீசல் வேனின் முகப்பில் ஏற்றினார்கள். முகமும் உடலும் குழம்பிய உருவமாக இருந்தது அது. போன வருசம் ஆட்டுக் குட்டி போல். அதுக்கு முந்தின வருசம் தேயிலை பறித்துப் போடும் பிரப்பங் கூடை போல... இந்த வருசம் இது.

மலைச் சரிவில் ஜாக்கிரதையாக வண்டியை ஓட்டிப் போனான் சின்னான். பக்கத்தில் குட்டையனும் அவனுடைய மருமகனும் இருந்தார்கள். குட்டையன் மருமகன் ஒரு சிவப்புத் துணியைத் தலையில் கட்டியிருந்தான்.

வயதானவளும் இன்னும் சில பெண்களும் வண்டியில் பின்னால் ஏறியிருந்தார்கள். கைகளைக் கொட்டிக் கொண்டு அவர்கள் கூடவே பாட, கேஸட் டேப்ரிக்கார்டர் முதன்மையாகப் பாடியது. இந்தத் தெய்வம் குறித்து காலம் காலமாக வாய்மொழியாக வழங்கி வரும் பாடல்கள் அவை.

'முன்னாலே வர கவட்டையிலே இடப்பக்கம் போகணும்.'

குட்டையன் நினைவுபடுத்தினான். முதல் ஊர்.

சின்னான் இன்ஜினை நிறுத்திவிட்டு, காக்கி நிஜாருக்கு மேல் ஒரு சரிகைத் துண்டைக் கட்டிக் கொண்டான். வெளியே குதித்துத் தாவி, வண்டியின் முகப்பில் ஏறி தெய்வத்தின் காலடியில் சம்மணமிட்டு உட்கார்ந்தான்.

வயதான பெண் டேப்ரிக்கார்டர் சத்தத்தை அதிகமாக்க, கூடப் பாடியவர்கள் குரலும் உயர்ந்தது.

'எங்கே யாரையும் காணோம்?'

சின்னான் கீழே பார்த்துக் கேட்க, எங்கேயோ ஒரு கதவு திறந்த சத்தம்.

‘குறி கொஞ்சம் பிசகாயிடுத்து... நேத்தே வருவீங்கன்னு சொல்லி யிருந்தேன்.’

நடுவயதுக்காரன் ஒருவன் முன்னால் வந்து மரியாதையும் தயக்கமுமாகச் சொன்னான்.

‘நேத்து முச்சூடும் மோட்டார் சத்தத்துக்காகக் காத்துக்கிட்டு இருந்தாங்க... நான் கூட வேலைக்குப் போகலே... நீங்க வருவீங் கன்னு குறி சொல்லிட்டு, நான் இல்லாம இருக்கலாமா? ஆனா லும் ஏழு சோழியிலே எந்தச் சோழி தப்பா உருண்டிருக்கும்...’

பூசாரி யோசித்துக் கொண்டிருந்தபோது, குட்டையனின் மரு மகன் விசாரித்தான் - ‘என்ன சோலி பாக்கறீங்க?’

‘காரை வீட்டுலே தொழுவத்துப் பக்கம் பழைய சினிமா படத்தை எல்லாம் சின்ன சைஸ் புரொஜக்டர்லே ஓட்டறேன்... சனம் முச்சூடும் அங்கேதான்.’

அவன் சொல்லிக் கொண்டிருந்தபோதே அந்தப் பக்கம் இருந்து விசில் சத்தம்.

‘படம் அறுந்து போச்சு’ குட்டையன் சொன்னான்.

‘சட்டு புட்டுன்னு வரச் சொல்லுப்பா எல்லோரையும் முடிச்சுட்டு இன்னும் ஆறு ஊரு போகணும்’

சின்னான் சொல்ல, பூசாரி காரை வீட்டுக்கு ஓடினான். அங்கே யிருந்து அவன் சத்தம் கொடுக்க, ஆணும் பெண்ணுமாக ஒரு கூட்டம் பக்கத்து மண் குடில்களுக்கு அவசரமாக நகர்ந்தது.

ஒருவர் இரண்டு பேராக வந்தார்கள். சிலர் கையில் பூவன் பழம். மேக்ஸி தரித்திருந்த ஒரு பெண் கையில் பால் பாக்கெட்டோடு வந்தாள். பூசாரி நீல நிற பிளாஸ்டிக் வாளியில் சூடாக எதையோ ஊற்றித் தூக்கிக் கொண்டு ஓட்டமும் நடையுமாக வந்தான்.

‘எங்கே உன்னோட வீட்டுக்காரன்.’

சின்னான், பால் பாக்கெட்டோடு வந்தவளிடம் கேட்டான்.

‘அதான் வருசம் பொறந்தபோது இது ஒரு பகல் நேரத்துலே ஏழெட்டு வயசுப் பையனா வீட்டுக்குள்ளே நடந்து வந்து முக்காலியிலே உட்கார்ந்துக்கிட்டுச் சொல்லிச்சே... சினிமா

செட்டுப் போடற ஆளுகளோடு சேர்ந்தா நிறைய சம்பாதிக்க லாம்னு... இழைப்புளியும் அறமுமாப் பையிலே எடுத்து வச்சுக் கிட்டு ரயிலேறிட்டார்.'

அவள் சிரித்தபடி தெய்வத்தைப் பார்த்தாள். அது நான் எப்பச் சொன்னேன் என்கிறதுபோல் வெறித்தபடி இருந்தது.

'அங்கே பட்டணத்திலேயும் வேலை சரிப்படலேன்னு வெளிநாடு போய்ட்டார். ஏதோ இது புண்ணியத்திலே நல்லா இருக்கோம். மாசா மாசம் மணியார்டர் அனுப்பிடறார்.'

அவள் பால்பாக்கெட்டைச் சின்னானிடம் நீட்டி விட்டு, மண் தரையில் விழுந்து கும்பிட்டாள்.

பூசாரி, நீல வாளியைச் சின்னானிடம் நீட்டினான்.

'காரை வீட்டுலே தேத்தண்ணி போட்டு அனுப்பியிருக்காங்க. எல்லோரும் எடுத்துக்குங்க.'

'அந்தம்மா வரலியா?' டேப்ரிக்கார்டர் சத்தத்தைக் குறைத்தபடி வயதான பெண் கேட்டாள்.

'எங்கே வர?' பூசாரி அலுப்போடு சொன்னான்.

'போன வருசமே அதுக்குக் கால் சரியா நடக்க முடியாம இழுத்துக் கிட்டுதே. இதுகிட்டக் கேட்டுப் பச்சிலையை அரைச்சுத் தடவினா சரியாயிடும்னு குறி சொன்னேன். கால் இன்னும்தான் குணமாகுது. காரை வீட்டுக்காரருக்கு இது பேர்லே கொஞ்சம் வருத்தம்தான்.'

பூசாரி சாடைமாடையாகத் தெய்வத்தைப் பார்த்தார்.

'சோழியைச் சரியா உருட்டினானா கேளு' என்று தெய்வம் கிசுகிசுத்தது போல் சின்னானுக்குப் பட்டது. அது சும்மாத்தான் இருந்தது.

'அப்ப ஏன் தேத்தண்ணி போட்டு அனுப்பிச்சாங்களாம்?' குட்டையன், குவளையில் தேத்தண்ணீரை உறிஞ்சியபடி சிரித்தான். 'இஞ்சி, சுக்கெல்லாம் தட்டிப்போட்டு நல்லாத்தான் போட்டிருக்காங்க' என்று அவன் மருமகன் ஆமோதித்தான்.

‘அந்தம்மா கல்யாணம் கட்டிப் பத்து வருசம் கழிச்சு இப்பத் தானே உண்டாகி இருக்காங்க. புள்ளையோட இது காலையும் திருப்பிக் கொடுத்துடாதான்னு ஒரு நப்பாசைதான். இல்லே கொடுக்காட்ட நாமதான் விட்டுடுவோமா’

பூசாரி ஒரு மண் குவளையில் தேத்தண்ணீரை ஊற்றி, தெய்வத்தின் முன் பிரியமாக நீட்டினான். பின்னால் உட்கார்ந்திருந்த வயதான பெண், அங்கிருந்தபடியே அதை வாங்கிக்கொண்டு மடியில் படுத்துக் கொண்டிருந்த ஒரு சின்னப் பெண்ணுக்குக் புகட்டி விட்டுத் தானும் கொஞ்சம் குடித்தாள்.

‘நீங்க யாரும் இன்னிக்கும் வேலைக்குப் போகலியா?’ சின்னான் கேட்டான்.

‘கூறு கெட்ட ஆளா இருக்கியே... இன்னிக்கு ஞாயித்துக்கிழமை ஆச்சே’ பூசாரி காவிப்பல் தெரிய சிரித்தான். ‘ஞாயித்துக்கிழமை எனக்குத்தான் பெண்டு நிமிரும். நாலு படம் போடணும். இவங்க மாதிரியா... தோட்ட வேலை... வாரா வாரம் கூலி... எல்லாம் இது பண்ற வேலைதான்.’

தெய்வத்தைக் குற்றப்படுத்துவதுபோல் விரலைக் காட்டி விட்டுக் கன்னத்தில் போட்டுக் கொண்டான். ‘ஏதோ இது புண்ணியத்துலே ஆபரேட்டர் வேலை கத்துக்கிட்டேனோ பொழச்சேனோ.’

‘ஆமா... தோட்டத்துல கொடுக்கிற கூலியைக் கொறச்சுட்டாங்க. தேத்தண்ணித் தூள் விக்க மாட்டேங்குதாம். விக்காமலா இம்புட்டுத் தோட்டம், முதலாளிமாரு காரு, பங்களா மண்ணாங் கட்டி தெருப்புளுதி எல்லாம் நிலச்சு நிக்குது... இதுவும் வருசா வருசம் வந்து இருக்கியா செத்தியான்னு பார்த்துட்டுத்தான் போயிட்டு இருக்கு... நம்ம கதை கந்தலாத்தானே இருக்கு.’

வேனின் முகப்பில் ஏறி மேல் துண்டால் தெய்வத்தின் உடலை வாஞ்சையோடு துடைத்தபடி ஒரு கைலிக்காரன் சொன்னான்.

‘போகும்போது அப்படியே பங்களா வாசல்லேயும் நிப்பாட்டிட்டுப் போக வேண்டியதுதானே?’

ஒரு பெண் துடுக்காகச் சொல்ல... கூட்டம் சிரித்தது.

‘இதுவா… அங்கெல்லாம் எட்டிப் பார்க்குமா என்ன… ஏதோ ஆயிரம் வருஷம் தாயாப் புள்ளையாப் பழகிட்டோம்னு வந்திருக்கு… அதுக்கும் முன்னே மாதிரிச் சுத்த முடியலே’

சின்னான் சொன்னபடி பலகாரங்களை எடுத்துப் பூசாரியிடம் கொடுத்தான்.

‘சின்னப் புள்ளைங்களுக்குக் கொடும்… மீதி சினிமா பாக்கும் போது ஆளுக்கு ஒரு வாய் வரும்.’

பூசாரி வாங்கிக்கொண்டபோது, காரை வீட்டுக்காரர் அவசரமாக வாசலுக்கு வந்தார். தெய்வத்தைப் பார்த்து அவசரமாகக் கும்பிடு போட்டுவிட்டுப் பூசாரியிடம் இறைந்தார்.

‘என்ன எளவு குறி சொல்றீர்… அடுத்த புதன்கிழமை பகலுக்கு மேலே இடுப்பு வலி எடுக்கும்னீரே… ஏதோ படம் பெயர் சொல்லி, பாதி பாக்கும் போது வரும்னீரே… சோழியெல்லாம் உருட்டி… அவ இப்பவே கெடந்து ஒலயறா… மருத்து வச்சியைக் கூப்பிடப் போகணும். சைக்கிள் வேறே பஞ்சராகிக் கிடக்கு…’

வயதான பெண் அவசரமாக வேனிலிருந்து இறங்கினாள்.

‘இந்த ஆளைப் பள்ளிக்கோடத்துலே போய் திரும்பவும் எண் சுவடி படிக்கச் சொல்லணும். இல்லே புதுசா சோழி வாங்கி இதுகிட்டே வச்சு எடுத்துத் தரணும். எல்லாமே தப்புந்தவறுமாத் தான் செய்யறார்’ என்று பூசாரியைப் பழிப்புக் காட்டி விட்டு, காரை வீட்டை நோக்கி நடக்க ஆரம்பித்தாள்.

‘நீங்க போங்க. நான் வேலையை முடிச்சிட்டு வர்றேன்.’

‘பாதியிலே இறங்கிப் போகாதே. தெய்வக் குத்தமாயிடும்’ சின்னான் அவளைப் பார்த்துக் கத்தினான்.

அவள் யாருக்கும் நிற்கவில்லை.

‘போய்ட்டு வரட்டுமே. நாம கிளம்பலாம். இன்னும் ஆறு ஊரு இருக்கே. அங்கே என்ன என்ன கஷ்டமோ நஷ்டமோ; சுகமோ துக்கமோ. போய் விசாரிச்சுட்டுச் சீக்கிரம் திரும்பணுமே…’

சின்னான் இடுப்பில் சுற்றியிருந்த சரிகைத் துணியைப் பிரித்தபடி கீழே இறங்கியபோது தெய்வம் சொன்னதுபோல இருந்தது. ஆனால், வெளியே வரும்போது அது பேசாது என்பதும் நினைவு வந்தது.

அது சொல்லியிருக்கும்தான். பொம்பளை ஆளுகன்னா அதுக்குப் பட்சம்தான்.

அவன் சிரித்தபடி வண்டியைக் கிளப்ப, பின்னால் டேப்ரிக் கார்டர் திரும்பவும் உச்சத்தில் ஒலிக்கத் தொடங்கியது.

www.ingramcontent.com/pod-product-compliance
Ingram Content Group UK Ltd.
Pitfield, Milton Keynes, MK11 3LW, UK
UKHW042140021026
15589UKWH00003B/947

9 788183 682534